ഗ്രീൻ ബുക്സ്

ആറ്, പുഴ, നദി...

ജോഷിൽ

കൊയിലാണ്ടി, കൊല്ലം സ്വദേശി.
ജന്തുശാസ്ത്രത്തിലെ ബിരുദാനന്തര ബിരുദത്തിനുശേഷം
ഗവേഷക വിദ്യാർത്ഥിയായിരിക്കേ 2006-ൽ വനംവകുപ്പിൽ
റേഞ്ച് ഫോറസ്റ്റ് ഓഫീസറായി ജോലി ലഭിച്ചു.
2018-ൽ അസിസ്റ്റന്റ് ഫോറസ്റ്റ് കൺസർവേറ്ററായി.
ആനുകാലികങ്ങളിൽ ലേഖനങ്ങളും യാത്രാവിവരണങ്ങളും
നവമാധ്യമങ്ങളിൽ കുറിപ്പുകളും എഴുതി.
Email: joshil.stories@gmail.com

ഗ്രീൻ ബുക്സ് പ്രസിദ്ധീകരിച്ച
ഗ്രന്ഥകർത്താവിന്റെ ഇതര കൃതി

കാടിറക്കം
(നോവൽ)

നോവൽ

ആറ്, പുഴ, നദി...

ജോഷിൽ

ഗ്രീൻബുക്സ്

green books private limited
gb building, civil lane road, ayyanthole,
thrissur- 680 003, kerala, ph: +91 487-2381066, 2381039
website: www.greenbooksindia.com
e-mail: info@greenbooksindia.com

branches:
thrissur 8589095302
thiruvananthapuram 8589095301
calicut 8589095307

malayalam
aaru, puzha, nadhi...
novel
by
joshil

published may 2024

cover design : rajesh chalode

printed in india
repro india ltd

isbn : 978-81-19486-92-2

₹ 650.00
GBPL/1360/2024

സമർപ്പണം

ഏറെ പ്രിയപ്പെട്ട,

ഇഷ്യക്കും ഇഹാനും,
അർഹിച്ചതിലേറെ കാലമിതിനകം
നൽകിക്കഴിഞ്ഞെന്ന് തോന്നിച്ചതിന്.

സൽനയ്ക്ക്, ഏറ്റവും മികച്ചതിനോട്
മത്സരിക്കാൻ പ്രചോദിപ്പിച്ചതിന്.

മാതാപിതാക്കൾക്ക്, പകർന്നുതന്ന
ജനിതക പാരമ്പര്യങ്ങൾക്ക്.

സുഹൃത്തുക്കൾക്ക്,
യാത്രകളിൽ ഒപ്പം വന്നതിന്.

കഥകൾ പറഞ്ഞുതന്ന
അപരിചിതരായ മനുഷ്യർക്ക്
കഥകൾ കേൾക്കാൻ കാതോർക്കുന്നവർക്ക്.

വീണ്ടും ദീർഘമായി എഴുതുമ്പോൾ

കഥകൾ തീരുമാനിക്കുന്നത് ആഖ്യാതാവാണ്, പറയുന്നയാൾ മാറുമ്പോൾ കഥകളും മാറും. നമ്മളെക്കുറിച്ചൊക്കെയുള്ള എന്തൊക്കെ കഥകളാണ് ചുറ്റുമുള്ളവർ പറയുന്നത്. ഒരേ കഥ തന്നെ പലര് പറഞ്ഞാലും ചില കാര്യങ്ങൾക്ക് മാറ്റമുണ്ടാവില്ല, അതല്ലേ ശരിയായ കഥ. ആറ്, പുഴ, നദി... അത്തരം കഥകളാണ്. പല പേരിട്ട് നമ്മൾ വിളിക്കുന്ന ഒഴുക്കിന്റെ കഥകൾ. നദികൾ കൊണ്ട് സമ്പന്നമായ നമ്മുടെ നാട്ടിലെ ഓരോ മനുഷ്യനും പറയാനുണ്ടാവും നദികളാൽ സ്വാധീനിക്കപ്പെട്ട ധാരാളം കഥകൾ. വൈദ്യുത ബോർഡിലെ എഞ്ചിനീയർ ശ്രീലക്ഷ്മി പറയുമ്പോൾ അത് തടവിലാക്കപ്പെട്ട പുഴകളുടെ കഥയാണ്. മാധ്യമപ്രവർത്തകനായ സൂരജ് പറയുമ്പോൾ അത് താൻ കൂടി പങ്കാളിയായ നദികൾക്കെതിരെയുള്ള ഗൂഢാലോചനകളുടെ കഥയാണ്. പുഴകളെ പുറത്ത് നിന്ന് കണ്ട മനുഷ്യർക്ക് മാത്രമല്ലല്ലോ കഥകൾ പറയാനുണ്ടാവുക, പുഴയുടെ ആഴമറിയുന്ന ഒരു മത്സ്യം കഥപറച്ചിൽ ഏറ്റെടുത്താൽ അത് പുഴകളോടൊപ്പം വംശമറ്റ് പോകുന്നതിന്റെ കഥയാകും. മനുഷ്യർ പറഞ്ഞതിനൊന്നും പിന്നെ പ്രസക്തിയുണ്ടാകില്ല!

'കാടിറക്ക'മെന്ന ആദ്യ നോവലിന് പ്രസാധകരെ തേടുന്ന കാലത്തെ ആത്മസംഘർഷം ലഘൂകരിക്കാനാണ് പുതിയതൊന്ന് എഴുതിത്തുടങ്ങിയത്. പുഴയുടെ പശ്ചാത്തലത്തിലുള്ള രചനകൾകൊണ്ട് സമ്പന്നമായ മലയാളത്തിൽ, പുഴയെക്കുറിച്ച് എഴുതുമ്പോൾ എങ്ങനെ വ്യത്യസ്തനാവാം എന്നതുതന്നെയായിരിക്കുമല്ലോ വെല്ലുവിളി. എഴുത്തിന് ഒരു ഒഴുക്കു കൈവരാൻ കുറച്ച് നാളുകളെടുത്തു. അതിനിടെ കാടിറക്കം പുസ്തകമായിറങ്ങിയതിന്റെ തിരക്കുകളിലേക്ക് മുൻഗണനകൾ മാറുകയും ചെയ്തു.

പെരിയാറിലൂടെ കൊച്ചുവള്ളം തുഴഞ്ഞ് ജീവനോപാധി തേടുന്ന അംഗപരിമിതനായ മനുഷ്യനെ കണ്ടപ്പോഴാണ് പുഴകളെക്കുറിച്ചും വാത്സല്യത്തോടെ പുഴ വളർത്തുന്ന മക്കളെക്കുറിച്ചും ഇനിയും എഴുതാനുണ്ടെന്ന ധൈര്യം ലഭിച്ചത്. ആറ്, പുഴ, നദി... സമാന്തരമായോ പരസ്പര പൂരകമായോ നിലനിൽക്കുന്ന മൂന്ന് നോവലുകളുടെ സമാഹാരമാണ്. ദീർഘമായതൊന്നും വായിക്കാനുള്ള ക്ഷമ ഇന്നാർക്കുമില്ല എന്ന് പലരും സ്നേഹപൂർവം ഗുണദോഷിച്ചിട്ടുണ്ട്. ഒരെഴുത്തുകാരന്റെ ഭാഗധേയം നിർണ്ണയിക്കുക രണ്ടാമത്തെ പുസ്തകമായിരിക്കും എന്നു മറിയാം. എന്നിട്ടും ദീർഘമായ ഒരു രചന. ഒരുമിച്ച് ഒരു പുസ്തകമാക്കിത്തന്നെ നിങ്ങൾക്ക് മുന്നിൽ അവതരിപ്പിക്കണമെന്ന് തോന്നി.

നാഗരികതകൾ പിറവിയെടുത്ത നദീതടങ്ങൾ മലിനമായ പുഴപ്പുറമ്പോക്കുകളായി മാറുന്നത് സങ്കടത്തോടെ നോക്കിനിൽക്കേണ്ടി വരുമ്പോഴും സ്വച്ഛമായ ഒരു പുഴ ഓർമ്മകളിൽ ഇപ്പോഴും ഒഴുകുന്നതായി തോന്നാറുണ്ട്. ഏതൊരു മലയാളിയേയുംപോലെ ഞാനും കുറേ പുഴകൾ കണ്ടിട്ടുണ്ട്. പെരിയാറ്റിൽ കുളിച്ചിട്ടുണ്ട്. ചാലക്കുടിപ്പുഴയിലെ ഒഴുക്കുകണ്ട് പേടിച്ചിട്ടുണ്ട്. പുഴമീനിന്റെ രുചിയോർത്ത് കൊതികൊണ്ടിട്ടുണ്ട്. ഗംഗയും ബ്രഹ്മപുത്രയും കാവേരിയും തീസ്തയും ഷയോക്കുമൊക്കെ കണ്ട് അത്ഭുതപ്പെട്ടിട്ടുണ്ട്. പുഴയുടെ പശ്ചാത്തലത്തിലുള്ള ജീവിതങ്ങൾക്കൊപ്പം പുഴകളുടെ ജീവചരിത്രംകൂടി എഴുതാനാണ് ശ്രമിച്ചത്.

പുതിയ പുസ്തകം എവിടെവരെയായി എന്ന് ചോദിച്ച് ഒപ്പം നിന്ന സുഹൃത്തുക്കളോടും എഴുത്തുകാരനാവാൻ സമയം മാറ്റിവെക്കാൻ അനുവദിച്ച കുടുംബത്തോടും 'കാടിറക്കം' പ്രസിദ്ധീകരിച്ച് കഴിഞ്ഞപ്പോൾ തുടർന്നും എഴുതണമെന്ന് പ്രോത്സാഹനം നൽകിയ ഗ്രീൻ ബുക്സിനോടും നന്ദി അറിയിക്കുന്നു. ഒപ്പം നിന്നതിന് ഓരോ വായനക്കാരോടുമുള്ള സ്നേഹവും കൂറും വാക്കുകൾക്കതീതമാണ്.

സ്നേഹത്തോടെ,

ജോഷിൽ

നോവൽ ഒന്ന്

തടവിൽ കഴിയുന്ന പുഴകൾ

ശ്രീലക്ഷ്മി

രണ്ടായിരത്തി പതിനൊന്നിൽ
മൂലമറ്റം പവർ ഹൗസിലുണ്ടായ
തീപിടുത്തത്തിൽ ജീവൻ നഷ്ടമായ
അസിസ്റ്റന്റ് എഞ്ചിനീയർ
മെറിൻ ഐസക്കിന്റെ ഓർമ്മകൾക്ക്

ഡാംസൈറ്റ്

അങ്കമാലിയിൽനിന്ന് കല്ലാറ്വരെ ബസ്സിൽ, അവിടെ നിന്ന് ബോർഡിന്റെ കാറിൽ ഡാം സൈറ്റിലേക്ക്. പഴയൊരു അംബാസിഡർ കാറാണ്, കുട്ടിക്കാലത്ത് കണ്ട മലയാളം ആക്ഷൻ സിനിമകളിലെ ശബ്ദം ഓർമ്മിപ്പിച്ചുകൊണ്ട് കാറ് മല കയറി. എനിക്ക് മുൻപേ കയറിയ ഒരാൾ പിൻസീറ്റിൽ നല്ല ഉറക്കമാണ്. പ്രൊജക്റ്റ് ഓഫീസിലേക്ക് ഫോൺ ചെയ്തപ്പോഴാണ് ഡാം സൈറ്റിലേക്ക് ഒരു കാറ് പോകുന്നുണ്ടെന്ന കാര്യമറിഞ്ഞത്. ബസ് രാവിലെയും വൈകിട്ടും മാത്രമേയുള്ളൂ. എന്റെ മൊബൈൽ നമ്പർ വാങ്ങിയ ശേഷം ഡാം റോഡിലെ ചെക്ക്പോസ്റ്റിൽ കാത്തിരിക്കാൻ പറഞ്ഞ് അയാൾ ഫോൺ കട്ട് ചെയ്തു. ചെക്ക്പോസ്റ്റ് അടുത്തുതന്നെയാണെങ്കിലും ഭാരിച്ച ബാഗും താങ്ങി നടക്കാൻ വയ്യ. പുതിയ ജോലിസ്ഥലം വരെ കാറുണ്ടെന്ന് അമ്മയോട് കള്ളം പറഞ്ഞാണ് അച്ഛന്റെ എസ്കോർട്ട് ഒഴിവാക്കി വീട്ടിൽനിന്ന് പുറപ്പെട്ടത്, വേണ്ടിയിരുന്നില്ല. അച്ഛൻ സന്തോഷത്തോടെ കൊണ്ടുവന്നാക്കുമായിരുന്നു. പക്ഷേ, ഇന്ന് തന്നെ അവിടെ നിന്ന് തിരിച്ച് പോകണമെന്ന് അച്ഛൻ ശഠിക്കും. അല്ലെങ്കിൽ അമ്മ ഒറ്റയ്ക്കാകും.

പിൻസീറ്റിലെ ആൾ കിടന്നുറങ്ങുന്നത് കണ്ട് എനിക്ക് കൊതി തോന്നി. കാറിനൊപ്പം ആടിയുലയുന്ന എന്നെ കൊതിപ്പിക്കുന്നതായിരുന്നു അയാളുടെ ബാലൻസ്. ഏതോ ഭൗതിക ശാസ്ത്രജ്ഞനാണെന്ന് തോന്നുന്നു. വളവുകൾ തിരിയുമ്പോഴുള്ള അപകേന്ദ്ര ബലത്തെ ഓരോ തവണയും അയാൾ ഉറക്കത്തിൽതന്നെ പ്രതിരോധിച്ചു. മുഖത്ത് ഒരു തൊപ്പി കമഴ്ത്തിവെച്ച് വെളിച്ചത്തെ പടിയടച്ച് അയാൾ ഉറങ്ങുന്നത് കണ്ടപ്പോൾ ഉച്ചയൂണിനുശേഷം ഉറക്കം വന്നിട്ടും കാറിന്റെ കുലുക്കവും ആട്ടവും കാരണം ഉറങ്ങാൻ പറ്റാതെ വലഞ്ഞ എനിക്കസൂയ തോന്നി. പെട്ടെന്നാണയാൾ ഉണർന്നത്. മുഖത്തെ തൊപ്പി മാറ്റി ഡ്രൈവറെ തട്ടിവിളിച്ച അയാൾ വണ്ടി ഒതുക്കാൻ പറഞ്ഞു. വണ്ടി നിർത്തിയതും ചാടിയിറങ്ങിയ അയാൾ റോഡരികിൽ മൂത്രമൊഴിച്ച് തിരിച്ച് വണ്ടിയിൽ കയറി, വണ്ടി നീങ്ങിത്തുടങ്ങിയപ്പോൾ മാത്രമാണ് എന്നെ കണ്ടത്.

"സോറി നിങ്ങളെ ഞാൻ കണ്ടില്ല, തീരെ പിടിച്ചു നിൽക്കാനാവാത്തതുകൊണ്ടാണ് വഴിയരികിൽ മൂത്രമൊഴിച്ചത്."

ആദ്യമായി കാണുന്ന ഒരു യുവതിയോട് ഒരു യുവാവിന് സംസാരിച്ച് തുടങ്ങാൻ പറ്റിയ ഒരു വിഷയമായിരുന്നില്ലെങ്കിൽകൂടി അയാളുടെ തുറന്ന സമീപനം എന്നെ ആകർഷിച്ചു.

"നിങ്ങൾക്കൊക്കെ എന്തെളുപ്പമാണ്." ഞാനും കുറച്ച് ഓപ്പണാവാൻ ശ്രമിച്ചു. മൂത്രമൊഴിക്കലിനെക്കുറിച്ചുള്ള അരസികൻ സംഭാഷണം അവിടെ അവസാനിപ്പിക്കുന്നതിന് പകരം അയാൾ വീണ്ടും വിഷയത്തിൽ ഉറച്ച് നിന്നു.

"സ്ത്രീകൾക്കും സാധിക്കും, ആണുങ്ങളെപ്പോലെ നിന്ന് തന്നെ, പ്രത്യേകിച്ച് ഇയാളെപ്പോലെ ജീൻസ് ധരിക്കുന്നവർക്ക്."

എന്റെ മുഖത്തെ അപ്രിയം കണ്ടാവാം അയാൾ "പീസേഫ് എന്നൊന്നുണ്ട്, ഓൺലൈനിലൊക്കെ കിട്ടും" എന്ന് ധൃതിയിൽ പറഞ്ഞവസാനിപ്പിച്ചു.

അയാളുടെ കഴുത്തിൽ ഏതോ ഒരു ഐ.ഡി. കാർഡ് തൂക്കിയിരുന്നു. വൈദ്യുതി ബോർഡിന്റെ ഐ.ഡി. കാർഡ് ഞാനൊരിടത്തും ധരിക്കാറില്ല. അയാളുടെ ഐ.ഡി. കാർഡിലേക്ക് ഞാൻ ഇടയ്ക്കൊക്കെ പാളിനോക്കിയെങ്കിലും പ്രസ് എന്നതൊഴികെ ഒന്നും വായിക്കാനായില്ല. അത്രയും നേരം ഉറങ്ങി കൊതിപ്പിച്ച അയാളിപ്പോൾ പുറംകാഴ്ചകൾ കണ്ട് ആനന്ദിക്കുന്നു. മിസ്റ്റർ, ഒരു യുവതിയെ അപമാനിക്കുന്നത് മതിയായെങ്കിൽ എന്നോട് എന്തെങ്കിലുമൊക്കെ ചോദിക്കൂ. ഞാനും പുറത്തേക്ക് നോക്കി. കുന്ന് പാതിയോളം കയറിയെന്ന് തോന്നുമ്പോഴാവും കാർ മറ്റൊരു മലയുടെ മടക്കിലേക്ക് കയറുക, അപ്പോൾ വീണ്ടും നമ്മൾ കുന്നിന്റെ ചുവട്ടിലാകും.

കല്ലാറ് നിന്ന് കയറ്റം കയറിത്തുടങ്ങിയപ്പോൾ വഴിയുടെ ഒരു വശത്ത് കുന്നും മറുവശത്ത് താഴെ സമതലവുമായിരുന്നെങ്കിൽ ഇപ്പോൾ ഒരുവശത്ത് കുന്നും മറുവശത്തെ പുഴയുടെ അപ്പുറം മറ്റൊരു കുന്നുമായി. മലയുടെ കഴുത്തിൽ ചുറ്റിക്കിടക്കുന്ന ഒരു കറുത്ത ചരടുപോലെ ടാർ റോഡ്. എണ്ണാൻ പറ്റാത്തത്ര ചെറിയ വളവുകളും എണ്ണം ആലേഖനം ചെയ്ത ഹെയർപിൻ വളവുകളും വളഞ്ഞ് ചുറ്റി വലിയൊരു വെള്ളച്ചാട്ടത്തിനടുത്തുള്ള പാലത്തിലൂടെ കാറ് മറുവശത്തെ മലയിലെത്തി. എവിടെയും പച്ചപ്പ് മാത്രം. പലയിടത്തും ചെറിയ വെള്ളച്ചാട്ടങ്ങൾ റോഡിലേക്ക് വന്ന് പതിക്കുന്നുണ്ട്. ഇടയ്ക്ക് ഒരു ബസ് എതിരെ കടന്ന് പോയി. "ഇതാണ് അടിമാലിക്കുള്ള ലാസ്റ്റ് ബസ്" ഡ്രൈവർ ആരോടെന്നില്ലാതെ പറഞ്ഞു. വഴി ഇനിയും ബാക്കിയാണ്. ഒടുവിൽ സഹയാത്രികൻ എന്നോട്

സംസാരിക്കാൻ തീരുമാനിച്ചപോലെ അയാളിരിക്കുന്ന വശത്തെ ഡോറിന്റെ ചില്ലുകൾ കയറ്റിയിട്ടു.

അയാളൊരു ജേർണലിസ്റ്റായിരുന്നു, കഴുത്തിൽ കിടന്ന ഐ. ഡി. കാർഡ് ഡൽഹി കേന്ദ്രമായുള്ള ഞാൻ കേട്ടിട്ടില്ലാത്ത വാർത്താ ഏജൻസിയുടേതാണ്. അധികം സംസാരിച്ചില്ല. ഒന്നുരണ്ട് വളവുകൾ കൂടി കഴിഞ്ഞപ്പോൾ കുറച്ചകലെയായി ഒരു അണക്കെട്ട് പ്രത്യക്ഷപ്പെട്ടു. ഡ്രൈവിങ്ങിൽ മാത്രം ശ്രദ്ധിച്ചിരുന്ന ഡ്രൈവർ പിന്നിലേക്ക് പാതി തിരിഞ്ഞ് ജേർണലിസ്റ്റിനോട് ഡാം സൈറ്റിൽ എത്തിയെന്ന് പറഞ്ഞു. ഒരു ജേർണലിസ്റ്റിനെ എന്തിനാവും ആലുവയിൽ നിന്ന് ബോർഡിന്റെ കാറിൽ ഡാം സൈറ്റിലേക്ക് എഴുന്നള്ളിച്ച് കൊണ്ടുവരുന്നതെന്ന സംശയം മനസ്സിൽ കൂടിവരവെ കാർ ഡാമിന് മുകളിലെത്തി.

രണ്ട് കുന്നുകൾക്ക് കുറുകെ കെട്ടിയ കോൺക്രീറ്റ് അണക്കെട്ട്. അണക്കെട്ടിന് മുകളിൽ ഒരു പുഴ തടവിൽ കഴിയുന്നു. താഴെ നഗ്നയായി അവളുടെ ശരീരഭാഗം. അണക്കെട്ടിന്റെ ഒരു വശത്തായി അധികജലം ഒഴുക്കിക്കളയാനുള്ള ഷട്ടറോടുകൂടിയ ഒരു സ്പിൽവേ. അണക്കെട്ടിന്റെ പ്രധാന ഷട്ടറുകൾ തുറക്കാതെ സ്പിൽവേയിലൂടെ വെള്ളം ഒഴുക്കുമായിരിക്കും. സ്പിൽവേയുടെ തുടർച്ചയായി ഒരു വെള്ളച്ചാലുണ്ട്, കനാലൊന്നുമല്ല, വെള്ളം ഒഴുകി രൂപപ്പെട്ടപോലെ ഒന്ന്. കണ്ണെത്തുന്നതിനും അകലെയെവിടെയോ അത് നദിയിൽ ചേരുന്നുണ്ടാവാം. പരമാവധി സംഭരണശേഷി കഴിയുമ്പോൾ മാത്രം പ്രധാന ഷട്ടറ് വഴി തുറന്ന് വിടുന്ന ജലമൊഴുകിയ, അണക്കെട്ടിന് താഴെയുള്ള പുഴയുടെ ഓർമ്മച്ചാലിൽ വലിയ കല്ലുകൾ മാത്രം ബാക്കിയായിരിക്കുന്നു. എല്ലാ പുഴകളുടെയും അടിത്തട്ട് ഇതുപോലായിരിക്കുമോ? മഴക്കാലത്ത് ഒഴുകിപ്പോകുന്ന വെള്ളം കൂടി സംഭരിച്ച് നിർത്താൻ രണ്ട് ഓഗ്മെന്റേഷൻ അണക്കെട്ടുകൾ കെട്ടാൻ ബോർഡിന് പദ്ധതിയുണ്ട്. വീട്ടിൽ നിന്ന് പോയി വരാവുന്ന അകലത്തിൽ ആദ്യനിയമനം കിട്ടിയതിന്റെ ആഹ്ലാദം അധികം നീളും മുൻപ് മലമുകളിലേക്ക് എനിക്ക് സ്ഥലംമാറ്റമായി. ഒരുകണക്കിന് ഞാൻ സന്തോഷിച്ചു, കല്യാണാലോചനകളിൽ നിന്നൊരു മോചനമാവുമല്ലോ.

ഡാമിന് മുകളിൽ നിർത്തിയ കാറിന്റെ ബോണറ്റിൽ ചാരിയിരുന്ന് ജേർണലിസ്റ്റ് ഒരു സിഗരറ്റ് കത്തിച്ച് വലിച്ചു. എനിക്ക് കൂടുതൽ സംസാരിക്കണമെന്നുണ്ട്, പക്ഷേ ഈ സിഗരറ്റ് മണമെനിക്ക് ഇഷ്ടമല്ല. നല്ല കാറ്റുള്ളതിനാലാവാം സിഗരറ്റ് പെട്ടെന്ന് എരിഞ്ഞ് തീർന്നു. അയാൾ കാറിലേക്ക് കയറിയപ്പോൾ ഞാനും കയറി. ഡാമിന് മുകളിലൂടെ കാർ മറുകരയിലെത്തി റിസർവോയറിന്റെ അരികിലൂടെ ചുറ്റി ഒരു വളവ് തിരിഞ്ഞപ്പോൾ കുറച്ചകലെ ചെറുതും വലുതുമായ

കെട്ടിടങ്ങൾ കാണാനായി. റോഡിനും റിസർവോയറിനും ഇടയിൽ മുഴുവൻ ചെറിയ വീടുകളാണ്. കണ്ടിട്ട് ബോർഡിന്റെ ക്വാർട്ടേഴ്സുകൾ പോലെയില്ല. നൂറുകണക്കിന് ചെറിയ വീടുകളെ ഒരു വളവിന് പിന്നിൽ മറച്ച് കാറ് മുന്നോട്ട് പാഞ്ഞു. ഒരു കിലോമീറ്റർകൂടി കഴിഞ്ഞപ്പോൾ ബോർഡിന്റെ വലിയ കെട്ടിടങ്ങൾ കണ്ടു. ഓഫീസിന് മുന്നിൽ കാറ് നിർത്തിയപ്പോൾ ഞാനിറങ്ങി. ജേർണലിസ്റ്റിന് സ്ഥലമൊക്കെ പരിചയമുള്ളതുപോലെ തോന്നി. അയാൾ എന്റെ പേരിനപ്പുറം ചോദിക്കുകയോ അധികം സംസാരിക്കുകയോ ചെയ്തില്ല, സത്യത്തിൽ അയാളങ്ങനെ ചെയ്തത് എന്നിൽ മതിപ്പാണുണ്ടാക്കിയതെന്ന് പിന്നീടാണെനിക്ക് മനസ്സിലായത്.

സൂപ്രണ്ടിങ്ങ് എഞ്ചിനീയറുടെ ഓഫീസ് മുറിയിൽ എന്നേക്കാൾ മുൻപേ ജേർണലിസ്റ്റ് കയറിയിരുന്നു. കുറച്ചുനേരം കാത്ത് നിന്ന ശേഷം ഞാൻ മുറിയിൽ കയറി സ്വയം പരിചയപ്പെടുത്തി. ജേർണലിസ്റ്റും ഞാനും ഒരുമിച്ചാണ് വന്നതെന്ന് അദ്ദേഹത്തിന് അറിയാമെന്ന് തോന്നി. അദ്ദേഹം എനിക്ക് ജേർണലിസ്റ്റിനെ പരിചയപ്പെടുത്തി. ''നിങ്ങൾ ഒരുമിച്ചാണ് വന്നതെങ്കിലും പരിചയപ്പെട്ടില്ലെന്ന് സൂരജ് പറഞ്ഞു, ഇത് സൂരജ്, കോളമിസ്റ്റാണ്, നമുക്ക് വേണ്ടി ഒരു വർക്ക് ചെയ്യുന്നു. പരിചയപ്പെട്ടിരുന്നോളൂ. നിങ്ങൾ ഒരേ നാട്ടുകാരാണ്.''

ഓഫീസിലെ അറ്റൻറർമാരിലാരോ വന്ന് എന്റെ ടേബിളിലേക്ക് കൂട്ടിക്കൊണ്ടു പോയി. ആലുവയിലെ ഓഫീസിലെപോലെ നല്ല ക്യാബിനും ഫർണീച്ചറുമൊന്നുമില്ല. ആളുകളും ആലുവയിലെ പോലെയല്ല. എല്ലാവരും കുറച്ചുകൂടി സ്നേഹവും കരുതലുമുള്ളവരായിരുന്നു. ഓഫീസിലെ അറ്റൻറർ ഭാസുരേന്ദ്രൻ, സ്വീപ്പർ തങ്കമ്മ, ഓവർസീയർ സ്റ്റീഫൻ എല്ലാവരും അന്നുതന്നെ എന്റെ ചിന്തകളുടെ ഭാഗമായി. ഡാം സേഫ്റ്റി വിങ്ങിൽ ഒരു ക്ലർക്ക് കൂടെയുണ്ട്, ജയശങ്കർ. ഒരു യൂണിയൻ നേതാവാണ്. പണികളൊക്കെ ചെയ്യുമെങ്കിലും ആളെ പകൽ കണ്ടുകിട്ടില്ല. രാവിലെയും വൈകുന്നേരവും സജീവമാകുന്ന ചില ജീവികളെക്കുറിച്ച് കേട്ടിരുന്നു. ഇത് അതുപോലെ ഒരവതാരം. രാവിലെ മറ്റുള്ളവരെത്തും മുൻപ് ഓഫീസിൽ വന്ന് ജോലികൾ തീർത്ത് പുറത്തേക്ക് പോകുന്ന ജയശങ്കർ സന്ധ്യയോടെ വീണ്ടും ഓഫീസിലെത്തി അയാളുടെ ജോലി തീർക്കും. ജോലിയിലൊന്നും ഒരു കുറ്റവും പറയാനില്ല. ജയശങ്കറിന്റെ രീതികൾ ഉൾക്കൊള്ളാൻ ആദ്യമെനിക്ക് ബുദ്ധിമുട്ട് തോന്നിയെങ്കിലും പിന്നെ അതുമായി ഞാൻ പൊരുത്തപ്പെട്ടു. ഉച്ചകഴിഞ്ഞ് പോയ സ്വീപ്പർ തങ്കമ്മ വൈകുന്നേരമായപ്പോൾ വന്നു. ഗസ്റ്റ്ഹൗസിലേക്ക് എന്നെ കൊണ്ടുവിടാൻ സൂപ്രണ്ട് സാറ് ഏൽപ്പിച്ചിട്ട് വന്നതാണ്. അവരെ തങ്കമ്മച്ചേച്ചിയെന്ന് വിളിച്ചപ്പോൾ അവർ തിരുത്തി.

“തങ്കമെന്നാ സാറേ എന്റെ പേര്, തങ്കമ്മയെന്ന് വിളിച്ചാൽ മതി.”

എന്റെ അമ്മയുടെ പ്രായം വരുമോ അവർക്ക്? സംശയമാണ്. അവരെ പേര് ഒഴിവാക്കി ചേച്ചിയെന്ന് മാത്രം വിളിക്കാൻ തീരുമാനിച്ചു.

ഗസ്റ്റ്ഹൗസിലേക്ക് നടക്കാവുന്ന ദൂരമേ ഉള്ളൂവെങ്കിലും ഡ്രൈവർ വണ്ടിയിൽ കൊണ്ടുവിട്ടു. അംബാസിഡർ കാറിലെ മുന്തിയ സീറ്റ് പിന്നിലേതാണത്രെ. തങ്കമ്മയെ മുൻസീറ്റിലും എന്നെ പിൻസീറ്റിലും കയറ്റി കാറ് ഗസ്റ്റ്ഹൗസിലേക്ക് നീങ്ങി. റഷീദെന്നാണ് ഡ്രൈവറുടെ പേര്. താൽക്കാലിക ജോലിയാണ്. ഡാം നിർമ്മിച്ച കാലത്ത് അവിടേക്ക് കുടിയേറിയ കുടുംബത്തിലെ അംഗമാണ്. അടിമാലിയിലെ സ്കൂളിൽ പത്താംക്ലാസുവരെ പഠിച്ചു. ഇരുപത് വയസ്സായപ്പോൾ മുതൽ ബോർഡിന്റെ വണ്ടി ഓടിക്കുന്നു. ഇപ്പോൾ പതിന്നാല് കൊല്ലമായി. ഒരു കൊല്ലം കൂടി തുടരാനായാൽ സ്ഥിരപ്പെട്ട് കിട്ടും. അയാൾക്ക് അതിനപ്പുറം സ്വപ്നങ്ങളില്ലായിരുന്നു. ഡാമിലേക്ക് പോകുമ്പോൾ കാണുന്ന ചെറിയ വീടുകളിലൊന്നിലാണ് ഭാര്യയും രണ്ട് കുട്ടികളും ഉമ്മയുമടങ്ങുന്ന റഷീദിന്റെ കുടുംബം താമസിക്കുന്നത്. കയ്യേറ്റ ഭൂമിയിലെ വീടാണ്. റഷീദിന്റെ മാത്രമല്ല എല്ലാ വീടുകളും കയ്യേറ്റ സ്ഥലത്താണ്. മുപ്പത് കൊല്ലം മുൻപ് ഡാം പണിക്കായി വന്നവർ അക്കാലത്ത് കെട്ടിയുണ്ടാക്കിയ ചെറിയ കുടിലുകൾ ചെറിയ വീടുകളായി വളർന്നതാണ്. കുടുസ് മുറികൾ. ഒരു വീടിന്റെ ജനാല മറ്റൊന്നിലേക്ക് തുറക്കുംവിധം അടുത്തടുത്താണ്.

എന്റെ ബാഗും സാധനങ്ങളും എടുത്ത് മുറി വരെ എത്തിക്കുന്ന കാര്യം ആരോ പറഞ്ഞേൽപ്പിച്ചപോലെ തങ്കമ്മ ചെയ്തു, അവരുടെ സാറ് വിളി എനിക്ക് തമാശയായി തോന്നി. ആലുവയിലെ ഓഫീസിൽ കേട്ട് ശീലിച്ച മാഡംവിളിയേക്കാൾ തങ്കമ്മയുടെ സാറെന്ന വിളിക്ക് ഒരു അടുപ്പം തോന്നി. സ്ത്രീകളെ അഭിസംബോധന ചെയ്യാൻ മാഡം എന്നൊരു വാക്കുള്ളതായി സത്യത്തിൽ അവർക്കറിയില്ലായിരുന്നു. ഗസ്റ്റ്ഹൗസിൽ ഒരു വാച്ചർ മാത്രമാണുണ്ടായിരുന്നത്, രാത്രികാവലും ഭക്ഷണമുണ്ടാക്കലും വൃത്തിയാക്കലും ഒക്കെ ചെയ്യുന്ന ജനാർദ്ദനൻ. അയാളുടെ ഭാര്യ മേരി, രാവിലെ വന്ന് ഗസ്റ്റ്ഹൗസ് തൂത്തുവാരുന്നുണ്ടെങ്കിലും ആ ജോലി ചെയ്യാൻ അവർക്ക് ശമ്പളമൊന്നുമില്ല. സൂപ്രണ്ടിങ്ങ് എഞ്ചിനീയർ രാമകൃഷ്ണൻ സാറിന്റെ ക്വാർട്ടേഴ്സിൽ ഭക്ഷണമുണ്ടാക്കുന്ന വകയിൽ ചെറിയ ഒരു തുക കിട്ടും. തിരക്ക് മത്സരയിനമായ ആലുവയിലെ ഓഫീസിൽനിന്നും മത്സരാർത്ഥികളായ സഹപ്രവർത്തകരിൽനിന്നും ഇവിടെ എത്തിയപ്പോൾ അസിസ്റ്റന്റ് എഞ്ചിനീയറെന്നത് വലിയ ഒരു പദവിയായി എനിക്ക് തോന്നി. സ്ഥിരം ജോലിക്കാരല്ലാത്തവരെല്ലാം അവരുടെ ജീവിതത്തിൽ എന്തൊക്കെയോ കാര്യങ്ങൾ സാധിച്ചുകൊടുക്കാൻ കെൽപ്പുള്ള വലിയ ആരോ ആയാണ് എന്നെ കാണുന്നത്, കൊള്ളാം.

മുറിയിലെ സൗകര്യങ്ങൾ ജനാർദ്ദനൻചേട്ടൻ കാണിച്ച് തന്നു. ഹീറ്ററിന്റെ സ്വിച്ച്, അടുക്കളയിലും ഗെയിറ്റിലെ ഗാർഡ് റൂമിലും കേൾക്കും വിധം ക്രമീകരിച്ചിരിക്കുന്ന കാളിങ്ങ് ബെൽ, ഷെൽഫി നകത്ത് വെച്ചിരിക്കുന്ന ജഗ്ഗും ഗ്ലാസ്സും. എനിക്ക് ചിരി വന്നു. ഷെൽ ഫിലെ ജഗ്ഗും ഗ്ലാസും പുരുഷകേസരികൾക്ക് മദ്യപിക്കാനുള്ളതാണ്. ചോദിച്ചാൽ എനിക്ക് ഇവരാരെങ്കിലും ഒരു വോഡ്ക വാങ്ങിത്ത രുമോ? ഏകാന്തതയിൽ കുറ്റമാരോപിച്ചാണല്ലോ പുരുഷന്മാർ മദ്യ പാനം തുടങ്ങുന്നത്. പണ്ട് ഓണത്തിന് രഹസ്യമായി കഴിക്കാൻ വേണ്ടി ഇളയച്ഛൻ വെള്ളത്തിന്റെ കുപ്പിയിൽ ഒഴിച്ചുവെച്ച വോഡ്ക ഞങ്ങൾ കുട്ടികളെടുത്ത് കുടിച്ച് ആകെ ബഹളമായിരുന്നു, അന്ന് ഞാനുറപ്പിച്ചതാണ് എന്നെങ്കിലും മദ്യപിക്കുകയാണെങ്കിൽ അത് വോഡ്ക ആയിരിക്കുമെന്ന്.

റൂമിനെ വിശദമായി പരിചയപ്പെടുത്തി രാത്രി കഴിക്കാൻ പൂരിയും ബാജിയുമുണ്ടാക്കാമെന്ന് പറഞ്ഞ് ജനാർദ്ദനൻചേട്ടൻ പോയി. റിസർ വോയർ കാണുന്ന തരത്തിൽ ബാൽക്കണിയുള്ള ഒന്നാംനിലയിലെ മുറിയാണ്. അതെ, ലെയ്ക്ക് ഫ്രണ്ട്. താഴെ ഡൈനിങ്ങ് ഹാളും അടുക്കളയും കെയർടേക്കറുടെ മുറിയുമൊക്കെയാണ്. ബാൽക്കണി യിൽ ചെന്ന് ഭൂമിയിൽ ഞാനെത്തിപ്പെട്ട പുതിയ ബിന്ദുവിൽനിന്നുള്ള കാഴ്ചകൾ കണ്ടു. തടാകത്തിന്റെ മറുകരയിലെ കുന്നിന്റെ പച്ചപ്പിനെ ആവാഹിച്ച പച്ച നിറമുള്ള വെള്ളം. വെള്ളപ്പരപ്പിൽനിന്ന് കുന്നിന്റെ ചുവട് വരെ ചുവന്ന നഗ്നയായ ഭൂമി, അതിന് മുകളിൽ പച്ചയുടെ വേഷപ്പകർച്ചകൾ, കുന്നുകളുടെ മടക്കുകളിൽ അവിടിവിടെയായി പാൽ ചുരത്തുംപോലുള്ള ചെറിയ വെള്ളച്ചാട്ടങ്ങൾ. റിസർവോയറി ലേക്ക് കോടമഞ്ഞ് ഇറങ്ങി വരുന്നു. തണുപ്പ് കൂടിവരുന്നുണ്ട്. പടി ഞ്ഞാറ് ഭാഗത്തെ മലയ്ക്ക് പിറകിലായി സൂര്യൻ ഒളിച്ചപ്പോൾ പ്രദേശം അതുവരെ ഉള്ള ഭാവം വെടിഞ്ഞു. പടിഞ്ഞാറെ ആകാശം ചുവന്നുതുടുത്തെങ്കിലും ചുറ്റുമുള്ള ആകാശം മഴക്കാറിനാൽ കറുത്തി രുന്നു. എന്നത്തേയുംപോലെ ഈ സമയത്താണ് എനിക്ക് അമ്മയെ ഫോൺ വിളിക്കണമെന്ന് തോന്നിയത്. രാവിലെയെപ്പോഴോ ഇർഫാ നോട് ദേഷ്യപ്പെട്ട് സൈലന്റാക്കിയ ഫോൺ ബാഗിൽ നിന്നെടുത്ത് നോക്കി. കുറേ മെസേജുകളുണ്ട്, പതിവുപോലെ അവന്റെ അവസ്ഥ കൾ വിശദീകരിച്ചുകൊണ്ട്. ഉച്ചയ്ക്ക് എപ്പോഴോ അമ്മയും വിളി ച്ചിട്ടുണ്ട്.

ഈ കുന്നിൻമുകളിൽ വൈദ്യുതി ബോർഡിന്റെ ഒരു ഡാമും കുറച്ച് അനധികൃത താമസക്കാരുമുള്ള വിദൂര സ്ഥലത്ത് മൊബൈൽ കവറേജ് ഉണ്ടാകുമെന്ന് കരുതുന്നതിൽ ന്യായമില്ല. മുറിക്ക് പുറത്തിറ ങ്ങിയപ്പോൾ ജേർണലിസ്റ്റ് വരാന്തയ്ക്ക് മുകളിലെ ഓപ്പൺ ടെറസ്സിൽ സിഗരറ്റ് വലിച്ചുകൊണ്ട് നിൽപ്പുണ്ട്. ഞാൻ ചെന്നപ്പോൾ അയാൾ

വലിച്ച് തീരാത്ത സിഗരറ്റ് കെടുത്തി കീശയിൽ സൂക്ഷിച്ചിരുന്ന കാലിപ്പെട്ടിയിലിട്ടു. ഒരു ചൂയിങ്ഗം വായിലിട്ട് ചവച്ച് എന്റെയടുത്ത് വന്നു.

"ആലുവയിലെവിടാ?"

"ഞാൻ ആലുവയിലല്ലാ, അവിടായിരുന്നു ജോലി. സ്വന്തം സ്ഥലം ചാലക്കുടിക്കടുത്താ, മേലൂര്."

"ഞാൻ എലന്തിക്കരയാ, കേട്ടിട്ടില്ലേ?"

"ഇല്ല."

"മേലൂരെന്ന് പറഞ്ഞാൽ ചാലക്കുടിപ്പുഴയുടെ തീരത്തല്ലേ?"

"അതെ, പുഴക്കരയിലാ വീട്."

"അപ്പോൾ എലന്തിക്കര അറിയാതെ പോയത് മോശമായി, നിങ്ങളുടെ പുഴ എലന്തിക്കരയിൽ വെച്ചാണ് പെരിയാറുമായി ചേർന്ന് കടലിലേക്ക് പോകുന്നത്, ഞാൻ കരുതി എലന്തിക്കര അറിയുമെന്ന്."

അക്കാര്യം എനിക്ക് പുതുമയായിരുന്നു. എന്റെ വീട്ടുമുറ്റത്തെ പുഴയും പെരിയാറും ബന്ധുക്കളാണെന്ന കാര്യം എനിക്കറിയില്ലായിരുന്നു. ഒരുപക്ഷേ അമ്മയ്ക്കുപോലും അത് അറിയുമെന്ന് തോന്നുന്നില്ല. പടിഞ്ഞാറേക്കൊഴുകുന്ന പുഴയൊക്കെ അറബിക്കടലിൽ ചേരുമെന്നല്ലാതെ അത് ഇന്ന സ്ഥലത്തേക്കാണെന്ന് അറിഞ്ഞിരിക്കണമെന്ന് എനിക്ക് തോന്നിയിരുന്നില്ല.

"ഈ കാണുന്ന വെള്ളവും പെരിയാറിലേക്കാണൊഴുകുന്നത്, ഈ പുഴ വഴി നീന്തിയാൽ എനിക്ക് എലന്തിക്കരയിലെ വീടിനടുത്തുവരെ എത്താം, ആ വീട് വാടകയ്ക്ക് കൊടുത്തിരിക്കുകയാ. ആലുവയിൽ വാടകയ്ക്കാണ് താമസം. ഞാൻ ജോലി ചെയ്യുന്നത് ഡൽഹിയിലാണ്."

ജേർണലിസ്റ്റിനെ എനിക്കിഷ്ടമായി, ഒരുതരം കൗതുകം തോന്നുന്ന വ്യക്തിത്വം. മറ്റുള്ളവരുടെ മനസ്സ് വായിക്കാനറിയുന്ന പോലുള്ള പെരുമാറ്റം. സൂരജ് ശശിധരൻ, അച്ഛൻ ശശിധരൻ കോളേജ് പ്രൊഫസറായിരുന്നു. ശാസ്ത്രസമാജത്തിന്റെ സംസ്ഥാന അദ്ധ്യക്ഷനായിരുന്നത്രെ. തമാശയെന്തെന്നാൽ ഞാൻ ശാസ്ത്രസമാജമെന്ന് കേട്ടിട്ടുപോലുമില്ലായിരുന്നു. എന്തായാലും സൂരജിന്റെ അച്ഛൻ പഠിപ്പിച്ച കോളേജുകളിൽ ചിലതൊക്കെ ഞാൻ കേട്ടിരുന്നു. എഞ്ചിനീയറിങ്ങ് കോളേജുകളിലെ പഠനത്തിന്റെ ഒരു പ്രധാന പോരായ്മ, കോളേജിന് പുറത്തുള്ള ഒന്നും അറിയാൻ ശ്രമിക്കില്ല എന്നതാണ്. ക്യാമ്പസ് പ്ലേസ്മെന്റുകൾ ഏതാണ്ട് നിലച്ചുപോയ കാലത്തായിരുന്നു ഞാൻ എഞ്ചിനീയറിങ്ങ് പൂർത്തിയാക്കിയത്, ഒന്നാം സെമസ്റ്ററിൽ വന്നുപെട്ട ഒറ്റ അരിയറിന്റെ പേരിൽ ക്യാമ്പസ് പ്ലേസ്മെന്റ് നഷ്ടപ്പെട്ട് നിരാശയായി സർക്കാർ ജോലികൾക്കുള്ള പരീക്ഷയ്ക്ക് പൊതുവിജ്ഞാനം

പഠിക്കുന്ന കാലത്താണ് ഞാൻ കേരളത്തിലെ ജില്ലകൾ പോലും എവിടെയൊക്കെയാണെന്ന് മനസ്സിലാക്കിയത്.

കയ്യിൽ കിടന്ന് കറക്കിക്കൊണ്ടിരുന്ന ഫോണിലേക്ക് ഞാൻ ശ്രദ്ധിച്ചപ്പോഴാണ് സൂരജ് അക്കാര്യം പറഞ്ഞത്. ആ ബാൽക്കണിയിൽ മൊബൈൽ റെയ്ഞ്ചുണ്ട്. കൊള്ളാല്ലോ, ആദ്യ ഫോൺ നമ്പറെന്ന വൈകാരികത കാരണം മാത്രം ഞാനിപ്പോഴും ഉപേക്ഷിക്കാത്ത ബി.എസ്.എൻ.എല്ലിന് റെയ്ഞ്ചോ. ഞാൻ മുറിയിൽ പോയി ഫോണെടുത്ത് വന്നു. വീട്ടിലേക്ക് വിളിച്ചു. അമ്മയെ വിളിച്ചിട്ട് കിട്ടാത്തതാണെന്ന് കള്ളം പറഞ്ഞു. ഇങ്ങോട്ട് വിളിച്ചാൽ കിട്ടാൻ ബുദ്ധിമുട്ടാണെങ്കിലും മെസേജ് അയച്ചാൽ കിട്ടുമെന്നും അപ്പോൾ തിരിച്ച് വിളിക്കാമെന്നും അച്ഛനെ ആശ്വസിപ്പിച്ചു. ഗസ്റ്റ്ഹൗസിൽ താമസം ശരിയായിട്ടുണ്ടെന്നും ക്വാർട്ടേഴ്സ് കിട്ടിയാൽ അങ്ങോട്ട് മാറുമെന്നും അപ്പോൾ അച്ഛനെയും അമ്മയെയും കൂട്ടിക്കൊണ്ടുവന്ന് കാണിക്കാമെന്നുമുള്ള ഉറപ്പ് വീട്ടുകാരുടെ ചോദ്യങ്ങളുടെ പഴുതടച്ചു.

എന്റെ കള്ളങ്ങൾ കേട്ടുനിന്ന സൂരജ് ഒന്ന് ചിരിച്ചതുപോലുമില്ല. പലപ്പോഴും ബസ്സിലും ട്രെയിനിലുമൊക്കെയിരുന്ന് കല്ലുവെച്ച നുണകൾ ഫോണിൽ പറയുന്നവരെ കണ്ടാൽ ഞാൻ ചിരിച്ചുപോകാറുണ്ട്. എന്റെ ഫോൺ വിളികൾ കഴിഞ്ഞപ്പോൾ അയാൾ ആരെയോ വിളിക്കാൻ എന്റെ കയ്യിൽ നിന്ന് ഫോൺ വാങ്ങി. ധൃതിയിൽ എന്തൊക്കെയോ പറഞ്ഞവസാനിപ്പിക്കാൻ നേരത്ത് ആ ഫോണിലേക്ക് ഒരാളോട് തിരിച്ച് വിളിക്കാൻ പറഞ്ഞോട്ടെ എന്ന് എന്നോട് അനുവാദം ചോദിച്ചു. ആരോ തിരിച്ച് വിളിച്ചപ്പോൾ കുറച്ച് നേരം സംസാരിച്ചു. അയാളുടെ സംസാരത്തിൽനിന്ന് അയാളെ വിളിച്ചത് ഒരു സ്ത്രീയാണെന്ന് തോന്നിയെങ്കിലും അത് അയാളുടെ ആരായിരിക്കുമെന്ന് ഒരു പിടിയും കിട്ടിയില്ല. ഒരു സുഹൃത്തിനോടെന്ന പോലെ തുറന്ന, ഒരു കാമുകിയോടെന്നപോലെ അടുപ്പമുള്ള, ജോലിസ്ഥലത്തെ മേലുദ്യോഗസ്ഥരാരെങ്കിലുമാകുമാറ് വ്യക്തതയുള്ള സംഭാഷണം. മറ്റൊരാളുടെ ഫോൺവിളി ശ്രദ്ധിച്ചതിൽ എനിക്ക് കുറ്റബോധം തോന്നി.

ജനാർദ്ദനൻചേട്ടൻ വന്ന് വിളിച്ചപ്പോൾ ഞങ്ങളിരുവരും അത്താഴം കഴിക്കാൻ പോയി. എണ്ണ ഒട്ടുമില്ലാത്ത മൃദുവായ വലിയ പൂരി, നല്ല രുചിയുള്ള കറിയും. പണ്ട് കോളേജ് ഹോസ്റ്റലിലെ ഭക്ഷണം ആദ്യ ദിവസം വളരെ രുചിയുള്ളതാണെന്ന് തോന്നിയ എനിക്ക് പിന്നീട് ഭക്ഷണത്തിനോട് വിരക്തി തോന്നണമെങ്കിൽ ഹോസ്റ്റലിലെ ഭക്ഷണത്തെക്കുറിച്ച് ആലോചിച്ചാൽ മതിയെന്ന അനുഭവമുള്ളതിനാൽ ഞാൻ ജനാർദ്ദനൻചേട്ടന്റെ ഭക്ഷണത്തെക്കുറിച്ചുള്ള വിശകലനം അവധിക്ക് വെച്ചു. സൂരജ് ഈ ഗസ്റ്റ്ഹൗസിൽ മുൻപും വന്ന്

താമസിച്ചതുപോലെ തോന്നി. ജനാർദ്ദനൻചേട്ടനോട് പിശുക്കില്ലാതെ ഭംഗിവാക്കുകൾ പറഞ്ഞ അയാൾക്ക് തീൻമേശയിൽ എന്നേക്കാൾ പ്രാധാന്യം കിട്ടി.

അത്താഴം കഴിഞ്ഞ് കിടക്കാനായി മുറിയിൽ കയറിയ ഞാൻ മുറിയുടെ ലോക്കുകൾക്കും മറ്റും വേണ്ടത്ര ബലമില്ലേ എന്ന് വലിച്ച് നോക്കി. ബാൽക്കണിയിലേക്ക് പുറത്തുനിന്ന് കയറാനാവുമോ എന്ന് അരണ്ട വെളിച്ചത്തിൽ പരിശോധിച്ചു. അമ്മയുടെ ചിട്ടകളാണ്. ഇർഫാനെ വിളിച്ചാലോ എന്നാലോചിച്ചെങ്കിലും വേണ്ടെന്ന് വെച്ചു. ഫോൺ റെയ്ഞ്ചിൽ വന്നപ്പോൾ അവനയച്ച ചില മെസേജുകൾ ഇൻബോക്സിൽ കിടപ്പുണ്ട്. ആദ്യവരി വായിക്കാം, ബാക്കി ഊഹിക്കാം. ഒന്നും തുറന്ന് നോക്കിയില്ല.

പുറത്ത് ചെറിയ നിലാവിൽ തടാകം കാണാം. നല്ല തണുത്ത കാറ്റുമുണ്ട്. റോഡിലെ മഞ്ഞനിറമുള്ള സോഡിയം വേപ്പർ തെരുവു വിളക്കുകളും ദൂരെ ഓഫീസിനകത്ത് കത്തുന്ന ട്യൂബ് ലൈറ്റുകളും. പെട്ടെന്ന് ഒരു നിമിഷത്തേക്ക് കരണ്ട് പോയി. എങ്ങും കൂരാകൂരിരുട്ട്. ഏതാനും സെക്കന്റുകൾ കഴിഞ്ഞ് കണ്ണ് ഇരുട്ടുമായി പൊരുത്തപ്പെട്ടപ്പോൾ തടാകം നിലാവിൽ കുളിച്ച് കിടക്കുന്നത് കാണാമെന്നായി. കാറ്റിൽ ഓളം വെട്ടുന്നതുകൊണ്ടാവാം ഒരു പ്രത്യേക ഭാവം. കരണ്ട് വന്നു. തടാകം വീണ്ടും ഇരുട്ടിലൊളിച്ചു, കോടമഞ്ഞ് കൂടി വരുന്നു. ബാൽക്കണിയിൽ അവിചാരിതമായി കിട്ടിയ നെറ്റ്വർക്കിൽ ഒന്നുരണ്ട് മെസ്സേജുകൾ കൂടി വന്നു. ഒപ്പം മുറിയുടെ വാതിലിൽ ആരോ തട്ടുന്നു. ജനാർദ്ദനൻചേട്ടനാണ്, ചിലപ്പോൾ പവർഹൗസിലെ ജനറേറ്ററുകൾ ഒന്ന് മാറി മറ്റൊന്ന് പ്രവർത്തിച്ച് തുടങ്ങുന്ന ചെറിയ ഇടവേളയിൽ കറണ്ട് പോകും, അങ്ങനെ വരികയാണെങ്കിൽ കത്തിക്കാൻ ഒരു മെഴുകുതിരിയും തീപ്പെട്ടിയും തന്നിട്ട് അയാൾ പോയി.

ഞാൻ ഫോണെടുത്ത് നോക്കി, ഇർഫാനായിരിക്കുമെന്ന് ഞാൻ പ്രതീക്ഷിച്ചിരുന്നു. അവനായിരുന്നെങ്കിൽ അവനെ ഒന്ന് വിളിക്കണമെന്നും. പക്ഷേ അതൊരു പരിചയമില്ലാത്ത നമ്പർ ആയിരുന്നു. ആ മെസേജ് സൂരജിനുള്ളതായിരുന്നു.

"Dear Sreelakshmi, This is Radhika, please tell Sooraj to call me in the morning, its urgent. Sorry to disturb you. Good Night."

കാമുകി തന്നെയാവും, ഞാനുറപ്പിച്ചു. എനിക്കെന്തോ ചെറിയൊരു കുശുമ്പ് തോന്നി. ഇൻബോക്സിലെ ഇർഫാന്റെ മെസേജുകൾ ഒന്നും വായിക്കാൻ തോന്നിയില്ല.

ഇർഫാൻ ഖലീൽ

ഡാം സൈറ്റിലെ ജീവിതം ആദ്യത്തെ കുറച്ച് ദിവസങ്ങൾ സന്തോഷകരമായിരുന്നു. ജനാർദ്ദനൻചേട്ടൻ സ്നേഹത്തോടെ വിളമ്പുന്ന ഭക്ഷണവും മേരിച്ചേച്ചി വല്ലപ്പോഴും കൊണ്ടുവന്ന് തരുന്ന നാടൻ പലഹാരങ്ങളുമൊക്കെ കഴിച്ച് ഞാൻ ഗസ്റ്റ്ഹൗസിൽ കൂടി. ക്വാർട്ടേഴ്സിൽ തനിച്ച് താമസിക്കേണ്ടെന്ന് പറഞ്ഞ് ഗസ്റ്റ്ഹൗസിൽ താമസിക്കാൻ സൂപ്രണ്ടിങ്ങ് എഞ്ചിനീയർ രാമകൃഷ്ണൻ സാർ അനുവാദവും നൽകിയതോടെ ഒരവധിക്കാല മനോനിലയിലായിരുന്നു ഞാൻ. ഗസ്റ്റ്ഹൗസിന്റെ ബാൽക്കണിയിൽനിന്ന് മറുവശത്തെ കുന്നുകളും വെള്ളച്ചാട്ടവുമൊക്കെ നോക്കിയിരിക്കുന്നതുതന്നെ എന്ത് ഉന്മേഷദായകമാണെന്നോ! കുന്നിനപ്പുറമുള്ള കാടുകളെക്കുറിച്ചുള്ള കഥകൾ തങ്കമ്മ നേരിൽ കണ്ടപോലെ തന്മയത്വത്തോടെ പറയും. മുഴുവൻ സമയവും ജോലി ചെയ്യുന്ന സ്റ്റീഫന്റെ ജോലികൾ കുടിശ്ശികയുണ്ടാവുമെങ്കിലും ഓഫീസ് സമയത്ത് കണ്ടുകിട്ടാത്ത ജയശങ്കർ ജോലികളൊക്കെ കൃത്യമായി ചെയ്തുതീർക്കുന്നത് എന്നെ നിരന്തരം അത്ഭുതപ്പെടുത്തി.

പുറമെ ആഹ്ലാദകരമാണെന്ന് തോന്നിയ ദിവസങ്ങളിലും എന്റെ മനസ്സ് നിറയെ ഇർഫാന്റെ ഒരു ഫോൺവിളിയോ മെസേജോ ആയിരുന്നെന്ന് ഇന്ന് ഞാൻ മനസ്സിലാക്കുന്നു. എല്ലാ ദിവസവും ഗസ്റ്റ്ഹൗസിലെ ബാൽക്കണിയിലെ റെയ്ഞ്ചുള്ള സ്ഥലത്ത് ഒരു കസേര കൊണ്ടുവന്നിട്ടിരുന്ന ഞാൻ പ്രതീക്ഷിച്ചത് അവനെയായിരുന്നു. അവിടെയിരുന്ന സമയത്ത് വന്ന ഓരോ ഫോൺ വിളിയും അവനായിരിക്കുമെന്ന് ഞാൻ പ്രതീക്ഷിച്ചു, ഓരോ മെസ്സേജും അവന്റേതായിരിക്കണേയെന്ന് ഞാൻ പ്രാർത്ഥിച്ചു. എന്നിട്ട് എനിക്ക് ആ ഫോൺകോളുകൾ എടുക്കാതിരിക്കണം. ആ മെസേജുകൾ വായിച്ച് നോക്കാതെ ഇൻബോക്സിൽ സൂക്ഷിക്കണം. ഞാനിങ്ങനെയായിരുന്നില്ല. സ്നേഹത്തിന്റെ കാര്യത്തിൽപോലും ഓഡിറ്റഡ് റിപ്പോർട്ടുകൾ സൂക്ഷിക്കാൻ എന്നെ ആരാണ് നിർബന്ധിക്കുന്നത്?

ഇർഫാനെക്കുറിച്ചുള്ള ചിന്തകൾ കൂടുതൽ ആഴത്തിൽ എന്റെ മനസ്സിനെ കലുഷിതമാക്കുന്നതിനിടെയാണ് വൈകുന്നേരം

ബാൽക്കണിയിൽനിന്ന് ഞാനാ കാഴ്ച കാണുന്നത്. തടാകക്കരയിലെ റോഡിലൂടെ ഒരാൾ നടന്ന് വരുന്നുണ്ട്. ഗസ്റ്റ്ഹൗസ് ഭാഗത്തേക്ക് വൈകുന്നേരം ആരും വരാറില്ല. അതുകൊണ്ടുതന്നെ വരുന്നയാളെ ഞാൻ ദൂരെ നിന്നേ ശ്രദ്ധിച്ചു, അത് ഇർഫാനായിരുന്നു. ശരിക്കും ഞാൻ എത്ര സന്തോഷിക്കേണ്ടതാണ്. എന്നിട്ടും ഞാൻ ചെയ്തതെന്താണ്? മുറിക്കകത്ത് കയറി കർട്ടനുകൾ നീക്കിയിട്ടു, എന്നിട്ട് കിടക്കയിലിരുന്ന് ആലോചിച്ചു.

താഴെ ജനാർദ്ദനൻചേട്ടൻ ആരോടോ സംസാരിക്കുന്നത് കേൾക്കാം. ഇർഫാന്റെ ശബ്ദം. കേട്ടിട്ട് എത്ര നാളായി. അവൻ എന്നെ അന്വേഷിച്ച് വന്നതായിരിക്കുമോ, അതോ ഞാൻ ഇവിടേക്ക് സ്ഥലംമാറിയതൊന്നുമറിയാതെ വന്നുപെട്ടതായിരിക്കുമോ. വാതിലിലെ തട്ടൽ ശബ്ദം എന്റെ ചിന്തകൾക്ക് താൽക്കാലിക വിരാമമിട്ടു. വാതിൽ തുറന്നപ്പോൾ ജനാർദ്ദനൻചേട്ടനാണ്. എന്നെ തിരക്കി ഒരു സുഹൃത്ത് വന്നിരിക്കുന്നുപോലും.

താഴേക്ക് ചെല്ലാൻ ഞാൻ കുറേ നേരമെടുത്തു. താഴത്തെ മുറിയിലെ സോഫയിൽ ഇർഫാൻ ഇരിക്കുന്നുണ്ട്.

''തീരെ പ്രതീക്ഷിച്ചില്ല.'' ഞാൻ പറഞ്ഞു. എന്തുകൊണ്ടാവാം എനിക്ക് സത്യസന്ധമായി 'നീ വരുമെന്ന് എനിക്ക് ഉറപ്പായിരുന്നു' എന്ന് പറയാൻ കഴിയാത്തത്?

ഇർഫാൻ ചിരിച്ചു, കയ്യിലുണ്ടായിരുന്ന ഒരു കവർ എനിക്ക് തന്നു. കുറച്ച് നേരം എന്നെത്തന്നെ നോക്കിയിരുന്നു. അവൻ താടിയൊക്കെ വെട്ടിയൊതുക്കി കൂടുതൽ സുന്ദരനായിരുന്നു. അവന്റെ കണ്ണുകൾ മുൻപുള്ളതിനേക്കാൾ പ്രണയാർദ്രമായിരുന്നു. മീശ ചെറുതായി പിരിച്ചുവെച്ചിട്ടുണ്ടോ?

''കഴിഞ്ഞയാഴ്ച ആലുവയിലെ ഓഫീസിൽ പോയപ്പോഴാണ് നീ ഇങ്ങോട്ട് മാറിയ കാര്യം അറിഞ്ഞത്.''

''രണ്ടാഴ്ചയായി. മാറ്റമുണ്ടാവുമെന്ന് ഞാൻ മുൻപ് പറഞ്ഞിരുന്നു.'' ഞാൻ ഒഴുക്കൻ മറുപടി പറഞ്ഞു.

അവന്റെ ഫോൺ എടുക്കാത്തതിനെക്കുറിച്ച് ചോദിക്കുമെന്ന് ഞാൻ പ്രതീക്ഷിച്ചെങ്കിലും അതുണ്ടായില്ല.

''ഞാൻ ബാങ്കിൽ ജോയിൻ ചെയ്യാൻ തീരുമാനിച്ചു, ബാങ്കിന്റെ മൂന്നാറിലെ പുതിയ ബ്രാഞ്ചാണ്, അടുത്തയാഴ്ച വർക്കിങ്ങ് തുടങ്ങും. അതൊക്കെ പറയാനാണ് നിന്നെ വിളിച്ചത്. കിട്ടാതായപ്പോൾ ഓഫീസിൽ ചെന്ന് നോക്കി, നീ ഇങ്ങോട്ടാണ് മാറിയതെന്ന് കേട്ടപ്പോൾ സത്യത്തിൽ വലിയ സന്തോഷം തോന്നി.''

''അപ്പോൾ ബാങ്കിങ്ങ് ജോലിയൊക്കെ ചെയ്യാൻ തീരുമാനിച്ചോ?''

എനിക്ക് പുച്ഛമാണ് തോന്നിയത്. അവൻ വീണ്ടും തോറ്റിരിക്കുന്നു.

''ഒരു തീരുമാനമെടുക്കാൻ എനിക്ക് കുറച്ച് ദിവസങ്ങൾ വേണ മായിരുന്നു. കുറച്ച് കാലത്തേക്കേ മൂന്നാറ് നിൽക്കേണ്ടി വരൂ, ട്രെയ്നി ങ്ങിന് പോകേണ്ടി വരും ഹൈദരാബാദ്.''

ഞാൻ വലിയ താത്പര്യമില്ലാത്തപോലെ കേട്ടുകൊണ്ടിരുന്നു.

''ഞാനിവിടെ ഒരു മുറിയെടുത്തിട്ടുണ്ട്. നാളെ രാവിലെയെ പോകൂ.''

എനിക്ക് ചിരി വന്നു. പണ്ടൊരിക്കൽ ഒരു മുറിയെടുത്ത് തിരു വനന്തപുരത്ത് കഴിഞ്ഞ ദുരന്തം ഞാൻ മറക്കാൻ തുടങ്ങിയതാണ്.

ജനാർദ്ദനൻചേട്ടൻ വന്ന് ഇർഫാന് ഒരു മുറി തുറന്ന് കൊടുത്തു. ഇരുട്ടാവാൻ തുടങ്ങിയിരുന്നു. കുറച്ച് ദിവസങ്ങളായി ഒരു ഒറ്റയാൻ ഗസ്റ്റ്ഹൗസിന് അടുത്തുവരെ വരുന്നുണ്ട്. പുറത്തിറങ്ങരുതെന്ന് ഇർഫാനെ ചട്ടംകെട്ടി രാത്രിയിലേക്ക് ഭക്ഷണം വേണോ എന്ന് ചോദിച്ചറിഞ്ഞ് ജനാർദ്ദനൻചേട്ടൻ പോയി. ഹാളിലേക്ക് ഇർഫാൻ തിരിച്ച് വരുന്നത് കാത്തുനിൽക്കാതെ ഞാൻ മുറിയിലേക്ക് പോയി.

മുറിയിൽ കയറിയ ഞാൻ ആലോചനകളിൽ മുഴുകി. ഇർഫാൻ എന്നെ കാണാൻ വന്നതിൽ സന്തോഷമൊക്കെ ഉണ്ടെങ്കിലും തിരു വനന്തപുരത്തെ ഓർമ്മകൾ വല്ലാതെ എന്നെ ഉലച്ചു. ഞാൻ ക്യാമ്പസ് പ്ലേസ്മെന്റ് കിട്ടാതെ പലതരം പരീക്ഷകളുടെ റിസൽട്ട് കാത്തു കഴിയുന്ന കാലം. ആ സമയത്താണ് ബാങ്കിങ് റിക്രൂട്ട്മെന്റ് ടെസ്റ്റ് വന്നത്. ടെസ്റ്റ് സെന്റർ എറണാകുളത്തും ഉണ്ടായിരുന്നെങ്കിലും തിരുവനന്തപുരത്തേ കിട്ടിയുള്ളൂ എന്ന് വീട്ടിൽ കള്ളം പറഞ്ഞ് ക്ലാസ്മേറ്റ് അപർണ്ണയുമൊത്ത് ഞാൻ തിരുവനന്തപുരത്തേക്ക് വണ്ടി കയറി. ടെക്നോപാർക്കിൽ ജോലി ചെയ്യുന്ന കാമുകനെ കാണാൻ അപർണ്ണ ഒപ്പിക്കുന്ന വിദ്യയാണ് തിരുവനന്തപുരത്ത് പോയി പരീക്ഷ യെഴുതുകയെന്നത്. രാവിലെയുള്ള പരീക്ഷയ്ക്ക് തലേന്നേ പോകും. ഞാനും കൂടെ ഉണ്ടെങ്കിലേ അവളെ തനിച്ച് വിടൂ. അവളെ വീട്ടിൽ നിന്നിറക്കാൻ ഞാൻ അവളുടെ വീട്ടിലെത്തും. എന്നിട്ട് കണിശ ക്കാരനായ അവളുടെ അച്ഛനൊപ്പം റെയിൽവെ സ്റ്റേഷൻ വരെ കാറിൽ പോകും. അവളുടെ അച്ഛൻ പോയിക്കഴിഞ്ഞാൽ ടെക്നോ പാർക്ക് വഴി പോകുന്ന ഏതെങ്കിലും വോൾവോ ബസ്സ് പിടിക്കും.

അച്ഛൻ എനിക്കായി റെയിൽവെ സ്റ്റേഷനിൽ പോയെടുത്ത ടിക്കറ്റ് ഓരോ തവണയും വെറുതെയാവും. എപ്പോഴും കരുതും ആ പരിപാടി അവസാനിപ്പിക്കണമെന്ന്, പക്ഷേ, എനിക്കിഷ്ടമാണ് ഇത്തരം കള്ളത്തരത്തിലെ ഉദ്വേഗം. എന്റെ അമ്മായിയുടെ വീട്ടി ലാണ് തങ്ങുന്നതെന്ന് അപർണ്ണയും അപർണ്ണയുടെ അമ്മയുടെ അനിയത്തിയുടെ ഫ്ളാറ്റിലാണ് താമസമെന്ന് ഞാനും വീട്ടിൽ കള്ളം

പറയും. അഭിജിത്തിന്റെ ഫ്ളാറ്റിലെ മുറിയിലിരുന്ന് രാവിലത്തെ പരീക്ഷയ്ക്ക് തയ്യറെടുക്കുന്ന ഞാൻ രാവിലെ പലതവണ തട്ടിവിളിച്ചാലാണ് അപർണ്ണ ഉണരുക, നിർബന്ധിച്ചാൽ മാത്രമേ പരീക്ഷയ്ക്കു പോലും വരൂ. തിരുവനന്തപുരത്ത് ചെന്ന് എഴുതിയ ഒരു പരീക്ഷയും അപർണ്ണ പാസ്സാവില്ല, തലേരാത്രിയുടെ ഉറക്കക്ഷീണം മുഴുവൻ അവൾ മടക്കയാത്രയിൽ എന്റെ തോളിൽ ചാരിയുറങ്ങി തീർക്കും.

അപർണ്ണയിൽനിന്ന് ആശയമുൾക്കൊണ്ട് പലതവണ പലതരത്തിൽ ആലോചിച്ചുറപ്പിച്ച് അപർണ്ണയ്ക്ക് സംശയം തോന്നാത്തവിധം കാര്യങ്ങൾ ചോദിച്ച് മനസ്സിലാക്കി ഞാൻ തിരുവനന്തപുരത്തേക്ക് അവൾക്കൊപ്പം തിരിച്ചു. ആ യാത്രയിൽ അപർണ്ണപോലുമറിയാതെ അവളുടെ ബാഗിൽനിന്ന് ഒരു എമർജൻസി കോൺട്രാസെപ്റ്റീവ് വരെ ഞാൻ കൈക്കലാക്കി. അവൾ അതൊക്കെ എവിടെ നിന്നെങ്കിലും വാങ്ങിക്കൊള്ളുമെന്ന് എനിക്കുറപ്പാണ്.

പതിവുപോലെ ട്രെയിൻ ഒഴിവാക്കി ടെക്നോപാർക്ക് വഴി പോകുന്ന വോൾവോ ബസ്സിലാണ് ഞങ്ങളുടെ യാത്ര. ഇർഫാൻ വന്ന് കൂട്ടും. ഒന്നുരണ്ട് കാര്യങ്ങൾ തീരുമാനിക്കാനുണ്ടെന്ന് പറഞ്ഞപ്പോൾ അവളെന്നെ നുള്ളി, എന്നിട്ട് 'സെയിം പിഞ്ച്' എന്ന് പറഞ്ഞ് കളിയാക്കി. ബസ്സിൽ നിന്നിറങ്ങിയ അവളെ ആ പൊതുസ്ഥലത്ത് വെച്ച് അഭിജിത്ത് കെട്ടിപ്പിടിച്ച് പൊക്കിയെടുക്കുന്നത് ഞാൻ കണ്ടില്ലെന്ന് നടിച്ചു.

തിരുവനന്തപുരത്ത് എത്തിയപ്പോൾ ഇർഫാൻ കാത്ത് നിൽക്കുന്നുണ്ടായിരുന്നു. കുറേ ദിവസം കൂടിയാണ് ഇർഫാനെ കാണുന്നത്. അവന്റെ കൈകൾ ചേർത്തുപിടിച്ച് ഞാൻ തമ്പാനൂരിൽനിന്ന് സ്റ്റാച്യുവിലേക്ക് നടന്നു. അവൻ കൈകൾ ബലിഷ്ഠമാക്കി വച്ചിരുന്നു. ഇവനെന്തിനാണിങ്ങനെ മസില് പിടിക്കുന്നത്. സ്റ്റ്യാച്യൂവിനടുത്തുള്ള ഒരു ഹോട്ടലിലായിരുന്നു മുറി.

വീട്ടിലേക്ക് ഫോൺ വിളിച്ച് ഞാൻ അമ്മയോട് സംസാരിച്ചു, അപർണ്ണയെ കോൺഫറൻസ് കോളിലിട്ട് അവൾ അപ്പോഴും കൂടെയുണ്ടെന്നും അപർണ്ണയുടെ ഇളയമ്മയുടെ ഫ്ളാറ്റിലാണ് താമസിക്കാൻ പോകുന്നതെന്നും പറഞ്ഞു. അത്ര വലിയ ഒരു കള്ളം വീട്ടിൽ പറഞ്ഞിട്ടുപോലും എനിക്ക് കുറ്റബോധമൊന്നും തോന്നിയില്ല. ഞാൻ ഭയന്നപോലെ ഹോട്ടലിലെ റിസപ്ഷനിൽ ഞാനും ഇർഫാനും തമ്മിലുള്ള ബന്ധമൊന്നും ചോദിച്ചില്ല. രണ്ടുപേരുടെയും തിരിച്ചറിയൽ കാർഡുകൾ വാങ്ങി സൂക്ഷിച്ചതല്ലാതെ ആരും ഞങ്ങളെ ചൂഴ്ന്ന് നോക്കിയില്ല.

പ്രധാന നിരത്തിന്റെ മറുവശത്തേക്ക് ബാൽക്കണിയുള്ള വിശാലമായ മുറിയായിരുന്നു അത്. ഇർഫാന്റെ പെരുമാറ്റം കണ്ടപ്പോൾ എന്നേക്കാൾ ഗൂഢാലോചന അവൻ നടത്തിയപോലെ തോന്നി.

ഞങ്ങളന്ന് ചെയ്യാൻ പദ്ധതിയിട്ടതിന് മലയാളത്തിൽ എന്താവും പറയുക? ഒരു യുവതിയും യുവാവും വ്യഭിചരിക്കാനായി തിരുവനന്തപുരത്തെത്തി മുറിയെടുത്തെന്നോ. സഭ്യമായ ഒന്നുമില്ലേ അതിനെ കുറിച്ച് പറയാൻ?

I am on my fist date!

എന്നെങ്കിലും മലയാളത്തിൽ അങ്ങനെ പറയാനാവുമോ. ഇങ്ങനെയൊരു കാര്യമറിഞ്ഞാൽ അമ്മ ചിലപ്പോൾ പുഴയിൽ ചാടി മരിക്കും. അച്ഛന്റെ ഹൃദയമാണെങ്കിൽ താളം തെറ്റാൻ എന്തെങ്കിലും ഒരു കാരണം കാത്ത് കഴിയുകയാണ്.

ആറാമത്തെ നിലയിൽ പടിഞ്ഞാറേക്ക് തുറക്കുന്ന ബാൽക്കണിയുള്ള മുറി, എന്റെ ടേസ്റ്റ് മനസ്സിലാക്കി പെരുമാറാൻ അവനറിയാം. അല്ലെങ്കിലും അവന്റെ കയ്യിൽ ആവശ്യത്തിന് കാശുണ്ട്. കിട്ടുകയാണെങ്കിൽ അവന് കിട്ടിയതുപോലുള്ള വല്യുപ്പയെ കിട്ടണം. ബോംബെയിൽനിന്ന് രണ്ട് തലമുറ മുൻപ് വ്യാപാരത്തിനായി കൊച്ചിയിലെത്തിയവരാണ് ഇർഫാന്റെ പൂർവ്വികർ. കൊച്ചി ശൈലിയിൽ മലയാളം സംസാരിക്കുന്ന ഇർഫാന്റെ വീട്ടുകാർ പരസ്പരം ഉറുദുവാണ് സംസാരിക്കുക. ഇർഫാന്റെ വല്യുപ്പാക്ക് കൊച്ചിയിലും ബോംബെയിലുമൊക്കെ വാടകയ്ക്ക് കൊടുത്ത കടമുറികളും പാണ്ടകശാലകളും ഉണ്ടായിരുന്നു. അദ്ദേഹം ജീവിച്ചിരുന്നപ്പോൾതന്നെ സ്വത്തൊക്കെ മക്കൾക്ക് വീതിച്ച് നൽകി. ഇർഫാന്റെ വാപ്പ മരിച്ചതിനാൽ എന്തൊക്കെയോ നിയമപ്രശ്നങ്ങൾ മുൻകൂട്ടി കണ്ടാണ് അദ്ദേഹമങ്ങനെ ചെയ്തത്. അതുകൊണ്ട് യൗവ്വനം ആരംഭിച്ചപ്പോഴേ ഇർഫാന് പതിനായിരങ്ങൾ വാടകയിനത്തിൽ കിട്ടി. വല്യുപ്പ മരിച്ചപ്പോൾ അതുവരെ വല്യുപ്പയുടെ ഔദാര്യത്തിൽ ചെറിയ വാടകയ്ക്ക് കഴിഞ്ഞിരുന്നവരെ കുടിയിറക്കി അവിടെ പുതിയ സ്ഥാപനങ്ങൾ വന്നപ്പോൾ ഇർഫാൻ സുഹൃത്തുക്കൾക്കിടയിലെ അതിസമ്പന്നനായി.

യാത്രയുടെ ആലസ്യം തീർക്കാനായി ഞാൻ കുളിമുറിയിൽ കയറി. പരിചയമില്ലാത്ത കുളിമുറികളിൽ കയറുമ്പോൾ ശ്രദ്ധിക്കണമെന്ന് അമ്മ ചട്ടംകെട്ടിയ കാര്യങ്ങളൊക്കെ ഞാൻ മറന്നിരുന്നു. ബാത്ത്ടബ്ബൊക്കെയുള്ള, കുളിക്കാൻ പ്രത്യേക ക്യാബിൻ വരെയുള്ള കുളിമുറി. ഇർഫാനെക്കുറിച്ച് എനിക്ക് മതിപ്പ് തോന്നി. ഇത്രയൊക്കെ കാശുണ്ടെങ്കിലും ഇർഫാൻ അതൊക്കെ സൂക്ഷിച്ച് ചെലവാക്കുന്നയാളാണ്. കൂട്ടുകാർ അക്കാര്യം പറഞ്ഞ് അവനെ കളിയാക്കാറുമുണ്ട്. പക്ഷേ എന്റെ കാര്യത്തിൽ അവൻ ധാരാളിയാണ്.

അവനെക്കൂടെ കുളിക്കാൻ വിളിച്ചാലോ?

അല്ലെങ്കിൽ വേണ്ട.

ഷവറിന്റെ ചോട്ടിൽ നിന്ന് തല നനക്കാതെ ഞാൻ കുളിച്ചു. ശരീരം തുടച്ച് തലമുടിയിൽ ഹെയർ സ്പ്രേ അടിച്ച്, വീട്ടിനകത്ത്

ഇടുന്ന ഒരു ടീഷർട്ടും ട്രാക്ക്പാന്റ്സും ഇട്ട് ഞാൻ പുറത്തിറങ്ങി. ഇർഫാൻ ബാൽക്കണിയിൽ എന്തോ ആലോചനയിലാണ്. അസ്തമയസൂര്യനെ ഇർഫാന്റെ പിന്നിലൊളിപ്പിച്ച് പിന്നിൽനിന്ന് കെട്ടിപ്പിടിച്ച് അവന്റെ പുറത്ത് മുഖമമർത്തി. എന്റെ കൈകൾ നെഞ്ചിൽ ചേർത്ത് തലോടി അവനും ആലിംഗനത്തിൽ ലയിച്ചു.

സൂര്യൻ വിടവാങ്ങി. നഗരം വൈദ്യുതവെളിച്ചത്തിൽ കുളിച്ച് നിന്നു. റസ്റ്റോറന്റിൽ പോയി ഭക്ഷണം കഴിച്ച് തിരിച്ച് മുറിയിലേക്ക് നടക്കുന്നതിനിടയിലാണ് അവന്റെ കാര്യം വീട്ടിൽ പറഞ്ഞോ എന്നവൻ തിരക്കിയത്. ഇല്ലെന്ന് ഞാൻ കള്ളം പറഞ്ഞു, അമ്മയുടെ ജിഹാദി പരാമർശം കേട്ടാൽ അവൻ തളർന്ന് പോകും. മുറിയിലെത്തിയപ്പോൾ അവൻ ചോദ്യം ആവർത്തിച്ചു. അച്ഛനോട് സൂചിപ്പിച്ചിരുന്നെന്നും പ്രതികരണം അനുകൂലമായിരുന്നില്ലെന്നും ഞാൻ മടിച്ചാണെങ്കിലും പറഞ്ഞു.

മുറിയിലെ സോഫയിൽ ഇർഫാന്റെയടുത്ത് ഞാൻ ചെന്നിരുന്നു. അവനെ പിടിച്ച് എന്റെ മടിയിൽ കിടത്തി ഞാൻ ആശ്വസിപ്പിച്ചു.

“വീട്ടുകാരുടെ എതിർപ്പൊന്നും എനിക്ക് പ്രശ്നമല്ല.”

അവൻ എന്തോ ആലോചനയിലാണെന്ന് തോന്നി.

“ഞാൻ വന്ന് സംസാരിച്ചാൽ തീരില്ലേ. നിന്റെ അച്ഛനും അമ്മയും പണ്ട് ജാതിയുടെ ബന്ധനങ്ങളൊക്കെ പൊട്ടിച്ച് കല്യാണം കഴിച്ചവരല്ലേ?”

എനിക്ക് മറുപടി ഉണ്ടായിരുന്നില്ല. അവൻ എന്റെ മടിയിൽ നിന്ന് എഴുന്നേറ്റു. മുറിയിലെ ടി.വി. ഓൺ ചെയ്ത്, യാന്ത്രികമായി ചാനലുകൾ മാറ്റിക്കൊണ്ടിരുന്നു. മുറി വല്ലാതെ തണുത്തിരുന്നു. എ,സിയുടെ തണുപ്പ് ക്രമീകരിക്കാമെന്നാണെങ്കിൽ റിമോട്ട് അവിടെയൊന്നും കണ്ടില്ല. ഞാൻ അവനോട് ചേർന്നിരുന്നു. കൈകൾക്കിടയിലൂടെ കയ്യിട്ട് ചേർത്തുപിടിച്ച് അവന്റെ ചൂട് പറ്റിയിരുന്നു.

ഇർഫാൻ എന്തോ ആലോചനയിലാണ്. അവന്റെ ഹൃദയം മിടിക്കുന്നതുപോലും കേൾക്കുമാറ് അടുത്താണ് ഞാനിപ്പോൾ. അവിടെ എന്താണ് നടക്കുന്നുണ്ടാവുക. ഇവനെന്തിനാണ് ഇന്നത്തെ മനോഹരമായ സായാഹ്നത്തിന്റെ നിറം കെടുത്താൻ ഭാവിയെക്കുറിച്ച് ആലോചിക്കുന്നത്. ഒടുവിൽ ധൈര്യം സംഭരിച്ച് ഞാനവനൊരു ഉമ്മ കൊടുത്തു. ആറ് വർഷത്തെ പരിചയത്തിനിടയിൽ, പ്രണയം തന്നെയാണെന്ന് ബോധ്യപ്പെട്ട അത്രയുംതന്നെ കൊല്ലങ്ങൾക്കിടയിൽ, ആദ്യമായാണവനെ ഞാൻ ചുംബിക്കുന്നത്.

എനിക്ക് ശരീരത്തിന് ചൂടുപിടിക്കുന്നതുപോലെ തോന്നി, ഏസിയുടെ തണുപ്പ് കുറവാണെന്ന് തോന്നി. ടി.വിയിലെ പാട്ട് നിർത്തണമെന്നും ഇർഫാനെ ചേർത്ത് കെട്ടിപ്പിടിച്ച് കിടക്കണമെന്നും തോന്നി.

ഞങ്ങളുടെ ശരീരങ്ങൾക്കിടയിൽ വേലി തീർത്ത കുപ്പായങ്ങൾ ഊരി വലിച്ചറിഞ്ഞപ്പോൾ മുറിയിൽ ചൂട് വീണ്ടും കൂടി. ടിവിയുടെയും ബെഡ്ലാമ്പിന്റെയും അരണ്ട വെളിച്ചത്തിലും എനിക്ക് ഇർഫാനെ കാണാം. വിരലുകൾ അവന്റെ മുഖത്തോടിച്ച് ഞാൻ മീശയ്ക്കും താടിക്കുമിടയിൽ പാതി ഒളിച്ച ആ ചുണ്ടുകൾ തൊട്ടുനോക്കി. എന്നിൽ നടക്കുന്ന ശാരീരികവിചാരങ്ങൾക്കും ആവശ്യങ്ങൾക്കും നേർവിപരീതമായിരുന്നു ഇർഫാനിൽ നടന്നുകൊണ്ടിരുന്നതെന്ന് ഞാൻ അപ്പോഴാണ് അറിയുന്നത്. അവന്റെ ചുണ്ടുകൾ വല്ലാതെ വരണ്ടിരുന്നു. എന്റെ കൈകളെ വിടുവിപ്പിച്ച് എഴുന്നേറ്റുപോയി അവൻ ജെഗ്ഗിൽ നിന്ന് വെള്ളമെടുത്ത് കുടിച്ച് തിരിച്ച് വന്ന് സോഫയ്ക്ക് അഭിമുഖമായി കിടക്കയിൽ ഇരുന്നു.

ഇർഫാൻ എന്തൊക്കെയോ ആലോചനയിലായിരുന്നു. എന്റെ ഉത്സാഹവും കെട്ടടങ്ങിയിരുന്നു. ഞങ്ങളിരുവരും കുറച്ച് നേരം പരസ്പരം മുഖത്തേക്ക് നോക്കാതെയിരുന്നു. ഒടുവിൽ ഞാൻ തന്നെ മൗനം ഭഞ്ജിക്കാൻ തീരുമാനിച്ചു. എന്താണവന്റെ പ്രശ്നമെന്ന് ചോദിച്ചു.

''നമ്മൾ ഈ ചെയ്യുന്നത് ശരിയാണോ, സത്യത്തിൽ ഒരു ഉറപ്പുമില്ലാതെ?''

''എന്നെ നിനക്ക് വിശ്വാസമില്ലേ, അല്ലെങ്കിലും നീയെന്തിനാ ഇതൊക്കെ ഇപ്പോൾ ആലോചിക്കുന്നത്?''

''വിശ്വാസമില്ലാത്തത് നിന്നെയല്ല, എന്നെത്തന്നെയാണ്, നിന്റെ കാര്യം ഞാൻ ഉമ്മയോട് പറഞ്ഞിരുന്നു. കാര്യങ്ങൾ കുറച്ച് കുഴഞ്ഞുമറിഞ്ഞാണുള്ളത്. മതപരമായി നിന്നെ നിക്കാഹ് കഴിക്കണമെന്ന് മാത്രമേ ഉമ്മയ്ക്കുള്ളൂ. നിന്റെ അച്ഛൻ എനിക്ക് നിന്നെ നിക്കാഹ് കഴിച്ച് തരണം.''

''നീയെന്താ ഇങ്ങനെയൊക്കെ പറയുന്നത്? നിനക്കെപ്പോഴാ ഈ മതമൊക്കെ വന്നത്? ഇത്രയും കാലത്തിനിടയിൽ ഒരിക്കൽ പോലും കടന്നുവരാത്ത കാര്യങ്ങളാണല്ലോ ഇതൊക്കെ, ഈ മതവും ആചാരവുമൊക്കെ ഇപ്പോൾ എവിടന്ന് കയറിവന്നു ഇർഫാൻ?'' ഞാൻ ദേഷ്യപ്പെട്ടു.

ഇർഫാൻ കുറേ നേരം മിണ്ടാതെയിരുന്നു. അവന്റെ കണ്ണുകൾ നനഞ്ഞത് കണ്ടപ്പോൾ എനിക്ക് സങ്കടമായി. വലിയ ഗൂഢാലോചനകൾക്കൊടുവിൽ നടത്താനിരുന്ന ആദ്യഡേറ്റ് അങ്ങനെയൊക്കെ പര്യവസാനിച്ചതിലെ സങ്കടമായിരുന്നില്ല എനിക്ക്. മറിച്ച് അമ്മ പറഞ്ഞതുപോലെ ഇർഫാൻ നിന്നെ മതപരമായി കല്യാണം കഴിക്കണമെന്ന് പറയുമെന്നും ലൗ ജിഹാദെന്ന് പറഞ്ഞ് നാട്ടുകാരും ബന്ധുക്കളുമൊക്കെ കുറ്റപ്പെടുത്തുമെന്നുമൊക്കെയുള്ള പ്രവചനം

ശരിയാവുന്നതിലെ ആശങ്കയായിരുന്നു മനസ്സ് നിറയെ. ഞാനാകെ വിഷമവൃത്തത്തിലായി. ഞാൻ എന്റെ ടീഷർട്ട് എടുത്തിട്ട് മുറിയിലെ ലൈറ്റിട്ടു.

പൊട്ടൻസി ക്ലിനിക്കുകളുടെ പരസ്യത്തിലെ പുരുഷമോഡലിനെപ്പോലെ ഷോർട്ട്സ് മാത്രം ധരിച്ച് ഇർഫാൻ അപ്പോഴും കിടക്കയുടെ ഒരു കോണിൽ തലകുനിച്ചിരുപ്പുണ്ടായിരുന്നു. ആ കാഴ്ച കണ്ടപ്പോൾ എനിക്ക് വലിയ അവമതിപ്പ് തോന്നി.

ഞാൻ എന്റെ സാധനങ്ങൾ പാക്ക് ചെയ്യാൻ തുടങ്ങി. മുറിയിൽ അങ്ങിങ്ങായി കിടന്ന സാധനങ്ങൾ ധൃതിയിൽ ബാഗിൽ കുത്തിക്കയറ്റി ക്ഷീണിച്ച ഞാൻ സോഫയിൽ തളർന്നിരുന്നു. ഏ.സിയുടെ തണുപ്പ് വളരെ കൂടുതലായിരുന്നു.

ഇർഫാൻ എന്റെ കാൽക്കൽ വന്നിരുന്നു. ദയാപൂർവ്വം എന്റെ കൈകൾ കൂട്ടിപ്പിച്ച് അവൻ കരച്ചിലടക്കിക്കൊണ്ട് പറഞ്ഞു: ‘‘മതങ്ങളുടെ കെട്ടുഭാരവുമായി ആചാരാനുഷ്ഠാനങ്ങളുടെ തടവറയിലുള്ള ഒരാളല്ല ശ്രീ ഞാൻ, പക്ഷേ ചെറുപ്പം മുതലേ മനസ്സിൽ ഉറച്ചുപോയ ചില വിശ്വാസങ്ങൾ, അത് എന്നെക്കൊണ്ട് തള്ളാനാവുന്നില്ല. എന്റെ ഉപ്പ മരിച്ചപ്പോൾ സ്വത്തൊക്കെ എല്ലാവർക്കുമായി വീതം വെച്ച് കൊടുത്ത് ഇളയമകൾക്കൊപ്പം ജീവിച്ച് മരിച്ച വല്യുപ്പ അവസാന നാളിൽ എന്നോട് പറഞ്ഞു, ‘‘നീ മതങ്ങളുടെ തടവറയിൽ ആവരുതെന്നും അതേസമയം മതത്തിൽനിന്ന് കിട്ടിയ മൂല്യങ്ങൾ കൈമോശം വരുത്തരുതെന്നും.’’

ഇർഫാൻ പറഞ്ഞതിനോടൊന്നും എനിക്ക് യോജിക്കാനായില്ല. ആ മുറിയിൽ ഇനി ഒരു നിമിഷം പോലും എനിക്ക് തങ്ങാനാവില്ലെന്ന് ഉറപ്പാണ്. ആ രാത്രി എവിടേക്ക് ഇറങ്ങിപ്പോകണമെന്ന് എനിക്ക് ഒരു നിശ്ചയവുമില്ലായിരുന്നു.

ഇർഫാൻ വീണ്ടും വന്ന് എന്നോട് മാപ്പ് പറഞ്ഞു. നാളെ വരാമെന്ന് പറഞ്ഞ് അവൻ പുറത്തേക്കിറങ്ങി. എനിക്ക് മറ്റ് വഴികളില്ലായിരുന്നു. ഈ സമയത്ത് അപർണ്ണ ഫോണെടുക്കില്ലെന്നുറപ്പാണ്, തിരുവനന്തപുരത്ത് മറ്റ് പരിചയക്കാരുമില്ല. ഞാൻ അവിടെത്തന്നെ തങ്ങി. ബാഗിനു മുകളിൽ തല ചായ്ച്ച് സോഫയിൽ കിടന്നു. വിശാലമായ കിടക്കയും മനോഹരമായിരുന്ന ആ മുറിയിലെ ഫർണ്ണീച്ചറുകളും ഞങ്ങളുടെ കലഹം കണ്ട് അമ്പരന്നിരിക്കില്ലേ? ആദ്യസമാഗമത്തിനും എന്നും ഓർക്കുന്ന ആദ്യരതിയുടെയും സാക്ഷിയാവേണ്ട ആ മുറി ആറ് വർഷങ്ങൾ നീണ്ട ഒരു ഗാഢപ്രണയത്തിന്റെ പരിസമാപ്തിക്ക് സാക്ഷിയായി.

രാവിലെതന്നെ ഞാൻ മുറിവിട്ടിറങ്ങി. എന്തോ ഞാൻ പരീക്ഷ എഴുതാൻ തീരുമാനിച്ചു, ഇർഫാനോട് അവസാനമായി ഒരു ദയ

കാണിക്കാനും. ഇത്രയും കാലം ലിംഗത്തിനും ജാതിക്കും മതത്തിനും അതീതനായി എനിക്ക് കൂട്ടായ അവനോട് അതെങ്കിലും ചെയ്തില്ലെങ്കിൽ ഞാൻ വലിയൊരു തെറ്റുകാരിയാവും. അവൻ പരീക്ഷ എഴുതുന്നില്ലെങ്കിൽ ഞാനും പരീക്ഷ എഴുതില്ലെന്ന് ഫോൺ വിളിച്ച് പറഞ്ഞപ്പോൾ അവൻ വന്ന് പരീക്ഷ എഴുതി.

പരീക്ഷ കഴിഞ്ഞപ്പോൾ ഇർഫാൻ എന്നെ അപർണയുള്ള ഫ്ളാറ്റിൽ കൊണ്ടുപോയി വിട്ടു. അവൾ പരീക്ഷയ്ക്കൊന്നും പോയിരുന്നില്ല. പക്ഷേ തലേന്ന് രാത്രി അഭിജിത്തും അവളും വിവാഹത്തെക്കുറിച്ച് തീരുമാനമെടുത്തു. വീട്ടുകാരറിയാതെ പൂർത്തിയാക്കിയ മൂന്ന് പ്രണയവർഷങ്ങൾക്കൊടുവിൽ, അത്രയും കാലം നീണ്ട യാത്രകൾക്കും പങ്കിടലിനുമൊടുവിൽ, അവസാനരാത്രിയിലെ സ്നേഹപ്രകടനങ്ങൾക്കുമൊടുവിൽ അഭിജിത്ത് അവളെ പ്രൊപ്പോസ് ചെയ്തത്രെ. തിരിച്ച് വീട്ടിലേക്കുള്ള യാത്രയിൽ പതിവിന് വിപരീതമായി ഞാൻ അപർണ്ണയുടെ ചുമരിൽ ചാഞ്ഞുറങ്ങി. ഉറക്കമുണർന്നപ്പോഴൊക്കെ അപർണ്ണയുടെ മുഖത്ത് ഒരു ചിരിയുണ്ടായിരുന്നു. ജീവിതത്തിലെ ഏറ്റവും നിരാശയുണ്ടായ ഒരു രാത്രി കഴിഞ്ഞാണ് ഞാൻ വരുന്നതെന്ന് അവൾക്കറിയില്ല. ഇർഫാനും ഞാനും തമ്മിൽ നടന്നതിനെക്കുറിച്ചാലോചിച്ചായിരിക്കുമോ അവൾ ഊറിച്ചിരിച്ചുകൊണ്ടിരുന്നത്. ചോദിച്ചപ്പോൾ പറഞ്ഞു, അവൾ അത്രയും കാലം കാണിച്ച കള്ളത്തരങ്ങൾ ആലോചിച്ചായിരുന്നെന്ന്.

വാതിൽക്കലെ മുട്ടൽ ഓർമ്മകൾക്ക് തൽക്കാലം വിരാമമിട്ടു. പതിവുപോലെ ജനാർദ്ദനൻചേട്ടൻ ഭക്ഷണം കഴിക്കാൻ വിളിക്കാൻ വന്നതാണ്. താഴെയുള്ള ഗസ്റ്റിനൊപ്പം കഴിക്കുന്നോ അതോ അത്തരത്തിൽ ആരെങ്കിലും ഗസ്റ്റ്ഹൗസിൽ ഉള്ളപ്പോൾ ചെയ്യുന്നതുപോലെ മുറിയിലേക്ക് കൊണ്ടുവരണോ എന്നതായിരുന്നു ചോദ്യം. ഞാൻ താഴേക്ക് ചെന്നു.

ഇർഫാൻ തീൻമേശയിൽ എന്നെ കാത്തിരിക്കുന്നുണ്ടായിരുന്നു. അവനോടുള്ള വികാരം എന്തായിരുന്നെന്ന് എനിക്ക് വിവരിക്കാവുന്നതായിരുന്നില്ല. വാഗ്ദാന ലംഘകനായ ഭീരുവായി കരുതി അകറ്റിനിർത്തുമ്പോഴും അവനോടുള്ള സ്നേഹം ആർക്കും വിട്ടുകൊടുക്കാനാവാത്തവിധം എന്നെ അവനോട് ചേർത്തുനിർത്തുന്നു.

"രാവിലെ എത്ര മണിക്കാണ് ഓഫീസിൽ പോവുക?"

ഇർഫാന്റെ ചോദ്യം കേട്ടപ്പോഴാണ് ഞാൻ ഓർമ്മകളിൽ നിന്നുണർന്നത്. ജനാർദ്ദനൻചേട്ടൻ അപ്പോഴേക്കും ഭക്ഷണം വിളമ്പിയിരുന്നു.

"ഒരു പത്ത് മണിക്കിറങ്ങും. അഞ്ച് മിനിട്ട് നടക്കാനുള്ള ദൂരമേയുള്ളൂ."

"രാവിലെ കുറച്ച് നേരത്തെ റെഡിയാവാമോ? രാവിലെ ഒൻപതിന്റെ ബസ്സിന് എനിക്ക് പോകണം. എനിക്ക് ഒന്നുരണ്ട് കാര്യം സംസാരിക്കണമെന്നുണ്ട്. ഇന്ന് രാത്രി വേണ്ട."

അതായിരിക്കും നല്ലതെന്ന് എനിക്ക് തോന്നിയെങ്കിലും ഇർഫാന് സംസാരിക്കാനുള്ള കാര്യമെന്തായിരിക്കണമെന്നുള്ള ആലോചനകൾ എന്നെ ആ രാത്രി ഉറക്കിയില്ല. മഞ്ഞും തണുപ്പുമുള്ള അരസികൻ രാത്രി. എന്നിട്ടും ഇർഫാനൊപ്പം ബാൽക്കണിയിലിരുന്ന് പുലരും വരെ സംസാരിക്കണമെന്ന് എനിക്ക് തോന്നി. രാത്രി നീണ്ടുപോയി, അവസാനം സമയം നോക്കിയപ്പോൾ രണ്ട് മണി.

രാവിലെ ഏഴ് മണിക്ക് ഇർഫാൻ വന്ന് വിളിച്ചു. അരമണിക്കൂർ കൊണ്ട് കുളിച്ച് വസ്ത്രം മാറി ഓഫീസിൽ പോകുമ്പോഴെടുക്കുന്ന ബാഗുമെടുത്ത് ഭക്ഷണം ക്യാന്റീനിൽനിന്ന് കഴിക്കുമെന്ന് ജനാർദ്ദനൻ ചേട്ടനോട് പറഞ്ഞ് ഞാൻ ഇർഫാനൊപ്പം ഗസ്റ്റ്ഹൗസിൽ നിന്നിറങ്ങി. വെയിൽ വീണുതുടങ്ങിയിരുന്നു, നേർത്ത മഞ്ഞ് വെയിലിനോട് പരിഭവിച്ച് പിണങ്ങിപ്പോയി. ഇർഫാൻ സംസാരിച്ച് തുടങ്ങി.

"അന്ന് തിരുവനന്തപുരത്തേക്ക് പുറപ്പെടുന്നതിന് മുൻപ് എന്നെ ഒരാൾ വന്ന് കണ്ടിരുന്നു. ഞങ്ങളുടെ കെട്ടിടത്തിൽ കട നടത്തി പൊട്ടി ബോംബെയിലേക്ക് തിരിച്ചു പോയ ഒരു മാർവാടി. അങ്ങനെ ഒരാൾ എന്നെങ്കിലും വന്ന് എനിക്ക് കുറച്ച് രൂപ തരുമെന്നും അങ്ങനെ സംഭവിക്കുകയാണെങ്കിൽ അയാൾ തരുന്ന പണം നിനക്ക് മുന്നിൽ സഹായം ചോദിച്ച് വരുന്ന ഏതെങ്കിലും അമുസ്ലിമിന് ദാനം ചെയ്യണമെന്നും വല്യുപ്പ ഒസ്യത്ത് പറഞ്ഞിരുന്നു. അയാളോട് അത് എന്തിന്റെ കാശാണെന്ന് ചോദിച്ചപ്പോൾ വല്യുപ്പയോട് കടം വാങ്ങിയതായിരുന്നെന്ന് പറഞ്ഞു. ഖലീൽ ഭായ് പലിശ വാങ്ങില്ലെന്നുറപ്പുള്ളതിനാൽ പണ്ട് വാങ്ങിയ മൂന്ന് ലക്ഷമേ ഉള്ളൂവെന്നും എന്നാൽ ഞാൻ ആവശ്യപ്പെടുകയാണെങ്കിൽ പത്ത് കൊല്ലത്തേക്കുള്ള പലിശ തരാൻ തയ്യാറാണെന്നും അയാൾ പറഞ്ഞു. അയാൾ പോയപ്പോഴാണ് വല്യുപ്പയുടെ പഴയ ഡ്രൈവർ ഫ്രാൻസിസ് സിൽവ വന്ന് മകളുടെ കല്യാണം വിളിച്ചതും ഖലീൽ സാറുണ്ടായിരുന്നെങ്കിൽ കല്യാണത്തിന്റെ ചെലവുകളെക്കുറിച്ചോർത്ത് താൻ ആശങ്കപ്പെടേണ്ടി വരില്ലായിരുന്നെന്ന് ആത്മഗതം നടത്തിയതും ഞാൻ ഓർത്തത്. ഞാൻ അപ്പോൾ തന്നെ ഫ്രാൻസിസേട്ടനെ പോയിക്കണ്ട് ആ പണം ഏൽപ്പിച്ചു. വല്യുപ്പ ഒസ്യത്ത് ചെയ്തിരുന്നെന്ന് പറഞ്ഞു. അയാളെന്നെ കെട്ടിപ്പിടിച്ച് കുറേ നേരം കരഞ്ഞു."

ഞങ്ങൾ നടന്ന് ക്യാന്റീനിന് അടുത്തെത്തി. ഇർഫാന്റെ കഥപറച്ചിൽ എന്നെത്തെയുംപോലെ മനസ്സ് കവരുന്നതാണെങ്കിലും അവൻ എന്താണ് പറഞ്ഞുവരുന്നതെന്ന് എനിക്ക് ഊഹിക്കാനായില്ല. ചായ കുടിക്കുന്നതിനിടെ അവൻ കഥയുടെ ബാക്കി പറഞ്ഞു.

‘‘അന്ന് തിരുവനന്തപുരത്തേക്ക് വല്യുപ്പയുടെ കാറിൽ പുറപ്പെടാനിരുന്നതാണ്, പക്ഷേ ഫ്രാൻസിസേട്ടന്റെ കരച്ചിലും വല്യുപ്പയെക്കുറിച്ചുള്ള ഓർമ്മകളും കാരണം എനിക്ക് കാറെടുക്കാൻ തോന്നിയില്ല. അതിന്റെ പിറ്റേ ദിവസമായിരുന്നു ഫ്രാൻസിസേട്ടന്റെ മകളുടെ കല്യാണം. അയാൾ കുറേ വർഷങ്ങൾ ഓടിച്ച കാറാണ്. അത് വാങ്ങിയ കാലത്ത് ആ മോഡൽ കൊച്ചിയിലെ ആദ്യത്തെതായിരുന്നു. പിറ്റേന്ന് കല്യാണപ്പെണ്ണിനെ കൊണ്ടുപോകാൻ കാറ് ഫ്രാൻസിസേട്ടനെ ഏൽപ്പിച്ച് ഞാൻ ട്രെയിനിലാണ് തിരുവനന്തപുരത്തേക്ക് വന്നത്.’’ ഇർഫാൻ കഥ പറഞ്ഞ് നിർത്തി.

കഥയുടെ സാരോപദേശം എനിക്ക് ഊഹിക്കാനായി. പലതരത്തിലുള്ള ബാങ്ക് നിക്ഷേപങ്ങളിൽ നിന്നുള്ള പലിശ കിട്ടുന്നതൊക്കെ അമുസ്ലിങ്ങൾക്ക് ദാനം ചെയ്യുന്ന വല്യുപ്പയുടെ ശീലം ഇർഫാൻ എന്നോട് മുൻപ് പറഞ്ഞിട്ടുണ്ട്. അതുകൊണ്ട് മതങ്ങൾ അനുശാസിക്കുന്ന മൂല്യങ്ങളെ അവനും ബഹുമാനിക്കുന്നു. വിവാഹപൂർവ്വ ലൈംഗികത തെറ്റാണ്, എന്നെ വിവാഹം കഴിക്കുന്നതുവരെ എന്റെ ശരീരത്തിനായി കാത്തിരിക്കാൻ അവൻ തയ്യാറാണ് എന്നൊക്കെയായിരിക്കും കഥയിലെ സാരോപദേശം.

രാവിലെ കല്ലാറിൽ നിന്നെത്തിയ ബസ് ആളുകളെ ഇറക്കി തിരികെ പോകാൻ തയ്യാറായി നിന്നിരുന്നു. ഓഫീസിന് മുന്നിൽ നിന്ന് കയറാൻ ഇർഫാൻ മാത്രമേ ഉള്ളൂ. രാവിലെ വരുമ്പോൾ ഓഫീസിലേക്കുള്ള കുറച്ചാളുകൾ കാണും. കോളനിയിലെ കുട്ടികൾ കല്ലാർ ഭാഗത്തേക്ക് പഠനാവശ്യത്തിന് പോകുന്നത് ആ ബസ്സിലാണ്. ഇടയ്ക്ക് നഷ്ടമെന്ന് പറഞ്ഞ് ബസ് നിർത്തും. ജയശങ്കറിനെപോലെ ആരെങ്കിലും ഇടപെട്ട് പുനഃസ്ഥാപിക്കും.

ഇർഫാന്റെ കഥയ്ക്ക് ശരിക്കുമൊരു വാൽക്കഷ്ണമുണ്ടായിരുന്നു. അത് പക്ഷേ ആ ആഴ്ച ഞാൻ വീട്ടിൽ ചെന്നപ്പോൾ അമ്മ പറഞ്ഞാണറിഞ്ഞത്. ജോയിൻ ചെയ്തിട്ട് മൂന്നാഴ്ച കഴിഞ്ഞിട്ടും വീട്ടിൽ വരാത്തതിനെക്കുറിച്ചുള്ള അമ്മയുടെ പരാതി, അച്ഛൻ കാറുമായി എന്നെ കൂട്ടാൻ വരുന്നെന്ന ഘട്ടത്തിലെത്തിയപ്പോൾ ഞാൻ വീട്ടിലേക്ക് പോകാനായി അവധി എടുത്തു. വീട്ടിൽ എന്നെ കാത്തിരുന്നത് മതവും മൂല്യബോധവും തമ്മിലുള്ള അധാർമ്മിക വടംവലികൾ എങ്ങനെ എന്റെയും ഇർഫാന്റെയും ജീവിതം തകർത്തു എന്നതിന്റെ ചുരുളഴിയാതിരുന്ന കഥകളായിരുന്നു.

ഇർഫാൻ ഖലീൽ, മനുഷ്യരാശിക്ക് മതങ്ങൾ നൽകിയ എല്ലാ സംഭാവനകളും ചേർത്ത് തൂക്കിനോക്കിയാലും തൂക്കമൊക്കാത്തതാണ് അതേ മതങ്ങൾ പഠിപ്പിച്ച കാല്പനികമൂല്യങ്ങൾ എന്നിൽ നിന്ന് തട്ടിമാറ്റിയ നിന്റെ പ്രണയം. ഒരു വേദപുസ്തകത്തിലും അതിന് മാപ്പില്ല.

അശുദ്ധിയില്ലാത്ത ആർത്തവം

അമ്മയോട് പിണങ്ങി തിടുക്കത്തിൽ ഡാംസൈറ്റിലേക്ക് പുറപ്പെട്ട തായിരുന്നു. അച്ഛൻ കൂടെ വരാമെന്ന് നിർബന്ധം പിടിച്ചെങ്കിലും ഞാൻ വഴങ്ങിയില്ല. വഴക്കിട്ട് വീട്ടിൽ നിന്നിറങ്ങുമ്പോഴൊക്കെ സംഭവിക്കുന്നതുപോലെ പലതും എടുക്കാൻ മറന്നു. ഉച്ചയ്ക്ക് അമ്മ വിളമ്പിവെച്ച ചോറ് ബസ്സിന്റെ സമയമായെന്ന മുടക്കം പറഞ്ഞ് കഴിക്കാതെ ഇറങ്ങിയതാണ്. അത്രയൊക്കെ ധിക്കാരവും കുത്തുവാക്കുകളും അച്ഛനോട് പറഞ്ഞിട്ടും പെരുമ്പാവൂര് വരെ അച്ഛനെന്നെ കാറിൽ കൊണ്ടുവന്ന് വിട്ടു. കല്ലാറ് വരെയുള്ള ബസ് യാത്രയ്ക്കുപോലും മനസ്സ് തണുപ്പിക്കാനായില്ല. അസമയത്താവും കല്ലാറിൽ എത്തുകയെന്ന് ഉറപ്പുള്ളതിനാൽ റഷീദിനോട് കാറു മായി വരാൻ പറഞ്ഞിരുന്നു. ഡാം സൈറ്റിലേക്കുള്ള യാത്രയിൽ അടിവയറ്റിലെ വേദന കലശലായി. ഇതെപ്പോഴും ഇങ്ങനെയാണ്, മനസ്സ് പതറുമ്പോഴൊക്കെ ശരീരം താങ്ങായി നിൽക്കില്ല. കാറ് വേഗം കുറഞ്ഞപ്പോഴൊക്കെ എനിക്ക് ആശങ്ക കൂടി വന്നു.

മുറിയിൽ എത്തിയതും ബാഗും മറ്റും ബെഡ്ഡിലേക്ക് വലിച്ചെ റിഞ്ഞ് ഞാൻ കുളിമുറിയിൽ കയറി. പിടിച്ചുവെച്ച മൂത്രത്തിനൊപ്പം ഗർഭപാത്രം കലങ്ങിയൊഴുകി. ഹെവി ബ്ലീഡിങ്ങാണ്. കാറിൽ നിന്നൊന്നും സംഭവിക്കാതെ മുറിവരെ എത്താനായതിന്റെ ആശ്വാസ ത്തിലായിരുന്നു ഞാൻ. നാല് ദിവസം നേരത്തെയാണ്, അവസാ നത്തെ ചില ദിവസങ്ങളായിരുന്നെങ്കിൽ ഞാൻ ഒരു മുൻകരുത ലെന്ന നിലയിൽ ഒരു പാഡ് വെക്കുന്നതാണ്. പ്രിയപ്പെട്ടവരുമായു ണ്ടാകുന്ന കലഹം എല്ലാ താളവും തെറ്റിക്കും.

കുളിമുറിയിൽ നിന്ന് പുറത്തിറങ്ങിയ ഞാൻ ബാഗിൽ പാഡ് തിരഞ്ഞു. ദൈവമേ, ആകെ കുറച്ചെണ്ണം മാത്രം. ഒരു ദിവസത്തേക്ക് പോലും തികയില്ല. അന്ന് രാത്രി ഉറങ്ങാനായില്ല. ആർത്തവം സമയം തെറ്റി വന്നതിലുള്ള ആശങ്കയായിരുന്നില്ല, ആർത്തവകാലത്തെ പതിവ് ഇങ്ങനെയാണ്. ഏറ്റവും പ്രിയപ്പെട്ടവരുടെ സംസാരംപോലും അരോചകമാവും. തീൻമേശയിൽ മറ്റുള്ളവർ ആസ്വദിച്ച് ഭക്ഷണം

കഴിക്കുന്നത് കണ്ടാൽ എനിക്ക് ദേഷ്യം വരും. രാജേഷിന്റെ ശബ്ദമാണ് എനിക്ക് ആ കാലത്ത് ഏറ്റവും അപ്രിയം. എന്തോ ആ സമയത്തുപോലും എനിക്ക് ഇർഫാനെ കാണണമെന്ന് തോന്നും. ഇന്നും തോന്നി.

രാവിലെ എഴുന്നേറ്റപ്പോൾ എന്റെ ആദ്യ പരിഗണന പാഡ് സംഘടിപ്പിക്കുന്നതിലായിരുന്നു. പ്രഭാതനടത്തം പതിവുള്ളതാണെങ്കിലും കോളനിയിൽ ഒന്നോ രണ്ടോ കടകൾ ഉള്ളതിൽനിന്ന് ഞാനൊന്നും വാങ്ങിയിരുന്നില്ല. നിത്യോപയോഗ സാധനങ്ങളും ചായയും വിൽക്കുന്ന മൂന്ന് കടകളുണ്ട് കോളനിയിൽ. ഞാൻ ആദ്യത്തെ കടയിൽ കയറി. കടയിലുണ്ടായിരുന്ന ആൾക്ക് എന്നെ പരിചയമുള്ളതുപോലെ തോന്നി. അയാൾ ചായ വേണോ എന്ന് ചോദിച്ചപ്പോൾ ഞാൻ വേണമെന്ന് പറഞ്ഞു. അയാൾ ചായ എടുക്കുന്ന സമയമത്രയും ഞാൻ അലമാരയിലും തട്ടുകളിലും വെച്ചിരുന്ന സാധനങ്ങൾക്കിടയിൽ സാനിറ്ററി നാപ്കിൻ തിരഞ്ഞു. ഉപയോഗിക്കുന്ന ബ്രാന്റ് തന്നെ വേണമെന്ന സ്ഥിരം വാശിയൊന്നും ഉണ്ടായിരുന്നില്ല, എന്തെങ്കിലുമൊന്ന് കിട്ടിയാൽ മതി. ചായ കുടിച്ച് തീരുന്നതുവരെ ഞാൻ തിരഞ്ഞു. കാണാത്തതുകൊണ്ട് ഒന്നുരണ്ട് പാക്കറ്റ് ബിസ്കറ്റും മറ്റും വാങ്ങി. മറ്റെന്തെങ്കിലും വേണോ എന്ന ചോദ്യത്തിന് ഉത്തരമായി എനിക്ക് ചോദിക്കാമായിരുന്നു പാഡ് ഉണ്ടോ എന്ന്, ആയില്ല. നാട്ടിലായിരുന്നെങ്കിൽ ഏതെങ്കിലും സൂപ്പർമാർക്കറ്റിൽ കയറി വാങ്ങലാണ് പതിവ്. നാട്ടിൻപുറത്തെത്തിയപ്പോൾ എന്തോ ഒരപകർഷത എന്നെ പിടികൂടിയിരിക്കുന്നു.

അടുത്ത കടയിൽ ഒരു സ്ത്രീയായിരുന്നു ഉണ്ടായിരുന്നത്. എനിക്കാശ്വാസമായി. അവർക്ക് ഓഫീസിലെ തങ്കമ്മയെ അറിയാം. ഞാനാദ്യമായി അവരുടെ കടയിൽ വന്നതിന്റെ സന്തോഷത്തിലായിരുന്നു അവർ. എന്നോട് ചോദിക്കാതെതന്നെ അവർ എനിക്കൊരു ചായയിട്ടു. ഞാൻ താഴ്ന്ന ശബ്ദത്തിൽ അവരോട് പാഡുണ്ടോ എന്ന് ചോദിച്ചു.

അവർക്ക് മനസ്സിലായില്ല, പാക്ക് ഉണ്ട്, പാൽപ്പൊടി ഉണ്ട്, മറ്റ് പലതുമുണ്ട്. ഒടുവിൽ ബ്ലീഡിങ്ങ് സമയത്ത് ഉപയോഗിക്കുന്ന സാധനമെന്ന് ഞാൻ അവരോട് തുറന്ന് ചോദിച്ചു. അതവർക്ക് മനസ്സിലായി. ദൈന്യതയോടെ അവർ ഇല്ലെന്ന് പറഞ്ഞു. അവിടെ ഇല്ലെന്ന് മാത്രമല്ല മറ്റ് രണ്ട് കടയിലും കിട്ടാൻ സാധ്യത ഇല്ലെന്നും. എന്നിട്ടും അവർ സ്ത്രീസഹജമായ കരുതലിന്റെ ഭാഗമായി മറ്റു രണ്ട് കടകളിലും ചെന്ന് അന്വേഷിച്ച് തിരിച്ച് വന്നു. ഇവിടെ ജീവിക്കുന്ന സ്ത്രീകൾ എങ്ങനെയാണ് ആർത്തവകാലം കഴിച്ചുകൂട്ടുന്നതെന്ന് എനിക്ക് അത്ഭുതമായി. എന്റെ മനസ്സിലെ സംശയം പോലും കടയിലെ ആ സ്ത്രീക്ക് മനസ്സിലായെന്ന് തോന്നുന്നു.

“ചിലരൊക്കെ കല്ലാറ് പോകുമ്പോൾ വാങ്ങും. മിക്കവരും പഴയതുപോലെ തുണിയാണുപയോഗിക്കുന്നത്. ഞാൻ വേണമെങ്കിൽ വീട്ടിൽ പോയി മോളോട് ചോദിച്ച് നോക്കാം.”

വേണ്ടെന്ന് പറഞ്ഞ് ഞാനവിടെ നിന്നിറങ്ങി.

പീരീഡ്സ് എന്നത് എനിക്ക് ഇർഫാനെക്കുറിച്ച് ഓർക്കാൻ കൂടെയുള്ളതാണ്. പ്ലസ് ടുവിനോടൊപ്പം അവധി ദിവസങ്ങളിൽ എറണാകുളത്ത് എൻട്രൻസ് കോച്ചിങ്ങിന് പോയിരുന്ന കാലം. ഒരു ക്ലാസ് ടെസ്റ്റ് കഴിഞ്ഞപ്പോൾ ആദ്യസ്ഥാനങ്ങൾ നഷ്ടപ്പെട്ടതിന്റെ ആശങ്കയിലായിരുന്നു ഞാൻ. ക്ലാസ് വിട്ടയുടനെ ഇറങ്ങാതെ ഒന്നുരണ്ട് പുസ്തകങ്ങൾ കൂടി ലൈബ്രറിയിൽ നിന്നെടുത്ത് പുറത്തേക്കിറങ്ങി ഞാൻ ബസ്സ്റ്റോപ്പിലേക്ക് നടന്നു. ഇടയ്ക്ക് തിരിഞ്ഞ് നോക്കിയപ്പോൾ ഒരു ആൺകുട്ടി എന്നെ പിന്തുടർന്ന് വരുന്നതുപോലെ. എന്നോട് എന്തോ പറയാനെന്നപോലെ അടുത്തുവരെ വന്നെങ്കിലും അവൻ കടന്ന് പൊയ്ക്കോട്ടെയെന്ന് കരുതി ഞാൻ വേഗം കുറച്ചപ്പോൾ അവനും വേഗം കുറച്ചു. ഞാൻ മുൻപും അവനെ കണ്ടിട്ടുണ്ട്, റിപ്പീറ്റർ ബാച്ചിലെ കുട്ടിയാണ്. പതിവുപോലെ പ്രേമമാവും. മറുപടി എന്റെ കയ്യിൽ തയ്യാറാക്കി വച്ചത് തന്നെയുള്ളതിനാൽ ആശങ്കയൊന്നും തോന്നിയില്ല. വേഗം കുറച്ചും കൂട്ടിയും ഞാൻ ബസ്സ്റ്റോപ്പിലെത്തി. ക്ലാസ് കഴിഞ്ഞ് കുട്ടികളൊക്കെ പോയിരുന്നു. ആരുമില്ലാത്ത ബസ്സ്റ്റോപ്പിൽ കയറി നിന്ന എന്റെ അടുത്തേക്ക് അവൻ അറച്ചറച്ച് വന്നു. അത്രയും നീരസത്തിനിടയിലും അവന്റെ ചാരക്കണ്ണുകളും പാറി നടക്കുന്ന മുടികളും അലസമായി ധരിച്ചിരിക്കുന്ന വസ്ത്രത്തിന്റെ സ്റ്റൈലുമൊക്കെ ആകർഷകമായി തോന്നിയെന്നത് എന്നെ അമ്പരപ്പിച്ചു. അവൻ അടുത്തുവന്ന് വാക്കുകൾ കിട്ടാതെ പരുങ്ങി.

“എന്താ?” ഞാൻ ചോദിച്ചു

“ഒരു കാര്യമുണ്ട്, ടെൻഷനാവരുത്.”

“എനിക്ക് ടെൻഷനൊന്നുമില്ല, ഇയാള് പറഞ്ഞോളൂ, എനിക്ക് ഊഹിക്കാം എന്താണ് ഇയാളുടെ പ്രശ്നമെന്നത്.”

അവന്റെ കാറ്റൂരി വിടാനുള്ള എന്റെ നീക്കമായിരുന്നു അത്. അവൻ ചിരിച്ചു. എന്നിട്ട് കുറച്ച് കൂടി അടുത്തേക്ക് വന്നു, എന്നിട്ട് ഒട്ടും പരിഹാസമോ അവജ്ഞയോ ഇല്ലാതെ പറഞ്ഞു. “ഇയാളുടെ മിഡിയുടെ ബാക്കിൽ ബ്ലഡ് ഉണ്ട്, ഇയാളത് അറിയുന്നില്ലെന്നുതോന്നി.”

ഒരു ദുരന്തം കേട്ടതുപോലെ ഞാൻ തളർന്നു, തിരിഞ്ഞു നോക്കാനുള്ള ധൈര്യം പോലും എനിക്കില്ലായിരുന്നു. കൂടുതലാരെങ്കിലും കാണുംമുൻപ് ഒളിക്കാനെന്നപോലെ ഞാൻ ബസ്സ്റ്റോപ്പിന്റെ ചുമരിലേക്ക് ചാരിനിന്നു. അവൻ എന്റെ അടുത്തേക്ക് വന്നില്ല. അടിവസ്ത്രത്തിൽ

നനവ് എനിക്ക് അനുഭവപ്പെടുന്നുണ്ട്. എന്നിട്ടും പ്രാർത്ഥനയോടെ ഞാൻ തിരിഞ്ഞ് മിഡ്ഡിയിൽ നോക്കി. ചോര കുറച്ച് ഭാഗത്ത് പടർന്നിട്ടുണ്ട്. ബോധം കെടുന്നതുപോലെ തോന്നി. ഞാനവിടത്തെ ഇരിപ്പിടത്തിൽ തളർന്നിരുന്നു. അവൻ പതുക്കെ അടുത്ത് വന്നിട്ട് ചോദിച്ചു, ''കയ്യിൽ പാഡ് ഇല്ലേ?''

ഇല്ലെന്ന് ഞാൻ തലയാട്ടി.

''വീടെവിടയാ? അടുത്താണെങ്കിൽ ഞാൻ ഒരു ഓട്ടോ വിളിച്ച് തരാം.''

''അടുത്തല്ല.'' ഞാൻ വിതുമ്പി.

''ഞാൻ എന്താ ചെയ്യേണ്ടത്?''

ഞാൻ കരച്ചിലിന്റെ വക്കിലായിരുന്നു. പിന്നീട് പലപ്പോഴും അന്നത്രയും ആശയറ്റവളായിപ്പോയതിനെക്കുറിച്ച് ഞാൻ ആലോചിച്ച് ലജ്ജിച്ചിട്ടുണ്ട്.

''ഞാൻ പോയി ഒരു ഡ്രസ്സ് വാങ്ങി വരാം, ഇയാളുടെ കയ്യിൽ കാശുണ്ടോ?''

ഉണ്ടായിരുന്നില്ല. ഞാൻ മിണ്ടാതിരുന്നു. ഞാനിപ്പോൾ വരാമെന്ന് പറഞ്ഞ് അവൻ കടകളുള്ള ഭാഗത്തേക്ക് പോയി. പിൽക്കാലത്ത് ഓർത്തപ്പോൾ വലിയ തമാശയായി തോന്നിയ ജീവിതത്തിലെ ആ ദുരന്ത ദിവസം. പേരുപോലും അറിയാത്ത ഒരാൾ ഇപ്പോൾ വരാമെന്ന് പറഞ്ഞ് പോയതിൽ വിശ്വാസമർപ്പിച്ച് ഞാൻ ആ ബസ്സ്റ്റോപ്പിൽ കരച്ചിലടക്കി കാത്ത് നിന്നു. അവൻ ഒരു കടയിൽ നിന്നിറങ്ങി അടുത്തതിലേക്ക് പോകുന്നതെനിക്ക് കാണാം. കുറച്ച് നേരം കഴിഞ്ഞപ്പോൾ ഒരു കവറുമായി അവൻ വന്നു.

അതിൽ ഇറക്കം കൂടിയ ഒരു സ്കേർട്ട് ഉണ്ടായിരുന്നു, ഒരു പാക്കറ്റ് സാനിറ്ററി നാപ്കിനും എന്നെപ്പോലും അമ്പരപ്പിച്ചുകൊണ്ട് ഒരു പാന്റീസും. അവൻ പറഞ്ഞത് അക്ഷരം പ്രതി അനുസരിച്ച്, അവൻ കൊണ്ടുവന്ന നീളൻ സ്കേർട്ട് ഞാൻ എന്റെ മിഡ്ഡിക്ക് മുകളിലൂടെ ഇട്ടു. എന്റെ ബാഗിലേക്ക് അവൻ കൊണ്ടുവന്ന കവറിലുള്ള സാധനങ്ങൾ കുത്തിക്കയറ്റി ഞാൻ തിരിച്ച് കോച്ചിങ്ങ് സെന്ററിലേക്ക് നടന്നു. കാലിന്റെ ചലനങ്ങൾ നിയന്ത്രിച്ച്, അടിയിൽ ഇട്ടിരിക്കുന്ന വസ്ത്രത്തിലെ രക്തം പുറത്തിട്ടിരിക്കുന്നതിൽ പടരാതിരിക്കാൻ ജാഗ്രത പുലർത്തി ഞാൻ കോച്ചിങ്ങ് സെന്ററിലെ താഴത്തെ ബാത്റൂമിൽ കയറി കഴുകി വൃത്തിയാക്കി വസ്ത്രം മാറി. വലിയ വൃത്തിയില്ലാത്ത ആ ചെറിയ ബാത്റൂമിനകത്ത് വെച്ച് ഞാൻ എന്റെ വസ്ത്രം കഴുകി. ആ ശുചിമുറിയുടെ ദുർഗന്ധത്തിനിടയിലും ആർത്തവരക്തത്തിന്റെ അഴുകിയ മണം മുന്നിട്ട് നിന്നു.

ഒരു മണിക്കൂറിൽ കുറവ് മാത്രം ദൈർഘ്യമുള്ള ഒരു പരീക്ഷണ കാലത്തിനൊടുവിൽ നനഞ്ഞ വസ്ത്രങ്ങൾ കവറിലിട്ട് ബാഗിൽ വെച്ച് ഞാനാ ശുചിമുറിയിൽനിന്ന് പുറത്തിറങ്ങി കോച്ചിങ്ങ് സെന്ററിന്റെ വരാന്തയിലെ കൂളറിൽനിന്ന് മൂന്ന് ഗ്ലാസ് വെള്ളം കുടിച്ചു. പുറത്തൊക്കെ നോക്കിയെങ്കിലും അവൻ അവിടെയെവിടെയും ഉണ്ടായിരുന്നില്ല. അടുത്ത ശനിയാഴ്ചവരെ ഞാൻ അപരിചിതനായ ആ രക്ഷകനെക്കുറിച്ച് ആലോചിച്ചു. അങ്ങനെയൊരു ആൺകുട്ടിയുടെ സ്വഭാവമഹിമയെക്കുറിച്ച് അമ്മ അച്ഛനില്ലാത്തപ്പോഴൊക്കെ എന്നോട് വാതോരാതെ സംസാരിച്ചു.

പിറ്റേയാഴ്ച പ്രതീക്ഷിച്ചപോലെ അവനെ കണ്ടു, വൈകുന്നേരത്തെ ക്ലാസ് കഴിഞ്ഞ് പുറത്തിറങ്ങിയപ്പോൾ. ഞാൻ അവന്റെ അടുത്ത് ചെന്ന് ചിരിച്ചുകൊണ്ട് ആദ്യം നന്ദി പറഞ്ഞു, എന്നിട്ട് അവൻ എനിക്ക് വാങ്ങിത്തന്നതിന്റെയൊക്കെ തുക കണക്കാക്കി കയ്യിൽ സൂക്ഷിച്ചിരുന്ന നോട്ടുകൾ അവന് നേരെ നീട്ടി. അവനത് വാങ്ങിയില്ല.

‘‘ഞാൻ ഇർഫാൻ. എന്താ ഇയാളുടെ പേര്?’’

‘‘ശ്രീലക്ഷ്മി.’’

‘‘ഞാൻ റീറിപ്പീറ്റർ ബാച്ചാ, മെഡിസിന് കിട്ടിയില്ല, രണ്ട് തവണ എഴുതി, ഇത് ലാസ്റ്റാ.’’

ഞാൻ പ്രതീക്ഷിച്ചപോലെ അവൻ കഴിഞ്ഞ ആഴ്ചയിലെ അവന്റെ പെരുമാറ്റത്തെ മഹത്വവൽക്കരിക്കുന്ന തരത്തിലുള്ള ഒരു കുശലപ്രശ്നം പോലും നടത്തിയില്ല. ഒടുവിൽ ഞാൻ തന്നെ ആ വിഷയമെടുത്തിട്ടു.

‘‘അമ്മ പറഞ്ഞു ഇയാളെപ്പോലെ, അല്ല ഇർഫാനെപ്പോലെ മറ്റൊരാൾ ഉണ്ടാവില്ലെന്ന്. അന്ന് ഇർഫാനില്ലായിരുന്നെങ്കിൽ എന്ത് സംഭവിക്കുമായിരുന്നെന്ന് എനിക്ക് ഒരു ഊഹവുമില്ല.’’

അവൻ ചിരിച്ചു. എന്തൊരു മനോഹരമായ ചിരി. അവന്റെ കവിളിലെ നുണക്കുഴികൾ പൊടിച്ചുവന്ന താടിക്കുള്ളിൽ ഒളിച്ചതാവാം. അവന്റെ കണ്ണിന് ചാര നിറമോ അതോ തവിട്ട് തന്നെയോ? അവൻ കണ്ണെഴുതിയിട്ടുണ്ടോ?

‘‘ശ്രീലക്ഷ്മീ, നമ്മൾ ഈ ബയോളജിയിൽ പഠിച്ചിട്ടില്ലേ മെൻസ്ട്രൽ സൈക്കിളിനെക്കുറിച്ച്. ട്വന്റി എയിറ്റ് ഡെയ്സ്, അതിൽ ഒരു ആഴ്ച പീരീഡ്സ്. അതായത് മിക്ക സ്ത്രീകളും അവരുടെ ഫെർട്ടൈൽ കാലത്ത് ഇരുപത്തഞ്ച് ശതമാനം ദിവസവും പീരീഡ്സിലാണ്, അതായത് നാം കാണുന്ന നാലിൽ ഒരു സ്ത്രീ ആർത്തവക്കാരിയാണ്.’’

പിന്നീട് ആലോചിച്ചപ്പോൾ ആ സ്ഥിതിവിവരക്കണക്കുകൾ തെറ്റായി തോന്നിയെങ്കിലും ആ കണക്കുകൾ എനിക്ക് നൽകിയ ആത്മവിശ്വാസം ചെറുതായിരുന്നില്ല. ഞാൻ കാശിനെക്കുറിച്ച് പിന്നെയും ചോദിച്ചു, അവൻ വാങ്ങിയില്ല.

‘‘വാങ്ങേണ്ടെന്ന് വല്ല്യുപ്പ പറഞ്ഞിട്ടുണ്ട്, അന്ന് പൈസ കൊടുക്കാതെയാ ഞാൻ അതൊക്കെ വാങ്ങിയത്, ഇവിടത്തെ ചില കടക്കാർക്ക് വല്ല്യുപ്പയെ അറിയും, ഖലീൽ സാഹിബ്. എന്റെ പേരിലും ഉണ്ട് വല്ല്യുപ്പയുടെ പേര്, ഇർഫാൻ ഖലീൽ. ആളുകളെ സഹായിക്കാൻ വല്ല്യുപ്പയ്ക്ക് ഒരു ഫണ്ടുണ്ട് അതിൽനിന്ന് കൊടുക്കും.’’

ഒരു നന്ദി പറയുന്നതിനപ്പുറം അടുക്കരുതെന്ന് അമ്മ നൽകിയ താക്കീത് എനിക്ക് അവഗണിക്കേണ്ടി വന്നു. എനിക്ക് വേണ്ടി ഖലീൽ സാഹിബ് ചെലവാക്കിയ അറുനൂറ്റി മുപ്പത് രൂപയ്ക്ക് പകരമായി അടുത്തുള്ള ഒരു ജ്യൂസ് കടയിൽ പോയി ഞാനും ഇർഫാനും ഓരോ ജ്യൂസ് കുടിച്ചു. ജ്യൂസിന് സ്മൂത്തിയെന്നൊക്കെ പേരുള്ളത് അന്നാണ് ഞാനറിഞ്ഞത്.

ചിന്തകൾക്കൊപ്പം ആ ദിവസത്തെ പ്രഭാതകർമ്മങ്ങളും കടന്നുപോയി. ജയശങ്കർ ഓഫീസിൽ പകലുണ്ടാവുന്ന അപൂർവ്വം ദിവസങ്ങളിലൊന്നായിരുന്നു അത്. തങ്കമ്മയോട് രഹസ്യമായി ഞാൻ പാഡ് കിട്ടുമോ എന്ന് തിരക്കി. അവർ ജീവിതത്തിൽ ഒരിക്കൽ പോലും അങ്ങനെയൊരു സാധനം ഉപയോഗിച്ചിരുന്നില്ല. ഇന്നു കൂടി കഴിഞ്ഞാൽ കയ്യിലുള്ള അവസാനത്തെ പാഡും ഉപയോഗിച്ച് കഴിയും. എനിക്ക് ആശങ്ക കൂടിക്കൊണ്ടിരുന്നു. ജോലിയിൽ ശ്രദ്ധിക്കാനായില്ല. തലവേദനയും അടിവയറ്റിലെ വേദനയും കൂടി വന്നപ്പോൾ ഞാൻ ഉച്ചകഴിഞ്ഞ് അവധിയെടുത്ത് ഗസ്റ്റ്ഹൗസിലേക്ക് തിരിച്ച് പോയി. റഷീദും കാറും സ്ഥലത്തില്ല.

തലവേദനയ്ക്കും വയറുവേദനയ്ക്കും വെവ്വേറെ ഗുളികകൾ കഴിച്ച് കിടന്നു. വൈകുന്നേരമായപ്പോൾ വീട്ടിലുണ്ടാക്കിയ ചക്കയപ്പവുമായി മേരിച്ചേച്ചി വന്നു. അവർ അടുക്കളയിൽ പോയി ചായയിട്ട് മുറിയിൽ കൊണ്ടുവന്ന് തന്നു. ഞാൻ ലീവാണെന്ന കാര്യം തങ്കമ്മ അവരോട് പറഞ്ഞിരുന്നു. പാഡെന്നൊരു സാധനം അവരും ഉപയോച്ചിരുന്നില്ല. മകളുടെ കയ്യിലുള്ളത് തീർന്നിരിക്കുന്നു.

വൈകീട്ടത്തെ ട്രാൻസ്പോർട്ട് ബസ്സിലെ കണ്ടക്ടർ തന്നതാണെന്ന് പറഞ്ഞ് രാത്രി ജനാർദ്ദനൻചേട്ടൻ ഒരു പൊതി കൊണ്ടുവന്ന് തന്നു. പൊതിക്കകത്തെ സാനിറ്ററി നാപ്കിൻ പാക്കറ്റുകൾ എനിക്ക് ഒരേസമയം അമ്പരപ്പും ആശ്വാസവും സമ്മാനിച്ചു.

അണക്കെട്ടുകളുടെ രാഷ്ട്രീയം

തുലാമഴയ്ക്ക് മുൻപ് റിസർവോയർ നിറഞ്ഞുതുടങ്ങിയ കാലത്താണ് ഞാൻ ഡാം സൈറ്റിലേക്ക് സ്ഥലം മാറി വന്നത്. ഓരോ ഡാമിനും ഒരു രാഷ്ട്രീയമുണ്ട്. ഡാം ഉണ്ടാക്കിയത് എന്തിനുവേണ്ടിയാണെങ്കിലും ഡാം നിർമ്മാണത്തോടൊപ്പം ഉരുത്തിരിഞ്ഞ് വരുന്ന അത്തരം രാഷ്ട്രീയമാണ് ഡാമിന്റെ ഭാവി തീരുമാനിക്കുക. പെരിയാറിന്റെ കൈവഴിയായ കല്ലാറിൽ എൺപതുകളുടെ തുടക്കത്തിൽ ഒരു അണക്കെട്ട് പൂർത്തിയായെങ്കിലും അണക്കെട്ടിന്റെ പൂർണ്ണ സംഭരണശേഷിയിൽ ഒരിക്കലും ജലനിരപ്പ് എത്തില്ല. നൂറ്റിനാല്പത് അടിയെത്തുമ്പോൾ ഡാമിന്റെ വശങ്ങളിലൂടെയുള്ള സ്പിൽ വേകളിലൂടെ വെള്ളം ഒഴുക്കിക്കളയും. നൂറ്റിനാൽപ്പതിന് മുകളിൽ നൂറ്റി അൻപതടി വരെയുള്ള സംഭരണ ശേഷിയുടെ വ്യത്യാസം ഭീമമായ മുപ്പത് ശതമാനമാണ്. ഇത്തരം കണക്കുകൾ സാധാരണ ആർക്കും പിടി കിട്ടുകയില്ല. മലകൾക്കിടയിൽ കോണിക്കലായി കിടക്കുന്ന റിസർവോയറിന്റെ ഛേദത്തിന്റെ ചിത്രമൊക്കെ വരച്ച് മുകളിലേക്കെത്തുമ്പോൾ ഓരോ അടി ആഴത്തിലും വ്യാപ്തം എത്ര വർദ്ധിക്കുന്നു എന്നത് അച്ഛനെ പറഞ്ഞ് മനസ്സിലാക്കാൻ ഞാനൊരു ശ്രമം നടത്തിയെങ്കിലും 'നീ മനുഷ്യർക്ക് മനസ്സിലാകുന്നതുപോലെ പറ' എന്ന വിമർശനത്തിൽ അത് അവസാനിച്ചു.

തുലാമഴ തകർത്ത് പെയ്യാൻ തുടങ്ങി, ഇനിയും മഴ പെയ്താൽ സ്പിൽവേ തുറക്കേണ്ടി വരും. കോളനിയിലെ ആളുകൾ കൂട്ടമായി ഓഫീസിന് മുന്നിലെത്തി. തിരുവനന്തപുരത്ത് പോയ രാമകൃഷ്ണൻ സാറിനെ ഫോണിൽ വിളിച്ചിട്ട് കിട്ടാതായതോടെ എന്തുചെയ്യണമെന്ന് തീരുമാനമെടുക്കാനുള്ള ഉത്തരവാദിത്തം എന്റെ ചുമലിലായി. ഡാമിന്റെ ചുമതലയുള്ള എഞ്ചിനീയറും ഓവർസീയറും ഓപ്പറേറ്ററുമൊക്കെ അവധിയിൽ. ആകെയുള്ളത് ഷിഫ്റ്റനുസരിച്ച് ജോലിക്ക് വരുന്ന രണ്ട് താൽക്കാലിക ജീവനക്കാരും ആരെങ്കിലും എന്തെങ്കിലും ഉത്തരവിട്ടാൽ അതനുസരിച്ച് ചെയ്യാമെന്ന മനോഭാവത്തിൽ

ചിലരും. ഞങ്ങളുടേത് പ്രൊജക്റ്റ് ഇംപ്ലിമെന്റേഷൻ ഡിവിഷനാണെന്ന എന്റെ ഒഴികഴിവൊന്നും ആരും അംഗീകരിച്ചില്ല.

ഡാംസൈറ്റ് കോളനിയിലെ അനധികൃത താമസക്കാർക്ക് വേണ്ടി സംഭരണശേഷിയുടെ മുഴുവനും ഉപയോഗപ്പെടുത്താതിരിക്കുന്നത് ഉചിതമല്ലെന്ന് സ്റ്റീഫൻ വാദിച്ചപ്പോൾ, കോളനിയിലെ താമസക്കാരായ തങ്കമ്മയും റഷീദും ദയനീയമായി എന്നെ നോക്കി. അനധികൃതമായി എവിടെയെങ്കിലും താമസിച്ചിട്ടുണ്ടോ, എപ്പോൾ വേണമെങ്കിലും പറഞ്ഞുവിടാമെന്ന ഭീഷണിയിൽ ഒരിടത്ത് കഴിയുക! വീടെന്ന സുരക്ഷിതത്വം വാഗ്ദാനം ചെയ്യാനില്ലാത്ത നാലു ചുമരുകൾക്കുള്ളിലെ ജീവിതം, അതിനെ ഒരിക്കലും വീടെന്ന് വിളിക്കാനാവില്ല. വീടെന്നത് അമ്മയെപ്പോലയല്ലേ? താനുള്ളിടത്തോളം നിനക്കൊന്നുമാവില്ലെന്ന് വാഗ്ദാനം ചെയ്ത ഒരാളെപ്പോലെ.

കോളനിക്കാർ മുഴുവൻ പുറത്തുണ്ട്, മഴയ്ക്കൊരു കുറവുമില്ല. ഓഫീസിനുള്ളിൽനിന്നും പുറത്തുനിന്നും സമ്മർദ്ദം ശക്തമാകുന്നതിനിടെയാണ് പ്രശ്നം കൂടുതൽ സങ്കീർണ്ണമാക്കിക്കൊണ്ട് കല്ലാറേക്കുള്ള റോഡിൽ മലയിടിഞ്ഞത്. പുറംലോകവുമായി ബന്ധങ്ങളെല്ലാം വിച്ഛേദിക്കപ്പെട്ട ഒരു ഡാം സൈറ്റിൽ വൈദ്യുത ബോർഡിൽ എഞ്ചിനീയറായി മാസങ്ങളുടെ അനുഭവസമ്പത്ത് മാത്രമുള്ള ഞാൻ എന്ത് തീരുമാനമെടുക്കണമെന്നറിയാതെ കുഴങ്ങി. ടിവിയിൽ മഴക്കെടുതികളെക്കുറിച്ചും ഡാമുകൾ നിറയുന്നതിനെക്കുറിച്ചും മുല്ലപ്പെരിയാറിനെക്കുറിച്ചുമൊക്കെ വാർത്തകൾ വരുന്നുണ്ട്. ചലനമറ്റ ടെലിഫോണിന് മുന്നിൽ പലരെയും വിളിച്ച് നിരാശയാവുന്ന എന്നെ കണ്ടപ്പോൾ സ്റ്റീഫൻ വന്ന് പറഞ്ഞു ടെലിഫോൺ കേബിൾ റോഡിനൊപ്പം ഒലിച്ചുപോയിരിക്കാമെന്ന്. നല്ല മഴയുള്ള ദിവസങ്ങളിൽ സംഭവിക്കുന്നതുപോലെ മൊബൈൽ റെയ്ഞ്ചും ഇല്ല. ഇത്തരം സമയത്ത് ജയശങ്കറുണ്ടായിരുന്നെങ്കിൽ എന്തെങ്കിലുമൊക്കെ ചെയ്തേനേ. ഒന്നുമില്ലെങ്കിൽ അയാളുടെ സാമൂഹ്യബോധത്തെയെങ്കിലും ആശ്രയിക്കാമായിരുന്നു.

ഓഫീസിന് പുറത്ത് മഴയേക്കാൾ ഉച്ചത്തിൽ ബഹളം വെയ്ക്കുന്ന കോളനിക്കാരോട് കാര്യങ്ങൾ വിശദീകരിക്കാൻ ബുദ്ധിമുട്ടായിരുന്നു. വരാന്തയിലെ ബഹളത്തിൽനിന്ന് സംസാരിച്ചിട്ട് ഒരു കാര്യവുമില്ലെന്ന് ബോധ്യമുള്ളതിനാൽ കാര്യങ്ങൾ ചർച്ച ചെയ്യാൻ മൂന്നോ നാലോ ആളുകളോട് അകത്തേക്ക് വരാൻ പറഞ്ഞു. കയറി വന്നവർ നാല് പേരേ ഉള്ളൂവെങ്കിലും അവർ പുറത്ത് കൂടി നിന്നവരേക്കാൾ ബഹളം വെച്ചു.

‘‘സാറെന്തെങ്കിലും തീരുമാനമെടുക്കണം, മലയിൽ നല്ല മഴ പെയ്യുന്നുണ്ട്, രാത്രിയാവുമ്പോഴേക്കും ഡാമിൽ നാലടിയെങ്കിലും വെള്ളം കൂടും. ഇപ്പോൾ തന്നെ റിസർവോയറിനടുത്തുള്ള വീടിന്റെയൊക്കെ തറ മുങ്ങി. കല്ലാറ് റോഡ് വരെ ഇടിഞ്ഞ സ്ഥിതിക്ക് ഡാമിലേക്ക്

വെള്ളം വരുന്ന പുഴയിലൊക്കെ ഉരുള് പൊട്ടും. അങ്ങനെയായാൽ നോക്കി നിൽക്കെ വെള്ളം കൂടും. മുൻപൊക്കെ ഇങ്ങനെ ഉണ്ടായപ്പോൾ സ്പിൽവെ തുറന്നിട്ടുണ്ട്. സാറ് ഞങ്ങളുടെ ജീവിതം കൊണ്ട് കളിക്കരുത്.''

അതൊരു അപേക്ഷയായിരുന്നില്ല, താക്കീതാണ്. അഞ്ച് മിനുട്ടിനകം തീരുമാനം പറയാമെന്ന് പറഞ്ഞ് ഞാൻ അവരെയെല്ലാവരെയും പുറത്തേക്ക് പറഞ്ഞയച്ചു. റഷീദിനോടും തങ്കമ്മയോടും മുറിയുടെ പുറത്തേക്ക് നിൽക്കാൻ പറഞ്ഞ് ഞാൻ സ്റ്റീഫനെയും ബോർഡിലെ മറ്റ് ഉദ്യോഗസ്ഥരേയും ഡാം സെക്യൂരിറ്റി ഡ്യൂട്ടിക്കുണ്ടായിരുന്ന പൊലീസുകാരെയും വിളിച്ച് ഒരവസാന വിശകലനം ചെയ്തു. സ്പിൽവേ തുറക്കുന്ന കാര്യത്തിൽ മുകളിൽനിന്ന് നിർദ്ദേശമൊന്നും വരില്ല, വിളിക്കാനാണെങ്കിൽ ഫോണില്ല, പ്രൊജക്റ്റ് ഡിവിഷനിലെ ഉദ്യോഗസ്ഥർക്കൊന്നും ഇക്കാര്യത്തിൽ ഉത്തരവാദിത്തമില്ല, പക്ഷേ, എന്തെങ്കിലും അനിഷ്ടസംഭവങ്ങളുണ്ടായാൽ എഞ്ചിനീയറായ ഞാൻ അവസരത്തിനൊത്ത് തീരുമാനമെടുത്തില്ലെന്ന് ആക്ഷേപം കേൾക്കേണ്ടി വരും. ''ആളുകൾ അക്രമാസക്തരാവുമെന്ന അവസ്ഥ വന്നപ്പോൾ സ്പിൽവേ തുറക്കാൻ ഡാം ഡിവിഷനിലെ ഓപറേറ്റർമാർക്ക് നിർദ്ദേശം കൊടുത്തു'' എന്നതായിരിക്കും നമ്മൾ എടുക്കാൻ പോകുന്ന നിലപാടെന്ന് ഞാനറിയിച്ചപ്പോൾ എല്ലാവരും തല കുലുക്കി.

ഷട്ടർ ഓപ്പറേറ്റ് ചെയ്യുന്ന ഓവർസീയറോട് സ്പിൽവേയിലെ മൂന്ന് ഷട്ടറുകൾ തുറന്നിടാൻ പറയാൻ ഞാൻ പൊലീസുകാരെ പറഞ്ഞ് വിട്ടു. റഷീദിനൊപ്പം പോയ പൊലീസുകാരൻ കുറച്ച് സമയം കഴിഞ്ഞ് തിരിച്ച് വന്നു. സ്പിൽവേ തുറക്കാൻ സൂപ്രണ്ടിങ്ങ് എഞ്ചിനീയറുടെ സീലുള്ള ഉത്തരവ് വേണം. സൂപ്രണ്ടിങ്ങ് എഞ്ചിനീയറുടെ ചാർജ് തൽക്കാലം എനിക്കാണെന്ന് പറഞ്ഞ് ഞാൻ ഒരു കത്ത് തയ്യാറാക്കി അദ്ദേഹത്തിന്റെ മുറിയിൽ കയറി സീലെടുത്ത് എന്റെ ഒപ്പിന് താഴെ കുത്തി. അക്ഷരങ്ങൾ തെളിയാത്ത വർഷങ്ങൾ പഴക്കമുള്ള ആ റബ്ബർ സീൽ തീരുമാനിച്ചു റിസർവോയറിൽനിന്ന് വെള്ളമൊഴുകണോ എന്ന്. സ്പിൽവേ തുറക്കുമെന്നറിഞ്ഞ കോളനിക്കാർ ആഘോഷമായി പിരിഞ്ഞുപോയി.

ഇടയ്ക്ക് പതിഞ്ഞും ഇടയ്ക്ക് കൊട്ടിക്കയറിയും മഴ പെയ്തു. മാമലക്കണ്ടത്തെ പവർഹൗസിൽ ജനറേറ്റർ സ്വിച്ച് ഓവർ ചെയ്യുമ്പോൾ ഉണ്ടാകുന്ന ചെറിയ വൈദ്യുത തടസ്സത്തിന്റെ സമയത്താണ് മഴയുടെ രൗദ്രഭാവം ശരിക്കും അനുഭവപ്പെട്ടത്. രാത്രി ജനാർദ്ദനേട്ടനൊപ്പം മേരിച്ചേച്ചിയും ഗസ്റ്റ്ഹൗസിൽ ഉണ്ടായിരുന്നു. സ്പിൽവെ തുറന്ന് ഡാമിലെ ജലനിരപ്പ് താഴ്ന്ന് അപകടമൊഴിവായതിലെ ആശ്വാസമായിരുന്നു അവരുടെയെല്ലാം വാക്കുകളിൽ. നേര്യമംഗലത്തിനടുത്തുള്ള കരിമണലിൽ പവർഹൗസ് പണിക്ക് വന്ന ജനാർദ്ദനൻ

ചേട്ടനൊപ്പം ഒളിച്ചോടി പണി നടന്നുകൊണ്ടിരുന്ന കല്ലാർ ഡാം സൈറ്റിലെത്തിയതിന്റെ കഥ മേരിച്ചേച്ചി പറഞ്ഞു. കഥയിലെ സ്ഥല ങ്ങളും വ്യക്തികളും മാറുമെന്നല്ലാതെ ഡാംസൈറ്റ് കോളനിയിലെ മറ്റാളുകളുടെ കഥകൾക്കും വലിയ മാറ്റങ്ങളൊന്നും ഉണ്ടായിരുന്നി ല്ലെന്ന് പിൽക്കാലത്തെനിക്ക് മനസ്സിലായി.

വാട്ടുകപ്പ പുഴുങ്ങിയതും കാന്താരിമുളക് ചമ്മന്തിക്കുമൊപ്പം മേരിച്ചേച്ചി ഡാംസൈറ്റ് കോളനിയുടെ കഥയുടെ കെട്ടഴിച്ചു. 'സാറിന്ന് തീരുമാനമെടുത്തില്ലായിരുന്നെങ്കിൽ ആദ്യം മുങ്ങുന്നത് ഞങ്ങളുടെ വീടായേനേ. റിസർവോയറിന്റെ ഏറ്റവും അടുത്താണ് ഞങ്ങള് താമസിക്കുന്നത്, സാറൊരു സ്ത്രീയായതോണ്ട് ഇതൊക്കെ പറ ഞ്ഞാൽ മനസ്സിലാകും. അല്ലെങ്കിലും സങ്കടങ്ങൾ മനസ്സിലാകണ മെങ്കിൽ പെണ്ണിന്റെ മനസ്സ് വേണം സാറേ.''

എനിക്ക് ചിരി വന്നു, എന്റെ വിശാലമനസ്സിന് നാളെ എന്തൊക്കെ പ്രത്യാഘാതങ്ങളാണോ ഉണ്ടാവാൻ പോകുന്നത്. ഇനിയിപ്പോ അതൊന്നും ആലോചിച്ചിട്ട് കാര്യമില്ല. മഴ ചെറുതായൊന്ന് മാറിയ പ്പോൾ ഞാൻ ബാൽക്കണിയിൽ പോയി മൊബൈൽ സിഗ്നൽ കിട്ടുമോ എന്ന് നോക്കി നിരാശയായി തിരികെ വന്നു. മേരിച്ചേച്ചി കഥ തുടർന്നു.

''കരിമണലിൽനിന്ന് ഞങ്ങൾ ആദ്യം അടിമാലിയിലാ സാറേ എത്തിയത്. അവിടന്ന് ഇച്ചായന്റെ ഏതോ ഒരു പരിചയക്കാരൻ പറഞ്ഞത് കേട്ടാ ഇവിടെത്തിയത്. അടിമാലിയിൽ നിന്ന് വാങ്ങിയ കുറച്ച് സാധനങ്ങളും രണ്ട് ടാർപായയും കൊണ്ട് ഡാം പണിക്ക് ഓടുന്ന ലോറിയിൽ കയറി വന്നത് ഇന്നലെ കഴിഞ്ഞത് പോലുണ്ട്. റോഡിന്റെ രണ്ട് ഭാഗത്തും ഈറ്റ വളർന്ന് റോഡിലേക്ക് ചാഞ്ഞിട്ടു ണ്ടാവും. ലോറി കാടിനകത്തേക്ക് പോകുംതോറും എനിക്ക് പേടി കൂടണ്ടതല്ലേ? പക്ഷേ കൂടിയില്ല! ഇച്ചായനുണ്ടല്ലോ, എത്ര ദൂരെ പോവുന്നോ അത്രേം അപ്പനെ പേടിക്കണ്ടല്ലോ. ഇച്ചായന് മേസൺ പണിയായിരുന്നു, എന്റെ ഉടപ്പിറന്നോരെപ്പോലെ തടിവെട്ടും വാറ്റു മൊന്നുമായിരുന്നില്ല. ഇവിടെ എത്തിയപ്പോൾ ടാർപ്പായ വലിച്ച് കെട്ടി കുറേ ആളുകൾ താമസിക്കുന്ന പുഴക്കരയിൽ ഞങ്ങളും കൂടി. അടുത്ത് പുഴയുണ്ടായിരുന്നതുകൊണ്ട് ഒന്നിനും മുട്ടുണ്ടായില്ല. ഞങ്ങളെ അന്വേഷിച്ച് ആരും വന്നുമില്ല. ഡാമിന്റെ പണി കഴിയാൻ എട്ട് വർഷമെടുത്തു. വെള്ളം പിടിച്ച് തുടങ്ങിയപ്പോൾ ഞങ്ങൾ കുറച്ചൂടെ മോളിലേക്ക് മാറി. കോൺട്രാക്ടർമാര് ഇട്ടിട്ട് പോകുന്ന തകരവും കമ്പിയും മരവും ഷീറ്റുമൊക്കെ ഒപ്പിച്ച് ഓരോരുത്തരും ഷെഡ്സ് കെട്ടി. അന്ന് ഡാമിന്റെ പണിയുള്ളപ്പോൾ ആരും സ്വന്ത മായി സ്ഥലത്തെക്കുറിച്ച് ആലോചിച്ചില്ല. എങ്ങനെയെങ്കിലും ഇവിടെ കഴിയണം. കൂടുതൽ സമയം പണിയെടുക്കണം. അന്നൊന്നും

ഞങ്ങളാരും ഒരു മുളകിന്റെ തൈ പോലും കുഴിച്ചിട്ടിട്ടില്ല, ഇഷ്ടം പോലെ പണി, അതുപോലെ കൂലി. എല്ലാം കഴിഞ്ഞ് പണി കുറഞ്ഞ് തുടങ്ങിയപ്പോഴാണ് ഭൂമിയില്ലാത്തത് ഒരു കുറവായത്. അന്ന് ഒരു സൂപ്രണ്ട് എഞ്ചിനീയറ് ഉണ്ടായിരുന്നു. മൂപ്പർക്ക് ഞാനാ ഭക്ഷണം വെച്ച് കൊടുത്തത്. അങ്ങനെ ഗസ്റ്റ്ഹൗസ് ഉണ്ടാക്കിയപ്പോൾ ഇച്ചായന് പണിയായി. എന്റെ ഭക്ഷണം കഴിച്ച് ഇഷ്ടപ്പെട്ട അങ്ങോര് പണിയാക്കി കൊടുത്തത് ഇച്ചായന്.'' മേരിച്ചേച്ചി ഉറക്കെ ചിരിച്ചു.

അവർ പറഞ്ഞ കഥയിൽ എന്നോടുള്ള കുറേ അപേക്ഷകളില്ലേ? ഗസ്റ്റ്ഹൗസിൽ അവർക്ക് സ്ഥിരമായി ഒരു ജോലി കിട്ടുമെന്ന പ്രതീക്ഷ അവർക്ക് ഇപ്പോഴും ഉണ്ട്. അതുകൊണ്ടാണ് സൂപ്രണ്ടിങ്ങ് എഞ്ചിനീയറുടെ ക്വാർട്ടേഴ്സിൽ ചെറിയ കൂലിക്ക് ഭക്ഷണമുണ്ടാക്കിക്കൊടുക്കുന്നത്, ഞാനടക്കമുള്ള ഉദ്യോഗസ്ഥർക്ക് ഭക്ഷണമുണ്ടാക്കി കൊണ്ടുവന്ന് തരുന്നത്. ഇവിടെ ജീവിക്കുന്ന ഓരോരുത്തർക്കും ഉണ്ട് എന്നെപ്പോലുള്ളവരിൽനിന്ന് കിട്ടാനുള്ള ആനുകൂല്യങ്ങളുടെ ഒരു കുഞ്ഞുപട്ടിക. എനിക്ക് അഭിമാനം തോന്നി, ഒന്നുമില്ലെങ്കിലും ഇന്നൊരു ദിവസമെങ്കിലും എനിക്ക് അവർക്കൊപ്പം നിൽക്കാനായല്ലോ. ആർത്ത് പെയ്യുന്ന മഴയത്ത് തടാകക്കരയിൽ ഇന്നവർക്ക് സുഖമായുറങ്ങാം.

പിറ്റേന്ന് രാവിലെ ഞാൻ സ്പിൽവേയിലൂടെ വെള്ളം ഒഴുകിപ്പോകുന്നത് കാണാൻ പോയി. എത്ര ഘനയടി വെള്ളമാണ് പാഴായിപ്പോകുന്നതെന്ന് ഓർത്ത് ആശങ്കപ്പെടാനൊന്നുമല്ല എനിക്ക് തോന്നിയത്, ഞാനപ്പോഴും തലേന്ന് ധീരമായി കൈക്കൊണ്ട തീരുമാനത്തെക്കുറിച്ചോർത്തുള്ള അഭിമാനത്തിലായിരുന്നു. കോളനിക്ക് മുന്നിൽ കാറെത്തിയപ്പോൾ റഷീദ് മനപ്പൂർവ്വം കാറിന്റെ വേഗം കുറച്ച് വഴിയിലുള്ളവരോടൊക്കെ ഞങ്ങൾ സ്പിൽവേ കാണാൻ പോവുകയാണെന്ന് പറഞ്ഞു. സത്യം പറഞ്ഞാൽ ഞങ്ങളുടെ എഞ്ചിനീയറെ വേണമെങ്കിൽ നിങ്ങളൊന്ന് അഭിനന്ദിച്ചോളൂ എന്ന ഭാവമായിരുന്നു അവന്. തടവിൽനിന്ന് രക്ഷപ്പെട്ട് പോകുന്ന വെള്ളം സ്പിൽവേയിലൂടെ വേഗം കൂട്ടി പായുന്നു.

സ്പിൽവേയിൽ ഒരാൾ വല വീശുന്നുണ്ടായിരുന്നു. കരുത്തുറ്റ കൈകളും ഉയരവുമുള്ള അയാൾ ഒരു വീശു വല കറക്കി എറിയുന്നു. എന്റെ വീട്ടിലും ഉണ്ടായിരുന്നു അത്തരമൊന്ന്. അത് പ്രയോഗിക്കുന്നത് വളരെ ലളിതമാണെന്ന് തോന്നുമെങ്കിലും ഒരിക്കലും വഴങ്ങാത്ത ചില നൃത്തച്ചുവട് പോലായിരുന്നു എനിക്ക്. സ്പിൽവേയിലൂടെ പുറത്തേക്ക് ഒഴുകിപ്പോകുന്ന മീനുകളിലെ ഭാഗ്യദോഷികളെ തിരഞ്ഞ് അയാൾ ഒഴുകുന്ന വെള്ളത്തിലേക്ക് വല വീശിയെറിഞ്ഞ് ഒഴുക്കിനൊപ്പം സ്പിൽവേയുടെ കെട്ടിന് മുകളിലൂടെ താഴേക്ക് നടക്കും, എന്നിട്ട് വല വലിച്ച് കയറ്റി മീനുണ്ടോ എന്ന്

നോക്കും. വലിയ ഒരു സ്റ്റേജിൽ ഒറ്റയ്ക്ക് നൃത്തം ചെയ്യുന്നവനെപ്പോലെ അയാൾ ആ കൽക്കെട്ടിനു മുകളിലൂടെ നടന്നു. ഭാഗ്യം മീനുകൾക്കൊപ്പമായിരുന്നെന്ന് തോന്നി, ഞാൻ നോക്കി നിന്ന സമയത്ത് അയാൾക്ക് ഒറ്റ മീൻ പോലും കിട്ടിയില്ല.

കല്ലാറേക്കുള്ള റോഡ് നന്നാക്കാൻ ചുരുങ്ങിയത് രണ്ടാഴ്ചയെങ്കിലുമെടുക്കുമെന്ന് പൊലീസുകാർ പറഞ്ഞു. നടന്ന് പോകാം, ചിലരൊക്കെ പോകുന്നുണ്ട്. ഭക്ഷണസാധനങ്ങൾ തീർന്ന് പോകുമോയെന്ന ആശങ്കയാണ് ആളുകൾക്കൊക്കെ. എന്നെ അത്ഭുതപ്പെടുത്തിക്കൊണ്ട് ജയശങ്കർ നടന്നുവരുന്നത് കാണാമായിരുന്നു.

ഡാം സൈറ്റ് ഒറ്റപ്പെട്ടാലുണ്ടാവുന്ന പ്രശ്നങ്ങൾ അറിയാവുന്നയാളാണ് ജയശങ്കർ. അക്കാര്യം ആലുവയിലെ ഓഫീസിൽ പോയി ധരിപ്പിച്ചിട്ടാണയാൾ വരുന്നത്. റോഡ് ഇടിഞ്ഞ സ്ഥലം വരെ ആരോ ബൈക്കിൽ കൊണ്ടുചെന്നാക്കി, ബാക്കി ദൂരം നടന്നു. ജയശങ്കറിന് എല്ലാ ദിവസവും പരിഹരിക്കാൻ എന്തെങ്കിലും സാമൂഹിക പ്രശ്നം വേണം. ഇനി കുറേ നാൾ അയാൾക്ക് മുഴുവൻ സമയ ജോലിയായി. വൈകീട്ടത്തെ ബസ്സിൽ ഒരു പാക്കറ്റ് സാനിറ്ററി നാപ്കിനുകൾ എന്നെ തേടി വന്നതും ജയശങ്കർ ആരോടോ വിളിച്ചുപറഞ്ഞ് ചെയ്യിച്ചതാണെന്ന് ആയിടെ ഒരു ദിവസമാണ് തങ്കമ്മ പറഞ്ഞ് ഞാനറിഞ്ഞത്. പിന്നീട് അതിന്റെ കാശ് കൊടുത്തപ്പോൾ അത് എന്തിന്റെയാണെന്നുപോലും ചോദിക്കാതെ അയാൾ വാങ്ങി പോക്കറ്റിലിട്ടു. എനിക്കയാളോട് ഒരു സഹോദരനോടെന്നപോലുള്ള അടുപ്പം തോന്നി.

വൈകീട്ട് ഗസ്റ്റ്ഹൗസിൽ എന്നെക്കാണാൻ പകൽ കണ്ട മീൻപിടുത്തക്കാരനെത്തി. കയ്യിൽ വലിയൊരു വരാലുണ്ടായിരുന്നു. എനിക്കായി കൊണ്ടുവന്നതാണ്. നാട്ടിലൊക്കെ കിട്ടുന്നതുപോലുള്ളതല്ല, നല്ല നിറപ്പകിട്ടാർന്ന ഒന്ന്. മഞ്ഞക്കരയുള്ള ചുവപ്പ് ചിറക് ഒരു സാരി പോലെ ചുറ്റിയ ഒരു സുന്ദരി. സ്പിൽവേ തുറക്കുമ്പോൾ തിരിച്ച് ഡാമിലേക്ക് നീന്തിക്കയറാൻ വരുന്ന അപൂർവ്വ മീനാണത്രെ, മുൻപ് ചില തവണ സ്പിൽവെ തുറന്നപ്പോഴും കിട്ടി. നല്ല രുചിയാണ്. പെൺമീനായിരുന്നെങ്കിൽ മുട്ടയുണ്ടായേനേ. അത് പക്ഷേ ആണാണ്, അപ്പോൾ സുന്ദരിയല്ല സുന്ദരനാണ്. അതിന്റെ വില അയാളെക്കൊണ്ട് വാങ്ങിപ്പിക്കാൻ എനിക്ക് നന്നായി ക്ലേശിക്കേണ്ടിവന്നു.

വരാലിനെ വൃത്തിയാക്കാൻ മേരിച്ചേച്ചി വന്നു. മഴ തുടങ്ങിയതിൽ പിന്നെ ആർക്കും കാര്യമായി മീൻ കിട്ടിയിരുന്നില്ല. മീൻ കഴിക്കാനുള്ള എന്റെ കൊതി കണ്ട് മേരിച്ചേച്ചി ചിരിച്ചു. അവരുടെ ചിരിയിൽ എപ്പോഴും എന്തൊക്കെയോ ഉള്ളിലൊളിപ്പിച്ചിരുന്നു.

തുലാമഴ

ഒരാഴ്ച പെയ്ത തുലാമഴ തെല്ലൊന്നടങ്ങിയ നാൾ. ബോട്ടിൽ റിസർവോയർ ഒന്ന് ചുറ്റിക്കാണണമെന്ന് ആഗ്രഹമുണ്ടായിരുന്നെങ്കിലും സമയം കിട്ടിയിരുന്നില്ല. ഡാമിനെ മനസ്സിലാക്കണമെങ്കിൽ വൃഷ്ടിപ്രദേശത്തെ അറിയണമെന്ന ജയശങ്കർ ഫിലോസഫിയിൽ കാര്യമുണ്ടെന്ന് തോന്നി. ബോർഡിന് സ്വന്തമായി ഒരു ബോട്ട്, പൊലീസിന്റെ ഒരു ബോട്ട്, വനം വകുപ്പിന്റെ ഓടാത്ത ഒരു ബോട്ട് എന്നിവ ജെട്ടിയിൽ സ്ഥിരമായി കാണുന്നതാണെങ്കിലും ബോട്ടിങ്ങിന് എനിക്ക് താത്പര്യം തോന്നിയിരുന്നില്ല. ബോർഡിന്റെ ബോട്ടിന് സ്ഥിരം ഡ്രൈവറുമുണ്ടത്രെ. ബോട്ട് ഓടിക്കുന്നതിന് മൂന്നും നാലും ആളുകൾ വേണമെന്ന കാര്യം അന്നാണ് ഞാൻ അറിയുന്നത്. മാസ്റ്റർ, സ്രാങ്ക്, ലസ്കർ, ലൈഫ് ഗാർഡ് എന്നിങ്ങനെയുള്ള തസ്തികകളിൽ സ്രാങ്കെന്നത് ആരുടെയോ വട്ടപ്പേരാണെന്നാണ് ഞാനിത്രയും നാൾ കരുതിയത്.

ബോട്ട് ഓടിക്കാൻ വേണ്ട എല്ലാ ലൈസൻസും ഉള്ള ഒരു സൈമണാണ് ഇപ്പോൾ ബാക്കിയുള്ളത്, ആൾ എഞ്ചിൻ ഡ്രൈവറാണ്, വിരമിക്കാൻ ഇനി മൂന്ന് കൊല്ലം കൂടിയുണ്ട്. വൈപ്പിൻകാരനായ സൈമൺ ബോർഡിൽ ജോലിയുണ്ടായിരുന്ന ഒരു ബന്ധുവിനൊപ്പം ഡാം പൂർത്തിയായ കാലത്ത് ഡാം സൈറ്റിലെത്തിയതാണ്. പിന്നീട് സ്ഥിരം ജോലിക്കാരനായി. ഡ്യൂട്ടിയിലുണ്ടായിരുന്ന പൊലീസുകാരിലൊരാൾ, ജയശങ്കർ എന്നിവർക്കൊപ്പം ബോട്ടിൽ പോകാനായി ഓഫീസിൽ നിന്നിറങ്ങാൻ നേരത്ത് ഞാൻ തങ്കമ്മയോട് പോരുന്നോ എന്ന് തിരക്കി. ആവേശത്തോടെ അവരും കൂടെ വന്നു. വർഷങ്ങളായി ആ ഓഫീസിൽ തൂത്തുവാരുന്ന പണിയെടുക്കുന്ന തങ്കമ്മയ്ക്ക് ബോട്ടിൽ റിസർവോയർ ചുറ്റിക്കാണണമെന്ന് വലിയ ആഗ്രഹമുണ്ടായിരുന്നെന്നും അവർ അക്കാര്യം മുൻപ് പലപ്പോഴും പലരോടും സൂചിപ്പിച്ചെങ്കിലും അവരാരും തങ്കമ്മയെ കൊണ്ടുപോയില്ലെന്നും സന്തോഷം കൊണ്ട് ഇടറിയ ശബ്ദത്തിൽ അവർ പറഞ്ഞെങ്കിലും നന്ദി വാക്കുകളിൽ മതിമറക്കുകയും ഭ്രമിക്കുകയും ചെയ്യുന്ന ഒരാളായിട്ട് കൂടി, എനിക്ക് വലിയ ആത്മാഭിമാനമൊന്നും തോന്നിയില്ല.

അവസാന നിമിഷം തങ്കമ്മയെ ബോട്ടിൽ വിളിച്ച് കയറ്റിയത് എന്റെ ആവശ്യമായിരുന്നു, കൂടെ വരുന്നവരെ അവിശ്വാസമൊന്നും തോന്നിയില്ലെങ്കിലും സ്ത്രീസഹജമായ ഒരു മുൻകരുതൽ ഞാനെടുത്തതായിരുന്നു.

പെരുമാറുന്ന സ്ഥലങ്ങളിൽ കണ്ണെത്തുന്ന ദൂരത്തിനപ്പുറവും ഒരു കണ്ണുണ്ടാവുക, കിടപ്പ് മുറി കുറ്റിയിടുന്നതിന് മുൻപ് കുളിമുറിയും കട്ടിലിന്റെ അടിവശവും കർട്ടന്റെ പിറകുമൊക്കെ പരിശോധിക്കുക, കുളിക്കാനായി കുളിമുറിയിൽ കയറിയാൽ ആർക്കെങ്കിലും പുറത്ത് നിന്ന് കാണുവാനുള്ള സാധ്യതയുണ്ടോ എന്ന് പരിശോധിക്കുക എന്നിങ്ങനെയുള്ള എല്ലാ ഉപദേശവും എനിക്ക് അമ്മയിൽ നിന്ന് കിട്ടിയതാണ്. വീട്ടുമുറ്റത്ത് കൂടിയൊഴുകുന്ന തെളിഞ്ഞ പുഴയിലെ കുളി കൗമാരം കഴിയും മുൻപേ അമ്മ വിലക്കി. മൂന്ന് പുരുഷന്മാർക്കൊപ്പം ബോട്ടിൽ പോകുന്നതിൽ ഒളിഞ്ഞിരിക്കുന്ന ഏതോ ഒരപകടം ഒഴിവാക്കാനാണ് ഞാൻ തങ്കമ്മയെ കൂടെ കൂട്ടിയത്. അതിൽ ഒരു നന്ദിപ്രകടനത്തിന് സ്ഥാനമില്ല.

പഴയ ബോട്ടാണ്. വെള്ളം താഴുന്നതിനനുസരിച്ച് ബോട്ടിനെ ബന്ധിക്കാൻ വിവിധ തട്ടുകളായി കെട്ടിയുണ്ടാക്കിയ ജട്ടിയുടെ പടവുകളിറങ്ങി ഞങ്ങൾ ബോട്ടിൽ കയറി. നടുക്ക് എഞ്ചിൻ റൂമുള്ള ചെറുതല്ലാത്ത ഒരു ബോട്ട്. എഞ്ചിനിലെ ചക്രത്തിൽ ഒരു ലിവറിട്ട് തിരിച്ച് സൈമൺ ബോട്ട് സ്റ്റാർട്ടാക്കി. ഏതൊക്കെയോ വാൽവുകളും സ്വിച്ചുകളും ക്രമീകരിച്ച് അയാൾ സ്റ്റിയറിങ്ങിന് പിന്നിൽ സ്ഥാനം പിടിച്ചു. തുടലിൽ നിന്ന് മോചിതനായ ഒരു വളർത്തുനായ സന്തോഷിക്കുന്നതുപോലെ ബോട്ട് സന്തോഷിച്ച് കാണുമോ, അതോ ജോലിയൊന്നും ചെയ്യാതെ മടിപിടിച്ചിരുന്ന ഒരു മനുഷ്യനെ പെട്ടെന്നൊരുനാൾ ജോലിക്ക് വിളിച്ചാലെന്നപൊലെ ബോട്ട് അതൃപ്തിയിലായിരിക്കുമോ?

ഓർമ്മയിൽ കുറിച്ചിട്ട അദൃശ്യമായ പാത പിൻതുടരുന്നപോലെ വളഞ്ഞ് പുളഞ്ഞ് ബോട്ട് റിസർവോയറിന്റെ നടുവിലേക്ക് നീങ്ങി. റിസർവോയറിന്റെ അടിയിൽ മരക്കുറ്റികളുണ്ട് പോലും. വെള്ളം കുറയുമ്പോൾ തെളിഞ്ഞ് വരും. റിസർവോയറിന്റെ നടുവിലെത്തിയപ്പോഴാണ് അതിന് അത്രയും പരപ്പുള്ള കാര്യം ഞാനറിയുന്നത്. ഓരോ മലകൾക്കിടയിലേക്കും റിസർവോയറിന് ഒരു കയ്യുണ്ട്, അവിടങ്ങളിലൊക്കെ ഒരു ചെറിയ തോട് വന്നുചേരുന്നുണ്ട്. തോടുകൾക്ക് പ്രത്യേകിച്ച് പേരൊന്നുമില്ലെന്ന് സൈമണാണ് പറഞ്ഞത്, അതേസമയം മൂന്നാറ് ലക്ഷ്മിഭാഗത്ത് നിന്ന് വരുന്ന പുഴയ്ക്ക് പൂവാറെന്ന് പേരുണ്ട്, പെട്ടിമുടി ഭാഗത്ത് നിന്നാണ് പ്രധാന നദിയായ കല്ലാറിന്റെ ഉത്ഭവം, ഇടമലയാർ കുന്നിൽ നിന്ന് ധാരാളം ചെറുതോടുകൾ റിസർവോയറിലേക്ക് ഒഴുകിയെത്തുന്നുണ്ടെങ്കിലും

അവയൊക്കെ വേനലായാൽ വറ്റും. മലയുടെ മുകളിൽ മറുവശത്ത് പെയ്യുന്ന മഴയൊക്കെ ഇടമലയാറിലേക്കാണൊഴുകുന്നത്. ഡാമിൽ വെള്ളം നിറയണമെങ്കിൽ ലക്ഷ്മിഭാഗത്തോ പെട്ടിമുടി ഭാഗത്തോ മഴ പെയ്യണം.

ഓഫീസ് കെട്ടിടങ്ങളും ഗസ്റ്റ്ഹൗസും ഡാമും ഒക്കെ ദൂരെയാണ്, മറുകരയും ദൂരെത്തന്നെ. രണ്ട് കുന്നുകൾക്കിടയിലൂടെ വീശുന്ന കാറ്റിനെ വകഞ്ഞുമാറ്റി ബോട്ട് വലിയ വേഗമില്ലാതെ കിഴക്കോട്ട് സഞ്ചരിച്ചു. അങ്ങിങ്ങായ് ചില മരങ്ങളുടെ അസ്ഥിപഞ്ജരങ്ങൾ റിസർവോയറിന്റെ ആഴം കുറഞ്ഞ ഭാഗങ്ങളിൽ കാണാം, അവയിൽ ചിലതിൽ നീർക്കാക്കകൾ കൂട് വെച്ചിട്ടുണ്ട്. ഒരു കൂട്ടം താറാവുകൾ ബോട്ടിനെ മറികടന്ന് കിഴക്കോട്ട് പറന്ന് പോയി. ഗസ്റ്റ്ഹൗസിൽ നിന്ന് കാണുന്നത് പോലെയല്ല കിഴക്കോട്ട് പോകുമ്പോഴുള്ള കാഴ്ചകൾ. ജയശങ്കർ ആ കാഴ്ചകളുടെ പിന്നാമ്പുറക്കഥകളുടെ കെട്ടഴിച്ചു. ''എഴുപതുകളിൽ ഇപ്പോഴത്തെ ഡാം പണി തുടങ്ങിയ കാലത്ത് ഡാം സൈറ്റിന് തൊട്ട് മുകളിലായി ഒരു മുതുവാക്കുടിയുണ്ടായിരുന്നു. ഡാം പണിക്ക് ആളുകൾ വന്ന് തുടങ്ങിയപ്പോൾ ആളുകളുമായി അടുക്കാൻ വിമുഖരായ മുതുവാന്മാർ മല കയറി ദൂരേയ്ക്ക് പോയി. റിസർവോയർ അവസാനിക്കുന്ന സ്ഥലത്തിന് മുതുവാക്കുടിയെന്നാ പേര്. അവിടെ നിന്ന് കുറച്ച് ദൂരം കുന്ന് കയറിയാലും ഒരു മുതുവാക്കുടിയുണ്ട്. പക്ഷേ, ഡാം പണി തുടങ്ങിയപ്പോൾ ഇവിടന്ന് അപ്രത്യക്ഷരായ മുതുവാന്മാർ എവിടേക്കാണ് പോയതെന്നതിന് പ്രത്യേകിച്ച് രേഖയില്ല. വനംവകുപ്പുകാർക്കും അറിയില്ല. മുപ്പത് കുടുംബവും നൂറിലധികം ആളുകളും ഉണ്ടായിരുന്നെന്ന് ഡാമിന്റെ രേഖകളിൽ ഉണ്ട്. ആരും ഡാമിന്റെ പണിക്ക് വന്നില്ല, ആരോടും പരാതി പറയാതെ അവർ ദൂരേക്ക് പോയി, അവരുടെ മൺവീടുകൾ അവർ പോയതിന്റെ പിറ്റേകൊല്ലത്തെ മഴയ്ക്ക് തന്നെ ഇടിഞ്ഞ് വീണുപോയി, ഒന്നുരണ്ട് മഴക്കാലം കഴിഞ്ഞപ്പോൾ അവർ താമസിച്ച സ്ഥലത്ത് മനുഷ്യർ താമസിച്ചതിന്റെ ഒരു ലക്ഷണവും അവശേഷിച്ചില്ല. ചിലപ്പോൾ അവർ കൂട്ടംപിരിഞ്ഞ് ബന്ധുക്കളായ മറ്റ് മുതുവാന്മാരുള്ള കുടികളിലേക്ക് പോയതാവാം, എന്റെ അനുമാനമാണ്. ഒരു സിവിലൈസേഷൻ ഒരു അടയാളവും ബാക്കിവെക്കാതെ ചരിത്രത്തിൽ ചെറിയ ചില അക്ഷരങ്ങൾ മാത്രം കോറിയിട്ട് മറഞ്ഞു പോയി.''

ജയശങ്കർ അയാളുടെ ആകർഷകമായ ശൈലിയിൽ കഥകൾ തുടർന്നു. റിസർവോയറിന് ചുറ്റുമുള്ള കാടുകളെക്കുറിച്ചുള്ള തങ്കമ്മയുടെ കഥകൾ ജയശങ്കറിൽനിന്ന് കേട്ടവ പോലായിരുന്നില്ല. കാണാൻ പറ്റുന്ന സ്ഥലങ്ങളെക്കുറിച്ചുള്ളവയായിരുന്നില്ല, കാഴ്ചയ്ക്കപ്പുറമുള്ള സ്ഥലങ്ങളെക്കുറിച്ചുള്ള സങ്കൽപ്പങ്ങളായിരുന്നു അവ. ഗസ്റ്റ് ഹൗസിന്റെ മുന്നിൽ നിന്ന് കാണുന്ന വെള്ളച്ചാട്ടത്തിനപ്പുറമുള്ള

പുൽമേട്ടിൽ തകർന്ന് കിടക്കുന്ന രണ്ടാം ലോക മഹായുദ്ധകാലത്തെ യുദ്ധവിമാനം, റിസർവോയറിന്റെ ഏറ്റവും അറ്റത്ത് മുങ്ങിപ്പോയ ശിവന്റെ അമ്പലം, ഗസ്റ്റ്ഹൗസിന് പിന്നിലെ കാടിന്റെ ഏറ്റവും ഉയരം കൂടിയ സ്ഥലത്ത് വരയാടുകളെ മേച്ച് നടക്കുന്ന മുതുവാന്മാർ അങ്ങനെ പലതും. ഓഫീസിൽ നിന്നിറങ്ങൻ നേരം തങ്കമ്മ തിളപ്പിച്ച് ഫ്ളാസ്കിലാക്കി കൊണ്ടുവന്ന കട്ടൻചായ കുടിക്കാനായി ബോട്ട് റിസർവോയറിന് ഒത്ത നടുവിൽ കുറച്ച് നേരം നിർത്തിയിട്ടു. ബോട്ടിന്റെ പിന്നിലായി പതപോലെ പൊങ്ങുന്ന വെള്ളത്തിൽനിന്ന് മീനിനെ കൊത്തിയെടുക്കാനായി കൂടെ വന്ന പുഴയാളകൾ ബോട്ട് വീണ്ടും പുറപ്പെടുന്നതും കാത്ത് ചുറ്റിക്കറങ്ങിക്കൊണ്ടിരുന്നു.

ഞാൻ ചുറ്റുമുള്ള കാട് നോക്കി. ഡാംസൈറ്റിൽ കാണുന്നത് പോലെ സ്വാഭാവിക വനമല്ല, റിസർവോയറിന്റെ തെക്കേ കരയിൽ യൂക്കാലിയും മറ്റെന്തോ മരങ്ങളുമാണ്. നിറയെ വെള്ളമുണ്ടായിട്ട് കൂടി കാട് കുറച്ചുകൂടെ അകലെയാണ്, ഒരുപക്ഷേ ഡാമിന്റെ പരമാവധി സംഭരണശേഷിയായ നൂറ്റിനാൽപ്പത്തഞ്ച് അടിയിൽ വെള്ളം സംഭരിച്ചാൽപോലും കാട് മുങ്ങില്ല. എന്റെ ഊഹം ശരിയായിരിക്കുമോ എന്നറിയാനായി ഞാൻ ജയശങ്കറിനോട് അക്കാര്യത്തെക്കുറിച്ച് ചോദിച്ചു.

‘‘പണ്ട് ഡാം കെട്ടാനായി വനം വകുപ്പിൽ നിന്ന് കാട് ഏറ്റെടുത്തപ്പോൾ മുങ്ങിപ്പോകാൻ സാധ്യതയുള്ള സ്ഥലത്തെ മരങ്ങളൊക്കെ മുറിച്ച് ഡാംസൈറ്റ് വഴി പെരുമ്പാവൂരേക്ക് കൊണ്ടുപോയി. കൂപ്പ് മുറിയെന്നോ മറ്റോ ആണ് പറയുക. ഡാംസൈറ്റ് കോളനിയിലെ കുറേ ആളുകൾക്ക് അക്കാലത്ത് മരം മുറിയായിരുന്നു ജോലി. മുങ്ങിപ്പോകാൻ സാധ്യതയുള്ള സ്ഥലത്തെ മരങ്ങൾ മുറിച്ചെങ്കിലും ഡാം സൈറ്റ് കോളനിയിലെ ആളുകൾ അതിനിടെ വീടുകൾ നന്നാക്കുകയും കല്ലാറ് പഞ്ചായത്ത് വീടുകൾക്ക് നമ്പറ് കൊടുക്കുകയുമൊക്കെ ചെയ്തിരുന്നു. സത്യത്തിൽ ഡാംസൈറ്റ് കോളനി മുങ്ങിപ്പോകാത്ത വിധം ഡാമിന്റെ ഉയരം കുറച്ചിരുന്നെങ്കിൽ ഡാം കെട്ടാൻ വന്ന ചെലവ് മൂന്നിൽ രണ്ടായി കുറയുമായിരുന്നു. ഡാമിൽ വെള്ളം പിടിച്ചപ്പോൾ അത്രയും കാലം കൂപ്പിൽ നിന്ന് മരം കൊണ്ടുപോയ റോഡൊക്കെ വെള്ളത്തിനടിയിലായി, എന്നാൽ കാട് വെട്ടിയ സ്ഥലത്ത് മുഴുവൻ വെള്ളം കയറിയുമില്ല. ആയിടയ്ക്ക് വനം വകുപ്പിലെ ഏതോ ഓഫീസർമാർ മൂന്നാർ ഭാഗത്ത് നിന്ന് റോഡ് വെട്ടി തെക്കുള്ള ഭാഗത്ത് ഒരുവിധം സ്ഥലത്തൊക്കെ യൂക്കാലിപ്റ്റസും വാറ്റിലുമൊക്കെ വെച്ചു.’’

‘‘വാറ്റിലോ?’’

‘‘അതെ, ഒരു തരം അക്കേഷ്യയാ, ഞാറ് നട്ട പോലെ ചുവട്ടിൽ തയ്യുണ്ടാവും, എനിക്ക് തോന്നുന്നത് വേനൽക്കാലത്ത് ആനയൊക്കെ ഡാംസൈറ്റ് വരെ വരുന്നത് ഈ മരങ്ങൾ കാരണമാണെന്നാ.’’

ഡാംസൈറ്റ് കോളനിയെ അവിടെ നിന്ന് ഒഴിപ്പിച്ചാൽ മുപ്പത് ശതമാനം കൂടുതൽ ജലം സംഭരിക്കാമായിരുന്നു എന്ന് ചിന്തിക്കുന്ന തിന് പകരം അവരെ അവിടെ നിലനിർത്താനായി ഡാമിന്റെ ഉയരം കുറയ്ക്കാമായിരുന്നെന്ന ജയശങ്കറിന്റെ ചിന്ത എന്നെ ഒരു തർക്ക ത്തിന് പ്രേരിപ്പിച്ചു.

''മാഡം, വൈദ്യുത ബോർഡിന് വേണ്ടി കൂലിപ്പണിയെടുത്ത പത്ത് കൊല്ലംകൊണ്ട് അവർ ഡാം സൈറ്റിലേക്ക് വന്ന നാടുകളിൽ വലിയ മാറ്റങ്ങളാണുണ്ടായത്. പലരുടെയും വീടും പറമ്പുമൊക്കെ അന്യാധീനപ്പെട്ടു, പലർക്കും സ്വാഭാവികമായി കിട്ടേണ്ടിയിരുന്ന പൂർവികസ്വത്ത് പോലും നിഷേധിക്കപ്പെട്ടു. അവർ ഡാം പണിക്കിടെ സ്വരൂപിച്ചതൊക്കെ വലിയ തുകയായി തോന്നുമെങ്കിലും അവ യൊന്നും അവർക്ക് വേരുകളുള്ള നാടുകളിലേക്ക് തിരിച്ച് പോയാൽ അവിടെ ഒരു തുണ്ട് ഭൂമി വാങ്ങാൻ പോലും തികയില്ല. ചിലരൊക്കെ കല്ലാറ് വിട്ട് കുട്ടികളെ പഠിപ്പിച്ചെങ്കിലും പത്താംതരം പാസ്സായവർ പോലും വിരളമായിരുന്നു. പത്താം ക്ലാസ് പാസായവർ പോലും തുടർന്ന് പഠിച്ചില്ല. എല്ലാവരെയും തടവിൽ പാർപ്പിച്ച് പണിയെടുപ്പി ക്കുകയായിരുന്നില്ലേ ബോർഡ്? അപ്പോൾ അവരെ മാറ്റി താമസിപ്പി ക്കാനുള്ള ബാധ്യതയും ബോർഡിനുണ്ട്. ഇന്ന് പക്ഷേ പ്രശ്നം സങ്കീർണ്ണമാണ്. ഡാം സൈറ്റിലെ പഴയ പണിക്കാരായ ഇപ്പോഴത്തെ താമസക്കാരൊക്കെ ഇടതുപക്ഷ രാഷ്ട്രീയമുള്ളവരാണ്. പാർട്ടിക്ക് ഡാംസൈറ്റ് കോളനിയിൽ എണ്ണൂറ് വോട്ടുണ്ട്, ആറേക്കറുള്ള ഒരു സ്ഥലത്താണ് ഇത്രയും വോട്ടെന്നത് ഓർക്കണം. ദേവികുളം താലൂ ക്കിൽ എവിടെയെങ്കിലും സ്ഥലം കണ്ടെത്തിയാൽ തീരാവുന്നതാണ് പ്രശ്നം. പക്ഷേ ബോർഡിലെ ചില ഉദ്യോഗസ്ഥർക്ക് പ്രത്യേകിച്ച് നയപരമായ തീരുമാനങ്ങളെടുക്കുന്ന തലപ്പത്തുള്ളവർക്ക് പുതിയ ഡാം കെട്ടുന്നതിലാണ് താൽപ്പര്യം. ഓരോ മഴക്കാലത്തും സ്പിൽ വേയിലൂടെ ഒഴുകിപ്പോകുന്ന വെള്ളം സംഭരിക്കാൻ ലക്ഷ്മിഭാഗത്ത് നിന്ന് വരുന്ന പൂവാറിലും പെട്ടിമുടിഭാഗത്ത് നിന്ന് വരുന്ന കല്ലാറ്റിലും ഓരോ ഓഗ്മെന്റേഷൻ ഡാം കെട്ടാനുള്ള പ്രോജക്റ്റിന്റെ ഡീറ്റെയിൽഡ് പ്രോജക്റ്റ് റിപ്പോർട്ടുമായാണ് രാമകൃഷ്ണൻ സാറ് തിരുവനന്ത പുരത്തുള്ളത്.''

അപ്പോൾ അതാണ് കാര്യം. പണിയൊക്കെ പൂർത്തിയായ ഒരു ഡാമിലേക്ക് എന്തിനാണ് ഒരു എഞ്ചിനീയറുടെ വേക്കൻസിയുണ്ടാക്കി യതെന്ന് എനിക്ക് അപ്പോഴാണ് മനസ്സിലായത്. ബോട്ട് മുതുവാക്കുടി ഭാഗത്തെത്തി. പെട്ടിമുടി ഭാഗത്ത് നിന്ന് ഒരു മൺവഴി അവിടെ റിസർവോയറിന്റെ കരവരെ എത്തുന്നുണ്ട്. റിസർവോയറിലേക്ക് കല്ലാറിൽ നിന്നുള്ള വെള്ളം ഒഴുകിയെത്തുന്നു. പുഴ നിറഞ്ഞൊ ഴുകി വരുന്ന വെള്ളം ഒരു ചുഴി തീർത്തുകൊണ്ട് റിസർവോയറിനെ ആലിംഗനം ചെയ്തു.

അവിടെ ധാരാളം മീനുണ്ടെന്ന് സൈമൺ പറഞ്ഞു. അയാൾ ബോട്ടിൽ സൂക്ഷിച്ചിരുന്ന ഒരു വീശുവലയുമായി ഭാഗ്യം പരീക്ഷിച്ചു. എനിക്ക് സൈത് കൊണ്ടുവന്ന് തന്ന വരാലിനെക്കുറിച്ച് പറഞ്ഞപ്പോൾ സൈമണ് അസൂയയായി. കല്ലാറിന്റെ ഏറ്റവും മുകളിലായി മുട്ടയിടാൻ വരുന്നതാണത്രെ അവ. ആര് പറഞ്ഞതാണെന്ന് ചോദിച്ചു, അവയെക്കുറിച്ച് പഠിക്കുന്ന ഒരു പയ്യൻ വരാറുണ്ടത്രെ.

സൈമൺ വലയുമായി കുറേ മിനക്കെട്ടതല്ലാതെ കാര്യമായി മീനൊന്നും കിട്ടിയില്ല. ചില പരലുകളെ കിട്ടിയെങ്കിലും അയാളത് റിസർവോയറിലേക്ക് വലിച്ചെറിഞ്ഞു. സൈമണെക്കുറിച്ച് നല്ല ഗ്രാഹ്യമുള്ളതുപോലെ കാത്തിരുന്ന ആളകൾ സൈമൺ വലിച്ചെറിഞ്ഞ മീനുകളെ കൊത്തിയെടുത്ത് പറന്നു. കാറ്റിന്റെ ആനുകൂല്യം കൂടെയുള്ളതുകൊണ്ടാവാം തിരിച്ചുള്ള ബോട്ട് യാത്ര കുറച്ചുകൂടി വേഗത്തിലായിരുന്നു. ഉച്ചതിരിഞ്ഞതോടെ ഞങ്ങൾ ഡാംസൈറ്റിൽ തിരിച്ചെത്തി. രണ്ട് ദിവസംകൂടി കഴിഞ്ഞപ്പോൾ കല്ലാർ റോഡിലെ മണ്ണ് നീക്കം ചെയ്യാൻ തുടങ്ങി. ഒരാഴ്ചയെടുക്കുമെന്ന് ആരോ പറയുന്നത് കേട്ടു. ബസ് പോകില്ലെങ്കിലും ജീപ്പിന് പോകാം.

വൈകീട്ട് ഗസ്റ്റ്ഹൗസിന്റെ മുറ്റത്ത് വന്ന് നിന്ന ഒരു ജീപ്പിൽ ഒട്ടും പ്രതീക്ഷിക്കാതെ അച്ഛനും അമ്മയുമുണ്ടായിരുന്നു. ഇടിഞ്ഞ റോഡിലൂടെ കാറോടിക്കാൻ പേടിച്ച് കാറ് കല്ലാറെവിടയോ നിർത്തിയിട്ട് അവിടെ നിന്ന് ഒരു ജീപ്പ് വിളിച്ച് എത്തിയതാണ്. അമ്മയുടെ കരച്ചിലിൽ മുങ്ങിയ ശകാരത്തിൽ നിന്നാണ് കേരളം മുഴുവൻ നാശം വിതച്ച ഒരു തുലാമഴക്കാലത്ത് ടിവിയിലും പത്രത്തിലുമൊക്കെയുള്ള വാർത്തകൾ കേട്ട് സ്വന്തം മകളെക്കുറിച്ചോർത്ത് കഴിഞ്ഞുകൂടിയ എന്റെ അച്ഛനമ്മമാരുടെ ആശങ്കകളുടെ ഗൗരവം ഞാനറിഞ്ഞത്. എന്നെക്കുറിച്ച് വിവരങ്ങൾ കിട്ടാൻ മറ്റ് മാർഗങ്ങളില്ലാതായപ്പോൾ പശുവിനെ നോക്കാൻ ശാരദാമ്മയെ പറഞ്ഞേൽപ്പിച്ച് പുറപ്പെട്ടതാണ് ഇരുവരും.

അമ്മയെയും അച്ഛനെയും കാണാനും പരിചയപ്പെടാനും ചിലരൊക്കെ വന്നു. അവര് പറഞ്ഞാവാം ഡാമിൽ വെള്ളം നിറഞ്ഞതും സ്പിൽവേ ഞാൻ സ്വന്തം ഉത്തരവാദിത്തത്തിൽ തുറന്നതുമൊക്കെ അമ്മയറിഞ്ഞത്. അമ്മയുടെ കണ്ണുകൾക്ക് അഭിമാനത്തിന്റെ തിളക്കമുണ്ടായിരുന്നു. റിസർവോയർ നിറഞ്ഞാൽ സ്പിൽവേ തുറന്ന് വിടുന്നതിന് കല്ലാറിന്റെ കരയിൽ താമസിക്കുന്നവർക്ക് ജാഗ്രതാ നിർദ്ദേശം നൽകലും ദുരന്തനിവാരണ അതോരിറ്റിയെ അറിയിക്കലുമൊക്കെയായി വലിയ നടപടിക്രമങ്ങൾ ഉണ്ടായിരുന്നെങ്കിലും എനിക്ക് ഒരു മെമ്മോ കിട്ടിയതിൽ ശിക്ഷാനടപടികൾ ഒതുങ്ങി.

ഖലീൽ സാഹിബ്ബിന്റെ കണക്കുപുസ്തകം

കല്ലാറിന്റെ രണ്ട് പോഷകനദികളിലായി പുതിയ അണകൾ കെട്ടാനുള്ള സർക്കാർ ഉത്തരവുമായാണ് രാമകൃഷ്ണൻസാർ ഓഫീസിൽ തിരിച്ചെത്തിയത്. പുറംലോകവുമായി ബന്ധമറ്റ ആ ഒരാഴ്ചക്കാലത്ത് ഡാംസൈറ്റിൽ നടന്ന കാര്യങ്ങളൊന്നും സൂപ്രണ്ടിങ്ങ് എഞ്ചിനീയർക്ക് ഗൗരവകരമായി തോന്നിയില്ല. മുന്നറിയിപ്പില്ലാതെ സ്പിൽവേ തുറക്കാനുണ്ടായ സാഹചര്യം അദ്ദേഹത്തെ പറഞ്ഞ് മനസ്സിലാക്കുന്നതിനെക്കുറിച്ച് ആലോചിച്ച് തല പുണ്ണാക്കിയ എന്നെ അത്ഭുതപ്പെടുത്തിക്കൊണ്ട് അദ്ദേഹം അച്ഛനെയും അമ്മയെയും കുറിച്ചന്വേഷിച്ചു. വൈകുന്നേരം ഗസ്റ്റ്ഹൗസിൽ വന്ന് അവരെ കണ്ടു. ഗസ്റ്റ്ഹൗസിലെ ഒറ്റമുറിയിൽ രണ്ട് ദിവസമായി ഞെരുങ്ങി താമസിച്ചിരുന്ന ഞങ്ങൾക്ക് ഒരു മുറി കൂടി കൊടുക്കാൻ അദ്ദേഹം ജനാർദ്ദനൻചേട്ടനോട് പറഞ്ഞു. മേലൂരും കൊടകരയിലുമുള്ള അദ്ദേഹത്തിന്റെ ചില ബന്ധുക്കളെ പരിചയമുണ്ടോ എന്നിങ്ങനെയുള്ള, കേട്ടപ്പോൾ എനിക്ക് വിചിത്രമായി തോന്നിയ ദീർഘമായ കുശലാന്വേഷണങ്ങൾ അച്ഛനും അമ്മയുമായി നടത്തി രാത്രി ഒരുമിച്ച് ഭക്ഷണവും കഴിച്ചാണ് രാമകൃഷ്ണൻസാർ പോയത്.

ക്വാർട്ടേഴ്സിലേക്ക് മാറിയാൽ കൂടെ വന്ന് നിൽക്കാമെന്ന് അമ്മ പറഞ്ഞെങ്കിലും അമ്മയ്ക്കൊപ്പം നിൽക്കാനുള്ള ഒരു മാനസികാവസ്ഥയിലായിരുന്നില്ല ഞാൻ. അമ്മ പലപ്പോഴും എന്തൊക്കെയോ എന്നോട് സംസാരിക്കാനെന്നപോലെ ആമുഖമായി പലതും പറഞ്ഞു തുടങ്ങിയെങ്കിലും അപ്രിയമായ എന്തോ വിഷയമായതിനാലാവാം സംസാരം ഒരിക്കലും കാര്യത്തിലെത്തിയില്ല. ഒരാഴ്ച കൂടെ താമസിച്ചിട്ടും ഞാനും അമ്മയും തമ്മിൽ വളരെ കുറച്ചേ സംസാരിച്ചുള്ളൂ. അച്ഛൻ പതിവുപോലെ ഞങ്ങൾ തമ്മിലുള്ള ശീതസമരത്തിന്റെ ഇടയിൽ പക്ഷംപിടിക്കാനാകാതെ കുഴങ്ങി.

വിവാഹശേഷമുള്ള ഒളിവ് ജീവിതത്തിനൊടുവിൽ ഇരുവീട്ടുകാരും തമ്മിൽ രമ്യതയിലായി അച്ഛന്റെ നാടായ മേലൂരിൽ വന്ന്

സ്ഥിരതാമസമായി ഇത്രയും വർഷങ്ങൾ കഴിഞ്ഞിട്ടും ജാതീയമായി എന്തോ മേൽക്കൈ തനിക്കുണ്ടെന്ന ഒരു തോന്നൽ അമ്മയിൽ ബാക്കിയുണ്ടായിരുന്നു. നാട്ടിലെ കരയോഗമന്ദിരം തന്റെ വീട്ടുകാർ വിട്ടുനൽകിയ സ്ഥലത്താണെന്നും അമ്മയുടെ അച്ഛൻ പഴയ കര യോഗം പ്രസിഡന്റായിരുന്നെന്നുമൊക്കെ അമ്മ ഇടയ്ക്കൊക്കെ അയൽവാസികളോട് വീമ്പ് പറയും. ഒരാളിൽ രൂഢമൂലമായിപ്പോയ ശരികളെക്കുറിച്ചുള്ള ബോധ്യത്തെ മറികടക്കാൻ കാലത്തിന് പോലു മാവില്ല എന്ന് മനസ്സിലാക്കി അച്ഛൻ അമ്മയെ ചേർത്ത് നിർത്തും.

പട്ടാളത്തിൽനിന്ന് വിരമിച്ചശേഷം കൃഷിയും ചെറിയതോതി ലുള്ള മലഞ്ചരക്ക് കച്ചവടവുമായി കഴിഞ്ഞുകൂടിയ അച്ഛന്റെ സാമൂഹിക ബോധത്തിന്റെ ചെറിയ ഒരംശംപോലും പ്രൈമറി സ്കൂൾ അദ്ധ്യാ പികയായ അമ്മയ്ക്കുണ്ടായിരുന്നില്ല. ഇടയ്ക്ക് ഞാൻ അച്ഛനോട് ചോദിക്കാറുണ്ട്, അച്ഛനെന്തിനാണ് പട്ടാളത്തിൽനിന്ന് വിരമിച്ച് വന്ന ശേഷം മറ്റ് ജോലിക്കൊന്നും ശ്രമിക്കാതെ നാട്ടിൽ തന്നെ കൂടിയ തെന്ന്. അച്ഛന്റെ ഉത്തരം വളരെ ലളിതമായിരുന്നു “നിന്റെ അമ്മയ്ക്ക് കുട്ടികളെ പഠിപ്പിക്കലെന്നത് ഒരു ലഹരിയാണ്, ഒറ്റ ദിവസം പോലും ലീവെടുക്കില്ല. എല്ലാ കുട്ടികളുടെ കാര്യത്തിലും വലിയ ശ്രദ്ധയാണ്. വീട്ടിൽനിന്ന് നടന്ന് പോകാവുന്ന സ്ഥലത്തെ മാനേജ്മെന്റ് സ്കൂളിൽ എന്റെ ഭാര്യയെന്ന പരിഗണനയിലാണ് അവൾക്ക് ജോലി കിട്ടിയത്. ഞാൻ പട്ടാളത്തിലായിരുന്ന കാലത്ത് ജോലിയും വീട്ടിലെ കാര്യ ങ്ങളും മക്കളുടെ കാര്യങ്ങളുമൊക്കെ അവൾ നല്ലപോലെ നോക്കി. ഞാൻ പതിനഞ്ച് കൊല്ലത്തെ സർവീസ് മതിയാക്കി നാട്ടിൽ വന്ന പ്പോൾ വിമുക്തഭടനെന്ന നിലയിൽ എവിടെയെങ്കിലും ജോലി കിട്ടി യേനേ. പക്ഷേ, വീണ്ടും വീട്ടിൽനിന്ന് മാറിനിൽക്കേണ്ടി വരും. അതുകൊണ്ട് കൃഷിയും കച്ചവടവുമൊക്കെയായി കൂടാമെന്ന് കരുതി.”

കല്ലാർ റോഡിലൂടെ ചെറിയ വണ്ടികൾ ഓടാമെന്നായപ്പോൾ തന്നെ റഷീദ് പോയി കാറെടുത്ത് കൊണ്ടുവന്നിരുന്നു. ആ കാറ് മറ്റാരും ഓടിക്കുന്നത് അച്ഛനിഷ്ടമല്ല, എന്റെ നിർബന്ധത്തിന് വഴങ്ങി യാണ് റഷീദിന് ചാവി കൊടുത്തത്. കാറുകളെ സ്നേഹിച്ചിരുന്ന രണ്ടുപേരെന്ന നിലയിൽ അവർ പരസ്പരം കണ്ടപ്പോഴൊക്കെ കാറു കളെക്കുറിച്ച് വാചാലരായി.

മൂന്ന് ദിവസത്തെ ലീവെടുത്ത് അച്ഛനും അമ്മയ്ക്കുമൊപ്പം ഞാൻ നാട്ടിലേക്ക് തിരിച്ചു. യാത്രയിൽ അതുവരെ ഞങ്ങൾക്കിടയിൽ ആരംഭം കിട്ടാതെ കിടന്ന വിഷയം വീണ്ടും പൊന്തിവന്നു, അമ്മ യാണ് തുടങ്ങിയത്.

“നീ രാമകൃഷ്ണൻസാറിന്റെ മകനെ പരിചയപ്പെട്ടിരുന്നോ?”

ഇല്ലെന്ന് ഞാൻ മറുപടി പറഞ്ഞു. അദ്ദേഹത്തിന് രണ്ടാൺമക്കളാണെന്ന് കേട്ടിരുന്നു. അതിൽ മൂത്തവൻ ഏതോ ബാങ്കിൽ മാനേജരാണെന്ന് തങ്കമ്മ ഒരിക്കൽ കാര്യമായി എന്നോട് വന്ന് പറഞ്ഞത് ഞാനോർത്തു.

അമ്മ തുടർന്നു. ''അദ്ദേഹത്തിന്റെ മൂത്ത മകൻ എം.ബി.എക്കാരനാ. കാനറാ ബാങ്കിൽ മാനേജരാണ്. നിന്റെ കാര്യത്തിൽ അദ്ദേഹത്തിന് താത്പര്യമുണ്ട്. ആലോചിച്ചിട്ട് പറയാൻ പറഞ്ഞു.''

എനിക്ക് അത്ഭുതം തോന്നി! ഇതിനായിരിക്കുമോ ഒരു അസിസ്റ്റന്റ് എഞ്ചിനീയറായ എന്നോട് അദ്ദേഹം ഇത്രമാത്രം കരുതൽ കാണിച്ചത്. ഗസ്റ്റ്ഹൗസിൽ താമസിക്കാൻ സമ്മതിച്ചത് മുതൽ എല്ലാ കാര്യത്തിലും ഒരു ശ്രദ്ധ. ബാങ്കിൽ ജോലിയുള്ള അദ്ദേഹത്തിന്റെ മൂത്ത മകന്റെ പട്ടുപോലുള്ള സ്വഭാവത്തെക്കുറിച്ച് തങ്കമ്മ എന്നോട് പറഞ്ഞതും ഈ നാടകത്തിന്റെ ഭാഗം തന്നെയാവുമോ. കാറിന്റെ റിയർവ്യൂ മിററിലൂടെ ഞാൻ അച്ഛനെ നോക്കി.

''ആലോചിക്കാമെന്ന് ഞങ്ങൾ പറഞ്ഞു. നാട്ടിലെത്തിയിട്ട് ജാതകം കൊടുത്ത് വിടാമെന്ന്. നിനക്ക് താത്പര്യമില്ലെങ്കിൽ വേണ്ട.'' അച്ഛന് എന്റെ നോട്ടം മനസ്സിലായി.

''നിങ്ങൾക്ക് എല്ലാം അറിയാവുന്നതല്ലേ?'' ഞാൻ നീരസം മറച്ചുവെച്ചില്ല.

''എന്ത് അറിയാമെന്ന്? ആ മേത്തൻ ചെക്കന്റെ കാര്യാ? അപ്പോ നീ അതൊന്നും അറിഞ്ഞില്ലേ? ഞാൻ കരുതി അറിഞ്ഞിട്ടും പറയാത്തതാണെന്ന്.''

എന്തിനെക്കുറിച്ചാണ് അമ്മ പറയുന്നതെന്ന് എനിക്ക് ഒരു നിശ്ചയവുമില്ലായിരുന്നു. അമ്മ തന്നെ വിശദീകരിച്ചു. ''അവന്റെ വല്യുപ്പയുടെ എന്തൊക്കെയോ എടപാട് പൊലീസ് പരിശോധിക്കുന്നുണ്ട് പോലും. പത്രത്തിലും ടിവിയിലുമൊക്കെ ഉണ്ടായിരുന്നു.''

എനിക്ക് ആകെ വിചിത്രമായി തോന്നി. പത്രം വായിക്കുന്ന പതിവ് എനിക്ക് പണ്ടേ ഇല്ല. ഡാം നിറഞ്ഞ കാലത്തല്ലാതെ ടിവിയിൽ വന്ന വാർത്തകളും ഞാൻ അധികം ശ്രദ്ധിച്ചിട്ടില്ല. കാറ് അടിമാലി കടന്നിരുന്നു. ഞാൻ ഇർഫാന്റെ ഫോണിൽ വിളിച്ചു നോക്കി. ഫോൺ സ്വിച്ച് ഓഫാണ്. കൂടുതൽ വിശദാംശങ്ങൾ അമ്മയോട് ചോദിക്കാൻ തോന്നിയില്ല. കുറേ നേരത്തെ മൗനത്തിനുശേഷം അച്ഛനാണ് സംസാരിച്ച് തുടങ്ങിയത്.

''മോളേ, ആ ചെറുക്കന്റെ കാര്യത്തിൽ നിനക്ക് എന്തോ തെറ്റ് പറ്റിയിട്ടുണ്ട്. അമ്മ പറയുന്നപോലെ അവൻ നാല് പെണ്ണ് കെട്ടുമെന്നോ നിന്നെ മതം മാറ്റുമെന്നോ ഒന്നും ഞാൻ പറയുന്നില്ല. പക്ഷേ നമുക്ക്

അത് വേണ്ട. മരിച്ചുപോയ അവന്റെ ഗ്രാന്റ് ഫാദർ ഒരു ഖലീൽ സാഹിബ്ബില്ലേ, അദ്ദേഹവുമായി ബന്ധപ്പെട്ട എന്തൊക്കെയോ സാമ്പത്തിക ഇടപാടുകൾ പൊലീസ് പരിശോധിക്കുന്നുണ്ട്. വലിയ വാർത്തയായി ചാനലിലും പത്രത്തിലുമൊക്കെ വന്നുകൊണ്ടിരുന്നതാ. പക്ഷേ, മഴതുടങ്ങിയതോടെ ചാനലുകാരൊക്കെ വിട്ടു. അയാളുടെ ബാങ്ക് അക്കൗണ്ടിൽ നിന്ന് ഡൽഹിയിലെയും മുംബൈയിലെയുമൊക്കെ ചില തീവ്രവാദ ഗ്രൂപ്പുകൾക്ക് പണം നൽകിയിട്ടുണ്ടത്രേ. സത്യമെന്താണെന്ന് ആർക്കറിയാം. മോളൊരു പട്ടാളക്കാരന്റെ മകളാണ്. നിന്നെപ്പോലൊരാൾ അവരുടെ കെണിയിൽ വീഴുകയെന്നത് രാജ്യത്തിനാകെ അപമാനമാണ്.''

പട്ടാളക്കാരന്റെ മകളെന്നത് അച്ഛന്റെ വജ്രായുധമാണ്. എന്നോട് ഇതിന് മുൻപ് ഒന്നോ രണ്ടോ തവണ മാത്രമേ അച്ഛൻ അങ്ങനെ ഒരു പരാമർശം നടത്തിയിട്ടുള്ളൂ. എന്റെ പ്രതികരണമെന്താണെന്നറിയാൻ അമ്മ ഇടയ്ക്കിടെ പിൻസീറ്റിലേക്ക് പാളി നോക്കുന്നുണ്ട്. എനിക്ക് ആകെ ആശങ്കയായി. ഇർഫാന്റെ വല്യുപ്പ മരിച്ചിട്ട് കുറച്ചായി. ബാങ്ക് നിക്ഷേപങ്ങളിൽനിന്ന് കിട്ടുന്ന പലിശ പലവിധ കാര്യങ്ങൾക്കായി ഉപയോഗിക്കുന്നതായി ഇർഫാൻതന്നെ എന്നോട് പറഞ്ഞിട്ടുണ്ട്. ദൈവമേ, ഇനി ഇവരെല്ലാവരും പറയുന്നതുപോലെ ആയിരിക്കുമോ കാര്യങ്ങൾ. ചുരമിറങ്ങി കാറ് നേരിയമംഗലത്തെ വീതി കുറഞ്ഞ പാലത്തിലൂടെ പെരിയാറിനെ മുറിച്ച് കടന്നു. കാടിന് വെളിയിലേക്ക് കടന്നതോടെ ചൂട് കൂടി. ചില്ലുകൾ കയറ്റിയിട്ട് ഏസി ഇട്ടതോടെ അമ്മ ചെറിയൊരു മയക്കത്തിലേക്ക് വഴുതി.

അച്ഛൻ സംസാരം തുടർന്നു. ''മോള് അവനെ വിളിച്ച് ഒന്ന് ചോദിക്ക്. എന്റെ അഭിപ്രായത്തിൽ അവൻ കുഴപ്പക്കാരനൊന്നുമല്ല. പക്ഷേ ഇന്നത്തെ കാലമാണ്. ചെറുപ്പക്കാരും എല്ലാം ഉള്ളവർ വരെ കൈവിട്ട കാര്യങ്ങളിലേക്ക് പോകുന്ന ഒരു മതമാണ് അവന്റേത്. നമുക്ക് ഒരു ജീവിതമേ ഉള്ളൂ. അച്ഛൻ ഇപ്പോഴും പറയുന്നു അവൻ ഏറ്റവും മാന്യനും അങ്ങേയറ്റം സൗമ്യനുമായ ഒരുത്തനാണ്.''

ഇർഫാനെക്കുറിച്ചുള്ള അച്ഛന്റെ പരാമർശങ്ങൾ എനിക്ക് ചില സംശയങ്ങളുണ്ടാക്കി. അച്ഛനോട് ഇർഫാനെക്കുറിച്ച് പറഞ്ഞിരുന്നെങ്കിലും അവന്റെ സ്വഭാവവിശേഷങ്ങളെക്കുറിച്ചൊന്നും സംസാരിച്ചിരുന്നില്ല. പിന്നെങ്ങനെ ഇർഫാനെക്കുറിച്ച് അച്ഛനറിയും. ഞാനക്കാര്യം ചോദിച്ചു.

''നീ ആലുവയിൽ നിന്ന് ട്രാൻസ്ഫറായി ഇപ്പോഴത്തെ സ്ഥലത്ത് ജോയിൻ ചെയ്തതിന്റെ പിറ്റേയാഴ്ച അവൻ വീട്ടിൽ വന്നിരുന്നു. അവൻ ഒറ്റയ്ക്കാണ് വന്നത്. അല്ല ഒരു ഡ്രൈവറും ഉണ്ടായിരുന്നു. ഞാൻ പുറത്തെവിടെയോ പോയി തിരിച്ച് വീട്ടിൽ വന്നപ്പോൾ മുറ്റത്ത്

ഒരു കാറ് കിടപ്പുണ്ടായിരുന്നു. അമ്മയും പുറത്തെവിടയോ പോയി അപ്പോഴാണ് വന്നത്, രാജേഷ് വീട്ടിലുണ്ടായിരുന്നില്ല. അവനെ കണ്ടപ്പോൾതന്നെ എനിക്ക് ആളെ മനസ്സിലായി.''

എന്റെ ജീവിതത്തിലെ ഏറ്റവും പ്രധാനമായ എന്തോ സംഭവം വീട്ടിൽ നടന്നതിനെക്കുറിച്ചുള്ള വിവരണമാണ് ഞാൻ മാസങ്ങൾ കഴിഞ്ഞ് കേൾക്കാൻ പോകുന്നത്, ശുഭപര്യവസായിയായിരിക്കില്ലെന്ന് എന്റെ മനസ്സ് പറഞ്ഞു.

അച്ഛൻ തുടർന്നു. ''അവൻ സ്വയം പരിചയപ്പെടുത്തി, നിന്റെ അമ്മ അപ്പോൾതന്നെ വഴക്കിന് ചെന്നെങ്കിലും അവന്റെ പ്രതികരണം എന്നെ മാത്രമല്ല അമ്മയെയും തണുപ്പിച്ചു. നിങ്ങൾക്കെന്നെ കൊല്ലാനുള്ള ദേഷ്യമുണ്ടാവുമെന്ന് എനിക്കറിയാം, പക്ഷേ ഞാൻ വഴക്കിനായി വന്നതല്ല എന്ന് ചിരിച്ചുകൊണ്ട് പറഞ്ഞ് അവൻ എനിക്ക് കൈ തന്നു. നിന്റെ അമ്മയെ കൂടുതൽ ശകാരിക്കുന്നതിൽ നിന്ന് ഞാൻ വിലക്കി. അവന്റെ ആവശ്യം ലളിതമായിരുന്നു. നിന്നെ ഞാനവന് നിക്കാഹ് ചെയ്ത് കൊടുക്കണം. ഹിന്ദു ആചാരപ്രകാരം വിവാഹം കഴിക്കുന്നതും നീ നിന്റെ മതമനുസരിച്ച് ജീവിക്കുന്നതും ഒന്നും അവന് പ്രശ്നമല്ല. പക്ഷേ, വധുവിന്റെ രക്ഷിതാവായ ഞാൻ അവന് നിന്നെ വിവാഹം കഴിച്ച് കൊടുക്കണം. നിന്റെ അമ്മയും അവനും തമ്മിൽ മുൻപ് ഫോണിൽ സംസാരിച്ച് തെറ്റിയിരുന്നു. പണ്ടൊരിക്കൽ നീ തിരുവനന്തപുരത്ത് ഏതോ പരീക്ഷയ്ക്ക് പോയി വന്നിട്ട് പനി പിടിച്ച് കുറച്ച് ദിവസം ഹോസ്പിറ്റലിൽ കിടന്നില്ലേ? അന്ന് നീ വന്നാൽ ഇവനെക്കുറിച്ച് ചോദിക്കണമെന്ന് ഞങ്ങൾ കരുതിയതാ, പക്ഷേ, നീ പനിയുംകൊണ്ടാ വന്നത്. അന്ന് ഫോണിൽ വിളിച്ച് അമ്മയെയും എന്നെയുമൊക്കെ വിശദമായി പരിചയപ്പെട്ട് നിങ്ങൾ തമ്മിലുള്ള ബന്ധത്തെക്കുറിച്ച് പറഞ്ഞ അവൻ ഒടുവിൽ കല്യാണത്തിലെത്തി. അമ്മ ദേഷ്യത്തിൽ എന്തൊക്കെയോ കുത്തിപ്പറഞ്ഞു. അത്രയൊക്കെ കുത്തുവാക്കുകൾ കേട്ടിട്ടും അവൻ അക്ഷോഭ്യനായി നിന്നു. കയർത്ത് സംസാരിക്കുകപോലും ചെയ്തില്ല.''

ഞാൻ കാറിന്റെ സീറ്റിൽ മുഖം കുനിച്ചിരുന്ന് കരഞ്ഞു. കാലടിയിലെ വലിയ പാലത്തിലൂടെ പെരിയാറിനെ ഒരിക്കൽ കൂടെ മുറിച്ച് കടന്ന കാറ് മുന്നോട്ട് പോയി. എനിക്ക് ശർദ്ദിക്കണമെന്നുണ്ടെന്ന് പറഞ്ഞ് ഞാൻ കാറ് നിർത്തിച്ചു. അപ്പോൾതന്നെ ഇർഫാന്റെയടുത്തേക്ക് ഓടിപ്പോകണമെന്ന് വിചാരിച്ചാണ് ഞാൻ കാറിൽ നിന്നിറങ്ങിയതെങ്കിലും ഞാനെന്തെങ്കിലും കടുംകൈ ചെയ്യുമെന്ന ജാഗ്രതയിൽ അച്ഛൻ എനിക്കടുത്ത് വന്ന് നിന്നതിനാൽ ബാലിശമായ ചിന്തകൾ ഞാനുപേക്ഷിച്ചു.

വീട്ടിലെത്തിയപ്പോൾ ഞാൻ കുറേനേരം കടവിൽ പോയിരുന്നു. ആ പുഴയെ ഞാൻ ആദ്യമായി കാണുന്നപോലെ തോന്നി. തടവിൽ കഴിയുന്ന ഒരു പുഴയുടെ കരയിൽ കഴിഞ്ഞ കുറേ ദിവസങ്ങളായി താമസിക്കുന്ന എനിക്ക് സ്വച്ഛമായൊഴുകുന്ന ചാലക്കുടിപ്പുഴ പുതുമ യുള്ള കാഴ്ചപോലെ തോന്നി. ഞാൻ എന്തിനാണ് പുഴക്കരയിൽ പോയിരിക്കുന്നതെന്ന് ഇടയ്ക്കിടെ വന്നു നോക്കിയ അച്ഛനോട് പട്ടാളക്കാർക്ക് നാണക്കേടുണ്ടാക്കാൻ ഞാൻ പുഴയിൽ ചാടി ചാവില്ല എന്ന് കുത്തുവാക്ക് പറഞ്ഞു.

അന്ന് രാത്രി എനിക്ക് ഉറങ്ങാനായില്ല. പല തവണ ഞാൻ ഇർ ഫാനെ മൊബൈലിൽ വിളിച്ച് നോക്കി. കഴിഞ്ഞ ഏതാനും മാസ ങ്ങളായി അവനെനിക്ക് അയച്ചതും ഞാൻ തുറന്ന് നോക്കാത്തതു മായ അസംഖ്യം ടെക്സ്റ്റ് മെസേജുകൾ ഞാൻ വായിച്ച് നോക്കി. വിരഹം, തത്ത്വചിന്തകൾ, ആശ്വസിപ്പിക്കൽ. വരികൾക്കിടയിൽ പോലും അവൻ എന്നെ കുറ്റപ്പെടുത്തുന്നില്ല. ഇർഫാൻ, ഇത്രമേൽ നിനക്കെങ്ങനെ എന്നെ സ്നേഹിക്കാനാവുന്നു! തിരിഞ്ഞും മറിഞ്ഞും കിടന്നും ചിന്തകളെ നിയന്ത്രിക്കാൻ ശ്രമിച്ച് പരാജയപ്പെട്ടും ഞാൻ നിദ്രയോട് യുദ്ധം ചെയ്തു. ഉറക്കത്തെ ഞാൻ എത്ര കണ്ട് ആഗ്ര ഹിച്ചോ അത്ര കണ്ട് ഉറക്കമെന്നെ കയ്യൊഴിഞ്ഞു.

ആലുവയിലെ പഴയ ഓഫീസിൽ ചില കടലാസുകൾ കൊടു ക്കാനുണ്ടെന്ന് പറഞ്ഞ് രാവിലെതന്നെ ഞാൻ വീട്ടിൽ നിന്നിറങ്ങി. പതിവുപോലെ ഹൈവേ വരെ അച്ഛൻ കാറിൽ കൊണ്ടുവിട്ടു. കാറിൽ നിന്നിറങ്ങിയ എന്നെ അച്ഛൻ ദയനീയമായി നോക്കി. എന്തെങ്കിലും ആവശ്യമുണ്ടെങ്കിൽ വിളിക്കണമെന്ന, അത്രയും കാലം പറയാത്ത ഒരു ഭംഗിവാക്ക് പറഞ്ഞു. അന്ന് ഞാൻ തിരിച്ചുവരില്ലെന്ന് അച്ഛൻ ഭയന്നിരുന്നു.

ഞാൻ നേരെ മട്ടാഞ്ചേരിയിലേക്ക് തിരിച്ചു. ഇർഫാന്റെ വീട്ടിൽ എന്നെ കാത്തിരുന്നത് വലിയ നിരാശകളായിരുന്നു. ആ വീട്ടിൽ മൂന്നുനാലു തവണ ഞാൻ പോയിരുന്നു. ഇർഫാന്റെ വല്യുപ്പ മരിച്ച പ്പോൾ, അവന്റെ സഹോദരിയുടെ കല്യാണത്തിന് അങ്ങനെയൊക്കെ. മുഖവുരയില്ലാതെതന്നെ ഇർഫാന്റെ ഉമ്മയ്ക്ക് എന്നെ മനസ്സിലായി. അവരോട് ഞാൻ മുൻപ് അധികമൊന്നും സംസാരിച്ചിരുന്നില്ല, പക്ഷേ വാക്കുകൾകൊണ്ട് ഇർഫാൻ വരച്ചിട്ട അതേ സ്നേഹാർദ്ര മായ പെരുമാറ്റം. ഒരുപക്ഷേ എന്നെക്കുറിച്ചും അത്തരമൊരു ചിത്രം ഇർഫാൻ ഉമ്മയ്ക്ക് നൽകിയിരിക്കാം.

ഇർഫാൻ അവിടില്ലായിരുന്നു. മൂന്നാഴ്ച മുൻപ് ദുബായിലേക്ക് പോയി. നാട്ടിലെ ബിസിനസ് ആവശ്യങ്ങൾക്കായി അത്തരം യാത്ര കൾ പതിവുള്ളതാണ്. അവൻ ബാങ്കിൽ ജോയിൻ ചെയ്തിരുന്നോ

എന്ന് ഞാൻ തിരക്കി. ബാങ്കിൽ ജോലി കിട്ടിയ കാര്യംപോലും ഉമ്മയ്ക്ക് അറിയില്ലായിരുന്നു. കിട്ടാനുള്ള വാടകയൊക്കെ പിരിച്ച്, ഉള്ള കച്ചവടം നല്ലവണ്ണം നോക്കിയാൽ മതിയാവും എന്ന ഉമ്മയുടെ ആത്മഗതം കേട്ടപ്പോൾ എനിക്ക് മനസ്സിലായി ഒരു ജോലി നേടാൻ ഞാനാണ് ഇർഫാനെ നിർബന്ധിക്കുന്നതെന്ന് അവർക്കറിയാമെന്ന്. കടകൾക്കിടയിലൂടെയുള്ള ഒരു കവാടം കടന്നാൽ വലിയ മുറ്റമുള്ള പഴയ ഇരുനിലവീടാണ്. വരാന്തയിൽ തൂക്കിയിരുന്ന ഫോട്ടോകളിൽ ഞാൻ ഇർഫാന്റെ വല്യുപ്പയെ തിരഞ്ഞു. ആരുടേതൊക്കെയോ ബ്ലാക്ക് ആന്റ് വൈറ്റ് ഫോട്ടോകളുണ്ട്. ഏതോ ഒരു ഫോട്ടോ കണ്ടപ്പോൾ എനിക്ക് നല്ല പരിചയം തോന്നി, അതാവും ഖലീൽ സാഹിബ് എന്ന് അന്നെന്റെ മനസ്സ് പറഞ്ഞു. അത് പക്ഷേ, ഗായകൻ മുഹമ്മദ് റഫിയുടെ ചിത്രമായിരുന്നു, പണ്ടെപ്പോഴോ ആ വീട്ടിൽ വന്നപ്പോൾ എടുത്തതാണ്.

ഉമ്മയുണ്ടാക്കി തന്ന തണുത്ത സർബത്ത് കഴിച്ച് ഉച്ചയൂണ് കഴിക്കാമെന്ന അവരുടെ നിർബന്ധത്തിന് വഴങ്ങാതെ ഇർഫാന്റെ ദുബായിലെ നമ്പറും വാങ്ങി ഞാൻ ആ വീട്ടിൽ നിന്നിറങ്ങി. അവരുടെ കറുത്ത ബെൻസ് കാറ് മുറ്റത്തുണ്ടായിരുന്നു. കാറ് തുടച്ചുകൊണ്ടിരുന്നയാൾ എനിക്കൊപ്പം പുറത്തേക്കിറങ്ങി. ഒരു ഓട്ടോ കിട്ടുമോ എന്നറിയാനായി നിന്ന എന്റെയടുത്തേക്ക് അയാൾ വന്നു. അയാൾ സ്വയം പരിചയപ്പെടുത്തി, ഡ്രൈവർ ഫ്രാൻസിസ് സിൽവ.

അയാൾ എന്നെയും കൂട്ടി കുറച്ചപ്പുറത്തുള്ള ഒഴിഞ്ഞ കടവരാന്തയിലേക്ക് മാറി നിന്നു. സംഭവിച്ച കാര്യങ്ങൾ അയാളെന്നോട് വിശദീകരിച്ചു.

“അന്ന് കുട്ടിയുടെ വീട്ടിലേക്ക് ഇർഫാനൊപ്പം ഞാനും വന്നിരുന്നു. അന്നത്തെ സംഭവങ്ങൾക്കുശേഷം മോൻ ശരിക്കും വിഷമത്തിലായിരുന്നു. അതിനിടെയാണ് ഇപ്പോഴത്തെ പ്രശ്നങ്ങൾ.”

എന്ത് പ്രശ്നമെന്ന് ഞാൻ ചോദിച്ചു. അയാൾ കാര്യങ്ങൾ വിശദമായിത്തന്നെ പറഞ്ഞു.

“ഖലീൽ സാഹിബ്ബിന് ഒരാണും രണ്ട് പെൺകുട്ടികളുമായിരുന്നു. ഇർഫാന്റെ വാപ്പയായിരുന്നു മൂത്തത്. ഇർഫാന്റെ ചെറുപ്പത്തിലേ വാപ്പ മരിച്ചു. മുസ്ലീങ്ങൾക്കിടയിലെ സ്വത്തവകാശത്തിൽ എന്തൊക്കെയോ നൂലാമാലകളുള്ളതിനാൽ ഖലീൽ സാഹിബ് അക്കാലത്ത് തന്നെ സ്വത്തൊക്കെ വീതം വെച്ച് ഇളയ മോൾക്കടെ കൂടെ താമസമാക്കി. ഇവിടത്തെ ഏറ്റവും പഴയ കച്ചവടക്കാരനാണ് സാഹിബ്, സാഹിബ്ബിന്റെ ഉപ്പാന്റെയൊക്കെ മുൻപ് ഇവിടെ വന്നവരാണ്. സ്വത്തും മുതലുമൊക്കെ എവിടെയൊക്കെയാണുള്ളതെന്ന് സാഹിബിനു തന്നെ നിശ്ചയമുണ്ടാവില്ല. മട്ടാഞ്ചേരിയിൽ മൂപ്പരുടെ സക്കാത്തിന്റെ

വിഹിതം കിട്ടാത്ത ഒരു പാവപ്പെട്ടവനും കാണില്ല. ബാങ്ക് അക്കൗണ്ടിലെ പലിശയിനത്തിൽ കിട്ടുന്ന കാശ് സാഹിബും മുസ്ലീങ്ങളുടെ ആവശ്യത്തിന് ഉപയോഗിക്കില്ല. അതും ചെലവാക്കും, എന്നെപ്പോലുള്ളവർക്ക് വേണ്ടി. ഇങ്ങനെ പൈസ ചെലവാക്കുന്ന ചിലരൊക്കെ കൊച്ചിയിലുണ്ട്, മുംബൈയിലുണ്ട്, പലയിടത്തുമുണ്ട്. ഇപ്പോൾ പ്രശ്നമായത് ആ ഫണ്ട് ചെലവാക്കുന്ന ചെലര് അതിൽ നിന്ന് ചെലവാക്കിയ തുകയെപ്പറ്റി കേന്ദ്രത്തിൽനിന്ന് അന്വേഷണം വന്നു. ഖലീൽ സാഹിബ് മരിക്കുന്നതിന് മുൻപ് അക്കാര്യങ്ങളൊക്കെ ചുമതലപ്പെടുത്തിയത് ഇർഫാനെയായിരുന്നു. അവനക്കാര്യങ്ങളൊക്കെ ഭംഗിയായി ചെയ്തതാ, ഒരു പക്ഷേ സാഹിബുള്ള കാലത്തേക്കാൾ നന്നായി. പിന്നെ എല്ലാ കാര്യത്തിലും രണ്ട് അഭിപ്രായമുള്ളപോലെ ഇക്കാര്യത്തിലും രണ്ട് ന്യയമുണ്ട് മട്ടാഞ്ചേരിയില്.''

ഇർഫാൻ എന്താ ബാങ്കിലെ ജോലിക്ക് ജോയിൻ ചെയ്യാതിരുന്നതെന്ന് ഞാൻ സംശയം പ്രകടിപ്പിച്ചു.

''ബാങ്കിൽ പണിക്ക് പോകുന്നെന്ന് പറഞ്ഞാണ് ഇവിടെ നിന്ന് പോയത്, എന്നോടേ പറഞ്ഞുള്ളൂ. ഞാൻ കളിയാക്കി, പലിശയായി കിട്ടുന്ന ലക്ഷങ്ങൾ ദാനം ചെയ്യാനായി അക്കൗണ്ട് ബുക്കുണ്ടാക്കി സൂക്ഷിക്കുന്ന ഖലീൽ സാഹിബ്ബിന്റെ പേരക്കുട്ടിക്കെന്തിനാ ബാങ്കില് ജോലിയെന്ന്. ഇവിടന്ന് കാറൊന്നും എടുക്കാതെ ബസ്സിലാ പോയത്. മൂന്നുനാല് ദിവസം കഴിഞ്ഞ് തിരിച്ച് വന്നു. ഞാൻ ചോദിച്ചപ്പോൾ പറഞ്ഞു ജോലിക്ക് ചേർന്നില്ലാന്ന്.''

പൊലീസ് കേസെടുത്തിട്ടുണ്ടോ എന്ന് ഫ്രാൻസിസ് സിൽവയ്ക്ക് വലിയ നിശ്ചയമില്ലായിരുന്നു. ഇർഫാന്റെ വീട്ടിൽ റെയ്ഡ് ചെയ്ത പൊലീസ്, ആളുകൾക്ക് പണം കൊടുക്കുന്നതിന് ഖലീൽ സാഹിബിന്റെ കാലം മുതൽ എഴുതി സൂക്ഷിച്ചിരുന്ന രജിസ്റ്ററുകൾ എടുത്തു കൊണ്ടുപോയി.

''എന്റെ പേരിലും പൈസയുണ്ടായിരുന്നതിനാൽ എന്നെയും വിളിപ്പിച്ചിരുന്നു. മുപ്പത് ലക്ഷം രൂപ ചെലവാക്കിയിട്ടുണ്ടത്രെ, ഖലീൽ സാഹിബ് മരിക്കുന്നതിന് മുൻപ് പതിനെട്ടും പിന്നെ പന്ത്രണ്ടും.''

ഇർഫാനെ നാട്ടിലേക്ക് വിളിച്ചുവരുത്താൻ പൊലീസുകാർ ഫ്രാൻസിസ് സിൽവയോട് പറഞ്ഞെങ്കിലും ദുബായിൽതന്നെ നിൽക്കാനും നാട്ടിലാരെയും കുറച്ച് മാസങ്ങൾ ഫോണിൽ ബന്ധപ്പെടാതിരിക്കാനും വക്കീൽ ഉപദേശിച്ചു. റെയ്ഡ് കഴിഞ്ഞിട്ട് ഇപ്പോൾ രണ്ടാഴ്ചയായി. ഇർഫാന് ദുബായ് പരിചയമുള്ളതിനാലും ഒരു പെങ്ങൾ അവിടെ ഉള്ളതിനാലും പേടിക്കാനില്ലെന്ന് ഫ്രാൻസിസ് സിൽവ എന്നെ ആശ്വസിപ്പിക്കുന്നുണ്ടായിരുന്നു.

ഇർഫാന്റെ ഉമ്മയോട് വാങ്ങിയ നമ്പറിൽ ഞാൻ വിളിച്ച് നോക്കി. തലേന്നാൾ മുതൽ ഇർഫാനെ വിളിച്ചപ്പോഴൊക്കെ കേട്ടിരുന്ന, നിങ്ങൾ വിളിക്കുന്ന സബ്സ്ക്രൈബർ സ്വിച്ച് ഓഫ് ചെയ്തിരിക്കുന്നു എന്നതിന്റെ അറബിയാവാം, അങ്ങനെ എന്തോ ഒന്ന് മറുതലയ്ക്കൽ നിന്ന് കേട്ടു.

എന്റെ ഉറക്കമില്ലാത്ത രാത്രികൾ ആരംഭിക്കുകയായിരുന്നു. ഡാം സൈറ്റിൽ തിരിച്ചെത്തിയ എനിക്ക് ജോലിയിൽ ശ്രദ്ധിക്കാനായില്ല. ഇർഫാന്റെ നമ്പറിൽ നിന്നോ ഫ്രാൻസിസ് സിൽവയുടെ നമ്പറിൽ നിന്നോ ഫോൺ വിളിയോ മെസേജോ ഉണ്ടോ എന്ന ആലോചനയിൽ മുഴുകിയ ഞാൻ, വളരെ ശ്രദ്ധിച്ച് ചെയ്യണമെന്ന് പറഞ്ഞ് രാമകൃഷ്ണൻസാറ് ഏൽപ്പിച്ച ഡീറ്റെയ്ൽഡ് പ്രോജക്റ്റ് റിപ്പോർട്ടിൽ തെറ്റുകൾ വരുത്തി.

മകന്റെ കല്യാണാലോചനയിൽ എന്റെ ഭാഗത്ത് നിന്ന് അനുകൂലമായ പ്രതികരണമില്ലാത്തതിന്റെ നീരസവും അദ്ദേഹത്തിനുണ്ടായിരുന്നു. ഗസ്റ്റ്ഹൗസിൽനിന്ന് ക്വാർട്ടേഴ്സിലേക്ക് മാറാൻ തീരുമാനിച്ചപ്പോൾ രാമകൃഷ്ണൻസാർ എതിർപ്പൊന്നും പറഞ്ഞില്ല. രാത്രി കൂട്ട് കിടക്കാൻ വന്ന തങ്കമ്മ സ്നേഹത്തോടെ ഭക്ഷണം വെച്ചുവിളമ്പിയെങ്കിലും എന്റെ ജീവിതം കൂടുതൽ പ്രയാസമേറിയതായി. ഒടുവിൽ രണ്ടാഴ്ചത്തെ അവധിക്ക് അപേക്ഷിച്ച് ഞാൻ ഇടപ്പള്ളിയിലെ അപർണ്ണയുടെ വീട്ടിൽ പോയി. അവളെയും കൂട്ടി ഒരു മനോരോഗ വിദഗ്ധനെ കണ്ടു. അങ്ങനെയൊരു തീരുമാനമെടുക്കാൻ എനിക്ക് അധികമൊന്നും ആലോചിക്കേണ്ടി വന്നില്ലെങ്കിലും ആദ്യ കൗൺസിലിങ്ങ് കഴിഞ്ഞ് വീട്ടിലെത്തി അക്കാര്യം അമ്മയോട് പറഞ്ഞപ്പോൾ അരുതാത്തതെന്തോ സംഭവിച്ചതുപോലെ അമ്മ വിതുമ്പിക്കരഞ്ഞു.

തങ്കമ്മ

റിസർവോയറിന്റെ മാക്സിമം വാട്ടർലെവൽ സൂചകമായി സ്ഥാപിച്ച MWL എന്ന കോൺക്രീറ്റ് അക്ഷരസ്തൂപത്തിനടുത്തായിരുന്നു എന്റെ ക്വാർട്ടേഴ്സ്. ഞാനവിടേക്ക് മാറിയപ്പോൾ ആരോ തന്നെ ഏൽപ്പിച്ചതുപോലെ തങ്കമ്മയും എന്നോടൊപ്പം കൂടി. എന്റെ കൂടെയാവുമ്പോൾ അവരുടെ ചെലവുകൾകൂടി കഴിയുമല്ലോ എന്നാലോചിച്ചാവും അവരെന്നോടൊപ്പം താമസിക്കാൻ സന്നദ്ധയായി വന്നതെന്നാണ് ഞാനാദ്യം കരുതിയത്. കടയിൽ പോയി സാധനങ്ങൾ വാങ്ങുന്നതും ഭക്ഷണമുണ്ടാക്കുന്നതും വീട് വൃത്തിയാക്കുന്നതുമൊക്കെ സ്വമേധയാ ചെയ്ത തങ്കമ്മ ആ മാസം ശമ്പളം കിട്ടിയപ്പോൾ വീട്ടുചെലവിന്റെ അവരുടെ പങ്കെന്നും പറഞ്ഞ് കുറച്ച് നോട്ടുകൾ ചുരുട്ടിപ്പിടിച്ച് എനിക്ക് നീട്ടി. എന്റെ ചിന്തകളുടെ നിലവാരത്തെക്കുറിച്ചോർത്ത് അന്ന് ഞാൻ കുറേ നേരം സങ്കടപ്പെട്ടു. ആയിടെയാണ് തങ്കമ്മ എന്നെ മോളേയെന്ന് വിളിച്ച് തുടങ്ങിയത്. അമ്മയേക്കാൾ വിലപിടിച്ചതാണല്ലോ തങ്കംകൊണ്ടുള്ള അമ്മ. അവരെ ഞാൻ തുടർന്നും തങ്കമ്മയെന്ന് വിളിച്ചെങ്കിലും ആ വിളി പഴയതുപോലായിരുന്നില്ല. നമ്മൾ പറയാറില്ലേ ഓരോ വാക്ക് ഉച്ചരിക്കുന്നതിനും ചെറിയ വ്യത്യാസങ്ങൾ ഉണ്ടാകുമെന്നത്, അതുപോലെ കേട്ടാൽ പഴയതിൽ നിന്ന് തീർത്തും വ്യത്യസ്തമായ ഒരു തങ്കമ്മ വിളിയായിരുന്നു പിൽക്കാലത്തേത്.

ഒരു മാസം കഴിഞ്ഞപ്പോൾ ഞാൻ വിഷാദത്തെ അകറ്റാനായി സൈക്കോളജിസ്റ്റ് കുറിച്ച് നൽകിയ മരുന്നുകൾ അവസാനിപ്പിച്ചു. രാവിലെ നടക്കാൻ പോവുക, പുസ്തകങ്ങൾ വായിക്കുക, ഓഫീസിലെ ജോലി ഉൾപ്പെടെയുള്ള ഒരു പ്രവൃത്തിയും ദീർഘനേരം ചെയ്യാതിരിക്കുക മുതലായ പൊടിക്കൈകളിലൂടെ വിഷാദത്തെ അകറ്റാമെന്ന് സൈക്കോളജിസ്റ്റാണ് ഉപദേശിച്ചത്. എന്നിലെ മാറ്റങ്ങൾ കണ്ടാവാം തങ്കമ്മ ഞാനത്രയും ദിവസങ്ങളിൽ രാത്രി കഴിച്ചുകൊണ്ടിരുന്ന ഗുളികകളെക്കുറിച്ച് ചോദിച്ചത്.

“അത് വിറ്റാമിൻ ഗുളികയാ.” ഞാൻ കള്ളം പറഞ്ഞു.

''എന്നാൽ എനിക്കും താ മോളേ. ആ ഗുളിക കഴിച്ചാൽ മോളു റങ്ങുന്നതുപോലെ എനിക്കും ഉറങ്ങാലോ.''

ഞാൻ പിന്നെ കള്ളം പറഞ്ഞില്ല. ഉറക്കവും ചിന്തകളും ശരിയാ വാത്തതിനാൽ ഞാൻ ഒരു ഡോക്ടറെ കണ്ടിരുന്നെന്നും അദ്ദേഹം കുറിച്ച് തന്നതായിരുന്നെന്നും കഴിഞ്ഞ തവണ വീട്ടിൽ പോയപ്പോൾ ഡോക്ടറെ വീണ്ടും കണ്ടെന്നുമൊക്കെ ഞാനവരോട് തുറന്ന് പറഞ്ഞു. അക്കാര്യം ആരോടും പറയരുതെന്ന് ഞാൻ അവരോട് അപേക്ഷിച്ചു.

''അത് പിന്നെ മോള് പറയണോ. ആ രാമകൃഷ്ണൻസാറ് കേൾ ക്കണ്ട, ആ സാറിന് മോളെ അയാളുടെ മോനെക്കൊണ്ട് കെട്ടിക്കണ മെന്ന് ഒരു താത്പര്യം ഉണ്ടായിരുന്നു കേട്ടോ. മോള് വന്ന കാല ത്തൊക്കെ അങ്ങോര് മോളുടെ സ്വഭാവമെന്താ, വീട്ടിലെ സ്ഥിതി യെന്താ, മോൾക്ക് മറ്റെന്തെങ്കിലും താല്പര്യങ്ങളുണ്ടോ എന്നൊക്കെ സൂത്രത്തിൽ ചോദിച്ചറിയാൻ എന്നെ ചട്ടം കെട്ടിയിരുന്നു.''

ഞാൻ ചിരിച്ചു. അക്കാര്യം സാറ് അച്ഛനും അമ്മയും വന്നപ്പോൾ സൂചിപ്പിച്ച കാര്യവും എനിക്ക് താല്പര്യമില്ലാത്ത കാര്യവുമൊക്കെ ഞാൻ തങ്കമ്മയോട് പറഞ്ഞു. അതൊക്കെ കൊണ്ടാകാം ഞാൻ ഗസ്റ്റ്ഹൗസിൽനിന്ന് ക്വാർട്ടേഴ്സിലേക്ക് താമസം മാറിയിരിക്കുക യെന്നത് തങ്കമ്മ ഊഹിച്ച് കാണും.

''മോള് ഒറ്റയ്ക്ക് ക്വാർട്ടേഴ്സിൽ നിൽക്കാൻ പോവുകയാന്ന് കേട്ടപ്പോൾ എന്റെ മനസ്സ് പറഞ്ഞു കൂടെ വന്ന് താമസിക്കണമെന്ന്. ഒറ്റയ്ക്ക് താമസിച്ചിട്ട് എന്തെങ്കിലും അപകടം വന്നാൽ പിന്നെ പറഞ്ഞിട്ട് കാര്യമില്ലല്ലോ.''

അടുത്ത് മറ്റ് ജീവനക്കാരുടെ ക്വാർട്ടേഴ്സുകളുള്ള ആ സ്ഥലത്ത് താമസിക്കുന്നതിൽ എന്തെങ്കിലും അപകടം ഉള്ളതായി എനിക്ക് തോന്നിയിരുന്നില്ല. ചുറ്റുമുള്ളതൊക്കെ എന്നേക്കാൾ താഴ്ന്ന പദവി കളിലുള്ളവരുടെ ക്വാർട്ടേഴ്സുകളാണ്. സ്കൂളിൽ അയയ്ക്കാൻ കുട്ടികളില്ലാത്തവർക്കൊക്കെ അവിടത്തെ താമസം സ്വർഗ്ഗതുല്യ മാണ്. ചെറിയ കൂലിക്ക് വീട്ടുജോലിക്ക് ആളെ കിട്ടും. മലങ്കറിയും മറ്റുമൊക്കെ ചെറിയ വിലയ്ക്ക് കിട്ടും. ഡാമിൽനിന്ന് പിടിക്കുന്ന നല്ല മീൻ വാങ്ങാം. കുടുംബം കൂടെയില്ലാത്ത ചിലരൊക്കെ കൂട്ട മായും കുടുംബമുള്ളവർ അങ്ങനെയും താമസിക്കുന്ന പത്തോളം വീടുകളുള്ള സ്ഥലത്ത്, എന്നെ മാഡം എന്ന് വിളിച്ച് ഒതുങ്ങി നിൽ ക്കുന്ന ആളുകൾക്കിടയിൽ താമസിക്കുന്നതിൽ അപകടമൊന്നും ഞാൻ കണ്ടില്ല. അപകടമെന്താണെന്ന കാര്യത്തിൽ തങ്കമ്മയോട് ഞാൻ തർക്കത്തിനൊന്നും പോയില്ല. പക്ഷേ പിന്നീട് ശ്രദ്ധിച്ചപ്പോ ഴാണ് ഞാൻ മനസ്സിലാക്കിയത്, അവർ നിതാന്തമായ ഒരു ജാഗ്രത എന്റെ കാര്യത്തിൽ പുലർത്തിയിരുന്നു.

അക്കാലത്താണ് ഒരു വൈകുന്നേരം ഓഫീസിൽ നിന്ന് വന്ന ഞാൻ കുളിമുറിയിൽ കയറി വസ്ത്രങ്ങൾ മാറ്റി കുളിക്കാനൊരുങ്ങുന്ന സമയത്ത് വെന്റിലേറ്ററിന് മുകളിൽ രണ്ട് കണ്ണുകൾ കണ്ട് ഉറക്കെ നിലവിളിച്ചത്. കുളിമുറിയിൽ നിന്നാണ് ഞാൻ നിലവിളിച്ചതെങ്കിലും തങ്കമ്മ ക്വാർട്ടേഴ്സിന് പുറത്തേക്കാണോടിയത്. ധൃതിയിൽ വസ്ത്രം ധരിച്ച് കുളിമുറിയിൽ നിന്നിറങ്ങിയ ഞാൻ കാണുന്നത് ഓടിക്കിതച്ച് തിരിച്ച് വരുന്ന തങ്കമ്മയെയാണ്. എന്നെങ്കിലും ഒരാൾ എന്റെ കുളിമുറിയിൽ ഒളിഞ്ഞുനോക്കുമെന്ന് തങ്കമ്മ മുൻകൂട്ടി കണ്ടിരുന്നുപോലും. ആരാണെന്ന് അവർ കണ്ടു, ആരാണെന്ന് തൽക്കാലം ഞാനറിയണ്ട, ഇനി അങ്ങനെ ഉണ്ടാവില്ലെന്ന് തങ്കമ്മ തീർത്ത് പറഞ്ഞു. ആരെന്നറിയാതിരിക്കുന്നതാണ് നല്ലതെന്നാണ് തങ്കമ്മയുടെ പക്ഷം, ആരാണെന്നറിഞ്ഞാൽ അയാളെ സൂക്ഷിക്കാമല്ലോ എന്ന എന്റെ ന്യായത്തെ ''എല്ലാ ആണുങ്ങളെയും സൂക്ഷിക്കണം, ചെലരെ കുറച്ച് സൂക്ഷിച്ചാൽ മതി'' എന്ന തത്ത്വചിന്ത കൊണ്ട് തങ്കമ്മ ഖണ്ഡിച്ചു.

അടുത്ത ദിവസങ്ങളിലൊക്കെ കുളിമുറിയിൽ കണ്ട ആ കണ്ണുകൾ എന്നെ വേട്ടയാടി. വെന്റിലേറ്ററിൽ ചെരിച്ച് സ്ഥാപിച്ചിരുന്ന ഗോവണിയുടെ പടവുകൾപോലുള്ള ചില്ലുകൾക്കിടയിലൂടെ നോക്കാൻ പുറത്തെ മതിൽക്കെട്ടിനോട് ചേർന്ന് കുറേ ദിവസങ്ങൾ കൊണ്ട് ആരോ ഇഷ്ടികകൾ അടുക്കി പടവുകളുണ്ടാക്കിയിരുന്നു. അതിൽ കയറി നിന്നാൽ കുളിമുറിക്കകത്തെ കുറച്ച് ഭാഗങ്ങൾ കാണാം. പരാതിപ്പെട്ടാലോ എന്ന് ഞാൻ ആലോചിച്ചെങ്കിലും തങ്കമ്മ സമ്മതിച്ചില്ല. ഇനിയൊരിക്കലും അങ്ങനെ സംഭവിക്കില്ലെന്ന് അവരെനിക്ക് ഉറപ്പ് തന്നു. എന്നാലും മോള് മറ്റ് ക്വാർട്ടേഴ്സുകളുള്ള ആ ഭാഗത്തെ മുറി ഉപയോഗിക്കണ്ട, അപ്പുറത്തെ മുറിയിൽ കിടന്നോ എന്ന് തങ്കമ്മ ഉപദേശിച്ചു. ഇർഫാന്റെ തിരോധാനവും ഏകാന്തതയും വലിഞ്ഞ് മുറുക്കിയ കാലത്ത് ക്വാർട്ടേഴ്സിലേക്ക് മാറിയപ്പോൾ തടാകം കാണുന്ന രീതിയിലുള്ള വലിയ കിടപ്പ് മുറി തങ്കമ്മയ്ക്ക് കൊടുത്ത് മറ്റ് വീടുകളിൽ നിന്നുള്ള വെളിച്ചമുള്ള താരതമ്യേന ചെറിയ മുറിയിൽ ഞാൻ താമസിച്ചത്. രാത്രിയായാൽ പുറത്ത് നിശ്ശബ്ദതയും നിലാവില്ലാത്ത രാത്രികളിൽ ഇരുട്ടും തളം കെട്ടി കിടന്ന വലിയ മുറി അക്കാലത്ത് എന്നെ കുറച്ചൊന്നുമല്ല അസ്വസ്ഥയാക്കിയത്.

ഉറക്കം വരാനായി പഴയ ഗുളികയൊരെണ്ണം കഴിച്ചാലോ എന്നാലോചിച്ച് ഞാൻ മുറിയിൽ അസ്വസ്ഥയായി നടക്കുമ്പോഴാണ് രാത്രി വൈകിയും മുറിക്കകത്ത് എന്റെ കാൽപ്പെരുമാറ്റം കേട്ട് തങ്കമ്മ വന്ന് വിളിച്ചത്.

''മോള് ഉറങ്ങിയില്ലേ?'' തങ്കമ്മ ചോദിച്ചു.

ഇല്ലെന്ന് ഞാൻ മറുപടി പറഞ്ഞു.

''ഞാൻ കൂട്ട് കിടക്കണോ?''

അവരുടെ ആ ചോദ്യം ഞാൻ ആഗ്രഹിച്ചിരുന്നു.

തലയിണയും കട്ടിയുള്ള ഒരു പുതപ്പുമായി തങ്കമ്മ മുറിയിൽ വന്നു. കയ്യിൽ ഒരു ബൈബിളും ഉണ്ടായിരുന്നു. കുറച്ച് നേരം അവർ മൗനമായി ബൈബിൾ വായിച്ചു. എന്നിട്ട് ഒരു പുസ്തകവുമായി മല്ലിട്ട് കിടക്കയിൽ ചുവരുചാരിയിരുന്ന എന്നോട് ചോദിച്ചു. ''മോളെന്താ കല്യാണം കഴിക്കാത്തേ?''

കല്യാണമൊന്നും ശരിയായില്ല എന്ന ഒരു കള്ളമാണ് നാവിലാദ്യം ഉദിച്ചത്. അതവർ വിശ്വസിച്ചില്ലെന്ന് തോന്നി. മനസ്സിന് ഏറ്റവും ശാന്തി ലഭിക്കുക സത്യം പറഞ്ഞാലാണെന്ന് അന്ന് മനസ്സിലാക്കിയ പോലെ ഞാനൊരിക്കലും മനസ്സിലാക്കിയിരുന്നില്ല. ഞാനൊരാളെ ഇഷ്ടപ്പെട്ടിരുന്നെന്നും അയാളുമായുള്ള കല്യാണത്തിന് വീട്ടുകാർക്ക് സമ്മതമല്ലെന്നുമുള്ള ആദ്യഭാഗം ഞാൻ പറഞ്ഞു.

തങ്കമ്മ ചിരിച്ചുകൊണ്ട് ചോദിച്ചു, ''ഇതാണോ വലിയ കാര്യം, മോൾക്ക് വലിയ ജോലിയൊക്കെ ഉള്ളതല്ലേ, എന്തായാലും മോളുടെ ആളും കുറഞ്ഞ പുള്ളിയൊന്നുമാവില്ല. പിന്നെന്താ പ്രശ്നം? ജാതി പ്രശ്നമാ? വേറെ കൂട്ടരാ?''

ആണെന്ന് ഞാൻ തലയാട്ടി. അതാണോ ഇത്ര വലിയ പ്രശ്നമെന്ന് തങ്കമ്മ ചോദിച്ചപ്പോൾപോലും ഇർഫാനെ കാണാനില്ലെന്ന കാര്യം ഞാൻ ഒളിച്ചുവെച്ചു.

തങ്കമ്മ തടാകത്തിലേക്ക് കാഴ്ചകളുള്ള ജനാല തുറന്നിട്ടു. തണുത്ത കാറ്റ് ജനാലവിരികളെ പറത്തിക്കൊണ്ട് അത്രയും ദിവസം തന്നെ പുറത്ത് നിർത്തിയതിന്റെ വാശിക്കെന്നോളം മുറിയിലേക്ക് ഇരച്ചെത്തി. നിലാവിൽ ഓളം വെട്ടുന്ന തടാകത്തിനും അതിന് പിന്നിലെ മലകൾക്കും ആകാശത്തിനുമൊക്കെ മുന്നിൽ തങ്കമ്മയുടെ നിഴൽചിത്രം ജനാലയ്ക്കൽ കാണാം. ഞാനും കുറച്ച് നേരം അവിടെ പോയി നിന്നു. എന്റെ മനസ്സ് തണുത്ത് വരുമ്പോഴാണ് തങ്കമ്മയുടെ കണ്ണീർച്ചാലുകൾ ഞാൻ കണ്ടത്.

തങ്കമ്മയെന്തിനാണ് കരയുന്നതെന്ന് ഞാൻ ചോദിക്കും മുൻപേ അവർ കണ്ണുകൾ തുടച്ചു. അവരെന്താണ് തനിച്ചായിപ്പോയതെന്ന് ഞാൻ ചോദിച്ചു. ഈ പ്രായത്തിലും അവരെ കാണാൻ നല്ല ഭംഗിയാണ്. നല്ല ആകാരവടിവും ഒത്ത പൊക്കവുമുള്ള ഒരു ഇരുനിറക്കാരി. സ്ഥിരമായി ഓഫീസിൽ വരുമ്പോഴെടുക്കുന്ന നീല യൂണിഫോം സാരിയിൽപോലും അവർ സുന്ദരിയായിരുന്നു. പ്രസന്നവതിയും. എന്റെ ചോദ്യത്തിന് ഉത്തരമായി അവർ അവരുടെ കഥ പറഞ്ഞു.

''ഇന്ദിരാഗാന്ധിയുടെ കാലത്താണെന്ന് തോന്നുന്നു ഇവിടത്തെ ഡാമിന്റെ പണി തുടങ്ങിയത്. എന്റെ അമ്മയും അപ്പനും കോത മംഗലത്തുകാരായിരുന്നു. അക്കാലത്താണ് ഇവിടെക്കാണുന്ന ആളു കളിലധികവും എത്തിയത്. കടക്കാരെ പേടിച്ച് നാടുവിട്ടവരും കേസു കളിൽപെട്ട് ഒളിവിൽപോയവരും കുടുംബപ്രശ്നങ്ങൾ കാരണം വീട്ടിൽ നിന്നിറങ്ങേണ്ടിവന്നവരുമൊക്കെയായിരുന്നു കൂടുതലും. അപ്പന് അക്കാലത്ത് കൂപ്പ് പണിയായിരുന്നു. കോതമംഗലത്ത് പൂയം കുട്ടിയിൽനിന്നും അടിമാലിയിൽ നിന്നുമൊക്കെ തടി വരും. അപ്പൻ അത് പെരുമ്പാവൂരും ഈരാറ്റുപേട്ടയിലുമുള്ള ആളുകൾക്ക് കച്ച വടമാക്കിക്കൊടുക്കും. ഡാംസൈറ്റിലെ കൂപ്പ് വെട്ടുന്ന സ്ഥലത്ത് നിന്ന് ഫോറസ്റ്റുകാർ അറിഞ്ഞും അവരെയും പറ്റിച്ചുമൊക്കെ തടി കൊണ്ടുപോകുന്ന ഇടപാടിനായാണ് അപ്പനും അമ്മയും എന്നെയും ഇളയവനെയുംകൊണ്ട് ഡാംസൈറ്റിലെത്തിയത്.

അന്നെനിക്ക് പതിമ്മൂന്ന് വയസ്സാണ്. ഇവിടെന്ന് സ്കൂളിലൊന്നും പോകാൻ കഴിയാതായതോടെ എന്റെ പഠിത്തം അപ്പൻ നിർത്തി, ഇളയവനെ നെല്ലിക്കുഴിയിൽ അമ്മയുടെ അനിയത്തിയുടെ അടുത്ത് കൊണ്ടാക്കി. രാത്രി തടിയുമായി പോകുന്ന അപ്പൻ നെല്ലിക്കുഴിയിൽ പോയി അവനെ കാണുമെങ്കിലും എന്നോട് അപ്പന് സ്നേഹമില്ലാ യിരുന്നു. ഇപ്പോൾ വീടിരിക്കുന്ന സ്ഥലത്ത് ഒരു ഷെഡ്ഡായിരുന്നു അന്നുണ്ടായിരുന്നത്. അപ്പൻ കൂപ്പിലെ പണിക്ക് പോകുമ്പോൾ ഞാനും അമ്മയും പണിക്ക് പോകും.

ഡാമിന്റെ പണി തുടങ്ങിയ സ്ഥലത്ത് നിന്നാണ് മരംമുറി തുടങ്ങി യത്. ഓരോ മാസം കഴിയുംതോറും കാട് തെളിഞ്ഞ് തെളിഞ്ഞ് രണ്ടുമൂന്ന് കൊല്ലം കഴിഞ്ഞപ്പോൾ മരം വെട്ടിക്കൊണ്ടിരുന്നത് കുറേ കിലോമീറ്റർ ദൂരെയായി. അപ്പൻ രാവിലെ വരുന്ന ഏതെങ്കിലും ലോറിയിൽ കയറി പോകും. ഞാനും അമ്മയും ഉച്ചത്തേയ്ക്കുള്ള ചോറും കറികളുമായി പിന്നാലെ പോകും. പണിക്കാരുടെ വീട്ടു കാരിൽ പലരുമുണ്ടാകും, ചിലരെല്ലാം പുഴയിൽനിന്ന് മീൻ പിടിക്കും, വൈകുന്നേരമാവുമ്പോഴേക്കും കുറച്ച് ഈറ്റവെട്ടും. അല്ലെങ്കിൽ കുറച്ച് ചീനിക്കാ പറിക്കും. ചിലപ്പോഴൊക്കെ കെണിയിൽപെട്ട കേഴ യേയോ മ്ലാവിനെയോ ചിലപ്പോഴൊക്കെ പന്നിയെയോ കിട്ടും. വൈകീട്ട് വെട്ടിയ ഈറ്റ കെട്ടാക്കി ഒരു അടയാളം വെച്ച് പുഴയിലൂടെ ഒഴുക്കിവിടും. അത് ഡാംസൈറ്റിലെത്തിയാൽ അവിടെ കെട്ടിക്കിട ക്കുന്ന വെള്ളത്തിലുണ്ടാകും, അവിടെ വരെയേ ഒഴുകിപ്പോകൂ. കെട്ടിക്കിടക്കുന്ന വെള്ളത്തിൽ കിടന്ന് കറങ്ങും. പുഴയിൽ വെള്ളം കുറഞ്ഞ് തുടങ്ങിയാൽ ഈറ്റ ഒഴുക്കി കൊണ്ടുപോകാൻ പറ്റില്ല. ഇടയ്ക്ക് ഏതെങ്കിലും പാറക്കെട്ടിൽ ഈറ്റക്കെട്ടുകൾ ഉടക്കിപ്പോകും. പലപ്പോഴും പിന്നാലെ ഒഴുകി വരുന്ന കെട്ടുകളെല്ലാം കൂടെ തള്ളി

നീക്കി താനേ ശരിയാകും, ചിലപ്പോൾ ഞങ്ങൾ ഡാംസൈറ്റിൽ എത്തിയാലും ഈറ്റക്കെട്ട് എത്തിയിട്ടുണ്ടാവില്ല.''

''അന്ന് എന്റെയും അമ്മയുടെയും നാല് വീതം കെട്ടുകളുണ്ടായിരുന്നു. ഡാംസൈറ്റിലെത്തിയപ്പോൾ ഈറ്റക്കെട്ടുകളൊന്നും എത്തിയിട്ടില്ല. പുഴയിലെവിടയോ തങ്ങിപ്പോയതായിരിക്കാമെന്ന ധാരണയിൽ ഞാനും മൂന്നുനാലാളുകളും കൂടെ പുഴക്കരയിലൂടെ തിരികെ നടന്നു. ആദ്യത്തെ കരിക്കങ്കൽകെട്ടെത്തിയപ്പോഴേക്കും കുറേ ഈറ്റക്കെട്ടുകൾ അവിടെ തങ്ങിയതായി കണ്ട് ആളുകൾ അതൊക്കെ ഒഴുക്കിലേക്ക് കുത്തിവിട്ടു. എന്റെ മൂന്ന് കെട്ടുകളും അമ്മയുടെ ഒരു കെട്ടും അതിനും മുകളിലെവിടയോ തങ്ങിയിരുന്നു. പരിചയമുള്ള സ്ഥലമായതിനാൽ അതിനും മുകളിലുള്ള പാറക്കെട്ടിൽ കാണുമെന്ന് കരുതി ഞാൻ ഒറ്റയ്ക്ക് പുഴയുടെ മുകളിലേക്ക് നടന്നു. അതുവരെ കൂടെയുണ്ടായിരുന്ന സ്ത്രീകളടക്കമുള്ളവരൊന്നും എനിക്ക് കൂട്ടുവന്നില്ല. എനിക്ക് ഭയം തോന്നിയിരുന്നില്ല എന്നതായിരുന്നു സത്യം. സമയം വൈകുന്നേരമാവാനായിരുന്നു. പാറക്കെട്ടുകൾക്കടുത്ത് ഞാനെത്തിയപ്പോഴാണ് എനിക്ക് പിന്നിലായി മറ്റാരോ ഉള്ളതുപോലെ തോന്നുന്നത്'

തങ്കമ്മയിൽനിന്ന് ഭയം എന്നിലേക്ക് പടരുന്നതുപോലെ തോന്നി. ഞാൻ അവരുടെ അടുത്തേക്കിരുന്നു. ഒഴുകാൻ തയ്യാറായി നിൽക്കുന്ന കണ്ണീർത്തുള്ളികളെ കടിഞ്ഞാണിട്ട് നിർത്തിയ കണ്ണുകളുമായി അവർ കഥ തുടർന്നു.

''അത് അവനായിരുന്നു, ഗീവർഗീസ്. അപ്പന്റെ കൂടെ തടിവെട്ടാനും കടത്താനുമൊക്കെ പോകുന്ന ഒരാളുടെ മകൻ. ഡാംസൈറ്റിൽ ഞങ്ങളെപ്പോലെ താമസിക്കുന്ന മറ്റൊരുത്തൻ. അവൻ കഴിഞ്ഞ കുറേ നാളായി എന്നെ വല്ലാതെ ചികഞ്ഞ് നോക്കുന്നത് കണ്ടിരുന്നു. ഗീവർഗീസ് അടുത്ത് വന്ന് എന്നോട് ചിരിച്ചുകൊണ്ട് പേടിച്ചുപോയോ എന്ന് ചോദിച്ചു, നിന്നെ കണ്ടിട്ട് എന്തിനാ പേടിക്കുന്നതെന്ന് ഞാനും ചോദിച്ചു. ഞാൻ ഈറ്റക്കെട്ടുകളെ പുഴയിലേക്ക് തന്നെ തള്ളിവിടുന്ന തിരക്കിലായിരുന്നു. അവനും വന്ന് സഹായിച്ചു. പാറക്കെട്ടിൽനിന്ന് ഈറ്റക്കെട്ടുകളെ തള്ളി പുഴയിലേക്കിടുന്നതിനേക്കാൾ അവന്റെ ശ്രദ്ധ എന്റെ ശരീരത്തിലായിരുന്നു. അവന്റെ മനസ്സിൽ നടക്കുന്ന കൊള്ളരുതായ്മ തിരിച്ചറിഞ്ഞ് ഞാൻ പ്രതികരിക്കും മുൻപേ അവൻ എന്നെ കടന്നുപിടിച്ച് കെട്ടിവരിഞ്ഞ് ഉമ്മവെക്കാൻ ശ്രമിച്ചു. ഞാൻ മുഴുവൻ ഊക്കുമെടുത്ത് അവനെ തള്ളി. അവന്റെ പിടി അയഞ്ഞില്ല. അവനെന്നെ ഇഷ്ടമാണെന്ന് പറഞ്ഞു. ഇഷ്ടമുള്ളയാളെയാണോ ഇങ്ങനെ ശ്വാസം മുട്ടിക്കുന്നതെന്ന് ഞാൻ ചോദിച്ചപ്പോൾ അവനെന്നെ വേണമെന്ന് പറഞ്ഞ് മണൽതിട്ടയിലേക്ക് തള്ളിയിട്ടു. ഞാനുറക്കെ കരഞ്ഞു.

പാറക്കെട്ടുകൾക്കിടയിലൂടെ ശബ്ദമുണ്ടാക്കിക്കൊണ്ട് ഒഴുകുന്ന പുഴ, അടുത്ത് മറ്റാരും ഉണ്ടാവില്ലെന്നുറപ്പ്. മൂന്ന് വശത്തും പാറക്കൂട്ടം. നാലാമത് ഭാഗത്ത് പുഴ. ഉപദ്രവിക്കരുതെന്ന് ഞാൻ അവനോട് കേണ് പറഞ്ഞു. അവൻ കേട്ടില്ല. കൊതികൊണ്ടാണ്, ഒരു തവണയ്ക്കെന്ന് പറഞ്ഞ് അവനെന്നെ മണലിൽ ഞെരിച്ചു. അവനെന്നേക്കാൾ അധികം വയസ്സൊന്നുമില്ലായിരുന്നു, പക്ഷേ, എന്നെക്കാൾ ശക്തിയുണ്ടായിരുന്നു. അവനെന്റെ പാവാട വലിച്ച് പറിച്ചു, ഞാനിട്ടിരുന്ന ഷർട്ടിന്റെ കുടുക്കുകൾ വലിച്ച് പൊട്ടിച്ചു. ശരീരത്തിൽ നിന്ന് ഉടുതുണി പോയതിന്റെ നാണമായിരുന്നില്ല എനിക്ക്, വലിയ എന്തോ അപകടം മുന്നിൽ കണ്ടുള്ള ഭയമായിരുന്നു. കൈകൊണ്ട് നാണം മറക്കാനല്ല ഞാൻ നോക്കിയത്, പകരം കേണപേക്ഷിക്കാനാണ്. അവൻ കേട്ടില്ല. എന്റെ മുലകൾ അവൻ കടിച്ച് പറിച്ചു. കാലുകൾക്കിടയിൽ അവന്റേത് കുത്തിയിറക്കിയപ്പോൾ എനിക്കുണ്ടായ വേദനയേക്കാൾ പേടിപ്പിക്കുന്നതായിരുന്നു ഉമ്മവെക്കാനായുന്ന അവന്റെ മുഖം. ഒരു മുപ്പതുവരെ എണ്ണുന്ന സമയമേ ഉണ്ടായുള്ളൂ. അവൻ എന്നെ വിട്ട് അരികിലെ പാറയിൽ പോയി ഇരുന്ന് കിതച്ചു. എന്നിട്ട് അവിടെ കിടന്നിരുന്ന മുണ്ടെടുത്തുടുത്ത് എന്നെ നോക്കി എന്തോ പറഞ്ഞ് ഓടിപ്പോയി.''

തങ്കമ്മ വാവിട്ട് കരയാൻ തുടങ്ങി. ഞാനവരെ ആശ്വസിപ്പിക്കാൻ ശ്രമിച്ചു. അടുക്കളയിൽ പോയി ഒരു കടുംകാപ്പി ഇട്ടുകൊണ്ട് വന്ന് അവർക്കൊപ്പം കഴിച്ചു. ബാക്കി കഥ അവരെക്കൊണ്ട് പറയിപ്പിക്കേണ്ടയെന്ന് ഞാൻ കരുതിയെങ്കിലും അവർ പിന്നെയും തന്റെ കഥ പറഞ്ഞു.

''ഇത്രയും നേരം ഞാൻ പറഞ്ഞ കഥയിൽ മോൾക്ക് മനസ്സിലാക്കാൻ ഒന്നുമില്ല. പെണ്ണുണ്ടായ കാലം മുതൽക്കേ ഉള്ളതാണ് അവളെ കൊത്തിവലിച്ച ആണുങ്ങളുടെ കഥ. ഞാനന്ന് അവിടെ നിന്ന് പാവാടയും കുടുക്കുകൾ പൊട്ടിപ്പോയ എന്റെ ഷർട്ടും എടുത്തിട്ട് ഷർട്ടിൽ ഒന്നുരണ്ട് പിന്നുകൾ പാവാടയുടെ വള്ളിയിൽ നിന്നഴിച്ച് കുത്തി പുഴയിൽനിന്ന് കുറച്ച് വെള്ളം കുടിച്ച് മുഖം കഴുകി. പെട്ടന്ന് പുഴയിൽ ചാടി ചാവാൻ തീരുമാനിച്ച ഞാൻ കല്ലാറിൽ ചാടി. എനിക്ക് നീന്താനറിയില്ലായിരുന്നു. പക്ഷേ ഒഴുകിപ്പോയ ഞാൻ മരണവെപ്രാളത്തിൽ ഈറ്റക്കെട്ടുകളിലൊന്നിൽ പിടിച്ചു. പതുക്കെ വലിഞ്ഞ് കയറി ഈറ്റക്കെട്ടിന് മുകളിൽ കിടന്നു. മരിക്കാൻ തീരുമാനിച്ച് ചാടിയ ഞാനെന്തിനാണങ്ങനെ ചെയ്തതെന്ന് എനിക്കറിയില്ല. എന്റെ ബോധം പോയി.

പാറക്കെട്ടിൽനിന്ന് തെന്നിവീണ് ഒഴുകി വന്നതാണെന്നാണ് എല്ലാവരും കരുതിയത്. എന്റെ മുലയിലും കാലുകൾക്കിടയിലുമൊക്കെ മുറിവുകളുണ്ടായിരുന്നു. അമ്മപോലും അതൊന്നും കണ്ടില്ല. പിന്നീട് രണ്ടാഴ്ച ഞാൻ കാട്ടിൽ പോയില്ല. ഗീവർഗീസ് ഇടയ്ക്ക്

വന്ന് ദൂരെ നിന്ന് എന്നെ നോക്കി. അപ്പനോട് പറയാനുള്ള ധൈര്യ മെനിക്ക് ഇല്ലായിരുന്നു. ആ മാസത്തെ കുളി തെറ്റിയപ്പോൾ ഞാൻ മനസ്സിലാക്കി എനിക്ക് പണി കിട്ടിയെന്ന്. വയറ്റിലുള്ളത് കലങ്ങി പ്പോകണേ എന്ന പ്രാർത്ഥനയിൽ ഞാൻ അമ്മയ്ക്കൊപ്പം ആ ദിവസ ങ്ങളിൽ ഈറ്റവെട്ടാൻ പോയി. പുഴയിൽ വെള്ളം കുറഞ്ഞപ്പോൾ ഈറ്റവെട്ട് നിന്നു. ഇടയ്ക്ക് ഞാൻ ഗീവർഗീസിനെ അവന്റെ വീട്ടിൽ ചെന്ന് നോക്കി. എന്നെ ദൂരെ നിന്ന് കണ്ട അവൻ വീട്ടിൽനിന്ന് ഇറങ്ങി ഓടിപ്പോയി. ഞാൻ ഗർഭിണിയാകുമെന്ന് അവനും ഭയന്ന പോലെ തോന്നി. മൂന്ന് നാല് മാസങ്ങൾ കഴിഞ്ഞു. സ്വാഭാവിക മായും തോന്നേണ്ട ഓക്കാനമോ വിശപ്പോ എനിക്ക് തോന്നിയില്ല. ഗർഭം അലസിപ്പിക്കാനായി ഞാൻ പലപ്പോഴും പട്ടിണി കിടന്നു. ഒടുവിൽ അഞ്ചാംമാസം അമ്മയ്ക്ക് സൂചന കിട്ടി. ഈറ്റക്കെട്ടെടു ക്കാൻ എന്നെ തനിച്ച് വിട്ട അമ്മയും ഞങ്ങളെ നോക്കാതെ തെണ്ടി നടന്ന അപ്പനും കാര്യമറിഞ്ഞപ്പോൾ തല്ലാനും ശകാരിക്കാനും മാത്രം മിനക്കെട്ടു.

ഗീവർഗീസ് അതിനിടെ നാടുവിട്ട് പോയിരുന്നു. അമ്മ എനിക്ക് എന്തൊക്കെയോ അരച്ച് കലക്കിത്തന്നു. വിഷമാവണേ എന്ന പ്രാർ ത്ഥനയോടെ ഞാനത് കഴിച്ചു. കുറച്ച് ദിവസം ശർദ്ദിച്ച് കിടന്നതല്ലാതെ ഫലമൊന്നുമുണ്ടായില്ല. നാണക്കേടോർത്ത് വിഷമിച്ച ആദ്യത്തെ നാളുകൾ കഴിഞ്ഞ് ഗീവർഗീസിനെ തിരഞ്ഞ് അവന്റെ വീട്ടിൽ ചെന്ന അപ്പൻ എനിക്കുവേണ്ടി ആ കാര്യം ചെയ്തു. എനിക്കും അമ്മ യ്ക്കും തണലാകേണ്ട അപ്പൻ, ഗീവർഗീസിന്റെ അപ്പനും സ്വന്തം ചങ്ങാതിയുമായ ചാക്കോച്ചനെ പിച്ചാത്തിക്ക് കുത്തിക്കൊന്നു. പൊലീസ് വന്ന് അപ്പനെ അറസ്റ്റ് ചെയ്തുകൊണ്ടു പോയപ്പോൾ ഞാനും അമ്മയും കരഞ്ഞ് തളർന്ന് ഷെഡ്ഡിൽ കിടന്നു. എന്റെ ആരോഗ്യം കൂടുതൽ മോശമായപ്പോൾ യൂണിയൻകാർ വന്ന് എന്നെ ആശുപത്രിയിലാക്കണമെന്ന് അമ്മയോട് പറഞ്ഞു. അമ്മ എതിർത്തു. ആശുപത്രിയിൽ കൊണ്ടുപോയാൽ എനിക്ക് വയറ്റിലുണ്ടെന്ന കാര്യം ആളുകളറിയുമെന്ന ഭയമായിരുന്നു അമ്മയ്ക്ക്. യൂണിയൻകാർ വീണ്ടും വന്ന് നിർബന്ധിച്ചപ്പോൾ അമ്മ സമ്മതിച്ചു. എന്നെ ലോക ത്തിന് തിന്നാനിട്ടുകൊടുത്തുകൊണ്ട് അമ്മ പണി നടന്നുകൊണ്ടി രുന്ന ഡാമിലെ വെള്ളത്തിൽ ചാടി ആത്മഹത്യ ചെയ്തു. അമ്മയുടെ ബോഡി കിട്ടാനായി മൂന്ന് ദിവസം കഴിഞ്ഞു. ചളിയിൽ പുതഞ്ഞ് പോയിരുന്നു. അടിമാലിയിൽനിന്ന് പൊലീസ് വന്ന് പോസ്റ്റുമോർട്ട ത്തിന് കൊണ്ടുപോയപ്പോൾപോലും ഞാൻ കരഞ്ഞില്ല.'' കരച്ചിലി നിടെ തങ്കമ്മ പറഞ്ഞു.

ദുരന്തങ്ങൾ മാത്രമുള്ള അവരുടെ കഥ അവിടെ വെച്ച് അവ സാനിപ്പിക്കാനായി ഞാൻ ശ്രമിച്ചെങ്കിലും അവർ എനിക്കുള്ള ഗുണ പാഠം പിന്നാലെ ഉണ്ടെന്ന് പറഞ്ഞ് തുടർന്നു.

“വീട്ടിൽ തളർന്ന് കിടന്ന എന്നെ യൂണിയൻകാർ അടിമാലി യിലെ ഒരു ആശുപത്രിയിലാക്കി. സിസ്റ്റർമാർ നടത്തുന്ന ആശു പത്രിയായിരുന്നു അത്. അവിടത്തെ നിർമ്മല സിസ്റ്റർക്ക് ഒറ്റ നോട്ട ത്തിൽ ഞാൻ ഗർഭിണിയാണെന്ന കാര്യം മനസ്സിലായി. അവരെ ന്നോട് കാര്യങ്ങൾ ചോദിച്ചറിഞ്ഞു. എന്റെ ഇളയവൻ ഇടയ്ക്ക് കാണാൻ വന്നെങ്കിലും സിസ്റ്റർ അവനോട് കാര്യങ്ങളൊന്നും പറ ഞ്ഞില്ല. ഇടയ്ക്ക് വന്നു നോക്കിയ യൂണിയൻകാരെ സമാധാനി പ്പിച്ച് പറഞ്ഞുവിട്ട് സിസ്റ്റർ എന്നെ മുരിക്കാശ്ശേരിയിലെ മഠത്തിൽ കൊണ്ടുചെന്നാക്കി. എന്റെ വയറ്റിലെ കുഞ്ഞിനെ എങ്ങനെയെ ങ്കിലും നശിപ്പിക്കാനാകുമോ എന്നതായിരുന്നു അപ്പോഴും എന്റെ ചിന്ത. മഠത്തിൽ വെച്ച് ഞാൻ പ്രസവിച്ചു. അക്കാലത്ത് വീട്ടിൽ വെച്ചുള്ള പ്രസവമൊക്കെ സാധാരണയായിരുന്നു. പെൺകുട്ടിയാ യിരുന്നു. എനിക്ക് കുഞ്ഞിനെ കാണിച്ച് തന്നു. അതിനോട് എനിക്ക് വെറുപ്പ് തോന്നുമെന്നാണ് ഞാനത്രയും നാൾ കരുതിയത്. മാതൃ വാത്സല്യമെന്നത് നമ്മൾ കരുതുന്നതിനുമൊക്കെ അപ്പുറമുള്ള എന്തോ ആണ്.”

തങ്കമ്മ കാപ്പി കുടിച്ച ഗ്ലാസുകൾ എടുത്ത് കൊണ്ടുപോയി കഴുകി വെച്ച് തിരിച്ചുവന്നു. കഥ ശുഭപര്യവസായി ആവുന്നതുപോലെ തോന്നിയതിനാൽ ഞാൻ ബാക്കി കേൾക്കാനായി കാത്തിരുന്നു.

“ആദ്യത്തെ ഒരു മാസം കഴിഞ്ഞപ്പോൾ നിർമ്മല സിസ്റ്റർ ആരെ യൊക്കെയോ ബന്ധപ്പെട്ട് ഗീവർഗീസിനെ എന്റെ മുന്നിൽ കൊണ്ടു വന്ന് നിർത്തി. അവൻ എന്നെ കല്യാണം കഴിക്കുമെന്നും കുട്ടിയുടെ പിതൃത്വം ഏറ്റെടുക്കുമെന്നും പറഞ്ഞു. അവൻ മാപ്പ് പറയാനും തയ്യാറായിരുന്നു. എനിക്ക് പക്ഷേ അവനെ കണ്ടപ്പോൾ എന്റെ കാലു കൾക്കിടയിലേക്ക് അവൻ ആഞ്ഞിറങ്ങിയപ്പോൾ തോന്നിയ അതേ വേദന തോന്നി. ഏതാനും സെക്കന്റുകൾ കൊണ്ടവസാനിച്ച അവന്റെ കാമഭ്രാന്തിനൊടുവിൽ അവിടെ തളർന്നിരുന്ന അവനെ കണ്ടപ്പോൾ അന്ന് തോന്നിയ അതേ അവജ്ഞയും ദേഷ്യവും തോന്നി. കുളി ക്കാനായി ഓരോ തവണ ബ്ലൗസ് ഊരുമ്പോഴും അവൻ കടിച്ച് പൊട്ടിച്ച മുലകളിലെ മുറിപ്പാടുകൾ കാണുമ്പോൾ അവനെ ഞാൻ വെറുത്തതാണ്. ഒരിക്കലും അവനൊപ്പം കഴിയാനാവില്ലെന്ന് ഞാൻ തീർത്ത് പറഞ്ഞു. കുഞ്ഞിനെ കാണണമെന്നൊക്കെ പറഞ്ഞ് ആദ്യം ബഹളം വെച്ച അവൻ പിന്നീട് നിർമ്മല സിസ്റ്ററെ ഭീഷണിപ്പെടുത്തി.

ഒരു കന്യാസ്ത്രീ ഒരാളെ മുഖത്തടിക്കുന്നത് അന്നാണ് ഞാൻ കാണുന്നത്. പിന്നെ ചിലപ്പോഴൊക്കെ അവനെ കണ്ടെങ്കിലും അവ നോടുള്ള ദേഷ്യം മാറിയില്ല., പിന്നവൻ ആ ഭാഗത്തേക്ക് വരാതായി. മോളെ വളർത്തണമെന്നായിരുന്നു എന്റെ ആഗ്രഹം. അവൾ വലുതായാൽ ഒരുപക്ഷേ അമ്മയോട് സുഖകരമല്ലാത്ത ചോദ്യങ്ങൾ

ചോദിക്കുമെന്ന് പറഞ്ഞ് നിർമ്മല സിസ്റ്റർ അവളെ മഠത്തിൽതന്നെ നിർത്തി. അഞ്ചാറ് കൊല്ലം കഴിഞ്ഞപ്പോൾ ഡാമിൽ സൂപ്രണ്ടായി വന്ന സിസ്റ്ററിന്റെ ഏതോ ബന്ധു വഴി എനിക്ക് ഓഫീസിലെ തൂപ്പു കാരിയായി പണി കിട്ടി. ഡാംസൈറ്റിലേക്കൊഴികെ മറ്റെവിടേക്ക് വേണമെങ്കിലും പോകാമെന്നായിരുന്നു എന്റെ വാശി. സിസ്റ്ററ് പറഞ്ഞു, മനസ്സിന്റെ മുറിവുകളുണങ്ങാൻ ഇവിടേക്ക് തന്നെ പോകണമെന്ന്.''

''അപ്പോൾ തങ്കമ്മയുടെ മോള്?'' ഞാൻ ചോദിച്ചു.

''അവളെ മഠത്തിലുള്ളവര് പഠിപ്പിച്ചു. ഞാനാണവളുടെ അമ്മ യെന്നത് അവളെ അറിയിച്ചില്ല. മഠത്തിന്റെ സ്കൂളിൽതന്നെ ജോലി കൊടുത്ത് കല്യാണമൊക്കെ കഴിപ്പിച്ചു. ഭർത്താവും സ്കൂൾമാഷാണ്. നിർമ്മല സിസ്റ്റർ അവളെ കന്യാസ്ത്രീയാക്കുമെന്നാണ് ഞാൻ കരുതിയത്, പക്ഷേ, അതുണ്ടായില്ല. അവൾക്ക് രണ്ട് കുട്ടികളുണ്ട്. എന്റെ പേരിൽതന്നെ ഒരു അമ്മയുള്ളതിനാൽ അവൾക്കെന്നെ പാതി അമ്മയെന്ന് വിളിക്കാനായി.''

കഥയ്ക്കൊടുവിൽ തങ്കമ്മ പ്രസന്നവദനയായി. അവരുടെ സന്തോഷം എന്നിലേക്കും പടർന്നു. വലിയ ദുഃഖങ്ങൾക്ക് വിരാമമിട്ട് വരുന്ന കുഞ്ഞ് സന്തോഷങ്ങളില്ലേ, അതിനായി കാത്തിരിക്കാൻ ഞാൻ തയ്യാറാണ്. ഇഷ്ടപ്പെട്ടയാളെ കല്യാണം കഴിക്കാനാവാത്തതല്ല ഇപ്പോഴെന്റെ ദുഃഖം. അയാളെ കാണാനില്ല എന്നതാണ്. ഞാൻ തങ്കമ്മയെ കെട്ടിപ്പിടിച്ചിട്ട് പറഞ്ഞു.

ഈ വിഷമകാലത്തെ ധീരമായി നേരിടുമെന്ന് ഞാൻ തങ്കമ്മയ്ക്ക് ഉറപ്പ് കൊടുത്തു. നിർബന്ധിച്ചിട്ടും കിടക്കയിൽ കിടക്കാതെ നിലത്ത് ഒരു പുതപ്പ് വിരിച്ച് മറ്റൊന്ന് പുതച്ച് തങ്കമ്മ കിടന്നുറങ്ങി. അത്രയും നേരം ജീവിതത്തിലെ കയ്പേറിയ കഥകൾ പറഞ്ഞ അവർ അതിനു ശേഷം വിളക്കുകളണയ്ക്കാത്ത മുറിയിൽ ശാന്തയായുറങ്ങുന്നത് കണ്ട് ഞാൻ അത്ഭുതപ്പെട്ടു. എത്രയോ ആളുകളുടെ കണ്ണീരും വിയർപ്പും വീണ അണക്കെട്ടിന്റെ ജലാശയത്തിൽ അപ്പോഴും നിലാവ് ഓളം വെട്ടിക്കൊണ്ടിരുന്നു.

അന്നുരാത്രി ഞാനൊരു സ്വപ്നം കണ്ടു. തടാകത്തിലെ വെള്ള ത്തിന് പകരം മരുഭൂമിയിലെ പൊടിമണലാണ്. അതിലൂടെ ഇർഫാൻ നടന്നു വരുന്നു. അവന്റെ അലസമായ മുടി കാറ്റിൽ പറക്കുന്നുണ്ട്. അവൻ നടന്ന് എന്റെ ജനലരികിലെത്തിയപ്പോൾ അലാറമടിച്ചു.

ഫിഷ് ലാഡർ

ചുറ്റുമുള്ളവരിൽ പ്രസരിപ്പ് നിറയ്ക്കുന്ന ഒരാളായിരുന്നു തങ്കമ്മ. അവരെന്നെയും കൂട്ടി മുരിക്കാശ്ശേരിയിലെ മഠത്തിൽ പോയി. ദിവസവും രാത്രി ബൈബിൾ വായിക്കുന്ന തങ്കമ്മ പക്ഷേ പള്ളിയിൽ പോവില്ല. കുർബാന കൈക്കൊള്ളില്ല. ക്രിസ്തുവിനെ താൻ മനസ്സിലാക്കിയതുപോലല്ല പള്ളിയിലെ പുരോഹിതർ മനസ്സിലാക്കിയതെന്നായിരുന്നു തങ്കമ്മയുടെ ന്യായം. മുരിക്കാശ്ശേരിയിൽ വെച്ച് ഞാൻ തങ്കമ്മയുടെ മകളെയും പേരക്കുട്ടികളെയും കണ്ടു. അവർ തമ്മിലുള്ള ബന്ധം അറിയാവുന്നത് സിസ്റ്റർ നിർമ്മലയ്ക്ക് മാത്രമാണ്. മഠത്തിലെ സ്പെഷ്യൽ സ്കൂളിലെ കുട്ടികൾക്ക് കുറച്ച് പലഹാരങ്ങൾ ഉണ്ടാക്കി പതിവുപോലെ മുരിക്കാശ്ശേരിയിലെത്തിയ തങ്കമ്മയെ അവിടത്തെ ബുദ്ധിമാന്ദ്യമുള്ള കുട്ടികളെ പരിചരിക്കാനായി വരുന്ന ഒരാളായാണ് മറ്റെല്ലാവരും മനസ്സിലാക്കിയത്. അങ്ങനെ വരുന്ന ദിവസങ്ങളിൽ നിർമ്മല സിസ്റ്റർ തങ്കമ്മയുടെ മകളെയും കുട്ടികളെയും എന്തെങ്കിലും കാര്യം പറഞ്ഞ് വിളിച്ചുവരുത്തും. ഒറ്റ നോട്ടത്തിൽ തങ്കമ്മയുടെ തനിപ്പകർപ്പായ മകളെ കണ്ടിട്ട് ആരും അതുവരെ സംശയിച്ചില്ലേ എന്ന് ഞാൻ അത്ഭുതപ്പെട്ടു. അക്കാര്യം ചോദിച്ചപ്പോൾ തങ്കമ്മ പറഞ്ഞു ചിലപ്പോൾ അറിയുമായിരിക്കുമെന്ന്. വിഷാദം ഒരുവിധം വിട്ടകന്നപ്പോൾ ഞാൻ ഓഫീസ് കാര്യങ്ങളിൽ ശ്രദ്ധിച്ച് തുടങ്ങി.

പെട്ടിമുടി ഭാഗത്തെ പുഴയിൽ മീനുകളെക്കുറിച്ച് പഠനം നടത്താനുള്ള കടലാസുമായി ആയിടെയാണ് ഒരു പയ്യൻ ഓഫീസിൽ വന്നത്. വനംവകുപ്പിന്റെ അനുമതിയാണ്. അവിടേക്ക് പോകാൻ ബോട്ട് കിട്ടുമോ എന്നറിയാനാണ് ബോർഡിന്റെ ഓഫീസിൽ വന്നത്. സ്രാങ്ക് സൈമണ് അവനെ പരിചയമുള്ളതുപോലെ തോന്നി. ചോദിച്ചപ്പോൾ കഴിഞ്ഞ മഴക്കാലത്ത് വന്നിരുന്നുപോലും. അവനാണ് പെട്ടിമുടി ഭാഗത്ത് മുട്ടയിടാനെത്തുന്ന വർണ്ണച്ചിറകുള്ള വരാലിന്റെ കാര്യം സൈമണിനോട് പറഞ്ഞത്. സ്പിൽവേ തുറന്നപ്പോൾ മീൻ പിടിക്കുന്ന സൈതിന് അത്തരത്തിലൊരു മീനിനെ കിട്ടിയിരുന്ന കാര്യവും സൈമൺ അവനോട് പറഞ്ഞിട്ടുണ്ട്. സൈതിന് കിട്ടിയ മീനിനെ അവൻ എനിക്കാണല്ലോ കൊണ്ടുവന്ന് തന്നതെന്ന്

അപ്പോഴാണ് ഞാനോർത്തത്. ഞാൻ ഫോണിൽ അന്നെടുത്ത ചിത്രങ്ങളിൽ മീനിന്റെ ചിത്രം മായ്ച്ചിരുന്നോ എന്ന് നോക്കി. ഡാംസൈറ്റിലെ അന്നത്തെ സംഘർഷഭരിതമായ അന്തരീക്ഷം ആരോടെങ്കിലും വിശദീകരിക്കേണ്ടി വരികയാണെങ്കിൽ ഒരു മുൻകരുതലിന് അന്ന് ഞാൻ കുറേ ചിത്രങ്ങളെടുത്തിരുന്നു. അവയിൽ പലതും മെമ്മോയ്ക്ക് മറുപടി തയ്യാറാക്കാനായി ഞാനുപയോഗിച്ചതുമാണ്. ഗ്യാലറിയിലെ ഫോട്ടോകളിൽ പരതി ഗസ്റ്റ്ഹൗസിന്റെ പിന്നിലെ അലക്കുകല്ലിനടുത്ത് വെച്ച് ഞാനെടുത്ത സുന്ദരൻ വരാലിന്റെ ഫോട്ടോ പയ്യന് കാണിച്ചുകൊടുത്തു. അവന്റെ കണ്ണുകൾ അത്ഭുതംകൊണ്ട് വിടർന്നു.

''മാഡം, ഇതുതന്നെ. വരാൽ വിഭാഗത്തിൽപെടുന്ന ഒരു മീനാണ്. ന്യൂ ടു സയൻസ്. ഞാനാണ് ഇതിനെ ആലുവയിൽനിന്ന് കണ്ടെത്തി റിപ്പോർട്ട് ചെയ്തത്. അതൊരു പുതിയ സ്പീഷീസാണെന്ന സ്ഥിരീകരണം കഴിഞ്ഞ കൊല്ലമാണ് വന്നത്. ഇപ്പോൾ അതിന്റെ ലൈഫ് ഹിസ്റ്ററി പഠിക്കാൻ എനിക്കൊരു പ്രൊജക്റ്റ് കിട്ടിയിട്ടുണ്ട്, ഫിഷറീസ് ഡിപ്പാർട്ട്മെന്റിന്റെ പ്രോജക്റ്റാ. ചാലക്കുടിപ്പുഴ പെരിയാറുമായി ചേരുന്ന എലന്തിക്കര വരെയും ഈ മീനിനെ കണ്ടവരുണ്ട്, പിന്നീടാണ് മനസ്സിലാകുന്നത് ആ വരാൽ മുട്ടയിടാനായി കുന്നിന്റെ മുകളിലേക്ക് മൈഗ്രേറ്റ് ചെയ്യുന്ന ഒന്നാണെന്ന്. ഹൈറേഞ്ചിലേ ഏതൊക്കെയോ കുന്നിൻ മുകളിലെ പുഴയിൽ മുട്ടയിട്ട് വിരിയുന്ന കുഞ്ഞുങ്ങൾ പെരിയാറിലൂടെ പറവൂർ കായലിലെത്തും. കല്ലാർ ഡാം എപ്പോഴൊക്കെ തുറന്നിട്ടുണ്ടോ അപ്പോഴൊക്കെ ഈ മീൻ പെരിയാറ്റിൽ എത്തിയിട്ടുണ്ട്, 2010-ൽ, 2012-ൽ പിന്നെ കഴിഞ്ഞ കൊല്ലം. മാഡം ആ ഫോട്ടോ എനിക്ക് ഒന്ന് അയയ്ക്കാമോ?''

അവൻ ആകെ സന്തോഷത്തിലായിരുന്നു. ഞാനും സൈമണും അവന്റെ സന്തോഷത്തിൽ പങ്കുചേർന്നു. അരവിന്ദ് ശേഖർ എന്നായിരുന്നു അവന്റെ പേര്. ആള് കാണാൻ ഒരു പൊടിച്ചെറുക്കനായിരുന്നെങ്കിലും ഏകദേശം എന്റെ വയസ്സുണ്ട്. കുസാറ്റിലെ ബിരുദാനന്തര ബിരുദം കഴിഞ്ഞ് ഗവേഷണം ചെയ്യുന്ന ഒരു വടക്കൻ പറവൂരുകാരൻ. കുട്ടിക്കാലം മുതലേ തോട്ടിലും കായലിലും ചൂണ്ടയിട്ടും വലയെറിഞ്ഞും മീൻപിടിച്ചിട്ടുള്ള അരവിന്ദെന്ന മത്സ്യത്തൊഴിലാളിയുടെ മകന് വലുതായപ്പോൾ ഫിഷറീസ് സയൻസ് പഠിക്കണമെന്ന കാര്യത്തിൽ സംശയമൊന്നുമില്ലായിരുന്നു.

രാമകൃഷ്ണൻ സാർ പക്ഷേ അരവിന്ദിനെ സഹായിച്ചില്ല. സഹായിച്ചില്ലെന്നുമാത്രമല്ല അവനെ കൂട്ടിക്കൊണ്ടുവന്ന സൈമണെ ചെവിക്കല്ല് പൊട്ടുന്ന ചീത്ത വിളിച്ചു. അവൻ തേടി വന്ന മീനിന്റെ ചിത്രം എന്റെ കയ്യിലുണ്ടെന്ന് അരവിന്ദ് പറഞ്ഞെന്ന് തോന്നുന്നു, എനിക്കും കിട്ടി അനാവശ്യമായ കാര്യങ്ങൾ ചർച്ച ചെയ്തതിന് ശകാരം. ഞങ്ങളെയൊക്കെ ആവേശഭരിതരാക്കിയ മീനിന്റെ കാര്യം രാമകൃഷ്ണൻ

സാറിനെ എന്തിനാണ് അത്ര കണ്ട് പ്രകോപിപ്പിച്ചതെന്ന് എനിക്ക് മനസ്സിലായില്ല. ഡാം സെക്യൂരിറ്റി ചാർജുണ്ടായിരുന്ന അസിസ്റ്റന്റ് സബ് ഇൻസ്പക്ടറെ വിളിച്ചു വരുത്തി റിസർവോയറിൽ ആളുകൾ അനധികൃതമായി കയറുന്നത് നോക്കാനാണ് അയാളടക്കം നാലു പൊലീസുകാരെ ഡാം സൈറ്റിൽ ഡ്യൂട്ടിക്കിട്ടിരിക്കുന്നതെന്ന കാര്യം ഓർമ്മിപ്പിച്ചു. സൂപ്രണ്ടിങ്ങ് എഞ്ചിനീയറുടെ ക്രോധം കണ്ട് പാവം പയ്യൻ പേടിച്ചുപോയി. പുറത്തിറങ്ങിയ അവൻ കരച്ചിലടക്കാൻ പാടുപെടുന്നപോലെ തോന്നി.

‘‘സാറിന്റെ ഇന്നത്തെ മൂഡ് ശരിയല്ല.’’ സൈമൺ അവനെ ആശ്വസിപ്പിച്ചു.

പക്ഷേ സൈമണറിയാമായിരുന്നു ഡാംസൈറ്റിൽ നിന്ന് ബോർഡിന്റേയോ പൊലീസിന്റേയോ ബോട്ടിൽ അരവിന്ദന് പെട്ടിമുടി ഭാഗത്തേക്ക് പോകാനാവില്ലെന്ന്. പിന്നെ സഹായിക്കേണ്ടത് വനം വകുപ്പുകാരാണ്, അവരുടെ ബോട്ടാണെങ്കിൽ എത്രയോ കാലമായി ഓടുന്നുമില്ല. റിസർവോയറിൽ മീൻ പിടിക്കുന്ന സൈതിനെപ്പോലെ കുറേ ആളുകൾക്ക് ചെറുതും വലുതുമായ തോണികളുണ്ട്. ഫൈബർ വള്ളങ്ങളും വലിയ തടി തുരന്നുണ്ടാക്കിയതുമൊക്കെ അക്കൂട്ടത്തിലുണ്ട്. എഞ്ചിനുകളില്ലാത്തതിനാൽ അതിലൊന്നിലും പെട്ടിമുടി വരെ കാറ്റിനെതിരെ തുഴഞ്ഞ് പോകാനാവില്ല. സൂപ്രണ്ടിങ്ങ് എഞ്ചിനീയറുടെ മുറിക്ക് പുറത്ത് അദ്ദേഹത്തെ കാണിക്കാനായി പുറത്തെടുത്ത തന്റെ ഗവേഷണരേഖകൾ അടുക്കും ചിട്ടയുമായി ബാഗിൽ വെയ്ക്കുന്നതിനിടെ സൈമൺ അവനോട് ഒരു ഉപായം പറഞ്ഞു കൊടുത്തു. ‘‘നീ മൂന്നാറ് പോയി അവിടന്ന് പെട്ടിമുടിക്ക് പോകണം. അവിടെ കാട്ടിൽ കുറച്ച് അകത്തായി ഒരു മുതുവാക്കുടിയുണ്ട്. അവിടത്തെ മൂപ്പൻ ഒരു രാമനുണ്ട്. അയാളെ പോയിക്കണ്ട് കല്ലാർ ഡാമിലെ സ്രാങ്ക് സൈമൺ പറഞ്ഞിട്ട് വന്നതാണെന്ന് പറഞ്ഞാൽ മതി അവന്മാർ കൊണ്ടുപോകും നീ പറഞ്ഞ ഭാഗത്തേക്ക്. സൈതിനോ മറ്റോ ഇനിയും വരാലിലിനെ കിട്ടുകയാണെങ്കിൽ നിന്നെ ഞാൻ ഫോൺ വിളിച്ച് പറയാം.’’

അപ്രതീക്ഷിതമായി വന്ന സഹായഹസ്തം അവന്റെ ഉള്ള് തണുപ്പിച്ചപോലെ തോന്നി. എന്റെയും സൈമണിന്റെയും ഫോൺ നമ്പർ വാങ്ങി അവൻ പോയി. രാമകൃഷ്ണൻസാർ മുറിയിൽനിന്ന് പുറത്തെ സംസാരമൊക്കെ ശ്രദ്ധിച്ചുകൊണ്ടിരുന്നെന്ന കാര്യം അദ്ദേഹം എന്നെ വീണ്ടും മുറിയിലേക്ക് വിളിപ്പിച്ചപ്പോൾ മനസ്സിലായി.

ഗൗരവം വിടാതെ അദ്ദേഹം എന്നോട് ചില കാര്യങ്ങൾ പറഞ്ഞു

‘‘ഓഗ്മെന്റേഷൻ പ്രോജക്റ്റിന്റെ കാര്യത്തിൽ ഫയലുകളൊക്കെ നല്ല സ്പീഡിലാണ് നീങ്ങുന്നത്. അതിനിടയിലാണ് ഒരു വരാല്. പണ്ട് ഞാൻ സൈലന്റ്‌വാലിയിലെ പ്രൊജക്റ്റിൽ ശ്രീലക്ഷ്മിയെ

പോലെ ജൂനിയർ എഞ്ചിനീയറായിരുന്നു. അന്ന് ഒരു തമ്പാൻ സാറാ യിരുന്നു സൂപ്രണ്ടിങ്ങ് എഞ്ചിനീയർ. പ്രൊജക്റ്റിന്റെ പണികൾ നടക്കുന്നതിനിടെ എവിടെനിന്നാണെന്നറിയില്ല ആളുകൾ വന്ന് തുടങ്ങി. ഓരോരുത്തരും അവിടത്തെ കാട്ടിൽ നടന്ന് പുതിയ എന്തൊ ക്കെയോ ഉണ്ടെന്ന് പറഞ്ഞ് റിപ്പോർട്ട് പ്രസിദ്ധീകരിച്ചു. അവസാനം എന്തായി, ബോർഡ് ചെലവാക്കിയ ലക്ഷക്കണക്കിന് രൂപ വെള്ള ത്തിലായി. അന്ന് തമ്പാൻ സാറ് പറയുമായിരുന്നു പ്രോജക്റ്റ് ഏരിയ യിൽ ഒരുത്തനെയും കാലുകുത്താൻ സമ്മതിക്കരുതെന്ന്. എന്നാലും ആരുടെയെങ്കിലുമൊക്കെ ശുപാർശയുംകൊണ്ട് ആരെങ്കിലുമൊക്കെ വരും. ഇന്നത്തെപ്പോലെ ഫോറസ്റ്റ് നിയമമൊന്നും ഇല്ലാത്ത കാല മായിട്ടുകൂടി അന്ന് സൈലന്റ് വാലി പ്രോജക്റ്റ് ഉപേക്ഷിക്കേണ്ടി വന്നു. ഇന്ന് സ്ഥിതി കുറേ കൂടെ ബോർഡിന് എതിരാണ്. പരി സ്ഥിതി നിയമങ്ങൾ, എൻവിറോൺമെന്റൽ ഇമ്പാക്റ്റ് അസസ്മെന്റ്, ഗ്രീൻ ട്രിബ്യൂണൽ, കൺസർവേഷൻ മേഖലയിൽ പ്രവർത്തിക്കുന്ന കുറേ എൻ.ജി.ഒകൾ, അവർക്ക് കിട്ടുന്ന കാശ്, ചാനലുകൾ. അതി നിടെയിലാണ് അവന്റെയൊരു മീൻ, ആ സൈമണൊന്നും ഒരു ബോധവുമില്ല, നീ അങ്ങനെയാവരുത്. നീ കുറച്ചുകൂടെ ഉത്തരവാ ദിത്തം കാണിക്കണം. ആ പയ്യനെ സഹായിക്കാനൊന്നും പോകരുത്, നമ്മൾ ബോർഡിന്റെ ജീവനക്കാരാണ്, ഓഗ്മെന്റേഷൻ ഡാമിന്റെ പണിക്കായാണ് സിവിൽ എഞ്ചിനീയറിങ്ങ് വിങ്ങിലേക്ക് കൂടുതൽ ആളുകളെ പോസ്റ്റ് ചെയ്തത്. പ്രോജക്റ്റ് ഒന്ന് റണ്ണിങ്ങായാൽ അതിന്റെ ഗുണം എല്ലാവർക്കും കാണും. ഇയാൾക്കത് പതിയെ മനസ്സിലാകും.''

പതിയെ എന്താണ് മനസ്സിലാകാനുള്ളതെന്നത് എനിക്ക് ഊഹി ക്കാവുന്നതിലും അപ്പുറമായിരുന്നു. അരവിന്ദ് ശേഖർ പെട്ടിമുടി യിലെ മുതുവാന്മാർക്കൊപ്പം പോയി വരാലിനെക്കുറിച്ച് പഠിക്കു ന്നുണ്ടാവുമോ എന്ന കാര്യം ഞാൻ അന്വേഷിച്ചെങ്കിലും സൈമണ് അക്കാര്യം അറിയില്ലായിരുന്നു. റിസർവോയറിൽ വെള്ളം കുറഞ്ഞ് തുടങ്ങിയപ്പോൾ പെട്ടിമുടി ഭാഗത്ത് വരെ ബോട്ട് എത്തില്ല. അതു കൊണ്ടുതന്നെ മുതുവാന്മാരെയൊന്നും കാണാറില്ല. അരവിന്ദ് ശേഖ റിന്റെ കാര്യം ഞങ്ങളൊക്കെ വിട്ടെങ്കിലും രാമകൃഷ്ണൻ സാറ് വിട്ടിരുന്നില്ല. ഒരിക്കൽ ഞാൻ നാട്ടിൽ പോയ കാലത്ത് അരവിന്ദ് എന്നെ ഫോണിൽ വിളിച്ച് അമ്പരപ്പിക്കുന്ന ഒരു കാര്യം പറഞ്ഞു. അവന്റെ പഠനമേഖലയിൽനിന്ന് കല്ലാറിനെ ഒഴിവാക്കണം. ഒരു മീനിനെക്കുറിച്ചുള്ള പഠനമല്ലേ, അത് കല്ലാറിന്റെ അപ്സ്ട്രീമിലുള്ള ബ്രീഡിങ്ങ് ഗ്രൗണ്ട് ഇല്ലാതെയും പൂർത്തിയാക്കാമല്ലോ. അല്ലെങ്കിലും പെരിയാറിന് എത്ര കൈവഴികളുണ്ട്. അതിലൊക്കെ ആ മീനിന് ബ്രീഡ് ചെയ്യാമല്ലോ തുടങ്ങിയ കുറേ വാദങ്ങൾ രാമകൃഷ്ണൻസാർ അവനെ നേരിൽ കണ്ട് പറഞ്ഞത്രെ. പക്ഷേ അതിനേക്കാളൊക്കെ

പ്രാധാന്യമുള്ള കാര്യം മറ്റൊന്നാണ്, അക്കാര്യം നേരിൽ സംസാരിക്കാൻ എന്നെ കാണാനാവുമോ എന്ന് ചോദിച്ചപ്പോൾ ഞാനവനെ വീട്ടിലേക്ക് ക്ഷണിച്ചു. അവൻ പറഞ്ഞ കാര്യങ്ങൾ തന്നെ എനിക്ക് വിശ്വസിക്കാവുന്നതിനും അപ്പുറമായിരുന്നു. എന്തായിരിക്കും അവന് എന്നോട് നേരിട്ട് പറയാനുള്ളത്?

അടുത്ത ദിവസം അവൻ വീട്ടിൽ വന്നു. അമ്മ അവനെ സംശയത്തോടെ നോക്കേണ്ട എന്ന് കരുതി വരുന്നതാരാണ് എന്താണെന്നൊക്കെ ഞാൻ മുൻകൂട്ടി പറഞ്ഞിരുന്നു. അമ്മയിട്ടുകൊണ്ടുവന്ന ചായ കുടിച്ച ഞങ്ങൾ കടവിലെ പടികളിലിരുന്ന് സംസാരിച്ചു. കണ്ണാടിക്കൽ ക്ഷേത്രത്തിൽ ആരോ മീനൂട്ടുന്നത് അവിടെ നിന്ന് കാണാമായിരുന്നു.

അരവിന്ദ് ശേഖർ വന്ന കാര്യം പറഞ്ഞു. "ഹൈറേഞ്ചിലെ ഉയരമുള്ള മലകളിലെ ആഴം കുറഞ്ഞ ഭാഗത്ത് വെച്ച് ബ്രീഡ് ചെയ്ത് മഴക്കാലത്തെ ഒഴുക്കിനൊപ്പം പെരിയാറിലേക്ക് വരുന്ന ഒന്നാണ് ഈ വരാൽ. ശരിക്കും അത് നമ്മൾ കാണുന്ന മറ്റ് വരാലുകളുടെ ജനുസ്സിൽപെട്ടതല്ല. നമ്മുടെ പുഴകളിൽ ധാരാളം വരാലുണ്ടെങ്കിലും ഇത്ര വലുതാവുന്നതും ബുദ്ധിശക്തിയും അതിജീവന മികവുമുള്ളത് ഈ സ്പീഷീസാണ്. അത്രയും വലിയൊരു മത്സ്യത്തെ പുതുതായി കണ്ടെത്തുക, അതും ആലുവപോലുള്ള ഒരു നഗരത്തിനടുത്ത്, എന്നത് ഈ അടുത്ത കാലത്ത് സംഭവിച്ച ഒരു അപൂർവ്വ ശാസ്ത്ര നേട്ടമാണ്, എല്ലാവർക്കും അല്ല കേട്ടോ, എന്നെപ്പോലെ മീനുകളെയും പുഴകളെയും കുറിച്ചൊക്കെ താത്പര്യമുള്ളവർക്ക്. പെരിയാറിന്റെ എല്ലാ കൈവഴികളിലും ഇപ്പോൾ ഡാമുകളുണ്ട്, അവയിൽ തന്നെ സ്പിൽവേയിലൂടെ വെള്ളം തുറന്ന് വിടുന്ന ഏക ഡാമാണ് കല്ലാറിലേത്. അതുകൊണ്ടാവാം ആ മീനിന്റെ അവശേഷിക്കുന്ന പോപ്പുലേഷൻ കല്ലാറിലേക്ക് ഓരോ തുലാമഴക്കാലത്തും പ്രതീക്ഷയോടെ നീന്തുന്നത്. ആ സ്പിൽവേയിലൂടെ എല്ലാ ബ്രീഡിങ്ങ് സീസണിലും കുറച്ചെങ്കിലും വെള്ളമൊഴുക്കിയാൽ മീനുകൾ ബ്രീഡിങ്ങിനായി മുകളിലേക്ക് പോകും, ഡാമിൽ കഴിയുന്ന ചെറിയ മീനുകൾ പുഴയുടെ താഴേക്കും പോകും. ഇതാണ് എന്റെ ഗവേഷണത്തിന്റെ റിസൽട്ട്."

അരവിന്ദ് ശേഖർ പറഞ്ഞ് നിർത്തി. അവനെക്കുറിച്ച് എനിക്ക് മതിപ്പ് തോന്നി. രാമകൃഷ്ണൻസാറെന്തിനാണ് അവനെ നിരുത്സാഹപ്പെടുത്തുന്നതെന്നും സ്വാധീനിക്കാൻ ശ്രമിക്കുന്നതെന്നും എനിക്ക് അറിയാമായിരുന്നെങ്കിലും അക്കാര്യം ഞാനവനോട് പറഞ്ഞില്ല. എന്നാൽ എന്നെ അത്ഭുതപ്പെടുത്താനുള്ള വിവരം അവൻ അത് കഴിഞ്ഞാണ് പറഞ്ഞത്.

“കല്ലാറിലെ അവശേഷിക്കുന്ന ബ്രീഡിങ്ങ് ഗ്രൗണ്ടുകളിലേക്ക് എത്താനായി സ്പിൽവേയ്ക്ക് സമാന്തരമായി കുറച്ച് വെള്ളം ഒഴുക്കി വിടുന്ന, വിദേശങ്ങളിലൊക്കെ ഉള്ളതുപോലുള്ള ഒരു ഫിഷ് ലാഡർ ഉണ്ടാക്കുകയെന്നത് ഗവേഷണ റിപ്പോർട്ടിൽ നിന്ന് ഒഴിവാക്കണം. പിന്നെ ആ മീനുകൾക്ക് ബ്രീഡിങ്ങിനായി അവശേഷിക്കുന്നത് കല്ലാറിന്റെ മുകളിൽ പെട്ടിമുടി ഭാഗത്തുള്ള കയങ്ങളാണെന്ന കാര്യവും ഒഴിവാക്കണം. വെറുതേ വേണ്ട, എല്ലാത്തിനും അതിന്റേതായ വിലയുണ്ട്.”

കല്ലാർ അണക്കെട്ടിന്റെ താഴെ വരെ നീന്തിയെത്തുന്ന മത്സ്യം അവിടെ നിന്ന് മുകളിലേക്ക് പോകാനായില്ലെങ്കിൽ അവിടെ വെച്ച് ബ്രീഡ് ചെയ്യില്ലേ എന്ന എന്റെ സംശയത്തിനും അവന്റെ കയ്യിൽ മറുപടി ഉണ്ടായിരുന്നു.

“ബ്രീഡ് ചെയ്യും. പക്ഷേ അവിടെ ഭൂരിഭാഗം മുട്ടകളും വിരിയില്ല, കൂടുതൽ തണുപ്പ് വേണമായിരിക്കും. അല്ലെങ്കിൽ മറ്റെന്തെങ്കിലും ആവാസവ്യവസ്ഥാസാഹചര്യങ്ങൾ വേണമായിരിക്കും.”

“എന്നിട്ട് നിന്റെ മീനിന് രാമകൃഷ്ണൻസാർ എന്ത് വിലയിട്ടു?” ഞാൻ ചോദിച്ചു.

പുഴയിലേക്ക് നോക്കിത്തന്നെ അവൻ മറുപടി പറഞ്ഞു. “അഞ്ച് ലക്ഷം രൂപ. അഡ്വാൻസായി അൻപതിനായിരം രൂപ ഏതോ ഒരു അക്കൗണ്ടിൽനിന്ന് എന്റെ ബാങ്ക് അക്കൗണ്ടിൽ വന്നു. കല്ലാറിൽ ഏതോ ഒരു പ്രൊജക്റ്റ് വരുന്നുണ്ടത്രെ. അതിന്റെ പണി തുടങ്ങിയാൽ ബാക്കി നാലരലക്ഷം.”

എനിക്ക് അത്ഭുതമടക്കാനായില്ല. ആരായിരിക്കും കാശ് കൊടുത്തത്. ബാക്കി കാശ് ആരായിരിക്കും കൊടുക്കാൻ പോകുന്നത്. അരവിന്ദ് ശേഖറിനെ കുഴക്കിയത് അവനെ മോഹിപ്പിക്കുന്ന ആ തുക തന്നെയായിരുന്നു.

“ഒരുപക്ഷേ നാലരയൊന്നും കിട്ടില്ലായിരിക്കും. ഒരു മൂന്ന് ലക്ഷം കിട്ടിയാൽ വീടിന്റെ ലോൺ തീർക്കാമായിരുന്നു.” അവൻ ആത്മഗതം നടത്തുന്നത് ഞാൻ കേട്ടു.

ചെറുപ്പത്തിലേ അച്ഛൻ മരിച്ചു. അമ്മയാണ് അവനെ വളർത്തിയത്. അവനെ മോഹിപ്പിച്ച ആ തുക അവന്റെ പ്രശ്നങ്ങളൊക്കെ തീർക്കില്ലെങ്കിലും വീടിന്റെ ലോൺ തീർക്കാൻ ധാരാളമാണ്. ധനികർപോലും പണത്തിന്റെ പ്രലോഭനങ്ങളിൽ വീഴുന്ന കാലത്ത് അരവിന്ദ് ശേഖറെന്ന ആ പാവത്തെ കുറ്റപ്പെടുത്താൻ എനിക്ക് തോന്നിയില്ല. ആരായിരിക്കും കാശ് തരികയെന്ന അവന്റെ ചോദ്യത്തിന് എനിക്ക് മറുപടി ഇല്ലായിരുന്നു. തന്റെ ഗവേഷണഫലം വിൽക്കാൻ തന്നെ അവൻ തീരുമാനിച്ചപോലെ തോന്നി.

തിരികെ ഡാംസൈറ്റിലെത്തിയപ്പോൾ അവിടെ കോളനിക്കാരുടെ സമരം തുടങ്ങിയിരുന്നു.

അമ്പോറ്റി സഖാവ്

ഓഫീസിന് മുന്നിലെ സമരപ്പന്തലിലിരുന്ന് അമ്പോറ്റി സഖാവ് പത്രം വായിച്ചു. ഡാമിലെ തൊഴിലാളികളുടെ നേതാവായി പ്രവർത്തിച്ചു തുടങ്ങിയ കാലം മുതൽ ഡാംസൈറ്റിൽ നിന്ന് ഒഴിയണമെങ്കിൽ പകരം വാസസ്ഥലവും ജീവിക്കാനായി എന്തെങ്കിലും തൊഴിലും വേണമെന്ന ആവശ്യവുമായി സമരം ചെയ്യുന്ന, ഇന്നു വരെ പത്രം വായിക്കാത്ത ഒറ്റ ദിവസം പോലും സഖാവിനുണ്ടാവില്ല. ഭൂമിയിൽ എവിടെയാണെന്ന് കൃത്യമായി തനിക്ക് നിർവചിക്കാനാവാത്ത ഒരു ബിന്ദുവിലെത്തിപ്പെട്ട കാലത്തും അയാൾ ലോകത്തിന്റെ ഗതിവിഗതികളറിഞ്ഞത് പത്രത്താളുകളിലൂടെയാണ്.

അടിയന്തിരാവസ്ഥക്കാലത്ത് മമ്പറത്ത് നിന്ന് ഒളിവിൽ പോയ കുഞ്ഞമ്പു എന്ന ബീഡിത്തൊഴിലാളി നേതാവ് പല സ്ഥലങ്ങളിൽ ഒളിവിൽ താമസിച്ചു. പൊലീസിന്റെ പിടിയിൽനിന്ന് പലതവണ വഴുതിപ്പോയ കുഞ്ഞമ്പു അവസാനം പൊലീസിന്റെ വലയിലായി. കൈനകരിയിലെ ഒരു തുരുത്തിൽ പാർട്ടി ഒരുക്കിക്കൊടുത്ത ഒളിത്താവളം വളഞ്ഞ് പൊലീസ് കുഞ്ഞമ്പുവിനേയും മറ്റ് മൂന്നുപേരെയും കസ്റ്റഡിയിലെടുത്തു. നീന്താൻ നല്ല വശമുള്ള കുട്ടനാട്ടുകാരായ മറ്റ് രണ്ടുപേരും കായലിൽ ചാടാനുള്ള സാഹസം കാണിച്ചില്ലെങ്കിലും നീന്തൽ നല്ല വശമില്ലാത്ത കുഞ്ഞമ്പു അടിയൊഴുക്കുള്ള കായലിൽ ചാടി. പിന്നാലെ ചാടി കുഞ്ഞമ്പുവിനെ പിടിക്കാൻ പൊലീസുകാരാരും ധൈര്യപ്പെട്ടില്ല, അവർ കായലിലെ ചുഴിയിൽ കുഞ്ഞമ്പു അപ്രത്യക്ഷനാവുന്നത് നോക്കി നിന്നു. കർക്കടകത്തിൽ അവിടെ ചാടിയ ആരും ജീവനോടെ ബാക്കിയാവാത്തതിനാൽ അടുത്ത ദിവസങ്ങളിൽ ആരെങ്കിലും ചത്ത് പൊന്തിയോ എന്ന് പൊലീസ് അന്വേഷിക്കുന്നുണ്ടായിരുന്നു.

കുഞ്ഞമ്പുവിന്റെ ഭാഗ്യത്തിന് അയാളുടെ അപരനൊരാളുടെ ജഡം ഒരാഴ്ച കഴിഞ്ഞ് നെടുമുടിയിൽ പൊന്തിയതോടെ കുഞ്ഞമ്പുവിന്റെ കേസ് പൊലീസ് അവസാനിപ്പിച്ചു. മൂന്ന് മാസം കഴിഞ്ഞപ്പോൾ കുഞ്ഞമ്പു മരിച്ചെന്ന് കാണിച്ച് മമ്പറം പൊലീസ് സ്റ്റേഷനിൽ അറിയിപ്പ്

കിട്ടി. ആരോ വരച്ച കുഞ്ഞമ്പുവിന്റെ ഒരു ചിത്രം പിൽക്കാലത്ത് മമ്പറത്തെ പാർട്ടി ഓഫീസിന്റെ ചുമരിൽ തൂങ്ങി.

നെടുമുടിയിൽനിന്ന് കയറ് കൊണ്ടുപോകുന്ന വള്ളത്തിൽ കൊച്ചിയിലെത്തിയ കുഞ്ഞമ്പു ആൾമാറാട്ടം നടത്തി പല വാഹനങ്ങൾ കയറി അടിമാലിയിലെത്തി. കല്ലാറിലെ ഡാംസൈറ്റിൽ നിന്ന് ഈറ്റ കയറ്റാൻ പോകുന്ന ലോറിയിൽ ലോറിക്കാരനറിയാതെ കയറിക്കൂടി അയാൾ ഡാംസൈറ്റിലുമെത്തി. അത് ലോകത്തിന്റെ അവസാനം പോലെ തോന്നി കുഞ്ഞമ്പുവിന്. കണ്ടുമുട്ടുന്ന ആളുകളിലാരും അവിടെ ജനിച്ചുവളർന്നവരല്ല. എവിടെ നിന്ന് എന്ത് കാരണം കൊണ്ട് അവിടെ എത്തിപ്പെട്ടെന്ന കാര്യം വെളിപ്പെടുത്താൻ ആർക്കും താത്പര്യമില്ല, അതുകൊണ്ടുതന്നെ അക്കാര്യം ആരും പരസ്പരം ചോദിക്കില്ല. കുറച്ച് മാസങ്ങൾ കഴിഞ്ഞപ്പോൾ ഓരോ മനുഷ്യനും എന്തിന്, ആരെ ഭയന്ന്, ആരെ മറന്ന് ഡാംസൈറ്റിലെത്തിയെന്നത് എല്ലാവർക്കും പരസ്പരം മനസ്സിലായെങ്കിലും കുഞ്ഞമ്പു അക്കാര്യങ്ങൾ പോലും രഹസ്യമാക്കി വെച്ചു. കുഞ്ഞമ്പു എന്ന ബീഡിത്തൊഴിലാളി കായലിൽ വീണ് മരിച്ചതിന്റെ മാസങ്ങൾക്കപ്പുറം മറ്റൊരിടത്ത് ഒരു കൃത്രിമ തടാകത്തിന്റെ പണികൾ നടക്കുന്നിടത്ത് തൊഴിലാളികളുടെ നേതാവായി അമ്പോറ്റിയെന്നൊരാൾ ജന്മമെടുത്തു. കുട്ടിക്കാലത്ത് അമ്മ വിളിച്ച പേരുപേക്ഷിക്കാൻ പുനർജന്മത്തിലും അയാൾക്ക് തോന്നിയില്ല.

ഡാംസൈറ്റിൽ കല്ല് പൊട്ടിക്കുന്ന പണിയാണ് അമ്പോറ്റിക്ക് ആദ്യം ലഭിച്ചത്. ആളുകൾ കൂട്ടമായിരുന്ന് കല്ല് പൊട്ടിക്കും. നല്ല തണുപ്പിൽ കമ്പിളി പുതച്ചും നല്ല മഴയത്ത് ഈറ്റയില മെടഞ്ഞുണ്ടാക്കുന്ന ഒരു പന്തലിനകത്തിരുന്നും അവർ കല്ല് പൊട്ടിക്കും. പൊട്ടിച്ച കല്ല് കുട്ടയിലാക്കി അളന്ന് കരാറുകാരന്റെ മേസ്തിരി ഇരിക്കുന്ന ഭാഗത്ത് കൊണ്ടുപോയിട്ടാൽ അതിന്റെ കൂലി കിട്ടും. ഭക്ഷണം കഴിക്കാനും മറ്റും പണി നിർത്തുന്ന ഇടവേളകളിൽ അമ്പോറ്റി പത്രം വായിക്കും. തനിക്കായി മാത്രമല്ല ചുറ്റുമുള്ള തൊഴിലാളികൾക്കുകൂടി കേൾക്കാനായി ഉച്ചത്തിൽ.

തൊഴിലാളികൾ ബീഡി തെറുക്കുന്നിടത്ത് ഒരാൾ മറ്റെല്ലാവർക്കും കേൾക്കാനായി ഉച്ചത്തിൽ പാർട്ടി പത്രം വായിക്കുമായിരുന്നു. പണി മാറ്റിവെച്ച് തങ്ങൾക്കായി പത്രം വായിക്കുന്നയാളിന്റെ മുറത്തിലേക്ക് തെറുത്ത ബീഡികളിൽനിന്ന് ഒരു പങ്ക് എല്ലാവരും ഇട്ടുകൊടുക്കണം എന്നതായിരുന്നു പത്രവായനയുടെ കമ്മ്യൂണിസ്റ്റ് രീതി. അടിമാലിയിൽനിന്ന് വരുന്ന ഏതെങ്കിലും ലോറിയിൽ അമ്പോറ്റിക്കുള്ള ദേശാഭിമാനിയെത്തും. തന്നെ ഏൽപ്പിച്ച ദൗത്യംപോലെ അയാളത് ഇടവേളകളിൽ മറ്റുള്ളവർക്ക് വായിച്ചുകൊടുക്കും.

പൊലീസിനെ പേടിച്ചും കടക്കാരെപ്പേടിച്ചും ബന്ധുക്കളെയും ശത്രുക്കളെയും പേടിച്ചുമൊക്കെ ഡാംസൈറ്റിലെത്തിയ ഭൂരിഭാഗം പേർക്കും ഒരു കുറ്റവാളിയുടെ പാശ്ചാത്തലം കാണും. ഗതികേടു കൊണ്ട് ഡാംസൈറ്റിലെത്തിയവരും തങ്ങൾക്ക് ഒരു കുറ്റകൃത്യ പാശ്ചാത്തലമുണ്ടെന്ന തെറ്റായ ഒരു ധാരണ ചുറ്റുമുള്ളവരിൽ ബോധ പൂർവ്വം സൃഷ്ടിക്കും. കുറ്റകൃത്യങ്ങളുടെ മണമുള്ള അത്രയും പേർ വളരെ അടുത്തടുത്ത അടച്ചുറപ്പില്ലാത്ത വീടുകളിലും വാതിലുകൾ പോലുമില്ലാത്ത ചായ്പുകളിലും താമസിച്ചിട്ടും അവർ തമ്മിൽ യാതൊരുവിധ തർക്കങ്ങളും ഉണ്ടായില്ലെന്നത് അത്ഭുതമായി തോന്നാം. എല്ലാവരും ശക്തരാണെന്ന തോന്നലുള്ളതിനാൽ എല്ലാവരും പരസ്പരം ക്ഷമിക്കും. മറ്റൊരാളുടെ ക്ഷമയ്ക്കായി പ്രാർത്ഥിക്കാനുള്ള ഒരു സാഹചര്യവും ഉണ്ടാക്കാതെ നോക്കും.

അണക്കെട്ട് കമ്മീഷൻ ചെയ്ത വർഷത്തെ ആസ്പദമാക്കി ഡാം സൈറ്റിന്റെ ചരിത്രത്തെ വിഭജിച്ചാൽ കമ്മീഷൻ ചെയ്തത് വരെയുള്ള എട്ട് വർഷത്തിനിടെ ഒരേയൊരു കേസാണ് അവിടെയുണ്ടായത്. തങ്കമ്മയുടെ അപ്പൻ അയാളുടെ സുഹൃത്തിനെ കുത്തിക്കൊന്നത്. അതിന് പിന്നിലെ കാരണങ്ങൾപോലും ആർക്കും അറിയില്ലെന്നത് ഡാംസൈറ്റിന് പുറത്ത് നിന്നുള്ളവർക്ക് വിശ്വസിക്കാൻ പാടായിരിക്കും.

അണക്കെട്ട് കമ്മീഷൻ ചെയ്തപ്പോൾ ആളുകൾ താമസിച്ചിരുന്ന പല സ്ഥലങ്ങളും വെള്ളത്തിലായി. അവരെല്ലാം ഡാമിലെ ഓഫീസിലേക്ക് പോകുന്ന റോഡിനും റിസർവോയറിനുമിടയിലുള്ള ഭാഗത്തേക്ക് മാറി താമസിച്ചു. ഒരു കപ്പേളയും സ്രാമ്പിയും ശിവലിംഗമുള്ള ആൽത്തറയും ഉണ്ടായിരുന്നത് വെള്ളത്തിനടിയിലായി. ആളുകൾക്ക് താമസിക്കാൻതന്നെ സ്ഥലമില്ലാത്തതിനാൽ ആരാധനാലയങ്ങൾ പുനർനിർമ്മിക്കാനൊന്നും ആരും മിനക്കെട്ടില്ല. അണക്കെട്ട് കമ്മീഷൻ ചെയ്ത കൊല്ലം മഴ കുറവായിരുന്നതിനാൽ ഡാം സൈറ്റ് കോളനിക്ക് ഭീഷണിയുണ്ടായില്ല. ചിതറിക്കിടന്നിരുന്ന അഞ്ചോളം തൊഴിലാളി സെറ്റിൽമെന്റിലെ ആളുകൾ പരമാവധി അളവിൽ വെള്ളം സംഭരിച്ചാൽ മുങ്ങിപ്പോകുമെന്ന് എല്ലാവർക്കുമറിയാവുന്ന ഒരിടത്തേക്ക് മാറി താമസിച്ചപ്പോഴും അധികാരികളാരും തടസം പറഞ്ഞില്ല. ഡാമിന്റെ പൂർത്തിയാകാനുള്ള പണികൾക്ക് അത്രയും ആളുകളെ ആവശ്യമില്ല, പക്ഷേ ഒഴിപ്പിക്കുകയാണെങ്കിൽ എല്ലാവരെയും ഒഴിപ്പിക്കണം, അതുകൊണ്ട് അക്കൊല്ലം ആരെയും ഒഴിപ്പിച്ചില്ല. പിറ്റേവർഷം പരമാവധി അളവിൽ വെള്ളം പിടിക്കുമ്പോൾ ആളുകൾ ഒഴിഞ്ഞ് പോകുമെന്ന് അന്നത്തെ സൂപ്രണ്ടിങ്ങ് എഞ്ചിനീയർ കണക്ക് കൂട്ടി.

പിറ്റേവർഷം നല്ല മഴ പെയ്തു. കർക്കടകം കഴിഞ്ഞപ്പോൾ തന്നെ റിസർവോയറിലെ വെള്ളം വീടുകൾക്കടുത്തെത്തി. മാമലക്കണ്ടത്തെ പവർഹൗസിലെ ഉത്പാദനം പരമാവധി കൂട്ടിയിട്ടും തുലാമഴ തുടങ്ങും മുൻപ് തന്നെ വീടുകൾ മുങ്ങുമെന്ന നിലവന്നു. വെള്ളം ഇനിയും കൂടിയാൽ ഒഴിയേണ്ടിവരുമെന്ന ധാരണയിൽ റിസർവോയറിന് ഏറ്റവുമടുത്ത് താമസിക്കുന്ന ആളുകൾ തയ്യാറെടുപ്പ് നടത്തിക്കൊണ്ടിരുന്നു. കോളനിക്കാരെ കാട് കയ്യേറാൻ സമ്മതിക്കില്ലെന്ന് മൂന്നാറിൽ നിന്ന് വന്ന ഫോറസ്റ്റുദ്യോഗസ്ഥരും നിലപാട് കടുപ്പിച്ച സമയത്താണ് അമ്പോറ്റി സമരാഹ്വാനവുമായി വന്നത്. അമ്പോറ്റി പറഞ്ഞാൽ ആര് കേൾക്കാനാണെന്ന് ചിന്തിച്ച ബോർഡിലെ ഉദ്യോഗസ്ഥരെ ഞെട്ടിച്ചുകൊണ്ട് ഡാംസൈറ്റ് കോളനിയിലെ മുഴുവനാളുകളും അയാൾക്ക് പിന്നിൽ അണിനിരന്ന് അയാൾ വിളിച്ചുകൊടുത്ത മുദ്രാവാക്യങ്ങൾ ഉറക്കെ വിളിച്ചു. അങ്ങനെ ഞരമ്പുകളിൽ വിപ്ലവവീര്യമുള്ള ചോരയുള്ള അമ്പോറ്റിയുടെ പിന്നിൽ അണിനിരന്നവർ ഉച്ചത്തിൽ മുദ്രാവാക്യങ്ങൾ വിളിച്ചു. കുഞ്ഞമ്പുവെന്ന തന്റെ ആദ്യപേരിനൊപ്പമുണ്ടായിരുന്ന സഖാവെന്ന വിശേഷണം ഒരു വ്യാഴവട്ടക്കാലത്തിനുശേഷം അമ്പോറ്റിയെന്ന പേരിലേക്കും അയാൾക്ക് ചാർത്തിക്കിട്ടി.

കല്ലാറിലേക്കുള്ള വഴി മുടക്കി ഡാംസൈറ്റ് കോളനിക്കാർ സമരം ചെയ്തു. ഉദ്യോഗസ്ഥർക്ക് സഹായത്തിന് പൊലീസിനെ വിളിക്കാൻ പോലുമായില്ല. 'ജീവിക്കുകയാണെങ്കിൽ ഒരുമിച്ച്, മരിക്കുകയാണെങ്കിലും ഒരുമിച്ച്' എന്ന മുദ്രാവാക്യത്തിലെ ഒരുമിച്ചെന്നതിൽ തങ്ങളും കൂടി പെടുമെന്ന് ബോർഡിലെ ഉദ്യോഗസ്ഥർക്ക് ബോധ്യം വന്നപ്പോൾ സ്പിൽവേയിലൂടെ വെള്ളമൊഴുകി.

പല വർഷങ്ങളിലും തുലാമഴയ്ക്ക് മുൻപ് ജലവിതാനത്തെ കുറിച്ച് ആശങ്കപ്പെടുന്ന ഒരാഴ്ചയും സ്പിൽവേയുടെ ഷട്ടർ തുറക്കുന്ന കാര്യത്തിലെ അവ്യക്തതയും പതിവായി. ഡാംസൈറ്റ് കോളനിയിലെ ജീവിതത്തിൽ എല്ലാ വർഷവും അരങ്ങേറുന്ന ഒരു നാടകം പോലായി അത്. അമ്പോറ്റി സഖാവിനെപ്പോലുള്ള സമുന്നത നേതാക്കളെയൊന്നും ഇടപെടീക്കാതെ ഡാംസൈറ്റ് കോളനിക്കാർ ആ നാടകത്തിൽ അഭിനയിക്കും. അവസാന നാടകത്തിൽ എനിക്കും കിട്ടി നല്ലൊരു വേഷം.

ഇപ്പോൾ പ്രശ്നം ഒരു പത്രറിപ്പോർട്ടാണ്. സർക്കാരിന്റെ നയങ്ങൾ അതേപടി അച്ചടിച്ച് വരുന്ന ഒരു പത്രത്തിൽ കേരളത്തിലെ ഡാമുകളുടെ ഓഡിറ്റിങ്ങ് നടത്തിയതുപോലുള്ള ഒരു ലേഖനമുണ്ട്. ഡൽഹിയിലെ മാധ്യമപ്രവർത്തക അന്നാ വർഗ്ഗീസാണ് ലേഖിക. കേരളത്തിലെ ഡാമുകളുടെ സംഭരണശേഷിയെ വിശദമായി അപഗ്രഥിക്കുന്ന ലേഖനത്തിൽ ഡാമുകളിൽനിന്ന് വൈദ്യുതി ഉൽപ്പാദനം

കൂട്ടാനാവശ്യമായ നിർദ്ദേശങ്ങളുണ്ട്. ഡാമുകളുടെ രൂപകൽപ്പന യെക്കുറിച്ചും അവയുടെ പ്രവർത്തനങ്ങളെക്കുറിച്ചുമൊക്കെ നല്ല ഗ്രാഹ്യമുള്ള ആളാണ് ലേഖനമെഴുതിയിരിക്കുന്നത് എന്ന് വ്യക്ത മാണ്. ഡാമുകളുമായി ബന്ധപ്പെട്ട പ്രശ്നങ്ങൾ അക്കമിട്ട് നിരത്തിയ കൂട്ടത്തിൽ കല്ലാർ ഡാമിനെ കുറിച്ചുമുണ്ട്. അനധികൃതമായി താമ സിക്കുന്ന ആയിരത്തിന് മുകളിൽ ആളുകൾ കാരണം ഇത്രയും നാൾ എത്ര മെഗാവാട്ട് വൈദ്യുതിയാണ് വൈദ്യുതി ബോർഡിന് നഷ്ടമായതെന്നതിന് അണക്കെട്ട് ഉണ്ടാക്കിയ കാലം മുതലുള്ള കണക്കുകളുടെ പിൻബലമുണ്ട്.

ലേഖനം വന്നതിന്റെ പിന്നാലെ പ്രശ്നം പഠിച്ച് പരിഹരിക്കുമെന്ന വൈദ്യുതി മന്ത്രിയുടെ പ്രസ്താവന കൂടിയായപ്പോൾ ഡാംസൈറ്റ് കോളനിക്കാർ അപകടം മണത്തു. അവർ വീട്ടിൽ വിശ്രമജീവിതം നയിച്ചുകൊണ്ടിരുന്ന അമ്പോറ്റി സഖാവിനെ പോയിക്കണ്ടു. ഡി റ്റി എച്ച് സാങ്കേതികവിദ്യ രംഗപ്രവേശനം ചെയ്ത കാലത്ത് ഡാം സൈറ്റിലെ മിക്ക വീടുകൾക്ക് മുകളിലും സ്ഥാനം പിടിച്ച കുഞ്ഞ് ഡിഷ് ആന്റിനകളിലൊന്ന് അമ്പോറ്റി സഖാവിന്റെ വീടിന് മുകളിലും സ്ഥാനം പിടിച്ചിരുന്നു. മൂന്ന് പത്രം രാവിലെ വായിച്ച് തീർക്കുന്ന അയാൾ പിന്നീട് ചാനലിലെ വാർത്തകൾ കാണും. മമ്പറത്തേക്ക് തിരിച്ചുപോകണമെന്ന ആഗ്രഹം കലശലായ സമയത്താണ് വീണ്ടു മൊരു സമരം നയിക്കാനുള്ള ചരിത്രനിയോഗം അയാളെ തേടിയെ ത്തിയത്.

പുറത്തെ സമരപ്പന്തലിലെ പരിചയമുള്ള മുഖങ്ങൾക്ക് ഒരു പുഞ്ചിരി സമ്മാനിച്ചാണ് ഞാൻ ഓഫീസിനകത്തേക്ക് കയറിയത്. പതിവിന് വിപരീതമായി ജയശങ്കർ ഇരിപ്പിടത്തിലുണ്ട്. തങ്കമ്മയും റഷീദും മാറി നിന്ന് എന്തൊക്കെയോ ചർച്ച ചെയ്യുന്നുണ്ട്. ഭാസുരേ ന്ദ്രൻ വന്ന് എന്നെ സൂപ്രണ്ടിങ്ങ് എഞ്ചിനീയർ വിളിക്കുന്നുണ്ടെന്ന് പറഞ്ഞു.

ഞാൻ രാമകൃഷ്ണൻസാറിന്റെ മുറിയിൽ ചെന്നു. ഞാൻ പ്രതീ ക്ഷിച്ചപോലെ അദ്ദേഹം ആശങ്കാകുലനായിരുന്നില്ല. ഓഗ്മെന്റേഷൻ പ്രോജക്റ്റിന്റെ എന്തൊക്കെയോ കാര്യങ്ങൾ അദ്ദേഹമെന്നോട് ചർച്ച ചെയ്തു. ഒടുവിൽ സമരത്തെക്കുറിച്ച് ഞാൻതന്നെ അങ്ങോട്ട് ചോദിച്ചു.

"ശ്രീലക്ഷ്മി അതൊന്നും ആലോചിച്ച് ടെൻഷനടിക്കണ്ട. അതൊക്കെ നല്ലതിനാണെന്ന് കൂട്ടിക്കൊള്ളൂ. അവര് സമരം ചെയ്യട്ടേന്ന്, എല്ലാം ഒന്ന് ചൂട് പിടിക്കട്ടെ."

എനിക്ക് അത്ഭുതമാണ് തോന്നിയത്. പിന്നീട് പത്രത്തിൽ വന്ന ലേഖനം ഞാൻ വിശദമായി ഒരു വട്ടംകൂടി വായിച്ചു. അതിലെ

കണക്കുകളിൽ ഏറ്റവും ഊന്നൽ കൊടുത്തിരിക്കുന്നത് കല്ലാറിലെ ഡാമിനെക്കുറിച്ചാണെന്ന് തോന്നി. കേരളത്തിലെ ജലവൈദ്യുത പദ്ധതികളെടുത്ത് നോക്കിയാൽ കല്ലാർ ഇടത്തരം ഒരു അണ ക്കെട്ടാണ്. എന്നിട്ടും എന്തിനാണ് കല്ലാറിനെക്കുറിച്ച് മാത്രം ഇത്ര വിശദമായ അപഗ്രഥനം! കഴിഞ്ഞ മാസം റെക്കോർഡ് റൂമിൽ നിന്ന് പഴയ ചില ഫയലുകളും റെക്കോർഡ് ബുക്കുകളും ഭാസുരേന്ദ്രൻ തിരഞ്ഞ് കണ്ടുപിടിച്ച് രാമകൃഷ്ണൻസാറിന് കൊടുത്തിരുന്നു. അന്ന് അതിലെ ചില കണക്കുകൾ ക്രോഡീകരിച്ച് പെൻഡ്രൈവി ലാക്കി കൊടുത്തതിന്റെ കോപ്പി ഓഫീസ് കമ്പ്യൂട്ടറിൽ കിടപ്പുണ്ട്. നോക്കിയപ്പോൾ അതേപടി ഉപയോഗിച്ചാണ് ലേഖനമെഴുതിയിരി ക്കുന്നത്. ലേഖികയുടെ പേരിനൊപ്പമുള്ള വാർത്താ ഏജൻസിയുടെ പേര് ഞാനെവിടെയോ കേട്ടതുപോലുണ്ട്. ലോകകാര്യങ്ങളെ കുറി ച്ചൊന്നും വലിയ ബോധമില്ലാത്ത ഞാനെങ്ങനെയാണ് ആ വാർത്താ ഏജൻസിയുടെ പേര് കേട്ടത്.

വൈകീട്ട് ക്വാർട്ടേഴ്സിൽ ഒരു ചായ കുടിച്ചുകൊണ്ടിരുന്നപ്പോഴാണ് വാർത്താ ഏജൻസിയുടെ പേര് എവിടെയാണ് കണ്ടതെന്ന കാര്യം എനിക്കോർമ്മ വന്നത്. അതെ, സൂരജ് ശശിധരന്റെ ഐ.ഡി. കാർഡി ലാണ് ഞാനാ പേര് കണ്ടത്.

കോപ്പി ലുവാക്ക്

ഓഫീസിന് മുന്നിലെ സമരകോലാഹലങ്ങളോ മാധ്യമവാർത്തകളോ രാമകൃഷ്ണൻസാർ ശ്രദ്ധിച്ചതേയില്ല. അണക്കെട്ടിനെതിരെയുള്ള ഒരു സമരകാലത്താണ് അദ്ദേഹം വൈദ്യുത ബോർഡിൽ എഞ്ചിനീയറായി തുടങ്ങിയത്. അതുകൊണ്ട് ഒരോ തിരിച്ചടികളും എങ്ങനെ നേരിടണമെന്ന് അദ്ദേഹത്തിന് വ്യക്തമായ പദ്ധതികളുണ്ടായിരുന്നു. അരവിന്ദ് ശേഖറിന് കൊടുത്തതുപോലെയുള്ള തുകകൾ ചെലവാക്കാൻ അദ്ദേഹത്തിന് എങ്ങനെ കഴിയുന്നെന്ന കാര്യം മാത്രം എനിക്ക് മനസ്സിലായില്ല. അതുമാത്രമെന്ന് പറയാനാവില്ല, അദ്ദേഹത്തിന്റെ പല തീരുമാനങ്ങളും എനിക്ക് മനസ്സിലായില്ല. ഓഫീസിന് മുന്നിലെ സമരകോലാഹലങ്ങളും ഡാംസൈറ്റ് കോളനിയിൽ താമസിക്കുന്ന ചില ജീവനക്കാർപോലും സമരത്തിന് പിന്നിലുണ്ടെന്ന കാര്യവുമൊക്കെ നിസ്സാരവൽക്കരിക്കുന്ന അദ്ദേഹം ചില കേന്ദ്രങ്ങളിൽനിന്ന് വരുന്ന കെട്ടുകഥകളെപോലും വളരെ ഗൗരവത്തോടെ കൈകാര്യം ചെയ്യും.

കേരളത്തിൽ അണക്കെട്ടുകൾക്കെതിരെ വിജയിച്ച സമരങ്ങളുടെ പട്ടികയിൽ അധികം മത്സരാർത്ഥികളില്ല. സൈലന്റ് വാലി, അതിരപ്പിള്ളി അങ്ങനെ ഒന്നുരണ്ടെണ്ണം മാത്രം. അതിൽ സൈലന്റ് വാലി സമരം പൂർണ്ണവിജയമായിരുന്നെങ്കിലും അതിരപ്പിള്ളിയുടെ കാര്യത്തിൽ പദ്ധതി താമസിക്കുക മാത്രമേ ചെയ്യുകയുള്ളൂ എന്നാണ് രാമകൃഷ്ണൻസാറിന്റെ അഭിപ്രായം. താൻ ചെയ്യുന്ന ജോലി മാത്രമാണ് ശരിയെന്ന് വിശ്വസിക്കുന്ന ഒരാളായിരുന്നു അദ്ദേഹം. അണക്കെട്ടുകളുടെ പാരിസ്ഥിതിക പ്രശ്നങ്ങളെക്കുറിച്ചുള്ള എന്തെങ്കിലും ചർച്ച ചിലപ്പോൾ ജയശങ്കർ തുടങ്ങിവെച്ചാൽ അദ്ദേഹം വൈദ്യുതി ആവശ്യകതയെക്കുറിച്ചുള്ള സ്ഥിതിവിവരക്കണക്കുകൾ അവതരിപ്പിച്ച് അതിനെ ഖണ്ഡിക്കും. സി.എഫ്.എൽ. ലൈറ്റുകൾക്ക് താങ്ങാവുന്ന വിലയായാൽ വൈദ്യുതി ഉപയോഗം കുറയില്ലേ മുതലായ വാദങ്ങളൊക്കെ നിരത്തിനോക്കിയാലും ഭാവിയിലേക്കുള്ള വൈദ്യുതി ഉപയോഗം സംബന്ധിച്ച അദ്ദേഹത്തിന്റെ സ്ഥിതിവിവരക്കണക്കുകളെ മറികടക്കാനാവില്ല. "വായു, ജലം, ഭക്ഷണം എന്നിവ പോലെ

വൈദ്യുതിയും ആളുകളുടെ ജന്മാവകാശമാണ്'' എന്ന ഒരു മുദ്രാവാക്യം പുതുതായി സൃഷ്ടിക്കാൻ അദ്ദേഹത്തെപ്പോലുള്ള പരിചയസമ്പന്നനായ ഉദ്യോഗസ്ഥന് വലുതായി ബുദ്ധിമുട്ടേണ്ടി വന്നില്ല.

''എല്ലാ തരത്തിലുള്ള ഊർജ്ജ ഉൽപ്പാദനത്തിനും അതിന്റേതായ പ്രശ്നങ്ങളുണ്ട്, ഏറ്റവും ചെലവ് കുറഞ്ഞത് ആണവോർജ്ജമാണ്, അത് പറ്റുമോ? കേരളത്തിലെവിടെയെങ്കിലും ഒരു ആണവനിലയം നമുക്ക് സങ്കൽപ്പിക്കാനാവുമോ?'' രാമകൃഷ്ണൻസാറിന്റെ ചോദ്യത്തിന് മുന്നിൽ എല്ലാവർക്കും ഉത്തരംമുട്ടും. അപ്പോൾ അദ്ദേഹം തന്നെ പറയും, ''നമുക്ക് ആശ്രയിക്കാൻ പറ്റുന്നത് ഡാം തന്നെ, അപ്പോൾ പിന്നെ അതിന്റെ പണിയെടുക്കുക.''

ഓഗ്മെന്റേഷൻ ഡാമിന്റെ രൂപകൽപ്പന പൂർത്തിയായി, അതിന്റെ അടങ്കലുകൾ തയ്യാറാക്കുന്ന ബൃഹത്തായ പണികൾ തുടങ്ങുന്നതിന് മുൻപ് ഞാൻ അവസാനമായി ഒരു സംശയം കൂടെ അദ്ദേഹത്തോട് ചോദിച്ചു.

''നമ്മൾ ഈ ജോലികളൊക്കെ പൂർത്തിയാക്കിയിട്ട് പദ്ധതിക്ക് അനുമതി കിട്ടാതായാൽ ഈ പണികളൊക്കെ വെറുതെയാവില്ലേ?''

''ഒന്നും വെറുതെയാവില്ല, എല്ലാം നടക്കും. ശ്രീലക്ഷ്മി മനസ്സിലാക്കേണ്ട ചില കാര്യങ്ങളുണ്ട്. നമ്മുടെ വിങ്ങിന്റെ പ്രധാന പണി സിവിൽ കൺസ്ട്രക്ഷനാണ്. പുതിയ പുതിയ മേഖലകൾ കണ്ടെത്തി അവിടെ നിർമ്മാണങ്ങൾ തുടങ്ങിയില്ലെങ്കിൽ ഒരു ഉദ്യോഗസ്ഥനെന്ന നിലയിൽ നമ്മുടെ നിലനിൽപ്പ് തന്നെ ചോദ്യം ചെയ്യപ്പെടും. ഇപ്പോൾ പല സ്ഥലത്തും ചെയ്യുന്നത് പോലെ ചെറിയ പ്രോജക്റ്റുകളൊന്നും ചെയ്തിട്ട് ഒരു ഉന്നതിയും ആർക്കും ഉണ്ടാവില്ല. വലിയ പ്രോജക്റ്റുകൾ വരട്ടെടോ. ഓഫീസിന് മുന്നിൽ നടക്കുന്ന സമരം പുതിയ പ്രോജക്റ്റിന് എതിരായല്ല, അവർ സമരം ചെയ്യുന്നത് കല്ലാർ ഡാമിൽ കൂടുതൽ അളവിൽ വെള്ളം പിടിച്ച് അവരെ കുടിയിറക്കരുതെന്ന് പറഞ്ഞാണ്. സത്യത്തിൽ അങ്ങനെ ചെയ്താൽ തീരാവുന്ന പ്രശ്നമേ ഉള്ളൂ. ഇപ്പോൾ സ്പിൽവേയിലൂടെ ഒഴുക്കിക്കളയുന്ന വെള്ളം കൂടി നമ്മൾ രണ്ട് ചെറിയ ഡാമുകൾ കെട്ടി സംഭരിക്കും, ആ രണ്ട് ഡാമിൽ നിന്ന് കല്ലാർ ഡാമിലേക്ക് വെള്ളമൊഴുകുമ്പോൾ അവിടെ ഒരു പവർഹൗസ് ഉണ്ടാക്കിയാൽ നമുക്ക് ഇരുനൂറ് മെഗാവാട്ട് വൈദ്യുതി ഉണ്ടാക്കാം. അതേ വെള്ളമുപയോഗിച്ച് മാമലക്കണ്ടത്തെ പവർഹൗസിൽനിന്ന് വീണ്ടും അത്രതന്നെയോ അതിൽ കൂടുതലോ വൈദ്യുതിയുണ്ടാക്കാം.''

''പുതിയ ഡാമിന്റെയും പവർഹൗസിന്റെയും അതിലേക്കുള്ള റോഡിന്റെയും ട്രാൻസ്മിഷൻ ലൈനിന്റെയുമൊക്കെ ചെലവ് കൂട്ടി നോക്കിയാൽ നഷ്ടമാവില്ലേ, അതിനേക്കാൾ നല്ലത് കല്ലാർ ഡാമിന്റെ സംഭരണ ശേഷിക്കനുസരിച്ച് വെള്ളം പിടിക്കലല്ലേ?''

ഞാൻ വിട്ടുകൊടുക്കാൻ തയ്യാറായില്ല. അദ്ദേഹമെന്നെ ശകാരിക്കുമെന്നാണ് ഞാൻ കരുതിയതെങ്കിലും അതുണ്ടായില്ല. പകരം എനിക്ക് ഒരു എഞ്ചിനീയറുടെ മനസ്സില്ല എന്ന് കളിയാക്കി, എന്നിട്ട് താമസിയാതെ ശരിയായിക്കൊള്ളുമെന്ന് പ്രവചിച്ചു.

അണക്കെട്ട് നിർമ്മിക്കാനുദ്ദേശിക്കുന്ന സ്ഥലത്തെ മണ്ണിന്റെ ഘടനയും മറ്റും സംബന്ധിച്ച പഠനങ്ങൾ കാട്ടിൽ നടത്താനുള്ള അനുവാദത്തിനായി ഫോറസ്റ്റ് ഓഫീസുകളിലേക്കുള്ള കത്തുമായി ഞാൻ സ്റ്റീഫനെയും റഷീദിനെയും കൂട്ടി പിറ്റേന്ന് മൂന്നാറിലേക്ക് പോയി. ഡാംസൈറ്റിൽ നിന്ന് മുപ്പത് കിലോമീറ്റർ കൊണ്ട് എത്താവുന്ന ആ മനോഹരമായ സ്ഥലത്ത് പോകണമെന്ന് പല അവധി ദിവസങ്ങളിലും ഞാൻ പദ്ധതിയിടുമെങ്കിലും അവധി കിട്ടുമ്പോൾ അത്രയും ദിവസത്തെ വസ്ത്രങ്ങൾ അലക്കിയും പകൽ കിടന്നുറങ്ങിയുമൊക്കെ സമയം കൊല്ലും. ഉയരമുള്ള മരങ്ങളും വിജനതയും മാത്രമുള്ള ഡാംസൈറ്റിൽ നിന്ന് മൂന്നാറിലെത്തിയപ്പോൾ എനിക്ക് നല്ല ഉത്സാഹം തോന്നി. ഒരു കഫെയിൽ കയറി ഇ-മെയിൽ നോക്കി, ഇർഫാന്റെ വിവരങ്ങളൊന്നുമുണ്ടായിരുന്നില്ല. അവനെക്കുറിച്ച് ഒരു വിവരവുമില്ലാതെ മാസങ്ങൾ കഴിഞ്ഞിരിക്കുന്നു. ഇടയ്ക്ക് നാട്ടിൽ പോയപ്പോഴൊക്കെ ഫ്രാൻസിസ് സിൽവയെ വിളിച്ച് നോക്കിയെങ്കിലും പ്രയോജനമൊന്നുമുണ്ടായില്ല. "എന്തെങ്കിലും വിവരം കിട്ടിയാൽ അക്കാര്യം ഞാൻ ഫോൺ ചെയ്ത് പറയില്ലേ" എന്ന് അദ്ദേഹം ആശ്വസിപ്പിക്കും. എന്നെ മൊബൈൽ ഫോണിൽ വിളിച്ചാൽ കിട്ടില്ലെന്ന് പറഞ്ഞ് ഒരിക്കൽ ഞാനദ്ദേഹത്തിന് ഡാംസൈറ്റിലെ ലാന്റ് നമ്പർ കൊടുത്തു. മരം വീണും മണ്ണിടിഞ്ഞുമൊക്കെ ഭൂരിഭാഗം സമയത്തും കേടായിക്കിടക്കുന്ന ഡാംസൈറ്റിലെ ഫോണിൽ വിരളമായേ ഫോൺ വിളികൾ വരാറുള്ളൂ. പുറത്തേക്ക് വിളിക്കുമ്പോഴും അവസ്ഥയ്ക്ക് മാറ്റമുണ്ടാവില്ല.

എല്ലാ മലമുകളിലുമെന്നപോലെ മൂന്നാറിലും വേനൽക്കാല തിരക്കുണ്ടായിരുന്നു. ചുറ്റുമുള്ള കുന്നുകളും തേയിലത്തോട്ടങ്ങളും യൂക്കാലിമരങ്ങളുമൊക്കെ നല്ല ഭംഗിയാണെങ്കിലും മൂന്നാർ ടൗൺ ഒട്ടും ആകർഷകമായി തോന്നിയില്ല. എല്ലാ അവധിക്കാലത്തും എവിടെയെങ്കിലും വിനോദയാത്ര പോകണമെന്ന് പദ്ധതിയിടുന്ന എനിക്കും അനുജനും എപ്പോഴും നിരാശ സമ്മാനിക്കുന്നത് തൊഴുത്തിലെ പശുക്കളാവും. അവയെ വിട്ട് എങ്ങോട്ടെങ്കിലും മാറി നിക്കുന്ന കാര്യത്തിൽ അമ്മയ്ക്ക് വലിയ വിമുഖതയാണ്, ജനിക്കുകയാണെങ്കിൽ അമ്മയുടെ പശുവായി ജനിക്കണം. ചെറുപ്പത്തിൽ എത്ര തവണ അച്ഛനെ പറഞ്ഞ് സമ്മതിപ്പിച്ചതാണ് മൂന്നാറ് കാണാൻ പോകാമെന്ന്. പക്ഷേ എപ്പോഴും അമ്മയ്ക്ക് സ്കൂളിൽ എന്തെങ്കിലും പരിപാടികൾ കാണും. അല്ലെങ്കിൽ പശുക്കളിലൊന്നിന് എന്തെങ്കിലും ദീനം വരും. കോളേജ് കാലത്ത് പല യാത്രകൾ നടത്തിയെങ്കിലും

ഇൻഡസ്ട്രിയൽ വിസിറ്റ് എന്ന പേരിൽ ഡൽഹിയും ഹൈദരാബാദും ബാംഗ്ലൂരുമൊക്കെ കണ്ടെങ്കിലും മൂന്നാർ മാത്രം അകന്ന് നിന്നു.

ഫോറസ്റ്റ് ഓഫീസിൽനിന്നുള്ള പ്രതികരണങ്ങൾ അത്ര ശുഭ കരമായിരുന്നില്ല. എനിക്ക് മനസ്സിലാകാത്ത എന്തൊക്കെയോ തടസ്സ ങ്ങൾ പറഞ്ഞ് കൊണ്ടുപോയ അപേക്ഷ വളരെ വിമുഖതയോടെ സ്വീകരിച്ച് അവർ ഞങ്ങളെ മടക്കിയയച്ചു. റഷീദും സ്റ്റീഫനും ചായ പ്പൊടികൾ വിൽക്കുന്ന ഒരു കടയിൽ കയറി. എഞ്ചിനീയറിങ്ങ് കാല ത്താണ് എന്റെ പ്രിയം ചായയിൽനിന്ന് കാപ്പിയിലേക്ക് മാറിയത്. വീട്ടിലേക്ക് വരാൻ ഹോസ്റ്റലിൽ നിന്നിറങ്ങി ഇർഫാനൊപ്പം അവൻ ആ ആഴ്ച കണ്ടുവെച്ച ഏതെങ്കിലും ഒരു കാപ്പിക്കടയിൽ ചേക്കേറും. അവനെ പിരിഞ്ഞപ്പോഴാണ് എനിക്ക് മനസ്സിലായത് കാപ്പിയേക്കാൾ ഞാൻ ഇഷ്ടപ്പെട്ടത് കാപ്പി കുടിക്കുമ്പോൾ ഇർഫാൻ പറയുന്ന കഥകളെയാണെന്ന്. കൊച്ചിയിൽ കൂണുകൾപോലെ മുളച്ച് പൊന്തിയ കോഫീഷോപ്പുകൾക്ക് വിവിധ രുചികളിലുള്ള കാപ്പിപ്പൊടികൾ വിതരണം ചെയ്യുന്ന ഒരു ഏജൻസി ആയിടെ ഇർഫാനും സുഹൃത്തു ക്കളും ചേർന്ന് തുടങ്ങിയിരുന്നു. മറ്റ് പല കച്ചവടങ്ങളിലുമെന്നപോലെ അതിലും ഇർഫാന്റെ മുതൽമുടക്ക് മുൻകൂർ തുകയില്ലാതെ വാട കയ്ക്ക് നൽകിയ ഏതെങ്കിലും ഗോഡൗൺ മാത്രമാവും. അത്തര ത്തിൽ തുടങ്ങിയ പല കച്ചവടങ്ങളും പിൽക്കാലത്ത് പൂട്ടിപ്പോയെ ങ്കിലും കാപ്പിപ്പൊടി ബിസിനസ് നല്ല നിലയിൽ മുന്നേറി. ഇർഫാൻ ഒപ്പമുള്ളതിനാൽ എല്ലായിടങ്ങളിൽ നിന്നും ഞങ്ങൾക്ക് ഏറ്റവും മികച്ച കാപ്പിതന്നെ കിട്ടും. ഒരു കവിൾ കാപ്പി കുടിച്ച് അതിനെ ക്കുറിച്ചുള്ള അഭിപ്രായം നല്ലതാണെങ്കിൽ അക്കാര്യം ആദ്യം എന്നോടും മോശമാണെങ്കിൽ ആദ്യം ഷോപ്പുടമയോടും പറയും. ആ മേഖല യിലെ ഏറ്റവും വിദഗ്ധന്റെ അഭിപ്രായം കേൾക്കുന്നതുപോലെ കടയുടമ അപ്പോൾ തന്നെ കാപ്പിയുണ്ടാക്കുന്നയാളിനെ വിളിപ്പിച്ച് ഗുണദോഷിക്കും, കാപ്പി നന്ന് എന്നാണ് അഭിപ്രായമെങ്കിൽ കട യുടമ അത് സ്വന്തം കണക്കിൽ വരവുവെയ്ക്കും.

ചായപ്പൊടി വിൽക്കുന്ന കടയ്ക്കകത്ത് കയറിയ ഞാൻ അത്ഭുത പ്പെട്ടുപോയി. മൂന്നോ നാലോ കമ്പനികൾ പാക്കറ്റിലാക്കി വിൽ ക്കുന്ന ചായപ്പൊടികൾ മാത്രം കണ്ട് ശീലിച്ച ഞാൻ ഡസ്റ്റ്, ലീഫ്, ഗ്രാന്യൂൾ മുതലായ പൊടിയിനങ്ങളും ചെറുനാരങ്ങയുടെയും, ഏലയ്ക്കയുടെയും പുതിനയുടെയും ഗ്രാമ്പുവിന്റെയുമൊക്കെ മണവും രുചിയുമുള്ള ചായപ്പൊടികളും കണ്ട് അത്ഭുതപ്പെട്ടു. ഡൽഹിയിലെ വഴിയോരത്ത് ചായപ്പൊടിക്ക് പുറമെ ധാരാളം പൊടികളും ചേർത്ത് എന്റെ ക്ഷമ പരീക്ഷിക്കുമാറ് കുറേ നേരം തിളപ്പിച്ച് ചെറിയ കപ്പിൽ കിട്ടിയ കൊഴുത്ത ചായ എന്റെ മനസ്സിലേക്ക് ഓടിയെത്തി. ഡൽഹി യാത്ര കഴിഞ്ഞ് വീട്ടിലെത്തിയ ഞാൻ ഏറ്റവും ആസ്വദിച്ചത് ചായ പ്പൊടി മാത്രമിട്ട് തയ്യാറാക്കിയ ചായ കുടിച്ചതാണ്. കാപ്പിക്ക് ഒരോ നാട്ടിലും വെവ്വേറെ പേരുകളുണ്ടെങ്കിലും ഒട്ടുമിക്ക ഭാഷയിലും

ചായയുടെ പേര് ഏകദേശം ഒന്നുതന്നെയാണ്. അമ്മയ്ക്ക് ഇഷ്ട പ്പെടുമെന്ന് കരുതി ഏലയ്ക്കയുടെ രുചിയുള്ള ഒരു പാക്കറ്റ് ചായ പ്പൊടി ഞാൻ വാങ്ങി. അമ്മയ്ക്ക് വാങ്ങിയതുകൊണ്ട് ഗ്രാമ്പൂവിന്റെ രുചിയുള്ള ഒന്ന് തങ്കമ്മയ്ക്കും വാങ്ങി.

ഡാംസൈറ്റിൽ തിരിച്ചെത്തിയ ഞാൻ മൂന്നാറിലെ ഫോറസ്റ്റ് ഓഫീസുകളിൽ വെച്ചുണ്ടായ തിക്താനുഭവങ്ങൾ രാമകൃഷ്ണൻ സാറിനോട് വിവരിച്ചു. അദ്ദേഹം അത് പ്രതീക്ഷിച്ചപോലെ തോന്നി. നമ്മൾ ഡാംസൈറ്റായി കണ്ടെത്തിയതിൽ ഒരെണ്ണം രാജമലയ്ക്ക് അടുത്താണെന്നും അത് നാഷണൽ പാർക്കിന്റെ ഭാഗമായ സ്ഥലത്തോ അതിന്റെ അടുത്തോ ആണെങ്കിൽ അനുമതി കിട്ടാൻ സാധ്യതയി ല്ലെന്ന് ഫോറസ്റ്റ് ഓഫീസിലെ ക്ലർക്ക് പറഞ്ഞ കാര്യം ഞാൻ അദ്ദേഹ ത്തിന്റെ ശ്രദ്ധയിൽ പെടുത്തിയപ്പോഴും അപേക്ഷ ഓഫീസിൽ കൊടുത്ത് രസീത് വാങ്ങിയില്ലേ എന്ന കാര്യം മാത്രമാണ് അദ്ദേഹം തിരക്കിയത്. അടുത്തയാഴ്ച ഡി.പി.ആറുമായി രാമകൃഷ്ണൻ സാർ തിരുവനന്തപുരത്തേക്ക് പോയി. ഒരു മാസം കഴിഞ്ഞപ്പോൾ പ്രാഥ മികപഠനങ്ങളും മണ്ണ് പരിശോധനയും നടത്താനുള്ള അനുമതി മൂന്നാറിലെ ഫോറസ്റ്റ് ഓഫീസിൽ നിന്ന് തപാലായി വന്നു. അനു മതിയിൽ ഒപ്പിട്ട ഫോറസ്റ്റ് ഉദ്യോഗസ്ഥന്റെ പേര് ഞാൻ പ്രത്യേകം ശ്രദ്ധിച്ചു. ഞങ്ങൾ കണ്ട് സംസാരിച്ചയാളിന്റെ പേര് അതായിരുന്നില്ല.

പുതുതായി അണക്കെട്ട് നിർമ്മിക്കാനുദ്ദേശിക്കുന്ന സ്ഥലത്ത് മഴ തുടങ്ങുന്നതിനുമുൻപ് തന്നെ മണ്ണ് പരിശോധന പൂർത്തിയാക്കേ ണ്ടതുണ്ട്. റിസർവോയറിൽ വെള്ളം കുറവായതിനാൽ മുതുവാ ക്കുടി വരെ ബോട്ടിൽ പോയി അവിടെ നിന്ന് കുന്ന് കയറാനാവില്ല. ബോട്ട് എത്തുന്നയിടത്ത് നിന്ന് നടന്ന് പോക്ക് ബുദ്ധിമുട്ടായതിനാൽ ഞാനും മണ്ണ് പരിശോധിക്കാനുള്ള ഉപകരണങ്ങളുമായെത്തിയ ആളുകളും കുറച്ച് ദിവസം മൂന്നാറിലെ ബോർഡിന്റെ ഗസ്റ്റ്ഹൗസി ലായിരുന്നു താമസം. മണ്ണ് പരിശോധിക്കുന്ന യന്ത്രസാമഗ്രികളൊക്കെ ഏതോ ഉത്തരേന്ത്യൻ കമ്പനിയുടേതാണ്. ചെറിയ എന്തോ തുക യ്ക്കാണ് ആ പ്രവൃത്തികൾ കരാറെടുത്തിരിക്കുന്നത്. മണ്ണിന്റെ ഘടനയും ഉറപ്പും ഭാരം താങ്ങാനുള്ള കഴിവും പരിശോധിക്കാനുള്ള പ്രവൃത്തിയുടെ പരസ്യം ഞാൻ കേട്ടിട്ടില്ലാത്ത ഏതോ രണ്ട് ഇംഗ്ലീഷ് പത്രങ്ങളിൽ പ്രസിദ്ധീകരിച്ചത് ഫയലിൽ കണ്ടിരുന്നു. ചെറിയ തുക യുടെ പ്രവൃത്തിയാണെങ്കിലും ആ പ്രവൃത്തികൾ ഏറ്റെടുക്കാൻ വന്നത് ഉത്തരേന്ത്യയിലെ കമ്പനിയാണ്. നോട്ടീസ് ബോർഡിലും ആരും വായിക്കാത്ത പത്രങ്ങളിലും വന്ന പരസ്യം അവരെങ്ങനെ കണ്ടെന്ന് എനിക്കത്ഭുതമായി. രാമകൃഷ്ണൻസാറിന് അറിയാമെ ങ്കിലും ഞാൻ ചോദിച്ചാൽ പറയില്ല. യന്ത്രങ്ങളുമായി വന്ന പണി ക്കാരോട് ചോദിക്കാമെന്ന് വിചാരിച്ചാൽ എനിക്ക് ഹിന്ദി അറിയില്ല.

ഇടയ്ക്കൊരു ദിവസം ഒന്നുരണ്ട് ഫയലുകളുമായി ജയശങ്കർ വന്നു. ഭാരിച്ച യന്ത്രങ്ങൾ തോട്ടം തൊഴിലാളികളെ പണിക്ക് വിളിച്ച് മൂന്ന് കിലോമീറ്ററോളം കാൽനടയായി ചുമന്ന് പഠനം നടത്തേണ്ട സ്ഥലത്ത് എത്തിക്കാൻ തന്നെ വലിയൊരു ചെലവ് വന്നുകാണും, ഒരു സ്ഥലത്തെ പരിശോധന കഴിയാൻ തന്നെ ഒരാഴ്ചയ്ക്കടുത്ത് സമയമെടുത്തു. ഇനി അവിടെ നിന്ന് യന്ത്രങ്ങൾ ചുമന്ന് അടുത്ത സ്ഥലത്തേക്ക് കൊണ്ടുപോകണം. ഈ ഒരു ജോലി എങ്ങനെയാണ് ഏറ്റെടുത്ത കമ്പനിക്ക് ലാഭകരമാവുകയെന്ന സംശയം ഞാൻ ജയ ശങ്കറിനോട് ചോദിച്ചു.

''മാഡത്തിന് ഇതൊക്കെ മനസ്സിലായിട്ടും ചോദിക്കുന്നതാണോ?'' എന്ന മറുചോദ്യമാണയാൾ ആദ്യം ചോദിച്ചത്. അല്ലെന്ന് ഞാൻ തീർത്ത് പറഞ്ഞു. ഞാൻ പുതിയ ആളായതുകൊണ്ട് എനിക്ക് ഇക്കാര്യ ങ്ങളൊന്നും മനസ്സിലാകുന്നില്ലെന്ന് പറഞ്ഞപ്പോൾ അണക്കെട്ടുകൾ നിർമ്മിക്കുന്നതിന്റെ ഭാരിച്ച സാമ്പത്തിക ശാസ്ത്രത്തെക്കുറിച്ച് ജയ ശങ്കർ എനിക്ക് ക്ലാസെടുത്തു.

''ഡാം നിർമ്മിക്കാനുള്ള ചെലവ് നിശ്ചയിക്കുന്നത് ഡാം സൈ റ്റിന്റെ സാങ്കേതികപഠനമാണ്. പാറ തുരന്ന് ഉറപ്പ് നോക്കി അതിനെ അടിസ്ഥാനമാക്കിയാണ് എത്ര ആഴത്തിൽ കോൺക്രീറ്റ് ചെയ്യണം, ഡാമിന് എന്ത് ഡിസൈൻ വേണം, എത്ര വീതി വേണം മുതലായ തൊക്കെ തീരുമാനിക്കുക. ഡാമിന്റെ ഫൈനൽ എസ്റ്റിമേറ്റ് തയ്യാറാ ക്കുന്നതിലെ തുറുപ്പുചീട്ടാണ് ഈ പഠന റിപ്പോർട്ട്. അതിൽ പറഞ്ഞിരി ക്കുന്ന ഒന്നിനെയും ആർക്കും ചാലഞ്ച് ചെയ്യാനാവില്ല, അതാണ് ഡാമിന്റെ ജാതകം. ആ ജാതകം കുറിക്കുന്നത് ഭാവിയിൽ ഡാം കെട്ടുന്ന കമ്പനികളായിരിക്കും. ഡാം കെട്ടാനുള്ള യന്ത്രങ്ങളും അനുഭവപരിചയവുമൊക്കെയുള്ള കമ്പനികൾ കുറവായതുകൊണ്ടു തന്നെ ഡാം ആര് കെട്ടണമെന്ന കാര്യം മുൻകൂട്ടി തീരുമാനിക്കാ നാവും. ചുരുക്കിപ്പറഞ്ഞാൽ മണ്ണ് പരിശോധനയും അതിന്റെ അടി സ്ഥാനത്തിൽ തയ്യാറാക്കുന്ന ഡി.പി.ആറും ടെന്ററുമൊക്കെയാണെന്ന് തോന്നുമെങ്കിലും എല്ലാം ബോർഡിലെ ചില ഉദ്യോഗസ്ഥരും ചില കമ്പനികളും ചേർന്ന് തീരുമാനിക്കും. ജോലികൾ കമ്പനികൾ പരസ് പരം വീതിക്കും.''

ഞാൻ അന്തംവിട്ടുപോയി. അപ്പോൾ കല്ലാർ ഓഗ്മെന്റേഷൻ പ്രോജക്റ്റ് ഏത് കമ്പനിയാണ് ഏറ്റെടുക്കാൻ പോകുന്നതെന്ന് മുൻ കൂട്ടി തീരുമാനിക്കപ്പെട്ടിട്ടുണ്ട്. ചെറിയ തുകയ്ക്ക് മണ്ണ് പരിശോധന ഏറ്റെടുത്തിരിക്കുന്ന പര്യവേക്ഷണ കമ്പനി ഒരു വമ്പൻ സ്രാവിന്റെ ഒരു പല്ല് മാത്രമാണ്. അരവിന്ദ് ശേഖറിനെപ്പോലുള്ളവരെ ഒതു ക്കാൻ രാമകൃഷ്ണൻ സാർ ചെലവാക്കുന്ന പണവും സൂരജ് ശശി ധരനെപ്പോലുള്ള പത്രക്കാരുമൊക്കെ ഡാം നിർമ്മാണ കമ്പനിയുടെ ഭാഗംതന്നെ. ഒരുപക്ഷേ മൂന്നാറിലെ ഫോറസ്റ്റ് ഉദ്യോഗസ്ഥൻ മാറി യതുവരെ ഇക്കൂട്ടത്തിൽ പെടാം.

എനിക്ക് ലജ്ജ തോന്നി, ഇത്തരം കാര്യങ്ങൾ ഞാൻ മുൻപേ മനസ്സിലാക്കേണ്ടിയിരുന്നു. അരവിന്ദിന്റെ നമ്പർ കയ്യിലുണ്ടെങ്കിലും വിളിച്ചുനോക്കാൻ തോന്നിയില്ല. ഇത്രയും ബുദ്ധി കുറഞ്ഞ ഒരാളാണ് ഞാനെന്ന് എന്തിന് അവനെക്കൂടെ ബോധ്യപ്പെടുത്തണം.

ജൂണിൽ മഴ തുടങ്ങും മുൻപ് തന്നെ പഠനങ്ങൾ പൂർത്തിയാക്കേണ്ടതിനാൽ എനിക്ക് അവധി കിട്ടിയില്ല. ഡാംസൈറ്റിലെ ഏകാന്തവാസത്തിൽ നിന്നുള്ള ഒരു താൽക്കാലിക വിരാമമായി മൂന്നാർ ഗസ്റ്റ്ഹൗസിലെ താമസം. ഇടയ്ക്കൊരു ദിവസം പഴുത്ത ചക്കയുമായി തങ്കമ്മ കാണാൻ വന്നു. കുന്നുകളുടെ ആത്മാവിലേക്ക് യന്ത്രങ്ങൾകൊണ്ട് തുരന്ന് ഞങ്ങൾ അവരുടെ മനക്കട്ടി പരിശോധിച്ചു. കഠിനഹൃദയരായ മലകളിലെ ഡ്രില്ലിങ്ങ് ഹോളിൽ നിന്ന് പാറപ്പൊടിയിൽ കലങ്ങിയ ജലം പ്രവഹിച്ചു, മലയുടെ രക്തം കറുപ്പാവാം.

മൂന്നാർ വാസം അവസാനിക്കാറായപ്പോൾ നാട്ടിൽ വരുമ്പോൾ കാണാമെന്ന് പറഞ്ഞുകൊണ്ട് രണ്ട് ഫോൺ കോളുകൾ വന്നു. ഫ്രാൻസിസ് സിൽവയും അരവിന്ദ് ശേഖറുമായിരുന്നു മറുതലയ്ക്കൽ. അരവിന്ദ് എന്നെ വീട്ടിൽ വന്ന് കണ്ട് ഉത്തരേന്ത്യയിലെ ഏതോ ഒരു കമ്പനിയുടെ പ്രതിനിധി വന്ന് അവന്റെ ഗവേഷണ പ്രബന്ധം ഒരു മാസത്തിനകം കല്ലാർ റിവർ ബേസിനെ ഒഴിവാക്കി പ്രസിദ്ധീകരിക്കുകയാണെങ്കിൽ മുൻപ് വാഗ്ദാനം ചെയ്തതുപോലെ അഞ്ച് ലക്ഷം രൂപ നൽകാമെന്ന് പറഞ്ഞ കാര്യമാണ് പറഞ്ഞത്. എന്താണവന്റെ തീരുമാനമെന്ന് ഞാൻ ചോദിച്ചു. ''ഒന്നും വിൽക്കാനില്ല, പ്രത്യേകിച്ച് ശാസ്ത്രത്തെ'' എന്ന അവന്റെ ഉത്തരം എന്നെ വിസ്മയിപ്പിച്ചുകളഞ്ഞു. മുൻപ് കിട്ടിയ അൻപതിനായിരം രൂപ അവൻ തിരികെ കൊടുത്തത്രെ. എനിക്ക് അവനെക്കുറിച്ച് അഭിമാനം തോന്നി. അവൻ എനിക്കൊരു ചൂണ്ടുപലകയായിരുന്നു. മുന്നിലൂടെ ഒഴുകുന്ന ചാലക്കുടിപ്പുഴയിലെ ശുഷ്കമായ വേനൽജലത്തിലെ പരൽമീനുകളിൽ കണ്ണ് നട്ടിരിക്കുന്ന അവന് ഒരു കാമുകന്റെ കണ്ണുകളായിരുന്നു. അരവിന്ദ് ശേഖർ മത്സ്യങ്ങളുമായി പ്രണയത്തിലായിരുന്നു.

ഫ്രാൻസിസ് സിൽവയെ ഞാൻ എറണാകുളത്ത് പോയി കണ്ടു. ചാലക്കുടി വരെയോ അതുമല്ലെങ്കിൽ ആലുവ വരേയ്ക്കോ വരാനുള്ള സന്നദ്ധത അദ്ദേഹം അറിയിച്ചെങ്കിലും അയാളെ ബുദ്ധിമുട്ടിക്കേണ്ടെന്നു തോന്നി. മട്ടാഞ്ചേരിയിൽ പോയി ഇർഫാന്റെ ഉമ്മയെ കാണണമെന്ന ആഗ്രഹത്തെക്കുറിച്ച് അഭിപ്രായം ചോദിച്ചപ്പോൾ അദ്ദേഹം വിലക്കി. എല്ലാം കെട്ടടങ്ങി വരികയാണെന്ന് പറഞ്ഞ് എന്നെ ഒരു കവർ ഏല്പിച്ചു. കവറിന്റെ പുറത്തെഴുതിയ എന്റെ മേൽവിലാസത്തിലെ കൈപ്പട എന്നോട് പറഞ്ഞു അത് ആരുടെ കത്താണെന്ന്.

ഞാൻ കേട്ടിട്ടില്ലാത്ത 'കോപ്പി ലുവാക്ക്' എന്ന കാപ്പിപ്പൊടിയും ഒരു കത്തുമായിരുന്നു കവറിനകത്ത്.

അന്നാ വർഗീസിനെക്കുറിച്ചുള്ള ഊഹാപോഹങ്ങൾ

മഴക്കാലം തുടങ്ങിയതോടെ ഡാം സൈറ്റ് ആകെ മാറി. മഴ തോർന്ന നേരമില്ലെന്നായി. സൂര്യനെ ഒരു നോക്ക് കാണാനും ക്വാർട്ടേഴ്സിൽനിന്ന് ഓഫീസ് വരെ വെയിലത്ത് നടക്കാനുമൊക്കെ കൊതിയായി. എഴുപതടിയിലേക്ക് താഴ്ന്ന ജലനിരപ്പ് നാൾക്കുനാൾ കൂടിക്കൊണ്ടിരുന്നു. മലകളുടെ കഴുത്തിൽ പല അടുക്കുകളായി ചാർത്തിയ മാലകൾപോലെ അടയാളങ്ങൾ അവശേഷിപ്പിച്ചാണ് വേനലിൽ വെള്ളം ഇറങ്ങിയത്.

മണ്ണ് പരിശോധനയുമായി ബന്ധപ്പെട്ട് ഏപ്രിൽ, മെയ് മാസങ്ങളിൽ ഞാൻ കൂടുതലും മൂന്നാറിലായിരുന്നു താമസം. നാട്ടിൽ പെയ്യുന്നപോലുള്ള വലിയ തുള്ളികളുള്ള, പെയ്തൊഴിയുന്ന മഴയല്ല ഹൈറേഞ്ചിൽ പെയ്യുക. ഇടയ്ക്ക് ശക്തമായി പെയ്തശേഷം കുറേ നേരം ചാറ്റൽമഴ പെയ്യും. മൂന്നാറിൽ പെയ്യുന്ന നൂൽമഴയെക്കുറിച്ച് ഞാൻ കേട്ടിരുന്നെങ്കിലും ഇത്ര അരസികമായ ഒരു മഴക്കാലം എനിക്കനുഭവമില്ല. മറ്റൊന്നിനെക്കുറിച്ചും ആലോചിക്കാൻ മനുഷ്യനെ അനുവദിക്കാതെ മഴ പെയ്തു.

മാമലക്കണ്ടത്തെ പവർഹൗസിലെ ഉൽപ്പാദനം കൂട്ടിയും സംഭരണശേഷി കൂടുതലുള്ള ഡാമുകളിൽ ഉൽപ്പാദനം കുറച്ചുമൊക്കെ ബോർഡ് മഴയിൽ നിന്ന് പരമാവധി ലാഭം കൊയ്തു. കർക്കടകത്തോടെ ഡാം നിറയാറായി. ഞാനൊഴികെ ആരും മഴയെക്കുറിച്ച് ആശങ്കപ്പെട്ടതായി തോന്നിയില്ല. ഡാം സൈറ്റിൽ വന്ന കാലത്ത് പെയ്ത മഴയിൽ ഡാമിന്റെ സ്പിൽവേ തുറക്കേണ്ടി വന്ന കാര്യമോർത്ത് ഞാൻ അപ്പോഴും ആശങ്കപ്പെട്ടുകൊണ്ടിരുന്നു. പ്രതിവർഷം മൂവായിരം മില്ലീമീറ്ററിലധികം മഴ പെയ്യുന്ന നാട്ടിലെ എണ്ണപ്പെട്ട നദികളിലൊന്നിന്റെ കരയിൽ ജനിച്ചുവളർന്ന എനിക്ക് മഴക്കാലത്തിന് കർക്കടകം, തുലാം എന്നിങ്ങനെ വേർതിരിവുണ്ടെന്ന കാര്യം അറിയില്ലെന്നത് ആദ്യം മനസ്സിലാക്കിയത് പ്യൂൺ ഭാസുരേന്ദ്രനാണ്. ഓഫീസിലെ ജോലിക്കിടെ പുസ്തകങ്ങളും വാരികകളും വായിക്കുന്ന

ഭാസുരേന്ദ്രൻ മഴക്കാലത്തെക്കുറിച്ച് എനിക്കൊരു ക്ലാസെടുത്തു. ഏതെങ്കിലും സീറ്റിൽ ആരെങ്കിലും ബെല്ലടിച്ചാൽ വായിച്ചുകൊണ്ടിരിക്കുന്ന പുസ്തകം കമഴ്ത്തി മേശപ്പുറത്ത് വെച്ച്, തന്നെ വിളിച്ച കാര്യങ്ങൾ നിർവ്വഹിച്ച് തിരികെ ചെന്ന് വീണ്ടും പുസ്തകം വായിക്കുന്ന ഭാസുരേന്ദ്രനെന്ന പ്യൂൺ എനിക്ക് ഒരു അത്ഭുതമായിരുന്നു. അയാൾ എത്ര പുസ്തകങ്ങൾ വായിച്ചിരിക്കുമെന്ന് ഇടയ്ക്ക് ഞാൻ ചോദിച്ചിരുന്നു. ഓരോ രണ്ടാഴ്ച കഴിയുമ്പോഴാണ് ഭാസുരേന്ദ്രൻ വീട്ടിൽ പോവുക. രണ്ടാംശനിയുടെ ലീവിനോടനുബന്ധിച്ച് ഒരു തവണയും ഞായറാഴ്ചയ്ക്ക് മുൻപോ പിൻപോ അവധിയെടുത്ത് മറ്റൊരു തവണയും.

ജോലിക്കിടെ പുസ്തകം വായിക്കുന്നത് ഇഷ്ടപ്പെടാത്ത ഒരു മേലധികാരി ബെല്ലടിച്ചിട്ട് എത്താൻ വൈകിയെന്ന കാരണം കാണിച്ച് നാല് വർഷം മുൻപാണ് ആലപ്പുഴക്കാരനായ ഭാസുരേന്ദ്രനെ ശിക്ഷയായി കല്ലാറെ ഡാംസൈറ്റിലേക്ക് സ്ഥലംമാറ്റിയത്. നടപടിക്കെതിരെ മറ്റ് ജീവനക്കാർ പ്രതിഷേധിച്ചെങ്കിലും ഭാസുരേന്ദ്രൻ കുലുങ്ങിയില്ല. അയാൾക്ക് നഗരത്തിലെ താമസം മടുത്തിരുന്നു. പുറത്ത് മുറിയെടുത്ത് താമസിക്കാനുള്ള സാമ്പത്തികശേഷി അയാൾക്കില്ലായിരുന്നു.

ആലുവയിൽ അയാളെ പിടിച്ച് നിർത്തിയത് അവിടെയും എറണാകുളത്തുമുള്ള വായനശാലകളായിരുന്നു. ഓഫീസിലെ മേശയുടെ മുകളിൽ ഒരു കോസടി വിരിച്ച് കിടന്നുറങ്ങുന്ന അയാൾ ഡ്രൈവർമാർ വിശ്രമിക്കുന്ന മുറിയിലെ കുളിമുറിയിൽനിന്ന് കുളിച്ച് ഓഫീസിലേക്ക് ആളുകളെത്തുമ്പോഴേക്കും ഹാജരുണ്ടാവും. കല്ലാറിലെ ഡാംസൈറ്റിൽ എത്തിയ അയാൾക്ക് സ്ഥലംമാറ്റം അനുഗ്രഹമായി തോന്നി. വളരെ കുറച്ച് ഉദ്യോഗസ്ഥരുള്ള ഓഫീസ്, വളരെ കുറഞ്ഞ ജോലി, താമസിക്കാൻ ബോർഡ് വക ക്വാർട്ടേഴ്സ്, വളരെ സാധാരണക്കാരായ ആളുകൾ താമസിക്കുന്ന ഡാംസൈറ്റ് കോളനി, ജീവിതചെലവുകൾ വളരെ കുറവ്, നാട്ടിൽ പോയിവരുമ്പോൾ വായനശാലകളിൽനിന്ന് കുറേ പുസ്തകങ്ങളുമായി വരും. അയാൾ ആ ജീവിതം ആസ്വദിച്ചു.

പ്ലസ്ടു കഴിഞ്ഞ മകളെ ലൈബ്രറി സയൻസ് പഠിപ്പിക്കാൻ എവിടെയാണ് ചേർക്കേണ്ടതെന്നറിയാൻ എന്നോട് ചോദിച്ച അന്നാണ് എന്റെ ലോകപരിചയക്കുറവ് അയാൾക്ക് ആദ്യം മനസ്സിലായിരിക്കുക. മെഡിസിനും എഞ്ചിനീയറിങ്ങുമല്ലാത്ത മറ്റ് കോഴ്സുകൾക്ക് ആളുകൾ എങ്ങനെയാണ് ചേരുന്നതെന്ന് ഇന്റർനെറ്റ് ഇല്ലാത്ത ഓഫീസ് കമ്പ്യൂട്ടറിന് മുന്നിലിരുന്ന് ഞാനാലോചിച്ചു.

എഞ്ചിനീയറിങ്ങ് ഒഴികെയുള്ള എന്റെ ലോകവിവരത്തെക്കുറിച്ച് വ്യക്തമായ ധാരണയുള്ളതിനാലാവാം ഭാസുരേന്ദ്രൻ എന്നോട്

മഴയെക്കുറിച്ച് വിശദമായി തന്നെ പറഞ്ഞത്. "മലയാളിയെയും കേരളത്തെയും രൂപപ്പെടുത്തിയത് മഴയാണ്. മഴയില്ലെങ്കിൽ നമുക്ക് അന്നവുമില്ല കുടിവെള്ളവുമില്ല കരണ്ടുമില്ല. മഴവെള്ളത്തെ ആശ്രയിച്ചാണ് മലയാളിയുടെ എല്ലാ കാര്യങ്ങളും; മഴ കൂടിയാൽ വെള്ളപ്പൊക്കം, കുറഞ്ഞാൽ വരൾച്ച." ഭാസുരേന്ദ്രൻ സാഹിത്യകാരനെപോലെ പറഞ്ഞുതുടങ്ങി.

പുറത്തെ കുന്നിൻമുകളിലേക്ക് ചൂണ്ടി അയാൾ തുടർന്നു, "ആ കുന്നിന്റെ ഇങ്ങേ ചെരുവിൽ വീഴുന്ന മഴത്തുള്ളികളൊക്കെ നമ്മുടെ ഡാമിലെത്തും, അപ്പുറത്ത് പെയ്യുന്നത് ഇടമലയാറിലേക്ക് പോകും. ആകാശത്തുനിന്ന് തുള്ളിയായി രൂപപ്പെടുന്ന ജലബാഷ്പത്തിന് ഒരു ന്യൂക്ലിയസ് ഉണ്ടാവുമത്രെ, ഒരു പൊടിയൊ മറ്റോ. ആകാശത്തിന്റെ തണുപ്പിൽ ഒരു പൊടിക്ക് ചുറ്റും ഒത്തുകൂടി താഴേക്ക് വീഴുന്ന മഴത്തുള്ളികൾ ഒന്ന് മലയുടെ മുകളിൽ ഒരു സെന്റീമീറ്റർ ഇപ്പുറം വീണാൽ കല്ലാറിലേക്ക്, അപ്പുറം വീണാൽ ഇടമലയാറിലേക്ക്. ഇടമലയാറിലേക്ക് പോകുന്ന തുള്ളിയും കല്ലാറിൽ വീഴുന്ന തുള്ളിയും പെരിയാറിന്റെ ഭാഗമാവുമെങ്കിലും പിന്നീടൊരിക്കലും കണ്ടുമുട്ടാൻ സാധ്യതയില്ല. അതല്ല ആകസ്മികമായി നമ്മൾ ചിലരെയൊക്കെ വീണ്ടും കാണുന്നതുപോലെ വീണ്ടും കാണുമോ? ഇനി പെട്ടിമുടിക്കപ്പുറമുള്ള മലമുകളിൽ വീഴുന്ന മഴത്തുള്ളികളിൽ ഒന്ന് അറബിക്കടലിലേക്കാണ് സഞ്ചാരമെങ്കിൽ മറ്റൊന്ന് ബംഗാൾ ഉൾക്കടലിലേക്കാണ്. അവരെന്തായാലും പിന്നീട് കാണില്ല." ഭാസുരേന്ദ്രൻ വാചാലനായി.

ജൂണിൽ തുടങ്ങുന്ന മഴ തെക്കുപടിഞ്ഞാറൻ മൺസൂണാണെന്നും ഒക്ടോബർ നവംബറിൽ പെയ്യുന്ന മഴ വടക്കുകിഴക്കൻ മൺസൂണാണെന്നുമുള്ള ഭാസുരേന്ദ്രന്റെ പഠനക്ലാസ് ഞാൻ വലിയ താത്പര്യത്തോടെ കേട്ടു. കർക്കടകത്തിൽ പെയ്യുന്ന മഴക്കാലത്ത് പുഴയിലൂടെ ഒഴുകി വരുന്നതിനേക്കാളധികം വെള്ളം തുലാമഴയിൽ എന്തുകൊണ്ടാണ് ഒഴുകിയെത്തുന്നതെന്ന കാര്യം വളരെ ലളിതമായയാൾ എനിക്ക് പറഞ്ഞുതന്നു. കുട്ടിക്കാലം മുതൽ കണ്ട ചാലക്കുടിപ്പുഴയെ ഞാൻ കൂടുതൽ മനസ്സിലാക്കി, പുഴയെ ഒരേ പോലെ സ്നേഹിക്കുകയും ഭയക്കുകയും ചെയ്യുന്ന എന്റെ അമ്മയെയും ഭാസുരേന്ദ്രന്റെ വാക്കുകൾക്കിടയിൽ ഞാനറിഞ്ഞു.

മൂന്നാഴ്ച പെയ്ത മഴ ഒന്ന് ശമിച്ചു. ഒന്നുരണ്ട് ദിവസം കുറച്ചു നേരം വെയിൽ കണ്ടപ്പോൾ തങ്കമ്മ ക്വാർട്ടേഴ്സിനകത്ത് വിരിച്ചിരുന്ന തുണികൾ പുറത്ത് വിരിക്കാനായി ഓടിപ്പോയി. ഉണങ്ങാത്ത തുണികളുടെ മണമകന്നപ്പോൾ തന്നെ ക്വാർട്ടേഴ്സിന് നല്ല മാറ്റമുണ്ടായി. ഇടയ്ക്കെപ്പോഴോ സൈത് മീനുമായി വന്നു. കുടംപുളിയിട്ട് വറ്റിച്ച് തങ്കമ്മയുണ്ടാക്കുന്ന കൊഴുത്ത മീൻകറി ഫ്രിഡ്ജ്

ഇല്ലാത്ത ഞങ്ങളുടെ അടുക്കളയിൽ മൂന്നും നാലും ദിവസം കേടു കൂടാതെയിരിക്കും. ഓഫീസിന് മുന്നിലെ സമരം മഴ കനത്തപ്പോഴേ അവസാനിച്ചിരുന്നു. അർഹമായ നഷ്ടപരിഹാരം കിട്ടാതെ ആരും ഒഴിഞ്ഞുപോകേണ്ടി വരില്ലെന്ന് കിട്ടിയ ഉറപ്പാണോ അതോ ചെരിഞ്ഞും ചുഴറ്റിയും പെയ്യുന്ന വികൃതിയായ മഴയാണോ സമരം അവസാനി പ്പിച്ചതെന്ന് എനിക്ക് മനസ്സിലായില്ല. കെട്ടിടങ്ങൾക്കകത്തുപോലും തണുത്ത കാറ്റും ചിമ്മാനുമടിക്കുന്ന അക്കാലത്ത് ഓഫീസിന് പുറത്ത് വലിച്ച് കെട്ടിയ സമരപ്പന്തലിൽ എങ്ങനെ കഴിയാനാണ്.

കല്ലാറിലേക്ക് വന്ന ശേഷമുള്ള ഓണമാണ് വരാൻ പോകുന്നത്. ഞാനും രാജേഷും കുട്ടിക്കാലം മുതൽ താലോലിക്കുന്ന മൂന്നാർ ടൂറെന്ന ഞങ്ങളുടെ സ്വപ്നം സാക്ഷാത്കരിക്കാനായി അമ്മയും അച്ഛനും രാജേഷിനെയും കൂട്ടി ഡാംസൈറ്റിലേക്ക് വരാമെന്നും ഇത്തവണത്തെ ഓണം ഡാംസൈറ്റിൽ ആഘോഷിക്കാമെന്നുമുള്ള അമ്മയുടെ വാഗ്ദാനത്തിൽ എനിക്ക് സന്തോഷമൊന്നും തോന്നി യില്ല. എന്നെ ഗുണദോഷിക്കാനും മാനസികമായി ആക്രമിച്ച് മേൽക്കൈ നേടാനുമുള്ള വരവാണ്. അതിനുള്ള ഒരു കളമൊരുക്കൽ മാത്ര മാണ് ഫാമിലി ടൂർ. എന്തായാലും മൂന്നാറിലെ ഗസ്റ്റ്ഹൗസിൽ ഞാൻ മുറി പറഞ്ഞുവെച്ചു.

അടുക്കള ഷെൽഫിലെ പൊട്ടിക്കാത്ത കോപ്പി ലുവാക്കിന്റെ കുപ്പി ഞാനിടയ്ക്കിടെ എടുത്ത് നോക്കുമായിരുന്നു. വലിയ വില രേഖപ്പെടുത്തിയ കോപ്പി ലുവാക്കിന്റെ രഹസ്യം ഞാൻ ഇന്റർനെറ്റിൽ നോക്കിയാണ് മനസ്സിലാക്കിയത്. ഇർഫാന്റെ കത്ത് ഞാൻ കഴിഞ്ഞ മൂന്ന് മാസത്തിനിടെ എത്ര തവണ വായിച്ചിരിക്കുമെന്ന് ഓർമ്മയില്ല. വെറും ഒന്നര പേജ് മാത്രമുള്ള ആ കത്ത് ഒരോ തവണ വായിക്കു മ്പോഴും എനിക്ക് ഞങ്ങൾ രണ്ടാളെയും സംബന്ധിക്കുന്ന ഏതെങ്കിലും ഓർമ്മകൾ വരും. കാപ്പിക്കുരു വറുത്ത് പൊടിക്കുന്നത് എങ്ങനെയാ ണെന്ന് കുപ്പിക്ക് മുകളിൽ എഴുതിയിട്ടുണ്ടായിരുന്നെങ്കിലും അതിൽ പരാമർശിച്ചിരിക്കുന്ന ഒരു സംവിധാനവും ഞങ്ങളുടെ അടുക്കള യിലുണ്ടായിരുന്നില്ല. ഒരു മിക്സി വാങ്ങുന്ന കാര്യംതന്നെ ഈ അടുത്താണ് തങ്കമ്മ സമ്മതിച്ചത്. അതുതന്നെ ഓണത്തിന് വലിയ ഡിസ്കൗണ്ട് ഉണ്ടാവുമ്പോഴേ വാങ്ങാനാവൂ. അടുക്കളയിൽ ഉണ്ടാ യിരുന്ന ഏക ആഡംബരവസ്തു ഒരു ഗ്യാസ്സ്റ്റൗ മാത്രമാണ്, അതാ ണെങ്കിൽ ഞാൻ അടുക്കളയിൽ കാപ്പിയുണ്ടാക്കാൻ കയറുമ്പോൾ മാത്രമേ കത്തിക്കാറുള്ളൂ. കോപ്പി ലുവാക്കിന്റെ കഥ കേട്ട് തങ്കമ്മ മൂക്കത്ത് വിരലുവെച്ചു, എന്നിട്ട് സായിപ്പന്മാരുടെ കിറുക്കുകളെ ക്കുറിച്ച് ആലോചിച്ച് ചിരിച്ചു. അറബിയിലും ഇംഗ്ലീഷിലും എഴുത്തു കളോടുകൂടിയ വിലയേറിയ കാപ്പിക്കുരുകളടങ്ങിയ ചില്ലുകുപ്പി അടുക്കളയിൽ ഊഴം കാത്ത് കഴിഞ്ഞു. അമ്മ വരുമ്പോൾ കോപ്പി

ലുവാക്കിന്റെ കുപ്പി കാണിച്ച് കൊടുക്കണം, മിക്സി വാങ്ങി കാപ്പിക്കുരു പൊടിക്കണം, എന്നിട്ട് അമ്മയ്ക്കൊപ്പം കുടിക്കണം. അമ്മ നല്ല ബുദ്ധിയുള്ള സ്ത്രീയാണ്, അത്രയുമായാൽ പിന്നെ കല്യാണത്തെക്കുറിച്ച് ഒരക്ഷരം മിണ്ടില്ല.

ഓണക്കാലത്തെ ഫാമിലി ടൂർ കഴിഞ്ഞു. എന്നിലെ മാറ്റം അമ്മയ്ക്ക് വലിയ ആശ്വാസമായി എന്ന് തോന്നുന്നു. ജോലിക്കായി വന്ന കാലത്ത് പെരുമാറിയതുപോലെയല്ല ഞാനെന്ന് അമ്മ തങ്കമ്മയോട് സന്തോഷത്തോടെ പറയുന്നത് കേട്ടു. ആദ്യം രാജേഷും ഒരാഴ്ച കഴിഞ്ഞപ്പോൾ മറ്റുള്ളവരും നാട്ടിലേക്ക് മടങ്ങി.

തുലാമഴ തുടങ്ങുന്നതിന് മുൻപ് പുതിയ ഡാമിന്റെ ഡിസൈനും ഡി.പി.ആറും പൂർത്തിയായി. വനഭൂമി വിട്ടുകിട്ടാനുള്ള നടപടികൾ ഒച്ചിഴയും വേഗത്തിലാണ് നീങ്ങിയത്. കല്ലാർ ഓഗ്മെന്റേഷൻ പ്രോജക്റ്റിനെതിരെയും അനുകൂലിച്ചും ധാരാളം പത്രവാർത്തകളും ടിവി റിപ്പോർട്ടുകളും ഇക്കാലയളവിൽ വന്നു. പുതിയ ഡാം നിർമ്മിച്ചാൽ വെള്ളത്തിനടിയിലാകുന്നത് മിക്കവാറും യൂക്കാലി, വാറ്റിൽ തോട്ടങ്ങളും പുൽമേടുകളുമാണെന്നതിനാൽതന്നെ പാരിസ്ഥിതികാനുമതിയുടെ കാര്യത്തിൽ സന്ദേഹങ്ങളില്ലായിരുന്നു.

തുലാമഴ ആരംഭിക്കുന്നതിന് മുൻപ് തന്നെ ഡാംസൈറ്റ് കോളനിക്കാരുടെ സമരം പുനരാരംഭിച്ചു. ഡാംസൈറ്റിലേക്കുള്ള എന്റെ ആദ്യയാത്രയിലെ സഹയാത്രികനായിരുന്ന സൂരജ് ശശിധരന്റേതായി ലേഖനങ്ങളൊന്നും വന്നില്ലെങ്കിലും സൂരജ് ഓഫീസിൽനിന്ന് ശേഖരിച്ച വിവരങ്ങളെ അടിസ്ഥാനമാക്കി പല പത്രവാർത്തകളും ടിവി റിപ്പോർട്ടുകളും വന്നു. ഓഗ്മെന്റേഷൻ പദ്ധതിയെ അനുകൂലിച്ച് വൈദ്യുതി മന്ത്രിയും ജലവൈദ്യുത മേഖലയിലെ വിദഗ്ധരും രാഷ്ട്രീയക്കാരും എഴുതിയ ലേഖനങ്ങൾക്കെല്ലാം ഒരേ ഭാഷയായത് എന്നെ അത്ഭുതപ്പെടുത്തി. സൂരജിനെ കണ്ടാൽ അക്കാര്യങ്ങൾ ചോദിക്കാമായിരുന്നെന്ന് ആലോചിച്ചിരിക്കെയാണ് സൂരജ് ശശിധരൻ, അന്നാ വർഗീസ് എന്നിങ്ങനെ രണ്ടുപേർ വരുമെന്ന കാര്യം തിരുവനന്തപുരത്ത് പോയ രാമകൃഷ്ണൻ സാർ ഫോണിൽ വിളിച്ചു പറഞ്ഞത്. ജനാർദ്ദനൻ ചേട്ടനെ വിളിപ്പിച്ച് നേരിട്ട് ചില നിർദ്ദേശങ്ങളും അദ്ദേഹം ഫോണിൽ നൽകി. ഭക്ഷണം, മുറികളുടെ വൃത്തി, ജലാശയം കാണാനാവുന്ന മുറി ആർക്ക് നൽകണം, ഇതിനൊക്കെ ചെലവാകുന്ന പണം അദ്ദേഹം തിരിച്ചെത്തുമ്പോൾ തരും മുതലായ നിർദ്ദേശങ്ങൾ കേട്ടപ്പോൾതന്നെ പ്രധാനപ്പെട്ട ആരോ ആണ് വരുന്നതെന്ന് ജനാർദ്ദനൻ ചേട്ടൻ ഊഹിച്ചിരുന്നു.

ഡാംസൈറ്റിൽ വന്നാൽ സൂരജ് എന്നെ തിരക്കുമെന്ന എന്റെ ഊഹം തെറ്റിയില്ല. രാത്രി വൈകി ഗസ്റ്റ്ഹൗസിലെത്തിയതിന്റെ പിറ്റേന്ന് അയാൾ എന്നെ കാണാൻ വന്നു. ഇടയ്ക്ക് എനിക്ക് ചില

ഇ-മെയിലുകൾ അയച്ച കാര്യം പറഞ്ഞാണ് സംഭാഷണം ആരംഭിച്ചത്. കുറച്ചുകാലം നാട്ടിൽ ഉണ്ടായിരുന്നില്ല അതുകൊണ്ടാണ് വിളിക്കാതിരുന്നതെന്ന അയാളുടെ ഒഴികഴിവ് കേട്ട് എനിക്ക് ചിരി വന്നു. പരിചയമുള്ള പെണ്ണുങ്ങളെ വിളിക്കുന്ന കാര്യത്തിൽ ആണുങ്ങൾ വിശാലഹൃദയരാണ്. പക്ഷേ ഡാംസൈറ്റിൽ കഴിയുന്ന എന്നെ വിളിച്ചാൽ എങ്ങനെ കിട്ടാനാണ്.

ഉച്ചകഴിഞ്ഞ് ഓഫീസിൽ നിന്ന് നോക്കിയപ്പോൾ ഗസ്റ്റ്ഹൗസിൽ നിന്ന് സൂരജിനൊപ്പം ഒരു സ്ത്രീ കൂടെ നടന്നുവരുന്നത് കണ്ടു. അന്നാ വർഗീസായിരിക്കുമെന്ന് ഞാനൂഹിച്ചു. ദൂരെ നിന്നേ അവരെ ഞാൻ ശ്രദ്ധിച്ചു, അവർ ധരിച്ചിരുന്നത് ഒരു ഷോർട്ട്സും ടീ ഷർട്ടുമായിരുന്നു. ഇരുവരും ഓഫീസിൽ വന്ന് കയറി എന്നെക്കുറിച്ച് തിരക്കി. സ്റ്റീഫന്റെ കണ്ണുകൾ വന്ന സ്ത്രീയുടെ മനോഹരമായ കാലുകളിൽ ഉടക്കുന്നത് എനിക്ക് കാണാമെങ്കിലും വന്നയാൾ അത് അവഗണിച്ചു. അവർ അന്നാ വർഗീസെന്ന അവരുടെ പേര് മനോഹരമായി പറഞ്ഞ് എന്നോട് പരിചയപ്പെട്ടു. എന്തൊരു ആകർഷകമായ സംസാരശൈലി. എത്ര മനോഹരിയായ സ്ത്രീ. ഞാൻ അസൂയപ്പെട്ടു. അത്താഴം ഒരുമിച്ച് കഴിക്കാമെന്ന് ക്ഷണിച്ചപ്പോൾ എനിക്ക് ഒഴിവാവാൻ തോന്നിയില്ല.

അന്നാ വർഗീസിനോട് എനിക്ക് ഒരുതരം ആരാധന തോന്നിയെങ്കിലും തങ്കമ്മയ്ക്ക് അവരെ തീരെ ഇഷ്ടമായില്ല. പെണ്ണുങ്ങൾ ഇറക്കം കുറഞ്ഞ വസ്ത്രങ്ങൾ ധരിച്ച് ആണുങ്ങളുടെ കയറ് പൊട്ടിക്കരുതെന്ന് തങ്കമ്മ അഭിപ്രായപ്പെട്ടപ്പോൾ തങ്കമ്മ പണ്ട് ഇത്തരം വസ്ത്രങ്ങൾ ധരിച്ചിട്ടല്ലല്ലോ എന്ന് ഒന്നുമാലോചിക്കാതെ ഞാൻ ചോദിച്ചുപോയി. വാവിട്ട വാക്കിന് അപ്പോൾതന്നെ ഞാൻ ക്ഷമ ചോദിച്ചിട്ടും അത്തരമൊരു കുത്തുവാക്ക് ഞാൻ പറഞ്ഞിരുന്നതായി അവർ നടിക്കാതിരുന്നിട്ടും അടുത്ത കുറേ ദിവസങ്ങളിൽ തങ്കമ്മയെ കാണുമ്പോഴൊക്കെ ഞാൻ എന്റെ നാക്കുപിഴയെ കുറിച്ചോർത്ത് വിഷമിച്ചു.

കുറേ നാളുകൾക്കുശേഷമാണ് ഞാൻ ജനാർദ്ദനൻ ചേട്ടനുണ്ടാക്കിയ ഭക്ഷണം കഴിച്ചത്, മേരിച്ചേച്ചിയെ കണ്ടത്. ചോറും മീൻകറിയും ചപ്പാത്തിയും ചിക്കൻകറിയുമുണ്ടായിരുന്നു. അവർ ധരിച്ചിരുന്ന അയഞ്ഞ വസ്ത്രത്തിന്റെ ഇറങ്ങിയ കഴുത്തിന് താഴെ അവരുടെ മാറിടങ്ങളുടെ കുറച്ച് വെളിവായിരുന്നു. യുഗങ്ങൾ കഴിഞ്ഞാലും അത്തരമൊരു വസ്ത്രമിടാൻ എന്നെക്കൊണ്ടൊന്നും സാധിക്കില്ല. ഭക്ഷണം കഴിച്ചവസാനിപ്പിച്ച് അവർ എന്നോട് പുതിയ ഡാം കൺസ്ട്രക്ഷനുമായി ബന്ധപ്പെട്ട കാര്യങ്ങൾ ചോദിച്ചറിഞ്ഞു. സൂരജ് ഇടയ്ക്ക് കുറച്ചുനേരം എന്റെ ഫോണുമായി ബാൽക്കണിയിൽ പോയി ആരെയോ ഫോൺ വിളിച്ചു, അവന്റെ കാമുകിയുടെ പേര് അപ്പോൾ എനിക്ക് ഓർമ്മ വന്നില്ല.

''ഡു യു ഡ്രിങ്ക്?'' അന്നാ വർഗീസിന്റെ ചോദ്യത്തിന് മുന്നിൽ ഞാൻ പതറി. എന്റെ ഉത്തരത്തിൽ വിശ്വാസമില്ലാതെയായിരിക്കാം അവർ മറ്റൊരു ചോദ്യം ചോദിച്ചു.

''ഇതുവരെ, ഒരിക്കൽ പോലും?''

''ഒരിക്കൽ, അറിയാതെ, ചെറിയച്ഛൻ വെള്ളക്കുപ്പിയിൽ ഒഴിച്ചു വെച്ചിരുന്നത് ഞങ്ങൾ കസിൻസ് കഴിച്ചു.''

''എന്നിട്ട് ഇഷ്ടപ്പെട്ടോ?''

''അന്ന് കുറേ ചീത്ത കേട്ടു. രുചി എന്തായിരുന്നെന്ന് എനിക്ക് ഓർമ്മയില്ല.''

''പിന്നൊരിക്കലും കുടിച്ചു നോക്കണമെന്ന് തോന്നിയില്ലേ?''

ഇല്ലെന്ന് ഞാൻ പറഞ്ഞു, കുടിച്ചു നോക്കണമെന്ന് ചിലപ്പോഴൊക്കെ ഞാനാലോചിച്ചിട്ടുണ്ട്. ആ അനുഭവം എന്താണെന്ന് അറിയണമല്ലോ. പക്ഷേ സാഹചര്യം ഒത്തുവന്നില്ല, ഇന്നിതാ ഒരു സുവർണ്ണാവസരം എന്റെ മുന്നിൽ, എന്നിട്ടും എനിക്ക് ധൈര്യം വന്നില്ല. ഗസ്റ്റ്ഹൗസിലെ മുറിക്കകത്തെ അലമാരയിൽ പുരുഷന്മാരെ മാത്രം പ്രതീക്ഷിച്ചിരുന്ന ഗ്ലാസുകളും നിറമില്ലാത്ത ഏതോ മദ്യവുമായി അന്നാ വർഗ്ഗീസ് തിരികെ വന്നു. നല്ല ഭംഗിയുള്ള മദ്യക്കുപ്പി, അച്ഛൻ മിലിട്ടറി ക്യാന്റീനിൽ നിന്ന് വാങ്ങുന്നപോലുള്ള മദ്യമല്ല. കുപ്പി കണ്ടാൽതന്നെ അറിയാം രാജകീയമായ എന്തോ ആണെന്ന്. അതിന്റെ പേര് ഞാൻ ഓർത്തുവെക്കാൻ ശ്രമിച്ചെങ്കിലും എന്റെ മനസ്സിൽ നിന്നില്ല. അന്നാ വർഗ്ഗീസെന്ന ഡൽഹിയിൽ ജനിച്ചുവളർന്ന മലയാളി ജീവിതത്തിൽ അനുഭവിക്കുന്ന സ്വാതന്ത്ര്യം എന്നെ മോഹിപ്പിച്ചു. നാൽപ്പതിനടുത്ത് പ്രായമുള്ള അവർക്ക് എന്നേക്കാൾ അധികം പ്രായമൊന്നും തോന്നില്ല, ആ വസ്ത്രങ്ങൾക്ക് അവർ ധരിച്ചപ്പോൾ എന്ത് ഭംഗിയാണ്. അവർ കല്യാണം കഴിച്ചിരുന്നില്ല, പക്ഷേ ഭാവിയിൽ കല്യാണം കഴിക്കുമോ എന്ന കാര്യത്തിൽ അവർക്ക് ഉറപ്പൊന്നുമില്ല. അവർ ഒന്നിനെക്കുറിച്ചും ശ്രദ്ധാലുവായിരുന്നില്ല. രാത്രി തണുപ്പ് കൂടിയപ്പോൾ ഷോർട്ട്സിൽ നിന്നും അയഞ്ഞ ടീഷർട്ടിൽനിന്നും ട്രാക്ക് സ്യൂട്ടിലേക്കും ജാക്കറ്റിലേക്കും വേഷപ്പകർച്ച നടത്തിയപ്പോഴാണ് അവരുടെ ശരീരത്തിന്റെ അളവുകൾ ഞാൻ ശ്രദ്ധിക്കുന്നത്. ഒരിടത്തും കൊഴുപ്പ് അടിഞ്ഞുകൂടിയിട്ടില്ലാത്ത ആകാരവടിവ് കണ്ട് ഞാൻ ഡാംസൈറ്റിൽ എത്തിയതിന് ശേഷം വർദ്ധിച്ച എന്റെ ഭാരത്തെക്കുറിച്ചോർത്ത് ആകുലയായി.

പിറ്റേന്ന് രാവിലെ തന്നെ രാമകൃഷ്ണൻ സാർ സ്ഥലത്തെത്തി. കുറേ നേരം അന്നാ വർഗീസിനും സൂരജിനുമൊപ്പം അണക്കെട്ടിനരികിലും ഡാംസൈറ്റ് കോളനിയിലും മാമലക്കണ്ടത്തെ പവർ ഹൗസ് ദൂരെ നിന്ന് കാണാവുന്ന കുന്നിൻചെരുവിലുമൊക്കെ ചുറ്റിക്കറങ്ങിയ ശേഷം ഗസ്റ്റ്ഹൗസിൽ തിരികെയെത്തി ഉച്ചഭക്ഷണം

കഴിച്ച് അദ്ദേഹം തിരികെ പോയി. അന്നാ വർഗീസിനെയും സൂരജിനെയും കണ്ട് കുറച്ചുനേരം സംസാരിക്കാൻ വേണ്ടി മാത്രം അദ്ദേഹം അത്രയും ദൂരം വന്ന് തിരിച്ചുപോയത് ഇരുവരേയുംകുറിച്ച് എന്നിൽ സംശയങ്ങളുണ്ടാക്കി.

അമ്പോറ്റി സഖാവിനെ ദീർഘനേരം അഭിമുഖം നടത്തി കുറിപ്പുകൾ തയ്യാറാക്കുന്ന അന്നാ വർഗീസിനു ചുറ്റും ആളുകൾ കൂടി. തങ്ങളുടെ പ്രശ്നങ്ങൾ ചോദിച്ചറിയാൻ വന്ന വലിയ ഏതോ അധികാരകേന്ദ്രത്തിന് മുന്നിലെന്നപോലെ അവർ അവരുടെ പ്രശ്നങ്ങളും പരിഹാര സമവാക്യങ്ങളും അന്നാ വർഗീസിന് മുന്നിൽ നിരത്തി. സൂരജ് ആളുകൾ പറയുന്ന പ്രധാനപ്പെട്ട കാര്യങ്ങൾ കുറിച്ചെടുക്കുന്ന തിരക്കിലായിരുന്നു. അന്ന് രാത്രിയും അന്നാ വർഗീസും ഞാനും ഒരുമിച്ചാണ് ഗസ്റ്റ്ഹൗസിൽ അത്താഴം കഴിച്ചത്. സൂരജ് പതിവുപോലെ ഒരു കയ്യിൽ ഒരു ഗ്ലാസ് മദ്യവുമായി ബാൽക്കണിയിൽ എന്റെ ഫോണിൽ ആരോടോ സംസാരിച്ചുകൊണ്ടിരുന്നു. മിക്കവാറും അവന്റെ കാമുകി ഇങ്ങോട്ട് വിളിച്ചതാവാനാണ് വഴി. അവളുടെ പേര് ഒരിക്കൽകൂടെ ചോദിക്കണമെന്ന് ഞാൻ കരുതിയെങ്കിലും ഇന്നും മറന്നു.

സത്യത്തിൽ അന്നാ വർഗീസിന് ഡാംസൈറ്റിൽ എന്താണിത്ര പ്രാധാന്യമെന്ന കാര്യം അവരോടുതന്നെ ചോദിക്കാൻ ഞാൻ തീരുമാനിച്ചു. അവരുടെ ആഗമനോദ്ദേശ്യം എനിക്ക് അജ്ഞാതമായിരുന്നു എന്നത് അവരെ അത്ഭുതപ്പെടുത്തിയതുപോലെ തോന്നി.

‘‘ഞാൻ ഇന്ത്യാ എവെരി ഡെ എന്ന ഇംഗ്ലീഷ് പത്രത്തിലാണ്, നാചർ വാച്ച് എന്നൊരു പ്രതിവാരകോളം പത്രത്തിൽ എഴുതുന്നുണ്ട്, പിന്നെ മറ്റു പത്രസ്ഥാപനങ്ങൾക്കുവണ്ടി എക്സ്പർട്ട് കോളംസ് എഴുതും. ഇന്ത്യാ എവരി ഡെ എന്നത് ഒരു പത്രമെന്ന നിലയിൽ രാജ്യത്തെ ഒന്നാംനിരയിൽ വരില്ലെങ്കിലും ഞങ്ങൾ ഒരു വാർത്താ ഏജൻസി എന്ന നിലയിലാണ് പ്രവർത്തിക്കുന്നത്. അതാണ് ഞങ്ങളുടെ ബിസിനസ്സ്. പൊളിറ്റിക്കൽ, കൾച്ചറൽ, റിലീജിയസ്, സ്പോർട്സ് എന്നിവയിലൊക്കെ വിദഗ്ധരായ ഒരു കൂട്ടം ജേർണലിസ്റ്റുകളുണ്ട് ഞങ്ങൾക്ക്. അവർ കണ്ടെത്തുന്ന വാർത്തകളിൽ ആർക്കാണോ താൽപ്പര്യം ആ പത്രത്തിലായിരിക്കും അവ അച്ചടിച്ച് വരിക. പലപ്പോഴും ഒരു പ്രശ്നത്തിൽ പൊതുജനഅഭിപ്രായ രൂപീകരണത്തിന് സഹായകമാവുക പത്രത്തിന്റെ എഡിറ്റോറിയൽ പേജിൽ വരുന്ന വിദഗ്ധരുടെ അഭിപ്രായങ്ങളാണ്. അത് ചിലപ്പോൾ അഭിമുഖങ്ങളാവാം, അല്ലെങ്കിൽ അവർതന്നെ എഴുതുന്ന ലേഖനങ്ങളാവാം. എഴുതാനൊന്നും സമയമില്ലാത്ത ഈ സോ കോൾഡ് വിദഗ്ധർക്ക് വേണ്ടി പലപ്പോഴും സൂരജിനെപ്പോലുള്ളവർ ലേഖനങ്ങളെഴുതും. അവർ അതിൽ ചെറിയ ചില മാറ്റങ്ങൾ വരുത്തിയോ അല്ലാതെയോ പ്രസിദ്ധീകരിക്കാൻ അനുവാദം നൽകും.’’

മദ്യത്തിന്റെ ലഹരി അന്നാ വർഗീസിന്റെ വ്യക്തമായ സംഭാഷണരീതിയെയാണ് ആദ്യം ബാധിച്ചുതുടങ്ങിയത്. പറഞ്ഞ കാര്യങ്ങൾതന്നെ ആവർത്തിച്ച് തുടങ്ങിയപ്പോൾ സൂരജ് വന്ന് അവരെ മുറിയിലേക്ക് കൊണ്ടുപോയി. സൂരജ് പെട്ടെന്ന് മടങ്ങിവരുമെന്ന പ്രതീക്ഷയിൽ കുറച്ചുനേരം അവിടെ ഇരുന്നശേഷം ഞാൻ ക്വാർട്ടേഴ്സിലേക്ക് പോയി.

അന്നാ വർഗീസ് പറഞ്ഞ് നിർത്തിയിടത്ത് നിന്ന് എന്റെ ചിന്തകൾ ചലിച്ചുതുടങ്ങി. ഓഗ്മെന്റേഷൻ പ്രോജക്റ്റിനു വേണ്ട ഒരു അന്തരീക്ഷമൊരുക്കാനാവും അന്നാ വർഗീസിനെ ഉപയോഗിക്കുന്നുണ്ടാവുക. പുതിയ ഡാംസൈറ്റിന്റെ മണ്ണ് പരിശോധനയ്ക്കും മറ്റുമൊക്കെ പണം മുടക്കുന്ന കമ്പനികൾ തന്നെയാവും അതിനുവേണ്ട പണവും മുടക്കുന്നുണ്ടാവുക. എനിക്ക് മനസ്സിലായതും ഞാൻ ഊഹിച്ചതുമൊക്കെ ഒരു മഞ്ഞുമലയുടെ അഗ്രം മാത്രമാവും. ബോർഡിൽനിന്ന് ശമ്പളം വാങ്ങുന്ന ഒരു ഉദ്യോഗസ്ഥയെന്ന നിലയിൽ ഓഗ്മെന്റേഷൻ പ്രോജക്റ്റിന്റെ വിജയം ആഗ്രഹിക്കേണ്ട ഞാൻ അതിന് പിന്നിൽ നടക്കുന്ന വലിയ അന്തർനാടകങ്ങൾ കാരണം ആശയക്കുഴപ്പത്തിലായി.

ശരിക്കും ഏതോ ഒരു കൺസ്ട്രക്ഷൻ കമ്പനിക്ക് പുതിയ കുറേ പ്രവൃത്തികൾ ചെയ്യാൻ വേണ്ടി മാത്രം, ഭീമമായ മുതൽമുടക്കുള്ള അവരുടെ യന്ത്രങ്ങൾ പ്രവർത്തിപ്പിക്കാൻ മാത്രമായായിരിക്കുമോ ഈ ഓഗ്മെന്റേഷൻ പ്രോജക്റ്റ് എന്ന് പോലും എനിക്ക് സംശയമായി. ഓഫീസിൽനിന്ന് തയ്യാറാക്കിയ ഡി.പി.ആറിലെ പദ്ധതിക്ക് ആവശ്യമായി വരുന്ന തുകയെക്കുറിച്ചും ഉൽപ്പാദിപ്പിക്കുന്ന വൈദ്യുതിയെക്കുറിച്ചുമൊക്കെയുള്ള കണക്കുകളിൽ ധാരാളം പൊരുത്തക്കേടുകളുണ്ട്. നിർമ്മാണച്ചെലവ് പരമാവധി താഴ്ത്തിയും വൈദ്യുതി ഉൽപ്പാദനത്തിന്റെ അളവ് പരമാവധി പെരുപ്പിച്ചും കാണിച്ചാണ് പദ്ധതിരേഖ തയ്യാറാക്കിയത്. കേരളത്തിലെ ഒരു ഡാമിന്റെ പണിയും ആദ്യം കണക്കാക്കിയ തുകയിൽ അവസാനിച്ചിട്ടില്ലെന്നും അവയൊക്കെ മുന്നൂറും നാന്നൂറും ശതമാനം അധികച്ചെലവിലാണ് ചെന്നവസാനിക്കാറുള്ളതെന്നും ജയശങ്കർ ഇടയ്ക്ക് സൂചിപ്പിച്ചിരുന്നു.

അന്നാ വർഗ്ഗീസ് തിരിച്ചുപോകുമെന്ന് പറഞ്ഞ ദിവസം രാവിലെ മുതുവാക്കുടി കാണാൻ ബോട്ടിൽ പോകണമെന്ന് തീരുമാനിച്ചിരുന്നു. ആദ്യത്തെ ചില യാത്രകൾ കഴിഞ്ഞപ്പോൾ ബോട്ടിങ്ങ് എനിക്ക് മടുത്തിരുന്നു. ഞാൻ എപ്പോഴൊക്കെ ബോട്ടിൽ മുതുവാക്കുടി ഭാഗത്തേക്ക് പോയോ അപ്പോഴൊക്കെ ബോട്ടിൽ യാത്ര ചെയ്യാൻ വലിയ ഉത്സാഹമുള്ള ആരെങ്കിലുമൊക്കെ ഉണ്ടാവാറുണ്ട്. റിസർവോയറിന്റെ ഇരുകരകളിലുമുള്ള കുന്നുകളുടെ പച്ചപ്പിനെക്കുറിച്ചും ആകാശനീലിമയെക്കുറിച്ചുമൊക്കെ വാചാലരാവുന്ന

അത്തരക്കാരെ കാണുമ്പോൾ എനിക്ക് എന്നെക്കുറിച്ചോർത്ത് ചിരി വരും. ഞാൻ നഗരങ്ങളും വെളിച്ചവും ആൾക്കൂട്ടവുമൊക്കെ ഇഷ്ട പ്പെടുന്ന ഒരാളാണ്. വന്യതയും വിജനതയും മൗനവുമൊന്നും എനിക്ക് ആസ്വദിക്കാനാവാറില്ല.

തുലാവർഷം ആരംഭിക്കുന്നതിനെക്കുറിച്ചുള്ള കാലാവസ്ഥാ പ്രവചനം വന്നപ്പോഴാണ് ഡിസാസ്റ്റർ മാനേജ്മെന്റ് കമ്മിറ്റിയുടെ ചെയർമാനായ കലക്ടർക്ക് ഡാം നിറയുകയാണെങ്കിൽ സ്വീകരി ക്കേണ്ട നടപടികളെക്കുറിച്ചുള്ള കത്ത് ശരിയാക്കാനുള്ള കാര്യം ഓർത്തത്. എന്നിട്ടും അന്നാ വർഗീസിനൊപ്പം മുതുവാക്കുടി വരെ പോകുന്നത് ഒഴിവാക്കാൻ എനിക്ക് തോന്നിയില്ല.

നിറഞ്ഞുകിടന്ന റിസർവോയറിലൂടെ ബോട്ട് നീങ്ങിത്തുടങ്ങി. അന്നാ വർഗീസ് എന്നത്തെയുംപോലെ എനിക്ക് കൃത്യമായി പേര റിയാത്ത എന്തോ വസ്ത്രം ധരിച്ചിരുന്നു. കഴിഞ്ഞ നാലു ദിവസവും അവർ ധരിച്ചത് അത്തരത്തിലുള്ള എന്തൊക്കെയോ ആയിരുന്നു, ഞാനാണെങ്കിൽ അധിക ദിവസവും ചുരിദാർ, ചിലപ്പോഴൊക്കെ ജീൻസും കുർത്തിയും. മുതുവാക്കുടിയിലെത്തിയപ്പോൾ അന്നാ വർഗീസും സൂരജും ബോട്ടിൽ നിന്നിറങ്ങി കുറേനേരം പരസ്പരം വെള്ളം തെറിപ്പിച്ചുകളിച്ചു. സൂരജ് അയാളുടെ ക്യാമറ എങ്ങനെ യാണ് പ്രവർത്തിപ്പിക്കുകയെന്ന് എന്നെ പറഞ്ഞ് മനസ്സിലാക്കി അവ രുടെ ചിത്രങ്ങൾ എടുപ്പിച്ചു.

ആരുടെയെങ്കിലും ക്യാമറയിൽ സ്വന്തം ചിത്രം പതിഞ്ഞാൽ അതിനെക്കുറിച്ച് ആശങ്കപ്പെടുന്ന ഭൂരിഭാഗം സ്ത്രീകളെയും പരി ഹസിച്ചുകൊണ്ട് അവർ സൂരജിന്റെമേൽ ചാരിനിന്നും വിവിധ ഗോഷ്ടികൾ കാണിച്ചുമൊക്കെ ഫോട്ടോയ്ക്ക് പോസ് ചെയ്തു. നനഞ്ഞൊട്ടിയ വസ്ത്രങ്ങൾക്കുള്ളിൽ അവരുടെ മനോഹരമായ ശരീരം എന്നെ വീണ്ടും വീണ്ടും അസൂയപ്പെടുത്തി. വീണുകിട്ടിയ കാഴ്ചകൾ ആസ്വദിക്കുന്നതിനിടെ സ്രാങ്ക് സൈമൺ “ഇവർ ഭാര്യയും ഭർത്താവുമാണോ?” എന്ന സംശയമുന്നയിക്കാനും മറന്നില്ല. അല്ലെന്ന് ഞാൻ തിരുത്തിയെങ്കിലും അവർ തമ്മിൽ എന്തോ ഉണ്ടെന്ന് സൈമൺ കണ്ടുപിടിച്ചുകളഞ്ഞു. അന്നാ വർഗീസ് പോയ ശേഷം അവരെ ക്കുറിച്ച് തനിച്ചും സൂരജിനെ ചേർത്തും ധാരാളം കഥകൾ ഡാം സൈറ്റിൽ പ്രചരിച്ചു. ജനാർദ്ദനൻചേട്ടനും തങ്കമ്മയും സ്രാങ്ക് സൈമണും റഷീദുമൊക്കെ വെവ്വേറെ കഥകൾ മെനഞ്ഞ് മത്സരിച്ചു.

അന്നാ വർഗീസ് തിരികെ പോയ അന്ന് വൈകീട്ട് എനിക്ക് അരവിന്ദ് ശേഖറിന്റെ ഒരു കത്ത് കിട്ടി. പിന്നാലെ തുലാമഴയെത്തി.

സാരിവാലൻ വരാൽ

തുലാമഴ ശക്തമായതോടെ ഡാംസൈറ്റ് കോളനിക്കാരുടെ സമരവും തുടങ്ങി. പെരുമഴയെ വകവെയ്ക്കാതെ അമ്പോറ്റി സഖാവ് വെള്ളം കയറിയെത്തിയ ജെട്ടിയുടെ പടവുകളിലൊന്നിൽ ഇരുപ്പ് സമരമാരംഭിച്ചു. രാവിലെ സമരം തുടങ്ങിയപ്പോൾ സഖാവിന്റെ കാൽപ്പാദം വരെ മാത്രമുണ്ടായിരുന്ന വെള്ളം ഉച്ചയായപ്പോഴേക്കും അരയ്ക്കൊപ്പമെത്തി. എഴുപത് പിന്നിട്ട ഒരു പഴയകാല കമ്മ്യൂണിസ്റ്റ് നേതാവാണെന്ന പരിഗണനയൊന്നും പക്ഷേ അദ്ദേഹത്തിന് കിട്ടിയില്ല. വാർദ്ധക്യസഹജമായ ധാരാളം അസുഖങ്ങളുള്ള അദ്ദേഹം വെള്ളത്തിൽ കൂടുതൽ സമയമിരുന്നാൽ ആരോഗ്യം വഷളാവുമെന്ന് മനസ്സിലാക്കിയ ചെറുപ്പക്കാർ അദ്ദേഹത്തെ പിൻതിരിപ്പിച്ച് റിലേ സമരമെന്ന പുതിയ രീതിക്ക് തുടക്കമിട്ടു.

മുൻവർഷങ്ങളിൽ ഇത്രയൊന്നും സമരകോലാഹലങ്ങൾക്കിട കൊടുക്കാതെ ഡാം തുറക്കലായിരുന്നു പതിവെന്നും കഴിഞ്ഞ വർഷം മാഡം മാത്രമുണ്ടായിരുന്നിട്ടും സ്പിൽവേ തുറന്നില്ലേ എന്നൊക്കെയുമുള്ള മുറുമുറുപ്പുകൾ വൈകുന്നേരമായപ്പോഴേക്കും ഓഫീസിൽ കേൾക്കാറായി. രാമകൃഷ്ണൻ സാറിനോട് ഇത്തരം കാര്യങ്ങൾ സംസാരിക്കാൻ സാധാരണ രീതിയിൽ ധൈര്യം കാണിക്കാറുള്ള ജയശങ്കർ സ്ഥലത്തില്ല, ഓഗ്മെന്റേഷൻ പ്രോജക്റ്റിന്റെ ലാഭനഷ്ടക്കണക്കുകളെ കുറിച്ച് സംശയം ചോദിച്ചതിന് എനിക്ക് അന്ന് രാവിലെ ഒരു ശകാരം കേട്ടതിനാൽ വീണ്ടും അപ്രീതിക്ക് പാത്രമാകേണ്ടെന്ന് ഞാനും കരുതി. കഴിഞ്ഞ വർഷത്തെപ്പോലെയല്ലല്ലോ, എല്ലാത്തിനും ഉത്തരവാദിത്തവും അധികാരവുമുള്ള സൂപ്രണ്ടിങ്ങ് എഞ്ചിനീയർ ഉള്ളിടത്ത് ഞാനെന്തിന് ആശങ്കപ്പെടണം. രാമകൃഷ്ണൻസാറിനോട് കാര്യങ്ങൾ സംസാരിക്കണമെന്ന് തങ്കമ്മ എന്നെ നിർബന്ധിച്ചപ്പോൾ ഞാൻ അദ്ദേഹത്തിന്റെ മുറിയിൽ കയറി സ്പിൽവേ തുറക്കുമോ എന്ന കാര്യം തിരക്കി. “കുറച്ചു കൂടെ മൂക്കട്ടെ” എന്നായിരുന്നു അദ്ദേഹത്തിന്റെ മറുപടി. ഓഫീസ് സമയം കഴിഞ്ഞിട്ടും അദ്ദേഹം മുറി വിട്ട് പുറത്തിറങ്ങിയില്ല.

ഞാനാകെ ആശങ്കയിലായി. ക്വാർട്ടേഴ്സിലേക്ക് നടന്നുപോവുകയായിരുന്ന എന്നെ സമരക്കാരിൽ ചിലർ വഴിയിൽ തടഞ്ഞു. ഞാനെന്റെ പരിമിതികൾ പറഞ്ഞു. നിസ്സഹായരായ മനുഷ്യർ അവരുടെ ആവശ്യങ്ങൾ പറഞ്ഞ് എന്നോട് കലഹിച്ചു. ഒന്നും ചെയ്യാനാവാതെ കഷ്ടത കണ്ടു നിൽക്കേണ്ട എന്റെ ഗതികേടിന് അവസാനമിട്ടുക്കൊണ്ട് ഒരാൾക്കൂട്ടം മുദ്രാവാക്യം വിളികളോടെ അങ്ങോട്ട് വന്നു. അമ്പോറ്റി സഖാവിനും സഖാവിന് പകരമായി ജലസമാധി സമരത്തിൽ പങ്കെടുത്ത മൂന്ന് ചെറുപ്പക്കാർക്കും ചുവന്ന റിബൺ മാലകൾ ധരിപ്പിച്ച് മുന്നിൽ നടത്തിച്ചുകൊണ്ട് ഓഫീസിന് മുന്നിലെ സമരപ്പന്തലിലേക്ക് വന്ന ജാഥയ്ക്കൊപ്പം എന്നോട് തർക്കിച്ചുനിന്നവരും പോയി. സ്പിൽവേ തുറക്കാൻ ജില്ലാ കലക്ടറുടെ ഉത്തരവുമായി ജയശങ്കർ ബോട്ട് ജെട്ടിയിൽ ചെന്നപ്പോഴാണ് അവിടത്തെ സമരം നിർത്തിയതെന്ന് രാത്രി തങ്കമ്മ പറഞ്ഞു. സത്യത്തിൽ നിസ്സഹായരായ ആ മനുഷ്യർക്ക് ഒരു സഹായവും ചെയ്യാൻ എനിക്ക് കഴിഞ്ഞില്ലല്ലോ എന്നോർത്ത് എനിക്ക് ലജ്ജ തോന്നി. ജയശങ്കറിനെപ്പോലുള്ള ഒരു ക്ലർക്കിന് ചെയ്യാനായതുപോലും എനിക്കായില്ല.

രാത്രി വൈകിയാണ് സ്പിൽവേ തുറന്നത്. അസമയമായിട്ടും ആ ഇരുട്ടത്ത് ആശ്വാസത്തിന്റെ കാഴ്ച്ച കാണാൻ ആളുകൾ തിങ്ങിക്കൂടി. പുറത്തേക്കൊഴുകിപ്പോകുന്ന വെള്ളത്തോടൊപ്പം കൃത്രിമ തടാകത്തിലെ തടവിൽനിന്ന് രക്ഷപ്പെട്ടു പോകുന്ന വലിയ മത്സ്യങ്ങളെ കണ്ട് ആളുകൾ ആശങ്കകൾക്കിടയിലും കൊതികൊണ്ടു. അപ്പോൾ മാത്രമാണ് അരവിന്ദ് ശേഖറിന്റെ കത്തിനെക്കുറിച്ച് ഞാനോർത്തത്. തിരിച്ച് ക്വാർട്ടേഴ്സിലെത്തിയ ഞാൻ അവന്റെ കത്ത് ഒരിക്കൽ കൂടെ വായിച്ചു.

പ്രിയപ്പെട്ട മാഡം,

ഞാൻ അരവിന്ദ് ശേഖർ, എന്നെ മറന്നുകാണില്ല എന്ന് വിശ്വസിക്കട്ടെ.

അന്ന് ചേച്ചി പറഞ്ഞിരുന്നല്ലോ ഞാൻ കണ്ടെത്തിയ വരാലിന് മലയാളത്തിൽ ഒരു പേര് വേണമെന്ന്. ഞാനക്കാര്യം അമ്മയോട് പറഞ്ഞപ്പോൾ അമ്മ പറഞ്ഞ പേരാണ് സാരിവാലൻ വരാലെന്ന്. ഞാൻ കുഞ്ഞുന്നാളിൽ ഗപ്പികളെ വളർത്തിയിരുന്നു, ഗപ്പികളെ മാത്രമല്ല പുഴയിൽ നിന്നും തോട്ടിൽ നിന്നുമൊക്കെ പിടിക്കുന്ന പലതരം മീനുകളെയും ഞാൻ പറമ്പിൽ കുഴികുഴിച്ച് അതിൽ പ്ലാസ്റ്റിക് ഷീറ്റ് വിരിച്ചും കുപ്പിയിലിട്ടും വളർത്തുമായിരുന്നു. ആയിടെയാണ് വീടിനടുത്ത അക്വേറിയം കടയിൽ നീണ്ട വാലുള്ള ഗപ്പികൾ വന്നത്. സാധാരണ ഗപ്പികൾക്ക് ജോഡിക്ക് പത്ത്

രൂപയുണ്ടായിരുന്നപ്പോൾ വർണ്ണച്ചിറകുകളും നീണ്ട വാലുമുള്ള ഗപ്പികൾക്ക് അൻപത് രൂപയായിരുന്നു വില. അതിലൊന്നിനെ വാങ്ങാനായി ഞാൻ എന്റെ ഗപ്പികളെ വിറ്റാൽ കിട്ടുന്ന രണ്ട് രൂപ നാണയങ്ങൾ കൂട്ടിവെയ്ക്കുമായിരുന്നു, പക്ഷേ അൻപത് തികയും മുൻപ് വീട്ടിൽ സാരിവാലൻ ഗപ്പിയേക്കാൾ വലിയ എന്തെങ്കിലും അത്യാവശ്യം വരും. എനിക്കൊരിക്കലും ആ മീനിനെ വാങ്ങാനായില്ല.

എനിക്ക് റിസർച്ചിനുള്ള സ്റ്റൈപ്പന്റ് കിട്ടിത്തുടങ്ങിയപ്പോൾ വീട്ടിലെ അവസ്ഥകൾക്ക് മാറ്റമായെങ്കിലും കുട്ടിക്കാലത്ത് എന്നെ മോഹിപ്പിച്ച സാരിവാലൻ മീനെന്ന നഷ്ടസ്വപ്നം അമ്മ മറന്നിരുന്നില്ല. ആലുവയിൽനിന്ന് കിട്ടിയ സ്പെസിമൻ സ്പീഷീസ് ഐഡന്റിഫിക്കേഷനായി കൊടുത്തുവിട്ടതിനാൽ ഞാൻ കണ്ടെത്തിയ വരാലിനെ അമ്മയ്ക്ക് കാണിച്ചുകൊടുക്കാനായില്ല, അതിന്റെ സ്കെച്ചുകൾ കാണിച്ചുകൊടുത്തെങ്കിലും അമ്മയ്ക്ക് അതിനെക്കുറിച്ച് വലിയ കൗതുകമൊന്നും തോന്നിയുമില്ല. അന്ന് ചേച്ചിയുടെ ഫോണിൽനിന്ന് ഞാൻ കോപ്പി ചെയ്തുകൊണ്ടുപോയ ഫോട്ടോ കണ്ടപ്പോഴാണ് ഞാൻ കണ്ടെത്തിയ വരാൽ അത്രയും വലിപ്പവും ഭംഗിയുമുള്ളതാണെന്ന് അമ്മയ്ക്ക് മനസ്സിലായത്.

എന്റെ കുട്ടിക്കാലത്ത് അമ്മയെ ഞാൻ ഏറ്റവും കൂടുതൽ തവണ കണ്ടിരുന്നത് ചുവപ്പ് കരയോടുകൂടിയ ഒരു മഞ്ഞ സാരിയിലായിരുന്നു. അമ്മ ജോലിക്ക് പോകുന്ന വീട്ടിലെ ഗൾഫുകാരൻ കൊടുത്ത ആ പോളിസ്റ്റർ സാരി ഇന്നും കേടുകൂടാതെ വീട്ടിലെവിടെയോ ഉണ്ട്. ചേച്ചിയെടുത്ത ഫോട്ടോ കണ്ട അമ്മയ്ക്ക് ആദ്യം ഓർമ്മ വന്നത് ആ സാരിയാണത്രെ. പിന്നാലെ കുട്ടിക്കാലത്ത് എന്നെ മോഹിപ്പിച്ച സാരിവാലുള്ള ഗപ്പിയും. ഇതൊരു സാരിവാലൻ വരാലാണല്ലോ എന്ന് പറയാൻ അമ്മയ്ക്ക് അധികമാലോചിക്കേണ്ടി വന്നില്ല.

ഇനി ഞാൻ കാര്യത്തിലേക്ക് വരാം. ഞാൻ പല തവണ ചേച്ചിയുടെ ഫോണിൽ വിളിച്ചു നോക്കിയെങ്കിലും കിട്ടിയില്ല. ഡാംസൈറ്റിൽ മൊബൈൽ റെയ്ഞ്ചില്ല എന്ന കാര്യം അറിയാവുന്നതുകൊണ്ട് ചില മെസേജുകൾ അയച്ചു നോക്കിയെങ്കിലും അവയൊന്നും ഡെലിവറി ആയതായി കാണാത്തതുകൊണ്ടാണ് ഇന്നീ കത്തെഴുതുന്നത്. ഒക്ടോബറിൽ നോർത്ത് ഈസ്റ്റ് മൺസൂണിൽ ഡാം തുറക്കുകയാണെങ്കിൽ അക്കാര്യം എന്നെ ഒന്ന് അറിയിക്കണേ. ആ

സമയത്ത് മുതുവാക്കുടി ഭാഗത്ത് വിരിഞ്ഞ സാരിവാലൻ വരാലുകളുടെ കുഞ്ഞുങ്ങൾ ഡാമിന് പുറത്തേക്കും മഴക്കാലം തുടങ്ങുന്നതോടെ പെരിയാറിൽനിന്ന് മുകളിലേക്ക് ദേശാടനം നടത്തുന്ന വലിയ വരാലുകൾ ഡാമിനകത്തേക്കും നീന്തിയെത്താൻ സാധ്യതയുണ്ട്. ഇതിൽ ഏതാവും സംഭവിക്കുകയെന്നതിൽ എനിക്ക് ഉറപ്പൊന്നുമില്ലെങ്കിലും ഏതെങ്കിലും ഒന്ന് നടക്കുമെന്ന് ഉറപ്പാണ്. അതിനെക്കുറിച്ച് പഠിക്കാനും കഴിയുമെങ്കിൽ ഒരു ആൺമീനിന്റെ സ്പെസിമെൻ തരപ്പെടുത്താനും ഏറ്റവും സാധ്യതയുള്ള ദിവസങ്ങളാണവ. എന്റെ ഗവേഷണം ശരിയായ ദിശയിലേക്ക് പോകണമെങ്കിൽ ആ ദിവസങ്ങളിൽ എന്തെങ്കിലും അത്ഭുതങ്ങൾ നടക്കണം.

അവിടെ എത്തിയാൽ എവിടെ താമസിക്കും, എത്ര ദിവസം നിൽക്കേണ്ടി വരും തുടങ്ങിയ കാര്യങ്ങളൊന്നും എനിക്ക് ഒരു നിശ്ചയവുമില്ല. ചേച്ചിയെ കണ്ടപ്പോൾ, പരിചയപ്പെട്ടപ്പോൾ സഹായിക്കുമെന്ന് തോന്നി. അതിനാലാണ് ഈ കത്ത് എഴുതുന്നത്. മറുപടി അയയ്ക്കുമെന്ന പ്രതീക്ഷയോടെ,

01-09-2015 അരവിന്ദ് ശേഖർ
നോർത്ത് പറവൂർ

കത്ത് വായിച്ച എനിക്ക് വല്ലാത്ത കുറ്റബോധം തോന്നി. കത്തിന്റെ തുടക്കത്തിൽ മാഡമെന്നൊക്കെ ഔപചാരികമായി തുടങ്ങിയെങ്കിലും എന്നെ ചേച്ചിയെന്നാണവൻ പിന്നീട് പലതവണ വിളിച്ചിരിക്കുന്നത്. അവനെ വിളിക്കുന്ന കാര്യം സമരത്തിനും ആശങ്കകൾക്കുമിടയിൽ ഞാൻ മറന്നു. അവനൊരു മെസേജ് അയച്ചെങ്കിലും അത് പോയോ എന്ന കാര്യത്തിൽ ഉറപ്പില്ല. തുലാമഴ ശക്തമായതോടെ ഫോൺ വിളിക്കാനുള്ളത്ര റെയ്ഞ്ച് ഡാംസൈറ്റിൽ ഉണ്ടായിരുന്നില്ല, അനിയാ മാപ്പ്.

പെൻസ്റ്റോക്ക് പൈപ്പുകളുടെയും മറ്റും പരിശോധനകളുമായി പിറ്റേ ദിവസം ഞാൻ തിരക്കിലായിരുന്നു. വൈകുന്നേരമായി ഓഫീസിൽ തിരികെയെത്താൻ. ഓഫീസിന്റെ പുറത്തുവെച്ച് തന്നെ ഉള്ളിലെ ബഹളം കേൾക്കാമായിരുന്നു. അകത്ത് കയറിയപ്പോൾ പൊട്ടിയ ചുണ്ടുമായി അരവിന്ദ് ശേഖർ അവിടെയുണ്ടായിരുന്നു. അവന്റെ ഷർട്ട് കീറിയിരുന്നു, ഡ്യൂട്ടിയിലുണ്ടായിരുന്ന പൊലീസുകാരനും സൈതും അവിടെയുണ്ട്. എല്ലാവരും പരസ്പരം തർക്കിക്കുന്നതിനിടെയാണ് ഞാൻ ഓഫീസിൽ ചെന്നുകയറിയത്. എന്നെ കണ്ടപ്പോൾ അരവിന്ദിന് വലിയ ആശ്വാസമായതുപോലെ തോന്നി. അവൻ

എന്തെങ്കിലും സംസാരിക്കാൻ തുടങ്ങും മുൻപേ ഡ്യൂട്ടിയിലെ പൊലീസുകാരൻ കാര്യം വിശദീകരിച്ചു, ഏത് തർക്കത്തിലും ആദ്യം വിശദീകരിക്കുന്നയാൾക്ക് മേൽക്കൈ ഉണ്ടാവുമെന്ന് അയാൾക്കറിയാമായിരിക്കും.

''മാഡം, ഇവൻ രാവിലെ ഡാംസൈറ്റിൽ വന്നിട്ട് മാഡത്തെ ചോദിച്ചു, പെൻസ്റ്റോക്ക് പരിശോധിക്കാൻ പോയി എന്ന് ഞാൻ പറഞ്ഞപ്പോൾ സ്പിൽവേയിൽ ഇറങ്ങാൻ പറ്റുമോന്ന് ചോദിച്ചു. പറ്റില്ലെന്ന് ഞാൻ തീർത്ത് പറഞ്ഞതാ. കഴിഞ്ഞ തവണ ഇവൻ ഇവിടെ ചുറ്റിക്കറങ്ങിയതിനാ സൂപ്രണ്ടിങ്ങ് എഞ്ചിനീയറുടെ വായീന്ന് എ.എസ്.ഐക്ക് വയറുനിറച്ച് കിട്ടിയത്, അതുകൊണ്ട് ഞാൻ വിട്ടില്ല. മാഡത്തിനെ അറിയാമെന്ന് പറഞ്ഞതോണ്ട് പിടിച്ചുവെച്ചില്ലെന്ന് മാത്രം. എന്നിട്ടിവൻ ആ മീൻകാരൻ സൈതിനെയും കൂട്ടി താഴെ പുഴയിലിറങ്ങി ആ വഴി ഡാമിന്റെ താഴെ വന്നു. കയറിപ്പോകാൻ പറഞ്ഞപ്പോൾ ആ സൈതിന് ഒരേ മൊട.''

അങ്ങനെയല്ലെന്ന് അരവിന്ദ് വിശദീകരിക്കാൻ ശ്രമിക്കുന്നുണ്ടായിരുന്നു. പൊലീസുകാര് തല്ലിയതിനെക്കുറിച്ചല്ല അയാൾക്ക് പരാതി, പകരം അയാളുടെ ആ ദിവസം നഷ്ടപ്പെടുത്തിയതിലായിരുന്നു. അവന്റെ അവസ്ഥ കണ്ടിട്ട് എനിക്ക് സങ്കടമായി. പൊലീസുകാരൻ എന്നെ മാറ്റിനിർത്തി ചില കാര്യങ്ങൾ പറഞ്ഞു, ''മാഡം, ഇവനെ കണ്ടാൽ രണ്ട് പൊട്ടിക്കണമെന്ന് രാമകൃഷ്ണൻ സാർ പ്രത്യേകം പറഞ്ഞിരുന്നതാ, അല്ലെങ്കിൽ ഇതുപോലത്തെ എന്തെല്ലാം കേസ് വരുന്നതാ.'' പൊലീസുകാരൻ സ്വകാര്യം പറഞ്ഞു.

''എന്നിട്ട് രാമകൃഷ്ണൻ സാറെവിടെ?'' ഞാൻ ചോദിച്ചു.

''സാറ് രാവിലെ ആലുവയ്ക്ക് പോയി.''

ആ മറുപടി എനിക്ക് ആശ്വാസമായി തോന്നി. പൊലീസുകാരോട് എനിക്ക് അറിയാവുന്നയാളാണ്, പ്രശ്നക്കാരനല്ല എന്നൊക്കെ പറഞ്ഞ് സന്ധിയാക്കി. അരവിന്ദിനെ വീട്ടിലേക്ക് കൊണ്ടുപോകാൻ സൈത് തയ്യാറായിരുന്നു, പക്ഷേ, അവനെ കയ്യൊഴിയാൻ എനിക്ക് തോന്നിയില്ല. അവനോട് എന്തെങ്കിലും മര്യാദ ഞാൻ കാണിച്ചിരുന്നെങ്കിൽ അങ്ങനെയൊന്നും സംഭവിക്കില്ലായിരുന്നു. ഗസ്റ്റ്ഹൗസിൽ മുറി കൊടുത്താൽ രാമകൃഷ്ണൻസാർ ദേഷ്യപ്പെടുമെന്നുറപ്പ്. വൈകിട്ടത്തെ ബസ് പോയതിനാൽ ഇന്നിനി പോകാനാവില്ല. പൊലീസുകാര് പിടിച്ചുവെച്ച അരവിന്ദിന്റെ ബാഗും മറ്റും എടുത്തുകൊണ്ടുവരാൻ സൈതിനെ പറഞ്ഞയച്ച് ഞാൻ അവനെയും കൂട്ടി ക്വാർട്ടേഴ്സിലേക്ക് നടന്നു. തങ്കമ്മയെ എന്ത് പറഞ്ഞ് സമ്മതിപ്പിക്കുമെന്ന വിചാരമായിരുന്നു മനസ്സ് നിറയെ.

ക്വാർട്ടേഴ്സെത്തും വരെ ഞങ്ങൾ ഒന്നും സംസാരിച്ചില്ല. കുറച്ചു നേരം കഴിഞ്ഞപ്പോൾ സൈത് അരവിന്ദിന്റെ ബാഗുമായി വന്നു.

കീറിയ ഷർട്ട് മാറ്റി തങ്കമ്മ ഇട്ടുകൊണ്ടുവന്ന കാപ്പി കുടിച്ചു കഴിഞ്ഞപ്പോൾ അവൻ സംസാരിക്കാൻ തുടങ്ങി.

''ഞാൻ ഒരു കത്തയച്ചിരുന്നു.''

''അത് കഴിഞ്ഞയാഴ്ച കിട്ടി. പക്ഷേ ഇവിടെ സമരമായതിനാൽ അതിന്റെ പിന്നിലായിപ്പോയി. സ്പിൽവേ തുറക്കാൻ ഉത്തരവായപ്പോൾ ഞാൻ ഫോണിൽ ഒരു മെസേജ് അയച്ചിരുന്നു, കിട്ടിയില്ല.'' എന്റെ ഫോണിൽ അയച്ച മെസേജ് കാണിച്ച് ഞാൻ ചോദിച്ചു.

മെസേജ് കിട്ടിയില്ലെന്നവൻ തലയാട്ടി.

''പിന്നെങ്ങനെ അറിഞ്ഞു ഡാം തുറന്നത്?''

''രാത്രി ടിവിയിൽ കണ്ടു. അപ്പോൾതന്നെ അടിമാലിക്ക് വണ്ടി കയറി. രാവിലത്തെ ബസ്സിൽ ഡാം സൈറ്റിലെത്തിയപ്പോഴേക്കും മാഡം പുറത്തെവിടെയോ പോയെന്ന് പറഞ്ഞു. സ്പിൽവേയിൽ വല കെട്ടിക്കോട്ടേ എന്ന് ചോദിച്ചിട്ട് പൊലീസുകാർ സമ്മതിച്ചില്ല, ബോട്ടോടിക്കുന്ന സൈമൺചേട്ടനാ സൈതിക്കയെ കാണിച്ചുതന്നത്. സൈതിക്ക എന്നെയും കൂട്ടി ഡാമിന്റെ താഴെയുള്ള പുഴയിൽ പോയി കുഴികളിലൊക്കെ വലവീശി നോക്കി. ഒന്നും കിട്ടിയില്ല. സ്പിൽവേയുടെ കുറുകെ വലകെട്ടിയാൽ മീനിനെ കിട്ടുമെന്നുറപ്പാ. സൈതിക്കാക്ക് കഴിഞ്ഞ ദിവസം ഒരു വരാലിനെ കിട്ടിയത്രെ. ഞാൻ ഫോട്ടോ കാണിച്ചപ്പോൾ അതുതന്നെയാണന്നാ പറയുന്നത്. ഒന്നും രണ്ടുമായി വെള്ളം ഒഴുകുന്നതിനെതിരെ നീന്തിവന്നത് സൈതിക്ക കണ്ടിട്ടുണ്ട്.''

എനിക്ക് വിഷമം തോന്നി. കുറച്ചുകാലം മുൻപ് ഡാമിൽ പഠനം നടത്താനുള്ള അനുമതിക്കായി വന്ന് രാമകൃഷ്ണൻസാർ മടക്കി അയച്ചയന്ന് അവനെ സഹായിക്കാമെന്ന് സൈമൺ പറഞ്ഞിരുന്നു. എന്തെങ്കിലും സഹായം കിട്ടുമെന്ന് കരുതി അവൻ എന്നെ വീട്ടിൽ വന്ന് കാണുകയും അതുവരെയുള്ള സംഭവവികാസങ്ങൾ എന്നോട് പറയുകയുമൊക്കെ ചെയ്തതാണ്. എന്നിട്ടും എനിക്ക് സ്വന്തം കാര്യം മാത്രം നോക്കി കഴിയുന്ന ഒരാളിൽനിന്ന് ഉയരാനായില്ല.

അരവിന്ദന്റെ കാര്യത്തിൽ തങ്കമ്മ എതിർപ്പൊന്നും പറഞ്ഞില്ല, അവന്റെ കുട്ടിത്തം നിറഞ്ഞ മുഖഭാവവും ചുണ്ടിലെ മുറിവുകൾക്ക് പിന്നിലെ കഥകളും കേട്ട തങ്കമ്മ എന്റെ മുറിയിൽ പായ വിരിച്ച് കിടക്കാമെന്ന വിട്ടുവീഴ്ച ചെയ്ത് അരവിന്ദിനെ അവരുടെ മുറിയിൽ കിടത്തി.

പിറ്റേന്ന് എന്റെ നിർബന്ധത്താലും രാമകൃഷ്ണൻസാർ അറിയാൻ പോകുന്നില്ല എന്ന ഉറപ്പിന്മേലും സ്പിൽവേയിൽ സൈത് വലകെട്ടി. കുറുകെ കെട്ടിയ വലയിൽ കുറേ മീനുകൾ കുടുങ്ങി, ചിലതൊക്കെ വല ചാടിക്കടന്ന് രക്ഷപ്പെട്ടു. വീശുവലയ്ക്ക് പകരം കുറുകെ വലകെട്ടിയപ്പോൾ സൈതിന് ധാരാളം മീൻ കിട്ടിയെങ്കിലും സാരിവാലൻ വരാല് മാത്രം പ്രത്യക്ഷപ്പെട്ടില്ല. രാമകൃഷ്ണൻ സാർ

വരാൻ ഒരാഴ്ചയെടുക്കുമെന്ന ഉറപ്പിൽ അടുത്ത ദിവസങ്ങളിലും സൈത് സ്പിൽവേയ്ക്ക് കുറുകെ വലകെട്ടി. ധാരാളം മീൻ കിട്ടിയെങ്കിലും ഏറ്റവും നിരാശ സൈതിനായിരുന്നു. അങ്ങനെ വലകെട്ടി മീൻ പിടിക്കുന്നതിൽ അയാൾക്ക് ഒരു മനസ്സുഖവും കിട്ടിയില്ലെന്ന് തോന്നുന്നു. തന്റെ വീശുവലയുമായി നൃത്തച്ചുവടുകളോടെ സ്പിൽവേയുടെ കെട്ടിൽനിന്ന് വീശുവല കറക്കിയെറിഞ്ഞ സൈതിന്റെ വലയിൽ മൂന്നാംദിനം വൈകിട്ട് സാരിവാലൻ വരാൽ കുടുങ്ങി. പൊലീസ് പിക്കറ്റ് പോസ്റ്റിൽനിന്ന് കൊണ്ടുവന്ന ബക്കറ്റിൽ വെള്ളം നിറച്ച് മീനിനെ അതിലിട്ട് സൈത് ക്വാർട്ടേഴ്സിൽ വന്ന് എന്നെയും അരവിന്ദിനെയും വിളിച്ചു.

അരവിന്ദിന്റെ മുഖം കൊതിച്ചിരുന്ന ഏതോ കളിപ്പാട്ടം കിട്ടിയ കുട്ടിയുടേതുപോലെ പ്രസന്നമായി. അത് പെൺമീനാണത്രെ, ഗർഭപാത്രത്തിൽ നിറയെ മുട്ടകളുള്ളവ. നിലത്തൊരു ഷീറ്റ് വിരിച്ച് അതിൽ കിടക്കാൻ കൂട്ടാക്കാതെ പിടച്ച വരാലുകളുടെ അളവുകളും ഫോട്ടോയുമൊക്കെ എടുത്ത് അരവിന്ദ് അവയെ ഡാമിലേക്ക് തിരികെ വിട്ടു. ജീവജലത്തിലേക്ക് തിരികെയെത്തിയ വരാലുകൾ തങ്ങളുടെ നീണ്ട വാലുകളും കുറിയ ചിറകുകളും ധൃതിയിൽ തുഴഞ്ഞ് ഒഴുക്കിനെതിരെ നീന്തി. ഒരാൺ വരാലിനായുള്ള അരവിന്ദിന്റെ കാത്തിരിപ്പിനും ശ്രമങ്ങൾക്കും മീതെ കരിനിഴൽ വീഴ്ത്തിക്കൊണ്ട് രാമകൃഷ്ണൻ സാർ തിരികെ വരുന്നെന്ന ഫോൺവിളി ഓഫീസിലെത്തി. കാര്യങ്ങളുടെ അതുവരെയുള്ള പുരോഗതിയിൽ സന്തോഷവാനായി അരവിന്ദ് തിരിച്ചുപോയി. ഇന്നല്ലെങ്കിൽ നാളെ നടന്ന കാര്യങ്ങളൊക്കെ രാമകൃഷ്ണൻസാർ അറിയുമെന്നുറപ്പാണ്. എനിക്ക് ശകാരം ഉറപ്പാണ്. പക്ഷേ അന്ന് അദ്ദേഹത്തിന്റെ വായടപ്പിക്കാൻ എന്റെ കയ്യിൽ ചില ചോദ്യങ്ങളുണ്ട്.

''ആരാണ് ഓഗ്മെന്റേഷൻ പ്രോജക്റ്റിന് വേണ്ടി ഇപ്പോൾ തന്നെ യാതൊരുവിധ കണക്കിലുംപെടാത്ത തുകകൾ ചെലവാക്കുന്നത്, സാറിന് ഈ കാര്യങ്ങളിലുള്ള അതിരുവിട്ട ഉത്സാഹത്തിന് പിന്നിലും അത്തരത്തിൽ കാശിറക്കുന്നവരോടുള്ള കൂറാണോ?'' എന്നൊക്കെ.

അരവിന്ദ് ബസ് കയറിപ്പോയതിന്റെയന്ന് വൈകീട്ട് രാമകൃഷ്ണൻ സാർ തിരിച്ചെത്തി. പിറ്റേന്ന് രാവിലെ എന്നെ ക്യാബിനിലേക്ക് വിളിപ്പിച്ചപ്പോൾതന്നെ ശകാരം ഏറ്റുവാങ്ങാനും ചോദ്യങ്ങൾ ചോദിക്കാനും തയ്യാറായാണ് ഞാൻ പോയത്. പക്ഷേ, എന്നോട് ഞാൻ ചോദിക്കാനുദ്ദേശിച്ച ചോദ്യങ്ങൾക്കുള്ള മറുപടികൾ പറഞ്ഞുകൊണ്ടാണ് അദ്ദേഹം സംഭാഷണം ആരംഭിച്ചത്.

''കല്ലാർ ഓഗ്മെന്റേഷൻ പ്രോജക്റ്റ് നടക്കും. പദ്ധതി ഏറ്റെടുത്ത് നടത്തുക ഗുജറാത്ത് ആസ്ഥാനമായുള്ള ജെ.ആന്റ്.ജെ. അസോസിയേറ്റ്സായിരിക്കും. പിന്നെ നിനക്ക് വേണമെങ്കിൽ ഇതിന്റെ ഭാഗമാകാം.

അല്ലെങ്കിൽ ഇതിന്റെയൊക്കെ ഭാഗമാകാൻ തയ്യാറുള്ളവർക്കായി വഴിമാറാം. എല്ലാത്തിനും അതിന്റേതായ വിലയുണ്ട്, സൂപ്രണ്ടിങ്ങ് എഞ്ചിനീയർക്ക് അയാളുടെ വില, അസിസ്റ്റന്റ് എഞ്ചിനീയർക്ക് അയാളുടെ വില. ഒരു ഡാം കെട്ടുന്നതുമായി അസോസിയേറ്റ് ചെയ്യാനുള്ള ഒരു സുവർണ്ണാവസരമാണ്, പാഴാക്കാതെ ചരിത്രത്തിന്റെ ഭാഗമാകാം. അല്ലെങ്കിൽ കരിങ്കാലിയാവാതെ മാറി നിൽക്കാം. ശ്രീലക്ഷ്മിക്ക് തീരുമാനിക്കാം.''

എനിക്ക് കൂടുതലൊന്നും പറയണമെന്നോ ചോദിക്കണമെന്നോ തോന്നിയില്ല. അത്രയും മോശം കാര്യങ്ങൾക്കിടയിലും അന്നേദിവസം വൈകീട്ട് ഒരു ശുഭകാര്യം നടന്നു. സൈതിന് ഒരു ആൺ സാരി വാലൻ വരാലിനെ കിട്ടി. അത് ആൺമീൻതന്നെയാണോ എന്ന് സംശയം ചോദിച്ച എന്നെ അയാൾ പരിഹാസരൂപേണ നോക്കി. അതിന്റെ ഫോട്ടോ എടുക്കാൻ കൊണ്ടുവന്നതാണ്. അരവിന്ദ് പറഞ്ഞേൽപ്പിച്ചതുപോലുള്ള ഫോട്ടോകൾ ഞാൻ എന്റെ മൊബൈൽ ഫോണിൽ എടുത്തു. ഫോട്ടോഷൂട്ട് കഴിഞ്ഞ് സൈത് മീനിനെയും കൊണ്ട് തിരിച്ചുപോയി അതിനെ സ്പിൽവേയിലെ ഒഴുക്കിൽ വിട്ടു. അരവിന്ദ് പ്രത്യേകം പറഞ്ഞേൽപ്പിച്ചിരുന്നത്രെ മീനിനെ തിരികെ വിടണമെന്ന്.

ഫോണിലെ ഫോട്ടോകൾ ഏതെങ്കിലും കഫെയിൽ നിന്ന് അരവിന്ദിന് അയയ്ക്കാൻ ഒരു സീഡിയിലാക്കി രാത്രി ഞാൻ ജയശങ്കറിനെ ഏൽപ്പിച്ചു. ആദ്യമായാണ് ഞാൻ ആ സമയത്ത് ഓഫീസിൽ പോയത്. ജയശങ്കർ ഓഫീസ് പണിയിലും ഭാസുരേന്ദ്രൻ പുസ്തക വായനയിലുമായിരുന്നു. ഓഫീസിലെ കമ്പ്യൂട്ടറിൽ പഴയ ഹിന്ദി പാട്ട് പാടുന്നുണ്ട്. എനിക്ക് നല്ല പരിചയമുള്ള പാട്ടുകളാണ്. അതെ, മുകേഷിന്റെ ശബ്ദമാധുര്യത്തേക്കാൾ ആ പാട്ടുകളെ എനിക്ക് പരിചയപ്പെടുത്തിയ ഇർഫാനെക്കുറിച്ചുള്ള ഓർമ്മകളാണ് എന്നെ ഓഫീസിൽ പിടിച്ചിരുത്തിയത്. പകലത്തെ ഓഫീസ് പോലല്ല, വേറൊരു ലോകം. ഓഫീസിന്റെ മൂലയ്ക്കലെ ഇന്റക്ഷൻ കുക്കറിൽ കഞ്ഞിയും പയറും ഉണ്ടാക്കിയും വായിക്കുന്ന പുസ്തകത്തെക്കുറിച്ചും കേൾക്കുന്ന പാട്ടിനെപ്പറ്റിയും ലോകകാര്യങ്ങളും ചർച്ച ചെയ്തുകൊണ്ട് ഒരു ഗുമസ്തനും ശിപായിയും അവിടെ ജോലി ചെയ്യുന്നത് കണ്ടപ്പോൾ ചില ദിവസങ്ങളിലെങ്കിലും അവിടെ ചെന്നിരിക്കണമെന്ന് തോന്നി. ഒരു ടോർച്ചുമായി തങ്കമ്മ വരുന്നതുവരെ ഞാനവിടെയിരുന്നു, എനിക്കുറപ്പാണ് ഇന്ന് ഞാൻ ഇർഫാനെ സ്വപ്നം കാണും. സ്വപ്നത്തിൽ എനിക്ക് അവനൊരു ചുംബനം നൽകണം.

അണക്കെട്ടിലെ കള്ളക്കണക്കുകൾ

ഞാൻ പ്രതീക്ഷിച്ചതിലും വേഗത്തിൽ കല്ലാർ ഓഗ്മെന്റേഷൻ പദ്ധതിക്കുള്ള പാരിസ്ഥിതികാനുമതി ലഭിച്ചു. രണ്ട് പുതിയ ഡാമുകളും ഒരു പവർഹൗസും അനുബന്ധറോഡുകളും കെട്ടിടങ്ങളുമൊക്കെയടക്കം നൂറ് മെഗാവാട്ട് വൈദ്യുതി ഉത്പാദിപ്പിക്കാൻ എണ്ണൂറ് കോടിയുടെ പദ്ധതി. പദ്ധതി പ്രദേശത്തെ ജോലികളിൽ ഡാംസൈറ്റ് കോളനിക്കാർക്ക് അർഹമായ പ്രാതിനിധ്യം നൽകുമെന്നും അവരെ കല്ലാർ ഭാഗത്ത് പുനരധിവസിപ്പിക്കുമെന്നും മന്ത്രിസഭാ തീരുമാനം വന്നതോടെ ഓഫീസിന് മുന്നിലെ സമരപ്പന്തൽ അഴിഞ്ഞു. കല്ലാർ ഓഗ്മെന്റേഷൻ പദ്ധതി തങ്ങളുടെ സർക്കാരിന്റെ ഭരണനേട്ടമാണെന്നും തങ്ങൾ കൊണ്ടുവരുന്ന വികസനവും തൊഴിലുമാണ് പദ്ധതി എന്നും കോൺഗ്രസ്സുകാർ വീമ്പുപറഞ്ഞപ്പോൾ അമ്പോറ്റി സഖാവിന്റെ നേതൃത്വത്തിൽ നടന്ന വിശദീകരണ യോഗത്തിൽ പദ്ധതി തങ്ങൾ ഭരണത്തിലുണ്ടായിരുന്ന കാലത്ത് തുടങ്ങിവെച്ചതാണെന്ന് തിരിച്ചടിച്ചു. പിതൃത്വത്തെക്കുറിച്ച് മാത്രമേ തർക്കമുള്ളൂ. കുഞ്ഞിനോട് എല്ലാവർക്കും സ്നേഹമാണ്. പുതിയ വാസസ്ഥലം എന്ന വാഗ്ദാനവും നാലോ അഞ്ചോ കൊല്ലം നീണ്ടേക്കാവുന്ന നിർമ്മാണപ്രവർത്തനങ്ങളിൽ ലഭിക്കുന്ന തൊഴിലും ഡാംസൈറ്റ് കോളനിയിൽ ഓഗ്മെന്റേഷൻ പദ്ധതിക്ക് അനുകൂലമായ മനോനില സൃഷ്ടിച്ചു. എന്നെ കാണുമ്പോഴൊക്കെ ഡാമിന്റെ പണി എപ്പോൾ തുടങ്ങുമെന്ന് ആളുകൾ ചോദിക്കുക പതിവായി.

തുലാമഴ കലിതുള്ളിപ്പെയ്തെങ്കിലും അധിക ദിവസം നീണ്ടില്ല. പൊതുവേ ചൂട് കൂടിയ ഒരു വർഷമായിരുന്നു അത്. വേനൽ തുടങ്ങിയതോടെ തന്നെ കേരളത്തിലെ വൈദ്യുതി ഉപയോഗം സർവകാല റെക്കോർഡിലെത്തി. ബോർഡിന്റെ ഏറ്റവും വലിയ ജലവൈദ്യുത പദ്ധതികളായ ഇടുക്കിയിലും പള്ളിവാസലിലുമൊക്കെ ജലനിരപ്പ് മാർച്ച് ആദ്യവാരംതന്നെ മുൻപെങ്ങുമില്ലാത്തവിധം താഴ്ന്നു. കേരളമാകെ പകൽ മൂന്ന് മണിക്കൂറും രാത്രി അരമണിക്കൂറും

ലോഡ് ഷെഡ്ഡിങ്ങ് നിലവിൽ വന്നപ്പോൾ പല കാരണങ്ങളാൽ പല കാലത്ത് മുടങ്ങിപ്പോയ പാത്രക്കടവും അതിരപ്പിള്ളിയും പോലുള്ള പദ്ധതികൾ ബോർഡ് പൊടി തട്ടിയെടുത്തു.

കേരളത്തിലെ ഡാമുകളുടെ സംഭരണശേഷിയും വൈദ്യുതി ഉപയോഗത്തിന്റെ പ്രതിവർഷ വളർച്ചയും താരതമ്യം ചെയ്ത് സൂരജ് ശശിധരന്റെ ലേഖനം ആയിടെയാണ് ഒരു പത്രത്തിൽ അച്ചടിച്ച് വന്നത്. നല്ല ലേഖനമായിരുന്നു. അവൻ നന്നായി പഠിച്ച് എഴുതിയതാണ്. വിദഗ്ധരുടേതെന്ന് പറഞ്ഞ് പ്രസിദ്ധീകരിക്കുന്ന പല ലേഖനങ്ങളും സൂരജിനെപ്പോലുള്ളവർ എഴുതുന്നതാണെന്ന് അന്നാ വർഗീസ് പറഞ്ഞതിനുശേഷം കേരളത്തിലെ വൈദ്യുത പദ്ധതികളെക്കുറിച്ച് വിവിധ പത്രങ്ങളിൽ വന്ന ലേഖനങ്ങൾ വായിക്കുമ്പോഴൊക്കെ അതിലെ ഭാഷയിലും സ്ഥിതിവിവരക്കണക്കുകളെ വളച്ചൊടിക്കുന്ന കൗശലത്തിലുമൊക്കെ ഒളിഞ്ഞിരിക്കുന്ന സൂരജിനെ എനിക്ക് തിരിച്ചറിയാനായി. ഒരുപക്ഷേ, ‘‘വായിക്കാതെ മരിക്കാൻ അക്ഷരാഭ്യാസമുള്ള ഒരു മലയാളിക്കും അനുവാദമില്ല’’ എന്ന മുഖവുരയോടെ ഭാസുരേന്ദ്രൻ എനിക്കുവേണ്ടി കൊണ്ടുവന്ന പുസ്തകങ്ങൾ വായിച്ചതിൽ നിന്നുകൂടിയാവാം ചുരുങ്ങിയത് സൂരജിന്റെ ഭാഷയെങ്കിലും തിരിച്ചറിയാൻ എനിക്കായത്.

മലയാളത്തിലെ പ്രമുഖരായ എഴുത്തുകാരുടെ ഏത് കൃതിയിലെ ഒരു ഖണ്ഡിക വായിക്കാൻ കൊടുത്താലും അത് ആരെഴുതിയതാണെന്ന് പറയാനാവുമെന്ന ഭാസുരേന്ദ്രന്റെ വെല്ലുവിളിയാണ് പല പേരുകൾക്ക് പിന്നിൽ ഒളിഞ്ഞിരുന്ന സൂരജ് ശശിധരനെ കണ്ടെത്താൻ എനിക്ക് പ്രേരണയായത്. സൂരജിന്റെ ലേഖനത്തിനൊടുവിൽ ‘ഇന്ത്യാ എവരി ഡെ പത്രത്തിലെ സ്റ്റാഫ് ലേഖകനും ശാസ്ത്ര സമാജത്തിന്റെ മുൻ സംസ്ഥാന അദ്ധ്യക്ഷൻ പരേതനായ ശശിധര മേനോന്റെ മകനുമാണ് ലേഖകൻ’ എന്ന വാൽകഷ്ണത്തിന്റെ പ്രാധാന്യം മനസ്സിലാക്കാനുള്ള ലോകവിവരം അക്കാലത്തിനിടെ ഞാൻ ആർജ്ജിച്ചിരുന്നു.

ഡാം നിർമ്മിക്കാൻ കണ്ടെത്തിയ വനഭാഗങ്ങൾ യൂക്കാലി തോട്ടങ്ങളും പുൽമേടുകളുമായിരുന്നു. അധിനിവേശ മരങ്ങൾ എന്ന നിലയിൽ യൂക്കാലിക്കും വാറ്റിലിനുമെതിരെ ജനവികാരമുള്ളതും കല്ലാർ ഡാമിൽ അധികമായി വെള്ളം സംഭരിക്കുന്ന സ്ഥലം പണ്ട് തന്നെ വനംവകുപ്പ് ബോർഡിന് കൈമാറിയിരുന്നതിനാലും വനംവകുപ്പിൽ നിന്ന് കാര്യമായ എതിർപ്പുണ്ടായില്ല. ലോഡ് ഷെഡ്ഡിങ്ങിൽ ചുട്ടുപൊരിഞ്ഞ മലയാളികൾ പൊതുവിൽ പുതിയ ജലവൈദ്യുതി പദ്ധതികളെ എതിർക്കുന്നില്ലെന്ന് തോന്നി. പുതിയ പദ്ധതി വരുമ്പോൾ ലഭിക്കുന്ന ഇരുനൂറ് മെഗാവാട്ട് വൈദ്യുതി കേരളത്തിന്റെ വ്യവസായ നഗരവൽക്കരണ പ്രവർത്തനങ്ങൾക്ക് എത്രമാത്രം ഗുണമാവുമെന്ന്

വിശദീകരിച്ച വൈദ്യുതിമന്ത്രിയുടെ അഭിമുഖവും യൂക്കാലിയും വാറ്റിലും ആനമുടിക്ക് ചുറ്റുമുള്ള സ്വാഭാവിക വനങ്ങളിലേക്ക് വ്യാപിക്കുന്നത് തടയാനായി അവ ഉടനടി മുറിച്ചുമാറ്റേണ്ട ആവശ്യം ചൂണ്ടിക്കാട്ടി ട്രോപ്പിക്കൽ ഫോറസ്റ്റ് ഇൻസ്റ്റിറ്റ്യൂട്ടിന്റെ മേധാവിയുടെ ലേഖനവുമൊക്കെ ഒരു അണക്കെട്ടിനുവേണ്ടി കളമൊരുക്കി.

അണക്കെട്ടും അനുബന്ധ നിർമാണവും ഏറ്റെടുത്ത് നടത്താനുള്ള ടെന്റർ നടന്നു. ആറ് കമ്പനികൾ ടെന്ററിൽ പങ്കെടുത്തതിൽ രണ്ട് കമ്പനികൾക്ക് നിഷ്കർഷിച്ച യോഗ്യതയില്ലാത്തതിനാൽ ഒഴിവാക്കപ്പെട്ടു. എന്റെ പ്രതീക്ഷകൾ തെറ്റിയില്ല, രാമകൃഷ്ണൻ സാർ മുൻപ് പറഞ്ഞത് പോലെ ജെ ആന്റ് ജെ അസോസിയേറ്റ്സിനായിരുന്നു ടെന്റർ കിട്ടിയത്. അണക്കെട്ടിന്റെ പണി തുടങ്ങും മുൻപ് തന്നെ ചുരുങ്ങിയത് എത്ര രൂപ ജെ ആന്റ് ജെ അസോസിയേറ്റ്സ് ചെലവാക്കിക്കാണും. കോടികൾ വരുമായിരിക്കും. അപ്പോൾ തൊള്ളായിരത്തിമുപ്പത് കോടിക്ക് പദ്ധതി ഏറ്റെടുത്ത കമ്പനിക്ക് എന്ത് ലാഭം കിട്ടുമായിരിക്കും.

വീട്ടിലേക്ക് വിളിക്കാനായി അമ്മയുടെ മെസേജ് വന്നപ്പോഴാണ് മൊബൈൽ ഫോണിൽ പുറത്തേക്ക് വിളിക്കാനുള്ള ബാലൻസ് ഇല്ലെന്ന വിവരം ഞാൻ ശ്രദ്ധിക്കുന്നത്. തങ്കമ്മയെയും കൂട്ടി ഓഫീസിൽ പോയി ലാന്റ് ഫോണിൽനിന്ന് അമ്മയോട് സംസാരിക്കുന്നതിനിടെയാണ് ജയശങ്കറും ഭാസുരേന്ദ്രനും തമ്മിലുള്ള സംഭാഷണം ഞാൻ ശ്രദ്ധിക്കുന്നത്. ഫോൺവിളി കഴിഞ്ഞപ്പോൾ തങ്കമ്മ തിരക്ക് കൂട്ടിയെങ്കിലും ഞാൻ ജയശങ്കറിനോടും ഭാസുരേന്ദ്രനോടും കുശലം പറയാൻ നിന്നു.

''ഇപ്പോൾ പറയുന്ന കാശിന് പദ്ധതി തീരില്ലെന്നാണോ ജയശങ്കർ പറയുന്നത്?'' ഞാൻ ചോദിച്ചു.

''സംശയമെന്താ, ഏതെങ്കിലും അണക്കെട്ട് പറഞ്ഞ എസ്റ്റിമേറ്റിൽ തീർന്നിട്ടുണ്ടോ? ചുരുങ്ങിയത് ഒരു എഴുപത് ശതമാനമെങ്കിലും അധികരിക്കും.''

''ടെന്ററൊക്കെ നടത്തിയശേഷം അങ്ങനെ പറ്റുമോ?'' ഞാൻ സംശയിച്ചു.

ജയശങ്കർ ചിരിച്ചു. വഴിയിൽ ഉപേക്ഷിച്ചതും പൂർത്തിയായതുമായ പദ്ധതികൾ പൂർത്തിയാവുമ്പോഴേക്കും ഉണ്ടാവുന്ന വർദ്ധനവുകൾ അയാൾ അക്കമിട്ട് നിരത്തി. ''അധികമായി പ്രവൃത്തികൾ ആവശ്യമാണെന്ന് ടെക്നിക്കൽ കമ്മിറ്റി ശുപാർശ ചെയ്തിട്ട് വരുത്തുന്നത്, അനുവാദങ്ങളും മറ്റ് അടിസ്ഥാനസൗകര്യങ്ങളും ഉണ്ടാക്കിക്കൊടുക്കുന്നതിൽ കാലതാമസമുണ്ടായതിന്റെ അടിസ്ഥാനത്തിൽ കൊടുക്കേണ്ടിവരുന്ന നഷ്ടപരിഹാരം, ഡാം സൈറ്റിൽ നിന്ന്

കണക്കില്ലാതെ കിട്ടുന്ന കല്ലും മണലും പോലുള്ളവയിൽ നിന്നുള്ള വരുമാനം എന്നിങ്ങനെ ഒരു ഡാം കെട്ടിക്കഴിയുമ്പോഴേക്കും കൺസ്ട്രക്ഷൻ കമ്പനിയുടെ ബാലൻസ് ഷീറ്റ് നിറയും.''

''അപ്പോൾ പ്രോജക്റ്റിൽ നിന്ന് കിട്ടുന്ന വൈദ്യുതിയുടെയും പ്രോജക്റ്റ് കോസ്റ്റിന്റെയും അടിസ്ഥാനത്തിൽ നമ്മളുണ്ടാക്കിയ ഫിനാൻഷ്യൽ ഫോർകാസ്റ്റ് തെറ്റില്ലേ?'' ഞാൻ തർക്കിച്ചു.

''പദ്ധതിയിലെ സാധാരണ ഓഡിറ്റിങ്ങല്ലാതെ പെർഫോർമൻസും ലാഭവുമൊന്നും ആരും ഓഡിറ്റ് ചെയ്യില്ല. അല്ലെങ്കിലും ഭാവിയിൽ വൈദ്യുതിക്ക് വരുന്ന വിലവർദ്ധനവും രാജ്യത്തിന്റെ വികസനത്തിന് വൈദ്യുതി ലഭ്യത ഉറപ്പാക്കേണ്ട ആവശ്യവും കാലാവസ്ഥയിൽ വന്ന മാറ്റം കാരണമാണ് ഉൽപ്പാദനം കുറഞ്ഞതെന്ന വാദങ്ങളും നിരത്തി നമ്മൾ അതൊക്കെ എഴുതി അവസാനിപ്പിക്കില്ലേ?''

ജയശങ്കർ ചിരിച്ചു, ഞാനും.

എന്റെ സന്തോഷം അധികം നീണ്ടില്ല.

സാരിവാലൻ വരാലിന്റെ സചിത്രലേഖനം ആ ആഴ്ചയിലെ ഒരു മലയാളം വാരികയിൽ വലിയ പ്രാധാന്യത്തോടെ പ്രസിദ്ധീകരിച്ചു. പറവൂരെ ഒരു ദരിദ്രമത്സ്യത്തൊഴിലാളിയുടെ മകൻ ഇല്ലായ്മകളോട് പൊരുതി ഗവേഷണം നടത്തി കണ്ടെത്തിയ കേരളത്തിലെ ഏറ്റവും വലിയ വരാലായ സാരിവാലന്റെ കണ്ടെത്തൽ അന്താരാഷ്ട്ര ശാസ്ത്രമാസികയിൽ അച്ചടിച്ച് വന്നതിന്റെ പിന്നാലെ അവ വംശനാശത്തിന്റെ വക്കിലാണെന്നായിരുന്നു ലേഖനത്തിന്റെ ഉള്ളടക്കം.

ചെറുപ്പത്തിലേ അച്ഛനെ നഷ്ടപ്പെട്ട ഒരു ബാലൻ ദാരിദ്ര്യത്തോട് പൊരുതി ഡോക്ടറൽ ഡിഗ്രിയിൽ എത്തിനിൽക്കുന്ന 'മോട്ടിവേഷണൽ സ്റ്റോറി' ആയാണ് അരവിന്ദ് ശേഖറിന്റെ കഥ ആഘോഷിക്കപ്പെട്ടതെങ്കിലും പെട്ടെന്ന് അതിന്റെ തലം മാറി. ടി വി ചാനലുകളിൽ വന്ന ചില അഭിമുഖങ്ങളിൽ സാരിവാലൻ വരാലെന്ന പുതിയ ഇനം മത്സ്യത്തിന്റെ അവസാനത്തെ ചില അംഗങ്ങളാണ് കല്ലാർ ഡാമിലേക്ക് മുട്ടയിടാനായി നീന്തിപ്പോയതെന്നും കല്ലാർ റിസർവോയറിലേക്ക് ഒഴുകിയെത്തുന്ന കല്ലാർ പുഴയിലെ ആയിരം മീറ്ററിന് മുകളിൽ ഉയരമുള്ള സ്ഥലങ്ങളിലെ ചെറിയ കല്ലുകൾ നിറഞ്ഞ ഭാഗത്താണ് അവ ഇണചേർന്ന് മുട്ടയിടുകയെന്നുമൊക്കെ അരവിന്ദ് ശേഖർ വിശദീകരിച്ചപ്പോൾ സ്വാഭാവികമായും ടി വി റിപ്പോർട്ടർ കല്ലാർ പുഴയിൽ പുതിയ അണക്കെട്ടുകൂടി വരുമ്പോൾ മീനുകൾ എന്തു ചെയ്യുമെന്ന് ചോദിച്ചു. സാരിവാലൻ വരാലെന്ന മത്സ്യത്തിനെ ശാസ്ത്രത്തിൽ എഴുതിച്ചേർത്തതും മായ്ച്ചുകളഞ്ഞതും ഒരേ ദശാബ്ദത്തിലായിരിക്കുമെന്ന് അരവിന്ദ് ശേഖർ വിധിയെഴുതി.

കുറിക്കുകൊള്ളുന്ന വാക്കുകളായിരുന്നു അവൻ പറഞ്ഞത്. അണക്കെട്ടുകൾക്ക് പിന്നിൽ തടവിൽ കഴിയുന്ന പുഴകളിൽനിന്ന്

അപ്രത്യക്ഷരാവുന്ന അനേകം ജീവിവർഗ്ഗങ്ങളിൽ നമുക്ക് മുന്നിൽ വന്ന ഒന്ന് മാത്രമാണ് സാരിവാലൻ വരാലെന്ന് അരവിന്ദ് ശേഖർ ഉറപ്പിച്ച് പറഞ്ഞു. ഒപ്പം അണക്കെട്ടുകൾ ഉണ്ടാക്കുന്ന പാരിസ്ഥിതിക പ്രശ്നങ്ങളെക്കുറിച്ചും സംസാരിച്ചു. അരവിന്ദിനെ അഭിമുഖം നടത്തിയ പല ചാനലുകളും അവൻ പറഞ്ഞ പല കാര്യങ്ങൾക്കും ഊന്നൽ നൽകി. അതിനിടെയാണ് സാരിവാലൻ വരാലെന്ന മത്സ്യം പ്രജനനം നടത്താനായി കല്ലാർ ഡാമിന്റെ സ്പിൽവേയിലൂടെ നീന്തി മുതുവാക്കുടി ഭാഗത്തേക്ക് പോകുമെന്ന അവന്റെ കണ്ടെത്തൽ അട്ടിമറിക്കാനായി സൂപ്രണ്ടിങ്ങ് എഞ്ചിനീയർ അവന്റെ മേൽ സമ്മർദ്ദം ചെലുത്തിയതും ഒരു ഉറപ്പും പറയുന്നതിന് മുൻപുതന്നെ അൻപതിനായിരം രൂപ അവന്റെ അക്കൗണ്ടിലേക്ക് വന്നതും അത് തിരികെ കൊടുത്തതും ഡാമിൽ മീനിനെക്കുറിച്ച് പഠിക്കാൻ ചെന്ന സമയത്ത് അകാരണമായി പൊലീസ് മർദ്ദിച്ചതുമൊക്കെ അരവിന്ദ് വെളിപ്പെടുത്തിയത്. ആ വെളിപ്പെടുത്തൽ ഒരു തീയായി പടർന്നുപിടിച്ചു. പല ചാനലുകളിലും ചർച്ചകൾ വന്നു, അണക്കെട്ടുകൾ നിർമ്മിക്കുന്ന നിർമ്മാണ കമ്പനികളും ഉദ്യോഗസ്ഥരും തമ്മിൽ അവിശുദ്ധ കൂട്ടുകെട്ടുണ്ട് എന്ന് ചർച്ചയ്ക്കിടെ തുറന്നടിച്ച പരിസ്ഥിതി പ്രവർത്തകന്റെ ചോദ്യത്തിന് ഉത്തരമായി അരവിന്ദ് ''ബോർഡിലെ എല്ലാ ഉദ്യോഗസ്ഥരും അത്തരക്കാരാണെന്ന് തോന്നുന്നില്ല, കല്ലാർ ഡാമിലെ ത്തന്നെ എഞ്ചിനീയറായ ശ്രീലക്ഷ്മി മാഡം റിസർച്ചിൽ വലിയ സഹായങ്ങൾ ചെയ്തുതന്നിരുന്നു. അക്കാര്യം ഞാൻ നന്ദിയോടെ ഈ അവസരത്തിൽ ഓർക്കുന്നു'' എന്ന് പറഞ്ഞത്.

എന്നോടുള്ള മമതയും നന്ദിയുംകൊണ്ടാണ് അവനങ്ങനെ പറഞ്ഞതെങ്കിലും ബോർഡിന്റെ താല്പര്യങ്ങൾക്കും നിർദ്ദേശങ്ങൾക്കും വിരുദ്ധമായി അരവിന്ദിന് വഴിവിട്ട സഹായങ്ങൾ ചെയ്തുകൊടുത്തെന്ന് പറഞ്ഞ് എനിക്ക് ഒരു കാരണംകാണിക്കൽ നോട്ടീസ് കിട്ടി. പിന്നാലെ എന്നെ വേലവിലക്കിക്കൊണ്ടുള്ള ഉത്തരവും വന്നു.

വേലവിലക്ക്

കണ്ണീർത്തുള്ളികൾ പുറത്തേക്കൊഴുകാൻ വെമ്പി. ആരും കാണാതെ കരയണമെന്നുണ്ടായിരുന്നു എനിക്ക്. കാറിന്റെ അടുത്ത സീറ്റിൽ നിന്ന് ഇടയ്ക്ക് തങ്കമ്മയും പിന്നിലേക്ക് നോക്കാനുള്ള കണ്ണാടിയിലൂടെ കൂടെക്കൂടെ റഷീദും എന്നെ നോക്കിക്കൊണ്ടിരുന്നതിനാൽ അതായില്ല. കാറിൽ എന്നെ അടിമാലിയിലോ വേണ്ടിവന്നാൽ വീടുവരെയോ കൊണ്ടുവിടാമെന്ന് പറഞ്ഞ റഷീദിനൊപ്പം വരാൻ എനിക്ക് ഇത്തവണ തങ്കമ്മയെ നിർബന്ധിക്കേണ്ടി വന്നു. പരാജിതയായി, അപമാനിതയായി ഞാൻ പടിയിറങ്ങുന്നത് കണ്ടുനിൽക്കാനുള്ള ത്രാണി അവർക്കില്ലായിരുന്നു. സ്പെഷ്യൽ മെസഞ്ചർ കൊണ്ടുവന്ന എന്റെ സസ്പെൻഷൻ ഉത്തരവ് തന്റെ മുറിയിലേക്ക് വിളിപ്പിച്ച് എനിക്ക് തന്ന് അതിന്റെ കോപ്പിയിൽ എന്നെക്കൊണ്ട് ഒപ്പിടീച്ച് രാമകൃഷ്ണൻസാർ എന്നെ കുറച്ച് ഉപദേശിച്ചു. ഉദ്യോഗസ്ഥരുടെ മേശയ്ക്ക് എതിരെയിട്ടിരിക്കുന്ന കസേരകൾ ആളുകൾക്കിരിക്കാനുള്ളതാണ്, അതിനാരുടെയും അനുവാദം ആവശ്യമില്ല എന്ന ജയശങ്കറിന്റെ സിദ്ധാന്തത്തിൽ വിശ്വസിച്ചിരുന്നെങ്കിലും ആ തവണ അദ്ദേഹത്തിന്റെ മേശയ്ക്കിപ്പുറമുള്ള കസേരയിൽ എനിക്ക് ഇരിക്കാനായില്ല. "ശ്രീലക്ഷ്മിയെ ഞാൻ അന്നേ താക്കീത് ചെയ്തിരുന്നു. നമ്മളുടെ പണി ഇതല്ല എന്ന്."

"എന്തെല്ല എന്ന്?" ഞാൻ തിരിച്ച് ചോദിച്ചു.

എന്റെ മറുചോദ്യം പ്രതീക്ഷിച്ചില്ലായിരുന്നെന്ന് അദ്ദേഹത്തിന്റെ മുഖഭാവത്തിൽ നിന്ന് തോന്നി.

"റിസർച്ചിന് വന്ന ആ പയ്യൻ ഇതിനൊക്കെ തുരങ്കം വെക്കുമെന്ന കാര്യം ഇയാൾക്ക് അറിയാത്തതാണോ. എല്ലാ കാലത്തും ഉണ്ടാകും ഇതുപോലെ ചില അവതാരങ്ങൾ. പണ്ട് സൈലന്റ്‌വാലി പദ്ധതിക്കാലത്ത് സിംഹവാലൻ കുരങ്ങായിരുന്നു. ഇന്നിപ്പോൾ സാരിവാലൻ വരാൽ. ആ പേരിൽതന്നെയുണ്ട് ഒരു ഗൂഢാലോചന."

‘‘ഗൂഢാലോചന അവിടെ മാത്രമല്ലല്ലോ സർ ഉള്ളത്. അവൻ ഇന്റർവ്യൂവിൽ പറഞ്ഞ പണത്തിന്റെ കാര്യം ഒരു നാലുമാസം മുൻപെങ്കിലും എന്നോട് പറഞ്ഞിരുന്നതാ. അതൊക്കെ എവിടന്നാ സാർ, ബോർഡിന് അങ്ങനെ ചെലവാക്കാൻ പണമുണ്ടോ? അതോ സാർ പോക്കറ്റിൽനിന്ന് ചെലവാക്കുന്നതോ?’’

‘‘യൂ മേ പ്ലീസ് ഗോ ഔട്ട്, നമ്മൾ തമ്മിൽ പിണങ്ങണ്ട. നിന്നെ ഈ പ്രൊജക്ടിൽനിന്ന് മാറ്റണമെന്ന് മാത്രമേ ഞാൻ ശുപാർശ ചെയ്തുള്ളൂ.’’

‘‘അല്ലെങ്കിലും സാറൊന്നുമല്ലല്ലോ കാര്യങ്ങൾ തീരുമാനിക്കുന്നത്, കൺസ്ട്രക്ഷൻ കമ്പനികളല്ലേ?’’

അദ്ദേഹം പറഞ്ഞ മറുപടി ശ്രദ്ധിക്കാതെ ഞാൻ മുറിയിൽ നിന്നിറങ്ങി.

ഉത്തരവുമായി ആലുവയിൽ നിന്ന് വന്നയാളുടെ കയ്യിൽ തിരികെ ഏൽപ്പിക്കാനുള്ള കൈപ്പറ്റ് രസീതിന്റെ ആമുഖക്കത്ത് സ്റ്റീഫനെക്കൊണ്ട് തയ്യാറാക്കിക്കുന്നതിനിടെ തങ്കമ്മ രാമകൃഷ്ണൻ സാറിനോട് ‘‘സാറിത്തവണത്തേക്ക് മാപ്പാക്കണം’’ എന്ന് കെഞ്ചുന്നുണ്ടായിരുന്നു. കാര്യങ്ങളൊക്കെ കഴിഞ്ഞുവെന്ന് പറഞ്ഞ് ഞാൻ എനിക്ക് കിട്ടിയ ഉത്തരവ് അവർക്ക് കാണിച്ചുകൊടുത്തപ്പോൾ ഓഫീസിൽ നിന്നിറങ്ങിപ്പോയ തങ്കമ്മയെ തിരക്കി അവർ പോയിരിക്കാൻ സാധ്യതയുള്ള വീടുകളിൽ ഞാനും റഷീദും കയറിയിറങ്ങി. ഒടുവിൽ അമ്പോറ്റി സഖാവിന്റെ ഒറ്റമുറി വീട്ടിൽ വെച്ചാണ് തങ്കമ്മയെ കണ്ടെത്തിയത്. സഖാവ് വിചാരിച്ചാൽ എന്തെങ്കിലും നടക്കുമെന്ന് തങ്കമ്മ ഉറച്ച് വിശ്വസിച്ചിരുന്നു. ‘‘ഞങ്ങളുടെ സർക്കാരായിരുന്നെങ്കിൽ എന്തെങ്കിലും ചെയ്യാമായിരുന്നു, ഇതിപ്പോൾ അവരുടെ സർക്കാരല്ലേ’’ എന്ന സഖാവിന്റെ ഒഴികഴിവ് മനസ്സിലാക്കാനുള്ള രാഷ്ട്രീയബോധം തങ്കമ്മയ്ക്കില്ലായിരുന്നു.

സസ്പെൻഷൻ കിട്ടിയിട്ടുണ്ടോ? ശരിക്കും അതൊരു ശിക്ഷയല്ല എന്നാണ് വെപ്പ്. കുറ്റാരോപിതരായവർ കുറ്റവിചാരണയിൽ സ്വാധീനിക്കുന്നത് ഒഴിവാക്കാനുള്ള ഒരു മുൻകരുതലാണ്. മലയാളത്തിൽ വന്ന ഉത്തരവിൽ ബോർഡിന്റെ താത്പര്യങ്ങൾ സംരക്ഷിക്കേണ്ട ഉദ്യോഗസ്ഥ ബോർഡിന്റെ കൽപ്പിത ലക്ഷ്യങ്ങൾ നിറവേറ്റുന്നതിന് തടസം നിൽക്കുന്ന ശക്തികൾക്കൊപ്പം ചേർന്ന് പ്രവർത്തിച്ചു എന്നും പുറത്ത് നിന്നുള്ള വ്യക്തികൾക്ക് ഡാമിന്റെ സ്പിൽവേയിൽ കടന്ന് പരിശോധനകൾ നടത്താൻ കൂട്ടുനിന്നു എന്നുമാണ് കാരണമായി എഴുതിയിരുന്നത്. സാധാരണ ആലുവയിലെ മേലാപ്പീസിൽ നിന്ന് വരുന്ന കത്തുകൾ ഇംഗ്ലീഷിലാവുകയാണ് പതിവ്, ഇത്തവണ മലയാളത്തിലായിരുന്നു. വേലവിലക്കെന്നത് സസ്പെൻഷൻതന്നെ

ആവുമെന്ന് എനിക്ക് ഊഹിക്കാനായി. ഭാസുരേന്ദ്രൻ അവധിയെടുത്ത് വീട്ടിൽ പോയ ഒരു ശനിയാഴ്ചയായിരുന്നു അത്.

സസ്പെൻഷൻ ഉത്തരവുമായി ആലുവയിൽ നിന്ന് വന്നയാൾ തിരിച്ച് പോകുമ്പോൾ ആ കാറിൽ പോകാനായി സ്റ്റീഫനും രാമകൃഷ്ണൻസാറും തിരക്കുകൂട്ടി. എനിക്ക് നേരിടേണ്ടിവന്ന വകുപ്പുതല നടപടിയെ സംബന്ധിച്ച് രാമകൃഷ്ണൻസാറിന് അറിവുണ്ടായിരുന്നിരിക്കാം. അങ്ങനെയൊരു ഉത്തരവ് വരുമ്പോൾ അത് എനിക്ക് കൈമാറിയശേഷം ഉത്തരവ് കൊണ്ടുവരുന്നയാളിന്റെ വണ്ടിയിൽ വീട്ടിൽ പോകാമെന്ന് മുൻകൂട്ടി നിശ്ചയിച്ചപോലെ അദ്ദേഹം രാവിലെ ക്വാർട്ടേഴ്സിൽനിന്ന് വരുമ്പോൾ തന്നെ ബാഗുമായാണ് വന്നത്. ഇനിയെന്ത് ചെയ്യുമെന്ന ഒരു ധാരണയുമില്ലാതെ ഓഫീസിലെ എന്റെ കസേരയിൽ ഇരിക്കാനാകാതെ കൈപ്പറ്റിയ ഉത്തരവുമായി വരാന്തയിൽ നിന്ന എനിക്ക് വണ്ടിയിൽ കയറുന്നതിന് മുൻപ് രാമകൃഷ്ണൻ സാർ ഒന്നുരണ്ട് ഉപദേശങ്ങൾ കൂടി തന്നു. ''നമ്മൾ ബോർഡിന്റെ ആളുകളാണ്, അപ്പോൾ ബോർഡിന് ആവശ്യമുള്ള ജോലികൾ ചെയ്യണമെന്ന് ഞാൻ മുൻപേ താക്കീത് തന്നിരുന്നതാണ്. പക്ഷേ ഈ സസ്പെൻഷൻ ഞാൻ പ്രതീക്ഷിച്ചിരുന്നില്ല, ഞാൻ കരുതി സ്ഥലംമാറ്റത്തിൽ നിൽക്കുമെന്ന്.''

ഒന്നും പ്രതികരിക്കേണ്ടെന്ന് ഉറച്ച് തീരുമാനിച്ചിട്ടും ''സാറീ പറയുന്ന വാക്കുകൾക്ക് കുറച്ചെങ്കിലും ആത്മാർത്ഥതയുണ്ടോ?'' എന്ന് ചോദിച്ചുപോയി.

അദ്ദേഹം മറുപടിയൊന്നും പറഞ്ഞില്ല.

കോതമംഗലംവരെ പോകാൻ വാഹനം കിട്ടിയല്ലോ എന്ന ആശ്വാസത്തിൽ ഇറങ്ങിയ സ്റ്റീഫൻ, താൻ കൂടെ ഇറങ്ങിയാൽ ഓഫീസിൽ ആളില്ലല്ലോ എന്ന കാര്യം സീറ്റിൽനിന്ന് എഴുന്നേറ്റ് എല്ലാം എടുത്ത് ബാഗിലാക്കിയ ശേഷമാണ് ആലോചിച്ചത്. സസ്പെൻഷനിലായ എന്നെ ഓഫീസ് ഏൽപ്പിച്ച് പോകാനാവില്ലല്ലോ.

തങ്കമ്മയിൽ നിന്ന് വിവരങ്ങൾ അറിഞ്ഞാണ് സ്രാങ്ക് സൈമണും ഡ്രൈവർ റഷീദും ഓഫീസിലെത്തിയത്.

''ഇനിയിപ്പോൾ എന്ത് ചെയ്യും സാറേ?'' റഷീദ് ചോദിച്ചു.

''വീട്ടിലേക്ക് പോകണം.'' ഞാൻ പറഞ്ഞു.

എന്തിനാണ് സസ്പെന്റ് ചെയ്തതെന്ന് സൈമൺ ചോദിച്ചപ്പോൾ കൃത്യമായി എന്താണ് കാരണമെന്നറിയില്ലെന്ന് ഞാൻ കള്ളം പറഞ്ഞു.

വീട്ടിൽ പോകുന്ന ദിവസങ്ങളിൽ ഉച്ചയ്ക്ക് മുൻപ് ഇറങ്ങലാണ് പതിവ്. അടിമാലി വരെ റഷീദ് കൊണ്ടുവിടും. ഇതിപ്പോൾ വൈകുന്നേരത്തെ ബസ് അടിമാലിയിലെത്തുമ്പോഴേക്കും വല്ലാതെ വൈകും. പിന്നീടങ്ങോട്ട് ബസ്സുകൾ മാറിക്കയറി വീടെത്തുമ്പോഴേക്കും

പാതിരാവാകും. രാവിലത്തെ ബസ്സിൽ പുറപ്പെടാം. ഞാൻ ക്വാർട്ടേഴ്സിലേക്ക് നടന്നു.

ഇരുട്ടി ഏറെക്കഴിഞ്ഞാണ് തങ്കമ്മ വന്നത്. അമ്പോറ്റി സഖാവ് കയ്യൊഴിഞ്ഞപ്പോൾ മറ്റ് പാർട്ടികളുടെ ആളുകളെ തങ്കമ്മ പോയി കണ്ടിരുന്നു. ഡാംസൈറ്റെന്ന വിദൂരസ്ഥലത്തെ പ്രാദേശിക നേതാക്കളെക്കൊണ്ട് പരിഹരിക്കാവുന്ന പ്രശ്നത്തിലല്ല ഞാനകപ്പെട്ടിരിക്കുന്നതെന്ന് തങ്കമ്മയെ പറഞ്ഞ് മനസ്സിലാക്കണമെന്ന് ആദ്യം തോന്നിയെങ്കിലും വേണ്ടെന്ന് വച്ചു. എന്നെ സസ്പെന്റ് ചെയ്തതിനെക്കുറിച്ച് ഡാംസൈറ്റിലെ ഭൂരിഭാഗമാളുകൾക്കും "വേണ്ടാത്ത പണി ചെയ്തിട്ടല്ലേ, അനുഭവിക്കട്ടെ" എന്നാണ് അഭിപ്രായമെന്ന് തങ്കമ്മ പറഞ്ഞപ്പോൾ ആദ്യം ഞാൻ അന്ധാളിച്ചുപോയി. അവരുടെ അറിവിൽ നടക്കാൻ പോകുന്ന പദ്ധതി അവർക്ക് തൊഴിൽ നൽകുകയും പുനരധിവാസം ഉറപ്പാക്കുകയും ചെയ്യുന്ന ഒന്നാണ്. അതിനെതിരെയുള്ള സമരങ്ങൾ നടത്തുന്നവർക്ക് സഹായകമാകുന്ന നിലപാടെടുത്തതിനാണ് എന്നെ സസ്പെന്റ് ചെയ്തത്.

"എന്തുമാത്രം സഹായങ്ങൾ ചെയ്തുകൊടുത്തതാ. ഒറ്റയെണ്ണത്തിന് നന്ദിയില്ല." തങ്കമ്മ ശപിച്ചു. ഡാംസൈറ്റിലെ ആർക്കെങ്കിലും എന്തെങ്കിലും സഹായം ഞാൻ ചെയ്തുകൊടുത്തതായി എനിക്കോർമ്മയില്ല, പിന്നെ ആകെയുള്ളത് കഴിഞ്ഞതിന്റെ മുൻപുള്ള തുലാമഴക്കാലത്ത് തീരുമാനമെടുക്കാനുള്ള അധികാരമില്ലാഞ്ഞിട്ട് കൂടി സ്പിൽവേയുടെ ഷട്ടർ തുറന്നതാണ്.

ചില കാര്യങ്ങളിൽ നമുക്കുണ്ടാകുന്ന വിഷമം സമയം കഴിയുംതോറും കുറഞ്ഞുവരും. എന്നാൽ ചിലതിന്റെ നീറ്റൽ സമയം കഴിയുംതോറും കൂടിക്കൊണ്ടിരിക്കും. വിളിച്ചാൽ കിട്ടില്ലെന്നുറപ്പുണ്ടായിട്ടും ഞാൻ റേഞ്ചുള്ള ഒരു മൂലയിൽ നിന്ന് ഇർഫാനെ വിളിച്ചു നോക്കി. പതിവുപോലെ അറബിയിലുള്ള അറിയിപ്പ് കേട്ടത് മാത്രം മിച്ചം. എനിക്ക് ഏറ്റവും സാന്ത്വനം വേണ്ട സമയത്ത് വന്നെത്തുന്ന ആകസ്മികതയുടെ ഇന്ദ്രജാലവുമായി ഇർഫാൻ വരുമെന്ന് ഞാൻ കരുതിയെങ്കിലും അവൻ സ്വപ്നങ്ങളിൽപോലും എന്നെ തിരിഞ്ഞുനോക്കിയില്ല. രാത്രി കുറച്ച് കോഴിക്കറിയും ചപ്പാത്തിയുമായി ജനാർദ്ദനൻ ചേട്ടനും മേരിച്ചേച്ചിയും വന്നു. ഭക്ഷണം കഴിക്കാതെ കിടക്കാൻ പോയ എനിക്ക് അവരുടെ നിർബന്ധത്തിന് വഴങ്ങേണ്ടി വന്നു. രാത്രി നീണ്ടതാവുമെന്നുറപ്പുണ്ടായിരുന്നതിനാൽ പണ്ട് വിഷാദത്തിനടിമയായിരുന്ന കാലത്ത് ഡോക്ടർ കുറിച്ച് നൽകിയ ഉറക്കഗുളിക തപ്പി കണ്ടുപിടിച്ചു. മരുന്നുകൾ നിർത്തിക്കൊള്ളാൻ ഡോക്ടർ പറഞ്ഞപ്പോൾ ബാക്കിയായ കാലാവധി കഴിഞ്ഞ ഗുളികയാണ്. ഞാനത് കഴിച്ചു. ഉറക്കം അത്രയ്ക്ക് അനിവാര്യമായിരുന്നു. ദീർഘമായതായാലും സങ്കടമില്ല.

പിറ്റേന്ന് രാവിലെ തങ്കമ്മ പലപ്പോഴായി വന്ന് വിളിച്ചിട്ടും എനിക്ക് കിടക്കയിൽനിന്ന് എഴുന്നേൽക്കാനായില്ല. ''മരുന്ന് കുടിച്ചാണോ കിടന്നത്'' എന്ന് തങ്കമ്മ വിസ്തരിച്ചു. എങ്ങനെ മനസ്സിലായെന്ന് ഞാൻ അത്ഭുതപ്പെട്ടു. എന്റെ മൗനം കണ്ട് തങ്കമ്മ എന്നെ കെട്ടിപ്പിടിച്ച് കരഞ്ഞു. ''കുഞ്ഞേ, ആ മരുന്ന് ഒരിക്കലും ഇനി കുടിക്കരുത്. നമുക്ക് ഒന്നും പറ്റിയിട്ടില്ല, ഡാംസൈറ്റിൽ നിന്ന് മുൻപും പലർക്കും സസ്പെൻഷൻ കിട്ടിയിട്ടില്ലേ, എന്തെങ്കിലും എടുത്ത് വിറ്റതിനും ജോലിക്ക് വരാത്തതിനുമൊക്കെ. ഇതിപ്പോ പാവപ്പെട്ട ഒരു ചെക്കനെ സഹായിച്ചതിനല്ലേ. ആളുകളുടെ തെറ്റിദ്ധാരണയൊക്കെ മാറും. ഈ തങ്കമ്മ മാറ്റും.'' വിതുമ്പലുകൾക്കിടയിലൂടെ അവർ പറഞ്ഞു.

രാവിലെതന്നെ റഷീദ് വന്നു. ഞായറാഴ്ച രാവിലെയുള്ള ട്രിപ്പിൽ ആനച്ചാൽ പള്ളിയിൽ കുർബാനയ്ക്ക് പോകുന്നവരുടെ തിരക്കായിരിക്കുമെന്നതിനാൽ ബസ്സിൽ പോകണ്ട എന്ന് ഉപദേശിച്ചു. പിന്നെങ്ങനെ പോവും, ഞാൻ സംശയിച്ചു. സസ്പെൻഷനാവുന്നതിന് മുൻപുള്ള മിക്ക വീട്ടിൽ പോക്കിലും അടിമാലി വരെ ബോർഡിന്റെ കാറിൽ റഷീദ് കൊണ്ടുവിടാറാണ് പതിവ്. ആരുടെയെങ്കിലും വണ്ടി കിട്ടുമോ എന്ന് നോക്കട്ടെയെന്ന് പറഞ്ഞ് റഷീദ് പോയി.

ഒരു ബാഗിൽ അവശ്യം വേണ്ട ചില വസ്ത്രങ്ങളും മറ്റുമായി ജോലിക്കെത്തിയ ഞാൻ തിരിച്ച് കൊണ്ടുപോകേണ്ട സാധനങ്ങൾ നോക്കിയപ്പോഴാണ് അക്കാലത്തിനിടെ വീട്ടിൽനിന്ന് ഓരോ തവണയായി കൊണ്ടുവന്നതും വാങ്ങിക്കൂട്ടിയതുമായ സാധനങ്ങൾ കണ്ട് അത്ഭുതപ്പെട്ടത്. അവയൊക്കെ ഒരു ചെറിയ വാനിൽ കയറ്റാനുള്ളതുണ്ട്. പിന്നീടെപ്പോഴെങ്കിലും വന്ന് കൊണ്ടുപോകേണ്ടി വരും. അത്യാവശ്യം വേണ്ട സാധനങ്ങൾ ഏതൊക്കെയാണെന്നതിൽ ആകെ ആശയക്കുഴപ്പം. ലാപ്ടോപ്പും അനുബന്ധവസ്തുക്കളും, പുതിയ വസ്ത്രങ്ങൾ, സ്ഥിരമായുപയോഗിക്കുന്ന സൗന്ദര്യവർദ്ധക വസ്തുക്കൾ, ഇപ്പോഴും ഉപയോഗിച്ചിട്ടില്ലാത്ത കോപ്പി ലുവാക്ക്, എന്തോ ഒന്ന് മറന്നപോലെ, ഒടുവിൽ ഓർമ്മ വന്നു. തങ്കമ്മ തന്ന ബൈബിളും അതിനകത്ത് സൂക്ഷിച്ചിരുന്ന ഇർഫാന്റെ സുവിശേഷവും. ബാഗ് നിറഞ്ഞിട്ടും പട്ടിക പൂർത്തിയായില്ല, എന്നെക്കൂടെ കൊണ്ടുപോകുന്നില്ലേ എന്ന മട്ടിൽ പലതും എന്നെ നോക്കി. ഒരാൾ മരിക്കാൻ നേരത്ത് അത്യാവശ്യം വേണ്ട സാധനങ്ങൾ എടുത്തോളൂ എന്ന അനുവാദം കിട്ടിയാൽ എന്തൊക്കെയാവും ആളുകൾ എടുക്കുക അല്ലേ. ശരിക്കും ആശയക്കുഴപ്പമാകും.

ഡാംസൈറ്റിൽ നിന്ന് വണ്ടി പുറപ്പെട്ടപ്പോൾ എനിക്ക് സങ്കടം വന്നു. ഓഫീസിനെയും ഡാംസൈറ്റ് കോളനിയെയും അണക്കെട്ടിനെയും പിന്നിലാക്കി കാറ് മുന്നോട്ട് പോയപ്പോൾ എനിക്ക് വല്ലാത്ത

നഷ്ടബോധം തോന്നി. തെറ്റൊന്നും ചെയ്തിട്ടില്ലെന്ന അഭിമാന മുണ്ടെങ്കിലും ആ സമയം ഞാൻ ആലോചിച്ചത് അച്ഛനെയും അമ്മ യെയുംകുറിച്ചായിരുന്നു. ഒരവധി പോലുമെടുക്കാതെ അധ്യാപക വൃത്തി ചെയ്യുന്ന അമ്മ, വിരമിച്ച പട്ടാളക്കാർക്കും അച്ചടക്കം വേണ മെന്ന് വിശ്വസിക്കുകയും പട്ടാളക്കാർക്ക് ചീത്തപ്പേരുണ്ടാക്കരുത്, നീയൊരു പട്ടാളക്കാരന്റെ മകളാണെന്ന് ആവർത്തിക്കുകയും ചെയ്യുന്ന അച്ഛൻ, എനിക്ക് കരച്ചിൽ വന്നു. തങ്കമ്മയുടെയും റഷീദിന്റെയും നോട്ടമൊഴിഞ്ഞ ഒരു ക്ഷണ നേരത്ത് ഇറ്റുവീണ കണ്ണീർതുള്ളികൾ ഞാൻ തുടച്ചുകളഞ്ഞു.

വീടുവരെ കൊണ്ടാക്കാമെന്ന് റഷീദ് നിർബന്ധം പറഞ്ഞു. കാറ് കല്ലാറിലെത്തിയപ്പോഴേ വീട്ടിൽ നിന്ന് അച്ഛൻ വിളിച്ചിരുന്നു. സംഭവ ങ്ങളൊക്കെ അറിഞ്ഞെന്നും ഒട്ടും സങ്കടമോ ആശങ്കയോ വേണ്ടെന്നു മുള്ള ആശ്വാസവാക്കുകൾ. പിന്നാലെ ഫോൺ അമ്മ വാങ്ങി, അത്താഴ ത്തിനെത്തില്ലേ എന്ന പതിവ് ചോദ്യത്തിന് അന്ന് കൂടുതൽ മാതൃ വാത്സല്യമുണ്ടായിരുന്നു. ഞാൻ കോതമംഗലത്തെത്തുമ്പോഴേക്കും കാറുമായി വരാമെന്ന് അച്ഛൻ പറഞ്ഞത് വലിയ ആശ്വാസമായി. കോതമംഗലത്ത് കൊണ്ടുവിടാമെന്ന് റഷീദിനും നിർബന്ധം. വണ്ടി കോതമംഗലത്ത് എത്തുന്നതിനിടെ പലരും വിളിച്ചു. സൂരജ്, അപർണ്ണ, ഒന്നു രണ്ട് കസിൻസ് അങ്ങനെ പലരും. ബോർഡിന്റെ വൈരാഗ്യ നടപടി എന്ന നിലയിലാണ് എന്റെ സസ്പെൻഷൻ വാർത്ത പല ചാനലുകളും റിപ്പോർട്ട് ചെയ്തതെന്ന കാര്യം അവരൊക്കെ പറഞ്ഞറി ഞ്ഞപ്പോൾ എനിക്ക് വലിയ ആശ്വാസം തോന്നി. എന്തുകൊണ്ടാവാം അരവിന്ദ് ശേഖർ വിളിക്കാതിരുന്നത്.

''ഞാൻ കൂടെ വരണോ? വീട്ടിലേക്ക് മോള് പലതവണ വിളിച്ചി രുന്നതാ.'' അച്ഛനെ കണ്ടപ്പോൾ തങ്കമ്മ ചോദിച്ചു.

വരണമെന്നോ വേണ്ടന്നോ അച്ഛൻ പറഞ്ഞില്ല. പിന്നൊരിക്കൽ ഞാൻ വന്ന് കൂട്ടാമെന്ന് ആശ്വസിപ്പിച്ച് കാറിൽ പെട്രോളടിക്കാ നുള്ള കാശ് റഷീദിനെ നിർബന്ധിച്ച് സ്വീകരിപ്പിച്ച് ഞാൻ അച്ഛന്റെ കാറിന്റെ മുൻസീറ്റിലേക്ക് മാറിക്കയറി. വളഞ്ഞുപുളഞ്ഞ റോഡി ലൂടെയുള്ള യാത്രകൾ കഴിഞ്ഞതിന്റെ ആശ്വാസത്തിൽ ഒന്ന് മയ ങ്ങിയ ഞാൻ മൊബൈൽ ശബ്ദിക്കുന്നത് കേട്ടാണുണർന്നത്.

ഫ്രാൻസിസ് സിൽവയാണ്, ഇർഫാൻ വരുന്നുണ്ട് എന്ന വാർത്ത എനിക്ക് വലിയ ആശ്വാസമായി.

രാധികാ ശിവരാമന്റെ സംശയങ്ങൾ

കുറേ നാളുകൾക്കുശേഷമാണ് ഞാൻ വീട്ടിൽനിന്ന് ഊണ് കഴിച്ചത്. സാധാരണ വീട്ടിലെത്തുമ്പോൾ വൈകുന്നേരമാകും. വഴിയിലെവിടെയെങ്കിലുമുള്ള ഹോട്ടലിൽനിന്ന് എന്തെങ്കിലും കഴിച്ചെന്ന് വരുത്തി വീട്ടിൽ വന്നു കയറുന്ന എനിക്ക് അമ്മയുണ്ടാക്കിത്തരുന്ന ഇലയടയോ ഉഴുന്നുവടയോ എത്ര കഴിച്ചാലും മതിവരില്ല. ഓണാവധിക്കാലം അച്ഛനുമമ്മയ്ക്കുമൊപ്പം ഡാംസൈറ്റിലായതിനാൽ വീട്ടിൽനിന്ന് ഉച്ചയൂണ് കഴിച്ചിട്ട് മാസങ്ങളായി. ഞാൻ വീട്ടിൽ ചെന്നുകയറിയപ്പോഴേ പോയി കുളിച്ചിട്ട് വാ എന്നുള്ള പതിവ് പല്ലവിയുമായി അമ്മ വന്നില്ല. സസ്പെൻഷനെ ധൈര്യത്തോടെ നേരിടാൻ വീട്ടുകാരുടെ സമീപനമാണെനിക്ക് കരുത്ത് നൽകിയത്.

ഊണ് കഴിച്ച് എഴുന്നേറ്റശേഷം മാത്രമാണ് എന്താണ് ശരിക്കും നടന്നതെന്നും വല്ലാതെ വിഷമിച്ച് പോയോ എന്നുമൊക്കെ അമ്മ ചോദിച്ചത്. പണ്ടൊരിക്കൽ വീട്ടിൽ വന്നിരുന്ന അരവിന്ദിനെ അമ്മയ്ക്ക് ഓർമ്മയുണ്ടായിരുന്നു. ടിവിയിലെ വാർത്തകൾ അമ്മയും കണ്ടിരുന്നു. അതുകൊണ്ടുതന്നെ വലുതായൊന്നും വിശദീകരിക്കേണ്ടി വന്നില്ല. അണക്കെട്ട് നിർമ്മാണവുമായി ബന്ധപ്പെട്ട് ഞാൻ സംശയിക്കുന്ന ഗൂഢാലോചനകളെക്കുറിച്ചൊന്നും അമ്മയോട് പറഞ്ഞില്ല.

അരവിന്ദ് ശേഖറിനെക്കുറിച്ചോർത്തപ്പോഴൊക്കെ എനിക്ക് വലിയ നീരസം തോന്നി. അവന്റെ ഗവേഷണകാലത്തെ കഷ്ടതകളെക്കുറിച്ച് പത്രത്തിന്റെ ഞായറാഴ്ച സപ്ലിമെന്റിൽ ഒരു മുഴുവൻ പേജ് ലേഖനമുണ്ടായിരുന്നു. ധീരനായ ഒരു യുവഗവേഷകനായി അവതരിപ്പിച്ചിരിക്കുന്നത് തന്നെ, എനിക്കിഷ്ടപ്പെടാതിരുന്നത്, ഒരുപക്ഷേ അവനെക്കുറിച്ച് തോന്നിയ അവമതിപ്പ് കാരണമാവാം. എന്തായാലും ആ പിണക്കത്തിന് അധികം ആയുസ്സുണ്ടായില്ല. വൈകീട്ട് ശാരദാമ്മയ്ക്കൊപ്പം പുഴക്കടവിൽ ചെന്നിരുന്ന എന്നെ തിരക്കി അരവിന്ദ് ശേഖർ വന്നു.

“ഫോൺ വിളിക്കാൻ എനിക്ക് പേടിയായിരുന്നു, ചേച്ചി എങ്ങനെ പ്രതികരിക്കുമെന്ന് ഒരു നിശ്ചയവുമില്ലായിരുന്നു, അതുകൊണ്ടാ നേരിട്ട് വന്നത്, ചേച്ചി എനിക്കിട്ടൊന്ന് തന്നാലും കുഴപ്പമില്ല.” വന്നയുടനെ അവൻ ഒരു ക്ഷമാപണം നടത്തി.

“എനിക്ക് ദേഷ്യമൊന്നുമില്ല, നീ കരുതിക്കൂട്ടി ചെയ്തതല്ലെന്നറിയാം.”

“ചേച്ചിയുടെ പേര് പരാമർശിച്ചില്ലെങ്കിൽ അതൊരു നന്ദികേടാവുമെന്ന് തോന്നി പറഞ്ഞതാണ്, അത് അങ്ങനെയൊക്കെയായി.”

“നീയെന്നെ ചേച്ചിയെന്നൊന്നും വിളിക്കണ്ട, നിന്റെ വയസ്സൊക്കെ പത്രത്തിൽ കണ്ടു, എനിക്ക് ഒരു വയസ്സേ കൂടുതലുള്ളൂ. എന്നെ പേര് വിളിച്ചാൽ മതി, ഇപ്പോഴാവുമ്പോൾ ഞാൻ സസ്പെൻഷനിലുമാണ്, അപ്പോൾ മാഡം വിളിയും വേണ്ടല്ലോ.”

അവനോടുള്ള എന്റെ ദേഷ്യം തണുത്തു. പടവുകൾ തുടങ്ങുന്നിടത്ത് ഇരുവശത്തുമുള്ള തൂണുകളിലൊന്നിൽ അവൻ ഇരുന്നു. ആരാണെന്ന് ശാരദാമ്മ അടക്കം ചോദിച്ചു.

“വലിയ മീൻപിടുത്തക്കാരനാ.” ഞാൻ പറഞ്ഞു.

ശാരദാമ്മയ്ക്ക് ഒന്നും മനസ്സിലായില്ല. അലക്കിക്കഴിഞ്ഞ തുണികളുമെടുത്ത് അവർ പടവുകൾ കയറിപ്പോയി. ഞാൻ പടവുകൾ കയറി അരവിന്ദിന് എതിരെയുള്ള തൂണിൽ ചെന്നിരുന്നു.

“ചേച്ചിക്ക് സങ്കടായോ?”

“ആയി.” ഞാൻ പറഞ്ഞു.

“സൂരജേട്ടൻ കൂടെ വരാന്ന് പറഞ്ഞതാ. രാവിലെയായപ്പോൾ മുൻപേ ഏറ്റുപോയ എന്തോ കാര്യമുണ്ട്, പിന്നീട് വരാന്ന് പറഞ്ഞു.”

കുറച്ചുനേരം സംസാരിച്ച് പിന്നൊരിക്കൽ വരാമെന്ന് പറഞ്ഞ് അരവിന്ദ് തിരിച്ചുപോയി. കഴിഞ്ഞ കുറേ ദിവസങ്ങളിൽ കല്ലാർ ഓഗ്മെന്റേഷൻ പ്രൊജക്റ്റിനെ അനുകൂലിച്ചും എതിർത്തും വന്ന വാർത്തകൾ വെട്ടി പത്രത്തിന്റെ പേരും തീയതിയുമൊക്കെ അടയാളപ്പെടുത്തി ഒരു കടലാസിൽ ഒട്ടിച്ച് ഫയലാക്കി കൊണ്ടുവന്നത് എനിക്ക് തന്നിട്ടാണവൻ പോയത്. ഞാൻ ഒന്ന് മറിച്ച് നോക്കി. എനിക്ക് വലിയ താല്പര്യം തോന്നിയില്ല. അന്നത്തെ പത്രംവരെയുണ്ട്. ബോർഡിന്റെ വിവരങ്ങൾ ചോർത്തി നൽകിയ സബ് എഞ്ചിനീയർക്ക് സസ്പെൻഷനെന്നും കല്ലാർ ഓഗ്മെന്റേഷൻ പ്രൊജക്റ്റിന്റെ സാധുതയെ എതിർത്ത ഉദ്യോഗസ്ഥയ്ക്കെതിരെ നടപടിയെന്നും വാർത്തകൾക്ക് തലക്കെട്ടുണ്ട്.

വൈകിട്ട് അപർണ്ണ വിളിച്ചു. അവളും അഭിയും കാനഡയ്ക്ക് പോവുകയാണത്രെ. ജോലി ശരിയാക്കി പൗരത്വം സമ്പാദിച്ച്

ശിഷ്ടകാലം അവിടെ സ്ഥിരതാമസമാക്കാനാണ് പദ്ധതി. എന്നെയും ക്ഷണിച്ചു, എന്നിട്ട് തിരുത്തി, നീ സൗദി അറേബ്യയിലേക്ക് പൊയ്ക്കോ എന്ന്. എനിക്ക് ദേഷ്യം വന്നില്ല. വരുമെന്ന് കരുതിയാവാം അവൾ ക്ഷമ ചോദിച്ചു. എന്നിട്ട് ഇർഫാനെക്കുറിച്ചും കല്യാണത്തിന് വീട്ടിൽ സമ്മതിച്ചോ എന്നും ചോദിച്ചു. ഞാൻ എനിക്ക് തോന്നിയ ഉത്തരങ്ങൾ പറഞ്ഞു. ഫോൺ സിഗ്നൽ കിട്ടണമെങ്കിൽ കെട്ടിടത്തിന് പുറത്തിറങ്ങി നിൽക്കണമെന്നത് ശീലിച്ചതിനാലാവാം ഞാൻ വീടിന്റെ വരാന്തയിലിരുന്നാണ് അപർണ്ണയുമായി സംസാരിച്ചത്. ഞാൻ അകത്ത് കയറിയാൽ വാതിൽ ചാരാമെന്ന ധാരണയിൽ അമ്മ പല തവണ വന്നുനോക്കി. കുറേനേരം അപർണ്ണയോട് സംസാരിച്ച് ഞാൻ വരാന്തയിലെ തൂണും ചാരിയിരുന്നു. അവളോട് സംസാരിച്ച ഒരു കാര്യവും തൊട്ടടുത്ത നിമിഷംപോലും എനിക്ക് ഓർമ്മിച്ച് വെക്കാനായില്ല, ജലരേഖകൾപോലെയുള്ള സംഭാഷണങ്ങൾ. ഞാനത്രയും നേരം ഫോണിൽ ചെലവഴിച്ചത് ഇർഫാന്റെ ഫോൺവിളിയോ ഇർഫാൻ വരുന്നതിനെക്കുറിച്ചുള്ള കാര്യങ്ങൾ പറയാനായി ഫ്രാൻസിസ് സിൽവയുടെ വിളിയോ കാത്തായിരുന്നു.

ഫോൺവിളി അവസാനിപ്പിച്ച് അകത്ത് കയറിയ ഞാൻ അരവിന്ദ് ശേഖർ എന്നെ ഏൽപ്പിച്ചുപോയ ഫയലിലെ പത്രവാർത്തകളും റിപ്പോർട്ടുകളും മറിച്ചുനോക്കാമെന്ന് കരുതി ഇരുന്നു. പണ്ട് സ്റ്റഡി ലീവിന് പഠിക്കാനിരിക്കുന്നപോലെ കട്ടിലിനടുത്തുള്ള ടേബിളിലെ ലാമ്പ് കത്തിച്ചുവെച്ച് കിടക്കയിലിരുന്ന് ഞാൻ നദികളുടെയും മത്സ്യങ്ങളുടെയും ജാതകം വായിച്ചു.

ഞാൻ മനസ്സിലാക്കിയതിനേക്കാൾ എത്രയോ ആഴത്തിൽ വേരുകളുള്ള ഒരു സംഘമാണ് ഇന്ത്യയിൽ എവിടെയും ഡാമുകൾ നിർമ്മിക്കുന്നതിന് പിറകിൽ. മുഖ്യധാരാ പത്രങ്ങളേക്കാൾ അത്തരം വിഷയങ്ങളിൽ സത്യസന്ധമായി നിലപാടെടുത്തിട്ടുള്ളത് ചെറുപത്രങ്ങളും മാധ്യമസ്ഥാപനങ്ങളുമാണ്. പുഴയെ ഊർജ്ജസ്രോതസ് മാത്രമായി കണ്ടിരുന്ന, താഴേക്ക് ഒഴുകിവരുന്ന വെള്ളത്തിലെ ഊർജ്ജത്തെ മാത്രം മനസ്സിലാക്കിയിരുന്ന എനിക്ക് ഒഴുകുന്ന പുഴയുടെ യഥാർത്ഥ സേവനങ്ങളെക്കുറിച്ചുള്ള വിശകലനങ്ങൾ അത്ഭുതമായി തോന്നി. എപ്പോഴാണ് ഉറങ്ങിയതെന്ന് ഓർമ്മയില്ല.

പിറ്റേന്ന് രാവിലെത്തന്നെ അരവിന്ദും സൂരജും രാധികയും വീട്ടിലെത്തി. സാധാരണ ഇത്തരം പുതുമുഖങ്ങളെ അമ്മ സംശയത്തോടെ നോക്കുകയാണ് പതിവ്. എന്തോ അരവിന്ദിനെ അമ്മയ്ക്ക് വലിയ മതിപ്പുള്ളതുപോലെ തോന്നി. രാധികാ ശിവരാമനോട് ഞാൻ മുൻപ് ഫോണിൽ സംസാരിച്ചിട്ടുണ്ടെങ്കിലും ആദ്യമായാണ് നേരിൽ കണ്ടത്. മോഡേൺ വസ്ത്രങ്ങൾ ധരിച്ച് ചെറുതായി അണിഞ്ഞൊരുങ്ങിയ

ഒരു സുന്ദരി. അവൾ ധരിച്ചിരുന്ന വസ്ത്രങ്ങളിൽ ഒട്ടും കംഫർട്ട ബിൾ അല്ലാത്തപോലെ ഇടയ്ക്കിടെ അവൾ വസ്ത്രങ്ങൾ നേരെ യാക്കിക്കൊണ്ടിരുന്നു. അമ്മ നിർബന്ധിച്ചപ്പോൾ അവർ ദോശ കഴി ക്കാനിരുന്നു. അമ്മ രണ്ട് കല്ല് വെച്ച് ദോശ ചുട്ട് അപ്പപ്പോൾ തീന്മേശ യിലേക്ക് കൊണ്ടുവന്നു. വീട്ടിൽ രാവിലെ ദോശയുണ്ടാക്കുന്ന ദിവസ ങ്ങളിൽ രാത്രിയും മിക്കവാറും ദോശയായിരിക്കും, സത്യത്തിൽ ഇഡ്ഡലിയുടെയും ദോശയുടെയും മാവ് വെവ്വേറെ ആണോ എന്നെ നിക്ക് നിശ്ചയമില്ലായിരുന്നു. രാവിലെ ഭക്ഷണം കഴിച്ച് വന്നവരാ ണെന്ന് പറഞ്ഞിട്ട് അരവിന്ദും സൂരജും അഞ്ച് ദോശ കഴിച്ചു. രാധിക ഒരു ദോശ കഴിച്ചെന്ന് വരുത്തി. അമ്മ എന്നും ഉണ്ടാക്കുന്ന സാധാ രണ ദോശയും ചട്ണിയും രാവിലെ കഴിച്ചപ്പോൾ എനിക്ക് ഇഷ്ട പ്പെടാതിരുന്ന സാമ്പാറും ''ഞാൻ ഈ അടുത്ത് കഴിച്ചതിൽ ഏറ്റവും സ്വാദുള്ള ദോശ'' എന്ന അഭിനന്ദനങ്ങളോടെ അകത്താക്കിയ സൂരജ് ഒറ്റ മണിക്കൂറ് കൊണ്ട് അമ്മയുടെ അരുമയായി.

പുഴക്കരയിലിരുന്ന് സംസാരിച്ചുകൊണ്ടിരുന്ന ഞങ്ങളുടെ അടു ക്കൽ വന്ന് അമ്മ ഉച്ചയൂണിനെന്തൊക്കെയാണ് വേണ്ടതെന്ന് സൂരജി നോട് ചോദിച്ച് മനസ്സിലാക്കിയപ്പോൾ എനിക്ക് കഷ്ടം തോന്നി. ഇത്രയും വർഷം കുട്ടികളെ പഠിപ്പിച്ചിട്ടും അമ്മയെ വെറുതേ പുക ഴ്ത്തി കയ്യിലെടുത്തതാണ് സൂത്രക്കാരനായ ജേർണലിസ്റ്റെന്ന് മന സ്സിലാക്കാൻ ആയില്ലല്ലോ.

രാധിക ചർച്ചകളിലൊന്നും അധികം പങ്കെടുക്കാതെ ശരീരം കൊണ്ട് മാത്രം സന്നിഹിതയായി. പ്രസ് ക്ലബ്ബിന്റെ ജേർണലിസം കോഴ്സിന് പഠിക്കുന്ന കാലത്താണ് ഇരുവരും പരിചയപ്പെട്ടത്. ഒരു മലയാളം ദിനപത്രത്തിൽ ഒരുമിച്ച് ജോലിക്ക് കയറിയെങ്കിലും സൂര ജിന് ആ ജോലി സ്ഥിരപ്പെട്ട് കിട്ടിയില്ല. ട്രെയിനിങ്ങ് കാലം കഴിഞ്ഞ പ്പോൾ രാധികയെ സ്ഥിരപ്പെടുത്തിയ പത്രം സൂരജിനെ ഒഴിവാക്കി. സൂരജ് പത്രസ്ഥാപനങ്ങളിൽ മാറിമാറി ഹാജർ വെച്ചു. മലയാള ത്തിൽ വാർത്തകൾ റിപ്പോർട്ട് ചെയ്തിരുന്ന കാലത്ത് സൂരജിനേ ക്കാൾ പേരുണ്ടായിരുന്നു രാധികയ്ക്ക്. പത്രങ്ങൾക്ക് താല്പര്യമുള്ള വിഷയങ്ങളിൽ ശ്രദ്ധ കേന്ദ്രീകരിക്കുന്നതിന് പകരം സൂരജ് സാമൂഹ്യ പ്രതിബദ്ധതയ്ക്ക് പിന്നാലെ പോയി.

ഒട്ടുമിക്ക മലയാള പത്രങ്ങളിലും കുറച്ചുകാലം ജോലി നോക്കി യിട്ടുള്ള സൂരജ് സ്ഥിരമായ ഒരു ജോലിയെന്ന സ്വപ്നത്തിന് പിന്നാലെ നടക്കുന്നതിനിടെയാണ് ഇന്ത്യാ എവെരി ഡെയിലെ ജോലിക്ക് അപേക്ഷിച്ചത്. ഡൽഹിയിൽ വെച്ച് നടന്ന അഭിമുഖത്തിന് രാധികയും പോയിരുന്നു, പക്ഷേ, ജോലി കിട്ടിയത് സൂരജിന് മാത്രം. ഇപ്പോൾ മൂന്ന് വർഷമായി ഡൽഹിയിലാണ്. അടുത്ത മാസത്തേക്ക് നിശ്ചയി ച്ചിരിക്കുന്ന വിവാഹത്തിന് വസ്ത്രങ്ങളെടുക്കാൻ പോയതിനാലാണ്

ഇന്നലെ അരവിന്ദ് വന്നപ്പോൾ വരാൻ കഴിയാതെ പോയതെന്ന് സൂരജ് വിശദീകരിച്ചപ്പോൾ അരവിന്ദിന്റെയും സൂരജിന്റെയും സൗഹൃദ വലയത്തിലേക്ക് ഞാനും ചേർന്നു. അന്നത്തെ ദിവസം വൈകീട്ട് വരെ ഒരുമിച്ച് ചെലവഴിച്ചതിൽ രാധിക എന്നോട് സംസാരിച്ചത് മുഴുവൻ എനിക്ക് സൂരജിനെ എത്ര കാലമായറിയാം, ഞങ്ങൾ തമ്മിൽ സ്ഥിരമായി ഫോൺ ചെയ്യാറുണ്ടോ എന്നൊക്കെയാണ്. സത്യത്തിൽ സൂരജ് എന്നെ ഒരുതവണയോ മറ്റോ മാത്രമേ ഫോൺ ചെയ്തതായി ഓർക്കുന്നുള്ളൂ. അല്ലെങ്കിലും ഡാംസൈറ്റിൽ ജോലി ചെയ്ത കാലത്ത് എന്നെ ആർക്കാണ് വിളിച്ചാൽ കിട്ടുക. രാധിക വന്നതുതന്നെ എന്നെ ക്കുറിച്ചുള്ള എന്തൊക്കെയോ സംശങ്ങൾ തീർക്കാനാണെന്ന് എനിക്ക് തോന്നി.

ഉച്ചവരെ ഞങ്ങൾ പുഴക്കരയിലും വരാന്തയിലുമൊക്കെ സംസാരി ച്ചിരുന്നു. അരവിന്ദും സൂരജും പുഴകളെയും അണക്കെട്ടുകളെയും കുറിച്ച് സംസാരിച്ചപ്പോൾ ഞാനും രാധികയും പ്രധാനമായും സൂര ജിനെക്കുറിച്ചാണ് സംസാരിച്ചത്. സത്യത്തിൽ അവൾ ധരിച്ചിരിക്കുന്ന വസ്ത്രങ്ങൾപോലും സൂരജിന് താല്പര്യമുള്ളവ എന്ന നിലയിൽ ധരിച്ചിരിക്കുന്നവയാണ്. ചുരിദാറിന്റെ ടോപ്പിനൊപ്പമുള്ള ഷാൾ പെൺകുട്ടികൾ ഉപേക്ഷിച്ച് തുടങ്ങിയ കാലമായിരുന്നു അത്, എന്നിട്ടു പോലും ഷാളില്ലാതെ ധരിച്ച കുർത്തി രാധികയ്ക്ക് ഒട്ടും കംഫർട്ട ബിൾ ആയില്ല. അവൾ പലപ്പോഴും എന്നെ ഒരളവുകോലായി വച്ച് സ്വയം ഒരു താരതമ്യത്തിന് ശ്രമിക്കുന്നത് കണ്ട് എനിക്ക് ചിരിവന്നു. ഒരു പെണ്ണെന്ന നിലയിൽ അത്തരം ആശങ്കകൾ ഉണ്ടാകാമെന്ന് എനിക്ക് തോന്നിയെങ്കിലും എന്റെ ചിന്തകളിൽ ഒരിക്കലും വന്നിട്ടി ല്ലാത്ത അസ്ഥിരത ആയതിനാൽ എനിക്ക് രാധികയുടെ ആശങ്കകൾ കണ്ട് ചിരി വന്നു. എന്തായാലും അവളുടെ ആശങ്കകളിൽനിന്ന് എന്നെ ഒഴിവാക്കുന്നതായിരിക്കും നല്ലതെന്ന് തോന്നി. വിഷയം ഇർഫാ നിലേക്ക് തിരിച്ചുവിട്ടാൽ എളുപ്പത്തിൽ സാധിക്കാവുന്നതേയുള്ളൂ.

“ശ്രീലക്ഷ്മിക്ക് കല്യാണമൊന്നും നോക്കുന്നില്ലേ?”

എന്റെ ആശങ്കകൾക്ക് വിരാമമിട്ട ചോദ്യമായിരുന്നു അത്. ഞാൻ ഇർഫാനെക്കുറിച്ച് പറഞ്ഞു, വീട്ടുകാരുടെ എതിർപ്പിനെക്കുറിച്ചും. നാട്ടിൽ നേരിടുന്ന നിയമപ്രശ്നങ്ങൾ കാരണമാണ് ഇർഫാൻ ദുബാ യിൽ കഴിയുന്നതെന്ന കാര്യം പക്ഷേ, ഞാൻ മറച്ചു വെച്ചു. പകരം ദുബായിൽ ആണെന്നും ചിലപ്പോൾ ഈയാഴ്ച വരുമെന്നും പറഞ്ഞു. രാധികയുടെ കണ്ണിൽ ഒരു ചിരി വിടർന്നു. ഒരേസമയം ഒന്നിൽ കൂടുതൽ ആളുകളെ പ്രേമിക്കുന്നുണ്ടോ എന്ന് സ്വന്തം കാമുകനെ സംശയിക്കുന്നതുപോലെ എന്നെയും അവൾക്ക് വേണമെങ്കിൽ സംശയിക്കാം. ഞാൻ ഇർഫാനെക്കുറിച്ച് വാചാലയായി.

രാധിക തന്റെ സംശയങ്ങളുടെ പട്ടികയിൽനിന്ന് എന്റെ പേര് വെട്ടിയപ്പോൾ അവളുടെ മനസ്സിലെ യഥാർത്ഥ പ്രശ്നം വെളിയിൽ വന്നു, അന്നാ വർഗീസ്.

അന്നാ വർഗീസിനെ എനിക്ക് പരിചയമുള്ള കാര്യം രാധികയ്ക്ക് അറിയില്ലായിരുന്നു. എന്തോ സംസാരത്തിനിടയിലാണ് കല്ലാർ ഡാമിൽ അന്നാ വർഗീസും സൂരജും ഞാനും ബോട്ടിങ്ങ് നടത്തിയ കാര്യം ഞാൻ രാധികയോട് പറഞ്ഞത്. സൂരജിനെക്കുറിച്ച് നല്ല മതിപ്പാണെനിക്ക് എന്ന് പറയാനാണ് ഞാനാ വിഷയം എടുത്തിട്ടതെങ്കിലും എന്റെ കണക്കുകൂട്ടലുകൾ തെറ്റി.

''സൂരജും അന്നാ മാഡവും കല്ലാറ് വന്നപ്പോൾ ശ്രീലക്ഷ്മി അവിടെ ഉണ്ടായിരുന്നോ, അക്കാര്യം സൂരജ് എന്നോട് പറഞ്ഞിരുന്നില്ല.''

തോണിയിൽ അക്കരെയുള്ള കണ്ണാടിക്കൽ ക്ഷേത്രത്തിലേക്ക് പോയിക്കൊണ്ടിരുന്ന സൂരജിനെ രാധിക രൂക്ഷമായി നോക്കുന്നുണ്ട്.

''കഴിഞ്ഞ ഒക്ടോബറിലായിരുന്നോ?''

ആണെന്ന് തോന്നുന്നെന്ന് ഞാൻ മറുപടി പറഞ്ഞു, എനിക്ക് ഓർമ്മയുണ്ടായിരുന്നു അത് ഒക്ടോബറിലായിരുന്നെന്ന്.

''ഒക്ടോബറിൽ തന്നെ, അന്ന് ഒന്നുരണ്ട് തവണ ഞാൻ ശ്രീലക്ഷ്മിയുടെ ഫോണിൽ വിളിച്ച് സൂരജിനോട് സംസാരിച്ചിരുന്നല്ലോ?''

രാധികയുടെ സ്വരം മാറുന്നത് കണ്ട് എനിക്ക് പേടിയായി.

''അവർ ഒരുമിച്ചാണോ താമസിച്ചത്?''

''എനിക്കറിയില്ല, ഞാൻ ഇപ്പോൾ ക്വാർട്ടേഴ്സിലാണ് താമസം. അല്ല, അവർ വെവ്വേറെ മുറികൾ ബുക്ക് ചെയ്തിരുന്നു. ഞാൻ അത്തരം കാര്യങ്ങൾ എങ്ങനെ അറിയാനാണ്?'' ഞാൻ പതറി.

എനിക്ക് വേണമെങ്കിൽ കുറച്ചുകൂടെ സൂരജിന്റെ പക്ഷത്ത് നിന്ന് സംസാരിക്കാമായിരുന്നു. പക്ഷേ അന്നാ വർഗീസിനെക്കുറിച്ച് അന്ന് ഡാംസൈറ്റിൽ കേട്ട ഗോസിപ്പുകളായിരിക്കാം എന്നെക്കൊണ്ട് അക്കാര്യത്തിൽ ഒരുറപ്പ് പറയാൻ പ്രേരിപ്പിക്കാതിരുന്നത്. ഞാൻ മനസ്സിലാക്കിയിടത്തോളം സൂരജും രാധികയും തമ്മിൽ ആറോ ഏഴോ വർഷത്തെ പ്രണയബന്ധമെങ്കിലും കാണും. എന്നിട്ടും അവളെന്തിനാണ് സൂരജിനെ ഇങ്ങനെ സംശയിക്കുന്നത്. ഈ സംശയവും പൊസ്സെസ്സീവ്നെസ്സും വെച്ച് ഇവളെങ്ങനെ സൂരജിനെപ്പോലെ ഒരാൾക്കൊപ്പം ജീവിക്കാനാണ്. അക്കരെയുള്ള കണ്ണാടിക്കൽ ക്ഷേത്രത്തിലെ കടവിൽ മീനൂട്ടിക്കൊണ്ടിരുന്ന സൂരജിനെ നോക്കി ഏതാനും ഇംഗ്ലീഷ് ശാപവാക്കുകൾ പറഞ്ഞ് രാധിക എഴുന്നേറ്റു.

''അവൻ വന്നാൽ ഞാൻ പോയെന്ന് പറഞ്ഞേക്കൂ.''

''ഹെയ്... നീ പോവല്ലേ, ഞാൻ പറഞ്ഞില്ലേ, അവിടെ ഒന്നിൽ കൂടുതൽ മുറികളുണ്ടായിരുന്നെന്ന്.''

''ശ്രീലക്ഷ്മി എന്തിനാ നുണ പറയുന്നത്? ആ സ്ത്രീയെ എനിക്കറിയാം.''

രാധിക കൂടുതലൊന്നും പറയാതെ കടവിൽനിന്ന് നടന്നു. ഞാനും പിന്നാലെ പോയി. അവർ രാവിലെ വന്നത് രാധികയുടെ കാറിലായിരുന്നെന്ന് അപ്പോഴാണ് എനിക്ക് മനസ്സിലായത്. മുറ്റത്തെ പരിമിതമായ സ്ഥലത്തുവെച്ചുതന്നെ വണ്ടി തിരിച്ച് രാധിക കാറോടിച്ച് പോയി.

ആ കുട്ടി പോയോ എന്ന് അമ്മ വന്ന് ചോദിച്ചു.

നടന്നതൊന്നും ഞാൻ അമ്മയോട് പറഞ്ഞില്ല, പോവുമെന്ന് അമ്മയോട് പറഞ്ഞുകാണുമെന്നാണ് കരുതിയതെന്ന് പറഞ്ഞൊപ്പിച്ചു. സൂരജിനെയും അരവിന്ദിനെയുംകുറിച്ച് ചോദിച്ചപ്പോൾ അവർ അച്ഛനൊപ്പം കണ്ണാടിക്കൽ പോയെന്ന് പറഞ്ഞു.

സൂരജ് തിരിച്ചെത്തിയപ്പോൾ ഞാൻ അവനെ മാറ്റിനിർത്തി കാര്യങ്ങൾ പറഞ്ഞു. രാധിക പിണങ്ങിപ്പോയതിനേക്കാൾ അത് എന്റെ സാന്നിധ്യത്തിലായതാണ് അവനെ അപമാനിതനാക്കിയതെന്ന് തോന്നി.

''രാധിക ഒരു പ്രത്യേക ടൈപ്പാണ്. വളരെ ഇൻസെക്യൂറാണ്.'' സൂരജ് പറഞ്ഞു.

രാധികയെക്കുറിച്ച് പിന്നീട് ആ ദിവസം ആരും സംസാരിച്ചില്ല. സൂരജിനെയും അരവിന്ദിനെയും ഹൈവേ വരെ അച്ഛൻ കാറിൽ കൊണ്ടുചെന്നാക്കി.

''നാട്ടിലെത്തി, രാവിലെ കാണാം'' എന്ന് പറഞ്ഞ് രാത്രി ഇർഫാന്റെ ഫോൺ വന്നതോടെ അനേകം ശാഖകളുള്ള എന്റെ ചിന്തകളുടെ മഹാവൃക്ഷത്തിൽ കൂടുകൂട്ടിയ അരവിന്ദും സാരിവാലൻ വരാലും കല്ലാർ അണക്കെട്ടും സൂരജും അവന്റെ പിണങ്ങിപ്പോയ കാമുകിയുമൊക്കെ പറന്നൊഴിഞ്ഞ് പോയി. പ്രണയാതുരമായിരുന്ന കോളേജ് കാലത്തെ പോലെ ഞാൻ ഇർഫാൻ പറയുന്നതിനൊക്കെ മറുപടിയായി മൂളി, ''എന്നാൽ ഫോൺ വെക്കട്ടെ'' എന്ന് ചോദിക്കുമ്പോൾ, ''വെയ്ക്കല്ലേ'' എന്നു പറഞ്ഞ് ആ ശബ്ദത്തിന്റെ ആലിംഗനത്തിൽ മുഴുകി കിടന്നുറങ്ങി.

അമ്മ പറയുന്ന കുത്തുവാക്കുകൾ

കുറച്ച് വർഷങ്ങൾക്ക് മുൻപ് ഞാനിവിടെ വന്നിരുന്നു, ഇർഫാനൊപ്പം തന്നെ. കോഫീഷോപ്പ് അടിമുടി മാറിയിട്ടുണ്ട്, പേരും മാറ്റിയിട്ടുണ്ട്. കോഫീഷോപ്പിന് വന്ന മാറ്റങ്ങളോ, കോഫീഷോപ്പ് ഇർഫാൻ വാങ്ങിയെന്നതോ ഒന്നുമല്ല, ടേബിളിനപ്പുറമുള്ള ഇർഫാൻ തന്നെയാണ് ഇന്നെന്നെ ഏറെ സന്തോഷിപ്പിക്കുന്നത്. ശരിക്കും പറഞ്ഞാൽ സന്തോഷമല്ല, വല്ലാത്ത ആശ്വാസമാണ്. ഒരിക്കലും പരസ്പരം വിട്ടുപോവില്ലെന്നുറപ്പുള്ള രണ്ടുപേരായിട്ട് കൂടി ഒരു വർഷം ഞങ്ങൾക്കിടയിൽ നിന്ന് അപ്രത്യക്ഷമായി. എന്നെക്കുറിച്ച് അവനോ അവനെക്കുറിച്ച് എനിക്കോ ഒരു ധാരണയുമില്ലാത്ത ഒരു വർഷം. ഈ ഒരു വർഷത്തിനിടെ ആകെ ഒരു കത്ത് മാത്രമാണെനിക്ക് കിട്ടിയത്. അവനൊരു ദിവസം എന്തിനാണ് അപ്രത്യക്ഷനായതെന്ന് എനിക്കറിയാമെങ്കിലും എന്നെ ഫോൺ വിളിക്കാനോ എനിക്ക് മെയിൽ അയയ്ക്കാനോപോലും അത്ര ഭയപ്പെട്ടതെന്തെന്ന് എനിക്ക് മനസ്സിലായില്ല.

“ഞാനുമായി ബന്ധപ്പെട്ട എല്ലാവരും സംശയത്തിന്റെ നിഴലിലായിരുന്നു. ഫ്രാൻസിസേട്ടനെ പൊലീസുകാർ മൂന്ന് തവണ ചോദ്യം ചെയ്യാൻ വിളിപ്പിച്ചു. എന്നോട് ഫോണിൽ എന്താണ് സംസാരിച്ചതെന്ന് ചോദിച്ച് ദിവസം മുഴുവൻ പൊലീസ് സ്റ്റേഷനിൽ പിടിച്ചിരുത്തി. ഉമ്മയെ ആറ് തവണയാണ് പൊലീസുകാർ ചോദ്യം ചെയ്തത്. ഒരിക്കൽ ചോദ്യം ചെയ്യുന്നവരല്ല അടുത്ത തവണ വരിക. ഞാൻ തെറ്റായി എന്തെങ്കിലും ചെയ്തോ എന്ന് ഉമ്മ പോലും സംശയിച്ചു. വല്ലാതെ പേടിച്ചുപോയ സമയമായിരുന്നു അത്. ഫ്രാൻസിസേട്ടനാണ് കോടതിയിലെ കാര്യങ്ങൾ നീക്കിയിരുന്നത്, വക്കീലാണ് തൽക്കാലം നാട്ടിൽ ആരെയും ബന്ധപ്പെടാതിരിക്കാൻ ഉപദേശിച്ചത്. വല്യുപ്പയുടെ അക്കൗണ്ട് പൊലീസ് റിപ്പോർട്ട് കാരണം ഫ്രീസായി. പിന്നാലെ എന്റേതും. ആകെ പെട്ടുപോയ ഒരു കാലം. കോടതിയും കേസുമൊക്കെയായി ഭാരിച്ച ചെലവുകളും. എനിക്കെതിരെ

കേസൊന്നുമില്ലെങ്കിലും ഏത് സമയത്തും പ്രതിചേർക്കുമെന്ന അവസ്ഥ.'' ഇർഫാൻ പറഞ്ഞുകൊണ്ടിരുന്നു.

അത്രയൊക്കെ പറഞ്ഞിട്ടും ഇർഫാൻ ഇത്രമാത്രം ഭയപ്പെട്ടതെന്തിനെന്ന് എനിക്ക് ബോധ്യമായില്ല. അവന്റെ ശരീരഭാഷയിൽപോലും ഒരു ആത്മവിശ്വാസക്കുറവ് കാണാനുണ്ട്. എനിക്ക് അതിനെക്കുറിച്ച് ചോദിക്കാതിരിക്കാനായില്ല.

''എന്നെപ്പോലുള്ളവർ എപ്പോഴും ബോധ്യപ്പെടുത്തിക്കൊണ്ടേയിരിക്കണം, നല്ലവനാണെന്ന്, സാമൂഹ്യബോധമുള്ളവനാണെന്ന്, രാജ്യസ്നേഹമുള്ളവനാണെന്ന്.''

എനിക്ക് സഹതാപം തോന്നി. ഒരുപക്ഷേ ഇർഫാൻ എന്നോട് കള്ളം പറയുന്നതാവാം. എന്നെ വിളിക്കാതിരിക്കാൻ അവന് വേറെയും കാരണമുണ്ടാകാം. ഞാനറിയാത്ത എന്തോ കാര്യങ്ങൾ എന്റെ മാതാപിതാക്കൾക്കും ഇർഫാനും ഇടയിൽ നടന്നിട്ടുണ്ട്. പിന്നെ ഒരു കാലത്ത് ഞാനും അവനോട് മോശമായി പെരുമാറിയിരുന്നു. ഒരിക്കലും ഉപേക്ഷിച്ച് പോകില്ലെന്ന് ഉറപ്പുള്ള ഒരാളോട് നമ്മൾ വലിയ ആത്മവിശ്വാസത്തോടെ പറയില്ലേ, നീ വിട്ടുപോയാലും ഒന്നുമില്ലെന്ന്, അതുപോലെയായിരുന്നു അവനെ ഞാൻ അവഗണിച്ചതെന്ന് എനിക്ക് പിന്നീട് ബോധ്യപ്പെട്ടിട്ടുണ്ട്. അവനെ അലട്ടിയ നിയമപ്രശ്നങ്ങൾക്കിടയിൽ എന്റെ ഭാഗത്തുനിന്നുള്ള അവഗണനകൾ കൂടെ ഏറ്റുവാങ്ങേണ്ടന്ന് അവൻ കരുതിക്കാണും, അല്ലെങ്കിൽ അവൻ പറയുന്നതുപോലെ എന്നെക്കൂടെ നിയമപ്രശ്നങ്ങളിലേക്ക് വലിച്ചിഴയ്ക്കേണ്ടെന്ന് കരുതിയാവും.

ഇപ്പോൾ പ്രശ്നങ്ങൾ തീർന്നോ എന്ന് ഞാൻ ചോദിച്ചു

''ഒരുവിധം തീർന്ന് വരുന്നു, വല്ല്യുപ്പയുടെ ചില കോണ്ടാക്റ്റ്സ് തന്നെ വേണ്ടി വന്നു അതിനും. ഹൈക്കോടതിയിൽ കേസ് വന്നപ്പോൾ കേസ് കേട്ട ജഡ്ജിമാരിലൊരാൾ പണ്ട് മട്ടാഞ്ചേരിയിലെ ഒരു പൊതുപരിപാടിയിലെ പ്രസംഗത്തിൽ ആരോ വല്ല്യുപ്പയെ പരാമർശിച്ചത് കേട്ട് ചടങ്ങ് കഴിഞ്ഞപ്പോൾ വല്ല്യുപ്പയെ പരിചയപ്പെട്ടു. മുൻകൂർ ജാമ്യക്കേസിന്റെ വിചാരണയുടെ അവസാനഘട്ടത്തിൽ അദ്ദേഹത്തിന് ഒരു വെളിപാടുപോലെ ഖലീൽ സാഹിബിനെ ഓർമ്മ വന്നു. ജാമ്യം അനുവദിക്കാനും കേസിന്റെ ഭാഗമായി ചോദ്യം ചെയ്യുമ്പോൾ വക്കീലിന്റെ സാന്നിധ്യം അനുവദിക്കാനും ഉത്തരവായി. ഇന്റർപോൾ റെഡ് കോർണർ നോട്ടീസ് പിൻവലിച്ചു. കൊച്ചിയിൽ വന്നിറങ്ങിയപ്പോൾതന്നെ പൊലീസുകാർ കൂട്ടിക്കൊണ്ടുപോയി. പക്ഷേ അപ്പോഴേക്കും ഫ്രാൻസിസേട്ടനും വക്കീലുമൊക്കെ ചേർന്ന് കുറേ കാര്യങ്ങൾ ശരിയാക്കിയിരുന്നു. വല്ല്യുപ്പ എന്നെ ഏൽപ്പിച്ച പണം എങ്ങനെ വന്നു എന്നതിന്റെ രേഖകൾ, മറ്റാരിൽ നിന്നൊക്കെ

പണം കിട്ടി എന്നതിന്റെ രേഖകൾ, വല്യുപ്പ ഉണ്ടായിരുന്ന കാലത്ത് തന്നെ ചെലവാക്കിയതിന്റെ കണക്കുകളും പലരും എഴുതി നൽകിയ സാക്ഷിമൊഴികളുമൊക്കെയായി അവർ എന്ത് ചോദ്യത്തിനും ഉത്തരവുമായി തയ്യാറായി നിന്നു. പിന്നെ ആദ്യം കാണിച്ച ഉത്സാഹമൊന്നും പൊലീസുകാർ പിന്നീട് കേസിൽ കാണിച്ചില്ല. ഒരു കണക്കിന് കേസെടുക്കുന്ന സമയത്ത് ഞാൻ നാട്ടിലില്ലാതിരുന്നത് ഭാഗ്യമായി. അല്ലെങ്കിൽ എന്റെ ഭാവി മറ്റൊന്നായേനെ.''

ഇർഫാൻ അവസാനം പറഞ്ഞത് എനിക്ക് മനസ്സിലായില്ല. ഉമ്മയെ കാണാൻ കാറിൽ മട്ടാഞ്ചേരിക്ക് പോകുമ്പോൾ അക്കാര്യം ഞാൻ ചോദിച്ചു.

''എല്ലായിടത്തെ പൊലീസിലും ഗൂഢാലോചനക്കാരുണ്ടാവും. അവർ ഉണ്ടാക്കിയ സിദ്ധാന്തത്തെ ശരിവെയ്ക്കുന്ന കാര്യങ്ങളേ അവർ സ്വീകരിക്കൂ. മറ്റുള്ളവ സ്വീകരിക്കില്ലെന്ന് മാത്രമല്ല അവരുടെ സിദ്ധാന്തത്തെ ശരിവെയ്ക്കാത്ത തെളിവുകളൊക്കെ അവർ നശിപ്പിക്കും. ചില ജഡ്ജുമെന്റുകളിൽ കേൾക്കാറില്ലേ പ്രതി തെളിവ് നശിപ്പിച്ചതിന് അധികശിക്ഷയെന്ന്. ശരിക്കും ഏറ്റവും കൂടുതൽ തെളിവുകൾ നശിപ്പിക്കുന്നത് പൊലീസുകാരാ.''

എറണാകുളത്തിന്റെ പ്രധാന റോഡുകളിൽ ഒന്നിൽ നിന്ന് ഒഴിഞ്ഞുമാറി മറ്റൊന്നിൽ പ്രവേശിച്ച് അവിടെനിന്ന് മറ്റൊരു ചെറു റോഡിലൂടെ മറ്റൊന്നിൽ ചെന്നെത്തി, പാലം കടന്ന് ഞങ്ങൾ മട്ടാഞ്ചേരിയിലെത്തി. പൈതൃക തെരുവിന്റെ മാറിൽ വഴിമുടക്കിക്കൊണ്ട് ഏതോ സിനിമയുടെ ഷൂട്ടിങ്ങ് നടക്കുന്നുണ്ട്. ഫ്രാൻസിസ് സിൽവ വണ്ടി പിന്നോട്ടെടുത്ത് ഒരു ചെറിയ റോഡിലൂടെ വളഞ്ഞ് ചുറ്റി ബ്ലോക്കിനപ്പുറത്ത് ചെന്ന് കയറി. തങ്ങളുടെ സഞ്ചാരസ്വാതന്ത്ര്യത്തിന് വിലങ്ങിട്ട് നടക്കുന്ന ഷൂട്ടിങ്ങ് കൗതുകത്തോടെ കാണുന്ന ജനക്കൂട്ടത്തിനിരുവശത്ത് നിന്നും ഫ്രാൻസിസ് സിൽവ ചെയ്തത് പോലെ ഷോർട്ട് കട്ടുകളെടുത്ത് കുടുസ് വഴികളിലൂടെ നൂണ്ട് കടന്ന് വീണ്ടും നിരത്തിലെത്തി ആശ്വാസത്തോടെ വണ്ടിയോടിച്ച് പോകുന്നവരെ കണ്ട് എനിക്കത്ഭുതം തോന്നി. ഇർഫാനെ അന്വേഷിച്ച് അവിടെ ഞാൻ പോയത് ഈ വഴിയിലൂടെ ആയിരുന്നില്ല. വീട്ടിന് മുന്നിലെത്തിയപ്പോൾ മാത്രമാണ് സ്ഥലമെത്തിയ കാര്യം എനിക്ക് ബോധ്യപ്പെട്ടത്.

വീട്ടിലേക്ക് ഞാൻ വരുന്ന കാര്യം ഇർഫാൻ മുൻകൂട്ടി പറഞ്ഞിരുന്നെന്ന് തോന്നുന്നു. ഇത്തവണ ആ വീട്ടിൽ ഞാൻ കൂടുതൽ സ്വീകാര്യയായതുപോലെ തോന്നി. ഇർഫാന്റെ സഹോദരിമാരിലൊരാളും അവിടെ ഉണ്ടായിരുന്നു. അവരെന്നോട് കുറേ കുശലം ചോദിച്ചു. എന്റെ സസ്പെൻഷനും മറ്റുമൊക്കെ അവർക്കറിയാം. ഉമ്മ കാര്യമായൊന്നും സംസാരിച്ചില്ലെങ്കിലും അവർ എനിക്ക് വേണ്ടി കുറേ

ഭക്ഷണമുണ്ടാക്കി വെച്ചിരുന്നു. ഉച്ചയൂണിന്റെ സമയത്താണ് ഞങ്ങൾ കയറിച്ചെന്നതെങ്കിലും രാവിലത്തെ പത്തിരിയും കറിയുമടക്കം കഴിക്കേണ്ടി വന്നു.

മുൻപ് ചെന്നപ്പോഴൊക്കെ ആ വീടിന്റെ മുകളിലെ നിലയിലേക്ക് ഞാൻ കയറിയിരുന്നില്ല. ഇത്തവണ ഇർഫാൻ എനിക്ക് അവന്റെ വല്യുപ്പ ഉപയോഗിച്ചിരുന്ന മുറി കാണിച്ചുതന്നു. പണ്ട് ഉപ്പയും പിന്നീട് അവനും ഉപയോഗിച്ചിരുന്ന കായൽ കാണാവുന്ന മുറിയിലെ ജനലിലൂടെ നോക്കിയപ്പോൾ ഒരു നിമിഷം ഞാൻ ഡാംസൈറ്റിലെ എന്റെ മുറി മിസ്സ് ചെയ്തു.

ഞങ്ങൾ അവിടിരുന്ന് സംസാരിച്ചു. ആരും അവിടേക്ക് വന്നില്ല. അഴികളില്ലാത്ത ജനലിന്റെ വീതിയുള്ള പടിയിലിരുന്ന് ദൂരെ നങ്കൂരമിട്ട കപ്പലുകളെ നോക്കി ഞങ്ങൾ കഴിഞ്ഞ ഏതാനും മാസങ്ങളിലെ അറിയാത്ത അദ്ധ്യായങ്ങൾ പരസ്പരം പങ്കുവെച്ചു.

ഒടുവിൽ ഞാൻ ചോദിച്ചു, ‘‘ഇർഫാൻ, നമുക്ക് മറ്റേതെങ്കിലും നാട്ടിലേക്ക് പൊയ്ക്കൂടെ? നിന്നെ സംശയത്തോടെ നോക്കാത്ത, ആർക്കും നമ്മളെ അറിയാത്ത ഏതെങ്കിലും നാട്ടിലേക്ക്, വേണമെങ്കിൽ ദുബായ്ക്ക്.’’

‘‘നമ്മൾ ഇവിടെത്തന്നെ ജീവിക്കും. അല്ലാതെ എവിടെ പോകാനാണ്.’’

‘‘നിനക്ക് തോന്നിയിട്ടില്ലെ, ഈ നാട്ടിലുള്ളതിനേക്കാൾ സത്യത്തിന് വില മറ്റുള്ള നാട്ടിലുണ്ടെന്ന്.’’

ഇല്ലെന്ന് ഇർഫാൻ തലയാട്ടി. ‘‘എന്നെ സംശയിക്കുന്ന കേരളത്തിലെ പൊലീസിന്റെ അതേ ഐഡിയോളജി അല്ല ദുബായ് പൊലീസിനുണ്ടായിരുന്നത്, അതുകൊണ്ട് അവർ എന്നെ ബുദ്ധിമുട്ടിച്ചില്ല. അതല്ല അവർക്കും കൂടെ താത്പര്യമുള്ള കാര്യമായിരുന്നെങ്കിൽ റെഡ്കോർണർ നോട്ടീസ് വന്നതിന്റെ പിറ്റേന്ന് അവരെന്നെ പിടിച്ച് ഡീപോർട്ട് ചെയ്തേനേ.’’

ഇത്രയൊക്കെ തിക്താനുഭവങ്ങൾ ജന്മനാട്ടിൽ നിന്നുണ്ടായിട്ടും ഇവിടത്തെ സംവിധാനങ്ങളിലെ ചെറിയ നന്മകളെ എങ്ങനെ ബഹുമാനത്തോടെ ഉൾക്കൊള്ളാൻ കഴിയുന്നു എന്നെനിക്ക് മനസ്സിലായില്ല. ഇന്ത്യയെപ്പോലുള്ള ഒരു ജനാധിപത്യ മതേതര രാജ്യത്ത്, കേരളം പോലുള്ള ഒരു സംസ്ഥാനത്ത് ഒരു യുവാവിനെ അയാളുടെ മതപരമായ പാശ്ചാത്തലം മാത്രം കാരണമാക്കി സംശയിക്കുന്നത് എങ്ങനെയാണ് ന്യായീകരിക്കാനാവുന്നത്. എനിക്ക് മനസ്സിലായില്ല.

‘‘മറ്റ് നാടുകളിൽ ജീവിക്കുന്ന ഇന്ത്യാക്കാരിൽ പലരും നാട്ടിൽ വന്നിട്ട് ഇവിടത്തെ സംവിധാനങ്ങളെക്കുറിച്ചും സൗകര്യങ്ങളെക്കുറിച്ചും വ്യവസ്ഥകളെക്കുറിച്ചുമൊക്കെ കുറ്റം പറയുന്നത് കേൾക്കാം.

ആ നാട്ടിലൊക്കെ ഇവർ നിയമം അനുസരിച്ചും ഭരണാധികാരികൾക്ക് സ്തുതിപാടിയും രാജ്യത്തിന്റെ ദേശീയദിനങ്ങളിൽ പങ്കെടുത്തും കൂറ് കാണിക്കും. പക്ഷേ ഇന്ത്യയിലെത്തിയാൽ എല്ലാത്തിനും കുറ്റമാണ്. അന്യനാട്ടിൽ അവൻ പൗരബോധംകൊണ്ട് നിയമം അനുസരിക്കുന്നതല്ല, ഭയന്നിട്ടാണ്. ഇവിടെ എത്തുമ്പോൾ അവന് ഭയമില്ല, എന്ത് ചെയ്താലും ആരെങ്കിലും രക്ഷപ്പെടുത്തുമെന്ന് ഒരു ചിന്ത അവനിലുണ്ട്. നമ്മൾ പുറത്തേതെങ്കിലും രാജ്യത്ത് പെരുമാറുന്നതിന്റെ പത്തിലൊന്ന് ബഹുമാനത്തോടെ പെരുമാറിയാൽ തന്നെ തീരാവുന്നതാണ് ഇവിടത്തെ പ്രശ്നങ്ങളിൽ പലതും.''

ഞാൻ കൂടുതൽ തർക്കത്തിന് പോയില്ല.

ലൈംടീയുമായി ഇർഫാന്റെ ഉമ്മ മുകളിലേക്ക് വരുംവരെ ഞങ്ങൾ അവിടെ സംസാരിച്ചിരുന്നു. ഉമ്മ വന്നപ്പോൾ ഞങ്ങൾ തമ്മിൽ എന്തെങ്കിലും സംസാരിക്കുന്നെങ്കിൽ ആയിക്കൊള്ളട്ടെ എന്ന നിലയിൽ ഇർഫാൻ മുറിയിൽ നിന്നിറങ്ങിപ്പോയി. ഞാൻ ചായയും സമൂസയും കഴിക്കുന്നത് അവർ നോക്കിക്കൊണ്ടിരുന്നു.

''മോള് ബീഫ് കഴിക്കില്ലെന്ന് കരുതി കോഴിയിറച്ചി കൊണ്ടുണ്ടാക്കിയതാ'' എന്ന് ഉമ്മ പറഞ്ഞപ്പോൾ ഞാൻ ബീഫ് കഴിക്കാറുണ്ടെന്ന് തിരുത്തി, പിന്നാലെ വീട്ടിൽ അമ്മ കഴിക്കാറില്ലെന്ന് കൂട്ടിച്ചേർത്തു.

''മക്കള് ആ കല്യാണമൊന്ന് രജിസ്റ്റർ ചെയ്യ്. എന്തിനും ഒരു വ്യവസ്ഥ വേണമെന്നേ എനിക്കുള്ളൂ. നിക്കാഹിന്റെ കാര്യം ഞാൻ പറഞ്ഞത് ഇർഫാൻ എങ്ങനെയാണ് മനസ്സിലാക്കിയതെന്ന് എനിക്കറിയില്ല. അവന്റെ പെങ്ങള്, സൈറ പറഞ്ഞാണ് മോളെ ഓഫീസിലെ കാര്യങ്ങളൊക്കെ ഞാനറിഞ്ഞത്. എല്ലാം ശരിയാവും. മോളോട് കേസിന്റെ കാര്യമൊന്നും അവൻ പറഞ്ഞില്ലേ?''

ഏത് കേസെന്നാലോചിച്ച് എനിക്ക് അത്ഭുതമായി. ഏത് കേസെന്ന് അവർ പറഞ്ഞതുമില്ല. വീട്ടിൽനിന്ന് തിരിച്ചപ്പോൾ ഉമ്മ ഏത് കേസിന്റെ കാര്യമാണ് പറഞ്ഞതെന്ന് ഞാൻ ചോദിച്ചു.

''അത് ഞാൻ പറഞ്ഞില്ല അല്ലെ. നിന്റെ സസ്പെൻഷൻ കാര്യത്തിൽ ഞാനൊരു പൊതുതാത്പര്യ ഹർജി കൊടുപ്പിച്ചിട്ടുണ്ട്. നാളെ വൈദ്യുത ബോർഡിന് നോട്ടീസ് പോകും.''

എന്ത് പൊതുതാല്പര്യ ഹർജി, എനിക്ക് ആശങ്കയായി.

''നിന്റെ സസ്പെൻഷൻ ഉത്തരവിൽ എന്താ പറഞ്ഞിരിക്കുന്നത്?'' ഇർഫാൻ ചോദിച്ചു

''ബോർഡിന്റെ താത്പര്യങ്ങൾക്ക് വിരുദ്ധമായി പ്രവർത്തിച്ചു എന്ന്.''

''അത് മാത്രമല്ല, അണക്കെട്ടിന്റെ വിശദാംശങ്ങൾ ചോർത്തി ക്കൊടുത്തു എന്നുമുണ്ട്.'' ഇർഫാൻ തിരുത്തി.

''അതെനിക്ക് ഓർമ്മയില്ല.'' ഞാൻ പറഞ്ഞു.

''എന്നാൽ അങ്ങനെയുണ്ട്, ബോർഡിന്റെ വിവരങ്ങൾ ഗവേഷക വിദ്യാർത്ഥിയായ ഒരാൾക്ക് കൊടുത്തു എന്നാണ് പ്രധാന കുറ്റം. ആ പയ്യൻ ശേഖറിന്റെ പഠനറിപ്പോർട്ട് വക്കീൽ പരിശോധിച്ചിരുന്നു. ഡാമിനെ സംബന്ധിച്ചോ ബോർഡിലെ മറ്റെന്തെങ്കിലും കാര്യങ്ങളെ സംബന്ധിച്ചോ അതിൽ ഒന്നുമില്ല. അപ്പോൾ വക്കീലാ പറഞ്ഞത് പൊതുതാല്പര്യ ഹർജി കൊടുക്കാമെന്ന്.''

''അതൊക്കെ വലിയ കുഴപ്പമാവില്ലെ?''

''നീ ആ ഓഫീസിലേക്ക് തന്നെ തിരിച്ചു പോവണമെന്ന് ആഗ്രഹി ക്കുന്നുണ്ടോ?''

ഒന്നാലോചിച്ചിട്ട് ഞാൻ ഇല്ലെന്ന് മറുപടി പറഞ്ഞു.

''എന്നാൽ പിന്നെ ഒന്നും നോക്കാനില്ല.''

ഇർഫാൻ എന്നെ വീടുവരെ കൊണ്ടുചെന്നാക്കി. ഫ്രാൻസിസ് സിൽവയെ കൂട്ടാതെയാണ് പോയത്. അവൻ ശരിക്കും ഒരു മോശം ഡ്രൈവറായിരുന്നു. അച്ഛനോ ഫ്രാൻസിസ് സിൽവയോ ഓടിക്കുന്ന പോലെയായിരുന്നില്ല ഇർഫാന്റെ ഡ്രൈവിങ്ങ്. കാറിന് അഭിപ്രായ മുണ്ടായിരുന്നെങ്കിൽ തീർച്ചയായും അവനെതിരെ തിരിഞ്ഞേനെ. വീടിനടുത്തെത്തിയപ്പോൾ അവനെ വീട്ടിനകത്തേക്ക് ക്ഷണിക്കണോ എന്ന കാര്യത്തിൽ എനിക്ക് ആശയക്കുഴപ്പമായി. ഗെയിറ്റിനകത്തേക്ക് കയറ്റിയാൽ വണ്ടി തിരിക്കാൻ ബുദ്ധിമുട്ടായിരിക്കുമെന്ന് പറഞ്ഞ് അവൻ എന്നെ വീടിന് മുന്നിൽ ഇറക്കി തിരിച്ച് പോയി.

ഇർഫാനായിരുന്നു എന്നെ കൊണ്ടുവിട്ടതെന്ന് അച്ഛന് കാറ് കണ്ടപ്പോൾ തന്നെ മനസ്സിലായി. എന്നാൽ എന്നെ അത്ഭുതപ്പെടു ത്തിയത് ''ആ ചെക്കനെന്താ കയറാതെ പോയത്'' എന്ന അമ്മയുടെ ചോദ്യം കേട്ടാണ്.

അന്ന് രാത്രി അത്താഴം കഴിച്ചുകഴിഞ്ഞപ്പോൾ അച്ഛൻ അതു വരെ വീട്ടുകാർ എന്നിൽനിന്ന് ഒളിച്ച വലിയൊരു രഹസ്യം പറഞ്ഞു. ഞാനും ഇർഫാനും തമ്മിൽ തിരുവനന്തപുരത്ത് വെച്ച് വഴക്കിട്ട് പിരിഞ്ഞതിന്റെ തലേന്ന് ഇർഫാൻ വീട്ടിലേക്ക് ഫോൺ വിളിച്ച കാര്യം എനിക്കറിയാവുന്നതാണ്. ഫോണിൽ ഇർഫാനെ ശകാരിച്ച അമ്മ ഒടുവിൽ ഇർഫാനിൽ രൂഢമൂലമായിക്കിടന്ന മതവിശ്വാസത്തെ തന്നെ കൂട്ടുപിടിച്ച് അവനെ തളർത്തിയ കാര്യം ഇപ്പോഴാണറിഞ്ഞത്. നിന്റെ മതവിശ്വാസപ്രകാരം പെണ്ണിനെ അവളുടെ അച്ഛൻതന്നെ നിക്കാഹ് കഴിപ്പിച്ച് തരേണ്ടേ എന്ന് ചോദിച്ച് അമ്മ അന്ന് ഇർഫാന്റെ

മേൽ മേൽക്കൈ നേടി. ഇർഫാനൊരു ചതിയനാണെന്നും നിന്നെപ്പോലുള്ളവർ എത്ര പെണ്ണ് കെട്ടുമെന്നും അവരെയൊക്കെ മതം മാറ്റി സിറിയയിലേക്ക് കടത്തുമെന്നുമൊക്കെ അമ്മ ആരോപിച്ചു.

ഇർഫാനെക്കുറിച്ച് ഇതിലും കടുത്ത ആക്ഷേപങ്ങൾ എന്നോട് പറയാറുണ്ടെങ്കിലും ഇർഫാനോട് അങ്ങനെയൊക്കെ പറഞ്ഞത് ഞാൻ അറിഞ്ഞിരുന്നില്ല. കുത്തുവാക്കുകൾ പറയാൻ അമ്മ മിടുക്കിയാണ്. ചിലപ്പോഴൊക്കെ അച്ഛനെയും അതുപോലെന്തെങ്കിലും കുത്തുവാക്കുകൾ പറഞ്ഞ് അമ്മ വേട്ടയാടാറുണ്ട്. അമ്മയുടെ ആ സമയത്തെ ശബ്ദവിന്യാസവും പ്രയോഗങ്ങളുമൊക്കെ ഏതൊരു മനുഷ്യനെയും വേട്ടയാടും.

വളരെ റൊമാന്റിക്കായ ഒരു ഡേറ്റിനിടയിലും ഇർഫാനെ വേട്ടയാടിയ അമ്മയുടെ കുത്തുവാക്കുകളെക്കുറിച്ച് അച്ഛൻ പറഞ്ഞ് കേട്ടപ്പോൾ എനിക്ക് കലിയടക്കാനായില്ല, പക്ഷേ അതിനെക്കുറിച്ച് പറഞ്ഞ് മറ്റൊരു വഴക്കുണ്ടാക്കില്ലെന്ന് ഞാൻ അച്ഛന് വാക്കുകൊടുത്തിരുന്നു, പിന്നെ ഇർഫാനെന്താ കയറാതെ പോയതെന്ന അമ്മയുടെ പരാമർശവും എന്നെ തണുപ്പിച്ചിരുന്നു.

അന്ന് ഇർഫാനോട് ഫോണിൽ സംസാരിച്ച് എപ്പോഴാണ് ഉറങ്ങിയതെന്ന് എനിക്ക് ഓർമ്മയില്ല. പിറ്റേന്ന് രാവിലെ ജയശങ്കർ ഫോൺ വിളിച്ചു, പി.ഐ.എല്ലിന്റെ കാര്യം പറയാൻ. കേരളാ ഹൈക്കോടതിയിൽ എന്റെ സസ്പെൻഷനെ ചോദ്യം ചെയ്ത് പബ്ലിക് ഇന്ററസ്റ്റ് ലിറ്റിഗേഷൻ മാത്രമായിരുന്നില്ല വന്നത്. കല്ലാർ ഓഗ്മെന്റേഷൻ പ്രോജക്റ്റിനെ ചോദ്യം ചെയ്ത് മറ്റൊരു പബ്ലിക് ഇന്ററസ്റ്റ് ലിറ്റിഗേഷൻ കൂടെ ഫയൽ ചെയ്തിരുന്നു. അതിന്റെ വാദം പക്ഷേ കോടതി ഗ്രീൻ ട്രിബ്യൂണലിലേക്ക് മാറ്റി.

പേരില്ലാത്ത ചൂണ്ടക്കാരൻ

സസ്പെൻഷൻ കാലം ഒരുമാസം പിന്നിട്ടു, സസ്പെൻഷനുണ്ടാക്കിയ മനപ്രയാസങ്ങൾ മാറിത്തുടങ്ങി. ഇർഫാൻ തന്നെയായിരുന്നു കാരണം. വീട്ടുകാരെ സമ്മതിപ്പിക്കാൻ ഞങ്ങൾ നിരന്തരം ശ്രമിച്ചുകൊണ്ടിരുന്നു. സ്വതന്ത്രരായി ജീവിക്കാൻ ഞങ്ങൾക്കിരുവർക്കും പറ്റുമെങ്കിൽകൂടി വീടിനോടുള്ള ദൃഢമായ ബന്ധത്തിന്റെ കാര്യത്തിൽ ഞങ്ങൾ ഒരേ തൂവൽപക്ഷികളായിരുന്നു. എവിടേയ്ക്കൊക്കെ പോയാലും വീടും വീട്ടിലുള്ളവരും ഞങ്ങളെ കൊളുത്തി വലിച്ചുകൊണ്ടിരിക്കും. ഇർഫാന്റെ വീട്ടിൽ ഞാൻ പിന്നെയും ഒന്നുരണ്ട് തവണ പോയി. ഉമ്മയ്ക്ക് എന്നോടുള്ള സമീപനത്തിലെ ഊഷ്മളത എന്നെപ്പോലും അത്ഭുതപ്പെടുത്തി. ഞാനൊരിക്കൽ അതിനെക്കുറിച്ച് ഇർഫാനോട് ചോദിച്ചു. പതിവുപോലെ തുറന്നിട്ട ജനാലയിലൂടെ ദൂരെ കായലിലേക്ക് നോക്കി ഇർഫാൻ മാറ്റത്തിന്റെ കഥ പറഞ്ഞു. ''എന്റെ ഒരു അകന്ന ബന്ധു ജോസഫ് മാഷെ കൈവെട്ടിയ കേസിൽ പ്രതിയായിരുന്നു. എന്റെയൊക്കെ പ്രായം വരും അവന്. ഇത്തരം കേസൊക്കെ വരുമ്പോഴുള്ള ഒരു പ്രശ്നമെന്തെന്നാൽ നമ്മളുടെ സത്യസന്ധത നമ്മൾതന്നെ തെളിയിക്കണം. അവനോട് എനിക്ക് അടുപ്പമൊന്നുമില്ല. വല്യുപ്പയുള്ള കാലത്ത് ആ പയ്യന്റെ വാപ്പ വല്യുപ്പയുടെ അടുപ്പക്കാരനായിരുന്നു. വല്യുപ്പയുടെ മരണശേഷം കണക്ക് നോക്കിയപ്പോൾ അവന്റെ വാപ്പ കുറച്ച് പൈസ വല്യുപ്പാക്ക് കൊടുക്കാനുണ്ട്. ഞാനായിരുന്നു വല്യുപ്പയുടെ കണക്കുകൾ നോക്കി എല്ലാത്തിനും ഒരു വ്യവസ്ഥയുണ്ടാക്കിയത്. എല്ലാവരെയും വിളിച്ച കൂട്ടത്തിൽ ഞാൻ അയാളെയും വിളിച്ചു. അയാൾ പൈസ തിരിച്ച് തരുന്നതിന് പല തവണ അവധി പറഞ്ഞു. ഒടുക്കം കടം ബാക്കിയാക്കിത്തന്നെ മരിച്ചു. കടക്കാരെ ബുദ്ധിമുട്ടിക്കരുതെന്ന് വല്യുപ്പ ഒസ്യത്ത് ചെയ്തിരുന്നു. കടക്കാരനായി മരണപ്പെട്ടെന്ന ഒരു സങ്കടം ആ കുടുംബത്തിന് വേണ്ടെന്ന് കരുതി ഞാൻ ആ കടം എഴുതിത്തള്ളിയതായി പറയാൻ അയാളുടെ മകനെ വിളിച്ചപ്പോൾ അയാൾക്ക് വലിയ സന്തോഷമായി. പിന്നെ അവൻ എന്നെ ഇടയ്ക്കിടെ വിളിക്കും. പക്ഷേ

അവന്റെ പൊളിറ്റിക്കൽ ഐഡിയോളജി മനസ്സിലായതോടെ ഞാൻ അവനെ ഒഴിവാക്കി.

വല്യുപ്പ സന്നദ്ധ സേവനത്തിനും മറ്റുമായി നീക്കിവെച്ച തുകയിലും വല്യുപ്പയെ വിശ്വസിച്ച് പലയിടത്തുനിന്നും ആളുകൾ ഇപ്പോഴും കൊടുത്തയയ്ക്കുന്ന പണത്തിലുമാണ് അവന്റെ നോട്ടമെന്ന് മനസ്സിലാക്കിയപ്പോൾ ഞാൻ അവന്റെ ഫോൺപോലും എടുക്കാതായി. ശരിക്കും അവൻ ഒറ്റയ്ക്ക് ചെയ്ത കാര്യങ്ങൾ അല്ലായിരുന്നു. അവൻ വഴി എന്നിലേക്കും ഞാൻ വഴി വല്യുപ്പയുടെ ഫണ്ടിലേക്കുമൊക്കെ എത്താൻ അവർ സംഘടനാതലത്തിൽ തന്നെ വലിയ മുന്നൊരുക്കം നടത്തിയിരുന്നു.

അതിനിടയിലാണ് കൈവെട്ട് കേസ് വരുന്നത്. അത്രയും കാലം അവന് വല്ലതും കൊടുക്കാനാവുമെങ്കിൽ കൊടുത്തൂടേ എന്ന് ചോദിച്ചിരുന്ന ഉമ്മ അതോടെ അവനെ പടി കയറ്ററുതെന്ന് വിലക്കി. പക്ഷേ അടുത്ത കുറേ മാസങ്ങളോളം പൊലീസ് പലപ്പോഴായി വീട്ടിൽ വന്നു. അവനെ ഞാൻ കണ്ട കാര്യമൊന്നും ഞാൻ നിഷേധിച്ചില്ല, അത്തരം പ്രവൃത്തികളിലൊന്നും ഞങ്ങൾക്കാർക്കും മനസ്സുകൊണ്ട് പോലും യോജിപ്പില്ലെന്ന് ഉമ്മയും പറഞ്ഞെങ്കിലും വല്യുപ്പയുടെ ഫണ്ടിൽനിന്ന് എന്തെങ്കിലും പൈസ കൈവെട്ട് കേസിലെ പ്രതികൾക്ക് കിട്ടിയിരുന്നോ എന്നറിയാൻ പൊലീസ് ശ്രമിച്ചുകൊണ്ടിരുന്നു.

എല്ലാ നാട്ടിലേയുംപോലെ മട്ടാഞ്ചേരിയിലും അത്രയും കാലം പാടിപ്പുകഴ്ത്തിയ കാര്യങ്ങളെപോലും ഒറ്റ ആരോപണംകൊണ്ട് തള്ളിപ്പറയുന്ന ആളുകളുണ്ട്. ചിലരെങ്കിലും പറഞ്ഞു ഞാൻ ഖലീൽ സാഹിബിന്റെ പേര് കളഞ്ഞെന്ന്, ചിലരൊക്കെ സംശയിച്ചു ഞാൻ പ്രതികളെ സഹായിച്ചിട്ടുണ്ടെന്ന്. എല്ലാവരും സംശയത്തിന്റെ നിഴലിലായി. ഞങ്ങളുടെ കുടുംബവുമായി സ്ഥിരമായി ബന്ധപ്പെട്ടിരുന്നവരും അത്രയും കാലം ഉമ്മയുടെ കയ്യിൽ നിന്നടക്കം പല ഔദാര്യങ്ങളും കൈപ്പറ്റിയിരുന്നവരുമൊക്കെ പതുക്കെ ഞങ്ങളുമായി അകന്നു. പൊലീസ് അന്വേഷണം എവിടെയുമെത്തിയില്ലെങ്കിലും എന്തിനാണ് ആളുകൾ വല്യുപ്പയെ പണമേൽപ്പിക്കുന്നതെന്നും അതിൽനിന്ന് വലിയ തുകകൾപോലും വല്യുപ്പ എന്തിനാണ് ചെലവാക്കിയതെന്നും പലർക്കും ഉൾക്കൊള്ളാനായില്ല. ഒരു കണക്കിന് അങ്ങനെയൊരു കാര്യം വന്നത് നന്നായി, ഞാനും ഫ്രാൻസിസേട്ടനുമൊക്കെ ചേർന്ന് എല്ലാത്തിന്റെയും കണക്കുകൾ ശരിയാക്കി. എല്ലാത്തിനും വ്യവസ്ഥകളുണ്ടാക്കി.

ഈ അടുത്ത് മുംബൈയിലെ ഒരു കേസ് വന്നു. വല്യുപ്പയ്ക്ക് പണം നൽകിയിരുന്ന അവിടത്തെ ഒരു ബന്ധു രാജ്യദ്രോഹകുറ്റത്തിന് അറസ്റ്റിലായി. മട്ടാഞ്ചേരിയിലെ ചിലർക്ക് നൽകാൻ അയാൾ എനിക്ക് പൈസ അയയ്ക്കാറുണ്ടായിരുന്നു. ഭാഗ്യത്തിന് ഞാനാ സമയത്ത്

ദുബായിലായിരുന്നു. കേരളത്തിലെ പൊലീസിന്റെ അന്വേഷണം കൊണ്ട് തന്നെ ഉമ്മയും വീട്ടുകാരുമൊക്കെ ആകെ വിഷമിച്ചിരിക്കുമ്പോഴാണ് മുംബൈ പൊലീസിന്റെയും കേന്ദ്ര ഏജൻസികളുടെയുമൊക്കെ കേസുകൾ. ഉമ്മ ആകെ തകർന്നുപോയി. എന്റെ രണ്ട് സഹോദരിമാരുടെ ഭർതൃവീട്ടുകാര് വരെ കുറ്റപ്പെടുത്തി സംസാരിക്കാൻ തുടങ്ങി. എന്നോട് നാട്ടിലേക്ക് വരണ്ടെന്ന് വക്കീലും പറഞ്ഞു. ഞാൻ വീട്ടിലേക്ക് ഫോൺ വിളിക്കുന്നതുപോലും വക്കീൽ വിലക്കി. അതുവരെ വീടിന്റെ തിണ്ണ നിരങ്ങിയിരുന്ന പല ചങ്ങാതിമാരെയും മഷിയിട്ടുനോക്കിയാൽ കാണാതായി. ആയിടെയാണ് നീ എന്നെ അന്വേഷിച്ച് വീട്ടിൽ വന്നത്. ഉമ്മയ്ക്ക് അത് വലിയ ആശ്വാസമായി. അന്ന് നിങ്ങൾ തമ്മിൽ കാര്യമായൊന്നും സംസാരിച്ചില്ലെന്ന് തോന്നുന്നു, അല്ലേ?''

ഇല്ലെന്ന് ഞാനോർത്തു, അന്ന് കൂടുതൽ കാര്യങ്ങൾ സംസാരിച്ചത് ഫ്രാൻസിസ് സിൽവയുമായാണ്. അരവിന്ദ് വൈകിട്ട് കാണാമെന്ന് പറഞ്ഞിരുന്നു. കൊച്ചിയിലെ തിരക്കിൽ ഇർഫാനൊപ്പം കാറിൽ പോകുന്നതിനേക്കാൾ നല്ലത് ട്രെയിനിൽ പോകുന്നതാണെന്നറിയാമെങ്കിലും കൊണ്ടുവിടാമെന്ന് പറഞ്ഞപ്പോൾ വേണ്ടെന്ന് പറഞ്ഞില്ല. അരവിന്ദിനെയും സൂരജിനെയുംകുറിച്ചൊന്നും ഇർഫാനോട് സംസാരിച്ചിരുന്നില്ല. ഇർഫാനോട് സംസാരിക്കാൻ അങ്ങനെ പലതും ബാക്കിയുണ്ടായിരുന്നു. രാത്രിയിലെ നീണ്ടുപോകാറുള്ള ഫോൺ വിളിയിൽ ഞങ്ങളിരുവരും ഭൂതകാല സ്മരണകൾ അയവിറക്കാറാണ് പതിവ്. ഇരുവർക്കും അറിയാവുന്ന പല കഥകളും ഓർമ്മയുണ്ടോ എന്ന് പരസ്പരം ചോദിച്ചു. ശരിക്കും പറഞ്ഞാൽ പരസ്പരം സമ്പർക്കമൊന്നുമില്ലാതിരുന്ന ഒരു വർഷത്തിനടുത്ത കാലത്ത് എന്റെ ജീവിതത്തിൽ സംഭവിച്ചതിനെക്കുറിച്ചൊന്നും ഇർഫാൻ ചോദിച്ചില്ല, ഞാൻ അവനോടും ചോദിച്ചില്ല. ഒരുപക്ഷേ പരസ്പരമുള്ള വിശ്വാസംകൊണ്ടാവാം. മറ്റന്തെങ്കിലും കാരണം കൊണ്ടാവുമോ എന്നും നിശ്ചയമില്ല.

അരവിന്ദ് ശേഖറിനെ ഇർഫാൻ കേട്ടിട്ടുണ്ട്, എന്റെ സസ്പെൻഷൻ പിൻവലിക്കാനുള്ള കേസിന്റെ കാര്യത്തിന് അരവിന്ദിന്റെ പഠന റിപ്പോർട്ടൊക്കെ ഇർഫാൻ എടുപ്പിച്ചിരുന്നു. ആലുവയിൽ അരവിന്ദ് ശേഖർ ഞങ്ങളെ കാത്തുനിന്നത് മാർത്താണ്ഡം പാലത്തിനടിയിലാണ്. ഇർഫാൻ കൂടെയില്ലായിരുന്നെങ്കിൽ അവിടേയ്ക്ക് ചെല്ലാൻ ഞാൻ ഒന്ന് മടിച്ചേനെ. പാലത്തിന് ചുവട്ടിൽ വണ്ടി നിർത്തി ഇറങ്ങിയപ്പോൾ അരവിന്ദ് അങ്ങോട്ട് വന്നു. എന്തിനാണ് കൂടിക്കാഴ്ചയ്ക്ക് അങ്ങനെയൊരിടമെന്ന് ഞാൻ അവനോട് ചോദിച്ചു.

''വാ, ഒരാളെ കാണിച്ച് തരാം.'' അവൻ ഞങ്ങളെയും കൂട്ടി പാലത്തിനടിയിലേക്ക് നടന്നു.

പാലത്തിന്റെ ചോട്ടിൽ തൂണുകളിലൊന്നിന്റെ തറയിൽ ഒരു ചെറിയ തകര ഷെഡ്ഡിനടുത്ത് ഒരു വൃദ്ധൻ നിന്നിരുന്നു. അയാൾക്ക് പത്തെൺപത് വയസ്സ് കാണും. തിമിരം വന്ന് മൂടിയ വലത്തെ കണ്ണും ഇളകിപ്പോയ താഴെ നിരയിലുള്ള പല്ലുകളും മുഖത്തിന് വല്ലാത്ത നിഗൂഢഭാവം കൊടുത്തിരുന്നു. മുഖത്തിന്റെ അവശതയൊന്നും അയാളുടെ ശരീരത്തിനോ സംസാരത്തിനോ കണ്ടില്ല.

ഞങ്ങൾ കാണാൻ പോയത് ഓർമ്മ വെച്ച കാലം മുതൽ പെരിയാറിൽ മീൻ പിടിച്ച് ജീവിച്ച, പുഴയുടെ പരിണാമവും ആസന്ന മരണവും മുന്നിൽ കണ്ട് ജീവിക്കുന്ന സ്വന്തം പേര് മറവി രോഗത്തിന്റെ പിടിവാശിക്ക് വിട്ടുകൊടുത്ത ഒരു ചൂണ്ടക്കാരനെയാണ്. അയാളുടെ പേരുപോലും അയാൾക്ക് ഓർമ്മയില്ലാത്ത സ്ഥിതിക്ക് വീടെവിടെയാണെന്നോ എത്ര വയസ്സായെന്നോ ചോദിക്കുന്നതിൽ കാര്യമൊന്നുമില്ലെന്നറിയാം. കാണാൻ വന്നവരെ വൃദ്ധൻ കാര്യമായി ഗൗനിച്ചില്ല. അരവിന്ദനെ പരിചയഭാവേനെയാണ് നോക്കുന്നതെന്ന് ആദ്യം തോന്നിയെങ്കിലും എല്ലാവരെയും അയാൾ സംശയഭാവത്തോടെയാണ് നോക്കിയത്.

എന്തിനാണ് ആ വൃദ്ധനെ കാണാൻ എന്നെ അങ്ങോട്ട് വിളിപ്പിച്ചതെന്ന് ഞാൻ അരവിന്ദനോട് ചോദിച്ചു. ഒരു കാപ്പി കുടിച്ച് പിരിയാമെന്ന് പറഞ്ഞ് ഇർഫാൻ കൂട്ടിക്കൊണ്ടുപോയ ഒരു കോഫീ ഷോപ്പിന്റെ പിന്നിലെ പുൽത്തകിടിയിലിട്ട മേശയ്ക്ക് ചുറ്റുമിരുന്ന് ഞാനും ഇർഫാനും ആ വൃദ്ധനെക്കുറിച്ചുള്ള കഥ കേട്ടു.

"മൂന്ന് വർഷം മുൻപ് ഒരു ഫീൽഡ് ട്രിപ്പ് കഴിഞ്ഞ് യൂണിവേഴ്സിറ്റിയിലേക്ക് സന്ധ്യാസമയത്ത് ബസ്സിൽ പോകുമ്പോഴാണ് രണ്ടാം പാലത്തിനടുത്ത് പുഴമീൻ വിൽക്കാൻ നിൽക്കുന്ന ഈ വയസ്സന്റെ കയ്യിൽ ഒരു വലിയ മീനിനെ ഞാൻ കാണുന്നത്. സാധാരണ കാണുന്ന ഒന്നല്ല. എനിക്ക് ആകാംക്ഷയായി. പാലത്തിനപ്പുറത്ത് ബസ്സിറങ്ങി ഞാൻ അയാളുടെ അടുത്തേക്ക് ചെന്നു. ഒന്നുരണ്ട് പേർ മീൻ വാങ്ങാനായി വില പേശുന്നുണ്ട്. എന്നെ കണ്ടപ്പോൾ എനിക്ക് വേണോ എന്നായി. ഞാൻ ആ വരാലിനെ നോക്കി, ചുവപ്പും മഞ്ഞയും ചിറകും വാലുമുള്ള ഒന്ന്. കണ്ട് പരിചയമില്ലാത്ത ഒന്നായതിന്റെ കൗതുകമായിരുന്നു എനിക്ക്. വയസ്സൻ പറഞ്ഞ വില ഒക്കാത്തതിനാൽ വന്നവരാരും മീൻ വാങ്ങിയില്ല. വരാലിന് ആ വില അധികമാണെന്ന് പലരും കുറ്റം പറഞ്ഞു. ആ മീനിന് ആ വിലയുണ്ട്, വല്ലപ്പോഴും മാത്രമേ കിട്ടൂ എന്നൊക്കെ വയസ്സൻ ആളുകളോട് പറയുന്നുണ്ട്.

ആളുകൾ പോയപ്പോൾ വയസ്സൻ വീണ്ടും എന്നെ നോക്കി. അതൊരു പുതിയ സ്പീഷീസായിരിക്കുമോ എന്ന് എനിക്ക് സംശയമുണ്ടായിരുന്നു. വയസ്സൻ പറയുന്ന അഞ്ഞൂറ് രൂപ കൊടുക്കാൻ കയ്യിലില്ല. ഞാൻ അയാളോട് അതിനെ എങ്ങനെ പിടിച്ചതാണെന്ന് തിരക്കി. വെറുതേ സമയം മെനക്കെടുത്താതെ പോ കൊച്ചനേ എന്ന്

പറഞ്ഞ് അയാളെന്നെ അവഗണിച്ചു. മീനിനെ കണ്ട് പാലത്തിനപ്പുറത്ത് ബസ്സിറങ്ങി വന്നതാണ്, മീനുകളിൽ ഗവേഷണം നടത്തുന്നയാളാണെന്നൊക്കെ പറഞ്ഞപ്പോൾ വയസ്സൻ ഒന്നടുത്തു. ഞാൻ ഒരു കൗതുകത്തിന് അയാളോട് മീനിന്റെ പേര് ചോദിച്ചു. ഇതൊരു വരാലെന്നായിരുന്നു മറുപടി. അയാളുടെ പേര് അയാൾ മറന്നിരുന്നു. പക്ഷേ മീനിനെ എവിടെ നിന്നാണ് കിട്ടിയതെന്ന ചോദ്യത്തിന് പെരിയാറിലെ ഏതോ സ്ഥലത്ത് ചൂണ്ടയിട്ട് പിടിച്ചതാണെന്ന് കൃത്യമായ മറുപടി പറഞ്ഞു.

തിന്നാൻ വേണ്ടിയല്ലാതെ മീനിനെ കണ്ട് മോഹിച്ച എന്നെ അയാൾക്ക് ബോധിച്ചു. എന്റെ കയ്യിൽ എത്രയുണ്ടെന്ന് അയാൾ ചോദിച്ചു. ഞാൻ പറഞ്ഞു ഒരു നൂറ് നൂറ്റമ്പത് രൂപ കാണുമെന്ന്. അയാൾ എന്നോട് നൂറ് രൂപ വാങ്ങിയിട്ട് മീനിനെ എനിക്ക് തന്നിട്ട് പോയി. ഞാനവിടെ നിന്നപ്പോൾ തന്നെ ആളുകൾ മുന്നൂറ് രൂപ പറഞ്ഞിട്ട് വിൽക്കാത്ത മീനാണ്. പൈസ വാങ്ങി അയാൾ ഇരുട്ടിലേക്ക് അപ്രത്യക്ഷനായി. യൂണിവേഴ്സിറ്റിയിൽ ചെന്ന് ഞാൻ അതിനെ എന്റെ ഗൈഡിനെ കാണിക്കാനായി ഫോർമാലിനിൽ ഇട്ടുവെച്ചു. ഞാൻ കണ്ട് അത്ഭുതപ്പെട്ട വർണ്ണങ്ങളൊക്കെ പിറ്റേന്നായപ്പോഴേക്കും ഫോർമാലിനിൽ നഷ്ടപ്പെട്ടെങ്കിലും എന്റെ ഗൈഡിനും ആ വരാലിനെക്കുറിച്ച് താത്പര്യമുണ്ടായി. അതൊരു പുതിയ സ്പീഷീസാണെന്ന് ഏകദേശം തീരുമാനമായപ്പോൾ ആലുവയിൽ ഞാനീ വയസ്സനെ തിരക്കി. അയാളുടെ രൂപമൊക്കെ പറഞ്ഞപ്പോൾ ആളുകൾക്ക് ആളെ മനസ്സിലായെങ്കിലും ആർക്കും അയാളെക്കുറിച്ച് വ്യക്തമായി ഒന്നും അറിയില്ല. ആരോ പറഞ്ഞു വരാപ്പുഴക്കാരനാണെന്ന്, മറ്റാരോ പറഞ്ഞു ചൂർണ്ണിക്കരയാണെന്ന്, ചിലപ്പോൾ മീനുമായി വരും, വന്നാൽ തന്നെ അധികം നിൽക്കില്ല.''

ഏതോ വലിയ നിഗൂഢതയുടെ ചുരുളഴിക്കുന്ന കുറ്റാന്വേഷണ നോവലിസ്റ്റിന്റെ ഭാഷയിൽ, പലപ്പോഴും ആവശ്യത്തിലധികം നാടകീയത അവതരണത്തിന് നൽകി അരവിന്ദ് കഥ പറച്ചിൽ തുടർന്നു. അവന്റെ കഥയിലെ നായികയോ നായകനോ ഒക്കെയായ സാരിവാലൻ വരാലിനെക്കുറിച്ചാണ് അരവിന്ദ് പറഞ്ഞുവരുന്നതെന്ന ആകാംക്ഷ എനിക്ക് കഥയുടെ ബാക്കി കേൾക്കാൻ താത്പര്യമുണ്ടാക്കിയെങ്കിലും കഥയുടെ പൂർവ്വകാണ്ഡം അറിയാത്ത ഇർഫാന് ഒന്നും മനസ്സിലായില്ല.

''ഈ വയസ്സന് ഒരു വള്ളമുണ്ടെന്നും അതിൽ പെരിയാറിൽ കറങ്ങി നടന്ന് മീൻ പിടിക്കുന്ന അയാൾ ശരിക്കും എവിടത്തുകാരനാണെന്ന് ആർക്കുമറിയില്ലെന്നും പിന്നെ മനസ്സിലായി. ചുരുക്കിപ്പറഞ്ഞാൽ അയാളുടെ വീട് ആ വള്ളവും അയാളുടെ നാട് പെരിയാറുമാണ്. കുറേ ദിവസം തേടി നടന്ന് ഇതേ പാലത്തിനടുത്ത് മീൻ വിൽക്കുന്ന അയാളെ ഒരിക്കൽ ഞാൻ കണ്ടെത്തി. എനിക്ക്

വില കുറച്ച് മീനിനെ തന്നത് ഓർമ്മയില്ലെങ്കിലും മീനിനെ അയാൾക്ക് ഓർമ്മയുണ്ട്. പെരിയാറിൽ വല്ലപ്പോഴും കിട്ടുന്ന വരാലാണ്. ഞാന യാളോട് ചങ്ങാത്തം ഉറപ്പിച്ചു, അയാൾ അന്ന് കൊണ്ടുവന്ന ചെമ്പല്ലി കൾ വിറ്റുതീരുന്നതുവരെ ഞാനയാളോട് കുശലാന്വേഷണം നടത്തി. മീൻ വിറ്റ് തീർന്നപ്പോൾ പാലത്തിനടിയിൽ കെട്ടിയിട്ടിരുന്ന അയാ ളുടെ ഒഴുകുന്ന വീട്ടിലേയക്ക് ഞാനും പോയി.

സാമാന്യം വലിയ ഒരു വള്ളമായിരുന്നു അത്. അയാൾക്ക് ഓർമ്മ കൾ നന്നേ കുറഞ്ഞിരുന്നു. കുടുംബമോ ബന്ധുക്കളോ ഇല്ല, അല്ലെ ങ്കിൽ ഓർക്കുന്നില്ല. പെരിയാറ്റിൽ ചൂണ്ടയിട്ട് മീൻ പിടിക്കലാണ് ഉപജീവനമാർഗ്ഗം. പുര കെട്ടിമറച്ച വള്ളത്തിൽ തന്നെയാണ് താമസം. പിന്നീടുള്ള ദിവസങ്ങളിൽ ഞാൻ അയാൾക്കൊപ്പം പെരിയാറ്റിൽ പലയിടങ്ങളിൽ പോയി. പുഴയെക്കുറിച്ചുള്ള അയാളുടെ ഓർമ്മ കളൊന്നും മാഞ്ഞിരുന്നില്ല. പുഴയുടെ ശോഷണം പതിറ്റാണ്ടുക ളോളം നേരിൽ കണ്ട, പെരിയാറിന് ചുറ്റും വളർന്ന് പൊന്തുന്ന പലതും പുറം തള്ളുന്ന എല്ലാം ഏറ്റുവാങ്ങേണ്ടി വരുന്ന പുഴയെ ക്കുറിച്ചുള്ള ഓർമ്മകൾ മാത്രം അയാളിൽ ബാക്കിയായി. അയാൾക്ക് വലയുണ്ടായിരുന്നില്ല. ക്ഷമയോടെ ചൂണ്ടയിട്ടാൽ ഒരു ദിവസം ഒന്നോ രണ്ടോ വലിയ മീനിനെ മാത്രമാണ് കിട്ടുക. ചെറിയ മീനുകളൊന്നും കൊത്താതിരിക്കാൻ വലിയ ചൂണ്ടക്കൊളുത്താണുപയോഗിക്കുക. ഏതെങ്കിലും പാലത്തിന് ചുവട്ടിൽ വള്ളമടുപ്പിച്ച് കിട്ടുന്ന മീനിനെ ആർക്കെങ്കിലും വിൽക്കും.

ആലുവയിൽ വെച്ച് പെരിയാറ് രണ്ടായി പിരിയുന്നുണ്ട്, വലിയത് മംഗലമ്പുഴ മുനമ്പത്തേക്കും ചെറുത് മാർത്താണ്ഡംപുഴ വരാപ്പുഴയ്ക്കും. ഇവിടെയൊക്കെ അയാളുടെ വള്ളത്തിൽ ഞാൻ പോയിട്ടുണ്ട്. പുഴ യ്ക്ക് എവിടെയൊക്കെ ആഴമുണ്ട്, ചുഴിയുണ്ട്, എവിടെയൊക്കെ മീനുണ്ട്, എവിടെയൊക്കെ വിഷം കലരുന്നുണ്ട് എന്നിങ്ങനെ പെരി യാറിനെക്കുറിച്ച് അയാൾക്ക് അറിയാത്തതൊന്നും ഇല്ല. എല്ലാ ദേശ ക്കാരും കരുതുന്നത് അയാൾ അടുത്ത ദേശക്കാരനാണെന്നാണ്. സാരിവാലൻ വരാലിനെ എലന്തിക്കര വരെയെ കണ്ടിട്ടുള്ളൂ എന്നാണ് അയാൾ പറഞ്ഞത്. വരാപ്പുഴ ഭാഗത്തേക്കുള്ള പുഴയിൽ കാണാ റില്ല. ഭൂതത്താൻകെട്ടിൽ അണക്കെട്ട് വരുന്നതിന് മുൻപ് സ്ഥിര മായി കിട്ടുമായിരുന്ന വരാലിനെ ഇപ്പോൾ തുലാമഴ കഴിഞ്ഞാൽ ഒന്നോ രണ്ടോ കിട്ടിയാലായി.

ഫോർമാലിനിലിട്ട് നിറം മങ്ങിപ്പോയ മീനിന്റെ ജീവനുള്ള ഒരു സ്പെസിമെൻ കിട്ടാനായി ഞാനയാൾക്കൊപ്പം ആറ് മാസം കറങ്ങി നടന്നു. കഴിഞ്ഞ മഴയ്ക്ക് അയാളുടെ വള്ളം പൊളിഞ്ഞുപോയി, ഇപ്പോൾ പാലത്തിന്റെ തൂണിന്റെ തറയിൽ ഷെഡ്ഡ് കെട്ടി താമസി ക്കുകയാ. കുറേ കാലമായി കാണാനില്ലായിരുന്നു ഇന്ന് രാവിലെ യാണ് പാലത്തിന്റെ ചോട്ടിലുണ്ടെന്ന് അറിഞ്ഞത്. സാരിവാലൻ

വരാലിന്റെ ശാസ്ത്രീയ നാമകരണ സമയത്ത് അയാളുടെ പേരെന്താണെന്ന് കണ്ടുപിടിക്കാൻ ഞാൻ സോഷ്യൽ മീഡിയ വഴി ഒരവസാന ശ്രമം നടത്തിയിരുന്നു. പക്ഷേ നടന്നില്ല. അങ്ങനെയും ചിലർ. അയാളുടെ പേര് ആ മീനിന് കൊടുക്കണമെന്നുണ്ടായിരുന്നു എനിക്ക്. ശരിക്കും അയാളുടെ പേര് കാലക്രമത്തിൽ അയാൾതന്നെ മറന്നു പോയതായിരിക്കുമോ. അതോ അയാൾക്ക് പേരില്ലേ.''

ആലുവയിലെവിടെയെങ്കിലുമുണ്ടോ എന്ന് തിരക്കാനായി അച്ഛൻ ഫോണിൽ വിളിച്ചപ്പോഴാണ് സമയം സന്ധ്യയാവാറായത് ഞാൻ ശ്രദ്ധിച്ചത്. ഇർഫാനോട് യാത്ര പറഞ്ഞ് ഞാൻ അച്ഛന്റെ വണ്ടിയിൽ കയറി. പകൽ മുഴുവൻ ഞാൻ എവിടെയായിരുന്നെന്നോ എന്തെടുക്കുകയായിരുന്നെന്നോ അപ്പോൾ അച്ഛനോ വീട്ടിലെത്തിയപ്പോൾ അമ്മയോ തിരക്കിയില്ല. രാത്രി രാജേഷും എത്തിയതോടെ വീട്ടിലെ കോറം തികഞ്ഞു. അവൻ വരുന്നുണ്ടെന്ന് അറിയാമായിരുന്ന അമ്മ ചപ്പാത്തിയും ചിക്കൻകറിയും ഉണ്ടാക്കി വെച്ചിരുന്നു. സാധാരണ അത്തരം ദിവസങ്ങളിൽ അത്താഴം എനിക്ക് വലിയ പീഢയാണ്. വല്ലപ്പോഴും പുറത്തുനിന്ന് രാത്രി ഭക്ഷണം കഴിക്കുമ്പോൾ ചപ്പാത്തിയോ പൊറോട്ടയോ കഴിക്കുന്ന എനിക്ക് രാജേഷിനുവേണ്ടി രാത്രിയിലെ ചോറ് മാറ്റി ചപ്പാത്തിയാക്കുന്നത് ദഹിക്കില്ല. ഇത്തവണ എന്നെ അത്ഭുതപ്പെടുത്തിക്കൊണ്ട് രാത്രി ചപ്പാത്തിക്കൊപ്പം ചോറും മീൻകറിയുമുണ്ടായിരുന്നു.

രാജേഷ് വീട്ടിൽ വന്നാൽ അത്താഴം കഴിച്ച് കുറച്ചുനേരം ഞങ്ങളെല്ലാവരും സ്വീകരണമുറിയിലിരുന്ന് ടിവി കണ്ടുകൊണ്ട് സംസാരിക്കും. സംസാരത്തിനിടെ ഒന്നുരണ്ട് തവണ ഇർഫാൻ വിളിച്ചു. ഞാൻ കട്ട് ചെയ്ത് പിന്നീട് വിളിക്കാമെന്ന് മെസേജയച്ചു. അമ്മ എല്ലാം കാണുന്നും ശ്രദ്ധിക്കുന്നുമുണ്ടായിരുന്നു. ഇർഫാന്റെ പുതിയ നമ്പർ അവന്റെ പേരിൽ ഞാൻ സേവ് ചെയ്തിരുന്നില്ലെങ്കിലും എന്റെ ശരീരഭാഷയിൽ നിന്നുതന്നെ അമ്മയ്ക്ക് കാര്യം മനസ്സിലായപോലെ തോന്നി. പതിവ് കുശലം പറച്ചിൽ നീട്ടാതെ അമ്മ ഉറങ്ങാൻ പോയി. പിന്നാലെ അച്ഛനും.

''നല്ല സന്തോഷത്തിലാണല്ലോ.'' രാജേഷ് ടിവിയിൽനിന്ന് കണ്ണെടുക്കാതെ ചോദിച്ചു.

''അതെന്താ എനിക്ക് സന്തോഷിക്കാൻ പാടില്ലേ'' എന്ന് കെറുവിച്ചു.

''നടക്കട്ടെ നടക്കട്ടെ, ഒരു സാക്ഷി വേണമെങ്കിൽ ഞാൻ ഒപ്പിടാം.'' അവൻ വിടുന്ന മട്ടില്ല.

''ഒരു മാസം കഴിയണം.'' ഞാനും വിട്ടില്ല

''ശരിക്കും, നിങ്ങൾ നോട്ടീസ് ഇട്ടോ?'' അവന് ആകാംക്ഷയായി.

''നീ എല്ലാം നോക്കിവെച്ചിട്ടുണ്ടല്ലോ.'' ഞാൻ അത്ഭുതപ്പെട്ടു.

“ഇതൊക്കെ ആർക്കാ അറിയാത്തത്?”

രാജേഷുമായി സംസാരിക്കുന്നതിനിടെ അപർണ്ണ വിളിച്ചു.

“പേര് മാറ്റി സേവ് ചെയ്തതായിരിക്കുമല്ലേ?”

“നീയെന്റെ ഏട്ടനാവണ്ട, അനിയനായാൽ മതി” എന്ന് ഞാൻ താക്കീത് ചെയ്തു. എനിക്ക് നല്ല ദേഷ്യം വന്നെങ്കിലും ഞാൻ ദേഷ്യമടക്കി. അവനെക്കൊണ്ട് എനിക്കൊരാവശ്യമുണ്ട്.

കുറച്ച് നേരം കാത്തിരുന്ന് ഞാനവനോട് ചോദിച്ചു, “എടാ, നീയടക്കം എല്ലാവരുമെങ്ങനെയാ മാറിയതെന്നാ എനിക്ക് മനസ്സിലാവാത്തത്.”

“അതറിയില്ലെ, ചേച്ചിക്ക് വട്ടായിപ്പോകുമെന്ന് കരുതി വിട്ടതാ, വട്ടായാൽ പിന്നെ വേറെ കല്യാണം കഴിപ്പിക്കാനൊന്നും അതും പറ്റില്ലല്ലോ.”

“ശരിക്കും...” എനിക്ക് അത്ഭുതമായി.

“അന്ന് ചേച്ചി സൈക്കോളജിസ്റ്റിന്റെ അടുത്ത് കാണിക്കാൻ പോയെന്ന് വീട്ടിൽ വന്ന് പറഞ്ഞപ്പോൾ അമ്മയും ഞാനുമൊന്നും വിശ്വസിച്ചില്ല. പിന്നെ അച്ഛനാണ് പറഞ്ഞത് സത്യമാണ്, ഗുളികയൊക്കെ കൊടുത്തിട്ടുണ്ടെന്ന്.”

എനിക്ക് ചിരി വന്നു, അന്ന് സൈക്കോളജിസ്റ്റിനെ കാണാനുള്ള തീരുമാനം വളരെ ക്ലേശിച്ചാണെടുത്തതെങ്കിലും അതിന് ഇങ്ങനെയൊരു ഉപകാരം വരുമെന്ന് സ്വപ്നത്തിൽപോലും കരുതിയിരുന്നില്ല.

“ചേച്ചിക്ക് സസ്പെൻഷനായ ദിവസം ടിവിയിലൊക്കെ കാണിച്ചല്ലോ. അന്ന് ഞാൻ വീട്ടിലുണ്ടായിരുന്നു. അമ്മ വല്ലാതെ അസ്വസ്ഥയായിരുന്നു, ചേച്ചിക്ക് വീണ്ടും ഡിപ്രഷൻ വരുമെന്നായിരുന്നു പേടി. പിന്നെയാണ് മനസ്സിലായത് സസ്പെൻഷനായതിന്റെ വിഷമമൊക്കെ മറ്റവൻ വന്നതോടെ തീർന്നെന്ന്. അപ്പോൾ അമ്മയ്ക്കും അച്ഛനുമൊക്കെ തോന്നിക്കാണും ഇനി എതിർത്തിട്ട് കാര്യമില്ലെന്ന്, ഞാൻ പണ്ടേ നിങ്ങടെ ഭാഗത്തായിരുന്നേ.”

“പോടാ, എനിക്ക് ആരുടെയും പക്ഷമൊന്നും വേണ്ട.” ഞാൻ അവന് ഒരു അടിവെച്ചു കൊടുത്തിട്ട് മുറിയിലേക്ക് പോയി.

ആർക്കെങ്കിലും മനസ്സിന് സുഖമില്ലാതായാൽ പേടിക്കരുത്. നേരെ ഡോക്ടറുടെ അടുത്തേക്ക് പോകണം. ഞാൻ ഒരാവേശത്തിന് ചിന്തിച്ചു. തൊട്ടുപിന്നാലെ തിരുത്തി. ഒരു അറേഞ്ച്ഡ് മാര്യേജ് വേണ്ടി വന്നിരുന്നെങ്കിൽ ഞാൻ ഡോക്ടറെ കാണാൻ പോയത് ചെക്കന്റെ വീട്ടുകാർ എങ്ങനെയെങ്കിലും മണത്തറിഞ്ഞേനേ. ഞാനിവിടെ പുര നിറഞ്ഞ് നിന്നുപോയേനേ. ഞാൻ വീണ്ടും തിരുത്തി, കല്യാണം സമയത്തിന് നടക്കാത്ത പെൺകുട്ടികളും കല്യാണം വേണ്ടെന്ന് വിചാരിച്ചവരുമൊന്നും പുരനിറഞ്ഞല്ല നിൽക്കുന്നതെന്ന്.

പൊതുതാല്പര്യ ഹർജിയിലെ താല്പര്യങ്ങൾ

കൊടകരയിലെ പൈതൃക സ്വത്തിനെക്കുറിച്ചൊരു വ്യവഹാരം അമ്മ വളരെക്കാലമായി ചാലക്കുടി മുൻസിഫ് കോടതിയിൽ നടത്തുന്നുണ്ടെങ്കിലും കോടതിയെയും വക്കീലന്മാരെയുമൊക്കെ കുറിച്ച് സിനിമയിലും മറ്റും കണ്ടിട്ടുള്ള ചുറ്റികകൊണ്ട് മേശപ്പുറത്ത് തട്ടി ഓർഡർ, ഓർഡർ എന്നുപറയുന്ന രംഗം മാത്രമായിരുന്നു എന്റെയും മനസ്സിൽ. എന്റെ കൂടെ പഠിച്ച ആരും വക്കീലായില്ല. കുടുംബത്തിൽ പൊലീസുകാരോ വക്കീലന്മാരോ ഇല്ല. എന്റെ മനസ്സിലെ കോടതി നടപടികൾ, സാക്ഷികളെ അപ്രതീക്ഷിതമായി ഹാജരാക്കി വിസ്തരിക്കുകയും വൈകാരികപ്രകടനങ്ങളോടെ വിചാരണയ്ക്കൊടുവിൽ വിധി പറയുകയുമൊക്കെ ചെയ്യുന്ന സിനിമയിലെ കോടതി മുറികളായിരുന്നു.

എന്റെ സസ്പെൻഷൻ അന്യായമാണെന്ന് ആരോപിച്ച് പൊതുതാത്പര്യ ഹർജി കൊടുത്തത് എറണാകുളത്തെ 'ജന്റർ ഇക്യുറ്റി' എന്ന ഒരു സ്ത്രീ ശാക്തീകരണ സംഘടനയായിരുന്നു. ഇർഫാന്റെ വക്കീൽ ഏർപ്പാടാക്കിയതാണ്. ചെലവുകളൊക്കെ ഇർഫാനാണ് നോക്കിയത്, അതിന്റെ കണക്കുകൾ കേട്ടപ്പോൾ എനിക്ക് തല കറങ്ങി. രണ്ട് വർഷമായി ബോർഡിൽനിന്ന് ശമ്പളം വാങ്ങുന്ന എനിക്ക് കാര്യമായ ചെലവുകളൊന്നുമില്ലായിരുന്നു. വല്ലപ്പോഴും അമ്മയ്ക്ക് എന്തെങ്കിലും കാശ് കൊടുക്കും. അച്ഛൻ കാറുമായി കൂട്ടാൻ വരുമ്പോൾ ചിലപ്പോൾ പെട്രോളടിക്കും. ഡാംസൈറ്റിലെ ജീവിതച്ചെലവ് വളരെ കുറവായിരുന്നു. രൂപയ്ക്ക് പകരം ഇപ്പോഴും പൈസയിൽ കണക്കുകൾ സൂക്ഷിക്കുന്ന തങ്കമ്മയുടെ കൂടെ ജീവിക്കുന്നതിനാൽ ചെലവ് പിന്നെയും കുറയും. ഇടയ്ക്ക് അപർണ്ണയെ കാണുമ്പോഴാണ് സൗന്ദര്യവർദ്ധക വസ്തുക്കളെക്കുറിച്ചൊക്കെ ഞാൻ ആലോചിക്കുന്നതുപോലും. സത്യത്തിൽ സ്വന്തം സൗന്ദര്യത്തെക്കുറിച്ച് താത്പര്യമില്ലാത്തതിനാലല്ല. കാണാനും അഭിനന്ദിക്കാനുമൊന്നും ആരുമില്ലാത്ത ഒരിടത്ത് കുറേനാൾ കഴിഞ്ഞത്

കൊണ്ടാവാം. ആലുവയിലെ ഓഫീസിൽ പോയിരുന്ന കാലത്ത് ഞാൻ ഇടയ്ക്കൊക്കെ ബ്യൂട്ടീപാർലറിൽ പോകുമായിരുന്നു, പുരികം ത്രെഡ് ചെയ്യാനും മുഖത്തെ ബ്ലാക്ക് ഹെഡ്സുകൾ നീക്കാനുമൊക്കെ. ഡാംസൈറ്റിലെ ഓഫീസിൽ ജോയിൻ ചെയ്തതിൽ പിന്നെ അത്തരം ശീലങ്ങൾ ഒന്നൊന്നായി ഞാൻ കൈവെടിഞ്ഞു. ഡാം സൈറ്റിലെ തണുപ്പിൽ രാവിലെ കുളിച്ചാൽ തലമുടി ഉണങ്ങാത്തതിനാൽ പല പെൺകുട്ടികളെയുംപോലെ തല കുളിക്കുന്നത് ആഴ്ചയിൽ ഒന്നോ രണ്ടോ തവണയാക്കി പരിമിതപ്പെടുത്തി.

തങ്ങളുടെ പ്രവൃത്തികളെ പ്രകീർത്തിച്ച് സിനിമാതാരങ്ങളും സാമൂഹ്യപ്രവർത്തകരും ഉന്നത ഉദ്യോഗസ്ഥരുമൊക്കെ അഭിപ്രായങ്ങൾ പറയുന്ന വീഡിയോകളും അവരുടെ പ്രവർത്തനങ്ങളെ നിറപ്പകിട്ടാർന്ന രീതിയിൽ അവതരിപ്പിക്കുന്ന വിവരങ്ങളുമടങ്ങിയ ഒരു വെബ്സൈറ്റുമുണ്ടായിരുന്നു ജന്റർ ഇക്വ്യുറ്റിക്ക്. വെബ്സൈറ്റിൽ പറയുന്ന മേൽവിലാസം പക്ഷേ അവരുടെ സ്ഥാപക പ്രസിഡന്റും സിനിമാതാരവുമായ ഗംഗാ സത്യന്റേതായിരുന്നു. കേസിന്റെ ചെലവുകളൊക്കെ ഇർഫാനാണ് വഹിച്ചതെങ്കിലും ജന്റർ ഇക്വ്യുറ്റിയെക്കൊണ്ട് കേസ് ഫയൽ ചെയ്യിക്കുന്നതിന് ഇരുപത്തി അയ്യായിരം രൂപ നോക്കുകൂലിയുണ്ട്. എന്തിനാണ് ഇത്രയൊക്കെ പണം കൊടുത്ത് അവരെ ഇതിൽ പങ്കാളിയാക്കുന്നതെന്ന് ഞാൻ ഇർഫാനോട് ചോദിച്ചു, സത്യത്തിൽ കേസ് നടത്തിപ്പിന്റെ ചെലവ് കൂടി വരുന്നതിൽ എനിക്ക് ആശങ്കയുണ്ടായിരുന്നു. എപ്പോഴെങ്കിലും ഇർഫാന് ആ പണം മടക്കിക്കൊടുക്കണമെന്ന് ഞാൻ ഉറപ്പിച്ചിരുന്നതാണ്. ആ സംഘടനയുടെ മേൽവിലാസം ആവശ്യമാണെന്ന് ഇർഫാൻ നിർബന്ധം പറഞ്ഞു.

സർക്കാരിന്റെ തന്നെ പണമുപയോഗിച്ച് ഗവേഷണം ചെയ്യുന്ന, അതിനായി വേണ്ട എല്ലാ അനുമതിയും ഉള്ള അരവിന്ദിനെ സഹായിക്കുന്നത് തെറ്റാണെന്ന് ഞാൻ വിശ്വസിച്ചിരുന്നില്ല. മാത്രവുമല്ല അവനെ ഡാമിന്റെ പൊതുജനങ്ങൾക്ക് പ്രവേശിക്കാൻ അനുവാദമില്ലാത്ത ഭാഗങ്ങളിലോ ഓഫീസിനകത്തോ ഞാൻ കയറ്റിയിട്ടില്ല. ഒരു ഔദ്യോഗിക രേഖയും അവന് കൊടുത്തിട്ടില്ല. കേസിനെക്കുറിച്ച് ചർച്ച ചെയ്ത സമയത്ത് വക്കീലിനോട് ഞാൻ ഊന്നിപ്പറഞ്ഞത് അവയെല്ലാമായിരുന്നെങ്കിലും പൊതുതാൽപ്പര്യ ഹർജി വന്നത് സ്ത്രീകൾക്ക് തൊഴിലിടത്തിൽ നേരിടേണ്ടി വരുന്ന വിവേചനത്തെ മുൻനിർത്തിയാണ്. പിന്നാലെ ജന്റർ ഇക്വ്യുറ്റിയുടെ വെബ്സൈറ്റിൽ 'വാട്ട് ഹാപ്പൻസ് ടു എ ലേഡീ എഞ്ചിനീയർ അറ്റ് റിമോട്ട് വർക്ക് പ്ലേസ്' എന്ന ചർച്ചയുടെ വീഡിയോയും വന്നു.

എനിക്ക് ആകെ അസ്വസ്ഥതയായി. ഞാൻ ഇർഫാനോട് എന്റെ വിയോജിപ്പുകൾ പറഞ്ഞ് തർക്കിച്ചു. ഒരുപക്ഷേ ഞങ്ങൾ തമ്മിൽ വലിയൊരു വഴക്കിലേക്ക് പോകുമോ എന്ന് എനിക്ക് ആശങ്കയായി.

ഡാംസൈറ്റിൽ സ്ത്രീജീവനക്കാരിയെന്ന ഒരു വിവേചനവും ഞാൻ നേരിട്ടിട്ടില്ല, അവിടെ നിന്ന് എനിക്ക് നേരിടേണ്ടി വന്ന ചെറിയ ചില വിഷമങ്ങളൊന്നും ഒരു സ്ത്രീ ജീവനക്കാരിയായതിനാലല്ല. എന്നെ ഏറ്റവും അസ്വസ്ഥയാക്കിയ ഡാംസൈറ്റിലെ അനുഭവം ക്വാർട്ടേഴ്സിലെ കുളിമുറിയിൽ ആരോ ഒളിഞ്ഞുനോക്കിയതാണ്. അത് പക്ഷേ എന്റെ വീട്ടിലെ കുളിമുറിയിൽപോലും എനിക്ക് ഉണ്ടായേക്കാവുന്ന ഒന്നാണ്. ഓഫീസിൽ എന്നോട് നല്ല നിലയിൽ പെരുമാറിയ താഴെയും മേലെയുമുള്ള സഹപ്രവർത്തകരെ ആകമാനം അപമാനിക്കും വിധമായിപ്പോയി ഹർജിയിലെ വാദങ്ങൾ.

സേവ് വെസ്റ്റേൺ ഗാട്ട്സ് എന്ന ഒരു എൻ.ജി.ഒ. ആയിരുന്നു കല്ലാർ ഓഗ്മെന്റേഷൻ പ്രൊജക്റ്റിനെതിരെ കോടതിയെ സമീപിച്ചത്. അരവിന്ദ് ശേഖറിനെ അവർ ബന്ധപ്പെട്ടിരിക്കുമെന്ന് ഞാൻ കരുതിയെങ്കിലും അരവിന്ദിനെ ബന്ധപ്പെടുകയോ അവന്റെ ഗവേഷണഫലങ്ങളെ കോടതിക്ക് മുൻപിൽ അവതരിപ്പിക്കുകയോ ഒന്നുമുണ്ടായില്ല. പ്രഥമദൃഷ്ട്യാ തോറ്റുകൊടുക്കാൻ മാത്രം കൊടുത്ത ഒരു കേസുപോലെ തോന്നി. കേസിന്റെ അഫിഡവിറ്റ് എവിടെ നിന്നോ സംഘടിപ്പിച്ച് അരവിന്ദ് എന്നെ കാണാൻ വന്നു. കോടതിയിൽ കേസ് നടത്തുന്നതിലൊക്കെ എനിക്ക് വലിയ പരിചയം കാണുമെന്ന് കരുതിയാണവൻ എന്നെ സമീപിച്ചത്. എന്റെ നിസ്സഹായാവസ്ഥ ഞാനവനോട് പറഞ്ഞു. ഇർഫാന് ഇത്തരം കാര്യങ്ങളിൽ താത്പര്യമുണ്ടോ എന്നറിയില്ല, മാത്രവുമല്ല ജെന്റർ ഇക്യുറ്റി കൊടുത്ത കേസിന്റെ ഭാരിച്ച ചെലവുകൾ അവനാണ് നോക്കുന്നത്. ഞാൻ താത്പര്യം കാണിച്ചാൽ ഇതും കൂടെ ഇർഫാന്റെ തലയിലാവും. എന്തോ എനിക്ക് അരവിന്ദിനെ സഹായിക്കാൻ തോന്നിയില്ല.

അരവിന്ദിന് കിട്ടിയ ഉപദേശമനുസരിച്ച് കേസിൽ കക്ഷി ചേർന്നില്ലെങ്കിൽ ട്രിബ്യൂണലിലെ കേസ് വൈദ്യുതി ബോർഡ് എളുപ്പത്തിൽ ജയിക്കും. ബോർഡ് പറയുന്നയത്രയൊന്നും വൈദ്യുതി ഉൽപ്പാദിപ്പിക്കാൻ പദ്ധതിക്ക് സാധിക്കില്ലെന്ന് വരെയുള്ള വാദമുഖങ്ങളുള്ള സേവ് വെസ്റ്റേർൺ ഗാട്ട്സിന്റെ കേസിൽ, പരിസ്ഥിതി സംബന്ധിയായ ആക്ഷേപങ്ങൾക്കൊന്നും വേണ്ടത്ര ആധികാരികത ഉണ്ടായിരുന്നില്ല. എല്ലാവരും ശ്രദ്ധിക്കുകയും ഇപ്പോൾതന്നെ മാധ്യമങ്ങൾ ഏറ്റെടുക്കുകയും ചെയ്ത അരവിന്ദിന്റെ കണ്ടെത്തലുകളൊന്നും കോടതിയുടെ മുന്നിലെത്തിച്ചിട്ടുമില്ല. എല്ലാം കേട്ടപ്പോൾ എന്തോ ഗൂഢാലോചന എനിക്കും മണത്തതാണ്. കേസിൽ കക്ഷി ചേരണമെങ്കിൽ ഹൈക്കോടതിയിലെ ഏതെങ്കിലും വക്കീലിനെ കാണണം. ഇതിലൊക്കെ സഹായിക്കുമെന്ന് കരുതിയ യൂണിവേഴ്സിറ്റിയിലെ ഗൈഡ് അത്തരം നൂലാമാലയിലേക്കൊന്നും പോകണ്ടെന്ന് അരവിന്ദിനെ താക്കീത് ചെയ്തിട്ടുമുണ്ട്. മടിച്ചുമടിച്ചാണെങ്കിലും അവൻ

എന്നോട് കുറച്ച് രൂപ കടം തരാനുണ്ടാവുമോ എന്ന് തിരക്കി. സസ്പെൻഷനിലല്ലെ, കയ്യിൽ കാശില്ല എന്ന് പറഞ്ഞ് ഞാൻ അവനെ ഒഴിവാക്കി.

അന്ന് രാത്രി എനിക്ക് ശരിക്കുറങ്ങാൻ കഴിഞ്ഞില്ല. ആദ്യമായാണൊരാൾ എന്നോട് കാശ് കടം ചോദിക്കുന്നത്. കോളേജിൽ പഠിക്കുന്ന കാലത്ത് പലരും പരസ്പരം കടം വാങ്ങുകയും കൊടുക്കുകയുമൊക്കെ ചെയ്യുമെങ്കിലും ഞാൻ ആരോടും പൈസ വാങ്ങുകയോ എന്റെ ഓർമ്മയിൽ ആർക്കെങ്കിലും കടംകൊടുക്കുകയോ ചെയ്തിട്ടില്ല. ശമ്പളമായി ഇത്രയും കാലം വാങ്ങിയതിന്റെ വലിയൊരു പങ്കും ബാങ്കിൽ കിടക്കുന്നുണ്ട്. രണ്ടുരണ്ടര ലക്ഷം എന്തായാലും കാണും. ഇടയ്ക്ക് അച്ഛൻ ഉപദേശിക്കാറുണ്ട്, അതിനെ എടുത്ത് സ്ഥിര നിക്ഷേപമാക്കണം അല്ലെങ്കിൽ ചെലവായിപ്പോകുമെന്നൊക്കെ. അച്ഛന് എന്നെ അറിയാത്തതുകൊണ്ടാണ്. എന്റെ സേവിങ്ങ്സ് ബാങ്കിലെ പണം ഒരു തരത്തിൽ പറഞ്ഞാൽ ഫിക്സഡ് ഡിപ്പോസിറ്റ് പോലെ തന്നെയാണ്. ഒടുവിൽ കുറച്ച് കാശ് ഞാൻ തരാമെന്ന് അരവിന്ദിന് മെസേജ് അയച്ചപ്പോൾ മാത്രമാണ് എനിക്ക് സമാധാനമായത്. ഉപകാരസ്മരണയായിപ്പോലും കേസ് നടത്താൻ ഞാൻ കാശ് തന്ന് സഹായിച്ച കാര്യം പുറത്ത് പറയരുതെന്ന് ഓർമ്മിപ്പിച്ച് ഒരു മെസേജ് ഞാൻ പിന്നാലെ അയച്ചു. അല്ലെങ്കിൽതന്നെ ബോർഡിനെതിരെ നിൽക്കുന്നു എന്ന കാര്യത്തിന് സസ്പെൻഷനിൽ കഴിയുന്നതാ.

പിറ്റേന്ന് രാവിലെ തന്നെ അരവിന്ദ് വിളിച്ചു. പണം തരാൻ ആലുവയ്ക്ക് വരാമെന്ന് പറഞ്ഞ് ഞാൻ എന്റെ മഹാമനസ്കത അച്ഛനോ അമ്മയോ അറിയാതിരിക്കാൻ ഒരു മുൻകരുതലെടുത്തു. കൊച്ചിയിലെ ഇർഫാന്റെ കോഫീഷോപ്പിൽ വരാൻ ഇടയ്ക്ക് അരവിന്ദനെ ഫോണിൽ വിളിച്ച് ഞാൻ തിരുത്തി.

വായിൽ കൊള്ളാത്ത പേരുള്ള ഒരുതരം കാപ്പി രണ്ടാൾക്കുമായി ഓർഡർ ചെയ്ത് ഞാൻ ബാഗിൽ നിന്ന് അരവിന്ദന് കാശെടുത്ത് കൊടുത്തു.

‘‘പതിനായിരമുണ്ട്, ഇത് തികയില്ലെന്ന് അറിയാം, തൽക്കാലം ഇതേ ഉള്ളൂ. പിന്നെ ഇത് കടമല്ല, കേസ് കൊടുക്കാൻ എന്റെ വക ഒരു സഹായം.’’

അരവിന്ദിന് സന്തോഷമായി, അവനെന്നെ വലിയ ആരാധനയോടെ നോക്കി.

‘‘സൂരജേട്ടൻ ഡൽഹിയിൽ നിന്ന് രാവിലെ എത്തുമെന്ന് പറഞ്ഞിട്ടുണ്ട്. ഗ്രീൻ ട്രിബ്യൂണലിൽ ഇത്തരം കേസുകൾ കൈകാര്യം ചെയ്യാനറിയാവുന്ന ഒന്നുരണ്ട് വക്കീലന്മാരെ പരിചയമുണ്ടുപോലും.

ട്രെയിൻ വരാറായിക്കാണും. ഞാൻ ഒന്ന് വിളിച്ചു നോക്കട്ടെ.'' അരവിന്ദ് ഉത്സാഹത്തിലായിരുന്നു. ''പിന്നേ, ചേട്ടൻ ഡൽഹിയിലെ ജോലി ഒഴിവാക്കുകയാണത്രെ.'' അരവിന്ദ് പൂരിപ്പിച്ചു.

എനിക്ക് അത്ഭുതമായി. എന്തിനാവും ജോലിയൊക്കെ കളഞ്ഞ് അവൻ നാട്ടിലേക്ക് വരുന്നത്. ഇത്രയും നാൾ ഹൈഡ്രോ ഇലക്ട്രിക് പ്രൊജക്റ്റുകൾക്കും മറ്റുമായി എഴുതിയ അവനെന്തിനായിരിക്കും ഈയിടെയായി അരവിന്ദിനൊപ്പം കൂടിയിരിക്കുന്നത്. ഇനി ഇതും കോർപ്പറേറ്റുകളുടെ ഒരു രീതിയായിരിക്കുമോ.

സൂരജ് സ്റ്റേഷനിലെത്തിയിരുന്നു. സൗത്ത് റെയിൽവെ സ്റ്റേഷനിൽനിന്ന് നടന്നുവരാവുന്ന ദൂരമേ ഉള്ളൂ. ഷോപ്പിലെ പയ്യന്മാരാരോ ഫോണിൽ വഴി പറഞ്ഞു കൊടുത്തു.

പതിവുപോലെ ആൾക്കൂട്ടത്തിൽ അടയാളപ്പെടുത്തുംപോലുള്ള വേഷവിധാനവുമായി സൂരജ് പ്രത്യക്ഷപ്പെട്ടു. ഷോപ്പിലെ മെനു നോക്കാതെ തന്നെ അവൻ ഏതോ ഒരു കാപ്പിയും ഒരു ബർഗറും പറഞ്ഞു. കൂടെ ഒരു മുൻകൂർ ജാമ്യവും. കയ്യിൽ അഞ്ചിന്റെ കാശില്ല, കാപ്പിയും ബർഗറുമൊക്കെ എഞ്ചിനീയറുടെ വകയെന്ന്.

ആർക്കൊക്കെയോ വേണ്ടി ആരുടെയൊക്കെയോ പേരിൽ ഇംഗ്ലീഷ് ലേഖനങ്ങൾ എഴുതിക്കൊണ്ടിരുന്ന സൂരജ് ഈ അടുത്ത് സ്വന്തം പേരിൽ മലയാളത്തിൽ നല്ല ലേഖനങ്ങൾ എഴുതി തുടങ്ങിയതാണ്. അവന്റെ എഡിറ്റർക്ക് നല്ല അഭിപ്രായമണവനെക്കുറിച്ച്. എന്നിട്ടും എന്തിനാവാം ജോലി വിടുന്നത്. എനിക്ക് അത്ഭുതമായി തോന്നി. ഇഡ്ഡലിയും ദോശയുമൊന്നും കഴിക്കാതെ ഡൽഹിയിൽ കഴിയുന്നതാണ് ഒരു മലയാളിക്ക് കിട്ടാവുന്ന ഏറ്റവും വലിയ ശിക്ഷയെന്നത് എന്റെ അമ്മയോട് സൂരജ് അന്നൊരിക്കൽ പറഞ്ഞത് കാര്യമായായാണോ?

ഇന്ത്യാ എവരിഡേയിലെ കണക്കുകൾ അവസാനിപ്പിച്ചുള്ള വരവാണ്. കയ്യിലെ കാശ് മുഴുവൻ കള്ളുകുടിച്ച് തീർത്ത് ഒടുവിൽ ആരോടോ ഇരന്ന് ട്രെയിൻ ടിക്കറ്റിനുള്ള കാശൊപ്പിച്ച് നാട്ടിലേക്ക് വരുന്നതാണ്. ദൈവമേ, ഈ ദരിദ്രവാസിയെ ആണല്ലോ അരവിന്ദ് പ്രതീക്ഷയോടെ കാത്തുനിന്നത്.

''എന്തിനാ ഡൽഹിയിലെ ജോലി വിടുന്നത്?''

''എനിക്ക് എങ്ങനെയാ ഡൽഹിയിൽ ജോലി കിട്ടിയതെന്നറിയുമോ?''

അറിയില്ലെന്ന് ഞാൻ തലയാട്ടി.

''ബിക്കോസ് ഓഫ് മൈ ലഗസി, ഞാൻ പ്രൊഫസർ ശശിധര മേനോന്റെ മകനായതുകൊണ്ട്. ആ മേൽവിലാസം വിറ്റുതുടങ്ങിയപ്പോൾ എനിക്ക് അവിടെ നിൽക്കുന്നത് അപമാനമായി തോന്നി.

ശ്രീലക്ഷ്മി ശ്രദ്ധിച്ചോ എന്നറിയില്ല, കല്ലാർ ഓഗ്മെന്റേഷൻ പ്രോജക്റ്റിനെക്കുറിച്ച് അവസാനം മലയാള പത്രങ്ങളിൽ വന്ന മൂന്ന് ലേഖനങ്ങളിലും ലേഖകൻ ശാസ്ത്രസമാജത്തിന്റെ മുൻഅദ്ധ്യക്ഷൻ പ്രൊഫസർ ശശിധരമേനോന്റെ മകനാണെന്നുണ്ടായിരുന്നു. അവസാനം വന്ന ലേഖനം, അണക്കെട്ട് നിർമ്മിക്കൽ പെരിയാറിലെ വെള്ളപ്പൊക്ക സാധ്യത എത്ര കണ്ട് ഇല്ലാതാക്കുമെന്ന് വിശദീകരിക്കുന്നത്. അത് ഞാനെഴുതിയതല്ല. പക്ഷേ അതും അച്ചടിച്ചുവന്നത് എന്റെ പേരിലാണ്.''

എനിക്ക് കാര്യങ്ങളൊന്നും വ്യക്തമായി മനസ്സിലായില്ല. സൂരജ് പറഞ്ഞ മൂന്ന് ലേഖനങ്ങളിൽ ഒന്ന് ഞാൻ വായിച്ചതാണ്. മറ്റു രണ്ടെണ്ണം അരവിന്ദ് തന്ന പത്രവാർത്തകളുടെ ഫയലിൽ ഉണ്ടായിരുന്നെങ്കിലും ഞാൻ വായിച്ചിരുന്നില്ല.

സൂരജിന്റെ സുഹൃത്തായ ഒരു വക്കീലിനെ കാണാനാണ് ഞങ്ങൾ പിന്നീട് പോയത്. ഇർഫാൻ എന്തോ ആവശ്യത്തിന് ചെന്നൈയ്ക്ക് പോയതിനാൽ വീട്ടിലേക്ക് തിരിച്ച് പോകാനായിരുന്നു എന്റെ പ്ലാനെങ്കിലും പ്രധാന സ്പോൺസറായ എന്നെ കൂടെ കൂട്ടുന്നതിൽ അരവിന്ദ് നിർബന്ധം പിടിച്ചു. എന്നിട്ട് എന്നോട് സ്വകാര്യം പറഞ്ഞു, ചേച്ചി കുറച്ച് പൈസ തരാമെന്ന് പറഞ്ഞ കാര്യം ഞാൻ സൂരജേട്ടനോട് പറഞ്ഞുപോയെന്ന്.

സൗഹൃദങ്ങൾ എത്ര വലിയ നിക്ഷേപമാണെന്ന് അന്ന് ഞാൻ തിരിച്ചറിഞ്ഞു. വർഷങ്ങൾക്ക് മുൻപ് ഫ്രീലാൻസറായിരുന്നകാലത്ത് പത്രത്തിൽ എന്തിനെയോ കുറിച്ച് അനുകൂലമായി എഴുതുന്നതുമായി ബന്ധപ്പെട്ട് സൂരജ് പരിചയപ്പെട്ടതാണ് ആ വക്കീലിനെ. സൂരജിന്റെ പത്രവാർത്തയുടെ കൂടെ ബലത്തിൽ കൊച്ചി നഗരസഭയുമായി അക്കാലത്ത് വക്കീലിന്റെ കക്ഷി ഒരു കേസ് ജയിച്ചു. അതിന് ശേഷം നഗരസഭയുമായുള്ള കേസുകൾ പലതും ആ വക്കീലിന് ലഭിച്ചു. വക്കീൽ പച്ചപിടിച്ചു. പരിസ്ഥിതി സംബന്ധമായ കേസുകളൊന്നും നടത്തി ആ വക്കീലിന് പരിചയമില്ലെങ്കിലും പരിചയമുള്ള വക്കീലന്മാരുണ്ട്. കോടതി ചെലവിലേക്കുള്ള കാശ് മാത്രം കരുതിയാൽ മതി. ജീവിതത്തിൽ കേട്ടിട്ടുള്ള പല ചൊല്ലുകളും സത്യമാണെന്ന് തോന്നിയ നിമിഷങ്ങളായിരുന്നു അത്. അധികം വായനയൊന്നുമില്ലാത്ത കാലത്ത് ഭാസുരേന്ദ്രൻ നിർബന്ധിച്ച് വായിപ്പിച്ച ആൽക്കെമിസ്റ്റിൽ അങ്ങനെ എന്തോ ഒന്ന് പറയുന്നില്ലേ, അത് അരവിന്ദനെക്കുറിച്ചാവാം. രക്ഷിക്കണമെന്ന് ഉറപ്പിച്ച് അവൻ ഇറങ്ങിത്തിരിച്ച സാരിവാലൻ വരാലിനെക്കുറിച്ചാവാം.

ഒരാഴ്ച കഴിഞ്ഞ് ഒരു വൈകുന്നേരം സൂരജും അരവിന്ദും വീട്ടിൽ വന്നു. അതിന് മുൻപ് വന്ന സമയത്താണ് അമ്മയെയും എന്നെയുമൊക്കെ അമ്പരപ്പിച്ചുകൊണ്ട് രാധികാ ശിവരാമൻ പിണങ്ങിപ്പോയത്.

സൂരജിന് ചെറിയ ചമ്മൽ കാണുമെന്ന് ഞാൻ കരുതിയെങ്കിലും അവൻ അമ്മയെ അഭിസംബോധന ചെയ്തത് തന്നെ "എന്നെ ഓർമ്മയില്ലേ, അന്നൊരിക്കൽ ഞങ്ങളിവിടെ വന്നിരുന്നു, ഒരു പെൺകുട്ടിയൊക്കെയുണ്ടായിരുന്നു, എന്നിട്ട് അവൾ ഞങ്ങളെ കൂട്ടാതെ പിണങ്ങിപ്പോയതോർമ്മയില്ലേ?" എന്ന് ചോദിച്ചുകൊണ്ടാണ്. ഇവനെന്തൊരു പോഴനാണെന്ന ഭാവത്തിൽ അമ്മ എന്നെ നോക്കി.

അമ്മ കൊണ്ടുവന്ന ചായ കുടിച്ചപ്പോൾ അരവിന്ദാണ് പറഞ്ഞത് പുഴക്കടവിൽ പോയിരിക്കാമെന്ന്. സാധാരണ ഫോണിൽ സംസാരിക്കേണ്ടതിനേക്കാൾ ഗൗരവമുള്ള എന്തെങ്കിലും കാര്യമുള്ളതുകൊണ്ടാവാം ഇരുവരും നേരിട്ട് വന്നതെന്ന് ഞാൻ ഊഹിച്ചിരുന്നു. ആ ഒരാഴ്ച്ച സൂരജ് കല്ലാർ ഓഗ്മന്റേഷൻ പ്രോജക്റ്റുമായി ബന്ധപ്പെട്ട ധാരാളം രേഖകൾ സംഘടിപ്പിച്ചിരുന്നു. അവനെപ്പോലെ ഒരു പത്രക്കാരന് അതൊക്കെ ഒരുപക്ഷേ എളുപ്പമാവും.

മുഖവുരയൊന്നുമില്ലാതെ സൂരജ് കാര്യത്തിലേക്ക് കടന്നു.

"കേസിൽ അധിക സത്യവാങ്മൂലം സമർപ്പിക്കാനായി രേഖകൾ തയ്യാറാക്കുമ്പോഴാണ് പ്രോജക്ടിന് വേണ്ടി പാരിസ്ഥിതിക പഠനം നടത്തിയ ശാസ്ത്രസംഘത്തിലെ ഡോക്ടർ രാജാറാമാണ് സേവ് വെസ്റ്റേൺ ഗാട്ട്സ് എന്ന എൻ.ജി.ഒയുടെ പ്രധാന ഉപദേശകരിലൊരാളെന്ന കാര്യം ഞാൻ ശ്രദ്ധിക്കുന്നത്. ഇന്നിപ്പോൾ കേസുകൊടുക്കാനാണെങ്കിൽ ആ സംഘടനയ്ക്ക് രാജാറാമിനെക്കൊണ്ട് സത്യസന്ധമായി പാരിസ്ഥിതിക പഠന റിപ്പോർട്ട് ഉണ്ടാക്കിച്ചുകൂടായിരുന്നോ. എല്ലാത്തിലും എന്തോ അസ്വാഭാവികത കണ്ടപ്പോൾ ഞാൻ പാരിസ്ഥിതിക പഠനത്തിന് മുൻപ് പെട്ടിമുടിയിൽ റിസർച്ച് ചെയ്തിരുന്ന രാജാറാമിന്റെ സ്റ്റുഡന്റ് ഒരു വാൽപ്പാറക്കാരൻ അജിത്കുമാറിന്റെ നമ്പർ തേടിപ്പിടിച്ച് വിളിച്ചു.

പരിസ്ഥിതി മന്ത്രാലയത്തിന്റെ ഫണ്ടുപയോഗിച്ച് ജൈവവൈവിധ്യം പഠിക്കാനായി മൂന്ന് വർഷക്കാലം അജിത്കുമാർ പെട്ടിമുടി ഭാഗത്ത് ചെലവഴിച്ചതാണ്. വളരെ ഓപ്റ്റിമിസ്റ്റിക്കായ ഒരു തമിഴ്നാട്ടുകാരൻ. അവന്റെ ഭാഷയിൽ പെട്ടിമുടിയിലെ പുൽമേടുകളും ചോലക്കാടുകളും സമീപപ്രദേശമായ രാജമലയേക്കാൾ ജൈവസമ്പന്നമാണ്. അവന്റെ പഠനഫലമായി രാജമല ദേശീയോദ്യാനം പെട്ടിമുടി ഭാഗത്തേക്ക് കൂടി നീട്ടുമെന്നൊക്കെ അവൻ സ്വപ്നം കണ്ടിരുന്നു. പക്ഷേ റിസർച്ച് റിപ്പോർട്ട് വന്നപ്പോൾ ജൈവവൈവിധ്യത്തിന്റെയും പാരിസ്ഥിതിക മൂല്യത്തിന്റെയുമൊക്കെ ചിത്രം ഡോക്ടർ രാജാറാം മാറ്റിയെഴുതി. അയാൾ തന്നെയാണ് പിന്നീട് പാരിസ്ഥിതിക പഠനത്തിനും നേതൃത്വം കൊടുത്തത്. എല്ലാം ചേർത്ത് വായിക്കുമ്പോൾ എല്ലാവരും സംശയത്തിന്റെ നിഴലിലാണ്. ഈ അജിത് ഇപ്പോൾ

ഏതോ സ്കൂളിൽ അധ്യാപകനാണ്. രാജാറാം സഹായിക്കാത്തതു കൊണ്ട് അവന് പിഎച്ച്ഡിയൊന്നും പൂർത്തിയാക്കാനായില്ല. ഇനി അതിന്റെ വൈരാഗ്യത്തിൽ പറയുന്നതാണോ എന്നും ഞാൻ അന്വേഷിച്ചു. ഈ രാജാറാം ഒരു എത്തിക്സും ഇല്ലാത്തവനാണ്. ഇയാൾ ഒരു ബൊട്ടാണിസ്റ്റാണെങ്കിലും തവളകളെയും മറ്റും കണ്ടെത്തിയതിന്റെ കുറേ ഗവേഷണപ്രബന്ധങ്ങളൊക്കെയുണ്ട് കക്ഷിക്ക്. ചിലതൊക്കെ ഇന്റർനാഷണലി അക്ക്ലൈംഡ് ആണ്. അയാൾക്ക് പരിചയമുള്ള ഏതോ ഒരു സായിപ്പ് പെർമിഷനില്ലാതെ പഠനം നടത്തി കണ്ടെത്തിയത് അയാളെ ഭീഷണിപ്പെടുത്തി തട്ടിയെടുത്തതാണ്. അജിത് കുമാർ പറയുന്നതാണ് സത്യം. അഞ്ച് കൊല്ലം മുൻപ് നടന്ന പഠനവും അതിനുശേഷം നടന്ന പാരിസ്ഥിതിക പഠനവുമൊക്കെ അട്ടിമറിക്കപ്പെട്ടിട്ടുണ്ട്.''

ഡോ. രാജാറാമെന്ന പേര് ഞാൻ എവിടയോ കേട്ടപോലെ തോന്നി. പെട്ടെന്ന് ഓർമ്മ വന്നു. ഞാൻ ഡാംസൈറ്റിലെ ഗസ്റ്റ്ഹൗസിൽ താമസിച്ചിരുന്നപ്പോൾ അദ്ദേഹം അവിടെ ഇടയ്ക്ക് താമസിക്കാറുണ്ടായിരുന്നു. ഇടയ്ക്ക് ഒന്നോ രണ്ടോ ദിവസം അവിടെ വന്ന് താമസിക്കും. മുറിക്ക് പുറത്തേക്കൊന്നും അധികം ഇറങ്ങില്ല. ലാപ്ടോപ്പിൽ എന്തൊക്കെയോ ടൈപ്പ് ചെയ്ത് മുറിയിൽ തന്നെയിരിക്കും. വൈകിട്ടായാൽ ബാൽക്കണിയിൽ കസേര കൊണ്ടുപോയിട്ട് മദ്യപിക്കും. സാധാരണ മദ്യപന്മാർക്കൊപ്പം സമയം ചെലവഴിക്കാത്ത രാമകൃഷ്ണൻ സാർ ആ ദിവസങ്ങളിൽ വൈകിട്ട് സോഡയോ കട്ടൻചായയോ ഒക്കെ കുടിച്ച് അയാൾക്ക് കമ്പനി കൊടുക്കും. ഞാനക്കാര്യം സൂരജിനോട് സൂചിപ്പിച്ചു.

''ഓഫീസിൽ ഇതിനെയൊക്കെ കണക്റ്റ് ചെയ്യുന്ന രേഖകൾ വല്ലതും കാണുമോ? ഗസ്റ്റ്ഹൗസിലെ രജിസ്റ്ററോ അങ്ങനെ വല്ലതും.'' സൂരജ് പ്രതീക്ഷയോടെ ചോദിച്ചു.

''രാമകൃഷ്ണൻസാറിനെ സൂരജിനറിയില്ലേ. അത് അദ്ദേഹം ദുരുദ്ദേശ്യത്തോടെ ചെയ്തതാണെങ്കിൽ ഒന്നിനും തെളിവ് കാണില്ല. രാജാറാം വന്നതിന് മാത്രമല്ല സൂരജും അന്നാ വർഗ്ഗീസുമൊന്നും വന്നതിന് ഗസ്റ്റ് ഹൗസിൽ ഒരു രേഖയും ഉണ്ടാവില്ല.'' ഞാൻ ഉറപ്പിച്ച് പറഞ്ഞു.

എന്തായാലും ഡോ. രാജാറാമിന്റെ മേൽ സൂരജെന്ന പത്രക്കാരന്റെ കണ്ണ് പതിഞ്ഞു. സൂരജിന്റെ രീതി അനുസരിച്ച് രാജാറാം കുറച്ച് വിയർക്കും.

കല്ലാർ ഓഗ്മെന്റേഷൻ പ്രോജക്റ്റിനെക്കുറിച്ചുള്ള ഒരു പബ്ലിക് ഹിയറിങ് മൂന്നാറിൽ നടക്കുന്നുണ്ടെന്ന കാര്യം വളരെ വൈകിയാണ് ഞാനറിഞ്ഞത്. കൃത്യമായി പറഞ്ഞാൽ ഹിയറിങ്ങിന്റെ

തലേന്ന് ജയശങ്കർ വിളിച്ച് പറഞ്ഞപ്പോൾ. അക്കാര്യം പറയാൻ ഞാൻ സൂരജിനെയും അരവിന്ദിനെയും മാറിമാറി ഫോൺ വിളിച്ചെങ്കിലും കിട്ടിയില്ല. പത്രത്തിലൊക്കെ പരസ്യം കൊടുത്ത് നടത്തണ്ട പബ്ലിക് ഹിയറിങ്ങ് ഒട്ടും പ്രചാരത്തിലില്ലാത്ത ഏതോ രണ്ട് പത്രങ്ങളിൽ കൊടുത്ത് മൂന്നാറിൽ വെച്ച് നടത്താൻ പോകുന്ന കാര്യം രാത്രി ഫയലുകൾ നോക്കുന്നതിനിടെയാണ് ജയശങ്കറും കാണുന്നത്. അമ്പോറ്റി സഖാവ് തീരെ കിടപ്പിലായതിനാൽ ഹിയറിങ്ങിന് ചെല്ലാൻ വേറെ ആരോടെങ്കിലും പറയണം. തൊട്ടുപിന്നാലെ ഇർഫാന്റെ ഫോൺ വന്നു. ജന്റർ ഇക്യുറ്റി കൊടുത്ത കേസിൽ കോടതി നാളെ വിധി പറയുമെന്ന് പറയാനായിരുന്നു ഇർഫാൻ വിളിച്ചത്. എന്റെ ആശങ്കകൾ മുഴുവൻ നാളത്തെ വിധിയെക്കുറിച്ചായിരുന്നില്ല. നാളത്തെ പബ്ലിക് ഹിയറിങ്ങിൽ സൂരജോ അരവിന്ദോ അമ്പോറ്റി സഖാവോ പോകുമോ എന്നതിലായിരുന്നു. പതിയെ ഞാൻ മനസ്സിലാക്കുകയാണ്, ഞാനും കല്ലാർ ഓഗ്മെന്റേഷൻ പ്രോജക്റ്റിന് എതിരാണെന്ന്.

പബ്ലിക് ഹിയറിങ്

‘നിങ്ങൾ വിളിക്കുന്ന സബ്സ്ക്രൈബർ പരിധിക്ക് പുറത്താണ്’ എന്ന മറുപടി ഫോണിന്റെ മറുതലയ്ക്കൽ നിന്ന് കേട്ടുകേട്ട് ചെവി തഴമ്പിച്ച ദിവസം. അവർ രണ്ടുപേരും പബ്ലിക്ക് ഹിയറിങ്ങിന് പോയിരിക്കുമെന്ന് എനിക്ക് ചെറിയൊരു പ്രതീക്ഷയുണ്ടായിരുന്നു. രാവിലെ ജയശങ്കറിനെ വിളിച്ചപ്പോൾ ആ പ്രതീക്ഷയും അസ്തമിച്ചു. ഹിയറിങ്ങിന് പോകണമെന്ന് അമ്പോറ്റി സഖാവിനെയും മറ്റു ചിലരെയും തലേന്ന് തന്നെ ജയശങ്കർ പറഞ്ഞേൽപ്പിച്ചിരുന്നു.

ഡാംസൈറ്റിൽനിന്ന് ഒഴിഞ്ഞുകൊടുക്കുമ്പോൾ കിട്ടുന്ന ആനുകൂല്യങ്ങളെക്കുറിച്ചും പുനരധിവാസ പാക്കേജിനെക്കുറിച്ചുമൊക്കെ കേട്ടുകേൾവിയല്ലാതെ രേഖാമൂലമുള്ള ഒരുറപ്പും ഡാംസൈറ്റ് കോളനിക്കാർക്ക് ആരും നൽകിയിട്ടില്ലെന്നും ഓഗ്മെന്റേഷൻ പദ്ധതിയുടെ കർമ്മപദ്ധതി രേഖകളിലൊന്നും ഡാംസൈറ്റ് കോളനിയിലെ ആയിരത്തിലധികം വരുന്ന ആളുകളെക്കുറിച്ചോ മുന്നൂറോളം കുടുംബങ്ങളെക്കുറിച്ചോ ഒന്നും പരാമർശിച്ചിട്ടില്ലെന്നും ജയശങ്കർ അമ്പോറ്റി സഖാവിനെ പ്രത്യേകം പറഞ്ഞ് മനസ്സിലാക്കിയതാണ്. കാര്യത്തിന്റെ ഗൗരവം അമ്പോറ്റി സഖാവിന് മനസ്സിലായെങ്കിലും ബസ് കയറി മൂന്നാറ് വരെ പോകാൻ അയാളുടെ ആരോഗ്യസ്ഥിതി അനുവദിച്ചിരുന്നില്ല. ഒരു ദിവസത്തെ ജോലിയും കൂലിയും കളഞ്ഞ് മൂന്നാറ് വരെ പോകാൻ മറ്റാരും മിനക്കെട്ടുമില്ല.

മൊബൈൽ ഫോൺ ഓഫ് ചെയ്തിട്ട് അരവിന്ദും സൂരജും എവിടേയ്ക്ക് അപ്രത്യക്ഷരായെന്ന് എനിക്ക് ഒരു ഊഹവും കിട്ടിയില്ല. സൂരജിനെ പരിചയമുള്ള മറ്റൊരാളെ എനിക്കറിയാവുന്നത് രാധികയാണ്. ഇന്നത്തെ അവസ്ഥയിൽ അവളെ വിളിച്ച് ചോദിക്കുന്നതിൽ കാര്യമില്ല. പിന്നീടാലോചിച്ചപ്പോൾ എനിക്കുതന്നെ വലിയ പൊരുത്തക്കേടുള്ളതുപോലെ തോന്നി. ഞാൻ വലിയ വിശ്വാസത്തിലെടുത്ത് ഒപ്പം കൂട്ടിയിരിക്കുന്ന അരവിന്ദിനെയോ സൂരജിനെയോകുറിച്ച് അവർതന്നെ പറഞ്ഞ കാര്യങ്ങളല്ലാതെ എനിക്ക് ഒരു

അറിവുമില്ല. നാളെ അവരെക്കുറിച്ച് മറ്റൊരാൾ ഒരു തർക്കമുന്നയിച്ചാൽ, എന്തെങ്കിലും സംശയങ്ങളോ അന്വേഷണമോ നടന്നാൽ ഇരുവരെയും പരിചയമുള്ള മൂന്നാമതൊരാളെ എനിക്ക് ചൂണ്ടിക്കാണിക്കാനില്ല.

വൈകുന്നേരം പബ്ലിക്ക് ഹിയറിങ്ങിൽ നടന്നത് ജയശങ്കർ പറഞ്ഞപ്പോൾ എനിക്ക് വിശ്വസിക്കാനായില്ല. പബ്ലിക്ക് ഹിയറിങ്ങിന് ആരും എത്തിച്ചേരില്ലെന്ന കണക്കുകൂട്ടലുകൾ തെറ്റിപ്പോയി. നാൽപ്പതോളം ആളുകളുണ്ടായിരുന്നത്രെ. ഡാംസൈറ്റ് കോളനിയിൽ സ്ഥിരമായി താമസിക്കാത്ത, പൊതുവായ ഒരു കാര്യത്തെക്കുറിച്ചും അഭിപ്രായം പോലും പറയാത്ത ചിലരെ ആരോ ജീപ്പിൽ വന്ന് മൂന്നാറിലെ ഹിയറിങ്ങിൽ പങ്കെടുക്കാൻ കൂട്ടിക്കൊണ്ടു പോയി. അതുപോലെ ആരൊക്കെയോ ഏർപ്പാട് ചെയ്തതനുസരിച്ച് വന്നുചേർന്നവരായിരുന്നു ഭൂരിഭാഗവും. ഡാംസൈറ്റിൽ നിന്ന് കുടിയൊഴിപ്പിക്കപ്പെടുമ്പോൾ കിട്ടുന്ന നഷ്ടപരിഹാരം എത്രയായിരിക്കും, പകരം ഭൂമി കിട്ടുമോ, തൊഴിൽ സാധ്യത എന്തൊക്കെയാണ് എന്നൊക്കെയുള്ളതിനെക്കുറിച്ച്, നല്ല അച്ചടക്കമുള്ള സ്കൂളുകളിൽ ക്ലാസെടുക്കാൻ ചെല്ലുന്ന വിദഗ്ദ്ധനോട് കുട്ടികൾ ചോദ്യം ചോദിക്കുന്നതുപോലെ ഡാംസൈറ്റിൽനിന്ന് ജീപ്പിലെത്തിയവർ ചോദിച്ചറിഞ്ഞു.

മുൻപ് നടന്ന സമരങ്ങളുടെ ഒത്തുതീർപ്പ് വ്യവസ്ഥയിൽ ഉൾപ്പെട്ടിരുന്ന അക്കാര്യം വിശദീകരിക്കാൻ ബോർഡ് ചുമതലപ്പെടുത്തിയ ഉദ്യോഗസ്ഥന് ഒട്ടും ബുദ്ധിമുട്ടേണ്ടി വന്നില്ല. പുതിയ ഡാമുകൾ കെട്ടിയാലും അതിൽനിന്ന് വേണ്ടത്ര വൈദ്യുതി ഉൽപ്പാദിപ്പിക്കാനാവില്ലെന്ന വാദമുയർത്തിയത് ബോർഡിലെതന്നെ ചില യൂണിയൻ നേതാക്കളായിരുന്നു. കൃത്യമായ ചില കണക്കുകൾ അവർക്കും കിട്ടി. ലക്ഷ്മിഭാഗത്തെ തേയിലത്തോട്ടങ്ങളുടെ ഭാഗങ്ങൾ മുങ്ങി തൊഴിൽ നഷ്ടമുണ്ടാവുമോ, മൂന്നാർ ഭാഗത്തുള്ള ജനങ്ങൾക്ക് പദ്ധതിയുടെ നിർമ്മാണപ്രവർത്തനങ്ങളിലും തുടർന്നും പങ്കാളിത്തമുണ്ടാവുമോ തുടങ്ങിയ സംശയങ്ങൾ തോട്ടം തൊഴിലാളികളെ പ്രതിനിധീകരിച്ച് പങ്കെടുത്ത നേതാക്കളും ഉന്നയിച്ചു.

പദ്ധതിക്കെതിരെ ഗ്രീൻ ട്രിബ്യൂണലിൽ കേസ് കൊടുത്തവരോ വരാലിനെക്കുറിച്ച് പഠിക്കാൻ വന്ന പയ്യനോ ഹിയറിങ്ങിനെത്തിയില്ലെന്ന് ജയശങ്കർ അത്ഭുതത്തോടെയാണ് എന്നോട് പറഞ്ഞത്. പക്ഷേ എന്നെ അത്ഭുതപ്പെടുത്തിയത് ഹിയറിങ്ങിന് വന്ന ഒരു ചെറിയ മനുഷ്യനെക്കുറിച്ചുള്ള വിവരണമാണ്. ഹിയറിങ്ങ് ഏകദേശം അവസാനിക്കാറായപ്പോഴാണ് അയാൾ എത്തിയതത്രെ. സമയം കഴിഞ്ഞു എന്ന് അധികാരികളാരോ പറഞ്ഞപ്പോൾ അയാൾ സമ്മതിച്ചില്ല. രാവിലെ പതിനൊന്ന് മുതൽ വൈകിട്ട് അഞ്ച് വരെ എന്നാണ്

നോട്ടീസിലുള്ളതെന്നും ആ സമയംകൊണ്ട് തീർന്നില്ലെങ്കിൽ അടുത്ത ദിവസവും തുടരുമെന്നാണെന്നും അഥവാ ഇന്നത്തെ സമയം കഴിഞ്ഞെങ്കിൽ നാളെ തുടരുമെന്ന് എഴുതിക്കൊടുക്കണമെന്ന് അയാൾ തർക്കം പറഞ്ഞപ്പോൾ വന്നയാളെക്കുറിച്ച് അവിടെ ഉണ്ടായിരുന്നവർക്ക് ഏകദേശ ധാരണയായി.

ആരോ ചോദിച്ചിട്ടും അയാൾ സ്വന്തം പേര് പറഞ്ഞില്ല. തമിഴ് കലർന്ന മലയാളത്തിലാണ് സംസാരിച്ചത്. ഹിയറിങ്ങിന്റെ സമയം അവസാനിച്ചതിനെക്കുറിച്ച് ആദ്യം മലയാളത്തിൽ സംസാരിച്ച അവനോട് രാമകൃഷ്ണൻസാർ എന്തോ തടസ്സം പറഞ്ഞു, പാതി മലയാളത്തിലും പാതി ഇംഗ്ലീഷിലും. അപ്പോൾ അയാൾ നല്ല ഒഴുക്കൻ ഇംഗ്ലീഷിൽ മുൻപ് പറഞ്ഞത് ആവർത്തിച്ചു. രാമകൃഷ്ണൻസാർ അതിന്റെ മേൽ വീണ്ടും ഒരു തർക്കത്തിന് മുതിർന്നപ്പോൾ ബോർഡിന്റെ വക്കീൽ വിലക്കി. എന്തെങ്കിലും കേട്ട് മടങ്ങിപ്പോകാൻ വന്നതല്ല താനെന്ന് അയാളുടെ ശരീരഭാഷയിൽനിന്ന് തന്നെ മനസ്സിലാകും.

ശരിക്കും ഒരുമണി വരെ നടന്ന പ്രഹസനങ്ങൾക്കുശേഷം ശരിക്കുമുള്ള പബ്ലിക് ഹിയറിങ്ങ് അയാൾ വന്നപ്പോഴാണ് നടന്നത്. പെട്ടിമുടി ഭാഗത്ത് നിർമ്മിക്കുന്ന ഡാമിനായി സാധന സാമഗ്രികൾ ഏത് വഴിക്കാണ് കൊണ്ടുപോവുക? അതിനായി വനത്തിലൂടെ ഇപ്പോഴുള്ള കൂപ്പ് റോഡ് മതിയാവുമോ? പുതിയ ഡാമിന്റെ റിസർവോയറിൽ നിന്ന് രാജമല സങ്കേതത്തിലേക്ക് എത്രദൂരം കാണും? പെട്ടിമുടിയിലെ പുൽമേട്ടിലെ ജൈവവൈവിദ്ധ്യത്തെക്കുറിച്ച് പഠിച്ച റിപ്പോർട്ടിൽ എത്ര ജീവജാലങ്ങളുണ്ട്? തൊട്ടടുത്ത രാജമല സങ്കേതത്തിലെ പുൽമേട്ടിൽ കാണുന്ന ജീവികളിൽ പലതും എന്തുകൊണ്ടാണ് അതേ ആവാസവ്യവസ്ഥയിൽപെട്ട പെട്ടിമുടി ഭാഗത്തെ പുൽമേട്ടിൽ കാണാത്തത്? കല്ലാറ്റിലെ വെള്ളമൊക്കെ മാമലക്കണ്ടത്തേക്ക് തിരിച്ചു വിട്ടാൽ കല്ലാർ അണക്കെട്ടിന് താഴെയുള്ള പുഴ പൂർണ്ണമായുംവറ്റിപ്പോവില്ലേ? അതിന്റെ ഫലമായി അടിമാലി ഭാഗത്ത് വേനലിൽ ജലക്ഷാമമുണ്ടാവില്ലേ? തുടങ്ങി അവിടെ കൂടിയിരുന്ന എല്ലാവരെയും അയാൾ ചോദ്യങ്ങൾകൊണ്ട് പൊതിഞ്ഞു.

താൻ ഉന്നയിച്ച കാര്യങ്ങളൊക്കെ ബന്ധപ്പെട്ടവർ രേഖപ്പെടുത്തിയിട്ടുണ്ടെന്ന് ഉറപ്പാക്കിയാണ് അയാൾ ഹിയറിങ്ങ് നടക്കുന്ന ഹാളിൽ നിന്ന് പോയത്. അയാളെ പരിചയപ്പെടാനായി ജയശങ്കർ പിന്നാലെ ഇറങ്ങിയെങ്കിലും അയാൾ അതിന് മുൻപേ സ്ഥലം വിട്ടിരുന്നു.

രാത്രിയാണ് സൂരജിനെ ഫോണിൽ കിട്ടിയത്. വാൽപ്പാറയിൽ നിന്ന് മടങ്ങിവരുന്ന വഴിയാണ്. അരവിന്ദും കൂടെയുണ്ട്. ഇരുവരും അജിത്തിനെ കാണാൻ വാൽപ്പാറയ്ക്ക് പോയി തിരിച്ച് വരുന്ന

വഴിയാണ്. പതിവ് രീതിയിൽ അങ്ങോട്ട് ഒന്നും പറയാൻ ഇടനൽകാതെ സൂരജ് കാര്യങ്ങൾ പറഞ്ഞ് തുടങ്ങി

"മലക്കപ്പാറയിലെ ഒരു പരിചയക്കാരന്റെ വീട്ടിൽ താമസിച്ച് പിറ്റേന്ന് അജിത്തിനെ കണ്ട് അവൻ പണ്ട് ഡോക്യുമെന്റ് ചെയ്ത ജീവജാലങ്ങളുടെ ലിസ്റ്റും മറ്റുമൊക്കെ സംഘടിപ്പിച്ച് മടങ്ങാമെന്ന് കരുതി പോയതാണ്. വാൽപ്പാറയിലെത്തിയപ്പോഴാണ് അറിഞ്ഞത് അവിടെ കേരളത്തിലില്ലാത്ത ഒരു മൊബൈൽ കമ്പനിക്ക് മാത്രമേ റേഞ്ചുള്ളൂ. അജിത് പഠിപ്പിക്കുന്ന സ്കൂളിലെത്തിയപ്പോഴാണ് അറിഞ്ഞത് അയാൾ ഒരു ദിവസത്തെ അവധിയെടുത്ത് മൂന്നാറിനോ മറ്റോ പോയെന്ന്, ഫോൺ വിളിച്ചിട്ടും കിട്ടിയില്ല. പിന്നെ അവിടെ വരെ എത്തിയ സ്ഥിതിക്ക് അവിടെയൊക്കെ ഒന്ന് കറങ്ങി വൈകിട്ടത്തെ ബസ്സിന് കയറി. താഴെ അതിരപ്പിള്ളിയിലെത്തിയപ്പോഴാണ് മൊബൈൽ റെയ്ഞ്ച് കിട്ടിയത്."

"നിങ്ങൾക്ക് അയാളെ ഒന്ന് വിളിച്ചുനോക്കി ഉറപ്പാക്കിയിട്ട് പോയാൽ പോരായിരുന്നോ?" എനിക്ക് ദേഷ്യം വന്നു. 'ഞാൻ ഒരത്യാവശ്യ കാര്യം പറയാൻ ഇന്നലെ മുതൽ രണ്ടാളുടെയും ഫോണിൽ മാറി മാറി വിളിക്കുന്നുണ്ട്." ഞാൻ നീരസം മറച്ചുവെച്ചില്ല.

"മുൻപ് വിളിച്ചതാണ്. സ്കൂളിലെ പരീക്ഷ അടുത്തതിനാൽ ഒരിടത്തും പോവില്ലെന്ന് ഉറപ്പ് പറഞ്ഞതിനാലും പിന്നെ മലക്കപ്പാറയിലെ ഒരു ചങ്ങാതി അവിടേക്ക് ക്ഷണിച്ചതിനാലും പോയതാ."

"എന്നിട്ട് ഈ പറഞ്ഞ അജിത്തിനെ ഫോണിലെങ്കിലും കിട്ടിയോ?" ഞാൻ ചോദിച്ചു.

"ഇല്ല, അതല്ലേ തമാശ. അവൻ ഉപയോഗിക്കുന്ന ഫോണിന് കേരളത്തിൽ റെയ്ഞ്ചില്ല."

കേരളത്തിൽനിന്ന് രണ്ടാൾ അവനെ തിരക്കി വാൽപ്പാറയ്ക്ക് പോവുമ്പോൾ അവൻ വേറെ എന്തോ കാര്യത്തിന് കേരളത്തിലേക്ക് വരിക. കൊള്ളാം നല്ല ആകസ്മികത, എനിക്ക് ചിരി വന്നു.

"അവൻ എവിടേയ്ക്കാണോ ഇത്ര അത്യാവശ്യമായിട്ട് പോയത്?"

"മൂന്നാറിനാണെന്നാ സ്കൂളിൽനിന്ന് പറഞ്ഞത്."

എന്റെ മനസ്സിൽ ഒരു കൊള്ളിമീൻ പാഞ്ഞു.

"കല്ലാർ ഓഗ്മെന്റേഷൻ പ്രോജക്റ്റിന്റെ പബ്ലിക് ഹിയറിങ് ഇന്ന് മൂന്നാറിൽ വെച്ച് നടക്കുന്നുണ്ടെന്ന് പറയാനാ ഞാൻ വിളിച്ചുകൊണ്ടിരുന്നത്. അവിടെ എല്ലാം നാടകമായിരുന്നെങ്കിലും ഒരു ചെറിയ മനുഷ്യൻ വന്ന് എല്ലാവരേയും വിറപ്പിച്ചിട്ട് പോയെന്നാ ജയശങ്കർ വിളിച്ച് പറഞ്ഞത്. അതിനി ഈ അജിത്തോ മറ്റോ ആണോ, ആൾക്ക് ഉയരം കുറവാണോ?"

“ഉറപ്പില്ല, ഞങ്ങൾ കണ്ടിട്ടില്ല. ആവാൻ വഴിയുണ്ട്. ആളൊരു തീപ്പൊരിയാണെന്നാ അവിടത്തെ സഹപ്രവർത്തകരൊക്കെ പറയുന്നത്. പണ്ട് അവന്റെ പ്രോജക്റ്റ് റിപ്പോർട്ടിൽ മൂന്ന് ഗ്രൗണ്ട് ഓർക്കിഡുകളെക്കുറിച്ച് പരാമർശിച്ചിട്ടുണ്ടായിരുന്നത്രെ. പെട്ടിമുടി എന്ന ലൊക്കേഷൻ മാറ്റി അവന്റെ ഗൈഡ് അത് വേറെ ഏതോ സ്ഥലത്തേതാക്കി. ഇവനും ഗൈഡും തമ്മിൽ തർക്കമായി. തർക്കം മൂത്ത് ഒടുവിൽ ഗൈഡിനെ ഒന്ന് പൊട്ടിച്ചിട്ടാണ് ചങ്ങാതി ട്രോപ്പിക്കൽ ഫോറസ്റ്റ് റിസർച്ച് ഇൻസ്റ്റിറ്റ്യൂട്ടിന്റെ പടിയിറങ്ങിയത്.” എനിക്ക് നല്ല രസം തോന്നി. മൂന്നാറിലെ പബ്ലിക് ഹിയറിങ്ങിന് വന്നത് അജിത് തന്നെയാവാനാണ് സാധ്യത. കാരണം അയാൾ ചോദിച്ചതെല്ലാം ശാസ്ത്രവിഷയങ്ങളാണ്. പിന്നെ തമിഴ് കലർന്ന മലയാളമാണെന്നാണ് ജയശങ്കർ പറഞ്ഞത്. അത് അജിത്ത് തന്നെയാവണേ എന്ന് ഞാൻ പ്രാർത്ഥിച്ചു.

ഹൈക്കോടതിയിലെ കേസിൽ വിധി വന്ന കാര്യം പറയാൻ ഇർഫാൻ വിളിച്ചപ്പോഴാണ് അത് ഇന്നായിരുന്നല്ലോ എന്ന് ഞാൻ ഓർത്തത്. മൂന്ന് മാസംകൊണ്ട് വകുപ്പ് തല അന്വേഷണം പൂർത്തിയാക്കണമെന്നും എനിക്ക് താത്പര്യമുള്ള മൂന്ന് സ്ഥലങ്ങൾ ചോദിച്ചറിഞ്ഞ് രണ്ടാഴ്ചയ്ക്കകം നിയമനം നൽകണമെന്നും വിദൂരമായ സ്ഥലങ്ങളിലെ പദവികളിൽ ഒരു സ്ത്രീയെ മാത്രമായി നിയമിക്കരുതെന്നും കോടതി ഉത്തരവിട്ടു.

എന്തൊരു നാണംകെട്ട വിധിയാണ്. ഞാൻ ആലുവയിൽ ജോലി ചെയ്തതിനേക്കാൾ ആത്മാഭിമാനത്തോടെയാണ് കല്ലാറ് ജോലി ചെയ്തത്. എല്ലാവരും എനിക്ക് അർഹമായതിലും കൂടുതൽ ബഹുമാനവും പരിഗണനയും നൽകിയിട്ടുണ്ട്. വിദൂരമായ ജോലിസ്ഥലങ്ങളിൽ ഒറ്റ പോസ്റ്റ് മാത്രമുള്ള എന്റേതുപോലുള്ള പദവികളിൽ എങ്ങനെയാണ് ഇനി ഒരു സ്ത്രീയെ നിയമിക്കാനാവുക. ഇതിനെ ജന്റർ ഇക്യുറ്റി എന്നല്ല പറയുക. ഞാൻ എന്തൊക്കെയോ പറഞ്ഞ് ഇർഫാനോട് തട്ടിക്കയറി.

“ഞാനല്ല വിധി പറഞ്ഞത്.” ഇർഫാൻ പതിവുപോലെ ശാന്തനായിരുന്നു. “നമുക്ക് വേണമെങ്കിൽ ഇതൊക്കെ പറഞ്ഞ് ഒരു അപ്പീൽ കൊടുപ്പിക്കാം. എന്താണെങ്കിലും തിരിച്ചെടുക്കണമെന്ന് വിധിയായല്ലോ, അതൊരു സമാധാനമല്ലെ.”

കുറച്ച് കഴിഞ്ഞപ്പോൾ ഞാൻ തണുത്തു. എനിക്ക് താത്പര്യമുള്ള മൂന്ന് സ്ഥലങ്ങൾ എഴുതിക്കൊടുത്താൽ അതിലൊന്ന് കിട്ടും. എറണാകുളത്ത് നഗരപ്രദേശത്തുള്ള ഏതെങ്കിലും ഓഫീസ് കൊടുത്താൽ അത് എനിക്ക് ഒരു തരത്തിൽ വലിയ ഗുണമാകുകയും ചെയ്യും. എന്നിട്ടും എനിക്ക് സന്തോഷിക്കാനായില്ല. എന്നെ സർവീസിലേക്ക് തിരിച്ചെടുക്കാനുള്ള ഉത്തരവിലെ വ്യവസ്ഥകളിലെ അസമത്വം

എന്നെ വേദനിപ്പിച്ചു. ഒരുപക്ഷേ ജന്റർ ഇക്യുറ്റി എന്ന സംഘടന വിധിയിൽ വലിയ വിജയം കാണുമായിരിക്കും, ആഘോഷിക്കുമായിരിക്കും, പക്ഷേ എന്നെപ്പോലെ ഒരു എഞ്ചിനീയർക്ക് ഭാവിയിൽ അത്തരത്തിലുള്ള ഒരു നിയമനം കിട്ടാൻ ഈ വിധി തടസ്സമാവും.

ഒരു നന്ദിവാക്കുപോലും പറയാതെയാണ് ഞാൻ ഇർഫാനുമായുള്ള ഫോൺ അവസാനിപ്പിച്ചത്. വീട്ടിൽ എല്ലാവരും നല്ല സന്തോഷത്തിലായിരുന്നു. കോടതിയിൽ എത്ര രൂപ ചെലവായെന്ന് അച്ഛൻ അന്വേഷിച്ചപ്പോഴാണ് അക്കാര്യം ഞാൻ ഓർത്തതുതന്നെ. ഭക്ഷണം കഴിച്ച് ഞാൻ ഇർഫാനെ വിളിച്ചു. വളരെ സന്തോഷിക്കേണ്ട ഒരു കാര്യം നേടാൻ സഹായിച്ചിട്ട്, അക്കാര്യം പറയാൻ വിളിച്ചിട്ട്, ഒരു നന്ദിവാക്കുപോലും പറയാതെ ഫോൺ വെച്ചതിന് ഞാൻ ക്ഷമ ചോദിച്ചു.

അന്ന് ഞങ്ങൾ കുറേ നേരം സംസാരിച്ചു. വിവാഹം രജിസ്റ്റർ ചെയ്യുന്നതിന്റെ നിയമവശങ്ങളെക്കുറിച്ച് ചർച്ച ചെയ്ത് അക്കാര്യത്തിൽ ഒരു തീരുമാനമെടുത്തു. ഒരു മാസമെങ്കിലും കല്ലാറെ പഴയ സ്ഥലത്ത് ജോലി ചെയ്തശേഷം ഇർഫാൻ പറയുന്ന എവിടെ ജോലി ചെയ്യാനും ഞാൻ തയ്യാറാണെന്ന് പറഞ്ഞപ്പോൾ അവൻ പതിവുപോലെ ചിരിച്ചു. പിന്നെ കുറേനേരം ഞാൻ അടുത്ത കാലത്ത് എന്നോട് കൂട്ടുകൂടിയ സൂരജ് ശശിധരനെക്കുറിച്ചും അരവിന്ദ് ശേഖറിനെക്കുറിച്ചും സാരിവാലൻ വരാലിനെക്കുറിച്ചുമൊക്കെ ഇർഫാനോട് വാതോരാതെ സംസാരിച്ചു.

പിറ്റേ ആഴ്ച എനിക്ക് ചാർജ് മെമ്മോ കിട്ടി. മറുപടി എന്ത് കൊടുക്കണമെന്നറിയാൻ വക്കീലിനെ കാണാൻ എറണാകുളത്ത് പോയപ്പോഴാണ് എന്നെ അത്ഭുതപ്പെടുത്തിയ ചില കാര്യങ്ങൾ ഇർഫാൻ എന്നോട് ചോദിച്ചത്. എന്തിനാണ് അരവിന്ദ് ശേഖറിനെ സഹായിക്കാൻ പോയത്, സൂരജ് ശശിധരനെ എങ്ങനെയാണ് പരിചയപ്പെട്ടത് എന്നിങ്ങനെ ഇർഫാൻ അത്രയും കാലം ഇടപെടാത്ത കാര്യങ്ങളെക്കുറിച്ചാണ് ചോദ്യങ്ങൾ.

എനിക്ക് ആകെ ആശങ്കയായി. വിവാഹക്കാര്യത്തിൽ ഏകദേശ തീരുമാനം എടുത്ത സമയമായിരുന്നു അത്. എറണാകുളത്തെ രജിസ്റ്റർ ഓഫീസിൽ വിവാഹം രജിസ്റ്റർ ചെയ്യുന്നതിന് മുന്നോടിയായുള്ള അപേക്ഷ കൊടുക്കാൻ തീരുമാനിച്ച സമയം. അതുവരെ ഇർഫാൻ കാണിക്കാത്ത ഒരു പൊസെസ്സീവ്നെസ്സ്. എനിക്ക് ഉൾക്കൊള്ളാനായില്ല. ഞാൻ ഒഴുക്കൻ രീതിയിൽ മറുപടി പറഞ്ഞു.

വീട്ടിൽ തിരിച്ചെത്തിയപ്പോഴും എന്റെ ഉള്ളിലെ ആശങ്കകൾ അടങ്ങിയിരുന്നില്ല. ഞാൻ അപർണ്ണയെ വിളിച്ചു സംസാരിച്ചു. അവളെന്നെ കുറേ വഴക്ക് പറഞ്ഞു. അവൾ പറയുന്നത് കേട്ടാൽ തോന്നും

ഒരുമിച്ചുള്ള ജീവിതത്തിന്റെ അടിത്തറതന്നെ പരസ്പരം പൊസെസ്സീവാവുകയാണെന്ന്. ഇർഫാന്റെ ചിന്തകളെയും ജീവിതത്തെയും സ്വാധീനിക്കുന്ന അടുപ്പത്തിലേക്ക് സ്ത്രീകളാരെങ്കിലും വന്നുചേർന്നാൽ ഞാനും അവരെക്കുറിച്ച് ഇർഫാൻ ഉന്നയിച്ച സംശയങ്ങൾ ഉന്നയിക്കുമെന്നാണ് അപർണയുടെ പക്ഷം.

ഞാൻ വിയോജിച്ചു. അപർണ്ണ കുറച്ചുകൂടെ തുറന്ന് പറഞ്ഞു, അഭിജിത്തുമായുള്ള ബന്ധം ഗാഢമായി തുടരുന്നതിനിടെ തന്നെ അവൾക്ക് അവളുടെ സോഫ്റ്റ്‌വെയർ ഡെവലപ്‌മെന്റ് ടീമിലെ മറ്റൊരാളോട് സാധാരണയുള്ളതിൽ കവിഞ്ഞ അടുപ്പം തോന്നിയെന്ന്. എനിക്ക് ദേഷ്യമടക്കാൻ കഴിഞ്ഞില്ല, ഒരുപക്ഷേ അവൾ കുറച്ച് കൂട്ടിപ്പറഞ്ഞതാവാം. ഇർഫാനെക്കുറിച്ച് ചർച്ച ചെയ്ത് ഒടുവിൽ ഒന്നിൽ കൂടുതൽ ആളുകളുടെ പ്രൊപ്പോസലുകൾ ഒരേ സമയത്ത് വന്നാൽ അതിൽനിന്ന് മികച്ചത് തിരഞ്ഞെടുക്കുകയാണ് ഇന്നത്തെ കാലത്ത് നല്ലതെന്നൊക്കെയുള്ള അപർണ്ണയുടെ വാദങ്ങൾ കേട്ടപ്പോൾ ഞാൻ ഫോൺ കട്ട് ചെയ്തു.

ചതി

വാൽപ്പാറയിലെ തോട്ടം തൊഴിലാളിയായിരുന്ന കുമാറിനും ഭാര്യ രാക്കമ്മയ്ക്കും പരിചയമുള്ള ഏറ്റവും അറിവുള്ള മനുഷ്യൻ വാൽപ്പാറയിൽ ഗവേഷണത്തിന് വന്ന തമിഴരസൻ എന്ന യുവാവായിരുന്നു. പോണ്ടിച്ചേരി യൂണിവേഴ്സിറ്റിയിലെ ഗവേഷക വിദ്യാർത്ഥിയായിരുന്ന തമിഴരസന്റെ സ്വാധീനം ഇളയ മകന് അതേ പേരിടാനും മൂത്തവനെ വലുതാകുമ്പോൾ ഒരു ശാസ്ത്രജ്ഞനാകാനും കാരണമായി ഭവിച്ചു. തമിഴരസനെ ഇരുവരുടെയും ആരാധനാപാത്രമാക്കിയത് അയാൾ നടത്തിയ പ്രവചനങ്ങളായിരുന്നു.

തോട്ടം മേഖലയ്ക്ക് പുറത്തെ കാടുകളിൽ വാറ്റിൽ വെച്ചുപിടിപ്പിച്ചു തുടങ്ങിയ കാലത്തുതന്നെ അത് ആ നാടിന്റെ തീരാശാപമായിരിക്കുമെന്ന് തമിഴരസൻ പ്രവചിച്ചു. വാറ്റിൽ ചെടികൾ കാട്ടിൽ പടരുമെന്നും പുഴയിൽ വെള്ളം കുറയുമെന്നും വേനലിൽ ജലക്ഷാമമുണ്ടാകുമെന്നും ആനയും കാട്ടുപോത്തും പുലിയുമൊക്കെ തേയിലത്തോട്ടത്തിലേക്കിറങ്ങുമെന്നും തമിഴരസൻ പറഞ്ഞുനടന്നു. അയാളുടെ പ്രവചനങ്ങൾ അക്കാലത്ത് ആർക്കും ഇഷ്ടപ്പെട്ടില്ല. റീപ്ലാന്റിങ്ങ് നടന്ന തോട്ടങ്ങളിൽ തേയില നുള്ളുന്ന ജോലി വളരെ കുറവായിരുന്ന അക്കാലത്ത് പുൽമേടുകളിലും കാട് വെട്ടിമാറ്റിയും വാറ്റിൽ നട്ടുപിടിപ്പിക്കുന്ന ജോലി ആളുകളുടെ പട്ടിണി മാറ്റിയിരുന്നു. താമസമേതുമില്ലാതെ തമിഴരസൻ തൊഴിലാളികളുടെയും അധികാരികളുടെയും കണ്ണിലെ കരടായി. ശ്രീലങ്കയിൽ നിന്നുള്ള തമിഴർ പണിക്ക് നിന്നിരുന്ന തോട്ടങ്ങളിൽ ഇടയ്ക്കിടെ ആരെയെങ്കിലും നുഴഞ്ഞുകയറ്റക്കാരനാണെന്ന് കണ്ടെത്തി പൊലീസ് പിടിച്ചുകൊണ്ടുപോകൽ പതിവായിരുന്നു, തമിഴരസനെയും ശ്രീലങ്കക്കാരനാണെന്നാരോപിച്ച് പൊലീസ് പിടിച്ചുകൊണ്ടുപോയി. അയാളെ പിന്നീട് ആ ദിക്കിലേക്ക് കണ്ടില്ല.

വാറ്റിൽ വെച്ചുപിടിപ്പിക്കുന്ന പണിക്ക് പോയിക്കൊണ്ടിരുന്ന കുമാറും രാക്കമ്മയും തേയിലത്തോട്ടത്തിലെ കൊളുന്ത് നുള്ളുന്ന

പണി പുനരാരംഭിച്ചപ്പോൾ വീണ്ടും തേയിലത്തോട്ടത്തിലേക്ക് പണി മാറി. കുമാറും കുടുംബവും താമസിച്ചിരുന്ന ലയത്തിലെ ഒരു മുറിയിൽ താമസിച്ചിരുന്ന തമിഴരസന് രാക്കമ്മയായിരുന്നു ഭക്ഷണമുണ്ടാക്കിക്കൊടുത്തിരുന്നത്. കഴിച്ച ഭക്ഷണത്തിന് ഒരു തുക എല്ലാ മാസവും തമിഴരസൻ നൽകും. രാത്രി കുട്ടികൾ തമിഴരസന്റെ മുറിയിൽ പോയിരുന്നാണ് പഠിക്കുക. സംശയങ്ങളൊക്കെ അയാൾ തീർത്തുകൊടുക്കും. തോട്ടം മേഖലയിലെ കുട്ടികൾ പഠിക്കുന്ന സ്കൂളിൽ തങ്ങളുടെ മക്കൾ ഒന്നാമതായപ്പോഴാണ് തമിഴരസൻ കുട്ടികളുടെ പഠന കാര്യത്തിൽ ശ്രദ്ധിക്കുന്ന കാര്യം കുമാറും ഭാര്യയും അറിയുന്നത്. അപ്പോഴേക്കും തമിഴരസനെക്കുറിച്ചുള്ള പരാതികൾ വ്യാപകമായിരുന്നു.

ചോലക്കാടുകളിലെ ഓർക്കിഡുകളെ സംബന്ധിച്ച് പഠിക്കാനെത്തിയ അയാൾ ചോലക്കാടുകൾ വെട്ടി വാറ്റിൽ നടുന്നതിനെ സ്വാഭാവികമായും എതിർത്തു. മൂന്നാമത്തെ കുഞ്ഞുമായി ആശുപത്രിയിൽ നിന്ന് തിരിച്ചെത്തിയ കുമാറും രാക്കമ്മയും അറിയുന്നത് തമിഴരസനെ പൊലീസ് പിടിച്ചുകൊണ്ടുപോയ വാർത്തയാണ്. മൂത്ത മക്കൾക്കിട്ടതുപോലുള്ള പരിഷ്കാരമുള്ള പേരൊരെണ്ണം കുമാറും രാക്കമ്മയും കണ്ടുവെച്ചിരുന്നെങ്കിലും മകന് തമിഴരസനെന്ന് പേരിടാൻ രണ്ടാമതൊരുതവണ ആലോചിക്കേണ്ടി വന്നില്ല. വാൽപ്പാറയിലും പൊള്ളാച്ചിയിലുമൊക്കെയായി പ്രീഡിഗ്രി വരെ പഠിച്ച മൂത്തവൻ അജിത്കുമാർ നാഗപട്ടണത്ത് പോയി വൈൽഡ്ലൈഫ് ബയോളജിയിൽ ബിരുദവും ബിരുദാനന്തരബിരുദവും സമ്പാദിച്ച് തമിഴരസന്റെ പാതയിലെത്തി. അത്രയുമായപ്പോഴാണ് പഠിച്ച വിഷയത്തിന് വലിയ ജോലി സാധ്യതയൊന്നുമില്ലെന്ന കാര്യം അജിത്തും അവന്റെ മാതാപിതാക്കളും അറിയുന്നത്. വൈൽഡ് ലൈഫ് ബയോളജിക്ക് പകരം എല്ലാവരും പഠിക്കുന്നതുപോലെ ജന്തുശാസ്ത്രമോ സസ്യശാസ്ത്രമോ ഒക്കെ പഠിച്ചിരുന്നെങ്കിൽപോലും ജോലിസാധ്യതകളുണ്ടായിരുന്നു. പ്രീഡിഗ്രി വരെ പഠിച്ച പലർക്കും ഫാക്ടറിയിൽ കണക്കെഴുത്തുപണിയും മറ്റും കിട്ടിയെങ്കിലും അതൊന്നും അജിത്കുമാർ തിരഞ്ഞെടുത്തില്ല. പഠിച്ച മേഖലയിൽ തന്നെ ഗവേഷണം നടത്തി ഒരു ശാസ്ത്രകാരനാവണമെന്ന് അയാൾ തീർച്ചപ്പെടുത്തിയിരുന്നു. ഡോക്ടറേറ്റ് ലഭിച്ചാൽ തന്റെ പേരിന് മുൻപിൽ ചേർക്കുന്ന രണ്ടക്ഷരങ്ങൾ അയാളെ ഊണിലും ഉറക്കത്തിലും മോഹിപ്പിച്ചു.

പഠനം കഴിഞ്ഞ് ഒരു വർഷത്തെ അലച്ചിലിനൊടുവിൽ ട്രോപ്പിക്കൽ ഫോറസ്റ്റ് റിസർച്ച് ഇൻസ്റ്റിറ്റ്യൂട്ടിലെ ഡോക്ടർ രാജാറാമിന്റെ പ്രോജക്റ്റിൽ ജൂനിയർ റിസർച്ച് ഫെല്ലോയായി ചേർന്ന അജിത്കുമാർ തന്റെ ലക്ഷ്യത്തോട് ഒരു പടികൂടി അടുത്തു. പരിസ്ഥിതി

മന്ത്രാലയത്തിന്റെ പൈസയുപയോഗിച്ച് രാജമല സങ്കേതത്തിന് സമീപമുള്ള പുൽമേടുകളിലെ ജൈവവൈവിധ്യം പഠിക്കാനായിരുന്നു പ്രോജക്റ്റ്. പക്ഷികളെയും ഉരഗങ്ങളെയും മത്സ്യങ്ങളെയും പൂമ്പാറ്റകളെയും പുല്ലിനെയും എന്നുവേണ്ട എന്തിനെക്കുറിച്ചും പഠിക്കാം. ബന്ധുവായ ഒരാളുടെ പെട്ടിമുടി ഭാഗത്തെ ഒരു ലയത്തിൽ മൂന്ന് വർഷക്കാലം താമസിച്ച് അജിത്കുമാർ പുൽമേടുകളിലും ചോലക്കാടുകളിലും അലഞ്ഞു.

വാൽപ്പാറയിൽനിന്ന് ഏറെ അകലെയായിരുന്നില്ല പെട്ടിമുടി. ഇടയ്ക്ക് ഒരു കാടുള്ളതുകൊണ്ട് ആളിയാർ ചുരമിറങ്ങി ഉദുമൽപ്പേട്ട മറയൂര് വഴി ചുറ്റിപ്പോകണമെന്ന് മാത്രം. പെട്ടിമുടിയിലെ ഗവേഷണകാലത്ത് നാലുതരം തവളകളെയും മൂന്ന് ഓർക്കിഡുകളും ശാസ്ത്രലോകത്തിന് പരിചയപ്പെടുത്തിയ അജിത്കുമാറിന്റെ ഗവേഷണഫലങ്ങൾ അയാളുടെ ഗൈഡ് രാജാറാം അതുപോലെ പ്രസിദ്ധീകരിച്ചില്ല. പുതിയ സ്പീഷീസുകളെ കണ്ടെത്തിയ പ്രദേശങ്ങളെ രാജാറാം മാറ്റി. റിസർച്ച് പേപ്പറുകളിൽ പലതിലും അജിത്കുമാറിന്റെ പേരുപോലും വന്നില്ല. ഒരു ഡോക്ടറൽ ഡിഗ്രിക്കാരനാവുകയെന്ന തന്റെ സ്വപ്നത്തിന് രാജാറാമിന്റെ നീരസം ഒരു തടസ്സമാകുമെന്ന് ഭയന്ന അയാൾ ഒന്നും പുറത്തുകാണിച്ചില്ല. ഒടുവിൽ ട്രോപ്പിക്കൽ ഫോറസ്റ്റ് റിസർച്ച് ഇൻസ്റ്റിറ്റ്യൂട്ടിൽ ജൂനിയർ സയന്റിസ്റ്റിന്റെ പുതിയ പോസ്റ്റ് നോട്ടിഫൈ ചെയ്ത് വന്നപ്പോൾ ഗവേഷണം പൂർത്തിയാക്കാത്ത മറ്റ് രണ്ടുപേർക്ക് നിയമനം ലഭിച്ചിട്ടും അജിത്കുമാറിന് ജോലി ലഭിച്ചില്ല.

തനിക്ക് മുകളിൽ ഒന്നിനെയും വളരാനനുവദിക്കാത്ത ഒരു വടവൃക്ഷമാണ് ഡോക്ടർ രാജാറാം എന്ന് തിരിച്ചറിഞ്ഞപ്പോൾ അജിത്കുമാർ ട്രോപ്പിക്കൽ ഫോറസ്റ്റ് റിസർച്ച് ഇൻസ്റ്റിറ്റ്യൂട്ടിന്റെ പടിയിറങ്ങി. നാലുകൊല്ലത്തോളം പെട്ടിമുടിയിൽ തണുപ്പേറ്റ് അട്ടകളുടെ കടികൊണ്ട അജിത് കുമാറിന് ഡോക്ടർ രാജാറാമിന്റെ നീരസം കാരണം ഡോക്ടറൽ ഡിഗ്രി കരസ്ഥമാക്കാനായില്ല. അക്കാലമായപ്പോഴേക്കും താൻ ശാസ്ത്രലോകത്തിന് പരിചയപ്പെടുത്തിയ പെട്ടിമുടിക്കും പരിസരത്തും മാത്രം താമസിക്കുന്ന ജീവിവർഗ്ഗങ്ങളുടെ നിലനിൽപ്പിനുതന്നെ ഭീഷണിയാവുന്ന തരത്തിലുള്ള പ്രവർത്തനങ്ങളാണ് രാജാറാം നടത്തുന്നതെന്ന് അജിത്കുമാറിന് മനസ്സിലായിരുന്നു. സ്വപ്നം കണ്ട ഒരു ലക്ഷ്യസ്ഥാനത്തും എത്തിച്ചേരാനാവാതെ അജിത്കുമാർ തന്റെ ജന്മദേശത്ത് തിരിച്ചെത്തി.

വാൽപ്പാറ അക്കാലത്തിനിടെ വല്ലാതെ മാറിയിരുന്നു. വാറ്റിൽ മരങ്ങൾ ചോലക്കാടുകളെയും പുൽമേടുകളെയും അധിനിവേശം ചെയ്തിരുന്നു. കാട്ടാനക്കൂട്ടങ്ങൾ തേയിലത്തോട്ടങ്ങളിൽ കൂടെ

പലായനം ചെയ്യുന്നതും ആളുകളെ അപകടപ്പെടുത്തുന്നതും പതിവായിരുന്നു. പുള്ളിപ്പുലികൾ തോട്ടം തൊഴിലാളികളെ അക്രമിക്കുന്നത് വരെ ഒറ്റപ്പെട്ട സംഭവമല്ലാതായപ്പോൾ അജിത്കുമാർ പണ്ട് തമിഴരസൻ പ്രവചിച്ച കാര്യങ്ങളെ ഓർമ്മിപ്പിച്ചുകൊണ്ട് ഒറ്റയാൾ സമരങ്ങൾ ആരംഭിച്ചു. ഇത്തവണ പ്രദേശവാസികളും തോട്ടമുടമകളും അധികാരികളുമൊന്നും അജിത്കുമാർ പറയുന്ന കാര്യങ്ങളെ നിഷേധിച്ചില്ല, പക്ഷേ അവരുടെ പക്കൽ വാൽപ്പാറയിലെ പഴയ സമതുലിതാവസ്ഥ തിരികെ പിടിക്കാൻ മാർഗ്ഗങ്ങളുണ്ടായിരുന്നില്ല. ചോലക്കാടുകളെ തിരികെ കൊണ്ടുവരാനുള്ള പ്രവർത്തനങ്ങളുമായി വാൽപ്പാറയിൽ തന്നെ തുടരാൻ അയാൾക്കൊരു ജോലി ആവശ്യമായിരുന്നു. സ്കൂൾ അദ്ധ്യാപകനാവാനുള്ള യോഗ്യത ഇല്ലാഞ്ഞിട്ടുകൂടി അജിത്കുമാറിനെ വാൽപ്പാറയിലെ സെമിനാരി വക സ്കൂൾ കരാർ വ്യവസ്ഥയിൽ ബയോളജി അദ്ധ്യാപകനാക്കി നിയമിച്ചു.

അക്കാലത്താണ് പെട്ടിമുടിയിൽ ഡോക്ടർ രാജാറാം ഏതോ ഒരു പ്രൊജക്റ്റിന് വേണ്ടി എൻവിറോണ്മെന്റൽ ഇമ്പാക്റ്റ് അസസ്മെന്റ് നടത്തുന്ന കാര്യം ട്രോപ്പിക്കൽ ഫോറസ്റ്റ് റിസർച്ച് ഇൻസ്റ്റിറ്റ്യൂട്ടിലെ പരിചയക്കാരാരോ അജിത്കുമാറിനെ വിളിച്ചുപറയുന്നത്. ധാർമ്മികതയെന്നൊന്ന് തൊട്ടുതീണ്ടിയിട്ടില്ലാത്ത തന്റെ ഗുരുനാഥൻ എന്തെങ്കിലും രഹസ്യ അജണ്ട നടപ്പാക്കാനാവും പാരിസ്ഥിതിക ആഘാതപഠനം നടത്തുന്നതെന്ന് ഉറപ്പുണ്ടായിരുന്ന അജിത്കുമാർ അക്കാലം മുതലേ ഓരോ കാര്യങ്ങളും ശ്രദ്ധിക്കുന്നുണ്ടായിരുന്നു. അങ്ങനെ അരവിന്ദ് ശേഖറിനും സൂരജ് ശശിധരനും മുൻപേ കല്ലാർ ഓഗ്മെന്റേഷൻ പ്രൊജക്റ്റിന് ഒരു ശത്രു ജനിച്ചിരുന്നു. ആവനാഴിയിൽ മൂർച്ചയുള്ള അസ്ത്രങ്ങളുള്ള ഒരാൾ.

മൂന്നാറിലെ പബ്ലിക് ഹിയറിങ്ങിൽ ചോദ്യങ്ങൾകൊണ്ട് ബോർഡിനെ പ്രതിരോധത്തിലാക്കിയ ആൾ അജിത് തന്നെയായിരിക്കുമെന്ന് ഞങ്ങൾ ഊഹിച്ചെങ്കിലും അതിനൊരു സ്ഥിരീകരണം വന്നത് പിറ്റേന്ന് മാത്രമാണ്. പബ്ലിക്ക് ഹിയറിങ് ആരെയും അറിയിക്കാതെയാണ് നടത്തിയതെന്ന് പരാതിപ്പെടുന്നതിനെക്കുറിച്ച് ആലോചിക്കാൻ സൂരജ് അരവിന്ദനൊപ്പം വീട്ടിൽ വന്ന സമയത്താണ് സ്കൂളിലെ ലാന്റ് ഫോണിൽ നിന്ന് അജിത് സൂരജിനെ വിളിക്കുന്നത്. ശക്തനായ ഒരാളെ സംഘത്തിൽ കിട്ടിയതിന്റെ ആവേശം കുറച്ചൊന്നുമായിരുന്നില്ല. പക്ഷേ അജിത്തിന് സ്കൂൾ ഒഴിവാക്കി എപ്പോഴും വരാനാവില്ല. അജിത്താണ് പറഞ്ഞത് പണ്ട് സൈലന്റ്വാലി സമരമൊക്കെപ്പോലെ ഒരു ബഹുജനസമരമാക്കി ഉയർത്തിക്കൊണ്ടുവരാതെ നമ്മൾ കുറച്ചു പേർ മാത്രം ആലോചിച്ചാൽ കാര്യങ്ങൾ നടക്കില്ലെന്നത്. അതിൽ പിന്നെ ആലോചനകൾ ആ വഴിക്ക് നീങ്ങി.

വേനൽ കനത്തു. നാഷണൽ ഗ്രിഡ്ഡിൽനിന്ന് ആവശ്യത്തിന് വൈദ്യുതി കിട്ടാതായതോടെ കേരളത്തിൽ ലോഡ് ഷെഡ്ഡിങ്ങ് ഉള്ള കാലം. പകൽ മുക്കാൽ മണിക്കൂർ വീതം രണ്ട് തവണയും രാത്രി അരമണിക്കൂറും. ഭാസുരേന്ദ്രന്റെ ഭാഷയിൽ പറഞ്ഞാൽ മഴയെ മാത്രം ആശ്രയിച്ച് ജീവിക്കുന്ന മലയാളിക്ക് അത് മഴ കുറഞ്ഞ ഒരു വർഷമായിരുന്നു. ഡാമുകളിൽ പരമാവധി അളവിൽ വെള്ളം നിറയ്ക്കുന്ന തുലാമഴ ഇടുക്കി ജില്ലയിൽ അധികം പെയ്തില്ല. പണ്ട് സ്കൂളിലേക്ക് ഇറങ്ങാൻ നേരത്ത് മഴ പെയ്യുമ്പോൾ ''ഈ മഴയൊക്കെ ഇടുക്കിയിൽ പെയ്തെങ്കിൽ ആ അണക്കെട്ടെങ്കിലും നിറഞ്ഞേനെ'' എന്നുള്ള അമ്മയുടെ തമാശ ഞാൻ ഓർത്തു. ആളുകൾക്ക് മഴയോടുള്ള സമീപനം അങ്ങനെയാണ്. ഉണങ്ങാൻ തുണിവിരിച്ചിട്ടുണ്ടെങ്കിൽ, പൊടിപ്പിക്കാനുള്ള ധാന്യം ഉണക്കാനിട്ടിട്ടുണ്ടെങ്കിൽ, എവിടേക്കെങ്കിലും പോകാനുണ്ടെങ്കിൽ ആളുകൾ മഴയോട് പറയും ''പോയിട്ട് പിന്നൊരിക്കൽ വാ'' എന്ന്, അല്ലെങ്കിൽ ''വേറെവിടെങ്കിലും പോയി പെയ്യ്'' എന്ന്.

ചൂട് വളരെ കൂടുതലുള്ള കാലം. രാത്രി പവർകട്ടിന്റെ സമയത്ത് വീട്ടിലെല്ലാവരും വരാന്തയിൽ ഇരുന്ന് കഥകൾ പറയും. ഇർഫാനെക്കുറിച്ചും സംസാരിക്കാമെന്ന സ്ഥിതിയിലേക്ക് കാര്യങ്ങൾ എത്തിയിരുന്നു. ഈ പവർകട്ടിന്റെ കാലത്ത് കല്ലാർ ഓഗ്മെന്റേഷൻ പ്രോജക്റ്റിനെതിരെ ഒന്നും പറഞ്ഞിട്ട് കാര്യമില്ലെന്നറിയുന്നതിനാലാവാം സമരസമിതി ഉണ്ടാക്കുന്ന കാര്യമൊന്നും സൂരജോ അരവിന്ദോ പിന്നീട് പറഞ്ഞില്ല. മൂന്ന് മാസത്തിനകം തിരിച്ചെടുക്കണമെന്ന് കോടതി വിധിയുണ്ടായിട്ടുകൂടി ബോർഡ് അക്കാര്യത്തിൽ നടപടികളൊന്നും എടുത്തില്ല. ജന്റർ ഇക്വ്യുറ്റിയുടെ പുതുക്കിയ വെബ്സൈറ്റിൽ ജെന്റർ ഇക്വ്യുറ്റി വേർസസ് വൈദ്യുതി ബോർഡ് എന്ന കേസിനെക്കുറിച്ചും അത് ചരിത്രപരമായ ഒന്നാണെന്നതിനെക്കുറിച്ചും വന്ന ലേഖനങ്ങൾ ഉണ്ടായിരുന്നു. എനിക്ക് ചിരി വന്നു, അവർ കൊട്ടിഘോഷിക്കുന്ന വിധിയിൽ പറയുന്ന ഞാൻ ഇന്നും സസ്പെൻഷനിൽ വീട്ടിലിരിപ്പാണ്.

കോടതിയലക്ഷ്യ കേസ് കൊടുത്താലോ എന്ന് ഇർഫാൻ വക്കീലിനെ കണ്ട് ചോദിച്ചിരുന്നു. പവർകട്ട് ഒഴിവാക്കാൻ മുടങ്ങിക്കിടക്കുന്ന വൈദ്യുത പദ്ധതികളെല്ലാം പുനരാരംഭിക്കണമെന്നും പുതിയവ തുടങ്ങണമെന്നും ആവശ്യപ്പെട്ട് പുതിയ പൊതുതാത്പര്യ ഹർജി വന്ന കാര്യം അപ്പോഴാണറിയുന്നത്. എന്റെ സസ്പെൻഷൻ കേസിലെ കാര്യങ്ങൾ അതുമായി ബന്ധമില്ലാത്തവയാണെന്ന് ഇർഫാൻ വക്കീലിനെ ബോധ്യപ്പെടുത്താൻ ശ്രമിച്ചെങ്കിലും വക്കീൽ കുറച്ച് കാത്തുനിൽക്കാൻ പറഞ്ഞത്രെ. ''മഴ പെയ്യട്ടെ, ഒന്ന് തണുക്കട്ടെ'' വക്കീൽ ഉപദേശിച്ചു.

അതിനിടെ ഞാനും ഇർഫാനും എറണാകുളം സൗത്തിലെ രജിസ്റ്ററാപ്പീസിൽ വിവാഹം രജിസ്റ്റർ ചെയ്യാനുള്ള അപേക്ഷ കൊടുത്തു. പണ്ട് അച്ഛനൊപ്പം വീട്ടുകാരെ പിണക്കി അന്യജാതിക്കാരനൊപ്പം ഇറങ്ങിപ്പോയ അമ്മയ്ക്ക് ഇപ്പോഴും അന്യമതസ്ഥനെക്കൊണ്ട് മകളെ വിവാഹം കഴിപ്പിക്കാനുള്ള മാനസികനില വന്നിട്ടില്ല.

''ഞങ്ങളായിട്ട് നടത്തിത്തരില്ല, നിനക്കായിട്ട് ഇറങ്ങിപ്പോകാം'' എന്നുള്ള അമ്മയുടെ തീരുമാനം എന്നെ ഒട്ടും അത്ഭുതപ്പെടുത്തിയില്ല. ഇർഫാന്റെ വീട്ടിൽ കാര്യങ്ങൾ കുറച്ചുകൂടെ അനുകൂലമായിരുന്നെങ്കിലും എന്റെ വീട്ടുകാരുടെ സാന്നിധ്യം വേണമെന്ന ഉപാധിയുണ്ടായിരുന്നു. ഒടുവിൽ വിവാഹം രജിസ്റ്റർ ഓഫീസിൽ വെച്ചാക്കാൻ ഞങ്ങൾ തീരുമാനിച്ചു. അല്ലെങ്കിലും സ്പെഷ്യൽ മാര്യേജ് ആക്റ്റ് പ്രകാരമേ സാധ്യമാകൂ. ഇന്ത്യയിലെ വ്യക്തി നിയമങ്ങൾ വലിയ തമാശയാണ്. ഹിന്ദു വിവാഹ നിയമം, മുസ്ലിം വിവാഹ നിയമം, ക്രിസ്ത്യൻ വിവാഹ നിയമം എന്നിങ്ങനെ പോകും. വളരെ ലളിതമായ നടപടിക്രമങ്ങളിലൂടെ കല്യാണം കഴിക്കാമെങ്കിലും സ്പെഷ്യൽ മാര്യേജ് ആക്റ്റ് പ്രകാരം ഒരു മാസത്തെ മുൻകൂർ നോട്ടീസ് വേണം.

പൊസസ്സീവ്നെസ്സ് എന്നൊക്കെ പറഞ്ഞ് ഇർഫാനോട് തർക്കമുണ്ടാക്കിയതും അപർണ്ണയുടെ വാദങ്ങൾ കേട്ട് അമ്പരന്നതുമൊക്കെ പിന്നീട് ആലോചിച്ചപ്പോൾ അത്ഭുതം തോന്നി. ഞാൻ ഏഴാംക്ലാസ് വരെ പഠിച്ചത് അമ്മയുടെ സ്കൂളിലാണ്. ഏഴിൽ പഠിക്കുമ്പോഴേ എന്റെ കൂട്ടുകാരികളിൽ ചിലർക്കൊക്കെ കാമുകന്മാരുണ്ടായിരുന്നു. എട്ടാം ക്ലാസ്സിലേക്ക് മാറിച്ചേരേണ്ട കാലമായപ്പോൾ അമ്മ എന്നെ പെൺകുട്ടികൾ മാത്രം പഠിക്കുന്ന സ്കൂളിൽ ചേർത്തു. ചാലക്കുടിയിലെ ഹൈസ്കൂളിലെ കൂട്ടുകാരികളിൽ പലർക്കും മറ്റ് സ്കൂളുകളിൽ പഠിക്കുന്ന കാമുകന്മാരുണ്ടാവും. ഒരു തമാശയ്ക്കെങ്കിലും എന്നെ ആൺകുട്ടികളുടെ പേര് ചേർത്ത് പറയുന്നത് എനിക്ക് ഇഷ്ടമായിരുന്നില്ല. അത് അറിയാവുന്ന മറ്റ് കുട്ടികൾ എന്നെ പുരുഷവിരോധിയാക്കി.

സത്യത്തിൽ എല്ലാ പുരുഷന്മാരെയും അകറ്റി നിർത്താനും അവരെയൊക്കെ സംശയത്തോടെ നോക്കാനും എന്നെ നിരന്തരം ഉപദേശിച്ചത് അമ്മയാണ്. നേരിട്ടുള്ള ഉപദേശങ്ങളല്ല. പലപ്പോഴും പത്രത്തിൽ വരുന്ന ചതിയുടെ കഥകൾ അമ്മ വലിയ പ്രാധാന്യത്തോടെ എന്നോട് ചർച്ച ചെയ്യും. ആ നിയന്ത്രണങ്ങളൊക്കെ പൊട്ടിച്ച് എന്റെ മനസ്സിൽ കൂടുകൂട്ടിയതാണ് ഇർഫാൻ. അമ്മ സൃഷ്ടിച്ചെടുത്ത ചതിയനും അവസരവാദിയും ദുഷ്ടനുമായ പുരുഷന്റെ രൂപം ഉടഞ്ഞുപോയപ്പോൾ ഞാൻ പുരുഷനെ കൂടുതൽ അടുത്തറിയാൻ ശ്രമിച്ചു. ആലുവയിലും കല്ലാറിലും കൂടെ ജോലി ചെയ്തവരിൽ സ്ത്രീകളേക്കാൾ കൂടുതൽ എന്നോട് സൗഹൃദം കാണിച്ചത് പുരുഷന്മാരായിരുന്നു.

പുരുഷന്മാരെക്കുറിച്ചുള്ള അഭിപ്രായം മാറിയത് ഇർഫാന്റെ സ്വാധീനത്തിലാണെങ്കിലും സൂരജിനെയും അരവിന്ദിനെയും പോലുള്ള സുഹൃത്തുക്കളുണ്ടായത് ഇർഫാനുമായി പിണങ്ങിയ കാലത്താണ്. അവന്റെ അസാന്നിധ്യത്തിലാണ്. എന്റെ സുഹൃത്തുക്കളുടെ പട്ടികയിൽ കുറേ പുരുഷന്മാർ ഇടം പിടിച്ചപ്പോൾ അവൻ അതിനെക്കുറിച്ച് തിരക്കിയതിനെ ഞാൻ അത്രയ്ക്ക് കാര്യമായി എടുക്കേണ്ടതില്ലായിരുന്നു.

ഫോൺ വിളികൾക്കിടയിൽ സൂചനകളൊന്നും തരാതെ ഒരു ദിവസം വൈകീട്ട് തങ്കമ്മ വീട്ടിലെത്തി. വീട്ടിലേക്ക് വരാനുള്ള വഴിയൊക്കെ വളരെ മുൻപേ തങ്കമ്മ ചോദിച്ച് മനസ്സിലാക്കിയിരുന്നു. മുരിക്കാശ്ശേരിയിൽ പോയി വരുന്ന വഴിയാണ്. കുറച്ച് കുഴലപ്പവും ചക്ക ചിപ്സുമെക്കെ എനിക്കുവേണ്ടിയും കൊണ്ടുവന്നിരുന്നു.

രാത്രി തങ്കമ്മ എന്റെ മുറിയിലാണ് കിടന്നത്. കുറേ നാളുകൾക്കു ശേഷം കാണുന്നതാണ്. ചിലപ്പോഴൊക്കെ ഓഫീസിലെ ലാന്റ് ഫോണിൽ നിന്ന് മിസ്സ് കോൾ ഇട്ടാൽ ഞാൻ തിരിച്ചുവിളിക്കാറാണ് പതിവ്. ഇത്ര ദൂരേക്കൊന്നും അവർ മുൻപ് ഒറ്റയ്ക്ക് യാത്ര ചെയ്തിരുന്നില്ല.

''പെട്ടെന്ന് എന്തേ വരാൻ തോന്നി, ഞാൻ കുറേ നാളായി വിളിച്ചുകൊണ്ടിരുന്നതല്ലേ.'' ഞാൻ ചോദിച്ചു.

''വരണമെന്ന് തോന്നി.'' തങ്കമ്മ ചിരിച്ചു. ''ഞാൻ മുരിക്കാശ്ശേരിയിൽ കഴിഞ്ഞ മാസം പോയപ്പോൾ എന്റെ മോളെന്നോട് ചോദിച്ചു ഞാനവളുടെ അമ്മയാണോ എന്ന്.''

''എന്നിട്ട് തങ്കമ്മ എന്ത് പറഞ്ഞു?''

''അല്ലെന്ന് പറഞ്ഞു. എന്താണ് അങ്ങനെ ചോദിക്കാൻ കാരണമെന്ന് ചോദിച്ചു.''

''എന്നിട്ട്...'' എനിക്ക് ആകാംക്ഷയായി.

''എനിക്കും അവൾക്കും ഒരേ ശബ്ദമാണെന്ന് അവളുടെ മകൾ പറയുന്നത്രെ! പിന്നെ അവളെ ആരോ ഉപേക്ഷിച്ചതാണെന്ന് അറിയാമെന്നും.''

''എന്നിട്ടും തങ്കമ്മ പിടിച്ചു നിന്നോ?'' ഞാൻ അത്ഭുതപ്പെട്ടു.

''സത്യം തുറന്നു പറയാമെന്ന് കരുതിത്തന്നെയാണ് ഞാൻ ഇത്തവണ കാണാൻ പോയത്. പക്ഷേ പറ്റിയില്ല. അമ്മയെ മാത്രമായല്ല അവൾക്ക് വേണ്ടതെങ്കിൽ എനിക്ക് അത് ഉൾക്കൊള്ളാനാവില്ല. അച്ഛനോട് കുറച്ച് ദയയെങ്കിലും അവൾ കാണിച്ചാൽ ഒരുപക്ഷേ ഞാൻ അവളെ വെറുത്തുപോകും, അതുകൊണ്ട് ഞാൻ പറഞ്ഞില്ല. അവളാ ചോദ്യം പിന്നെ ചോദിച്ചുമില്ല.''

ഞാൻ തങ്കമ്മയോട് പല കാര്യങ്ങളും സംസാരിച്ചു. അമ്മയോട് പറയേണ്ടിയിരുന്ന പല കാര്യങ്ങളും ഞാനന്ന് തങ്കമ്മയോട് പങ്കു വെച്ചു. രജിസ്റ്റർ കല്യാണം കഴിഞ്ഞ് നടത്താനുദ്ദേശിക്കുന്ന റിസ പ്ഷനെക്കുറിച്ച്, ഒരുമിച്ച് താമസിക്കാനായി കടവന്ത്രയിൽ വാങ്ങാ നുദ്ദേശിക്കുന്ന ഫ്ളാറ്റിനെക്കുറിച്ച്, കല്യാണത്തിനായി ഞാൻ വാങ്ങി അലമാരയിൽ വെച്ച ആഭരണങ്ങൾ ഞാൻ തങ്കമ്മയ്ക്ക് കാണിച്ചു കൊടുത്തു. ആ ആഭരണങ്ങൾ അന്ന് സന്തോഷിച്ച് കാണും, തിള ക്കമുള്ള കണ്ണുകളോടെ ആരെങ്കിലും അതിനെ നോക്കിയല്ലോ, അതിന്റെ ഭംഗിയെക്കുറിച്ചും മാറ്റിനെക്കുറിച്ചും പുകഴ്ത്തി സംസാരി ച്ചല്ലോ.

ഉറങ്ങാനായി രാജേഷിന്റെ മുറിയിലേക്ക് പോകാമെന്നാണ് കരുതിയിരുന്നതെങ്കിലും ഞാനന്ന് എന്റെ മുറിയിൽ തങ്കമ്മയ്ക്കരി കിലായി കിടന്നുറങ്ങി. രാത്രി കരണ്ട് പോയി ഫാൻ ഓഫായപ്പോൾ ഞങ്ങൾ രണ്ടാളും ഉണർന്നു. കൂജയിലെ വെള്ളം തീർന്നിരുന്നു, ഞാൻ അടുക്കളയിൽ പോയി വെള്ളമെടുത്ത് കൊണ്ടുവന്നു. തങ്കമ്മ ജനലുകൾ തുറന്നിട്ടപ്പോൾ തണുത്ത കാറ്റ് മുറിക്കുള്ളിലേക്ക് വിരു ന്നെത്തി. പിന്നാലെ പുതുമഴ പെയ്യുന്നതിന്റെ സുഗന്ധം മുറിയിൽ നിറഞ്ഞു. ഇരുട്ട് എന്നെ ഭയപ്പെടുത്തിയില്ല, എന്റെ മുറിയിലെ ജന ലുകൾ രാത്രി തുറന്നിടുന്നത് ആദ്യമാവാം. വീണ്ടും ഉറക്കം പിടിച്ച തങ്കമ്മ ഒരു കൈകൊണ്ട് എന്റെ കൈ ചേർത്തുപിടിച്ചിരുന്നു. എനിക്ക് എന്റെ അമ്മയെക്കുറിച്ചാലോചിച്ച് സങ്കടം വന്നു. അമ്മ യുടെ ഭയങ്ങളാവാം എന്റെ മേൽ നിയന്ത്രണങ്ങളായി അടിച്ചേൽപ്പി ക്കുന്നത്. എനിക്ക് തങ്കമ്മയെപ്പോലെ ധീരയായ ഒരമ്മയാവണം. രാത്രിമഴ ഭാസുരേന്ദ്രനെയും ടീച്ചറെയും ഓർമ്മിപ്പിച്ചുകൊണ്ട് തകർത്തു പെയ്യുന്നു. വരണ്ട ഭൂമിയിലെ മണ്ണ് മഴയിൽ കുതിർന്ന് ചാലുകളി ലൂടെ പുഴയെ പുണരാനായി ഒഴുകിത്തുടങ്ങിയിട്ടുണ്ടാവും, ചാല് കീറി മനസ്സിലേക്ക് ഉറക്കവും ഒഴുകിയെത്തി.

ലവ് ജിഹാദ്

റീഇൻസ്റ്റേറ്റ് ചെയ്തു, കളമശ്ശേരിയിലെ ലോഡ് ഡെസ്പാച്ച് സെന്ററിൽ. നാഷണൽ പവർ ഗ്രിഡ്ഡിന്റെ ഭാഗമായ കളമശ്ശേരിയിലെ ലോഡ് ഡെസ്പാച്ച് സെന്ററിന്റെ പുതിയ കെട്ടിടത്തിന്റെ നിർമ്മാണ ചുമതലയുള്ള എഞ്ചിനീയറിങ്ങ് വിഭാഗത്തിൽ. കെട്ടിടം ഏകദേശം പൂർത്തിയായതിനാൽ കാര്യമായി ജോലിയൊന്നും ഇല്ല. സസ്പെൻഷൻ കഴിഞ്ഞ് ജോലിക്ക് തിരികെ കയറുന്നവർ നേരിടേണ്ടി വരുന്ന എല്ലാ അവഗണനകളും ആദ്യ ആഴ്ചകളിൽ എനിക്കവിടെ നേരിടേണ്ടി വന്നു. പവർക്കട്ടും അല്ലാതെയുള്ള കരണ്ട് പോക്കും കാരണം ബോർഡ് ആകെ കുറ്റവിചാരണ നേരിടുന്ന കാലം. എന്നെ കൂടുതൽ കാലം പടിക്ക് പുറത്ത് നിർത്താൻ ആ ഓഫീസിനായില്ല.

എക്സിക്യൂട്ടീവ് എഞ്ചിനീയർ മാനുവൽ സാറടക്കമുള്ളവർ കല്ലാർ പ്രൊജക്ടിൽ ജോലി ചെയ്യുന്നതുമായി ബന്ധപ്പെട്ട കാര്യങ്ങളും സസ്പൻഷനായതിനെക്കുറിച്ചുള്ള എന്റെ വിശദീകരണങ്ങളുമൊക്കെ കേൾക്കാൻ താത്പര്യം കാണിച്ചു. മാനുവൽ സാറും എഞ്ചിനീയർമാരായ ദിലീപും അവിനാഷുമൊക്കെ പതിയെ ഞാനുമായി സൗഹൃദത്തിലായി. കല്ലാറിലെ മേലധികാരി രാമകൃഷ്ണൻ സാറിനെപ്പോലെ ബോർഡിന്റെ നയങ്ങളും കണക്കുകളും വെള്ളം തൊടാതെ വിഴുങ്ങുന്ന പ്രകൃതക്കാരനായിരുന്നില്ല മാനുവൽ സർ. ബോർഡിനെതിരെയുള്ള വിമർശനങ്ങളെ കുറേക്കൂടെ മനസ്സിലാക്കി പ്രായോഗികമായ രീതിയിൽ കൈകാര്യം ചെയ്യുന്നയാളായിരുന്നു അദ്ദേഹം. കർക്കടകത്തിൽ നന്നായി മഴ പെയ്ത സമയത്ത് യാതൊരു തത്വദീക്ഷയുമില്ലാതെ വൈദ്യുതി ഉൽപ്പാദിപ്പിച്ച് അയൽസംസ്ഥാനങ്ങൾക്ക് വിറ്റതിനെയും അട്ടപ്പാടിയിലെ കാറ്റാടിയന്ത്രങ്ങൾ സ്ഥാപിക്കുന്ന പദ്ധതിയിൽ ആദിവാസികളുടെ ഭൂമി തട്ടിയെടുത്തെന്ന പരാതി ആദ്യകാലത്ത് അവഗണിച്ചതിനാൽ കാറ്റാടി യന്ത്രങ്ങൾ സ്ഥാപിക്കുന്ന പദ്ധതി മന്ദഗതിയിലായതിനെയുമൊക്കെ അദ്ദേഹം വിശകലനം ചെയ്തു. അതിനെക്കുറിച്ചൊക്കെ തുറന്ന ചർച്ചകൾ നടന്നു. പ്രസരണത്തിലെ നഷ്ടം കുറച്ച്, ഊർജ്ജകാര്യക്ഷമതയുള്ള

ഉപകരണങ്ങളിലേക്ക് മാറുവാൻ ഉപഭോക്താക്കളെയും ഉപകരണ നിർമ്മാതാക്കളെയും പ്രോത്സാഹിപ്പിച്ചാൽ തീരാവുന്നതാണ് കേരളത്തിലെ വൈദ്യുതി ക്ഷാമമെന്ന പക്ഷക്കാരനായിരുന്നു മാനുവൽ സർ. പൂർണ്ണമായും ശരിയെന്ന് തോന്നിയ അദ്ദേഹത്തിന്റെ അഭിപ്രായത്തോടും പിന്നീട് എനിക്ക് സംശയം തോന്നി. ഡാമുകൾ നിർമ്മിക്കുന്ന കമ്പനികളുമായി വഴിവിട്ട ബന്ധങ്ങളുള്ള രാമകൃഷ്ണൻ സാറിനെപ്പോലെ ഇപ്പറഞ്ഞവരുമായി മാനുവൽ സാറിന് എന്തെങ്കിലും ബന്ധം കാണുമോ, ഞാൻ ഈയിടെയായി ഒരു സംശയരോഗിയായി മാറിയിട്ടുണ്ട്.

പകൽസമയത്തെ ജോലികളും ഓഫീസിൽനിന്ന് കുറച്ച് നേരത്തെ ഇറങ്ങി ഇർഫാനൊപ്പം ചെറിയൊരു കറക്കവും കടകൾ മാറിമാറിയുള്ള കാപ്പികുടിയുമൊക്കെയായി ഓഫീസ് ജീവിതം മുന്നോട്ട് പോയി. വീട്ടിൽ കല്യാണാലോചനകൾ നടക്കുന്ന എഞ്ചിനീയർ ദിലീപ് ആദ്യദിവസങ്ങളിൽ എന്നോട് വലിയ അടുപ്പം കാണിച്ചപ്പോൾ ഞാൻ ആദ്യം കരുതിയത് വല്ല പ്രേമമോ മറ്റോ ആണോ എന്നതാണ്. എനിക്കയാളോട് പറയണമെന്നുണ്ടായിരുന്നു വീട്ടുകാരുടെ അനുഗ്രഹാശിസ്സുകളോടെ കല്യാണാലോചനകൾ നടക്കുന്ന പ്രായത്തിൽ ഒരു കാമുകിയെ കണ്ടെത്തി കല്യാണം കഴിക്കാമെന്നത് വെറും വ്യാമോഹമാണെന്ന്. ഒരു പ്രേമത്തിനൊക്കെ ധൈര്യമുള്ളവർ എന്റെ പ്രായത്തിൽ തനിച്ചുണ്ടാവില്ല, അവർക്ക് മുൻപ് തന്നെ കാമുകന്മാരുണ്ടാവും. ദിലീപിനെപ്പോലുള്ളവർക്ക് നല്ലത് വീട്ടുകാർ കണ്ടെത്തുന്ന പെണ്ണിനെ കെട്ടലാണ്. അല്ലെങ്കിലും ഒരേ ജോലിയുള്ളവർ കല്യാണം കഴിക്കാതിരിക്കുന്നതാണ് നല്ലത്.

രജിസ്റ്റർ ഓഫീസിലെ നോട്ടീസിന്റെ കാലാവധി കഴിയാറായി. ഒരാഴ്ച കഴിഞ്ഞാൽ കല്യാണം രജിസ്റ്റർ ചെയ്യാം. ഞാനും ഇർഫാനും കടവന്ത്രയിലെ ഫ്ളാറ്റിന്റെ കാര്യത്തിൽ ഒരു അവസാന തീരുമാനമെടുക്കാനായി പോയി നോക്കി. വേനലായാൽ വെള്ളത്തിന് ചെറിയ ബുദ്ധിമുട്ടുണ്ടാവുമെന്നാണ് അതിന്റെ സമീപത്തുകാരനായ അവിനാശ് പറഞ്ഞത്. മട്ടാഞ്ചേരിയിൽ വെള്ളത്തിന് എക്കാലത്തും പ്രശ്നമാണല്ലോ എന്ന് ഇർഫാൻ നിസ്സാരവൽക്കരിച്ചപ്പോൾ ഒരിക്കലും വറ്റാത്ത വീട്ടിലെ കിണറിനെക്കുറിച്ച് ഞാനോർത്തു. കല്ലാറിൽ താമസിച്ചിരുന്ന കാലത്ത് വീട്ടിൽ വരുമ്പോൾ ഞാൻ അമ്മയുണ്ടാക്കുന്ന ഭക്ഷണം മാത്രമല്ല അമ്മ കിണറ്റിൽനിന്ന് കോരി കൂജയിൽ നിറച്ചുവെയ്ക്കുന്ന വെള്ളവും ആർത്തിയോടെ കുടിക്കാറുള്ളത് ഓർത്തു. ഇടയ്ക്ക് പത്രത്തിലോ ടിവിയിലോ എന്തെങ്കിലും പകർച്ചവ്യാധികളെക്കുറിച്ച് വാർത്ത വന്നാൽ കിണറ്റിൽ നിന്ന് കോരിയ പച്ചവെള്ളം കുടിക്കുന്ന ശീലത്തിന് ഒന്നോ രണ്ടോ ആഴ്ച വീട്ടിലെല്ലാവരും അവധി നൽകും.

വളരെക്കാലത്തെ പഴക്കമുള്ള മൺകൂജയിൽ കിണറ്റിൽനിന്ന് തൊട്ടിയിൽ കോരി നിറച്ച വെള്ളം തിളപ്പിക്കാതെ കുടിക്കുമെങ്കിലും ഓഫീസിൽ കൊണ്ടുപോകാൻ അതേ കിണറ്റിലെ വെള്ളം ചൂടാക്കി തണുപ്പിച്ചാണ് എടുക്കുന്നത്. തിളപ്പിച്ചാറ്റലും കുപ്പിയിൽ അടച്ചു വെക്കലും വെള്ളത്തിന്റെ സ്വാദ് കളയും. ഭക്ഷണമൊക്കെ പഴയതാവുമ്പോൾ അതിന്റെ പുതുമയും സ്വാദും നഷ്ടപ്പെടുന്നതുപോലെ വെള്ളവും പഴയതാവുന്നുണ്ടാവും. എല്ലാ വീടിനും കിണറെന്ന മലയാളിയുടെ സങ്കൽപ്പം ലോകത്ത് എത്രയിടങ്ങളിൽ കാണുമായിരിക്കും.

രജിസ്റ്ററാപ്പീസിലെ നോട്ടീസ് കാലം ആ ആഴ്ച അവസാനിക്കുമെന്ന് വേനലവധിക്ക് വീട്ടിലെത്തിയ രാജേഷിനോട് ഞാൻ സൂചിപ്പിച്ചു. അമ്മയോട് നേരിട്ട് അക്കാര്യം ഞാൻ പറഞ്ഞില്ലെങ്കിൽ കൂടി നോട്ടീസ് ഇട്ട കാലത്ത് തന്നെ ഞാൻ രാജേഷിനോട് ഫോൺ വിളിച്ച് പറഞ്ഞതാണ്. അമ്മയുടെ പെരുമാറ്റത്തിൽനിന്ന് അമ്മ അക്കാര്യം അറിഞ്ഞതായി എനിക്ക് തോന്നിയിരുന്നു. ആ ആഴ്ചയിലെ ഓരോ ദിവസവും വീട്ടിൽ നിന്നിറങ്ങുന്ന എന്നെ അമ്മ നിറകണ്ണുകളോടെ നോക്കി നിന്നു. എന്റെ കാര്യത്തിൽ എന്താണ് നടക്കാൻ പോകുന്നതെന്ന് അറിയാത്ത അമ്മ പലപ്പോഴും എന്നെ ഹൈവേയിൽ കൊണ്ടുവിടാനായി വരുന്ന അച്ഛനോട് എന്തോ കാര്യം എന്നോട് ചോദിക്കണേ എന്ന അർത്ഥത്തിൽ കണ്ണുകൾകൊണ്ട് സംസാരിക്കുന്നത് എനിക്ക് കാണാമായിരുന്നു. അച്ഛൻ പക്ഷേ എന്നോട് ഒന്നും ചോദിച്ചില്ല. ഒടുവിൽ നോട്ടീസിന് ശേഷമുള്ള കാര്യങ്ങൾ രജിസ്റ്റർ ഓഫീസിൽ ചെയ്ത് വെക്കാൻ തീരുമാനിച്ച ഒരു ചൊവ്വാഴ്ച ദിവസം ഹൈവേയിൽ കാറിൽ ഇറക്കിവിടാൻ നേരം ഞാൻ അച്ഛനോട് രാജേഷ് വല്ലതും പറഞ്ഞിരുന്നോ എന്ന് തിരക്കി. ‘‘ഉം...’’ അച്ഛൻ മൂളി. എന്നിട്ട് കാറ് ഒതുക്കി നിർത്തി വണ്ടിയിൽ നിന്നിറങ്ങി എന്റെ കൂടെ ബസ് സ്റ്റോപ്പിലേക്ക് വന്നു.

‘‘ഇന്ന് വൈകീട്ട് വീട്ടിലേക്ക് തന്നെ വരില്ലേ?’’ അച്ഛൻ ചോദിച്ചു.

വരുമെന്ന് ഞാൻ മറുപടി പറഞ്ഞു.

‘‘എവിടെ താമസിക്കാനാ പ്ലാൻ, ഞാൻ എന്തെങ്കിലും ചെയ്യേണ്ടതുണ്ടോ? അച്ഛൻ ചോദിച്ചില്ലെന്ന് കരുതി എന്തെങ്കിലും ആവശ്യമുണ്ടെങ്കിൽ പറയാൻ മടിക്കരുത്. വീട്ടിൽനിന്ന് പറയാതെ ഇറങ്ങരുത്.’’

ഒന്നും തീരുമാനിച്ചില്ലെന്ന് ഞാൻ കള്ളം പറഞ്ഞു. അന്ന് ഉച്ച കഴിഞ്ഞ് അവധിയെടുത്ത് ഇർഫാനൊപ്പം രജിസ്റ്റർ ഓഫീസിൽ ചെന്നപ്പോഴാണ് ഞങ്ങളുടെ നോട്ടീസിൽ ഏതാനും ആളുകൾ പരാതി കൊടുത്ത കാര്യം അറിയുന്നത്. ബന്ധപ്പെട്ട ക്ലർക്ക് അവധി

ആയതിനാലും ഓഫീസ് സമയം അവസാനിക്കാറായതിന്റെ ആലസ്യത്തിലായതിനാലും എന്താണ് പരാതിയെന്നോ ആരാണ് കൊടുത്തതെന്നോ അറിയാനായില്ല. സർക്കാർ ഓഫീസിൽ നിന്ന് ആളുകളെ പറഞ്ഞുവിടുമ്പോൾ സ്ഥിരമായി പറയുന്ന ''പോയിട്ട് നാളെ വരൂ'' എന്ന മറുപടിയുടെ കൂടെ അവിടത്തെ ക്ലർക്ക് പറഞ്ഞ കാര്യം എന്നെ അക്ഷരാർത്ഥത്തിൽ ഞെട്ടിച്ചു. പരാതിക്കാരിൽ ഒരാൾ എന്റെ അമ്മാവനാണത്രെ. എന്നെ പരമാവധി ആശ്വസിപ്പിച്ചും തണുപ്പിച്ചുമാണ് ഇർഫാൻ ബസ് കയറ്റി വിട്ടതെങ്കിലും വീട്ടിൽ തിരിച്ചെത്തുമ്പോഴേക്കും എനിക്ക് അമ്മയോടുള്ള ഈർഷ്യ പരകോടിയിലെത്തിയിരുന്നു. സ്വത്ത് സംബന്ധിച്ച് അമ്മയുമായി കേസ് നടത്തിക്കൊണ്ടിരിക്കുന്ന സത്യപാലൻ എന്ന ഒരമ്മാവനേ എനിക്കുള്ളൂ. അദ്ദേഹം ഒരു പരാതി കൊടുത്തതിൽ അമ്മയ്ക്ക് പങ്കുണ്ടാവില്ല എന്ന് ആലോചിക്കാനുള്ള സാമാന്യബുദ്ധി എനിക്കപ്പോൾ ഉണ്ടായില്ല. അമ്മയെ അച്ഛൻ വിളിച്ചിറക്കിക്കൊണ്ടുപോയപ്പോൾ അമ്മയുടെ മൂത്ത ജ്യേഷ്ഠനായ സത്യപാലൻ എന്ന എന്റെ ഈ അമ്മാവൻ തന്നെയായിരുന്നത്രെ സഹോദരിയെ ആരോ തട്ടിക്കൊണ്ടുപോയെന്ന കേസിന് പോയത്. ഹേബിയസ് കോർപ്പസ് ഹർജി തീർപ്പാക്കി അമ്മയെ അച്ഛനൊപ്പം വിട്ടപ്പോൾ കോടതി വരാന്തയിൽ അമ്മാവൻ അന്ന് വലിയ പ്രകടനമൊക്കെ നടത്തിയെന്ന് ഞാൻ കേട്ടിട്ടുണ്ട്. പിന്നീട് അമ്മ വീട്ടുകാരുമായി രമ്യതയിലായപ്പോഴും അമ്മാവൻ അകലം പാലിച്ചു. വല്ലപ്പോഴും കുട്ടികളെയും കൂട്ടി കൊടകരയിലെ വീട്ടിൽ അമ്മയെത്തിയാൽ അന്ന് അമ്മാവൻ വീട്ടിൽ വരില്ല. അതുകൊണ്ടുതന്നെ അച്ഛൻ അമ്മയുടെ വീട്ടിൽ രാത്രി തങ്ങില്ല. അമ്മയാവട്ടെ താമസം ഒരു ദിവസത്തിൽ അധികം നീട്ടില്ല.

പിന്നീട് അമ്മയുടെ അച്ഛനും അമ്മയും മരിച്ചപ്പോൾ അമ്മ കൊടകരയ്ക്ക് പോകാതായി. പുരയിടത്തിന്റെ ഒരു ഭാഗം വിൽക്കാൻ പിന്നീടെപ്പോഴോ അമ്മാവൻ ഒരു ശ്രമം നടത്തിയപ്പോൾ അമ്മ തടസ്സം നിന്നു. അവകാശം ചോദിച്ചു. ഒന്നും കൊടുക്കേണ്ടതില്ലെന്ന് അച്ഛൻ ഒസ്യത്ത് പറഞ്ഞതായി അമ്മാവൻ അവകാശപ്പെട്ടു. ഇളയമ്മമാർ രണ്ടുപേരും അമ്മാവനെ പിൻതാങ്ങി. അതോടെ കോടതി വ്യവഹാരമായി. കുടുംബസ്വത്തിൽ പലതും മൂത്തമകനായ താൻ സ്വന്തം നിലയ്ക്ക് വാങ്ങിയതാണെന്നും വീടൊഴികെയുള്ള സ്വത്തിൽ സഹോദരിമാർക്ക് അവകാശമില്ലെന്നും സത്യപാലൻ അമ്മാവൻ അവകാശപ്പെട്ടതോടെ സഹോദരിമാർ മൂന്നുപേരും ഒറ്റക്കെട്ടായി. അതോടെ കേസിന്റെ സ്വഭാവം മാറി. തർക്കം നീണ്ടുപോയി. ആ അമ്മാവനാണ് ഇപ്പോൾ സഹോദരിപുത്രിയുടെ വിവാഹക്കാര്യത്തിൽ പരാതി കൊടുത്തിരിക്കുന്നത്. അമ്മാവൻ കൊടുത്ത പരാതിയിൽ പങ്കില്ലെന്ന് അമ്മ ആണയിട്ട് പറഞ്ഞു.

പിറ്റേന്ന് രജിസ്റ്ററാപ്പീസിൽ പോയപ്പോഴാണ് സങ്കീർണ്ണമായ പ്രശ്നങ്ങൾ ഞങ്ങളറിയുന്നത്. സത്യപാലൻ എന്ന എന്റെ അമ്മാവൻ മാത്രമായിരുന്നില്ല പരാതിപ്പെട്ടിരുന്നത്. ആയിടെ കാണാതായ ഒരു പെൺകുട്ടിയുടെ അമ്മയും ഏതൊക്കെയോ മത സാമുദായിക സംഘടനകളുമൊക്കെ പരാതി ഉന്നയിച്ചിട്ടുണ്ട്. ഒരു മുസ്ലിം യുവാവ് വിദേശത്തേക്ക് കടത്താനാണ് എന്നെ തെറ്റിദ്ധരിപ്പിച്ച് വിവാഹം കഴിക്കുന്നതെന്നതായിരുന്നു പരാതികളിലെ പ്രധാന ആക്ഷേപം. ഇർഫാനാണ് ആകെ തളർന്നുപോയത്. കല്യാണം കഴിക്കാതെ ഒരുമിച്ച് ജീവിക്കുന്നതിനെക്കുറിച്ച് ഞങ്ങളിരുവരും കൂലങ്കുഷമായി ചിന്തിച്ചെങ്കിലും തോറ്റ് പിന്മാറാൻ തോന്നിയില്ല.

രജിസ്റ്റർ ഓഫീസിലെ പരാതിയിൽ അവസാനിച്ചില്ല കാര്യങ്ങൾ. സനാതനധർമ്മം അനുഷ്ഠിക്കുന്ന ഒരു സഹോദരിക്കും വിവാഹ ത്തിൽ അധിഷ്ഠിതമായ മതപരിവർത്തനത്തിലൂടെ വംശശുദ്ധി കൈമോശം വരരുതെന്നതാണ് തങ്ങളുടെ പ്രഖ്യാപിത ലക്ഷ്യം എന്ന് തുറന്ന് പറഞ്ഞുകൊണ്ട് ഒരു എൻ.ജി.ഓയും ഇസ്ലാമിലേക്ക് മതപരിവർത്തനം ചെയ്തശേഷം ഭർത്താവിനൊപ്പം അപ്രത്യക്ഷ യായ ഒരു പെൺകുട്ടിയുടെ അമ്മയും ഹൈക്കോടതിയിൽ പൊതു താത്പര്യ ഹർജി കൊടുത്തിരുന്നു. കോടതി വ്യവഹാരത്തെക്കുറിച്ച് കൂടെ കേട്ടതോടെ എനിക്ക് വലിയ നിരാശയായി.

കഴിഞ്ഞ ഏതാനും മാസങ്ങൾക്കിടയിൽ കല്ലാർ ഓഗ്മെന്റേഷൻ പ്രൊജക്റ്റിനെ സംബന്ധിച്ചും എന്റെ സസ്പെൻഷൻ സംബന്ധിച്ചു മൊക്കെ വക്കീൽ ഓഫീസുകളിൽ കയറിയിറങ്ങി എനിക്ക് മടുത്തി രുന്നു. ഇർഫാന്റെ മനോനിലയും മറിച്ചായിരുന്നില്ല. ഹൈക്കോടതി യിൽ വന്ന കേസിൽ ഇർഫാനെതിരെ മുൻപ് ഉണ്ടായിട്ടുള്ള ആരോ പണങ്ങളും ചേർത്തിട്ടുള്ളതിനാലും മകളെ നഷ്ടപ്പെട്ട ഒരു അമ്മ യുടെ പരാതി എന്ന നിലയിലും കേസിന് വലിയ മാനങ്ങൾ വന്നു. വല്യുപ്പയുടെ ധനവിനിയോഗവുമായി ബന്ധപ്പെട്ട ഇർഫാന്റെ കേസു കൾ കൈകാര്യം ചെയ്തിരുന്ന വക്കീലിന്റെ ഓഫീസിൽനിന്ന് പിണങ്ങിപ്പിരിഞ്ഞ ഒരു ജൂനിയർ വക്കീലായിരുന്നു പരാതിക്കാരുടെ കൗൺസിൽ. അയാൾക്ക് ഇർഫാനെക്കുറിച്ചുള്ള വിവരങ്ങൾ അറി യാമായിരുന്നതിനാൽ തന്നെ പരാതിയിൽ ധാരാളം ആരോപണങ്ങൾ ഉണ്ടായിരുന്നു. എട്ട് വർഷമായി പരസ്പരം അറിയാവുന്ന പ്രായ പൂർത്തിയായ രണ്ട് സ്വതന്ത്രവ്യക്തികൾ എന്നതിന് പകരം രണ്ട് സമൂഹത്തിന്റെ പ്രതിനിധികളായാണ് പരാതിയിൽ ഞാനും ഇർ ഫാനും സ്ഥാനം പിടിച്ചത്.

ഹൈക്കോടതിയിലെ കേസിലെ പരാതിക്കാരിയായ സ്ത്രീയുടെ മൊബൈൽ നമ്പറിൽ ഞാൻ ബന്ധപ്പെടാൻ ശ്രമിച്ചെങ്കിലും സാധി ച്ചില്ല. ഒടുവിൽ നേരിൽ കാണാൻതന്നെ ഞങ്ങൾ തീരുമാനിച്ചു.

കോട്ടയത്തെ അവരുടെ വീട്ടിലേക്ക് പോയപ്പോൾ കാറോടിക്കാൻ ഫ്രാൻസിസ് സിൽവയും ഉണ്ടായിരുന്നു. ഓഫീസിൽനിന്ന് അവധി യെടുത്ത് രാവിലെ പുറപ്പെട്ട് കുമരകത്തിനടുത്തുള്ള അവരുടെ വീട്ടിലെത്തിയപ്പോൾ ഉച്ചയാവാറായിരുന്നു. ഹൈക്കോടതിയിൽ പരാതി കൊടുത്ത് അവർ രക്ഷിക്കാനായി ശ്രമിക്കുന്ന യുവതി ഞാനാണെന്ന് പറഞ്ഞാണ് ഞാനവരോട് സംസാരിച്ച് തുടങ്ങിയത്. എനിക്ക് അവരെ കടിച്ചുകീറാനുള്ള ദേഷ്യമുണ്ടായിരുന്നു. എന്തി നാണ് അത്രയും നുണകൾ മെനഞ്ഞ് എന്റെ ജീവിതം ദുഷ്കരമാ ക്കിയതെന്ന് ഞാനവരോട് ചോദിച്ചു. സംസാരിച്ച് തുടങ്ങിയപ്പോൾ തന്നെ അവർ കരഞ്ഞുതുടങ്ങി. അവരുടെ ഭർത്താവ് അവരെ ആശ്വസി പ്പിക്കാൻ പാടുപെട്ടു. ഞങ്ങൾ പറഞ്ഞപ്പോൾ മാത്രമാണ് അത്തര ത്തിൽ ഒരു പരാതി അവരുടെ പേരിൽ കോടതിയിലുള്ള കാര്യം അവർ അറിയുന്നതുതന്നെ. കാണാതായ അവരുടെ മകളെ കണ്ടെ ത്താൻ കേസ് കൊടുക്കാമെന്ന് പറഞ്ഞ് അവരുടെ ഇടവകയിലെ പുരോഹിതൻ കുറേ കടലാസുകൾ ഒപ്പിട്ട് കൊണ്ടുപോയതിനപ്പുറം അവർക്കൊന്നും അറിയില്ലായിരുന്നു. ഞങ്ങൾ ആകെ അമ്പരന്നു പോയി.

ഹോം സ്റ്റേയും ചില്ലറ കൃഷിയുമായി കഴിഞ്ഞുപോന്നിരുന്ന ഒരു ഇടത്തരം കുടുംബമായിരുന്നു അവരുടേത്. ഭർത്താവും രണ്ട് പെൺമക്കളുമായി സന്തുഷ്ടമായി കഴിഞ്ഞിരുന്ന കാലത്താണ് കോളേജിൽ പഠിച്ചിരുന്ന അവരുടെ മൂത്ത മകൾ സ്വജാതിയിൽ തന്നെ പെട്ട ഒരു സഹപാഠിയെ സ്നേഹിച്ച് വിവാഹം കഴിക്കുന്നത്. വിവാഹശേഷം കുമരകത്ത് വന്നുപോയിക്കൊണ്ടിരുന്ന മകളുടെയും മരുമകന്റെയും സ്വഭാവത്തിൽ മാറ്റം കണ്ടുതുടങ്ങിയത് ഒരു വർഷം മുൻപാണ്. ആറ് മാസങ്ങൾക്ക് മുൻപ് ഇരുവരും ഇസ്ലാംമതം സ്വീക രിച്ചു. പിന്നാലെ ഗർഭിണിയായ മകളും മരുമകനും സിറിയയിലേക്ക് അപ്രത്യക്ഷരായി. ഇപ്പോൾ അറിയാൻ കഴിയുന്നത് ഇരുവരും മുസ്ലീം തീവ്രവാദ ഗ്രൂപ്പിൽ അംഗമായെന്നാണ്. എന്തിനാണ് മകളും മരു മകനും മതം മാറിയതെന്നോ നാടുവിട്ടതെന്നോ അവർക്ക് ഒരു പിടി യുമുണ്ടായിരുന്നില്ല.

അവരോട് കോടതിയിലെ കേസിന്റെ കാര്യങ്ങൾ ഞങ്ങൾ വിശദ മായി സംസാരിച്ചു. ഒരു അമ്മ എന്ന നിലയിൽ അവർ കൊടുത്ത കേസ്സായാണ് കോടതി കാണുന്നതെന്നും എന്റെയും ഇർഫാന്റെയും ബന്ധത്തിൽ മതവിശ്വാസത്തിനോ സാമുദായിക വിഷയങ്ങൾക്കോ യാതൊരു പങ്കുമില്ലെന്നും ഞാനവരെ പറഞ്ഞ് മനസ്സിലാക്കി. കേസ് പിൻവലിക്കണമെന്ന് പറയാൻ ഞാൻ തുനിഞ്ഞപ്പോൾ ഇർഫാൻ വിലക്കി.

കുമരകത്ത് നിന്നും തിരിച്ചുള്ള യാത്രയിൽ ഇർഫാൻ അവന്റെ കുട്ടിക്കാലത്ത് നടന്ന ഒരു സംഭവം പറഞ്ഞു. "ഉപ്പയെക്കുറിച്ച്

അധികം ഓർമ്മകൾ എനിക്കില്ലെന്ന് നിനക്കറിയാല്ലോ. എങ്ങനെ ഓർമ്മയുണ്ടാവാനാണ്, അന്നെനിക്ക് മൂന്ന് വയസ്സില്ല.'' ഇർഫാന്റെ കണ്ഠമിടറി. ഉപ്പയെക്കുറിച്ച് പറയുമ്പോഴൊക്കെ സംഭവിക്കുന്നത് പോലെ അവന്റെ കണ്ണുകൾ നിറഞ്ഞു.

എത്ര വർഷം കഴിഞ്ഞിട്ടുണ്ടാവും ഇർഫാന്റെ ഉപ്പ മരിച്ചിട്ട്, എന്നിട്ടും ഇന്നലെ മരിച്ചതുപോലെയാണ് അവൻ ഉപ്പയെക്കുറിച്ച് പറയുമ്പോഴൊക്കെ കരയുക. മുഹമ്മദ് റാഫിയെന്നായിരുന്നു ഇർഫാന്റെ ഉപ്പയുടെ പേര്. വല്യുപ്പയ്ക്ക് ഗായകൻ റാഫിയോടുള്ള ആരാധനയുടെ ബാക്കിപത്രം. താളമുള്ള പാട്ടുകൾ പാടുന്ന ഗായകന്റെ പേരുണ്ടായിരുന്നെങ്കിലും മുഹമ്മദ് റാഫിയുടെ ജീവിതത്തിന് ഒരു താളവുമില്ലായിരുന്നു. ചൂതാട്ടവും മദ്യപാനവും പതിവാക്കിയ ഒരു ധൂർത്തപുത്രനായിരുന്നു ഇർഫാന്റെ ഉപ്പയെന്നത് ഞാൻ ഈയിടെ മാത്രമാണറിഞ്ഞത്. അളവില്ലാത്ത കുടുംബസ്വത്ത് കൊണ്ട് ഉന്മാദിയായ ഒരു ജീവിതം നയിച്ച് മുപ്പതാമത്തെ വയസ്സിൽ മക്കളെ അനാഥരാക്കി അയാൾ മരണത്തിന് കീഴടങ്ങി. ഇർഫാനെ സ്കൂളിൽ ചേർത്തപ്പോൾ വല്യുപ്പ പേരക്കുട്ടിയുടെ പേരിനൊപ്പം സന്തം പേരാണ് ചേർത്തത്.

ഇർഫാൻ കഥ തുടർന്നു. ''എന്റെ കുട്ടിക്കാലത്ത് ഞങ്ങളുടെ വീട്ടിൽ ഒരുവിധം എല്ലാ ദിവസവും വല്യുപ്പ വരുമായിരുന്നു. വന്നാൽ വരാന്തയോട് ചേർന്ന മുറിയിൽ കുറച്ച് നേരം എന്തെങ്കിലുമൊക്കെ കണക്ക് നോക്കും. വീട്ടിലെ കാര്യങ്ങൾ തിരക്കും. വല്യുപ്പ വരുന്നതും കാത്ത് കാണാൻ ആരെങ്കിലുമൊക്കെ ഉണ്ടാവും. ഒഴിഞ്ഞ കടമുറി വാടകയ്ക്ക് ചോദിക്കാനോ, വാടക കൊടുക്കാനോ, ഏതെങ്കിലും കേസുകൾ മദ്ധ്യസ്ഥം പറഞ്ഞ് രാജിയാവാനോ, എന്തെങ്കിലും സഹായം ചോദിച്ചോ ആരെങ്കിലും കാണും.

ഒരിക്കൽ ഒരു മദ്ധ്യവയസ്കൻ വല്യുപ്പയെ കാണാൻ വന്നു. ഫ്രാൻസിസ് സിൽവ പതിവുപോലെ കാറ് തുടച്ച് വൃത്തിയാക്കുകയായിരുന്നു. വന്നയാൾ സ്വയം പരിചയപ്പെടുത്തി പുതുതായി ഇസ്ലാമിലേക്ക് വന്നതാണ്, അയാൾ മുഖത്ത് വലിയ ദൈന്യത വരുത്തി എന്തെങ്കിലും സഹായം ചെയ്യണമെന്ന് അപേക്ഷിച്ചു. വല്യുപ്പ ഫ്രാൻസിസ് സിൽവയെ വിളിച്ച് അയാൾക്ക് കൊടുക്കാൻ എന്തെങ്കിലും പണി കാണുമോന്ന് തിരക്കി. അയാൾക്ക് ജോലിയൊന്നും വേണ്ട. പകരം എന്തെങ്കിലും ദാനം കൊടുക്കണം. വല്യുപ്പ കുറച്ച് നേരം അയാളെ നോക്കി. എന്നിട്ട് ഒന്നും കൊടുക്കാതെ മടക്കിയയച്ചു. വല്യുപ്പയുടെ അടുക്കൽ നിന്ന് ആരെങ്കിലും വെറും കയ്യോടെ പോകുന്നത് വളരെ അപൂർവ്വമായാണ്.

ഞാൻ വലുതായപ്പോൾ ആർക്കെങ്കിലുമൊക്കെയുള്ള സഹായങ്ങൾ വല്യുപ്പ എന്റെ കയ്യിൽ കൊടുത്തുവിടുമായിരുന്നു. കാശ്

കിട്ടുന്നയാൾ നന്ദിസൂചകമായി പറയുന്ന വാക്കുകൾ ഞാൻ വല്യുപ്പയോട് വന്ന് പറയാൻ തുനിഞ്ഞാൽ അദ്ദേഹം നിരുത്സാഹപ്പെടുത്തും. എന്നിട്ട് പറയും ആ ചെയ്ത പുണ്യത്തിനുള്ള പ്രശംസ ഞാൻ പടച്ചോനോട് വാങ്ങിക്കൊള്ളാമെന്ന്. വല്യുപ്പ തന്നെയാണ് പഠിപ്പിച്ചത് സാഹോദര്യമെന്നത് മുസ്ലിമിനോട് മാത്രമാണെന്ന് തെറ്റിദ്ധരിക്കരുതെന്ന്.''

വഴിയിലെവിടയോ നിർത്തി ഒരു കാപ്പി കുടിച്ച് ഞങ്ങൾ യാത്ര തുടർന്നു. എന്റെ വ്യക്തിജീവിതത്തിൽ വീട്ടുകാരോ ബന്ധുക്കളോ ഇടപെടുന്നതുപോലും എനിക്ക് ഇഷ്ടമായിരുന്നില്ല. ഇപ്പോൾ എന്റെ സ്വകാര്യജീവിതം കോടതി മുൻപാകെയുള്ള ഒരു ഹർജിയിലെ വിധിയെ ആസ്പദമാക്കിയാണ് നിർണ്ണയിക്കപ്പെടാൻ പോകുന്നത്, എനിക്ക് സങ്കടവും ദേഷ്യവുമൊക്കെ വന്നു. ആ സ്ത്രീയോട് കേസ് പിൻവലിക്കുന്ന കാര്യം സൂചിപ്പിച്ചപ്പോൾ എന്തിനാണ് എന്നെ തടഞ്ഞതെന്ന് ഞാൻ ഇർഫാനോട് ചോദിച്ചു. ''നീ വായിച്ചതല്ലേ കോടതിയിൽ കൊടുത്തിരുന്ന അഫിഡവിറ്റ്. അതിൽ നിനക്കെതിരെ ഒന്നുമില്ല, ആക്ഷേപങ്ങൾ മുഴുവൻ എനിക്കെതിരെയാണ്. പരമ്പരാഗതമായ സ്വത്തുള്ള എത്രപേരുണ്ട് കൊച്ചിയിൽ. ഞങ്ങളേക്കാളൊക്കെ പതിന്മടങ്ങ് സ്വത്തുള്ളവർ. പലരും ഒരു ചില്ലിക്കാശ് പോലും ആർക്കും വേണ്ടി ചെലവാക്കില്ല. അത് ചെലവാക്കിയതിന്റെ പേരിൽ എന്റെ വല്യുപ്പയുടെ നേരെ വലിയ വ്യക്തിഹത്യകൾ നടന്നു. ഇപ്പോൾ എനിക്കെതിരെയും. ആ വക്കീലിന്റെ ഓഫീസിൽ നിന്ന് തന്നെ ആരോ ചെയ്ത പണിയാണ്. ആ സ്ത്രീയെക്കൊണ്ട് പരാതി പിൻവലിപ്പിച്ചാലും കോടതിയിലെ കേസ് ബാക്കിയുണ്ടാവും. നീ എന്റെ കൂടെയില്ലേ, നമുക്ക് നേരിടാം.'' ഇർഫാൻ ഉറച്ചുതന്നെയായിരുന്നു.

അവന്റെ ഉറച്ച വാക്കുകൾ എനിക്ക് ആത്മധൈര്യം തന്നു. വിശാലമായ പിൻസീറ്റിൽ രണ്ടരികിലായാണ് ഞങ്ങൾ ഇരുന്നിരുന്നത്, കണ്ണാടിയിൽ ഇടയ്ക്കിടെ പിന്നിലുള്ളവരെ നോക്കി സംസാരിച്ചുകൊണ്ട് വണ്ടി ഓടിച്ചുകൊണ്ടിരുന്ന ഫ്രാൻസിസ് സിൽവയോട് ''ഇനി കുറച്ചുനേരം പിന്നിലേക്ക് നോക്കണ്ടട്ടോ'' എന്ന് തമാശമട്ടിൽ പറഞ്ഞ് ഞാൻ ഇർഫാനെ കെട്ടിപ്പിടിച്ച് ചേർന്നിരുന്നു.

ഹാഷ്ടാഗ് യുദ്ധങ്ങൾ

ലോഡ് ഷെഡ്ഡിങ്ങും അപ്രഖ്യാപിത കരണ്ട് പോകലുമൊക്കെ തുടർക്കഥയായ കാലത്താണ് ആലപ്പുഴ മെഡിക്കൽ കോളേജിൽ വൈദ്യുതി മുടങ്ങി ഏതാനും ശസ്ത്രക്രിയകൾ തടസ്സപ്പെട്ട് രണ്ട് നവജാത ശിശുക്കളും ഒരമ്മയും മരിച്ചത്. സ്വാഭാവികമായും പഴി കേൾക്കേണ്ടി വന്നത് വൈദ്യുത ബോർഡിനായിരുന്നു. ബോർഡിനെക്കുറിച്ചുള്ള വലിയ വിമർശനങ്ങൾ വരുമ്പോൾ അതിനെക്കുറിച്ച് വിശദമായി അവലോകനം ചെയ്ത് ഫെയ്സ്ബുക്കിൽ കുറിപ്പുകളെഴുതുന്നത് മാനുവൽസാറിന്റെ പതിവായിരുന്നു. ആലപ്പുഴ ഹോസ്പിറ്റലിലെ മരണങ്ങളുമായി ബന്ധപ്പെട്ട് സമൂഹമാധ്യമങ്ങളിൽ ബോർഡിനെ കുറ്റവിചാരണ നടത്തുന്ന കാലത്ത് മാനുവൽ സാർ എഴുതിയ ഒരു കുറിപ്പ് ഏറെ ചർച്ച ചെയ്യപ്പെട്ടു. എഞ്ചിനീയർ മാനുവൽ എന്ന ഫെയ്സ്ബുക്ക് ഐ.ഡിയിൽ അദ്ദേഹം ഇങ്ങനെ കുറിച്ചു.

> ശസ്ത്രക്രിയയ്ക്കിടയിൽ വൈദ്യുതി നിലച്ചതുമൂലം രണ്ട് നവജാത ശിശുക്കളും അമ്മയുമടക്കം മൂന്നാളുകൾ മരിക്കാനിടയായത് അത്യന്തം ദുഃഖകരമാണ്. ആരോഗ്യരക്ഷയുടെ കാര്യത്തിൽ രാജ്യത്തെ മുൻനിര സംസ്ഥാനമായ കേരളത്തിലാണ് ഇത്തരം ഒരു സംഭവമുണ്ടായതെന്ന കാര്യം വീഴ്ചയുടെ ആഴം കൂട്ടുന്നു. ഉറ്റവരുടെ സങ്കടത്തിൽ ഒരു സാധാരണ മനുഷ്യൻ എന്ന നിലയിൽ ഞാനും പങ്കുചേരുന്നു.
>
> കേരളത്തിലെ വൈദ്യുതി ഉൽപ്പാദനത്തിന്റെ ഏറിയ പങ്കും ഗാർഹിക ആവശ്യങ്ങൾക്കാണ് ഉപയോഗിക്കുന്നത്. കളമശ്ശേരിയിലെ ലോഡ് ഡെസ്പാച്ച് സെന്ററിലെ കണക്കുകൾ പ്രകാരം ഒരു ദിവസം ഉപയോഗിക്കുന്ന 70 മില്ല്യൺ യൂണിറ്റ് വൈദ്യുതിയുടെ പകുതി മഴക്കാലത്ത് പോലും ഉത്പാദിപ്പിക്കുന്നില്ല. അപ്പോൾ പിന്നെ എവിടെ നിന്നാണ്

കേരളത്തിലേക്ക് വൈദ്യുതി എത്തുന്നത്. ഭക്ഷ്യധാന്യത്തിന്റെയും പച്ചക്കറിയുടെയും കാര്യത്തിലെന്നപോലെ വൈദ്യുതിയുടെ കാര്യത്തിലും നമ്മൾ ഒരു ഉപഭോക്തൃ സംസ്ഥാനമാണ്.

കേരള വിദ്യുച്ഛക്തി ബോർഡ് കാലാകാലമായി കേൾക്കുന്ന ഒരു പഴിയാണ് ബോർഡിന് ജലവൈദ്യുതി പദ്ധതികളോട് മാത്രമാണ് പ്രതിപത്തിയെന്നത്. അത് ഒരു പരിധി വരെ ശരിയാണ്. സൈലന്റ്‌വാലി പ്രക്ഷോഭകാലത്ത് സൈലന്റ്‌വാലിയിലെ കാട് സംരക്ഷിക്കുന്നതിനായി ശാസ്ത്ര സമാജത്തിന്റെ പ്രധാന ശുപാർശകളിലൊന്നായിരുന്നു മലബാറിലെ വൈദ്യുതി ക്ഷാമം തീർക്കാൻ താപവൈദ്യുത നിലയം മതിയെന്നത്. വൈദ്യുതി ഉൽപ്പാദനവുമായി ബന്ധപ്പെട്ട ഏത് പദ്ധതിയും ഒരു സ്ഥലത്ത് സ്ഥാപിക്കാനൊരുങ്ങുമ്പോൾ അവിടത്തെ ജനങ്ങൾ ഇരുകയ്യും നീട്ടി അതിനെ സ്വീകരിക്കില്ല. താപവൈദ്യുത നിലയങ്ങൾക്കും എന്തിനേറെ പറയുന്നു കാറ്റാടിയന്ത്രങ്ങൾക്ക് എതിരെ പോലും പ്രാദേശിക സമരങ്ങൾ പതിവാണ്. കേരളത്തിൽ വലിയ എതിർപ്പില്ലാതെ വരുമായിരുന്ന ഒരു വലിയ മാറ്റം സൗരോർജ്ജമായിരുന്നു, ദൗർഭാഗ്യകരമെന്ന് പറയട്ടെ സൗരോർജ്ജ ഉൽപ്പാദനത്തിന് കിട്ടേണ്ടിയിരുന്ന മുഴുവൻ മൊമന്റവും അതിന് പിന്നിൽ അരങ്ങേറിയ വലിയൊരു അഴിമതിയിലും തട്ടിപ്പിലും ഇല്ലാതായി. സോളാർ എന്നത് മലയാളിക്ക് ഇന്ന് ഒരു അശ്ലീലപദമാണ്.

കൂടംകുളം പോലുള്ള ഒരു ആണവപദ്ധതിയെക്കുറിച്ച് നമുക്ക് ചിന്തിക്കാൻ പോലുമാകില്ല എന്ന് മേൽപറഞ്ഞ കാര്യങ്ങളിൽനിന്ന് മനസ്സിലാകുമല്ലോ. 2014 മുതൽ കൂടംകുളത്ത് നിന്ന് ഉത്പാദിപ്പിക്കുന്ന വൈദ്യുതി നാഷണൽ പവർഗ്രിഡ്ഡിലേക്ക് വരുന്നുണ്ട്. ആ വൈദ്യുതി കൂടി ഉപയോഗിച്ചാണ് കേരളത്തിലെ ഉത്പാദനത്തിലെയും ഉപഭോഗത്തിലെയും അന്തരം നികത്തുന്നത്. കേരളം പോലെ തന്നെ ജനസാന്ദ്രമായ ഒരു സംസ്ഥാനമാണ് തമിഴ്നാട്. ഇനി അങ്ങനെയല്ല എന്ന് സമർത്ഥിച്ചാലും കൂടംകുളം ആണവനിലയം സ്ഥിതി ചെയ്യുന്നത് ജനവാസമേഖലയിലും കടലിനോട് അടുത്തുമാണ്. അവിടെയും വൈദ്യുതി ഉൽപ്പാദനം കുറേ ആളുകളുടെ നിത്യജീവിതം ആശങ്കയിലാക്കുന്നുണ്ട്. അപകടസാധ്യതയുള്ള ഊർജ്ജ ഉത്പാദന രീതികളൊന്നും താമസസ്ഥലത്തിന്റെ ഏഴയലത്ത് പറ്റില്ലെന്ന് ശഠിക്കുന്ന മലയാളി ഒന്നോർക്കണം, ഇന്ത്യയിലെ

> മറ്റ് സംസ്ഥാനങ്ങളിൽ വൈദ്യുതി ഉൽപ്പാദിപ്പിക്കുന്നത് അവിടത്തെ പരിസ്ഥിതിക്ക് ദോഷം വരുത്തിയിട്ടും ആളുകളുടെ മനുഷ്യാവകാശങ്ങൾ ഹനിച്ചിട്ടും തന്നെയാണ്. അത്തരത്തിലുള്ള ഒന്നും നമ്മളുടെ സ്ഥലത്ത് നടത്തില്ല എന്ന് പൂച്ച് പറയുന്ന മലയാളി അവിടെ നിന്ന് കിട്ടുന്ന വൈദ്യുതി ഉപയോഗിക്കാതിരിക്കാനുള്ള മാന്യതയും കാണിക്കണം.
>
> വൈദ്യുതി മുടങ്ങുമ്പോൾ, അതുമായി ബന്ധപ്പെട്ട് അനിഷ്ടസംഭവങ്ങൾ അരങ്ങേറുമ്പോൾ വാളെടുക്കുന്ന മലയാളി ഒരേസമയം ബോർഡിനെ കുറ്റം പറയുകയും ബോർഡ് കാലാകാലങ്ങളായി ശ്രമിച്ചുകൊണ്ടിരിക്കുന്ന അതിരപ്പിള്ളി പോലുള്ള പദ്ധതികളെ എതിർക്കുകയും ചെയ്യുന്നത് ഇരട്ടത്താപ്പാണ്. കേവലം എതിർപ്പുകൾ പ്രകടിപ്പിച്ചാൽ മാത്രം പോര ബദലുകൾ കൂടെ പറയണം.
>
> *#ShouldProposeAlternatives*

പതിവുപോലെ മാനുവൽ സാർ ഓഫീസിലെ പലരുടെയും കൂടെ എന്നെയും ഫേസ്ബുക്ക് പോസ്റ്റിൽ ടാഗ് ചെയ്തിരുന്നു. പോസ്റ്റിന്റെ കമന്റ് സെക്ഷനിൽ ധാരാളം ചർച്ചകൾ വന്നു. സൂരജ് ശശിധരൻ വിയോജിച്ചുകൊണ്ട് കുറിപ്പിനോളം വലിയ ഒരു കമന്റിട്ടു.

> കേരളത്തിന്റെ ഊർജ്ജ ഉപയോഗത്തിന്റെ പകുതി പോലും സ്വയം ഉണ്ടാക്കുന്നില്ല എന്ന കണക്ക് നിരത്തുമ്പോൾ എന്തുകൊണ്ട് എന്നുകൂടെ പറയേണ്ടി വരും. അട്ടപ്പാടിയിൽ കാറ്റാടി യന്ത്രങ്ങൾ സ്ഥാപിക്കുമ്പോൾ ഉണ്ടായിട്ടുള്ള ആദിവാസി ഭൂമിപ്രശ്നം വൈദ്യുതി എന്നത് ഒരു അവശ്യവസ്തുവായി (വൈദ്യുതി വസ്തുവല്ല) ഇന്നും കരുതിയിട്ടില്ലാത്ത ആദിവാസികൾക്ക് നേരെയുണ്ടായ ചൂഷണത്തിന് അധികാരികൾ കൂട്ടുനിന്നു എന്നുതന്നെയാണ് വായിക്കേണ്ടത്. സൗരോർജ്ജം എന്നെത് ഒറ്റ സ്കാമിൽ മുങ്ങിപ്പോയി എന്ന് പറയുമ്പോൾ അതിന് പിന്നിൽ പ്രവർത്തിച്ച ഇടനിലക്കാരെയും അഴിമതിയെയും തള്ളിക്കളഞ്ഞ് സൗരോർജ്ജത്തിന്റെ സാധ്യതകളെ പ്രയോജനപ്പെടുത്താൻ ബോർഡിന് പദ്ധതികളുണ്ടാവണം. ഒരു വീട്ടിൽ അറുപത് വാട്ട്സിന്റെ ഒരു സാധാരണ ബൾബ് പ്രവർത്തിക്കുന്ന സ്ഥാനത്ത് അതിനേക്കാൾ വെളിച്ചമുള്ള പതിനഞ്ച് വാട്ട്സിന്റെ നാല് കോമ്പാക്റ്റ് ഫ്ളൂറസെന്റ് ലാമ്പുകളോ എട്ട് വാട്ട്സിന്റെ 7 എൽ.ഇ.ഡി. ലൈറ്റുകളോ ഉപയോഗിക്കാനാവും. പവർഹൗസുകളിലും മറ്റും ബോർഡിന്റെ

> സാങ്കേതികവിദ്യ പരിഷ്കരിച്ചാൽ തന്നെ ഊർജ്ജ ഉത്പാദനം കൂടുതൽ കാര്യക്ഷമമമാവും. ഇത്രയും നീണ്ട തീര പ്രദേശമുള്ള കേരളത്തിന് തിരമാലയിൽ നിന്ന് വൈദ്യുതി ഉൽപ്പാദിപ്പിക്കാനുള്ള ഒറ്റ പ്രൊജക്റ്റ് പോലുമില്ല എന്നത് ഒരു നേട്ടമായാണോ കണക്കാക്കേണ്ടത്. ബദലില്ലാത്തത് ബോർഡിന്റെ മാനസിക നിലയ്ക്കാണ്.
>
> *#SaveOurRivers*

മാനുവൽസാറിന്റെ പോസ്റ്റിനും അതിൽ സൂരജിട്ട കമന്റിനുമൊക്കെ ധാരാളം കമന്റുകളും മറുപടികളും പിന്നാലെ വന്നു. ധാരാളമാളുകൾ പോസ്റ്റ് ഷെയർ ചെയ്തതോടെ മാനുവൽസാർ വൈദ്യുതി വകുപ്പിലെ ജീവനക്കാർക്കിടയിൽ താരമായി. മന്ത്രിയുടെ ഓഫീസിൽനിന്നുവരെ അഭിനന്ദനങ്ങളെത്തി. മാനുവൽ സാറിനോട് സംസാരിക്കാനാണെന്ന് പറഞ്ഞ് സൂരജ് എന്നെ വിളിച്ച് ഫോൺ നമ്പർ വാങ്ങുകയും ദീർഘനേരം ഫോണിൽ സംസാരിക്കുകയും ചെയ്തു. മുൻ സർക്കാരിന്റെ കാലത്ത് തന്നെ ഏറെ വിവാദമായ അതിരപ്പിള്ളി പ്രൊജക്റ്റ് പുതിയ ഗവണ്മെന്റിലെ വൈദ്യുതി മന്ത്രി ഏറ്റുപിടിച്ചതോടെ അതിരപ്പിള്ളി പദ്ധതി സോഷ്യൽ മീഡിയ ചർച്ചകളിൽ മുഖ്യമായി. അതിരപ്പിള്ളി പദ്ധതിയെ എതിർത്താൽ മാത്രം പോര ബദൽ പറയണമെന്ന് മാനുവൽ സാറിന്റെ വാചകം ചിലരെങ്കിലും ഏറ്റെടുത്തു. അനുകൂലിച്ചുകൊണ്ടുള്ള ഫേസ്ബുക്ക് കുറിപ്പുകളിൽ മാനുവൽസാറും എതിർത്തുകൊണ്ടുള്ള കുറിപ്പുകളിൽ സൂരജും എന്നെ മെൻഷൻ ചെയ്യൽ പതിവായതോടെ എല്ലാ കുറിപ്പുകളും എന്റെ ഫേസ്ബുക്ക് വാളിൽ വന്ന് നിറഞ്ഞു.

ആയിടെയാണ് ധാരാളമാളുകൾ പങ്കുവെച്ച ഒരു കുറിപ്പിൽ സൂരജ് എന്നെ മെൻഷൻ ചെയ്യുന്നത്. ജോഷിൽ മാളിയേക്കൽ എന്ന പേരിൽ വനംവകുപ്പിലെ ഏതോ ഉദ്യോഗസ്ഥൻ അയാൾ സൈലന്റ് വാലിയിൽ ജോലി ചെയ്തിരുന്ന സമയത്തെ ഒരനുഭവം പങ്കുവെച്ചിരുന്നു.

> അതിരപ്പിള്ളിയെക്കുറിച്ച് പറയണമെങ്കിൽ ബദൽ പറയണം പോലും, പറഞ്ഞേക്കാം. ഞാൻ ഒരു എഞ്ചിനീയർ അല്ല, പന്ത്രണ്ടാം ക്ലാസിനപ്പുറം ഗണിതമോ ഊർജ്ജ തന്ത്രമോ ഒന്നും പഠിക്കാത്ത ഒരു സാധാരണക്കാരൻ!
>
> സൈലന്റ് വാലിയിൽ ജോലി ചെയ്യുന്ന കാലം. സൈരന്ധ്രിയിലെ ക്യാമ്പ് ഷെഡിൽ കഴിയുന്ന സഹപ്രവർത്തകരുടെ മഴക്കാലം ക്ലേശകരമായിരുന്നു. മഴതുടങ്ങിയാൽ സോളാർ പാനലുകൾ പ്രവർത്തിക്കാതെയാകും. രാത്രിയിലെ ഇരുട്ട് എന്റെ സഹപ്രവർത്തകരുടെ ഏറ്റവും വലിയ

പ്രശ്നമായിരുന്നു. വയർലസ് സെറ്റുകൾ പോലും പ്രവർത്തിക്കില്ല. ആകെ ഒരു ഒറ്റപ്പെടൽ, പിന്നെ താഴ്വരയിലെ വല്ലാത്ത നിശ്ശബ്ദതയും.

ബദൽ അന്വേഷണം ചെന്നെത്തിയത് ചെറിയ ഒരു ജലവൈദ്യുത പദ്ധതിയിലാണ്. ഡാം വേണ്ട, മരങ്ങൾ മുറിക്കണ്ട, വലിയ നിർമ്മിതികൾ വേണ്ട, കേട്ടാൽ മോഹാലസ്യം വരുന്ന ഫണ്ടും വേണ്ട. 15 മീറ്റർ എങ്കിലും ഉയര വ്യത്യാസത്തിൽ സെക്കന്റിൽ 12 ലിറ്റർ എന്ന ക്രമത്തിൽ വെള്ളം ഒരു രണ്ടിഞ്ച് പൈപ്പിലൂടെ ഒഴുക്കിക്കൊണ്ടുവന്ന് ഒരു ചെറിയ ടർബൈൻ കറക്കും. ചെറിയ ഒരു സർക്യൂട്ട് വൈദ്യുതിയുടെ ഗുണമേന്മ ഉറപ്പാക്കും, ഒരു കിലോമീറ്റർ ദൂരത്തിൽ ഭൂമിക്കടിയിലൂടെ ഇട്ടിരിക്കുന്ന കേബിളിലൂടെ ക്യാമ്പ് ഷെഡിൽ വൈദ്യുതി എത്തി. മഴക്കാലം മുഴുവൻ ജൂൺ മുതൽ ഡിസംബർ വരെ നിയന്ത്രണങ്ങളില്ലാതെ എന്റെ സഹപ്രവർത്തകർക്ക് വൈദ്യുതി ഇന്നും കിട്ടിക്കൊണ്ടിരിക്കുന്നു. ഒന്നോ രണ്ടോ ബൾബുകളല്ല അഞ്ച് കെട്ടിടങ്ങൾ പ്രകാശപൂരിതമാക്കാനുള്ള ഒരു കിലോവാട്ട് വൈദ്യുതി. വലിയ ഒരു ജല വൈദ്യുത പദ്ധതിക്കുവേണ്ടി ബലിനൽകാനിരുന്ന സൈലന്റ്വാലി കാടുകളുടെ കാവൽക്കാരുടെ വക ചെറിയ ഒരു ബദൽ. ഇത്തരം ചെറിയ ബദലുകൾ ഇടുക്കി ജില്ലയിൽ അങ്ങോളമിങ്ങോളം കാണാം. കുറച്ചുകൂടെ വലിയ ബദലുകൾ കാണണമെങ്കിൽ പാലക്കാട് മീൻവല്ലത്തോ കണ്ണൂരിലെ ബാരാപ്പോളിലൊ പോയാൽ മതി.

കഴിഞ്ഞ ഇടത് സർക്കാരിന്റെ കാലത്തെ വൈദ്യുതി മന്ത്രി ശ്രീ. എ.കെ. ബാലനും അന്നത്തെ കേന്ദ്ര വനം പരിസ്ഥിതി മന്ത്രി ശ്രീ. ജയറാം രമേശും തമ്മിൽ അതിരപ്പിള്ളി പദ്ധതി സംബന്ധിച്ച് നടത്തിവന്നിരുന്ന വാക്പോരുകളും തിരഞ്ഞെടുപ്പിനു മുൻപ് ഇന്നത്തെ മുഖ്യമന്ത്രി അതിരപ്പിള്ളിയെപ്പറ്റി പറഞ്ഞ അഭിപ്രായവും ഓർമ്മയുള്ളവർക്ക് അതിരപ്പിള്ളിയെ സംബന്ധിച്ച് ഇപ്പോൾ വലിയ ഞെട്ടലൊന്നും ഉണ്ടാവാനിടയില്ല.

അതിരപ്പിള്ളിയിലെ വെള്ളച്ചാട്ടം നിലനിർത്താൻ മാത്രം തുറന്ന് വിടുന്ന വെള്ളമുണ്ടല്ലോ അതും കൂടെ അങ്ങ് ഒഴിവാക്കി അവിടെ ഒരു വലിയ ഫ്ളക്സിൽ വെള്ളച്ചാട്ടത്തിന്റെ പടം വച്ചിരുന്നാൽ മതി.

കേരളത്തിലെ ആഡംബര ജീവിതശൈലിക്കനുസരിച്ച് വൈദ്യുതി ഉത്പാദിപ്പിക്കണമെങ്കിൽ, അതിന്റെ മുഴുവൻ

ഉത്തരവാദിത്തവും സർക്കാരിനാണെങ്കിൽ, തങ്ങൾ ഭരിക്കുന്ന സ്ഥലത്ത് വൈദ്യുതിയെത്താത്ത ഒരു വീടുപോലുമില്ല എന്ന് നമ്മളുടെ നേതാക്കൾക്ക് വീമ്പുപറയാൻ കഴിയണമെങ്കിൽ, ഡാം ഉണ്ടാക്കാൻ മാത്രമറിയുന്ന വലിയ നിർമ്മാണ കമ്പനികൾക്ക് പണി വേണമെങ്കിൽ, ഇനിയും വെട്ടിവെളുപ്പിക്കേണ്ടി വരും. അതല്ല കുറച്ച് വൈദ്യുതി മാത്രം മതിയെങ്കിൽ ധാരാളം ബദലുകൾ ഉണ്ട്.

പത്ത് വർഷമായി നടക്കുന്ന അടിമാലിക്കടുത്തുള്ള ദേവിയാർ, മാങ്കുളം പോലുള്ള ചെറുജലവൈദ്യുതപദ്ധതികൾ ഇന്നും എവിടെയുമെത്താത്തത് ആരുടെ പിടിപ്പുകേടാണ്.

ദേ പിന്നേം കരണ്ട് പോയി.

○●*○%&**○...

#SaveAthirappalli

പതിവുപോലെ എവിടെ നിന്നോ നമ്പർ സംഘടിപ്പിച്ച് വനം വകുപ്പിലെ ആ ഉദ്യോഗസ്ഥനെയും സൂരജ് ബന്ധപ്പെട്ടു. കല്ലാർ ഓഗ്മെന്റേഷൻ പ്രൊജക്റ്റിനെതിരെ നടക്കുന്ന കേസ്സുകളെക്കുറിച്ച് അയാളോട് ചർച്ച ചെയ്തു. അയാൾ ഫേസ്ബുക്കിലെഴുതിയ കുറിപ്പ് വായിച്ച ആവേശത്തിൽ ഫോൺ വിളിച്ച സൂരജിന്റെ ആവേശം ആ ഒറ്റ ഫോൺവിളിയിൽ അവസാനിച്ചു. അങ്ങനെ ഒരു കുറിപ്പെഴുതിയെന്നല്ലാതെ സമരപരിപാടികളിലൊന്നും പങ്കെടുക്കാനോ കല്ലാർ പദ്ധതിക്കെതിരെ വനംവകുപ്പിൽനിന്ന് എന്തെങ്കിലും നീക്കങ്ങൾ ആസൂത്രണം ചെയ്യാൻ സഹായിക്കാനോ ആ ഉദ്യോഗസ്ഥൻ തയ്യാറായില്ല. അക്കാര്യം വലിയ സങ്കടമായി എന്നോട് പറഞ്ഞ സൂരജിനോട് സത്യത്തിൽ എനിക്ക് സഹതാപമാണ് തോന്നിയത്. ഫേസ്ബുക്കിൽ പ്രകടിപ്പിക്കുന്ന അഭിപ്രായങ്ങളുടെ പിന്നാലെ ആളുകൾ മിനക്കെട്ടിറങ്ങുമെന്ന് വിശ്വസിക്കാൻ മാത്രം മണ്ടനായിരുന്നോ സൂരജ്. ഈ വിവേകവും വെച്ചാണോ അവൻ ഇത്രയുംകാലം പത്രപ്രവർത്തനം നടത്തിയത്.

കല്ലാർ ഓഗ്മെന്റേഷൻ പ്രൊജക്റ്റിന്റെ പരിസ്ഥിതി ആഘാത പഠനം ഡോക്ടർ രാജാറാം ശരിയായ രീതിയിലല്ല നടത്തിയതെന്ന് രാജാറാമിന്റെ തന്നെ ശിഷ്യനായ അജിത്കുമാറുമായി സൂരജ് ഒരു അഭിമുഖം നടത്തി ഒരു വാരികയിൽ പ്രസിദ്ധീകരിച്ചെങ്കിലും അതൊന്നും അത്ര ശ്രദ്ധിക്കപ്പെട്ടില്ല.

മഴക്കാലം വീണ്ടും തുടങ്ങിയതോടെ പവർക്കട്ടിന് വിരാമമായി. ശരിക്കും പറഞ്ഞാൽ കൂടംകുളം ആണവപദ്ധതിയുടെ മൂന്നാമത്തെയും

നാലാമത്തെയും പവർഹൗസുകൾ പ്രവർത്തിച്ചുതുടങ്ങിയതോടെ നാഷണൽ ഗ്രിഡ്ഡിൽ അക്കാലത്ത് ആവശ്യത്തിലധികം വൈദ്യുതി ഉണ്ടായിരുന്നു. ഇതിനിടെ തിരുനെൽവേലിയിലെ മത്സ്യത്തൊഴിലാളികൾ കടലിൽ വള്ളങ്ങളുപയോഗിച്ച് കൂടംകുളം നിലയത്തെ വളഞ്ഞ് ഒരു സമരം നടത്തുകയുണ്ടായി. സമരത്തിൽ പങ്കെടുക്കാനും റിപ്പോർട്ടെഴുതാനും സൂരജും പോയിരുന്നു. സമരത്തെക്കുറിച്ച് വന്ന വാർത്തകളിലെ ചിത്രങ്ങളിൽ പലതും സൂരജ് എടുത്തവയായിരുന്നു.

ആ ആഴ്ചാവസാനം സൂരജിനെ കണ്ടപ്പോൾ അവന് വൈദ്യുതിയുമായി എന്തെങ്കിലും മുജ്ജന്മ ശത്രുതയുണ്ടോ എന്ന് ഞാൻ ചോദിച്ചു. അവന് കാര്യം മനസ്സിലായില്ല. ഞാൻ തെളിച്ച് തന്നെ ചോദിച്ചു. കല്ലാർ ഓഗ്മെന്റേഷൻ പ്രൊജക്റ്റിനെതിരെ സമരം, അതിരപ്പിള്ളിക്കെതിരെ സമരം, കൂടംകുളം സമരക്കാർക്കൊപ്പം കടലിൽ പോയി സമരം.

സമരത്തിൽ പങ്കെടുക്കാനെന്ന് പറഞ്ഞാണ് പോയതെങ്കിലും സത്യത്തിൽ സമരം റിപ്പോർട്ട് ചെയ്യാനാണ് പോയതെന്ന് സൂരജ് ചിരിച്ചുകൊണ്ട് പറഞ്ഞു. പഴയ ഡൽഹി കണക്ഷനൊക്കെ ഉപയോഗപ്പെടുത്തി ഇന്ത്യാ എവെരി ഡേയുടെ കസ്റ്റമേഴ്സിന് വരെ ഫോട്ടോ വിറ്റു. അല്ലായിരുന്നെങ്കിൽ ആലുവയിലെ ഫ്ളാറ്റിൽ നിന്ന് വാടകക്കുടിശ്ശികയുടെ പേരിൽ ഇറക്കിവിട്ടേനെ എന്ന വാൽക്കഷ്ണം കേട്ട് ഞാൻ ചിരിച്ചു.

മിൽട്രി ക്വാട്ട

തന്റെ വിഹിതം മദ്യം മുടക്കം കൂടാതെ ക്യാന്റീനിൽനിന്നും വാങ്ങുന്ന അച്ഛൻ പലരേയുംപോലെ അവ മറിച്ചുവിൽക്കുകയായിരുന്നു പതിവ്. ആരെങ്കിലും വന്ന് ചോദിച്ചാൽ വിലപേശി വിൽക്കുന്ന രീതിയൊന്നും അച്ഛനില്ലായിരുന്നു. ക്യാന്റീനിൽനിന്ന് കാറുമായി വരുന്ന അച്ഛന്റെ ക്വാട്ട കാത്തുനിൽക്കുന്ന ആളുകളുണ്ടായിരുന്നു നാട്ടിൽ. അച്ഛൻ ക്യാന്റീനിൽ നിന്ന് വാങ്ങിയ സാധനങ്ങളുമായി വീട്ടിലെത്തിയാൽ പതിവുകാരായ ചില ചങ്ങാതിമാർ എവിടെ നിന്നോ പ്രത്യക്ഷപ്പെടും. അമ്മയ്ക്ക് അവരെ കാണുന്നതു തന്നെ ചതുർത്ഥിയായതിനാൽ സാധനങ്ങൾ കാറിൽ നിന്ന് വീടിന്റെ വരാന്തയിൽ ഇറക്കി വെച്ച് ചങ്ങാതിമാർ പുഴക്കടവിലേക്ക് രക്ഷപ്പെടും. സാധനങ്ങൾ വരാന്തയിൽനിന്ന് അകത്തേക്ക് കൊണ്ടുവെക്കാനൊന്നും അന്നേ ദിവസം അമ്മ കൂടാറില്ല, മിക്കവാറും അച്ഛന് അന്നേ ദിവസം വീട്ടിൽ നിന്ന് അത്താഴവും കിട്ടാറില്ല.

പുഴക്കടവിലോ തൊഴുത്തിനും കടവിനും മദ്ധ്യേ കെട്ടിയുണ്ടാക്കിയ പുല്ലുമേഞ്ഞ ഷെഡ്ഡിലോ ആയിരിക്കും അന്നേ ദിവസം അച്ഛന്റെ രാത്രിവാസം. സ്ഥിരം സങ്കേതമായ ഷെഡ്ഡിന് അച്ഛനും കൂട്ടരുമിട്ട പേരായിരുന്നു പർണ്ണശാലയെന്നത്. പർണ്ണശാല പൊളിച്ചുകളയുന്നതുമായി ബന്ധപ്പെട്ട് ഒരു തർക്കം പിറ്റേ ദിവസം പതിവാണെങ്കിലും എല്ലാ കൊല്ലവും അത്യാവശ്യ അറ്റകുറ്റപ്പണികൾ നടത്തി അച്ഛനും കൂട്ടരും പർണ്ണശാലയുടെ നിലനിൽപ്പ് ഉറപ്പാക്കിയിരുന്നു. പർണ്ണശാലയെന്ന് ആരാധനയോടെ അച്ഛനും സുഹൃത്തുക്കളും വിളിക്കുന്ന ഹാങ്ങ് ഔട്ടിന് അമ്മയിട്ട 'ഇരുകാലികളുടെ തൊഴുത്ത്' എന്ന പേരായിരുന്നു എനിക്കും രാജേഷിനും ഇഷ്ടം. അമ്മയുടെ ഇഷ്ടക്കാരായ പശുക്കളെ കെട്ടുന്ന തൊഴുത്തിനെ ആരാധനയോടെ തൊഴുത്തെന്നും പർണ്ണശാലയെ 'കന്നാലികളുടെ തൊഴുത്തിനപ്രത്തെ ഇരുകാലികളുടെ തൊഴുത്ത്' എന്നും അമ്മ അവജ്ഞയോടെ വിളിക്കും.

അച്ഛൻ ക്യാന്റീനിൽ പോയി വരുന്ന ദിവസങ്ങളിൽ പർണ്ണശാലയിലെ മദ്യപാനസദസ്സുകളും പിറ്റേന്ന് മുതൽ അമ്മയുമായി ആരംഭിക്കുന്ന രണ്ടോ മൂന്നോ ദിവസം നീളുന്ന ശീതസമരവും ഒരു മടുപ്പുമില്ലാതെ അരങ്ങേറും. ക്യാന്റീനിൽനിന്ന് അച്ഛൻ വരുന്ന ദിവസം പെരും മഴയാണെങ്കിൽപോലും സുരപാനത്തിന് ഒരു മുടക്കവും വരുത്തില്ല. മഴ എത്ര കനത്താലും അന്നത്തെ ദിവസം അച്ഛൻ വീട്ടിൽ കയറില്ല. പിറ്റേന്ന് രാവിലെ പറ്റിപ്പോയിയെന്ന ഭാവത്തിൽ വീട്ടിൽ വന്നുകയറുന്ന അച്ഛന് ചുരുങ്ങിയത് രണ്ട് നാൾ ഭ്രഷ്ടാണ്.

കുറേ നാളുകൾക്ക് ശേഷമാണ് സൂരജ് വിളിച്ചത്. ചില കാര്യങ്ങൾ ചർച്ച ചെയ്യാനും അയാളുടെ കയ്യിലുള്ള ചില പേപ്പറുകൾ തരാനുമായി അജിത്കുമാർ കൊച്ചിയിലേക്ക് വരുന്നുണ്ട് എന്ന് പറഞ്ഞപ്പോൾ ഞാൻ എല്ലാവരെയും അടുത്ത ദിവസം വീട്ടിലേക്ക് ക്ഷണിച്ചു. ഇത്രയേറെ തിരിച്ചടികൾക്കിടയിലും സൂരജും അരവിന്ദുമൊക്കെ കാണിക്കുന്ന ശുഭാപ്തിവിശ്വാസവും ഉത്സാഹവും അഭിനന്ദനമർഹിക്കുന്നതു തന്നെയാണ്. ആരോടോ കടം വാങ്ങിയ കാറുമായി മൂവർ സംഘം പിറ്റേന്ന് ഉച്ചതിരിഞ്ഞ് വീട്ടിലെത്തി.

ചക്കയപ്പത്തിന്റെ രുചിയെ പ്രശംസിച്ച് സൂരജ് പതിവുപോലെ അമ്മയെ കയ്യിലെടുത്തു. അജിത് കുമാർ ആരോടും അധികം സംസാരിച്ചില്ല. സാരിവാലൻ വരാലിന്റെ ദേശാടനം പഠിക്കാൻ എഡിൻബറോ യൂണിവേഴ്സിറ്റിയിലെ ഒരു പ്രഫസർ അരവിന്ദിന് മത്സ്യങ്ങളിൽ സ്ഥാപിക്കാവുന്ന മൂന്ന് റേഡിയോ കോളർ അയച്ചു കൊടുത്തിരുന്നു. കല്ലാർ ഡാമിന്റെ സ്പിൽവേ തുറക്കുമ്പോൾ നദിയുടെ ഉത്ഭവസ്ഥാനം ലക്ഷ്യമാക്കിയുള്ള വരാലിന്റെ ദേശാടനം പഠിക്കാൻ അനുവാദം ചോദിച്ച് ഒരു അപേക്ഷ അവൻ വൈദ്യുതി ബോർഡിന് കൊടുത്തിരുന്നെങ്കിലും ബോർഡ് അനുമതി കൊടുത്തിരുന്നില്ല. സ്പിൽവേയിൽ നെറ്റ് സ്ഥാപിച്ച് പഠിക്കാൻ ഹൈക്കോടതിയിൽ ഒരു ഇടക്കാല അപ്പീൽ കൊടുത്തതിൽ അനുകൂല വിധി കിട്ടിയതിന്റെ ആവേശം ചില്ലറയായിരുന്നില്ല.

അജിത് കുമാറിന് വാൽപ്പാറയ്ക്ക് തിരികെ പോകാൻ ബസ്സില്ലാത്തതിനാൽ സൂരജിനൊപ്പം തങ്ങാനാണുദ്ദേശിക്കുന്നതെന്ന് മനസ്സിലാക്കിയപ്പോൾ ഞാനവരെ രാത്രിഭക്ഷണത്തിന് നിർബന്ധിച്ചു. ആഴ്ചാവസാനമായതിനാൽ രാജേഷും വീട്ടിലേക്ക് വരുമെന്നതിനാൽ അത്താഴത്തിന് കാര്യമായെന്തെങ്കിലും തന്നെ ഉണ്ടാക്കാമെന്ന് അമ്മ ഏറ്റു. അടുത്ത കവലയിൽ ചെന്ന് കോഴിയെ വാങ്ങാൻ സൂരജും അച്ഛനൊപ്പം ഇറങ്ങിത്തിരിച്ചു. കവല വരെ പോകാനൊന്നും കാറെടുക്കുന്ന പതിവില്ലെങ്കിൽ പോലും സൂരജ് കൂടെ ഉള്ളതിനാലാവാം അച്ഛൻ കാറുമെടുത്താണ് പോയത്. സാധനങ്ങളുമായി അച്ഛനും

സൂരജും വരുന്നത് വരെ സാരിവാലൻ വരാലിനെ കിട്ടിയാൽ എങ്ങനെയാണ് അതിന്റെ ശരീരത്തിൽ റേഡിയോ കോളർ സ്ഥാപിക്കുകയെന്നതിനെക്കുറിച്ച് അരവിന്ദ് എനിക്ക് ക്ലാസെടുത്തു.

സാധനങ്ങളുമായി അച്ഛനും സൂരജും തിരിച്ചെത്തിയപ്പോൾ വിരുന്നുകാരെല്ലാം എന്റെ ആളുകളാണെന്ന പരിഗണനയിൽ ഞാൻ അമ്മയെ സഹായിക്കാനായി അടുക്കളയിലേക്ക് പോയി. അമ്മയ്ക്ക് സൂരജിനോട് വലിയ മതിപ്പായിരുന്നു. സൂരജിന്റെ അച്ഛൻ പ്രൊഫസർ ശശിധര മേനോൻ അമ്മ പങ്കെടുത്തിട്ടുള്ള പരിശീലന പരിപാടികളിൽ ക്ലാസെടുത്തിട്ടുണ്ടെന്നൊക്കെ പറഞ്ഞപ്പോൾ സൂരജ് പോലും ഉപേക്ഷിച്ച അവന്റെ പേരിലെ മേനോനാണ് അമ്മയ്ക്ക് അവനോട് വലിയ മതിപ്പുണ്ടാക്കിയതെന്ന് എനിക്ക് തോന്നി.

ഹതഭാഗ്യയായ ഒരു പിടക്കോഴിയായിരുന്നു അന്നത്തേത്. വയറ്റിൽ നിറയെ മുട്ടകളുള്ള ഒരുവൾ. എനിക്കറിയാവുന്ന ഏക പണി അതിനെ കഴുകി വൃത്തിയാക്കലാണ്. അത് കഴിഞ്ഞപ്പോഴാണ് ആർക്കെങ്കിലും ചപ്പാത്തി വേണോ എന്ന സംശയം തലപൊക്കിയത്. ചോദിച്ച് വരാമെന്ന് പറഞ്ഞ് ഞാൻ വരാന്തയിലേക്ക് ചെന്നെങ്കിലും അവിടെ ആരുമുണ്ടായിരുന്നില്ല. പുഴക്കടവിൽ നിന്ന് സംസാരം കേൾക്കാമായിരുന്നതിനാൽ ഞാൻ അങ്ങോട്ട് ചെന്നുനോക്കി. എന്നെ ദൂരെ നിന്ന് കണ്ടപ്പോൾ തന്നെ സൂരജ് ചെറുതായി പരുങ്ങുന്നുണ്ടായിരുന്നു. അടുത്ത് എത്തുന്നതിന് മുൻപ് തന്നെ എനിക്ക് കാര്യം മനസ്സിലായി, മദ്യപാനമാണ്. ഞാൻ അച്ഛനെ രൂക്ഷമായി നോക്കി.

''അധികം ആക്കില്ല, ഒരു ചെറുത്.'' അച്ഛൻ അപേക്ഷ മട്ടിൽ എന്നെ നോക്കി. അരവിന്ദും അജിത് കുമാറും ഞങ്ങൾക്ക് ഇതിൽ പങ്കില്ലെന്ന മട്ടിൽ മാറിയിരുന്നു. കടവിന്റെ പടവിൽ മിസ്ചറും സോഡയും തണുത്ത വെള്ളവും കപ്പലണ്ടിയുമൊക്കെ സ്ഥാനം പിടിച്ചിരുന്നു. മദ്യം അച്ഛന്റെ ക്വാട്ടയിലുള്ളതാവുമെന്ന് ഊഹിച്ച എനിക്ക് മറ്റ് മേമ്പൊടികളൊക്കെ എപ്പോൾ വാങ്ങിയെന്നും ഈ ചെറിയ സമയത്തിനുള്ളിൽ ഇക്കാര്യം ഇവരെങ്ങനെ ഏകോപിപ്പിച്ചെന്നും മനസ്സിലായില്ല. ഞാൻ അച്ഛനെ രൂക്ഷമായി നോക്കി. എന്നിട്ട് ''കുടിച്ചിട്ട് വന്നാൽ തൊഴുത്തിൽ കിടക്കേണ്ടി വരും'' എന്ന് താക്കീത് ചെയ്തു.

''വെറും രണ്ടെണ്ണം.'' അച്ഛൻ ആണയിട്ടു.

''ഞാൻ നോക്കിക്കൊള്ളാം.'' എന്ന് സൂരജ് വക്കാലത്ത് പിടിച്ചു.

''നിന്നെ ആര് നോക്കും, അമ്മ അറിഞ്ഞാൽ ഒരുത്തനെയും വീട്ടിൽ കയറ്റില്ല കേട്ടോ.'' ഞാൻ ഉറപ്പിച്ച് പറഞ്ഞു.

ചപ്പാത്തി വേണോ അതോ ചോറ് തന്നെ മതിയോ എന്നൊന്നും ചോദിക്കാതെ ഞാൻ തിരികെ വീട്ടിലേക്ക് തന്നെ നടന്നു. സൂരജ്

പിന്നാലെ വന്നു. അവൻ ഒപ്പമെത്തിയപ്പോൾ എനിക്കുണ്ടായ സംശയം ഞാനവനോട് ചോദിച്ചു, ''ഇതൊക്കെ എപ്പോ സെറ്റാക്കി, ഇയാള് കുടിക്കുന്ന കാര്യം അച്ഛനെങ്ങനെ അറിഞ്ഞു?''

''അത് വലിയൊരു രഹസ്യമാ.'' സൂരജ് ചിരിച്ചു.

''രഹസ്യമാണെങ്കിൽ പറയണ്ട, ആ കാണുന്ന ഷെഡ് കണ്ടോ, അതാണ് അമ്മയുടെ ഭാഷയിൽ ഇരുകാലിത്തൊഴുത്ത്, അവിടെ കിടക്കേണ്ടി വരും. അതുകൊണ്ട് കുറച്ച് കഴിച്ചിട്ട് മണം പോക്കാൻ വല്ല ചൂയിംഗമ്മും ചവച്ചിട്ട് പോരെ.''

''അത് പർണശാലയല്ലെ, അവിടെ ഇരിക്കണമെന്നാ ആദ്യം കരുതിയത്, ഞാനാ പറഞ്ഞത് കടവിൽ ഇരിക്കാന്ന്. മണം പോകാൻ ചൂയിങ്ങ്ഗം വേണമെന്നില്ല, പച്ച ഈർക്കിൽ എടുത്ത് കടിച്ച് ചവച്ചാൽ മതി.'' സൂരജ് ചിരിച്ചു.

എനിക്ക് ദേഷ്യം വന്നു.

''എന്റെ അച്ഛനെ അതൊന്നും പഠിപ്പിച്ച് ചീത്തയാക്കണ്ട. ഇതിപ്പോ ആരാ നേതാവ്, നീയോ അതോ അച്ഛനോ?''

''നിന്റെ അച്ഛൻ തന്നെ. അന്ന് രാധിക ഇവിടന്ന് പിണങ്ങിപ്പോയ ദിവസം ഓർമ്മയില്ലേ? അന്ന് എനിക്ക് നിന്റച്ഛൻ ഒരു ബോട്ടിൽ തന്നിരുന്നു, മിൽട്രി ക്വാട്ട, ദുഃഖം മാറ്റാൻ.''

''അതിന് നീ കുടിക്കുമെന്ന് അച്ഛനെങ്ങനെ മനസ്സിലായി?''

''കുടിയന്മാർക്ക് പരസ്പരം മനസ്സിലാകും, ഞാൻ അദ്ദേഹത്തിന്റെ പിറക്കാതെ പോയ മോനാണെന്നാ പറയുന്നെ.''

''ആണോ, എന്നിട്ട് പിറന്ന ഒരുത്തൻ ഉണ്ടല്ലോ വീട്ടിൽ, അവനെ അച്ഛൻ ഈ പർണ്ണശാലയിലേക്ക് അടുപ്പിക്കാറില്ലല്ലോ, അപ്പോൾ ഇത് സ്നേഹമൊന്നുമല്ല, നിങ്ങൾ മദ്യപാനികൾക്ക് എന്തെങ്കിലും കാരണം വേണം കമ്പനി കൂടാൻ, കൂത്താടാൻ.''

''മദ്യപാനികളെന്ന് വിളിച്ച് ആക്ഷേപിക്കരുത് ശ്രീലക്ഷ്മീ.'' സൂരജ് ചിരിച്ചു.

കൂടുതൽ തർക്കത്തിന് നിൽക്കാതെ ഞാൻ വീട്ടിലേക്ക് നടന്നു.

വീട്ടിലെത്തിയപ്പോൾ എല്ലാവരും എവിടെയെന്ന് അമ്മ തിരക്കി. ആരുടെയോ തോണിയിൽ കണ്ണാടിക്കല് പോയെന്ന് കള്ളം പറയാനാണെനിക്ക് നാവ് പൊന്തിയത്. ചപ്പാത്തി സൂരജിന് മാത്രം മതിയെന്ന് പറഞ്ഞ് ഞാൻ കള്ളം പൂർത്തിയാക്കി.

സന്ധ്യയാവാറായപ്പോഴേക്കും രാജേഷ് വീട്ടിലെത്തി. ഹൈവേയിൽനിന്ന് വീട്ടിലേക്ക് കൂട്ടാൻ വരാൻ അച്ഛനെ ഫോൺ വിളിച്ചിട്ട്

എടുത്തില്ലെന്ന് പരാതി പറഞ്ഞുകൊണ്ടാണവൻ വീട്ടിൽ വന്നുകയറിയത്. എന്റെ കുറച്ച് കൂട്ടുകാർ വന്നിരുന്നെന്നും അവരെയും കൊണ്ട് അച്ഛൻ കണ്ണാടിക്കല് പോയെന്നുമുള്ള കള്ളം ഞാൻ ആവർത്തിച്ചു.

ഇരുട്ടാവാറായി. പുഴക്കടവിൽനിന്ന് ആരും തിരിച്ചെത്തിയില്ല. കുളിയും വസ്ത്രം മാറലുമൊക്കെ കഴിഞ്ഞ് വന്ന രാജേഷ് വന്നവരൊക്കെ എവിടെയെന്ന് തിരക്കി കടവിലേക്ക് പോകാൻ തുടങ്ങിയപ്പോൾ ഞാനും കൂടെ പോയി. പോകുന്ന വഴിയിൽതന്നെ ഞാനവനോട് കാര്യം പറഞ്ഞു.

ഞങ്ങൾ കടവിലെത്തിയപ്പോൾ പാട്ടൊക്കെ പാടി എല്ലാവരും അവിടെത്തന്നെയുണ്ട്. ഇത്തവണ അജിത്തിന്റെയും അരവിന്ദിന്റെയും കയ്യിൽ മദ്യഗ്ലാസുണ്ട്.

“ചേച്ചിയുടെ ഫ്രണ്ട്സൊക്കെ നല്ല കീറാണല്ലോ.” രാജേഷ് കളിയാക്കി.

അരവിന്ദ് മദ്യപിക്കുമെന്ന് ഞാൻ പ്രതീക്ഷിച്ചിരുന്നില്ല. അച്ഛന്റെ നാവ് കുഴഞ്ഞ് തുടങ്ങിയിരുന്നു. അത്രയും സമയം ആരോടും അധികം സംസാരിക്കാതിരുന്ന അജിത് കുമാർ മലയാളത്തിലും തമിഴിലും ഇംഗ്ലീഷിലുമൊക്കെ സംസാരിക്കുന്നുണ്ട്. അജിത് കുമാർ പാടുന്ന തമിഴ് സിനിമാപാട്ടുകൾക്ക് തിരുത്തുകൾ നിർദേശിച്ച് അരവിന്ദ് രംഗം കൊഴുപ്പിക്കുന്നുണ്ട്. കണ്ണാടിക്കൽ ക്ഷേത്രത്തിൽ സന്ധ്യാദീപം തൊഴാൻ വന്ന ചിലരൊക്കെ അക്കരെ കടവിൽ നിന്ന് ശ്രദ്ധിക്കുന്നുണ്ട്.

മാസത്തിൽ ഒരിക്കലോ മറ്റോ അച്ഛൻ സുഹൃത്തുക്കളുമൊത്ത് മദ്യപിക്കുന്നതിൽ അമ്മ അമിതമായി പ്രതികരിക്കുന്നതാണെന്ന അഭിപ്രായമായിരുന്നു എനിക്ക്. അച്ഛനുമായുള്ള ശീതസമരം രണ്ടിൽ കൂടുതൽ ദിവസത്തേക്ക് നീളുമ്പോൾ മദ്ധ്യസ്ഥശ്രമവുമായി ചെല്ലുന്ന എന്നെ അമ്മ ശകാരിക്കും. “നാളെ നിന്റെ കല്യാണം കഴിഞ്ഞ് കെട്ടിയവൻ ഇതുപോലാകുമ്പോൾ നിനക്ക് മനസ്സിലാകും.”

സത്യത്തിൽ പണ്ടൊരിക്കൽ അബദ്ധത്തിൽ മദ്യം കഴിച്ചത് മുതൽ എപ്പോഴെങ്കിലും മദ്യപിക്കുകയെന്നത് ഞാൻ താലോലിച്ചിരുന്ന ഒരു സ്വപ്നമായിരുന്നു. എവിടെയെങ്കിലുമിരുന്ന് ഒളിച്ചല്ല, പ്രിയപ്പെട്ട ആർക്കെങ്കിലുമൊപ്പം നല്ല ക്ലാസ്സായി. എന്റെ ദൗർഭാഗ്യമെന്നെല്ലാതെ എന്ത് പറയാൻ, ഇതുവരെ എനിക്കത് സാധിച്ചില്ല.

എന്റെ ചിന്തകൾക്ക് തിരശ്ശീലയിട്ടത് ഒരു ഓക്കാനമാണ്. ആരാണ് ഛർദ്ദിച്ചതെന്ന് മനസ്സിലാകാനാവാത്തവിധം അച്ഛനും അരവിന്ദും ഛർദ്ദിയിൽ കുളിച്ചിരുന്നു. എല്ലാം കയ്യിൽ നിന്ന് പോയെന്ന ഭാവത്തിൽ സൂരജ് എന്നെ നോക്കി. “അയ്യോ വാള്” എന്ന് പറഞ്ഞ് രാജേഷ് പിന്നാക്കം മാറി.

‘‘ഒന്നും പേടിക്കണ്ട, എല്ലാം ഞാൻ നോക്കിക്കൊള്ളാം’’ എന്ന് പറഞ്ഞ് സൂരജ് അച്ഛനെയും അരവിന്ദിനെയും സഹായിക്കാനായി അടുത്തേക്ക് ചെന്നു. ചിലയിനം മദ്യത്തിന്റെ ഗന്ധം എനിക്ക് ഇഷ്ടമാണെങ്കിലും മദ്യവും അതിനോടൊപ്പം അകത്താക്കിയ ഭക്ഷണവുമൊക്കെ ഒരുമിച്ച് തികട്ടി വന്നതിന്റെ രൂക്ഷമായ ഗന്ധം എന്നെ പിന്നോട്ട് വലിച്ചു. എനിക്ക് അത്രയും പ്രിയങ്കരനായ അച്ഛനെയും ഒരു സഹോദരനോടെന്ന പോലുള്ള സ്നേഹം തോന്നിയ അരവിന്ദിനെയും കണ്ടിട്ട് എനിക്ക് അറപ്പ് തോന്നി.

സൂരജും രാജേഷും കൂടെ പണിപ്പെട്ട് അച്ഛനെയും അരവിന്ദിനെയും പുഴയിലിറക്കി കുളിപ്പിച്ച് പടവിലിരുത്തി. അവരിൽ ആരാണ് ഛർദ്ദിച്ചതെന്ന് എനിക്ക് അപ്പോഴും മനസ്സിലായിരുന്നില്ല. എന്നെയും സൂരജിനെയും അവിടെ കാവലിരുത്തി രാജേഷ് വീട്ടിൽ പോയി അച്ഛനും അരവിന്ദിനും മാറാൻ വസ്ത്രങ്ങൾ എടുത്ത് കൊണ്ടുവന്നു. വഴുവഴുപ്പും ദുർഗന്ധവുമുള്ള ഇരുവരുടെയും വസ്ത്രങ്ങൾ കഴുകി വൃത്തിയാക്കാൻ മിനക്കെടാതെ രാജേഷ് പുഴയിലൊഴുക്കി. അജിത് കുമാർ പാട്ട് നിർത്തിയിരുന്നു. കുറച്ച് കഴിച്ചതുകൊണ്ടാണോ അതോ കൂടുതൽ കഴിച്ച് പരിചയമുള്ളതുകൊണ്ടാണോ എന്നറിയില്ല സൂരജിന് അപ്പോഴും നല്ല വെളിവുണ്ടായിരുന്നു.

‘‘നീയാണെല്ലാത്തിനും കാരണം.’’ ഞാൻ സൂരജിനെ ശകാരിച്ചു.

‘‘വണ്ടി ഓടിക്കേണ്ടതുകൊണ്ട് ഞാൻ മൂന്നിൽ നിർത്തി. അല്ലെങ്കിലും ഞാൻ അതിലധികം കഴിക്കാറില്ല, ഇതിപ്പോൾ അരവിന്ദ് ആദ്യമായി കഴിച്ചതിന്റെയാ.’’

‘‘ഓ, അപ്പോൾ അവനെ ഈ ശീലം പഠിപ്പിച്ചതിന്റെ ക്രെഡിറ്റും നിനക്കും അച്ഛനുമാണല്ലെ, നീയൊക്കെ ആരെയും നന്നാവാൻ വിടരുത്.’’

‘‘ശ്രീലക്ഷ്മി അത് മാത്രം പറയരുത്. നിർബന്ധിച്ചതുകൊണ്ട് ഒരാളും കുടി തുടങ്ങുന്നില്ല. എപ്പോഴെങ്കിലും കുടിക്കുമെന്ന് അയാൾ മുൻപേ തീരുമാനിച്ചിരുന്നു. ഞങ്ങൾ അതിനൊരു തുടക്കമിട്ടു കൊടുത്തെന്ന് മാത്രം.’’ സൂരജ് വലിയ എന്തോ തമാശ പറഞ്ഞതുപോലെ ചിരിച്ചു.

കുളിയും വസ്ത്രം മാറലും കഴിഞ്ഞിട്ടും അച്ഛനോ അരവിന്ദിനോ നേരെ ചൊവ്വെ നിൽക്കാനായില്ല. അജിത് കുമാറിന്റെ പാട്ടുപെട്ടി ഞാൻ ഭീഷണിപ്പെടുത്തി ഓഫാക്കിയിരുന്നു. ഞാൻ അച്ഛനെയും സൂരജ് അരവിന്ദിനെയും രാജേഷ് അജിത് കുമാറിനെയും താങ്ങിപ്പിടിച്ച് പർണ്ണശാലയിൽ കൊണ്ടുപോയിരുത്തി. അമ്മ അവിടേക്ക് വരരുതേ എന്ന പ്രാർത്ഥനയായിരുന്നു എനിക്ക്. പുഴയിൽ ഒഴുക്കിവിട്ട വസ്ത്രങ്ങൾ വിട്ടുപോകാത്ത അപമാനസ്മരണകൾപോലെ

പടവുകളിൽ തന്നെ വന്നടിഞ്ഞു. മെയ് മാസത്തിലെ ഒഴുക്കറ്റ പുഴ എല്ലാത്തിനും സാക്ഷിയായി.

ഇരുട്ടിൽ വീട്ടിലേക്ക് പോകുമ്പോൾ മാത്രമാണ് എനിക്ക് നടന്ന കാര്യങ്ങളുടെ പ്രത്യാഘാതങ്ങൾ ബോദ്ധ്യപ്പെട്ടത്. ഞാൻ വലിയ മമത വെച്ചുപുലർത്തുന്ന സുഹൃത്തുക്കളുടെ വ്യക്തിത്വമാണ് അമ്മയ്ക്ക് മുന്നിൽ ഇപ്പോൾ പൊളിഞ്ഞുവീഴാൻ പോകുന്നത്. നാളെ ബോധം വന്ന് ആലോചിക്കുമ്പോൾ തന്റെ മക്കളുടെ പ്രായമുള്ളവർക്കൊപ്പം ഒരു പക്വതയും കാണിക്കാതെ മദ്യപിച്ച് ബോധം പോയ ഒരാളായി അച്ഛനും മാറും. ഏത് വിധത്തിൽ ചിന്തിച്ചാലും അപമാനം തന്നെ.

മൊബൈൽ ഫോണിന്റെ വെളിച്ചത്തിൽ ഞാനും രാജേഷും വീട്ടിൽ ചെന്ന് കയറിയപ്പോൾ തന്നെ അമ്മയ്ക്ക് കാര്യം മനസ്സിലായിരുന്നു. ഒരുപക്ഷേ അമ്മ കടവിലേക്ക് വന്നിട്ട് ബഹളം കേട്ട് തിരികെ പോയതാവാം. അമ്മയുടെ കണ്ണുകൾ കലങ്ങിയിരുന്നു. നേരം എട്ടുമണിയായെന്ന് അപ്പോഴാണ് ഞാനും ശ്രദ്ധിക്കുന്നത്. അതിഥികൾക്കായി അമ്മ ഏറേനേരം മിനക്കെട്ടുണ്ടാക്കിയ ഭക്ഷണമെല്ലാം മേശപ്പുറത്ത് വിളമ്പിവെച്ചിരുന്നു. ''ഇതെല്ലാം എടുത്ത് ആ തൊഴുത്തിൽ കൊണ്ടുപോയി കൊടുത്തേക്ക്'' എന്ന് വിതുമ്പിക്കൊണ്ട് പറഞ്ഞ് അമ്മ കിടപ്പുമുറിയിലേക്ക് പോയി.

സമയം പത്തുമണിയോടടുത്തു. ടോർച്ചുമെടുത്ത് ഞാനും രാജേഷും പർണ്ണശാലയിൽ പോയി നോക്കി. അവിടെ കത്തിച്ച് വെച്ച തൂക്കുവിളക്കിന്റെ അരണ്ട വെളിച്ചത്തിൽ എല്ലാവരുടെയും മുഖത്തെ വിഷാദം കാണാം.

''ഭക്ഷണം ഇങ്ങോട്ട് എടുക്കണോ?'' ഞാൻ ചോദിച്ചു.

''വേണ്ട, ഞങ്ങൾ ഇറങ്ങുകയാ, അച്ഛനെ വീട്ടിലേക്ക് കൂട്ടിക്കൊള്ളൂ. കഴിയുമെങ്കിൽ എന്നോട് ക്ഷമിക്കൂ.'' സൂരജ് മുഖത്ത് നോക്കാതെ പറഞ്ഞു.

അരവിന്ദിന് കാറിനടുത്തേക്ക് പരസഹായം കൂടാതെ നടക്കാനായില്ല. ഞാൻ ഒപ്പം പോയില്ല. കാറ് പോയപ്പോൾ ഗെയിറ്റടച്ച് രാജേഷ് തിരികെ വന്നു. പർണ്ണശാലയിൽ പല ദിവസങ്ങളിലും കൂട്ടുകാർക്കൊപ്പം അച്ഛൻ കിടന്നിട്ടുണ്ടെങ്കിലും അന്ന് അച്ഛനെ തനിച്ചാക്കി പോരാനായില്ല. വീട്ടിലേക്ക് വരാൻ കൂട്ടാക്കാതിരുന്ന അച്ഛൻ മദ്യത്തിന്റെ ലഹരിയിറങ്ങിയപ്പോഴും തന്റെ തീരുമാനത്തിൽ ഉറച്ച് നിന്നു. വളരെ കഷ്ടപ്പെട്ട് അച്ഛനെ വീട്ടിലേക്ക് കൂട്ടിക്കൊണ്ടുവന്നപ്പോൾ നേരം പന്ത്രണ്ട് കഴിഞ്ഞിരുന്നു. വീട്ടിലെല്ലാവരും പട്ടിണി കിടന്ന ആ ദിവസം തീൻമേശയിൽ അമ്മയുണ്ടാക്കിയ വിഭവങ്ങൾ തണുത്ത് പഴകി.

ഞായറാഴ്ച അവധി ദിവസം മുഴുവൻ അമ്മ ആരോടും മിണ്ടാതെ കഴിച്ചുകൂട്ടി. മദ്യപിച്ച് സ്ഥാനഭ്രഷ്ടനായ അച്ഛൻ ഇത്തവണ മക്കളെ അഭിമുഖീകരിക്കാനും വിഷമിച്ചു. ഉച്ച കഴിയേണ്ടി വന്നു എനിക്ക് അച്ഛനോട് ഒന്ന് മിണ്ടാൻ പോലും.

''ചെറിയ അളവിൽ വല്ലപ്പോഴും വീട്ടിൽ ഇരുന്ന് കഴിക്കുന്നതിന് അനുവാദമില്ലാത്തതുകൊണ്ടാണ് ഞാൻ കഴിക്കുമ്പോഴെല്ലാം ഇങ്ങനെ അലമ്പായിപ്പോകുന്നത്.'' അച്ഛൻ പകുതി ന്യായീകരിക്കുകയും പകുതി കുമ്പസാരിക്കുകയും ചെയ്തു.

ഞാൻ മറുപടിയൊന്നും പറഞ്ഞില്ല. പുസ്തകങ്ങൾ എടുക്കാനായാണ് വന്നത്, പരീക്ഷ തുടങ്ങാറായി എന്ന് പറഞ്ഞ് രാജേഷ് ഞായറാഴ്ച വൈകിട്ട് തന്നെ തിരിച്ച് പോയതോടെ വീട് വീണ്ടും ശോകമൂകമായി. പിറ്റേന്ന് എന്നെ ഹൈവേയിൽ ബസ്സ് കയറ്റിവിടാൻ വന്നപ്പോൾ അച്ഛൻ വീണ്ടുമെന്നോട് ക്ഷമ പറഞ്ഞു, മകളുടെ സുഹൃത്തുക്കളുടെ മുന്നിൽ പക്വതയില്ലാത്ത മദ്യപനായതിന്.

ഓഫീസിൽ നല്ല ജോലിത്തിരക്കുള്ള ഒരു തിങ്കളാഴ്ചയായിരുന്നു. പുതിയ കെട്ടിടത്തിന്റെ അളവെടുപ്പും മറ്റ് പണികളുമായി സമയം പോയി. ഇടയ്ക്കെപ്പോഴോ സൂരജ് വിളിച്ചെങ്കിലും ഞാൻ ഫോണെടുത്തില്ല. എവിടെയെങ്കിലും പോയി തുലയട്ടെ. ഊണ് കഴിഞ്ഞ് മാനുവൽ സാറിന്റെ വിശേഷങ്ങൾ കേട്ടിരിക്കേ ഇർഫാന്റെ ഫോൺ വന്നു. ദുബായിൽ നിന്ന് ഇന്നെത്തുമെന്ന് മുൻപേ പറഞ്ഞിരുന്നെങ്കിലും ഞാൻ മറന്നിരുന്നു. എയർപോർട്ടിൽ നിന്ന് വീട്ടിലേക്കുള്ള യാത്രയ്ക്കിടെ എന്നെ കാണാൻ അവൻ ഓഫീസിൽ വന്നു. കുറച്ച് നേരത്തേ ഇറങ്ങാൻ അനുവാദം വാങ്ങി ഞാനും ഇർഫാനൊപ്പം കൊച്ചിക്ക് പോയി.

ദുബായിൽനിന്ന് വാങ്ങിയ ചില സാധനങ്ങളെക്കുറിച്ചും യാത്രയിൽ പരിചയപ്പെട്ട ചിലരെക്കുറിച്ചുമൊക്കെ പതിവുപോലെ സംസാരിച്ച ഇർഫാന് പെട്ടെന്ന് തന്നെ എന്റെ ആത്മസംഘർഷങ്ങൾ മനസ്സിലായി. അവൻ ആവർത്തിച്ച് ചോദിച്ചപ്പോൾ ഞാൻ കാര്യം പറഞ്ഞു. സത്യത്തിൽ അവനോട് വീട്ടിൽ നടന്ന കാര്യങ്ങൾ പറയാൻ എനിക്ക് നല്ല നാണക്കേടുണ്ടായിരുന്നു.

ഇർഫാൻ കുറച്ചുനേരം മൗനത്തിലാണ്ടു.

''വീട്ടിലെ വരാന്തയിൽ തൂക്കിയ എന്റെ വാപ്പയുടെ ഫോട്ടോ കണ്ടിട്ടില്ലെ?'' ഇർഫാൻ ചോദിച്ചു.

''അവിടെ കുറേ ഫോട്ടോകളില്ലെ. ഇർഫാൻ വാപ്പയെക്കുറിച്ച് അധികമൊന്നും എന്നോട് പറഞ്ഞിട്ടില്ല.''

''വാപ്പയെക്കുറിച്ച് അങ്ങനെ പറയത്തക്ക ഓർമ്മകളൊന്നുമില്ല, ഞാൻ ചെറുതായിരിക്കുമ്പോൾ മരിച്ചതല്ലേ. മുഹമ്മദ് റാഫിയുടെ

മകനെന്നല്ല, ഖലീൽ സാഹിബിന്റെ പേരക്കുട്ടി എന്നായിരുന്നു ഞാൻ സ്വയം പരിചയപ്പെടുത്താറ്.''

അസുഖകരമായ എന്തോ ഓർമ്മയിൽ നാവുടക്കിയ പോലെ ഇർഫാൻ വീണ്ടും മൂകനായി. എം.ജി. റോഡിലെത്തിയപ്പോൾ കാർ ഒതുക്കി നിർത്താൻ ഇർഫാൻ ഫ്രാൻസിസ് സിൽവയോട് പറഞ്ഞു. ഞങ്ങളിരുവരും പുറത്തിറങ്ങി.

''ഒരു കോഫി കുടിച്ചാലോ?'' ഞാൻ ചോദിച്ചു.

''നമുക്കൊന്ന് നടക്കാം.'' ഇർഫാൻ പറഞ്ഞു.

എം.ജി. റോഡിൽ നിന്ന് ബ്രോഡ്‌വേയിലേക്കുള്ള റോഡുകളിലൊന്നിലൂടെ ഞാൻ ഇർഫാനൊപ്പം നടന്നു. അലക്ഷ്യമായ ഒരു നടത്തമായിരുന്നില്ല അതെന്ന് എനിക്കുറപ്പുണ്ടായിരുന്നു. ഇർഫാൻ എന്റെ കൈകൾ ചേർത്തുപിടിച്ച് നടന്നു. അവന്റെ കൈകൾ തണുത്തിരുന്നു. കുറച്ച് ദൂരം നടന്നപ്പോൾ ഒരു ചെറിയ ചായക്കടയ്ക്ക് മുന്നിലെത്തി. പതിവുപോലെ ഇർഫാന്റെ പരിചയക്കാരുടെ കടയായിരിക്കുമെന്ന് ഞാൻ കരുതിയെങ്കിലും അങ്ങനെയായിരുന്നില്ല. കടയ്ക്ക് പുറത്ത് ഫുട്ട്പാത്തിലിട്ടിരുന്ന കസേരയിലിരുന്ന് ഞങ്ങൾ ഓരോ ചായ കുടിച്ചു.

തൊട്ടടുത്തുള്ള ഒരു ഇരുനില കെട്ടിടം കാണിച്ച് ഇർഫാൻ ചോദിച്ചു. ''അവിടെ എന്തായിരുന്നു മുൻപ് എന്നറിയുമോ?''

എനിക്കറിയില്ലായിരുന്നു, ഇപ്പോൾ അത് പൂട്ടിക്കിടക്കുകയാണ്, ബോർഡൊന്നും ഇല്ല.

''അതൊരു ബാറായിരുന്നു, നാട്ടിലെ പ്രമാണിയും സമുദായ നേതാവുമൊക്കെയായിരുന്ന ഖലീൽ സാഹിബിന്റെ മകൻ മുഹമ്മദ് റാഫിയെന്ന എന്റെ വാപ്പ ആ ബാറിൽ വെച്ചാണ് മരിച്ചത്.''

''ഇർഫാന്റെ വാപ്പ മദ്യപിക്കുമായിരുന്നോ?''

''ഉം...'' അവൻ മൂളി.

''എന്താണ് സംഭവിച്ചത്?'' എനിക്ക് ആകാംക്ഷയായി.

''ഉമ്മ പറഞ്ഞ് കേട്ട കഥകളാണ്. വാപ്പയ്ക്ക് ഇരുപത് വയസ്സായപ്പോഴാണ് എന്റെ വല്യുമ്മ മരിച്ചത്. അതിൽ പിന്നെ വാപ്പയെ നിയന്ത്രിക്കാൻ വീട്ടിൽ ആരുമുണ്ടായില്ല. കോളേജ് കഴിഞ്ഞ കാലത്തേ വാപ്പ കള്ളുകുടി തുടങ്ങിയിരുന്നു. ബിസിനസ് ആവശ്യത്തിനായി മദ്രാസിലും ബോംബെയിലുമൊക്കെ പോയിത്തുടങ്ങിയ കാലത്ത് കിട്ടിയ ശീലമാണ്. അന്നൊക്കെ കൊച്ചിയിൽ വച്ചൊന്നും ബാറിൽ കയറില്ലായിരുന്നു. താൻ കുടിക്കുന്നത് നാട്ടിൽ ആരും അറിയാതിരിക്കാൻ വാപ്പ ശ്രദ്ധിച്ചിരുന്നു. കല്യാണം കഴിഞ്ഞ് ഒറ്റയ്ക്ക് ബിസിനസുകൾ നോക്കിനടത്തിയ കാലത്ത് വാപ്പ സ്ഥിരം മദ്യപിക്കുന്ന

നിലയിലേക്കെത്തി. കാര്യം സാധിക്കാനായെത്തുന്നവർ ഒരു മദ്യക്കുപ്പിയുമായി വന്ന് എത്രയെങ്കിലും ഇരട്ടി മൂല്യമുള്ള എന്തെങ്കിലും കാര്യം സാധിച്ചിട്ട് പോകും. ഞാൻ ജനിച്ച സമയത്തൊക്കെ വാപ്പ എല്ലാ ദിവസവും കഴിക്കുമായിരുന്നത്രെ. വീട്ടിലെ മുകളിലത്തെ നിലയിലെ എന്റെ മുറി നീ കണ്ടിട്ടില്ലേ, അതായിരുന്നു വാപ്പയുടെ താവളം. ഉമ്മയ്ക്ക് എതിർക്കാനോ ആരോടെങ്കിലും സൂചിപ്പിക്കാനോ ഉള്ള ധൈര്യമുണ്ടായിരുന്നില്ല. രാത്രി നേരത്തെ ഭക്ഷണം കഴിച്ച് കിടക്കുന്ന വല്യുപ്പ സുബഹിക്ക് പള്ളിയിൽ പോയാൽ ഒരു പതിനൊന്ന് മണിയൊക്കെയാവും തിരികെ വരാൻ. ആ സമയത്ത് കണക്കുകളൊക്കെ വല്യുപ്പയെ ബോധിപ്പിച്ച് വാപ്പ പുറത്തേക്കിറങ്ങും. ഉമ്മയൊഴികെ ആർക്കും ഒന്നും അറിയില്ലായിരുന്നു.

ഒരിക്കൽ എന്തോ ആവശ്യത്തിനായി വാപ്പയുടെ മുറിയിൽ ചെന്ന വല്യുപ്പ കാർട്ടനുകളിലായി അടുക്കിവെച്ച കാലിക്കുപ്പികളും പലയിടങ്ങളിലായി ഒളിപ്പിച്ചുവെച്ച മദ്യക്കുപ്പികളും കണ്ട് ഞെട്ടി. ഉമ്മയോട് ചോദിച്ചപ്പോൾ കരച്ചിൽ മാത്രമായിരുന്നു മറുപടി. ഉമ്മയ്ക്ക് അറിയുന്ന കാലത്തേ വാപ്പയ്ക്ക് മദ്യപിക്കുന്ന സ്വഭാവമുണ്ട്. വൈകിട്ട് വീട്ടിൽ വന്നു കയറിയ വാപ്പയെ വല്യുപ്പ തൊണ്ടിയോടെ പിടികൂടി. ഇനി തൊടില്ലെന്ന് സത്യം ചെയ്യിച്ചു. വാപ്പയിട്ട സത്യത്തിൽ വല്യുപ്പയ്ക്ക് വലിയ വിശ്വാസമില്ലായിരുന്നു. പകരം ഒരു കുപ്പിപോലും ആരും എത്തിച്ച് കൊടുക്കാനാവാത്തവിധം വല്യുപ്പ വാപ്പയുടെ വഴികളടച്ചു. കച്ചവടത്തിലെ കണക്കുകൾ കണിശതയോടെ ചോദിച്ച് ചില്ലിക്കാശ് തെറ്റാതെ എല്ലാം വീണ്ടും തന്റെ നിയന്ത്രണത്തിലാക്കി. സാമ്പത്തികമായ പരിമിതികൾ വരികയും സ്ഥിരമായി വാപ്പയ്ക്ക് മദ്യമെത്തിച്ചുകൊടുത്തിരുന്നവർ ഖലീൽ സാഹിബിനെ പേടിച്ച് പിന്മാറുകയും ചെയ്തതോടെ വാപ്പ ഒരുതരം വിഭ്രാന്തിയിലേക്ക് പോയി. വിത്ഡ്രോവൽ സിൻഡ്രോം കാണിച്ചുതുടങ്ങിയ വാപ്പയുടെ പരാക്രമങ്ങളെ വല്യുപ്പ കൂടുതൽ കർക്കശമായി നേരിട്ടു. വാപ്പ ഒരു രോഗാവസ്ഥയിലായിരുന്നുവെന്ന് മനസ്സിലാക്കാൻ വീട്ടിലാർക്കുമായില്ല.

ഒരിക്കൽ ഒരു വെള്ളിയാഴ്ച വല്യുപ്പയ്ക്കൊപ്പം ജുമുഅ നിസ്കാരത്തിനായി വീട്ടിൽ നിന്നിറങ്ങിയ വാപ്പ പള്ളിയിൽ പോകാതെ രക്ഷപ്പെട്ട് ഏതോ ബാറിൽ ചെന്നു കയറി. അവിടെ നിന്ന് മൂക്കറ്റം കുടിച്ച് ആരുമായൊക്കെയോ വഴക്കിട്ടിറങ്ങി മറ്റൊരു ബാറിൽ ചെന്ന് കയറി. ഒടുവിൽ ഇക്കാണുന്ന ബാറിലെത്തി. രാത്രി കൗണ്ടറടയ്ക്കാൻ നേരത്ത് അറ്റന്റർമാരിലാരോ ആണ് കുടിച്ച് തീർത്ത കുപ്പികൾക്ക് നടുവിൽ തലചായ്ച്ച് എന്നന്നേക്കുമായി ഉറങ്ങുന്ന വാപ്പയെ കാണുന്നത്. ഖലീൽ സാഹിബിന്റെ മകനാണെന്നത് ആരോ പെട്ടെന്ന് തന്നെ തിരിച്ചറിഞ്ഞു.'' ഇർഫാന്റെ കണ്ണുകൾ നിറഞ്ഞൊഴുകി.

ഞാൻ അടുത്ത് ചെന്ന് അവനെ എന്നോട് ചേർത്തുപിടിച്ച് ആശ്വസിപ്പിക്കാൻ ശ്രമിച്ചു. അവൻ അപ്പോഴും വിതുമ്പുന്നുണ്ടായിരുന്നു. ഒരുകണക്കിന് അവനെയുംകൊണ്ട് ഞാൻ തിരിച്ച് കാറിൽ ചെന്നുകയറി.

"വാപ്പയുടെ മരണം വല്യുപ്പയെ വല്ലാതെ തകർത്തുകളഞ്ഞു. വാപ്പ പലർക്കായി ചെറിയ ചെറിയ കുറേ കടങ്ങൾ വരുത്തിവെച്ചിരുന്നു. ഇട്ടുമൂടാനുള്ള സ്വത്തുള്ള ഖലീൽ സാഹിബിന്റെ മകൻ കടക്കാരനായി ഒരു ബാറിൽ കിടന്ന് മരിച്ചത് അദ്ദേഹത്തിന് താങ്ങാവുന്നതിലും അപ്പുറമായിരുന്നു. ആ ഷോക്കിൽനിന്ന് കരകയറാൻ അദ്ദേഹത്തിന് കുറേ വർഷങ്ങൾ വേണ്ടി വന്നു."

"ഈ പ്രശ്നങ്ങളൊക്കെ ഇർഫാന്റെ ഉമ്മ എങ്ങനെ അതിജീവിച്ചു?" എനിക്ക് അത്ഭുതമായി. ബാറിൽ കിടന്ന് മരിച്ച ഒരാളുടെ വിധവയായി ചെറിയ കുഞ്ഞുമക്കളുമായി മട്ടാഞ്ചേരി പോലുള്ള ഒരു പ്രദേശത്ത് കഴിഞ്ഞുകൂടുകയെന്നത് ശ്രമകരമായിരിക്കുമെന്ന് എനിക്ക് ഊഹിക്കാമായിരുന്നു.

"അക്കാര്യത്തിലായിരുന്നു വല്യുപ്പയ്ക്ക് കൂടുതൽ കുറ്റബോധം. പുനർവിവാഹത്തിന് ഉമ്മയെ പലരും നിർബന്ധിച്ചിരുന്നു. ഞങ്ങളുടെ സമുദായത്തിൽ അതത്ര പുതുമയുള്ള കാര്യവുമല്ല. എന്നിട്ടും ഉമ്മ തയ്യാറായില്ല. അതോടെ വല്യുപ്പ സ്വത്ത് വീതം വെച്ച് മകളുടെയടുത്തേക്ക് മാറിത്താമസിച്ചു. എല്ലാ ദിവസവും അദ്ദേഹം വീട്ടിൽ വരും. ഉച്ചഭക്ഷണം വീട്ടിൽ നിന്നാണ് കഴിക്കുക. എനിക്കും ഇത്താത്തമാർക്കും അദ്ദേഹം വാപ്പയുടെ സ്ഥാനത്തായിരുന്നു. വാപ്പയില്ലാത്തതിന്റെ കുറവ് ഞങ്ങളറിഞ്ഞില്ല."

കുസൃതി നിറഞ്ഞ ചിരിയുമായി അലസമായ ഭാഷയിൽ കാര്യമായി ഓർത്തുവെക്കാൻ ഒന്നുമില്ലാത്ത കഥകൾ പറയാറുള്ള ഇർഫാൻ ഖലീൽ അന്ന് പറഞ്ഞ കണ്ണീരോർമ്മകൾ എപ്പോഴെങ്കിലും സാധിക്കുമെങ്കിൽ ഒരു ഡ്രിങ്ക്സ് കഴിക്കണമെന്ന എന്റെ മോഹം എന്നെന്നേക്കുമായി അവസാനിപ്പിച്ചു.

"അന്നങ്ങനെ ഓവറായതിനെക്കുറിച്ച് സംസാരിച്ച് അച്ഛനെ അധികം കുറ്റപ്പെടുത്തരുത്." സൗത്ത് റെയിൽവേ സ്റ്റേഷനിൽ വിടാൻ നേരത്ത് ഇർഫാൻ എന്നെ ഓർമ്മിപ്പിച്ചു.

വീട്ടിലേക്കുള്ള ട്രെയിൻയാത്രയിൽ മുഴുവൻ ഇർഫാന്റെ വാപ്പയെക്കുറിച്ചോർത്തു. വളരെ യാഥാസ്ഥിതികരായ മട്ടാഞ്ചേരിയിലെ മുസ്ലീങ്ങൾക്കിടയിൽ ബാറിൽ കിടന്ന് മരിച്ച മദ്യപാനിയുടെ വിധവയായി ജീവിച്ച ഇർഫാന്റെ ഉമ്മ സൽമാ ബീവിയേയും.

ആകാശച്ചാട്ടം

കാലവർഷം തുടങ്ങി. മഴയത്ത് മുളയ്ക്കുന്നതൊക്കെ മുളച്ചു, തണുക്കുന്നതൊക്കെ തണുത്തു. ഇടവപ്പാതിയിലെ മഴ തകർത്ത് പെയ്തിട്ടും സൂരജിനോടുള്ള ദേഷ്യം മാത്രം തണുത്തില്ല. ഫോൺ വിളിച്ചാൽ എടുക്കാറുണ്ടെങ്കിലും നേരിട്ട് കണ്ടിട്ട് മാസങ്ങൾ കഴിഞ്ഞു. ഫേസ്ബുക്കിൽ സൂരജിനെ അൺഫ്രണ്ട് ചെയ്ത് ബ്ലോക്ക് ചെയ്തതിനാൽ അവിടെയും ശല്യമില്ല. പുഴക്കടവിലെ മദ്യസൽക്കാരം കൊണ്ട് വീട്ടിലുണ്ടായ ഏക മാറ്റം കഴിഞ്ഞ തവണ ക്യാന്റീനിൽ പോയി വന്നിട്ടും അച്ഛനും സുഹൃത്തുക്കളും പർണ്ണ ശാലയിൽ ഒത്തുകൂടിയില്ലെന്നതാണ്. അച്ഛൻ സ്ഥിരം മദ്യപാനി യൊന്നുമായിരുന്നില്ല, പക്ഷേ, മദ്യപിക്കുന്ന സമയത്ത് ഒരു നിയ ന്ത്രണവുമുണ്ടാവില്ല. ക്യാന്റീനിൽ നിന്ന് ക്വാട്ട വാങ്ങി വന്നയന്ന് അച്ഛൻ കിടപ്പുമുറിയിലിരുന്ന് കഴിച്ച് നേരത്തെ ഉറങ്ങാൻ പോയി. അമ്മ അതൊന്നും കണ്ടതായി ഭാവിച്ചില്ല.

സൂരജിനോടുള്ളയത്ര ദേഷ്യം എനിക്ക് അരവിന്ദിനോട് തോന്നി യിരുന്നില്ല. അന്നത്തെ സംഭവത്തിന് ശേഷം അവനെന്നെ ഫോൺ വിളിക്കുകപോലും ചെയ്തില്ല. ഒരുപക്ഷേ പേടിച്ചിട്ടാവാം, അല്ലെ ങ്കിൽ അപമാനം കൊണ്ടാവാം. അജിത് കുമാറിനെപ്പറ്റി പിന്നീടാരും ഒന്നും പറഞ്ഞില്ല. മാനുവൽ സാറിന്റെ ഫേസ്ബുക്ക് കുറിപ്പുകൾ വായിച്ചും ലോഡ് ഡെസ്പാച്ച് സെന്ററിന്റെ പുതിയ കെട്ടിടത്തിന്റെ ഉദ്ഘാടനം പ്രതീക്ഷിച്ചും കഴിയുന്ന എനിക്ക് ജീവിതം വളരെ സ്വച്ഛ മായൊഴുകുന്ന ഒരരുവിപോലെ തോന്നി. വിവാഹം രണ്ട് വ്യക്തികൾ തമ്മിലുള്ള തികച്ചും വ്യക്തിപരമായ തീരുമാനമായതിനാൽ മറ്റുള്ള വർ ഇടപെടേണ്ടതില്ലെന്നും കോടതി ഇടപെടാൻ ഉദ്ദേശിക്കുന്നി ല്ലെന്നും ഹൈക്കോടതി വിധിച്ചതോടെ രജിസ്റ്ററാപ്പീസിലെ തടസ്സ ങ്ങൾ നീങ്ങി. ചില നല്ല കാര്യങ്ങൾ നടക്കാൻ മറ്റുചില ചീത്ത കാര്യങ്ങൾ കാരണമാകുമെന്ന് പറഞ്ഞതുപോലെ സത്യപാലൻ അമ്മാവന്റെ കേസോടെ ഇർഫാനുമായുള്ള കല്യാണം നടത്തിത്തരു മെന്ന് അച്ഛൻ ഉറച്ച തീരുമാനമെടുത്തു. അമ്മയ്ക്കുണ്ടായിരുന്ന

എതിർപ്പിനെ അച്ഛൻ കാര്യമാക്കിയില്ല. ഹജ്ജ് പെരുന്നാള് കഴിഞ്ഞാവാം കല്യാണമെന്ന് ഇർഫാന്റെ ഉമ്മ അഭിപ്രായപ്പെട്ടപ്പോൾ അക്കാര്യം ഞാൻ അച്ഛനോട് പറഞ്ഞു. ഒക്ടോബർ മാസത്തിൽ കല്യാണം നടത്താമെന്ന തീരുമാനത്തിൽ ഇരുവീട്ടുകാരും എത്തിച്ചേർന്നു.

ഞാൻ ഭാഗ്യവതിയാണ്, എനിക്ക് സ്പെഷ്യൽ മാര്യേജ് ആക്റ്റ് പ്രകാരം രജിസ്റ്റർ ഓഫീസിൽ വെച്ചും എന്റെ വീട്ടിൽ വെച്ചും ഇർഫാന്റെ വീട്ടിൽ വെച്ചും വിവാഹിതയാകാം. വിവാഹത്തെ അത്രയൊക്കെ സങ്കീർണ്ണമാക്കണോ എന്ന് ഇർഫാൻ സംശയിച്ചെങ്കിലും ജീവിതത്തിൽ എപ്പോഴെങ്കിലും ഒരു വധുവായി അണിഞ്ഞൊരുങ്ങി എന്റെ അച്ഛനും അമ്മയ്ക്കും അനിയനുമൊപ്പം ഒരു ഫോട്ടോ എടുക്കണമെന്നൊക്കെയുള്ള കൊച്ചുകൊച്ച് ആഗ്രഹങ്ങൾ എനിക്കുമുണ്ടായിരുന്നു.

ഒരു അവധി ദിവസം അരവിന്ദ് വീട്ടിൽ വന്നു. പുഴക്കടവിൽ പോയി സംസാരിക്കാമെന്ന് അവൻ പറഞ്ഞില്ല, പറഞ്ഞിരുന്നെങ്കിൽ തന്നെ ഞാൻ സമ്മതിക്കില്ലായിരുന്നു. തുലാമഴയ്ക്ക് കല്ലാറിലെ സ്പിൽവേ തുറക്കുകയാണെങ്കിൽ കുറുകെ വലകെട്ടി സാരിവാലൻ വരാലിനെ പിടിക്കാൻ ഉദ്ദേശിക്കുന്നുണ്ടെന്നും അതിനായി ഹൈക്കോടതിയിൽനിന്ന് വിധി കിട്ടിയിട്ടുണ്ടെന്നും റേഡിയോ കോളർ ചെയ്ത് മീനിനെ തിരികെ വിടുമെന്നും പതിവുപോലെ അവൻ വലിയ ആവേശത്തോടെ പറഞ്ഞു. എനിക്ക് വലിയ താത്പര്യമൊന്നും തോന്നിയില്ല. എന്നിട്ടുകൂടി അവൻ സംസാരം തുടർന്നു. കോടതി ഉത്തരവ് കൊടുക്കാൻ രാമകൃഷ്ണൻസാറിനെ കാണാനായി കല്ലാറ് ചെന്നപ്പോൾ അദ്ദേഹം കുറേനേരം ക്യാബിന് വെളിയിൽ നിർത്തിയതിനെക്കുറിച്ചും ആ സമയത്ത് തങ്കമ്മയെയും ഭാസുരേന്ദ്രനെയുമൊക്കെ പരിചയപ്പെട്ടതും വിവരിച്ചു. വൈകിട്ട് സ്രാങ്ക് സൈമണിനെയും വലക്കാരൻ സൈതിനെയും കാണാൻ പോയപ്പോൾ തങ്കമ്മ കൂടെ പോയതിനെപ്പറ്റിയും ജനാർദ്ദനൻചേട്ടന്റെ ഭാര്യ മേരിച്ചേച്ചി ഉച്ചയ്ക്ക് വീട്ടിൽ നിന്ന് ഭക്ഷണം കൊടുത്തതിനെ ക്കുറിച്ചുമൊക്കെ അരവിന്ദ് വാതോരാതെ സംസാരിച്ചു.

കഥകളിലെ കഥാപാത്രങ്ങൾ മാറിമാറി വന്നെങ്കിലും എല്ലാവരും അരവിന്ദിനെ പരിഗണിച്ചത് എന്റെ സുഹൃത്ത് എന്ന നിലയിലാണ്. കല്ലാറിലെ എന്റെ പ്രിയപ്പെട്ടവരെക്കുറിച്ച് കേട്ടപ്പോൾ എനിക്ക് അരവിന്ദിനോടുള്ള ദേഷ്യമൊക്കെ പോയി. ഡാമിൽ വെള്ളം നിറഞ്ഞാൽ അറിയിക്കാമെന്ന് സ്രാങ്ക് സൈമൺ പറഞ്ഞിട്ടുണ്ട്. വരാലിനെ പിടിക്കാൻ പോകുമ്പോൾ കൂടെ ചെല്ലണമെന്ന അരവിന്ദിന്റെ ആവശ്യം സത്യത്തിൽ ഞാനും കൂടെ ആഗ്രഹിച്ചതായിരുന്നു. എന്നിട്ടും എന്തോ വലിയ ഒരു കാര്യം അവർക്കൊക്കെ വേണ്ടി ക്ലേശിച്ച് ചെയ്യുന്നു

എന്ന മട്ടിൽ ഞാൻ സമ്മതിച്ചു. പോകുമ്പോൾ ഇർഫാനെ കൂടെ കൂട്ടാമെന്ന് പറഞ്ഞപ്പോൾ, അരവിന്ദിനെ നോക്കി ഒന്ന് ചിരിച്ചപ്പോൾ, അവനാകെ സന്തോഷത്തിലായി. ഒടുവിൽ അരവിന്ദ് യാത്രയുടെ ഐറ്റിനറി അവതരിപ്പിച്ചു. സൂരജും അവനും ആലുവയിൽ ഒരു കാറുമായി കാത്തുനിൽക്കും, ഞാനും ഇർഫാനും അവിടെ എത്തണം. സ്പിൽവേ തുറക്കുമെന്ന അവസ്ഥയുണ്ടായാൽ ഏതുവിധേനയും അറിയിക്കാമെന്ന് സൈമണും സൈതുമൊക്കെ വാക്കുകൊടുത്തിട്ടുണ്ട്.

‘‘ആരുടെ കാറാ?’’ ഞാൻ ചോദിച്ചു.

‘‘ചങ്ങാതിമാരുടെയാരുടെയെങ്കിലും കാറ് സൂരജേട്ടൻ ഒപ്പിക്കും.’’

‘‘ബെൻസ് കാറ് വേണോ?’’

‘‘ബെൻസോ! ആരുടെ?’’

‘‘വേണമോന്ന് പറ, എന്റെ കയ്യിൽ ഉണ്ട്.’’

‘‘ചേച്ചി കളിയാക്കാതെ.’’

‘‘സത്യം, ഇർഫാനോട് ചോദിച്ചിട്ട് ഞാൻ ഫൈനലൈസ് ചെയ്യാം.’’

ബെൻസ് കാറെന്നത് മാത്രം വിശ്വസിക്കാതെ മറ്റെല്ലാ കാര്യങ്ങളും സമ്മതിച്ച് അരവിന്ദ് തിരിച്ചുപോയി.

സൂരജിന്റെയും അരവിന്ദിന്റെയും കൂടെ സാരിവാലൻ വരാലിനെ പിടിക്കാൻ കല്ലാറ് പോകുന്നതിനെ കുറിച്ച് ഇർഫാനോട് പറഞ്ഞപ്പോൾ അവന് വലിയ താത്പര്യമുള്ളതുപോലെ തോന്നിയെങ്കിലും നോമ്പുകാലം കഴിഞ്ഞാലുടൻ മൂന്നാഴ്ചത്തേക്ക് ദുബായ്ക്ക് പോകുമെന്ന് മുൻകൂർ ജാമ്യമെടുത്തു. ഇർഫാൻ വരാത്തതുപോലെ തന്നെ എന്നെ നിരാശയാക്കുന്നതായിരുന്നു ഇർഫാനില്ലെങ്കിൽ ബെൻസ് കാറും ഉണ്ടാവില്ലെന്നത്. ബെൻസ് കാറിനെക്കുറിച്ച് അരവിന്ദ് പറഞ്ഞപ്പോൾ ബെൻസ് തന്നെയാണോ എന്ന് സൂരജ് അരവിന്ദിനോട് സംശയം പ്രകടിപ്പിച്ചത്രെ. എന്നോട് ചോദിച്ചപ്പോൾ ഞാൻ പറഞ്ഞു കുറച്ച് പഴയ മോഡലാണെന്ന്. സൂരജിനും അരവിന്ദിനുമൊപ്പം പോകുന്ന കാര്യത്തിൽ ഇർഫാൻ കൂടുതൽ വിസ്തരിക്കുമെന്ന് ഞാൻ കരുതിയെങ്കിലും അങ്ങനെയുണ്ടായില്ല. ഇടയ്ക്കൊരിക്കൽ അരവിന്ദിനൊപ്പം കളമശ്ശേരിയിലെ ഓഫീസിൽ വന്ന് എന്നെ കണ്ട സൂരജ് പിണക്കം മാറ്റിയാണ് പിരിഞ്ഞത്.

അക്കൊല്ലത്തെ ഓണക്കാലത്ത് അമ്മ ഇർഫാനെക്കുറിച്ച് എന്നോട് വിശദമായി ചോദിച്ചറിഞ്ഞു. തിരുവോണ സദ്യയ്ക്ക് ഇർഫാനെ കൂടി വിളിക്കാൻ പറഞ്ഞു. ആദ്യം വരാമെന്നേറ്റ ഇർഫാൻ പിന്നാലെ ദുബായിക്ക് പോകേണ്ടത് തിരുവോണത്തിന്റെയന്ന് ഉച്ചയ്ക്കാണെന്ന്

തിരുത്തി. അമ്മ ഒന്നും പറഞ്ഞില്ല. ഇർഫാൻ എന്തോ ഒഴികഴിവ് പറഞ്ഞതാണെന്ന് അമ്മ കരുതിക്കാണും. ദൈവമേ ഇവരെ രണ്ടു പേരെയും എനിക്ക് വേണമല്ലോ.

തുലാമഴ തുടങ്ങിയതോടെ എല്ലാ ഡാമുകളിലേക്കുമെന്ന പോലെ കല്ലാർ ഡാമിലേക്കും നീരൊഴുക്ക് കൂടി. ഫ്രാൻസിസ് സിൽവയെ കൂട്ടി കാറുമായി പോകുന്നോ എന്ന് ഇർഫാൻ ഇടയ്ക്കെപ്പോഴോ ദുബായിൽ നിന്ന് വിളിച്ചപ്പോൾ ചോദിച്ചെങ്കിലും ഞാൻ വേണ്ടെന്ന് പറഞ്ഞു. പ്രതീക്ഷിച്ചപൊലെ ഡാമിലെ ജലനിരപ്പ് പരമാവധിയോ ടടുത്തെന്ന് അറിയിച്ച് സൈമന്റെ വിളി വന്നതോടെ മൂന്ന് ദിവസം അവധിയെടുത്ത് ഞാൻ സൂരജിന്റെയും അരവിന്ദിന്റെയും ഒപ്പം കല്ലാറിലേയ്ക്ക് പുറപ്പെട്ടു. സൂരജും അരവിന്ദും സ്രാങ്ക് സൈമന്റെ വീട്ടിൽ താമസിക്കുന്ന കാര്യം പറഞ്ഞേർപ്പാടാക്കിയിരുന്നു.

''ആ ചെറിയ വീട്ടിൽ നിങ്ങളെങ്ങനെ താമസിക്കാനാണ്, നിങ്ങൾക്ക് ആ ഗസ്റ്റ്ഹൗസ് ഏർപ്പാടാക്കരുതായിരുന്നോ?'' ഞാൻ ചോദിച്ചു.

''ഗസ്റ്റ്ഹൗസും ചോദിച്ച് അങ്ങോട്ട് ചെന്നാൽ മതി, ആ രാമ കൃഷ്ണൻസാർ സ്വന്തം പേരിൽ അത് എഴുതിത്തരും.'' സൂരജ് കെറുവിച്ചു.

ഗസ്റ്റ്ഹൗസിൽ രാമകൃഷ്ണൻ സാറിന്റെ വിശിഷ്ടാതിഥിയായി സൂരജ് താമസിച്ച ദിവസങ്ങളെക്കുറിച്ച് ഞാനപ്പോൾ ഓർത്തു.

''സൈമന്റെ വീട്ടിൽ അയാളുടെ കുടുംബമുണ്ടാവില്ലെ?'' ഞാൻ സംശയിച്ചു.

''സൈമേട്ടൻ കുടുംബത്തെ പൊൻമുടിയിലെ ഭാര്യവീട്ടിൽ കൊണ്ടാക്കുമെന്ന് പറഞ്ഞിട്ടുണ്ട്.'' അരവിന്ദാണ് മറുപടി പറഞ്ഞത്. ''ചേച്ചിയെന്താ ഗസ്റ്റ്ഹൌസിൽ മുറി പറയാതിരുന്നത്?''

''തങ്കമ്മയുടെ വീട്ടിൽ താമസിക്കുമെന്ന ഒരു കടം വീട്ടാനുണ്ട്, പിന്നെ പണ്ട് ഞാൻ സസ്പെൻഷനായി നാട്ടിലേക്ക് പോന്നപ്പോൾ ക്വാർട്ടേഴ്സിൽ ഉണ്ടായിരുന്ന സാധനങ്ങളൊക്കെ തങ്കമ്മ അവരുടെ വീട്ടിൽ കൊണ്ടുപോയി വെച്ചിരുന്നു. അവയൊക്കെ തങ്കമ്മയോട് എടുക്കുകയോ ആർക്കെങ്കിലും കൊടുക്കുകയോ ചെയ്തോളാൻ പറഞ്ഞിട്ടും കേൾക്കുന്നില്ല. അതിൽ എനിക്ക് വേണ്ടതെന്തെങ്കിലും കാണുമെന്നാണ് തങ്കമ്മ പറയുന്നത്. അതൊക്കെ ഒന്ന് ഒഴിവാക്കണം. ആ ചെറിയ വീട്ടിൽ എന്റെ സാധനങ്ങൾ തങ്കമ്മയ്ക്ക് വലിയ അസൗ കര്യമാകുന്നുണ്ടാകും.''

''കുറേ സാധനമുണ്ടോ?'' സൂരജ് ചോദിച്ചു.

''അധികമൊന്നുമില്ല, ഒരു കട്ടിലും കിടക്കയും. പിന്നെ കുറേ

അടുക്കള സാധനങ്ങൾ. തങ്കമ്മയ്ക്ക് വീട്ടിൽ ഉപയോഗിക്കാവുന്നതേ ഉള്ളൂ. പക്ഷേ അവരോട് പറഞ്ഞാൽ സമ്മതിക്കില്ല.''

അടിമാലിയിൽ ഭക്ഷണം കഴിക്കാൻ നിർത്തിയപ്പോൾ സൂരജ് ആരോ കൊണ്ടുവന്നു കൊടുത്ത ഒരു പൊതി കാറിന്റെ ഡിക്കിയിലേക്ക് കൊണ്ടുവെക്കുന്നത് ശ്രദ്ധിച്ച ഞാൻ അതിനെക്കുറിച്ച് ചോദിച്ചു.

''രാത്രി ഭക്ഷണമുണ്ടാക്കാനുള്ള സാധനങ്ങളാ.'' സൂരജ് മറുപടി പറഞ്ഞു.

''രാത്രി എനിക്ക് ഭക്ഷണം വേണ്ടട്ടോ, പിന്നെ അരവിന്ദിന്റെ കപ്പാസിറ്റിയൊക്കെ കൂടിയോ?'' ഞാൻ ചോദിച്ചു.

''അലമ്പാക്കില്ല, സൈമനെയും സൈതിനെയുംകൊണ്ട് കാര്യങ്ങൾ നടക്കണമെങ്കിൽ വേറെ വഴിയില്ല. നമ്മൾ ഒരു ആയിരം രൂപ ഒരാൾക്ക് കൊടുത്താൽ അയാൾ ചിന്തിക്കുക രണ്ടായിരം കിട്ടിയില്ലല്ലോ എന്നാണ്. അതേ സമയം ഒരു അഞ്ഞൂറ് രൂപയ്ക്കുള്ള കള്ള് മേടിച്ച് ഒപ്പം കഴിച്ചാൽ അയാൽ വലിയ കൂറ് കാണിക്കും. അതാണ് മദ്യത്തിന്റെ ശക്തി.'' സൂരജ് പറഞ്ഞു.

അരവിന്ദ് അപ്പോഴും ഒരു കള്ളനെപ്പോലെ എന്നെ പാളി നോക്കുന്നുണ്ടായിരുന്നു.

''സൈത് കഴിക്കുമോ?''

''അറിയില്ല, കഴിക്കുമായിരിക്കും. നിന്റെ വിചാരമെന്താ ഈ മുസ്ലിങ്ങളൊക്കെ കഴിക്കാത്തവരാണെന്നാണോ?'' സൂരജ് ചോദിച്ചു.

''എനിക്ക് അങ്ങനെ അധികം മുസ്ലിങ്ങളെയൊന്നും പരിചയമില്ല. അറിയാവുന്ന ചിലർ ഇർഫാനും അവന്റെ കുടുംബവുമാണ്. അതിൽ ഇർഫാനും അവന്റെ വല്യുപ്പയും കഴിക്കില്ല. അവന്റെ വാപ്പ കഴിക്കുമായിരുന്നു. അദ്ദേഹം ബാറിൽ വെച്ച് ഹൃദയാഘാതം വന്നാണ് മരിച്ചത്. അതിന്റെ അപമാനഭാരം ഇപ്പോഴും ആ കുടുംബത്തിനുണ്ട്. അത്രയേ എനിക്കറിയൂ.'' ഞാൻ പറഞ്ഞു.

''നീ പറഞ്ഞത് ഒരു പരിധിവരെ ശരിയാണ്. മുസ്ലിങ്ങൾക്കിടയിൽ മദ്യപാനം വലിയ അപമാനമായാണ് കരുതിപ്പോരുന്നത്. അതുകൊണ്ടുതന്നെ എനിക്കറിയാവുന്ന മദ്യപിക്കുന്ന മുസ്ലിം സുഹൃത്തുക്കൾക്കൊക്കെ വല്ലാത്തൊരു ആർത്തിയാണ്.'' സൂരജ് നിരീക്ഷിച്ചു.

''ആ ഒരു ആർത്തി എന്റെ അച്ഛനും ഉണ്ട്. മദ്യപിക്കുന്നതിന് വീട്ടിൽ വിലക്കുള്ളവർ മദ്യപിക്കാൻ കിട്ടുന്ന സാഹചര്യങ്ങളിൽ ഭയങ്കര ഓവറായിരിക്കും.'' ഞാൻ അഭിപ്രായപ്പെട്ടു.

ചർച്ച അവിടെ അവസാനിക്കുമെന്ന് കരുതിയ സമയത്താണ്

ഇർഫാൻ കല്ലാറിലേക്ക് വരാതിരുന്നതിനെക്കുറിച്ച് സൂരജ് അഭിപ്രായം പറഞ്ഞത്.

"അത്യാവശ്യം അഡ്വഞ്ചറൊക്കെ ഇഷ്ടപ്പെടുന്ന ഇത്ര ബോൾഡായ ശ്രീലക്ഷ്മിക്ക് എങ്ങനെ ഇർഫാനെപ്പോലൊരാളെ ചൂസ് ചെയ്യാനായി."

സാധാരണയാണെങ്കിൽ അത്തരമൊരു പരാമർശം എന്നെ വല്ലാതെ വ്രണപ്പെടുത്തിയേനെ. ഞാൻ വളരെ ശാന്തമായി തന്നെ സൂരജിന്റെ ചോദ്യത്തിന് മറുപടി പറഞ്ഞു.

"ഇർഫാൻ കൂൾ ആണ്. പിന്നെ ആഡ്വഞ്ചർ എന്നതുകൊണ്ട് ജേർണലിസ്റ്റ് എന്താണ് ഉദ്ദേശിക്കുന്നത്? കയ്യിലുള്ള ജോലി കളഞ്ഞ് ഇങ്ങനെ കള്ളും കുടിച്ച് നടക്കുന്നതോ?"

എന്റെ പ്രകോപനത്തിൽ സൂരജ് വീണില്ല. ഞങ്ങൾ തമ്മിലുള്ള സംസാരത്തിന്റെ രീതി മാറുന്നത് അരവിന്ദിനെ ഭയപ്പെടുത്തുന്നുണ്ടായിരുന്നു.

"അതൊന്നുമല്ല. നീ തന്നെ പറഞ്ഞിട്ടുണ്ട് ഇർഫാന്റെ ഡ്രൈവിങ്ങ് വളരെ മോശമാണെന്ന്, പണ്ടെപ്പോഴോ ബൈക്കിൽ നിന്ന് വീണതിന് ശേഷം അവൻ ബൈക്ക് ഉപയോഗിക്കാറില്ലെന്ന്. പിന്നെ അയാളെ ഒരിക്കൽ നീ പരിചയപ്പെടുത്തിയപ്പോഴും എനിക്കങ്ങനെ തോന്നി. ഒരു തരം ചോക്ലേറ്റ് പയ്യൻ. സൗന്ദര്യത്തിലൊക്കെ വലിയ ശ്രദ്ധയുള്ള ഒരാളെ പോലെ. ഇപ്പോൾതന്നെ ഞാനായിരുന്നു ഇർഫാന്റെ സ്ഥാനത്തെങ്കിൽ ഇന്നത്തെ യാത്രയ്ക്ക് വേണ്ടി ദുബായിൽ നിന്ന് പറന്നെത്തിയേനെ." സൂരജ് വിമർശം കടുപ്പിച്ചു.

ഒരു തരത്തിൽ പറഞ്ഞാൽ എനിക്ക് മറുപടി ഇല്ലാതായി. നമുക്ക് പ്രിയപ്പെട്ടവരെക്കുറിച്ച് തോന്നുന്ന കുറവുകൾ മറ്റാരോടും പങ്കുവെക്കരുത്. നമ്മൾ പറയുന്ന ചെറിയ കാര്യങ്ങൾ പോലും അവരെക്കുറിച്ചുള്ള അഭിപ്രായ രൂപീകരണത്തിന് കാരണമാകും. ഇർഫാൻ ബൈക്ക് ഓടിക്കാറില്ലെന്ന കാര്യവും ഇർഫാൻ ഓടിക്കുന്നതിനേക്കാൾ നന്നായി അവന്റെ കാറോടിക്കുക ഫ്രാൻസിസ് സിൽവയാണെന്നതുമൊക്കെ വളരെ നിരുപദ്രവകരമായ അഭിപ്രായങ്ങളായി തോന്നുമെങ്കിലും അതോടൊപ്പം നേരിൽ കണ്ടപ്പോൾ തോന്നിയ ചില സൂചനകളും ചേർന്നപ്പോൾ സൂരജിന്റെ മനസ്സിൽ ഇർഫാൻ എല്ലാ പുരുഷന്മാരും സ്വയം താലോലിക്കുന്ന പുരുഷ സങ്കൽപ്പത്തിന് വെളിയിലായി. സോറി ഇർഫാൻ, യു ആർ ദി റിയൽ മാൻ ഇൻ മൈ കോൺസപ്റ്റ്സ്.

ഞാൻ കുറേനേരം ആലോചനയിലാണ്ടു. സൂരജുമായി തുടർന്നുവന്ന വാഗ്വാദങ്ങൾ അവസാനിച്ചതിൽ അരവിന്ദിന് വലിയ ആശ്വാസമായതുപോലെ തോന്നി.

കല്ലാറിൽ നിന്ന് ഡാംസൈറ്റിലേക്ക് തിരിയുന്നതിന് മുൻപ് ഒന്നു രണ്ട് സാധങ്ങൾ സംഘടിപ്പിക്കാനുണ്ടെന്ന് പറഞ്ഞ് അരവിന്ദും സൂരജും പുറത്തിറങ്ങിയപ്പോൾ തന്നെ ഞാനുറപ്പിച്ചു അത് ടച്ചിങ്ങ്സ് വാങ്ങാനായിരിക്കുമെന്ന്.

ഞാൻ കാറിൽനിന്ന് പുറത്തിറങ്ങി. ഇർഫാന്റെ ദുബായ് നമ്പറിൽ വിളിച്ചുനോക്കിയെങ്കിലും അവൻ ഫോൺ കട്ട് ചെയ്തു. അല്ലെങ്കിലും ഇങ്ങനെയാണ്. എപ്പോഴാണോ അവനോടൊന്ന് സംസാരിക്കാതെ അവന്റെ ശബ്ദമൊന്ന് കേൾക്കാതെ ഒന്ന് ശ്വാസം കഴിക്കാൻ പോലുമാവില്ലെന്ന് എനിക്ക് തോന്നാറ്, ആ സമയത്ത് ഇർഫാനെ മഷിയിട്ട് നോക്കിയാൽ കിട്ടില്ല.

സൂരജും അരവിന്ദും തിരിച്ചെത്താൻ കുറേ നേരം കഴിഞ്ഞു. കുറേ പ്ലാസ്റ്റിക് കയറുമായാണ് വരവ്. സ്പിൽവേയ്ക്ക് കുറുകെ വലകെട്ടാൻ സൈമൺ ഏർപ്പാട് ചെയ്തതാണ്. ടച്ചിങ്ങ്സ് അല്ല, എന്റെ ഊഹം തെറ്റിയിരിക്കുന്നു.

ഡാംസൈറ്റിൽ എത്തിയപ്പോൾ രാത്രിയായിരുന്നു. ഡാമിന്റെ സെക്യൂരിറ്റി ഗാർഡ് ക്യാബിനടുത്ത് തന്നെ തങ്കമ്മയും സൈമണും ഞങ്ങളെ കാത്തുനിന്നിരുന്നു. പണ്ട് അരവിന്ദിനെ മർദ്ദിച്ച പൊലീസുകാരൻ തന്നെയായിരുന്നു ഡ്യൂട്ടിയിൽ. അയാളെ ഇപ്പോഴും അരവിന്ദ് ഭയപ്പെടുന്നതുപോലെ തോന്നി. തങ്കമ്മ വൈകുന്നേരം മുതൽ അവിടെ കാത്തുനിൽപ്പാണ്. എന്റെ ബാഗ് വാങ്ങിപ്പിടിക്കാൻ ഒരു ശ്രമം നടത്തി തങ്കമ്മ എന്നോട് സ്നേഹം പ്രകടിപ്പിച്ചു. സൈമന്റെയോ തങ്കമ്മയുടെയോ വീടുകളുള്ള ഭാഗത്തേക്ക് കാറ് പോകില്ല. കാറിലുള്ള വലയും മറ്റ് ഗവേഷണ ഉപകരണങ്ങളും റോഡരികിൽ നിർത്തിയിടുന്ന കാറിൽ വെക്കുന്നത് സുരക്ഷിതമല്ലെന്ന് പറഞ്ഞ് സൈമൺ അവയൊക്കെ വീട്ടിലേക്ക് ചുമന്ന് കൊണ്ടുപോയി. എന്നെ തങ്കമ്മയുടെ വീട്ടിൽ കൊണ്ടുപോയാക്കി സൂരജും അരവിന്ദും സൈമന്റെ വീട്ടിലേക്ക് പോയി.

കല്ലാറിൽ ഒരു വലിയ മാറ്റം വന്നിരുന്നു. ബോർഡ് അനുവദിച്ച സ്ഥലത്ത് മൊബൈൽ ടവർ വന്നിരുന്നു. പല കമ്പനികൾ ഷയർ ചെയ്യുന്ന ടവറായതിനാൽ രണ്ടുമൂന്ന് മൊബൈൽ കമ്പനികൾക്ക് റേഞ്ചുണ്ട്. ടു ജി ഇന്റർനെറ്റ് മാത്രമേ കിട്ടൂ എന്നതാണ് ഒരേയൊരു പരിമിതി. ഒരുപക്ഷേ ഓഗ്മെന്റേഷൻ പ്രൊജക്റ്റിനായി ആളുകൾ വരുന്നതിനുള്ള മുന്നൊരുക്കമാവാം, ഇപ്പോൾ മുതുവാക്കുടി വരെ മൊബൈൽ റേഞ്ചുണ്ടത്രെ. വാട്സ്ആപ്പിൽ ഇർഫാൻ അയച്ച ഒരു വീഡിയോ വന്നു കിടപ്പുണ്ടെങ്കിലും ഡൗൺലോഡാകുന്നില്ല. രാത്രി ഒന്നുരണ്ട് തവണ ഇർഫാൻ ഫോൺ വിളിച്ചെങ്കിലും എടുക്കുന്നതിന് മുൻപ് തന്നെ കട്ടായിപ്പോയി.

അന്ന് രാത്രി കുറേനേരം ഞാൻ തങ്കമ്മയോട് സംസാരിച്ചിരുന്നു. തങ്കമ്മ കല്യാണക്കാര്യങ്ങൾ ചോദിച്ചു. സ്വർണ്ണമെത്രയുണ്ട്, വസ്ത്രമെടുത്തോ എന്നിങ്ങനെയുള്ള പതിവ് ചോദ്യങ്ങൾ. രജിസ്റ്റർ ഓഫീസിൽ വെച്ചും വീട്ടിൽ വെച്ചും ഇർഫാന്റെ വീട്ടിൽ വെച്ചും കല്യാണമുണ്ടെന്ന് പറഞ്ഞപ്പോൾ തങ്കമ്മ ആകെ ആശയക്കുഴപ്പത്തിലായി. തൽക്കാലം ഞങ്ങൾ കല്യാണത്തെക്കുറിച്ചുള്ള സംസാരമവസാനിപ്പിച്ച് ഡാംസൈറ്റിലെ വിശേഷങ്ങളിലേക്ക് വിഷയം മാറ്റി. എനിക്ക് ശേഷം അസിസ്റ്റന്റ് എഞ്ചിനീയറായി മറ്റൊരാൾ വന്നിട്ടുണ്ട്. രാമകൃഷ്ണൻസാറ് ചിലപ്പോഴൊക്കെ പുതിയ അസിസ്റ്റന്റ് എഞ്ചിനീയറോട് എന്നെക്കുറിച്ച് പറയാറുണ്ട് പോലും. എന്തൊക്കെയോ സംസാരിച്ച് സമയം പോയി. പകൽ ഒന്ന് മാറി നിന്ന മഴ രാത്രി വീണ്ടും ശക്തി പ്രാപിച്ചു.

നദിയുടെ തുടക്കത്തിലെ തണുത്ത കയങ്ങളിൽ മുട്ടയിടാൻ സാരിവാലൻ വരാൽ പുറപ്പെട്ട് കാണില്ലേ? ഈ മഴക്കാലത്ത് ഇവിടെ എത്തണമെങ്കിൽ എത്ര നാളുകൾ മുൻപ് പുറപ്പെട്ടുകാണും. കുത്തൊഴുക്കിനെതിരെ നീന്തി കല്ലാറിലൂടെ മുതുവാക്കുടിയിൽ എത്തുമ്പോഴേക്കും ആ മത്സ്യങ്ങൾ ക്ഷീണിക്കുമായിരിക്കും. എന്റെ ചിന്തകളിൽ മുഴുവൻ സാരിവാലൻ വരാലായിരുന്നു. അന്ന് രാത്രി ഞാനൊരു സ്വപ്നം കണ്ടു. ഞാൻ ഒരു സാരിവാലൻ വരാലിനൊപ്പം പെരിയാറിലൂടെ നീന്തിപ്പോകുന്നതായി.

അതിരാവിലെതന്നെ അരവിന്ദ് വിളിക്കാൻ വന്നു. സൈമണും കൂടെ ഉണ്ടായിരുന്നു. കോടതി ഉത്തരവ് ഡാംസൈറ്റിലെ ഓഫീസിൽ കിട്ടിയതുകൊണ്ട് സ്പിൽവേയിൽ വല സ്ഥാപിക്കുന്നതിന് തടസ്സമൊന്നുമുണ്ടാകില്ല. പക്ഷേ സ്ഥാപിക്കുന്ന വല സ്പിൽവേയിലൂടെ വെള്ളമൊഴുകുമ്പോൾ ഒലിച്ചുപോകാൻ സാധ്യതയുണ്ടെന്നാണ് സൈത് പറയുന്നത്. പക്ഷേ സൈത് മറ്റൊരുറപ്പ് പറയുന്നുണ്ട്, സ്പിൽവേയിലൂടെ മുകളിലേക്ക് നീന്തിപ്പോകുന്ന വരാല് അയാളുടെ വീശുവലയിൽ കുടുങ്ങുമെന്നത്. എന്നാലും അരവിന്ദ് ആകെ ആശങ്കയിലായിരുന്നു.

പരമാവധി വെള്ളം നിറഞ്ഞതോടെ സ്പിൽവേ തുറക്കാനുള്ള സൂപണ്ടിങ്ങ് എഞ്ചിനീയർ ഒപ്പിട്ട ഉത്തരവ് എത്തി. സ്പിൽവേ തുറന്ന് ആദ്യത്തെ കുത്തൊഴുക്കിൽ വല ഒഴുകിപ്പോകുമോ എന്നതായിരുന്നു എല്ലാവരുടെയും ആശങ്ക.

പക്ഷേ, വലയ്ക്കൊന്നും പറ്റിയില്ല. ഒഴുകുന്ന വെള്ളത്തിലൂടെ ഏതെങ്കിലും മീൻ തിരികെ നീന്തി വരുകയാണെങ്കിൽ അവ വലയിൽ കുടുങ്ങുമാറ് താഴെഭാഗം നിലത്തിനോട് മുട്ടിച്ച് സൈത് വല കെട്ടി.

സൈതിനൊപ്പം സ്പിൽവേയുടെ അറ്റത്തേക്ക് നടന്ന് പോയപ്പോഴാണ്. വാട്സാപ്പിൽ ഇർഫാന്റെ ഒരു മെസേജ് വന്നത്.

''ഇന്നലത്തെ വീഡിയോ കണ്ടിരുന്നോ?''

വീഡിയോ അപ്പോഴും മുഴുവനായി ഡൗൺലോഡായിരുന്നില്ല. ഞാൻ വീണ്ടും ശ്രമിച്ചപ്പോൾ പതുക്കെ ഡൗൺലോഡാകുന്നുണ്ട്. എട്ട് എംബി ഉണ്ട്. കുറേ നേരം കഴിഞ്ഞപ്പോൾ ഡൗൺലോഡ് പൂർത്തിയായി.

സ്കൈ ഡൈവിങ്ങ് വീഡിയോ ആണ്. ഞാനത്തരത്തിൽ ചിലതൊക്കെ മുൻപും കണ്ടിട്ടുണ്ട്. ഇതാണോ ഇവൻ ഇത്ര കാര്യമായി എനിക്ക് അയച്ചുതന്നത്. അഞ്ചോ ആറോ ആളുകൾ ചേർന്ന് ഡൈവ് ചെയ്യുന്നതാണ് വീഡിയോയിൽ. ദുബായിക്ക് മുകളിൽ പറക്കുന്ന എയർക്രാഫ്റ്റിൽ നിന്ന് ഓരോരുത്തരായി താഴേക്ക് ചാടും. എന്നിട്ട് പാരച്യൂട്ട് തുറക്കാതെ കരണം മറിഞ്ഞും അഭ്യാസങ്ങൾ കാണിച്ചും താഴേക്ക് പതിക്കും. പിന്നെ അവർ പരസ്പരം കൈകോർത്ത് ഒരു വട്ടമാകും. ഞാൻ ഞെട്ടിപ്പോയി. അതിലൊരാൾ ഇർഫാനായിരുന്നു. മറ്റാരുടെയോ ഹെൽമെറ്റിലെ ക്യാമറയിൽ നിന്നുള്ള ദൃശ്യമാണ്. കൂട്ട് പിരിഞ്ഞ് താഴേക്ക് പോകുന്നതിന് മുൻപ് ഇർഫാൻ വിളിച്ചു പറയുന്നുണ്ട്, ''ശ്രീ, ഐ മിസ്സ് യു ഹിയർ, നെക്സ്റ്റ് ടൈം ജോയിൻ മി'' എന്ന്. കൂട്ട് പിരിഞ്ഞ് അകന്ന് പോകുന്ന സഹഡൈവർമാരുടെ പാരച്ച്യൂട്ടുകൾ തുറക്കുന്നതും ഒടുവിൽ മരുഭൂമിയിലെവിടെയോ സുരക്ഷിതമായി ചെന്നിറങ്ങുന്നതുംവരെയാണ് വീഡിയോയിൽ.

സത്യത്തിൽ എന്റെ അത്ഭുതം വാക്കുകൾകൊണ്ട് വിവരിക്കാനാവുന്നതായിരുന്നില്ല. ഒറ്റയ്ക്ക് സ്കൈ ഡൈവ് ചെയ്യണമെങ്കിൽ ആദ്യതവണയാവില്ല എന്നുകൂടി ഓർത്തപ്പോൾ എനിക്ക് ആവേശമടക്കാനായില്ല. കുറച്ച് അകലെയായി നിൽക്കുന്ന സൂരജിനെയും അരവിന്ദിനെയും വീഡിയോ കാണിക്കാനായി ഞാൻ സ്പിൽവേയുടെ കരിങ്കൽകെട്ടിലൂടെ ധൃതിയിൽ നടന്നു.

നോവൽ രണ്ട്
ഭാഗം ഒന്ന്

നദികൾക്കെതിരെയുള്ള ഗൂഢാലോചനകൾ

സൂരജ് ശശിധരൻ

In the loving memories of Victor George.

Photo journalist who lost his life while covering landslide near Thodupuzha.

While risking our life to cover the truth, each and every journalist is motivated by people like Victor George.

പുഴത്തുരുത്ത്

അച്ഛൻ ഓർമ്മകളെ അസ്വസ്ഥമാക്കിക്കൊണ്ട് കടന്നുവന്നുകൊണ്ടേയിരുന്നു. മരണമറിഞ്ഞ് വന്നവരൊക്കെ പോയിക്കഴിഞ്ഞിരുന്നു. മുംബൈയിലെ ജോലിസ്ഥലത്തേക്ക് തിരിച്ചുപോകാൻ ഏട്ടനും യുകെയിലേക്ക് മടങ്ങാൻ ചേച്ചിയും ട്രാവൽ എജൻസിയിൽ വിളിച്ച് ഫ്ളൈറ്റ് ടിക്കറ്റ് നിരക്ക് തിരക്കുന്നുണ്ട്. അതിന് മുൻപ് അവർക്ക് കാര്യങ്ങളിൽ ഒരു തീരുമാനമാക്കണം. ചേട്ടനും ചേച്ചിയും എത്തിയപ്പോൾതന്നെ അടക്കം തീരുമാനിച്ചിരുന്നു. എന്റെ കാര്യത്തിൽ ഒരുറപ്പുമില്ലാത്തതിനാലാണ് കാത്തിരിക്കാതിരുന്നതെന്ന് പറയുമ്പോഴും ഇളയച്ഛന് ചെറിയ കുറ്റബോധമുണ്ടായിരുന്നെന്ന് തോന്നുന്നു. സത്യത്തിൽ അദ്ദേഹം മാത്രമാണ് എന്നോട് കുറച്ചെങ്കിലും പരിഗണന കാണിച്ചിട്ടുള്ളത്. കണ്ണുകൾ ദാനം ചെയ്യണമെന്നും അധികം വെച്ച് താമസിപ്പിക്കാതെ അടക്കണമെന്നും അച്ഛന്റെ ഒസ്യത്തുണ്ടായിരുന്നു.

ഹൃദയം തുറന്ന് ശസ്ത്രക്രിയ വേണ്ടിവരുമെന്ന അവസ്ഥയിൽ അവസാനമായി കാണണമെന്ന് അച്ഛൻ നിർബന്ധം പറഞ്ഞവരിൽ ഞാനുണ്ടായിരുന്നില്ലെന്ന് അറിഞ്ഞപ്പോൾ എനിക്ക് സങ്കടമൊന്നും തോന്നിയില്ല. ആരോഗ്യസ്ഥിതി മോശമായപ്പോൾതന്നെ ചേട്ടനും ചേച്ചിയും നാട്ടിലേക്ക് തിരിച്ചിരുന്നു. കുട്ടിക്കാലത്ത് അമ്മ മരിച്ചപ്പോൾ അനുഭവപ്പെട്ട ശൂന്യതയൊന്നും അച്ഛന്റെ വിയോഗം എന്നിലുണ്ടാക്കിയില്ല. ബാല്യത്തിൽ ഞാൻ കണ്ടിരുന്ന പേടിപ്പെടുത്തുന്ന സ്വപ്നം അച്ഛന്റെ പുനർവിവാഹമായിരുന്നു. ഞങ്ങളുടെ ജീവിതത്തിലേക്കൊരു രണ്ടാനമ്മ കടന്നുവരുമെന്ന് ഞാൻ ഭയന്നിരുന്നു. എനിക്ക് പതിന്നാലും ചേച്ചിക്ക് പതിനെട്ടും ചേട്ടന് ഇരുപത്തൊന്നും വയസ്സായിരുന്നു അക്കാലത്ത്. പന്ത്രണ്ട് വർഷങ്ങൾക്കിപ്പുറം അച്ഛൻ ഞങ്ങളെ വിട്ടുപിരിഞ്ഞപ്പോൾ ഞങ്ങളെല്ലാം വ്യത്യസ്തമായ താത്പര്യങ്ങൾ ഉള്ളവരായി മാറിയിരുന്നു എന്നതിനേക്കാളുപരി ചേട്ടനും ചേച്ചിക്കും താത്പര്യങ്ങളെ ആഴത്തിൽ സ്വാധീനിക്കുന്ന കുടുംബവുമായിക്കഴിഞ്ഞിരുന്നു.

അമേരിക്കൻ എഞ്ചിനീയറെ വിവാഹം കഴിച്ച് ചേച്ചി രാജ്യം വിട്ടുപോയപ്പോഴാണ് അമ്മയുടെ അഭാവം ഞാൻ ശരിക്കുമറിഞ്ഞത്. എല്ലാ വീടുകളിലേയും പ്രധാന തൊഴിലാളിവർഗ്ഗമായിരുന്ന ഒരു സ്ത്രീജനം ഇല്ലാതായതായിരുന്നു ആ ശൂന്യതയിൽ മുന്തി നിന്ന തെന്ന് പിന്നീട് ഞാൻ തിരിച്ചറിഞ്ഞു. അമ്മവകയിൽ ബന്ധു കൂടി യായ ചേച്ചിയുടെ ഭർത്താവ് അമേരിക്കൻ പൗരത്വം സ്വപ്നം കണ്ട് കഴിയുന്ന ഒരു വിദേശ ഇന്ത്യാക്കാരനാണെങ്കിലും ഭാര്യവീട്ടുകാ രുടെ സ്വത്തുക്കളുടെ കണക്കെടുക്കുന്നതിലും അതിൽ തനിക്കും ഭാര്യയ്ക്കും എത്ര കിട്ടും എന്ന് മറയില്ലാതെ ചോദിക്കുന്നതിലും തനി നാട്ടിൻപുറത്തുകാരനായിരുന്നു. അതിൽ തെറ്റൊന്നും കാണേ ണ്ടതില്ലെന്നത് വേറെ.

അമ്മയുടെ പേരിൽ കുറേ ഭൂസ്വത്തുക്കളുണ്ടായിരുന്നു, പലയിട ത്തായി ഒരേക്കറും അരയേക്കറുമൊക്കെയായി കുറേ ഭൂമികൾ. വല്യമ്മയുടെ ഭർത്താവ് സ്വത്ത് വീതം വെക്കാനായി കേസുകൊടു ത്തപ്പോൾ കേസിൽ കക്ഷിചേരാനും ചെലവുകളുടെ പങ്ക് വഹി ക്കാനും നിർബന്ധിച്ചെങ്കിലും അച്ഛൻ സഹകരിച്ചില്ല. ശാസ്ത്ര സമാജത്തിന്റെ പ്രസിഡന്റ് സ്ഥാനം അച്ഛന് ഏറെക്കുറെ ഉറപ്പായ കാലമായിരുന്നു അത്. മരണപ്പെട്ട ഭാര്യയുടെ സ്വത്തുക്കൾക്ക് വേണ്ടി കേസ് നടത്തുന്ന ഒരു വ്യവഹാരിയെന്നത് പുരോഗമന ആശയങ്ങൾ വെച്ചുപുലർത്തുകയും പറയുകയും ചെയ്യുന്ന ശാസ്ത്ര സമാജ ത്തിന്റെ പ്രസിഡന്റാകുന്നതിന് അയോഗ്യതയാവുമെന്ന് ഭയന്നാവും അച്ഛൻ കേസിൽ നിന്ന് വിട്ടുനിന്നത്. പക്ഷേ, അച്ഛൻ തന്റെ രാഷ്ട്രീയ സ്വാധീനമുപയോഗിച്ച് കേസിന്റെ വിചാരണ തീയതികൾ സംഘടി പ്പിക്കുകയും സ്വത്ത് തർക്കം ദീർഘമായ ഒരു വ്യവഹാരമായി കോടതിയിൽ കെട്ടിക്കിടക്കുന്നതിനേക്കാൾ നല്ലത് കോടതിക്ക് പുറത്ത് തീർക്കുന്നതായിരിക്കുമെന്ന് അമ്മയുടെ സഹോദരങ്ങളെ പറഞ്ഞ് മനസ്സിലാക്കുകയും ചെയ്തു. പലയിടത്തായുള്ള പാടങ്ങൾ മുറിച്ച് വിൽക്കാൻ തയ്യാറെടുത്തിരുന്ന അമ്മാവന്മാർ പാർട്ടിക്കാരെ പിണക്കാൻ പോയില്ല. അങ്ങനെ ഇടത് സഹയാത്രികനായ അച്ഛ ന്റെ രാഷ്ട്രീയ സ്വാധീനത്താൽ ദീർഘകാലം കോടതിയിൽ നടക്കേണ്ട സ്വത്ത് തർക്കം രണ്ട് വർഷം കൊണ്ട് കോടതിക്ക് പുറത്ത് തീർന്നു.

കോടതിയിൽ കേസിന് പോകുന്നത് കുറച്ചിലായി കണ്ട അച്ഛൻ പക്ഷേ, സ്വത്ത് ഭാഗം വെക്കുന്നതിൽ കണിശക്കാരനായിരുന്നു. പറമ്പുകളോരോന്നും പകുത്ത് വീതം വെക്കണമെന്ന് അച്ഛൻ ശഠി ച്ചപ്പോൾ അമ്മവീട്ടിലെ പറമ്പുകളൊക്കെ ആറ് കഷ്ണങ്ങളായി. കേസുകൊടുത്ത വല്യമ്മയ്ക്കും വല്യച്ഛനും എല്ലാ സ്ഥലത്തിന്റെയും ഏറ്റവും മോശം പങ്കുകൊണ്ട് തൃപ്തിപ്പെടേണ്ടിവന്നു. റവന്യൂ വകുപ്പിലും

മറ്റുമുള്ള പരിചയക്കാരുടെയും തന്ത്രപ്രധാന സ്ഥാനങ്ങളിലുള്ള ശിഷ്യന്മാരുടെയും സഹായത്തോടെ തനിക്ക് കിട്ടിയ പാടങ്ങളൊക്കെ അച്ഛൻ തരം മാറ്റി.

ചേട്ടന്റെ കല്യാണം ഞങ്ങളുടെ വീടിനെയാകെ മാറ്റി. കുസാറ്റിലെ അധ്യാപകവൃത്തി വിട്ട് ബോംബേയിലേക്ക് കൂടുമാറാനുള്ള ചേട്ടന്റെ തീരുമാനത്തെ അച്ഛൻ എതിർത്തുനോക്കി. കെമിക്കൽ എഞ്ചിനീയറിങ്ങ് പഠനകാലത്തെ സഹപാഠികളായിരുന്നു ചേട്ടനും ഏട്ടത്തിയമ്മയും. പഠനശേഷം ചേട്ടൻ കുസാറ്റിൽനിന്നുതന്നെ എംടെക്ക് ചെയ്ത് അധ്യപകനായി ജോലിക്ക് ചേർന്നപ്പോൾ ഏട്ടത്തിയമ്മ എണ്ണപര്യവേക്ഷണ കമ്പനികളിൽ ജോലിക്ക് കയറി. പിന്നീട് കല്യാണം കഴിഞ്ഞപ്പോൾ ഭാര്യയുടേതിനൊപ്പമുള്ള ശമ്പളം കൊതിച്ചോ അതോ ബോംബെ എന്ന മഹാനഗരത്തെ കണ്ട് ഭ്രമിച്ചോ ചേട്ടൻ യൂണിവേഴ്സിറ്റിയിൽ ദീർഘകാല അവധിക്കപേക്ഷിച്ചു. അവധി കിട്ടാതായപ്പോൾ മുൻപിൻ നോക്കാതെ ജോലി രാജിവെച്ചു.

തന്റെ വ്യക്തിത്വത്തോടും മേൽവിലാസത്തോടും മക്കൾ കാണിക്കുന്നതിലേറെ ആദരവ് കാണിക്കുന്ന സഹപാഠിയുമായുള്ള മകന്റെ വിവാഹം അച്ഛൻ ഏറെ താത്പര്യത്തോടെയാണ് നടത്തിയത്. മരുമകൾ വിവാഹശേഷം ബോംബെയിലേക്ക് തന്നെ തിരിച്ചുപോകുമെന്ന് അച്ഛൻ കണക്കുകൂട്ടിയിരുന്നെങ്കിലും പിന്നാലെ ജോലി രാജിവെച്ച് മകനും ട്രെയിൻ കയറുമെന്ന് അച്ഛൻ പ്രതീക്ഷിച്ചിരിക്കില്ല. എലന്തിക്കരയിൽ നിന്ന് കളമശ്ശേരിയിലെ കുസാറ്റ് ക്യാമ്പസിൽ ജോലിക്ക് പോയിക്കൊണ്ടിരുന്ന ചേട്ടന്റെ ജീവിതശൈലിയുമായി അച്ഛൻ വല്ലാതെ താദാത്മ്യപ്പെട്ടിരുന്നു. പലപ്പോഴും രാവിലെ അച്ഛനും ചേട്ടനൊപ്പം വീട്ടിൽ നിന്നിറങ്ങും. എന്നിട്ട് ഏതെങ്കിലും പൊതു കാര്യങ്ങൾ നിർവ്വഹിച്ചോ സുഹൃത്തുക്കളെ കണ്ടോ യോഗങ്ങളിൽ പ്രസംഗിച്ചോ ലൈബ്രറിയിൽ പോയോ വൈകുന്നേരമാവുമ്പോഴേക്കും യൂണിവേഴ്സിറ്റി സ്റ്റോപ്പിലെത്തി ചേട്ടനൊപ്പം വീട്ടിലേക്ക് തിരിക്കും. പ്രഭാതഭക്ഷണവും പൊതിച്ചോറും അച്ഛനുണ്ടാക്കുമെങ്കിൽ വൈകീട്ട് ചേട്ടനായിരിക്കും പാചകത്തിന്റെയും വീട്ടുജോലികളുടെയും ചുമതല.

അച്ഛൻ റിട്ടയർ ചെയ്യുന്നതിന് മുൻപുള്ള കാലം. ശനിയും ഞായറും വീട്ടിലെ പുറംജോലികൾ ചെയ്യാനായി ഒരു സ്ത്രീ വരും. അവധി ദിവസമായതിനാൽ അച്ഛൻ മുഴുവൻ സമയവും എഴുത്തും വായനയുമായി മുറിയിൽ ഒതുങ്ങിക്കൂടും. അച്ഛന്റെ മുറി തൂത്ത് വൃത്തിയാക്കി ആ സ്ത്രീ പുറത്തിറങ്ങുന്നത് ഞാൻ നോക്കിനിൽക്കാറുണ്ട്. അവരുടെ വസ്ത്രമുലഞ്ഞിട്ടുണ്ടോ, നെറ്റിയിൽ വിയർപ്പ് പൊടിഞ്ഞിട്ടുണ്ടോ എന്നൊക്കെ ഞാൻ ഹൃദയഭാരത്തോടെ ഒളിഞ്ഞുനോക്കും. ഞാൻ ഇരുവരുടെയും ശരീരഭാഷയെ അപഗ്രഥിക്കും, കഥകളിലൊക്കെ

വായിക്കുന്നതുപോലെ, വിഭാര്യനായ വീട്ടുകാരനും യൗവ്വനം വിട്ട കലാത്ത വീട്ടുജോലിക്കാരിയും തമ്മിൽ മറ്റെന്തെങ്കിലും ഇടപാടുണ്ടോ എന്ന്.

ജോലി രാജിവെച്ച് താനും ബോംബെയിലേക്ക് പോവുകയാണെന്ന് ചേട്ടൻ പറഞ്ഞപ്പോൾ അച്ഛൻ അമ്പരന്നു. താൻ തനിച്ചാവില്ലേ എന്ന അച്ഛന്റെ ചോദ്യം ചേട്ടൻ പ്രതീക്ഷിച്ചില്ലെങ്കിലും ഏട്ടത്തിയമ്മ പ്രതീക്ഷിച്ചപോലെ തോന്നി. അതിനവർ പറഞ്ഞ മറുപടി എല്ലാവരേയും അമ്പരപ്പിച്ചു. അച്ഛനെ കൊണ്ട് മറ്റൊരു വിവാഹം കഴിപ്പിക്കുകയെന്നതായിരുന്നു ഏട്ടത്തിയമ്മ കണ്ട പോംവഴി. അച്ഛന്റെ വിവാഹമെന്ന ആശങ്കകൾ വീണ്ടും കനംവെച്ച കാലം. ഒരു പതിന്നാലുകാരന് പണ്ടുണ്ടായ അതേ അന്തർസംഘർഷങ്ങളായിരുന്നു, ഒരുപക്ഷേ, അതിനേക്കാൾ തീവ്രമായിരുന്നു ഇരുപത്തിരണ്ടാം വയസ്സിൽ എനിക്കന്നുണ്ടായത്. ഞാനന്ന് ഇംഗ്ലീഷ് ബിരുദാനന്തര ബിരുദ വിദ്യാർത്ഥിയാണ്. ഒരു പതിനാലുകാരനിൽനിന്നും പക്വതയാർജ്ജിക്കേണ്ടതായിരുന്നെങ്കിലും അതുണ്ടായില്ല. വീട് പൂട്ടി കുറച്ചുനാൾ മകനും മരുമകൾക്കുമൊപ്പം ബോംബെയിൽ പോയി താമസിക്കാമെന്ന അച്ഛന്റെ ഉറച്ച പ്രഖ്യാപനമുണ്ടാകുന്നതുവരെ എന്റെ ദിന രാത്രങ്ങൾ പ്രയാസമുള്ളതായി.

സ്വത്തുവകകളോട് അമിതമായ അഭിനിവേശം കാണിച്ചെന്നതിനാൽ ചേച്ചിയുടെ ഭർത്താവിനെയും അച്ഛനെ പുനർവിവാഹത്തിന് നിർബന്ധിച്ചെന്ന കുറ്റം ചുമത്തി ഏട്ടത്തിയമ്മയെയും ഞാൻ അകറ്റി നിർത്തി. പരസ്പരം കാണുന്നത് ഓണത്തിനോ കുട്ടികളുടെ വേനലവധിക്കോ എലന്തിക്കരയിലെ വീട്ടിൽ ഒത്തുകൂടുമ്പോൾ മാത്രമായി. പലപ്പോഴും അത്തരം കൂടിച്ചേരലുകൾ ഞാൻ ഒഴിവാക്കും, ചെന്നാൽ തന്നെ ഒറ്റ ദിവസം തങ്ങി മടങ്ങും.

അച്ഛന്റെ അപ്രതീക്ഷിത മരണം ഞങ്ങളെയെല്ലാം എലന്തിക്കരയിലെ വീട്ടിൽ ഒത്തുകൂട്ടി. കൃത്രിമമായ ഒരടുപ്പവും പരിചയവും ഞാനവരോട് കാണിച്ചു. ചേട്ടന്റെയും ചേച്ചിയുടെയും കുട്ടികൾ വീഡിയോ കോളിൽ പരസ്പരം കാണുന്നതിനാൽ പരിചയക്കാരായിരുന്നു. ചേച്ചിയുടെ കുട്ടികൾക്ക് ഞാനവരുടെ അങ്കിളാണെന്ന് പറഞ്ഞ് പരിചയപ്പെട്ടപ്പോൾ മനസ്സിലായെങ്കിലും ചേട്ടന്റെ കുട്ടികളോട് ഞാനവരുടെ ഇളയച്ഛനാണെന്ന് പറഞ്ഞുമനസ്സിലാക്കാൻ തത്തുല്യമായ ഇംഗ്ലീഷ് സർവ്വനാമം കിട്ടാതെ ഞാൻ വിഷമിച്ചു. വീട്ടിലെ പത്തടി സമചതുരൻ മുറികളിലെ ചെറിയ കട്ടിലിൽ കുട്ടികൾക്കൊപ്പം കിടന്നിട്ട് ഉറക്കം വരാത്തതിനാൽ ചേച്ചി എന്റെ മുറി വൃത്തിയാക്കി കുട്ടികളെ അവിടേക്ക് മാറ്റിക്കിടത്തിയിരുന്നു. അങ്ങനെ വർഷങ്ങൾക്കുശേഷം ഞാൻ അച്ഛന്റെ മുറിയിലേക്ക് പുറത്താക്കപ്പെട്ടു. എന്നെ സംബന്ധിച്ചിടത്തോളം നല്ല ഓർമ്മകളൊന്നുമില്ലാത്ത,

പുസ്തകങ്ങൾ ഭൂരിഭാഗവും കയ്യടക്കിയ, മറ്റ് മുറികളേക്കാൾ രണ്ടടി നീളക്കൂടുതലുള്ള വീട്ടിലെ വലിയ കിടപ്പുമുറി. ഒരു വശത്തെ ചുമര് മുഴുവൻ കയ്യടക്കിയ പുസ്തക അലമാരയും അതിനറ്റത്ത് അച്ഛന്റെ എഴുത്തുമേശയും. മറ്റൊരു ചുവർ മറച്ചുകൊണ്ട് രണ്ടലമാരകൾ. അവയിലൊന്നിൽ അമ്മയുടെ സാരികൾ ഇന്നും പുതിയതുപോലെ അടുക്കിവെച്ചിരിക്കുന്നത് കണ്ടപ്പോൾ ഞാൻ കുറേനേരം കരഞ്ഞു. ഞാൻ വായിക്കുന്ന ഗണത്തിലെ ഒറ്റ പുസ്തകം പോലുമുണ്ടായിരുന്നില്ല അച്ഛന്റെ ശേഖരത്തിൽ. എല്ലാം ഒരു തരം ലേഖന സമാഹാരങ്ങളുടെ സ്വഭാവമുള്ളവ. അരസികൻ ശാസ്ത്രപുസ്തകങ്ങൾ. പുസ്തക അലമാരയുടെ ഒരു കോണിൽ അച്ഛൻ എഴുതിയ ആറ് പുസ്തകങ്ങളുടെ ഏതാനും പ്രതികൾ. ചിലതിലൊക്കെ സ്നേഹപൂർവ്വം ഇന്നയാൾക്കെന്ന് എഴുതിയിരുന്നു. എനിക്കുള്ള ഏതെങ്കിലും പ്രതികൾ കാണുമോ എന്ന് ഞാൻ വൃഥാ തിരഞ്ഞു.

വ്യവസ്ഥയുണ്ടാക്കിയിട്ട് വേണം തങ്ങൾക്ക് തിരിച്ചുപോകാനെന്ന വെടി ആദ്യം പൊട്ടിച്ചത് ചേച്ചിയുടെ ഭർത്താവായിരുന്നെന്ന് പ്രത്യേകം പറയേണ്ടല്ലോ. എല്ലാം ചട്ടപ്പടി ചെയ്യുന്ന അച്ഛൻ എഴുപത് തികയും മുൻപ് ഒരു മരണം പ്രതീക്ഷിച്ചിരുന്നില്ലെന്ന് തോന്നുന്നു. വിൽപത്രമില്ലെന്നത് ഏട്ടത്തിയമ്മയ്ക്ക് വിശ്വസിക്കാനായില്ല. വീട് ഇളയ ആൾക്കല്ലേ എന്ന ഏട്ടത്തിയമ്മയുടെ ആദ്യപരാമർശത്തിന് തന്നെ അങ്ങനെ പറ്റില്ല എല്ലാം തുല്യമായി വീതിക്കണമെന്ന് ചേച്ചിയുടെ ഭർത്താവ് തടസം പറഞ്ഞു. ഏട്ടത്തിയമ്മ പിന്നെയൊന്നും മിണ്ടിയില്ല.

ചേച്ചിയും ഞാനും ഒന്നിലും ഇടപെട്ടില്ല. പലയിടത്തായുള്ള സ്ഥലങ്ങൾ എങ്ങനെ വീതം വെക്കണമെന്നത് സംബന്ധിച്ച അവയുടെ സ്കെച്ചുകൾ മേശപ്പുറത്ത് നിവർത്തിവെച്ച് ചേട്ടനും ചേച്ചിയുടെ ഭർത്താവും തമ്മിൽ ആലോചനയിൽ മുഴുകി. അച്ഛന്റെ പേരിൽ വീടും പുരയിടവും മറ്റൊരു പറമ്പുമുണ്ട്. അമ്മയുടെ പേരിൽ ഞങ്ങളുടെ വീടിനടുത്ത് തന്നെയായി ഒരു പുഴത്തുരുത്തും മറ്റ് നാല് പറമ്പുകളുമുണ്ട്. രണ്ടേക്കർ വരുന്ന പുഴത്തുരുത്താണ് അവയിൽ ഏറ്റവും വലുത്. സ്കെച്ചിൽ പെൻസിൽ കൊണ്ട് വരച്ച് മൂന്നായി പകുക്കാൻ പാടുപെടുന്ന എഞ്ചിനീയർമാരുടെ ക്ലേശം കണ്ട് എനിക്ക് മനസ്സലിഞ്ഞു. ഗണിതാഭിരുചി കുറഞ്ഞ എനിക്ക് മൂന്നുകൊണ്ട് ഹരിക്കുന്നതിനേക്കാൾ സൗകര്യം രണ്ടായി പകുക്കുന്നതാണ്. അതുവരെ മിണ്ടാതിരുന്ന ഞാൻ എന്റെ അഭിപ്രായം തുറന്നുപറഞ്ഞു, പുഴത്തുരുത്ത് എനിക്ക് തരാമെങ്കിൽ മറ്റെല്ലാം രണ്ടായി പകുത്താൽ മതിയെന്ന്. ദീർഘനേരമായി ആലോചിച്ചുകൊണ്ടിരുന്ന സങ്കീർണ്ണ പ്രശ്നത്തിന് പെട്ടെന്നൊരുത്തരം മുന്നിൽ തെളിഞ്ഞ ആശ്വാസമായിരുന്നു ചേട്ടനും ചേച്ചിയുടെ ഭർത്താവിനും. അവർ അത്

അംഗീകരിച്ചെന്ന് തോന്നിയപ്പോഴാണ് അത് ഏതാണ് സ്ഥലമെന്ന് ഏട്ടത്തിയമ്മ ചോദിക്കുന്നത്. ചേട്ടനത് വിശദീകരിച്ചപ്പോൾ അവർ എതിർത്തു. വിസ്തൃതികൊണ്ട് കൂടുതലുള്ള പറമ്പായതിനാലാവും ഏട്ടത്തിയമ്മ എതിർക്കുന്നതെന്നായിരുന്നു ഞാൻ കരുതിയത്, എന്നാൽ അങ്ങനെയായിരുന്നില്ല.

ചാലക്കുടിപ്പുഴ പെരിയാറുമായി ചേരുന്നതിന് കുറച്ച് മുകളിലായുള്ള ഒരു നദീ ദ്വീപായിരുന്നു പുഴത്തുരുത്തെന്ന് ഞങ്ങൾ വിളിച്ചിരുന്ന രണ്ടേക്കർ തെങ്ങിൻതോപ്പ്. അമ്മയുടെ വീതത്തിലെ ചില പറമ്പുകൾ വിറ്റാണ് അച്ഛനാ സ്ഥലം വാങ്ങിയത്. കിഴക്ക് ചാലക്കുടിപുഴയും പടിഞ്ഞാറ് പുഴയുമായി പിണങ്ങിയൊഴുകുന്ന ചെറിയ പിരിവുമുള്ള ആ തുരുത്ത് എന്റെ കുട്ടിക്കാല സങ്കൽപ്പത്തിൽ ഞാൻ രാജാവായ ഒരു സ്വതന്ത്ര ദ്വീപ് രാഷ്ട്രമാണ്. അതിന്റെ സാക്ഷാത്കാരത്തിനായി ഞാൻ മൂല്യമധികമുള്ള മറ്റ് ആസ്തികളിൽ വിട്ടുവീഴ്ച നടത്തിയപ്പോൾ എതിർത്ത ഏട്ടത്തിയമ്മ അക്കാര്യം വിശദീകരിച്ചപ്പോൾ എനിക്ക് അവരോട് അത്രയും കാലം ഉള്ളിലുണ്ടായിരുന്ന അകൽച്ചയുടെ മഞ്ഞുരുകി.

ഏതെങ്കിലുമൊരു കൊല്ലം വലിയ മഴപെയ്താൽ ഒലിച്ച് കടലിൽ പോയേക്കാവുന്ന തുരുത്ത് മാത്രം ഇളയവന് കൊടുത്ത് മൂത്തവർ പറ്റിച്ചെന്ന് ശശിധരമേനോന്റെ മക്കളെക്കുറിച്ച് ആളുകൾ വിലയിരുത്തുമെന്ന് ഏട്ടത്തിയമ്മ വിശദീകരിച്ചപ്പോൾ അതുവരെ മിണ്ടാതിരുന്ന ചേച്ചിയും ചർച്ചയിൽ പങ്കാളിയായി. പുഴത്തുരുത്ത് എനിക്ക് മാത്രമായി തരുന്നതിൽ എതിർപ്പില്ലെങ്കിലും അത് മാത്രമാക്കുന്നതിനെ ചേച്ചിയും എതിർത്തു. ഭർത്താക്കന്മാരുടെ രൂക്ഷമായ നോട്ടങ്ങളെ ഇരുവരും അവഗണിച്ചു.

ഒടുവിൽ തീരുമാനമായി. പുഴത്തുരുത്തും വീട് നിൽക്കുന്ന പുരയിടത്തിലെ വീട് നിൽക്കുന്ന ഭാഗവും എനിക്ക്. വഴിസൗകര്യവും മറ്റ് മാനദണ്ഡങ്ങളും നോക്കി മറ്റുള്ള പറമ്പുകൾ ചേച്ചിയും ചേട്ടനും വിവിധ അനുപാതത്തിൽ മുറിച്ചെടുത്തു. വീതംവെക്കലും രജിസ്ട്രേഷനും പൂർത്തിയാകണമെങ്കിൽ അച്ഛന്റെ അനന്തരാവകാശ സാക്ഷ്യപത്രം തഹസിൽദാരിൽനിന്ന് കിട്ടണം. അപേക്ഷയിന്മേൽ വില്ലേജോഫീസിൽനിന്നുള്ള തെളിവെടുപ്പ് പെട്ടെന്ന് പൂർത്തിയാക്കിച്ച് എല്ലാവരും തിരിച്ചു പോകാൻ കോപ്പുകൂട്ടി. മതപരമായ ചടങ്ങുകൾ അധികമൊന്നുമില്ലായിരുന്നു. അടുത്ത സിറ്റിങ്ങ് സർട്ടിഫിക്കറ്റ് കിട്ടിയിട്ടല്ലേ അളിയാ എന്ന് ചേട്ടനോട് ചോദിച്ച് ചേച്ചിയുടെ ഭർത്താവ് തനിക്ക് വീതമായി തീരുമാനിച്ച ഭാഗം വിൽക്കാൻ ദല്ലാളുമാരെ വരെ ഏൽപ്പിച്ചു. ഒച്ചിഴയുന്ന വേഗമുള്ള വീട്ടിലെ ഡയൽഅപ്പ് ഇന്റർനെറ്റിൽ ടിക്കറ്റ് ബുക്ക് ചെയ്യാൻ വിഷമിക്കുന്നതിനിടെ ചേച്ചിയുടെ ഭർത്താവ് "പുഴത്തുരുത്ത് റിസോർട്ടൊക്കെ നടത്താൻ ബെസ്റ്റാ"

എന്ന് ഉപദേശിച്ചു.

മൂന്ന് മാസങ്ങൾക്കുശേഷം ഞങ്ങളെല്ലാം ആ വീട്ടിൽ ഒരിക്കൽ കൂടി ഒത്തുകൂടി. ഇത്തവണ കുട്ടികളില്ലായിരുന്നു. രജിസ്ട്രേഷൻ കഴിഞ്ഞു. രണ്ട് ദിവസം കഴിഞ്ഞപ്പോൾ ഓരോരുത്തരും ഓരോ സ്ഥലങ്ങളിലേക്ക് മടങ്ങി. എനിക്കൊട്ടും ഗൃഹാതുരത്വമുണ്ടായിരുന്നില്ല ആ വീടിനോട്. അമ്മയുടെ ഓർമ്മകൾ മാത്രമാണ് ആ വീടിനോടുള്ള ബന്ധം. നാല് കിടപ്പുമുറികളും അതിലേറെ പൊതു ഇടങ്ങളുമുള്ള ഞങ്ങളുടെ കുടുംബവീട് എനിക്കൊരു ഭാരമായി തോന്നി. അവിടത്തെ പലതുമെനിക്ക് അമ്മയെ നഷ്ടപ്പെട്ട കുട്ടിക്കാലത്ത് തോന്നാത്തത്ര ദുഃഖസ്മരണകൾ ഉണർത്തിയപ്പോൾ വീട് ഞാൻ അന്യസംസ്ഥാന തൊഴിലാളികളെ താമസിപ്പിക്കാൻ വാടകയ്ക്ക് കൊടുത്തു. എന്നിട്ട് ആലുവയിൽ മെട്രോ സ്റ്റേഷൻ പണി പൂർത്തിയാവുന്നതൊക്കെ പരിഗണിച്ച് ഒരു രണ്ടുമുറി ഫ്ളാറ്റ് വാടകയ്ക്ക് ഒപ്പിച്ചു. അമ്മയുടെ പുതുമണം മാറാത്ത സാരികളും അച്ഛന്റെ പുസ്തകങ്ങൾ അവ സൂക്ഷിച്ച അലമാരകളടക്കവും ഞാൻ ആലുവയിലേക്ക് മാറ്റി പ്രതിഷ്ഠിച്ചു.

കൊച്ചിയുമായി കുറച്ചുകൂടെ അടുപ്പം വേണമെന്നുണ്ടായിരുന്നു എനിക്ക്. പക്ഷേ, വീട് വാടകയ്ക്ക് കൊടുത്തപ്പോൾ കിട്ടിയ അൻപതിനായിരത്തിന്റെ അഡ്വാൻസും വാടകയായി പറഞ്ഞുറപ്പിച്ച തുകയ്ക്കൊപ്പം എനിക്ക് കൂട്ടിയിടാനാവുമായിരുന്ന അയ്യായിരത്തിനും ആലുവയുടെ അടുപ്പമേ കൊച്ചിയെന്ന നഗരമെന്നോട് കാണിച്ചുള്ളൂ. ആലുവയിലെ ഫ്ളാറ്റിന്റെ സ്വീകരണ മുറിയിൽ അച്ഛന്റെ പുസ്തക അലമാര സ്ഥാപിച്ച് ഞാനൊരിക്കലും വായിക്കില്ലെന്ന് എനിക്ക് തന്നെ ഉറപ്പുള്ള പുസ്തകങ്ങൾ ഭംഗിയായി അടുക്കിവെച്ച് അതിന്റെ ഫോട്ടോ ഫേസ്ബുക്കിൽ കവർ പേജാക്കിയതിന്റെ പിറ്റേന്ന് എനിക്ക് ഇന്ത്യാ എവരി ഡേയിൽനിന്ന് ജോലി ഉത്തരവ് കിട്ടി.

ശ്രമകരമായിരുന്ന മലയാളം പത്രപ്രവർത്തനത്തിന്റെ ദാരിദ്ര്യം പിടിച്ച ശുഷ്കലോകത്ത് നിന്ന് പുതിയ ആകാശങ്ങൾ തേടി ഞാൻ ഇന്ദ്രപ്രസ്ഥത്തിലേക്ക് ട്രെയിൻ കയറി. യാത്ര പറയാൻ ഏട്ടത്തിയമ്മയെ വിളിച്ചപ്പോൾ ഡൽഹിയിലെത്തിയാലും പഴയ ഫോൺ നമ്പർ കളയരുതെന്ന് ഉപദേശിക്കുകയും പുതിയ താമസസ്ഥലത്തിന്റെയും ഓഫീസിന്റെയും മേൽവിലാസങ്ങൾ മെയിൽ ചെയ്യണമെന്ന് കർശനമായി പറയുകയും ചെയ്തു. ഇനിയെന്തിനാണ് എന്റെ മേൽവിലാസവും ഫോൺ നമ്പറുമൊക്കെ, എനിക്കായി കാത്തുനിൽക്കേണ്ട മരിച്ചടക്കങ്ങളൊന്നും ബാക്കിയില്ലല്ലോ.

മൂന്നാമത്തെ കുട്ടി

അച്ഛൻ ശാസ്ത്രസമാജത്തിന്റെ പ്രസിഡന്റായ വർഷമാണ് ഞാൻ പത്താംതരം പരീക്ഷയെഴുതിയത്. അമ്മയുടെ മരണവും അച്ഛൻ പുനർവിവാഹം കഴിച്ചേക്കുമെന്ന ആശങ്കകളുമായി ഒൻപതാം ക്ലാസ്സിൽ പോയ എനിക്ക് ഒന്നും നന്നായി പഠിക്കാനായില്ല. സ്വതവേ കണക്കും ശാസ്ത്രവിഷയങ്ങളും ബുദ്ധിമുട്ടായിരുന്ന എനിക്ക് സ്കൂളിൽ പഠിപ്പിച്ചത് മനസ്സിലാകണമെങ്കിൽ രാത്രി അമ്മ പറഞ്ഞു തരണം. എലന്തിക്കരയിലെ സ്കൂളിലെ പഠിപ്പിക്കൽ മോശമാണെന്ന് പറഞ്ഞ് എട്ടാംക്ലാസായപ്പോൾ അച്ഛൻ എന്നെ പുത്തൻവേലിക്കര യിലെ സ്കൂളിലേക്ക് മാറ്റിച്ചേർത്തിരുന്നു. കോളേജ് പ്രൊഫസറുടെ മകനും അധ്യാപകർക്കുള്ള പരിശീലന പരിപാടികളിലെ റിസോഴ്സ് പേഴ്സണുമായ പ്രൊഫസർ ശശിധരമേനോന്റെ മകന് ആദ്യകാലത്ത് സ്കൂളിൽ നല്ല പരിഗണന കിട്ടി. ഭാഷകളിലും മാനവിക വിഷയ ങ്ങളിലും നല്ല മാർക്ക് വാങ്ങിയെങ്കിലും ഗ്രീക്ക് അക്ഷരമാലയിൽ നിന്ന് ഗണിതശാസ്ത്രത്തിലേക്ക് അധിനിവേശം നടത്തിയ ആൽ ഫയും തീറ്റയുമൊക്കെ എന്നെ ഗണിതശാസ്ത്ര വിരോധിയാക്കി.

ഒരു വിദ്യാർത്ഥിയെ ഏതെങ്കിലും വിഷയത്തിൽ നിന്നകറ്റുന്ന തിൽ ആ വിഷയം പഠിപ്പിക്കുന്ന അധ്യാപകർക്ക് വലിയ പങ്ക് കാണുമെന്ന് പറയുന്നതിലെ ഏറ്റവും വലിയ ഉദാഹരണമായിരുന്നു ഞങ്ങളുടെ ക്ലാസ് ടീച്ചറും കൂടിയായ ഗണിതാധ്യാപകൻ. പലയിട ങ്ങളിലേയും കണിശക്കാരായ ഗണിതാധ്യാപകരുടെ വട്ടപ്പേര് കടുവ യെന്നായിരിക്കുമെങ്കിലും ഞങ്ങളുടെ സ്കൂളിലത് മുതലയെന്നായി രുന്നു. ഗ്രാമത്തിന്റെ അതിർത്തിയായ രണ്ട് പുഴകളിലും അക്കാലത്ത് മുതലയില്ലായിരുന്നെങ്കിലും വട്ടപ്പേര് ചാർത്തിക്കൊടുക്കുമ്പോൾ ഏതോ പിൻബെഞ്ചുകാരൻ പണ്ട് പെരിയാറിൽ ആളുകളെ ഭയ പ്പെടുത്തിയിരുന്ന മുതലയെ ഓർത്തുകാണും.

സ്കൂൾ ലൈബ്രറിയിൽനിന്ന് കിട്ടുന്ന മലയാളം സാഹിത്യം വായിച്ച് തീർത്ത എനിക്ക്, പക്ഷേ, അച്ഛന്റെ അലമാരയിൽ ഗമയോടെ സ്ഥാനം പിടിച്ച ശാസ്ത്രപുസ്തകങ്ങളോട് അകൽച്ചയായിരുന്നു.

ശാസ്ത്രവിഷയങ്ങളോടുള്ള താത്പര്യമില്ലായ്മ എന്നെ അച്ഛനിൽ നിന്നകറ്റിയതാണോ അതോ കണിശക്കാരനായ അച്ഛനോടുള്ള ഭയം ശാസ്ത്രത്തിലേക്ക് പകർന്നതാണോ എന്നെനിക്കറിയില്ല. പത്താം ക്ലാസിലെ ഓണപ്പരീക്ഷ കഴിഞ്ഞപ്പോൾ കണക്കിൽ ഞാൻ തോറ്റു പോകുമെന്ന അവസ്ഥയായി. കോളേജിലെ ജോലിത്തിരക്കുകൾക്ക് പുറമേ ശാസ്ത്രസമാജത്തിന്റെ മുഴുവൻ സമയ പ്രവർത്തനം കൂടെ യായപ്പോൾ എന്റെ പഠനകാര്യങ്ങളിൽ ശ്രദ്ധിക്കാൻ അച്ഛന് സമയം തികഞ്ഞില്ല. രക്ഷാകർത്താക്കൾ വരേണ്ട യോഗങ്ങൾക്ക് എന്നെ പ്രതിനിധീകരിച്ച് ആരുമെത്തിയില്ല.

അച്ഛനോടുള്ള ബഹുമാനം കാരണം അധ്യാപകരാരും അക്കാര്യം പ്രശ്നമാക്കിയില്ല. പത്താം ക്ലാസ് പരീക്ഷ കഴിഞ്ഞപ്പോൾ എനിക്ക് കഷ്ടി ഫസ്റ്റ് ക്ലാസ് മാർക്ക് മാത്രം കിട്ടി. കണക്കും ശാസ്ത്രവിഷയ ങ്ങളും കടന്നുകൂടിയ ഞാൻ പക്ഷേ, ഇംഗ്ലീഷിലും മലയാളത്തിലും സ്കൂളിലെ മികച്ച മാർക്ക് നേടി. ചേട്ടന്റെയും ചേച്ചിയുടെയും പത്താംക്ലാസ് റിസൽട്ടുകൾ പഠിച്ച സ്കൂളിന്റെയും നാടിന്റെയും അഭിനന്ദനങ്ങൾ ഏറ്റുവാങ്ങിയപ്പോൾ എന്റേത് പിൽക്കാലത്ത് ജന്മ തീയതി തെളിയിക്കാനുള്ള ഒരു രേഖമാത്രമാണെന്ന് അച്ഛൻ പഴി പറഞ്ഞു. പക്ഷേ, മാർക്ക് ലിസ്റ്റ് അപഗ്രഥിച്ച് അച്ഛനെന്നോടൊരു നീതി കാണിച്ചു. പ്രീഡിഗ്രിക്ക് മൂന്നാം ഗ്രൂപ്പെടുത്താൽ മതിയെന്ന് സമ്മതിച്ചു.

പ്രീഡിഗ്രിക്കാലത്താണ് അമ്മവീട്ടുകാരുടെ സ്വത്ത് കേസ് രാജി യാകുന്നത്. നോക്കി നടത്താൻ ബുദ്ധിമുട്ടുള്ള ഏതൊക്കെയോ പറമ്പുകൾ വിറ്റ് അച്ഛൻ പുഴത്തുരുത്ത് വാങ്ങി. പുഴത്തുരുത്തിന്റെ അറ്റത്തായി കുടിലുകെട്ടി ഒരു മനുഷ്യൻ താമസിച്ചിരുന്നു. കുട്ടി ക്കാലത്ത് പോളിയോ വന്ന് അരയ്ക്ക് താഴോട്ട് ബലം കുറഞ്ഞു പോയ രമണനെന്ന ഒരാൾ. എലന്തിക്കരക്കാരനായിരുന്ന രമണനെ എല്ലാവരും രമണൻ ചാച്ചനെന്നാണ് വിളിക്കുക. ചുറ്റുമുള്ള കരയി ലൊക്കെ ബന്ധുക്കളുള്ള രമണൻ ചാച്ചൻ പക്ഷേ എപ്പോഴും വെള്ള ത്തിലാണ് ജീവിക്കുക. വള്ളം തുഴഞ്ഞ് ബലപ്പെട്ട അയാളുടെ ശരീര ത്തിന്റെ മുകൾപാതിക്ക് ഒരൊത്ത മനുഷ്യന്റെ കരുത്താണ്.

പ്രീഡിഗ്രി ഒന്നാം വർഷം പകുതിയായപ്പോഴാണ് കോളേജിൽ സമരകാലം വന്നത്. ചേട്ടൻ കുസാറ്റിലെ എംടെക്ക് പഠനത്തിലും ചേച്ചി എറണാകുളത്ത് ഹോസ്റ്റലിൽ നിന്ന് പിജി പഠനത്തിലുമായി രുന്നു. അച്ഛന് പതിവുപോലെ തിരക്ക് തന്നെ. കോളേജ് ലൈബ്രറി യിൽ നിന്നെടുത്ത പുസ്തകങ്ങളിൽ താത്പര്യം കുറഞ്ഞുവന്ന കാലത്താണ് ഞാൻ വീട്ടിൽനിന്ന് ഏറെ അകലെയല്ലാത്ത പുഴത്തുരു ത്തിൽ ആകൃഷ്ടനാവുന്നത്. രാവിലെ അച്ഛൻ പുറത്തേക്കിറങ്ങിയാൽ ഞാൻ സ്വതന്ത്രനാവും. വീട്ടുജോലിക്ക് വരുന്ന ചേച്ചിയോട് വീട്

പൂട്ടി താക്കോൽ ചവിട്ടിയുടെ താഴെ വെച്ചാൽ മതിയെന്ന് ചട്ടംകെട്ടി ഞാൻ പുറത്തിറങ്ങും.

ചാലക്കുടിപ്പുഴയുടെ പടിഞ്ഞാറെ കരയോട് ചേർന്നുള്ള തുരുത്തിനെ കരയിൽനിന്ന് വേർതിരിക്കുന്നത് ഒരു തോടിന്റെ മാത്രം വീതിയുള്ള പുഴയുടെ ഒരു പിരിവാണ്. തെങ്ങും കവുങ്ങും കൊണ്ടുണ്ടാക്കിയ ഒരു നടപ്പാലത്തിലൂടെ തുരുത്തിലേക്ക് പ്രവേശിക്കാം. തുരുത്തിന്റെ തെക്കേ അറ്റത്ത് പുഴയിൽനിന്ന് തെങ്ങുകളുടെ ഇടയിലേക്ക് കയറിക്കിടക്കുന്ന വെള്ളച്ചാലിന്റെ അറ്റത്തായൊരു കുടിൽ കെട്ടിയാണ് രമണൻ ചാച്ചൻ താമസിച്ചിരുന്നത്. ചാച്ചന്റെ ചെറിയ വള്ളം കുടിലിനകത്തേക്ക് കയറ്റിക്കെട്ടാനാവും. ശോഷിച്ചുപോയ അരയ്ക്ക് താഴേക്കുള്ള ശരീരത്തിന്റെ ബദലായിരുന്നു ആ വള്ളം.

പുഴത്തുരുത്ത് മുതൽ വലിയ പഴമ്പള്ളിത്തുരുത്തുവരെയുള്ള പെരിയാറിന്റെ തീരത്തോട് ചേർന്ന് മീൻ പിടിക്കലാണ് ചാച്ചന്റെ തൊഴിൽ. പുഴയിലൂടെ ഒഴുകിവരുന്ന തേങ്ങയും വിറകുമൊക്കെ ചാച്ചനവകാശപ്പെട്ടതാണ്. ഉച്ചയോടെ തുരുത്തിന് വടക്കുള്ള ചൌക്കക്കടവ് പാലത്തിന് ചുവട്ടിൽ ചാച്ചൻ വള്ളമടുപ്പിക്കുമ്പോൾ തേങ്ങയും മീനും വിറകുമൊക്കെ വാങ്ങാൻ ആളുകളുണ്ടാവും. പെരിയാറിന്റെ കരയിൽ താമസിക്കുന്ന ചിലരൊക്കെ പെരിയാറ്റിലൊലിച്ചു പോയ തങ്ങളുടെ ആടിനെയും പശുവിനെയും പാത്രങ്ങളുമൊക്കെ അന്വേഷിച്ചും ചാച്ചന്റെയടുത്ത് വരും. വളരെ പേടിച്ചും ആലോചിച്ചുമാണ് രമണൻ ചാച്ചന്റെ വള്ളത്തിൽ ഞാനാദ്യമായി കയറിയത്. ഒരു കൊച്ചുവള്ളമാണ്. ഒരു പത്തടി നീളം വരുമായിരിക്കും. വള്ളം ഓളത്തിലുലയുന്നതിനനുസരിച്ച് വെപ്രാളപ്പെടുന്ന എന്നെ ചാച്ചൻ ശകാരിക്കും: ''അടങ്ങിയിരിക്കെടാ ചെക്കാ, ഞാൻ നിന്നെ ആറ്റിൽ മുക്കിക്കൊല്ലില്ല, ഒന്നുമില്ലെങ്കിൽ ഞാൻ താമസിക്കുന്ന രാജ്യത്തിന്റെ യുവരാജാവല്ലേ.''

ചാച്ചൻ എങ്ങനെയാണ് തുരുത്തിൽ താമസിക്കുന്നതെന്ന കാര്യത്തിൽ എനിക്ക് വലിയ വ്യക്തതയില്ലായിരുന്നു. അച്ഛനോട് അക്കാര്യം ചോദിക്കാനുള്ള ധൈര്യവുമില്ല. ആ ആഴ്ച തുരുത്തിലെ തേങ്ങ പറിച്ചപ്പോൾ ചാച്ചൻ പണം എന്നെയാണേൽപ്പിച്ചത്. വൈകിട്ട് പണം അച്ഛനെ ഏൽപ്പിക്കാൻ നേരത്ത് ചാച്ചനെക്കുറിച്ച് ചോദിക്കാനുള്ള അവസരം ഞാൻ പ്രയോജനപ്പെടുത്തി. തുരുത്ത് വാങ്ങുന്നകാലത്തു തന്നെ രമണൻ ചാച്ചൻ തുരുത്തിലുണ്ടായിരുന്നത്രെ. അയാളവിടെ താമസിക്കുന്നതുകൊണ്ട് കള്ളന്മാരുടെ ശല്യമുണ്ടാവില്ല, അല്ലെങ്കിൽ രാത്രികാലങ്ങളിൽ വലിയ വള്ളവുമായി വരുന്ന കള്ളന്മാർ തേങ്ങയിട്ടുകൊണ്ടുപോകും. കോളേജിലെ സമരം കഴിഞ്ഞതിന് ശേഷവും അവധി ദിവസങ്ങളിൽ ഞാൻ രമണൻ ചാച്ചനൊപ്പം പെരിയാറിലെ വള്ളസർക്കീട്ട് പതിവാക്കി. എലന്തിക്കരയെന്ന ഗ്രാമത്തിന്റെയും

പുത്തൻവേലിക്കരയെന്ന പഞ്ചായത്തിന്റെയുമൊക്കെ അതിർത്തികൾ വിട്ട് കൊച്ചുവള്ളത്തിൽ ഞങ്ങൾ കറങ്ങി. ചാച്ചനെന്നോട് പെരിയാറിന്റെ കഥകൾ പറഞ്ഞു.

ചൗക്കക്കടവിന് മുകളിൽ ഉപ്പുവെള്ളം നിയന്ത്രിക്കാൻ റഗുലേറ്റർ വന്നപ്പോൾ ചാച്ചന് ചാലക്കുടിപ്പുഴയിലേക്ക് വിലക്കായി. രാവിലെ പെരിയാറ്റിന്റെ മുകൾ ഭാഗത്ത് നിന്ന് മീൻ പിടിച്ചും തേങ്ങ പെറുക്കിയും ചൌക്കക്കടിൽ കൊണ്ടുപോയി വിറ്റുകഴിഞ്ഞാൽ പിന്നെ തുരുത്തിന് സമീപത്ത് വന്ന് ചൂണ്ടയിട്ടിരിക്കും. വൈകുന്നേരം വെയില് താഴ്ന്നാൽ വലിയപഴമ്പള്ളിത്തുരുത്ത് വരെയുള്ള ഭാഗത്താണ് മീൻ പിടുത്തം. മീൻപിടുത്തമെന്നാണ് പേരെങ്കിലും തേങ്ങപെറുക്കലാണ് മുഖ്യം. പെരിയാറ്റിന്റെ കരയിലെ വീട്ടുകാരികൾ പാത്രം കഴുകാനും അടുക്കളയിലെ അവശിഷ്ടങ്ങൾ കൊണ്ടുപോയിക്കളയാനും മീൻ മുറിക്കാനുമൊക്കെ ആറ്റുവക്കിൽ വരുമ്പോൾ ചാച്ചനെ കണ്ടാൽ തേങ്ങയും മീനും വിറകുമൊക്കെ വാങ്ങും. വാങ്ങുന്ന ചിലരൊക്കെ തങ്ങളുടെ തെങ്ങിലെ തേങ്ങ തന്നെയാണെന്ന് ആത്മഗതം നടത്തും. ശകലം ഒച്ച കൂടിപ്പോകുന്ന ആത്മഗതങ്ങൾക്ക് ചാച്ചൻ മറുപടി പറയും, പെരിയാറ്റിൽ വീണാൽ പിന്നെ തേങ്ങ രമണനുള്ളതാണെന്ന്.

പ്രീഡിഗ്രി ഞാൻ കഷ്ടിച്ച് കടന്നുകൂടിയെന്ന് പറയാം. മൂന്നാം ഗ്രൂപ്പുകാരനായ എനിക്ക് സാമ്പത്തികശാസ്ത്രം വലിയ കീറാമുട്ടിയായിരുന്നു. കോളേജിലെ സമരങ്ങളും കൂട്ടുകാരുമൊത്ത് ക്ലാസൊഴിവാക്കിയുള്ള സിനിമയ്ക്ക് പോക്കും അവധി ദിവസങ്ങളിലെ ചാച്ചനൊപ്പമുള്ള കറക്കവുമൊക്കെ ആയപ്പോൾ എനിക്ക് പരീക്ഷകളൊക്കെ പരീക്ഷണങ്ങളായി. പ്രീഡിഗ്രി മാർക്ക് ലിസ്റ്റിൽ ആളുകളെ കാണിക്കാൻ കൊള്ളാവുന്ന ഭാഗം ഇംഗ്ലീഷിലെയും മലയാളത്തിലെയും മാർക്കുകൾ മാത്രമായിരുന്നു.

സൈലന്റ്വാലി സമരത്തെക്കുറിച്ചും അതിൽ ശാസ്ത്രസമാജത്തിന്റെ പങ്കിനെക്കുറിച്ചും അച്ഛനെഴുതിയ 'നിശ്ശബ്ദതാഴ്‌വരയ്ക്ക് വേണ്ടിയുള്ള സമരചരിത്രം' എന്ന പുസ്തകം ഭാഷാ ഇൻസ്റ്റിറ്റ്യൂട്ട് പ്രസിദ്ധീകരിച്ച വർഷമാണ് ഞാൻ പ്രീഡിഗ്രി ജയിച്ചത്. കുറഞ്ഞ മാർക്കുകൾ അലങ്കോലപ്പെടുത്തിയ മാർക്ക് ലിസ്റ്റുമായി ആലുവയിലെ എയ്ഡഡ് കോളേജിന്റെ മാനേജറെ കാണാൻ പോയ അച്ഛനോട് എന്താണ് മകന് മാർക്കിത്ര കുറവെന്ന് മാനേജർ ചോദിച്ചു. അച്ഛൻ മറുപടിയൊന്നും പറഞ്ഞില്ല. വീട്ടിലേക്കുള്ള മടക്കയാത്രയിൽ അച്ഛൻ വലിയ ചിന്തയിലായിരുന്നു. ചേട്ടനും ചേച്ചിയും വീട്ടിലുണ്ടായിരുന്ന ദിവസമായിരുന്നു. അത്തരം ദിവസങ്ങളിൽ മാത്രമാണ് രാത്രിഭക്ഷണത്തിന് കാര്യമായ കറികളെന്തെങ്കിലുമുണ്ടാവുക. ഞങ്ങളെല്ലാവരും ഒരുമിച്ചാണ് അത്തരം ദിവസങ്ങളിൽ ഭക്ഷണം കഴിക്കുക. കുസാറ്റിലെ വിശേഷങ്ങൾ ചേട്ടനും എറണാകുളത്തെ

കോളേജ് വിവരങ്ങൾ ചേച്ചിയും വാതോരാതെ വിവരിക്കുകയും അച്ഛനതിനൊക്കെ പ്രോത്സാഹനം നൽകുകയും പതിവാണ്. ഞങ്ങളൊക്കെ ഒരു കുടുംബമാണെന്ന് തോന്നുന്ന നിമിഷങ്ങളായിരിക്കും അത്. എന്റെ അഡ്മിഷന് വേണ്ടി ഒരു എയ്ഡഡ് കോളേജ് മാനേജരുടെ മുറിക്ക് മുന്നിൽ ഊഴം കാത്തിരിക്കേണ്ടി വന്നത് അച്ഛന് വലിയ അപമാനമായി. ശാസ്ത്രസമാജത്തിന്റെ അമരക്കാരന്റെ മകൻ മാർക്ക് കുറഞ്ഞതിന്റെ പേരിൽ പ്രീഡിഗ്രിക്ക് മാനവിക വിഷയങ്ങൾ പഠിച്ചതും അവിടെയും മാർക്ക് കുറഞ്ഞതിന്റെ പേരിൽ എയ്ഡഡ് കോളേജിലെ മാനേജ്മെന്റ് സീറ്റിൽ ഇംഗ്ലീഷ് പഠിക്കാൻ ചേർന്നതുമൊക്കെ അച്ഛനെ വല്ലാതെ പ്രയാസപ്പെടുത്തി. ചേട്ടനും ചേച്ചിയുമൊക്കെ പറഞ്ഞുകൊണ്ടിരുന്ന വിശേഷങ്ങൾക്ക് അച്ഛൻ മറുപടി പറഞ്ഞില്ല. ഒടുവിൽ ഊണ് കഴിച്ച് തീരാൻ നേരത്ത് തല കുനിച്ചിരുന്ന് കഴിച്ചുകൊണ്ടിരുന്ന എന്നോട് പതിവ് പരുക്കൻ സ്വരത്തിൽ അച്ഛൻ സംസാരിച്ചുതുടങ്ങി.

''അർഹതയില്ലാത്ത എന്തെങ്കിലും കോഴ്സിന് ചേരാനോ ഭാവിയിൽ എന്തെങ്കിലും ജോലി കിട്ടാനോ ഞാൻ കൂടെ വരുമെന്ന് സൂരജ് കരുതുന്നുണ്ടെങ്കിൽ ആ ധാരണ അങ്ങ് പെരിയാറ്റിൽ ഒഴുക്കിക്കളഞ്ഞോണം. നിന്റെ ജീവിതം എന്തെങ്കിലും ആകണമെന്ന് നീ ഉദ്ദേശിക്കുന്നുണ്ടെങ്കിൽ ഡിഗ്രിയെങ്കിലും നന്നായി പഠിക്കുക.''

കഴിച്ചുകഴിഞ്ഞ തന്റെ പാത്രങ്ങളുമായി അടുക്കളയിലേക്ക് നടക്കുന്നതിനിടെ ''ബി എ ഇംഗ്ലീഷ് പഠിച്ചിട്ട് ഇവനെവിടെ എത്താനാണ്'' എന്ന് അച്ഛൻ പിറുപിറുക്കുന്നത് എനിക്ക് കേൾക്കാമായിരുന്നു.

ഡിഗ്രി പഠനകാലത്തും അച്ഛന്റെ വ്യക്തിപ്രഭാവം എന്നെ വേട്ടയാടി. ശശിധരമേനോന്റെ മകനെന്ന കാരണത്താൽ അധ്യാപകർ പലപ്പോഴും എന്നെ അഭിപ്രായപ്രകടനത്തിന് നിർബന്ധിച്ചു. സൈലന്റ് വാലി സമരത്തെക്കുറിച്ചുള്ള അച്ഛന്റെ പുസ്തകത്തിന് അക്കാദമിയുടെ പുരസ്കാരം ലഭിച്ചതോടെ രണ്ടാംവർഷ ബിരുദ കാലത്ത് ആ പുസ്തകം വായിക്കേണ്ടത് എനിക്ക് അനിവാര്യതയായി. ഡൽഹിയിൽ നിന്നുള്ള ഏതോ പരിശോധനാസംഘത്തിന് മുന്നിൽ ഗർവ്വ് കാണിക്കാൻ മലയാള വിഭാഗത്തിലെ അധ്യാപകർ കണ്ടെത്തിയ ഒരു കുറുക്കുവഴിയായിരുന്നു എഴുത്തുകാരനും കോളേജ് പ്രൊഫസറുമായ അച്ഛന്റെ 'നിശ്ശബ്ദതാഴ്വരയ്ക്ക് വേണ്ടിയുള്ള സമരചരിത്രം' എന്ന പുസ്തകത്തെക്കുറിച്ചുള്ള പഠനം മകനും രണ്ടാം വർഷ വിദ്യാർത്ഥിയുമായ ഞാൻ എഴുതുക എന്നത്. വളരെ വിമുഖതയോടെയാണെങ്കിലും എനിക്കാ ദൗത്യം ഏറ്റെടുക്കേണ്ടി വന്നു.

ആർക്കൊക്കെയോ കൊടുക്കാൻ വേണ്ടി മേൽവിലാസവും ആശംസകളുമെഴുതി സൂക്ഷിച്ചിരുന്ന എഴുത്തുകാരന്റെ പ്രതികളിൽ നിന്ന് ആരുടെയും പേരെഴുതാത്ത ഒന്ന് ഞാൻ കൈക്കലാക്കി. പേരും

ആശംസകളുമെഴുതിയ പുസ്തകമൊന്നും അച്ഛൻ തപാലായി അയയ്ക്കില്ല. മേൽവിലാസക്കാരനെ എപ്പോഴെങ്കിലും നേരിൽ കാണുകയാണെങ്കിൽ ആ സമയത്ത് ''ഈ പുസ്തകം നിനക്ക് തരാനായി എത്രയോ കാലമായി ഞാൻ മാറ്റി വെച്ചതായിരുന്നു, തിരക്ക് കാരണം സാധിച്ചില്ല'' എന്ന മുഖവുരയോടെ കൊടുക്കും.

സൈലന്റ് വാലിയിൽ വിഭാവനം ചെയ്തിരുന്ന ജലവൈദ്യുത പദ്ധതിക്കെതിരെ നടന്ന സമരത്തെക്കുറിച്ച്, അതിൽ വരേണ്യ അധികാര സംഘടനകളുടെ പങ്കിനെക്കുറിച്ചും അതിൽ ശാസ്ത്രസമാജത്തിന്റെ നേതൃത്വത്തെക്കുറിച്ചും ആത്മപ്രശംസാപരമായ ഒരു വീമ്പു പറച്ചിലായിരുന്നു പുസ്തകം. കുറഞ്ഞ പരാമർശങ്ങൾ സാഹിത്യകാരന്മാർക്കും വിദ്യാർത്ഥികൾക്കും കോടതികൾക്കും പങ്കിട്ട് കൊടുക്കുകയാണ് പ്രൊഫസർ ശശിധര മേനോനെന്ന ഗ്രന്ഥകാരൻ ചെയ്തത്. വലിയ പങ്ക് വഹിച്ച പരിസ്ഥിതി സംഘടനകളെ പാടേ അവഗണിച്ച് എഴുതിയ പുസ്തകത്തിന്റെ ഞാൻ വായിക്കാനെടുത്ത പ്രതിക്കുള്ളിൽ മടക്കി വെച്ച നിലയിൽ പാലക്കാട്ടുനിന്നുള്ള അച്ഛന്റെ സുഹൃത്തായ ഒരു വക്കീലിന്റെ കത്തുണ്ടായിരുന്നു. പുസ്തകത്തെ കുറിച്ചുള്ള അയാളുടെ വിയോജിപ്പുകളായിരുന്നു ദീർഘമായ ആ കത്തിൽ. പിന്നീടെപ്പോഴെങ്കിലും മറുപടിയെഴുതാമെന്ന് കരുതി അച്ഛൻ എടുത്തുവെച്ച ആ കത്താണ് ഇരുനൂറിൽ പരം പേജുകളുണ്ടായിരുന്ന ആ പുസ്തകത്തെ പ്രതികാരബുദ്ധിയോടെ വായിക്കാനെന്നെ പ്രേരിപ്പിച്ചത്.

ലേഖനമെഴുതി മലയാളം വിഭാഗത്തിന്റെ തലവന് കൊടുത്ത ഞാൻ അക്കാര്യം അദ്ദേഹം അച്ഛനെ വിളിച്ചുപറയുമോ എന്ന് ഭയപ്പെട്ടിരുന്നു. ആ ലേഖനം കോളേജ് മാഗസിന്റെ ചുമതലയുണ്ടായിരുന്ന ഇംഗ്ലീഷ് വിഭാഗത്തിലെ തോമസ് ആന്റണി സാർ മാത്രമാണ് വായിച്ചതെന്ന് പിന്നീടെനിക്ക് മനസ്സിലായി. അദ്ദേഹമെന്നെ വിളിപ്പിച്ച് ലേഖനത്തെക്കുറിച്ച് ചോദിച്ചു. ലേഖനം നന്നായെന്നും അത് കോളേജ് മാഗസിനിൽ ഉൾപ്പെടേണ്ടതല്ലെന്നും തുടർന്നും എഴുതണമെന്നും പ്രോത്സാഹിപ്പിച്ചു. തൽക്കാലം അച്ഛന് വായിക്കാൻ കൊടുക്കേണ്ടെന്ന് ഉപദേശിച്ചു. അങ്ങനെ തോമസ് ആന്റണി സാറിന്റെ പ്രേരണയിൽ ഞാൻ ആനുകാലികങ്ങൾക്കും വാരാന്ത്യപ്പതിപ്പുകൾക്കും വേണ്ടി ലേഖനങ്ങളെഴുതി. അവയൊക്കെ രാകിമിനുക്കി ഭംഗി കൂട്ടുന്ന ജോലി തോമസ് ആന്റണി സാറും ഏറ്റെടുത്തപ്പോൾ ചിലതൊക്കെ അച്ചടിച്ച് വന്നു. ഒന്നുരണ്ട് മണിയോർഡറുകൾ കിട്ടിയത് പോലും അച്ഛനെ കാണിക്കാൻ എനിക്ക് ധൈര്യം വന്നില്ല. അച്ചടിമഷി പുരണ്ട എന്റെ ലേഖനങ്ങൾ കണ്ട തോമസ് ആന്റണി സാറിന്റെ സന്തോഷം വലുതായിരുന്നു. അച്ഛന്റെ പുസ്തകത്തെയും ജീവശ്വാസമായിരുന്ന പ്രസ്ഥാനത്തെയും വിമർശിച്ച് കോളേജ്

മാഗസിന് വേണ്ടി ഞാനെഴുതിയ ലേഖനം പിന്നീട് സാഹിത്യവിമർശം മാസികയിൽ അച്ചടിച്ച് വന്നപ്പോൾ അക്കാര്യം അച്ഛനറിയുമോ എന്ന് ഞാൻ വല്ലാതെ ഭയന്നു. ബിരുദാനന്തര ബിരുദത്തിന് പോകണമെന്നും ജേർണലിസം പഠിച്ച് പത്രക്കാരനാകണമെന്നും എന്നെ ഉപദേശിച്ചത് അക്കാലത്തിനിടെ എന്റെ ജീവിതത്തിൽ വലിയ സ്വാധീനശക്തിയായ തോമസ് ആന്റണി സാറായിരുന്നു.

എന്റെ ഡിഗ്രി ഒന്നാം വർഷത്തിലാണ് അമ്മയുടെ അകന്ന ഒരു ബന്ധു കൂടിയായ എഞ്ചിനീയറുമായി ചേച്ചിയുടെ കല്യാണം നടക്കുന്നത്. ഭാഷയിൽ ബിരുദമെടുക്കുന്നതിനേക്കാൾ നല്ലത് എന്തെങ്കിലും 'സ്കില്ലുകൾ' പഠിക്കുന്നതാണ്, അതിനാണ് അമേരിക്കയിലൊക്കെ 'സ്കോപ്പ്' എന്ന് എന്നെ ഉപദേശിച്ച അന്ന് മുതൽ ചേച്ചിയുടെ ഭർത്താവ് എനിക്ക് അനഭിമതനായി.

ഇംഗ്ലീഷ് ബിരുദത്തിലെ മൂന്നാം റാങ്കുപോലും ശാസ്ത്ര അധ്യാപകനായ അച്ഛന്റെ മുഖത്ത് ചിരിതെളിച്ചില്ല. പ്രിൻസിപ്പലായി സ്ഥാനക്കയറ്റം കിട്ടിയ അച്ഛൻ പിന്നാലെ ജോലിയിൽനിന്ന് വിരമിച്ചു. പിജിക്ക് മഹാരാജാസിൽതന്നെ ചേരണമെന്ന കാര്യത്തിൽ തോമസ് ആന്റണി സാറിന് ഒരു സംശയവുമില്ലായിരുന്നു. കൊച്ചിയെന്ന വലിയ നഗരവും അവിടത്തെ പ്രശസ്തമായ കോളേജും എന്നെയും വല്ലാതെ ആകർഷിച്ചു. അത്യാവശ്യം ആരാധകരുള്ള സോഷ്യൽ മീഡിയ എഴുത്തുകാരനായി ഞാനതിനിടെ മാറിയിരുന്നു. സോഷ്യൽ മീഡിയാ ആക്റ്റിവിസവും എഴുത്തുമൊക്കെയായി പിജി പഠനകാലം ഞാൻ ആസ്വദിച്ചു. പിജി കഴിഞ്ഞപ്പോൾ പ്രസ് ക്ലബ്ബിന്റെ ജേർണലിസം കോഴ്സിന് ചേരാൻ എനിക്കൊട്ടും ആലോചിക്കേണ്ടി വന്നില്ല. എന്റെ കാര്യങ്ങളിൽ അച്ഛൻ ചെറിയ മമതയൊക്കെ കാണിച്ച കാലം കൂടിയായിരുന്നു അത്. ആഴ്ച്ചപ്പതിപ്പിലെ എന്റെ ഒരു ലേഖനം വായിച്ച അച്ഛൻ "ഭാഷ നന്നായിട്ടുണ്ട് പക്ഷെ ഉള്ളടക്കം അത്ര പോര" എന്ന അഭിപ്രായം പറയുന്നിടത്തേക്ക് വരെ കാര്യങ്ങളെത്തി.

കുറേ ലേഖനങ്ങളെഴുതിയതിന്റെ അഹങ്കാരവും പിജിയിലെയും ജേർണലിസത്തിലെയും ഒന്നാംറാങ്കുമായി മലയാള പത്രപ്രവർത്തന രംഗത്തേക്ക് കടന്നുചെന്ന എനിക്ക് ഒരു പത്രമാപ്പീസിലും ആറ് മാസം തികയ്ക്കാനായില്ല. ജേർണലിസം കാലത്തെ സഹപാഠിയായിരുന്ന രാധിക ശിവരാമനെന്ന സംശയാലുവും അരക്ഷിതയുമായ കാമുകി കൂടിയായപ്പോൾ എന്റെ പത്രപ്രവർത്തനകാലം കൂടുതൽ മുഷിഞ്ഞതായി. എല്ലായിടത്ത് നിന്നും പ്രൊബേഷൻ കഴിയും മുൻപ് പുറത്തായ എന്റെ ജോലി അപേക്ഷകൾ മലയാളത്തിലെ എണ്ണമറ്റ പത്രസ്ഥാപന മേധാവികൾ തള്ളിയപ്പോഴും ശശിധര മേനോന്റെ മകനെന്ന മേൽവിലാസം ഉപയോഗപ്പെടുത്തില്ല എന്ന

വാശിയിലായിരുന്നു ഞാൻ. മുതിർന്ന പത്രപ്രവർത്തകരിൽ ചിലർ കുറച്ചുകൂടെ പ്രായോഗികനാവാനും പത്രപ്രവർത്തനത്തിൽ ആക്ടിവിസത്തിന് സ്ഥാനമില്ലെന്നും മാനേജ്മെന്റുകളുടെ താത്പര്യങ്ങൾക്കനുസരിച്ച് എഴുതേണ്ടിവരുമെന്നും എന്നെ ഉപദേശിക്കും. മനോരമയിലെ സ്റ്റാഫ് ജേർണലിസ്റ്റായ രാധിക എന്ത് കാര്യത്തിലും എന്നോട് തർക്കവും കുറ്റപ്പെടുത്തലും പതിവാക്കിയിരുന്നു. നാവും പേനയും ആർക്ക് മുന്നിലും പണയം വെച്ചിട്ടില്ലെന്ന് വീമ്പടിക്കുന്ന ഞാൻ പലപ്പോഴും എനിക്ക് പണം കടം തരാൻ തയ്യാറുള്ള രാധികയെപ്പോലുള്ളവർക്ക് മുന്നിൽ ചെറുതാവും. എറണാകുളത്തെ ഒട്ടുമിക്ക പത്ര സ്ഥാപനങ്ങളിലെയും ഒരു ഊഴം പൂർത്തിയാക്കിയ കാലത്താണ് ഇന്ത്യാ എവരി ഡേ എന്ന ഡൽഹി പത്രത്തിലേക്ക് രാധിക എന്റേതുൾപ്പെടെ അപേക്ഷയയച്ചത്.

ഞാനും ജീവിതത്തിൽ എന്തെങ്കിലും നേടിയെന്ന് അച്ഛൻ സമ്മതിച്ചേക്കുമായിരുന്ന ഇന്ത്യാ എവരി ഡേയിലെ നിയമന ഉത്തരവ് കിട്ടുന്നതിന് മുൻപ് അച്ഛൻ ഞങ്ങളെ വിട്ടുപിരിഞ്ഞു. അഭിമുഖത്തിന് ഡൽഹിയിൽ പോയി വൈകുന്നേരം തീവണ്ടിയിൽ മടങ്ങാൻ നിശ്ചയിച്ചയന്ന് രാവിലെയാണ് അച്ഛൻ മരിച്ചത്. മരണവിവരം എന്നെ ഫോണിൽ വിളിച്ചറിയിച്ച ഇളയച്ഛൻ ഞാനെപ്പോൾ എത്തുമെന്ന് ചോദിക്കുന്നുണ്ടായിരുന്നു. കൊച്ചിയിലേക്ക് ഫ്ളൈറ്റ് ടിക്കറ്റെടുക്കാനുള്ള കാശില്ല, അവസാന നിമിഷത്തെ ടിക്കറ്റിന് നാലിരട്ടി കാശാണ്. ഒടുവിൽ മുംബേയ്ക്ക് ഞാനും രാധികയും ഫ്ളൈറ്റ് ടിക്കറ്റെടുത്തു. വലിയ ഗുണമൊന്നുമുണ്ടായില്ല. എയർപോർട്ടിലെ പരിശോധനകളും മറ്റും കഴിഞ്ഞ് മുംബൈയിൽ എത്തിയപ്പോൾ കേരളത്തിലേക്കുള്ള ട്രെയിനുകളൊക്കെ പോയിരുന്നു. കിട്ടിയ തീവണ്ടിക്ക് പിറ്റേന്ന് ഉച്ചയോടെ മംഗലാപുരത്തും അതിനും പിറ്റേന്ന് രാവിലെ വീട്ടിലുമെത്തുമ്പോഴേക്കും അടക്കം കഴിഞ്ഞിരുന്നു. മതപരമായ കർമ്മങ്ങൾ ചെയ്യേണ്ടതില്ല എന്ന അച്ഛന്റെ ഒസ്യത്ത് പക്ഷേ, മൂത്ത മകൻ പാലിച്ചില്ല. എനിക്കെന്തെങ്കിലും അഭിപ്രായം പറയാനുള്ള പക്വതയുണ്ടെന്ന് അല്ലെങ്കിലും എന്റെ സഹോദരങ്ങൾ അംഗീകരിച്ചിരുന്നില്ലാത്തതിനാൽ ഞാനൊന്നും പറഞ്ഞില്ല.

അച്ഛൻ മരിച്ചിട്ട് വീട്ടിൽ എത്തിയപ്പോഴും എനിക്ക് നഷ്ടബോധം തോന്നിയത് അമ്മയെക്കുറിച്ചോർത്താണ്. അമ്മയുടെ സാരികൾ ഞാൻ തൊട്ട് നോക്കി. അവയുടെ പിന്നിലായി പഴയ കുറേ ഡയറികളുണ്ടായിരുന്നു. അമ്മയ്ക്ക് ഡയറിയെഴുത്തുള്ള കാര്യം എനിക്കിയില്ലായിരുന്നു. എല്ലാം നല്ല അടുക്കും ചിട്ടയുമായി എഴുതിവെച്ചിട്ടുണ്ട്. തനിക്ക് കാൻസറാണെന്ന് തിരിച്ചറിഞ്ഞ കൊല്ലത്തേതാണ് അവസാനത്തെ ഡയറി. ജീവിച്ചിരുന്ന പിന്നീടുള്ള ഒരു വർഷം അമ്മ

ഡയറിയെഴുതിയിരുന്നില്ല. അമ്മയുടെ അവസാനത്തെ ഡയറിക്കുറിപ്പ് വലിയ സങ്കടത്തോടെ ഞാൻ വായിച്ചു.

> ''ഇന്ന് എന്റെ ബയോപ്സി റിപ്പോർട്ട് വന്നു. മൂന്നാമത്തെ സ്റ്റേജാണ്. മൾട്ടിപ്പിൾ ഒർഗൺ. ശസ്ത്രക്രിയയ്ക്കൊന്നും സാധ്യതയില്ല, കീമോ ചെയ്യാൻ അടുത്തയാഴ്ച അഡ്മിറ്റാവണം. ഇനി അധികനാളുണ്ടാവില്ല. സൂരജിനെക്കുറിച്ചോർത്താണ് സങ്കടം. ഞാനില്ലാത്ത അവന്റെ ദിവസങ്ങൾ. എന്റെ കുഞ്ഞ് എന്ത് ചെയ്യുമോ ആവോ. ഇങ്ങനെയൊരു ദിവസം മുൻപുണ്ടായത് അവനെ ഞാൻ വയറ്റിൽ ചുമക്കുന്നു എന്നറിഞ്ഞയന്നാണ്. അദ്ദേഹത്തിനത് ഒട്ടും ഉൾക്കൊള്ളാനായില്ല. എങ്ങനെ സംഭവിച്ചെന്ന് ആവർത്തിച്ച് ചോദിക്കുന്നുണ്ടായിരുന്നു. ഞാനെന്തോ അവിഹിതത്തിൽ ഏർപ്പെട്ട് ഗർഭം ധരിച്ച പോലെ. പിന്നീടാണ് മനസ്സിലായത് ശാസ്ത്രസമാജക്കാർ ജനനനിയന്ത്രണ ക്യാമ്പയിൻ ആരംഭിച്ചിട്ടുണ്ടെന്നത്. അത്തവണ പ്രസിഡന്റാവുമെന്ന് അദ്ദേഹം പ്രതീക്ഷിച്ചിരുന്നു. അങ്ങനെയാണെങ്കിൽ ആ സ്ഥാനത്തെത്തുന്ന ഏറ്റവും പ്രായം കുറഞ്ഞ ചെറുപ്പക്കാരനാവും. ഇനിയിപ്പോൾ ആ സ്ഥാനം ലഭിക്കില്ല. ശാസ്ത്രസമാജം രണ്ട് കുഞ്ഞുങ്ങൾതന്നെ ധാരാളമെന്ന മുദ്രാവാക്യം വിളിക്കുമ്പോൾ പ്രസിഡന്റിന്റെ ഭാര്യയ്ക്ക് മൂന്നാമത്തെ കുഞ്ഞ് വയറ്റിൽ. അന്ന് തൊട്ട് അദ്ദേഹം എന്നോടും മോനോടും അകൽച്ചയായി. അദ്ദേഹം പറയുന്നതുപോലെ ഗർഭനിരോധന മാർഗ്ഗങ്ങളൊക്കെ ഭാര്യമാരും ശ്രദ്ധിക്കണമെന്ന കാര്യം ഞാനംഗീകരിക്കാം. എന്നാലും, സൂരജെന്ത് പിഴച്ചു. എന്റെ മോൻ...
>
> ഇതെന്റെ അവസാന ദിനക്കുറിപ്പാണ്. ഇത്രയും നാൾ ഞാനെഴുതിയതൊന്നും ഇനി പ്രസക്തമല്ല. എന്റെ മകനെക്കുറിച്ചുള്ള ആശങ്കകൾക്ക് മാത്രമാണിനി എന്റെ മനസ്സിൽ സ്ഥാനം. ആത്മാക്കൾക്കും മനസ്സും ഓർമ്മകളും ഉണ്ടാവുമെങ്കിൽ എന്ത് കഷ്ടമായിരിക്കുമല്ലേ!''

അമ്മയെ ഇന്നെനിക്ക് കൂടുതൽ മിസ് ചെയ്യുന്നു. ഒപ്പം അച്ഛനെ കൂടുതൽ മനസ്സിലാവുകയും ചെയ്യുന്നു.

ഗോസ്റ്റ് റൈറ്റിങ്

ആലുവ റെയിൽവേ സ്റ്റേഷനിൽനിന്ന് എന്നെ ഡൽഹിക്ക് തീവണ്ടി കയറ്റിവിടാൻ വന്ന രാധിക രണ്ട് ദിവസം കഴിക്കാനുള്ള ഇഡ്ഡലിയും ലെമൺറൈസും ചപ്പാത്തിയും ചെറിയ പൊതികളിലാക്കി കൊണ്ടു വന്നിരുന്നു. എനിക്ക് സ്ഥിരമായി ഒരു ജോലിയില്ലാത്തതിൽ ഏറ്റവും ആശങ്കയുണ്ടായിരുന്നത് അവൾക്കായിരുന്നു. ഇപ്പോൾ നല്ല സന്തോഷ ത്തിലാണ്, ഇനി ഞാനവളോട് കടം ചോദിക്കില്ലെല്ലോ എന്നും ആശ്വസിക്കുന്നുണ്ടാവും. ഞാനവൾക്ക് എത്ര രൂപ കൊടുക്കാനു ണ്ടാവും. ഡയറിയിൽ അവിടിവിടായി കുറിച്ചുവെച്ചിരിക്കുന്നതെല്ലാം കൂട്ടി നോക്കണം. സാമിനും കാണും കുറേ കാശ്. ഞാനത് കൊടു ത്താൽ സാം വാങ്ങുമായിരിക്കും, അത് തിരിച്ചുകൊടുക്കുന്നത് ഒരവഹേളനമായി രാധികയെടുക്കുമോ?

ഭാഷയും ഭൂമിയും മനുഷ്യരും മാറിമാറിക്കയറിയിറങ്ങിയ തീവണ്ടി രണ്ട് നാളുകൾകൊണ്ട് ഡൽഹിയിലെത്തി. എനിക്ക് വലിയ പരി ചയമില്ലാത്ത നഗരമാണ്. നിസാമുദ്ദീൻ റെയിൽവേ സ്റ്റേഷനിലെ ടാക്സിക്കാർക്ക് ഓട്ടത്തിന് വെവ്വേറെ നിരക്കാണ്. നിങ്ങൾക്ക് വാടക മുറി വേണമെങ്കിൽ ഒരു നിരക്കും അതല്ല എവിടെയെങ്കിലും വിട്ടാൽ മതിയെങ്കിൽ മറ്റൊരു നിരക്കും. മുറിയെടുക്കാനുള്ളവരെ കൊണ്ടു പോകാനാണ് ടാക്സിക്കാർക്ക് കൂടുതലിഷ്ടം. വണ്ടിക്കൂലിയിലെ കുറവ് അവിടെ നിന്ന് കമ്മീഷനായി ഒപ്പിക്കും. റെയിൽവേ സ്റ്റേഷ നിലെ ഡോർമെറ്ററിയിൽ മുറിയെടുത്ത് കുളിച്ച് വസ്ത്രം മാറി ഏതോ ഒരു പഴയ ടാക്സിക്കാരന് ഗൂഗിൾ മാപ്പ് നോക്കി വഴി പറഞ്ഞു കൊടുത്ത് ഞാൻ ഇന്ത്യാ എവെരി ഡേയുടേ കോർപ്പറേറ്റ് ഓഫീസി ലെത്തി. കനോട്ട്പ്ലേസിലെ ഒരു ബഹുനില കെട്ടിടത്തിലെ ആറ് നിലകളിലായി പരന്നുകിടക്കുന്ന വിശാലമായ ഓഫീസ്. ശീതീ കരിച്ച വലിയ ഹാളിൽ ചെറിയ ക്യൂബിക്കിളുകളിലായി ലേഖകർക്കും സാങ്കേതിക വിദഗ്ധർക്കുമുള്ള ഇരിപ്പിടങ്ങൾ, എഡിറ്റർമാരുടെയും മുതിർന്ന സ്ഥാനങ്ങളിലുള്ളവരുടെയും മുറികൾ ഇരുവശവും. ഭൂരി ഭാഗം ക്യൂബിക്കിളുകളിലും ആളുകളെത്തിയിട്ടില്ല. ചേട്ടന്റെയും

ഏട്ടത്തിയമ്മയുടെയും മുംബൈയിലെ ഓഫീസുകളുടെ ആഡംബരം കണ്ട് കൊതി തോന്നിയിട്ടുള്ള എനിക്ക് എത്തിപ്പെട്ടത് ഒരു മായിക ലോകത്താണെന്ന് തോന്നി. ഞാൻ റിപ്പോർട്ട് ചെയ്യേണ്ട അന്നാ വർഗീസെന്ന റസിഡന്റ് സീനിയർ എഡിറ്ററുടെ മുറിക്ക് മുന്നിൽ കാത്തുനിൽക്കവേ ഞാൻ ചുറ്റുപാടുകളുടെ ചിത്രങ്ങളെടുത്ത് മുൻപ് ലോബിയിൽ നിന്നെടുത്ത സെൽഫിക്കൊപ്പം, റോമിങ്ങിൽ ഡാറ്റാ ഉപയോഗത്തിന് ചാർജുണ്ട് എന്ന സെല്ലുലാർ കമ്പനിയുടെ മുന്നറിയിപ്പവഗണിച്ച് രാധികയ്ക്ക് വാട്ട്സാപ്പ് ചെയ്തു. രാധികയ്ക്കയച്ചാൽ ഒരു ഗുണമുണ്ട്. തന്റെ കാമുകൻ ഡൽഹിയിലെ വലിയൊരു മാധ്യമ സ്ഥാപനത്തിൽ കയറിപ്പറ്റിയെന്ന കാര്യം കൊച്ചിയിലെ പത്രക്കാരായ പത്രക്കാരെയൊക്കെ അറിയിക്കുന്ന കാര്യം അവൾ ചെയ്തുകൊള്ളും. എന്നെക്കുറിച്ച് ഞാൻതന്നെ വീമ്പുപറഞ്ഞെന്ന ആക്ഷേപം ഒഴിവായിക്കിട്ടും. വിചാരിച്ചതുപോലെത്തന്നെ സംഭവിച്ചു. മൊബൈൽ നോട്ടിഫിക്കേഷൻ വന്നു, ഫേസ്ബുക്കിലാണ്, രാധികാ ശിവരാമൻ ഫീലിങ്ങ് പ്രൗഡ് വിത് സൂരജ് എസ്, 'വണ്ടർഫുൾ അച്ചീവ്മെന്റ്' എന്ന അടിക്കുറിപ്പോടെ ഞാനയച്ച ചിത്രങ്ങളിട്ടിട്ടുണ്ട്. ആരൊക്കെയാകും ലൈക്കും കമന്റുമൊക്കെ ചെയ്യുകയെന്നറിയാൻ കൊതിച്ചിരിക്കെ അന്നാ മാഡത്തിന്റെ ക്യാബിനിൽ നിന്നിറങ്ങിയ ആൾ എന്നോട് അകത്തേക്ക് ചെല്ലാൻ പറഞ്ഞു.

സീനിയർ റസിഡന്റ് എഡിറ്റർ എന്നൊക്കെ കേട്ടപ്പോൾ മുടി നീളം കുറച്ച് വെട്ടി കണ്ണടവെച്ച അൻപതിന് മുകളിൽ പ്രായമുള്ള ഒരാളെ പ്രതീക്ഷിച്ച് മുറിയിലേക്ക് കയറിയ എന്നെ സ്വന്തം സൗന്ദര്യം കൊണ്ടും പെരുമാറ്റംകൊണ്ടും ചുറ്റുമുള്ളതിനെയെല്ലാം നിഷ്പ്രഭമാക്കുന്ന ഒരു യുവസുന്ദരിയാണ് എതിരേറ്റത്. എന്തൊരു പ്രസരിപ്പ്, എന്തൊരു ശരീരഭാഷ, എന്തൊരു പദസമ്പത്ത്. സ്ഥലകാല ബോധമില്ലാതെ ഒരു കോളേജ് വിദ്യാർത്ഥിയുടെ അപക്വതയോടെ എതിരെ ഇരുന്ന സ്ത്രീയുടെ സൗന്ദര്യത്തിൽ ആകൃഷ്ടനായിപ്പോയ എന്നോട് ഞാൻ എന്തൊക്കെയാണ് ശ്രദ്ധിക്കുന്നതെന്ന് ഗൗനിക്കാതെ അവർ സംസാരിച്ചുകൊണ്ടിരുന്നു. ഒടുവിൽ "യു ഗെറ്റ് മി?" എന്ന് അവർ അവസാനിപ്പിച്ചപ്പോൾ ഞാൻ പതറി. സത്യത്തിൽ അത്രയും ഒഴുക്കും ഭംഗിയുമുള്ള ഇംഗ്ലീഷ് ഞാൻ നേരിൽ കേട്ടിട്ടില്ലായിരുന്നു. അതിനേക്കാളുപരി അവർക്കെത്ര വയസ്സായിക്കാണുമെന്നുള്ള കണക്കുകൂട്ടലിലായിരുന്നു ഞാൻ. അന്ന് ജീവിതത്തിൽ കാണിച്ച ഒരു സത്യസന്ധത എനിക്ക് നല്ല ഒരു മേലുദ്യോഗസ്ഥയെയും ജോലിയിൽ ഒരു രക്ഷാകർത്താവിനെയും സമ്മാനിച്ചു. പാടുപെട്ട് വാക്കുകളും വ്യാകരണവുമൊക്കെ മനസ്സിലുറപ്പിച്ച് ഞാനവരോട് "മാം ഐ കുഡിന്റ് അണ്ടർസ്റ്റാന്റ് യുവർ ആക്സന്റ് കമ്പ്ലീറ്റ്ലി ആന്റ് മോർ ഓവർ മാം യു ആർ സോ ബ്യൂട്ടിഫുൾ" എന്ന് പറഞ്ഞുപോയി.

വാചകം മുഴുമിപ്പിച്ചതിന്റെ പിന്നാലെ എനിക്കതിലെ അപകടം മനസ്സിലായി. ഞാൻ ധൃതിപ്പെട്ട് ക്ഷമ ചോദിച്ചു. ഒരു പൊട്ടിത്തെറി ഞാൻ പ്രതീക്ഷിച്ചു. ഓഫീസിൽനിന്ന് ഇന്നുതന്നെ പുറത്താക്കപ്പെടാം. ആകെ വെപ്രാളപ്പെട്ട എന്നെ നോക്കി കവിളിലെ നുണക്കുഴി ഒളിപ്പിക്കാതെ ഒന്ന് പുഞ്ചിരിച്ച് മുഖത്തേക്ക് വീണുകൊണ്ടിരുന്ന അനുസരണയില്ലാത്ത മുടിയിഴകളെ ഒരു കൈകൊണ്ട് ഒതുക്കി അന്നാ മാഡം മറുപടി പറഞ്ഞു: ‘‘ഇറ്റ്സ് ഓ കെ സൂരജ്. ഐ കാന്റ് ബീ ലെസ്സ് അട്രാക്റ്റീവ് ടു കാച്ച് യുവർ അറ്റൻഷൻ. മോർ ഓർ ലെസ്സ് വി വിമൻ ഡൂ ഓൾ ദീസ് സ്റ്റഫ് ടു ഗെറ്റ് അട്രാക്റ്റഡ്. സോ ദേർ ഈസ് നോ മാറ്റർ ടു അപ്പോളജൈസ്. ബട്ട് ബീ പ്രൊഫഷണൽ. പിന്നെ സൂരജിനെന്നോട് മലയാളത്തിൽ സംസാരിക്കാം.’’

ഞാനാകെ നാണം കെട്ടു. അന്നാ വർഗീസെന്ന എന്റെ മാഡം ഡൽഹിയിൽ ജനിച്ചുവളർന്ന മലയാളിയാണ്. തിരുവല്ലയിൽ നിന്ന് ഒരു തലമുറ മുൻപ് ഡൽഹിയിലെത്തിയ അന്നാ മാഡത്തിന്റെ മാതാപിതാക്കൾ അവരുടെ രണ്ട് മക്കളെയും വീട്ടിൽ മലയാളം സംസാരിക്കണമെന്ന് നിർബന്ധിച്ചു. എം.എ. ഇംഗ്ലീഷുകാരനായ ഞാൻ മേലുദ്യോഗസ്ഥയ്ക്ക് മലയാളമറിയാമെന്നും മലയാളത്തിൽ സംസാരിച്ചാൽ മതിയെന്നും കേട്ട് ആശ്വസിച്ചു. മാഡവുമായുള്ള അന്നത്തെ മീറ്റിങ്ങ് അവിടെ അവസാനിച്ചു. ഓഫീസുമായി ബന്ധപ്പെട്ട കാര്യങ്ങൾ എനിക്ക് പരിചയപ്പെടുത്താൻ ഒരാളെ ഏർപ്പാടാക്കി ബോർഡ് മീറ്റിങ്ങെന്നോ മറ്റോ പറഞ്ഞ് അവർ മുറിയിൽ നിന്നിറങ്ങി.

കപിൽദേവെന്ന ഓഫീസ് ബോയാണ് എന്നെ ഏറ്റെടുത്തത്. ക്രിക്കറ്റ് കളിക്കാരനാവാൻ ഡൽഹിയിലെത്തി ഇപ്പോൾ ഓഫീസിലെ ഓൾറൗണ്ടറായ കപിൽദേവ് എന്റെ ക്യൂബിക്കിളും ഓഫീസിലെ സംവിധാനങ്ങളും കാണിച്ച് തന്നു. ആ നിലയിലെ ആളുകളെ പരിചയപ്പെടുത്തിത്തന്നു. കൊച്ചിയിലെ പത്രമാപ്പീസുകളിൽ ഇന്റേൺ ആയി മാത്രം ജോലി ചെയ്തിട്ടുള്ള എനിക്ക് ഡസ്ക്ടോപ്പും കറങ്ങുന്ന കസേരയുമുള്ള ക്യൂബിക്കിളും മറ്റൊരിടത്ത് സാധനങ്ങൾ സൂക്ഷിക്കാനുള്ള ലോക്കർ സ്പേസുമൊക്കെ കണ്ടപ്പോൾ വല്ലാത്ത ഭ്രമം തോന്നി. അതിനിടെ മിക്ക ക്യൂബിക്കിളുകളിലും ആൾതാമസമായിക്കഴിഞ്ഞിരുന്നു. കപിൽദേവ് ഇംഗ്ലീഷിലും ഹിന്ദിയിലും; മലയാളവും തമിഴും ഒരേ ഭാഷയാണെന്ന് കരുതി തമിഴിലും സംസാരിച്ചുകൊണ്ടിരുന്നു. ‘‘മാഡം റൊമ്പ സ്ട്രിക്റ്റ്, ബട്ട് യു അന്റ് മാഡം സെയിം പ്ലേസ്. ഇസ് ലിയേ അച്ഛാ ഹോഗാ’’ കപിൽ ദേവ് ഭാഷകൾ വേണ്ടും പോലെ കൂട്ടിക്കുഴച്ചു. ഉത്തർപ്രദേശിലെ ഏതോ ഗ്രാമത്തിൽ സ്കൂൾ ക്രിക്കറ്റിൽ മികവ് കാട്ടിയ റാം നരേശെന്ന ചെറുപ്പക്കാരൻ തന്റെ ഗ്രാമത്തിൽനിന്ന് ക്രിക്കറ്ററായി ഉയരാനാവില്ലെന്ന് തിരിച്ചറിഞ്ഞ് തീവണ്ടി കയറി ദില്ലിയിലെത്തി. ദില്ലിയെന്ന രാജ്യ തലസ്ഥാനത്തെ

കുറിച്ച് പുസ്തകത്തിൽ മാത്രം വായിച്ച റാം നരേശ് കടല് പോലെ പരന്നുകിടക്കുന്ന മഹാനഗരത്തിൽ ക്രിക്കറ്റ് കളിക്കാരനാവാനുള്ള സ്ഥലം തേടി അലഞ്ഞു. ഉന്നത കുലജാതരും സമ്പന്നരും ക്രിക്കറ്റ് കളിക്കുന്ന ഗ്രൗണ്ടുകളിലൊന്നും റാമിന് കയറാൻ പോലുമായില്ല. ഒടുവിൽ തെരുവ് കച്ചവടക്കാരനായി, തെരുവിൽ കിടന്നുറങ്ങി. അവധി ദിവസങ്ങളിൽ തിരക്ക് കുറഞ്ഞ തെരുവുകളിൽ ഗല്ലി ക്രിക്കറ്റ് കളിക്കുന്നവർക്കൊപ്പം കൂടി വിക്കറ്റുകളും റൺസും വാരിക്കൂട്ടി. പേര് ചോദിച്ചവരോട് സങ്കോചമില്ലാതെ കപിൽദേവെന്ന് പേര് പറഞ്ഞു. പിന്നീടവൻ തന്റെ പേരുപേക്ഷിച്ച് കപിൽദേവായി. ഓഫീസിലെ തിരിച്ചറിയൽ കാർഡിലൊക്കെ കപിൽദേവെന്നാണ് പേര്. ജൂനിയർ കറസ്പോണ്ടന്റായി അവിടെ എത്തിയ മിക്കവരും ആദ്യ കാലങ്ങളിൽ താമസിച്ചിട്ടുള്ള ഒരു പേയിങ് ഗസ്റ്റ് സൗകര്യം ഒരുക്കിത്തന്നത് മുതൽ അവിടെ നിന്ന് ഓഫീസിലേക്ക് നടന്നുവരാനുള്ള വഴിയും തൊട്ടടുത്തുള്ള ഹോട്ടലുകളും വരെ പരിചയപ്പെടുത്തിത്തന്നാണ് കപിൽദേവ് അന്ന് പിരിഞ്ഞത്. പോവാൻ നേരത്ത് ഞാനവന് ഒരു നൂറ് രൂപ കൊടുത്തു. അത് വാങ്ങിയ അവനെന്നെ ''ഹർ മന്ത് സാലറി പേ അപുൻ കോ ഹഫ്താ ദേനാ പടേഗാ'' എന്ന് ഓർമ്മിപ്പിച്ചു.

ഓഫീസിന്റെ ബഹുനില കെട്ടിടം കാണാവുന്ന അകലത്തിൽ ഒരു വീടിന്റെ രണ്ടാം നിലയിലായിരുന്നു താമസം. ഒറ്റമുറി, അത്യാവശ്യം ഫർണിച്ചറൊക്കെയുണ്ട്. അത്തരം നാല് മുറികളുണ്ട് ആ വീടിന്റെ ഒന്നാം നിലയിൽ. ശുചിമുറി താഴെയാണ്. ഓരോ മുറിക്കും പ്രത്യേകം കക്കൂസും കുളിമുറിയുമാണ്. മുറി പൂട്ടിയില്ലെങ്കിലും സാരമില്ല കക്കൂസ് പൂട്ടണം. അല്ലെങ്കിൽ ആരെങ്കിലും കാര്യം സാധിച്ചിട്ട് ഫ്ളഷ് ചെയ്യാതെ പോയിക്കളയും.

പുതുതായി ജോലിയിൽ കയറിയവർക്കുള്ള ബ്രീഫിങ്ങും പരിശീലനവുമൊക്കെ മുറയ്ക്ക് നടന്നു. ആദ്യമാസത്തെ ശമ്പളവും കിട്ടി. വേണ്ടെന്ന് രാധിക തീർത്ത് പറഞ്ഞിട്ടും അവളുടെ കടം കുറച്ച് വീട്ടി. ഒരു ആണിന് ഏറ്റവും സന്തോഷം തോന്നുക സാമ്പത്തികമായ സുസ്ഥിരതയുണ്ടാവുമ്പോഴാണെന്ന് എനിക്ക് തോന്നി, പിൽക്കാലത്ത് ചില സ്ത്രീസുഹൃത്തുക്കൾ അവരുടെ കാര്യത്തിലും വ്യത്യാസമില്ല എന്ന് തിരുത്തിയിട്ടുണ്ട്. ഫ്ളാറ്റിന്റെ വാടക അക്കൗണ്ടിലിട്ട കാര്യം പറയാൻ വീട്ടുടമസ്ഥനെ വിളിച്ചപ്പോൾ ഡൽഹിയിൽ ജോലിയായ സ്ഥിതിക്ക് ഫ്ളാറ്റ് ഒഴിയുന്നുണ്ടോ എന്ന് ചോദിക്കുന്നുണ്ടായിരുന്നു. നാട്ടിൽ വരുമ്പോൾ കയറിക്കിടക്കാൻ വേറെ ഇടമില്ല എന്ന് പറഞ്ഞ് ഞാനാ വിഷയം അവസാനിപ്പിച്ചു.

ഇലന്തിക്കരയിലെ വീട്ടിൽ ധാരാളം പേർ താമസിക്കുന്നുണ്ടെന്നും ഹിന്ദിക്കാരായ അപരിചിതർ താമസിക്കുന്നതിൽ ചുറ്റുമുള്ള ആളുകൾക്കൊക്കെ വലിയ ആശങ്കയുണ്ടെന്നും മെമ്പർ വിളിച്ച് പറഞ്ഞു,

അന്യസംസ്ഥാന തൊഴിലാളികൾ പ്രതികളായ കേസുകൾ വർദ്ധിച്ച് വരികയാണത്രെ. ലോകത്തെല്ലായിടത്തും മലയാളി അന്യനാട്ടിൽ കഴിയുന്നുണ്ട്. അവിടങ്ങളിലൊക്കെ കുറ്റകൃത്യങ്ങളിലും ഏർപ്പെടുന്നുണ്ട്. കേരളത്തിലെ പല സ്ഥലത്തും പത്ത് ശതമാനത്തിലധികം അന്യസംസ്ഥാനക്കാരാണ്. അപ്പോൾ കുറ്റകൃത്യങ്ങളും കൂടും. അങ്ങനെയൊക്കെ ന്യായീകരിച്ച് മെമ്പറെയും വിളിച്ച അയൽവാസികളെയും തണുപ്പിച്ച ഞാൻ തുടർന്ന് വാടകയ്ക്ക് തരണമെങ്കിൽ ഒന്നുകിൽ ആളുകളെ കുറയ്ക്കണം അല്ലെങ്കിൽ അയ്യായിരം കൂടെ വാടക അധികം തരണമെന്ന് വിലപേശി. അതോടെ വീടിന്റെ വാടക പതിനയ്യായിരമായി. ഇലന്തിക്കരയിലെ വീടിന്റെ വാടക എന്റെ അക്കൗണ്ടിലേക്ക് ഇടുന്നതിന് പകരം ആലുവയിലെ ഫ്ളാറ്റിന്റെ ഉടമസ്ഥന് കൊടുക്കാൻ ചട്ടം കെട്ടി. ഏതുദേശക്കാരിയാണെന്നറിയാത്ത ഒരു സ്ത്രീയുടെ വാടകക്കെട്ടിടത്തിന്റെ ഒന്നാം നിലയിലെ ഒറ്റമുറിയിലിരുന്ന് ഞാൻ അന്യദേശക്കാരെക്കുറിച്ച് മലയാളികൾക്ക് കൂടിവരുന്ന ആശങ്കകളെക്കുറിച്ചോർത്തു.

കപിൽദേവിനൊപ്പം ഡൽഹി പ്രാന്തങ്ങളിലെ വൈകുന്നേരത്തെ കറക്കവും തെരുവുകളിൽനിന്ന് തെരുവുകളിലേക്ക് നീളുന്ന രുചി തേടിയുള്ള അലച്ചിലുകളുമൊക്കെയായി ഡൽഹിയിലെ ആദ്യമാസങ്ങൾ അലസമായൊഴുകി. കേരളത്തിലേതുപോലെ വാർത്തകൾക്ക് പിന്നാലെ അലയുന്ന കറസ്പോണ്ടന്റ് ജോലിയായിരുന്നില്ല ഇന്ത്യാ എവെരി ഡേയിൽ. അന്നാ മാഡം വിളിച്ച് ചില ജോലികൾ ഏൽപ്പിക്കും. മാഡം തന്നെ തരുന്ന റഫറൻസ് ഗ്രന്ഥങ്ങളോ വെബ്സൈറ്റുകളോ നോക്കിയും ഏൽപ്പിക്കുന്ന പട്ടികയിലെ ആളുകളെ ഫോണിൽ വിളിച്ച് വിവരങ്ങളെടുത്തും ലേഖനമെഴുതി മാഡത്തെ ഏൽപ്പിക്കും. അവരെ കാണുമ്പോഴുള്ള മനസ്സിന്റെ ചാഞ്ചല്യത്തിന് മാത്രം ഒരു മാറ്റവുമില്ല. അവരുടെ പാറിക്കളിക്കുന്ന മുടിയും ശരീരവടിവും എന്നെ കേവലമൊരു പുരുഷൻ മാത്രമായി അടയാളപ്പെടുത്തും. അവർ പറയുന്ന മുഴുവൻ കാര്യങ്ങളും ഇതിനിടെ എനിക്ക് ശ്രദ്ധിക്കാനാവില്ല. വോയ്സ് റെക്കോർഡറുമായി മാഡത്തെ പോയിക്കണ്ട് ഞാനവ കേട്ട് കുറിച്ചെടുക്കും. അവരുടെ മധുരസ്വരം പോലും എന്നെ കുഴക്കുന്നതായി മനസ്സിലാക്കുമ്പോൾ ഞാൻ എന്നെപ്പോലുള്ളവർ അനുഭവിക്കുന്ന ലൈംഗികദാരിദ്ര്യത്തെ പഴിക്കും.

ലേഖനങ്ങൾ എഴുതിക്കഴിഞ്ഞാൽ തെറ്റ് തിരുത്താനും ഭാഷയ്ക്ക് മോടികൂട്ടാനുമായി ഞാൻ പലയാവർത്തി വായിച്ച് തിരുത്തും. അവ ടൈപ്പ് ചെയ്യുമ്പോഴാണ് ധാരാളം അക്ഷരത്തെറ്റുകളും വ്യാകരണ പിശകുകളും കമ്പ്യൂട്ടറിന് തിരുത്താൻ ഞാൻ ബാക്കിവെച്ചിട്ടുണ്ട് എന്ന കാര്യം മനസ്സിലാവുക. ഒരാഴ്ചത്തെ വായനയും അഭിമുഖങ്ങളും ഗവേഷണവും പരിണമിക്കുക എട്ടോ പത്തോ പേജുകളിൽ

ഒതുങ്ങുന്ന ഒരു ലേഖനത്തിലാണ്. ഞാനതിന്റെ പ്രിന്റ് ഔട്ടും സോഫ്റ്റ് കോപ്പിയും മാഡത്തിനെ ഏല്പിക്കും. മാഡം എതാനും മണിക്കൂറുകൾക്കകം തിരുത്തലുകൾ വരുത്തി എനിക്ക് മെയിൽ ചെയ്യും. ഇനിയൊന്നും ശരിയാക്കാനില്ല എന്നുറപ്പിച്ച് മാഡത്തിനയച്ച ലേഖനം അവരുടെ കുറച്ച് സമയത്തെ എഡിറ്റിങ്ങിന് ശേഷം മനോഹരമായ ഒരു ആർട്ടിക്കിളായി മാറുന്നത് എന്നെ അവരുടെ ഭാഷയുടെയും ആരാധകനാക്കി. വലിയ ശമ്പളത്തിന് ഞാനും അതിലും വലിയ ശമ്പളത്തിന് അന്നാ മാഡവും കുത്തിയിരുന്നെഴുതുന്ന ലേഖനം ഇന്ത്യാ എവെരി ഡേയിൽ അച്ചടിച്ച് വരുമെന്നാണ് ഞാൻ കരുതിയത്. ഒരാഴ്ച കഴിഞ്ഞപ്പോൾ അമേരിക്കയിൽനിന്ന് പ്രസിദ്ധീകരിച്ച ഒരു മാസികയുടെ പുറംകവറിൽ ലേഖനത്തിന്റെ തലക്കെട്ട് കണ്ടപ്പോൾ ഞാൻ ആകാംക്ഷയോടെ ഉൾപേജുകൾ തിരഞ്ഞു. ലേഖനം ചിത്രങ്ങളടക്കം നല്ല പ്രാധാന്യത്തോടെ അച്ചടിച്ച് വന്നിട്ടുണ്ട്. പക്ഷേ എന്റേയോ അന്നാ മാഡത്തിന്റേയോ പേരിലല്ല. മാസിക എനിക്ക് തരാൻ കൊടുത്തുവിട്ടത് അന്നാ മാഡമാണെന്നിരിക്കെ അവരത് കണ്ടിരിക്കുമെന്ന് ഉറപ്പുണ്ടായിട്ടും ഞാൻ മാസികയുമെടുത്ത് അവരുടെ മുറിയിലേക്ക് കുതിച്ചു.

വളരെ സൗമ്യമായ ചിരിയോടെ മാഡം പറഞ്ഞു: ''ദാറ്റ്സ് ഫോർ വാട്ട് വി ആർ പെയ്ഡ്!''

എനിക്ക് ഉൾക്കൊള്ളാനായില്ല. അഫ്ഗാനിസ്ഥാനിൽ ഒരു അണക്കെട്ട് നിർമ്മിക്കുന്നതിൽ ഇന്ത്യ പണം മുടക്കുന്നതിനെ ന്യായീകരിച്ച് ഇന്ത്യയുടെ അഫ്ഗാൻ അംബാസിഡറുടെ പേരിലാണ് ലേഖനം. ലേഖനത്തിന്റെ ആവശ്യത്തിനായി ഞാൻ ഫോൺ വിളിച്ചവരിൽപോലും അങ്ങനെയൊരാൾ ഇല്ലായിരുന്നു. തന്റെ പേരിലൊരു ലേഖനം വരാൻ അഫ്ഗാനിസ്ഥാനിലെ ഇന്ത്യൻ അംബാസിഡർ ഇന്ത്യാ എവെരി ഡേയ്ക്ക് പണം നൽകുമോ? അതും എനിക്ക് ഊഹിക്കാനാവാത്ത ഒരു വലിയ തുക. എന്റെ സംശയം മറ്റെന്തോ ജോലിയിൽ വ്യാപൃതയായിരുന്ന മാഡത്തിനോടുതന്നെ ഞാൻ ചോദിച്ചു.

''സൂരജ്, നമ്മുടേത് ഒരു പത്രമെന്നതിലുപരി ഒരു വാർത്താ ഏജൻസിയാണ്. നമ്മൾ വാർത്തകൾ വിൽക്കുകയാണ് ചെയ്യുന്നത്. വാർത്തകൾ എഴുതുന്നയാളിന്റേയോ വായിക്കുന്നയാളിന്റേയോ മാത്രം കോണിൽനിന്ന് ചിന്തിക്കുന്നതിനാലാണ് സൂരജിന് കാര്യങ്ങളിൽ ഇത്ര അത്ഭുതം. എല്ലാ വാർത്തകൾക്കും ഒരു ഗുണഭോക്താവുണ്ടാവും. വി ആർ ഓൺ ദേർ സൈഡ്, വി ആർ ദേർ പാർട്ട്.''

''അഫ്ഗാനിലെ അണക്കെട്ടിൽ ആര്?'' എനിക്ക് സങ്കടം വന്നു. അത്രയും നല്ലൊരു ലേഖനം ന്യൂയോർക്കിൽ നിന്നുള്ള ഒരു മാസികയിൽ അച്ചടിച്ച് വന്നിട്ട് അതിന്റെ കൂടെ പേരില്ലാത്തതിന്റെ സങ്കടം എനിക്ക് മാറിയിരുന്നില്ല.

''സൂരജ്, ഞാൻ കരുതിയത് വരികൾക്കിടയിൽ നിന്ന് നീയത് മനസ്സിലാക്കിക്കാണുമെന്നാണ്. അഫ്ഗാനിസ്ഥാൻ ഇന്ത്യയുടെ ഒരു സ്യൂഡോ നൈബർ കൺട്രിയാണ്. പാക് അധീന കാശ്മീരിലെ ഒരു ചെറിയ വാലാണ് അഫ്ഗാനുമായുള്ള നമ്മുടെ അയൽപ്പക്ക ബന്ധം. ആ രാജ്യത്ത് ഇന്ത്യയ്ക്ക് വലിയ താത്പര്യമൊന്നും ഉണ്ടാവേണ്ട കാര്യമില്ല. പക്ഷേ, അഫ്ഗാൻ സർക്കാരുമായി ഇന്ത്യ ഒപ്പുവെച്ച ഉടമ്പടിയനുസരിച്ച് അവിടെ മൂന്ന് വലിയ ഹൈഡ്രോ ഇലക്ട്രിക് പ്രൊജക്റ്റുകളും ഒരു തുറമുഖവും പണിയേണ്ടതുണ്ട്. ഒരു അണക്കെട്ട് നിർമ്മാണം കഴിഞ്ഞു, മറ്റ് പ്രൊജക്റ്റുകൾക്ക് ഇതുവരെ ഫണ്ടായിട്ടില്ല. മുംബൈയിലെ ആനന്ദ് നിഗം എന്ന കമ്പനിക്കാണ് മൂന്ന് അണക്കെട്ടിന്റെയും കരാറ്. ഒറ്റ അണക്കെട്ട് മാത്രം പൂർത്തിയാക്കി പിൻമാറിയാൽ കമ്പനിക്ക് നഷ്ടമാവും. സത്യത്തിൽ അവരുടെ ലാഭം മുഴുവൻ രണ്ടാമത്തെയും മൂന്നാമത്തെയും വർക്കിലാണ്. അഫ്ഗാനിലേക്ക് വലിയ യന്ത്രങ്ങൾ കൊണ്ടുപോയതും അവിടത്തെ മിലിറ്റന്റ് ഗ്രൂപ്പുകൾക്ക് പണം നൽകിയതുമൊക്കെയായി കമ്പനിയുടെ ആദ്യത്തെ പ്രൊജക്റ്റ് ബ്രേക്ക് ഈവൻ അല്ല. അഫ്ഗാനിലെത്തിച്ച മെഷിനറി പരമാവധി ഉപയോഗിച്ച് സ്ക്രാപ്പാക്കി അവിടെ ത്തന്നെ വിൽക്കും. സോ ദേ പേ അസ്!''

''ഹൗ മച്ച്?'' അറിയാതെ ചോദിച്ചു പോയി.

''ഹൗ ലൊങ്ങ് ആർ യു ഹിയർ?''

''ടു മന്ത്സ്.''

''ഡിഡ് യു സീ എനി അതർ കണ്ടന്റ് ഓഫ് യുവേർസ് പ്രിന്റഡ് എനിവേർ ഇൻ ദി പാസ്റ്റ് ടു മന്ത്സ്?''

''നോ മാം, ഇറ്റ്സ് മൈ ഫസ്റ്റ് അസൈന്മെന്റ്.''

''ദെൻ യു കാൽക്കുലേറ്റ് ദി എക്സ്പെൻസ്. യുവേർസ് ഫുൾ ഫൊർ അറ്റ്ലീസ്റ്റ് വൺ മന്ത്, മൈൻ ഇൻ പാർട്ട്, ദെൻ ദി എന്റയർ ഇന്ത്യാ എവെരി ഡേ ഇൻ ഫ്രാക്ഷൻ. ഇറ്റ് വിൽ ബി ഫ്യൂ ലാക്സ്, അല്ലേ. അപ്പോൾ നമ്മൾ അതിന് അതിന്റേതായ വിലയിട്ടിട്ടുണ്ടാവും. അതെത്രയാണെന്നാലോചിച്ച് തല പുണ്ണാക്കണ്ട. വി ചാർജ് ദെം ഇൻ മില്യൺസ്.''

മാഡം എന്തൊക്കെയോ അടുക്കിക്കൂട്ടി ക്യാബിനിൽ നിന്നിറങ്ങാനുള്ള തിരക്കിലായിരുന്നു.

''പിന്നെ ആ ഇന്ത്യൻ അംബാസിഡർ, അയാൾക്ക് വീണ് കിട്ടിയ പ്രശസ്തിയാണാ ലേഖനം. എപ്പോഴെങ്കിലും നേരിൽ കാണുമ്പോൾ നീ പങ്ക് ചോദിച്ചോ.''

ഡച്ച് കറേജ്

ശീലങ്ങൾ പലതും മാറി. പണ്ട് തുടങ്ങിവെച്ചതും എന്നാൽ വീട്ടുകാരോടും നാട്ടുകാരോടുമുള്ള പേടി കാരണമോ തുച്ഛമായ വരുമാനത്തിന് താങ്ങാനാവാത്തതിനാലോ അടങ്ങിനിന്നിരുന്ന പുകവലിയും കള്ളുകുടിയും നിത്യജീവിതത്തിന്റെ ഭാഗമായി. ഗോസ്റ്റ് റൈറ്റിങ്ങിൽ ആദ്യകാലത്ത് ഉണ്ടായിരുന്ന മനഃസ്ഥാപമൊക്കെ പിന്നീടില്ലാതായി. ഒറ്റമുറിയുടെ കുടുസ്സിൽനിന്ന് ഒരു വീടിന്റെ ഒന്നാംനിലയുടെ മുഴുവൻ വിശാലതയിലേക്ക് താമസം മാറി. കപിൽദേവ് ചില വൈകുന്നേരങ്ങളിൽ വന്ന് വീട് വൃത്തിയാക്കി മദ്യക്കുപ്പികൾ പെറുക്കിക്കൊണ്ടുപോയി. ശമ്പളം കിട്ടിയാൽ ഞാൻ കൊടുക്കുന്ന അഞ്ഞൂറ് രൂപയ്ക്ക് വേണ്ടിയായിരുന്നില്ല കപിൽദേവിന്റെ ഒട്ടിക്കൂടൽ. വൈകീട്ട് കഴിക്കുമ്പോൾ ക്ഷണിച്ചാലും വല്ലപ്പോഴും മാത്രമേ അയാൾ രണ്ട് പെഗ് വാങ്ങിക്കഴിക്കൂ. അവൻ വളരെ സ്നേഹമുള്ളവനായിരുന്നു. അവൻ എനിക്കുവേണ്ടി മദ്യവും പാർസൽ ഭക്ഷണവും വാങ്ങി വരും. അലക്കാനുള്ള വസ്ത്രങ്ങൾ അലക്കുകാരനെ ഏൽപ്പിക്കും, അലക്കി ഇസ്തിരിയിട്ട് അവ തിരിച്ചു കിട്ടിയാൽ അലമാരകളിൽ അടുക്കിവെക്കും. ഒരാൾക്കെങ്ങനെ ഇത്രയ്ക്ക് വിശ്വസ്തനാവാൻ പറ്റുന്നതെന്ന് എനിക്കത്ഭുതം തോന്നിയിട്ടുണ്ട്.

വീട്ടുടമസ്ഥൻ സ്ഥിരതാമസമില്ലാത്ത വീടിന്റെ രണ്ടാം നിലയായിരുന്നു അത്. വാടകയ്ക്ക് കൊടുത്ത വീട്ടിൽ ആരൊക്കെ വരുന്നു പോകുന്നു എന്ന് നോക്കി തടസ്സങ്ങൾ പറയാൻ ഒരാളില്ലാത്തതിനാലാവും ഓഫീസിലെ മിക്ക പാർട്ടികളുടെയും വേദിയായി ആ വീട്. ഞാനാഗ്രഹിച്ച സാമൂഹികപ്രതിബദ്ധതയൊന്നും കാണിക്കാനായില്ലെങ്കിലും പത്രപ്രവർത്തനമെന്ന തൊഴിലുകൊണ്ട് കിട്ടേണ്ട എല്ലാ സൗഭാഗ്യങ്ങളും ആ നഗരവും ആ പത്രസ്ഥാപനവും എനിക്ക് നൽകി. പുതിയ പലരും ജീവിതത്തിലേക്ക് കടന്നുവരികയും പഴയ പലരും വിസ്മൃതിയിലാവുകയും ചെയ്തു.

ഡൽഹിയിലെത്തി ആദ്യത്തെ ഏതാനും മാസങ്ങൾ കഴിഞ്ഞപ്പോൾതന്നെ രാധികയുമായുള്ള ബന്ധത്തിൽ വിള്ളലുകൾ വീണുതുടങ്ങി. അവൾക്ക് ഞാൻ കൊടുക്കാനുണ്ടായിരുന്ന ഇരുപത്തിഏഴായിരം രൂപ കൊടുത്ത് തീർത്തതിന്റെ അന്ന് സാലറി കിട്ടിയാലുണ്ടാകാറുള്ള അടിച്ചോഫാകൽ പാർട്ടിക്ക് ശേഷം പിറ്റേന്ന് ഞാനെഴുന്നേൽക്കുന്നത് രാധികയുടെ ആവർത്തിച്ചുള്ള ഫോൺവിളി കേട്ടുകൊണ്ടാണ്. ഫോണെടുത്തപ്പോൾ ആദ്യത്തെ പരാതി തലേന്ന് രാത്രി ഫോൺ വിളിച്ചിട്ട് എടുക്കാത്തതിനെ ചൊല്ലിയായിരുന്നു. എനിക്ക് ദേഷ്യം വന്നു. സാലറി കിട്ടിയ ദിവസമല്ലേ കുറച്ച് ഫ്രന്റ്സ് ഉണ്ടായിരുന്നു എന്ന് ഞാൻ മറുപടി പറഞ്ഞു. നിനക്ക് തരാനുള്ളത് ഇന്നലെ അയച്ചല്ലോ, അപ്പോൾ നിനക്കൂഹിക്കാം എനിക്കിന്നലെ ശമ്പളം കിട്ടിക്കാണും, അപ്പോൾ ഞാൻ രണ്ടെണ്ണം അടിക്കും എന്നും ഞാൻ പറഞ്ഞോ എന്ന് സംശയം. നീ ഞാനുമായുള്ള പണത്തിന്റെ കടം മാത്രമേ വീട്ടിയിട്ടുള്ളൂ എന്ന മറുപടി ഞാൻ പ്രതീക്ഷിച്ചിരുന്നില്ല. വേറെ എന്ത് കടമാണ് ബാക്കിയുള്ളതെന്ന് ഞാൻ കയർത്തു കാണും. എന്റെ മാറ്റം മനസ്സിലാവുന്നുണ്ട് താനതൊക്കെ പ്രതീക്ഷിച്ചിരുന്നെന്ന് ആക്രോശിച്ച് ഫോൺ കട്ട് ചെയ്ത രാധിക ഫേസ്ബുക്കിലും വാട്സാപ്പിലുമൊക്കെ എനിക്ക് ഭ്രഷ്ട് കൽപ്പിച്ചു. മദ്യത്തിന്റെ ഹാങ്ങോവർ മാറിയപ്പോൾ ഞാനവളെ ഫോൺ വിളിച്ചു നോക്കി. മെസ്സേജുകളൊന്നും വായിച്ചതായി അടയാളപ്പെടുത്താതെ കണ്ടപ്പോൾ ഇതൊക്കെ ഞാൻ കുറേ കണ്ടതാണെന്ന ഭാവത്തിൽ, കുറച്ച് ദിവസം കഴിയുമ്പോൾ രാധികതന്നെ എന്നെ വിളിക്കുമെന്ന ഉറപ്പിൽ ഞാൻ രാധികയല്ലാത്ത മുൻഗണനകളിൽ വ്യാപൃതനായി.

ആയിടെ ഇടയ്ക്ക് വീണുകിട്ടുന്നത് പോലുള്ള ഒരു ഹൈ എന്റ് പാർട്ടി തടഞ്ഞു. അന്നാ മാഡത്തിനൊപ്പം പാർട്ടിക്ക് പോയ ഞാൻ അന്ന് പതിവിലധികം കുടിച്ചിരുന്നു. എന്തൊക്കെയാണ് നടന്നത്, ആരെയൊക്കെയാണ് പരിചയപ്പെട്ടത് എന്നൊന്നും ഓർമ്മയില്ല. ബോധം വന്നപ്പോൾ ഞാൻ അന്നാ മാഡത്തിന്റെ ഫ്ളാറ്റിലെ ലിവിങ് റൂമിലാണ്. ഉറക്കമുണർന്നത് മാഡത്തിന്റെ ഫ്ളാറ്റിലാണെന്ന് ബോധ്യപ്പെട്ടപ്പോൾതന്നെ എന്റെ കെട്ടിറങ്ങി. ആലോചിച്ചപ്പോൾ പത്രമാപ്പീസിലെ കാറിൽ മാഡത്തിനൊപ്പം പാർട്ടിക്ക് പോയതും പാർട്ടി കഴിഞ്ഞ് ഞാൻ മാഡത്തിനൊപ്പം കാറിൽ കയറിയത് വരെയും ഓർമ്മയുണ്ട്. പിന്നെയൊന്നും ഓർമ്മയില്ല.

ഒരു കോഫീ മഗ്ഗുമായി മാഡം ബാൽക്കണിയിലുണ്ടായിരുന്നു. എനിക്കാകെ വല്ലായ്കയായി, ലക്കുകെട്ട് മദ്യപിച്ചുറങ്ങി എഴുന്നേറ്റതിന്റെ പാടുകൾ മുഖത്ത് നിന്ന് കഴുകിക്കളഞ്ഞ്, മുടി കൈകൊണ്ടൊതുക്കി ഞാനവരുടെ അടുത്തേക്ക് പോയി. ഒരു പരിഹാസച്ചിരി

അവരുടെ മുഖത്ത് വിരിഞ്ഞു. എന്തായിരിക്കും ഇന്നലെ സംഭവിച്ചത്.

“ഡിഡ് യു റിമംബർ ഹൗ യു എൻഡഡ് അപ് ഹിയർ ലാസ്റ്റ് നൈറ്റ്?”

അന്നാ മാഡത്തിന്റെ ചോദ്യത്തിന് ഇല്ലാ എന്ന അർത്ഥത്തിൽ ഞാൻ തലയാട്ടി.

“യു വേർ ഓവർ ഡോസ് യെസ്റ്റർഡേ, സോ ഓവർ ദാറ്റ് യു ഫ്ളർട്ടഡ് വിത്ത് മി.”

എനിക്ക് തല കറങ്ങുന്നതുപോലെ തോന്നി. അന്നാ മാഡത്തിനോട് അടക്കിനിർത്താനാവാത്ത ഒരഭിനിവേശമുള്ളത് ശരിയാണ്. മദ്യലഹരിയിൽ ഞാൻ സ്വയം മറന്നിട്ടുണ്ടാവും. എന്താണ് സംഭവിച്ചതെന്ന് മാഡത്തിനോട് ചോദിക്കാനുള്ള ധൈര്യം എനിക്കില്ലായിരുന്നു. മാഡത്തിനോട് ക്ഷമ ചോദിച്ച് ഞാൻ ഫ്ളാറ്റിൽ നിന്നിറങ്ങി ഒരു ടാക്സി വിളിച്ച് വീട്ടിലെത്തി. വളരെ ലാഘവത്തോടെയാണ് മാഡം കാര്യങ്ങളെ സമീപിച്ചിരിക്കുന്നതെന്ന് തോന്നിയതിനാൽ ജോലിയിൽ പ്രശ്നങ്ങളൊന്നുമുണ്ടാവുമെന്ന് ഞാൻ ഭയന്നില്ല.

ആ മാസം അങ്ങനെ പോയി. അത്യാവശ്യ കാര്യങ്ങൾ സംസാരിക്കാൻ മാത്രം ഞാൻ അന്നാ മാഡത്തിന്റെ ക്യാബിനിൽ കയറി. ഞാനെന്റെ കണ്ണുകളെ നിയന്ത്രിച്ചു, മനസ്സ് കയ്യിലൊതുങ്ങിയില്ല. മാഡത്തിന്റെ വസ്ത്രധാരണവും അവർ മാറിമാറി പൂശുന്ന സുഗന്ധ ദ്രവ്യങ്ങളുമൊക്കെ അപ്പോഴും എന്റെ ശ്രദ്ധ പിടിച്ചുപറ്റുന്നെന്നത് ഞാനെന്ന വ്യക്തിക്ക് മനസ്സിനെ നിയന്ത്രിക്കാനുള്ള കഴിവില്ലെന്നതിന്റെ സാക്ഷ്യങ്ങളായി. അവരും എന്നോട് നടന്നതിനെക്കുറിച്ച് വിശദീകരണം ചോദിച്ചില്ല. എല്ലാ കള്ളുകുടിയന്മാർക്കും സംഭവിക്കുന്നതുപോലെ ഇനി ലക്കുകെട്ട് കഴിക്കില്ല എന്നൊരു തീരുമാനമെടുക്കുകയും ഒരു മാസം ആ തീരുമാനം നടപ്പാക്കുകയും ചെയ്തു. ആ മാസം എന്റെ വീട്ടിൽ ഒരു പാർട്ടിയും നടന്നില്ല, ഞാൻ ഒരു തുള്ളി കഴിച്ചില്ല.

എന്റെ സംഘർഷങ്ങൾ കണ്ടാവാം ഒരു ആഴ്ചാവസാനം പുറത്തുനിന്ന് ഭക്ഷണം കഴിക്കാൻ മാഡം എന്നെ ക്ഷണിച്ചു. ഏതോ വലിയ ഭക്ഷണശാലയിലെ മങ്ങിയ വെളിച്ചത്തിലിരുന്ന് എനിക്ക് പേരറിയാത്ത എന്തോ വിഭവം കഴിക്കുന്നതിനിടെ മാഡം പണ്ട് പാർട്ടി കഴിഞ്ഞ് വരുന്ന വഴിയിൽ സംഭവിച്ച കാര്യങ്ങൾ എന്നോട് വിവരിച്ചു.

പാർട്ടി കഴിഞ്ഞ് മാഡത്തിനോടൊപ്പം കാറിൽ പുറപ്പെട്ട ഞാൻ “മാഡമെന്താണ് കല്യാണം കഴിക്കാത്തത്?” എന്ന് ചോദിച്ചു.

എന്തിനാണ് വിവാഹം കഴിക്കുന്നതെന്ന് മാഡത്തിന്റെ മറുചോദ്യം.

''അതിപ്പോൾ എന്തിനാണെന്ന് മാഡത്തിനറിയില്ലേ?'' എന്നായി ഞാൻ.

''പീപ്പിൾ മാരീ ഫോർ വേരിയസ് റീസൺസ്, ഫോർ ബീയിങ്ങ് കംഫർട്ടബിൾ ഇൻ ദി സോഷ്യൽ സ്പേസ്, ഫോർ ഗെറ്റിങ്ങ് എ ലൈഫ് പാർട്ട്നർ, ഫോർ ഗെറ്റിങ്ങ് ദി സപ്പോർട്ട് ഓഫ് ഫാമിലി ഇൻസ്റ്റിറ്റ്യൂഷൻ ആന്റ് മോസ്റ്റ് ഇമ്പോർട്ടന്റ്ലി ടു ലീഗലൈസ് സെക്ഷ്വൽ ഡിസൈർസ്'' എന്നായിരുന്നു മാഡത്തിന്റെ മറുപടി.

അത്രയും കേട്ടപ്പോൾ പിന്നീടെന്താണ് സംഭവിച്ചതെന്ന് എനിക്കോർമ്മ വന്നു.

''അപ്പോൾ അത്തരം ആവശ്യങ്ങളൊന്നും ഇല്ലാത്തതിനാലാവും മാഡം സിംഗിളായി തുടരുന്നതല്ലേ'' എന്നാണ് ഞാൻ ചോദിച്ചതെന്നാണ് ഞാൻ കരുതിയത്. പക്ഷേ ഞാൻ ചോദിച്ചത് ''ഇഫ് യു ഡോണ്ട് വാണ്ട് ടു ലീഗലൈസ് യുവർ സെക്ഷ്വൽ ഡിസൈർസ്, വിത് ഹൂം യു ആർ ഹാവിങ്ങ് ദാറ്റ്'' എന്നായിരുന്നത്രെ.

കള്ളിൻപുറത്തുള്ള എന്റെ ഡച്ച് കറേജ് എനിക്ക് അവിടിവിടായി ഓർമ്മ വരുന്നുണ്ട്.

''വിത് പീപ്പിൾ ഹൂം ഐ ഡിസൈർ'' എന്ന മാഡത്തിന്റെ മറുപടിക്ക് ''അതെന്താ മാഡം എന്നെ ഇതിനൊന്നും പരിഗണിക്കാത്തത്'' എന്ന് ചോദിച്ച് ഞാൻ മാഡത്തിന്റെ പിന്നാലെ ഫ്ളാറ്റിലേക്ക് ചെന്നു.

എനിക്കാലോചിച്ചിട്ട് തൊലിയുരിയുന്നതുപോലെ തോന്നി. മറ്റാരെങ്കിലുമായിരുന്നെങ്കിൽ എന്റെ ജോലിയടക്കം തെറിച്ചേനെ. എന്നെ വീട്ടിൽ കൊണ്ടുപോയി വിടാൻ ഡ്രൈവർക്ക് സ്ഥലമറിയില്ല. കപിൽ ദേവ് നാട്ടിൽ പോയിരിക്കുകയാണ്. ഓഫീസിലെ മറ്റാരെയെങ്കിലും വിളിച്ച് ഏൽപ്പിക്കുന്നത് ആത്മഹത്യാപരവും. ഒടുവിൽ മാഡമെന്നെ ഫ്ളാറ്റിലെ സോഫയിൽ കൊണ്ടുപോയിക്കിടത്തി. ഓ, അവരെന്നെ താങ്ങിപ്പിടിച്ച് ഫ്ളാറ്റിനകത്തേക്ക് കൊണ്ടുപോകുമ്പോൾ ഞാനെന്തായിരിക്കും അർദ്ധബോധത്തിൽ കരുതിയിരിക്കുക.

''ഏറ്റവും തമാശയെന്താണെന്നുവെച്ചാൽ കാലുറയ്ക്കാത്ത നിന്നെ ഞാനും ഡ്രൈവറും ചേർന്ന് താങ്ങി ഫ്ളാറ്റിലേക്ക് കൊണ്ടുപോകുമ്പോഴൊക്കെ നീ വളരെ ഹാപ്പിയായിരുന്നെന്നതാണ്. എന്തോ നടക്കാൻ പോകുന്നെന്ന് ആലോചിച്ചുകാണും മണ്ടൻ. നീ ഒരു വഷളനെപ്പോലെ ചിരിക്കുന്നുണ്ടായിരുന്നു. പക്ഷേ ഹാളിലെ സോഫ കണ്ടതും അവിടെ വീണുറങ്ങി.'' മാഡം പൊട്ടിച്ചിരിച്ചപ്പോൾ ഞാൻ ഉരുകി ഇല്ലാതായി.

മാഡത്തിനെ ഫ്ളാറ്റിൽ വിടാൻ കാറിൽ പോകുമ്പോൾ ഞാനാകെ മ്ലാനനായിരുന്നു. മാഡത്തിനോട് ക്ഷമ പറഞ്ഞാൽ മാത്രം മതിയാകില്ല. എനിക്കവരുടെ വ്യക്തിത്വത്തോടും സൗന്ദര്യത്തോടും ആരാധനയും മോഹവും തോന്നിയിരുന്നെന്നും മദ്യപിച്ച് ബോധം പോയപ്പോൾ ഉള്ളിലെ ഭ്രമങ്ങൾ കെട്ടുപൊട്ടിച്ചതാണെന്ന് പകുതി വിശദീകരണമായും പകുതി ക്ഷമാപണമായും പറഞ്ഞൊപ്പിച്ചു.

"ഇറ്റ്സ് ഓകെ. ഐ വിൽ ഇൻഫോം യു വെൻ ഐ ആം ഓൾ സോ ഇൻ ദാറ്റ് മൂഡ്. ടിൽ ദെൻ ഡോണ്ട് കീപ്പ് ദാറ്റ് ഇൻ യുവർ മൈന്റ്" എന്ന മറുപടിയിലെ പരിഹാസം തന്നെയായിരിക്കാം എനിക്കുള്ള ശിക്ഷ.

ഒരു സ്ത്രീയാൽ തിരസ്കരിക്കപ്പെട്ടത് മദ്യലഹരിയിൽ ശരിയാംവണ്ണം മനസ്സിലാവാതെ പോയിട്ടുണ്ടെങ്കിൽ ഞാൻ തിരസ്കരിക്കപ്പെട്ടിരിക്കുന്നു എന്ന് നല്ല ബോധത്തിൽ പറഞ്ഞ് മനസ്സിലാക്കുക. ഫ്ളാറ്റിന്റെ ഗെയ്റ്റിൽ മാഡത്തിനെ ഇറക്കിക്കഴിഞ്ഞപ്പോൾ എന്നെ ഏതെങ്കിലും ബാറിൽ വിടാൻ ഞാൻ ഡ്രൈവറോട് പറഞ്ഞു.

പലപ്പോഴും സ്ത്രീകളോട്, പ്രത്യേകിച്ച് രാധികയെപ്പോലുള്ളവരോട് സംസാരിക്കുമ്പോൾ പാലിക്കേണ്ട ഒരു അതിർവരമ്പുണ്ട്. അവിടെ നിർത്താൻ ഞാൻ മറക്കും. ഞാൻ മദ്യപിക്കുന്നതിൽ രാധികയ്ക്ക് വലിയ എതിർപ്പൊന്നുമില്ല എന്നറിയാവുന്ന ഞാൻ ആ ഒരു ധൈര്യത്തിന് മാഡത്തിനൊപ്പം പാർട്ടികൾക്ക് പോയ കഥകൾ പറയാനാരംഭിച്ചു. തന്റെ ശരീരം ആർക്കൊപ്പം പങ്കുവെക്കണമെന്ന് താൻ തീരുമാനിക്കുമെന്നുറപ്പുള്ള, ശരീരത്തിന്റെ ആവശ്യങ്ങൾ പൂർത്തിയാക്കാനായി മാത്രം വിവാഹം കഴിക്കുന്നതിൽ അർത്ഥമില്ല എന്ന് വിശ്വസിക്കുന്ന, നാളെ കല്യാണമല്ല ഒരു മാതൃഭാവമാണ് തനിക്കാവശ്യമെന്ന് തോന്നുകയാണെങ്കിൽ താൻ വിലമതിക്കുന്ന ഏതെങ്കിലുമൊരു പുരുഷന് തന്റെ കുഞ്ഞിന്റെ ബയോളജിക്കൽ ഫാദർ ആവാൻ അവസരം നൽകുമെന്ന് പറഞ്ഞ, എന്റെ മനസ്സിലെ ഐക്കോണിക്ക് ഫെമിനിസ്റ്റായ എന്റെ ബോസിനെക്കുറിച്ച് ഞാൻ വാചാലനായപ്പോൾ എനിക്ക് അപകടം മനസ്സിലാക്കാനായില്ല. മറുതലയ്ക്കലെ മൂളലുകൾക്ക് ഒച്ച കുറയുമ്പോഴെങ്കിലും അത് മനസ്സിലാക്കാൻ അതിനകം എന്റെയുള്ളിലെത്തിയ രണ്ട് പെഗ്ഗ് വിസ്കി അനുവദിച്ചില്ല.

രാധിക എന്റെ ഫോണെടുക്കാൻ രണ്ടാഴ്ച കഴിഞ്ഞു. അവൾ എന്നെ അൺഫോളോ ചെയ്ത കാലത്ത് ഞാൻ എഫ് ബിയിലിട്ട ഫോട്ടോകൾ അവൾ കണ്ടിരിക്കില്ല. പക്ഷേ, ഇന്നവൾ എല്ലാം കുത്തിയിരുന്ന് കാണും. എന്നിട്ട് ഞാനും മാഡവും ഒരിമിച്ചുള്ള അസംഖ്യം ഫോട്ടോകളെക്കുറിച്ച് ഒരു കുറ്റാന്വേഷണ പത്രപ്രവർത്തകയാവും.

അത്തരം ഫോട്ടോകളിൽ ഒഫൻസീവായി ഒന്നുമില്ലെങ്കിലും സുന്ദരിയായ എന്റെ മേലുദ്യോഗസ്ഥയെ രാധിക സംശയിക്കും. അന്നാ വർഗ്ഗീസെന്ന സ്ത്രീയെ രാധികയ്ക്ക് ബോധിക്കില്ല. രണ്ടാഴ്ച കഴിഞ്ഞ് വിളിച്ചപ്പോൾ ഫോണെടുത്ത രാധിക ആദ്യം ചോദിച്ചത് അന്നാ വർഗീസ് അവരുടെ കുഞ്ഞിന്റെ ബയോളജിക്കൽ ഫാദറാവാൻ എന്നെയാണ് തിരഞ്ഞെടുക്കുന്നതെങ്കിൽ എന്തായിരിക്കും എന്റെ നിലപാടെന്നാണ്. എനിക്ക് ദേഷ്യം വന്നു. അതിനുള്ള അർഹത എനിക്കുണ്ടെന്ന് അവർക്ക് തോന്നുംവിധം ഞാൻ വളർന്നാൽ ഞാനതൊരു ബഹുമതിയായിക്കാണുമെന്ന മറുപടി ഫോൺ കട്ട് ചെയ്ത ശേഷം ഞാൻ ചുമരുകളെ നോക്കി ആക്രോശിച്ചു.

മദ്യലഹരിയിൽ പറഞ്ഞുപോയതാണെന്നും മാഡത്തിനെക്കുറിച്ചുള്ള തെറ്റിദ്ധാരണകളാണതൊക്കെ എന്നും ഞാൻ ആണയിട്ടു. പ്രായശ്ചിത്തമായി പിന്നീട് മദ്യപിച്ചില്ല എന്ന് കള്ളം പറഞ്ഞു. അപ്പോഴും ഉറപ്പുണ്ടായിരുന്നില്ല എനിക്ക്, അന്നാ വർഗ്ഗീസെന്ന ഞാൻ കണ്ടതിൽ ഏറ്റവും സുന്ദരിയായ വ്യക്തിത്വത്തിന് ഒരു കുഞ്ഞിനെ വേണമെങ്കിൽ, അതിനായി തിരഞ്ഞെടുക്കപ്പെട്ടയാൾ ഞാനാണെങ്കിൽ, ഞാനാരെയൊക്കെ തള്ളിപ്പറയുമെന്ന്.

പ്രിയപ്പെട്ട രാധികേ, ഞങ്ങൾ ആണുങ്ങളിൽ ഭൂരിഭാഗവും ഇങ്ങനെയാണ്, സദയം ക്ഷമിക്കുക.

അന്നാസ് ട്രൈൽസ്

ഡിഗ്രിക്ക് ചേരാൻ മാനേജ്മെന്റ് സീറ്റിനുവേണ്ടി ആലുവയിലെ കോളേജ് മാനേജരുടെ മുറിക്ക് മുന്നിൽ അച്ഛനൊപ്പം കാത്തുനിന്ന ഒരുമണിക്കൂറാവും ഞാൻ ജീവിതത്തിൽ തരണം ചെയ്ത ഏറ്റവും ദുർഘടമായ സമയം. ആ സമയമത്രയും പതിഞ്ഞ ശബ്ദത്തിൽ അച്ഛനെന്നെ ഉപദേശിച്ചുകൊണ്ടിരുന്നു. നന്നായി പഠിക്കാത്തതിൽ എനിക്ക് കുറ്റബോധം തോന്നി. കോളേജ് അധ്യാപകരുടെ സംഘടനാ നേതാവും ശാസ്ത്രസമാജത്തിന്റെ അമരക്കാരനുമായ തനിക്ക് ഒരു കോളേജ് മാനേജരുടെ മുറിക്ക് മുന്നിൽ കാത്തിരിക്കേണ്ടിവരുന്നത് വലിയ അപമാനമാണെന്ന് അച്ഛൻ ആവർത്തിച്ചുകൊണ്ടിരുന്നു. ഒളിക്കാൻ ഞാൻ അമ്മയുടെ സാരിത്തലപ്പ് തിരഞ്ഞു. അന്ന് തീരുമാനിച്ചതാണ് ഇനിയൊരാവശ്യത്തിനായി അച്ഛനെ ബുദ്ധിമുട്ടിക്കുകയോ അച്ഛന്റെ മേൽവിലാസം ജീവിതത്തിന്റെ ഏതെങ്കിലും ഘട്ടത്തിൽ ഉപയോഗിക്കുകയോ ചെയ്യില്ലെന്ന്. തൊഴിലിൽ വല്ലാതെ ക്ലേശിച്ചിരുന്ന ആദ്യകാലങ്ങൾ താണ്ടി ഇന്ത്യാ എവെരി ഡേ പോലൊരു വലിയ സ്ഥാപനത്തിന്റെ ഭാഗമായി എല്ലാവരുടെയും അഭിനന്ദനങ്ങൾ ഏറ്റുവാങ്ങിയ കാലത്ത് എന്റെ നേട്ടങ്ങൾ കാണാൻ അച്ഛനില്ലാതെ പോയതിൽ എനിക്ക് നീരസവും അമ്മയില്ലാതെ പോയതിൽ അതിയായ സങ്കടവും തോന്നി.

ഡൽഹി വാസം അരവർഷം പൂർത്തിയാക്കിയ കാലത്താണ് ഞാനാദ്യമായി നാട്ടിൽ പോയത്. തോമസ് ആന്റണി സാറിന് ബുക്ക് ഫെയറിൽനിന്ന് ഒന്നുരണ്ട് പുസ്തകങ്ങളും രമണൻ ചാച്ചനൊരു റെയിൻകോട്ടും വാങ്ങിയ ഞാൻ രാധികയെ പാടേ അവഗണിച്ചു. ഞാൻ നാട്ടിലുണ്ടായിരുന്ന മൂന്ന് ദിവസവും രാധിക കോഴിക്കോട് യുവജനോത്സവം റിപ്പോർട്ടിങ്ങിലായിരുന്നു. ഒരാഴ്ചത്തെ അവധിയെടുത്താണ് പോയതെങ്കിലും മൂന്ന് ദിവസം കൊണ്ട് മടങ്ങി. നാട്ടിലൊന്നും ചെയ്യാനില്ലായിരുന്നു. തിരിച്ചുചെല്ലുന്നതിനെക്കുറിച്ച് പറയാൻ അന്നാ മാഡത്തിനെ ഫോൺ വിളിച്ചപ്പോഴാണ് അച്ഛൻ എഴുതിയ രണ്ട് പുസ്തകങ്ങൾ കൊണ്ടുവരണമെന്ന് മാഡം ഏൽപ്പിക്കുന്നത്. മാഡവുമായുള്ള സംസാരങ്ങളിലൊന്നും ഞാനച്ഛനെ

കുറിച്ച് പരാമർശിച്ചിരുന്നില്ല. അച്ഛന്റെ പ്രവൃത്തിമേഖലയോ അച്ഛൻ വഹിച്ച പദവികളോ ഒന്നും ഞാൻ പറഞ്ഞിട്ട് മാധം അറിഞ്ഞിരിക്കില്ല. പിന്നെങ്ങനെ അച്ഛൻ പുസ്തകങ്ങളെഴുതിയ കാര്യവും വലിയ തോതിൽ ചർച്ച ചെയ്യപ്പെട്ട സൈലന്റ് വാലി സമരത്തെക്കുറിച്ചുള്ള പുസ്തകത്തിന് അക്കാദമി അവാർഡ് കിട്ടിയതും മാധമറിഞ്ഞു.

പുസ്തക അലമാരയിൽ പരതി ഞാൻ അച്ഛന്റെ പുസ്തകങ്ങൾ കണ്ടെത്തി ബാഗിൽ വെച്ചു. ഞാൻ തിരിച്ച് പോവുകയാണെന്ന് പറയാൻ രാധികയെ വിളിച്ചപ്പോൾ അവളെത്താൻ ഇനിയും രണ്ടു ദിവസമാവും എന്നായിരുന്നു മറുപടി. തമ്മിൽ കാണുന്നതും ഒരുമിച്ച് സമയം ചെലവഴിക്കുന്നതുമായിരിക്കും ജീവിതത്തിലെ ഏറ്റവും സന്തോഷമുള്ള കാര്യമെന്ന് കരുതിയിരുന്ന രണ്ടുപേർ ഇന്ന് പരസ്പരം കാണാതിരിക്കുന്നതിന് തിരക്കുകളെക്കൊണ്ട് ന്യായീകരിക്കുന്നു. വേണമെങ്കിൽ കോഴിക്കോട് ചെന്ന് രാധികയെ കണ്ട് അവിടെ നിന്ന് തീവണ്ടി കയറാമായിരുന്നു, പറ്റിയില്ല. ആലുവയിൽനിന്ന് നിസാമുദ്ദീനിലേക്കുള്ള തീവണ്ടി കയറിയപ്പോൾ കുറ്റബോധം കൂടി. ഫോൺ വിളിച്ചപ്പോൾ കോഴിക്കോട് തീവണ്ടിയെത്തുമ്പോൾ കാണാമെന്ന് പറഞ്ഞ് അവൾ ഫോൺ വെച്ചു.

ഞാൻ കയറിയ ട്രെയിൻ സ്റ്റേഷനിലെത്തുന്നത് കണക്കാക്കി രാധിക കാത്തുനിന്നിരുന്നു. അവൾ കുറച്ച് തടിച്ചിരുന്നു. കുറച്ചു കൂടെ മോഡേണായ വസ്ത്രങ്ങൾ ധരിച്ചിരുന്നെങ്കിലും ആ വസ്ത്രങ്ങൾ തന്റെ ശരീരത്തെ വേണ്ടവിധം മറയ്ക്കുന്നുണ്ടോ എന്ന ആശങ്കയും വെപ്രാളവും പെരുമാറ്റത്തിൽ പ്രകടമായിരുന്നു. എന്റെ കയ്യിൽ അവൾക്ക് കൊടുക്കാൻ ഒന്നുമില്ലായിരുന്നെങ്കിലും എനിക്ക് തരാൻ അവൾ ഒരു ബിരിയാണി പൊതിഞ്ഞ് കൊണ്ടുവന്നിരുന്നു. കോഴിക്കോട്ടെ പ്രശസ്തമായ കടയിലേതാണെന്ന അലങ്കാരത്തോടെ എന്റെ നേർക്ക് നീട്ടിയ ദം ബിരിയാണിയുടെ സുഗന്ധം ഏ സി കമ്പാർട്ട്മെന്റിൽ നിറഞ്ഞെങ്കിലും എനിക്കെന്റെ മനസ്സിന്റെ ദുർഗന്ധം തികട്ടി വന്നു.

അച്ഛനെക്കുറിച്ച് അന്നാ മാധം എങ്ങനെയറിഞ്ഞു എന്ന അന്വേഷണം അച്ഛന്റെ പിൻബലമില്ലാതെ ജീവിതത്തിൽ ഒരു കരയ്ക്കടുത്തു എന്ന എന്റെ ആത്മാഭിമാനത്തെ കുറച്ചൊന്നുമല്ല ഉലച്ചത്. ഇന്ത്യാ എവെരി ഡേയിലേക്ക് കോളമിസ്റ്റിനെ തേടിക്കൊണ്ടുള്ള പരസ്യം ഒരു ഓൺലൈൻ പോർട്ടലിൽ രാധികയാണ് കണ്ടത്. എനിക്കൊരു കൂട്ടിന് രാധികയും അപേക്ഷയയച്ചെങ്കിലും അവളതത്ര കാര്യമാക്കിയിരുന്നില്ല. ജോലി നഷ്ടപ്പെട്ട് ക്ലേശിക്കുന്ന ഞാൻ പക്ഷേ, അപേക്ഷയൊടൊപ്പം എന്റേതായി പ്രസിദ്ധീകരിച്ച എല്ലാ ലേഖനങ്ങളും അയച്ചിരുന്നു. മലയാളത്തിലും ഇംഗ്ലീഷിലുമായി അതിനിടെ ഞാൻ

കുറച്ചൊക്കെ എഴുതിയിരുന്നു. എന്നെ അഭിമുഖം നടത്തിയവരിലൊന്നും അന്നാ മാഡം ഉണ്ടായിരുന്നില്ല. ആദ്യം നിയമിച്ചവരിൽ ഞാൻ ഉൾപ്പെട്ടുമില്ല. ഇടയ്ക്കെപ്പോഴോ ഇന്ത്യാ എവെരി ഡേയുടെ ഓഫീസിൽ വിളിച്ച് പുരോഗതി തിരക്കിയ എനിക്ക് ഒന്നുരണ്ടു പേരെക്കൂടെ നിയമിച്ചേക്കുമെന്ന അലസമായ മറുപടി കിട്ടിയെങ്കിലും വലിയ പ്രതീക്ഷയൊന്നും തോന്നിയില്ല. എനിക്ക് ജോലി കിട്ടാത്തതിൽ രാധികയും നിരാശയായിരുന്നു. എനിക്ക് സ്ഥിരവരുമാനമുള്ള എന്തെങ്കിലും ജോലി കിട്ടിയാൽ കല്യാണക്കാര്യം ആലോചിക്കാമെന്ന അച്ഛന്റെ വാക്കുകളിൽ അവൾ വല്ലാതെ പ്രതീക്ഷയർപ്പിച്ച കാലമായിരുന്നു അത്.

അന്നാ മാഡം എന്നെ അവരുടെ ടീമിലേക്കെടുത്തത് പിന്നെയും നാല് മാസം കഴിഞ്ഞാണ്. എന്റെ അപേക്ഷയോടൊപ്പമുണ്ടായിരുന്ന ലേഖനങ്ങൾ വായിച്ച് മതിപ്പ് തോന്നിയ അന്നാ മാഡം എന്റെ മറ്റ് വിവരങ്ങളും വിശ്വാസ്യതയും ഉറപ്പാക്കാൻ ഞാൻ റഫറൻസായി വെച്ചിരുന്ന തോമസ് ആന്റണി സാറിനെ വിളിച്ച് ചോദിച്ചത്രെ. സാറാണ് പറഞ്ഞത് ഞാൻ പ്രൊഫസർ ശശിധര മേനോന്റെ മകനാണെന്ന്. അച്ഛനും ഞാനും തമ്മിലുള്ള ഇഷ്ടാനിഷ്ടങ്ങൾ അറിയാവുന്നതിനാലാവാം അക്കാര്യമൊരിക്കലും തോമസ് ആന്റണി സാറെന്നോട് പറഞ്ഞില്ല. മുടിയനും ദുർമാർഗ്ഗിയും സ്ഥിരോത്സാഹമില്ലാത്തവനുമാണെന്നറിഞ്ഞിട്ടും എന്തിനാണെന്നെ ജോലിക്കെടുത്തതെന്ന് ഞാൻ മാഡത്തോട് ചോദിച്ചു.

''നിന്റെ ഭാഷയ്ക്കൊരു സ്പാർക്കുണ്ടായിരുന്നു. നിനക്കത് പാരമ്പര്യമായി കിട്ടിയതാണ്. പിന്നെ നിന്റെ പാരമ്പര്യവും പത്രത്തിന് ഒരു മുതൽക്കൂട്ടാവും. നിനക്കതിഷ്ടമാവില്ലെന്ന് നിന്റെ ആ മെന്റർ ടീച്ചറില്ലെ, അയാൾ പറഞ്ഞിരുന്നു. നിന്റെ പേരിനെന്താ മേനോനെന്ന വാലില്ലാതെ പോയത്?''

''സ്വന്തം പേരിലെ ജാതിവാല് അച്ഛൻ ഉപേക്ഷിച്ചില്ലെങ്കിലും മക്കളുടെ പേരിനൊന്നും ജാതി ചേർത്തില്ല. പേരിന്റെ വാലായ ശശിധരനെക്കൊണ്ട് ജീവിതത്തിൽ ഒരു പ്രയോജനവുമുണ്ടാവില്ലെന്നായിരുന്നു എന്റെ ധാരണ, അതിനിങ്ങനെ ഒരു ഉപയോഗമുണ്ടായത് ഭാഗ്യം.'' ഞാൻ സങ്കടത്തോടെ പറഞ്ഞു. എന്റെ സങ്കടം കണ്ടാവും അന്നാ മാഡം ആ വിഷയം തത്കാലം അവസാനിപ്പിച്ചു.

''നമുക്കൊരു ഡ്രൈവിന് പോകാം, നീ വണ്ടിയോടിക്കില്ലേ?'' വൈകുന്നേരം അന്നാ മാഡം ഇന്റർകോമിൽ വിളിച്ച് ചോദിച്ചു. മാഡത്തിന്റെ ഡ്രൈവറെ പറഞ്ഞുവിട്ട് ഞങ്ങൾ ഓഫീസിൽനിന്ന് കാറുമായിറങ്ങി. ഇന്ത്യാ എവെരി ഡേയിലേക്ക് മാഡമെത്തിയതിന്റെ കഥകൾ അന്നാണ് അന്നാ മാഡം വിശദമായെന്നോട് പറയുന്നത്.

സഹസ്രസകോടികളുടെ, അല്ല, ലക്ഷം കോടിയുടെ നദീ സംയോജന പദ്ധതി ഒരു യാഥാർത്ഥ്യമാകുമെന്ന ഘട്ടത്തിലാണ് പദ്ധതിയോട് ശക്തമായ വിയോജിപ്പുകൾ വരുന്നത്. ആ പ്രൊജക്റ്റ് വന്നാൽ അത് ഏറ്റെടുത്ത് നടത്താനുള്ള യോഗ്യതയുള്ള കമ്പനികൾ എതിർപ്പുകൾ മറികടക്കാനുള്ള വഴികളാലോചിച്ചാണ് മാധ്യമങ്ങളെ സമീപിക്കാൻ തുടങ്ങിയത്. പല സംസ്ഥാനങ്ങളിലുള്ള പല ഭാഷയിലുള്ള മാധ്യമങ്ങളെ സ്വാധീനിക്കാൻ എളുപ്പമുള്ള മാർഗ്ഗം വാർത്താ ഏജൻസികളെ വരുതിയിലാക്കുകയാണ്. ദേശീയ ഇംഗ്ലീഷ് പത്രമെന്നത് ഇന്ത്യാ എവെരി ഡേയുടെ ഒരു മുഖം മാത്രമാണ്. വരുമാനത്തിന്റെ പത്ത് ശതമാനത്തിൽ താഴെ മാത്രമേ പത്രത്തിൽ നിന്നുള്ളൂ. ബാക്കി മുഴുവൻ വാർത്തകൾ വിറ്റും സൃഷ്ടിച്ചും നേടുന്നതാണ്.

നദീ സംയോജന പദ്ധതികൾക്കനുകൂലമായി വാർത്തകൾ സൃഷ്ടിക്കുന്നതിനുള്ള വലിയ ദൗത്യം ഇന്ത്യാ എവെരി ഡേ ഏറ്റെടുത്ത കാലത്താണ് യു.എൻ.ഡി.പിയിൽ ഹൈഡ്രോളജിക്കൽ സർവെ അനുഭവസമ്പത്തുള്ള അന്നാ വർഗ്ഗീസ് പത്രത്തിന്റെ ഭാഗമാകുന്നത്. ചുരുങ്ങിയ കാലംകൊണ്ട് മാഡമെഴുതിയ ജലവിഭവങ്ങളെക്കുറിച്ചുള്ള ലേഖനങ്ങൾ ശ്രദ്ധ പിടിച്ചുപറ്റി. ആ മേഖലയിലെ വിദഗ്ധയായി. ടീം ലീഡറായി. ഇന്ന് എന്നെപ്പോലുള്ള പത്തോളം പേരുമായി ആ ഡിവിഷനെ ഏകോപിപ്പിച്ച് കൊണ്ടുപോകുന്നു. ഗോസ്റ്റ് റൈറ്റിങ്ങിന്റെ ഘട്ടങ്ങൾ അന്നാ മാഡവും കടന്ന് പോയതാണ്. താൻ ആഴ്ചകളെടുത്ത് എഴുതിയ ലേഖനം മറ്റൊരാളുടെ പേരിൽ അടിച്ചുവരുന്നത് വായിക്കുമ്പോഴുണ്ടാവുന്ന തീവ്രദുഃഖത്തെക്കുറിച്ച് മാഡമെന്നോട് പറഞ്ഞപ്പോൾ ആ വഴികളിലൂടെ ഇപ്പോൾ യാത്ര ചെയ്യുന്ന എനിക്ക് വലിയ ആശ്വാസം തോന്നി.

ലോക ജനസംഖ്യയുടെ അഞ്ചിലൊന്ന് ജനമുള്ള ഇന്ത്യാ മഹാരാജ്യത്തിന് ഉപയോഗിക്കാൻ ലഭിക്കുന്നത് ഭൂമിയിൽ ലഭ്യമായ ശുദ്ധജലത്തിന്റെ അഞ്ച് ശതമാനം മാത്രം. വർഷത്തിൽ പകുതി സമയത്തും മഴ പെയ്യുന്ന കേരളത്തിൽ ജനിച്ചുവളർന്ന ഒരാൾക്കും ആ ധർമ്മസങ്കടം മനസ്സിലാവില്ല. നഗരങ്ങളിലെ പൈപ്പ് വെള്ളം ശീലിച്ചവർക്കും മനസ്സിലാകില്ലെന്ന് മാഡം തിരുത്തും. ഡൽഹിയിലെ വരേണ്യവർഗ്ഗക്കാർ താമസിക്കുന്ന മേഖലയിൽ ജീവിച്ച കുട്ടിക്കാലത്തോ ജിയോളജിയിലെ പിജി പഠനകാലത്തോ ഗവേഷകയായി ഹൈഡ്രോളജി പഠിച്ചപ്പോഴോ മനസ്സിലാകാത്ത ജലമെന്ന അമൂല്യ വിഭവത്തെ മാഡം മനസ്സിലാക്കുന്നത് യു.എൻ.ഡി.പിയിൽ ആഫ്രിക്കയിൽ ജോലി ചെയ്ത കാലത്താണ്.

മധ്യ ആഫ്രിക്കൻ രാജ്യങ്ങളിൽ ജോലി ചെയ്ത കാലത്താണ് ലോകത്തിന്റെ ദാഹം അന്നാ മാഡം ശരിക്കുമറിയുന്നത്. ശുദ്ധജലം

കണ്ടെത്താൻ ആഫ്രിക്കയിലെ ഗോത്രവിഭാഗങ്ങൾ ആർജ്ജിച്ചെടുത്ത അറിവുകളും കുടിവെള്ള സ്രോതസ്സുകളെക്കുറിച്ചുള്ള തർക്കങ്ങളും കണ്ട ആഫ്രിക്കയിലെ രണ്ട് വർഷങ്ങൾ അന്നാ വർഗ്ഗീസെന്ന ജിയോളജിസ്റ്റിനെ മൂർച്ചയുള്ള ഒരു എഴുത്തുകാരിയായി പരുവപ്പെടുത്തി. സൗജന്യമെന്ന് ഇന്ത്യക്കാർ കരുതുന്ന ജലമെന്ന വിഭവത്തിനെ വിപണിമൂല്യമുള്ള ഒരു കച്ചവടച്ചരക്കാക്കുന്നതിന് ഇന്ത്യാ എവെരി ഡേ കണ്ടെത്തിയ എഴുത്തുകാരിയായി അന്നാ വർഗ്ഗീസ് മാറി. വരണ്ട് വിണ്ടുകീറിയ ആഫ്രിക്കയിൽ വല്ലപ്പോഴും മഴ പെയ്യുമ്പോൾ പിറവിയെടുത്ത് ഏതാനും ദിവസങ്ങൾ കൊണ്ട് മരണമടയുന്ന അൽപ്പായുസ്സുക്കളായ പുഴകൾ കണ്ട അന്നാ വർഗ്ഗീസിന് ഇന്ത്യയിലെ വരണ്ടൊട്ടിയ സ്ഥലങ്ങളുടെ കാതങ്ങളകലെ പ്രളയത്തിൽ മുങ്ങിപ്പോകുന്ന ഭൂപ്രദേശങ്ങളുണ്ടെന്നത് അസ്വസ്ഥതയുണ്ടാക്കി.

''എന്നിട്ടുമെന്തേ റിവർ ലിങ്കിങ്ങ് പ്രൊജക്റ്റ് നടന്നില്ല?'' ഞാൻ സംശയം ചോദിച്ചു.

''നടക്കാൻ പാടില്ലാത്തതുകൊണ്ട്. ഒരു പുഴയിലൂടെ ഒഴുകുന്ന മുഴുവൻ വെള്ളവും അതിൽ നിന്നെടുത്താലും കുഴപ്പമില്ലെന്ന് വിശ്വസിച്ചിരുന്ന ഒരു കാലമുണ്ടായിരുന്നു എനിക്ക്. അന്ന് ഞാനങ്ങനെയാണ് പുഴയെ മനസ്സിലാക്കിയത്. പ്രളയം ഒരു ശാപമാണെന്ന് കരുതിയിരുന്ന എനിക്ക് ബ്രഹ്മപുത്ര കരകവിയാൻ കാത്തിരിക്കുന്ന ആസ്സാമിലെ ജനങ്ങളെ കണ്ട് അത്ഭുതം തോന്നി. ആധുനിക കൃഷി രീതികളുടെ സഹായമില്ലാതെ അവിടത്തെ ദരിദ്ര കർഷകർ പുഴ കരകവിഞ്ഞൊഴുകുമ്പോൾ പരുവപ്പെടുന്ന ഭൂമിയിൽ കൃഷി ചെയ്ത് അതിജീവിക്കുന്നത് എന്നെ മാറ്റി ചിന്തിപ്പിച്ചു. പുഴയിലൂടെ ഒഴുകുന്ന അധികജലം ആ പുഴയ്ക്ക് അവകാശപ്പെട്ടതാണെന്ന ബോധ്യമെനിക്കുണ്ടായി.''

''എന്നിട്ടുമെന്തുകൊണ്ട് ഇന്നും മാഡം ജലവിഭവങ്ങൾ കൊള്ളയടിക്കാൻ ഗൂഢാലോചന നടത്തുന്ന സ്ഥാപനങ്ങൾക്ക് വേണ്ടി പണിയെടുക്കുന്നു.'' എനിക്ക് ചോദിക്കാതിരിക്കാനായില്ല.

ഔട്ടർ ഡൽഹിയിൽനിന്ന് നോയിഡയിലേക്കുള്ള ആറുവരിപ്പാതയിലൂടെ ഞാനോടിച്ചുകൊണ്ടിരുന്ന കാറിന്റെ സുഖശീതളിമയിൽ വഴിയിലെവിടെ നിന്നോ വാങ്ങിയ ഷാമ്പെയ്ൻ നുകർന്നുകൊണ്ട് മാഡം വിഷണ്ണയായി മറുപടി പറഞ്ഞു: ''ടുഡെ ആം ദി സ്ലേവ് ഓഫ് ഓൾ ദീസ് ഹാബിറ്റ്സ്. ഐ കാന്റ് ക്യുറ്റ്. ഇഫ് ഐ ഡു ദാറ്റ് ഐ വിൽ സഫർ. മൈ എക്സ്പെൻസസ് ആർ ടു ഹൈ സോ ദാറ്റ് ഐ കാന്റ് സർവൈവ് വിത് ഔട്ട് ചീറ്റിങ്ങ് മി.''

അവർ കരയുന്നുണ്ടായിരുന്നോ എന്ന് ഞാൻ പാളി നോക്കി.

ഇന്ത്യാ എവെരി ഡേയിൽ അന്നാ മാഡം ജോലിക്ക് ചേർന്ന കാലത്താണ് നർമദാ ബച്ചാവോ ആന്ദോളൻ സമരങ്ങളും ബ്രഹ്മപുത്ര യിലെ വെള്ളപ്പൊക്ക ദുരിതങ്ങളും റിപ്പോർട്ട് ചെയ്യാൻ യാത്ര ചെയ്യു ന്നത്. റിപ്പോർട്ടിങ്ങിനായി എവിടെ എപ്പോൾ ആരെ കാണണമെ ന്നൊക്കെ മാഡത്തിന്റെ സീനിയർ ദയാനന്ദ് മുഖർജിയായിരുന്നു നിയന്ത്രിച്ചിരുന്നത്. ഓരോ സ്ഥലത്തെയും ഏതൊക്കെ ആളുകൾക്ക്, എന്തൊക്കെ പ്രശ്നങ്ങൾക്ക്, അഭിപ്രായങ്ങൾക്ക് പ്രാധാന്യം കൽപ്പി ക്കണമെന്ന് ഡൽഹിയിലിരുന്ന് ദയാനന്ദ് മുഖർജി തീരുമാനിക്കും. വനിതാ ജേർണലിസ്റ്റ് തനിച്ച് യാത്ര ചെയ്ത് റിപ്പോർട്ട് ചെയ്യുന്ന, സാധാരണക്കാരുടെ ജീവിതം വരച്ചിടുന്ന കോളമായാണ് അന്നാസ് ട്രെൽസ് മാഡം എഴുതിയതെങ്കിലും, സുന്ദരിയായ യുവറിപ്പോർട്ട റുടെ സഞ്ചാരക്കുറിപ്പുകൾ എന്ന നിലയിലാണ് ഇന്ത്യാ എവെരി ഡേ 'അന്നാസ് ട്രെൽസ്' അവതരിപ്പിച്ചത്. സുന്ദരമായ ഭാഷയും ലേഖികയുടെ സുന്ദരമായ ചിത്രങ്ങളും സമം ചേർത്ത് ഒരു വർഷ ക്കാലം ഇന്ത്യാ എവെരി ഡേയുടെ വാരാന്ത്യ മാഗസിന്റെ അരപ്പേജ് കവർന്ന ലേഖനപരമ്പര ധാരാളം ആരാധകരെ സൃഷ്ടിച്ചു. സുന്ദരി യായ യുവതി ഒറ്റയ്ക്ക് നടത്തിയ സാഹസിക സഞ്ചാരമായാണ് ചിത്രീകരിച്ചതെങ്കിലും മാഡത്തെ സഹായിക്കാൻ ഇന്ത്യാ എവെരി ഡേ തന്നെ ഏർപ്പാടാക്കിയ ട്രാവൽ ഏജന്റുമാരും സഹായികളും എല്ലായിടത്തുമുണ്ടായിരുന്നു.

ഉണങ്ങി വരണ്ട് കിടക്കുന്ന പ്രദേശങ്ങളിൽ കഴിയുന്ന ജനങ്ങൾ അവിടേക്ക് വരുമെന്ന് കരുതുന്ന ഏതെങ്കിലും ജലസേചന പദ്ധതി കളെ പ്രതീക്ഷിക്കുന്നതും എല്ലാ വർഷവും കരകവിയുന്ന നദീതട ങ്ങളിൽ കഴിയുന്നവർ പ്രളയം ഏതെങ്കിലും വർഷം ഇല്ലാതിരുന്നെ ങ്കിലെന്ന് പ്രാർത്ഥിക്കുന്നതും അന്നാസ് ട്രെൽസിന്റെ അച്ചടിഭാഷ്യ മായെങ്കിലും അണക്കെട്ടുകൾക്ക് താഴെ തരിശായിപ്പോയ നദികളുടെ കരയിൽ ജീവിതം നഷ്ടപ്പെട്ട് കഴിയുന്നവരായിരുന്നു അന്നാ വർ ഗ്ഗീസിലെ മനുഷ്യനെ സ്വാധീനിച്ചത്. തന്റെ സാമൂഹ്യബോധത്തിന്റെ പണയംവെക്കലായിരുന്നു ഇന്ത്യാ എവെരി ഡേയുടെ റസിഡന്റ് എഡിറ്ററായുള്ള സ്ഥാനക്കയറ്റം. അന്നാസ് ട്രെൽസ് പിന്നീട് പുസ്തക മായപ്പോൾ, പ്രകാശനവേളയിൽ നദികളിലൂടെ ഒഴുകി പാഴാവുന്ന വെള്ളവും പ്രളയകാലത്ത് നദികൾ കവർന്നെടുക്കുന്ന ജീവിതങ്ങളു മാണ് എഴുത്തുകാരി കണ്ടതെന്ന് കേന്ദ്ര ജലവിഭവ മന്ത്രി പറഞ്ഞ പ്പോൾ, അവ മാത്രമല്ല താൻ കണ്ടെതെന്ന് പറയാതിരിക്കാനുള്ള ഇൻസ്റ്റിറ്റ്യൂഷണൽ മച്ചുരിറ്റി അന്നാ വർഗ്ഗീസിന് കൈവന്നിരുന്നു.

ആയിടെ ഒരുദിവസം എനിക്കൊരു അവിചാരിത അതിഥി യുണ്ടായി, രാധികയുടെ അച്ഛൻ എന്നെക്കാണാൻ ഓഫീസിലെത്തി.

മുൻപ് പരിചയമുള്ള ഒരാൾ എന്നെ അന്വേഷിച്ച് ഓഫീസിൽ വന്നത് ആദ്യമായിരിക്കും. റയിൽവേയിൽ ഉദ്യോഗസ്ഥനായ അദ്ദേഹം എന്തോ ഔദ്യോഗിക ആവശ്യത്തിനായി ഡൽഹിയിൽ വന്നപ്പോൾ എന്നെ കാണാൻ വന്നതാണെന്നായിരുന്നു എന്നോട് പറഞ്ഞത്. ഓഫീസ് ക്യാന്റീനിൽ വെച്ച് കാപ്പി കുടിച്ചുകൊണ്ടിരിക്കേ രാധികയുമായി എന്തെങ്കിലും പ്രശ്നമുണ്ടോ എന്നദ്ദേഹം തിരക്കി. ഒന്നുമില്ല, രണ്ടു പേർക്കും തിരക്കായതിനാലാവാം പലപ്പോഴും വിളിച്ചിട്ട് കിട്ടാറില്ല എന്ന് ഞാൻ മറുപടി പറഞ്ഞു.

അദ്ദേഹമെന്നെ സങ്കടത്തോടേ നോക്കി. എന്നിട്ട് പറഞ്ഞു രാധിക പത്രത്തിലെ ജോലി വിട്ടെന്ന്. എനിക്കാകെ സങ്കടമായി, അവളെ അവസാനമായി ഫോണിൽ വിളിച്ചത് എന്നാണ്? ഡൽഹിയിലെത്തിയശേഷം അവളുമായി എത്ര തവണ പിണങ്ങിയെന്ന് ഓർമ്മയില്ല.

ഒന്നും മിണ്ടാതെ അദ്ദേഹം കാപ്പി കുടിച്ച് തീർത്തു. കൈകഴുകാൻ പോയ അദ്ദേഹം മുഖം തൂവാലകൊണ്ട് തുടച്ചുകൊണ്ട് എന്റെ മുന്നിൽ വന്നിരുന്നു. "ചെറിയ പിണക്കങ്ങളൊക്കെ എല്ലാ ബന്ധത്തിലും കാണും. പക്ഷേ ഇത്ര വലിയ അകൽച്ച ഒഴിവാക്കുന്നതാണ് നല്ലത്. ഒന്ന് വിളിച്ച് സംസാരിച്ചാൽ തീരാവുന്ന പ്രശ്നങ്ങളേ കാണൂ." എനിക്കെന്തെങ്കിലും മറുപടി പറയാനാവും മുൻപേ, "മോളേ, ഞാൻ സൂരജിനൊപ്പമുണ്ട്. ഇന്നാ സംസാരിച്ചോളൂ" എന്നുപറഞ്ഞ് ഫോൺ എനിക്ക് നീട്ടി. ഫോൺ വാങ്ങുകയല്ലാതെ നിർവാഹമില്ലായിരുന്നു. അദ്ദേഹം ബില്ല് കൊടുക്കാനെന്ന വ്യാജേനെ എഴുന്നേറ്റ് പോയി. പതറിയ ശബ്ദത്തിൽ ഒട്ടും പരിചിതമല്ലാത്ത ശബ്ദത്തിൽ എനിക്ക് മറുതലയ്ക്കലെ സംസാരം കേൾക്കാം. എന്തേ ജോലി വിട്ടതെന്ന് ഞാൻ ചോദിച്ചു.

"ഓഫീസിൽ നിന്ന് വേണ്ടത്ര സപ്പോർട്ട് കിട്ടിയില്ല. കാസർഗോഡേക്ക് സ്ഥലം മാറ്റി. അവിടെ ചെന്നപ്പോൾ കാര്യങ്ങളൊന്നുമത്ര ശരിയായില്ല, അങ്ങനെ വിട്ടു."

"ഞാൻ പലതവണ വിളിച്ചിരുന്നു. എന്റെ കോളും മെസേജുമൊക്കെ ഇടയ്ക്കിടെ ബ്ലോക്ക് ചെയ്യുന്നതുകൊണ്ട് പിന്നെ വിളിക്കാൻ പറ്റിയില്ല." ഞാൻ ന്യായീകരിച്ചു.

"അതൊക്കെ കുറേ മുൻപല്ലേ. ഞാൻ കാണാറുണ്ട് എഫ് ബിയിൽ ഫോട്ടോസും എഴുത്തുമൊക്കെ. നിനക്കിപ്പോൾ ധാരാളം പുതിയ ഫ്രണ്ട്സൊക്കെ ഉണ്ടല്ലോ."

രാധികയുടെ അച്ഛൻ തിരിച്ചെത്തിയപ്പോൾ വൈകിട്ട് വിളിക്കാമെന്ന് പറഞ്ഞ് ഞാൻ ഫോൺ അവസാനിപ്പിച്ചു. അദ്ദേഹം അന്ന് വൈകീട്ട് തിരികെപ്പോയി. വൈകീട്ട് തീവണ്ടി കയറും മുൻപ് ഒരിക്കൽ

കൂടെ എന്നെ വിളിച്ചു. യാത്രയയയ്ക്കാൻ സ്റ്റേഷനിൽ പോകണമെന്ന് കരുതിയിരുന്നെങ്കിലും സാധിച്ചില്ല. വീട്ടിലെത്തി കുളിയും അത്താഴവുമൊക്കെ കഴിഞ്ഞ് മടിച്ചുമടിച്ച് ഞാൻ രാധികയെ ഫോണിൽ വിളിച്ചു. ഒറ്റ റിങ്ങിൽ ഫോണെടുത്തു, കുറച്ചുനേരത്തെ മൗനം, കുറേ നേരത്തെ വിതുമ്പലുകൾ, ഒടുവിൽ അവളെന്നോട് സംസാരിച്ചു തുടങ്ങി.

''കാസർഗോഡ് പറ്റാത്തതുകൊണ്ട് വിട്ടിട്ട് പോന്നതാണെന്ന് ഞാൻ കള്ളം പറഞ്ഞതാണ്. മാനേജ്മെന്റ് കുറേ ആളുകളെ ഒഴിവാക്കി. കൂട്ടത്തിൽ എന്നെയും. ഇനിയത്തെ കാലത്ത് സ്റ്റാഫ് ജേർണലിസ്റ്റുകളെയൊക്കെ തീറ്റിപ്പോറ്റാൻ പത്രങ്ങൾ തയ്യാറാവുമെന്ന് തോന്നുന്നില്ല. ജോലി പോയിട്ട് നാല് മാസമായി, ആരെങ്കിലും പറഞ്ഞ് നീ അറിഞ്ഞുകാണുമെന്ന് കരുതി.''

എനിക്ക് അത്ഭുതം തോന്നി. ഞങ്ങൾ തമ്മിൽ സംസാരിച്ച് പിണങ്ങിയത് മൂന്ന് മാസം മുൻപാണ്. അങ്ങനെയാണെങ്കിൽ അതിലും മുൻപേ ജോലി പോയിട്ടുണ്ട്. എന്തുകൊണ്ടായിരിക്കാം എന്നോട് പറയാതിരുന്നത്. ഞാനെന്റെ സംശയം മറച്ചുവെച്ചില്ല.

''സൂരജിനെ ബുദ്ധിമുട്ടിക്കണ്ട എന്ന് കരുതി. എപ്പോഴും തിരക്കായിരിക്കുമല്ലോ.'' രാധിക പറഞ്ഞ വാദങ്ങളോട് എനിക്കൊട്ടും യോജിക്കാനായില്ല. എനിക്ക് ജോലിയും കൂലിയുമില്ലാതിരുന്ന കാലത്ത് സാമ്പത്തികമായും മാനസികമായും ഏറ്റവുമധികം താങ്ങായവളാണ്. അവൾക്കൊരു ആവശ്യം വന്ന കാലത്ത് സഹായിക്കാതിരുന്നത് നന്ദികേടുതന്നെ. എന്തായിരിക്കും ഞാനറിയാതെ പോയത്. അക്കാലത്ത് രാധിക എഫ് ബിയിൽ ചില ശോകാതുരമായ സ്റ്റാറ്റസുകളിട്ടിരുന്നു, ഇതായിരുന്നോ അതിന്റെ അർത്ഥം. ഡൽഹിയിലെ എന്റെ മൊബൈൽ നമ്പർ നാട്ടിൽ അധികമാളുകളുടെ കയ്യിലൊന്നുമില്ല. അപ്പോൾ പിന്നെ ആര് വിളിക്കാനാണ്, എങ്ങനെ അറിയാനാണ്. എനിക്ക് വലിയ കുറ്റബോധം തോന്നി. ഞാൻ പലർക്കും അനഭിമതനായിരുന്ന കാലത്ത് എന്നെ തള്ളിപ്പറയാതിരുന്നവളാണ്. പിന്നീടുള്ള ദിവസങ്ങളിൽ എല്ലാ ദിവസവും ഞാൻ രാധികയെ ഫോൺ വിളിച്ചു. അവളുടെ റസ്യൂമെ വാങ്ങി ചില ജോലികൾക്കൊക്കെ അയച്ചു. രാത്രി വൈകുവോളം അവളോട് ഫോണിൽ സംസാരിച്ച് ജീവിതത്തെക്കുറിച്ച് ശുഭാപ്തിവിശ്വാസം ഉള്ളവളാക്കാൻ പാടുപെട്ടു. രാധികയുടെ അച്ഛൻ എന്നെ തേടിവരാനുണ്ടായ സാഹചര്യം അത്തരമൊരു ഫോൺ വിളിക്കിടെയാണ് അവളെന്നോട് പറഞ്ഞത്.

രണ്ട് വർഷം മുൻപ് വീട്ടുകാർക്ക് വലിയ താത്പര്യമുള്ള ഒരു വിവാഹാലോചന വന്നു. വീട്ടിലെല്ലാവരും വല്ലാതെ നിർബന്ധിച്ചു. എന്റെ കാര്യം വീട്ടിൽ പറഞ്ഞപ്പോൾ ആർക്കും താത്പര്യമില്ല.

അതിനിയും വിട്ടില്ലേ എന്ന ഒരു മട്ട്. വിടാൻ പറ്റില്ലെന്ന് രാധിക ശഠിച്ചു. അച്ഛനും അമ്മയും ഏൽപ്പിച്ച ദൗത്യമേറ്റെടുത്ത് ചേച്ചിയുടെ മനസ്സുമാറ്റാൻ തുനിഞ്ഞിറങ്ങിയ അനിയത്തിക്ക് മുന്നിൽ രാധിക അവസാനത്തെ അടവ് പുറത്തെടുത്തു. ''മനസ്സും ശരീരവും ഒരാൾക്ക് പകുത്ത് നൽകിയിട്ട് മറ്റൊരാളുടെ കൂടെ ജീവിക്കാൻ പറ്റില്ല.''

അനുജത്തി അമ്മയോടും അമ്മ അച്ഛനോടും കാര്യങ്ങൾ പറഞ്ഞ തോടെ അച്ഛനുമമ്മയും പിന്നെ വിവാഹത്തിന് നിർബന്ധിച്ചില്ല. എനിക്ക് ഡൽഹിയിൽ ജോലി ശരിയായപ്പോൾ സന്തോഷിച്ചവരുടെ കൂട്ടത്തിൽ രാധികയുടെ മാതാപിതാക്കളുമുണ്ടായിരുന്നു. മാസങ്ങൾ ചിലത് കഴിഞ്ഞപ്പോൾ കല്യാണക്കാര്യം എന്നോടാണോ അതോ ചേട്ടനോടാണോ സംസാരിക്കേണ്ടതെന്ന് രാധികയുടെ അച്ഛൻ ചോദിച്ചു. കല്യാണമേ കഴിക്കുന്നില്ലെന്ന നിസ്സംഗമായ മറുപടിയും അതിന്റെ വിശദീകരണവും കേട്ടപ്പോൾ രണ്ട് ഹൃദയാഘാതങ്ങളുടെ ഭൂതകാലം പേറുന്ന ആ മനുഷ്യൻ ജൂനിയറായ മറ്റാരെയെങ്കിലും നിയോഗിക്കാമായിരുന്ന ഒരു യോഗത്തിൽ പങ്കെടുക്കാൻ ഭോപ്പാലി ലേക്ക് തീവണ്ടി കയറി. അവിടെ നിന്ന് എന്നെ കാണാൻ മാത്രമായി ഡൽഹിയിലെത്തി.

എനിക്ക് കേട്ടിട്ട് ചിരിയാണ് വന്നത്. മനസ്സും ശരീരവുമൊക്കെ എപ്പോഴാണ് എനിക്ക് തന്നതെന്ന് ഞാൻ ചോദിച്ചു. അങ്ങേത്തല യ്ക്കൽ ഒരു ചിരി. പണ്ടൊരിക്കൽ ഒന്ന് കെട്ടിപ്പിടിച്ചതിന് മൂന്നാഴ്ച പിണങ്ങി നടന്നവളാണെന്ന് ഞാനോർമ്മിപ്പിച്ചു.

എന്റെ ആരോഗ്യത്തെ നശിപ്പിക്കുന്ന ശീലങ്ങൾ ജീവിതത്തിൽ ആധിപത്യം നേടുകയും ഡൽഹിയുടെ സുഖലോലുപമായ തണൽ വെടിയാൻ എന്നെക്കൊണ്ട് ഒരിക്കലും കഴിയില്ലെന്ന് സ്വയം ബോദ്ധ്യ പ്പെടുകയും ചെയ്ത കാലം. കയ്യിൽ കാശുണ്ടെങ്കിൽ കാപ്പുച്ചീനോ അല്ലെങ്കിൽ കട്ടൻ കാപ്പിയെന്ന കൊച്ചിയിലെ അസ്ഥിര ജീവിതത്തി ലേക്ക് ഒരിക്കലും മടങ്ങിപ്പോകാനാവില്ല എന്ന തിരിച്ചറിവിനും ഒരു വയസ്സായപ്പോൾ ഞാൻ എന്നെത്തന്നെ ഒന്ന് അപഗ്രഥിച്ചു. പലരെ അഭിമുഖം ചെയ്തും പല പുസ്തകങ്ങൾ അനുവർത്തിച്ചും ക്രോഡീ കരിച്ച് അതിലേക്ക് ഒരു വാക്ക് പോലും സംഭാവന ചെയ്യാത്തവരുടെ പേരിൽ അച്ചടിച്ച പത്തോ പന്ത്രണ്ടോ ലേഖനങ്ങൾ, ക്ഷമിക്കണം, ഇന്ത്യാ എവെരി ഡേയിൽ ഞങ്ങളതിനെ സ്റ്റോറി എന്നാണ് പറയുക, ഞാനിതിനിടെ എഴുതിയിരുന്നു. അക്കാലത്തിന്റെ പരിസമാപ്തി കുറിച്ചുകൊണ്ട് ഒരു സ്വതന്ത്ര പത്രപ്രവർത്തകനെന്ന മേൽവിലാസ ത്തിൽ എന്റെ ആദ്യയാത്രയ്ക്കായി ഡൽഹിയിലെ വാടകവീട് പൂട്ടി ഞാൻ ഇറങ്ങി.

ടെഹരി

പത്രമാപ്പീസിലെ കാറും കൂടെ വരാമെന്നേറ്റ ഫോട്ടോഗ്രാഫറെയും ഒഴിവാക്കി ഞാൻ ഋഷികേശിലേക്കുള്ള രാത്രി ബസ് കയറി. ഹിമാലയത്തിലേക്കുള്ള ആദ്യ യാത്രയായതുകൊണ്ടുതന്നെ എന്റെ ബാഗിൽ ആവശ്യമുള്ളതും ഇല്ലാത്തതുമായ പലതും സ്ഥാനം പിടിച്ചിരുന്നു. സീറ്റിന് മുകളിലെ തട്ടിൽ കയറാൻ കൂട്ടാക്കാതെ വന്നതോടെ ഡ്രൈവർക്ക് സമീപത്തെ ഒഴിഞ്ഞ സ്ഥലത്ത് ബാഗ് വെക്കാൻ നിർബന്ധിതനായി. കാഴ്ചയെത്താത്ത സ്ഥലത്ത് ബാഗ് വെച്ച് പിന്നിൽ പോയിരിക്കാൻ ആശങ്കപ്പെട്ട എനിക്ക് ഡ്രൈവർ ധൈര്യം പകർന്നു. ഹരിദ്വാറിലേക്കോ ഋഷികേശിലേക്കോ ഉള്ള തീർത്ഥാടകരാണ് ഭൂരിഭാഗവും.

പതിനൊന്ന് മണിക്ക് പുറപ്പെടുമെന്ന് പറഞ്ഞ ബസ് പതിനൊന്നരയായിട്ടും പുറപ്പെട്ടില്ല. ബസ്സിലെ സീറ്റുകൾ നിറഞ്ഞുവരുന്നതേയുള്ളൂ. പുറപ്പെട്ട് കുറച്ച് ദൂരം പിന്നിട്ടപ്പോഴേക്കും ഞാനുറക്കം പിടിച്ചിരുന്നു. രാത്രി ഏതോ സമയത്ത് ദാഹം തോന്നി ഉണർന്നപ്പോഴാണ് കയ്യിലെ വെള്ളക്കുപ്പി ബാഗിലാണെന്ന കാര്യമോർത്തത്. അരികിലെ സീറ്റിൽ കിടന്നുറങ്ങുന്നയാളിനെ ഉണർത്താതെ എനിക്ക് സീറ്റിൽനിന്ന് എഴുന്നേറ്റ് പോകാനാവില്ല. ദാഹം സകല ഞരമ്പുകളിലേക്കും വരൾച്ചയായി പടർന്നപ്പോൾ ഔചിത്യം നോക്കാതെ ഞാൻ അടുത്ത സീറ്റിലെ ആളെ തട്ടിവിളിച്ചുണർത്തി. ഉറക്കത്തിന്റെ ആലസ്യത്തിലാണയാൾ.

‘‘ക്യാ?’’

‘‘പാനി ലേനാ ഹെ, ബാഗ് ആഗെ ഹെ.’’ ഞാൻ മറുപടി പറഞ്ഞു.

ഉറക്കത്തിൽ ഭംഗമിഷ്ടപ്പെടാത്ത അയാൾ മുന്നിലെ കള്ളിയിൽ സൂക്ഷിച്ചിരുന്ന വെള്ളക്കുപ്പി എനിക്കെടുത്ത് തന്ന് വീണ്ടും ഉറക്കം പിടിച്ചു.

അയാൾ പകുതി കുടിച്ചുവെച്ച കുപ്പിയിലെ ബാക്കി വെള്ളം ഞാൻ ആർത്തിയോടെ കുടിച്ചു. സമയം രണ്ട് മണിയടുക്കാറായി.

ഹരിദ്വാറിലേക്ക് എത്ര ദൂരം കാണുമെന്ന് ഞാൻ വെറുതെയൊന്ന് മൊബൈലിലെ മാപ്പിൽ നോക്കി. ബസ്സ് ഡൽഹി വിട്ടിട്ട് അധിക മായിട്ടില്ല. ടെർമിനലിൽ നിന്നെടുത്ത ശേഷം പിന്നീടും എവിടെ യെങ്കിലും നിർത്തിയിട്ടുകാണും. ഞാൻ വീണ്ടും ഉറങ്ങാൻ ശ്രമിച്ചു.

ചില ദിവസങ്ങൾ ഇങ്ങനെയാണ്, നല്ല ക്ഷീണം കാരണം നേരത്തേ ഉറങ്ങാൻ കിടക്കുമ്പോഴായിരിക്കും ആരുടെയെങ്കിലും ഫോൺ വരിക, ഉറക്കച്ചടവിൽ ഫോണിന് മറുപടി പറഞ്ഞൊപ്പിച്ച് വീണ്ടും ഉറങ്ങാൻ ശ്രമിക്കുമ്പോഴേക്കും ഉറക്കം പാതി പോയിട്ടുണ്ടാകും. ബസ്സിന്റെ ചേർത്തടച്ച ചില്ലിലൂടെ നിലാവിൽ കുളിച്ച ഗോതമ്പു പാടങ്ങളെ കണ്ടുകൊണ്ട് ഞാൻ കിടന്നു. പിണങ്ങിപ്പോയ ഉറക്കത്തെ അനുനയിപ്പിച്ച് കൊണ്ടുവരാൻ പാടുപെടേണ്ടിവരും. ബസ്സിലെ റേഡിയോയിൽ ഏതോ എഫ്.എം. സ്റ്റേഷനിലെ അവതാരിക കുണുങ്ങിക്കൊണ്ട് തന്റെ പ്രണയചിന്തകൾ പങ്കുവെക്കുന്നുണ്ട്, അകമ്പടിയായി പ്രണയഗാനങ്ങളും. പതിഞ്ഞ ശബ്ദത്തിൽ ഒരു തരം ശൃംഗാരമട്ടിൽ അവൾ പറയുന്നതൊന്നും എനിക്ക് മനസ്സിലാ യില്ല. ഒരു പതിനൊന്ന് മണിയൊക്കെ കഴിഞ്ഞാൽ എല്ലാ എഫ്. എം. സ്റ്റേഷനുകളിലും ഇത്തരം പരിപാടികളാണ്. ഏതെങ്കിലും കിളിക്കൊഞ്ചലും ഒപ്പം കുറേ പ്രണയഗാനങ്ങളും. ഗാനങ്ങൾക്കിട യിലെ അസഹ്യമായ കൊഞ്ചൽ കൊണ്ടാവാം ഉറക്കം അനുഗ്രഹി ക്കുന്നില്ല. ഏതെങ്കിലും ബാറിൽ കയറി രണ്ട് പെഗ്ഗ് അടിച്ച് കയറി യിരുന്നെങ്കിൽ നന്നായുറങ്ങാമായിരുന്നു. വളവുകളില്ലാത്ത രാജപാത യിലൂടെ ബസ്സ് ഒഴുകിക്കൊണ്ടിരുന്നു.

ഹരിദ്വാറിൽ ബസ്സെത്തിയതോ അവിടത്തെ ചെറിയ ബഹള ങ്ങളോ ഞാനറിഞ്ഞില്ല. ഋഷികേശിൽ എത്തി കണ്ടക്ടർ വിളിച്ച പ്പോഴാണ് ഞാനുണർന്നത്. ഭാഗ്യത്തിന് എന്റെ ബാഗ് സുരക്ഷിത മായി ഉണ്ട്. ബാഗെടുക്കാൻ ചെന്ന എന്നെ ഞാൻ പറഞ്ഞില്ലേ ഒന്നും സംഭവിക്കില്ല എന്ന ഭാവത്തിൽ ഡ്രൈവർ നോക്കി, എന്നിട്ട് ചോദിച്ചു.

“മദ്രാസീ?”

ഞാൻ തിരുത്തിയില്ല.

“ഫൗജി?”

“നഹി, ന്യൂസ് വാല.”

ഡ്രൈവർ ചിരിച്ചു. തീർത്ഥാടകരുടേതൊന്നും എന്റേതുപോലെ യുള്ള ബാഗല്ല. അതുകൊണ്ടാവാം എന്നെ ഒരു പട്ടാളക്കാരനായി ഡ്രൈവർ തെറ്റിദ്ധരിച്ചത്. ടെഹരിയിലേക്കുള്ള ബസ്സ് എവിടെ കിട്ടു മെന്ന് ഞാൻ ഡ്രൈവറോട് തിരക്കി.

''ചമ്പാ തക് ബസ് മിലേഗാ, വഹാം സേ ചോട്ടാ ഘാഡീ ലേനാ പടേഗാ.''

നേരം വെളുത്ത് തുടങ്ങിയിരിക്കുന്നു. ഋഷികേശ് അതിനും എത്രയോ മുൻപ് ഉണർന്നിരുന്നു. വൃത്തിഹീനമായ ബസ്സ്റ്റാന്റും പരിസരവും. പുറത്ത് കാണുന്നവരെല്ലാം തീർത്ഥാടകരോ തീർത്ഥാടകരോട് എന്തെങ്കിലും ഇടപാടുകൾ നടത്തുന്നവരോ ആണ്. യാത്രയുമായി ബന്ധപ്പെട്ട ചെലവുകൾക്ക് ഒരു ഭാരിച്ച തുക അഡ്വാൻസ് വാങ്ങിയാണ് ഞാൻ ഓഫീസിൽ നിന്നിറങ്ങിയത്. ഡൽഹിയിലെ ട്രാവൽ ഏജന്റിനോട് പറഞ്ഞ് ഒരു കാറ് വിളിച്ച് പോകാത്തതിനെ കപിൽദേവ് ആദ്യമേ എതിർത്തു. എന്ത് ചെലവ് വരുമ്പോഴും തുക എഴുതാത്ത ഒരു വൗച്ചർ ഒപ്പിട്ട് വാങ്ങണമെന്ന് ചട്ടം കെട്ടി.

''അഗർ ഏക് ഓട്ടോ ഡ്രൈവർ നേ ആപ് സേ സൗ റുപയാ മാംഗി, ഘാടീ കാ നമ്പർ ലിഖ് കർ ആപ് സിർഫ് വോ ഡ്രൈവർ സേ സിഗ്നേച്ചർ ലേനാ ബസ്. ബാക്കീ മേം കരൂംഗാ. ആപ്കോ സംജാ.'' കപിൽ ദേവ് കള്ള വൗച്ചറുകൾ വാങ്ങേണ്ടതിന്റെ ആവശ്യം എന്നെ ബോധ്യപ്പെടുത്തി.

'ഇന്ത്യാ എവെരി ഡേ'യിൽ ജോലിക്ക് ചേരാൻ വന്നയന്ന് ഞാൻ റേയിൽവേ സ്റ്റേഷനിലെ കംഫർട്ട് സ്റ്റേഷൻ പണം കൊടുത്ത് ഉപയോഗിച്ചത് ഓർത്തു. ഇന്ന് ഞാൻ ചെലവുകക്കുറിച്ച് ചിന്തിക്കാത്തവനായിരിക്കുന്നു. ചെലവുകളൊക്കെ ഓഫീസ് വഹിക്കുമെന്നതിനാൽ ''എൻജോയ് കർനാ സിർഫ്. ഖർജ് കീ സോച്ച് ബിൽകുൽ മത് ദേനാ'' എന്ന കപിൽദേവിന്റെ സൂക്തമാലോചിച്ച് ഞാൻ കൊള്ളാവുന്ന ഒരു ഹോട്ടലിൽ മുറിയെടുത്ത് കുളിയും പ്രഭാതകർമ്മങ്ങളുമൊക്കെ നടത്തി. ആറ് മണിക്കെടുത്ത മുറി പത്ത് മണിക്ക് ഒഴിയുന്നത് കണ്ട ഹോട്ടൽ റിസപ്ഷനിസ്റ്റ് ബില്ല് വേണ്ടെങ്കിൽ പകുതി പണം കൊടുത്താൽ മതിയെന്ന് വിലപേശി. ഞാൻ ചിരിച്ചു, നിന്നേക്കാൾ വലിയ തട്ടിപ്പുകാരനാണ് ഞാനെന്ന് മനസ്സിൽ പറഞ്ഞു. പ്രഭാത ഭക്ഷണം കഴിച്ച് ഞാൻ ചമ്പയിലേക്കുള്ള ബസ്സ് കയറി.

സമതലങ്ങളുടെ അവസാനമാണ് ഋഷികേശ്. നീളം കുറഞ്ഞ ബസ്സ് വർദ്ധിച്ച ഉത്സാഹത്തോടെ കുന്ന് കയറിക്കൊണ്ടിരുന്നു. സൂര്യപ്രകാശമടിക്കുന്നുണ്ടെങ്കിലും തണുപ്പാണ് കളം നിറയെ. ഉയരം കുറഞ്ഞ അപരിചിത മരങ്ങൾ മാറി പരിചിതരായ പൈൻ മരങ്ങൾ പ്രത്യക്ഷരായി. പുറത്തെ കാഴ്ചകൾ കാണാൻ താൽപ്പര്യമുണ്ടായിരുന്നത് എനിക്കും മൂന്നുപേർക്കിരിക്കാവുന്ന സീറ്റിൽ തന്റെ അച്ഛനും എനിക്കുമിടയിലിരുന്നിരുന്ന ഒരു ബാലനും മാത്രമാണെന്ന് തോന്നുന്നു. ദൂരെ ദിക്കുകളിൽനിന്ന് പുലർച്ചെ ഋഷികേശിലെത്തിയവരാണ് മിക്കവരും. തല വഴി ഷാളുകൊണ്ട് മൂടി മിക്കവരും ഉറക്കമാണ്. പുറത്തെ കാഴ്ചകൾ എന്റെ മടിയിലെ ബാഗുകൊണ്ട് മറഞ്ഞപ്പോൾ

കുട്ടിയുടെ മുഖത്ത് നിരാശ. അരികിലെ സീറ്റിൽ ഇരിക്കണോ എന്ന് ഞാനവനോട് ആംഗ്യഭാഷയിൽ ചോദിച്ചു. സീറ്റൊഴിഞ്ഞ് കിട്ടിയപ്പോൾ അവനെനിക്കൊരു പുഞ്ചിരി സമ്മാനിച്ചു. കുട്ടിയുടെ അച്ഛൻ എന്നോട് കുശലം പറഞ്ഞു.

ടെഹരി അണക്കെട്ടിന്റെ പണി തുടങ്ങിയ കാലത്ത് ഭാഗീരഥി നദിയുടെ കരയിൽനിന്ന് പുനരധിവസിപ്പിക്കപ്പെട്ട കുടുംബമാണ് അയാളുടേത്. അയാളുടെ അച്ഛന്റെ കാലത്താണ് ഭൂമി നഷ്ടപ്പെടുന്നത്. പൊതുഗതാഗത സംവിധാനങ്ങളെ ആശ്രയിക്കുന്നതിലെ ആകർഷകത്വം ഇത്തരത്തിൽ കിട്ടുന്ന കഥകളാണ്. ഇപ്പോൾ ടെഹരിയിൽ പലചരക്ക് കട നടത്തുന്ന അയാൾക്ക് ഭൂമി നഷ്ടപ്പെട്ടതിൽ നിരാശയില്ല. പക്ഷേ, മൂത്ത സഹോദരനൊപ്പം താമസിക്കുന്ന അയാളുടെ അച്ഛൻ ഇപ്പോഴും സങ്കടത്തിൽ തന്നെയാണ്. അയാളുടെ അച്ഛൻ പണ്ട് അണക്കെട്ടിനെതിരെയുള്ള സമരത്തിൽ പങ്കെടുത്തയാളാണ്. സമരനായകനായിരുന്ന സുന്ദർലാൽ ബഹുഗുണയെ പക്ഷേ അയാൾ കണ്ടിട്ടില്ല. ബഹുഗുണാജി എവിടെയാണ് താമസമെന്ന് അയാൾക്കറിയില്ല എന്നത് എനിക്ക് വലിയ അത്ഭുതമായി തോന്നി. ചമ്പയിൽ വണ്ടിയെത്തിയപ്പോൾ ആരോടോ ചോദിച്ച് മനസ്സിലാക്കി ബഹുഗുണാജി താമസിക്കുന്ന കോട്ടി കോളനിയിലേക്ക് പോകുന്ന ഒരു ജീപ്പിൽ അയാളെന്നെ കയറ്റി വിട്ടു. പത്രക്കാരും ആക്റ്റിവിസ്റ്റുകളുമൊക്കെ ബഹുഗുണാജിയെ കാണാൻ പോകുന്നതുകൊണ്ടാവാം ജീപ്പ് ഡ്രൈവർക്ക് ബഹുഗുണാജിയുടെ വീടറിയാം.

ഇന്ത്യാ എവെരി ഡേയിലെ എന്റെ ജോലിയുടെ രണ്ടാംഘട്ടം അങ്ങനെ ആരംഭിക്കുകയായി. ഇന്ത്യയിലെ ഏറ്റവും വലിയ എർത്ത് ഡാമായ ടെഹരി അണക്കെട്ടിന്റേതടക്കം ഹിമാലയൻ നദികളുടെ ചരിത്രവും വർത്തമാനവും ഭാവിയുമൊക്കെ വിശകലനം ചെയ്യുന്ന ഒരു ലേഖനപരമ്പര എഴുതലാണ് അടുത്ത ആറ് മാസത്തേക്കുള്ള എന്റെ ജോലി. വിശകലനം എന്ന് തോന്നുമെങ്കിലും അണക്കെട്ടുകളുടെ ആവശ്യകത ഊന്നിപ്പറയണം, നിഷ്പക്ഷനായ ഒരാളെന്ന കപടവ്യക്തിത്വമുണ്ടാക്കി പത്രത്തിന്റെ താത്പര്യങ്ങൾ വരികൾക്കിടയിലൂടെ സ്ഥാപിച്ചെടുക്കണം. എനിക്ക് വലിയ വെല്ലുവിളിയായി തോന്നാത്ത ഉദ്യമം അത്ര എളുപ്പമായിരിക്കില്ലെന്ന് അന്നാ മാഡം ഓർമ്മിപ്പിച്ചു. ഹിമാലയത്തിലെ മരം മുറിക്കെതിരെയും പിന്നീട് ടെഹരി അണക്കെട്ടിനെതിരെയും സമരം ചെയ്ത ബഹുഗുണാജിയെ അഭിമുഖം നടത്തി അതിൽ നിന്ന് വീണുകിട്ടുന്നതോ വളച്ചൊടിക്കാവുന്നതോ ആയ എന്തെങ്കിലും ഒരു പ്രസ്താവനയുമായി വേണം ലേഖനപരമ്പര തുടങ്ങാനെന്നത് അന്നാ മാഡത്തിന്റെ തന്നെ ആശയമായിരുന്നു. സുന്ദർലാൽ ബഹുഗുണയുടെ ധാരാളം അഭിമുഖങ്ങൾ ഇതിനകംതന്നെ വന്നിട്ടുള്ളതിനാലും ടെഹരി അണക്കെട്ട് ഇതിനകം

യാഥാർത്ഥ്യമായതിനാലും ഇങ്ങനെയൊരു അഭിമുഖം എന്തിനാണെന്ന സംശയം എനിക്കുണ്ടായിരുന്നു. എനിക്കത് നല്ലൊരു തുടക്കമാവുമെന്ന് അന്നാ മാഡം പ്രവചിച്ചു. പക്ഷേ, അഭിമുഖത്തിന് ഒരു വൈകാരിക തലമുണ്ടാവണം. ബഹുഗുണാജിയുടെ സ്വകാര്യ ശേഖരത്തിൽനിന്ന് പഴയ ഫോട്ടോകളോ ജീവിതത്തിൽ മറ്റാരോടും പങ്കുവെയ്ക്കാത്ത ഓർമ്മകളോ സംഘടിപ്പിക്കണം.

പുണ്യനഗരങ്ങളായ ഹരിദ്വാറിനെയും ഋഷികേശിനെയുമൊക്കെ ഹിമാലയൻ സുനാമി എന്നറിയപ്പെടുന്ന മഹാപ്രളയം താറുമാറാക്കിയ ഹിമാലയത്തിൽ നിർമ്മാണം നടന്നുകൊണ്ടിരിക്കുന്നതും വിഭാവനം ചെയ്തതുമായ അണക്കെട്ടുകളുടെ ഭാവി ചോദ്യചിഹ്നമായ കാലത്തായിരുന്നു എന്റെ യാത്ര. ഒരു കൊല്ലം മുൻപത്തെ ജൂൺ മാസത്തിലുണ്ടായ പ്രളയത്തിൽ നിന്ന് ഗംഗയുടെ തീരങ്ങൾ കരകയറുന്നേയുള്ളൂ. ടെഹരി അണക്കെട്ട് ഉണ്ടായിരുന്നതുകൊണ്ടാണ് ഹരിദ്വാറും ഋഷികേശും അധികം നാശനഷ്ടങ്ങളില്ലാതെ രക്ഷപ്പെട്ടതെന്ന ഭാഷ്യത്തിന് കരുത്ത് പകരുന്ന കണക്കുകളും, കണക്കുകൾ എനിക്ക് പണ്ടേ വഴങ്ങാത്തതിനാൽ കഥകളും നേർസാക്ഷ്യങ്ങളുമായി സ്വന്തം പേരിൽ ഒരു ലേഖന പരമ്പര. യാത്രയ്ക്ക് ആവേശം നിറയ്ക്കാൻ വേറെന്ത് വേണം. നാശനഷ്ടങ്ങളെക്കുറിച്ച്, എന്തിനേറെ മരണങ്ങളെക്കുറിച്ച് പോലും പല മാധ്യമങ്ങളും പല കണക്കാണ് പറയുന്നത്. വിവിധ സർക്കാർ ഏജൻസികൾക്ക് പോലും കണക്കുകളുടെ കാര്യത്തിൽ അഭിപ്രായ ഐക്യമില്ല. ഒരു കാലത്ത് തങ്ങൾ എതിർത്ത ടെഹരി അണക്കെട്ട് പ്രളയത്തിൽ നിന്ന് ഗംഗയുടെ തീരങ്ങളെ രക്ഷിക്കാൻ എത്രത്തോളം സഹായകമായി എന്നതിനെക്കുറിച്ച് ബഹുഗുണാജിക്ക് പറയാനുള്ളത് ലോകത്തിന് മുന്നിൽ അവതരിപ്പിച്ച് അത് ശീർഷകമാക്കി വേണം എനിക്ക് ഇനിയും പേര് തീരുമാനിച്ചിട്ടില്ലാത്ത എന്റെ ലേഖനപരമ്പര തുടങ്ങാൻ. അദ്ദേഹത്തെക്കൊണ്ട് അക്കാര്യം സമ്മതിപ്പിക്കാനുള്ള വിവരങ്ങളൊക്കെ ഞാൻ തയ്യാറാക്കി വെച്ചിരുന്നു.

ബഹുഗുണാജിയുടെ വീടിനടുത്ത് വരെ വണ്ടി പോകില്ലെന്ന് പറഞ്ഞ ജീപ്പ് ഡ്രൈവർ എന്നെ ഒരു സ്ത്രീക്കൊപ്പം കൂട്ടിയയച്ചു. പഴയ മാതൃകയിലുള്ള ഒരു രണ്ടുനില വീടാണ്. ടെഹരി അണക്കെട്ടിന്റെ പശ്ചാത്തലത്തിൽ വലിയ മുറ്റമുള്ള സാമാന്യം വലിയ വീട്. എന്നെ കണ്ടപ്പോൾ മുറ്റത്ത് നിന്ന സ്ത്രീകളിലാരോ മുകളിലേക്ക് കയറിപ്പോയി. മഞ്ഞുപോലെ വെളുത്ത താടിയും തൂവാല കൊണ്ട് കെട്ടിവെച്ച തലമുടിയുമായി ബഹുഗുണാജി വാതിൽക്കൽ പ്രത്യക്ഷപ്പെടുമെന്ന് കരുതിയ എന്നെ വരവേറ്റത് അദ്ദേഹത്തിന്റെ ഭാര്യ വിമലാജിയായിരുന്നു. മുകളിലെ നിലയിലാണ് ബഹുഗുണാജിയും കുടുംബവും താമസിക്കുന്നത്, സ്വീകരണമുറിയിൽ എന്നെ ഇരുത്തിയ

ശേഷം ''വോ അഭീ ആയേഗാ'' എന്ന് പറഞ്ഞ് വിമലാജി അകത്തേക്ക് പോയി. കുറച്ച് കഴിഞ്ഞ് ഒരു പാത്രത്തിൽ കുടിവെള്ളവുമായി വന്നു. മലയാളിയായിരുന്നെങ്കിൽ വീട്ടിൽ വന്നുകയറുന്ന അതിഥിക്ക് ഇങ്ങനെ ഒരു വലിയ ഗ്ലാസിൽ വെള്ളം നൽകുമോ? എവിടെ കുഴി കുത്തിയാലും അതിനെ കിണറെന്ന് വിളിക്കാമെന്ന അഹങ്കാരമുള്ള മലയാളിക്ക് വീട്ടിൽ വന്നുകയറുന്നയാൾക്ക് ദാഹമുണ്ടാവുമെന്ന് പ്രതീക്ഷിക്കേണ്ട കാര്യമില്ല, പിന്നെ വന്നവന്റെ വലുപ്പവും കൊടുക്കുന്നവന്റെ സ്ഥിതിയുമൊക്കെ അനുസരിച്ച് ചായയോ കാപ്പിയോ ജ്യൂസോ സംഭാരമോ ഒക്കെ തയ്യാറാക്കാനുള്ള സമയമുണ്ട്, അല്ലെങ്കിൽ വന്നയാൾ ചോദിക്കണം എനിക്കൊരു ഗ്ലാസ് പച്ചവെള്ളം തരുമോ എന്ന്. പച്ചയെന്ന് പറഞ്ഞില്ലെങ്കിൽ എന്തെങ്കിലും ചേർത്ത വെള്ളമെന്നർത്ഥം. കോട്ടി കോളനി മുതൽ ബഹുഗുണാജിയുടെ വീടുവരെ വലിയ ബാഗും ചുമന്ന് നടന്ന എനിക്ക്, ഈയിടെയായി അത്തരം അധ്വാനമൊന്നും പതിവില്ലാത്തതിനാൽ നല്ല ക്ഷീണവും ദാഹവുമുണ്ടായിരുന്നു. പച്ചവെള്ളവും പലതരത്തിലുണ്ട്, ടെഹരിയിലെ പച്ചവെള്ളം എനിക്ക് ഇഷ്ടമായില്ല.

കുറച്ച് നേരം ഞാനാ മുറി ശ്രദ്ധിച്ചു. അവിടിവിടെ കൂട്ടിവെച്ചിരിക്കുന്ന പലവിധ സാധനങ്ങൾ, പുസ്തകങ്ങളും വീക്കിലികളുമൊക്കെയാണ് പ്രധാനമായും. ചുമരിൽ ചില ഫോട്ടോകൾ ഫ്രെയിം ചെയ്ത് തൂക്കിയിട്ടുണ്ട്. ആ മുറിയിലെ കാഴ്ചകൾ എന്നെ മടുപ്പിക്കും മുൻപ് സന്ന്യാസി കണക്കെ ഒരു മനുഷ്യൻ പ്രത്യക്ഷപ്പെട്ടു. ഹൃദ്യമായി ചിരിച്ചുകൊണ്ട് എന്നെ അഭിവാദ്യം ചെയ്തു. മനസ്സിൽ പ്രതിഷ്ഠിച്ചുപോയ രൂപത്തിൽനിന്ന് എന്തോ വ്യത്യാസമുണ്ടല്ലോ എന്ന ചിന്തയാണ് ആദ്യം മനസ്സിൽ വന്നത്. അതേ, അദ്ദേഹത്തിന്റെ മുഖമുദ്രയായ തൂവാല തലക്കെട്ട് ഇല്ലായിരുന്നു.

ഞാനെവിടെ നിന്നാണ്, എന്തൊക്കെയാണ് വിശേഷങ്ങൾ എന്നൊക്കെ അദ്ദേഹം തിരക്കി. ഇന്ത്യാ എവെരി ഡേയിൽ നിന്നാണെന്ന് പറഞ്ഞ് എന്റെ തിരിച്ചറിയൽ കാർഡ് നീട്ടിയപ്പോൾ അദ്ദേഹമത് വാങ്ങി നോക്കാതെ എന്നോട് സംസാരിച്ചുതുടങ്ങി. ഇന്ത്യാ എവെരി ഡേയിലുണ്ടായിരുന്ന ദയാനന്ദ് മുഖർജിയെക്കുറിച്ച് ചോദിച്ചു. അദ്ദേഹം ഇപ്പോൾ മറ്റൊരു പത്രത്തിലാണെന്ന് ഞാൻ മറുപടി പറഞ്ഞു. താനെന്താണ് ചെയ്യേണ്ടതെന്ന അദ്ദേഹത്തിന്റെ ചോദ്യത്തിന് മറുപടിയായി ഞാൻ അഭിമുഖത്തിന്റെ കാര്യം പറഞ്ഞു. അന്നാ മാഡം ഏൽപ്പിച്ച ചെക്ക് ഞാനദ്ദേഹത്തിന്റെ മുന്നിൽ വെച്ചു. അതിലേക്ക് ശരിക്കുമൊന്ന് നോക്കുകകൂടി ചെയ്യാതെ അതെടുത്തുകൊള്ളാൻ വളരെ സൗമ്യനായി അദ്ദേഹം എന്നോട് പറഞ്ഞു. ആവശ്യമെങ്കിൽ നൽകിക്കൊള്ളൂ എന്ന് പറഞ്ഞ് അന്നാ മാഡം ഏൽപ്പിച്ച ചെക്കിന്റെ കാര്യത്തിൽ ഞാൻ കുറച്ച് ധൃതി കാണിച്ചു

പോയി. ഞാനദ്ദേഹത്തോട് ക്ഷമ ചോദിച്ചു. ഇവിടത്തെ കാര്യങ്ങൾ എങ്ങനെയാണെന്ന് അറിയാത്തതിനാലാണ് ഞാൻ ചെക്ക് നൽകിയതെന്ന് പറഞ്ഞൊപ്പിച്ചപ്പോൾ ആ ഹിന്ദി കേട്ട് അദ്ദേഹം ഞാൻ മലയാളിയാണെന്ന് തിരിച്ചറിഞ്ഞു.

''മലയാളി?'' എന്ന് ചോദിച്ച് പുഞ്ചിരിച്ചത് കണ്ടപ്പോൾ എനിക്കദ്ദേഹം എന്നെ പരിഹസിച്ചതാണോ എന്ന് സംശയമായി. അഭിമുഖമൊന്നും ഇനി തരാൻ സാധ്യതയില്ലെന്ന് ഞാൻ ഉറപ്പിച്ചു. എന്നാൽ പോയേക്കാം എന്ന ശരീരഭാഷയിൽ ഞാനെത്തിയപ്പോൾ വിമലാജി ഓരു കപ്പ് ചായയുമായി എത്തി. ചായ തന്നിട്ട് ഊണ് എപ്പോഴാണെടുക്കേണ്ടതെന്ന് ചോദിച്ചപ്പോൾ ഞാൻ ഊണ് വേണ്ട ഇപ്പോൾ ഇറങ്ങുമെന്ന് ഒരു വിധത്തിൽ പറഞ്ഞൊപ്പിച്ചു.

''ജൽദി മത് ജാനാ. യേ ന്യൂസ് പേപ്പർ വാലോം കാ ഇന്റർവ്യൂ അബ് മേ നഹീ ദേതാ ഹെ. മേ ജോ ഭീ കഹേ, വോ അപ്നീ മർസീ സേ ചപാതാ ഹെ. ഹം ഡിസ്കസ് കരേംഗേ. കോയീ സവാൽ ജവാബ് നഹീ ചലേഗാ.'' എനിക്ക് വലിയ ആശ്വാസം നൽകിക്കൊണ്ട് അദ്ദേഹം പറഞ്ഞു. എന്നാൽ എന്റെ ആശ്വാസം അൽപ്പായുസ്സായിപ്പോയി. ഒരു യാത്ര കഴിഞ്ഞ് രാവിലെ എത്തിയതേയുള്ളൂ വളരെ ക്ഷീണിതനാണ്, ഇന്നിനി വയ്യ നാളെയാവാം എന്ന് പറഞ്ഞപ്പോൾ എന്നാൽ ആയിക്കോട്ടെ എന്ന ഭാവത്തിൽ ഞാൻ എഴുന്നേറ്റു.

''ആവോ കമരാ ദിഖാതാ ഹൂം'' എന്ന് വിമലാജി പറഞ്ഞപ്പോഴാണ് എനിക്കവിടെ താമസിക്കാനാകുമെന്ന കാര്യം മനസ്സിലാവുന്നത്. വിമലാജി അടുക്കളയിലേക്ക് പോയപ്പോൾ ബഹുഗുണാജി ആ മുറിയിലെ സാധനങ്ങൾ അടുക്കിവെക്കുകയും സോഫയുടെ കുഷൻ വെയിൽ കൊള്ളിക്കാൻ പുറത്ത് കൊണ്ടുപോയി വെക്കുകയുമൊക്കെ ചെയ്തു.

സഹായിക്കാൻ ചെന്ന എന്നെ അദ്ദേഹം നിരുത്സാഹപ്പെടുത്തിയില്ല. വൃദ്ധദമ്പതികൾ എന്തൊക്കെയോ സംസാരിക്കുന്നുണ്ട്. ഹിന്ദിയിലാണെങ്കിലും എനിക്കൊന്നും മനസ്സിലായില്ല. ഊണ് കഴിഞ്ഞപ്പോൾ കുറച്ച് സമയം ഉറങ്ങണമെങ്കിൽ ആവാമെന്ന് പറഞ്ഞ് വീട്ടുകാർ മുറിക്കകത്തേക്ക് പോയി. വിമലാജി ഒരു കപ്പ് കാപ്പിയുമായി വന്ന് കതകിൽ തട്ടുംവരെ കഴിഞ്ഞ ദിവസത്തെ നിദ്രാഭംഗത്തിന്റെ കടം വീട്ടി. വൈകുന്നേരത്തെ അലസവെയിലിൽ ടെഹരി റിസർവോയർ മുങ്ങിക്കുളിച്ചു. ഇരുട്ട് പടരും മുൻപേ തണുപ്പ് ഹാജരായി. രാത്രി ഭക്ഷണസമയത്ത് കേരളത്തിലെ ചില പരിചയക്കാരെക്കുറിച്ച് അദ്ദേഹമെന്നോട് ചോദിച്ചു. ചിലരെയൊക്കെ ഞാൻ കേട്ടിട്ടുണ്ടെങ്കിലും ആരെയും എനിക്ക് പരിചയമില്ല. കേരളത്തിലെ പല സംഭവവികാസങ്ങളെക്കുറിച്ചും അദ്ദേഹം തിരക്കി. പുഴകളെയും കാടുകളെയും

പാവപ്പെട്ടവരെയുംകുറിച്ചുള്ള ആശങ്കകളാണ് ചോദ്യങ്ങൾ നിറയെ. വയനാട്ടിലെ കാട്ടുതീ അണഞ്ഞോ? അതിരപ്പിള്ളി പദ്ധതിയിൽ സർക്കാരിന്റെ നിലപാടെന്താണ്? നീറ്റാ ജെലാറ്റിൻ കമ്പനിയിൽ ഇപ്പോൾ ഉൽപ്പാദനമുണ്ടോ? അടുത്തെപ്പോഴെങ്കിലും അട്ടപ്പാടിയിൽ പോയിരുന്നോ എന്നൊക്കെയുള്ള ചോദ്യങ്ങൾക്ക് ഞാൻ കുറച്ച ധികം വർഷമായി പത്രപ്രവർത്തകനായി ഡൽഹിയിലാണെന്ന് കള്ളം പറഞ്ഞ് തടിയൂരി.

ഉച്ചയുറക്കം പതിവില്ലാത്ത എനിക്ക് രാത്രി ഉറക്കം വരാതിരി ക്കാൻ അതൊരു കാരണമായി. ഞാൻ കിടന്നത് ഒരു എഴുത്ത് മുറി യിലായിരുന്നു. അച്ഛന്റേതുപോലെ അത്ര കുടുസല്ല. അവിടത്തേത് പോലെ ഇവിടെയും ഒരു കട്ടിലും കിടക്കയുമുണ്ട്. എഴുത്തിന്റെ ഇടവേളകളിൽ ഈ കട്ടിലിലായിരിക്കുമോ ബഹുഗുണാജി കിടന്നിട്ടു ണ്ടാവുക. രാവിലെ എത്രമണിക്കാണ് അദ്ദേഹമെന്നോട് സംസാരി ക്കാൻ തയ്യാറാവുകയെന്ന് അറിയാത്തതിനാൽ ആറ് മണിക്കും ആറരയ്ക്കും അലാറം വെച്ച് ഞാൻ ഉറക്കത്തെ പ്രതീക്ഷിച്ച് കിടന്നു. കഴിഞ്ഞ രണ്ട് ദിവസമായി തുറക്കാതെ കിടന്നിരുന്ന രാധികയുടെ വാട്ട്സ്ആപ്പ് സന്ദേശങ്ങളിലേക്ക്, അവയുടെ വരികൾക്കിടയിലെ ചിന്തകളിലേക്ക് ഞാൻ കണ്ണോടിച്ചു.

രാവിലെ ഞാനുണരാൻ വൈകി. ആറ് മണിയുടെ അലാറമടി ച്ചത് ഞാൻ കേട്ടതേയില്ല. ധൃതിയിൽ പല്ല് തേച്ച് മുറിയിൽ നിന്ന് പുറത്തിറങ്ങിയ ഞാൻ സ്വീകരണമുറിയിൽ ആരെയും കാണാത്തതു കൊണ്ട് ചാരിവെച്ച പുറത്തേക്കുള്ള വാതിൽ തുറന്ന് പടികളിറങ്ങി മുറ്റത്തെത്തിയപ്പോൾ അരികിലെ കൽ പടവിൽ അദ്ദേഹം വ്യായാമം ചെയ്യുന്നുണ്ടായിരുന്നു. നമസ്കാരം പറഞ്ഞ് ഞാൻ അടുത്ത് ചെന്ന് നിന്നു. നന്നായി ഉറങ്ങാനായോ എന്നദ്ദേഹം കുശലം ചോദിച്ച് അടുത്തിരിക്കാൻ ആംഗ്യം കാണിച്ചു. ടെഹരി റിസർവോയറിന്റെ കിഴക്ക് ഭാഗം ചൂണ്ടിക്കാണിച്ച് അവിടെയാണ് ടെഹരി പട്ടണം ഉണ്ടാ യിരുന്നതെന്ന് പറഞ്ഞു.

അവസാനമായി മുങ്ങിയത് ആ പട്ടണത്തിലെ ഏറ്റവും ഉയര മുള്ള ഒരു ക്ലോക്ക് ടവറായിരുന്നു. പ്രവർത്തിച്ചുകൊണ്ടിരുന്ന ഒരു ഘടികാരമായിരിക്കുമോ വെള്ളത്തിലമർന്നിരിക്കുക? ശ്വാസം കിട്ടാതെ ആദ്യം മരിച്ചിരിക്കുക തീർച്ചയായും സെക്കന്റ് സൂചി ആയിരിക്കും. എല്ലാ ദുരന്തങ്ങളിലും നിസ്സഹായരായ കുട്ടികൾ ആദ്യം മരിക്കു ന്നതുപോലെ, അല്ല, ക്ലോക്ക് ടവറിലും മറ്റുമുള്ള ഘടികാരങ്ങൾക്ക് സെക്കന്റ് സൂചി ഉണ്ടാവാറുണ്ടോ! ജലാശയത്തിന്റെ ആഴത്തിലുള്ള ആ ക്ലോക്കിൽ പതിഞ്ഞ അവസാന സമയം ഏതായിരിക്കും. അതോ വെള്ളത്തിൽ മുങ്ങിയ ശേഷവും മരണത്തോട് മല്ലടിച്ച് ആ ഘടി കാരം കുറച്ച് സമയം കൂടി ജീവിച്ച് കാണുമോ?

ടെഹരി അണക്കെട്ട് വിഭാവനം ചെയ്തത് മുതലുള്ള ഒരു സംക്ഷിപ്ത ചരിത്രം പഠിച്ചാണ് ഞാൻ ഡൽഹിയിൽനിന്ന് പുറപ്പെട്ടതെങ്കിലും ഒരു ദേശത്തിന്റെ മരണം അവിടത്തെ ആളുകളുടെ കണ്ണുകളെ ഇന്നും ഈറനണിയിക്കുമെന്ന് ഞാൻ ആലോചിച്ചിരുന്നില്ല. ഏറെനേരം ഞങ്ങൾ രണ്ടാളും ജലാശയം നോക്കിയിരുന്നു. എന്റെ ഓഡിയോ റെക്കോർഡർ മുറിയിലാണ്. അദ്ദേഹം പറയുന്ന മുഴുവൻ ഹിന്ദിയും എനിക്ക് മനസ്സിലാവില്ല. എടുക്കാൻ പോയാലോ എന്ന് ആലോചിച്ച ഞാൻ ശങ്കിച്ചു. ഇന്നലെ ചെക്കെടുത്ത് മുന്നിൽ വെച്ചതുപോലെ അദ്ദേഹം സംസാരിക്കാൻ തുടങ്ങുമ്പോൾ ഞാൻ എഴുന്നേറ്റ് പോകുന്നത് അനുചിതമാവുമോ. മടിച്ചുമടിച്ച് ഞാൻ അനുവാദം ചോദിച്ചു, ഒരു പുഞ്ചിരിയായിരുന്നു മറുപടി. ഓഡിയോ റെക്കോർഡർ അദ്ദേഹത്തിന്റെ നേരെ നീട്ടുമ്പോൾ അദ്ദേഹം പറയുന്ന കാര്യങ്ങൾ വേഗത്തിൽ എഴുതിയെടുക്കാൻ എനിക്ക് സാധിക്കാത്തതിനാലാണ് എന്ന് വിശദീകരിക്കാൻ ശ്രമിച്ച എന്നെ അദ്ദേഹം വിലക്കി, ഞങ്ങൾക്കിടയിൽ ഒരു ഉപകരണം പ്രവർത്തിക്കുന്നുണ്ടെന്നത് അദ്ദേഹം കാര്യമായെടുത്തില്ല. സുപ്രധാനമായ കാര്യങ്ങൾ ഞാൻ മലയാളത്തിൽ എന്റെ നോട്ട്പാഡിൽ കുറിച്ചു.

ഹിമാലയത്തിലെ മരംമുറിക്കെതിരെ നടത്തിയ ഐതിഹാസിക സമരത്തെക്കുറിച്ചും പരാജയപ്പെട്ടുപോയ ടെഹരി അണക്കെട്ടിനെതിരെയുള്ള സമരത്തെക്കുറിച്ചുമൊക്കെ വിവരിക്കുമ്പോൾ അദ്ദേഹം ആവേശം കാണിക്കുകയോ നിരാശനാവുകയോ ചെയ്തില്ല. കഴിഞ്ഞ വർഷമുണ്ടായ മഹാപ്രളയത്തിൽനിന്ന് ഹരിദ്വാറിനെയും ഋഷികേശിനെയും ഒരു പരിധി വരെ രക്ഷിച്ചത് ടെഹരി അണക്കെട്ടല്ലേ എന്ന ചോദ്യം ചോദിക്കാനായി ഞാൻ അവസരം കാത്ത് നിന്നു. എന്നെപ്പോലെ ദുർബുദ്ധിക്കാരായ അനേകം പത്രക്കാരെ കണ്ട് പരിചയിച്ചതിനാലോ, അല്ലെങ്കിൽ ഇന്ത്യാ എവെരി ഡേ പോലുള്ള ഒരു കോർപ്പറേറ്റ് പത്രം തന്നെപ്പോലൊരാളെ തേടി വരാനുള്ള കാരണം ഊഹിക്കാവുന്നതിനാലോ ആവാം അദ്ദേഹം സ്വമേധയാ ആ വിഷയത്തിലേക്ക് എത്തി.

“ആളുകളെ വിശ്വസിപ്പിച്ചിരിക്കുന്നത് ടെഹരി അണക്കെട്ട് ഉണ്ടായിരുന്നതിനാലാണ് വെള്ളം അധികം ഉയരാതിരുന്നതെന്നാണ്, ജൂൺ മാസത്തിലുണ്ടായ പ്രളയത്തിൽ ഗംഗയിൽ ജലനിരപ്പുയർന്നതുപോലെതന്നെ ഭാഗീരഥിയിലും ജലമുയർന്നതാണ്. ടെഹരി അണക്കെട്ടിൽ പ്രളയത്തിന് മുൻപ് തന്നെ പരമാവധി വെള്ളം എത്തിയിരുന്നു. പിന്നെയും മഴ പെയ്യുമെന്ന കണക്കുകൂട്ടലില്ലാതെ അതൊക്കെ അണക്കെട്ടിൽതന്നെ തടഞ്ഞു നിർത്തി. മഴ കനത്തപ്പോൾ പരമാവധി സംഭരണശേഷി കഴിഞ്ഞ് സ്പിൽവേയിലൂടെ വെള്ളം ഒഴുകി. ആ സമയത്താണ് ഗംഗയുടെ മുകളിലെ ഭാഗങ്ങളിൽ

മഴ കനത്തതും ഉരുൾപൊട്ടലുകളുണ്ടായതും. എല്ലാം ഒരുമിച്ച് വന്നപ്പോൾ ഹരിദ്വാറും ഋഷികേശുമൊക്കെ വെള്ളത്തിനടിയിലായി. ഡാമില്ലായിരുന്നെങ്കിൽ ഭാഗീരഥിയിലെ വെള്ളം അതിനുമുൻപേ ഒഴുകിപ്പോയേനെ. മഴയുടെ കണക്ക് സർക്കാരിന്റെ കയ്യിലല്ലേ. അവരത് വേണ്ടതുപോലെ ഉപയോഗിക്കും. ഇപ്പോൾ ചോദിക്കുമ്പോൾ പ്രളയത്തിന്റെ രണ്ട് നാൾ മുൻപ് ഭാഗീരഥിയിൽ പെയ്ത വെള്ളത്തിന്റെ കണക്ക് കിട്ടാനില്ല എന്നാണ് അധികാരികൾ പറയുന്നത്.''

അദ്ദേഹം പറഞ്ഞ കാര്യങ്ങളിൽ പ്രധാനപ്പെട്ടവ ഞാൻ കുറിച്ചെടുത്തു.

ഞാനുദ്ദേശിച്ച ഒന്നും അദ്ദേഹം പറഞ്ഞില്ല. ടെഹരി അണക്കെട്ടിന്റെ ജലാശയത്തിലേക്ക് പലയിടത്തും ഉരുൾപൊട്ടി മലയിടിഞ്ഞു വീണിട്ടുണ്ട്. മണ്ണൊലിപ്പ് മൂലം അണക്കെട്ടിന്റെ സംഭരണശേഷി കുറഞ്ഞ് വരികയാണ്. കോടിക്കണക്കിന് ലിറ്റർ വെള്ളം സംഭരിച്ചിരിക്കുന്ന ടെഹരി അണക്കെട്ടിന്റെ സമീപത്തെ കോട്ടി കോളനിയിലെ വീട്ടമ്മമാർ മലയിൽ നിന്നുത്ഭവിച്ച് വരുന്ന ചെറിയൊരു ഉറവയിൽ നിന്ന് കുടിവെള്ളമെടുക്കാൻ ഊഴത്തിന് കാത്ത് നിൽക്കുന്നത് ഞാൻ കണ്ടു. അണക്കെട്ടിനായി കുടിയൊഴിപ്പിക്കപ്പെട്ട ഒരു കർഷകനെ പോലും ടെഹരിയിൽ എനിക്ക് കണ്ടെത്താനായില്ല.

ടെഹരി അണക്കെട്ടിന്റെ താഴെ ദേവപ്രയാഗിൽ പുതുതായി നിർമ്മിക്കുന്ന അണക്കെട്ടിനടുത്തുള്ളവർ ടെഹരി അണക്കെട്ട് തകരുമെന്ന ആശങ്കയിലാണ്. കേദാർനാഥിനും ദേവപ്രയാഗിനുമിടയിൽ ചെറുതും വലുതുമായ വേറെയും അണക്കെട്ടുകൾ വരുന്നതായി കേൾക്കുന്നു. ഗംഗയുടെ ശക്തിയും കോപവും കണ്ടവരൊക്കെ നദിയെ ഇനിയും പ്രകോപിപ്പിക്കരുതെന്ന അഭിപ്രായക്കാരായിരുന്നു. തന്റെ അനുവാദമില്ലാതെ മനുഷ്യൻ കെട്ടിയുണ്ടാക്കിയതൊക്കെ ഗംഗാദേവി തൂത്തുപെറുക്കി സമതലങ്ങളിൽ കൊണ്ടുപോയിട്ടു എന്ന ആളുകളുടെ അഭിപ്രായത്തോട് എനിക്ക് അനുകൂലിക്കാതിരിക്കാനായില്ല. ദേവപ്രയാഗിലെ പുതിയ അണക്കെട്ട് നിർമ്മാണം നടക്കുന്ന ഭാഗത്ത് തുടർച്ചയായി രണ്ട് ദിവസം കണ്ടപ്പോൾ പൊലീസുകാരെന്നെ പിടിച്ചുകൊണ്ടുപോയി. സ്റ്റേഷനിലെ ചോദ്യം ചെയ്യലിനിടെ ഞാൻ രണ്ടുനാൾ ബഹുഗുണാജിയുടെ വീട്ടിൽ കഴിഞ്ഞിരുന്നെന്ന് മനസ്സിലാക്കിയ പൊലീസുകാർ എന്തൊക്കെയോ ചാർജുകൾ ഉണ്ടാക്കി പ്രഥമവിവര റിപ്പോർട്ട് എഴുതാനുള്ള ഒരുക്കത്തിലായിരുന്നു. മഹാരാജാസിലെ പൂർവ്വ വിദ്യാർത്ഥികളുടെ യോഗത്തിൽ പരിചയപ്പെട്ട ഉത്തരാഖണ്ഡ് പൊലീസിലെ ഒരു മലയാളി ഐ.പി.എസ്സുകാരന്റെ നമ്പർ കയ്യിലുണ്ടായിരുന്നതിനാൽ മാത്രം ഞാനന്ന് രക്ഷപ്പെട്ടു.

ഹിമാലയൻ ശൈത്യദിനങ്ങൾ

കേരളത്തിലെ പത്രപ്രവർത്തനകാലത്ത് ദീർഘയാത്രകൾക്ക് വളരെ പരിമിതമായ അവസരമേയുണ്ടായുള്ളൂ. കൂട്ട ആത്മഹത്യ ചെയ്ത കുടുംബങ്ങളെക്കുറിച്ചോ, കാമുകനൊപ്പം ഒളിച്ചോടിപ്പോയ ഭാര്യയെക്കുറിച്ചോ ഒക്കെ അന്വേഷണാത്മക റിപ്പോർട്ടുകൾ പ്രസിദ്ധീകരിക്കുന്ന പത്രങ്ങൾ പക്ഷേ യഥാർത്ഥ സാമൂഹ്യപ്രശ്നങ്ങളിലേക്കോ വമ്പന്മാർ ഉൾപ്പെട്ട ആരോപണങ്ങളിലോ തലയിട്ടാൽ അസ്വസ്ഥരാവും. ഇൻവെസ്റ്റിഗേറ്റീവ് ജേർണലിസം ആഘോഷിക്കപ്പെടുന്ന പത്രപ്രവർത്തനരീതിയാണെങ്കിലും ഞാനൊരു പരാജയപ്പെട്ട പത്രക്കാരനായത് കൂടുതൽ അന്വേഷിച്ചതുകൊണ്ടാവാം. ഡൽഹിയിലെ രണ്ടാമൂഴം പക്ഷെ ഒന്നും അന്വേഷിച്ച് കണ്ടെത്താനായിരുന്നില്ല, വ്യവസ്ഥാപിത താൽപ്പര്യങ്ങൾ സമർത്ഥിക്കാനായിരുന്നു.

ഞാൻ ഗംഗാനദിയുടെ കഥകൾ തേടിയലഞ്ഞു. പ്രളയാനന്തര പുനർനിർമ്മാണ കാലമായതിനാൽ എല്ലായിടത്തും എന്തെങ്കിലും നിർമ്മാണ പ്രവർത്തനങ്ങൾ നടക്കുന്നുണ്ട്. കഴിഞ്ഞ കൊല്ലത്തെ മഹാപ്രളയത്തിൽ ഒലിച്ചുപോയതൊക്കെ പുനഃസ്ഥാപിക്കാനുള്ള തീവ്രശ്രമങ്ങളാണ്. തദ്ദേശീയരായ ആളുകളെയും അവരുടെ ജീവിക്കാനുള്ള അവകാശങ്ങളെയുമൊക്കെ പലപ്പോഴും പുനർനിർമ്മാണത്തിൽ മറന്നതായി തോന്നി. ഋഷികേശിൽ നിന്ന് ടെഹരി - ഉത്തരകാശി - വഴി ഗംഗോത്രി വരെയും, ശ്രീനഗർ രുദ്രപ്രയാഗ് - സോൻപ്രയാഗ് വഴി കേദാർനാഥ് വരെയും ഗോപേശ്വർ - ജോഷീമഠ് വഴി ബദരീനാഥ് വരെയും നിരന്തരം യാത്രകൾ ചെയ്ത എനിക്ക് ഹിമാലയം കാണാൻ വരുന്ന തീർത്ഥാടകർക്കും വിനോദ സഞ്ചാരികൾക്കും വേണ്ടി നടക്കുന്ന പരിസ്ഥിതി നാശമായിരുന്നു കാണാനായത്.

ഋഷികേശിന് മുകളിലേക്കുള്ള ഗംഗയുടെ വൃഷ്ടിപ്രദേശങ്ങളിൽ പലയിടങ്ങളിലും എത്തിച്ചേരാനാവുക വർഷത്തിൽ നാലോ അഞ്ചോ

മാസങ്ങളിൽ മാത്രമാണ്. മഞ്ഞുകാലം അവസാനിച്ചുതുടങ്ങുന്ന മാർച്ചോടെ ഉത്തരാഖണ്ഡിന്റെ സമതലങ്ങളിൽനിന്നും വടക്കേ ഇന്ത്യയുടെ പല ഭാഗങ്ങളിൽനിന്നും തീർത്ഥാടനകാലത്തെ മുന്നൊരുക്കങ്ങൾക്കായി ആളുകൾ മല കയറിത്തുടങ്ങും. സഞ്ചാരികൾക്ക് യാത്ര സാധ്യമാകുന്ന ഏപ്രിൽ മാസമാകുമ്പോഴേക്കും ആളുകളെ വരവേൽക്കാൻ കടകളും താമസസ്ഥലങ്ങളുമൊരുങ്ങും. മെയ് മുതൽ ഒക്ടോബർ വരെ തീർത്ഥാടകരുടെയും സഞ്ചാരികളുടെയും ഒഴുക്കായിരിക്കും. ഓരോ മാസവും പത്തുലക്ഷത്തിലധികമാളുകളാണ് ചാർദാം എന്നറിയപ്പെടുന്ന ഗംഗോത്രി, യമുനോത്രി, കേദാർനാഥ്, ബദരീനാഥ് എന്നിവിടങ്ങളിലേക്ക് ഒഴുകിയെത്തുക. ജീവിതത്തിലെ അവസാനകാലത്ത് സർവ്വം പരിത്യജിച്ചെത്തുന്നവരായിരുന്നു പഴയ കാലത്തെ തീർത്ഥാടകരെങ്കിൽ ഇന്ന് എല്ലാ തരക്കാരുമുണ്ട്. തീർത്ഥാടനകാലത്ത് ഉത്തരാഖണ്ഡിന്റെ ഹിമാലയൻ ജില്ലകളിലെ ജനസംഖ്യ നോക്കിയാൽ അത് ഒരു കോടിയോളം വരും. മഞ്ഞുവീഴ്ച തുടങ്ങുന്നതോടെ തീർത്ഥാടകരുടെയും വിനോദ സഞ്ചാരികളുടെയും ഒഴുക്ക് നിലയ്ക്കും. അതോടെ കച്ചവടക്കാരും അതുപോലുള്ളവരും തങ്ങളുടെ സ്ഥാപനങ്ങൾ പൂട്ടി ആരെയെങ്കിലും ഏൽപ്പിച്ചോ ഏൽപ്പിക്കാതെയോ മലയിറങ്ങും. ഒരു കോടി ജനസംഖ്യ മൂന്നോ നാലോ ലക്ഷമായി ചുരുങ്ങും. അവരാണ് ആ മലകളിലെ യഥാർത്ഥ അവകാശികൾ. സ്വന്തം അവകാശങ്ങളെക്കുറിച്ച് ഒരു ധാരണയുമില്ലാത്ത പഹാരി ഭാഷ സംസാരിക്കുന്ന സാധാരണ മനുഷ്യർ.

ആഗതമായിരിക്കുന്ന ലോക്സഭാ തെരഞ്ഞെടുപ്പിൽ ഇന്ത്യയൊട്ടുക്കും പ്രത്യേകിച്ച് ഹിന്ദി ഹൃദയഭൂമിയിലും പ്രതിഫലിക്കാൻ സാധ്യതയുള്ള ഒരു രാഷ്ട്രീയ വിഷയമായതിനാൽ തന്നെ പ്രളയത്തിൽ നശിച്ചുപോയതൊക്കെ പുനഃസ്ഥാപിക്കാനുള്ള ശ്രമത്തിലായിരുന്നു സർക്കാരുകൾ. കേദാർനാഥിലേക്കുള്ള വഴിയിലെ പല സ്ഥലങ്ങളിലും താമസിച്ച് ആളുകളെ അഭിമുഖം നടത്തിയും ചിത്രങ്ങളെടുത്തും സർക്കാർ കണക്കുകൾ ശേഖരിച്ചും ജൂൺ മാസത്തോടെ ഞാൻ മന്ദാകിനീ നദി വാസുകിയുമായി ചേരുന്ന സോൻപ്രയാഗിലെത്തി. അവിടം വരെയാണ് വാഹനങ്ങൾക്ക് പോകാനാവുക. കേദാർനാഥിലേക്ക് പോകുന്നവർ ഇവിടെ നിന്ന് നടന്നോ കുതിരപ്പുറത്തോ പോകും, അവശരായ ചിലരെയൊക്കെ ചുമന്ന് കൊണ്ടുപോകാനുള്ള ആളുകളും കാണും. കഴിഞ്ഞ കൊല്ലത്തെ പ്രളയത്തിന്റെ നടുക്കത്തിൽനിന്ന് സോൻപ്രയാഗിലെ ആളുകൾ മോചിതരായിരുന്നില്ല, സഞ്ചാരികളും നന്നേ കുറവ്. എനിക്ക് മാസവാടകയ്ക്ക് തന്നെ മുറി കിട്ടി. സോൻപ്രയാഗിലും കേദാർനാഥിലും സത്രങ്ങൾ നടത്തുന്ന ഒരു ഉത്തർപ്രദേശുകാരന്റെ ഹോട്ടലാണ്. മന്ദാകിനിയുടെ

കരയിലുണ്ടായിരുന്ന കെട്ടിടങ്ങൾ അധികവും കഴിഞ്ഞ പ്രളയത്തിൽ ഒലിച്ചുപോയി, അവശേഷിക്കുന്നവയിൽ താമസിക്കാൻ അധികം ആളുകളും എത്തുന്നില്ല. പ്രളയത്തിന്റെ ഒന്നാം വാർഷികത്തോട ടുത്ത് ഞാൻ സോൻപ്രയാഗിലെത്തിയത് അവിചാരിതമായിരുന്നില്ല, മരണത്തെയോ നാശനഷ്ടങ്ങളെയോകുറിച്ച് ഒരു കണക്കിലേക്കും എത്താനാവാത്ത ഒരു വർഷത്തിനപ്പുറം ദുരന്തം നേരിട്ടനുഭവിച്ചവ രുടെ നേർസാക്ഷ്യങ്ങൾ റിപ്പോർട്ട് ചെയ്യുകയെന്നതായിരുന്നു എന്റെ ലക്ഷ്യം. ഞാൻ താമസിച്ച ഹോട്ടലിന്റെ നോട്ടക്കാരൻ ഗംഗാറാം പ്രളയത്തിൽ നാമാവശേഷമായ മറ്റൊരു ഹോട്ടലിലായിരുന്നു മുൻപ് ജോലി ചെയ്തിരുന്നത്. ഒരു വർഷം മുൻപ് താൻ നേരിൽ കണ്ട ദുരന്തം തെളിഞ്ഞൊഴുകുന്ന മന്ദാകിനിയെയും ഇന്നും നീക്കം ചെയ്തിട്ടില്ലാത്ത കെട്ടിടാവശിഷ്ടങ്ങളെയും സാക്ഷിയാക്കി പഹാരി കൂടിക്കലർന്ന ഹിന്ദിയിൽ ഗംഗാറാം എന്നോട് പറഞ്ഞു.

"ചന്നംപിന്നം മഴ പെയ്തിരുന്ന ഒരു ദിവസം, അത്തരം മഴ ജൂൺ-ജൂലൈ മാസങ്ങളിൽ ഇവിടെ പതിവാണ്. മന്ദാകിനിയുടെ നിറം മാറി വരുന്നത് പുഴ കാണാവുന്നവിധം ബാൽക്കണിയുള്ള മുറികളിലിരുന്ന് ആളുകൾകൗതുകത്തോടെ കണ്ടുകൊണ്ടിരുന്നു. വാസുകിയെന്ന നദി കേദാർനാഥിൽനിന്നും വരുന്ന മന്ദാകിനിയിൽ ചേരുന്ന സ്ഥലമാണ് സോൻപ്രയാഗ്. കലങ്ങിയ മന്ദാകിനിയിലെ വെള്ളത്തിൽ വാസുകിയിലെ തെളിനീർ വന്നു ചേരുന്നത് കണ്ട് ആളുകൾ പലവിധ അഭിപ്രായങ്ങൾ പറഞ്ഞുകൊണ്ടിരുന്നു. മഴ ഇട യ്ക്ക് ശക്തമായി പെയ്യും, ഇടയ്ക്ക് നിൽക്കും. കേദാർനാഥിൽ ഒരു പക്ഷേ വലിയ മഴ പെയ്യുന്നുണ്ടാവാം, ആരും ഭയന്നില്ല. പുഴയിലെ വെള്ളം താഴത്തെ നിലയിൽ തൊടുമെന്നായപ്പോൾ പോലും ആരും അപകടം മുന്നിൽ കണ്ടില്ല. കല്ലും ചളിയുമൊക്കെ ഒലിച്ചുവന്ന് മന്ദാകിനി കറുത്ത് കലങ്ങിയപ്പോൾപോലും ആളുകൾ മുറി ഒഴി യാൻ കൂട്ടാക്കിയില്ല.

അടുക്കളയും ഭക്ഷണശാലയുമുണ്ടായിരുന്ന താഴത്തെ നില യിലെ പാത്രങ്ങൾ കുലുങ്ങിത്തുടങ്ങിയപ്പോൾ ഹോട്ടലിന്റെ ഹരി ദ്വാറുകാരൻ മുതലാളിയെ ഞാൻ ഫോണിൽ വിളിച്ചു. ഭഗവാന്റെ കൃപയാൽ ഒന്നും സംഭവിക്കില്ലെന്നായിരുന്നു കിട്ടിയ മറുപടി. പുറ ത്തിറങ്ങി നോക്കിയ ഞാൻ പുഴയിൽനിന്ന് കെട്ടിയുയർത്തിയ മതിൽ ഒലിച്ചുപോയിക്കൊണ്ടിരിക്കുന്നത് കണ്ട് മുറി ഒഴിഞ്ഞ് പുറത്തിറ ങ്ങണമെന്ന് ഓരോ മുറിയിലും ചെന്ന് ആളുകളോട് പറഞ്ഞു. പലരും അവഗണിച്ചു, ചിലർ മുറിയിൽ ചിതറിക്കിടന്നിരുന്ന തങ്ങളുടെ സാധനങ്ങൾ അലസമായി പാക്ക് ചെയ്യാൻ തുടങ്ങി, മറ്റു ചിലർ അഡ്വാൻസായി തന്ന തുകയെക്കുറിച്ച് തർക്കിച്ചു. അപൂർവ്വം ചിലർ

മാത്രം പെട്ടെന്ന് മുറിവിട്ട് ഇറങ്ങി. സാധനങ്ങളൊന്നും എടുക്കാതെ മുറിയിൽ നിന്നിറങ്ങാൻ കൂട്ടാക്കിയ ഒരു കുടുംബത്തിനൊപ്പം ഒരു വയസ്സായ അമ്മയുണ്ടായിരുന്നു. ചുറ്റും നടക്കുന്ന ബഹളവും മറ്റും കേട്ട് ആകെ പരിഭ്രാന്തയായ ആ സാധു സ്ത്രീ കുഴഞ്ഞുപോയി. അറുപതിനടുത്ത് പ്രായമുണ്ടായിരുന്ന അവരുടെ മകനോ മരുമകൾക്കോ അവരെ എടുത്ത് കൊണ്ടുപോകാനാവുമായിരുന്നില്ല. തീർത്ഥാടകരെ കുട്ടയിൽ കേദാർനാഥിലേക്ക് ചുമന്നിട്ടുള്ള എനിക്ക് അതൊരു പ്രശ്നമായിരുന്നില്ല. ആ അമ്മയെയും കൊണ്ട് പുറത്തിറങ്ങിയ ഞാൻ പാർക്ക് ചെയ്ത കാറിൽ കയറാൻ മുതിർന്ന ആ കുടുംബത്തെ വിലക്കി. കെട്ടിടങ്ങൾക്കിടയിലൂടെയുള്ള പടവുകൾ കയറി ഉയരമുള്ള ഭാഗത്തേക്ക് അവരെ കൂട്ടിക്കൊണ്ടുപോയി. അപ്പോഴേക്ക് പുഴക്കരയിലെ കെട്ടിടങ്ങൾ നിലം പൊത്തിത്തുടങ്ങിയിരുന്നു. ജോലി നോക്കിയിരുന്ന ഹോട്ടൽ ഒരു അസ്ഥിവാരം പോലും അവശേഷിക്കാതെ പുഴയിൽ അപ്രത്യക്ഷമായി. കാർ നിർത്തിയിട്ടിരുന്ന റോഡ് ഒലിച്ചില്ലാതാകുന്നതിനൊപ്പം നദിയിലേക്ക് പതിച്ച് തങ്ങളുടെ കാറ് ഒലിച്ച് പോകുന്നത് കണ്ട് ഉച്ചത്തിൽ കരഞ്ഞ മകന്റെ ഭാര്യയെ ആ വൃദ്ധഭർതൃമാതാവ് സമാധാനിപ്പിച്ചു. ദുരന്തത്തിന്റെ നടുക്കം മാറിയപ്പോൾ ഞാൻ തൊട്ടടുത്തുള്ള ഗ്രാമത്തിൽ താമസിക്കുന്ന ഭാര്യയെ ഫോണിൽ വിളിച്ചു നോക്കി, കുഴപ്പമൊന്നുമില്ലെന്ന് കേട്ട് ആശ്വസിച്ചു.

റോഡുകളും മറ്റും ഒലിച്ചു പോയി, കരണ്ട് പോയി. കുറച്ച് കഴിഞ്ഞപ്പോൾ മൊബൈൽ ഫോണുകളും സിഗ്നൽ കാണിക്കാതായി. മോക്ഷം ലഭിക്കണേ എന്ന പ്രാർത്ഥനയിൽ കേദാർനാഥിലെത്തിയ ആ വൃദ്ധമാതാവ് തന്റെ മരണത്തിന് വേണ്ടി പ്രാർത്ഥിക്കുമ്പോഴും മകനെയും കുടുംബത്തെയും രക്ഷിക്കണേയെന്ന് ഭഗവാനോട് യാചിച്ചു. അന്ന് രാത്രി മറ്റൊരു ഹോട്ടലിന്റെ മുകളിലെ നിലയിലെ തുണികൾ വിരിക്കാറുള്ള ഷീറ്റിട്ട ഭാഗത്ത് ആ കുടുംബത്തെ ഞാൻ കൊണ്ടുചെന്നാക്കി. അവരെപ്പോലെ മറ്റുപലരും അവിടെയുണ്ടായിരുന്നു. മുറിയെടുക്കുന്നതിന് മുൻപേ സൗകര്യങ്ങളൊക്കെ നോക്കി ഉറപ്പാക്കി എവിടെയൊക്കയോ താമസിച്ചിരുന്നവരാണ്. ചിലരുടെയൊക്കെ കൂട്ടത്തിൽനിന്ന് ആളുകളെ കാണാതായിട്ടുണ്ട്. മഴ ശക്തമായി പെയ്യുന്നു, പുഴയിൽ വെള്ളം വീണ്ടും കൂടി. ഇരുട്ടായതോടെ ആരോ ഒരു ഒരു മെഴുകുതിരി കത്തിച്ച് വെക്കാൻ ശ്രമിച്ചു, കാറ്റിനത് ഇഷ്ടപ്പെട്ടില്ല. മൊബൈലിലെ ടോർച്ച് തെളിയിച്ച ആളെ കൂടെയുള്ളയാൾ ചാർജ്ജ് തീർക്കണ്ടെന്ന് ശകാരിച്ചു. ഏതെക്കൊയോ ഭാഷയിലെ സംസാരം മാത്രം, വിശപ്പും ക്ഷീണവും സങ്കടവുമൊക്കെയാവും. ഇരുട്ടും ആശങ്കയും ഭയവും തളം കെട്ടിക്കിടന്നു.

പിറ്റേന്നും മഴ തകർത്ത് പെയ്തു. കേദാർനാഥ് അമ്പലത്തിന് എന്തെങ്കിലും സംഭവിച്ചിരിക്കുമോ എന്നൊരു ഭയം എല്ലാവരിലുമുണ്ടായിരുന്നു. ഭഗവാനെ ഭഗവാൻ കാത്തുകൊള്ളുമെന്ന് ആരോ ആശ്വസിപ്പിച്ചു. തലേദിവസം എന്റെ കൈകൾ ചേർത്തുപിടിച്ച ആ വൃദ്ധമാതാവിനെയും കുടുംബത്തെയും എനിക്ക് കയ്യൊഴിയാനായില്ല. ഞാൻ കുറച്ച് ബ്രഡ്ഡും മറ്റുമായി അവരെ ചെന്നു നോക്കി. സ്വന്തം നാട്ടിൽ വച്ച് എന്തെങ്കിലും ദുരന്തങ്ങളിൽപെടുന്നത് പോലെയല്ല അന്യനാട്ടിൽ. സഹായിക്കാൻ ആരും കാണില്ല. ഞാൻ കൊണ്ടു ചെന്നാക്കിയ കെട്ടിടത്തിന്റെ മുകളിൽതന്നെ തങ്ങുകയായിരുന്നു അവർ. അവരുടെ മകന് ചെറിയ ശ്വാസംമുട്ടൽ തുടങ്ങിയിട്ടുണ്ട്. ഞാനെന്റെ ജാക്കറ്റ് അയാൾക്ക് ഊരിക്കൊടുത്തു. ഞങ്ങൾ പഹാരികൾക്ക് ആ തണുപ്പൊന്നും ഒരു പ്രശ്നമല്ല. ഞാൻ കൊണ്ടുപോയിക്കൊടുത്ത ബ്രഡ്ഡും പഴവും അവർ സ്നേഹത്തോടെ കഴിച്ചു. രാത്രിയായപ്പോൾ മഴ ശമിച്ചു, അന്നത്തെ ദിവസവും കടന്നുപോയി. പിറ്റേന്ന് രാവിലെയായപ്പോഴേക്കും പുഴയിലെ വെള്ളം പഴയ നിലയിലായി. പട്ടാളക്കാരും മറ്റും വന്ന് ആളുകളെ രക്ഷിച്ചു കൊണ്ടുപോകാൻ പിന്നെയും മൂന്നുനാല് ദിവസമെടുത്തു. സെർസിയിലെ ഹെലിപ്പാഡിൽനിന്ന് ഹെലികോപ്റ്ററിൽ കയറ്റുമ്പോഴും ആ അമ്മ എന്റെ കൈ മുറുകെ പിടിച്ചിരുന്നു.

കുറച്ച് താഴെ മന്ദാകിനിയുടെ മറുകരയിലാണ് എന്റെ ഗ്രാമം. മന്ദാകിനി കരകവിഞ്ഞപ്പോൾ തൂക്കുപാലത്തിന്റെ ഭൂരിഭാഗവും ഒലിച്ചുപോയി. വെള്ളം കുറഞ്ഞപ്പോൾ ഞാൻ പാറക്കെട്ടുകൾ ചാടിക്കടന്ന് വീട്ടിൽ പോയി നോക്കി. കറന്റില്ലാത്തത് മാത്രമാണ് പ്രശ്നം. ഞാൻ സുരക്ഷിതനായിരിക്കുമെന്ന് ഭാര്യയ്ക്ക് ഉറപ്പുണ്ടായിരുന്നു, ഞങ്ങൾ പഹാരികളെ ഹിമവാൻ കാക്കും.''

''എന്നിട്ട് എല്ലാം ഒലിച്ച് പോയില്ലെ?'' ഞാൻ ചോദിച്ചു.

''ഒലിച്ചുപോയതൊക്കെ താഴെയുള്ളവർ വന്നുണ്ടാക്കിയതാണ്. എനിക്ക് അൻപത്തഞ്ച് വയസ്സായി. ഇവിടെ കാണുന്ന കെട്ടിടങ്ങളൊക്കെ താഴെയുള്ളവരുടെയാണ്, പിന്നെ ദോഷം പറയരുതല്ലോ ഞങ്ങൾക്ക് കറന്റും റോഡുമൊക്കെ കിട്ടിയത് കേദാർനാഥ് അവിടെയുള്ളതുകൊണ്ടാണ്. പുഴയിലേക്കിറക്കി കെട്ടിടമുണ്ടാക്കരുതെന്ന് എന്റെ അച്ഛനൊക്കെ മുൻപ് പറഞ്ഞിരുന്നതാണ്, ആര് കേൾക്കാൻ.''

ഞാൻ ഗംഗാറാമിന്റെ ഗ്രാമം കാണാൻപോയി, തൂക്കുപാലം ഇപ്പോഴും പൂർണ്ണമായി നന്നാക്കിയിട്ടില്ല. ഒരുവിധം നടന്നുപോകാമെന്നവിധം ഗ്രാമീണർതന്നെ നന്നാക്കിയതാണ്. തൂക്കുപാലം എപ്പോൾ നന്നാക്കുമെന്ന കാര്യം ഗംഗാറാമിനറിയാമായിരിക്കുമെന്ന് കരുതിയ എന്നിൽ ആ മനുഷ്യന്റെ മുഖഭാവം അമ്പരപ്പാണുണ്ടാക്കിയത്.

അധികം സഞ്ചാരികളെത്താത്ത സമയത്ത് സോൻപ്രയാഗിൽ എത്തിച്ചേർന്ന ഞാൻ പലരുമായും സൗഹൃദം സ്ഥാപിച്ചു. രാജ്യത്തിന്റെ സർവ്വാധികാരികളാണ് ജനങ്ങളെന്നത് ഒരു സങ്കൽപ്പമായിപ്പോലും കേട്ടിട്ടില്ലാത്ത, നാട്ടിലെ നിയമങ്ങളെക്കുറിച്ച് അജ്ഞരായ, സ്വന്തം അവകാശങ്ങളെക്കുറിച്ച് ചോദ്യങ്ങൾ ചോദിക്കുന്നത് പോയിട്ട് ചിന്തിക്കുന്നതിനുപോലും കഴിയാത്ത കുറേയധികമാളുകളെ ഞാൻ ആ കാലത്ത് കണ്ടു. പലർക്കും അറിയാവുന്ന അധികാരകേന്ദ്രങ്ങൾ സീസൺ തുടങ്ങുമ്പോൾ കപ്പവും മാമൂലും പിരിക്കാൻ വരുന്ന വില്ലേജിലെയും പഞ്ചായത്തിലെയും പൊലീസ് സ്റ്റേഷനിലെയും ഏമാന്മാരെ മാത്രമാണ്.

പ്രളയാനന്തര കേദാർനാഥിലേക്കുള്ള യാത്ര ക്ലേശകരമായിരുന്നു. കേദാർനാഥ് ക്ഷേത്രം വരെ ഒരുവിധം എത്തിച്ചേരാമെന്ന നിലയിൽ വഴി പുനഃസ്ഥാപിച്ചിട്ടുണ്ട്. പുനർനിർമ്മാണത്തിന്റെ മെല്ലെപ്പോക്ക് ഉത്തരാഖണ്ഡ് സർക്കാരിന്റെയും കേന്ദ്രസർക്കാരിന്റെയും പിടിപ്പുകേടായാണ് ആളുകൾ കരുതുന്നത്. മഴക്കാലം കഴിഞ്ഞതോടെ കുറച്ച് സഞ്ചാരികളൊക്കെ വന്നുതുടങ്ങി. തകർന്നുപോയ കെട്ടിടങ്ങൾ അറ്റകുറ്റപ്പണികൾ ചെയ്യുന്ന തിരക്കായിരുന്നു സോൻപ്രയാഗിൽ ആ തീർത്ഥാടന കാലത്ത്. കേദാർനാഥ് ക്ഷേത്രത്തിന്റെ അറ്റകുറ്റപ്പണികൾ നടത്തി പൂജ പുനരാരംഭിച്ചിരുന്നു. ക്ഷേത്രത്തെ ചോരാബാരി മഞ്ഞുമലയിൽ നിന്നുള്ള പ്രളയജലത്തിൽനിന്ന് സംരക്ഷിച്ച പിന്നിലെ വലിയ പാറ മറ്റൊരു പ്രതിഷ്ഠകണക്കെ ഭക്തിയേറ്റുവാങ്ങുന്നുണ്ട്. ഗൗരീകുണ്ഡിലും രാമ്പാഡയിലും ബേസ് ക്യാമ്പിലും ഒന്നും അവശേഷിച്ചിരുന്നില്ല. രാവിലെ പോയി അന്നേ ദിവസംതന്നെ തിരികെ വരാമെന്ന ധാരണയിൽ ദർശനത്തിന് പോകുന്ന കുറച്ചാളുകൾ മാത്രമാണ് സോൻപ്രയാഗിൽ വന്ന് താമസിക്കുന്നത്. നഗര പുനർനിർമ്മാണവുമായി ബന്ധപ്പെട്ട റിപ്പോർട്ടിങ്ങ് കഴിഞ്ഞപ്പോൾ ഞാൻ ഗംഗാറാമിന്റേത് പോലുള്ള ഒറ്റപ്പെട്ട ഗ്രാമങ്ങൾ തേടിയലഞ്ഞു. കേരളത്തിൽ നിന്നെത്തിയ കുറച്ച് ചെറുപ്പക്കാരെ ഗംഗാറാം കൂട്ടിക്കൊണ്ടുവന്ന് പരിചയപ്പെടുത്തി. ദുരന്തങ്ങൾ നടന്ന സമീപപ്രദേശങ്ങൾ ആഘോഷമായി കാണാൻ പോകുന്ന മലയാളികളെ പ്രതിനിധീകരിച്ച് ബൈക്കുകളുമായി ഹിമാലയത്തിലെത്തിയവരാണ്. അവരുമായി സംസാരിച്ചപ്പോൾ മാത്രമാണ് ഒരു ഓണക്കാലം കഴിഞ്ഞത് ഓർക്കാനായത്.

തണുപ്പുകാലം തുടങ്ങി. മുന്നറിയിപ്പുകൾ അവഗണിച്ച് സോൻപ്രയാഗിൽതന്നെ തുടർന്ന ഞാൻ രുദ്രപ്രയാഗിനിടയിൽ പുനർനിർമ്മിച്ച ചില ഭാഗങ്ങൾ വീണ്ടുമിടിഞ്ഞ് വാഹനങ്ങൾ ഓടാതായപ്പോൾ മാത്രമാണ് അതിശൈത്യത്തിൽ പെട്ടുപോയത് മനസ്സിലാക്കുന്നത്. തണുപ്പുകാലമായാൽ മലകളിൽ തമസിക്കുന്നവരെപ്പോലെ നമുക്ക്

ശ്വാസം കിട്ടില്ല. തണുപ്പ് കൂടി വന്നതിനനുസരിച്ച് എന്റെ പുക വലിയും കൂടി വന്നു. കയ്യിലുണ്ടായിരുന്ന വിസ്കി തീർന്നതോടെ ഞാൻ ശരിക്കും പെട്ടു. ഞാൻ കഴിച്ചിട്ടില്ലാത്ത ചില ബ്രാന്റ് മദ്യം കിട്ടാനുണ്ടെങ്കിലും എനിക്ക് രുചി ബോധിച്ചില്ല. കുറച്ച് ദിവസങ്ങൾ കഴിഞ്ഞപ്പോൾ എനിക്ക് കിതപ്പ് കൂടിവന്നു. ഒറ്റപ്പെട്ട ഗ്രാമങ്ങളുടെ കഥകൾ തേടിപ്പോയ ഞാൻ പലപ്പോഴും വഴികാട്ടിക്ക് പിന്നിൽ കിതച്ച് നിന്നു. എന്നിട്ട് ഒരു സിഗരറ്റ് കത്തിച്ച് വലിച്ചു.

എഴുത്തുപണികൾ അവസാനിച്ചാൽ ഞാൻ ഹോട്ടൽ മുറിയിലെ കട്ടിപ്പുതപ്പായ രജോയിക്കുള്ളിൽ ചുരുണ്ടുകൂടും. സഞ്ചാരികൾ എല്ലാവരും ഒഴിഞ്ഞുപോയശേഷം ആ ഹോട്ടലിൽ വാടകയ്ക്ക് താമസിച്ചിരുന്നത് ഞാൻ മാത്രമായിരുന്നു. മലയിടിഞ്ഞ് റോഡ് ബ്ലോക്കാവുന്നതിന് മുൻപ് തന്നെ തിരിച്ചുപോകാൻ ഗംഗാറാം എന്നെ നിർബന്ധിച്ചിരുന്നു. മഞ്ഞുകാലത്ത് നിങ്ങളൊക്കെ ഇവിടെ ജീവിക്കുന്നില്ലെ എന്ന വീരവാദം മുഴക്കി ഞാനവിടെ തുടർന്നതാണ്. പറഞ്ഞിട്ട് കാര്യമില്ലെന്ന് തോന്നിയാകാം അയാളെന്നെ ഉപദേശിക്കുന്നത് നിർത്തി. വൈകുന്നേരം ഞാൻ അടുക്കളയിൽ പോയിരിക്കും. ഗംഗാറാം ഭക്ഷണമുണ്ടാക്കുമ്പോൾ തീ കായും. അയാളെന്നോട് പ്രളയത്തിന്റെ നടുക്കുന്ന കഥകൾ പറയും. സ്വന്തം ഫോണിൽ ഷൂട്ട് ചെയ്തുവെച്ച മന്ദാകിനിയുടെ കലി എനിക്ക് കാണിച്ചു തരും. ഞാനയാളുടെ കഥകൾ കേൾക്കാൻ വലിയ താത്പര്യത്തോടെ അടുക്കളയിലിരിക്കും. നട്ടുച്ചയെന്നൊക്കെ പറയുന്ന കുറച്ച് സമയം മാത്രമേ മുറിക്ക് പുറത്തിറങ്ങാനാവൂ, ബാക്കി സമയം ഞാൻ ഗംഗാറാമിന്റെ കഥകൾ കേൾക്കും. അയാൾ പുറത്ത് പോയി തിരിച്ചു വരുമ്പോൾ പ്രളയകാലത്ത് മറ്റാരെങ്കിലും പകർത്തിയ വീഡിയോകൾ ഫോണിൽ കോപ്പി ചെയ്ത് കൊണ്ടുവന്ന് കാണിക്കും. ദിവസങ്ങൾ കഴിയുംതോറും തണുപ്പ് കൂടിവന്നു.

അക്കാലത്ത് ഞാനൊരു സ്വപ്നം കണ്ടു, വലിയ വിരലുകളുള്ള കൈകൾകൊണ്ട് ആരോ എന്റെ മുഖം പൊത്തുന്നു. എനിക്ക് ശ്വാസം മുട്ടുന്നുണ്ട്. ഞെട്ടിയുണർന്ന എനിക്ക് സ്വപ്നത്തിലെ കരാള ഹസ്തത്തിലെന്നപോലെ ശ്വാസം മുട്ടി. ഫ്ളാസ്കിലെ ചൂടുവെള്ളമെടുക്കാൻ എഴുന്നേറ്റ ഞാൻ തല കറങ്ങി വീണു. എനിക്കങ്ങനെയെന്തെങ്കിലും സംഭവിക്കുമെന്ന് ഗംഗാറാം പ്രതീക്ഷിച്ചിരുന്നെന്ന് തോന്നുന്നു. എന്നോടൊപ്പം നിലത്ത് വീണ ഗ്ലാസിന്റെ കൂടെ ശബ്ദം കേട്ടാവാം അയാൾ മുറിയിലേക്ക് ഓടിവന്നു. കണ്ണിൽ അവസാനമായി പതിച്ചത് ഗംഗാറാമിന്റെ വിളറിയ മുഖവും പിറ്റേന്ന് ഓർമ്മ വന്നപ്പോൾ കണ്ടത് ആർമി ഹോസ്പിറ്റലിലെ ഡോക്ടറുടെ മുഖവുമാണ്.

പട്ടാള ക്യാമ്പിലെ ഡോക്ടർ പറഞ്ഞത് എന്റെ ചുമ കേട്ടിട്ട് അയാൾക്ക് ഏതോ യുദ്ധമുഖത്ത് നിൽക്കുന്നതുപോലെ തോന്നുന്നെന്നാണ്. എന്റെ നെഞ്ചിലും പുറത്തുമൊക്കെ മുട്ടി നോക്കിയ ഡോക്ടർ കേട്ട ശബ്ദങ്ങളെ വിശകലനം ചെയ്ത് രണ്ട് ഉപദേശങ്ങൾ തന്നു. ഒന്ന് പുകവലി നിർത്തണം, രണ്ട് എത്രയും പെട്ടെന്ന് മലയിറങ്ങണം.

ഞാൻ പറഞ്ഞതല്ലേ എന്ന ഭാവത്തിൽ ഗംഗാറാം എന്നെ നോക്കി. രക്തത്തിലെ ഓക്സിജന്റെ അളവ് വല്ലാതെ കുറഞ്ഞിരുന്നു. കുറച്ച് കൂടെ താഴ്ന്നാൽ അവയവങ്ങളുടെ പ്രവർത്തനങ്ങളെ ബാധിക്കും. ഓക്സിജൻ സിലിണ്ടറിൽ നിന്ന് ഇടയ്ക്കിടെ ശ്വാസമെടുത്തും മരുന്നുകളും പരിശോധനയുമായി നാലുനാൾ ആശുപത്രിയിൽ കിടക്കേണ്ടി വന്നു ഒന്ന് എഴുന്നേറ്റ് നിൽക്കാൻ. ആശുപത്രിയിൽ നിന്ന് ഡിസ്ചാർജായ എനിക്ക് റോഡിടിഞ്ഞ് കിടക്കുന്ന രുദ്രപ്രയാഗ് വരെ പോകാൻ ഗംഗാറാം ഒരു ടാറ്റാ സുമോ ഏർപ്പാടാക്കി. ഗംഗാറാമിന്റെ ഹോട്ടലിലെ മാസവാടക കണക്കുകളും പറ്റുപടികളുമൊക്കെ തീർത്ത് തിരികെ പോകാൻ വേണ്ടി എല്ലാം കെട്ടിപ്പെറുക്കി വെച്ച് രാവിലെ വിളിക്കാൻ ഗംഗാറാമിനെ ചട്ടം കെട്ടി ഉറങ്ങിയ ഞാൻ പിറ്റേന്ന് വൈകിയാണ് എഴുന്നേറ്റത്. എന്താണ് രാവിലെ വിളിക്കാതിരുന്നത്, വണ്ടി വന്നില്ലേ എന്നൊക്കെ ചോദിക്കാൻ അടുക്കളയിൽ ചെന്ന ഞാൻ കാണുന്നത് ഗംഗാറാം പതിവുപോലെ ഭക്ഷണമുണ്ടാക്കുന്നതാണ്. തന്റെ പ്രവചനങ്ങളെ തൃണവൽഗണിച്ച മണ്ടനെ അയാൾ പുച്ഛത്തോടെ നോക്കി, എന്നിട്ട് വഴിയിൽ നാലിടത്ത് വീണ്ടും മണ്ണിടിഞ്ഞ വിവരം പറഞ്ഞു. പട്ടാളക്കാർ റോഡ് നന്നാക്കാൻ ചുരുങ്ങിയത് മൂന്നാഴ്ചയെടുക്കും, അപ്പോഴേക്കും മഞ്ഞുവീഴ്ച തുടങ്ങും. മലയിടിഞ്ഞതിനാൽ വരാമെന്നേറ്റ വണ്ടിക്കാരൻ എത്തിയിട്ടില്ല.

ഞാൻ അന്നാ മാഡത്തിനെ ഫോൺ വിളിച്ച് കാര്യങ്ങൾ വിശദീകരിച്ചു. മഞ്ഞുകാലമെന്ന മരണദൂതനെ എനിക്ക് പരിചയമില്ല. മലയാളിക്ക് മഴക്കാലവും വേനൽക്കാലവും മാത്രമേയുള്ളൂ. ഡൽഹിയിൽ ജനിച്ചുവളർന്ന അന്നാ മാഡത്തിന് ഹിമാലയത്തിലെ ശൈത്യകാലം ഞാൻ അതിജീവിക്കില്ലെന്ന് ഉറപ്പായിരുന്നു. വളരെ ലാഘവത്തോടെ കാര്യങ്ങൾ പറഞ്ഞ എന്നെ ആദ്യമായി അന്നാ മാഡം ശകാരിച്ചു. എത്രയും പെട്ടെന്ന് ഡൽഹിയിൽ തിരിച്ചെത്തണമെന്ന് ആജ്ഞ നൽകിയ അവരോട് എങ്ങനെയെന്ന് ഞാൻ ചോദിച്ചു.

“അറ്റ് എനി കോസ്റ്റ്, ഇറ്റ്സ് ദി കോസ്റ്റ് ഓഫ് യുവർ ലൈഫ്, യു വിൽ നോട്ട് സർവൈവ്.”

മഞ്ഞുവീഴ്ച തുടങ്ങി. ആന്റീബയോട്ടിക്കിന്റെ ഡോസ് കഴിഞ്ഞപ്പോൾ ഞാൻ വീണ്ടും ഡോക്ടറെ കാണാൻ പോയി. പുകവലിക്കാറുണ്ടോ എന്ന് ഡോക്ടർ വീണ്ടും വീണ്ടും ചോദിച്ചു. പത്ത് വർഷങ്ങൾക്ക് മുൻപ് പ്രീഡിഗ്രി പഠിച്ചുകൊണ്ടിരിക്കുമ്പോൾ തുടങ്ങിയ ശീലം എന്റെ ഇച്ഛകൾക്ക് വഴങ്ങാത്ത ദുശ്ശീലമായിട്ട് ഒരു വർഷമാകുന്നേയുള്ളൂ. അതുകൊണ്ടുതന്നെ പുകവലി ഉപേക്ഷിക്കുന്നത് എനിക്ക് അത്ര ബുദ്ധിമുട്ടായില്ല. ഒരുപക്ഷേ ഹിമാലയത്തിലെ ഒരു ശൈത്യകാലം എനിക്ക് സമ്മാനിച്ച നല്ല കാര്യങ്ങളിലൊന്ന് ഞാൻ പുകവലി ഉപേക്ഷിച്ചെന്നതാവാം. മഞ്ഞുവീഴ്ച തുടങ്ങിയാൽ അടിയന്തിരഘട്ടങ്ങളിൽ ആളുകളെ ഇവാക്വുവേറ്റ് ചെയ്യാൻ ഹെലിക്കോപ്റ്ററുകൾ സർവീസ് നടത്താറുണ്ടെന്ന് ആർമി ക്യാമ്പിലെ ഡോക്ടറാണ് പറഞ്ഞത്. കുറച്ച് കിലോമീറ്ററുകൾക്കപ്പുറത്ത് സെർസിയിൽ ഹെലിപ്പാഡുണ്ട്. ഡൽഹിയിൽ ബന്ധങ്ങളുണ്ടെങ്കിൽ എളുപ്പത്തിൽ കാര്യങ്ങൾ നടക്കും. പേടി പുറത്ത് കാണിക്കാൻ എന്റെ സ്വഭാവം അനുവദിച്ചില്ല. അതുകൊണ്ടുതന്നെ ഹെലികോപ്റ്ററിന്റെ കാര്യം ഞാൻ അന്നാ മാഡത്തിനോട് പറഞ്ഞില്ല.

മഞ്ഞുവീഴ്ച കൂടിയതോടെ സോൻപ്രയാഗ് തൂവെള്ള മഞ്ഞുകമ്പിളി പുതച്ചു. റോഡിലെ മഞ്ഞ് രണ്ട് ദിവസം കൂടുമ്പോൾ ഒരു പ്രൊക്ലൈൻ വന്ന് കോരി മാറ്റും. മഴക്കാലത്ത് കറുത്ത് കലങ്ങി ഒഴുകിയിരുന്ന മന്ദാകിനിയിൽ മഞ്ഞും വെള്ളവും ചേർന്നൊഴുകി. പുകവലി ഉപേക്ഷിച്ചതോടെ അന്തരീക്ഷത്തിലെ കുറഞ്ഞ ഓക്സിജനുമായി എന്റെ ശരീരം പൊരുത്തപ്പെട്ട് തുടങ്ങിയിരുന്നു. റൂമിലെ ഇലക്ട്രിക് ഹീറ്റർ സദാ സമയം പ്രവർത്തിച്ചു. മൊബൈൽ ഫോൺ റെയ്ഞ്ച് ഇടയ്ക്കിടെ തടസ്സപ്പെടുന്നുണ്ടായിരുന്നു. ഹിമാലയത്തിലെ യാത്രകൾ തുടങ്ങിയ കാലത്താണ് ഇന്റർനെറ്റ് സ്പീഡ് കുറവാണെന്ന് പറഞ്ഞ് പുച്ഛിച്ചിരുന്ന ബി.എസ്.എൻ.എൽ. കണക്ഷൻ ഞാനെടുത്തത്. ഇന്റർനെറ്റൊന്നും കിട്ടില്ല. പക്ഷേ വിദൂര ഗ്രാമങ്ങളിൽനിന്നുപോലും ഫോൺ വിളിക്കാം.

വാടകയ്ക്ക് താമസിക്കുന്ന ഒരാളെന്ന കണക്കുകൾ ഗംഗാറാം നോക്കാതായി. ഞാൻ കഴിക്കാറുള്ള ചില ബ്രാന്റ് മദ്യം കിട്ടുമോ എന്നയാൾ പരിചയമുള്ള ചില പട്ടാളക്കാരോട് ചോദിച്ചെങ്കിലും അതൊന്നും പട്ടാളക്കാരുടെ പക്കൽ പോലുമില്ലായിരുന്നു. ഡൽഹിയിലെ ഉയർന്ന ശമ്പളവും സമൂഹത്തിലെ ഉന്നതരുമായി സൗഹൃദവും രൂപപ്പെട്ട ശേഷം മദ്യപാനത്തിൽ ഞാൻ വളരെ ക്ലാസ് കോൺഷ്യസായിരുന്നു. മഞ്ഞുവീഴ്ചയുടെ ഒരാഴ്ച കഴിഞ്ഞപ്പോൾ ഞാൻ മദ്യത്തിന്റെ കാര്യത്തിലെ ജാതിചിന്തകളുപേക്ഷിച്ച് ഗംഗാറാമിനൊപ്പം ഏതോ ബ്രാന്റ് റമ്മിന് ചിയേർസ് പറഞ്ഞു. അടുത്ത അഞ്ചെട്ട്

ദിവസംകൊണ്ട് ഗ്ലാസ്സിൽ ഒഴിച്ചുവെച്ചിരിക്കുന്ന മദ്യം ഏത് ജനുസാണെന്ന് ഒരു കൗതുകത്തിന് പോലും ചോദിക്കാത്ത ഒരു സഹിഷ്ണാലുവായി ഞാൻ മാറി.

മഞ്ഞിൽ മൂടിക്കിടക്കുന്ന സുന്ദരമായ പ്രദേശങ്ങൾ സിനിമയിലും മറ്റും കണ്ടപ്പോഴൊന്നും മഞ്ഞുകാലം ഇത്രയ്ക്ക് വിരസമായിരിക്കുമെന്ന് ഞാൻ കരുതിയിരുന്നില്ല. എന്റെ മുഖത്തെ തൊലിയൊക്കെ പൊളിഞ്ഞു. കുളിക്കാനായി ചൂടുവെള്ളം കിട്ടുമെങ്കിലും കുളി കഴിഞ്ഞ് തോർത്തിക്കഴിയുമ്പോഴുള്ള തണുപ്പ് അസഹ്യമായിരിക്കും. കുളിച്ചിട്ട് രണ്ടാഴ്ചയായി. നാട്ടിലിപ്പോൾ അമ്പലത്തിലെ ഉത്സവം നടക്കുന്നുണ്ടാകും. ജീവിതത്തിൽ ആദ്യമായി ഗൃഹാതുരത്വം എന്താണെന്ന് ഞാനറിഞ്ഞു. രാവിലെയും വൈകിട്ടും ചപ്പാത്തിയോ റൊട്ടിയോ കിട്ടും. ഉച്ചയ്ക്ക് പച്ചരിച്ചോറും കടുകെണ്ണയൊഴിച്ചുണ്ടാക്കിയ പരിപ്പുകറിയും. മൂന്നാഴ്ച പിന്നിട്ടിട്ടും റോഡ് നന്നാക്കിക്കഴിഞ്ഞില്ല. മഞ്ഞുകാലം കഴിയേണ്ടി വന്നേക്കും.

ഡൽഹിയിൽ എത്തിയ കാലത്ത് എനിക്ക് പ്രിയപ്പെട്ടവയായിരുന്നു ഉത്തരേന്ത്യൻ ഭക്ഷണം. കുറച്ച് മാസങ്ങൾ കഴിഞ്ഞപ്പോൾ എനിക്ക് ഏറ്റവും നഷ്ടബോധമുണ്ടാക്കിയത് മട്ടയരി ചോറും ദോശയും ചട്ട്നിയുമൊക്കെയായി. നൂഡിൽസും ബ്രഡ്ഡും പോലുള്ളവ കഴിച്ചാണ് ഹിമാലയൻയാത്രകളിൽ ആദ്യമൊക്കെ ഞാൻ പിടിച്ചു നിന്നത്. ഉദരസ്തംഭനം പതിവായതോടെ അരുചിയായിത്തോന്നിയ പച്ചരിച്ചോറും പരിപ്പും രാജ്മയുമായി ഞാൻ സന്ധി ചെയ്തു. തണുപ്പിന്റെ വലിയൊരു പ്രശ്നം വിശപ്പ് കൂടുതലായിരിക്കുമെന്നതാണ്. രുചിയില്ലാത്ത ഭക്ഷണവും വിശപ്പും തമ്മിലുള്ള സംഘർഷം. മഞ്ഞു വീഴ്ച കുറഞ്ഞ ദിവസങ്ങളിൽ ഞാൻ ഗംഗാറാമിനൊപ്പം നടക്കാനിറങ്ങും. മഞ്ഞ് പുതച്ച് കിടക്കുന്ന ഭൂമിക ഇത്രയ്ക്ക് അരോചകമായിരിക്കുമെന്ന് പറഞ്ഞാൽ വിശ്വസിക്കില്ല.

മഞ്ഞുവീഴ്ചയുടെ മൂന്നാംവാരം കഴിഞ്ഞപ്പോൾ ചില സൈനിക വാഹനങ്ങൾ പോയിത്തുടങ്ങി. വലിയ ടയറുകളുള്ള ട്രക്കുകളാണ്. മഞ്ഞിൽ ചക്രങ്ങൾക്ക് പിടുത്തം കിട്ടാൻ ചക്രങ്ങളെ പൊതിഞ്ഞ് കയറുകൊണ്ടുള്ള ഒരു കവചമുള്ളവ. അത്തരമേതെങ്കിലും വാഹനങ്ങളിൽ തിരികെ പോകാനാവുമോ എന്ന പ്രതീക്ഷയിൽ ഞാൻ ഗംഗാറാമിനോട് തിരക്കിയെങ്കിലും മഞ്ഞുകാലത്ത് ട്രക്കിന്റെ പിന്നിൽ യാത്ര ചെയ്യാൻ എനിക്കാവില്ലെന്ന് ഗംഗാറാമിനുറപ്പായിരുന്നു.

എന്ത് ചെയ്യണമെന്ന് യാതൊരു പിടിപാടുമില്ലാതെ സോൻ പ്രയാഗിൽ കുടുങ്ങിപ്പോയ എനിക്ക് വേണ്ടി ഒരു രക്ഷാദൗത്യം ഡൽഹിയിൽ അന്നാ മാഡം ചെയ്യുന്നുണ്ടായിരുന്നു. സോൻപ്രയാഗിൽനിന്ന് കേദാർനാഥിലേക്ക് സഞ്ചാരികളെ കൊണ്ടുപോകുന്ന

ഒരു എയ്റനോട്ടിക്കൽ കമ്പനിയുമായി മാഡം ഒരു ധാരണയിലെത്തി. യന്ത്രത്തകരാറ് മൂലം സർസിയിൽ നിന്ന് തിരികെ പോകാനാവാതെ കുടുങ്ങിയ ഒരു ഹെലികോപ്റ്റർ ഋഷികേശിലേക്ക് പറക്കുമ്പോൾ എനിക്കും കയറാം. ഇടപാടുകളെല്ലാം മാഡം ഡൽഹിയിൽനിന്ന് ചെയ്തതാണ്. എയ്റനോട്ടിക്കൽ കമ്പനിയുടെ ആൾ ഞാൻ താമസിക്കുന്ന ഹോട്ടലിൽ വന്ന് പറഞ്ഞപ്പോൾ മാത്രമാണ് ഞാൻ പോലും കാര്യങ്ങൾ അറിഞ്ഞത്.

സെർസിയിലെ ഹെലിപ്പാഡിലേക്ക് എന്നെ കൊണ്ടുവിട്ട ഗംഗാറാമിന്റെ കണ്ണുകൾ നിറഞ്ഞു. കരയാതിരിക്കാൻ ഞാൻ ചെറുപ്പത്തിലേ ശീലിച്ചിരുന്നു. എന്റെ ഉള്ളിലെ അയാളോടുള്ള സ്നേഹം രണ്ടുതുള്ളി കണ്ണീരൊഴുക്കി എനിക്ക് പ്രകടിപ്പിക്കാനായിരുന്നെങ്കിൽ! ഹിന്ദി അന്നും ഇന്നും എനിക്ക് ഉറപ്പിച്ചാലോചിച്ച കാര്യങ്ങൾ മാത്രം സംസാരിക്കാനാവുന്ന ഭാഷയായിരുന്നു. എനിക്ക് ആകെ ചെയ്യാനുണ്ടായിരുന്നത് കയ്യുറകൾ മാറ്റി ഗംഗാറാമിന്റെ കണ്ണുനീർ തുടയ്ക്കുകയും അയാളെ ഒന്നു കെട്ടിപ്പിടിക്കുകയും ചെയ്യുകയെന്നത് മാത്രമായിരുന്നു.

ഓക്സിജൻ മാസ്കുകൾ മുഖത്തോട് ചേർത്തിട്ട് ഹെലികോപ്റ്ററിലെ സീറ്റിൽ ഭയത്തോടെയാണ് ഞാനിരുന്നത്. വലിയൊരു പാമ്പ് ചീറ്റുന്നത് പോലെയാണതിന്റെ ശബ്ദം. കുട്ടിക്കാലത്ത് ഉയരത്തിൽ പറന്ന് പോകുന്ന വിമാനങ്ങളേക്കാൾ എന്നെ ആവേശഭരിതനാക്കാറുള്ളത് താഴ്ന്ന് പറക്കുന്ന ഹെലികോപ്റ്ററുകളായിരുന്നു. ഭയപ്പെടുത്തുന്ന യന്ത്രശബ്ദം ഇത്രയടുത്ത് ആദ്യമായി കേൾക്കുകയാണ്. പൈലറ്റും മറ്റൊരാളും പിന്നെ എന്തൊക്കെയോ ചാക്കുകെട്ടുകളുമാണ് എനിക്ക് പുറമെയുള്ളത്. ഹെഡ്ഫോണിലൂടെ പരസ്പരം സംസാരിക്കാമെങ്കിലും എനിക്ക് വല്ലാത്ത ക്ഷീണം തോന്നുന്നുണ്ടായിരുന്നു. താഴെ മഞ്ഞിൽ പുതഞ്ഞ പ്രദേശങ്ങളും തണുപ്പിന് ഇനിയും പിടികൊടുക്കാതെ ഒഴുകുന്ന മന്ദാകിനിയും. യന്ത്രത്തിന്റെ ധിക്കാരം നിറഞ്ഞ ശബ്ദവും ആഞ്ഞ് ശ്വസിച്ചിട്ടും ശ്വാസം മുട്ടുന്നതുപോലുള്ള അവസ്ഥയുമായതോടെ എങ്ങനെയെങ്കിലും ഋഷികേശിലെത്തിയാൽ മതിയെന്നായി എനിക്ക്.

ഡൽഹിയിലേക്ക് എന്നെ കൊണ്ടുപോകാൻ പത്രമാപ്പീസിൽ നിന്ന് കാറ് വന്നിരുന്നു. ഒരു ദിവസത്തെ അവധിയെടുത്ത് കപിൽ ദേവും കാറിൽ കയറിക്കൂടിയിരുന്നു. എന്നെ കണ്ടപ്പോഴേ പറഞ്ഞത് ''ദീദി നെ ബഹുത് ബാർ ഫോൺ കിയാ'' എന്നായിരുന്നു.

ഏത് ദീദിയെന്ന് ഞാൻ ചോദിച്ചു.

''രാധികാ മാഡം.''

അയാൾ എന്നെ സംശയത്തോടെ നോക്കി.

"ഓ, വോ. മേ കോൾ കരൂംഗാ."

രാധികയ്ക്കെങ്ങനെയായിരിക്കും കപിൽദേവിന്റെ നമ്പർ കിട്ടിയിരിക്കുകയെന്ന് ഞാൻ അത്ഭുതപ്പെട്ടില്ല. എപ്പോഴെങ്കിലും ഞാൻ കപിൽദേവിന്റെ ഫോണിൽ നിന്ന് അവളെ വിളിച്ചിട്ടുണ്ടാകും. ഞാൻ ആരുടെ ഫോണിൽ നിന്ന് വിളിച്ചാലും ആ നമ്പറുകളൊക്കെ അവൾ അവരുടെ പേരിനൊപ്പം എന്റെ പേര് ബ്രാക്കറ്റിലിട്ട് സേവ് ചെയ്യും. ഹിമാലയൻ യാത്രകൾക്കായെടുത്ത നമ്പർ ഞാൻ രാധികയ്ക്ക് കൊടുത്തിരുന്നില്ല. ഡൽഹിയിലെത്തിയപ്പോൾ രാത്രിയായി.

അന്നാ മാഡം എന്നെ കാണാൻ വാടക വീട്ടിൽ വന്നു. ഹെലികോപ്റ്റർ എങ്ങനെ ഏർപ്പാടാക്കിയെന്നും എത്രരൂപ ചെലവായെന്നുമൊക്കെയുള്ള ചോദ്യങ്ങൾക്ക് അവർ മറുപടി പറഞ്ഞില്ല. എന്നോട് യാത്രയിലെ അനുഭവങ്ങളെക്കുറിച്ചൊന്നും ചോദിച്ചുമില്ല. എന്തൊക്കെയോ തത്വങ്ങൾ പറഞ്ഞു., ഞാൻ കുറേ നാളായി മറ്റെവിടെയോ ആയിരുന്നെന്ന പോലെ പത്രമാപ്പീസിലും ഡൽഹിയിലും ലോകത്തുമൊക്കെ സംഭവിച്ച ധാരാളം കാര്യങ്ങളെക്കുറിച്ചവർ എന്നോട് സംസാരിച്ചു. രാത്രി ഭക്ഷണം പാർസൽ വരുത്തിച്ച് എനിക്കൊപ്പം കഴിച്ചിട്ടാണവർ പോയത്.

സത്യത്തിൽ ഞാൻ മാഡത്തിനെ കണ്ടിട്ട് ആറ് മാസമെങ്കിലുമായിക്കാണും. ചാർദാം യാത്രയുടെ സീസൺ തുടങ്ങിയതിൽ പിന്നെ ഞാൻ ഒരു തവണയാണ് ഡൽഹിയിൽ ചെന്നത്. അന്ന് മാഡത്തിനെ കാണാൻ പറ്റിയിരുന്നില്ല.

വലിയ സ്വീകാര്യതയൊന്നുമില്ലാതെ എന്റെ ലേഖനപരമ്പര ഇന്ത്യാ എവെരി ഡേയുടെ വാരാന്ത്യപ്പതിപ്പിൽ പ്രസിദ്ധീകരിച്ച് തുടങ്ങി. 'What Do They Say' എന്ന ശീർഷകമൊക്കെ നന്നായി റീച്ചാവുമെന്ന അന്നാ മാഡത്തിന്റെ പ്രവചനമൊക്കെ തെറ്റിപ്പോയി. വൈരുദ്ധ്യാത്മകമായ ഒന്നും കണ്ടെത്താനാവാതെ, ഹിമാലയൻ സുനാമിയെടുത്ത ഗംഗയുടെ തീരങ്ങളിലെ ജനങ്ങളുടെ ചിന്തകളും ആകുലതകളും മാത്രം പകർത്തിയ എന്റെ പത്ര ഭാഷ്യം ദുരന്തങ്ങൾ സ്ഥിരമായി അനുഭവിക്കുന്ന, അത് തങ്ങളുടെ തലവരയാണെന്ന് വിശ്വസിക്കുന്ന ഇന്ത്യൻ ഗ്രാമീണനെപോലും സ്പർശിക്കില്ലെന്നിരിക്കെ മധ്യവരേണ്യവർഗ്ഗം വായിക്കുന്ന ഇന്ത്യാ എവരിഡേയുടെ വായനക്കാരെ എങ്ങനെ സ്വാധീനിക്കാനും സന്തോഷിപ്പിക്കാനുമാണ്. വായനക്കാരുടെ പ്രതികരണങ്ങളോ സ്വന്തം പേരിലെ ആദ്യ ലേഖനപരമ്പരയായിട്ട് കൂടി സഹപ്രവർത്തകരുടെ ഭാഗത്തുനിന്ന് അഭിനന്ദനങ്ങളോ ലഭിക്കാതെ നിരാശനായ എന്നെ അമ്പരപ്പിച്ചത് അന്നാ മാഡത്തിന്റെ പ്രതികരണമായിരുന്നു. മാഡം വളരെ

ഉല്ലാസവതിയായിരുന്നു. എന്നെ ക്യാബിനിലേക്ക് വിളിപ്പിച്ച് അഭിനന്ദിച്ചു. ഫ്ളാറ്റിലെ പാർട്ടിക്ക് വിളിച്ചു. റൂഫ് ടോപ്പിലെ പാർട്ടിക്ക് വന്നവർക്ക് എന്നെ വലിയ ആരെരയോയെന്നപോലെ പരിചയപ്പെടുത്തി.

ഒരു വിളിപ്പാടകലെ നടക്കുന്ന കാര്യങ്ങൾ പോലും എന്താണെന്നറിയാത്ത ഇന്ത്യൻ ഗ്രാമീണർക്ക്, പ്രത്യേകിച്ച് ഹിമാലയത്തിലെ ആളുകൾക്ക് ഉത്തരാഖണ്ഡ് സർക്കാർ പദ്ധതിയിട്ടതും നിർവ്വഹിച്ചുകൊണ്ടിരിക്കുന്നതുമായ ജലവൈദ്യുതപദ്ധതികളെക്കുറിച്ച് കാര്യമായ എതിർപ്പുകളോ ആശങ്കകളോ ഇല്ലെന്ന് എന്റെ ലേഖനം സമർത്ഥിക്കുന്നുണ്ടത്രെ. എല്ലാം വിധിയാണെന്ന് വിശ്വസിക്കുന്ന ഗംഗാറാമിനെപ്പോലുള്ളവർക്ക് ഒന്നിനെക്കുറിച്ചും ആശങ്കകളില്ലായിരുന്നു. ഹിമാലയൻ സുനാമിയിൽ ഒലിച്ചുപോയ നാല് ഡാമുകൾ പുനർനിർമ്മിക്കാനുള്ള ഉത്തരാഖണ്ഡ് സർക്കാരിന്റെ ക്യാബിനറ്റ് തീരുമാനം ആ ആഴ്ചയാണ് വന്നത്. പരിസ്ഥിതി മന്ത്രാലയം മുൻപ് നിർമ്മാണാനുമതി നൽകാതിരുന്ന മൂന്ന് പദ്ധതികൾക്ക് കൂടി അനുമതിയും കിട്ടി.

ടെഹരിയിലേതുപോലുള്ള കരുത്തുറ്റ വലിയ ഡാമുകൾ വേണമെന്നാണ് പൊതുജനാഭിപ്രായം. പാർട്ടിക്ക് വന്ന ഉത്തരാഖണ്ഡിൽ നിന്നുള്ള ചീഫ് സെക്രട്ടറി അക്കാര്യം പറയുമ്പോഴാണ് എന്റെ ലേഖനത്തിൽ എവിടെയൊക്കെയാണ് എഡിറ്റിങ്ങ് വന്നെന്ന ചിന്ത എനിക്കുണ്ടായത്. ആറ് മാസത്തെ യാത്രകളും യാത്രയ്ക്കൊടുവിൽ കെട്ടുകഥപോലെ തോന്നിക്കുന്ന ഒരു രക്ഷപ്പെടലും അതു കഴിഞ്ഞുള്ള ഒരു മാസത്തെ എഴുത്ത് പണികളും എട്ട് കിലോ ശരീരഭാരവും കൊടുത്ത് ഞാൻ ചിട്ടപ്പെടുത്തിയ 'what do they say'യിൽ ആവശ്യമുള്ള ഇടങ്ങളിൽ കൃത്യമായി എഡിറ്റിങ്ങ് നടന്നു എന്നത് അച്ചടിച്ച് വന്ന ലേഖനം വീണ്ടുമൊരാവർത്തി വായിച്ചപ്പോഴാണ് എനിക്ക് മനസ്സിലായത്. ഇന്നും ഉണങ്ങിയിട്ടില്ലാത്ത ഗംഗയുടെ മുറിവുകളൊക്കെ എഡിറ്ററുടെ ബാക്സ്പേസ് ബട്ടൻ ഉണക്കിയിരുന്നു.

ഡൽഹിയിലെത്തിയതിന്റെ പിറ്റേയാഴ്ച എനിക്ക് ആദ്യമായി രാധികയുടെ ഒരു കത്ത് കിട്ടി. ഔദ്യോഗികമല്ലാത്ത ഒരു കത്ത് അവസാനമായി എപ്പോഴാണ് കിട്ടിയതെന്ന് എത്ര ആലോചിച്ചിട്ടും എനിക്ക് ഓർത്തെടുക്കാനായില്ല. ഒരു പത്ത് കൊല്ലമെങ്കിലുമായിക്കാണും ആരെങ്കിലും എനിക്കോ ഞാൻ ആർക്കെങ്കിലുമോ ഒരു കത്തയച്ചിട്ട്.

പ്രേമലേഖനം

സത്യാന്വേഷണമാണ് പത്രധർമ്മമെന്ന് ഞാൻ ആദ്യമൊക്കെ കരുതിയിരുന്നു, ആധുനികകാലത്തെ പത്രപ്രവർത്തനം ഏതെങ്കിലും കാര്യങ്ങൾ സ്ഥാപിക്കാനായിരിക്കുമെന്ന് വൈകാതെ എനിക്ക് ബോധ്യപ്പെട്ടു. ഹിമാലയത്തിൽ നടക്കുന്ന വൻ നിർമ്മാണ പ്രവർത്തനങ്ങൾക്ക് വെള്ളപൂശാൻ ഇറങ്ങിത്തിരിച്ച എനിക്ക് അവിടങ്ങളിലാകെ വന്നിട്ടുള്ള വികസനം ആർക്ക് വേണ്ടിയുള്ളതാണെന്ന കാര്യത്തിൽ സംശയമായി. രാജ്യത്ത് വിപ്ലവം സൃഷ്ടിച്ച വിവരാവകാശ നിയമത്തെക്കുറിച്ചുപോലും കേട്ടിട്ടില്ലാത്ത പലർക്കും അറിയാവുന്ന അധികാരവർഗ്ഗങ്ങൾ പൊലീസും പട്ടാളവും മാത്രമായിരുന്നു. ലാത്തികൊണ്ട് അടിക്കുന്നവർ പൊലീസുകാരും തോക്കുകൊണ്ട് വെടിവെക്കുന്നവർ പട്ടാളക്കാരുമെന്നതായിരുന്നു ഗ്രാമീണന്റെ ഭാഷ്യം.

ഹിമാലയത്തിലെ അലച്ചിലുകൊണ്ട് ഉണ്ടായ നല്ലകാര്യം ഞാൻ പുകവലി ഉപേക്ഷിച്ചതാണ്. ആശുപത്രിയിൽ കിടന്ന നാല് നാളുകൾ പുകവലിക്കാതെ കഴിച്ചുകൂട്ടിയ എനിക്ക് പുകവലി ഉപേക്ഷിക്കാൻ ഡോക്ടർ ധൈര്യം തന്നു. പുകവലി ഉപേക്ഷിച്ചതിന്റെ എന്തെങ്കിലും ആനുകൂല്യം ശരീരത്തിന് നിഷേധിച്ചുകൊണ്ട് ഞാൻ എല്ലാ ദിവസവും മദ്യപിച്ചു.

രാധികയുടെ കത്ത് ഞാൻ വായിച്ച് ചുരുട്ടി ചവറ്റുകൊട്ടയിലിട്ടു.

സൂരജ്,

അവസാനമായി ഞാനൊരാൾക്ക് കത്തെഴുതിയത് എന്നാണെന്ന് എനിക്കുതന്നെ വലിയ ഓർമ്മയില്ല. അച്ഛൻ അഹമ്മദാബാദിൽ ജോലി ചെയ്യുന്ന കാലത്ത് എനിക്ക് ഹോസ്റ്റലിലേക്ക് കത്തയക്കുമായിരുന്നു, എന്നിട്ട് ഫോൺ വിളിക്കുമ്പോൾ കത്തിന് മറുപടി കിട്ടിയില്ലെന്ന് പരിഭവം പറയും. ഞാൻ ചിരിക്കുമ്പോൾ അച്ഛൻ പറയും എഴുത്തിന് അതിന്റേതായ ശക്തിയുണ്ടെന്ന്.

നമ്മൾ ആദ്യമായി കണ്ടതെന്നാണെന്ന് ഓർമ്മയുണ്ടോ? അതുപോട്ടെ, നമ്മൾ പരിചയപ്പെട്ടത് എന്നാണെന്നെങ്കിലും ഓർമ്മയുണ്ടോ? നീയെന്നെ ആദ്യം കണ്ടിരിക്കുക പ്രസ് ക്ലബ്ബിലെ ജേർണലിസം കോഴ്സിന് ചേർന്ന കാലത്തായിരിക്കും പക്ഷേ, ഞാൻ നിന്നെ അതിനേക്കാൾ മുൻപ് കണ്ടിരുന്നു, ഒരു ബി സോൺ കലോത്സവ കാലത്ത്. മഹാരാജാസിൽനിന്ന് കഥാമത്സരത്തിന് വന്ന നീയും വൈക്കം ഗവണ്മെന്റ് കോളേജിൽനിന്ന് വന്ന ഞാനും അടുത്തടുത്ത ബെഞ്ചുകളിലിരുന്നാണന്ന് മത്സരിച്ചത്. ഏതെങ്കിലും ഒരു വിഷയം തന്നിട്ട് അതിനെക്കുറിച്ച് കഥയെഴുതാൻ പറയുന്ന പഴഞ്ചൻ ഏർപ്പാട്. എനിക്ക് കഥയൊന്നും വന്നില്ല. എന്തൊക്കെയോ എഴുതിക്കൂട്ടുന്ന നിന്നെ കണ്ടപ്പോൾ എനിക്കന്ന് അത്ഭുതമാണ് തോന്നിയത്. നിനക്ക് അത്തവണ സമ്മാനം കിട്ടിയിരുന്നു. പുറത്തിറങ്ങിയപ്പോൾ ഞങ്ങളുടെ കോളേജിലെ ടീച്ചർമാരിലാരോ നിന്നോട് സംസാരിക്കുന്നത് കണ്ട് നീ ആരാണെന്ന് ഞാനവരോട് ചോദിച്ചു. ശാസ്ത്രസമാജത്തിന്റെ നേതാവായ പ്രൊഫസർ ശശിധര മേനോന്റെ മകനാണെന്ന് ടീച്ചർ അഭിമാനത്തോടെ പറഞ്ഞു, കോളേജിൽ ടീച്ചറുടെ ഗുരുനാഥനായിരുന്നത്രെ നിന്റെ അച്ഛൻ.

പ്രസ് ക്ലബ്ബിന്റെ ജേർണലിസം ക്ലാസ് തുടങ്ങി നീയുമായി ചങ്ങാത്തമായപ്പോൾ ഞാനീ കഥകൾ പറയണമെന്ന് കരുതിയതാണ്. പക്ഷേ, നീയും അച്ഛനുമായുള്ള കെമിസ്ട്രി അതിനകം ഞാൻ മനസ്സിലാക്കിയതുകൊണ്ട് മിണ്ടിയില്ല. നിന്റെ പേരിലെ ശശിധരനെന്നത് നീ പറയാറില്ലായിരുന്നു. ശശിധരമേനോനെന്ന രണ്ടാം പേര് ഭാവിയിൽ പത്രക്കാരനാവുമ്പോൾ ഒരു ഗമയല്ലേ എന്ന് ഞാനൊരിക്കൽ ചോദിച്ചിരുന്നു. ജാതി പേരിൽ നിന്ന് മാത്രമല്ല മനസ്സിൽ നിന്ന് തന്നെ ഒഴിഞ്ഞുപോകണമെന്ന് നീ മറുപടി പറഞ്ഞപ്പോൾ മുതലായിരിക്കാം നിന്നോട് തോന്നിയ സൗഹൃദം ഒരു പ്രണയമായി മാറിയത്. നീ പലപ്പോഴും പറയാറുണ്ടായിരുന്നു ജാതിചിന്തകൾ ഒഴിവാക്കിയെന്ന് വീരവാദം പറയുന്ന പലരും ഞാൻ മേൽജാതിയായിട്ടു കൂടി എന്നത് പ്രത്യേകം പരാമർശിക്കുമെന്ന്. പൈതൃകമായി കിട്ടിയതിലൊന്നിലും വീമ്പുപറയാതെ സ്വയം ആരെങ്കിലുമായിത്തീരുമെന്ന് വിശ്വസിച്ചിരുന്ന നീ എന്റെ മാത്രം ഇഷ്ടക്കാരനായിരുന്നില്ല, ക്ലാസ്സിൽ പലർക്കും നിന്നോട് ആരാധനയുണ്ടായിരുന്നു.

ഒരുപക്ഷേ നിന്നോട് പ്രണയം തുറന്നുപറഞ്ഞ ആദ്യത്തെ പെൺകുട്ടിയായിരിക്കില്ല ഞാൻ. എനിക്കും പല പ്രായത്തിൽ പലരോടും ഇൻഫാക്ചുവേഷൻ തോന്നിയിട്ടുണ്ട്. പ്രായം കൂടുന്നതിനനുസരിച്ച് അത്തരം അടുപ്പങ്ങളിൽ ഇൻഫാക്ചുവേഷന്റെ അളവ് കുറയുകയും യാഥാർത്ഥ്യബോധം കൂടുകയും ചെയ്തുകൊണ്ടിരുന്നു. നിന്നെ പരിചയപ്പെട്ട കാലമായപ്പോഴേക്കും സെറ്റിൽ ആവാൻ പറ്റിയ ആരെയെങ്കിലും കണ്ടെത്തണമെന്ന് എന്റെ ബുദ്ധി എന്നെ ഉപദേശിച്ചിരുന്നു. കൂടുതൽ തലച്ചോറ് കൊണ്ടും കുറച്ച് മാത്രം ഹൃദയംകൊണ്ടും സ്നേഹിച്ചതിനാലാവും ഇത്രയും കാലമായിട്ടും നമ്മൾ തമ്മിൽ പൊരുത്തമാവാത്തതല്ലേ? ആർക്കും ഒരു സ്പേസും അനുവദിക്കാതെ നിന്റെ ജീവിതത്തിലേക്ക് ഞാനിടിച്ചുകയറിയതായി തോന്നിയിട്ടുണ്ടാവും നിനക്ക്.

ഒരാണിന് ഒരു പെണ്ണ്, അതുപോലെ തിരിച്ചുമെന്ന എന്റെ ചിന്താഗതി നിനക്ക് പണ്ടേ അംഗീകരിക്കാൻ കഴിയുമായിരുന്നില്ലെന്നെനിക്കറിയാം. പൊസസ്സീവ്നെസ്സ് എന്നൊക്കെ പറഞ്ഞ് നീ അന്നേ കളിയാക്കുന്ന ആ സ്വന്തം മാത്രമെന്ന ചിന്ത തന്നെയാവാം നമ്മുടെ സമൂഹത്തിലെ ആൺപെൺ ബന്ധങ്ങളെ നിലനിർത്തുന്നത്. നിനക്ക് പറ്റിയ ആളാവാൻ ഞാൻ എനിക്ക് കഴിയുന്നത്ര ശ്രമിച്ചു. മോഡേൺ വസ്ത്രങ്ങൾ ധരിച്ചു, കൂടുതൽ സോഷ്യലാവാൻ ശ്രമിച്ചു, വീടുമായി ഒട്ടിപ്പിടിച്ച് നിൽക്കാതെ അകലങ്ങളിൽ ജോലി ചെയ്യാൻ തീരുമാനിച്ചു. വൈക്കത്തെ കോളേജിൽ ഡിഗ്രിക്ക് പഠിച്ചിരുന്ന കാലത്ത് സ്ലീവ്ലെസ്സ് ധരിച്ച് വരുന്ന ഒരു പെൺകുട്ടി എന്റെ കോളേജിൽപോലും ഉണ്ടായിരുന്നില്ല. നിന്നെ ചുറ്റിപ്പറ്റി നടക്കുന്ന നഗരവാസികളായ പെൺകുട്ടികളോട് മത്സരിക്കാനായിപ്പോലും എനിക്ക് അത്രയ്ക്ക് മോഡേൺ ആകാൻ കഴിഞ്ഞില്ല. എന്നിട്ടും ഒരു പ്രയോജനവുമുണ്ടായില്ലെന്നത് എന്നെ കുറച്ചൊന്നുമല്ല സങ്കടപ്പെടുത്തുന്നത്. ഇതിൽ കൂടുതൽ എനിക്കാവില്ല. നിന്റെ മുന്നിലുള്ള ഇപ്പോഴത്തെ സ്ത്രീ മാതൃകകൾ അന്നാ മാഡത്തിനെ പോലുള്ളവരാണല്ലോ.

കഴിഞ്ഞ രണ്ട് വർഷത്തിനിടെ നമ്മൾ തമ്മിൽ കണ്ടത് അപൂർവ്വമായി മാത്രമാണ്. അതിലൊന്ന് റെയിൽവേ സ്റ്റേഷനിൽ ട്രെയിൻ നിർത്തിയ കേവലനിമിഷങ്ങൾ മാത്രം. പലപ്പോഴും ഫോണിൽ സംസാരിച്ചത് വളരെ കുറച്ച് സമയം മാത്രമാണ്. ഒന്നോ രണ്ടോ തവണ വിളിച്ചാൽ മാത്രമാണ്

നീ ഫോണെടുക്കുക. വിൽ കോൾ യു ബാക്ക്, ബിസി റൈറ്റ് നൗ എന്നൊക്കെയുള്ള റിജക്ഷൻ മെസേജുകൾ വായിച്ചെനിക്ക് മടുത്തു. ഞാനയച്ച മെസേജുകൾക്ക് മറുപടികൾ കിട്ടിയത് കാത്തിരിപ്പ് അസ്തമിച്ചതിനുശേഷം മാത്രമാണ്. നിന്റെ തിരക്കുകളെ എനിക്ക് മനസ്സിലാക്കാൻ കഴിഞ്ഞില്ല എന്ന കുറ്റപ്പെടുത്തലുണ്ടെങ്കിൽ ഞാനത് ഉൾക്കൊള്ളുന്നു. എങ്കിലും ഞാൻ കുറച്ചുകൂടെ പരിഗണന അർഹിക്കുന്നുണ്ടെന്ന് വിശ്വസിക്കുന്നു.

ഇനി വളച്ചുകെട്ടില്ലാതെ കാര്യങ്ങൾ പറയാം. അച്ഛൻ ഈ വർഷം വിരമിക്കും. എന്റെ കല്യാണമെങ്കിലും അതിനു മുൻപ് നടത്തണമെന്നാണ് അദ്ദേഹത്തിന്. കുറച്ച് വൈകി കല്യാണം കഴിച്ചവരാണ് അച്ഛനും അമ്മയും. അതുകൊണ്ട് തന്നെ എന്റെ ഇരുപത്താറ് വയസ്സ് അവർക്ക് വളരെ കൂടുതലാണ്. അനിയത്തിയുടെ എഞ്ചിനീയറിങ്ങ് ഇക്കൊല്ലം കഴിയും, ക്യാമ്പസ് പ്ലേസ്മെന്റ് ആയിട്ടുണ്ട്. അതിനേക്കാളുപരിയായി കോളേജിൽ കൂടെ പഠിച്ച ഒരാളെ കല്യാണം കഴിക്കാനുള്ള ആലോചനയിലാണവൾ. നമ്മളുടെ കാര്യം വല്ലതും നടക്കുമോ എന്നാണവൾ ചോദിക്കുന്നത്, അതറിഞ്ഞിട്ടുവേണമത്രെ അവൾക്ക് ഒരു തീരുമാനമെടുക്കാൻ. എന്റെ മുന്നിൽ രണ്ട് വഴികളാണുള്ളത്. ഒന്നുകിൽ നീ നാട്ടിൽ വന്ന് അച്ഛനോട് സംസാരിച്ച് ഒരു തീരുമാനമെടുക്കണം. അല്ലെങ്കിൽ അച്ഛനും അമ്മയും തീരുമാനിക്കുന്ന ഒരാളെ കല്യാണം കഴിച്ച് അയാളുടെ ഉത്തമ ഭാര്യയാവാൻ ശ്രമിക്കണം. താമസിച്ചാൽ അനുജത്തി രജിസ്റ്റർ മാര്യേജ് കഴിക്കും. എന്നെ നിർത്തിക്കൊണ്ട് അവളുടെ കല്യാണം നടത്തിക്കൊടുക്കാനാവില്ലെന്നാണ് അച്ഛൻ പറയുന്നത്. പഴയ മനുഷ്യനല്ലെ, അങ്ങനെ ചിന്തിക്കാനേ കഴിയൂ.

ഞാനെന്തിനാണ് ഇക്കാര്യമൊക്കെ ഒരു കടലാസിലെഴുതിയയച്ചതെന്ന് നീ അത്ഭുതപ്പെടുന്നുണ്ടാവാം. ഫോൺ വിളിക്കുമ്പോൾ ഞാൻ പറയാനുദ്ദേശിച്ച കാര്യങ്ങൾ പലപ്പോഴും പറയാനാവാറില്ല. മലയാളത്തിൽ ഈമെയിലായി അയക്കാമെന്ന് വെച്ചാൽ ഒഴുക്കോടെ ടൈപ്പ് ചെയ്യാനാവുന്നില്ല. ഈ കത്ത് ഞാനൊരു നാലുതവണയെങ്കിലും മാറ്റിയെഴുതിയിട്ടുണ്ട്. നിന്നെക്കുറിച്ചുള്ള നല്ല ഓർമ്മകളും നമ്മൾ തമ്മിലുണ്ടാവാറുള്ള വഴക്കുകളും ഞാൻ ഡയറിയിൽ കുറിച്ചിടാറുണ്ട്, ഈ കത്തും അതിൽ പെടും. എല്ലാ ദിവസവും ഡയറിയിൽ കുറിക്കാൻ വിശേഷങ്ങളില്ലാത്തതിനാൽ ഈ കത്ത് പകർത്തിയെഴുതാൻ പേജുകൾ ഒത്തിരി

മിച്ചമുണ്ട്. വഴക്കുകളെ കുറിച്ചുള്ള കുറിപ്പുകളാണെങ്കിൽ കൂടെ പിന്നീട് വായിക്കുമ്പോൾ ഒരു ആശ്വാസം കിട്ടും, എഴുതിയിട്ടതിന് നല്ല ശക്തിയാണ്.

സസ്നേഹം
രാധിക ശിവരാമൻ

രാധികയുടെ കത്ത് ആദ്യം ഞാൻ കാര്യമായെടുത്തില്ല. അവളുടെ ഭ്രാന്തിന്റെ ഒരു കയ്യെഴുത്ത് വേർഷനായി മാത്രമേ ഞാനതിനെ കണക്കാക്കിയുള്ളൂ. എന്നാൽ ദിവസങ്ങൾ കഴിയുംതോറും ഓഫീസിലെ മേശവലിപ്പിലെ ആ കത്തെന്നെ കൊളുത്തി വലിച്ചുകൊണ്ടിരുന്നു. ചുരുട്ടി ചവറ്റുകൊട്ടയിലിട്ട കത്ത് ഞാൻ തിരിച്ചെടുത്ത് ചുളിവുകളൊക്കെ നിവർത്തി വീണ്ടും വലിപ്പിനുള്ളിൽ വെച്ചിരുന്നു. ഒറ്റഞെക്കിൽ ഡിലീറ്റ് ചെയ്യാറുള്ള എത്രയെത്ര സന്ദേശങ്ങൾ എന്നെ സ്പർശിക്കുകപോലും ചെയ്യാതെ കടന്നുപോയിരിക്കുന്നു. ചെറിയ എന്തെങ്കിലും കാര്യങ്ങൾ പറഞ്ഞ് എത്രയെത്ര ഫോൺ വിളികൾ ഞാനോ അവളോ അവസാനിപ്പിച്ചിരിക്കുന്നു. ലക്കുകെട്ട് മദ്യപിക്കാൻ എന്തെങ്കിലും കാരണം കാത്തിരിക്കുന്ന ഞാൻ അക്കാര്യം പറഞ്ഞ് കുടിച്ച് ബോധം കെടും. പിറ്റേന്ന് ഹാങ്ങോവറോടെ എഴുന്നേറ്റ് ഓഫീസിലേക്ക് പോവുമ്പോൾ രാധികയെ ഫോൺ വിളിക്കണമെന്ന് തോന്നുമെങ്കിലും ദുരഭിമാനം എന്നെ അതിനനുവദിക്കില്ല. രാധികയുടെ കത്ത് എന്റെ ഉള്ളിൽ നീറിക്കൊണ്ടിരുന്നു. ഒന്ന് വിളിക്കാമെന്നോ വാട്ട്സാപ്പ് ചെയ്യാമെന്നോ വെച്ചാൽ എല്ലാം സ്വിച്ച് ഓഫ്. സോഷ്യൽ മീഡിയയിൽ നിന്നെല്ലാം ലോഗ് ഔട്ട്.

കേരളത്തിൽ ഒന്നുരണ്ട് പ്രൊജക്റ്റുകളുണ്ടെന്ന് അന്നാ മാഡം പറയുന്നതിനും മുൻപേ കുറച്ചുകാലം നാട്ടിൽ പോയി നിൽക്കുന്നതായിരിക്കും നല്ലതെന്ന ചിന്തയിലേക്ക് ഞാനുമെത്തിയിരുന്നു. എഡിറ്റോറിയൽ ബോർഡ് മീറ്റിങ്ങ് കഴിഞ്ഞെത്തിയ അന്നാ മാഡം കേരളത്തിൽ പുതുതായാരംഭിക്കാൻ പോകുന്ന ഏഴ് ജലവൈദ്യുത പദ്ധതികളുടെ വിവരങ്ങൾ ഒരു പെൻഡ്രൈവിലാക്കി എന്നെ ഏൽപ്പിച്ചു.

രണ്ടു കൊല്ലത്തെ ഡൽഹി വാസമവസാനിപ്പിച്ച് നെടുമ്പാശ്ശേരിക്ക് വിമാന ടിക്കറ്റെടുത്തപ്പോഴാണ് എനിക്ക് നാട്ടിലെ വാടക ഫ്ളാറ്റിന്റെ കാര്യം ഓർമ്മ വന്നത്. എലന്തിക്കരയിലെ വീട് വാടകയ്ക്കെടുത്തയാൾ ഫ്ളാറ്റിന്റെ ഉടമസ്ഥന് അക്കൗണ്ട് വഴി പണമയച്ചുകൊടുക്കുകയാണ് പതിവ്. ഇടപാടുകളിൽ ഒരു മുടക്കവും വരാത്തതിനാലാവും ആരും എന്നെ ഒരിക്കൽപോലും വാടകക്കാര്യം പറഞ്ഞ് ഫോൺ വിളിച്ചില്ല. പുരയിടത്തിലെ ജാതിക്ക പറിച്ചതിന്റെയും പുഴത്തുരുത്തിലെ തേങ്ങ പറിച്ചതിന്റെയുമൊക്കെ പണം രമണൻ ചാച്ചൻ കൃത്യമായി ബാങ്കിലിടും. ഒന്നിനും ഒരു കണക്കുമില്ലാതെ ജീവിച്ച

കാലത്ത് അക്കൗണ്ടിൽ പൈസ വന്നോ എന്ന് രമണൻ ചാച്ചൻ ഫോൺ വിളിച്ച് ചോദിക്കുമ്പോൾ ഒക്കെ ശരിയാണെന്ന് ഞാൻ യാന്ത്രികമായി സമ്മതിക്കും.

ഫ്ളാറ്റിന്റെ ചാവി എവിടെയായിരുന്നെന്ന് എനിക്ക് ഒരോർമ്മയും കിട്ടിയില്ല. ഡൽഹിയിലെ വാടകവീട്ടിലെ പുസ്തകങ്ങളൊഴികെയുള്ളവ പഴയ സാധനങ്ങൾ വിൽക്കുന്ന സൈറ്റ് വഴി വിറ്റ് ഞാൻ ഡൽഹി വാസത്തിന്റെ അവസാന ദിവസങ്ങളിലേക്ക് കടന്നു. ആലുവയിലെ ഫ്ളാറ്റിന്റെ താക്കോൽ തിരഞ്ഞ് മടുത്ത് ഞാൻ ഡ്യൂപ്ലിക്കേറ്റ് ചാവിയുണ്ടോ എന്ന് ചോദിക്കാൻ വീട്ടുടമസ്ഥനെ വിളിച്ചു.

''ആ പെൺകുട്ടി കഴിഞ്ഞ മാസവും വന്ന് ഫ്ളാറ്റ് ക്ലീൻ ചെയ്തിട്ടിരുന്നല്ലോ.''

ഹൗസ് ഓണറുടെ മറുപടി കേട്ടപ്പോൾ മാത്രമാണ് ഫ്ളാറ്റ് പൂട്ടി ചാവി രാധികയെ ഏൽപ്പിച്ചത് ഓർത്തത്. നെടുമ്പാശേരിയിൽ വിമാനമിറങ്ങിയ ഞാൻ നേരെ വൈക്കത്ത് പോയി രാധികയുടെ അച്ഛനെ കണ്ടു. രാധിക വീട്ടിലുണ്ടായിരുന്നില്ല. ജോലിസ്ഥലത്തുനിന്ന് മാസത്തിൽ ഒരിക്കലേ വരാറുള്ളൂ. ഇളയവളുടെ രജിസ്റ്റർ കല്യാണവും ഒളിച്ചോട്ടവുമൊക്കെ അയാൾക്ക് താങ്ങാവുന്നതിലധികമായിരുന്നു. അവരെ വീട്ടിലേക്ക് വിളിക്കുന്ന കാര്യം ഞാൻ പറഞ്ഞു നോക്കിയെങ്കിലും ചേച്ചിക്കുവേണ്ടി കുറച്ചുകാലം കാത്തിരിക്കാൻ തയ്യാറാവാത്ത ഇളയ മകളെ അയാൾക്ക് അപ്പോഴും ഉൾക്കൊള്ളാനായില്ല.

മൂത്തവരുടെ തീരുമാനങ്ങൾ കാരണം മുടങ്ങിപ്പോകുന്ന ഇളയവരുടെ സ്വപ്നങ്ങളെന്നൊക്കെ പറഞ്ഞ് ഞാൻ അദ്ദേഹത്തെ ആശ്വസിപ്പിക്കാൻ ശ്രമിച്ചു. ഞാനും രാധികയും തമ്മിൽ അദ്ദേഹം മനസ്സിലാക്കിയതുപോലുള്ള ഒരു ബന്ധമൊന്നും ഉണ്ടായിട്ടില്ലെന്ന് ഞാൻ പറഞ്ഞെങ്കിലും അദ്ദേഹം അത് വിശ്വസിച്ചെന്ന് എനിക്ക് തോന്നിയില്ല. അത്രയും വലിയൊരു കള്ളം മകൾ പറയുമെന്ന് അല്ലെങ്കിലും ഒരച്ഛൻ എങ്ങനെ വിശ്വസിക്കാനാണ്. ഞാനെന്തിനാണ് ആ വീട്ടിലേക്ക് ചെന്നതെന്ന് ആകെയൊരു ആശയക്കുഴപ്പം. ഇളയവളുടെ തിരോധാനത്തിൽ ആശ്വസിപ്പിക്കാനോ അതോ രാധികയെ കാണാനോ. ഒടുവിൽ ഞാൻ പരമ്പരാഗതമായ ശൈലിയിൽതന്നെ കാര്യങ്ങൾ പറഞ്ഞു.

''എന്റെ ചേട്ടനും ചേച്ചിയുമൊന്നും നാട്ടിലില്ല. ചേട്ടനും കുടുംബവും മുംബൈയിലും ചേച്ചിയും കുടുംബവും യു.കെ.യിലുമാണ്. സ്കൂൾ വെക്കേഷൻ തുടങ്ങിയാൽ നാട്ടിൽ വരും. കാര്യങ്ങൾ സംസാരിക്കാൻ ഞാൻ അവരെയാരെയെങ്കിലും വിടാം.''

വീട്ടിൽ നിന്നിറങ്ങി കുറച്ച് കഴിഞ്ഞപ്പോൾ രാധിക വിളിച്ചു. ഏതോ പുതിയ നമ്പറിൽ നിന്ന്. ഒരാവേശത്തിന് പണ്ടുപയോഗിച്ച

സിം പൊട്ടിച്ചുകളഞ്ഞത്രെ! പരസ്പരം വിളിക്കാനുള്ള സൗകര്യത്തിന് പണ്ട് ഒരുമിച്ചെടുത്ത നമ്പറുകളാണ്, രണ്ടും എന്റെ പേരിൽ. ഡ്യൂപ്ലിക്കേറ്റ് സിം കിട്ടിക്കാണില്ല. ഞാൻ ചിരിയടക്കി, ഇനി അതു മതി പിണങ്ങാൻ. ഒരുമാസം മുൻപ് ഫ്ളാറ്റിൽ ചെന്നപ്പോൾ വൃത്തിയാക്കി ചാവി സെക്യൂരിറ്റിയെ ഏൽപ്പിച്ചിരുന്നെന്ന് അവൾ പറഞ്ഞപ്പോൾ വൈദ്യുതി ബോർഡിന്റെ ഗസ്റ്റ്ഹൗസിലേക്ക് പോകാതെ ഞാൻ നേരെ ആലുവയിലേക്ക് പോയി.

രണ്ട് വർഷമായി ഞാൻ പൂട്ടിയിട്ട ഫ്ളാറ്റിന് വാടക കൊടുക്കുന്നു. പൊടിയൊന്നും പിടിക്കാതെ എല്ലാം തുടച്ചുവൃത്തിയാക്കി വെച്ചിരുന്നു. ചില കത്തുകൾ വന്നത് ടീപ്പോയിൽ അടുക്കിവെച്ചിട്ടുണ്ട്. ഞാൻ ഏട്ടത്തിയമ്മയെ വിളിച്ച് വെക്കേഷന് നാട്ടിൽ വരുന്നതിനെക്കുറിച്ച് ചോദിച്ചു. പതിവില്ലാതെ വിശേഷം തിരക്കിയ എന്റെ ഉദ്ദേശ്യശുദ്ധിയെ സംശയിച്ച ഏട്ടത്തിയമ്മയോട് ഞാൻ കാര്യം പറഞ്ഞു. പിന്നാലെ ചേട്ടനും ചേച്ചിയുമൊക്കെ ഫോൺ വിളിച്ചു. എന്തിനേറെ പറയുന്നു ഇത്രയും കാലം എന്നെ ഫോൺ വിളിച്ചിട്ടില്ലാത്ത അളിയൻവരെ എന്നോട് സംസാരിച്ചു. ഞാനൊരു കല്യാണം കഴിക്കുമെന്ന് അവരാരും പ്രതീക്ഷിച്ചിരുന്നില്ലെന്ന് തോന്നി. ഈ വെക്കേഷന് എൻഗേജ്മെന്റ്, അടുത്തകൊല്ലം കല്യാണം. ലളിതമായി ഒരു രജിസ്റ്റർ കല്യാണമെന്ന എന്റെ ആവശ്യമൊന്നും എന്റെയോ രാധികയുടെയോ വീട്ടുകാർ സമ്മതിച്ചില്ല. കല്യാണങ്ങൾ വല്ലാതെ ഇൻസ്റ്റിറ്റ്യൂഷണലായ കാലത്ത് എന്റെ താത്പര്യങ്ങൾ ആരും അംഗീകരിച്ചില്ല, പ്രത്യേകിച്ച് രാധിക.

ജോലിയുമായി ബന്ധപ്പെട്ട യാത്രകളുമായി വേനൽക്കാലം കടന്നുപോയി. സ്കൂൾ അവധിക്കാലമായപ്പോൾ ചേട്ടനും ഏട്ടത്തിയമ്മയും ചേച്ചിയും അളിയനുമൊക്കെ ആഘോഷമായി നാട്ടിൽ വന്നു. വീട് വാടകയ്ക്ക് കൊടുത്തതിൽ എനിക്ക് അക്കാലത്ത് വലിയ സങ്കടം തോന്നി. ഒഴിയാൻ പറഞ്ഞിട്ടും കാര്യമില്ല, വീടിന്റെ ഘടനയൊക്കെ ആകെ മാറിയിരുന്നു. കൂടുതൽ ആളുകൾക്ക് കുളിക്കാനായി അടുക്കളയുടെ പിന്നാമ്പുറത്ത് ഒരു വലിയ വാട്ടർ ടാങ്കും നിരനിരയായി മൂന്ന് കക്കൂസുകളുമൊക്കെ കെട്ടിയിരുന്നു. തുരുത്തിൽ പോയി രമണൻ ചാച്ചനെ കണ്ടപ്പോൾ അങ്ങോരെന്നെ കുറേ വഴക്കുപറഞ്ഞു. വാടകയ്ക്ക് താമസിക്കുന്ന ഹിന്ദിക്കാരെക്കൊണ്ട് നാട്ടുകാർക്കൊക്കെ വലിയ ശല്യമാണെന്ന് പരാതി പറഞ്ഞു. നാട്ടിൽ ആള് കൂടുമ്പോൾ അവരുൾപ്പെടുന്ന കുറ്റകൃത്യങ്ങളും കൂടുമെന്ന എന്റെ തത്വം രമണൻ ചാച്ചനിഷ്ടമായില്ല. എന്തൊക്കെയോ പിറുപിറുത്തുകൊണ്ട് അങ്ങോര് വള്ളം തുഴഞ്ഞ് പോയി.

ചേട്ടന്റെയും ചേച്ചിയുടെയും കുടുംബങ്ങൾ വരുന്ന ദിവസങ്ങൾ കണക്കാക്കി ഞാൻ തൊട്ടടുത്ത മൂന്ന് മുറി ഫ്ളാറ്റുകൂടെ ഒരു

മാസത്തേക്ക് വാടകയ്ക്കെടുത്തു. വല്ലപ്പോഴും വന്ന് താമസിക്കുന്ന ഒരു ഗൾഫുകാരന്റെയാണ്. നാട്ടിൽ ഉണ്ടാവാറുള്ള ഒന്നോ രണ്ടോ ആഴ്ച തങ്ങാനായി ഗംഭീരമായി ഫർണിഷ് ചെയ്ത മൂന്നുമുറി അപ്പാർട്ട്മെന്റ്. നല്ല വാടകയായെങ്കിലും ഹോട്ടലിൽ മുറിയെടുത്ത് നിൽക്കുന്നതിനേക്കാൾ ലാഭമാണ്.

എല്ലാവരുമെത്തി. അച്ഛനില്ലാത്തതിനെക്കുറിച്ച് ഏട്ടത്തിയമ്മ സങ്കടം പറഞ്ഞപ്പോഴാണ് എനിക്ക് അമ്മയെ വല്ലാതെ മിസ്സ് ചെയ്തത്. ഒരാഴ്ച കഴിഞ്ഞപ്പോൾ ആഘോഷമായി ഞങ്ങൾ വൈക്കത്തെ രാധികയുടെ വീട്ടിലേക്ക് പോയി. ഞാനെല്ലാവരെയും പരിചയപ്പെടുത്തി. ചേട്ടൻ അജിത് ശശിധരൻ, ഏട്ടത്തിയമ്മ മീനാക്ഷി, കുട്ടികൾ പ്രയാണും പ്രീതിയും. ചേച്ചി മായ, മകൾ അങ്കിത, ഭർത്താവ് മാധവ്. 'മാധവ മേനോൻ' അളിയൻ തിരുത്തി.

''നിങ്ങളൊക്കെ മേനോന്മാരാണെന്ന് രാധിക പറഞ്ഞിട്ടുണ്ട്, ഞങ്ങള് ജാതികൊണ്ട്...'' രാധികയുടെ അച്ഛനെ ആ വാചകം പൂർത്തിയാക്കാൻ ചേട്ടൻ അനുവദിച്ചില്ല.

''തനിക്ക് ജാതിയില്ലെന്ന് പറയുക മാത്രമല്ല ഞങ്ങളുടെ അച്ഛൻ ചെയ്തത്, ഞങ്ങളുടെയൊന്നും പേരിൽ ജാതി അദ്ദേഹം ചേർത്തിട്ടുമില്ല. പിന്നെ അച്ഛന്റെ പേര് രേഖകളിലൊക്കെ അങ്ങനെയായതുകൊണ്ട് അത് തുടർന്നെന്ന് മാത്രം.''

എനിക്ക് ചേട്ടനെക്കുറിച്ച് വലിയ അഭിമാനം തോന്നി. അളിയൻ ഇത്തരത്തിൽ വാലുമുറിഞ്ഞ് നിൽക്കുന്നത് ആദ്യമായല്ല. നല്ല ശീലമുള്ളതുകൊണ്ട് അദ്ദേഹം മറ്റെന്തോ പറഞ്ഞ് വിഷയം മാറ്റി. ഇളയവളുമായുമായുള്ള പിണക്കം തീർന്നില്ലേ എന്ന ഏട്ടത്തിയമ്മയുടെ കുശലത്തിന് രാധികയുടെ അമ്മ ദയനീയമായി ഭർത്താവിനെ നോക്കി. എൻഗേജ്മെന്റിന്റെ തീയതിയും സ്ഥലവുമൊക്കെ തീരുമാനിച്ച് അവിടെ നിന്ന് മടങ്ങുമ്പോഴേക്കും ഏട്ടത്തിയമ്മയുമായി രാധിക കൂട്ടായിക്കഴിഞ്ഞിരുന്നു.

അന്നുരാത്രി രാധിക കുറേ നേരം ഫോണിൽ സംസാരിച്ചു. പിറ്റേന്ന് അതിരാവിലെയെഴുന്നേറ്റ് കല്ലാറിലേക്ക് പോകാനുണ്ടെങ്കിൽ കൂടി ഞാനതൊക്കെ മൂളിക്കേട്ടു. പരിഭവങ്ങളൊന്നുമില്ലാത്ത നല്ല സംസാരം, അവളുടെ കൊഞ്ചലുകൾക്ക് ഇത്രയും ഇമ്പമുണ്ടെന്ന് മുൻപൊരിക്കലും എനിക്ക് തോന്നിയിരുന്നില്ല. എനിക്കവളെയൊന്ന് കെട്ടിപ്പിടിക്കണമെന്ന് തോന്നി. അങ്ങനെയെന്തെങ്കിലും പറഞ്ഞാൽ അവളപ്പോൾ ഫോൺ വെച്ചിട്ട് പോകും, അനുഭവമുള്ളതാ. പതിഞ്ഞ ശബ്ദത്തിൽ ശ്വാസം കഴിക്കുന്നതുപോലും ഇപ്പുറം കേൾക്കുന്ന സംസാരം. എനിക്ക് പ്രലോഭനമടക്കാനായില്ല. രണ്ടും കൽപ്പിച്ച് ഞാനൊരുമ്മ ചോദിച്ചു. നേരിൽ കാണുമ്പോൾ തരാമെന്ന അവളുടെ മറുപടി എനിക്ക് വിശ്വസിക്കാനായില്ല.

ഡാംസൈറ്റിലെ കഥാപാത്രങ്ങൾ

അതിരപ്പിള്ളി, കല്ലാർ, തേക്കുമട, ചിലന്തിയാർ, പെരിഞ്ഞാംകുട്ടി, പാൽച്ചുരം, പാത്രക്കടവ്.

ഒഴുകിപ്പോയിക്കൊണ്ടിരിക്കുന്ന ഓരോ തുള്ളി വെള്ളവും എത്ര വാട്ട്സ് വൈദ്യുതിയാണെന്ന കണക്കുകൾ എന്നെ ശരിക്കും അത്ഭുതപ്പെടുത്തി. ഓരോ പദ്ധതിയുടെയും ലാഭനഷ്ടക്കണക്കുകൾ വെവ്വേറെ വിശകലനം ചെയ്തിട്ടുണ്ടായിരുന്നു. ഓരോ പദ്ധതി നടപ്പാക്കുന്നതിനും ഉണ്ടാവാനിടയുള്ള പ്രതിബന്ധങ്ങളെയും അക്കാര്യത്തിൽ എതിർത്തും അനുകൂലിച്ചും രംഗത്ത് വരാൻ സാധ്യതയുള്ള ആളുകളെയും കേരളത്തിലെ രാഷ്ട്രീയപാർട്ടികൾക്ക് ഓരോ പദ്ധതിയിലും ഉള്ള താൽപ്പര്യവുമൊക്കെ വ്യക്തമായി പഠിച്ച് തയ്യാറാക്കിയ റിപ്പോർട്ടാണ്. റിപ്പോർട്ട് തയ്യാറാക്കിയത് അതാത് പ്രൊജക്റ്റിലേക്ക് നിയമിച്ചിട്ടുള്ള സൂപ്രണ്ടിങ്ങ് എഞ്ചിനീയർമാരാണെങ്കിലും എല്ലാ റിപ്പോർട്ടുകളുടെയും ആധികാരിക ശാസ്ത്രീയ സാമ്പത്തിക പാരിസ്ഥിതിക വിവരങ്ങൾ കണ്ടാലറിയാം ഇത് വളരെ പ്രൊഫഷണലായ ഏതോ സംഘം തയ്യാറാക്കിയ റിപ്പോർട്ടിൽ ഉത്തരവാദിത്വപ്പെട്ട ഉദ്യോഗസ്ഥർ ഒപ്പിട്ടത് മാത്രമാണെന്ന്. ഉത്തരാഖണ്ഡിലെ പ്രൊജക്റ്റുകൾ തയ്യാറാക്കിയവർ അവിടത്തെ പ്രാദേശികമായുള്ള വിയോജിപ്പുകളെ ഭയന്നിരുന്നില്ല. പക്ഷേ, കേരളത്തിലെ പ്രൊജക്റ്റിൽ വരാൻ സാധ്യതയുള്ള എതിർപ്പുകൾ അക്കമിട്ട് നിരത്തിയിരുന്നു. സൈലന്റ്‌വാലി പദ്ധതിക്കെതിരെ നടന്ന സമരം ഒരു മാതൃകയാക്കിയെടുത്ത് അന്ന് വിജയിച്ച തന്ത്രങ്ങൾ വീണ്ടും വരികയാണെങ്കിൽ അതിനെ എങ്ങനെ മറികടക്കുമെന്ന് സ്വയം വിശദീകരിക്കുന്നതായിരുന്നു പ്രൊജക്റ്റ് റിപ്പോർട്ട്. ചിലയിടത്തൊക്കെ 'നിശ്ശബ്ദതാഴ്‌വരയ്ക്കുവേണ്ടിയുള്ള സമര ചരിത്രം' പരാമർശിച്ചിട്ടുണ്ട്. ഇന്ത്യാ എവരി ഡേയിൽ എനിക്ക് ജോലി കിട്ടാൻ അച്ഛന്റെ മേൽവിലാസം ഒരു കാരണമായിരുന്നെന്ന് അന്നാ മാഡം പറഞ്ഞത് എനിക്ക് ഓർമ്മ വന്നു.

ശുഭാപ്തിവിശ്വാസത്തോടെ ഏഴ് വലിയ പദ്ധതികൾ വിഭാവനം ചെയ്തിട്ടുണ്ടെങ്കിലും നടത്തിയെടുക്കാനുള്ള എളുപ്പത്തിന്റെ അടിസ്ഥാനത്തിൽ അവയെ മൂന്ന് കൂട്ടങ്ങളാക്കിയിരുന്നു. പാത്രക്കടവും അതിരപ്പിള്ളിയും ദുഷ്കരം എന്ന കൂട്ടത്തിലും കല്ലാർ, പാൽച്ചുരം, ചിലന്തിയാർ എന്നിവ സാധ്യമാക്കാവുന്നത് എന്ന കൂട്ടത്തിലും തേക്കുമട, പെരിഞ്ഞാംകുട്ടി എന്നിവ താരതമ്യേന എളുപ്പം എന്ന ഗണത്തിലും പെടുമെന്ന് ഞങ്ങൾക്ക് തന്ന കുറിപ്പിൽ പറയുന്നുണ്ട്. അതുകൊണ്ടുതന്നെ എന്റെ ശ്രദ്ധ കല്ലാറിലും പാൽച്ചുരത്തിലും ചിലന്തിയാറിലുമായിരിക്കണമെന്ന് അന്നാ മാഡം പ്രത്യേകം പറഞ്ഞിരുന്നു. ആലുവയിൽ കുറച്ചുനാൾ നിൽക്കണമെന്നുള്ളതുകൊണ്ട് ഇടുക്കി ജില്ലയിലെ പ്രൊജക്റ്റുകൾ നോക്കുകയായിരുന്നു എനിക്ക് എളുപ്പം.

കല്ലാറിൽ ഇപ്പോഴൊരു ഡാമുണ്ട്, അതിന്റെ കപ്പാസിറ്റി മുഴുവനായി ഉപയോഗിക്കുന്നതിന് എന്തൊക്കെയോ പ്രാദേശിക എതിർപ്പുകളുള്ളതുകൊണ്ട് കല്ലാറിന്റെ അപ്പർ റീച്ചസിൽ ഓഗ്മെന്റേഷൻ പ്രൊജക്റ്റായി രണ്ട് ചെറിയ ഡാമുകളാണ് പദ്ധതിയിലുള്ളത്. അവിടത്തെ സൂപ്രണ്ടിങ്ങ് എഞ്ചിനീയർ ഒരു രാമകൃഷ്ണനായിരുന്നു. നല്ല രസികൻ മനുഷ്യനാണ്. മദ്യപാനമോ പുകവലിയോ ഇല്ലാത്ത ആ മനുഷ്യൻ പക്ഷേ നല്ല കമ്പനി തരും. വീട്ടിൽ നോൺ വെജ് കഴിക്കാത്ത അദ്ദേഹം ചിക്കനോടും ബീഫിനോടുമൊക്കെ കാണിക്കുന്ന ആർത്തി കണ്ടാൽ തോന്നും എന്തിനാണ് മനുഷ്യന്മാർ ഇങ്ങനെ ഇരട്ട വ്യക്തിത്വങ്ങളായി വീട്ടിലും പുറത്തും ജീവിക്കുന്നതെന്ന്.

കല്ലാറൊരു ഗംഭീര സ്ഥലമാണ്. വലിയ സ്വസ്ഥത അവിടെ മൊബൈലിന് റേഞ്ചില്ലെന്നതാണ്. ബിഎസ്എൻഎലിന് ചില മുക്കിലും മൂലയിലുമൊക്കെ റെയ്ഞ്ച് കിട്ടും. ഹിമാലയൻ യാത്രകൾക്കെടുത്ത എന്റെ മൊബൈൽ കണക്ഷൻ ഒഴിവാക്കിയിരുന്നു, അത്തരമൊരു കണക്ഷൻ വേണ്ടിവരുമെന്ന് ആദ്യമെനിക്ക് തോന്നിയെങ്കിലും വേണ്ടെന്ന് വെച്ചു. കല്ലാറിൽ വൈദ്യുതി ബോർഡിന് അടിസ്ഥാന സൗകര്യങ്ങളൊക്കെയുണ്ട്, ഓഫീസ്, ബോട്ട്, ഗസ്റ്റ്ഹൗസ് ഒക്കെ. അവിടത്തെ ഏറ്റവും വലിയ ആകർഷകത്വം കുക്ക് ജനാർദ്ദനൻ ചേട്ടൻ ഉണ്ടാക്കിത്തരുന്ന കാന്താരി ചിക്കനാണ്. മറ്റു മസാലകളൊന്നും ചേർക്കാതെ കാന്താരി മുളക്, സവോള, ഇഞ്ചി, വെളുത്തുള്ളി, കറിവേപ്പില പിന്നെ കുറച്ച് മഞ്ഞൾപൊടി എന്നിവ ചേർത്തുണ്ടാക്കുന്ന വറ്റിച്ച ഒരു കറി. കഴിക്കുംതോറും വിശപ്പ് കൂടുന്ന ഒന്ന്. കല്ലാറിലെ താമസക്കാരാരെങ്കിലും വളർത്തുന്ന നല്ല നാടൻ പൂവൻ കോഴിയായിരിക്കും മിക്കവാറും ഹതഭാഗ്യൻ. രാമകൃഷ്ണൻസാറിന്റെ

കഥകളൊക്കെ കേട്ട് കല്ലാറിലെ തണുപ്പിൽ റിസർവോയർ കാണാവുന്ന മുറിയിലെ ബാൽക്കണിയിലിരുന്ന് ഏതെങ്കിലും സിംഗിൾ മാൾട്ട് വിസ്കി കാന്താരി ചിക്കനും കൂട്ടി കഴിക്കണം. ജനാർദ്ദനൻചേട്ടനാണ് കാന്താരി ചിക്കൻ ഉണ്ടാക്കുന്നതെന്നാണ് ഞാനാദ്യം കരുതിയതെങ്കിലും അവിടെ കിട്ടുന്ന വിശിഷ്ടഭോജ്യങ്ങളിൽ പലതും ചേട്ടന്റെ ഭാര്യ വീട്ടിൽ നിന്നുണ്ടാക്കി കൊണ്ടുവരുന്നതാണെന്ന് പിന്നീടാണെനിക്ക് മനസ്സിലായത്.

ഡാമിലെ വെള്ളം പരമാവധി ഉയരത്തിൽ പിടിക്കുന്നതിനുള്ള തടസം ഡാമിന് സമീപത്തുള്ള ഒരു കോളനിയാണ്. നിർമ്മാണത്തോടൊപ്പം രൂപപ്പെട്ടുവന്ന തൊഴിലാളികളുടെ ഒരു കോളനി എല്ലാ ഡാംസൈറ്റുകളിലും ഉണ്ടാവാറുണ്ടെങ്കിലും കല്ലാറിലെ കോളനി പരമാവധി അളവിൽ വെള്ളം ശേഖരിക്കുന്നതിന് തടസ്സമാകുമെന്ന് ഡാംസൈറ്റിലെ ഉദ്യോഗസ്ഥർക്ക് മുൻകൂട്ടി കാണാനായില്ല. ഡാമിന്റെ നിർമ്മാണം പൂർത്തിയായശേഷമുള്ള ആദ്യ വർഷങ്ങളിൽ മഴ കുറവായതിനാൽ പരമാവധി സംഭരണശേഷിയിലേക്ക് വെള്ളം ഉയർന്നില്ല. പിന്നീടുള്ള വർഷങ്ങളിൽ കോളനിക്കാരുടെ എതിർപ്പുമൂലം സ്പിൽവേയിലൂടെ വെള്ളം ഒഴുക്കിവിടേണ്ടി വന്നു.

ഡാംസൈറ്റ് കോളനിയിലേത് പഴയ ട്രേഡ് യൂണിയൻ സ്വഭാവമുള്ള ഒരു ജനതയാണ്, നേതാക്കൾ പറഞ്ഞാൽ എല്ലാവരും പിന്നിലുണ്ടാവും. കല്ലാർ ഗ്രാമപഞ്ചായത്തിന്റെ ഒന്നാം വാർഡായ ഡാംസൈറ്റ് കോളനിയിലെ ആളുകളെ അവിടെ നിന്ന് പുനരധിവസിപ്പിക്കാൻ ബോർഡ് നടത്തിയ ഓരോ ശ്രമവും ഏതെങ്കിലും വിധത്തിൽ അട്ടിമറിക്കപ്പെടും. പിന്നീട് വന്ന സർക്കാരുകൾ കൈവശഭൂമിക്ക് പട്ടയവും കൊടുത്തതോടെ കോളനി ഒഴിപ്പിക്കൽ കീറാമുട്ടിയായി.

ബോർഡിന്റെ ഇപ്പോഴത്തെ പദ്ധതിയിൽ ഡാംസൈറ്റ് കോളനിയെ അവിടെ നിന്ന് ഒഴിപ്പിക്കുന്നതിനല്ല പ്രാമുഖ്യം, പകരം ഓരോ വർഷവും തുലാമഴ തുടങ്ങുമ്പോൾ ജലനിരപ്പുയർന്ന് കോളനി മുങ്ങിപ്പോകുമെന്ന നില വരുമ്പോൾ സ്പിൽവേ തുറക്കാൻ കോളനിക്കാർ സമരം നടത്തുന്നത് മുൻനിർത്തി കല്ലാറിന്റെ പോഷകനദികളിൽ അണകെട്ടുക എന്നതാണ്. അതിലെ വെള്ളം വൈദ്യുതി ഉൽപ്പാദനത്തിന് ശേഷം കല്ലാർ ഡാമിലേക്ക് തന്നെയാണെത്തുകയെങ്കിലും കല്ലാർ ഡാമിലേക്കെത്തേണ്ട വെള്ളം പുതിയ ഡാമിൽ തടഞ്ഞ് നിർത്തുമെന്നൊക്കെ പറഞ്ഞ് ഡാംസൈറ്റ് കോളനിക്കാരെ വിശ്വസിപ്പിച്ചിരിക്കുകയാണ്.

ഡാമിന്റെ നിർമ്മാണവുമായി ബന്ധപ്പെട്ട് സർവ്വെ നടത്തുന്ന ഒരു പത്രക്കാരനെന്ന നിലയിലാണ് ഞാൻ കല്ലാറിൽ അവതരിച്ചത്.

ചെറിയ ജനക്കൂട്ടമായതിനാൽതന്നെ ഞാനാരാണെന്നത് കുക്ക് ജനാർദ്ദനൻ ചേട്ടനോടോ മേരിച്ചേച്ചിയോടോ പറഞ്ഞാൽ മതിയാവും, പിറ്റേന്നാവുമ്പോഴേക്കും കോളനിയിൽ എല്ലാവരും അറിയും. ഒന്നു രണ്ട് തവണ അവിടെ പോയപ്പോൾതന്നെ എനിക്കവിടെ കുറേ പരിചയക്കാരെ കിട്ടി. അമ്പോറ്റി സഖാവ്, മീൻപിടുത്തക്കാരൻ സൈത്, ബൂർഷാ ബാബു എന്നിങ്ങനെ വലിയ പുസ്തകമെഴുതാനുള്ളത്ര കഥാപാത്രവൈവിധ്യമുള്ള ഒരിടം. ഡാംസൈറ്റിലെ ഓഫീസിലുമുണ്ടായിരുന്നു നല്ല ഉഗ്രൻ കഥാപാത്രങ്ങൾ. ജയശങ്കർ, ഭാസുരേന്ദ്രൻ, തങ്കമ്മ, ഡ്രൈവർ റഷീദ്, സ്രാങ്ക് സൈമൺ. നല്ല കഥകളുള്ള മനുഷ്യർ.

കല്ലാർ ഡാംസൈറ്റിന്റെ ആമ്പിയൻസും അവിടെ ചെല്ലുമ്പോഴൊക്കെ സൂപ്രണ്ടിങ്ങ് എഞ്ചിനീയർ രാമകൃഷ്ണൻ ഒരുക്കുന്ന ആതിഥേയത്വവും എന്നെ കല്ലാറിലേക്ക് മാടിവിളിക്കും. ഓരോ യാത്രയും വ്യത്യസ്തമായി. സ്രാങ്ക് സൈമന്റെ കൂടെയുള്ള ബോട്ടിങ്ങും സൈതിന്റെ കൂടെയുള്ള ചൂണ്ടയിടലും റഷീദിനൊപ്പമുള്ള കാറ് യാത്രയുമൊക്കെ ഒന്നിനൊന്ന് രസകരമായിരുന്നു. കല്ലാറിലെ എല്ലാ ആളുകൾക്കും ഒരു മിസ്റ്റീരിയസ് പാർട്ട് കാണും. നിലാവില്ലാത്ത രാത്രികളിൽ ഒറ്റയ്ക്ക് തോണിയിൽ പോയി ചൂണ്ടയിട്ടാണ് സൈത് കുയിലെന്ന മീനിനെ പിടിക്കുക. വലിയ ഹോട്ടലിലെ പാചകക്കാർ ചെയ്യുന്നതുപോലെ അതിനെ നെടുകെ മുറിച്ച് മുള്ളൊക്കെ എടുത്തു കളഞ്ഞ് മസാല പിടിപ്പിച്ച് റിസർവോയറിന്റെ കരയിൽ വെച്ച് പൊള്ളിച്ചെടുക്കും. ഞാൻ കൊടുക്കുന്ന കാശ് മാത്രമല്ല കാര്യമെന്ന് അയാൾ പറയും, ഞാൻ അവരുടെ കഥകൾ കേൾക്കാൻ നിൽക്കുന്നതാണത്രെ എന്നോടുള്ള അടുപ്പത്തിന് കാരണം. ഒരിക്കൽ ഏതോ വിശിഷ്ടമായ മീനിനെ കിട്ടിയപ്പോൾ എനിക്കായി ചൂണ്ടയിൽതന്നെ കൊരുത്ത് മൂന്നുനാൾ അതിനെ കെട്ടിയിട്ടു. ഹതഭാഗ്യനായ മീനിനെ കൊന്ന് കറിവെച്ചത് ഞാനെത്തുമെന്ന ഉറപ്പ് കിട്ടിയതിൽ പിന്നെയാണ്.

ഒരിക്കൽ തിരുവനന്തപുരത്തുനിന്ന് തിരികെ പോകുമ്പോൾ രാമകൃഷ്ണൻ സാർ എന്നെ ആലുവയിൽ നിന്ന് കൂട്ടി. അന്ന് എനിക്ക് കുറേ ജോലികളുള്ളതുകൊണ്ട് വലിയ താത്പര്യമില്ലായിരുന്നു. ചെന്നില്ലെങ്കിൽ വലിയ എന്തോ നഷ്ടമാണെന്ന് അദ്ദേഹം പറഞ്ഞപ്പോൾ ഞാൻ കരുതി ആരെങ്കിലും സമ്മാനിച്ച വിശിഷ്ടമായ മദ്യം സൽക്കരിക്കാൻ വിളിക്കുന്നതാണെന്ന്.

കല്ലാറേക്കുള്ള യാത്രയ്ക്കിടയിൽപോലും സസ്പൻസ് എന്താണെന്ന് അദ്ദേഹം വെളിപ്പെടുത്തിയില്ല. ഗസ്റ്റ്ഹൗസിലേക്ക് പോകാതെ അദ്ദേഹത്തിന്റെ ക്വാർട്ടേഴ്സിലേക്കാണ് പോയത്. രാത്രിയായപ്പോൾ അതുവരെ ഞാൻ കണ്ടിട്ടില്ലാത്ത ഒരാൾ ക്വാർട്ടേഴ്സിന്റെ പിന്നിൽ

പ്രത്യക്ഷപ്പെട്ടു. കയ്യിൽ ഒരു തോക്കും തലയിൽ ഹെഡ്‌ലൈറ്റു മൊക്കെയുണ്ട്. വേട്ടയ്ക്കുള്ള പുറപ്പാടാണ്. എനിക്കാകെ പേടി യായി. എന്റെ പരിചയക്കാരനൊരുത്തനെ പണ്ട് വാഗമണ്ണിൽ വെച്ച് ഫോറസ്റ്റുകാർ വേട്ടക്കേസിൽ പിടിച്ചിരുന്നു. വാഗമണ്ണിലെ റിസോർ ട്ടിൽനിന്ന് വെടിയിറച്ചി കഴിച്ചതാണ്. അവന്റെ കഷ്ടകാലത്തിന് ഫോറസ്റ്റുകാർ റെയ്ഡ് ചെയ്ത് പിടിച്ചു. പത്തിരുപത് ദിവസം കഴിഞ്ഞു ജാമ്യം കിട്ടാൻ. ഇന്നും കേസ് തീർന്നിട്ടില്ല.

വന്നയാളിന്റെ പേര് കൂരൻ ആന്റണി. ക്രൂരനെന്നത് ലോപിച്ച് കൂരനായതാവും, ഞാൻ ഊഹിച്ചുറപ്പിച്ചു. അങ്ങനെയായിരുന്നില്ല, കൂരനെന്നൊരു മാനുണ്ടത്രെ. ഇപ്പറഞ്ഞ മാനിനെക്കുറിച്ച് പിന്നീടെ പ്പോഴോ ഗൂഗിൾ ചെയ്തുനോക്കിയപ്പോഴാണ് ആന്റണിയും കൂരനും തമ്മിൽ ഒരു സാമ്യവുമില്ലെന്ന് മനസ്സിലായത്. സുന്ദരനായ കൊച്ചു മാനാണ് കൂരൻ. പുള്ളിമാനിന്റെ കുഞ്ഞിനെപ്പോലിരിക്കും. ആളു കളാരെങ്കിലും വളഞ്ഞിട്ടാൽ പേടിച്ച് കുഴഞ്ഞുവീണ് ചത്തുപോകുന്ന ഒരു സാധുമൃഗം. വേട്ടയ്ക്ക് പോകാനില്ലെന്ന് ഞാൻ പറഞ്ഞതോടെ രാമകൃഷ്ണൻ സാറിന്റെ ഉത്സാഹവും പോയി. കൂരനെ വെടിവെച്ചാൽ ആർക്കും വിൽക്കാതെ ഒറ്റയ്ക്ക് തിന്നുമത്രെ. അങ്ങനെ വന്ന പേരാണ് കൂരൻ ആന്റണി.

ആന്റണി തിരിച്ചുവരുമെന്ന പ്രതീക്ഷയിൽ ക്വാർട്ടേഴ്സിലിരുന്ന എനിക്ക് എന്തോ അപകടം നടക്കാൻ പോകുന്ന പോലൊരു ചിന്ത യുണ്ടായി. എന്നെ രാമകൃഷ്ണൻ സാർ ആശ്വസിപ്പിച്ചു. കല്ലാറിൽ വന്നതിൽ പിന്നെ ആദ്യമായല്ല ആന്റണി എന്തിനെയെങ്കിലും കൊണ്ടു വരുന്നത്. പൊലീസ് എയിഡ് പോസ്റ്റുള്ളതുകൊണ്ട് ഫോറസ്റ്റുകാർ സ്ഥിരമായി വരാറില്ല. രാത്രി കുറേനേരം കഴിഞ്ഞപ്പോൾ പിന്നിലെ മലയിലെവിടെയോ ഒരു വെടിപൊട്ടി. ഞാനാകെ പേടിച്ചു. ആ ശബ്ദം കോളനിയിലും ഡാമിനടുത്തുള്ള പൊലീസ് എയിഡ് പോസ്റ്റി ലുമൊക്കെ കേട്ടുകാണില്ലേ? ഞാനാ സംശയം രാമകൃഷ്ണൻ സാറി നോടുതന്നെ ചോദിച്ചു. ഡാംസൈറ്റിൽനിന്ന് ഒരു വിവരവും പുറത്ത് പോകില്ല. സാറുറപ്പ് പറഞ്ഞു.

രണ്ട് മണിക്കൂറു കൂടെ കഴിഞ്ഞപ്പോൾ ആന്റണി അടുക്കളപ്പുറത്ത് പ്രത്യക്ഷപ്പെട്ടു. ആന്റണി പതിവ് തെറ്റിച്ചു. കൂരനെയാണ് വെടി വെച്ചതെങ്കിലും രാമകൃഷ്ണൻ സാറിനോടുള്ള മമതകാരണവും എന്നെ കണ്ടതുകൊണ്ടുമാവാം തൊലിപൊളിച്ച് കൊണ്ടുവന്നിട്ടുണ്ട്. ആന്റണിതന്നെ ഇറച്ചി കഴുകി വൃത്തിയാക്കി കറിവെച്ചു. രാമ കൃഷ്ണൻസാറ് പറഞ്ഞതനുസരിച്ച് ജനാർദ്ദനൻ ചേട്ടൻ ചപ്പാത്തിയും കപ്പയും ഉണ്ടാക്കിക്കൊണ്ടുവന്നു. കറിയൊന്നും വേണ്ടേ എന്ന് ചോദിക്കുന്നതിനിടെയാണ് അടുക്കളയിൽ ആന്റണിയെ കാണു ന്നത്. അതോടെ അയാൾക്ക് കാര്യം മനസ്സിലായി. രാത്രി കൊണ്ടു

വന്നു തരാമെന്നോ മറ്റോ ആന്റണി ജനാർദനൻചേട്ടനോട് ആംഗ്യ ഭാഷയിൽ പറഞ്ഞു.

എന്റെ ഇഷ്ടബ്രാന്റ് വോഡ്കയൊരെണ്ണം ഞാൻ കരുതിയിരുന്നു. മറ്റെന്തോ സംഘടിപ്പിച്ച് വെച്ചിട്ടുണ്ടെന്ന് രാമകൃഷ്ണൻസാർ പറയാൻ ശ്രമിച്ചെങ്കിലും ഞാൻ അതെടുക്കെണ്ടെന്ന് പറഞ്ഞു. വെടിയിറച്ചിയിൽ ഏറ്റവും രുചിയുള്ളതാണത്രെ കൂരൻ. കല്ലാറിൽ വന്നതിന് ശേഷം കാട്ടുപോത്തിനെയും മ്ലാവിനെയും പന്നിയെയുമൊക്കെ കഴിച്ചിട്ടുള്ള രാമകൃഷ്ണൻസാർ ഏതോ ജന്മസാഫല്യം നിറവേറാൻ പോകുന്നു എന്ന നിലയിലെ കാത്തിരിപ്പിനൊടുവിൽ ഒരു കഷ്ണം ഇറച്ചി വായിലിട്ട് ചവച്ച് വലിയ രുചിയുണ്ടെന്ന അർത്ഥത്തിൽ തലയാട്ടുകയും ആന്റണിയെ കെട്ടിപ്പിടിക്കുകയുമൊക്കെ ചെയ്തു. ഞാൻ ഒരു കഷ്ണമെടുത്ത് വായിലിട്ട് രുചി നോക്കി. കുറച്ച് സോഫ്റ്റായ ഇറച്ചിയെന്നല്ലാതെ എനിക്ക് പ്രത്യേകിച്ചൊന്നും തോന്നിയില്ല. നല്ല എരിവുള്ള കറി. കാന്താരിയുടെ എരിവല്ല, മുളകുപൊടിയുടെ എരിവ്. ആന്റണി നല്ല പാചക്കാരനല്ല, എന്നിട്ടുകൂടി രാമകൃഷ്ണൻ സാർ പുകഴ്ത്തുന്നുണ്ട്.

ഭയം എന്നിൽ അപ്പോഴും ബാക്കിയുണ്ടായിരുന്നു. ഇനിയിപ്പോൾ പറഞ്ഞിട്ട് കാര്യമില്ല. കേസ്സായാൽ പെട്ടതുതന്നെ. ഒന്നുരണ്ട് കഷ്ണം ഞാൻ വീണ്ടും കഴിച്ചു. സത്യത്തിൽ എനിക്ക് വലിയ താത്പര്യമുള്ള മദ്യംപോലും തൊണ്ടയിലൂടെ ഇറങ്ങാതെ പ്രയാസപ്പെട്ടു. എന്നെ രസിപ്പിക്കാനാവാം ആന്റണി വേട്ടക്കഥകളുടെ കെട്ടഴിച്ചു. മഹാരാജാവിന്റെ കൂടെ വേട്ടയ്ക്ക് പോയ ആന്റണിയുടെ പൂർവ്വികരുടെ കഥകൾ. ചാലക്കുടിയിലും വയനാട്ടിലും ബന്ദിപ്പൂരിലുമൊക്കെ ആന്റണി ആനവേട്ടയ്ക്ക് പോയ കഥകൾ. എന്നെ രസിപ്പിക്കാൻ വേണ്ടി പറയുന്ന കഥകളാണെങ്കിലും കുട്ടിക്കാലത്ത് ഉറങ്ങാൻ കിടക്കുമ്പോൾ ചേട്ടൻ പറയാറുള്ള പ്രേതകഥകൾപോലെ ആന്റണിയുടെ കഥകൾ എന്റെ ഉള്ള ജീവൻ കളഞ്ഞു. സാധനമെങ്ങനെയുണ്ടായിരുന്നെന്ന് രാമകൃഷ്ണൻസാർ തിരക്കി. എനിക്ക് പ്രത്യേകിച്ച് രുചിയൊന്നും തോന്നിയില്ലെന്ന് പറഞ്ഞപ്പോൾ അദ്ദേഹമെന്നെ കളിയാക്കി ചിരിച്ചു. എന്റെ ഉള്ളിലെ പേടി അദ്ദേഹത്തിന് പിടികിട്ടിയിരുന്നു. ഒറ്റനിൽപ്പിൽ മൂന്നെണ്ണം അടിച്ച് ജനാർദ്ദനൻചേട്ടന് കൊടുക്കാനുള്ള പങ്കും പൊതിഞ്ഞുകെട്ടി ആന്റണി സ്ഥലം വിട്ടു. അന്നെനിക്ക് ഉറക്കം കിട്ടിയില്ല. തലേന്നത്തെ കറിയെക്കുറിച്ച് ജനാർദ്ദനൻ ചേട്ടൻ എന്തെങ്കിലും പറയുമെന്നാണ് ഞാൻ കരുതിയതെങ്കിലും ഒന്നുമുണ്ടായില്ല.

സാധാരണ കല്ലാറ് വന്നാൽ കുറേ എഴുത്ത് നടക്കുന്നതാണ്. ഇത്തവണ ഒന്നും നടന്നില്ല. വൈകുന്നേരമായപ്പോൾ എന്നെ

അടിമാലി വരെ കൊണ്ടുവിട്ടാൽ മതിയെന്ന് ഞാൻ രാമകൃഷ്ണൻ സാറിനോട് പറഞ്ഞപ്പോൾ ആലുവയിലേക്ക് തന്നെ കൊണ്ടുവിടാൻ അദ്ദേഹം റഷീദിനെ പറഞ്ഞേൽപ്പിച്ചു. കല്ലാറിൽനിന്ന് തിരിച്ചു പോകുമ്പോൾ എതിരേ ഒരു ഫോറസ്റ്റ് ജീപ്പ് വരുന്നു. എന്റെ നെഞ്ചിടിപ്പ് കൂടി വന്നു. വീതി കുറഞ്ഞ റോഡിൽ പരസ്പരം കടന്നുപോകാൻ വണ്ടികൾ ഒതുക്കിയപ്പോൾ ഭയംകൊണ്ട് ഞാൻ കണ്ണുകളടച്ചു.

ഒരു മാസക്കാലം ഞാൻ കല്ലാറേക്ക് പോയില്ല. ഇടയ്ക്ക് രാമകൃഷ്ണൻ സാർ വിളിച്ചപ്പോൾ അതിരപ്പിള്ളിയിൽ കുറച്ച് ജോലിത്തിരക്കിലായിരുന്നെന്ന് കള്ളം പറഞ്ഞു. ഒടുവിൽ പാരിസ്ഥിതിക പഠന റിപ്പോർട്ടിന്റെ കരടിനെക്കുറിച്ച് സംസാരിക്കാനായി യാത്ര അത്യാവശ്യമായപ്പോൾ ഞാൻ പോകാമെന്നേറ്റു. പതിവുപോലെ ആലുവയിൽ റഷീദ് കാറുമായെത്തി. കല്ലാറിലേക്കുള്ള യാത്ര അതിനിടെ വിരസമായിത്തുടങ്ങിയിരുന്നു. നേരിയമംഗലം വരെ നഗരസമാനമായ വിരസ പ്രദേശങ്ങളാണ്. ഞാൻ ഒന്നുരണ്ട് പെഗ്ഗ് അകത്താക്കി കാറിന്റെ ബാക്ക്സീറ്റിൽ കിടന്നുറങ്ങി. അടിമാലി എത്തുമ്പോഴേക്കും ഉണരേണ്ടതാണ്. വളഞ്ഞുപുളഞ്ഞ ഹൈറേഞ്ച് റോഡിന്റെ ഊഞ്ഞാലാട്ടം എന്നെ കുറേ നേരം സുഖമായുറക്കി. ഇടയ്ക്ക് ഉറക്കം തെളിയുമ്പോഴൊക്കെ എവിടെയെത്തിയെന്ന് റഷീദിനോട് തിരക്കുകയും വെള്ളം കുടിക്കുകയും ചെയ്തുകൊണ്ടിരുന്നു.

മൂത്രം ഒഴിച്ചുപോകുമെന്ന അവസ്ഥയിലാണ് ഞാൻ ഉണർന്നത്. അടിച്ച് ഓവറാവുമ്പോൾ പറ്റുന്നതുപോലെ ഇപ്പോൾ മൂത്രമൊഴിച്ചുപോകുമെന്ന അവസ്ഥ. റഷീദ് വണ്ടി നിർത്തുന്നതിന്റെ മുൻപേ ഞാൻ ചാടിയിറങ്ങിയിരുന്നു. കാട്ടിലെവിടെയോ ആണ്. തൊട്ടടുത്തുതന്നെ കാര്യം സാധിച്ചു. തിരികെ വണ്ടിയിൽ കയറി വണ്ടി നീങ്ങിത്തുടങ്ങിയപ്പോൾ മാത്രമാണ് മുൻസീറ്റിൽ ഒരു പെൺകുട്ടിയെ കാണുന്നത്. റിയർ വ്യൂ മിററിലൂടെ എന്നെ ചെറുപുഞ്ചിരിയോടെ നോക്കുന്ന റഷീദിനോട് ആരാണെന്ന് ഞാൻ ആംഗ്യഭാഷയിൽ ചോദിച്ചു. പുതിയ എഞ്ചിനീയറാണെന്ന് റഷീദ് മറുപടി പറഞ്ഞു. ഞാനാകെ നാണം കെട്ടുപോയി. കുറച്ച് മാറിനിന്ന് മൂത്രമൊഴിക്കാമായിരുന്നു. ജാള്യം മറയ്ക്കാൻ ഞാൻ എന്തൊക്കെയോ കുശലം പറഞ്ഞു.

ഡാംസൈറ്റിലേക്ക് സ്ഥലം മാറി വരുന്ന എഞ്ചിനീയറാണ്. റിയർവ്യൂ മിററിലൂടെ ഇടയ്ക്ക് ഞങ്ങളുടെ കണ്ണുകളുടക്കി. സുന്ദരിയാണ്, അധികം സംസാരിക്കുന്ന പ്രകൃതക്കാരിയല്ലെന്ന് തോന്നുന്നു. ഇടയ്ക്ക് ഡാമിന് മുകളിൽ കാറ് നിർത്തിയപ്പോൾ ഞാൻ പേരൊക്കെ ചോദിച്ച് മനസ്സിലാക്കിയെങ്കിലും ഓഫീസിലെത്തി രാമകൃഷ്ണൻ

സാർ പരിചയപ്പെടുത്തിയപ്പോഴാണ് ഞാൻ ആളെ ശരിക്കും കാണുന്നത്. നല്ല സുന്ദരിയാണ്, അതുകൊണ്ടുതന്നെ ഞാൻ ഒരു അകലം പാലിച്ചു, പിന്നീടടുക്കാൻ അതുപകരിക്കുമെന്ന് എനിക്കുറപ്പായിരുന്നു. ചാലക്കുടിക്കാരിയായ എഞ്ചിനീയർ ശ്രീലക്ഷ്മി. ഓഗ്മെന്റേഷൻ പ്രൊജക്റ്റിലേക്ക് ആലുവയിൽനിന്ന് സ്ഥലം മാറിവരുന്ന വഴിയാണ്. ഓഗ്മെന്റേഷൻ പ്രൊജക്റ്റിന് ഒരു ഓഫീസുണ്ടെന്നല്ലാതെ എഞ്ചിനീയർമാരെയൊന്നും നിയമിച്ചിരുന്നില്ല. സൂപ്രണ്ടിങ്ങ് എഞ്ചിനീയർ അധിക ചുമതലയാണ് വഹിക്കുന്നത്. പുതിയ എഞ്ചിനീയറെ നിയമിച്ച സ്ഥിതിക്ക് കാര്യങ്ങളുടെ വേഗം കൂട്ടാൻ ബോർഡ് ചിന്തിക്കുന്നുണ്ട്. സാധാരണ അത്തരത്തിൽ ഒരു പെൺകുട്ടി ജോലിസ്ഥലത്തേക്ക് വരുമ്പോൾ അച്ഛനോ അമ്മയോ ചേട്ടനോ ഭർത്താവോ ആരെങ്കിലും കൂടെ കാണേണ്ടതാണ്. എനിക്ക് മതിപ്പ് തോന്നി. ഒരു ബാക്ക് പാക്കുമായി ഒരു പെൺകുട്ടി വിദൂരസ്ഥലത്ത് ജോലിക്ക് ജോയിൻ ചെയ്യാൻ ഒറ്റയ്ക്ക് വന്നത് അഭിനന്ദനാർഹം.

വൈകീട്ട് ഗസ്റ്റ്ഹൗസിൽ വെച്ച് വീണ്ടും കണ്ടു. കൊള്ളാം സൗന്ദര്യം മാത്രമല്ല നല്ല പെരുമാറ്റവും സംസാരരീതിയും. തൃശ്ശൂർക്കാർ സാധാരണ ഉപയോഗിക്കുന്ന പദപ്രയോഗങ്ങളൊക്കെ ബോധപൂർവ്വം ഒഴിവാക്കുന്നതായിരിക്കുമോ. കേട്ടിരിക്കാൻ നല്ല രസം. ലോകകാര്യങ്ങളെക്കുറിച്ചുള്ള വിവരമൊക്കെ കുറവാണ്, അത് സയൻസ് പഠിച്ച പലർക്കും ഉണ്ടാവാറില്ല എന്നതാണ് സത്യം. പകൽ കണ്ട ജീൻസിലും കുർത്തിയിലുമുള്ളതിനേക്കാൾ സുന്ദരിയായിരുന്നു രാത്രി കണ്ട ചുരിദാറിൽ. ഒരാൾ വസ്ത്രധാരണത്തിൽ മോഡേണാവുന്നത് അത് ധരിക്കുന്ന സ്റ്റൈലിലാണ്. വീട്ടിലേക്ക് വിളിച്ച് എത്ര ഭംഗിയായാണ് താനിവിടെ സുരക്ഷിതയാണെന്ന് പറഞ്ഞു മനസ്സിലാക്കുന്നത്. രാത്രി ഞങ്ങൾ ഒരുമിച്ച് ഭക്ഷണം കഴിച്ചു. എന്തോ സംസാരിക്കുന്നതിനിടെയാണ് അന്നത്തെ തീയതി ഞാനോർക്കുന്നത്. ദൈവമേ രാധികയുടെ ജന്മദിനം. ഞാൻ വിളിച്ച് ആശംസ പറയാത്തതിനാലാവാം ഇന്ന് രാധിക ഒരിക്കൽ പോലും വിളിച്ചിട്ടില്ല. ഒരു വഴക്കൊഴിവാക്കാൻ എന്തെങ്കിലും വലിയൊരു നുണ പറയേണ്ടിവരുമെന്ന് കരുതിയിരിക്കുമ്പോഴാണ് എഞ്ചിനീയർ ഫോൺ വിളിക്കുന്നത് കണ്ടത്. ഒന്നുമാലോചിക്കാതെ അവളുടെ ഫോൺ വാങ്ങി രാധികയെ വിളിച്ചു. രാധികയ്ക്ക് പഴുതുകളില്ലാത്ത ഒരു കള്ളം പറഞ്ഞ് ഞാൻ തുടങ്ങി. കുറച്ചുനേരം സംസാരിച്ചപ്പോൾ ആരുടെ ഫോണാണെന്ന സ്ഥിരം ചോദ്യം വന്നു. സത്യം പറയുന്നതായിരിക്കും നല്ലതെന്ന ബോധ്യമുള്ളതിനാൽ സൈറ്റിൽ പുതുതായി ജോയിൻ ചെയ്ത എഞ്ചിനീയറുടെ നമ്പറാണെന്ന കാര്യം ഞാൻ മറച്ചുവെച്ചില്ല. രാധിക ഈ നമ്പറും സേവ് ചെയ്യുമെന്നുറപ്പാണ്. ഇനിയെപ്പോഴെങ്കിലും

ഞാൻ കല്ലാറ് വരുന്ന ദിവസം എന്നെ വിളിച്ചിട്ട് കിട്ടുന്നില്ലെങ്കിൽ എന്തായാലും ഈ നമ്പറിൽ വിളിക്കും. എന്റെ പ്രതീക്ഷ തെറ്റിയില്ല. പിറ്റേന്ന് രാവിലെതന്നെ ഏതോ ഒരു രാധിക ശിവരാമൻ വിളിക്കണമെന്ന് പറഞ്ഞ് മെസേജ് അയച്ചിട്ടുണ്ടെന്ന് ശ്രീലക്ഷ്മി മുറിയിൽ തട്ടിവിളിച്ചിട്ട് പറഞ്ഞു. രാധിക എന്റെ പ്രതിശ്രുത വധുവാണെന്ന കാര്യം ശ്രീലക്ഷ്മിയോട് പറയണോ എന്ന കാര്യം പലതവണ ആലോചിച്ചെങ്കിലും വേണ്ടെന്ന് വെച്ചു.

ശ്രീലക്ഷ്മിയെ അടുത്ത ദിവസങ്ങളിലും കണ്ടു. പ്രൊജക്റ്റിന്റെ കാര്യത്തിലെ പുതിയ ചില പുരോഗതികളെക്കുറിച്ച് ചർച്ച ചെയ്യാൻ രാമകൃഷ്ണൻസാർ വന്നപ്പോഴൊക്കെ അവളുമുണ്ടായിരുന്നു. പലപ്പോഴും ശ്രീലക്ഷ്മി അണിഞ്ഞ വസ്ത്രങ്ങളുടെ ചേർച്ചയും മുടി ചീകിവെച്ചതിലെ സ്റ്റൈലും മാറിമാറി അണിയുന്ന പൊട്ടുകളും പെർഫ്യൂമുമൊക്കെ എന്നെ വല്ലാതെ കുഴക്കി. സുന്ദരിയായ ഏത് പെണ്ണിനെ കണ്ടാലും ഒന്നുരണ്ട് ദിവസങ്ങൾ എനിക്കുള്ളതാണത്. മൂന്നാംനാൾ കല്ലാറിൽനിന്ന് പോകുന്നതിന് മുൻപുതന്നെ ശ്രീലക്ഷ്മിയെക്കുറിച്ച് വളരെ പ്രധാനപ്പെട്ടൊരു വിവരം കിട്ടി. അവൾക്കൊരു കാമുകനുണ്ട്. നന്നായി, അല്ലെങ്കിൽ ഞാനാകെ കുഴഞ്ഞുപോയേനെ.

കല്യാണച്ചെലവുകൾ

ചേച്ചിയുടെയും ചേട്ടന്റെയുമൊക്കെ കുടുംബങ്ങൾ അവധി കഴിഞ്ഞ് തിരികെ പോകാൻ നേരത്താണ് എന്നെ ആകെ ആശങ്കയിലാഴ്ത്തിയ ആ ചോദ്യം ചേച്ചി ചോദിച്ചത്.

"എൻഗേജ്മെന്റ് ചെറിയ തോതിൽ നടത്തിയപോലെ കല്യാണം നടത്താമെന്ന് കുട്ടൻ കരുതണ്ട. ചെലവിനുള്ള കാശൊക്കെ കയ്യിൽ കാണുമല്ലോ അല്ലേ?"

"അതൊക്കെ കാണുമായിരിക്കും." ഞാൻ ഒന്ന് പരുങ്ങി.

"എല്ലാം കൂടെ എത്രയുണ്ട് കുട്ടന്റെ കയ്യിൽ?"

ചേച്ചി വിടുന്ന ലക്ഷണമില്ല.

"ഒരു രണ്ടുരണ്ടര ലക്ഷമൊക്കെ കാണും." ഞാൻ ഒരു കള്ളം പറഞ്ഞു.

അത്രയൊക്കെ കാശ് പേഴ്സണൽ ലോൺ കിട്ടുമെന്ന് ഞാൻ ബാങ്കിൽ ചോദിച്ച് മനസ്സിലാക്കിയിരുന്നു. എന്റെ മറുപടി കേട്ട് എല്ലാവരും പൊട്ടിച്ചിരിച്ചു. മുതിർന്നവരുടെ ചിരി കേട്ട് ഐപാഡിൽ കളിച്ചുകൊണ്ടിരുന്ന കുട്ടികൾപോലും ശ്രദ്ധിച്ചു. ചിരിയവസാനിപ്പിച്ച് ആദ്യം സംസാരിച്ചത് ചേച്ചിയുടെ ഭർത്താവാണ്.

"ആ കാശിന് താലിമാല വാങ്ങാം. എന്തൊക്കെ ചെലവുണ്ടെന്നാ."

അളിയൻ എന്നെ പരിഹസിക്കാൻ കിട്ടിയ അവസരമായി കണ്ട് സംസാരം തുടരുമെന്നുള്ളതിനാലാവാം ചേച്ചി ഇടപെട്ടു.

"ഹാളിന്റെ വാടക, സദ്യ, അവിടത്തെ അലങ്കാരങ്ങൾ... ഇതൊക്കെ പെണ്ണുവീട്ടുകാർ വഹിക്കണമെന്നാണ് നാട്ടുനടപ്പ്. അതുപക്ഷേ ഒരു പഴഞ്ചൻ ഏർപ്പാടാ. നമ്മളത് ഷെയർ ചെയ്യണം. പക്ഷേ ചെലവ് വേറെയും ഉണ്ട്. കെട്ട് കഴിഞ്ഞ് വീട്ടിൽ വരുമ്പോൾ അവിടെ ഒരു റിസപ്ഷൻ വെയ്ക്കണ്ടേ? പിന്നെ കല്യാണത്തിനുള്ള ഡ്രസ്, വാഹനം, വീടിന്റെ അറ്റകുറ്റപ്പണികൾ. അത് പറഞ്ഞപ്പോഴാണോർത്തത് നീ വീട്ടിലെ വാടകക്കാരെ ഒഴിപ്പിച്ച് അതൊക്കെ ഒന്ന് നന്നാക്കിയിടണം.

ഈ ഫ്ളാറ്റിൽ വാടകയ്ക്ക് താമസിച്ചൊന്നും കല്യാണം നടത്താൻ പറ്റില്ല.''

ഞാനാകെ അമ്പരന്നുപോയി. ഇത്രയും ചെലവോ. പെൺകുട്ടികൾ വളർന്നുവരുമ്പോൾ അവരുടെ കല്യാണച്ചെലവോർത്ത് അച്ഛനമ്മമാർക്ക് ആവലാതിയാണെന്ന് കേട്ടിട്ടുണ്ട്. ഇക്കണക്കിന് പോയാൽ യുവാക്കൾക്കൊന്നും ഉറക്കമില്ലാതാവുമല്ലോ. എന്റെ അമ്പരപ്പ് കണ്ടാവാം ഏട്ടത്തിയമ്മ ഇടപെട്ടു.

''ചെലവിന്റെ കാര്യത്തിൽ ഞങ്ങളൊക്കെ പറ്റാവുന്നത് ചെയ്യാം. പക്ഷേ നീ രണ്ടോ രണ്ടരയോ കരുതിയാൽ പോര. ഡ്രസ്സെടുക്കാൻ പോലും അതിനേക്കാൾ പണം വേണം. പിന്നെ സദ്യയും ഹോളുമൊക്കെ നമ്മുടെ അന്തസ്സിനനുസരിച്ച് വേണമല്ലോ. രാധികയുടെ വീട്ടുകാർ എന്താണുദ്ദേശിച്ചിരിക്കുന്നതെന്ന് നീയൊന്ന് ചോദിക്ക്. അവർക്ക് വേറെയും ചെലവുകളുള്ളതല്ലേ. കെട്ട് എവിടെ വച്ചാണെന്ന് ചോദിക്ക്. കഴിയുന്നതും എറണാകുളത്താക്കാൻ പറ, അതായിരിക്കും എല്ലാവർക്കും സൗകര്യം. പിന്നെ വീട് ഒന്ന് നന്നാക്കി പെയിന്റടിക്കാൻതന്നെ ഒരു ഒന്നൊന്നര ലക്ഷം വേണ്ടി വരില്ലേ?'' ചേച്ചി ചോദ്യഭാവത്തിൽ ചേട്ടനെ നോക്കി.

അവരെല്ലാവരും പിന്നെയും എന്തൊക്കെയോ ചർച്ച ചെയ്തു. എനിക്ക് ആകെ പരവേശമായി. ഏത് ഗതികെട്ട നേരത്താണോ കല്യാണം കഴിക്കാൻ തോന്നിയത്. അവധി കഴിഞ്ഞ് എല്ലാവരും തിരികെ പോയ ശേഷവും കല്യാണച്ചെലവുകളെക്കുറിച്ചോർത്ത് എനിക്ക് ഒരു പിടുത്തവും കിട്ടിയില്ല. ശമ്പളം ധൂർത്തടിച്ച് തീർത്തിരുന്നു. ഇന്ത്യാ എവെരി ഡേയിൽ എനിക്കെത്ര ശമ്പളമുണ്ടെന്നത് ഈ അളിയൻ വഷളനെങ്ങനെ ഊഹിച്ചു. അയാളുടെ ആരോ ഉണ്ടത്രെ മുംബൈയിലെ ഓഫീസിൽ. വീട് വാടകയ്ക്ക് കൊടുത്ത വകയിൽ എത്ര കിട്ടിക്കാണുമെന്ന് അളിയനിരുന്ന് ചർച്ച ചെയ്യുന്നുണ്ട്. പിന്നെ വഴിയുണ്ട്, പുഴത്തുരുത്ത് വിൽക്കാം. അതവിടെ കിടന്നിട്ട് എന്ത് കാര്യത്തിനാ. രമണൻ ചാച്ചനെ പോലൊരാൾ ഉള്ളതുകൊണ്ട് തേങ്ങ പറിച്ചതിന്റെയൊക്കെ കണക്ക് കിട്ടുന്നു. വിൽക്കാൻ തന്നെ ഞാൻ ഉറപ്പിച്ചു.

ഒരു സുഹൃത്തിന്റെ കാറുമായി ഞാൻ ആ ഞായറാഴ്ച എലന്തിക്കരയിൽ പോയി. വാടകയ്ക്ക് കൊടുത്ത ഞങ്ങളുടെ വീട് ചെന്ന് നോക്കി. പത്തിരുപത് പേരെങ്കിലും കാണും താമസക്കാരായി. അവധി ദിവസത്തെ ആലസ്യത്തിലാണെല്ലാവരും. ആരാണെന്ന് ആരോ തിരക്കി. വീട്ടുടമസ്ഥനാണെന്ന് പറഞ്ഞപ്പോൾ ചിലരൊക്കെ സംസാരിക്കാനായി വന്നു. താമസക്കാരിൽ മൂന്നു തരക്കാരുണ്ട്. ബീഹാറികൾ, ബംഗാളികൾ, ഒറിയക്കാർ. മൂന്ന് സംഘമായി

തിരിഞ്ഞാണ് ഭക്ഷണംവെയ്ക്കലും ചീട്ടുകളിയുമൊക്കെ. രണ്ട് വർഷങ്ങൾക്ക് ശേഷമായിരുന്നു ഞാൻ വീട് ചെന്നുനോക്കിയത്, ആകെ അലങ്കോലമായിരിക്കുന്നു. വീട് വാടകയ്ക്ക് എടുത്ത കരാറുകാരനെ ഫോൺ വിളിച്ചപ്പോൾ അയാൾ വെപ്രാളപ്പെട്ട് വന്നു. പരിസരം വൃത്തികേടാക്കിയതിനും മറ്റും ഒരു തർക്കത്തിന് ഞാൻ മുതിരും മുൻപ് തന്നെ എല്ലാം വൃത്തിയാക്കിക്കൊള്ളാമെന്നയാളേറ്റു. കൂടുതൽ ആളുകളെ താമസിപ്പിച്ചതൊക്കെ ഞാനുമറിഞ്ഞാണ്, തർക്കിച്ചിട്ട് കാര്യമില്ല.

“കല്യാണമാണ്. വീട് ഒഴിഞ്ഞ് കിട്ടണം.” ഞാൻ പറഞ്ഞു.

“ആറുമാസം കൊണ്ട് ഒഴിയാം, ഇപ്പോഴത്തെ സൈറ്റിലെ പണി അതോടെ കഴിയും. പിന്നെ ആറുമാസം കൂടെ കരാറുണ്ടല്ലോ.” അയാൾ മുഖത്തേക്ക് നോക്കാതെ പറഞ്ഞു.

എനിക്ക് വലിയ പ്രയാസമായി. എന്ത് പറയാനാണ്, ആലോചനയില്ലാത്ത ഓരോ പ്രവൃത്തികൾ. കല്യാണവുമായി ബന്ധപ്പെട്ട് വീട് നന്നാക്കി എല്ലാവരും വീട്ടിൽ ഒത്തുചേരലൊന്നും നടക്കില്ല. അറ്റകുറ്റപ്പണികൾക്കുതന്നെ ഒരു രണ്ട് ലക്ഷം രൂപയാകും.

“വീട് തൽക്കാലം ഒഴിയുകയൊന്നും വേണ്ട. കുറച്ച് വൃത്തിയാക്കി വെക്കണം, അല്ലെങ്കിൽ തന്നെ നാട്ടുകാര് നൂറ് പരാതിയാ.” ഞാൻ പോകാൻ നേരം പറഞ്ഞൊപ്പിച്ചു.

തിരിച്ച് വഴിയിലെത്തിയപ്പോൾ അയൽക്കാരാരൊക്കെയോ പരാതി പറയാനായി വന്നു. വൃത്തിയില്ല, കള്ളും പാനും കഞ്ചാവുമൊക്കെയാണ്, സ്ത്രീകളെ ചിറഞ്ഞ് നോക്കും, രാത്രിയായാലും ഒച്ചയും ബഹളവുമാണ്, ഇടയ്ക്ക് ഒരു അടിപിടിക്കേസായിട്ട് പൊലീസ് വന്നു. എന്തൊക്കെ പരാതികളാണ്. ഞാനൊന്നിനെയും ഖണ്ഡിക്കാൻ നിന്നില്ല. വീട് വെറുതേയിടണ്ടല്ലോ എന്ന് കരുതി വാടകയ്ക്ക് കൊടുത്തതാണെന്ന് പറഞ്ഞൊഴിഞ്ഞു.

പാലത്തിന് ചോട്ടിൽ ചൂണ്ടയിടുന്നവരോട് രമണൻ ചാച്ചനെ കണ്ടിരുന്നോ എന്ന് തിരക്കി. ഇല്ലെന്ന് അവരാരോ പറയുന്നതിനിടെ പുഴയുടെ ചക്രവാളത്തിൽ രമണൻ ചാച്ചന്റെ വള്ളം പ്രത്യക്ഷപ്പെട്ടു. എന്നെ കണ്ട ചാച്ചൻ ദൂരെ നിന്ന് നീട്ടിക്കൂവി. ഞാനും ഒരു മറുകൂവൽ വെച്ചുകൊടുത്തു. എത്രനാളായി ഒന്ന് കൂവിയിട്ട്. ഡൽഹിയിലെ വെള്ളമടി പാർട്ടികളിൽ ബോറൻ പാട്ടുകൾ പാടുന്ന പ്രമുഖരെയൊക്കെ കൂവി വിടാറുണ്ട്, അതുപക്ഷേ ആക്ഷേപത്തിന്റെ കൂവലാണ്. കൂവലൊരു കുശലാന്വേഷണമാകണമെങ്കിൽ പുഴക്കരയിലോ വയലിലോ ഒക്കെ വരണം. എന്നെ കണ്ടതിന്റെ ആവേശത്തിൽ ചാച്ചൻ ആഞ്ഞ് തുഴയുന്നുണ്ട്.

‘‘കുഞ്ഞെപ്പോ വന്നു? ഡൽഹിയിൽനിന്ന് വന്നിട്ട് ഇങ്ങോട്ട് ഒന്ന് വന്നുനോക്കുക പോലും ചെയ്തില്ലല്ലോ.’’ രമണൻ ചാച്ചൻ പരാതികളുടെ കെട്ടഴിച്ചു.

‘‘പറയാം, ഞാൻ കാറെടുത്ത് തുരുത്തിലേക്ക് വരാം. ചാച്ചൻ തുഴഞ്ഞോ.’’ ഞാൻ പറഞ്ഞു.

‘‘കുഞ്ഞീ വള്ളത്തിലോട്ട് കയറ്. കാറിവിടെ കിടക്കട്ടെ.’’ ചാച്ചൻ പറഞ്ഞു.

സത്യത്തിൽ ആ കൊച്ചുവള്ളത്തിൽ കയറാനെനിക്ക് പേടിയായിരുന്നു. പണ്ട് ആ വള്ളത്തിൽ പെരിയാറ്റിലെത്ര കറങ്ങിയിട്ടുള്ളതാ. കാറ് റോഡരികിലിട്ടാൽ പറ്റില്ലെന്ന് ഞാൻ തടസ്സം പറഞ്ഞു. എന്നെ കണ്ട സന്തോഷത്തിൽ പെട്ടെന്ന് മീൻ വിറ്റൊഴിവാക്കി രമണൻ ചാച്ചൻ തുരുത്തിലേക്ക് തുഴഞ്ഞു.

‘‘വരുമ്പോൾ ഒരു ബീഫും കപ്പയും വാങ്ങിക്കോ.’’ തുഴയുന്നതിനിടെ ചാച്ചൻ വിളിച്ചു പറയുന്നുണ്ടായിരുന്നു.

തുരുത്തിന് ഒരു മാറ്റവുമുണ്ടായിരുന്നില്ല. പാലത്തിലെ ഏതാനും ഭാഗം പുതുക്കി പണിതിട്ടുണ്ട്. ചാച്ചന്റെ ഷെഡ്ഡും പരിസരവുമൊക്കെ അതുപോലെ തന്നെയുണ്ട്. ഒരു മനുഷ്യനെങ്ങനെയാണ് ഒരു വള്ളത്തിൽ ഇത്രയും കാലം പരാശ്രയമില്ലാതെ കഴിയുന്നുവെന്നത് ഒരു പക്ഷേ കെട്ടുകഥയായി തോന്നാം. ഞാനെത്തും മുൻപേ ചാച്ചനെത്തിയിരുന്നു. ബലിഷ്ഠമായ തന്റെ കരങ്ങൾ നിലത്ത് കുത്തി ചാച്ചൻ കുടിലിനകത്തേക്ക് കയറി. ആ വള്ളത്തിന്റെ വെളിയിൽ ചാച്ചനെ കാണൽ അപൂർവ്വമാണ്.

‘‘നീ ബീഫും കപ്പയും വാങ്ങിയോ?’’ ചാച്ചൻ ചോദിച്ചു.

ഞാൻ വാങ്ങിയ പൊതി ചാച്ചന് കൊടുത്തു. ചാച്ചൻ ഇഴഞ്ഞ് പോയി കുടിലിന്റെ മൂലയിൽ വെച്ചിരുന്ന കള്ളിൻകുടമെടുത്ത് കൊണ്ടുവന്നു.

‘‘ഇതെവിടന്ന് ഒപ്പിച്ച്, കുടത്തോടെ?’’ എനിക്ക് അത്ഭുതമായി.

‘‘ഈച്ചരന്റെയാ. അവനോട് ചോദിച്ചപ്പോൾ വലിയ ഗമ. ഞാൻ കയറി എടുത്തു. കഴിഞ്ഞ രണ്ട് മാസമായി പൈസയും തരുന്നില്ല. ചോദിച്ചപ്പോൾ പറയാ അവൻ മേനോൻ കുഞ്ഞിനെ കാണുമ്പോൾ കൊടുത്തോളാന്ന്. അവൻ പൈസ വല്ലോം തന്നോ?’’

ഇല്ലെന്ന് ഞാൻ പറഞ്ഞു. ഞാനാദ്യം നുണഞ്ഞ മദ്യം ബിയറല്ലെന്ന് അപ്പോഴാണ് ഞാനോർത്തത്, ആദ്യത്തെ ലഹരി തുരുത്തിൽനിന്ന് തെങ്ങ് ചെത്തിയിരുന്ന ഈച്ചരൻ കണക്കന്റെ നിർത്തിയിട്ട സൈക്കിളിൽനിന്ന് ആരുമറിയാതെ കുടിച്ചതാണ്. ഈച്ചരൻ കണക്കൻ

ഒരു മുറ്റൻ മനുഷ്യനായിരുന്നു, അയാൾക്ക് അന്നുതന്നെ ഒരു നാൽപ്പതിന് മേൽ വയസ്സ് കാണും, അക്കണക്കിന് ഇന്ന് അറുപത് അടുത്തു കാണും. എന്നിട്ടും തെങ്ങിൽ കയറി ചെത്തുന്നു, എനിക്കത്ഭുതം തോന്നി. കള്ള് കട്ടുകുടിച്ച കാലത്ത് അക്കാര്യം അച്ഛനറിയുമോ എന്ന് ഭയന്ന് രണ്ട് ദിവസം ഞാനുറങ്ങിയിരുന്നില്ല. എന്നിട്ടും ഞാനത് മറന്നു. ഞാൻ മദ്യപിക്കുമെന്ന് രമണൻ ചാച്ചനറിയില്ലായിരിക്കാം. എന്നെ ക്ഷണിച്ചില്ല. സൈക്കിളിൽനിന്ന് ഞാനും കൂട്ടുകാരും കള്ളെടുത്ത് കുടിച്ചതിനെക്കുറിച്ച് ഈച്ചരൻകണക്കൻ പരാതി പറഞ്ഞത് രമണൻ ചാച്ചനോടാണ്. ഇനി ഒരിക്കലും മദ്യപിക്കില്ലെന്ന് അന്ന് ഞാൻ സത്യം ചെയ്തതാ. ചാച്ചനത് വിശ്വസിച്ചെന്ന് തോന്നുന്നു. പൊതിഞ്ഞുവാങ്ങിയ കപ്പയും ബീഫും കൂട്ടി കുടത്തിൽനിന്ന് നേരിട്ട് കള്ളുമോന്തുന്നത് കണ്ടപ്പോൾ എനിക്ക് കൊതി തോന്നി. കള്ളിന്റെ വളിച്ച മണം അന്നും ഇന്നും എനിക്കിഷ്ടമായിരുന്നില്ല, പിന്നെന്തിനാവാം ഞാനന്ന് കട്ടുകുടിച്ചത്. ഒരെത്തും പിടിയും കിട്ടുന്നില്ല.

രമണൻ ചാച്ചൻ കള്ളുകുടിച്ചുകൊണ്ടിരിക്കെ ഞാനെന്റെ കല്യാണക്കാര്യം പറഞ്ഞു.

''ആ വൈക്കത്തെ പെണ്ണാണോ, അന്നൊരിക്കൽ കൂട്ടി വന്ന?'' ചാച്ചൻ ചോദിച്ചു.

എന്തൊരോർമ്മയാണ്. അന്നായിരുന്നോ ഞാൻ കെട്ടിപ്പിടിക്കാൻ നോക്കിയതിന് രാധിക പിണങ്ങിപ്പോയത്. എനിക്കൊന്നും ഓർമ്മയില്ല.

''ചാച്ചാ പ്രശ്നം ഇപ്പോൾ സാമ്പത്തികമാ. പിന്നെ വീട്ടിലെ വാടകക്കാരും.'' ഞാൻ പറഞ്ഞു.

''വീട് വാടകയ്ക്ക് കൊടുക്കുമ്പോൾ കൊള്ളാവുന്ന വല്ലവർക്കും കൊടുക്കണമെന്ന് കുഞ്ഞിനോട് ഞാനന്നേ പറഞ്ഞതാണേ! ഇനിയിപ്പോ അനുഭവിച്ചോ. പിന്നെ മേനോൻകുട്ടന് പൈസയ്ക്ക് എന്ത് വിഷമമുണ്ടാകാനാ. അച്ഛനമ്മമാരായി സമ്പാദിച്ച് കൂട്ടിയിട്ടില്ലേ?''

''പോ ചാച്ചാ. എന്ത് സമ്പാദിച്ചെന്നാ. ഈ കുഗ്രാമത്തിൽ കുറച്ച് ഭൂമിയും ഒരു വീടുമോ.'' ഞാൻ പറഞ്ഞു.

''കുഞ്ഞിന് ഡൽഹിയിൽ വലിയ ജോലിയൊക്കെ ഉള്ളതല്ലേ, ഒരു പത്തുമുപ്പതിനായിരമൊക്കെ ശമ്പളം കാണില്ലേ. പിന്നെന്താ?'' രമണൻ ചാച്ചൻ വിടുന്ന ലക്ഷണമില്ല.

''എന്റെ പൊന്നു ചാച്ചാ, മുപ്പതൊക്കെ ഡൽഹിയിൽ വാടക കൊടുക്കാൻ തികയില്ല. എന്റെ കയ്യിൽ ഒന്നുമില്ല. ചേട്ടനും ചേച്ചിയുമൊക്കെ ലക്ഷക്കണക്കിനുള്ള ചെലവാ കല്യാണത്തിന് പറയുന്നത്.

ഞാനെവിടന്നെടുത്ത് ചെലവാക്കാനാ. എന്റേത് ഒരു ഓട്ടക്കയ്യാ, ഒന്നും നിൽക്കില്ല. ഞാനാലോചിച്ചിട്ട് ആകെ ഒരു വഴിയേ കാണുന്നുള്ളൂ, നമുക്ക് ഈ തുരുത്ത് വിൽക്കാം.''

രമണൻ ചാച്ചൻ എന്നെ ആകെയൊന്ന് നോക്കി. എന്നിട്ട് ചിരിച്ചു. ''തുരുത്ത് വിറ്റിട്ട് കല്യാണം കഴിക്കണോ, അതിനേക്കാൾ നല്ലത് വീട് നിൽക്കുന്നിടത്തുനിന്ന് ഒരു പത്തോ പതിനഞ്ചോ സെന്റ് വിൽക്കുന്നതല്ലേ. തുരുത്തിൽ എന്തൊക്കെയോ വലിയ കാര്യങ്ങൾ ചെയ്യണമെന്ന് മേനോൻസാറുള്ള കാലത്തേ പറയുന്നതല്ലേ. തുരുത്ത് മുഴുവനായുണ്ടായാലേ എന്തെങ്കിലും ചെയ്യാൻ പറ്റൂ, കുഞ്ഞതൊക്കെ മറന്നോ?'' രമണൻ ചാച്ചൻ ചോദിച്ചു.

തുരുത്ത് വിറ്റാൽ ചാച്ചൻ വഴിയാധാരമാകുമെന്ന് ഭയന്നാവും അങ്ങനെ ഉപദേശിച്ചതെന്ന് ഞാൻ കരുതി. ശരിയാണ്, രമണൻ ചാച്ചൻ മറ്റെവിടെ പോകാനാണ്. എത്രയോ വർഷമായി ഇവിടെ കഴിയുന്നതാണ്. കുടുംബക്കാരാരെങ്കിലും ഈ പ്രായത്തിൽ ഇതുപോലൊരാളെ സ്വീകരിക്കുമോ? തുരുത്ത് വിൽക്കുകയാണെങ്കിൽ കൂടി ചാച്ചന് അർഹമായത് കൊടുക്കണം. ഞാൻ മനസ്സിൽ കരുതി.

''ചാച്ചന്റെ വീടൊന്നും പൊളിക്കേണ്ടി വരില്ല. ഈ ഭാഗത്ത് കുറച്ച് ഭൂമി ചാച്ചന്റെ പേർക്ക് എഴുതാം.'' ഞാൻ പറഞ്ഞു.

''അതല്ല കുഞ്ഞേ. ചാച്ചൻ ഇതിലൊന്നും അവകാശം പറഞ്ഞ് വരില്ല. മോന്റെ അമ്മയുടെ ഒരു ബന്ധുവിന്റെ വകയായിരുന്നു ഇത്. അന്നത്തെ കാലംമുതലേ ചാച്ചനിവിടുണ്ട്. വീതം വെച്ചപ്പോൾ മോന്റെ അമ്മയ്ക്ക് കിട്ടിയ വേറെ ചിലതൊക്കെ വിറ്റാണ് തുരുത്ത് വാങ്ങിയത്. അന്ന് മേനോൻസാറ് എന്നെ ഇറക്കിവിട്ടതാ. ഞാൻ വള്ളവുമായി ഗോത്തുരുത്തിലെ ഒരു ചാലിലേക്ക് മാറി. പറമ്പിൽ നിന്ന് തേങ്ങയൊന്നും കിട്ടാതായപ്പോൾ മേനോൻ സാറ് തന്നെ എന്നെ നോക്കി വന്നു. മൂപ്പരായിട്ട് പൊളിച്ചുകളഞ്ഞ ഷെഡ്ഡ് മൂപ്പര് തന്നെ കെട്ടിത്തന്നു. ഇതിപ്പോ തുരുത്ത് വിൽക്കാന്ന് പറഞ്ഞാൽ റിസോർട്ടുണ്ടാക്കുന്നവര് വാങ്ങാൻ കാണും. നല്ല വിലയും കിട്ടും. എന്റെ അഭിപ്രായത്തില് മോന് തന്നെ ഇവിടെ എന്തെങ്കിലും തുടങ്ങിക്കൂടെ. കല്യാണത്തിന് കാശെന്നൊക്കെ പറഞ്ഞ് കയ്യിൽ കിടക്കുന്ന കണ്ണായ ഭൂമി വിറ്റുകളയുകയെന്ന് പറഞ്ഞാൽ. പിന്നെ തുരുത്തിന് നല്ല വില കിട്ടണമെങ്കിൽ മുഴുവനായി വിൽക്കണം. അത്രയൊക്കെ കാശ് വേണ്ടിവരുമോ കല്യാണത്തിന്. കയ്യിൽ ഇരുന്നാലും എന്തെങ്കിലും ഗുണം വേണമെങ്കിൽ തുരുത്ത് മുറിക്കരുത്. ഇവിടെ ഇടയ്ക്കിടെ ആരെങ്കിലുമൊക്കെ വരും കച്ചോടവും പറഞ്ഞ്. അത്രയും ആള് വരുന്നതുകൊണ്ട് മനസ്സിലാക്കാലോ വിറ്റാൽ നല്ല കാശ് കിട്ടൂന്ന്. അതുകൊണ്ടാ ചാച്ചൻ പറഞ്ഞത് ചെറിയ ആവശ്യം വല്ലതുമാണെങ്കിൽ

ആരോടെങ്കിലും കടം വാങ്ങ്. അല്ലെങ്കിൽ ആ വീടിന്റെ അരികിൽ നിന്ന് വല്ല അഞ്ചോ പത്തോ സെന്റ് വിൽക്ക്.''

രമണൻ ചാച്ചൻ പറഞ്ഞത് ശരിയാണെന്ന് തോന്നി. ഡൽഹി വാസമൊക്കെ മടുപ്പാവുമ്പോൾ ഞാനീ നാട്ടിലേക്ക് തന്നെ വരും. അപ്പോൾ വേണമെങ്കിൽ വല്ല ഹോം സ്റ്റേയോ റിസോർട്ടോ തുടങ്ങാം. ഒന്നുമില്ലെങ്കിൽ സ്വന്തമായൊരു ദ്വീപല്ലെ.

അന്നുമുതൽ തുരുത്തിൽ എന്തെങ്കിലും തുടങ്ങണമെന്നൊരു ആശയം ഉള്ളിൽ മുളപൊട്ടി. കേരള ശൈലിയിൽ കുറച്ച് കോട്ടേജുകളും മത്സ്യക്കൃഷിയും ബോട്ടിങ്ങുമൊക്കെയായി വേണമെങ്കിൽ തുരുത്തിൽ കഴിയാം. കല്യാണത്തിന്റെ ചെലവുകൾ എന്തായാലും അടുത്ത വർഷമല്ലേ. അപ്പോഴേക്കും കുറച്ച് സമ്പാദ്യശീലമൊക്കെ തുടങ്ങണം. ആദ്യം ഈ മദ്യപാനം നിർത്തണം. പിന്നെ ഓൺലൈനിൽ സാധനങ്ങൾ വാങ്ങലും.

വൈദ്യുതി മന്ത്രിക്ക് വേണ്ടി ഒരു ലേഖനത്തിന്റെ തിരക്കിലായിരുന്നു ആ ആഴ്ച. ഫോണിൽ വിളിച്ചാൽ മതിയാവുമെന്നാണ് ഞാൻ കരുതിയത്. എന്നാൽ മന്ത്രിയോ പ്രൈവറ്റ് സെക്രട്ടറിയോ കാര്യങ്ങൾ ഫോണിൽ സംസാരിക്കാൻ കൂട്ടാക്കിയില്ല. ഇലക്ഷൻ അടുക്കാറായ കാലമാണ്. വിവാദങ്ങൾ ഉണ്ടാക്കാൻ താല്പര്യം കാണില്ല. പത്രക്കാരെ എങ്ങനെ വിശ്വസിക്കാനാണ്.

എറണാകുളത്തെ ഗസ്റ്റ്ഹൗസിൽ പോയി ഞാൻ മിനിസ്റ്ററെ കണ്ടു. മിനിസ്റ്റർ കുറച്ചേ സംസാരിച്ചുള്ളൂ. പിന്നെ സെക്രട്ടറിയുടെ ഊഴമായി. ''അതിരപ്പിള്ളി പ്രൊജക്റ്റ് എവിടെയും എത്തിയില്ല. കല്ലാറിന്റെ നിർമ്മാണ ഉത്ഘാടനമെങ്കിലും ചെയ്ത് വെക്കണം. എല്ലാ വകുപ്പുകളും ആഞ്ഞുപിടിച്ചാലേ ഭരണം നിലനിർത്താനാവൂ. അനുകൂലമായ സാഹചര്യമുണ്ട്, ഒരു സർക്കാരിനെയും തുടരാൻ അനുവദിക്കാത്ത ജനമാണ് കേരളത്തിലേത്. ഇപ്പോഴത്തെ വൈദ്യുതി ക്ഷാമം പരിഹരിക്കാൻ തയ്യാറായി വരുന്ന പദ്ധതികളെ പ്രകീർത്തിക്കണം, അവ വേണമെന്ന് ജനത്തിന് തോന്നാൻ വേണ്ടി മാത്രമേ വൈദ്യുതിയുടെ ക്ഷാമം പറയാവൂ, വേണമെങ്കിൽ വൈദ്യുതിയുടെ കാര്യത്തിലെ സ്വയം പര്യാപ്തത എന്നൊക്കെ പറഞ്ഞോളൂ, അല്ലാതെ വലിയ ക്ഷാമമാണ് അതുകൊണ്ട് ജലവൈദ്യുത പദ്ധതികൾ വേണമെന്നൊന്നുമായിപ്പോകരുത്.'' മിനിസ്റ്ററുടെ പ്രൈവറ്റ് സെക്രട്ടറി എന്നെ കുട്ടികളെ പഠിപ്പിക്കുന്നത് പോലെ പറഞ്ഞു മനസ്സിലാക്കി. കൊള്ളാം ഇത്തരം സെക്രട്ടറിമാരുണ്ടെങ്കിൽ നല്ലപോലെ ഭരിക്കാം.

കേരളത്തിൽ ഇന്ന് വിഭാവനം ചെയ്യുന്ന എല്ലാ ജലവൈദ്യുത പദ്ധതികളും തുടങ്ങിയാലും ആവശ്യമുള്ളത്ര വൈദ്യുതി ഉൽപ്പാദിപ്പിക്കാനാവില്ല. അറുനൂറിനടുത്ത് കിലോമീറ്റർ തീരപ്രദേശമുണ്ടെങ്കിലും

തിരമാലയിൽനിന്നോ വേലിയേറ്റത്തിൽനിന്നോ വൈദ്യുതി ഉൽപ്പാദിപ്പിക്കുന്ന ഒറ്റ പദ്ധതിപോലുമില്ല. കാറ്റാടിയന്ത്രങ്ങൾ രാമക്കൽ മേട്ടിലും അട്ടപ്പാടിയിലുമൊക്കെ സ്ഥാപിച്ചതിലെ വിവാദങ്ങൾ കെട്ടടങ്ങിയിട്ടില്ല. പിന്നെ സൗരോർജ്ജ വൈദ്യുതി, സത്യത്തിൽ എന്താണ് സംഭവിച്ചത്. കോർപ്പറേറ്റ് ലോകത്ത് പണവും മദ്യവുമൊക്കെ ഒഴുകും പോലെ ഒഴുകുന്ന ഒന്നാണ് രതിയും. കേരളത്തിലെ കപട സദാചാരവാദികൾക്ക് അതൊരു വലിയ വാർത്തയായി. ചെറിയൊരു പുണ്ണുണ്ടായാൽ അത് പഴുത്ത് നാറ്റി മുറിച്ചുകളയുമെന്ന നിലയിലാണ് ഇപ്പോൾ മലയാളത്തിലെ ദൃശ്യമാധ്യമങ്ങൾ. അവരെല്ലാത്തിലും പക്ഷം പിടിക്കും. പത്രം വായിക്കാൻ മടി കാണിക്കുന്ന മലയാളി രാത്രി മൂന്ന് ചാനലിലെയെങ്കിലും ചർച്ചകൾ മാറ്റി മാറ്റി നോക്കും. എന്നിട്ട് ഏറ്റവും എരിവുള്ളത് കാണും. ദൃശ്യമാധ്യമരംഗത്തെ ചില ന്യൂസ് എഡിറ്റർമാരൊക്കെ ഇന്ന് വലിയ സെലിബ്രിറ്റികളായിരിക്കുന്നു. എല്ലാവരും കൂടെ ചർച്ച ചെയ്ത് വീടിന്റെ മുകളിൽ ഒരു സോളാർ പാനൽ വെയ്ക്കട്ടെ എന്ന് ഒരു വീട്ടുകാരന് ഭാര്യയോട് ചോദിക്കാൻ പറ്റാത്ത അവസ്ഥയായി.

നല്ല മൊമെന്റം കിട്ടേണ്ടിയിരുന്ന സോളാർ പവർ പ്ലാന്റുകളെ ബാല്യത്തിലേ അകാലമരണത്തിലേക്ക് തള്ളിവിട്ട വിവാദത്തിലെ നായികയായ വനിതയുടെ ഒരു അഭിമുഖത്തിനായി ഞാനവരുടെ അഭിഭാഷകനെ വിളിച്ചുനോക്കി. രാഷ്ട്രീയമായ എന്തെങ്കിലും കോൺട്രവേർസീസ് പറയാനാണെങ്കിൽ തയ്യാറാണ്, അല്ലാതെ സോളാർ ബിസിനസ്സുമായി ബന്ധപ്പെട്ട കാര്യങ്ങൾ സംസാരിക്കാൻ അവർക്ക് സമയമില്ലത്രെ. അന്വേഷിച്ചപ്പോൾ ശരിയാണ്, പൈസ കൊടുത്താൽ ആളുകൾക്കെതിരെ ആക്ഷേപങ്ങൾ അവർ ക്യാമറയ്ക്ക് മുന്നിൽ പറയും. പ്രിന്റ് മീഡിയയോട് വലിയ താത്പര്യമില്ല. സത്യത്തിൽ അവരെന്ത് ബിസിനസ്സാണ് ചെയ്യാനുദ്ദേശിച്ചതെന്നായിരുന്നു എനിക്കറിയേണ്ടത്. എവിടെ നിന്നോ കുറച്ച് സോളാർ പാനലുകൾക്ക് മുൻകൂർ തുക കൊടുത്തതിനപ്പുറം അവർക്ക് സോളാർ പ്ലാന്റുകൾ സ്ഥാപിക്കുന്നതിനെക്കുറിച്ച് ഒന്നുമറിയില്ലായിരുന്നു. പിന്നെ മാന്യയാണ്, ആർക്കെതിരെയും ഒന്നും പറയണ്ടാത്തതുകൊണ്ടാവാം എന്നോട് കാശിനെക്കുറിച്ചൊന്നും ചോദിച്ചില്ല. അഭിമുഖത്തിനെയും അന്വേഷണങ്ങളെയും അടിസ്ഥാനമാക്കി ഞാൻ 'സോളാർ വിവാദം കേരളത്തിന് നഷ്ടമാക്കിയത്' എന്നൊരു ലേഖനമെഴുതിയെങ്കിലും ഇന്ത്യാ എവെരി ഡേ ഇട്ട വിലയ്ക്ക് അത് വാങ്ങാനുള്ള വട്ടൊന്നും കേരളത്തിലെ മാധ്യമങ്ങൾക്കില്ലായിരുന്നു.

മദ്യാസക്തി

ചെലവു ചുരുക്കുന്നതിന്റെ ഭാഗമായി ആദ്യം ചെയ്തത് ഫോണിലെ ഓൺലൈൻ വിൽപ്പന ആപ്പുകൾ അൺഇൻസ്റ്റാൾ ചെയ്യലായിരുന്നു. മദ്യം വാങ്ങൽ നന്നേ കുറച്ചെങ്കിലും സുഹൃത്തുക്കളും മറ്റും ഒത്തുകൂടുന്ന സ്ഥിരം ലാവണമായി ഫ്ളാറ്റ് മാറിയതിനാൽ മദ്യപാനത്തിന് ഒരു കുറവുമുണ്ടായില്ല. സ്ഥിരമായി വരുന്ന അതിഥികളെക്കുറിച്ച് ഫ്ളാറ്റിലെ റസിഡൻസ് അസോസിയേഷൻ സെക്രട്ടറി പരാതി പറഞ്ഞു തുടങ്ങിയപ്പോൾ ഒഴിഞ്ഞ മദ്യക്കുപ്പികളും പ്രശ്നമായി. എപ്പോൾ വേണമെങ്കിലും ഫ്ളാറ്റിൽ വന്നുകയറാവുന്ന രാധികയെ പേടിച്ച് ഒഴിഞ്ഞ കുപ്പികൾ ഫ്ളാറ്റിനകത്തും റസിഡന്റ്സ് അസോസിയേഷനെ പേടിച്ച് പാഴ്വസ്തുക്കൾ വെയ്ക്കുന്ന കൂട്ടത്തിൽ പുറത്തും വെയ്ക്കാൻ പറ്റാത്ത അവസ്ഥയായി.

ഒഴുക്ക് നഷ്ടപ്പെട്ട് എഴുത്ത് നിന്നുപോയി. എഡിറ്റോറിയൽ മീറ്റിങ്ങ് കഴിഞ്ഞപ്പോൾ അന്നാ മാഡത്തിന് ആവശ്യത്തിന് വിമർശനങ്ങൾ ഏറ്റുവാങ്ങേണ്ടി വന്നതുകൊണ്ടാവാം അവസാനം എഴുതിക്കൊടുത്ത രണ്ട് ലേഖനങ്ങളിലും ധാരാളം തിരുത്തലുകൾ വരുത്തി മാറ്റിയെഴുതാൻ തിരികെ തന്നത്. ഒരേ സമയം പരസ്പര വിരുദ്ധമായ കാര്യങ്ങൾ എഴുതുന്നതായിരുന്നില്ല എന്റെ പ്രശ്നം. ഡൽഹിയിൽ ജോലി ചെയ്തിരുന്ന കാലത്തെപ്പോലെ ജോലിയിൽ മാത്രം ശ്രദ്ധിക്കാനാവുന്നില്ല എന്നതായിരുന്നു. ആവശ്യമുള്ളതിനും ഇല്ലാത്തതിനുമൊക്കെ സോഷ്യൽ മീഡിയയിൽ കുറിപ്പുകളും അഭിപ്രായങ്ങളും എഴുതി സമയം കളയുന്നതിന് ഒരു പരിധിയില്ലാതായിരിക്കുന്നു.

ചെലവുചുരുക്കൽ യജ്ഞമൊന്നും പക്ഷേ ബാങ്ക് ബാലൻസ് വർദ്ധിപ്പിച്ചില്ല, പുതിയ ചെലവുകൾ വന്നുകൊണ്ടിരുന്നു. പണ്ട് സന്തോഷത്തോടെ ചെലവാക്കിയിരുന്ന സ്ഥലത്ത് ഇന്ന് സങ്കടത്തോടെയും സംശയത്തോടെയും ചെലവാക്കുന്നുവെന്ന് മാത്രം. പുകവലി വീണ്ടും തുടങ്ങി. ഇനിയും നിർത്താമല്ലോ. സ്വന്തം ഇഷ്ടങ്ങൾക്കനുസരിച്ച് സ്വതന്ത്രമായി ജീവിച്ചിരുന്ന എനിക്ക് ചുറ്റുമുള്ളവർക്ക്

വേണ്ടി ഏർപ്പെടുത്തുന്ന നിയന്ത്രണങ്ങൾ വല്ലാത്ത ആത്മസംഘർഷങ്ങളുണ്ടാക്കി. അസോസിയേഷൻകാർ നിലപാട് കടുപ്പിച്ചതോടെ ഒത്തുകൂടലുകൾ സാമിന്റെ താമസസ്ഥലത്തേക്ക് മാറ്റി. മദ്യപാനം മാത്രമായി ഒഴിവാക്കാനാവില്ലെന്നും മദ്യപാന ശീലമുള്ള സുഹൃത്തുക്കളെയും മദ്യം വിളമ്പുന്ന ഒത്തുകൂടലുകളും ഒഴിവാക്കേണ്ടി വരുമെന്നും എനിക്ക് അതിനിടെ മനസ്സിലായി. ഇതിനൊക്കെയിടയിൽ എപ്പോഴും എല്ലാ കാര്യത്തിലും ഇടപെടലുമായി രാധികയും കൂടെയായപ്പോൾ ഡൽഹിക്ക് തന്നെ തിരിച്ചുപോയാലോ എന്നുവരെ ഞാനാലോചിച്ചു.

വൈദ്യുതിമന്ത്രിക്ക് വേണ്ടി എഴുതിയ ലേഖനത്തിൽ മന്ത്രിയുടെ സെക്രട്ടറി പറഞ്ഞ തിരുത്തലുകൾ വരുത്തി അന്നാ മാധ്യമത്തിന് അയച്ചെങ്കിലും പ്രതിപക്ഷ എംഎൽഎയുടെ ലേഖനത്തിലെ ആരോപണങ്ങൾക്കുള്ള മറുപടി കൂടെ ഉൾപ്പെടുത്തണമെന്ന് പറഞ്ഞ് തിരികെ കിട്ടി. തൃശ്ശൂരിൽനിന്നുള്ള പ്രതിപക്ഷ എംഎൽഎയ്ക്ക് വേണ്ടി ഞാൻതന്നെയെഴുതിയ വിമർശനാത്മകലേഖനത്തിലെ കടുത്ത ആരോപണങ്ങളെയും കണക്കുകളെയും ഞാൻ തന്നെ ഖണ്ഡിക്കണം. സ്ഥിതിവിവരക്കണക്കുകളും ശാസ്ത്രീയമായ വിശകലനവുമൊക്കെ മലയാളത്തിൽ എഴുതൽ എനിക്ക് ക്ലേശകരമായിരുന്നു.

പകൽ ടിവി കണ്ടും എന്തെങ്കിലുമൊക്കെ വായിച്ചും സമയം കളയുമ്പോഴുള്ള പ്രതീക്ഷ രാത്രി സ്വസ്ഥമായിരുന്ന് എഴുതാമെന്നായിരിക്കും. വൈകിട്ടാവുമ്പോഴേക്കും എന്തെങ്കിലും പരിപാടികൾ വന്ന് ചാടും. ടൌൺ ഹാളിൽ പുസ്തകപ്രകാശനം, എറണാകുളത്തപ്പൻ ഗ്രൗണ്ടിൽ ഏതെങ്കിലും ഒത്തുചേരലുകൾ, ആരുടെയെങ്കിലും സന്തോഷമോ സങ്കടമോ അതൊന്നുമില്ലാത്ത അവസ്ഥയെയോ അടയാളപ്പെടുത്താൻ ഒത്തുകൂടുന്ന സൊറപറച്ചിൽ സദസ്സുകൾ. ഒരു രക്ഷയുമില്ല, ചെന്നിരിക്കാൻ ഒരു ഓഫീസോ പഞ്ചിങ് ചെയ്യാൻ ഒരു മെഷീനോ ഉണ്ടായിരുന്നെങ്കിൽ ഞാൻ സമയനിഷ്ഠയുള്ള ഒരാളായി മാറിയേനെ. സ്വയം നിയന്ത്രണങ്ങൾ എനിക്ക് സാധ്യമാവുന്നില്ല. മൂന്ന് മാസങ്ങൾ കഴിഞ്ഞിട്ടും കിട്ടിയ ശമ്പളത്തിൽ നിന്ന് കാര്യമായ നീക്കിയിരിപ്പുണ്ടാക്കാൻ എനിക്കായില്ല. ഏട്ടത്തിയമ്മയുടെ ഉപദേശമനുസരിച്ച് ഒരു ചിട്ടിയിൽ ചേർന്നെങ്കിലും രണ്ട് മാസം കഴിഞ്ഞപ്പോൾ അടയ്ക്കാൻ പണം തികഞ്ഞില്ല.

ഇലന്തിക്കരയിലെ പുരയിടത്തിലെ വീടൊഴികെയുള്ള ഇരുപത് സെന്റ് സ്ഥലം വിൽക്കാൻ തീരുമാനിച്ച് ഒരു സർവയറെ കൊണ്ടുപോയി അളന്ന് സ്കെച്ച് തയ്യാറാക്കി അതിർത്തി തിരിച്ച് കല്ലിട്ടു. വില്ലേജിൽ പോയപ്പോഴാണ് മനസ്സിലാകുന്നത് മൂന്ന് വർഷമായി നികുതി കുടിശികയുണ്ടെന്ന്. അച്ഛൻ മരിച്ചശേഷം നികുതി അടച്ചിട്ടില്ല. സ്ഥലം വിൽക്കാനുണ്ടെന്ന് ഒന്നുരണ്ട് ദല്ലാൾമാരെ രമണൻ

ചാച്ചൻ തന്നെ പറഞ്ഞേർപ്പാടാക്കിയിരുന്നു. ഫോൺ വിളിക്കുന്ന വരാരും സ്ഥലം വാങ്ങാനുദ്ദേശിക്കുന്നവരല്ല, മറിച്ചുവിറ്റ് കമ്മീഷൻ വാങ്ങാമെന്ന പ്രതീക്ഷയിൽ വിളിക്കുന്നവരാണ്.

ഇടയ്ക്ക് മാഡം വിളിച്ചിരുന്നു. വരുന്നുണ്ടെന്ന് പറയാൻ. അന്നാ മാഡം വർഷങ്ങൾക്ക് ശേഷമാണ് പോലും കേരളത്തിലേക്ക് വരുന്നത്. അന്നാ മാഡത്തിന്റെ അമ്മ ഡൽഹി യൂണിവേഴ്സിറ്റിയിലെ ഇംഗ്ലീഷ് പ്രൊഫസറായിരുന്നു. എല്ലാ കാര്യത്തിലും കൃത്യമായ കണക്ക് സൂക്ഷിക്കുന്നത് ജോലിയായി സ്വീകരിച്ച ഭർത്താവ് മക്കളെ പൈതൃക വേരുകളുമായി ബന്ധിപ്പിക്കാൻ ശ്രമിക്കുന്നതിനെ അവരെതിർത്തില്ല. മൂത്തമകൻ അച്ഛനെപ്പോലെ ഓഡിറ്ററായപ്പോൾ മകളെ തന്നെപ്പോലെ കോളേജ് അധ്യാപികയാക്കണമെന്ന് അവരാഗ്രഹിച്ചിരുന്നു. മാഡം പക്ഷേ ജിയോളജി പഠിക്കാൻ പോയി. ജിയോളജി പോസ്റ്റ് ഗ്രാജുവേഷൻ കഴിഞ്ഞ കാലത്താണ് മാഡത്തിന്റെ അച്ഛനും അമ്മയും തമ്മിൽ പിരിയുന്നത്. റിട്ടയർ ചെയ്തപ്പോൾ അമ്മ റാന്നിയിലേക്ക് മടങ്ങി സഹോദരനൊപ്പം തറവാട്ട് വീട്ടിൽ താമസമാക്കി. അച്ഛൻ പുനർവിവാഹം ചെയ്തതോടെ മാഡം വീട്ടിൽനിന്ന് താമസം മാറി. സഹോദരൻ സകുടുംബം കാനഡയിലേക്ക് കുടിയേറിയപ്പോൾ മാഡം ഡൽഹിയിൽ വേരുകളില്ലാത്ത ഒരാളായി. നഗരങ്ങളിൽ ജീവിക്കാൻ ഏകാന്തതയാണ് നല്ലതെന്ന് മാഡമെപ്പോഴും പറയുമായിരുന്നു.

പ്രായമേറെയാവുന്നതിന് മുൻപേ ഓർമ്മക്കുറവും പലവിധ രോഗങ്ങളും മാഡത്തിന്റെ അമ്മയെ വലച്ചു. സഹോദരന്റെ മക്കൾക്ക് അവരൊരു ഭാരമായപ്പോൾ അമ്മയെ കൂട്ടിക്കൊണ്ടു പോകാൻ അവർ അന്നാ മാഡത്തെ നിർബന്ധിച്ചു. ഡൽഹിക്ക് മടങ്ങിപ്പോകാൻ മാഡത്തിന്റെ അമ്മ കൂട്ടാക്കിയില്ല. ഓർമ്മകൾ മങ്ങിയെങ്കിലും തന്നെ ഉപേക്ഷിച്ച് മറ്റൊരു വിവാഹം കഴിച്ച ഭർത്താവ് താമസിക്കുന്ന ഡൽഹി അവർക്ക് സ്വീകാര്യമായില്ല. അന്നാ മാഡത്തിന്റെ അച്ഛൻ ഭാര്യയെ ഉപേക്ഷിച്ച അക്കാലത്ത് തന്നെ പുനർവിവാഹം കഴിച്ചെന്നാണ് ഞാനാദ്യം കരുതിയത്. എന്റെ അമ്മ മരിച്ചപ്പോൾ അച്ഛൻ മറ്റൊരു വിവാഹം കഴിച്ചേക്കുമെന്ന് കരുതി ഉറക്കം നഷ്ടപ്പെട്ട യൗവ്വനകാലത്തെക്കുറിച്ച് അന്നാ മാഡത്തോട് പറഞ്ഞപ്പോഴാണ് ഞാനാ സത്യമറിയുന്നത്. മറ്റൊരു വിവാഹമെന്നതൊന്നും മാഡത്തിന്റെ അച്ഛന്റെ ചിന്തകളിൽ പോലുമുണ്ടായിരുന്നില്ലത്രെ. വിവാഹമോചനം നടന്ന കാലത്ത് മാഡം അമ്മയ്ക്കൊപ്പവും സഹോദരൻ അച്ഛനൊപ്പവുമായിരുന്നു. ജ്യേഷ്ഠന്റെ കല്യാണം ശരിയായ കാലത്ത് മാഡത്തിന്റെ കല്യാണത്തിനായി അച്ഛനുമമ്മയും ഒരുപാട് നിർബന്ധിച്ചു. അവർ കല്യാണത്തിൽനിന്ന് ഒഴിഞ്ഞുമാറി. യൂണിവേഴ്സിറ്റിയിൽനിന്ന് വിരമിച്ച് അമ്മ നാട്ടിലേക്ക് പോയപ്പോൾ മാഡം

അച്ഛന്റെയടുക്കലേക്ക് താമസം മാറി. അക്കാലത്താണ് ഒരു തുണ യില്ലാതെ ജീവിക്കാൻ അമ്മയ്ക്ക് ക്ലേശമൊന്നുമില്ലെങ്കിലും അച്ഛന് കഴിയുന്നില്ലെന്ന് മാഡത്തിന് ബോധ്യപ്പെട്ടത്. അച്ഛന്റെ പുനർവിവാഹ ത്തിന് മാഡംതന്നെ മുൻകൈ എടുത്തു.

മാഡത്തിന്റെ കാര്യങ്ങളിലൊന്നും ശ്രദ്ധിക്കാതെ കാനഡയി ലേക്ക് കുടിയേറിയ അവരുടെ സഹോദരനെയും വീണ്ടും വിവാഹം കഴിച്ച അച്ഛനെയും എനിക്ക് ബോധിച്ചില്ല. നല്ല പ്രായം പിന്നിട്ട ശേഷം വിവാഹമോചനം നേടി കേരളത്തിലെ സഹോദരനോടൊപ്പം ശിഷ്ടകാലം ജീവിക്കാൻ പോയ അവരുടെ അമ്മയെ എനിക്ക് ഒട്ടും ദഹിച്ചുമില്ല.

കളമശ്ശേരിയിലെ ബോർഡിന്റെ ഗസ്റ്റ്ഹൗസിലായിരുന്നു മാഡ ത്തിന്റെ താമസം. റാന്നിയിൽ അമ്മയെ കാണാൻ പോയപ്പോൾ ഞാനും കൂടെ പോയി. വയസ്സായ സ്ത്രീകളെ സംരക്ഷിക്കുന്ന ഒരു സ്ഥാപനത്തിലേക്ക് അമ്മയെ മാറ്റാനായിരുന്നു അന്നാ മാഡത്തിന്റെ തീരുമാനം. അച്ഛനെ അവർ ഫോൺ ചെയ്ത് അഭിപ്രായം ചോദിച്ചു. ആ മനുഷ്യൻ എന്ത് പറഞ്ഞുകാണുമോ ആവോ. മാഡത്തിന് തീരു മാനങ്ങളെടുക്കാൻ വലിയ സമയമൊന്നും ആവശ്യമായിരുന്നില്ല. കാനഡയിലെ സഹോദരനെ വിളിച്ച് ചോദിച്ചുകൂടെ എന്ന് ഞാനൊര ഭിപ്രായം പറഞ്ഞുനോക്കിയെങ്കിലും മാഡം അത്ര ഗൗനിച്ചില്ല. അമ്മയുടെ പെൻഷൻ തുക തന്നെ മതിയാവുമായിരുന്നു ആ വൃദ്ധ സദനത്തിലേക്ക്. പക്ഷേ മാഡം കാശ് കൊടുക്കാമെന്ന് ഏറ്റു. പണം നൽകാൻ കഴിയാത്ത ആരെങ്കിലും വൃദ്ധസദനത്തിൽ വരികയാണെ ങ്കിൽ അമ്മയുടെ പെൻഷൻ ഉപയോഗിച്ച് അവരെ സംരക്ഷിക്കണ മെന്ന് ഏർപ്പാടാക്കി. ഓരോ കഥകൾ കേൾക്കുമ്പോഴും ഓരോ തീരുമാനങ്ങൾ അറിയുമ്പോഴും ആ ഒരു ദിവസത്തിനിടെ തന്നെ അന്നാ മാഡത്തെക്കുറിച്ചുള്ള എന്റെ വിലയിരുത്തലുകൾ മാറിമാറി വന്നു. ഒടുവിൽ അങ്കമാലിയിലേക്ക് കാറിൽ തിരിക്കുമ്പോൾ നടന്ന കാര്യങ്ങളൊക്കെ സഹോദരനെ ഫോണിൽ വിളിച്ച് വിവരിക്കു മ്പോൾ, അയാളെ കാണാൻ അമ്മ ആഗ്രഹിക്കുന്നുണ്ട്, ലീവെടുത്ത് വരണമെന്ന് അപേക്ഷിക്കുമ്പോൾ എനിക്ക് മുന്നിൽ വിലയിരുത്ത ലുകൾ സാധ്യമാവാത്ത ഒരു വ്യക്തിത്വമായി മാഡം അവശേഷിച്ചു.

കൊച്ചി ബിനാലെ കണ്ടും എലന്തിക്കരയിൽ പോയി രമണൻ ചാച്ചനൊപ്പം കൊച്ചുവള്ളത്തിൽ പെരിയാറിൽ കറങ്ങിയും ഞാനെ ഴുതി പൂർത്തിയാക്കാത്ത ലേഖനത്തിന്റെ ബാക്കിയെഴുതിയും ആ ഒരാഴ്ച അന്നാ മാഡം കളമശ്ശേരിയിൽ കഴിഞ്ഞു. ആഴ്ചാവസാന മായപ്പോൾ കല്ലാറിലേക്ക് പോകണമെന്ന് പറഞ്ഞപ്പോൾ രാമ കൃഷ്ണൻ സാർ ഒരു കാറ് ഏർപ്പാടാക്കിത്തന്നു. സാധാരണ ഞാൻ

പോകുമ്പോൾ കല്ലാർ ഡാമിലെ അംബാസിഡർ കാർ വരാറാണ് പതിവെങ്കിൽ ഇത്തവണ മറ്റേതോ ഓഫീസിലെ കുറച്ചുകൂടെ വലിയ കാറായിരുന്നു. മാഡത്തിനൊപ്പം കല്ലാറേക്ക് പുറപ്പെട്ട് അടിമാലിയിൽ എത്തിയപ്പോഴാണ് ആഴ്ചാവസാനം രാധിക കോഴിക്കോട്ടുനിന്ന് എത്തുന്ന കാര്യമോർത്തത്. എല്ലാ ആഴ്ചാവസാനം വരുമ്പോഴുമെന്നപോലെ എന്തൊക്കെയോ കാര്യങ്ങൾ ചെയ്യാനുണ്ടെന്ന് അവൾ പറയുകയും ഞാനതൊക്കെ മൂളിക്കേൾക്കുകയും ചെയ്തതാണ്. ഇനി ഇപ്പോൾ ഇതുമതി പുതിയൊരു പിണക്കത്തിന്. അത്യാവശ്യമാണെന്ന് രാധികയെ ബോധ്യപ്പെടുത്താൻ ഞാൻ കല്ലാറിലേക്ക് പോവുകയാണെന്ന് മുൻകൂട്ടി വിളിച്ചു പറഞ്ഞു. ഞാൻ വിചാരിച്ചത്ര പ്രശ്നമൊന്നും അവളുണ്ടാക്കിയില്ല.

‘‘ഞായറാഴ്ച വൈകീട്ട് കോഴിക്കോട്ടേക്ക് തിരികെ പോകും, അതിനുമുൻപ് തിരിച്ചെത്തില്ലേ?’’ എന്നു മാത്രം ചോദിച്ചു. എനിക്കാകെ കുറ്റബോധം തോന്നി. ഞാൻ അവളെ കുറച്ചുകൂടെ പരിഗണനയോടെ കാണണം. അവളത് അർഹിക്കുന്നുണ്ട്.

കല്ലാറിലെത്തിയ മാഡം ഫാമിലി ഡ്രാമകളിൽനിന്ന് മുക്തയായതുപോലെ തോന്നി. എഞ്ചിനീയർ ശ്രീലക്ഷ്മി ഉണ്ടായിരുന്നു അവിടെ. കുറച്ച് തടിച്ചിട്ടുണ്ട്. സത്യത്തിൽ അവളിപ്പോഴാണ് കൂടുതൽ സുന്ദരി. നല്ല ഡ്രസ്സ് സെൻസാണ് അവൾക്ക്. മഞ്ഞ ടോപ്പിനൊപ്പം നീല ജീൻസ്, ഗ്രേ സൽവാറിന് പിങ്ക് ബോട്ടവും ഷാളും എന്നിങ്ങനെ കേട്ടാൽ ചിരിവന്നേക്കാവുന്ന നിറങ്ങളിലുള്ള വസ്ത്രങ്ങൾ ശ്രീലക്ഷ്മി ധരിച്ചാൽ നല്ല ചന്തമാണ്. അടുത്ത തവണ രാധികയ്ക്ക് ആ കോമ്പിനേഷനിലുള്ള വസ്ത്രങ്ങൾ വാങ്ങണം.

ജനാർദ്ദനൻചേട്ടന്റെ ഭക്ഷണവും സൈമൺ ചേട്ടന്റെയും ശ്രീലക്ഷ്മിയുടെയുമൊപ്പമുള്ള ബോട്ടിങ്ങും കോളനിക്കാരെ ഇന്റർവ്യൂ ചെയ്യലുമൊക്കെയായി നാലഞ്ച് ദിവസം പോയി. ഞായറാഴ്ച വൈകീട്ട് ശ്രീലക്ഷ്മിയുടെ ഫോണിൽ വന്ന മെസേജനുസരിച്ച് രാധികയെ വിളിച്ചപ്പോൾ അവളുടെ ശബ്ദത്തിൽ ചെറിയ നിരാശയുണ്ടായിരുന്നു. അമ്പോറ്റി സഖാവിനെ മാഡത്തിന് വലിയ താത്പര്യമായി. കൂരൻ ആന്റണി എന്തൊക്കെയോ പറയാനായി എന്നെ ചുറ്റിപ്പറ്റി നടന്നു. അയാൾ പറയുന്ന കഥകളിൽ എവിടെയെങ്കിലും ഞാൻ പ്രതിസ്ഥാനത്തായാലോ എന്ന് ഭയന്ന് ഞാനയാളെ മാഡത്തിലേക്ക് എത്താതെ നോക്കി. പാകം ചെയ്ത കാട്ടുപന്നിയുടെ ഇറച്ചിയുമായി ഒരു ദിവസം അയാൾ ഗസ്റ്റ്ഹൗസിൽ വന്നെങ്കിലും അന്ന് അന്നാ മാഡം കുറച്ച് തിരക്കിലായതിനാൽ സംസാരിക്കാനായില്ല. മുൻപ് പറഞ്ഞിട്ട് ഞാൻ വിശ്വസിക്കാത്ത ആനവേട്ട കഥയുമായാണ് കൂരന്റെ കാത്തിരിപ്പ്.

അന്നാ മാഡം വന്നതുകൊണ്ടുണ്ടായ ഗുണം ഞാനെഴുതി പകുതിയാക്കിയതും പൂർത്തിയാക്കാൻ ബാക്കിയുണ്ടായിരുന്നതുമായ എഴുത്തുകളെല്ലാം കഴിഞ്ഞെന്നതായിരുന്നു. രാത്രി എത്ര വൈകി ഉറങ്ങിയാലും ഒരഞ്ച് അഞ്ചരയൊക്കെയാവുമ്പോഴേക്കും മാഡം ഉറക്കമുണരും. എഴുന്നേറ്റാലുടൻ അരികിൽ സൂക്ഷിക്കുന്ന പാത്രത്തിൽ നിന്ന് വെള്ളം കുടിച്ച് കുറച്ചുനേരം വ്യായാമം ചെയ്യും, പ്രധാനമായും മുറിക്കകത്ത് നിന്ന് തന്നെ ചെയ്യാവുന്ന സ്ട്രെച്ചിങ്ങും മറ്റും. ഒരുമിച്ചുണ്ടായ ദിവസങ്ങളിൽ പലപ്പോഴും ഞാനുണരുന്നതിന് മുൻപ് തന്നെ അവർ ഏതെങ്കിലും ഒരു ലേഖനത്തിന്റെ എഡിറ്റിങ്ങ് ജോലികൾ പൂർത്തിയാക്കിയിട്ടുണ്ടാവും. ഒരു ചായ കഴിക്കാതെ പ്രഭാതകർമ്മങ്ങൾ നിർവ്വഹിക്കാൻ കഴിയാത്ത എനിക്ക് ഒന്നോ രണ്ടോ ഗ്ലാസ് വെള്ളം കുടിച്ച് വ്യായാമം ചെയ്ത് തലേന്ന് മനസ്സിൽ ചിട്ടപ്പെടുത്തി വെച്ച കാര്യങ്ങൾ ലാപ്ടോപ്പിൽ ടൈപ്പ് ചെയ്യുന്ന മാഡത്തെ അത്ഭുതത്തോടെയേ കാണാനായുള്ളൂ. ഒരിക്കൽ അക്കാര്യം ഞാൻ സൂചിപ്പിച്ചപ്പോൾ മാഡം പറഞ്ഞു, ചായയും കാപ്പിയുമൊക്കെ ശീലമായാൽ അതൊന്നും സമയത്തിന് കിട്ടാത്ത പ്രഭാതങ്ങളിൽ ജോലി ചെയ്യാതിരിക്കാൻ അതൊരു കാരണമാകുമെന്ന്.

പരസ്പരം അകന്ന് പോയിട്ടും സ്വന്തം അച്ഛനെയും അമ്മയെയും അന്നാ മാഡം കൈകാര്യം ചെയ്യുന്ന രീതിയായിരുന്നു അവരിൽ നിന്ന് എനിക്ക് ഏറ്റവുമധികം പഠിക്കാനുണ്ടായിരുന്നത്. ആ ആഴ്ചാവസാനം മാഡം തിരികെ പോയി. ജോലികൾ കൃത്യമായി ചെയ്ത് തീർത്തില്ലെങ്കിൽ തിരികെ ഡൽഹിക്ക് തന്നെ വരേണ്ടിവരുമെന്ന ഒരു താക്കീതും തന്നാണ് പോയത്. പിറ്റേയാഴ്ച രാധിക അവധിക്ക് വന്നത് വലിയൊരു പ്രശ്നവും കൊണ്ടായിരുന്നു. ഞാനുമായി അടുപ്പമോ സൗഹൃദമോ ഉള്ളവരുമായി ഫെയ്സ്ബുക്കിൽ സൗഹൃദം ഉറപ്പിക്കുന്നത് അവളുടെ ഒരു രീതിയായിരുന്നു. വൈകിട്ടത്തെ ട്രെയിനിൽ കോഴിക്കോട് നിന്ന് വരുന്നുണ്ട് ആലുവയിൽ ഇറങ്ങാം എന്നൊക്കെ പറഞ്ഞപ്പോൾ ഞാനും വലിയ സന്തോഷത്തിലായിരുന്നു. രാധികയ്ക്ക് കുറച്ചുകൂടെ സ്ഥാനം എന്റെ ജീവിതത്തിൽ നൽകണമെന്നൊക്കെ ഞാനും തീരുമാനിച്ചിരുന്നതാണ്.

കോഴിക്കോട് നിന്ന് ട്രെയിൻ കയറിയപ്പോൾ ഏത് കോച്ചിലാണെന്ന് പറയാൻ വിളിച്ച അവളെ പക്ഷേ ആലുവ സ്റ്റേഷനിൽ ട്രെയിനെത്തിയപ്പോൾ കണ്ടില്ല. കോച്ച് നമ്പർ ഞാൻ തെറ്റി കേട്ടതായിരിക്കുമെന്ന് കരുതി ഫോൺ വിളിച്ചുനോക്കിയപ്പോൾ സ്വിച്ച് ഓഫ്. സ്റ്റേഷനിലാകെ ഞാൻ അവളെ തിരഞ്ഞ് നടന്നു. കുറേ നേരം കഴിഞ്ഞ് ഫ്ളാറ്റിലേക്ക് മടങ്ങി. അന്ന് രാത്രി ഞാൻ പലതവണ അവളെ മൊബൈലിൽ വിളിച്ചു നോക്കി. അവൾക്കെന്തെങ്കിലും അപകടം സംഭവിച്ചിരിക്കുമോ എന്ന് എനിക്ക് വല്ലാത്ത ഭയം തോന്നി.

ഒടുവിൽ രണ്ടും കൽപ്പിച്ച് ഞാൻ രാത്രി കുറച്ച് വൈകി രാധികയുടെ അച്ഛനെ വിളിച്ചുനോക്കി. അവൾ വീട്ടിൽ എത്തിയെന്നും നേരത്തെ ഉറങ്ങാൻ പോയെന്നുമുള്ള അദ്ദേഹത്തിന്റെ മറുപടി ഒരേ സമയം എനിക്ക് ആശ്വാസവും ആശങ്കയും സമ്മാനിച്ചു.

പിറ്റേന്ന് രാവിലെ എനിക്ക് ഒരു നെല്ലിയാമ്പതി യാത്രയുണ്ടായിരുന്നു. പുറപ്പെടുന്നതിന് മുൻപ് ഞാൻ രാധികയെ ഫോൺ വിളിച്ചുനോക്കിയെങ്കിലും അവൾ ഫോണെടുത്തില്ല, ഭാഗ്യം സ്വിച്ച് ഓഫല്ല. നെല്ലിയാമ്പതി മേഖലയിലെ ഒരു ഹൈഡ്രോ ഇലക്ട്രിക്ക് പ്രൊജക്റ്റുള്ളതിൽ കുറച്ച് വിവരങ്ങളും ചിത്രങ്ങളും വേണമെന്ന് മാഡം പറഞ്ഞേൽപ്പിച്ചിരുന്നു. നെന്മാറ വേല നടക്കുന്ന കാലമായതിനാൽ ഞാൻ ഒരു പരിചയക്കാരനൊപ്പം തങ്ങി. ജോലികളൊക്കെ കഴിഞ്ഞപ്പോൾ മൂന്ന് ദിവസമായി. ഈ ദിവസങ്ങളിലൊക്കെ ഞാൻ രാധികയെ വിളിച്ചെങ്കിലും ഒരു ഫലവുമുണ്ടായില്ല. എന്തോ കാര്യമായി സംഭവിച്ചിട്ടുണ്ട്. കണ്ണൂരിലെ പാൽച്ചുരം ഭാഗത്ത് ചില ജോലികളും കൂടി അധികമായി വന്നതോടെ ഞാൻ ആലുവയ്ക്ക് തിരികെ പോകാതെ പാലക്കാട് നിന്ന് കണ്ണൂരിലേക്ക് ട്രെയിൻ കയറി. കണ്ണൂരെ ജോലികളൊക്കെ കഴിഞ്ഞപ്പോൾ കോഴിക്കോട് പോയി രാധികയെ കാണാൻ തീരുമാനിച്ചു.

കോഴിക്കോടിറങ്ങി പത്രമോഫീസിൽ ചെന്നപ്പോഴാണ് രാധിക അവധിയിലാണെന്നറിയുന്നത്. രണ്ട് ദിവസത്തെ അവധിക്ക് പോയതായിരുന്നെങ്കിലും അവധി നീട്ടിയതാണത്രെ. എനിക്കെന്തോ പന്തിയില്ലാത്തതുപോലെ തോന്നി. ഞാൻ രാധികയുടെ അച്ഛനെ ഫോൺ വിളിച്ച് കാര്യങ്ങൾ തിരക്കി. കുറച്ച് മൂഡ് ഔട്ടാണെന്നല്ലാതെ കൂടുതലൊന്നും അദ്ദേഹത്തിനും അറിയില്ല.

തിരികെ ആലുവയിലെത്തിയ ഞാൻ ആദ്യം വൈക്കത്ത് പോയി രാധികയെ കാണാൻ തീരുമാനിച്ചെങ്കിലും പിന്നീട് ആ തീരുമാനത്തിൽനിന്ന് പിന്മാറി. വൈകീട്ട് ഒരു കുപ്പിയുമായി സാം ഫ്ളാറ്റിൽ പ്രത്യക്ഷപ്പെട്ടപ്പോൾ അന്നാ മാഡത്തിന്റെ വരവോടെ നിർത്തിവെച്ചിരുന്ന മദ്യപാനത്തിന്റെ ദിനങ്ങൾ പുനരാരംഭിച്ചു. അന്നെത്രമണിക്കാണ് ഞാൻ കിടന്നതെന്ന് ഓർമ്മയില്ല. കുടിച്ചുതീർത്ത കുപ്പികളുടെയും തിന്ന് തീർത്ത ഭക്ഷണത്തിന്റെയും നടുവിൽ ഉറക്കമുണർന്ന ഞാൻ സാമിനെ വിളിച്ചെഴുന്നേൽപ്പിച്ച് പറഞ്ഞുവിട്ടു. രാധികയെ അവളുടെ വീട്ടിൽ ചെന്ന് കാണണോ എന്ന കാര്യത്തിൽ തീരുമാനമെടുക്കാനാവാതെ കുഴങ്ങി. അന്നും പിറ്റേന്നുമെല്ലാം ഞാൻ ആരോടോ വാശി തീർക്കുന്നപോലെ ഒറ്റയ്ക്ക് മദ്യപിച്ച് ബോധമില്ലാതെ ഹാളിൽ കിടന്നുറങ്ങി. ആ ആഴ്ച കഴിഞ്ഞപ്പോഴേക്കും

നിയന്ത്രിച്ച് നിർത്തിയിരുന്ന മദ്യപാനം എന്നെ വീണ്ടും കീഴടക്കിയിരുന്നു. ഇടയ്ക്കെപ്പോഴോ അന്നാ മാഡം എന്തൊക്കെയോ കാര്യങ്ങൾ അറിയാൻ വിളിച്ചു. തുരുത്ത് വിൽക്കുന്നുണ്ടെന്ന് അറിഞ്ഞ് ആളുകൾ വന്നു നോക്കുന്നെന്ന് രമണൻ ചാച്ചൻ ആരുടെയോ ഫോണിൽനിന്ന് വിളിച്ചുപറഞ്ഞു.

എനിക്കും രാധികയ്ക്കുമിടയിൽ എന്താണ് പ്രശ്നമെന്ന് ചോദിച്ച് ഇടയ്ക്ക് രാധികയുടെ അച്ഛൻ വിളിച്ചു. എനിക്കറിയില്ല മകളോടുതന്നെ ചോദിച്ചുനോക്കെന്ന എന്റെ പരുക്കൻ മറുപടി ആ പാവം മനുഷ്യൻ പ്രതീക്ഷിച്ചില്ലെന്ന് തോന്നുന്നു. ദീർഘനാളുകൾ പരസ്പരം വിളിക്കാതിരിക്കലൊക്കെ ഞങ്ങളുടെ ജീവിതത്തിൽ അതിന് മുൻപും ഉണ്ടായിട്ടുണ്ടെങ്കിലും എന്താണ് കാരണമെന്നറിയാത്ത ഇത്തവണത്തെ പിണക്കം എന്നെ വല്ലാതെ കുഴക്കി. ഇങ്ങനെ അകാരണമായി പിണങ്ങിപ്പോകുന്ന, കാരണമെന്താണെന്ന് പറയാൻ പോലും സൗമനസ്യം കാണിക്കാത്ത രാധികയുടെ പ്രകൃതം എന്നെ ആകെ ആശയക്കുഴപ്പത്തിലാക്കി.

പിറ്റേയാഴ്ച രാധികയുടെ അച്ഛനെ വിളിച്ചുനോക്കിയപ്പോൾ അവൾ കോഴിക്കോട്ടേക്ക് തിരിച്ചുപോയെന്ന് പറഞ്ഞു. രണ്ടും കൽപ്പിച്ച് ഞാൻ കോഴിക്കോട്ടേക്ക് തിരിച്ചു. പത്രമാപ്പീസിൽ പോയി രാധികയെ കണ്ടു. അവൾ കുറച്ച് ക്ഷീണിച്ചിരുന്നു. ഞങ്ങൾ തമ്മിലുള്ള പിണക്കം ഓഫീസിൽ ആരും അറിയേണ്ടെന്ന് കരുതിയാവാം അവൾ എന്നെയും കൂട്ടി ഓഫീസിൽ നിന്നിറങ്ങി.

എങ്ങോട്ടാണ് പോകേണ്ടതെന്ന് ഞാനവളോട് ചോദിച്ചെങ്കിലും മറുപടിയൊന്നും കിട്ടിയില്ല. വൈകുന്നേരമാവാറായിരുന്നു. ഞങ്ങളൊരു ഓട്ടോ വിളിച്ച് ബീച്ചിൽ പോയി. എന്താണ് ഫോൺ വിളിച്ചിട്ട് എടുക്കാത്തതെന്ന് ചോദിക്കേണ്ടി വന്നില്ല, രാധികതന്നെ സംസാരിച്ചു തുടങ്ങി.

''അന്നാ മാഡം നിന്റെ ആരാ?''

എനിക്ക് ആ ചോദ്യം പോലും ഇഷ്ടപ്പെട്ടില്ല. മാഡത്തെക്കുറിച്ചുള്ള അനാവശ്യമായ ചോദ്യങ്ങളും അഭിപ്രായങ്ങളും ഞാൻ വിലക്കിയതാണ്. ഇപ്പോൾ പുതിയ എന്തോ പ്രശ്നവുമായുള്ള വരവാണ്.

ആരാണെന്ന് നിനക്കറിയില്ലേ എന്ന മറുപടി പറയും മുൻപ് അന്നാ മാഡം ഫേസ്ബുക്കിലിട്ട ഒരു ഫോട്ടോ രാധിക മൊബൈലിൽ കാണിച്ചു. കല്ലാറിൽ പോയപ്പോൾ മുതുവാക്കുടി ഭാഗത്ത് നിന്നെടുത്തതാണ്. ഞങ്ങളുടെ രണ്ടുപേരുടെയും വസ്ത്രങ്ങൾ നനഞ്ഞ് ദേഹത്തൊട്ടിയിരുന്നു. എനിക്ക് കാര്യം പിടികിട്ടി. രാധികയുടെ കാഴ്ചപ്പാടിൽ അത്തരമൊരു ഫോട്ടോ അവൾ സോഷ്യൽ മീഡിയയിൽ ഇടില്ല.

''ആ ഫോട്ടോ ഫേസ്ബുക്കിലിടുന്നത് അന്നാ മാഡത്തിന്റെ സ്വാതന്ത്ര്യമാണ്. എനിക്കൊന്നും ചെയ്യാനാവില്ല.'' ഞാൻ പരുക്കനായിത്തന്നെ പറഞ്ഞു.

അവൾ ഫോണിലെ മറ്റൊരു ഫോട്ടോ കാണിച്ചു. മാഡം എന്റെ പിന്നിൽ നിൽക്കുന്നതാണ്. കുറച്ച് ചേർന്നാണ് നിൽക്കുന്നത്. കാര്യങ്ങളുടെ പോക്കെങ്ങോട്ടാണെന്ന് എനിക്ക് ബോധ്യമായി. സോഷ്യൽ മീഡിയയിൽ അനാവശ്യമായി ഇടപെടുന്നതുകൊണ്ടാണ് എന്റെ ജോലികൾ തീരാത്തതെന്ന അന്നാ മാഡത്തിന്റെ ഉപദേശത്തിന്റെ ഫലമായി ഞാൻ ഫേസ്ബുക്കിൽനിന്ന് ലോഗ് ഔട്ട് ചെയ്തിരുന്നു.

രാധിക അധികമൊന്നും സംസാരിച്ചില്ല. ഞാൻ കൂടുതലൊന്നും ചോദിക്കാനും പോയില്ല. തിരികെ ആലുവയ്ക്കുള്ള യാത്രയ്ക്കിടെ ഞാൻ ഫേസ്ബുക്കിൽ കയറി മാഡമിട്ട ആൽബം നോക്കി. രാധിക എന്നെ കാണാൻ ആലുവയിൽ ഇറങ്ങാമെന്ന് പറഞ്ഞയന്ന് വൈകിട്ടാണ് അന്നാ മാഡം ഫോട്ടോകൾ ഇട്ടത്. ആ ഫോട്ടോകൾ കണ്ട് ദേഷ്യം വന്നാവാം രാധിക ആലുവയിൽ ഇറങ്ങാതിരുന്നതെന്ന് ഞാനൂഹിച്ചു. ഫോട്ടോകൾക്ക് താഴെയുള്ള കമന്റുകൾ ഞാൻ വായിച്ചു നോക്കി. ഈസ് ഇറ്റ് യുവർ ന്യൂ ബോയ് ഫ്രണ്ട്? മുതൽ തോഡാ ഓർ എക്സ്പോസ് കരോ വരെയുള്ള കമന്റുകളുണ്ട്. രാധികയെപ്പോലൊരാൾക്ക് അത് ധാരാളം മതിയായിരുന്നു.

ഞാൻ രാധികയെ വിളിച്ച് ഒന്നും വിശദീകരിക്കാൻ നിന്നില്ല. ഞാൻ ആരോടൊക്കെയോ ഉള്ള വാശിക്ക് മദ്യപിച്ചു. പലപ്പോഴും സാം ഫ്ളാറ്റിൽ വന്ന് വിളിക്കുമ്പോഴാണ് ഞാൻ ഉറക്കമുണരാറ്. എഴുത്തുജോലികൾ വീണ്ടും മുടങ്ങി. നെല്ലിയാമ്പതിയെയും പാൽച്ചുരത്തിനെയും കുറിച്ച് വിവരങ്ങൾ ശേഖരിച്ചതല്ലാതെ ഒരു വരി എഴുതാനായില്ല. മാഡം ഒന്നുരണ്ട് തവണ വിളിച്ച് എഡിറ്റോറിയൽ ബോർഡ് ആകെ മുഷിഞ്ഞിരിക്കുകയാണെന്ന് പറഞ്ഞു. എനിക്കെന്തോ അവരോടും ദേഷ്യം തോന്നി. അവർക്ക് കുറച്ചൊക്കെ സംയമനം പാലിക്കാമായിരുന്നു. ഇത് പുതിയ കാമുകനാണോ എന്നൊക്കെയുള്ള ചോദ്യങ്ങൾ മായ്ക്കുന്നതിന് പകരം അവർ, ആണെങ്കിലെന്താ, ക്യൂട്ടല്ലെ എന്നൊക്കെ മറുപടി കൊടുത്തിരുന്നു. ഔട്ട്പുട്ട് കുറവാണെങ്കിൽ ഇത്തവണ സാലറി മുടങ്ങിയേക്കുമെന്നുള്ള മാഡത്തിന്റെ സ്ഥിരം പല്ലവിയാണെന്ന് കരുതിയ എനിക്ക് തെറ്റി. മൂന്നാം തീയതിയായിട്ടും ശമ്പളം അക്കൗണ്ടിൽ വരാതായപ്പോൾ ഞാൻ കപിൽ ദേവിനെ വിളിച്ച് കാര്യം തിരക്കി. എന്റെ ശമ്പളം ഹോൾഡ് ചെയ്തിരിക്കുകയാണത്രേ. എല്ലാവരുടെയും കാര്യത്തിൽ ഓഫീസിൽനിന്ന് ചെയ്യുന്നതാണ്. പക്ഷേ എന്നെ എപ്പോഴും അന്നാ മാഡം പിന്താങ്ങുന്നതുകൊണ്ട് എനിക്ക് ഇതുവരെ അങ്ങനെയൊരു അനുഭവം ഉണ്ടായില്ലെന്ന് മാത്രം.

ശമ്പളം തടഞ്ഞുവെച്ചത് എന്നെ വല്ലാതെ പ്രകോപിപ്പിച്ചു. ചെയ്തുകൊണ്ടിരുന്ന പണികളും എനിക്ക് പൂർത്തിയാക്കാനായില്ല. കയ്യിൽ പണമില്ലാത്തതായിരുന്നില്ല, ശമ്പളം തടഞ്ഞുവെക്കൽ ഒരു തരം അപമാനിക്കലാണ്. മദ്യപാനം കൂടി, രാപ്പകൽ മദ്യപിച്ചു. ആരോഗ്യം നന്നേ ക്ഷയിച്ചപ്പോൾ കഴിക്കുന്ന ഭക്ഷണം ഉടനെ ഛർദ്ദിക്കുന്ന അവസ്ഥയായി. സാം എന്നെ കൂട്ടിക്കൊണ്ടുപോയി ആശുപത്രിയിൽ കാണിച്ചു. നല്ല അഡിക്ഷനുണ്ടെന്ന് മനസ്സിലാക്കിയ ഡോക്ടർ എന്നെ ആരോഗ്യസ്ഥിതികൾ പറഞ്ഞ് മനസ്സിലാക്കി. കരളിന്റെ പ്രവർത്തനങ്ങൾ തകരാറിലായിട്ടുണ്ട്. എഴുന്നേറ്റ് നിൽക്കാൻപോലുമാകാത്തവിധം ക്ഷീണിച്ചപ്പോൾ മദ്യപാനം കുറയ്ക്കുകയെങ്കിലും വേണമെന്ന് എനിക്കും തോന്നി. അപ്പോഴേക്കും കാര്യങ്ങൾ എനിക്ക് നിശ്ച്ചയിക്കാനാകുന്നതിനേക്കാൾ അപ്പുറമെത്തിയിരുന്നു.

ഡോക്ടറുടെ നിർദ്ദേശപ്രകാരം ഞാൻ ഇടപ്പള്ളിയിലെ ഒരു കൗൺസിലിങ്ങ് സെന്ററിൽ പോയി ഒരു സൈക്കോളജിസ്റ്റിനെ കാണാൻ തീരുമാനിച്ചു. സാമാണ് കൂടിക്കാഴ്ച ബുക്ക് ചെയ്തതും കൂടെ വന്നതും. ചെറിയ ഒരു ആശുപത്രിയാണ്. കുറച്ച് സൈക്യാട്രിസ്റ്റുകളും സൈക്കോളജിസ്റ്റുകളുമൊക്കെയുണ്ട്. ഞാൻ എന്റെ ഊഴം കാത്ത് അവിടത്തെ സോഫയിൽ ഇരുന്നു. സാം ഏതോ വാരിക വായിച്ച് അടുത്ത് തന്നെയുണ്ട്. അകത്ത് നടക്കുന്ന കൺസൾട്ടേഷൻ കഴിഞ്ഞാൽ എന്റെ ഊഴമാണ്. മുറിക്കകത്തുള്ളവർ ഒന്നിറങ്ങിയെങ്കിൽ അകത്ത് കയറാമായിരുന്നെന്ന ചിന്തയിൽ ഡോക്ടറുടെ മുറിയുടെ വാതിൽക്കലേക്ക് നോക്കിയിരുന്ന ഞാൻ ആ മുറിയിൽനിന്ന് പുറത്തിറങ്ങിയ ആളെ കണ്ട് ഞെട്ടി. അത് ശ്രീലക്ഷ്മി ആയിരുന്നു. അവൾ എന്തിന് വന്നതായിരിക്കുമെന്ന അത്ഭുതം പെട്ടെന്ന് അവൾ എന്നെ കാണുമോ എന്ന ആശങ്കയിലേക്ക് വഴിമാറി. പുറത്തിറങ്ങി ചെരുപ്പ് ധരിക്കുന്ന ശ്രീലക്ഷ്മി കാണാതിരിക്കാൻ ഞാൻ സോഫയിൽ ചാഞ്ഞ് കിടന്ന് ഒരു വീക്കിലി എടുത്ത് തുറന്ന് മുഖത്ത് വെച്ചു. ഡോക്ടറുടെ അടുത്ത പേഷ്യന്റിന്റെ പേര് നെഴ്സ് വിളിച്ചപ്പോൾ ശ്രീലക്ഷ്മി ശ്രദ്ധിക്കുമെന്ന് ഞാൻ ഭയന്നെങ്കിലും അവളും സുഹൃത്തും അതൊന്നും ശ്രദ്ധിക്കാതെ നടന്നകന്നു. അന്നത്തെ കൺസൾട്ടേഷൻ സമയം മുഴുവൻ ഞാൻ എന്നെ ശ്രീലക്ഷ്മി കണ്ടിരിക്കുമോ എന്ന ആശങ്കയിലായിരുന്നു. കണ്ടെങ്കിലെന്താ എന്ന് എന്റെ വിവേകം ആശ്വസിക്കാൻ ശ്രമിച്ചെങ്കിലും മനസ്സ് സമ്മതിച്ചില്ല. അവളെന്നെ കണ്ടിരിക്കരുതേ എന്ന് ഞാൻ പ്രാർത്ഥിച്ചു.

എന്റെ ചങ്കിടിപ്പുകൾ കൂട്ടിക്കൊണ്ട് അന്ന് വൈകീട്ട് ശ്രീലക്ഷ്മി മൊബൈലിൽ വിളിച്ചു. രാമകൃഷ്ണൻസാർ ഒരു കവർ കൊടുത്തു

വിട്ടിട്ടുണ്ട് അതൊന്ന് വാങ്ങണമെന്ന് പറഞ്ഞപ്പോഴാണ് എനിക്ക് ശ്വാസം നേരെ വീണത്. അങ്കമാലിയിലേക്ക് ചെല്ലാമെന്നേറ്റ ഞാൻ പിറ്റന്നാൾ രാവിലെ ശ്രീലക്ഷ്മി പറഞ്ഞ സമയത്ത് ബസ്സ്റ്റാന്റി ലെത്തി. അവൾ ആ കവർ തന്ന് ധൃതിയിൽ പോകുമെന്നാണ് ഞാൻ കരുതിയതെങ്കിലും ഞാനെത്തും മുൻപേ ബസ്സ്റ്റാന്റിൽ അവളുണ്ടാ യിരുന്നു. നമുക്കൊരു കാപ്പി കുടിച്ചാലോ എന്ന അടുപ്പം സത്യ ത്തിൽ ഞാൻ പ്രതീക്ഷിച്ചിരുന്നില്ല. പ്രാതൽ കഴിക്കാതെ പുറപ്പെട്ട ഞാൻ അവളെയും കൂട്ടി അടുത്തുള്ള ഒരു ഹോട്ടലിൽ കയറി.

‘‘എന്തൊക്കെയുണ്ട്, എഴുത്തൊക്കെ എങ്ങനെ പോകുന്നു?’’

ശ്രീലക്ഷ്മി നല്ല സന്തോഷത്തിലാണെന്ന് തോന്നി. കുഴപ്പമി ല്ലെന്ന മലയാളിയുടെ സാർവ്വത്രിക ഉത്തരം ഞാനും പറഞ്ഞു.

‘‘ഈ അടുത്ത് ഞങ്ങളുടെ മന്ത്രി എഴുതിയ ലേഖനമില്ലേ, കല്ലാർ ഓഗ്മെന്റേഷൻ പ്രൊജക്റ്റിനെയും അതിരപ്പിള്ളി പദ്ധതിയെയും കുറിച്ചൊക്കെ, സത്യം പറ, അത് നിങ്ങൾ എഴുതിക്കൊടുത്തതല്ലേ?’’

ഞാൻ ചിരിച്ചു, കള്ളം പറയണമെന്ന് തോന്നിയില്ല. എങ്ങനെ മനസ്സിലായെന്ന് ഞാൻ ചോദിച്ചു.

‘‘അതൊക്കെ മനസ്സിലാക്കാനുള്ള ബുദ്ധിയുണ്ടെന്ന് കൂട്ടിക്കൊള്ളൂ.’’ അവൾ എന്നെ നോക്കി ചിരിച്ചു.

‘‘ലീവായിരുന്നോ?’’ ഞാൻ ചോദിച്ചു.

‘‘അതെ രണ്ടുദിവസം. രാമകൃഷ്ണൻ സാറേൽപ്പിച്ച കവർ ലീവിന് വരുമ്പോൾ കൊണ്ടുവന്നതാ. കുറച്ച് തിരക്കായതിനാൽ ഇപ്പോഴേ ഏൽപ്പിക്കാനായുള്ളൂ.’’

കുശലപ്രശ്നത്തിന്റെ ഒഴുക്കിൽ അറിയാതെ ഞാൻ ചോദിച്ചു പോയി, ‘‘എന്തേ ലീവെടുത്തേ?’’

ചോദ്യം വാവിട്ടപ്പോൾതന്നെ ഞാനതിലെ അപകടം മണത്തു. അവളെ തലേന്നാൾ ഞാൻ കണ്ടതാണ്.

‘‘ഒന്നുരണ്ട് ആവശ്യങ്ങളുണ്ടായിരുന്നു, ചില ഹെൽത്ത് ഇഷ്യൂസ്. ഒന്നുരണ്ട് സുഹൃത്തുക്കളെ കാണൽ അങ്ങനെയങ്ങനെ. സൂരജ് കുറച്ച് ഡൾ ആയിട്ടുണ്ടല്ലോ.’’

‘‘എനിക്ക് നല്ല വർക്ക് ലോഡാണ്, അലച്ചിൽ കൂടി. അതിന്റെ യാവാം, തനിക്കെന്തുപറ്റി?’’

‘‘എനിക്കൊരുപക്ഷേ ജോലി അധികമില്ലാത്തതിന്റെയാവാം. കുറേ ഫ്രീ ടൈം, കല്ലാറിലാണെങ്കിൽ തനിച്ചല്ലേ. ഫോണിനൊന്നും മര്യാദയ്ക്ക് റെയിഞ്ചുമില്ല. എല്ലാവരെയും മിസ്സ് ചെയ്യും. എല്ലാവരെയും ഞാൻ മിസ്സ് ചെയ്യുന്നതാണെന്ന് പോലും എനിക്ക് മനസ്സിലായില്ല.

ഉറക്കമൊക്കെ പോയപ്പോൾ ഞാൻ ഒരു കൗൺസിലറെ കണ്ടു. ഇപ്പോൾ നല്ല മാറ്റമുണ്ട്. ഇന്നലെ ഒരു അപ്പോയിന്റ്മെന്റ് ഉണ്ടായിരുന്നു. ഇനി ചെല്ലണമെന്നില്ലെന്നാ പറഞ്ഞത്.''

എന്നെ അത്ഭുതപ്പെടുത്തുന്നതായിരുന്നു ശ്രീലക്ഷ്മിയുടെ മറുപടി.

''ഈ കൗൺസിലിങ്ങ് എന്നൊക്കെ പറയുമ്പോൾ...'' ഞാൻ ഒന്നുമറിയാത്തവനെപ്പോലെ ചോദിച്ചു.

കാപ്പി ഊതിക്കുടിച്ചുകൊണ്ട് അവൾ മറുപടി പറഞ്ഞു. ''കൗൺസിലിങ്ങ്. നമുക്ക് ചിലപ്പോൾ വട്ടായിപ്പോകുമെന്നൊക്കെ തോന്നില്ലേ, അപ്പോൾ അങ്ങനെയാവാതിരിക്കാൻ നമ്മൾ ഒരു എക്സ്പെർട്ടിന്റെ ഉപദേശം തേടും. കുറച്ച് മാസം മുൻപ് ഞാൻ വളരെ പ്രയാസപ്പെട്ടാണ് അങ്ങനെയൊരു തീരുമാനമെടുത്തത്. പക്ഷേ അതൊരു നല്ല തീരുമാനമായിരുന്നെന്ന് പിന്നീടെനിക്ക് തോന്നി. ഉറക്കം വരാൻ ആദ്യത്തെ ഒരു മാസം ഗുളികയുണ്ടായിരുന്നു. പിന്നെ അവര് പറയുന്ന പോലെയൊക്കെ ചെയ്തുതുടങ്ങിയപ്പോൾ ഗുളികയൊക്കെ നിർത്തി.''

ഇത്തരം കാര്യങ്ങൾ തുറന്നുപറയുന്നത് ഭാവിയെ ബാധിക്കില്ലേ എന്ന സംശയം ഞാൻ സ്വാഭാവികമായും ചോദിച്ചു.

''ഇതൊന്നും താൻ ഫേസ്ബുക്കിൽ ഇടില്ലല്ലോ അല്ലേ. പിന്നെ പെൺകുട്ടികളുടെ ഏറ്റവും വലിയ ആങ്സൈറ്റി കല്യാണമല്ലേ, എനിക്കതില്ല. കല്യാണത്തെക്കുറിച്ച് ഞാനെടുത്ത തീരുമാനമാണ് ഏറ്റവും വലിയ ഭ്രാന്തെന്നാണ് അമ്മ പറയാറ്. അങ്ങനെയൊക്കെ പറയുമെങ്കിലും ഞാൻ ഒരു സൈക്കോളജിസ്റ്റിനെ കണ്ടെന്ന് വീട്ടിൽ പറഞ്ഞയന്ന് അമ്മ കുറേ കരഞ്ഞു. പിന്നെ ഈ ഭ്രാന്തേ, അത് നല്ലതാ. നമ്മളെ ആരും ഒന്നിനും നിർബന്ധിക്കില്ല. ഇപ്പോൾ തന്നെ സൂരജിന് എന്നോട് ഒരു അകലം തോന്നുന്നില്ലേ!''

ശ്രീലക്ഷ്മി ചിരിയടക്കാൻ പാടുപെടുമ്പോൾ അവൾ പറഞ്ഞത്രയും ആശുപത്രിയിൽ വെച്ച് എന്നെ തിരിച്ചറിഞ്ഞിട്ടായിരിക്കുമോ എന്ന ആശങ്കയായിരുന്നു എന്റെയുള്ളിൽ.

അരവിന്ദ് ശേഖർ

ചെമ്മീൻകെട്ടുകളുടെ ഇടയിലെ ചവിട്ടുവഴിയുടെ അറ്റത്ത് ഒരു കൊച്ചു വീടാണ് അരവിന്ദിന്റേത്. ഹോളോബ്രിക്സുകൊണ്ട് കെട്ടിയ വീടിന്റെ അകത്തെ ചുമർ മാത്രമേ സിമന്റ് തേച്ച് കുമ്മായം പൂശിയിട്ടുള്ളൂ. കോൺക്രീറ്റ് ജനൽ കട്ടിളകൾ ഉള്ളിലൂടെ കാണാവുന്ന പ്ലാസ്റ്റിക് ഷീറ്റിട്ട് മറച്ചിട്ടുണ്ട്. ഞങ്ങളെ പ്രതീക്ഷിച്ചപോലെ ഒരു ചെറുപ്പക്കാരൻ വീട്ടിൽ നിന്ന് പുറത്തിറങ്ങി.

കക്കവാരൽ തൊഴിലാളിയായിരുന്ന ശേഖരേട്ടനെ ചെറുകുടലിലെ കാൻസർ നിത്യരോഗിയാക്കുന്നതിന് മുൻപ് അയാളുടെയത്രയും നേരം ശ്വാസം പിടിച്ച് വെള്ളത്തിനടിയിൽ കിടക്കാൻ പറവൂർ മേഖലയിലാർക്കും കഴിയില്ലായിരുന്നു. ശേഖരേട്ടനും ഭാര്യയ്ക്കും നാല് കുട്ടികളുണ്ടായെങ്കിലും രണ്ടാമൻ അരവിന്ദ് മാത്രമേ ബാക്കിയായുള്ളൂ. ജനിച്ചയുടനെ മരിച്ചുപോയ ഒരു ചേട്ടനും അനിയനും ഉള്ളതായി അരവിന്ദ് എന്നോട് പിൽക്കാലത്ത് പറഞ്ഞിട്ടുണ്ട്. ഇളയ അനുജത്തി ഒരു മഴക്കാലത്ത് വെള്ളക്കെട്ടിൽ വീണ് മരിച്ച കാര്യം അരവിന്ദിന്റെ അമ്മ ശാന്തേച്ചിയാണ് പറഞ്ഞത്. ഭർത്താവിന്റെയും മൂന്ന് കുട്ടികളുടെയും അകാലത്തിലുള്ള മരണം കണ്ട ആ സ്ത്രീ അതിനകം കണ്ണീരണിയാതെ മരണകഥകൾ വിവരിക്കാൻ ശീലിച്ചിരുന്നു.

അനിയത്തിയുടെ എന്തെങ്കിലും ഓർമ്മകൾ അമ്മ പറയുമ്പോഴൊക്കെ അരവിന്ദ് കരയും. അരവിന്ദിനെക്കുറിച്ച് ഹിന്ദുവിലെ ലേഖകൻ സാമാണ് ആദ്യമായെന്നോട് പറയുന്നത്. ഗോസിപ്പുകൾക്ക് വലിയ പ്രാധാന്യം കൊടുക്കുന്ന മലയാളം പത്രങ്ങൾ പക്ഷേ ശാസ്ത്ര വിഷയങ്ങൾ തൃണവൽക്കരിക്കും. ചാലക്കുടിപ്പുഴയിൽനിന്ന് മൂന്ന് പുതിയ മത്സ്യജനുസ്സുകളെ കണ്ടെത്തിയിട്ടുള്ള അരവിന്ദിന്റെ ഏറ്റവും പുതിയ കണ്ടെത്തൽ പെരിയാറിൽനിന്ന് അന്യംനിന്നു തുടങ്ങിയ ഒരു വരാലായിരുന്നു.

പെരിയാറിൽ രമണൻ ചാച്ചനോടൊപ്പം തോണി തുഴഞ്ഞ് നടന്ന വലിയ വീരവാദകഥകൾ ഞാൻ പറഞ്ഞതിന്റെ ഓർമ്മ വെച്ചായിരിക്കും

പറവൂരിലെ യുവഗവേഷകനെക്കുറിച്ച് സാമെന്നോട് ചർച്ച ചെയ്തത്. ഒരു ഫോണിൽ വിളിച്ചാൽ വിവരങ്ങൾ കിട്ടുമെങ്കിലും അരവിന്ദിന്റെ വീടുവരെ പോകാൻ സാം വലിയ താൽപ്പര്യം കാണിച്ചു. വഴിയൊക്കെ അവനറിയാമായിരുന്നു, ചെല്ലുമെന്ന് പറഞ്ഞിട്ടുമുണ്ട്, എനിക്ക് ഒഴിഞ്ഞു മാറാൻ കഴിഞ്ഞില്ല. പൂർത്തിയാകാത്ത മൂന്ന് ലേഖനങ്ങൾക്ക് മുകളിൽ അടയിരുന്ന എനിക്ക് ഒടുവിൽ തടസ്സത്തിന്റെ കാര്യം പിടികിട്ടി. കല്ലാർ ഓഗ്മെന്റേഷൻ പദ്ധതിയെക്കുറിച്ച് വൈദ്യുതി മന്ത്രിക്ക് വേണ്ടി എഴുതുന്ന ലേഖനവും കേന്ദ്രത്തിൽ ഇത്രയും കാലം ഭരണമുണ്ടായിട്ടും അതിരപ്പിള്ളി പദ്ധതിക്ക് പോലും പാരിസ്ഥിതികാനുമതി സമ്പാദിക്കാൻ കഴിയാത്ത ഭരണകൂടത്തിന് അവശേഷിക്കുന്ന ആറു മാസംകൊണ്ട് കേന്ദ്രത്തിലെ മാറിയ സാഹചര്യത്തിൽ എന്ത് ചെയ്യാനാണ് കഴിയുകയെന്ന് പ്രതിപക്ഷ എംഎൽഎയ്ക്ക് വേണ്ടി എഴുതിയ ലേഖനവും തമ്മിലുള്ള പൊരുത്തക്കേടുകൾ, രണ്ടും ഞാനെഴുതിയതാണെന്ന പരിഗണനയില്ലാതെ എന്റെ ഉള്ളിൽ കിടന്ന് തർക്കിച്ചുകൊണ്ടിരുന്നു. എനിക്ക് നന്നായെഴുതാൻ കഴിയുക നിഷ്പക്ഷമായ ചിന്തകളാണ്. എന്നെ അടിച്ചേൽപ്പിക്കുന്ന ജോലികളിൽ എനിക്ക് ഒരിക്കലും മികവ് പുലർത്താനായില്ല.

സ്വതന്ത്ര എഴുത്തുകൾ എനിക്ക് വലിയ സംതൃപ്തി നൽകുമെങ്കിലും അവയെ എന്റെ ടാർജറ്റിൽ ഉൾപ്പെടുത്തണമെങ്കിൽ അവ ഒന്നുകിൽ ഇന്ത്യാ എവെരി ഡേയിൽ അച്ചടിച്ച് വരണം. അല്ലെങ്കിൽ ലേഖനം മറ്റാരെങ്കിലും വാങ്ങണം. ഉറക്കമിളച്ച് എഴുതിയ 'സോളാർ വിവാദം കേരളത്തിന് നഷ്ടമാക്കിയത്' ഒരിടത്തും അച്ചടിച്ച് വന്നില്ല. ജോലിയിൽ കൂടുതൽ ശ്രദ്ധിക്കണമെന്നും ലൂസ് ടോക്കിങ്ങ് പോലെയാണ് ലൂസ് റൈറ്റിങ്ങും എന്ന് അന്നാ മാഡം താക്കീതും ചെയ്തതാണ്. സാമിനോട് പറ്റില്ലെന്ന് പറയാനായില്ല. വേരുപിടിക്കാതിരുന്ന കാലത്ത് ഒപ്പം നിന്നിട്ടുള്ളവനാണ്, എത്ര തിരക്കാണെന്ന് പറഞ്ഞാലും സാമത് വിശ്വസിച്ചില്ലെങ്കിലോ.

ഞങ്ങൾ വരുന്നത് പ്രമാണിച്ച് അരവിന്ദിന്റെ അമ്മ ചോറും കറികളും ഉണ്ടാക്കിവെച്ചിരുന്നു. ഞണ്ടുകറിയും എനിക്ക് പേരറിയാത്ത ചെറുമത്സ്യങ്ങൾ പൊരിച്ചതും വേലിച്ചീരയുടെ ഉപ്പേരിയുമുണ്ടായിരുന്നു. അരവിന്ദ് വലിയ ബഹുമാനത്തോടെയാണ് സാമിനോട് സംസാരിച്ചത്. അച്ഛന്റെ ചികിത്സയ്ക്കായുണ്ടാക്കിവെച്ച കടങ്ങൾ തീർന്ന കാര്യവും വീടിന് സഹകരണ ബാങ്കിൽനിന്ന് ലോൺ പാസ്സായ കാര്യവുമൊക്കെ അയാൾ സാമിനോട് അഭിമാനത്തോടെ പറഞ്ഞുകൊണ്ടിരുന്നു. സിഎസ്ഐആറിന്റെ പ്രതിമാസ സ്കോളർഷിപ്പ് തുകയിൽനിന്നും അയൽവീടുകളിൽ ജോലിക്ക് പോയി അവന്റെ അമ്മയ്ക്ക് കൂലിയായി കിട്ടുന്നതിൽനിന്നും എങ്ങനെ വീടിന്റെ ലോൺ തിരിച്ചടയ്ക്കുമെന്നൊക്കെ അരവിന്ദ് കണക്കുകൂട്ടുമ്പോൾ ആത്മനിന്ദകൊണ്ട് എന്റെ തലകുനിഞ്ഞു.

കുട്ടിക്കാലത്ത് കുപ്പികളിൽ ഗപ്പിയെ വളർത്തിയിട്ടുള്ള അരവിന്ദിന് മീനുകളെന്നാൽ വലിയ ആവേശമായിരുന്നു. ആവേശം ഒട്ടും ചോർന്നു പോകാതെ അവൻ മീനുകളുടെ കഥകൾ പറയാൻ തുടങ്ങി.

''വർണ്ണച്ചിറകുകളുള്ള ഒരു വരാലിനെ മാർത്താണ്ഡം പാലത്തിനരികിൽ വിൽക്കാൻ വെച്ചിടത്ത് നിന്നാണ് എനിക്ക് കിട്ടുന്നത്. ഒരു മീൻപിടുത്തക്കാരൻ വരാലിന് വലിയ വിലയാണാദ്യം പറഞ്ഞത്. വിലപേശാൻ നിന്ന ധനികർക്ക് അയാൾ ആ മീനിനെ വിറ്റില്ലെങ്കിലും എന്റെ കയ്യിലുണ്ടായിരുന്ന കാശിന് തന്നു. പുതിയ മീനാണെന്നൊന്നും അപ്പോൾ പ്രതീക്ഷിച്ചില്ല. ഫോർമാലിനിലിട്ട് കളറൊക്കെ പോയി. കല്ലാർ ഡാംസൈറ്റിൽ എഞ്ചിനീയറായ ഒരു ശ്രീലക്ഷ്മി ച്ചേച്ചിയുണ്ട്. ചേച്ചി വരാലിന്റെ ഫോട്ടോ മൊബൈലിൽ എടുത്ത് വെച്ചത് കിട്ടിയതോടെ കുറച്ച് പണികൾ എളുപ്പമായി. നിറങ്ങളുള്ള മത്സ്യങ്ങളിൽ ആണും പെണ്ണുമൊക്കെ നല്ല വ്യത്യാസം കാണും. ആൺമീനിനെ കിട്ടാൻ സാധ്യതയുള്ളത് കല്ലാറിലാണെങ്കിലും എന്നെ അവിടെ കയറ്റരുതെന്ന് അവിടത്തെ പൊലീസുകാരോട് അവിടത്തെ ഒരു സാറ് പറഞ്ഞേൽപ്പിച്ചിട്ടുണ്ട്. കല്ലാറിൽ ബോട്ടോടിക്കുന്ന ഒരു സൈമൺചേട്ടനും മീൻപിടിക്കുന്ന ഒരു സൈതിക്കയുമൊക്കെ സഹായിച്ചു. ആൺമീനിനെ കിട്ടിയപ്പോൾ അതിന്റെ ഫോട്ടോ എടുത്ത് അയച്ച് തന്നു. ഒരുപക്ഷേ, നമുക്ക് കിട്ടുന്നത് ആ ജനുസ്സിലെ അവസാനത്തെ മീനുകളാവുമെന്നതിനാൽ ഫോട്ടോ എടുത്ത ശേഷം തിരിച്ചുവിടണമെന്ന് ഞാൻ സൈതിക്കയോട് പറഞ്ഞിരുന്നു. പുതിയ മീനാണ്. ചിലപ്പോൾ ആ ജനുസ്സ് തന്നെ പുതിയതായിരിക്കാം, അത് മനസ്സിലാകണമെങ്കിൽ ഡിഎൻഎ സീക്വൻസ് ചെയ്യണം. മീനിന്റെ പേരിടാൻ നേരത്ത് മീനിനെ തന്നയാളിന്റെ പേരുകൂടെ ചേർത്തിടണമെന്ന് എനിക്ക് തോന്നി. അയാളെ തിരഞ്ഞ് കണ്ടുപിടിച്ചെങ്കിലും അയാൾ സ്വന്തം പേര് മറന്നുപോയിരുന്നു.''

അരവിന്ദിന്റെ അമ്മ ചായയുമായി വന്നു. വീടുകളിൽ സഹായത്തിന് പോകുന്ന ആ സ്ത്രീ ഞങ്ങൾ വരുന്നത് പ്രമാണിച്ച് അവധിയെടുത്തതാണ്. അവിടന്ന് പോരുമ്പോഴേക്കും ചേട്ടാ എന്ന് വിളിച്ച് അരവിന്ദ് എന്റെ ഇഷ്ടക്കാരുടെ കൂട്ടത്തിലേക്ക് കയറിയിരുന്നു. അവന്റെ അമ്മയാണത്രെ പുതിയ വരാലിന് സാരിവാലനെന്ന മലയാളം പേരിട്ടത്.

ട്രൂട്ടാ പെരിയാറിയെന്ന് പേരിട്ട ഇന്ത്യൻ സബ് കോണ്ടിനെന്റിലെ ഏറ്റവും വലിയ വരാലിന് അമേരിക്കയിലും യൂറോപ്പിലുമാണ് അടുത്ത ബന്ധുക്കളുള്ളത്. ഇത്ര വലിയ മീനായിട്ടും എന്തുകൊണ്ടായിരിക്കും ഇത്രയും നാൾ ആരുടെയും കണ്ണിൽ പെടാതെ പോയത്. ഹിന്ദുവിലെ സാമിന്റെ ലേഖനം ഇലന്തിക്കരയിൽ പോയപ്പോൾ ഞാൻ രമണൻ ചാച്ചനെ കാണിച്ചു. ഇലന്തിക്കരയിലും ചാലക്കുടിപ്പുഴയിലുമൊക്കെ പണ്ട് സാരിവാലൻ വരാലിനെ കണ്ടിരുന്നത്രേ.

ചൗക്കക്കടവിൽ റെഗുലേറ്റർ വന്നതിനുശേഷം ചാലക്കുടിപ്പുഴയിൽ കാണാതായി. കാണാതായെന്ന് തീർത്ത് പറയാൻ രമണൻ ചാച്ചന് കഴിയില്ല, കാരണം റെഗുലേറ്റർ വന്നതിൽ പിന്നെ രമണൻ ചാച്ചന് റെഗുലേറ്ററിനപ്പുറം പോകാൻ കഴിഞ്ഞിട്ടില്ല. തുലാമാഴ കഴിഞ്ഞാൽ ചിലപ്പോഴൊക്കെ പറവൂർ ഭാഗത്ത് കിട്ടാറുണ്ട്. അരവിന്ദ് പറഞ്ഞ ചൂണ്ടക്കാരന്റെ പേര് രമണൻചാച്ചനും അറിയില്ലായിരുന്നു. പെരിയാറിൽ അങ്ങനെ പലരുമുണ്ട്. രമണൻചാച്ചനെപ്പോലെ, പേരറിയാത്ത ആ ചൂണ്ടക്കാരനെപ്പോലെ.

വിദ്യാർത്ഥികൾ ഒരു നേർച്ചപോലെ ചെയ്യുന്ന എംഎസ്സി പ്രൊജക്റ്റ് ചെയ്യാൻ അരവിന്ദ് തിരഞ്ഞെടുത്തത് ചാലക്കുടിപ്പുഴയിലെ വെള്ളച്ചാട്ടത്തിന് മുകളിലും താഴെയുമുള്ള മത്സ്യസമ്പത്തിന്റെ ഒരു താരതമ്യ പഠനമായിരുന്നു. ആ പഠനത്തിൽതന്നെ കേരളത്തിൽ നിന്ന് മുൻപ് കണ്ടെത്തിയിട്ടില്ലാത്ത മൂന്ന് മത്സ്യങ്ങളെ കണ്ടെത്തി. എനിക്ക് അരവിന്ദ് ശേഖറെന്ന പോരാളിയോട് വലിയ ആരാധന തോന്നി. പഠനകാലത്തും ഗവേഷണകാലത്തും അവൻ സഞ്ചരിച്ച എളുപ്പമല്ലാത്ത വഴികൾ എനിക്ക് വലിയ ഊർജ്ജം തന്നു. അവനൊപ്പമുള്ള യാത്രകൾ വലിയ രസമാണ്. അടുത്ത തവണ അതിരപ്പിള്ളിക്ക് പോകുമ്പോൾ എന്നെയും കൂട്ടാമെന്ന് അരവിന്ദ് സമ്മതിച്ചു. സാമിന്റെ കാറ് എടുത്ത് വരാമെന്ന് പറഞ്ഞപ്പോൾ ബസ്സിൽ പോകാമെന്ന് അരവിന്ദ് നിർബന്ധിച്ചു. ബസ്സ്റ്റാന്റിൽ ഞാനെത്തും മുൻപേ അവൻ ഹാജരുണ്ടായിരുന്നു. ബസ്സിലാണ് യാത്രയെന്നതുകൊണ്ട് ഞാൻ കൊണ്ടുപോകാനുള്ള സാധനങ്ങൾ കുറച്ച് ചെറിയൊരു ബാഗുമായാണിറങ്ങിയത്. അരവിന്ദ് പക്ഷേ വലിയൊരു ബാക്ക് പാക്കുമായാണ് വരവ്. വാൽപ്പാറയ്ക്കുള്ള ബസ്സിന്റെ ജനലരികിലെ സീറ്റിൽ ആ ബാഗ് മടിയിൽ വെച്ച് അവൻ പുറത്തെ കാഴ്ചകൾ കണ്ടുകൊണ്ട് എന്നോട് വിശേഷങ്ങൾ പറഞ്ഞു. വാഴച്ചാലെത്തിയപ്പോൾ ഞങ്ങൾ അവിടിറങ്ങി. ആളുകൾക്കൊക്കെ അരവിന്ദിനെ പരിചയമുണ്ട്.

കാടർ വിഭാഗത്തിൽപെട്ട ചില കുട്ടികൾ വെള്ളച്ചാട്ടത്തിന് കുറച്ച് മുകളിൽ ചെറിയ കുഴികളിൽ ചൂണ്ടയിടുന്നുണ്ട്. അതിനിടെ അരവിന്ദ് അവിടെയുള്ള ഒരു വീട്ടിൽ എന്റെയും അവന്റെയും ബാഗുകൾ സൂക്ഷിക്കാനേൽപ്പിച്ചു. കുട്ടികൾ തമാശയ്ക്ക് ചൂണ്ടയിടുന്നതാണെന്നായിരുന്നു അരവിന്ദിന്റെ പക്ഷം. ''കാര്യമായി ചൂണ്ടയിടുന്നവർ ഇപ്പോൾ വരും.'' അവൻ ഉറപ്പിച്ച് പറഞ്ഞു.

കുറച്ച് കഴിഞ്ഞപ്പോൾ ഒരു കമ്പിനറ്റത്ത് കെട്ടിയ ചൂണ്ടയുമായി ഒരാൾ പുഴയോരത്തുകൂടെ പതുങ്ങി വരുന്നു. ഇരപിടിക്കാൻ പോകുന്ന ഒരു പുലിയെപ്പോലെ അയാൾ പുഴയിലുള്ള മത്സ്യങ്ങൾക്ക് തന്നെ കാണാനാവരുതെന്ന ജാഗ്രതയോടെ കുനിഞ്ഞ് നടന്നുവന്ന് ഒരോ

കുഴിയിലേക്കും ചൂണ്ടയെറിയും. എറിഞ്ഞപോലെ തന്നെ ചൂണ്ട വലിച്ചെടുക്കും. എന്താണയാൾ ചെയ്യുന്നതെന്ന് എനിക്ക് മനസ്സിലായില്ല. ഞാൻ അരവിന്ദിനെ നോക്കി. അവൻ മിണ്ടാതിരിക്കാൻ എന്നോട് ആംഗ്യം കാണിച്ചു. ചൂണ്ടക്കാരൻ ഓരോ കുഴികളിലേക്കായി ചൂണ്ടയെറിഞ്ഞുകൊണ്ട് ഞങ്ങൾക്കടുത്ത് നിന്ന് അപ്രത്യക്ഷനായി.

''കാടരുടെ മീൻ പിടുത്തമാണ്.'' അരവിന്ദ് വിശദീകരിച്ചു.

''ഇങ്ങനെ ധൃതി കൂട്ടിയാൽ മീൻ കൊത്തുമോ?'' എനിക്ക് സംശയമായി.

''അയാൾ നടക്കുന്നത് കണ്ടില്ലേ, തന്റെ രൂപമോ നിഴലോ പുഴയിൽ പതിക്കാതെ പതുങ്ങിയാണ് നടക്കുക. അയാൾ ചൂണ്ടയിൽ കൊരുത്തത് പുഴയിലേക്ക് പഴുത്ത് വീഴുന്ന ഒരു മരത്തിന്റെ പഴമാണ്. അയാൾക്ക് എല്ലാ മീനിനെയൊന്നും വേണ്ട. മഞ്ഞത്തി എന്ന് പേരുള്ള ഒറ്റ ഇനം മീനിനെ പിടിക്കാനാണീ നടത്തം. മീൻ കൊത്തുന്നുണ്ടെങ്കിൽ അത് ചൂണ്ട വെള്ളത്തിൽ വീഴുന്ന സമയത്ത് സംഭവിച്ചിരിക്കും. നമ്മൾ കരുതുന്നതുപോലെ കാത്ത് നിന്നുള്ള മീൻ പിടുത്തമല്ല. അയാൾ ഇതുപോലെ ചൂണ്ടയിട്ട് പൊരിങ്ങലെന്ന സ്ഥലം വരെ നടക്കും. രണ്ടോ മൂന്നോ മീനാണ് കിട്ടുക. പുഴയിൽ വീഴുന്ന കായ്കൾ തിന്നുന്ന മീനിനെ മാത്രം. പക്ഷേ അതിനൊക്കെ നല്ല രുചിയായിരിക്കും. എനിക്ക് കിട്ടിയ മൂന്ന് പുതിയ മീനുകളിൽ രണ്ടെണ്ണം ഇവർക്കൊപ്പം നടന്നപ്പോൾ കിട്ടിയതാ.''

ഞങ്ങൾ കാഴ്ചകൾ കണ്ടിരിക്കെ മറ്റൊരു ചൂണ്ടക്കാരൻ വന്നു. അയാൾക്കൊരു മീനിനെയും കിട്ടി. അരവിന്ദിനെ പരിചയമുള്ളതുപോലെ അയാളാ മീനിനെ കൊണ്ടുവന്ന് കാണിച്ചു. ഒരു ചെറുപ്പക്കാരൻ വളരെ പാഷണേറ്റായി മത്സ്യങ്ങൾക്ക് പിന്നാലെ നടക്കുന്നത് കണ്ടപ്പോൾ, പുഴയെ സ്നേഹിക്കുന്നത് കണ്ടപ്പോൾ എനിക്ക് വലിയ സന്തോഷം തോന്നി. അരവിന്ദിനൊപ്പം ഞാൻ രണ്ടുമൂന്ന് നാൾ അതിരപ്പിള്ളിയിലും വാഴച്ചാലിലും ഷോളയൂരിലുമൊക്കെ കറങ്ങി.

പൊരിങ്ങലിലെയും ഷോളയാറിലെയും അണക്കെട്ടുകളും വൈദ്യുതിനിലയങ്ങളും കണ്ടിട്ടുള്ള ഞാൻ ചാലക്കുടിപ്പുഴയെ കണ്ടത് അരവിന്ദിന്റെ കൂടെയുള്ള യാത്രയിലായിരുന്നു. പുഴയുടെ അവകാശികൾ പലയിടത്തും പലരാണ്. എന്നാൽ പുഴയ്ക്കുമേൽ നമ്മുടെ അവകാശം അതിനെ അവിടെ പിടിച്ചുവെക്കാനുള്ളതല്ല. പെരിയാറിലെ പേരില്ലാത്ത ചൂണ്ടക്കാരൻ എണ്ണയിൽ പൊരിച്ച ഉണ്ണിയപ്പം ചെറിയ കഷ്ണങ്ങളാക്കി ഉരുട്ടി ചൂണ്ടയിൽ ഇരയായി കോർത്ത് വാളയെയും വരാലിനെയും പിടിക്കുന്നതുപോലെയുള്ള സൂത്രപ്പണികളും തോട്ടയും നഞ്ചും ഇലക്ട്രിക് ഷോക്കുംകൊണ്ട് മീൻ പിടിക്കുന്നതുവരെയുള്ള മത്സ്യബന്ധനരീതികളിലെ കൗശലവും സാമൂഹിക

വശങ്ങളുമൊക്കെ ആ ദിവസങ്ങളിൽ അരവിന്ദുമായി ചർച്ച ചെയ്തു. അവന് പരിചയമുള്ള വീടുകളിലും ക്വാർട്ടേഴ്സുകളിലും കിടന്നുറങ്ങി. തിരികെ ചാലക്കുടിയിലെത്തി അരവിന്ദിനോട് യാത്രപറഞ്ഞ് ആലുവയ്ക്കുള്ള ബസ്സിൽ കയറിയിരുന്ന് ഞാൻ കഴിഞ്ഞുപോയ മൂന്ന് ദിവസങ്ങളെക്കുറിച്ചോർത്തു. വളരെ നിസ്സാരമായ കാശ് മാത്രമാണ് ഭക്ഷണമോ വിശ്രമമോ ഒന്നും മുടങ്ങാത്ത ദിവസങ്ങളിൽ ചെലവായത്.

ഞാൻ അരവിന്ദിനെക്കുറിച്ചെഴുതി. കാടരുടെ മത്സ്യബന്ധന രീതികളും അതിലെ സോഷ്യലിസവുമൊക്കെ എന്നെ വല്ലാതെ ആവേശംകൊള്ളിച്ചെങ്കിലും അന്നാ മാഡം അതൊന്നും ശ്രദ്ധിക്കാതെ അവർ ഏൽപ്പിച്ച ജോലികൾ എന്തായെന്ന് തിരക്കി. ഇത്തരം സാഹചര്യങ്ങളിലൊഴിച്ചാൽ അന്നാ മാഡം നല്ലൊരു മേലുദ്യോഗസ്ഥയാണ്. ഞാനിന്ന് പറഞ്ഞതിനെക്കുറിച്ച് കുറച്ച് ദിവസം കഴിയുമ്പോൾ അവർ തിരക്കും, എനിക്കറിയാം.

പിറ്റേയാഴ്ച അരവിന്ദ് എന്നെ തിരക്കി ഫ്ളാറ്റിൽ വന്നു. ജോലികൾ തീർക്കാനുള്ള അവസാന അടവെന്ന നിലയ്ക്ക് മൊബൈൽ ഫോൺ സ്വിച്ച് ഓഫ് ചെയ്ത് ഒരാഴ്ചയായി ഫ്ളാറ്റിൽ തന്നെയിരുന്ന് പണികൾ തീർക്കുകയായിരുന്നു. എന്നെ വിളിച്ചിട്ട് കിട്ടാഞ്ഞതിനാലാവാം തിരക്കി വന്നത്. അലങ്കോലപ്പെട്ട് കിടന്ന പുസ്തകങ്ങളും വസ്ത്രങ്ങളുമൊക്കെ ഒതുക്കിവെച്ച് അവൻ സോഫയിൽ ഇരുന്നു. എന്നിട്ട് കുത്തഴിഞ്ഞ് കിടന്ന ആ മുറി ആകെ ഒന്ന് നോക്കി.

‘‘എന്റെ സൂരജേട്ടാ, ഇതൊക്കെ എത്ര ഭംഗിയായി സൂക്ഷിക്കാവുന്ന സ്ഥലമാ. കണ്ടിട്ട് കൊതിയാവുന്നു.’’

‘‘നീ ഇത് അടുക്കിവെക്കാൻ വന്നതാണോ?’’ എനിക്ക് ദേഷ്യം വന്നു.

‘‘ഇല്ല പറഞ്ഞെന്നേയുള്ളൂ.’’ അരവിന്ദ് പേടിച്ചുപോയി.

ഞാൻ വന്ന കാര്യം തിരക്കി.

‘‘മൂന്നാല് ദിവസമായി ഞാൻ ഫോണിൽ വിളിക്കുന്നു.’’

‘‘അത് സ്വിച്ച് ഓഫാക്കിയതാണ്, കുറച്ച് ജോലിത്തിരക്കുണ്ട്. നീയെന്താ വന്നത്?’’

‘‘ചേട്ടാ ഒരു പ്രശ്നമുണ്ട്. ഞാനന്ന് കല്ലാർ ഡാംസൈറ്റിലെ ഒരു വലിയ സാറിനെക്കുറിച്ച് പറഞ്ഞിരുന്നില്ലേ. അദ്ദേഹം മൂന്നാല് ദിവസം മുൻപ് എന്നെ വിളിച്ചിരുന്നു. സാരിവാലൻ വരാലിനെക്കുറിച്ചുള്ള കാര്യങ്ങൾ തിരക്കി. കല്ലാർ ഡാമിന്റെ മുകളിലുള്ള ഭാഗങ്ങളിലാണ് മീൻ മുട്ടയിടാൻ പോകുന്നതെന്ന് തെളിവുകൾ കിട്ടിയ കാര്യം ഞാൻ മറച്ചുവെച്ചു. അദ്ദേഹത്തിന്റെ ഭാഗത്ത് നിന്ന് ഉപദ്രവമല്ലാതെ ഉപകാരമൊന്നും ഇത്രയും കാലമായി ഉണ്ടായിട്ടില്ല. അതുകൊണ്ട്

കൂടുതൽ കാര്യങ്ങൾ വിട്ട് പറയാൻ പോയില്ല. പക്ഷേ അദ്ദേഹം കാര്യങ്ങളൊക്കെ മനസ്സിലാക്കിയിരുന്നു. വരാൽ പുതിയ സ്പീഷീസാണെന്ന് തിരിച്ചറിഞ്ഞില്ലേ, ഇനിയെന്തിനാ അതിന്റെ ഉൽപ്പത്തിയൊക്കെ തേടിപ്പോകുന്നത് എന്ന് ചോദിച്ചു. ലൈഫ് ഹിസ്റ്ററിയും മറ്റ് വിശദാംശങ്ങളും വേണമെന്ന് പറഞ്ഞപ്പോൾ കൂടുതൽ കാര്യങ്ങൾ ചികഞ്ഞ് ചോദിച്ചുകൊണ്ടിരുന്നു. പെരിയാറിൽ മാത്രം കാണുന്ന സാരിവാലൻ വരാൽ കല്ലാർ അണക്കെട്ട് തുറന്ന് വിടുമ്പോഴാണ് ആലുവ ഭാഗത്തെത്തുന്നതെന്നും വരാലിന്റെ പ്രജനനം നടക്കുന്ന തണുപ്പുള്ള ഭാഗങ്ങളിൽ പ്രായപൂർത്തിയായ മീനുകൾക്ക് എത്താൻ നിലവിലെ അവസ്ഥയിൽ കല്ലാർ ഡാമിലെ സ്പിൽവേ മാത്രമാണ് ഒരു വഴിയെന്നും എനിക്ക് പറയേണ്ടി വന്നു.''

കാര്യങ്ങളുടെ പോക്ക് കേട്ടിട്ട് എനിക്ക് താത്പര്യം തോന്നി. ചെയ്തുകൊണ്ടിരുന്ന ജോലി സേവ് ചെയ്ത് ഞാൻ ലാപ്ടോപ്പ് അടച്ചുവെച്ചു. അരവിന്ദ് കഥ തുടർന്നു.

''ഒരു ജൂനിയർ റിസർച്ചർക്ക് പുതിയൊരു സ്പീഷീസ് എത്ര മാത്രം മൊമന്റം നൽകുമെന്നൊക്കെ അദ്ദേഹത്തിനറിയാമെന്നാണ് തോന്നുന്നത്. കല്ലാർ ഡാമിന്റെയും മുകളിലാണ് വരാലുകൾ മുട്ടയിടാൻ പോകുന്നതെന്നത് വിശ്വസിക്കാനാവില്ലെന്ന് അദ്ദേഹം തർക്കിച്ച് നോക്കി. ഞാൻ തെളിവുകൾ കിട്ടിയ കാര്യം പറഞ്ഞു. പുതിയ സ്പീഷീസ് കിട്ടിയില്ലേ ഇനി ബാക്കി കാര്യങ്ങൾ വിട്ടുകൂടെ എന്നാണപ്പോൾ ചോദിച്ചത്. സാരിവാലൻ വരാലിന്റെ പഠനറിപ്പോർട്ടിൽ നിന്നും കല്ലാർ ഡാമിന്റെ അപ്പർ സ്ട്രീമിനെക്കുറിച്ചുള്ള ഭാഗങ്ങൾ ഒഴിവാക്കണമെന്നായി അദ്ദേഹം. അത് ഏകദേശം തെളിയിക്കപ്പെട്ടതാണെന്ന് ഞാൻ മറുപടി പറഞ്ഞു. എനിക്ക് മനസ്സിലാവാത്ത ചില കാര്യങ്ങൾ പറഞ്ഞ് അദ്ദേഹം ഫോൺ വെച്ചു. ഞാൻ അന്നുതന്നെ സൂരജേട്ടനെ വിളിച്ചുനോക്കിയതാ, കിട്ടിയില്ല.''

''എന്നിട്ട്?'' എനിക്ക് ആകാംക്ഷയായി.

''പിറ്റേന്ന് വീണ്ടും വിളിച്ചു. സാരിവാലന്റെ ജീവചക്രത്തിൽ നിന്ന് കല്ലാർ പുഴയെ ഒഴിവാക്കണമെന്ന് തന്നെയാണ് പറഞ്ഞത്. അഞ്ച് ലക്ഷം രൂപ ഒരു ഗ്രാന്റായി തരുമത്രേ. അൻപതിനായിരം രൂപ ഉടനെ തരാമെന്ന്. അത് എന്ത് പഠനം നടത്താനാണെന്ന് ഞാൻ ചോദിച്ചു. ഒന്നും ചെയ്യണ്ട, ഇഷ്ടമുള്ളതുപോലെ ചെലവാക്കാമെന്ന്. ഭ്രാന്ത് പറയുകയാണെന്നാണ് ഞാൻ കരുതിയത്. പിറ്റേന്ന് എനിക്ക് ഫോണിൽ മെസേജ് വന്നു. അൻപതിനായിരം രൂപ ക്രെഡിറ്റായെന്ന്. ഞാൻ രാമകൃഷ്ണൻസാറിനെ വിളിച്ചുനോക്കി. ആലോചിച്ച് തീരുമാനമെടുക്കൂ, അഞ്ച് ലക്ഷം രൂപയ്ക്ക് എന്തെല്ലാം കാര്യങ്ങൾ ചെയ്യാൻ കഴിയുമെന്ന് അദ്ദേഹമെന്നെ പ്രലോഭിപ്പിച്ചു. വൈദ്യുതി ബോർഡിന്റെ എന്തെങ്കിലും പ്രൊജക്റ്റായിരിക്കുമെന്ന് കരുതി ഞാൻ

ശ്രീലക്ഷ്മി മാഡത്തിനെ വിളിച്ചു നോക്കി. മാഡം വീട്ടിലുണ്ടെന്ന് പറഞ്ഞപ്പോൾ പോയി കണ്ടു. മാഡത്തിന് പക്ഷേ എനിക്ക് തന്ന പണത്തിനെക്കുറിച്ചൊന്നും അറിയില്ല. അങ്ങനെ ഒരു കടലാസുമി ല്ലാതെ പണം നൽകാനാവില്ലെന്നാണ് മാഡം പറയുന്നത്. എന്റെ കൺഫ്യൂഷൻ കൂടിയപ്പോഴാണ് ഞാൻ സാമേട്ടനെ വിളിച്ച് അഡ്രസ് വാങ്ങി ഇവിടേക്ക് വന്നത്.''

വിശ്വസിക്കാൻ പ്രയാസമുള്ള കഥയാണ്. എവിടെ നിന്നാണ് പണമെന്നതാണ് ഏറ്റവും കുഴയ്ക്കുന്നത്. സാരിവാലൻ വരാലിന്റെ പ്രജനനമെന്നൊക്കെ പറഞ്ഞാൽ കല്ലാർ ഓഗ്മെന്റേഷൻ പ്രൊജ ക്റ്റിന് ഇപ്പോൾ കിട്ടിയിരിക്കുന്ന അനുകൂലമായ സാഹചര്യമില്ലാ താകുമെന്ന് രാമകൃഷ്ണൻ സാറിന് വ്യക്തമായറിയാം. പക്ഷേ ഒരു ഉറപ്പുമില്ലാതെ അര ലക്ഷം രൂപ കൊടുക്കാനും അഞ്ച് ലക്ഷം രൂപ വാഗ്ദാനം ചെയ്യാനും ഒരു സൂപ്രണ്ടിങ്ങ് എഞ്ചിനീയർക്ക് കഴിയുമോ? ഇതൊക്കെയും അണക്കെട്ട് നിർമ്മിക്കാനായി രഹസ്യധാരണയി ലെത്തിയ ഏതെങ്കിലും വൻകിട നിർമ്മാണകമ്പനി മുടക്കുന്നതാ വാനേ വഴിയുള്ളൂ.

അരവിന്ദ് പോയപ്പോൾ ഞാനക്കാര്യങ്ങളെക്കുറിച്ച് ഗഹനമായി ചിന്തിച്ചു. അന്നാ മാഡത്തിനോട് ചോദിച്ചപ്പോൾ പത്രങ്ങളിൽ അനു കൂലമായ റിപ്പോർട്ടുകൾ പ്രസിദ്ധീകരിപ്പിക്കാൻ ലക്ഷങ്ങൾ മുടക്കുന്ന കമ്പനികൾക്ക് പ്രതികൂലമായേക്കാവുന്ന ഒരു പഠനം അട്ടിമറിക്കാൻ മാർഗ്ഗങ്ങൾ കാണില്ലേ എന്നായിരുന്നു മറുപടി. ശരിയാണ്, നദികൾ ക്കെതിരെ നടക്കുന്ന ഗൂഢാലോചനകളുടെ ഭാഗമാവാം എല്ലാം.

ഏതാനും ആഴ്ചകൾ കഴിഞ്ഞപ്പോൾ ഒരു മലയാളം വാരിക യിൽ പരാധീനതകളോട് പൊരുതി പറവൂരിലെ ഒരു മത്സ്യത്തൊഴി ലാളിയുടെ മകൻ കണ്ടെത്തിയ പുതിയ ഇനം വരാൽ മത്സ്യത്തെയും കണ്ടെത്തിയ കാലത്തുതന്നെ വംശനാശം രേഖപ്പെടുത്താൻ പോകുന്ന ജീവിവർഗ്ഗത്തിന്റെ ഭാഗ്യദോഷത്തെക്കുറിച്ചുമുള്ള എക്സ്ക്ലൂസീവ് ലേഖനം വന്നു. നിങ്ങൾക്ക് വേണമെങ്കിൽ ദൈവത്തിൽ വിശ്വസി ക്കാതിരിക്കാം. പക്ഷേ ശാസ്ത്രത്തിൽ വിശ്വസിക്കാതിരിക്കാനാവില്ല എന്ന അരവിന്ദിന്റെ വാക്യമായിരുന്നു തലക്കെട്ട്.

വിവാദങ്ങളും മറ്റും ഒഴിഞ്ഞുനിന്ന കാലമായതിനാൽ പത്രങ്ങളും ടിവി ചാനലുകളും വാർത്ത ഏറ്റെടുത്തു. ചെമ്മീൻകെട്ടിന് സമീപ ത്തുള്ള പണി തീരാത്ത വീടും വീട്ടുജോലിക്ക് പോകുന്ന യുവ ഗവേഷകന്റെ അമ്മയും മരിച്ചുപോയ അച്ഛനെയും സഹോദരിമാ രെയുംകുറിച്ചുള്ള പരാമർശങ്ങളും കൊഴുപ്പിച്ച വാർത്തകളിൽ കുറിക്കുകൊള്ളുന്ന വാക്കുകളും ആരോപണങ്ങളുമായി അരവിന്ദ് നിറഞ്ഞുനിന്നു. അവന് പറയാനുള്ള കാര്യങ്ങൾ സ്പഷ്ടമായിരുന്നു. പുഴ മനുഷ്യരുടേത് മാത്രമല്ല, അതിന് വേറെയും അവകാശികളുണ്ട്.

കേരളത്തിൽ ഏറ്റവും കൂടുതൽ പീഡനങ്ങൾ ഏൽക്കേണ്ടി വന്നിട്ടുള്ള പുഴ പെരിയാറാണ്. മനുഷ്യൻ തടവിന് വിധിച്ച പുഴ കളിൽനിന്ന് അപ്രത്യക്ഷരാവുന്ന അനേകം ജീവിവർഗ്ഗങ്ങളിൽ നമുക്ക് മുന്നിൽ വന്ന ഒന്ന് മാത്രമാണ് സാരിവാലൻ വരാലെന്ന് അവൻ ഉറപ്പിച്ച് പറഞ്ഞു. സാരിവാലൻ വരാൽ ഒരാഴ്ചയോളം സജീവമായി വെള്ളിവെളിച്ചത്തിൽ നിന്നു. അജ്ഞാതമായ അക്കൗ ണ്ടിൽനിന്ന് അരവിന്ദിന് കൈക്കൂലിയായി കിട്ടിയ അരലക്ഷം രൂപയും അത് വന്ന വഴിയും ചർച്ചയായതോടെ വൈദ്യുതി ബോർഡിലെ കാര്യങ്ങൾ തീരുമാനിക്കുന്നത് നിർമ്മാണമേഖലയിലെ ഭീമന്മാ രാണെന്ന് ചാനൽ ജഡ്ജിമാർ വിധിയെഴുതി. ചർച്ചകൾക്കിടെ ബോർ ഡിലെ എല്ലാ ഉദ്യോഗസ്ഥരും മാഫിയക്കാരല്ല, എഞ്ചിനീയർ ശ്രീലക്ഷ്മിയെ പോലുള്ള നല്ലവരുമുണ്ടെന്ന അരവിന്ദിന്റെ പരാ മർശം കേട്ടപ്പോൾതന്നെ എനിക്ക് അപകടം മണത്തതാണ്. ഒരാഴ്ച യ്ക്കപ്പുറം ബോർഡിന്റെ നിർണ്ണായകവിവരങ്ങൾ ദുരുപയോഗം ചെയ്തെന്നും ബോർഡിന്റെ താത്പര്യങ്ങൾക്ക് എതിരായി പ്രവർത്തി ച്ചെന്നും കാണിച്ച് ശ്രീലക്ഷ്മിയെ സസ്പെന്റ് ചെയ്തു.

വാർത്തയറിഞ്ഞപ്പോൾ ഞാൻ അരവിന്ദിനെ വിളിച്ചുനോക്കി. അവൻ കരച്ചിലടക്കാൻ പാടുപെടുന്നുണ്ടായിരുന്നു. താനൊന്നും ചെയ്തില്ലെന്ന് ആണയിട്ടുകൊണ്ടിരുന്ന അവനോട് ഫ്ളാറ്റിലേക്ക് വരാൻ പറഞ്ഞ് ഞാൻ ശ്രീലക്ഷ്മിയെ വിളിച്ചുനോക്കി. ഡാംസൈറ്റി ലാവും. ഫോൺ ഔട്ട് ഓഫ് കവറേജാണ്.

കുറച്ച് സമയം കഴിഞ്ഞപ്പോൾ അരവിന്ദ് ഓടിക്കിതച്ച് ഫ്ളാറ്റിൽ വന്നു. ഞാനവനെ ആശ്വസിപ്പിക്കാൻ വൃഥാ ശ്രമിച്ചു. ദുശ്ശീലങ്ങളൊ ന്നുമില്ലാത്ത ഒരാളെ ആശ്വസിപ്പിക്കാൻ ശ്രമിച്ചുനോക്കിയിട്ടുണ്ടോ, വലിയ പാടാണ്. അന്നവൻ എന്റെ ഫ്ളാറ്റിൽ കിടന്നുറങ്ങി. ഒരു സഹോദരനായി കണ്ട് അവനെ സഹായിച്ച ഒരാൾക്ക് അവൻ കാരണ മൊരു ശിക്ഷ ലഭിച്ചത് താങ്ങാവുന്നതിലും അപ്പുറമായിരുന്നു.

അടുത്ത ദിവസം ശ്രീലക്ഷ്മിയെ അവളുടെ മേലൂരെ വീട്ടിൽ പോയി കാണാമെന്ന് ആശ്വസിപ്പിച്ച ഞാൻ അവൻ പോയ ശേഷ മാണ് കല്യാണത്തിനുള്ള വസ്ത്രങ്ങൾ എടുക്കാൻ രാധികയ്ക്കൊപ്പം പോകാമെന്നേറ്റ കാര്യമോർത്തത്. പോയില്ലെങ്കിൽ ശരിയാവില്ല. അവളുടെ അനിയത്തിയും ഭർത്താവുമായുള്ള പ്രശ്നങ്ങൾ തീർന്ന തിനാൽ അവരും വരുന്നുണ്ടത്രെ. ഇരുവരും വരുന്നത് എന്നെ പരി ചയപ്പെടാനും കൂടിയാണ്. എന്റെ പ്രശ്നങ്ങൾ അരവിന്ദിന് മനസ്സി ലാകുമോ എന്നറിയില്ല. അവൻ എന്ത് കരുതുമെന്നൊന്നും ഞാനാ ലോചിച്ചില്ല. പിറ്റേന്ന് രാവിലെ കൂടെ വരാനാവില്ലെന്ന് പറഞ്ഞ പ്പോൾ അവനാകെ ആശങ്കയിലായി. ഞാൻ കൂടെ ചെല്ലാമെന്ന് പറഞ്ഞ ധൈര്യത്തിലായിരുന്നു അവൻ പോകാമെന്ന് തീരുമാനി ച്ചതുതന്നെ.

ആത്മാക്കളെ ഏറ്റുവാങ്ങുന്ന പുഴ

വിവാഹവസ്ത്രങ്ങളുടെ സെക്ഷനിൽ ഏസിയുടെ തണുപ്പ് നല്ലപോലെ കൂട്ടിവെച്ചിരുന്നു. അണിഞ്ഞൊരുങ്ങി നിന്ന മാനിക്യുകളുടെ അംഗലാവണ്യമായിരുന്നു അവരണിഞ്ഞ വസ്ത്രങ്ങളേക്കാൾ എന്നെ ആകർഷിച്ചത്. എന്നെപ്പോലെ ആരോ ആയിരിക്കും ആ പ്രതിമകളുടെ അളവുകൾ തീരുമാനിച്ചത്. രാധികയുടെ അനിയത്തിയുടെ ഭർത്താവ് വിപിൻ അയാളുടെ എഞ്ചിനിയറിങ്ങ് ജോലി സംബന്ധിച്ച കാര്യങ്ങൾ വാതോരാതെ സംസാരിച്ചുകൊണ്ടിരുന്നു. ശരിക്കും ഞങ്ങൾ രണ്ടാണുങ്ങൾക്ക് വലിയ പണിയൊന്നുമില്ലായിരുന്നു. രാധികയുടെ അച്ഛനാകട്ടെ മക്കളും ഭാര്യയും തിരഞ്ഞെടുക്കുന്ന വസ്ത്രങ്ങളെക്കുറിച്ചുള്ള അഭിപ്രായങ്ങൾ പറഞ്ഞും അവർ വിട്ടുപോയ കാര്യങ്ങൾ ഓർമ്മപ്പെടുത്തിയും കൂടെത്തന്നെ നിന്നു. അദ്ദേഹം വളരെ സന്തോഷത്തോടെ മക്കൾക്ക് വേണ്ടി ചെലവാക്കുകയാണ്. ഇന്ത്യൻ റയിൽവേയിൽ ലോക്കോ പൈലറ്റായി ജോലിക്ക് കയറിയ അദ്ദേഹം ഉറുമ്പുകൾ സ്വരുക്കൂട്ടുന്നതുപോലെ ഒരായുഷ്കാലം സ്വരുക്കൂട്ടിയ പണമാണ് സന്തോഷത്തോടെ ചെലവാക്കുന്നത്. മകളുടെ കല്യാണത്തിനായി പണം പൊടിപൊടിക്കുന്ന രക്ഷിതാക്കളുടെ മനസ്സിൽ സമൂഹത്തിലെ തന്റെ സ്വീകാര്യതയ്ക്കായിരിക്കുമോ അതോ മക്കളോടുള്ള സ്നേഹത്തിനായിരിക്കുമോ മുൻതൂക്കം?

വിപിൻ എന്റെയും അയാളുടെയും ഫേസ്ബുക്ക് പ്രൊഫൈലുകൾ തമ്മിലുള്ള ഒരു താരതമ്യപഠനത്തിലായിരുന്നു. ഫേസ്ബുക്കിലെ പൊതുസുഹൃത്തുക്കളായ ചിലരെക്കുറിച്ച് ചോദിച്ചും ഞാൻ രാധികയെ പരിചയപ്പെട്ട സാഹചര്യങ്ങളെ വിശകലനം ചെയ്തും അയാൾ ഒന്ന് കഴിയുമ്പോൾ അടുത്ത വിഷയം കണ്ടെത്തിക്കൊണ്ടിരുന്നു. വിരസമായ സമയം കളയാൻ അയാളുടെ കുശലങ്ങൾക്ക് മറുപടി പറഞ്ഞുകൊണ്ടിരുന്ന ഞാൻ, വളരെ ചെറുപ്പത്തിൽതന്നെ വിവാഹം

കഴിച്ച അയാളും വിവാഹമെന്ന തീരുമാനത്തിലേക്ക് വൈകിയെത്തിയ ഞാനുമായുള്ള ഒരു താരതമ്യത്തിലായിരുന്നു. മെറൂൺ നിറമുള്ള ഒരു സിൽക്ക് ഷർട്ടും അതിന് ചേർന്ന കരയുള്ള ഒരു ഡബിൾ മുണ്ടും മങ്ങിയ ചാര നിറത്തിലുള്ള ഒരു ലിനൻ ഷർട്ടും ഒരു കോട്ടൺ മുണ്ടും എടുത്ത് കഴിഞ്ഞതിനുശേഷമുള്ള ഭൂരിഭാഗം സമയവും ഞാൻ വിപിൻ പറയുന്ന കാര്യങ്ങൾ മൂളിക്കേട്ടുകൊണ്ടിരുന്നു. അതിനിടെ ആ ദിവസത്തേക്കുള്ള മൊബൈൽ ഡാറ്റ തീർന്നെന്ന അറിയിപ്പ് വന്നു. അതോടെ ഞാൻ വിപിൻ പറയുന്ന കാര്യങ്ങൾക്ക് കൂടുതൽ ശ്രദ്ധയോടെ മറുപടി പറയാൻ തുടങ്ങി. ഇടയ്ക്ക് അരവിന്ദ് വിളിച്ചെങ്കിലും അവന് നല്ല റെയ്ഞ്ചില്ലാത്തതിനാലാവാം പറഞ്ഞതൊന്നും കേട്ടില്ല.

ഊണുകഴിക്കുന്നതിനിടെയാണ് ശ്രീലക്ഷ്മിക്ക് സസ്പെൻഷനായ കാര്യം ഞാൻ രാധികയോട് പറഞ്ഞത്. അരവിന്ദിനെ പരിചയമില്ലെങ്കിലും പത്രത്തിൽ വന്ന വാർത്തകൾ അവളും വായിച്ചിരുന്നു. താനാണിതൊക്കെ വരുത്തിവെച്ചതെന്ന കുറ്റബോധത്തോടെ അരവിന്ദ് തലേന്ന് ഫ്ളാറ്റിൽ വന്ന കാര്യം രാധികയോട് പറഞ്ഞപ്പോൾ വളരെ താത്പര്യത്തോടെ അവളതൊക്കെ കേട്ടുകൊണ്ടിരുന്നു. അടുത്ത ദിവസം ശ്രീലക്ഷ്മിയെ കാണാൻ ഞാൻ പോകുന്നുണ്ടെന്ന് പറഞ്ഞപ്പോൾ എന്നെ അത്ഭുതപ്പെടുത്തിക്കൊണ്ട് മേലൂരേക്ക് രാധികയും കൂടെ വരാമെന്നേറ്റു.

അച്ഛന്റെ കാറെടുത്ത് രാവിലെ പത്ത് മണിയാവുമ്പോഴേക്കും ഫ്ളാറ്റിലെത്താമെന്ന് രാധിക പറഞ്ഞപ്പോൾ തന്നെ വീട് വൃത്തിയാക്കലാണ് എന്റെ മനസ്സിലേക്കെത്തിയത്. രാധിക ഫ്ളാറ്റിൽ വന്നിട്ട് കുറേ ദിവസങ്ങളായിരുന്നു, അതുകൊണ്ടുതന്നെ ഫ്ളാറ്റ് അലങ്കോലമായിരുന്നു. വസ്ത്രമെടുപ്പും ആഭരണമെടുപ്പുമായി അന്നേ ദിവസം ഇഴഞ്ഞ് നീങ്ങി. എനിക്ക് അധികം അഭിപ്രായങ്ങളൊന്നും പറയാനില്ലായിരുന്നു. ഞാനെഴുതുന്ന ലേഖനങ്ങളിലെ ചില തിരുത്തലുകളെക്കുറിച്ച് അന്നാ മാഡം എന്നോട് അഭിപ്രായം ചോദിക്കുന്നത് പോലെയാണ്, ചോദിക്കുമെന്നേയുള്ളൂ, തീരുമാനങ്ങളെ എന്റെ അഭിപ്രായങ്ങൾ സ്വാധീനിക്കാറില്ല. ഏകപക്ഷീയമായി കാര്യങ്ങൾ തീരുമാനിച്ചുകളഞ്ഞെന്ന പരാതി ഒഴിവാക്കാമല്ലോ.

രാവിലെ ഫ്ളാറ്റിൽ വന്ന രാധിക ഫ്ളാറ്റിനകത്തേക്ക് കയറി ഞാനത്രയും ദിവസം അവിടെ നയിച്ച കുത്തഴിഞ്ഞ ജീവിതത്തെക്കുറിച്ചുള്ള പതിവ് അവലോകനം നടത്താതെ "റെഡിയായെങ്കിൽ ഇറങ്ങിക്കൊള്ളൂ" എന്ന് പറഞ്ഞ് വളരെ കുലീനമായി പെരുമാറി. തലേന്ന് പോകുമ്പോൾ അടുക്കും ചിട്ടയുമില്ലാതെ കിടന്ന ഫ്ളാറ്റ് പിറ്റേന്ന് കണ്ടപ്പോൾ മുഖം മിനുക്കിയിരിക്കുന്നത് കണ്ട് "ചേട്ടനിതൊക്കെ എപ്പോൾ ഒതുക്കിവെച്ചു?" എന്ന് അരവിന്ദ് അത്ഭുതപ്പെട്ടതാണ്.

രാധിക വരുന്നുണ്ടെന്ന് പറഞ്ഞപ്പോൾ അതേതാണ് ഞാനിത്രകണ്ട് ഭയക്കുന്ന ഒരവതാരമെന്ന അത്ഭുതം അവന്റെ മുഖത്തുമുണ്ടായിരുന്നു. ഞാൻ കെട്ടാൻ പോകുന്ന പെണ്ണാണെന്ന് പറഞ്ഞപ്പോൾ അങ്ങനെയാണെങ്കിൽ കുറച്ച് പേടി ഗുണം ചെയ്യുമെന്നായിരുന്നു അരവിന്ദിന്റെ ഫലിതം.

ശ്രീലക്ഷ്മിയുടെ വീട്ടിലേക്കുള്ള യാത്രയ്ക്കിടെ രാധിക ഉല്ലാസവതിയായിരുന്നു. സസ്പെൻഷനെ ശ്രീലക്ഷ്മി എങ്ങനെയെടുക്കുമെന്ന ആശങ്കയിലായിരുന്നു ഞാൻ. അരവിന്ദാകട്ടെ കുറ്റബോധത്തിന്റെ ചുഴിയിൽനിന്ന് കരകയറിയിരുന്നില്ല. വഴിയിലെവിടെയോ ഭക്ഷണം കഴിക്കാൻ നിർത്തിയപ്പോൾ അരവിന്ദ് എന്നോട് അടക്കം പറഞ്ഞു, ‘‘ഈ ചേച്ചിയെക്കുറിച്ചാണോ ചേട്ടൻ രാവിലെ അങ്ങനെയൊക്കെ പറഞ്ഞത്!’’

‘‘വഴിയേ മനസ്സിലായിക്കൊള്ളും.’’ ഞാനവനെ കൂടുതൽ ചോദ്യങ്ങളിൽ നിന്ന് പിന്തിരിപ്പിച്ചു.

ഹോട്ടലിന്റെ അടുത്ത കടയിൽനിന്ന് അരവിന്ദ് മാമ്പഴം വാങ്ങുന്നത് കണ്ടപ്പോൾ ആർക്ക് വേണ്ടിയാണെന്ന് എനിക്ക് മനസ്സിലായില്ല. ‘‘ചേച്ചിയുടെ വീട്ടിൽ കൊടുക്കാൻ’’ എന്ന വിശദീകരണം കേട്ടപ്പോൾ ഞാൻ കരുതിയത് രാധികയ്ക്കായിരിക്കുമെന്നാണ്. ഞാനിത്രനാളായി അങ്ങനെയൊന്ന് ചെയ്തില്ലെന്ന് രാധികയിപ്പോൾ പരാതി പറയുമല്ലോ എന്ന് ഞാനാശങ്കപ്പെടുന്നതിനിടെ എനിക്ക് മനസ്സിലായി അത് ശ്രീലക്ഷ്മിയുടെ വീട്ടിലേക്കാണെന്ന്. എനിക്കില്ലാത്ത പക്വതയുണ്ട് അരവിന്ദിന്.

പുഴയിൽനിന്ന് അധികം ഉയരമില്ലാത്ത ജാതിയും തെങ്ങും കവുങ്ങുമൊക്കെയുള്ള ഒരുഗ്രൻ പുരയിടം. തെളിനീരുള്ള ഒരു പുഴ അരികിലുള്ളതിന്റെ അഭിവൃദ്ധി മുഴുവൻ അവിടത്തെ മരങ്ങൾക്ക് കാണാമായിരുന്നു. വിമുക്തഭടനായ ശ്രീലക്ഷ്മിയുടെ അച്ഛൻ വാസുദേവൻ ഒന്നാന്തരമൊരു കൃഷിക്കാരനാണ്. സ്പ്രിങ്ക്ലർ വെച്ച് നനയ്ക്കുന്ന പുരയിടത്തിലെ ജാതിയിൽ നിറയെ കായകളുണ്ട്. ഇലന്തിക്കരയിലെ പുരയിടത്തിലും പുഴത്തുരുത്തിലും ധാരാളം ജാതിമരങ്ങളുണ്ടെങ്കിലും അവയിലൊന്നിലും ഇത്രകണ്ട് കായ്ഫലമില്ല. ഒറ്റനിലയുള്ള ഓടിട്ട വീടിന് ഒരു നീളൻ വരാന്തയും വലിയ മുറ്റവുമുണ്ട്. തണുപ്പുള്ള ഒരു രസികൻ വീട്.

സസ്പെൻഷൻ ഉണ്ടാക്കിയ മാനസിക പിരിമുറുക്കങ്ങളിൽനിന്ന് ശ്രീലക്ഷ്മി മോചിതയായതുപോലെ തോന്നി. പത്രങ്ങളിലും മറ്റും വന്ന വാർത്തകൾ വായിച്ചും ഓഫീസിൽനിന്ന് കിട്ടിയ ഔദ്യോഗിക വിവരങ്ങൾ അടിസ്ഥാനമാക്കിയും കല്ലാർ ഓഗ്മെന്റേഷൻ പ്രൊജക്റ്റിനെക്കുറിച്ച് ശ്രീലക്ഷ്മിക്ക് വ്യക്തമായ ധാരണയുണ്ടായിരുന്നു.

പുഴയ്ക്കടുത്ത് ജനിച്ച് വളർന്നിട്ടുപോലും പുഴകളുടെ രാഷ്ട്രീയം എന്താണെന്ന് തിരിച്ചറിവ് അവൾക്കുണ്ടായത് കല്ലാർ ഡാംസൈറ്റിൽ ജോലിക്ക് ചേർന്നതിന് ശേഷമാണ്. പുഴകൾക്കെതിരെ നാടൊട്ടുക്ക് നടക്കുന്ന ഗൂഢാലോചനകളുടെ ഭാഗമാണ് ഞാനുമെന്ന് അവൾ എന്നെ കുറ്റപ്പെടുത്തിയപ്പോൾ എനിക്ക് മറുപടിയൊന്നും പറയാനില്ലായിരുന്നു.

വരാന്തയിലിരുന്ന് സംസാരിച്ചുകൊണ്ടിരുന്ന ഞങ്ങളെ ശ്രീലക്ഷ്മിയുടെ അമ്മ ദോശ കഴിക്കാൻ വിളിച്ചപ്പോൾ ഞാനും അരവിന്ദും ഒന്നുമാലോചിക്കാതെ പിന്നാലെ ചെന്നു. നിങ്ങൾ രണ്ടുപേരുമല്ലേ രാവിലെ അപ്പവും മുട്ടക്കറിയും കഴിച്ചതെന്ന് രാധിക അത്ഭുതപ്പെടുന്നുണ്ടായിരുന്നു. ''അത് അപ്പമല്ലേ, ഇത് ദോശ'' എന്ന് തമാശ പറഞ്ഞ് ഞാനും അരവിന്ദും തീന്മേശയ്ക്കരികിൽ സ്ഥാനം പിടിച്ചു. തീൻമുറിയിൽനിന്ന് കാണാവുന്ന അടുക്കളയിലെ ഗ്യാസ് സ്റ്റൗവിൽ രണ്ട് കല്ലുകൾ വെച്ച് രേവതിട്ടീച്ചർ ദോശയുണ്ടാക്കിക്കൊണ്ടിരുന്നു. ഉഴുന്ന് അധികമിട്ടതുകൊണ്ടാണോ അതോ ചോറോ മറ്റോ ചേർത്തതുകൊണ്ടാണോ എന്നറിയില്ല നല്ല മൊരിഞ്ഞ ദോശയായിരുന്നു. ഏറെനാളുകൾക്കുശേഷമാണ് ഞാൻ വീട്ടിലുണ്ടാക്കിയ ദോശ കഴിച്ചത്. ഞാനും അരവിന്ദും വയറ് നിറയെ ദോശ കഴിച്ചു. ഉത്തരേന്ത്യയിൽനിന്ന് ഓരോ തവണ തിരികെ കേരളത്തിലെത്തുമ്പോഴും ദോശയും ഇഡ്ഡലിയും ചട്ട്ണിയും സാമ്പാറുമൊക്കെ കൊതിപ്പിക്കുക പതിവാണെങ്കിലും അന്ന് കഴിച്ചതിന്റെ രുചി അതിശയോക്തിയായിരുന്നില്ല. കൊഴുത്ത ചട്ട്ണിയും സാമ്പാറും കൂട്ടിനുള്ളതിനാൽ എത്ര ദോശ കഴിച്ചെന്ന കാര്യം എനിക്ക് ഓർമ്മയില്ല. അരവിന്ദ് കൊണ്ടുവന്ന മാമ്പഴം മുറിച്ച് ഒരു പാത്രത്തിലാക്കി കൊണ്ടുവന്ന ശ്രീലക്ഷ്മിയുടെ അച്ഛൻ ബേങ്ങരപ്പള്ളി മാങ്ങയുടെ അതിമധുരത്തെയും നമ്മുടെ നാടൻ മാങ്ങയിനങ്ങളുടെ ഗൃഹാതുരത്വത്തെയുംകുറിച്ചുള്ള ഒരു ചർച്ചയ്ക്ക് തുടക്കമിട്ടപ്പോഴാണ് മാമ്പഴവിപണിയിലെ അന്യസംസ്ഥാന ഇനങ്ങളുടെ അധിനിവേശത്തെക്കുറിച്ച് ഞാനറിയുന്നത്. അരവിന്ദും ശ്രീലക്ഷ്മിയുടെ അച്ഛനും തമ്മിലുള്ള സംഭാഷണം ശ്രദ്ധിച്ചപ്പോൾ ഇരുവരും മാമ്പഴപ്രിയരാണെന്ന് എനിക്ക് മനസ്സിലായി.

അന്നത്തെ ദിവസം ജീവിതം മാറിമറിഞ്ഞത് പെട്ടെന്നായിരുന്നു.

പുഴക്കടവിലെ പടവുകളിൽ കുശലം പറഞ്ഞിരുന്നപ്പോൾ അരവിന്ദാണ് വാഴച്ചാൽ വെള്ളച്ചാട്ടത്തിന് മുകളിൽ ആദിവാസികൾ മരിച്ചവരെ കുടിയിരുത്തുന്ന പുനർജനി തുരുത്തിനെത്തുറിച്ച് പറയുന്നത്. കാടർ വിഭാഗത്തിലെ ആദിവാസികൾ മരിച്ചാൽ മരിച്ചവരുടെ പ്രിയപ്പെട്ട വസ്തുക്കൾ പുഴയിലെ ഒരു തുരുത്തിൽ കൊണ്ടുപോയി ഉപേക്ഷിക്കും. അതോടെ അവർക്ക് മോക്ഷം കിട്ടുമെന്നാണ് വിശ്വാസം.

മീൻപിടിക്കാൻ പോകുന്നവരൊന്നും ആ തുരുത്തിൽ കയറില്ല. തുരുത്തിന് സമീപത്തുനിന്ന് മീനും പിടിക്കില്ല. വലിയ മീനുകൾ പുളഞ്ഞ് പൊന്തുന്ന തുരുത്തിനടുത്ത് വലയിട്ട് മീൻ പിടിക്കട്ടെ എന്ന് കൂടെ വന്ന ഒരു ആദിവാസി ഗൈഡിനോട് അരവിന്ദ് ചോദിച്ചപ്പോൾ അയാൾ സമ്മതിച്ചില്ല. ആരും മീൻ പിടിക്കാത്ത ആ ഭാഗങ്ങളിൽ അപൂർവ്വ മത്സ്യങ്ങളുണ്ടാവുമെന്ന് അരവിന്ദ് ന്യായമായും സംശയിച്ചിരുന്നു. അതുകൊണ്ടുതന്നെ അവിടെ വലയിടാൻ സഹായത്തിനായി ഗൈഡായി മാറിമാറി വരുന്നവരോടൊക്കെ അവൻ ചോദിച്ചുനോക്കി. ആ കുഴികളിൽ കാണുന്നതെല്ലാം അവരുടെ പൂർവ്വികരാണെന്ന് പറഞ്ഞ് കാടരവനെ വിലക്കി.

ഈ കഥപറഞ്ഞപ്പോൾ വാസുദേവേട്ടനാണ് അക്കരെയുള്ള കണ്ണാടിക്കൽ കടവിനെക്കുറിച്ചും അവിടത്തെ തിരുമക്കളെക്കുറിച്ചും പറഞ്ഞത്. അമ്പലങ്ങളിലെ കാളയെപ്പോലെ അമ്പലക്കടവിലെ മീൻ! ആരും പിടിക്കാൻ ധൈര്യപ്പെടാത്ത ആരും തങ്ങളെ പിടിക്കില്ലെന്ന ഉറപ്പോടെ അമ്പലക്കടവിൽ സധൈര്യം നീന്തിത്തുടിക്കുന്ന തിരുമക്കളെന്ന് പേരുള്ള മീനുകൾ. കാണാൻ പോകാനാവുമോ എന്ന് ചോദിച്ചപ്പോൾ വാസുദേവേട്ടൻ ആരെയോ ഫോൺ വിളിച്ച് വള്ളവുമായി വരാൻ ചട്ടം കെട്ടി.

വീടിനടുത്തുള്ള മാളവനപ്പാറയെക്കുറിച്ചാണപ്പോൾ ഞാനോർത്തത്. പുത്തൻവേലിക്കരയ്ക്കടുത്ത് പെരിയാറിലെ ചെറിയൊരു പാറക്കൂട്ടമാണ് മാളവനപ്പാറ. പെരിയാറിന്റെ വടക്കേക്കരയോട് ചേർന്ന് കഷ്ടിച്ച് രണ്ട് സെന്റ് സ്ഥലം കാണും. കുട്ടിക്കാലത്ത് ഞങ്ങളുടെ പേടിസ്വപ്നമായിരുന്നു മാളവനപ്പാറയെക്കുറിച്ചുള്ള കഥകൾ. കർമ്മങ്ങൾ ചെയ്ത ശേഷമുള്ള അസ്ഥികൾ ബന്ധുക്കൾ രാത്രി കൊണ്ടുവന്ന് മാളവനപ്പാറയിലുപേക്ഷിക്കും എന്ന് കൂട്ടുകാർ പറഞ്ഞ് ഞാൻ കേട്ടിരുന്നു. ആളുകളുടെ അസ്ഥികളും തലയോട്ടികളുമൊക്കെ നിറഞ്ഞ ഒരു ഭീകര ശവപ്പറമ്പായി എന്റെ സങ്കൽപ്പങ്ങളിൽ മാളവനപ്പാറ നിലകൊണ്ടു.

അവിടെ അമ്മവീടുള്ള ഒരു സഹപാഠി മാളവനപ്പാറയിൽ അവൻ കണ്ട പേടിപ്പിക്കുന്ന കാഴ്ചകൾ ക്ലാസ്സിൽ വന്ന് വിവരിച്ചപ്പോൾ ഞാനടക്കം എല്ലാവരും ഭയന്നു. അമ്മയുടെ കർമ്മങ്ങൾ കഴിഞ്ഞപ്പോഴാണ് കർമ്മം കഴിഞ്ഞ് തലയോട്ടികളോ വലിയ എല്ലുകളോ ഒന്നും ബാക്കിയാവില്ല എന്ന കാര്യം ഞാനറിയുന്നത്. അമ്മയുടെ മരണാനന്തര കർമ്മങ്ങൾ നടത്തുന്നതുമായി ബന്ധപ്പെട്ട് ചില തർക്കങ്ങൾ അമ്മാവന്മാരും അച്ഛനും തമ്മിൽ അക്കാലത്തുണ്ടായിരുന്നു. ഒടുവിൽ അമ്മാവന്മാരുടെ നിർബന്ധത്തിന് വഴങ്ങി ചേട്ടനെയും കൂട്ടി കർമ്മങ്ങൾക്ക് അമ്മാവന്മാർ പോയെങ്കിലും എന്നെ കൂട്ടിയില്ല.

എന്താണ് ചെയ്തതെന്ന് സങ്കടം കാരണം എനിക്ക് ചേട്ടനോട് ചോദിക്കാനായില്ല. അമ്മയുടെ ദേഹം കത്തിയമർന്നതോ അതിൽ നിന്ന് കർമ്മങ്ങൾ ചെയ്യാൻ ഏതാനും എല്ലുകൾ ആരുടെയൊക്കെയോ നിർദ്ദേശങ്ങളനുസരിച്ച് ചേട്ടൻ പെറുക്കിയെടുത്തതോ ഞാൻ കണ്ടിരുന്നില്ല, സങ്കടമടക്കാനാവാതെ ഞാൻ വീടിനകത്തേക്ക് ഓടിപ്പോയിരുന്നു. ഒരു കുടത്തിനകത്ത് കുറച്ചുനാൾ അമ്മയുടെ തറവാട്ടുവീട്ടിലെ ക്ഷേത്രത്തിനടുത്തോ മറ്റോ സൂക്ഷിച്ച ശേഷിപ്പുകൾ കർമ്മങ്ങൾ നടത്തി ബലിയിടാൻ മൂത്ത മകനെ വിട്ടുകൊടുക്കുന്ന കാര്യത്തിൽ അച്ഛൻ ആവശ്യമില്ലാത്ത ഒരു വാശി കാണിച്ചു.

അമ്മയുടെ വിയോഗം താറുമാറാക്കിയ ഒൻപതാം ക്ലാസിലെ പഠനകാലത്തിന് ശേഷം പത്താം ക്ലാസിന് മുന്നോടിയായുള്ള അവധിക്കാല ക്ലാസ്സിനിടെയാണ് ഞാൻ രമണൻ ചാച്ചനുമായി കൂട്ടാവുന്നത്. ഉച്ചവരെയുള്ള ക്ലാസ് കഴിഞ്ഞാൽ ഞാൻ വീട്ടിൽ തിരിച്ചെത്തുമെങ്കിലും ഭക്ഷണമുണ്ടാക്കാൻ പകൽ വരുന്ന സ്ത്രീ മാത്രമേ വീട്ടിൽ കാണൂ. ഊണ് കഴിച്ച് ഞാൻ വീട്ടിൽ നിന്നിറങ്ങും. രാവിലത്തെ ഒരു സർക്കീട്ട് കഴിഞ്ഞ് പുഴത്തുരുത്തിൽ തിരിച്ചെത്തുന്ന രമണൻ ചാച്ചന്റെ വള്ളത്തിൽ ആദ്യമായി കയറിയ നാളിൽ വള്ളം ചാലക്കുടിപ്പുഴയിൽ നിന്ന് പെരിയാറിലേക്ക് പ്രവേശിച്ചപ്പോൾ ദൂരെ ഒരു പാറക്കൂട്ടം കണ്ടു, അത് മാളവനപ്പാറ ആയിരിക്കുമെന്ന് എനിക്ക് തോന്നി. ഭയം കൊണ്ട് വിറച്ച എന്റെ മുഖം കണ്ടപ്പോൾ രമണൻ ചാച്ചൻ കരുതിയത് ഞാൻ വള്ളത്തിൽ കയറി പരിചയമില്ലാത്തതിനാൽ പേടിക്കുന്നതായാണ്. ഇടറിയ ശബ്ദത്തോടെ ഞാൻ പറഞ്ഞു, ‘‘മാളവനപ്പാറ.’’

എന്റെ ഉള്ളിലെ ഭയം മാളവനപ്പാറയെക്കുറിച്ച് കേട്ട കഥകൾ കാരണമായിരിക്കുമെന്ന് മനസ്സിലാക്കിയ രമണൻ ചാച്ചൻ എന്നെ കൂടുതൽ പേടിപ്പിക്കാതെ വള്ളം കരയ്ക്കടുപ്പിച്ചു. എന്തിനാണ് പേടിക്കുന്നത് അവിടെ ഒന്നുമില്ലെന്ന ചാച്ചന്റെ ആശ്വസിപ്പിക്കലൊന്നും എന്നെ സാന്ത്വനപ്പെടുത്തിയില്ല. അമ്മയെക്കുറിച്ചുള്ള ഓർമ്മകളും നഷ്ടബോധവുമൊക്കെ കാരണം കരയാൻ തുടങ്ങിയ എന്നെയും കൊണ്ട് ചാച്ചൻ തിരികെ പുഴത്തുരുത്തിലേക്ക് തുഴഞ്ഞു. അടുത്ത കുറച്ച് ദിവസങ്ങൾ ഞാൻ രമണൻ ചാച്ചന്റെയടുത്തേക്ക് പോയില്ല. ചാച്ചനെന്നെ ചോദിച്ചെന്ന് വീട്ടിൽ ജോലിക്ക് വരുന്ന സ്ത്രീ പറഞ്ഞപ്പോൾ ഞാൻ വീണ്ടും ചാച്ചന്റെയടുത്ത് ചെന്നു. ഞാൻ വരുമെന്ന് കരുതിയാവാം ചാച്ചൻ കുറേ പൊങ്ങ് എടുത്തു വെച്ചിരുന്നു. ചിലപ്പോഴൊക്കെ കറിവെയ്ക്കാനുള്ള തേങ്ങയുടക്കുമ്പോൾ കിട്ടാറുള്ള പൊങ്ങ് അമ്മ ആരും കാണാതെ എനിക്ക് തരുമായിരുന്നു. എനിക്ക് ഏറ്റവും ഇഷ്ടമുള്ള പൊങ്ങ് ഒരേസമയം സന്തോഷവും സങ്കടവും നിറച്ചു.

കുറച്ച് ദിവസങ്ങൾ കഴിഞ്ഞപ്പോൾ മാളവനപ്പാറ കാണാൻ രമണൻ ചാച്ചൻ എന്നെ നിർബന്ധിച്ച് കൊണ്ടുപോയി. പാറക്കൂട്ടത്തിനിടയിലേക്ക് വള്ളം കയറ്റി നിർത്തി ഒരു പാറയുടെ അഗ്രത്ത് വള്ളത്തിന്റെ കയറ് ചുറ്റി ചാച്ചൻ കൈകുത്തി പാറയിലിറങ്ങി. വള്ളത്തിന് പുറത്ത് വളരെ അപൂർവ്വം സമയത്ത് മാത്രമാണ് ചാച്ചനെ കാണുക. ചാച്ചൻ ഒരു പാറയിൽനിന്ന് മറ്റൊന്നിലേക്ക് കൈകൾ കുത്തി അനായാസം മാറിക്കയറി ഏറ്റവും ഉയരമുള്ള ഭാഗത്ത് കയറി നിന്ന് എന്നെ വിളിച്ചു. എന്തോ ആത്മധൈര്യം കൈവന്ന ഞാനും പാറയിലിറങ്ങി ചാച്ചന്റെയടുത്തേക്ക് നടന്നു.

പെരിയാറിന്റെ കരയോട് ചേർന്നുള്ള പാറയുടെ മുകളിൽനിന്ന് നോക്കിയാൽ ഗോത്തുരുത്തും വലിയകോഴിത്തുരുത്തും സിനഗോഗും പറവൂർ പള്ളിയുമൊക്കെ കാണാം. പെരിയാറിലേക്ക് ചാഞ്ഞുനിൽക്കുന്ന തെങ്ങുകളും പൂത്തുനിൽക്കുന്ന പൂപ്പരുത്തി മരങ്ങളും ശൗചം ചെയ്യാൻ വീടുകളോട് ചേർന്ന് പുഴയിലേക്കിറക്കി കെട്ടിയുണ്ടാക്കിയ മറപ്പുരകളുമൊക്കെ അവിടെ നിന്ന് കാണുമ്പോൾ മറ്റൊരു ബോധ്യമാണുണ്ടാക്കുക.

അമ്മയും രമണൻ ചാച്ചനും മാളവനപ്പാറയും പങ്കിട്ടെടുത്ത സ്മരണകളിൽനിന്ന് എന്നെ മോചിപ്പിച്ചുകൊണ്ട് ഒരു വള്ളക്കാരൻ കടവിലെത്തി. അയാൾക്കൊപ്പം അക്കരെയ്ക്ക് പോകാമെന്ന് പറഞ്ഞപ്പോൾ സ്ത്രീകൾ രണ്ടാളും പിന്മാറി. ഞാനവരെ കൂടെക്കൂട്ടാൻ നിർബന്ധിച്ചെങ്കിലും അരവിന്ദ് രണ്ടുപേർക്കും അവധിയനുവദിച്ചു, ''തൊഴാൻ വരുന്നില്ലെന്ന് സ്ത്രീകൾ പറഞ്ഞാൽ അതിനർത്ഥം അവർക്ക് വരാൻ കഴിയില്ല എന്നാണ്'' എന്ന് അരവിന്ദ് എന്നോട് അടക്കം പറഞ്ഞപ്പോൾ ''അപ്പറഞ്ഞതിന് പിന്നെ വേറെയെന്താണ് അർത്ഥമെന്ന്'' ഞാനവനോട് തർക്കിച്ചു.''സൂരജേട്ടനൊരു പൊട്ടനാണ്'' എന്ന് അവൻ പറഞ്ഞതിന്റെ പൊരുൾ പിന്നീടെപ്പോഴോ മാത്രമാണെനിക്ക് വെളിവായത്.

അക്കരെയുള്ളത് ഒരു വിഷ്ണുക്ഷേത്രമായിരുന്നു. മീനൂട്ട് കടവിലെ മീനുകളിൽ പലതും ആ പുഴയിലെ തദ്ദേശീയരല്ലെന്ന് അരവിന്ദാണ് പറഞ്ഞത്. വലിയ കാർപ്പുകളാണ് അധികവും. ആ മീനുകളെ കൃത്രിമമായി പ്രജനനം നടത്തി തിരഞ്ഞെടുത്താണ് ഗോൾഡ് ഫിഷുകളെ വികസിപ്പിച്ചെടുക്കുന്നതെന്ന് അരവിന്ദെന്ന ശാസ്ത്രകാരൻ വാചാലനായി. അടുത്തുള്ള കടയിൽ പോയി വാസുദേവേട്ടൻ കുറച്ച് കടല വാങ്ങിക്കൊണ്ടുവന്ന് മീനുകൾക്ക് ഇട്ടുകൊടുത്തു. പടവുകളെ തൊട്ടുരുമ്മി നീന്തിക്കൊണ്ടിരുന്ന അഞ്ചോ പത്തോ വലിയ മീനുകളുടെ സ്ഥാനത്ത് നൂറുകണക്കിന് മീനുകൾ പ്രത്യക്ഷപ്പെട്ടു. അരവിന്ദ് പറഞ്ഞതുപോലെ അധികവും കാർപ്പുകളാണ്. കട്ടലയും അതുപോലുള്ള വളർത്തുമത്സ്യങ്ങളുമൊക്കെ അതുമുണ്ട്.

മത്സ്യം വളർത്തുന്ന പല ഡാമുകളിലും ടൂറിസ്റ്റുകൾ മീനുകൾക്ക് തീറ്റയിട്ടുകൊടുക്കുന്നത് ഞാൻ കണ്ടിട്ടുണ്ട്. നൈനിറ്റാൾ തടാകത്തിൽ ടൂറിസ്റ്റുകൾ ഭക്ഷണ സാധനങ്ങൾ വലിച്ചെറിഞ്ഞുകൊടുക്കുന്ന സ്ഥലത്തെ മീനുകളെ ആരുമെന്താണ് പിടിക്കാത്തതെന്ന് ഞാനത്ഭുതപ്പെട്ടിട്ടുണ്ട്. ഒരുപക്ഷേ ഇതുപോലെ എന്തെങ്കിലും വിശ്വാസങ്ങൾ കാണുമായിരിക്കും. അരവിന്ദിന്റെ സാരിവാലൻ വരാലിനെ അക്കൂട്ടത്തിൽ കണ്ടെന്ന് ഞാനൊരു തമാശ പറഞ്ഞെങ്കിലും അവനത് കേട്ടതായിപ്പോലും ഭാവിച്ചില്ല. "സാരിവാലൻ വരാൽ ബുദ്ധിയുള്ള മീനാണ്, അധ്വാനിയും. അവനിങ്ങനെ മീനൂട്ട് കടവിലെ ഭിക്ഷക്കായൊന്നും കാത്തു നിൽക്കില്ല." അരവിന്ദ് അഭിമാനത്തോടെ പറഞ്ഞു. അവനത് പറയാനുള്ള അവകാശമുണ്ട്. കൊളംബസ് അമേരിക്ക കണ്ടുപിടിച്ചെന്നൊക്കെ പറയുന്നപോലെ സാരിവാലൻ വരാലിനെ അവനാണ് കണ്ടുപിടിച്ചത്.

തിരികെ ശ്രീലക്ഷ്മിയുടെ വീട്ടുകടവിലെത്തിയപ്പോൾ അവിടെ ആരുമുണ്ടായിരുന്നില്ല. വീട്ടിലേക്ക് നടക്കുമ്പോഴൊന്നും എന്റെ ജീവിതത്തിൽ നാശം വിതച്ച ഒരു കൊടുംകാറ്റ് ആഞ്ഞടിച്ചത് ഞാനറിഞ്ഞിരുന്നില്ല. വളരെ വിളറിയ മുഖവുമായി ശ്രീലക്ഷ്മി മുറ്റത്ത് തന്നെ ഉണ്ടായിരുന്നു. രാധികയെ കാണാനില്ല. ഞങ്ങൾ വന്ന കാറും അപ്രത്യക്ഷമായ കാര്യം ഞാൻ ശ്രീലക്ഷ്മിയുമായുള്ള സംസാരത്തിനിടെ മാത്രമാണ് ശ്രദ്ധിച്ചത്. രാധിക പിണങ്ങിപ്പോയിരിക്കുന്നു. അതിന്റെ കാരണമെന്താണെന്ന് പറയാനുള്ള വിമുഖതകൊണ്ടാവാം എന്താണ് നടന്നതെന്ന് ഒരു പത്രറിപ്പോർട്ടർ പറയുന്നപോലെ, ഞാനിങ്ങനെ ചോദിച്ചു, അപ്പോൾ അവളിങ്ങനെ പറഞ്ഞു, അപ്പോൾ ഞാനിങ്ങനെ പറഞ്ഞു, അപ്പോൾ അവളിങ്ങനെ ചെയ്തു എന്നൊക്കെ എന്നെ അധികം നോവിക്കാതെ ശ്രീലക്ഷ്മി പറഞ്ഞൊപ്പിച്ചത്.

എന്റെ മേലുദ്യോഗസ്ഥയും സർവ്വോപരി എന്റെ മെന്ററും അഭ്യുദയകാംക്ഷിയുമായ അന്നാ വർഗ്ഗീസുമായി എനിക്ക് ഒരു പ്രണയബന്ധം, അതോ അവിഹിതമോ ആരോപിച്ച് ഏഴു വർഷത്തെ പ്രണയം പോലും പാകപ്പെടുത്താതെ രാധിക എന്റെ ജീവിതത്തിൽനിന്ന് ഇറങ്ങിപ്പോയിരിക്കുന്നു.

രാധികയെക്കുറിച്ച് ഒരു തിരുത്ത്

നാട്ടിലേക്ക് ടിക്കറ്റ് ബുക്ക് ചെയ്യുന്നതിന് മുന്നോടിയായി എന്നെ വിളിച്ച ചേച്ചിയോട് കല്യാണത്തിനായി വരേണ്ടതില്ലെന്നതിന് എന്ത് കാരണം പറയുമെന്ന് എനിക്ക് ഒരു നിശ്ചയവുമില്ലായിരുന്നു. എന്നെ അവിശ്വസിച്ച് രാധിക പിണങ്ങിപ്പോയെന്ന് പറയാൻ തോന്നിയില്ല. എന്റെ ദുരഭിമാനം അതിനെന്നെ അനുവദിച്ചില്ല. പകരം കല്യാണം കഴിഞ്ഞുള്ള ജീവിതത്തെക്കുറിച്ച് ഞങ്ങൾ രണ്ടുപേർക്കും വ്യത്യസ്തമായ ആശയങ്ങളാണുള്ളത്, അത്തരം പൊരുത്തക്കേടുകൾ കൊണ്ട് ഭാവിയിൽ പിരിയുന്നതിനേക്കാൾ നല്ലത് കല്യാണത്തിൽ നിന്ന് പിന്മാറുന്നതാണെന്ന് തോന്നിയെന്നൊക്കെയുള്ള, കേൾക്കുന്നവർ ഒരിക്കലും വിശ്വസിക്കില്ലെന്ന് ഉറപ്പുള്ള നുണകളാണ് നാവിൻ തുമ്പിലുദിച്ചത്. പ്രതീക്ഷിച്ചപോലെതന്നെ ചേട്ടനും ഏട്ടത്തിയമ്മയും ചേച്ചിയും മാറിമാറി ഫോണിൽ വിളിച്ചു കുറ്റവിചാരണ നടത്തി. ഒഴിഞ്ഞതേതായാലും നന്നായി എന്ന് അഭിപ്രായമുള്ള ഒരു അളിയൻ എനിക്കുള്ളത് ഭാഗ്യമായി.

കേരളത്തിലെ എന്റെ ജോലികൾ ഒരുവിധം അവസാനിച്ചിരുന്നു. ഡൽഹിക്ക് തിരികെ ചെല്ലുന്ന കാര്യം വളരെ വിഷമത്തോടെയാണ് അന്നാ മാഡം അവതരിപ്പിച്ചത്. അവരുടെ അറിവിൽ അടുത്ത മാസം എന്റെ കല്യാണമാണ്. ഞാൻ നാട്ടിൽ കുറച്ചുകാലം കൂടെ തുടരണമെന്ന് തീർച്ചയായും ആഗ്രഹിക്കേണ്ടതാണ്. ഫ്ളാറ്റ് പൂട്ടി താക്കോൽ സാമിനെ ഏൽപ്പിക്കുമ്പോൾ എപ്പോൾ തിരിച്ചുവരുമെന്ന് ഒരു നിശ്ചയവുമില്ലായിരുന്നു. സത്യത്തിൽ ഒരിക്കലും തിരിച്ചുവരില്ലെന്ന് ഉറപ്പിച്ചുള്ള പോക്കായിരുന്നു. വീട് വാടകയ്ക്ക് എടുത്ത ആളെ വിളിക്കണം, കച്ചീട്ടിലെ കാലാവധി കഴിയുമ്പോൾ ഒഴിയാൻ പറയണം. വീടൊഴിഞ്ഞ് കിട്ടുമ്പോൾ ഫ്ളാറ്റിലെ ഗൃഹോപകരണങ്ങൾ വിൽക്കാനും പുസ്തകങ്ങളും മറ്റും എലന്തിക്കരയിലെ വീട്ടിലെത്തിക്കാനും സാമിനെ ചട്ടം കെട്ടി.

സീസണായതിനാൽ വിമാന ടിക്കറ്റിനൊക്കെ നല്ല നിരക്കാണ്, കല്യാണച്ചെലവിനുള്ള പണം കണ്ടെത്താൻ ചെലവ് ചുരുക്കൽ ശീലിച്ചതിനാൽ അങ്ങനെ ചില ഗുണങ്ങളുണ്ട്. ട്രെയിനിൽ ഞാനൊരു തേർഡ് ഏസി ടിക്കറ്റെടുത്തു. മൂക്കറ്റം കുടിച്ച് ബോധമില്ലാതെ അപ്പർ ബർത്തിൽ എങ്ങനെയോ കയറിപ്പറ്റിയ ഞാൻ പിറ്റേന്ന് ഉച്ചയോടടുത്താണ് ഉണർന്നത്. അപ്പോഴേക്കും ട്രെയിൻ ഗോവയിലെത്തിയിരുന്നു. മഡ്ഗാവിലെത്തിയപ്പോൾ കമ്പാർട്ട്മെന്റിൽ അനധികൃതമായി എത്തിച്ച് വിൽക്കുന്ന ഫെനി വാങ്ങിക്കുടിച്ച് എന്തൊക്കെയോ വലിച്ചുവാരിക്കഴിച്ച് ഞാൻ വീണ്ടും കിടന്നു. വീണ്ടുമുണർന്നത് പിറ്റേന്ന് രാവിലെയാണ്. വീണ്ടും മദ്യപിക്കണമെന്ന് തോന്നി. കാറ്ററിങ്ങിലെ പയ്യന്മാരോട് ചോദിച്ചപ്പോൾ ഝാൻസിയിലെത്തിയാൽ സംഘടിപ്പിക്കാമെന്നായി. പറഞ്ഞവനെ വിശ്വസിച്ച് ഞാൻ പണമേൽപ്പിച്ചു, ട്രെയിൻ പുറപ്പെടുന്നതിന് തൊട്ടുമുൻപ് അവൻ ഏതോ പേരുള്ള മദ്യവും ഒരു കുപ്പി സോഡയുമായി എത്തി. ട്രെയിൻ ഉച്ചയോടെ നിസാമുദ്ദീനിലെത്തിയപ്പോൾ എനിക്ക് എഴുന്നേൽക്കാനുള്ള ആരോഗ്യമുണ്ടായിരുന്നില്ല.

റെയിൽവേ പൊലീസിലെ ആരോ ആണ് കപിൽദേവിനെ വിളിച്ചത്. പൊലീസ് കേസ്സെടുക്കുമെന്ന് പറഞ്ഞപ്പോൾ രക്ഷപ്പെടാൻ ഞാൻ ഇന്ത്യാ എവെരി ഡേയിലെ പത്രക്കാരനാണെന്ന് പറഞ്ഞെങ്കിലും അന്നാ മാഡത്തിന്റെ നമ്പർ കൊടുക്കാതെ കപിൽദേവിന്റെ നമ്പർ കൊടുത്തു. സാബെന്താ പറയാതെ വന്നതെന്ന് ആശങ്കപ്പെടുന്നതിനിടയിലും എന്റെ അവസ്ഥ കണ്ട് സഹതാപത്തോടെ നോക്കുന്നുണ്ടായിരുന്നു. പത്രത്തിന്റെ ഗസ്റ്റ്ഹൗസിൽ അതിഥികളൊന്നുമില്ലാതിരുന്നതുകൊണ്ട് എനിക്ക് മുറി കിട്ടി. ഞാൻ വീണ്ടും കുടിക്കുമെന്ന് ഭയന്നാവാം കപിൽദേവ് അവിടത്തെ കുക്കിനെയും സെക്യൂരിറ്റിയെയും എനിക്ക് മദ്യം വാങ്ങിക്കൊടുക്കരുതെന്ന് ചട്ടം കെട്ടിയിരുന്നു.

ഡൽഹിവാസത്തിന്റെ ആദ്യ എപ്പിസോഡിൽ ഞാൻ മദ്യക്കടയിൽ പോയി ക്യൂ നിന്ന് വാങ്ങാറില്ലായിരുന്നു. കപിൽദേവാണ് വാങ്ങിത്തരാറ്. കേരളത്തിലേതുപോലുള്ള വലിയ ക്യൂവൊന്നുമില്ലാത്ത ഡൽഹിയിലെ മദ്യക്കടയിൽ പോവുന്നതിന് എനിക്ക് സങ്കോചമൊന്നും തോന്നിയിട്ടല്ല, അന്നത്തെ ജീവിതശൈലി അതായിരുന്നു. വൈകിട്ട് കുറച്ചുനേരം കിടന്നുറങ്ങിയ ഞാനും എന്റെയുള്ളിലെ മദ്യപാനിയും സന്ധ്യയോടെ ഉണർന്ന് ഏതോ ബാറിൽ ചെന്നിരുന്ന് വീണ്ടും പരസ്പരം വേർപെടുവിക്കാൻ കഴിയാത്തവിധം ഒന്നായി. ഗസ്റ്റ്ഹൗസിൽ എപ്പോഴാണ് തിരിച്ചെത്തിയതെന്നോ ആരുടെ കൂടെയാണ് വന്നതെന്നോ ഒന്നും പിറ്റേന്ന് രാവിലെ ഓർമ്മയുണ്ടായിരുന്നില്ല. അത്രയുംകാലം കാണിച്ച സൗഹൃദഭാവം വെടിഞ്ഞ് ഇംഗ്ലീഷിലും

മലയാളത്തിലും ഹിന്ദിയിലുമൊക്കെയുള്ള ശകാരങ്ങളുടെ കെട്ടഴിക്കുമ്പോഴും അന്നാ മാഡം എനിക്കെന്താണ് പറ്റിയതെന്ന് സങ്കടപ്പെടുകയും എന്നെ ബാറിൽ കൂട്ടിക്കൊണ്ടുപോയതിന് കപിൽദേവിനെ താക്കീത് ചെയ്യുകയും ചെയ്യുന്നുണ്ടായിരുന്നു. തലേന്ന് രാത്രി അമിതമായി മദ്യപിച്ച് ബാറിൽ മയങ്ങി വീണ എന്നെ ബാറിലെ ജീവനക്കാർ ഫോണിലെ കോൾ ലിസ്റ്റ് നോക്കി കപിൽ ദേവിനെ വിളിച്ചുവരുത്തിയാണ് പറഞ്ഞയച്ചതെന്ന് എനിക്കപ്പോഴാണ് മനസ്സിലാവുന്നത്.

ഉച്ചയ്ക്ക് ശേഷമുള്ള ബോർഡ് മീറ്റിങ്ങിൽ എന്നോട് കൂടെ ചെല്ലണമെന്ന് നിർബന്ധം പറഞ്ഞ മാഡം, ക്ഷൗരം ചെയ്ത് നന്നായി വസ്ത്രം ധരിച്ചെന്ന് കൂട്ടിച്ചേർത്തു. ഷവറിന് കീഴിൽ നിന്ന് തല തണുപ്പിച്ച് താടിയും മീശയുമൊക്കെ വടിച്ചുകളഞ്ഞ്, കപിൽദേവിനെക്കൊണ്ട് ഒരു ജോഡി പുതിയ വസ്ത്രങ്ങൾ വാങ്ങിപ്പിച്ച് ധരിച്ച് ഞാൻ ഗസ്റ്റ്ഹൗസിൽ നിന്നിറങ്ങി. ലോബിയിലെ കണ്ണാടിയിൽ ഞാൻ രാധികയുടെ ആഗ്രഹപ്രകാരം കല്യാണത്തിനായി വെച്ചിരുന്ന താടിയും മീശയും ഒഴിവാക്കിയ എന്റെ പഴയ ക്ലീൻ ഷേവ് മുഖം ഒന്നുകൂടെ കണ്ടുറപ്പിച്ചു. ഉച്ചയൂണിനായി ഓഫീസ് ക്യാന്റീനിലേക്ക് നടക്കുമ്പോൾ നിരാശ മാറ്റാനായി മദ്യപിക്കില്ലെന്ന് ഞാനൊരു ദൃഢനിശ്ചയമെടുത്തിരുന്നു. അല്ലെങ്കിലും പലതവണ ഞാനാഗ്രഹിച്ചിട്ടുണ്ട് രാധിക സ്വമേധയാ എന്നെ വിട്ട് പോയിരുന്നെങ്കിലെന്ന്. അവളെയോർത്ത് ഞാനിനി കുടിക്കില്ല, നിരാശപ്പെടില്ല.

ബോർഡ് മീറ്റിങ്ങിൽ മാഡത്തിന് പതിവുപോലെ അഭിനന്ദനങ്ങളൊന്നും കിട്ടിയില്ല. ജെ ആന്റ് ജെ അസോസിയേറ്റ്സിൽ നിന്നുള്ള ഒരു പെയ്മെന്റല്ലാതെ കേരളത്തിലെ പ്രൊജക്റ്റിൽ താത്പര്യമുള്ള മറ്റ് കമ്പനികളുടെ പെയ്മെന്റുകൾ ആവാത്തതും വൈദ്യുത ബോർഡിൽനിന്ന് കൺസൽട്ടേഷൻ ഇനത്തിൽ കിട്ടേണ്ട തുക താമസിക്കുന്നതിനും മാഡത്തിന് ധാരാളം കുറ്റപ്പെടുത്തലുകൾ കേൾക്കേണ്ടി വന്നു. മീറ്റിങ്ങ് കഴിഞ്ഞപ്പോൾ മാഡം നിരാശയായിരിക്കുമെന്ന് ഞാൻ കരുതിയെങ്കിലും അവർ പതിവുപോലെ ടെന്നീസ് കളിക്കാൻ പോയി. ഞാൻ വൈകീട്ട് വീണ്ടും മദ്യപിക്കുമെന്ന് കരുതിയാവാം കപിൽദേവ് ചുറ്റിപ്പറ്റി നിന്നു. പഴയ വീടുതന്നെ വാടകയ്ക്ക് കിട്ടുമോ എന്നറിയാൻ ഞാൻ കപിൽദേവിനെ ചട്ടംകെട്ടിയെങ്കിലും അവിവാഹിതർക്ക് പ്രത്യേകിച്ച് മലയാളികൾക്ക് വീട് വാടകയ്ക്ക് കൊടുക്കരുതെന്ന് റസിഡന്റ്സ് അസോസിയേഷൻ തീരുമാനിച്ചിട്ടുണ്ടെന്ന മറുപടിയാണ് കിട്ടിയത്. ഇനിയിപ്പോൾ മറ്റെവിടെയെങ്കിലും നോക്കണം.

രാത്രി ഭക്ഷണം കഴിക്കാൻ പുറത്തിറങ്ങിയ ഞാൻ ഏതോ ബാറിൽ കയറി ഗസ്റ്റ്ഹൗസിലേക്ക് തിരിച്ചുവരാനുള്ള വഴി തെറ്റി.

കപിൽദേവ് അറിയരുതെന്ന് കരുതി ഗസ്റ്റ്ഹൗസിന്റെ കെയർ ടേക്കറുടെ ഫോണിലേക്ക് വിളിച്ച് ടാക്സിക്കാരനെക്കൊണ്ട് സംസാരിപ്പിച്ചാണ് ഞാൻ തിരിച്ചെത്തിയതെങ്കിലും പിറ്റേന്ന് രാവിലെത്തന്നെ കപിൽദേവ് കാര്യങ്ങളറിഞ്ഞിരുന്നു. വളരെ പണിപ്പെട്ട് ഞാൻ വരുതിയിലാക്കിയ മദ്യപാനാസക്തി വെറും മൂന്ന് ദിവസങ്ങൾകൊണ്ട് എന്നെ കീഴ്പ്പെടുത്തുന്നത് നിസ്സഹായനായി ഞാനറിഞ്ഞു. ശ്രീലക്ഷ്മി പറഞ്ഞപോലെ മനസ്സിന് എന്തെങ്കിലും ശുശ്രൂഷകൾ വേണ്ടപ്പോൾ മാറ്റിവെക്കരുതെന്ന് തോന്നിയെങ്കിലും സാധിച്ചില്ല. ആഴ്ചാവസാനം ആയപ്പോഴേക്കും വിശപ്പില്ലായ്മയും അമിത മദ്യപാനവും മൂലം ഞാൻ നല്ലപോലെ ക്ഷീണിച്ചിരുന്നു. ക്യുബിക്കിളിലെ കസേരയിലിരുന്ന് ഉറക്കം തൂങ്ങിയ എന്നെ മാഡം മുറിയിലേക്ക് വിളിപ്പിച്ചു. ഹിമാചലിലെയും ലഡാക്കിലെയും ചില റോഡ് പ്രൊജക്റ്റുകൾ ഏറ്റെടുത്ത് ചെയ്യുന്നോ അതോ കർണാടകയിലെ തോട്ടം മേഖലയിലെ ഖനനവുമായി ബന്ധപ്പെട്ട ജോലി ഏറ്റെടുക്കുന്നോ എന്ന് ചോദിച്ചപ്പോൾ ഹിമാചലെന്ന് മറുപടി പറയാൻ എനിക്ക് രണ്ടാമതൊന്ന് ആലോചിക്കേണ്ടി വന്നില്ല. കല്യാണം എപ്പോഴേക്കാണ് നിശ്ചയിച്ചതെന്ന് മാഡം ചോദിച്ചപ്പോൾ അതൊക്കെ ഒഴിവായില്ലേ എന്ന് ഞാൻ ചിരിച്ചുകൊണ്ട് മറുപടി പറഞ്ഞു.

കാര്യങ്ങൾ മാഡം ഊഹിച്ചതുപോലെ എനിക്ക് തോന്നി. എന്താണ് കാരണമെന്ന് അവർ ചോദിച്ചില്ല. പിറ്റേയാഴ്ച ഞാൻ മണാലിയിലേക്ക് പോയി. ഡൽഹിയിൽനിന്ന് രാത്രി പുറപ്പെട്ട ബസ് രാവിലെയായപ്പോൾ മണാലിയിലെത്തി. ഇനി കുറച്ചുകാലം മണാലിയിലും ലഡാക്കിലുമൊക്കെയായി കഴിയാം. ബോർഡർ റോഡ്സ് ഓർഗനൈസേഷന്റെ ഗസ്റ്റ്ഹൗസിലാണ് താമസം. അമൻ ചൗധരിയെന്ന ഒരു ചെറുപ്പക്കാരനായിരുന്നു സഹായത്തിനുണ്ടായിരുന്നത്. റോത്താങ്ങിലേതുപോലെ ഷിങ്കോ-ലാ, സോജി-ലാ, കർദൂങ്ങ്-ലാ എന്നീ ചുരങ്ങൾക്ക് പകരമായി തുരങ്കങ്ങൾ നിർമ്മിക്കുന്നതിനുള്ള കേന്ദ്ര സർക്കാരിന്റെ ബൃഹത് പദ്ധതിയാണ്. ചൈനയുമായി അതിർത്തി പങ്കിടുന്ന സിയാച്ചിൻ ഗ്ലേസിയറിലേക്കും പാക്കിസ്ഥാനുമായി അതിർത്തി പങ്കിടുന്ന കിൽഗിസ് ബാൾട്ടിസ്ഥാൻ മേഖലയിലേക്കും എല്ലാ കാലാവസ്ഥയിലും എത്തിച്ചേരാനുള്ള പാത രാജ്യസുരക്ഷാ വിഷയമായതിനാൽ കോടതികളോ പൊതുജനങ്ങളോ പ്രതിപക്ഷ പാർട്ടികളോ കാര്യമായി ഇടപെടാൻ സാധ്യതയില്ലാത്തതാണ്. റോത്താങ്ങ് ടണലിന്റെ പണികൾ പാതി പിന്നിട്ട കാലത്ത് മണാലിയിലെ എന്റെ ദിവസങ്ങൾ അലസമായി കടന്നുപോയിക്കൊണ്ടിരുന്നു. കേരളത്തിലായിരുന്നെങ്കിൽ ഏപ്രിൽ മാസാവസാനമൊക്കെ മധ്യവേനലായിരുന്നേനെ, ഇവിടെ മഞ്ഞുരുകി വരുന്നതേയുള്ളൂ.

ആദ്യമാസം അധികം ജോലികളോ ഓർമ്മകളോ ഇല്ലാതെ കടന്നുപോയി. മദ്യപാനാസക്തി കുറയ്ക്കാനായി സ്ഥിരമായി വയറു നിറയെ തണുത്ത വെള്ളം കുടിക്കുകയെന്ന ഉപായം അമൻ ചൗധരിയാണ് പറഞ്ഞുതന്നത്. ദാഹമില്ലാത്തതുകൊണ്ടുതന്നെ പാനീയങ്ങളോട് താത്പര്യം കുറയും. റൂമിലെ നെരിപ്പോടിൽ തീ കത്തുന്നതുകൊണ്ട് രാത്രിയിലെ തണുപ്പും മദ്യത്തോട് കൂട്ടുകൂടാൻ കാരണമായില്ല. മുറിയിൽനിന്ന് അധികമൊന്നും പുറത്ത് പോകാതെ സമയാസമയങ്ങളിൽ ഗസ്റ്റ്ഹൗസിലെ കുശിനിക്കാരൻ തയ്യാറാക്കിത്തരുന്ന ഭക്ഷണമോ അമൻ വരുമ്പോൾ കൊണ്ടുവരുന്ന ഫാസ്റ്റ് ഫുഡോ കഴിച്ച് ഞാൻ മടിപിടിച്ചിരുന്നു. പ്രളയാനന്തര കേദാർനാഥ് റിപ്പോർട്ട് ചെയ്യാൻ പോയ കാലത്തെ ഉത്സാഹമൊക്കെ എനിക്ക് കൈമോശം വന്നിരുന്നു. ഇടയ്ക്ക് വിളിക്കുമ്പോൾ ഷിംലയിൽ പോയോ, സ്പിറ്റി വാലിയിൽ പോയോ എന്നൊക്കെ അന്നാ മാഡം തിരക്കും. ഞാനെവിടെയും പോയില്ല. തൊട്ടടുത്ത ടൗണായ കുളുവിൽപോലും. മലയാളികൾക്ക് കുളുമണാലിയെന്നത് ഇരട്ട വിനോദസഞ്ചാരകേന്ദ്രങ്ങളാണല്ലോ.

ജൂൺ ആദ്യത്തോടെ അവിചാരിതമായി അന്നാ മാഡം മണാലിയിലേക്ക് വന്നു. ഒരു ഞായറാഴ്ച രാവിലെ മാഡം ഗസ്റ്റ്ഹൗസിന്റെ വാതിൽക്കൽ പ്രത്യക്ഷപ്പെട്ടപ്പോൾ ഞാനത്ഭുതപ്പെട്ടു. പതിവുപോലെ അധികം സാധനങ്ങളൊന്നുമെടുക്കാതെയാണ് യാത്ര. എനിക്കവരെ കണ്ടപ്പോൾ വല്ലാത്ത ആശ്വാസം തോന്നി. ഞാൻ ജോലി ചെയ്യുന്നുണ്ടോ എന്ന് സർപ്രൈസ് പരിശോധന നടത്താൻ വന്നതായിരുന്നില്ല. തലേന്ന് ഓഫീസിൽനിന്ന് വൈകിട്ടിറങ്ങിയപ്പോൾ തോന്നി ഒന്ന് മണാലിയിൽ വരണമെന്ന്, എന്നെ കാണണമെന്ന്. എന്നിട്ട് ബൈക്കിൽ സ്പിറ്റി വാലിയിൽ പോകണമെന്ന്. എന്തൊരു ജന്മമാണ്. ഞാനായിരുന്നെങ്കിൽ എന്തുമാത്രം ആലോചനകൾ നടത്തേണ്ടി വന്നേനെ.

വൈകുന്നേരത്തെ ചെറിയ തണുപ്പിൽ ബിയാസ് നദിക്കരയിലെ ഗസ്റ്റ്ഹൗസിന്റെ മുറ്റത്തെ ക്യാമ്പ് ഫയറിനരികിൽ ഞങ്ങളിരുന്നു. ആ നദിയോട് എന്തോ പിണക്കം പോലായിരുന്നു എനിക്ക്. തൊട്ടടുത്തുകൂടൊഴുകുന്ന ബിയാസിനെയും അവളുടെ കഥകളെയും ഞാൻ അത്രയും നാൾ അവഗണിച്ചു. മാഡം ഒരു കുപ്പി ജിൻ കൊണ്ടുവന്നിരുന്നു. എന്റെ കയ്യിൽ മദ്യമൊന്നും സ്റ്റോക്കില്ലെന്ന് പറഞ്ഞപ്പോൾ അവരത്ഭുതപ്പെട്ടു. ജിൻ സ്ത്രീകളുടെ മദ്യമാണെന്നൊന്നുമില്ല ഒരെണ്ണം ഒഴിക്കട്ടെ എന്ന ക്ഷണം ഞാൻ സ്നേഹത്തോടെ നിരസിച്ചു.

വയറു നിറയെ തണുത്തവെള്ളം കുടിക്കുന്ന മദ്യവിമുക്തി ചികിത്സയെക്കുറിച്ച് പറഞ്ഞപ്പോൾ അവർ പൊട്ടിച്ചിരിച്ചു. കുറേ ദിവസങ്ങൾക്കുശേഷം ഞാനും. രാധികയുമായുണ്ടായ ബ്രേക്ക് അപ് കപിൽ

ദേവ് പറഞ്ഞ് മാഡമറിഞ്ഞിരുന്നു. അതിൽ മാഡത്തിന് പങ്കുള്ള കാര്യം മാത്രം അവരറിഞ്ഞിരുന്നില്ല. ഞാൻ കുറച്ചൊക്കെ തിരിച്ചു വന്നെന്ന് മനസ്സിലാക്കിയാവാം അവർ തന്നെ എന്റെ വിരഹകഥകൾക്ക് തുടക്കമിട്ടു. രാധിക വളരെ ഇൻസെക്യൂർ ആണ്, പൊസസ്സീവാണെന്നൊക്കെയുള്ള എന്റെ കാരണങ്ങൾ അവർ അംഗീകരിച്ചില്ല. ഒടുവിൽ ഞാൻ യഥാർത്ഥ കാരണം പറഞ്ഞു. ഞാനുമായി സൗഹൃദമോ അടുപ്പമോ ഉള്ള ഏത് സ്ത്രീയേയും രാധിക സംശയത്തിന്റെ കണ്ണിലൂടെയേ കാണൂ.

മാഡം കുറേനേരം മിണ്ടാതിരുന്നു. മറ്റൊരാളുടെ ജീവിതത്തിൽ ആരോപിക്കപ്പെട്ട സദാചാരലംഘനത്തിൽ താനൊരു മുഖ്യകഥാപാത്രമായതിൽ അവർക്ക് അതിയായ വിഷമമുള്ളതുപോലെ തോന്നി. ഞാനവരോട് ക്ഷമ ചോദിച്ചു.

''സ്തീകളുടെ സൗന്ദര്യം സൂരജിനെ ആകർഷിക്കാറുണ്ടോ?'' മാഡം ചോദിച്ചു.

ഉണ്ടെന്ന് ഞാൻ മറുപടി പറഞ്ഞു.

''അവരോടൊക്കെ സെക്ഷ്വൽ ഡിസയർ തോന്നാറുണ്ടോ?''

ഞാനാകെ ആശയക്കുഴപ്പത്തിലായി.

''എനിക്ക് സൂരജിനോട് എന്തെങ്കിലും സെക്ഷ്വൽ ഡിസയർ തോന്നാൻ സാധ്യതയുണ്ടോ എന്ന് ചോദിച്ചത് ഓർമ്മയുണ്ടോ?''

ഞാനാകെ ചൂളിപ്പോയി, അത് മദ്യലഹരിയിലായിരുന്നില്ലേ, എന്ന് ഞാൻ ക്ഷമാപണം പോലെ ചോദിച്ചു.

''സ്ത്രീകളുടെ മാറിടങ്ങളും അരക്കെട്ടുമൊക്കെ സൂരജിനെ പ്രലോഭിപ്പിക്കാറുണ്ടോ?''

ഇല്ലെന്ന് ഞാൻ കള്ളം പറഞ്ഞു.

''സൂരജ്, നിന്നെ കുറ്റവിചാരണ നടത്തുകയല്ല ഞാൻ. തനിച്ച് ജീവിക്കാൻ തുടങ്ങിയ കാലം മുതൽ എല്ലാ ബന്ധങ്ങളിലും ഞാൻ ഒരു സുരക്ഷാപരിശോധന നടത്താറുണ്ട്. അങ്ങനെയൊക്കെ തിരഞ്ഞെടുത്തിട്ടും പലരിൽനിന്നും അത്തരം വീഴ്ചകൾ ഞാൻ കണ്ടിട്ടുണ്ട്. സൂരജന്ന് മദ്യലഹരിയിൽ പറഞ്ഞതിനെ പകുതി പിച്ചും പേയുമെന്നേ ഞാൻ കരുതുന്നുള്ളൂ. ഓഫീസിലെ ചില സീനിയേഴ്സിന്റെ ഭാഗത്തുനിന്നും എനിക്കത്തരം അനുഭവങ്ങൾ ഉണ്ടായിട്ടുണ്ട്. അവരാഗ്രഹിക്കുന്ന സ്ത്രീയെ കിടക്കയിൽ കിട്ടുമെന്ന് പ്രതീക്ഷിക്കുന്നതിൽ തെറ്റില്ല. പക്ഷേ, അതിനായി അവരെ മാനസികമായി പീഡിപ്പിക്കും. അവർക്ക് വഴങ്ങുകയല്ലാതെ മർഗ്ഗമില്ലെന്ന തരത്തിൽ കോർണർ ചെയ്യും. ഒറ്റയ്ക്ക് ജീവിക്കുന്ന എന്നെപ്പോലുള്ള

സ്ത്രീകൾ ഒരേസമയം ആണുങ്ങളുടെ പ്രലോഭനങ്ങളെയും വില പേശലുകളെയും ചതികളെയും പേടിക്കുകയും അതേസമയം മറ്റ് സ്ത്രീകൾക്ക് മുന്നിൽ അവരുടെ പുരുഷന്മാരെ തട്ടിയെടുക്കുന്നവ രായി അപഹാസ്യരാവുകയും വേണം.''

എനിക്ക് ആകെ അപമാനമായി. ഞാനവരോട് ഒരിക്കൽ കൂടെ മാപ്പ് പറഞ്ഞു.

''നീ ആ പാവം രാധികയെ വെറുക്കണ്ട. അവൾ നിന്റെ ഫസ്റ്റ് ലവ് ആണല്ലേ?''

അതെയെന്ന് ഞാൻ മറുപടി പറഞ്ഞു. എന്നെ ആദ്യമായി പ്രൊപ്പോസ് ചെയ്ത പെൺകുട്ടി അവളായിരുന്നു. അന്നെനിക്കത് തള്ളിക്കളയാനായില്ല.

''സൂരജ്, സൗന്ദര്യമുള്ളതിനോടൊക്കെ ആളുകൾക്ക് താത്പര്യം തോന്നുമെന്നൊക്കെ പറയാൻ ഞാൻ സുന്ദരിയാണെന്ന് എനിക്ക് തോന്നിയിട്ടില്ല. പക്ഷേ എന്റെ ശരീരത്തിന്റെ കർവ്സ് എനിക്കു പോലും ഇഷ്ടമാണ്. അതിലേക്ക് ആരുടെ കണ്ണ് പതിഞ്ഞാലും എനിക്ക് മനസ്സിലാവും. സൂരജ് സ്വന്തം കണ്ണുകളെ കുറച്ചുകൂടെ നിയന്ത്രിക്കാൻ ശീലിക്കണം. നമ്മൾ അന്ന് കല്ലാറിൽ പോയപ്പോൾ അവിടെ ഒരു എഞ്ചിനീയർ ഇല്ലായിരുന്നോ? ഒരു സുന്ദരി.''

''ശ്രീലക്ഷ്മിയോ?'' ഞാൻ ചോദിച്ചു.

''അതെ, അവളുടെ പ്രായത്തിൽ ഒരുപക്ഷേ സൂരജിന്റെ നോട്ടം ഒരു അപ്രീസിയേഷനായിരിക്കും. പക്ഷേ വിവാഹമൊന്നും വേണ്ടെന്ന് വെച്ച എന്നെപ്പോലൊരാൾക്ക് അത് വലിയ അരക്ഷിതാവസ്ഥയാണു ണ്ടാക്കുക. ഞാൻ പോലും ഇതൊക്കെ ശ്രദ്ധിച്ചെങ്കിൽ നിന്നേക്കാൾ ഇൻഫീരിയറാണെന്ന തോന്നലുള്ള, നീ മറ്റ് സ്ത്രീകളോട് പെരു മാറുന്നത് ഒരു സംശയത്തോടെ നിരന്തരം വീക്ഷിച്ചിട്ടുള്ള രാധിക യ്ക്ക് അങ്ങനെയൊരു അരക്ഷിതബോധമുണ്ടായതിൽ അത്ഭുതമില്ല.''

ഞാനാകെ നാണം കെട്ടു. ശ്രീലക്ഷ്മിയെയും ഞാൻ കാമാ സക്തനായി നോക്കിയെന്നാണ് മാഡം ആരോപിക്കുന്നത്. എനി ക്കാകെ വല്ലായ്മയായി. കുറ്റബോധംകൊണ്ട് എന്റെ കണ്ണുകൾ താണു.

''പക്ഷേ, എന്നെ ആദ്യം കണ്ടപ്പോൾ നീ പറഞ്ഞില്ലേ, എന്റെ സൗന്ദര്യം നിന്നെയാകെ സ്വാധീനിച്ചെന്ന്, ആ സത്യസന്ധതയുടെ പിൻബലത്തിലാണ് ഞാനിന്നും ഒറ്റയ്ക്ക് നിന്റെയടുത്തേയ്ക്ക് വരു ന്നത്.''

മാഡം ആ വാക്കുകൾ അന്ന് പറഞ്ഞില്ലായിരുന്നെങ്കിൽ എനി ക്കന്ന് ഉറങ്ങാനാവില്ലായിരുന്നു. പിറ്റേന്ന് ബൈക്ക് വാടകയ്ക്കെടുത്ത്

സ്പിറ്റി വാലിയിൽ പോകാമെന്ന് പറഞ്ഞപ്പോൾ ഞാൻ എനിക്ക് ബൈക്ക് ഓടിക്കാനറിയില്ലെന്ന് പറഞ്ഞു. മാഡം ഓടിച്ചുകൊള്ളാമെന്ന് പറഞ്ഞപ്പോൾ, ബൈക്കിൽ കയറി അത്രയും ദൂരം പോകാനെനിക്ക് പേടിയായിരുന്നെങ്കിൽപോലും ആ യാത്രാവാഗ്ദാനം എന്നെ അത്ര കണ്ട് സന്തോഷിപ്പിച്ചു.

പിറ്റേന്ന് രാവിലെ അമൻ ചൗധരി ഒരു വാടക ബുള്ളറ്റുമായി വന്നു. രണ്ടുപേർക്ക് ധരിക്കേണ്ട റൈഡർ ജാക്കറ്റുകളും ഹെൽമെറ്റുമൊക്കെയായാണ് വന്നത്. ഇരുവശത്തുമായി പിടിപ്പിച്ചിരുന്ന ക്യാരിയറിൽ പഞ്ചാബിൽ പാൽ പാത്രം വെക്കുന്നതുപോലെ വലിയ കന്നാസിൽ പെട്രോളും കുടിവെള്ളവുമൊക്കെയായി എന്റെയും മാഡത്തിന്റെയും ബാഗുകൾ പിന്നിൽ വെച്ചുകെട്ടി ഞങ്ങൾ സ്പിറ്റി വാലിക്ക് തിരിച്ചു. റോത്താങ്ങ് പാസ് കയറിയിറങ്ങി അന്ന് ഞങ്ങൾ ചനാബ് നദിക്കരയിലെ ചത്രു ക്യാമ്പ് സൈറ്റിലെ ടെന്റിൽ കിടന്നുറങ്ങി.

തലേന്നത്തെ ദീർഘസംസാരങ്ങളുടെ ചെറിയൊരു ജാള്യം എന്നിലുണ്ടായിരുന്നെങ്കിലും അധികം വലിപ്പമില്ലാത്ത ടെന്റിൽ സ്ലീപ്പിങ്ങ് ബാഗിനുള്ളിൽ അന്നാ മാഡം സുഖമായുറങ്ങി. സ്പിറ്റിയിലും ഖാസയിലുമൊക്കെയായി മൂന്നുനാല് ദിവസങ്ങൾ തങ്ങിയ ഞങ്ങൾ ആ ദിവസങ്ങളിലെ യാത്രയിൽ കണ്ട കാഴ്ചകൾ വിശകലനം ചെയ്യും. സ്പിറ്റിയിലെ തടാകവും നീലയുടെ പര്യായമായ ഹിമാലയൻ ആകാശവും മൊണാസ്റ്ററിയും മോർമൊത്തിനെയും യാക്കിനെയും ഒരു മിന്നായംപോലെ കണ്ട ഹിമപ്പുലിയെയുമൊക്കെക്കുറിച്ച് ഞാൻ വാചാലനാവുമ്പോൾ റോഡ് പണിക്കായി വഴിയിലുടനീളം തമ്പടിച്ചിരുന്ന ഇന്ത്യയിലെ പരമദരിദ്ര ജില്ലകളിൽനിന്ന് വരുന്ന പണിക്കാരെയും അവരുടെ ജീവിതത്തെയുമാണ് മാഡം കണ്ടത്. പൊട്ടിച്ച കരിങ്കല്ല് റോഡിൽ നിരത്താനായി കൊണ്ടുചെന്നിടുന്ന സ്ത്രീയുടെ പുറകിലെ മാറാപ്പിൽ നിന്ന് തല പുറത്തിട്ട് തങ്ങളെ കടന്നുപോകുന്നവരെ നോക്കുന്ന അവരുടെ പിഞ്ചുകുട്ടികളുടെ കാഴ്ച മാഡത്തിനെ അസ്വസ്ഥയാക്കിയത് അവരൊരു സ്ത്രീയായതുകൊണ്ടാണോ?

ഒരാഴ്ച കഴിഞ്ഞ് മണാലിയിൽ തിരിച്ചെത്തിയ ഞങ്ങളെ വരവേറ്റത് ഒരു ദുരന്തവാർത്തയാണ്. നാല് ദിവസങ്ങൾക്ക് മുൻപ് മാഡത്തിന്റെ അമ്മ മരിച്ചു. കാനഡയിൽനിന്ന് സഹോദരൻ വരാനുള്ളതിനാൽ ഇന്നലെവരെ അടക്കാതെ വെച്ചിരുന്നു. മാഡത്തിന്റെ മൊബൈൽ നമ്പറിൽ വിളിച്ചിട്ട് കിട്ടാത്തതിനാൽ ഇന്ത്യാ എവെരിഡേയിൽ നിന്ന് ഒരു സ്പെഷ്യൽ മെസെഞ്ചർ മണാലിയിൽ വന്ന് അമൻ ചൗധരിയോട് മരണ വിവരം പറഞ്ഞിട്ട് പോയി.

ഞാൻ കണ്ടതിൽ വെച്ച് ഏറ്റവും സ്വാശ്രയയും ധീരയുമായ സ്ത്രീ അന്ന് കണ്ണീരടക്കാൻ ശ്രമിച്ചില്ല. ഗസ്റ്റ്ഹൗസിന്റെ മുന്നിൽ നിന്ന് ബിയാസിലേക്കിറങ്ങുന്ന വഴിയിലൂടെ പുഴയിലേക്കിറങ്ങി അവർ കുറേനേരം കരഞ്ഞു. എന്നിട്ട് റേഞ്ചില്ലാത്തതിനാൽ സ്പിറ്റി യിലേക്കുള്ള യാത്രയ്ക്കിടെ ഓഫാക്കിയ ഫോൺ ഓൺ ചെയ്ത് തന്റെ സഹോദരനെ വിളിച്ച് സംസാരിച്ചു. അടക്ക് കഴിഞ്ഞ് എല്ലാ വരും പോയിത്തുടങ്ങിയിരുന്നത്രെ. അച്ഛൻ പോകാനായൊരുങ്ങുന്നു എന്ന് പറഞ്ഞപ്പോൾ രണ്ട് ദിവസം കൂടെ നിൽക്കാനാവുമോ താനു ടനെ വരുമെന്നവർ ചോദിക്കുന്നുണ്ടായിരുന്നു.

ഒരു ടാക്സി വിളിച്ച് ഞാനും മാഡവും ചാണ്ഡീഗഡിന് പോയി. അവിടെ നിന്നും കൊച്ചിക്കുള്ള ഒരു കണക്ഷൻ ഫ്ളൈറ്റിന്റെ ടിക്കറ്റ് കപിൽദേവ് ബുക്ക് ചെയ്തിരുന്നു. നല്ലകാലം പിന്നിട്ടശേഷം അമ്മ യുമായി പിരിഞ്ഞ അച്ഛനെ പുനർവിവാഹത്തിന് പ്രേരിപ്പിക്കുകയും അമ്മാവനൊപ്പം ശിഷ്ടകാലം കഴിയാൻ തീരുമാനിച്ച അമ്മയെ അവരുടെ ആഗ്രഹങ്ങൾക്ക് വിടുകയും പിന്നീട് അകാലത്തിൽ പിടി കൂടിയ മറവിരോഗം കാരണം അമ്മാവനും കുടുംബത്തിനും അമ്മ ഒരു ബാധ്യതയാണെന്ന് വന്നപ്പോൾ ഒട്ടും പതറാതെ അമ്മയെ വൃദ്ധസദനത്തിലാക്കുകയും ചെയ്ത അന്നാ മാഡം അമ്മയുടെ മരണമറിഞ്ഞ് വിതുമ്പുന്നത് എനിക്ക് അത്ഭുതമായി തോന്നി.

രണ്ട് ദിവസം കഴിഞ്ഞപ്പോഴാണ് മാഡമെന്നെ ഫോൺ വിളി ച്ചത്. ഇന്ത്യാ എവെരി ഡേയിൽ നിന്ന് രാജിവെക്കുന്ന കാര്യവും സഹോദരനൊപ്പം കാനഡയിലേക്ക് പോകുന്ന കാര്യവും പറഞ്ഞ പ്പോൾ ഞാനറിയുകയായിരുന്നു എന്റെ എഴുത്തിന്റെ ഭംഗിയില്ലാത്ത ഘടന മാറ്റി കാവ്യാത്മകമാക്കാൻ, എന്റെ വ്യാകരണത്തിലെ ഇനിയും നേരെയാവാത്ത പിശകുകൾ തീർക്കാൻ, വായനക്കാർക്കിടയിൽ എനിക്ക് ആരാധകരെ സമ്മാനിക്കുന്ന, ആർക്കും അർത്ഥമറിയാത്ത വാക്കുകൾകൊണ്ട് എന്റെ എഴുത്തുകൾക്ക് തൊങ്ങലുകളിടാൻ ഇനി അന്നാ മാഡം ഇന്ത്യാ എവെരി ഡേയുടെ എഡിറ്റോറിയൽ ബോർഡി ലില്ല. എനിക്കിനി ഒരു ഗോഡ്ഫാദർ ഇല്ല. ഗോഡ്ഫാദർ ഒരു പുല്ലിംഗ പദമാണല്ലോ, പകരമെന്ത് ഉപയോഗിക്കണമെന്ന് അന്നാ മാഡ ത്തിനോട് ചോദിക്കാമായിരുന്നു.

മടക്കം

ഉന്മാദത്തിനും വിഷാദത്തിനുമിടയിലെ ഒരു ഇടുങ്ങിയ പാലം പോലെ തോന്നിച്ചു ജീവിതം. എത്രകണ്ട് സന്തോഷിക്കുന്നതാണ് ഉന്മാദമെന്നോ എത്രകണ്ട് സങ്കടത്തിലേക്ക് വീഴുന്നതാണ് നിരാശ യെന്നോ എനിക്ക് നിർവ്വചിക്കാനായില്ല. സന്തോഷകരമായ ദിവസ ങ്ങൾ വേഗത്തിലും നിരാശയുടേത് ഒച്ചിഴയുംപോലെയും കടന്നു പോകുമെന്നതാണ് കഷ്ടം. ഡൽഹിയിലെ കപിൽദേവിനെപ്പോ ലെയോ സോൻപ്രയാഗിലെ ഗംഗാറാമിനെപ്പോലെയോ ആയിരു ന്നില്ല മണാലിയിലെ എന്റെ സഹായി അമൻ ചൗധരി. മണാലിയി ലെത്തിച്ചേരുന്ന സഞ്ചാരികളെയുംകൊണ്ട് ലഡാക്കിലും സ്പിറ്റി യിലുമൊക്കെ കറങ്ങാൻ പോകുന്ന അമൻ ചൗധരിക്ക് മഞ്ഞുകാലം വിട്ടുമാറി നിൽക്കുന്ന ഏതാനും മാസങ്ങളിൽ മാത്രമായിരിക്കും കാര്യമായി എന്തെങ്കിലും സമ്പാദിക്കാനാവുകയെന്ന് അറിയാമായി രുന്നു. എന്നെപ്പോലൊരാൾ മണാലിയിലെത്തുമ്പോൾ ധാരാളം യാത്രകളുണ്ടാവുമെന്ന് ലോക്കൽ ഗൈഡായ അമൻ കരുതി ക്കാണും. ജീവിതത്തിൽ നിരാശ കരിനിഴൽ വീഴ്ത്തുമ്പോഴൊക്കെ എന്നെ കീഴ്പ്പെടുത്തുന്ന മടി മൂലം ഞാൻ ബോർഡർ റോഡ്സ് ഓർഗനൈസേഷന്റെ ഗസ്റ്റ്ഹൗസിലെ മുറിയിൽ ഒതുങ്ങിക്കൂടി. അന്നാ മാഡം വന്നപ്പോൾ സ്പിറ്റി വാലി സന്ദർശിക്കാൻ ഒരു ബൈക്ക് വാടകയ്ക്കെടുത്തതും ഒന്നുരണ്ട് ചെറിയ സവാരികൾ പോയതു മൊഴിച്ചാൽ അമൻ ചൗധരിക്ക് വലിയതോതിലുള്ള ഇടപാടൊന്നും കിട്ടിയില്ല. മഞ്ഞുവീഴ്ച തുടങ്ങിയാൽ കീലോങ്ങിനപ്പുറമുള്ള പ്രദേശ ങ്ങൾ സന്ദർശിക്കാനാകില്ലെന്ന് അമൻ എന്നെ ഇടയ്ക്കിടെ ഓർമ്മി പ്പിച്ചുകൊണ്ടിരുന്നു.

എഡിറ്റോറിയൽ ബോർഡ് മീറ്റിങ്ങിനായി ഡൽഹിയിൽ പോയ പ്പോഴൊക്കെ അന്നാ മാഡത്തിന്റെ അഭാവം എന്റെ കരിയറിൽ മുഴച്ചു നിന്നു. പരിസ്ഥിതി കാര്യങ്ങൾ കൈകാര്യം ചെയ്യുന്ന മലയാളി തന്നെയായ പുതിയ എഡിറ്റർ സജീവ്കുമാർ എനിക്ക് ഒട്ടും പരി ഗണന തന്നില്ല. ഞാനാണെങ്കിൽ മൂന്നുമാസത്തിനിടെ ചെയ്തത്

രണ്ട് സ്റ്റോറികൾ മാത്രം. ബോർഡർ റോഡ്സ് ഓർഗനൈസേഷനു വേണ്ടി പരിതാപകരമായ ജീവിതസാഹചര്യങ്ങളിൽ വന്ന് ജോലി ചെയ്യുന്ന ബീഹാറിലെയും ചത്തീസ്ഗഡിലെയും തൊഴിലാളിക ളെയും പഠനവും മറ്റ് അവകാശങ്ങളും നഷ്ടപ്പെടുന്ന അവരുടെ കുട്ടികളുടെ ബാലാവകാശങ്ങളെയുംകുറിച്ച് ലേഖനമെഴുതി സമയം കളഞ്ഞതെന്തിനെന്ന എഡിറ്റോറിയൽ ബോർഡിന്റെ ചോദ്യത്തിന് എനിക്ക് ഉത്തരമുണ്ടായിരുന്നില്ല. അത്തരം മനുഷ്യാവകാശ കണ്ണീർ കഥകൾക്ക് വായനക്കാരുണ്ടാവുമെങ്കിലും അത്തരം സ്റ്റോറീസ് പണം കൊടുത്ത് വാങ്ങാൻ ആരുമുണ്ടാവില്ലെന്ന് ഇന്ത്യാ എവെരി ഡേയിലെ മൂന്ന് വർഷങ്ങൾകൊണ്ട് ഞാൻ മനസ്സിലാക്കിയിരുന്നു. എന്നിട്ടും മനുഷ്യാവകാശ വിഷയങ്ങൾ ഞാനെഴുതിയത് അന്നാ മാഡത്തിന് എന്റെ മേലുള്ള സ്വാധീനം കൊണ്ടാണെന്ന് വൈകിയെങ്കിലും ഞാൻ തിരിച്ചറിയുകയായിരുന്നു. ഞാനിത്രയും കാലം കരുതിയത് അവ രൊരു സുന്ദരിയായതുകൊണ്ടാണ് ഞാനവരോട് ആകൃഷ്ടനായ തെന്നാണ്. ഐ മിസ്സ്ഡ് ഹെർ ബാഡ്‌ലി.

ഇന്ത്യാ എവെരി ഡേയുടെ മന്ത്‌ലി സ്റ്റേറ്റ്മെന്റ് പ്രിന്റ് കൊടുത്തു കൊണ്ടിരുന്ന കപിൽദേവാണ് സാബിന്റെ എഴുത്ത് ബരാബറാണല്ലോ എന്ന് പറഞ്ഞത്. എന്നെ കളിയാക്കുകയായിരിക്കുമെന്നാണ് ഞാൻ കരുതിയത്. കപിൽദേവ് പ്രിന്റ് കാണിച്ചപ്പോഴാണ് മലയാളത്തിലെ രണ്ട് പ്രമുഖ പത്രങ്ങളിൽ എന്റെ ലേഖനങ്ങൾ വന്നതിന്റെ പെയ്മെന്റ് വിവരങ്ങൾ ഞാൻ കാണുന്നത്. പണ്ടെപ്പോഴോ എഴുതിയതിന്റെ കിട്ടാനുള്ള ഏതെങ്കിലും തുകയായിരിക്കുമെന്ന് കരുതി അപ്പോൾ ഞാനത് നിസ്സാരവൽക്കരിച്ചെങ്കിലും പിറ്റേ ദിവസം കപിൽദേവിനെ ക്കൊണ്ട് വിശദാംശങ്ങൾ എടുപ്പിച്ചു.

'നെല്ലിയാമ്പതിയിൽ പാഴാവുന്ന വൈദ്യുതി' എന്ന തലക്കെട്ടിൽ നെല്ലിയാമ്പതിയിലെ മൂന്ന് വൻകിട തോട്ടങ്ങളും കുറച്ച് റിസർവ് വനവും ഏറ്റെടുത്ത് നിർമ്മിക്കാവുന്ന നൂറ്റി അൻപത് മെഗാവാട്ട് വൈദ്യുത നിലയത്തെ കുറിച്ചുള്ളതായിരുന്നു ആദ്യലേഖനം. അത്തര ത്തിലൊന്ന് ഞാനെഴുതിയിരുന്നില്ല. അതിലെ വിവരങ്ങൾ പോലും ഞാൻ ശേഖരിച്ചവ ആയിരുന്നില്ല. രണ്ടാമത്തേത് 'തോട്ടം മേഖല യ്ക്ക് രക്ഷപ്പെടാനുള്ള അവസാന അവസരം' എന്ന ശീർഷകത്തിൽ തോട്ടം ഭൂമിയുമായി ബന്ധപ്പെട്ട് ഭൂപരിഷ്കരണമാവശ്യപ്പെടുന്നതും നിശ്ചിത ശതമാനം ഭൂമി വിനോദസഞ്ചാരം, പച്ചക്കറികൃഷി, പൂകൃഷി, മത്സ്യകൃഷി എന്നിവയ്ക്ക് മാറ്റിവെക്കണമെന്നുമുള്ള ശുപാർശകൾ അടങ്ങിയതുമായിരുന്നു. ഭാഷയുടെ കയ്യടക്കവും വിവരങ്ങളുടെ ആധികാരികതയും എന്നെ ആദ്യം അത്ഭുതപ്പെടുത്തിയെങ്കിലും എന്റെ പേരിൽ ഗോസ്റ്റ് റൈറ്റിങ്ങ് നടത്തിയത് ആരായിരിക്കുമെന്ന് എനിക്ക് അത്ഭുതം തോന്നി. ലൈബ്രറിയിൽനിന്ന് ഒറിജിനൽ

കോപ്പികൾ എടുത്ത് നോക്കിയപ്പോഴാണ് ഒരു വാരാന്ത്യപ്പതിപ്പിലെ തുടർലേഖനങ്ങളായാണ് 'തോട്ടം മേഖലയ്ക്ക് രക്ഷപ്പെടാനുള്ള അവസാന അവസരം' അച്ചടിച്ച് വന്നതെന്ന് ഞാനറിയുന്നത്. ലേഖനത്തിന്റെ അവസാനം ലേഖകനെ പരിചയപ്പെടുത്തിയ ബ്രാക്കറ്റിനകത്തെ 'ശാസ്ത്രസമാജത്തിന്റെ മുൻ പ്രസിഡന്റ് ശശിധരമേനോന്റെ മകനും ഇന്ത്യാ എവെരി ഡേയിലെ പരിസ്ഥിതികാര്യവിഭാഗത്തിലെ സ്റ്റാഫ് റിപ്പോർട്ടറുമാണ് ലേഖകൻ' എന്ന വാചകമാണ് സത്യത്തിൽ എന്നെ പിണക്കിയത്.

എത്ര ഒഴിവാക്കാൻ നോക്കിയാലും പിൻതുടരുന്ന പൈതൃകത്തിന്റെ ഭാരം. അച്ഛനോടുള്ള എന്റെ നീരസങ്ങളാവാം എന്നെക്കൊണ്ടങ്ങനെ ചിന്തിപ്പിച്ചത്. അപേക്ഷകരെക്കുറിച്ച് അവർ ഒരു ഫാക്റ്റ് ചെക്ക് നടത്തിയപ്പോൾ എന്റെ അച്ഛന്റെ സമൂഹത്തിലെ സ്ഥാനം എനിക്ക് പ്ലസ് പോയിന്റ് ആയെന്നും അതുകൊണ്ടാണ് മറ്റ് രണ്ടു പേരെ മറികടന്ന് എനിക്ക് ജോലി കിട്ടിയതെന്നും പണ്ടൊരിക്കൽ അന്നാ മാഡം പറഞ്ഞിരുന്നു. ഞാനക്കാര്യത്തിൽ ഒരു തർക്കത്തിന് മുതിരുന്നുവെന്ന് തോന്നിയപ്പോൾ എന്റെ അപകർഷത അറിയാവുന്ന മാഡം "അതൊരു കാരണം മാത്രം, അല്ലെങ്കിലും നിനക്ക് ജോലി കിട്ടിയേനെ" എന്ന് തിരുത്തി.

സജീവ് സാറുമായി ഞാനേറെ നേരം തർക്കിച്ചു. ആരാണതൊക്കെ എഴുതിയതെന്ന് ചോദിച്ചപ്പോൾ അത്തരം എഴുത്തുകാരെ നിനക്ക് പരിചയമില്ലേ? എന്നായിരുന്നു മറുചോദ്യം. സജീവ് സാർ എല്ലാ കാര്യത്തിലും അന്നാ മാഡത്തിനെ പഴിചാരി. പെയ്മെന്റുകൾ ബാക്കിയുള്ളതിനും എന്നെപ്പോലുള്ളവർ പ്രൊഡക്റ്റീവായി ഒന്നും ചെയ്യാത്തതിലുമൊക്കെ അന്നാ മാഡമായിരുന്നു പ്രതി. പലപ്പോഴും അന്നാ മാഡത്തിന്റെ ജീവിതശൈലിയും സ്വഭാവവുമൊക്കെ കുറ്റപ്പെടുത്തലുകൾക്കിടയിൽ സ്ഥാനം പിടിച്ചു. ഡൽഹിയിൽ വല്ലപ്പോഴും വന്നു പോകുന്ന ഞാൻ വാടകയ്ക്ക് വീടെടുത്തിരുന്നില്ല, ഡൽഹിയിൽ തിരിച്ചെത്തിയ കാലത്ത് വാടകവീടൊരെണ്ണം സംഘടിപ്പിക്കാൻ ഞാൻ ശ്രമിച്ചിരുന്നെങ്കിലും ഡൽഹിയിലെ സാഹചര്യങ്ങൾ വല്ലാതെ മാറിയിരുന്നു. കേന്ദ്രത്തിലെ സർക്കാർ മാറിയതാണോ അതോ മലയാളികളായ അവിവാഹിതരോടുള്ള മനോഭാവം മാറിയതാണോ അതോ ഇന്ത്യയിലാകെ തലപൊക്കിത്തുടങ്ങിയ വംശീയത കാരണമാണോ വീട് വാടകയ്ക്ക് കിട്ടാത്തതെന്ന് എനിക്ക് പിടികിട്ടിയില്ല. ഡൽഹിയിലെത്തുമ്പോഴൊക്കെ പണ്ടെനിക്ക് ഗസ്റ്റ്ഹൗസിൽ മുറി കിട്ടുമായിരുന്നു, ആ അവസ്ഥയും മാറി. ഡിവിഷൻ ഹെഡ് വഴി ഓഫീസിൽ അപേക്ഷ കൊടുത്താൽ മാത്രമേ മുറി കിട്ടൂ. മുറിക്കായി സജീവ് സാറിനെ സമീപിക്കാൻ എന്റെ ദുരഭിമാനം അനുവദിക്കില്ല. അതോടെ ഹോട്ടൽമുറികളായി അഭയം. ഇന്ത്യാ എവെരി ഡേ

എനിക്ക് മടുത്തുതുടങ്ങുകയായിരുന്നു. ഇതിനൊക്കെ ഇടയിൽ കപിൽദേവ് എനിക്കെതിരെ നടക്കുന്ന ഗൂഢാലോചനകളെക്കുറിച്ച് സൂചനകൾ തന്നുപോന്നു.

അത്തവണത്തെ ബോർഡ് മീറ്റിങ്ങ് കഴിഞ്ഞപ്പോൾ എനിക്ക് നിശ്ചയിച്ച് തന്നിരുന്ന ദൗത്യങ്ങളുടെ കാലാവധി കുറഞ്ഞു. മണാലി - ലേ, ലേ - നൂബ്രാ വാലി, ശ്രീനഗർ - ലേ പാതകളിലെ പദ്ധതികളെക്കുറിച്ച് സർക്കാർ പ്രതിനിധിയുമായും ബോർഡർ റോഡ്സ് ഓർഗനൈസേഷനിലെ ഉദ്യോഗസ്ഥരുമായും കരാറുകാരുടെ പ്രതിനിധികളുമായും ചർച്ച ചെയ്ത് ഇപ്പോഴത്തെ സർക്കാരിന്റെ കാലാവധിക്കുള്ളിൽതന്നെ പദ്ധതികൾ പൂർത്തീകരിക്കാൻ ഉതകും വിധം വെവ്വേറെ ലേഖനപരമ്പരകൾ വേണം. പരിഭാഷപ്പെടുത്തി ഹിന്ദിയിലും പ്രസിദ്ധീകരിക്കേണ്ടതിനാൽ എനിക്ക് കിട്ടിയ ആറുമാസം വളരെ കുറവാണ്.

തിരിച്ച് മണാലിയിലെത്തി അമൻ ചൗധരിയോട് സംസാരിച്ചപ്പോഴാണ് മഞ്ഞുവീഴ്ച തുടങ്ങാൻ ഇനി രണ്ട് മാസമേ അവശേഷിക്കുന്നുള്ളൂ എന്ന കാര്യം ഞാനോർത്തത്. വിവരശേഖരണത്തിനും ഫോട്ടോകളെടുക്കാനും ചുരുങ്ങിയ കാലം മാത്രമേയുള്ളൂ. ഞാൻ പറഞ്ഞതനുസരിച്ച് പിറ്റേന്ന് തന്നെ അമൻ ഒരു കാറുമായി വന്നു. ബി ആർ ഓയുടെ മണാലി ഗസ്റ്റ്ഹൗസിലെ ഒരു മുറി കുറേ കാലമായി ഞാൻ സ്വന്തം പോലെയാണ് ഉപയോഗിച്ചുകൊണ്ടിരുന്നത്. സാധനങ്ങളൊക്കെ കാറിൽ അടുക്കി വെയ്ക്കാൻ കുശിനിക്കാരൻ സഹായിച്ചു. അയാളുണ്ടാക്കുന്ന ആലൂ പൊറാട്ട ഞാനെന്തായാലും മിസ് ചെയ്യും.

വണ്ടിക്ക് ഓട്ടമുണ്ടെന്ന് കണ്ടപ്പോൾ അമൻ ചൗധരി ഉല്ലാസവാനായി. ടൂറിസം സീസൺ അവസാനിക്കാറായതിനാൽ ഇനി കുറച്ച് കാലം വറുതിയുടേതായിരിക്കുമെന്ന് അമനറിയാം. കീലോങ്ങിലും സർച്ചുവിലും ഇടവേളകളെടുത്ത് തണുത്ത മരുഭൂമി കടന്ന് ഞങ്ങൾ ലേയിൽ എത്തി ബി ആർ ഓയുടെ ഗസ്റ്റ് ഹൗസിൽ ചേക്കേറി. പ്രധാന കെട്ടിടത്തിന്റെ അരികിലെ ഡ്രൈവർമാരുടെ മുറിയിൽ താമസിക്കാമെന്നേറ്റ അമനെ എന്റെ മുറിയിൽ താമസിച്ചുകൊള്ളാൻ ഞാൻ നിർബന്ധിച്ചെങ്കിലും അയാൾ എല്ലാ ദിവസവും രാത്രിയിലെ കഥപറച്ചിലിനുശേഷം ഡ്രൈവർമാർക്കുള്ള മുറിയിലേക്ക് പോയി. മദ്യപാനം നിയന്ത്രിക്കാൻ സഹായിച്ച ആളെന്ന നിലയിൽ അമനോടെനിക്ക് വലിയ കടപ്പാടുണ്ട്. കുറേ വർഷങ്ങളായി ലേയിലേക്ക് സഞ്ചാരികളെ കൊണ്ടുവരുന്ന ഡ്രൈവറെന്ന നിലയിൽ അമന് ലേ കാണാപ്പാഠമാണ്. ലേയിൽ നിന്ന് പോകുന്ന സ്ഥലങ്ങളിലേക്കൊന്നും ഹിമാചൽ പ്രദേശിൽ നിന്നുള്ള ടാക്സികളെ ലേയിലുള്ളവർ അനുവദിക്കില്ല.

അതിനാൽ ലേയിൽ വണ്ടിയിട്ട് മറ്റേതെങ്കിലും വണ്ടിയുമായാവും പിന്നീടുള്ള യാത്ര. ജമ്മുകാശ്മീർ രജിസ്ട്രേഷനുള്ള വണ്ടികൾക്ക് ഹിമാചലിലുമുണ്ട് ഊരുവിലക്ക്. മണാലി വരെ വരാമെങ്കിലും നൂബ്രാ വാലിയിലേക്കോ മറ്റ് പ്രദേശങ്ങളിലേക്കോ പോകാനാവില്ല.

ബിആർഓയിൽ നിന്ന് 'ഓൺ ഡ്യൂട്ടി ഫൊർ ബിആർഓ' എന്ന ഒരു ബോർഡ് സംഘടിപ്പിച്ച് വണ്ടിയിൽ പിടിപ്പിച്ചിരുന്നു. കാഷ്മീരികളുടെ ഹോട്ടലുകളിൽനിന്ന് മട്ടൻ റോഗിൻജോഷും ലഡാക്കുകാരുടെ ഹോട്ടലുകളിൽ നിന്ന് മൗ മൗവുമൊക്കെ കഴിച്ച് ഞാൻ ആളുകൾക്ക് ലേയിലേക്കുള്ള റോഡുകളെക്കുറിച്ചുള്ള അഭിപ്രായങ്ങളാരാഞ്ഞു. സത്യത്തിൽ ലഡാക്കിലുള്ളവർക്ക് കശ്മീരികളെയും ഹിമാചലുകാരെയും ഇഷ്ടമായിരുന്നില്ല, തിരിച്ചും. കേദാർനാഥിലെ ഓർമ്മകളുള്ളതിനാൽ മഞ്ഞുകാലത്തെക്കുറിച്ച് എനിക്ക് ഭയമുണ്ടായിരുന്നു. ഇടയ്ക്ക് മറ്റേതോ ഡ്രൈവറെ ഏർപ്പാടാക്കിത്തന്ന് അമൻ ചൗധരി മണാലിവരെ പോയി തിരിച്ചുവന്നു.

കർദുങ്ങ്ലാ പാസ് കടന്ന് നൂബ്രാ വാലിയിലേക്ക് പോകുമ്പോൾ ഹിമാചൽ രജിസ്ട്രേഷൻ വണ്ടിയുടെ കാര്യത്തിൽ ചിലപ്പോൾ ലഡാക്കികൾ പ്രശ്നമുണ്ടാക്കുമെന്ന് അമൻ ചൗധരി മുന്നറിയിപ്പ് തന്നിരുന്നു. ബിആർഓയുടെ അനുമതിക്കത്തും എന്റെ തിരിച്ചറിയൽ കാർഡുമൊക്കെ കാണിച്ച് കർദുങ്ലായിലെ ഡ്രൈവേഴ്സ് അസോസിയേഷൻ ചെക്പോസ്റ്റിലുള്ളവരെ കബളിപ്പിച്ചപ്പോൾ അമൻ ചൗധരിക്ക് വലിയ സന്തോഷമായി. സിയാച്ചിനിലേക്കുള്ള വഴിയിലെ പിക്കറ്റ് സ്റ്റേഷനുകളിൽ നിർത്തി പട്ടാളക്കാരെ ഇന്റർവ്യൂ ചെയ്തും നൂബ്രാ വാലിയിലെയും പരിസരങ്ങളിലെയും കഥകളും ചിത്രങ്ങളും പകർത്തിയും കുറച്ച് ദിവസങ്ങൾ തങ്ങി. തിരിച്ച് പോകാമെന്ന് തീരുമാനിച്ചിരിക്കെയാണ് നിയന്ത്രണ രേഖയ്ക്കടുത്തുള്ള ചില ഗ്രാമങ്ങൾ കൂടെ കാണാമെന്ന് അമൻ നിർബന്ധിക്കുന്നത്. ഇവിടേക്കൊന്നും ജീവിതത്തിലൊരിക്കലും മടങ്ങിവരില്ലെന്നുറപ്പുള്ളതിനാൽ നിയന്ത്രണ രേഖയ്ക്കടുത്തുള്ള താങ്ങ് ഗ്രാമം കാണാൻ പോകാൻ ഞാൻ തിരിച്ചു.

ഇടയ്ക്ക് എവിടെയൊക്കെയോ പെയ്ത മഴയിൽ കലങ്ങിയൊഴുകിക്കൊണ്ടിരുന്ന ഷയോക്ക് നദിയോട് ചങ്ങാത്തം കൂടിയ പാതയിലൂടെ ചെറുഗ്രാമങ്ങളെയും പിക്കറ്റ് പോസ്റ്റുകളെയും പിന്നിലാക്കി വാഹനം ഇറക്കമിറങ്ങി. ഇടയ്ക്ക് ചെമ്മരിയാടുകൾ വഴിമുടക്കും. ചില പിക്കറ്റ് പോസ്റ്റുകളിലെ കണിശക്കാരായ പട്ടാളക്കാർ വണ്ടി അരിച്ചുപെറുക്കും. ഇടയ്ക്ക് ഷോയോക്കിന് കുറുകെയുള്ള പാലം കടക്കും, വീണ്ടും പാലം കടന്ന് ആദ്യകരയിലേക്കുതന്നെ തിരിച്ചെത്തും. വഴികൾക്കറ്റത്തുള്ള താങ്ങ് എന്നത് സാധാരണ സഞ്ചാരികൾക്ക് സന്ദർശിക്കാൻ അനുവാദമില്ലാത്ത ഗ്രാമമാണ്. ആ ഗ്രാമം അമൻ ചൗധരിയും

മുൻപ് കണ്ടിട്ടില്ല. ബിആർഒയിൽ നിന്നുള്ള ഒരു എഞ്ചിനീയർ താങ്ങിലെ താമസസൗകര്യം ശരിയാക്കി തന്നിരുന്നു.

പുറത്ത് നിന്ന് വരുന്നവർക്ക് താമസിക്കാൻ താങ്ങിൽ സൗകര്യങ്ങളൊന്നുമില്ല. എഞ്ചിനീയറുടെ പരിചയക്കാരന്റെ വീടാണ്. കാർഗിൽ യുദ്ധകാലത്ത് ഷെല്ലുകൾ പതിച്ചതിന്റെ പാടുകളായിരുന്നു ചുമരുകൾ നിറയെ. എപ്പോൾ വേണമെങ്കിലും ഒരു യുദ്ധം തുടങ്ങാമെന്നതാണ് അതിർത്തി ഗ്രാമങ്ങളുടെ ഭാവം. മഞ്ഞ് മാറി നിൽക്കുന്ന ഏതാനും മാസങ്ങൾ മാത്രമാണ് തൊഴിലും വരുമാനവുമൊക്കെ. ഭാഷകൊണ്ടും സംസ്കാരംകൊണ്ടും ഗിൽഗിട് ബാൾട്ടിസ്ഥാനെന്ന ശത്രുരാജ്യപ്രവിശ്യയുടെ ബന്ധുക്കളായ താങ്ങും ത്യാക്ഷിയും തുർത്തുക്കും പോലുള്ള അതിർത്തി ഗ്രാമങ്ങൾ തങ്ങൾ ഇന്ത്യയ്ക്കൊപ്പമാണെന്ന് ബോധ്യപ്പെടുത്താൻ ക്ലേശിക്കുന്നുണ്ട്. പതിവിന് വിപരീതമായി ഹിമാചൽ രജിസ്ട്രേഷനുള്ള ടാക്സിയിൽ അവിടെയെത്തിയ എന്നെ സംശയത്തോടെയാണവർ കണ്ടത്. ഇവിടത്തുകാരുടെ ജീവിതം എപ്പോഴും സംശയത്തിന്റെ നിഴലിലായിരിക്കും.

നൂബ്രാ വാലിയിലേക്കുള്ള മടക്കയാത്രയിൽ ഒറ്റപ്പെട്ട ഒരു സ്ഥലത്ത് അമൻ വണ്ടി നിർത്തി. ഒരു ചെറിയ കടയുണ്ടവിടെ. ഞങ്ങൾ ഓരോ നൂഡിൽസ് ആവശ്യപ്പെട്ട് കാത്തുനിന്നു. പുറത്തെ ടെലിഫോൺ ബൂത്തിൽ ഒരു ബിഹാറി റോഡുപണിക്കാരൻ നാട്ടിലേക്ക് ഫോൺ വിളിക്കാൻ ശ്രമിക്കുന്നുണ്ട്. അവിടെ അങ്ങനെയൊരു ടെലിഫോൺ ബൂത്ത് ഞാൻ പ്രതീക്ഷിച്ചിരുന്നില്ല. റെയ്ഞ്ചില്ലാത്തതിനാൽ മൊബൈൽ ഫോൺ ബാഗിലെവിടെയോ ആണ്. നിരാശനായ ബിഹാറി ബൂത്തിന്റെ കൊച്ചുപേടകത്തിൽ നിന്ന് പുറത്തിറങ്ങിയപ്പോൾ ഞാനൊരു കൗതുകത്തിന് ഫോൺ ചെയ്യാൻ കയറി. ബോംബെയിലെ ചേട്ടന്റെ വീട്ടിലെ ലാന്റ് ഫോൺ നമ്പർ ഓർമ്മയുണ്ട്, ഞാനത് ഡയൽ ചെയ്ത് നോക്കി. ബീപ്... ബീപ്... ബീ... ഫോൺ കട്ടായി. യാന്ത്രികമായി ഞാൻ എനിക്ക് കാണാതെയറിയുന്ന ചില നമ്പറുകൾ മാറി മാറി ഡയൽ ചെയ്തു. ഓർമ്മയുള്ള നമ്പറുകളിൽ ചിലത് ആരുടേതാണെന്ന് സംശയമുള്ളവയായിരുന്നു, ആരെയും കിട്ടിയില്ല. ഒടുവിൽ ഡയൽ ചെയ്ത നമ്പർ കണക്റ്റായി. മറുതലയ്ക്കലെ ഹലോ കേട്ടപ്പോഴാണ് ഡയൽ ചെയ്തത് രാധികയുടെ നമ്പറായിരുന്നെന്ന് ബോധ്യപ്പെട്ടത്. ഞാൻ ഫോൺ കട്ട് ചെയ്ത് പുറത്തിറങ്ങി.

ചായയും നൂഡിൽസുമായി കടക്കാരൻ വന്നു. നൂഡിൽസ് കഴിക്കുന്നതിനിടെ ബൂത്തിലെ ഫോൺ റിങ്ങ് ചെയ്യുന്നത് ഞാൻ ശ്രദ്ധിച്ചിരുന്നില്ല. കടക്കാരൻ ഫോൺ ഹോൾഡ് ചെയ്ത് ''ആപ് കാ നാം സൂരജ് ഹേ ക്യാ?'' എന്ന് ചോദിച്ചപ്പോഴാണ് ഞാൻ ചൂടുചായയും നൂഡിൽസും സമ്മാനിച്ച അലസതയിൽ നിന്നുണർന്നത്. ഞാൻ

ഫോൺ വാങ്ങി. മറുതലയ്ക്കൽ രാധികയായിരിക്കുമെന്ന് ഞാനൂഹിച്ചിരുന്നു.

''നീയായിരിക്കുമെന്ന് തോന്നിയതുകൊണ്ട് തിരിച്ച് വിളിച്ചതാണ്. വൈകീട്ടാണ് അടക്കം. നിന്നെ കാണണമെന്ന് പപ്പ ആഗ്രഹിച്ചിരുന്നു. നീയിപ്പോൾ എവിടെയാണ്?''

എന്റെ നാവിറങ്ങിപ്പോയി. ശിവരാമേട്ടൻ ഇനിയില്ല. മകളുടെ ജീവിതത്തിലെ സന്തോഷവും സംഘർഷവുമൊക്കെയായിരുന്ന എന്നെ അവസാനമായി കാണണമെന്ന് അദ്ദേഹം ആഗ്രഹിച്ചത് എന്തിനാവും. യാന്ത്രികമായി രാധികയുടെ ചോദ്യങ്ങൾക്ക് മറുപടി പറയുമ്പോൾ ഞാനറിയുകയായിരുന്നു എന്നിൽ കുറ്റബോധം നിറയുന്നുണ്ടെന്ന്. സ്വന്തം അച്ഛന്റെ കരുതലോ സ്നേഹമോ അധികം അനുഭവിച്ചിട്ടില്ലാത്ത, അച്ഛനെ എപ്പോഴും പ്രതിസ്ഥാനത്ത് പ്രതിഷ്ഠിച്ചിട്ടുള്ള എനിക്ക് ആ മനുഷ്യനെ കണ്ടപ്പോഴൊക്കെ അങ്ങനെയൊരു അച്ഛനെ കിട്ടിയിരുന്നെങ്കിലെന്ന് തോന്നിയിട്ടുണ്ട്. സൂരജ്, നിന്നെ ഇഷ്ടപ്പെട്ട എല്ലാവർക്കും ആകുലതകൾ മാത്രം നൽകിയിട്ടുള്ള ഒരു സ്വാർത്ഥനാണ് നീ. എന്റെ ഉള്ളം മന്ത്രിച്ചുകൊണ്ടിരുന്നു.

തിരിച്ച് മണാലിയിലെത്തുന്നതിനിടെ റേഞ്ചുള്ള സ്ഥലങ്ങളിൽ നിന്നൊക്കെ ഞാൻ രാധികയെ വിളിച്ചുനോക്കിയെങ്കിലും കിട്ടിയില്ല. സാമിനെ വിളിച്ചപ്പോഴാണ് കൂടുതൽ വിവരങ്ങളറിഞ്ഞത്. ഹൃദയാഘാതമായിരുന്നു. സർജറി ചെയ്തെങ്കിലും പോസ്റ്റ് ഓപ്പറേറ്റീവ് വാർഡിലെ നിരീക്ഷണകാലത്ത് വീണ്ടും അറ്റാക്ക് വന്നു. അതോടെ തീർന്നു. ആത്മവിശ്വാസക്കുറവും സംശയവും മത്സരബുദ്ധിയും ഒരു പ്രത്യേക ചേരുവയിൽ സ്വഭാവരൂപീകരണം നടത്തിയ മകൾക്കും അഹങ്കാരിയും തന്നിഷ്ടക്കാരനുമായ മകളുടെ കാമുകനുമിടയിൽ അദ്ദേഹം കുറേക്കാലം മദ്ധ്യസ്ഥനായിട്ടുണ്ട്. ഞങ്ങളിരുവരും അദ്ദേഹത്തിന് ഒരു സ്വസ്ഥതയും നൽകിക്കാണില്ല.

തിരിച്ച് ഡൽഹിയിലെത്തിയതിന് ശേഷമാണ് മെയിലുകൾ നോക്കിയത്. ഷെയർ മാർക്കറ്റിൽ വിശ്വസിച്ച് നിക്ഷേപിച്ച പണമൊക്കെ മൂന്നിലൊന്ന് മൂല്യത്തിലേക്ക് കൂപ്പുകുത്തിയിരുന്നു. ഓഫീസിലെ തൊഴുത്തിൽകുത്ത് അതിഭീകരമാംവിധം കൂടിയിരുന്നു. വളരെ പാടുപെട്ടാണ് ഒരു ഒറ്റമുറി ഫ്ളാറ്റ് ഓഫീസിൽനിന്ന് കുറച്ചകലെ കപിൽദേവ് ശരിയാക്കിത്തന്നത്. ടാർജറ്റുകൾ തികയ്ക്കാനാവാതെ വന്നതോടെ മാനേജ്മെന്റ് എന്റെ ശമ്പളം തടഞ്ഞുവെച്ചു.

എന്റെ പേരിൽ ഒന്നുരണ്ട് ലേഖനങ്ങൾകൂടെ മലയാള ദിനപത്രങ്ങളിൽ വന്നു. അക്കാര്യം പറഞ്ഞ് സജീവ് സാറുമായി തർക്കിച്ചപ്പോൾ എന്റെ പേരിൽ എഴുതുന്ന ആളിന്റെ പത്തിലൊന്ന് പണിയെടുക്കാതെയാണ് ഞാൻ വലിയ തുക ശമ്പളമായി വാങ്ങുന്നതെന്ന്

അദ്ദേഹം കുറ്റപ്പെടുത്തി. ഞാനറിയുകയായിരുന്നു ഇന്ത്യാ എവെരി ഡേയിലെ എന്റെ ദിവസങ്ങൾ എണ്ണപ്പെടുകയാണെന്ന്. കൂപ്പുകുത്തിക്കൊണ്ടിരുന്ന ഷെയറുകൾ വിറ്റുകിട്ടിയ പണം കൊണ്ട് ഫ്ളാറ്റിന്റെ വാടകയും ആ മാസത്തെ ചെലവുകളും കഴിഞ്ഞു. ബിആർഒയ്ക്ക് വേണ്ടി ഏറ്റെടുത്ത എഴുത്തുപണികൾ പൂർത്തിയാക്കി കരട് കൊടുത്താലേ ശമ്പളം നൽകൂ എന്ന് എഡിറ്റോറിയൽ ബോർഡ് തീരുമാനിച്ചപ്പോൾ അതിന് പിന്നിൽ സജീവ് സാർ ഉണ്ടാവുമെന്ന് എനിക്ക് ഉറപ്പായിരുന്നു.

ജീവിതം നരകത്തിലേക്കാൾ ക്ലേശകരമായി തുടരുന്നതിനിടെയാണ് ഒരു ദിവസം വൈകിട്ട് അന്നാ മാഡം സ്കൈപ്പിൽ വീഡിയോ കോൾ വിളിച്ചത്. അവരെന്നോട് ജോലികളെക്കുറിച്ച് ചോദിച്ചു. റോഡുകളെക്കുറിച്ചുള്ള പ്രൊജക്റ്റ് ചെയ്യുന്നതിന് സഹായകരമാകുന്ന ചില ലിങ്കുകളും ഡോക്യുമെന്റുകളും അപ്പോൾതന്നെ ഇമെയിൽ ചെയ്തു. കുറേ നാളുകൾക്ക് ശേഷമായിരുന്നു എന്റെ ഉള്ളൊന്ന് തണുത്തത്. സജീവ്സാറിന്റെ രീതികളുമായി ഒത്തുപോകാൻ ബുദ്ധിമുട്ടാണെന്നുള്ള എന്റെ പരാതിയെ പക്ഷേ, മാഡം ഏറ്റുപിടിച്ചില്ല. കോർപ്പറേറ്റ് ലോകത്ത് അതൊക്കെ പതിവാണെന്ന് അവരെന്നെ ആശ്വസിപ്പിച്ചു. എന്റെ കയ്യിലുള്ള വിവരങ്ങൾ വെച്ച് ഒന്നോ രണ്ടോ ആർട്ടിക്കിളുകൾ ഉടനെ പൂർത്തിയാക്കാമല്ലോ, അവരെന്നെ പ്രോത്സാഹിപ്പിച്ചു. എന്റെ ജോലി സംബന്ധിച്ച കാര്യങ്ങൾ മാത്രം ഒരു ഔചിത്യവുമില്ലാതെ സംസാരിച്ച ഞാൻ ഒടുവിൽ മാഡം കാനഡയിൽ എന്താണ് ചെയ്യുന്നതെന്ന് കേട്ട് ഞെട്ടി. അവർ അവിടെ പ്രൈമറി സ്കൂളിലെ കുട്ടികളെ പഠിപ്പിക്കുകയാണത്രെ. എനിക്ക് അത്ഭുതം തോന്നി, ഇത്രയധികം വിദ്യാഭ്യാസയോഗ്യതകളും അനുഭവസമ്പത്തുമുള്ള മാഡം പ്രൈമറി സ്കൂൾ അധ്യാപികയോ!

മാഡത്തിന്റെ മുത്തശ്ശി ഒരു എൽ.പി. സ്കൂളിലെ അധ്യാപികയായിരുന്നത്രെ. അവരുടെ മകൾ വളർന്നപ്പോൾ ഡൽഹിയിൽ കോളേജധ്യാപികയായി. അമ്മയുടെയും മുത്തശ്ശിയുടെയും അദ്ധ്യയന അനുഭവങ്ങൾ കേട്ട് വളർന്ന അന്നാ മാഡത്തിന് വലുതാകുമ്പോൾ ഒരു പ്രൈമറി സ്കൂൾ അധ്യാപിക ആവണമെന്ന കാര്യത്തിൽ സംശയമൊന്നുമില്ലായിരുന്നു. പക്ഷേ കോളേജധ്യാപികയായ അമ്മയോ ഓഡിറ്ററായ അച്ഛനോ മകൾ തീരുമാനിച്ച ലോവർ സ്റ്റാന്റേർഡ്സ് അംഗീകരിച്ചില്ല. അങ്ങനെ അവർ യുണൈറ്റഡ് നാഷൻസിൽ ഉദ്യോഗസ്ഥയായി, പിന്നീട് പത്രക്കാരിയായി. അതിനിടെ കപിൽദേവ് ഭക്ഷണവുമായി വന്നു, കപിൽദേവിനെ കണ്ടപ്പോൾ മാഡം അയാളുമായും സംസാരിച്ചു. സംസാരിക്കുന്നതിനിടെ സജീവ് സാറിനെക്കുറിച്ച് ഒന്നുരണ്ട് തെറി കപിൽദേവ് പറയുന്നത് ഞാൻ ശ്രദ്ധിച്ചിരുന്നു.

മാഡത്തിന് ജോലിക്ക് പോകാൻ സമയമാകും വരെ സംസാരം തുടർന്നു.

ഭക്ഷണം കഴിക്കുന്ന നേരത്ത് ഞാൻ കപിൽദേവിനെ താക്കീത് ചെയ്തു. എന്റെ ജോലി ഏത് സമയത്ത് വേണമെങ്കിലും നഷ്ട പ്പെടാം. ഞാൻ ഒറ്റത്തടിയാണ്. കപിൽദേവിന് ഒരുപക്ഷേ ഇത്രയും ശമ്പളമുള്ള മറ്റൊരു ജോലി കണ്ടെത്താൻ ബുദ്ധിമുട്ടായിരിക്കും എന്നൊക്കെ ഉപദേശിക്കാൻ തുനിഞ്ഞ എന്നെ കപിൽദേവ് തിരുത്തി. അവൻ ഇന്ത്യാ എവെരി ഡേയിൽനിന്ന് പോവുകയാണത്രേ. മകൻ കോളേജിൽ ചേർന്നിട്ടുണ്ട്, ഹോസ്റ്റലിലേക്ക് മാറുമ്പോൾ വീട്ടിൽ അമ്മയും ഭാര്യയും ഇളയവനും മാത്രമാവും. നാട്ടിൽ അത്യാവശ്യം ഭൂമിയുണ്ട്, കൃഷി ചെയ്യാം. അയാളുടെ തീരുമാനം എനിക്കത്ര ഉചിത മായി തോന്നിയില്ല. ഞാൻ വീണ്ടുമക്കാര്യം ചർച്ചചെയ്യാൻ തുനിഞ്ഞ പ്പോൾ കാര്യങ്ങളൊന്നും അറിയാത്തതുകൊണ്ടാണ് സാറിങ്ങനെ യൊക്കെ പറയുന്നതെന്ന മുഖവുരയോടെ കപിൽദേവ് പഴയൊരു കഥ പറഞ്ഞു.

‘‘പത്ത് വർഷങ്ങൾക്ക് മുൻപ് അന്നാ മാഡം ഇന്ത്യാ എവെരി ഡേയിൽ സ്റ്റാഫ് റിപ്പോർട്ടറായി കയറിയ കാലം. ഇന്നത്തേക്കാൾ ചെറുപ്പം, മോഹിപ്പിക്കുന്ന സൗന്ദര്യം. വളരെ ആകർഷകമായ വ്യക്തി ത്വമായതിനാൽ തന്നെ എല്ലാവരുടെയും പ്രിയങ്കരിയായിരുന്നു അന്നാ മാഡം. അന്നാ വർഗ്ഗീസിനോട് പ്രണയം തോന്നാത്ത ഏതെങ്കിലു മൊരുത്തൻ അക്കാലത്ത് ഇന്ത്യാ എവെരി ഡേയിൽ ഉണ്ടെങ്കിൽ അതൊരു കുരുടനും ബധിരനുമായിരിക്കും. സൗന്ദര്യവും ആരെയും മയക്കുന്ന സംസാരശൈലിയും; ഇംഗ്ലീഷ്, ഹിന്ദി, മലയാളം, ഫ്രഞ്ച് എന്നീ ഭാഷകൾ അനായാസം കൈകാര്യം ചെയ്യാനുള്ള കഴിവും. രാവിലെ ക്യാന്റീനിൽനിന്ന് ഭക്ഷണം കഴിക്കുന്നതിനിടെ അന്നാ മാഡത്തിനോട് സംസാരിക്കാമെന്നതിനാൽ ഒരാൾപോലും അക്കാ ലത്ത് ഓഫീസിലെത്താൻ വൈകാറില്ലായിരുന്നു. നൈറ്റ് പാർട്ടി കളിൽ ചെറിയ തോതിൽ ഡ്രിങ്ക്സ് കഴിക്കും, ഒറ്റയ്ക്ക് ആരുടെ കൂടെയും സിനിമയ്ക്ക് പോകും. മാഡം വേറെ ലെവലായിരുന്നു. അതുകൊണ്ടുതന്നെ മാഡത്തിനെക്കുറിച്ച് ഗോസിപ്പുകൾക്കും പഞ്ഞ മുണ്ടായില്ല. മാഡത്തിന്റെ കാമുകനാണ് താനെന്ന് ഗോസിപ്പ് പരക്കു ന്നത് അക്കാലത്ത് ഇന്ത്യാ എവെരി ഡേയിലെ ആണുങ്ങൾക്ക് അഭി മാനമായിരുന്നു.

അന്ന് സബ് എഡിറ്ററായിരുന്ന സജീവ് സാറിന് മലയാളിയായ തിനാൽ മാഡത്തിന്റെ സാങ്കൽപ്പിക കാമുകന്മാരുടെ അസോസിയേ ഷനിൽ ഒരു മേൽക്കൈ ഉണ്ടായിരുന്നു. പതിയെ പതിയ മാഡത്തിന്റെ എല്ലാ കാര്യത്തിലും സജീവ് സാർ ഒരുതരം അധികാരഭാവത്തിൽ

ഇടപെട്ടുതുടങ്ങി. മാഡത്തിന് പക്ഷേ സജീവ് സാർ സഹപ്രവർത്തകരിൽ ഒരാൾ മാത്രമായിരുന്നു. സജീവ് സാറിന്റെ വീട്ടിൽ കല്യാണാലോചനകൾ തകൃതിയായി നടക്കുന്നുണ്ടായിരുന്നു. മാഡത്തിനെക്കുറിച്ചുള്ള മസാലകഥകൾ കെട്ടുകഥകളാണെന്ന് അറിയാവുന്ന സജീവ് സാർ ഒരു ദിവസം വൈകിട്ട് എല്ലാവരും പോയ സമയത്ത് മാഡത്തിനെ പ്രൊപ്പോസ് ചെയ്തു. ഞാനാ സമയത്ത് ഫോട്ടോകോപ്പിയർ റൂമിലുണ്ടായിരുന്നു. മാഡത്തിന്റെ ക്യൂബിക്കിളിന് പുറത്തുവച്ച് വളരെ നാടകീയമായി മുട്ടുകുത്തി ഒരു വിവാഹ മോതിരം മാഡത്തിന് നേരെ നീട്ടിയ സജീവ് സാറിനെ ഒരു പൊട്ടിച്ചിരികൊണ്ട് നിഷ്പ്രഭനാക്കിക്കളഞ്ഞു അവർ. സാറിനെ പൂർണ്ണമായും അവഗണിച്ച് തന്റെ ബാഗുമെടുത്ത് ലിഫ്റ്റിലേക്ക് കയറിയ അവരുടെ പിന്നാലെ സജീവ് സാറും കയറി. എല്ലാം കണ്ടുകൊണ്ടിരുന്ന എനിക്കെന്തോ പന്തികേട് തോന്നി. ഞാൻ ഓടി ലിഫ്റ്റിനടുത്തേക്കെത്തിയപ്പോഴേക്കും ലിഫ്റ്റ് താഴേക്ക് പോയിരുന്നു. എനിക്കെന്തോ അപകടം തോന്നി. തന്നെ നിഷ്കരുണം തഴഞ്ഞ പെണ്ണിന് പിന്നാലെ ഒരു പുരുഷൻ തിരക്കിട്ട് ഓടിപ്പോകുന്നുണ്ടെങ്കിൽ എന്തോ അപകടമുണ്ടെന്ന് തോന്നിയതുകൊണ്ടാവാം ഞാൻ കോണിപ്പടികൾ തിരക്കിട്ടിറങ്ങി. ഞാനെത്തുമ്പോഴേക്കും ലിഫ്റ്റ് ബേസ്മെന്റിൽ ചെന്ന് നിന്നിരുന്നു. ലിഫ്റ്റിന്റെ വാതിൽ തുറന്നുവന്നപ്പോൾ ഞാൻ കാണുന്നത് മാഡം ലിഫ്റ്റിന്റെ തറയിൽ വീണ തന്റെ ഫയലുകൾ പെറുക്കിയെടുക്കുന്നതാണ്. എന്നെ കണ്ട സജീവ് സാർ ആകെ പേടിച്ചുപോയി.

എന്താണ് സംഭവിച്ചതെന്ന് ചോദിച്ചപ്പോൾ ആ ഇഡിയറ്റ് എന്നെ കടന്നുപിടിച്ച് ഉമ്മവച്ചെന്ന മറുപടി പ്രതീക്ഷിച്ചിരുന്നില്ല. അവർ ചുണ്ട് തുടയ്ക്കുകയും ലിഫ്റ്റിലെ കണ്ണാടിയിൽ ചുണ്ട് പൊട്ടിയിട്ടുണ്ടോ എന്ന് പരിശോധിക്കുകയുമൊക്കെ ചെയ്യുന്നുണ്ടായിരുന്നു.

ആദ്യത്തെ ഒരു അമ്പരപ്പ് കഴിഞ്ഞപ്പോൾ സി.സി.ടി.വി.യുടെ മുറി എവിടെയാണെന്നായിരുന്നു അന്നാ മാഡം ചോദിച്ചത്. ഞാൻ മാഡത്തിനെ ഫസ്റ്റ് ഫ്ളോറിലെ സെക്യൂരിറ്റി റൂമിലേക്ക് കൂട്ടിക്കൊണ്ടുപോയി. അവിടത്തെ സെർവറിൽനിന്ന് മാഡം ലിഫ്റ്റിൽ വെച്ച് നടന്ന സംഭവങ്ങളുടെ ഫൂട്ടേജ് കോപ്പി ചെയ്ത് സിസ്റ്റത്തിലേത് മായ്ച്ചുകളഞ്ഞു. കാര്യങ്ങൾ വഷളാവുമെന്ന് മാഡത്തിന്റെ ഭാവത്തിൽ നിന്നെനിക്ക് മനസ്സിലായി. പിറ്റേന്നുതന്നെ സജീവ് സാറിനെതിരെ മാഡം എത്തിക്സ് കമ്മിറ്റിയിൽ പരാതിപ്പെട്ടു. ഫൂട്ടേജ് കയ്യിലുണ്ടായിരുന്നത് അവർ പരാതിയിൽ സൂചിപ്പിച്ചിരുന്നു. സിസ്റ്റത്തിൽ നിന്ന് ആ ഒരു സമയത്തെ മാത്രം വീഡിയോ അപ്രത്യക്ഷമായതും മറ്റും കണ്ടെത്തിയ മാനേജ്മെന്റ് ഏക സാക്ഷിയായ എന്നെ ചോദ്യം

ചെയ്തു. ഞാൻ നേരിട്ട് കണ്ടതും സി.സി.ടി.വി. റൂമിലെ സ്ക്രീനിൽ കണ്ടതുമായ കാര്യങ്ങൾ പറഞ്ഞു. അതൊന്നും പുറത്ത് പറയരുതെന്ന് അതിനിടെ സജീവ് സാറെന്നെ ഭീഷണിപ്പെടുത്തിയിരുന്നു. മാനേജ്മെന്റ് നടപടിയെടുത്തില്ലെങ്കിൽ പൊലീസിൽ പരാതിപ്പെടും എന്ന് മാഡം ഉറച്ച തീരുമാനമെടുത്തതോടെ മാനേജ്മെന്റ് സമ്മർദ്ദത്തിലായി. കേരളത്തിലെ ഏതോ രാഷ്ട്രീയ നേതാവിന്റെ അനുജനായ സജീവ് സാർ പലവിധത്തിലും സമ്മർദ്ദം ചെലുത്തി നോക്കി.

രണ്ട് സാധ്യതകളാണ് മാഡം മാനേജ്മെന്റിന് മുന്നിൽ വെച്ചത്. സജീവ് സാറിനെ പത്രത്തിൽ നിന്ന് പിരിച്ചുവിടണം, അല്ലെങ്കിൽ സജീവ് സാർ പരസ്യമായി മാപ്പ് പറയുകയും താൻ പത്രത്തിലുള്ള കാലം മുഴുവൻ ആ ഓഫീസിൽനിന്ന് മാറി നിൽക്കുകയും വേണം. എല്ലാവരുടെയും മുൻപിൽ വെച്ച് സാറ് മാപ്പ് പറഞ്ഞു, കൊൽക്കത്തയിലെ ഓഫീസിലേക്ക് മാറ്റം വാങ്ങിപ്പോയി.''

അപ്പോൾ അതാണ് കാര്യം. ഒരിക്കൽ തിരസ്കരിച്ച സ്ത്രീയോടുള്ള പക. ഒരിക്കൽ തനിക്ക് ശിക്ഷ വാങ്ങിത്തന്ന ശത്രുവിന്റെ പക്ഷത്തുള്ളവരോടുള്ള വിരോധം. സജീവ് സാറിന്റെ അത്രയും കാലത്തെ പെരുമാറ്റത്തെ ആ വീക്ഷണകോണിലൂടെ നോക്കിയപ്പോൾ എനിക്ക് അത്ഭുതമൊന്നും തോന്നിയില്ല.

പിറ്റേയാഴ്ച ഞാൻ ആദ്യത്തെ ലേഖനപരമ്പരയുടെ കരട് സജീവ് സാറിന് കൊടുത്തു. വൈകുന്നേരമായപ്പോൾ ആകെ വെട്ടും തിരുത്തുമായി ആ ലേഖനം കപിൽദേവ് എന്റെ മേശപ്പുറത്ത് കൊണ്ടുവന്ന് വെച്ചു. ഒപ്പം അതിന്മേൽ ഒരു സ്റ്റിക്കി നോട്ടും. 'മീറ്റ് മി'.

ക്യാബിനിൽ കയറിയ എന്നെ വരവേറ്റത് മലയാളത്തിലും ഇംഗ്ലീഷിലുമുള്ള ശകാരങ്ങളാണ്. ഞാനെല്ലാം കേട്ടുനിന്നു. ഒടുവിൽ പറഞ്ഞ വാക്കുകൾ എന്നെ വല്ലാതെ പ്രകോപിപ്പിച്ചു.

''എന്തെങ്കിലും പൊട്ടത്തരങ്ങൾ എഴുതിത്തന്നാൽ അപ്പാടെ വിഴുങ്ങാൻ നിന്റെ കൂടെ അഴിഞ്ഞാടുന്ന അന്നാ വർഗീസല്ല ഞാൻ.''

എന്റെ കൈ നീട്ടിയാൽ മേശയ്ക്കപ്പുറമുള്ള സാറിന്റെ കരണത്തെത്തില്ലായിരുന്നു. ഞാൻ മേശയുടെ മേലെ ചാടിക്കയറി സജീവ് സാറിന്റെ മുഖത്ത് ആഞ്ഞടിച്ചു. അടികൊണ്ട് കസേരയിൽ വീണ സാറും പിന്നാലെ ചാടിയിറങ്ങിയ ഞാനും എല്ലാം കൂടെ നിലത്ത് വീണു. ബഹളം കേട്ട് ഓടി വന്നത് കപിൽദേവായത് നന്നായി.

പൊലീസ് കേസായി. കേരളത്തിൽ നിന്നുള്ള രാഷ്ട്രീയ സ്വാധീനവും മറ്റുമായതോടെ പൊലീസ് എന്നെ അറസ്റ്റ് ചെയ്തു. കൊണാട്ട് പ്ലേസ് പൊലീസ് സ്റ്റേഷനിലെ ലോക്കപ്പിൽ ഞാനും പുറത്തെ ബെഞ്ചിൽ കപിൽദേവും അന്ന് രാത്രി കൊതുകുകടി കൊണ്ട് കഴിഞ്ഞുകൂടി. ഏക സാക്ഷിയായിരുന്ന കപിൽദേവ് ഞാൻ സജീവ്

സാറിന്റെ മേൽ നിലതെറ്റി വീണാണ് പരിക്കുപറ്റിയതെന്ന് കള്ള സാക്ഷി പറഞ്ഞതിനാലും ആർക്കൊക്കെയോ കൈക്കൂലി കൊടുത്ത തിനാലും സ്റ്റേഷനിൽ നിന്ന് ജാമ്യം കിട്ടി. എനിക്കുള്ള ഒരു സസ്പെൻ ഷൻ ഉത്തരവ് ഇന്ത്യാ എവെരി ഡേയിൽ തയ്യാറാവുന്നുണ്ടെന്ന് കപിൽദേവ് പറഞ്ഞപ്പോൾ അന്തസ്സായി പടിയിറങ്ങാൻ തീരുമാ നിച്ച് ഞാൻ ഒരു രാജിക്കത്തെഴുതി കൊടുത്തു. സത്യത്തിൽ ഞങ്ങൾ രണ്ടുപേരും മാനേജ്മെന്റിന് ആവശ്യമില്ലാത്തവരായിരുന്നു. എന്റെ രാജി സ്വീകരിച്ച മാനേജ്മെന്റ് സജീവ് സാറിനെ ഓഫീസിൽ നടന്ന കാര്യങ്ങൾ യഥാവിധം മാനേജ്മെന്റിനെ അറിയിക്കാതെ പൊലീ സിൽ അറിയിച്ചെന്ന കാര്യം പറഞ്ഞ് സസ്പെന്റ് ചെയ്തു.

ഡൽഹി വാസം അങ്ങനെ ഒരു പരിസമാപ്തിയിലായി. സ്റ്റേഷ നിൽ നിന്നിറക്കാൻ അൻപതിനായിരം രൂപയാണ് കപിൽദേവ് പലർ ക്കായി കൈക്കൂലി കൊടുത്തത്. രണ്ടാഴ്ച കഴിഞ്ഞപ്പോൾ എന്റെ എ.ടി.എം. കാർഡ് കേവലമൊരു അലങ്കാര വസ്തുവായി. മുടങ്ങി ക്കിടന്ന രണ്ടു മാസത്തെ ശമ്പളം കിട്ടുമെന്ന പ്രതീക്ഷയിൽ എഴുതി അവസാനിപ്പിച്ച ലേഖനങ്ങൾ ഇന്ത്യാ എവെരി ഡേയ്ക്ക് മെയിൽ ചെയ്തെങ്കിലും മറുപടിയൊന്നും ലഭിച്ചില്ല.

കപിൽദേവ് സമയത്തിന് ഭക്ഷണം വാങ്ങിക്കൊണ്ടുവന്നതിനാൽ പട്ടിണിയായില്ല. ഫ്ളാറ്റ് ഒഴിഞ്ഞ് നാട്ടിലേക്ക് മടങ്ങാമെന്ന് തീരു മാനിച്ചപ്പോൾ അഡ്വാൻസായി കൊടുത്ത രണ്ട് ലക്ഷം രൂപയിൽ നിന്ന് മാസ വാടക കഴിച്ചുള്ള തുക കിട്ടണമെങ്കിൽ പുതിയ വാടക ക്കാരനെ കിട്ടണമത്രെ. ഞാനുമായുള്ള വാടകക്കരാറിലുള്ള വ്യവ സ്ഥയായതിനാൽ തർക്കിച്ചിട്ട് കാര്യമില്ല.

നാട്ടിൽ പോകാൻ തീരുമാനിച്ചപ്പോൾ കപിൽദേവ് ആരോടോ കടം വാങ്ങിയ കുറച്ച് പണവുമായി വന്നു. ഫ്ളൈറ്റിൽ പോകാറുള്ള ഞാൻ ട്രെയിനിൽ പോകാൻ തീരുമാനിച്ചതുതന്നെ കപിൽദേവിനെ വല്ലാതെ വിഷമിപ്പിച്ചിരുന്നു. പൈസ കിട്ടിയിട്ട് തിരിച്ച് തന്നാൽ മതിയെന്ന് കപിൽദേവ് നിർബന്ധിക്കുന്നുണ്ടായിരുന്നു.

സെക്കന്റ് സ്ലീപ്പർ ടിക്കറ്റെടുത്ത് ഞാൻ നാട്ടിലേക്ക് തിരിച്ചു. ഭാഗ്യത്തിന് ആലുവയിലെ ഫ്ളാറ്റ് ഇതുവരെ ഒഴിയാൻ കഴിഞ്ഞി രുന്നില്ല. ആദ്യകാലത്ത് ഏസി കമ്പാർട്ട്മെന്റിന്റെ സുഖശീതളിമയിൽ മദ്യലഹരിയിൽ പുറത്തെ കാഴ്ചകളൊന്നും ശ്രദ്ധിക്കാതെ താണ്ടിയ കേരളത്തിനും ഡൽഹിക്കുമിടയിലെ ദൂരം സ്വബോധത്തോടെ ഞാൻ തിരികെ സഞ്ചരിക്കുമ്പോൾ എന്റെ കയ്യിലുണ്ടായിരുന്നത് കപിൽ ദേവ് തന്ന അഞ്ഞൂറ് രൂപ മാത്രമാണ്.

ഹൈക്കോടതിയിൽ കേസു കൊടുക്കാൻ കുറച്ച് പണം കൊടുത്ത് സഹായിക്കാമെന്ന് അരവിന്ദനോട് മുൻപെപ്പോഴോ ഞാനേറ്റ കാര്യം

അവൻ വിളിച്ചപ്പോഴാണ് ഓർത്തത്. പത്രത്തിലെ പണിപോയി പാളീസായ കാര്യം ഞാനവനോട് ഒളിച്ചുവെച്ചില്ല. അവനെല്ലാം കേട്ടുനിന്നു. വിശ്വസിച്ച് കാണുമോ ആവോ. ആലുവയിൽ സ്റ്റോപ്പില്ലാത്ത ട്രെയിനിൽ എറണാകുളത്തിറങ്ങിയപ്പോൾ അരവിന്ദ് അടുത്തുള്ള ഒരു കോഫീഷോപ്പിൽ ഉണ്ടെന്ന് പറഞ്ഞു. റെയിൽവേ സ്റ്റേഷനിൽ നിന്ന് അവിടേക്കുള്ള വഴി മറ്റാരോ ആണ് പറഞ്ഞുതന്നത്. ഞാനുച്ചയ്ക്ക് ഭക്ഷണം കഴിച്ചിരുന്നില്ല. നല്ല വിശപ്പ്. ഒരു കോഫിയും ബർഗറും ഓർഡർ കൊടുത്തതിന് ശേഷമാണ് ഞാൻ ശ്രീലക്ഷ്മിയെപ്പോലും ശ്രദ്ധിച്ചത്. പിങ്ക് പൂക്കളുള്ള പിസ്താ ഗ്രീൻ കുർത്തിയിൽ അവൾ കൂടുതൽ സുന്ദരിയായിരുന്നു.

ചിട്ടിക്കാശ്

അരവിന്ദിന് പറയാനുള്ളത് മുഴുവൻ ശാസ്ത്രമാണ്. ശ്രീലക്ഷ്മിക്ക് പറയാനുള്ളത് ബോർഡിലെ അടിയൊഴുക്കുകളെക്കുറിച്ചും. കാര്യങ്ങളുടെ കിടപ്പ് മനസ്സിലാക്കാൻ ഞാൻ നന്നേ ക്ലേശിച്ചു. ഏറ്റവും വലിയ തമാശ ഞാനടക്കമുള്ളവർ എഴുതി വെളുപ്പിച്ച കള്ളങ്ങളാണ് ഇപ്പോൾ എന്റെ മുന്നിൽ ചോദ്യങ്ങളായി നിൽക്കുന്നതെന്നതാണ്. ദാരിദ്ര്യത്തിൽനിന്ന് ഇന്നും കരകയറിയിട്ടില്ലാത്ത അരവിന്ദിനെ പോലൊരാൾ തനിക്ക് മുന്നിൽ വന്ന വലിയ പ്രലോഭനങ്ങൾ തട്ടി മാറ്റി താൻ വിശ്വസിക്കുന്ന ശരികൾക്കൊപ്പം നിൽക്കുന്നത് എന്നെ വല്ലാതെ അത്ഭുതപ്പെടുത്തി. അജിത് കുമാറും അരവിന്ദും തമ്മിലുള്ള പ്രധാന വ്യത്യാസം ഗവേഷണ ജീവിതത്തിൽ നേരിട്ട തിരിച്ചടികൾ അജിത് കുമാറിൽ ഒരുതരം തീവ്രവാദ മനസ്ഥിതിയുണ്ടാക്കിയപ്പോൾ അരവിന്ദിന് ഇപ്പോഴും വ്യവസ്ഥിതികളിൽ ശുഭാപ്തി വിശ്വാസമുണ്ടെന്നതാണ്.

ഒരു ജീവിവർഗ്ഗത്തിന്റെ വംശനാശത്തെക്കുറിച്ച് മനുഷ്യൻ ഇത്രയ്ക്ക് ആശങ്കപ്പെടേണ്ടതുണ്ടോ? മനുഷ്യനറിയാതെത്തന്നെ അവന്റെ ഇടപെടലുകൾകൊണ്ടും അല്ലാതെയും ഓരോ വർഷവും നൂറുകണക്കിന് ജനുസ്സുകൾ ഭൂമിയിൽനിന്ന് അപ്രത്യക്ഷമാവുന്നുണ്ടാവില്ലേ! തെക്കുകിഴക്കൻ ഏഷ്യയിലെയും ആമസോണിലെയുമൊക്കെ വംശനാശ നിരക്കുമായി താരതമ്യപ്പെടുത്തി നോക്കുമ്പോൾ ഇവിടത്തെ കണക്കുകൾ തുലോം തുച്ഛമല്ലേ, ഞാൻ നിസ്സാരവൽക്കരിച്ചു നോക്കി. എന്റെ വാദങ്ങളെ പ്രതിരോധിക്കാൻ അരവിന്ദ് എപ്പോഴുമെന്നപോലെ ശാസ്ത്രത്തെ കൂട്ടുപിടിച്ചു.

വക്കീലിനെ കണ്ടശേഷം ശ്രീലക്ഷ്മി പിരിഞ്ഞു പോയി. ആലുവയിലെ ഫ്ളാറ്റിന്റെ ചാവി തരാൻ സാം വന്നപ്പോൾ രാധികയെക്കുറിച്ച് ചോദിച്ചു. സത്യത്തിൽ അവളെ വിളിച്ചുനോക്കണമെന്ന് ഞാൻ കരുതിയതാണെങ്കിലും അക്കാര്യം സാമിനോട് സമ്മതിക്കാൻ എന്റെ ദുരഭിമാനം അനുവദിച്ചില്ല. അച്ഛന്റെ മരണം അവളെ വല്ലാതെ ഉലച്ചിട്ടുണ്ടാവും. ഒന്നു പോയി കാണണം.

ഫ്ളാറ്റ് വല്ലാതെ പൊടിയും പൂപ്പലും പിടിച്ചിരുന്നു. മൊത്തത്തിൽ ഒരു പഴംതുണിയുടെ മണം. ഞാനും അരവിന്ദും കൂടെ കുറേ നേരം ദുർഗന്ധത്തിനോടും പൊടിയോടും മല്ലടിച്ചു. രമണൻ ചാച്ചനെ വിളിച്ചിട്ട് കുറച്ചധികനേരം സംസാരിച്ചു. ഡൽഹിയിൽനിന്ന് മതിയാക്കി പോന്നതാണെന്ന കാര്യമൊന്നും ചാച്ചനോട് പറഞ്ഞില്ല. ചാച്ചനിപ്പോഴും കരുതിയിരിക്കുന്നത് ഡൽഹിയിൽനിന്ന് ഫോൺ വിളിക്കാൻ കാശ് അധികമായതുകൊണ്ടാണ് ഞാൻ വിളിക്കാതിരുന്നതെന്നാണ്. തേങ്ങ വിറ്റതിന്റെയും കള്ളു ചെത്തിയതിന്റെയുമൊക്കെ കുറേ കണക്കുകൾ പറയാനുണ്ടായിരുന്നു ചാച്ചന്. തൽക്കാലം പിടിച്ചുനിൽക്കാനുള്ള വകയുണ്ട്. പുഴത്തുരുത്തിൽ നിന്നുള്ള ചെറിയ വരുമാനത്തെ അവജ്ഞയോടെ കണ്ടിരുന്ന ഞാൻ ചാച്ചന്റെ കയ്യിൽ നിന്ന് ആ കാശ് കിട്ടിയാൽ ഒന്നുരണ്ട് മാസം പിടിച്ചു നിൽക്കാമെന്ന കണക്കുകൂട്ടലിലായിരുന്നു. നാളെ മുതൽ ഫ്ളാറ്റിൽ ഭക്ഷണമുണ്ടാക്കണം, ചെലവുകൾ നിയന്ത്രിക്കണം, ഞാൻ മനസ്സിലുറപ്പിച്ചു.

രാത്രി ഭക്ഷണം കഴിക്കാൻ എന്റെ കയ്യിൽ കാശുണ്ടോ എന്ന സംശയത്തിലാവാം അരവിന്ദ് എന്നെയും കൂട്ടി ഭക്ഷണം കഴിക്കാനിറങ്ങിയത്. ആലുവയിൽ ഫീൽഡ് വർക്ക് ചെയ്തുകൊണ്ടിരുന്ന കാലത്ത് അരവിന്ദ് ഭക്ഷണം കഴിച്ചുകൊണ്ടിരുന്ന കടയിലേക്ക് അവനൊപ്പം നടന്നു. വലിയ വൃത്തിയൊന്നുമില്ലെങ്കിലും നല്ല ഭക്ഷണമാണ്. വാള മുളകിട്ടതും കപ്പയും കഴിച്ചപ്പോൾ ഞാൻ അമ്മയെ വല്ലാതെ മിസ്സ് ചെയ്തു. അമ്മയ്ക്ക് ഏറ്റവും ഇഷ്ടമുള്ള ഭക്ഷണമായിരുന്നു, കപ്പയും മീൻ മുളകിട്ടതും.

രാവിലെ വരാമെന്ന് അരവിന്ദ് പറഞ്ഞപ്പോൾ ഇലന്തിക്കരയ്ക്ക് പോകുമെന്ന് പറഞ്ഞ് ഞാനവനെ പിന്തിരിപ്പിച്ചു. എനിക്ക് കാശ് വല്ലതും വേണോ എന്ന് ചോദിക്കാനുള്ള ധൈര്യം അരവിന്ദിനില്ലെന്ന് തോന്നുന്നു. ഇലന്തിക്കരവരെ പോകാനുള്ള വണ്ടിക്കൂലി പോലും കയ്യിലില്ലെന്ന് എനിക്കേ അറിയൂ. ഒടുവിൽ രണ്ടും കൽപ്പിച്ച് ഞാനവനോട് ഇരുനൂറ് രൂപ കടം വാങ്ങി. ആ കാശെനിക്ക് തരുമ്പോൾ അവനെന്നെ അത്ഭുതത്തോടെ നോക്കുന്നുണ്ടായിരുന്നു. രാത്രി ഏറെ നേരം കഴിഞ്ഞിട്ടും ഉറക്കം വന്നില്ല. ജീവിതത്തിൽ ഇന്നുവരെ കണ്ട പലരും ഉറക്കത്തിൽ എന്നെ വിചാരണ ചെയ്തു.

പിറ്റേന്ന് രാവിലെ എലന്തിക്കരയിലെത്തിയപ്പോൾ ചാച്ചൻ തുരുത്തിലുണ്ടായിരുന്നു. ഷെഡ് പുതുക്കി മേഞ്ഞിട്ടുണ്ട്. വള്ളത്തിന് വാർണീഷടിച്ചിട്ടുണ്ട്. ചാച്ചൻ പതിവുപോലെ ഉല്ലാസവാനാണ്. ആ മനുഷ്യന്റെ ജീവിതത്തോടുള്ള സമീപനം കണ്ടിട്ട് എനിക്ക് അസൂയയായി. ചാച്ചൻ ഉച്ചയ്ക്ക് കഞ്ഞിവെക്കാനുള്ള ഒരുക്കത്തിനിടെയാണ് ഞാൻ തുരുത്തിലെത്തിയത്. അടുപ്പുകളിലൊന്നിൽ കഞ്ഞി വേവുന്നുണ്ട്.

തേങ്ങയോ മറ്റോ കൈമാറിക്കിട്ടിയ കുറച്ച് പയറ് നുറുക്കിയതു കൊണ്ടുള്ള ഉപ്പേരി ഒരു പഴയ അലൂമിനിയം ചീനച്ചട്ടിയിൽ മറ്റൊര ടുപ്പിൽ വേവുന്നുണ്ട്. ഏതൊക്കെയോ ചെറുമീനുകൾ കഴുകി വൃത്തി യാക്കിയത് ഒരു മൺചട്ടിയിൽ അടുപ്പിലേക്കുള്ള ഊഴം കാത്ത് കിടക്കുന്നു. ചാച്ചന്റെ അടുക്കള ലളിതമാണ്. ഒന്നോ രണ്ടോ കുപ്പി കൾ, കുറച്ച് പൊടികൾ അവ വാങ്ങിയ കവറിൽ തന്നെ സൂക്ഷിച്ചത്, ഒരു കുപ്പിയിൽ കുറച്ച് വെളിച്ചെണ്ണ, ചതുരാകൃതിയിലുള്ള ഒരു പഴയ ബിസ്കറ്റ് ടിന്നിൽ കുറച്ച് അരി, പുറത്തെ പ്ലാസ്റ്റിക് കുടത്തിൽ എവിടെ നിന്നോ കൊണ്ടുവന്ന കുടിവെള്ളം. വള്ളത്തിൽനിന്ന് കുടിലിലേക്കും അവിടെ നിന്ന് വള്ളത്തിലേക്കും ചാച്ചൻ കൈകൾ കുത്തി നടക്കും. കാലുകൾ നിലത്തെവിടെയും തട്ടുന്നില്ല. ശോഷിച്ച രണ്ട് കാലുകളുടെ ഇരുവശത്തേക്കുമുള്ള ആട്ടത്തിലാണ് ശരീരത്തിന്റെ താളം.

‘‘വെള്ളമൂറ്റി ചോറാക്കണോ?’’ എന്ന ചാച്ചന്റെ ചോദ്യമാണെന്നെ ചിന്തകളിൽ നിന്നുണർത്തിയത്. വേണ്ടെന്ന് പറഞ്ഞ് ഞാൻ പയറ് തോരനിൽനിന്ന് കുറച്ചെടുത്ത് വായിലിട്ടു.

‘‘കുഞ്ഞെപ്പോഴാ ഡൽഹിക്ക് തിരിച്ചു പോകുന്നത്?’’ ചാച്ചന്റെ ചോദ്യം ഞാൻ പ്രതീക്ഷിച്ചത് തന്നെയായിരുന്നു.

ഡൽഹിയിലെ പണി പോയകാര്യം ഞാൻ മറച്ചുവെച്ചില്ല. ചാച്ചൻ പരിതപിക്കുമെന്നാണ് കരുതിയതെങ്കിലും നാട്ടിൽ വല്ലതും നോക്കാല്ലോ എന്ന ആശ്വാസമാണ് ചാച്ചന്റെ നാവിൽനിന്ന് വന്നത്. പറമ്പ് വിൽ ക്കുന്ന കാര്യത്തിൽ വല്ലതും നടക്കണമെങ്കിൽ വാടകക്കാരെ ഒഴിപ്പി ക്കണം. സ്ഥലം നോക്കാൻ വരുന്നവരൊക്കെ വാടകയ്ക്ക് താമസി ക്കുന്ന അന്യസംസ്ഥാന തൊഴിലാളികളെ കണ്ട് തിരിച്ച് പോവുക യാണ്. തുരുത്ത് വിൽക്കുന്നോ എന്ന് ചോദിച്ച് ധാരാളമാളുകൾ വരാറുണ്ട്. തരാമെന്നേറ്റ പണത്തെക്കുറിച്ച് ചാച്ചനെന്തെങ്കിലും പറയുമെന്ന പ്രതീക്ഷയിലായിരുന്നു ഞാൻ. പണ്ട് തേങ്ങ പറിച്ചതി ന്റെയും ചെത്തുകാരൻ നൽകിയതിന്റെയും കാശിനെക്കുറിച്ച് ചാച്ചൻ പറയുമ്പോൾ അതൊക്കെ പിന്നെ നോക്കാമെന്നാണ് ഞാൻ പറയാറ്. അതേ ഞാൻ ഇന്നലെ രാത്രി മുതൽ ചാച്ചൻ തരുമെന്നേറ്റ ചെറിയ തുകയെക്കുറിച്ചുള്ള പ്രതീക്ഷയിലാണ്. ചാച്ചൻ അതിനെക്കുറി ച്ചൊന്നും മിണ്ടുന്നേ ഇല്ല. പൈസ വല്ലതും വേണോ എന്ന് തലേന്ന് ചോദിച്ചത് ചാച്ചൻ മറന്നുകാണുമോ.

വള്ളത്തിന്റെ ഇരു തലയ്ക്കലിരുന്ന് ഞങ്ങൾ കഞ്ഞികുടിച്ചു കൊണ്ട് സംസാരിച്ചു. പുഴവെള്ളത്തിൽ പാത്രവും കയ്യും കഴുകി. തുരുത്തിലേക്ക് കയറിക്കിടക്കുന്ന ചാലിൽ ആ കൊച്ചുവള്ളം ഒരു തൊട്ടിൽ കണക്കെ ആടിക്കൊണ്ടിരുന്നു. ഞങ്ങൾ രണ്ടുപേർക്കും ഉറക്കം വരുന്നുണ്ട്. ചാച്ചൻ ആ സമയത്ത് ഒരുറക്കം പതിവുള്ളതാ ണെന്ന് തോന്നുന്നു. എനിക്കും ഉറക്കം വന്നു. വള്ളത്തിൽ വിരിച്ചിരുന്ന

ചാക്കുകൾ നേരെയാക്കി അവയിലൊന്ന് മടക്കി തലയിണയാക്കി എപ്പോഴാണ് ഞാനുറങ്ങിയതെന്ന് ഓർമ്മയില്ല. രാത്രി നന്നായുറ ങ്ങാൻ കഴിയാത്തതിനാലാവാം ഞാൻ കുറേ നേരം ഉറങ്ങി. ഉണർന്ന പ്പോൾ വള്ളം വലിയ പഴമ്പള്ളിത്തുരുത്തിനടുത്തെവിടയോ ആണ്. വൈകുന്നേരമായിട്ടുണ്ട്. പാലം വരുന്നതിന് മുൻപുള്ള കടവിൽ ഒരു ചായക്കട ഇപ്പോഴുമുണ്ട്. ചാച്ചനെ കണ്ടതും കടക്കാരൻ ഒരു ചായയും ഉണ്ണിയപ്പവുമായി വള്ളത്തിനടുത്തേക്ക് വന്നു. കേരളത്തിൽ ആദ്യമായി പഴംപൊരി ഉണ്ടാക്കിയത് തങ്ങളുടെ പൂർവികരാണെ ന്നാണ് ആ കടക്കാരന്റെ അവകാശവാദം. അയാൾ അടുത്തെത്തി യപ്പോഴാണ് ഉച്ചയുറക്കത്തിന്റെ ആലസ്യം വിട്ടുമാറാതെ കിടക്കുന്ന എന്നെ കണ്ടത്. എന്നെ അയാൾക്ക് പരിചയമില്ലെങ്കിലും ശശിധര മേനോന്റെ മകനെന്ന പരിചയപ്പെടുത്തലിൽ കാര്യം നടന്നു. ചായ ഗ്ലാസ് വാങ്ങാൻ വന്ന ചായക്കടക്കാരൻ ഒരു പൊതി ഏൽപ്പിച്ചാണ് ഗ്ലാസുകളുമായി മടങ്ങിയത്. വാങ്ങിയ ഉണ്ണിയപ്പങ്ങളിലൊന്നിൽ നിന്ന് ചെറിയൊരു കഷ്ണമെടുത്ത് ഉരുട്ടി ഗോളമാക്കി ഒരു ചൂണ്ടയിൽ കൊരുത്ത് ചാച്ചൻ ആറ്റിലിട്ടു. വള്ളം കുറച്ച് ദൂരം പോയപ്പോഴേക്കും ഒരു വരാൽ ചൂണ്ടയിൽ കുടുങ്ങി. എന്റെ ആകാംക്ഷ അസ്ഥാന ത്താക്കിക്കൊണ്ട് അതൊരു സാധാരണ വരാലായിരുന്നു. പക്ഷേ സ്വാഭാവികമായും പിന്നീടുള്ള ചർച്ച വരാലിലേക്ക് തിരിഞ്ഞു.

‘‘രമണൻ ചാച്ചൻ സാരിവാലൻ വരാലിനെ കണ്ടിട്ടുണ്ടോ?’’

‘‘അതേത് വരാൽ?’’

‘‘ചിറകിന് ചുവപ്പും മഞ്ഞയുമൊക്കെ നിറമുള്ളത്, വലുത്.’’ ഞാൻ വിശദീകരിച്ചു.

‘‘ഓ അത്, അത് ചൂണ്ടയ്ക്ക് കൊത്താൻ പാടാ. നല്ല ബുദ്ധിയാ! ഇനി കൊത്തിയാൽതന്നെ നൂല് പൊട്ടിക്കും.’’

‘‘അപ്പോൾ കണ്ടിട്ടുണ്ടല്ലേ?’’

‘‘പണ്ടൊക്കെ ആർക്കെങ്കിലുമൊക്കെ കിട്ടിയതായി പറഞ്ഞു കേൾക്കാറുണ്ട്. അത് കറിവെക്കാൻ കൊള്ളില്ല., നീളത്തിൽ പൊളിച്ച് ചുടണം. ഇപ്പോൾ ആർക്കും കിട്ടാറില്ലെന്ന് തോന്നുന്നു. ഉപ്പ് കൂടു ന്നതുകൊണ്ടായിരിക്കും, അല്ലെങ്കിൽ എല്ലാത്തിനെയും ആളുകൾ തിന്ന് തീർത്തുകാണും.’’ രമണൻ ചാച്ചൻ ചിരിച്ചു.

ചൂണ്ടയിൽ കോർക്കുന്ന ഇര മാറിക്കൊണ്ടിരുന്നു. മൈദമാവ്, ബ്രഡ് വെള്ളം കൂട്ടി കുഴച്ച് ഉണ്ടയാക്കിയത്, എക്ലയർ മിഠായി, കൊഞ്ച്, ചൂണ്ടയിൽതന്നെ കുരുങ്ങിയ ചെറിയ മീനുകളിൽ ചിലത്, ആറ്റിലൂടെ ഒഴുകിവന്ന കോഴിയുടെ അവശിഷ്ടത്തിൽ നിന്നെടുത്ത ചില ഭാഗങ്ങൾ എന്നിവയൊക്കെ ചൂണ്ടയുടെ അറ്റത്ത് കോർത്ത് ചൂണ്ട കായലിലേക്ക് വലിച്ചെറിഞ്ഞ് രമണൻ ചാച്ചൻ വള്ളം തുഴഞ്ഞു

കൊണ്ടിരുന്നു. കുട്ടിക്കാലത്തെ ഓർമ്മകളുണർത്തി ഓരം ചേർന്നുള്ള സഞ്ചാരമാണ്. ചെറുപ്പത്തിൽ ചാച്ചനൊപ്പം വള്ളത്തിൽ പോകുമ്പോൾ കാണുന്ന പുഴയിലേക്കിറക്കിക്കെട്ടിയ ശൗചാലയങ്ങളൊന്നുമില്ല. കൈതക്കാടുകളും ആനപ്പുല്ലുകളുമൊക്കെ കരിങ്കൽ കെട്ടുകൾക്ക് അരങ്ങൊഴിഞ്ഞിട്ടുണ്ട്. പലയിടങ്ങളിലും റിസോർട്ടുകളുടെ വലിയ മതിലുകളും വിളക്കുകാലുകളും ബോട്ടുജെട്ടികളും ആറ്റിലേക്ക് തള്ളിനിൽക്കുന്നുണ്ട്. ഒരു റിസോർട്ടിന്റെ ജെട്ടിയിൽനിന്നും ഒരാളൊരു പൊതി കൊണ്ടുവന്ന് ചാച്ചനു കൊടുത്ത് കുറച്ച് കുശലം പറഞ്ഞിട്ട് പോയി. അതുവരെ പിടിച്ച വാളയും വരാലും അയാൾ കൊണ്ടുപോയി. സന്ധ്യയാവാറായി. ചുവന്നുതുടുത്ത പടിഞ്ഞാറൻ ആകാശവും കറുത്തുതുടങ്ങിയ കിഴക്കൻ ആകാശവും മദ്ധ്യത്തിലെവിടെയോ സന്ധിയായി.

വള്ളത്തിലെ റാന്തൽ കത്തിച്ചുവെച്ച് രമണൻ ചാച്ചൻ തുരുത്തിലേക്ക് തിരിച്ചുതുഴഞ്ഞ് തുടങ്ങി. വേലിയേറ്റമാണ്. അധികമായാസമില്ലാതെ തുഴയാം. ഒരുപേരിന് ഞാനും തുഴയുന്നുണ്ടെങ്കിലും ചാച്ചന്റെ കൈകൾക്ക് തന്നെയാണ് വള്ളത്തിന്റെ ഭാരം. ഇന്നലെ പറഞ്ഞ പണത്തിന്റെ കാര്യം ചാച്ചനിന്ന് മിണ്ടിയതേയില്ല. എപ്പോഴും പറയുന്നതുപോലെ ചാച്ചന്റെ കയ്യിലിരിക്കട്ടെ, തെങ്ങിനൊക്കെ വളം ചെയ്തിട്ട് ബാക്കിയുള്ളത് തന്നാൽ മതിയെന്ന് ഞാൻ പറയുമെന്ന് കരുതിക്കാണും പാവം. എനിക്ക് എന്നെക്കുറിച്ച് ആലോചിച്ചിട്ട് സങ്കടം തോന്നി. പണ്ട് ഒരു ആലോചനയുമില്ലാതെ എഴുതിത്തള്ളുമായിരുന്ന പണം മോഹിച്ചാണ് ഞാനിന്ന് ചാച്ചനെ കാണാൻ വന്ന് ഈ നേരമത്രയും കഴിച്ചുകൂട്ടിയത്. റാന്തലിന്റെ അരണ്ട വെളിച്ചത്തിൽ ചൂണ്ടയിൽനിന്ന് മീനിനെ വിടുവിച്ച് വള്ളത്തിലേക്കിടുന്ന ചാച്ചനെ ഞാൻ അനുകമ്പയോടെ നോക്കി.

''രാത്രി കഴിക്കാനെന്താ വേണ്ടേ?''

ചാച്ചന്റെ ചോദ്യമെന്നെ ചിന്തകളിൽ നിന്നുണർത്തി.

''എനിക്കൊന്നും വേണ്ട ചാച്ചാ, ഞാൻ തിരിച്ച് ആലുവയിലെത്തിയിട്ട് കഴിച്ചോളാം.'' ഞാൻ ഒഴിവ് പറഞ്ഞു.

''സമയമെന്തായെന്നാ വിചാരം, എട്ട് മണിയായി. എനിക്ക് കുറച്ച് കഞ്ഞിയുണ്ട്, അതവിടെ നിൽക്കട്ടെ ഞാനെന്തെങ്കിലും വാങ്ങാം.''

രമണൻ ചാച്ചൻ വള്ളം ഒരു റിസോർട്ടിനടുത്ത് ചേർത്ത് എന്റെ ഫോണിൽ വിളിച്ച് എന്തൊക്കെയോ സാധനങ്ങൾക്ക് ഓർഡർ കൊടുത്തു. കുറച്ച് നേരം കഴിഞ്ഞപ്പോൾ ആരോ ഒരാൾ ഭക്ഷണപ്പൊതി തന്ന് ചാച്ചന്റെ കയ്യിൽ ബാക്കിയുണ്ടായിരുന്ന മീനുകൾ വാങ്ങി തിരിച്ചുപോയി. ആറ്റിലെ വെള്ളത്തിലേക്ക് കൈമുക്കി കഴുകിയ ചാച്ചൻ എനിക്ക് കൈ കഴുകാൻ കുപ്പിയിൽ കരുതിയ വെള്ളം തന്നു.

''ആറ്റിലെ വെള്ളത്തിൽ കൈകഴുകണ്ട, നല്ല ഉപ്പാ. പണ്ടൊക്കെ ഒരു മീനമാസമെങ്കിലുമാവണമായിരുന്നു ഇത്രയ്ക്ക് ഉപ്പ് കൂടാൻ. പിന്നെ ഞങ്ങൾക്കിതൊക്കെ ശീലമായി. പക്ഷേ കുഞ്ഞിന് വെള്ളം അരുചിയായി തോന്നും.''

പെരിയാറാകെ മാറിയിരുന്ന കാര്യം ഞാനും ശ്രദ്ധിച്ചിരുന്നു. അതിൽ ഞാനത്ഭുതപ്പെടേണ്ടതില്ല.

കൊണ്ടുവന്ന പൊതികളിലൊന്ന് എനിക്ക് തന്ന് ചാച്ചൻ ഭക്ഷണ പ്പൊതിയഴിച്ച് കഴിക്കാൻ ആരംഭിച്ചു. കരിമീൻ പൊള്ളിച്ചതും അപ്പ വുമാണ്. നല്ല രുചി, അതോ വിശപ്പോ!

വള്ളം തിരികെ തുരുത്തിനടുത്തെത്തിയപ്പോൾ ആരോ അവിടെ കാത്ത് നിന്നിരുന്നു. ഒരു ചെറിയ പൊതിയേൽപ്പിച്ച് അയാളും മറഞ്ഞു. എന്നെ കടവിൽ വിടാനാണെന്ന് തോന്നുന്നു ചാച്ചൻ തുരു ത്തിലടുപ്പിക്കാതെ വള്ളം ചൗക്കക്കടവിലേക്ക് തുഴഞ്ഞു. ഈ സമ യത്ത് അവിടെ ഇറങ്ങിയാൽ എനിക്കിനി ആലുവയിലേക്ക് ബസ്സൊന്നും കിട്ടില്ല. വല്ല ഓട്ടോയും വിളിച്ച് മാഞ്ഞാലി വരെ പോയാൽ ആലുവ യ്ക്ക് ഏതെങ്കിലും ബസ്സ് കിട്ടുമായിരിക്കും. പക്ഷേ, കയ്യിലുള്ളത് നൂറ്റൻപത് രൂപയാണ്.

ചൗക്കക്കടവിലെ കുറ്റിയിൽ വള്ളം കെട്ടി വള്ളത്തിലെ പല വസ്തുക്കൾക്കിടയിൽ തിരുകിവെച്ചിരുന്ന പൊതികൾ എടുത്തു കൊണ്ട് ചാച്ചൻ ഇഴഞ്ഞ് എന്റെ അടുത്തേക്ക് വന്നു. അവയിൽ ചിലതൊക്കെ ആരൊക്കെയോ കൊടുക്കുന്നത് ഞാൻ കണ്ടിരുന്ന താണെങ്കിലും എന്താണതെന്ന് ചോദിച്ചിരുന്നില്ല. എല്ലാ കെട്ടുകളിലും പണമായിരുന്നു.

''ഇതൊക്കെ എവിടന്നാ?'' ഞാനത്ഭുതപ്പെട്ടു.

''കുഞ്ഞിന്റെ പൈസ തന്നെയാ, എനിക്ക് സൂക്ഷിക്കാനാവാത്ത തുകൊണ്ട് പലരെയായി ഏൽപ്പിച്ചതാ. പിന്നെ തിരികെ വാങ്ങു മ്പോൾ കുറച്ച് പലിശയൊക്കെ വാങ്ങും കേട്ടോ. പലിശയ്ക്ക് വേണ്ടി യല്ല, പൈസ സുരക്ഷിതമായിരിക്കാൻ എനിക്ക് വിശ്വാസമുള്ള വർക്ക് കൊടുക്കുന്നതാ. അല്ലാതെ ഞാനിതൊക്കെ എവിടെ സൂക്ഷി ക്കാനാ. പിന്നെ കുറേ നാളത്തെ പൈസ ഞാനൊരു ചിട്ടിക്ക് വെച്ചി ട്ടുണ്ട്. നമ്മുടെ സംഘത്തില്. വട്ടമെത്താറായതാണ്. അതിത്തവണ പിടിക്കാം, അല്ലെങ്കിലും ആറ് മാസം കൂടെയേ ഉള്ളൂ.''

ചാച്ചൻ പറയുന്ന കാര്യങ്ങളൊക്കെ ഞാൻ അമ്പരപ്പോടെ കേട്ടി രുന്നു. മൂന്ന് പൊതികളിലായി ഏൽപ്പിച്ചത് നാൽപ്പതിനായിരത്തോളം രൂപയുണ്ട്. എനിക്കുണ്ടായ ആശ്വാസം ചില്ലറയായിരുന്നില്ല. കയ്യിൽ വന്നെത്തിയ പണം എന്നെ സംബന്ധിച്ചിടത്തോളം വലിയൊരു

പിടിവള്ളിയായിരുന്നു. ചിട്ടി വെച്ചുവെന്ന് പറഞ്ഞ പണത്തെക്കുറിച്ച് ഞാൻ ചോദിക്കേണ്ടെന്ന് വെച്ചെങ്കിലും ചാച്ചൻ തന്നെ പറഞ്ഞു.

“കുഞ്ഞിന്റെ അച്ഛനുണ്ടായിരുന്ന കാലത്തേ ഇവിടത്തെ നാളികേരം വിറ്റ കാശ് ചിട്ടിയിലിടുമായിരുന്നു. ഇതിപ്പോ ഒരു അഞ്ച് കൊല്ലത്തെ ചിട്ടിയാ, കുഞ്ഞിനോടീകാര്യം പറയാത്തത് കുഞ്ഞിന്റെത് ഒരു ഓട്ടക്കയ്യാ. കല്യാണത്തിനടുത്തേക്ക് പൈസയ്ക്ക് വേണ്ടി സ്ഥലം വിൽക്കുന്നത് പറഞ്ഞിട്ടുപോലും ഞാനതുകൊണ്ടാ മിണ്ടാതിരുന്നത്.”

“ചിട്ടി കിട്ടിയാൽ എത്രയുണ്ടാവും?” ഞാൻ മടിച്ചുമടിച്ച് ചോദിച്ചു.

“പുഴത്തുരുത്തിലെ തേങ്ങ വിൽക്കുന്ന കാര്യം പറയുമ്പോൾ കുഞ്ഞിന് വലിയ അവമതിപ്പായിരുന്നല്ലോ. എന്നിട്ടിപ്പോ ആവശ്യം വന്നപ്പോൾ ഉപകാരപ്പെട്ടില്ലേ. മാസം എട്ടായിരം വെച്ചിടണം, കൊല്ലം തികഞ്ഞാണ് എടുക്കുന്നതെങ്കിൽ ആറ് ലക്ഷം കിട്ടും. ഇനിയിപ്പോൾ ആറ് മാസമല്ലേ ഉള്ളൂ. ഒരു ഇരുപത് രൂപ കുറച്ച് വിളിക്കേണ്ടി വരൂം. സാധാരണ ചിട്ടിക്കടയ്ക്കാനും അല്ലറച്ചില്ലറ വളം ചെയ്യാനുമേ പൈസ തികയാറുള്ളൂ. ഇപ്പോൾ തേങ്ങയ്ക്ക് നല്ല വിലയല്ലേ, അങ്ങനെ കുറച്ച് കാശ് ബാക്കിവന്നു. കയ്യിൽ വെച്ചാൽ കളഞ്ഞുപോയാലോന്ന് കരുതി ചിലർക്കൊക്കെ കൊടുത്തതാ. ഇന്നലെ കുഞ്ഞ് വരുന്നൂന്ന് പറഞ്ഞപ്പോൾ തിരിച്ച് തരാൻ പറഞ്ഞതാ.”

വലിയ റിസോർട്ട് നടത്തുന്നവരൊക്കെ പെരിയാറിൽ വള്ളം തുഴഞ്ഞ് നടക്കുന്ന വികലാംഗനിൽനിന്ന് പണം പലിശയ്ക്ക് വാങ്ങുന്നെന്ന് പറഞ്ഞാൽ ആളുകൾ വിശ്വസിക്കാൻ സാധ്യതയില്ല. രാത്രിയിൽ ആലുവയ്ക്ക് തിരികെ പോകേണ്ടതിനെക്കുറിച്ചൊന്നും എനിക്കിപ്പോൾ ആകുലതയില്ല. കയ്യിൽ അത്യാവശ്യത്തിന് കാശുണ്ട്. ചിട്ടി കല്യാണം അടുപ്പിച്ച് പിടിച്ചാൽ പോരേ എന്ന രമണൻ ചാച്ചന്റെ ചോദ്യത്തിന് ഞാൻ പറയാമെന്ന ഒരു ഒഴുക്കൻ മറുപടി മാത്രം പറഞ്ഞു. എന്നെ സഹായിച്ചെന്ന വലിയ കൃതാർത്ഥതയിലാണാ സാധുമനുഷ്യൻ, അയാളുടെ സന്തോഷങ്ങൾക്ക് ഞാൻ ഇന്നുതന്നെ ഒരു വിരാമമിടണ്ട. പണ്ട് നിശ്ചയിച്ചത് പ്രകാരമായിരുന്നെങ്കിൽ ഈ മാസമായിരുന്നു എന്റെ കല്യാണം നടക്കേണ്ടത്.

പണമൊക്കെ കരുതി ചെലവാക്കണമെന്ന എന്റെ തീരുമാനം ഇന്നുതന്നെ ലംഘിക്കേണ്ടെന്ന് കരുതി ഞാൻ തിരിച്ച് പോകാൻ പല ബൈക്കുകൾക്കും ലിഫ്റ്റ് ചോദിച്ച് റോഡരികിൽ നിന്നു.

സമരസമിതി

നമുക്ക് മുന്നിൽ വിജയകരമായ മാതൃകകളുള്ളപ്പോൾ എന്തിനാണ് പുതിയതൊന്ന് തിരഞ്ഞ് നടക്കുന്നതെന്നായിരുന്നു ഭാസുരേന്ദ്രന്റെ വാദം. എൺപതുകളുടെ തുടക്കത്തിൽ സൈലന്റ്‌വാലി സമരത്തിൽ അയാളും പങ്കെടുത്തിരുന്നു. സമരത്തിന്റെ ഭാഗമായി ആലപ്പുഴയിൽ നിന്ന് അയാളും കുറച്ച് സുഹൃത്തുക്കളും സൈക്കിളിൽ സൈലന്റ് വാലിക്ക് തിരിച്ചു. സൈക്കിളിന്റെ ത്രികോണ ഫ്രെയിമിലും ഹാന്റിൽ ബാറിലും സൈലന്റ്‌വാലി രക്ഷായാത്ര എന്ന പ്ലക്കാർഡുമായാ യിരുന്നു എട്ടുപേരടങ്ങിയ സംഘത്തിന്റെ യാത്ര. സൈലന്റ് വാലി സമരത്തിൽ പങ്കെടുക്കണമെന്ന കോളേജ് വിദ്യാർത്ഥികൾക്കു ണ്ടായ ഉൾവിളി സ്വന്തമായുള്ളതും കടം വാങ്ങിയതുമായ സൈക്കിളു കളുമെടുത്ത് സൈലന്റ്‌വാലിക്ക് തിരിക്കുന്നതിലാണ് കലാശിച്ചത്. എത്ര അകലെയാണ് ലക്ഷ്യസ്ഥാനമെന്നോ എത്ര ദിവസംകൊണ്ട് തിരിച്ചുവരാനാവുമെന്നോ ആരും ചിന്തിച്ചില്ല. തങ്ങളുടെ സൈക്കിൾ യാത്ര സൈലന്റ്‌വാലി സമരത്തിന്റെ ഭാഗമാക്കുന്നതെങ്ങനെ യെന്നോ ആ യാത്രയ്ക്ക് സൈക്കിളിൽ തൂക്കിയ പ്ലക്കാർഡുകൾക്ക പ്പുറമുള്ള എന്തെങ്കിലും പ്രചാരണം വേണമെന്നോ അവരാരും ആലോചിച്ചില്ല. തങ്ങൾക്കും എന്തെങ്കിലും ചെയ്യണം, അത് സമര ത്തിന് എന്തെങ്കിലും ഗുണമുണ്ടാക്കും എന്നവർ പ്രത്യാശിച്ചു. യാത്ര തിരിക്കുന്ന കാര്യം പത്രമാപ്പീസിൽ അറിയിച്ചില്ല, ആരും കൊടിയു യർത്തി യാത്രയെ അനുഗ്രഹിച്ചുവിട്ടില്ല.

ഒരു ദിവസം മുഴുവൻ സൈക്കിൾ ചവിട്ടിയ സംഘം ആലുവ യിലെത്തിയപ്പോൾ അവരേക്കാൾ ചെറിയൊരു സംഘത്തെ കൂട്ടിന് കിട്ടി. അതും കോളേജ് വിദ്യാർത്ഥികളാണ്. വ്യത്യാസമെന്തെന്നാൽ അതിലൊരാൾക്ക് സൈലന്റ്‌വാലി എവിടെയാണെന്നതിനെക്കുറിച്ച് ഏകദേശ ധാരണയുണ്ട്. മൂന്ന് ദിവസം സൈക്കിൾ ചവിട്ടി മുക്കാലി യിലെത്തിയപ്പോഴേക്കും യുവാക്കളുടെ കയ്യിലെ കാശൊക്കെ തീർന്നു. ഡാംസൈറ്റിലേക്ക് പോകുന്നത് പൊലീസുകാർ തടയുകകൂടി ചെയ്ത പ്പോൾ എല്ലാവർക്കും വലിയ നിരാശയായി. സമരത്തിന് വന്ന വടക്ക്

നിന്നുള്ള ചില സ്കൂൾ അധ്യാപകർ കുറച്ച് കാശ് സംഭാവന നൽകിയതിനാൽ പട്ടിണിയായില്ല.

ഇന്നത്തെ കാലത്ത് കാര്യങ്ങൾ ഏകോപിപ്പിക്കാൻ എളുപ്പമല്ലേ എന്നാണ് ഭാസുരേന്ദ്രന്റെ വാദം. സമൂഹമാധ്യമങ്ങൾ വഴി ക്യാമ്പയിൻ ശക്തിപ്പെടുത്താമെന്നായിരുന്നു അയാളുടെ ശുഭാപ്തിവിശ്വാസം. കേരളത്തിലെ വിവിധ ദിക്കുകളിൽ നിന്നുള്ളവരെ നേരിയമംഗലത്ത് ഒരുമിച്ച് കൂട്ടി അവിടെ നിന്ന് 'സേവ് കല്ലാർ' എന്ന മുദ്രാവാക്യവുമായി ഒരു സൈക്കിൾ യാത്ര. ഇരുവശത്തേക്കുംകൂടി നൂറ്റി ഇരുപത് കിലോമീറ്ററേ ഉള്ളൂ. അതിരാവിലെ തുടങ്ങിയാൽ വൈകീട്ടോടെ തിരിച്ചെത്താമെന്നായിരുന്നു പദ്ധതി. #PedalToSaveKallar, #Green Alternative, #NoMoreDams എന്നീ ഹാഷ്ടാഗുകളുൾപ്പെടുത്തി ഒരു ഫേസ്ബുക്ക് പോസ്റ്റിടാൻ പിന്നെയൊട്ടും ആലോചിക്കേണ്ടി വന്നില്ല. വളരെ നിരാശാജനകമായിരുന്നു പ്രതികരണങ്ങൾ. കേരളത്തിൽ പലയിടങ്ങളിലുള്ള പരിസ്ഥിതി കൂട്ടായ്മകളുടെ ഭാഗത്ത് നിന്ന് നല്ല സഹകരണമുണ്ടാകുമെന്ന ധാരണയിൽ പലരുടേയും ഫോൺ നമ്പറുകൾ തപ്പിയെടുത്ത് വിളിച്ചു. അവരോട് കൂടിയാലോചിക്കാതെ തീയതിയും സമയവും പരിപാടിയും നിശ്ചയിച്ചതിലെ നീരസം ചിലരെങ്കിലും മറച്ചുവെച്ചില്ല. കല്ലാർ ഓഗ്മെന്റേഷൻ പ്രൊജക്റ്റിനെക്കുറിച്ചും നടന്ന് വരുന്ന കോടതി വ്യവഹാരങ്ങളെക്കുറിച്ചും അറിയാത്തവരും ഉണ്ടായിരുന്നു കൂട്ടത്തിൽ. കുറച്ചുപേർ സഹകരിക്കാമെന്നേറ്റു. കാര്യങ്ങൾ ഏകോപിപ്പിക്കാൻ ഒരു വാട്ട്സ്ആപ്പ് ഗ്രൂപ്പുണ്ടാക്കി.

എല്ലാ പ്രധാന നഗരങ്ങളിലും സൈക്ലിങ്ങ് ഗ്രൂപ്പുകൾ സജീവമായിത്തുടങ്ങിയ കാലമാണ്. ചിലരൊക്കെ സഹകരിക്കാമെന്നേറ്റ് മുന്നോട്ട് വന്നു. പണ്ട് ഭാസുരേന്ദ്രനും മറ്റും സൈലന്റ്വാലിക്ക് പോയതുപോലെ ലളിതമായിരുന്നില്ല കാര്യങ്ങൾ. ദൈനംദിന ജീവിതത്തിന്റെ ഭാഗമായി ഒരിടത്ത് നിന്ന് മറ്റൊരിടത്തേക്ക് പോകാൻ സൈക്കിളുപയോഗിക്കുന്നവരല്ല അക്കൂട്ടർ. സൈക്ലിങ്ങ് ജീവിതശൈലിയുടെ ആഡംബരമായി കരുതുന്നവർ, പതിനായിരങ്ങൾ മുതൽ ലക്ഷങ്ങൾ വരെ വിലയുള്ള വിദേശനിർമ്മിത സൈക്കിളുകളാണ് അധികമാളുകളും ഉപയോഗിക്കുന്നത്. നേരിയമംഗലത്ത് എത്തിയാലുള്ള താമസസൗകര്യം, കല്ലാറിലേക്കുള്ള യാത്രയ്ക്ക് കൂടെ വരുന്ന 'സപ്പോർട്ട് വെഹിക്കിൾ', ജെഴ്സി ആരാണ് സ്പോൺസർ ചെയ്യുന്നത്, ആരാണ് ഫ്ളാഗ് ഓഫ് ചെയ്യുക എന്നിങ്ങനെ ചോദ്യങ്ങളും സംശയങ്ങളും നീണ്ടുപോയി. ബാലിശമായ ചോദ്യങ്ങൾക്ക് മറുപടി പറഞ്ഞ് മടുത്തപ്പോൾ 'ചില സാങ്കേതിക കാരണങ്ങളാൽ സേവ് കല്ലാർ സൈക്കിൾ റൈഡ് അടുത്ത മാസത്തേക്ക് മാറ്റിവെച്ചു' എന്ന് ഫേസ്ബുക്കിൽ കുറിക്കേണ്ടി വന്നു.

ഇതിനൊക്കെയിടയിലും പ്രതീക്ഷയുടെ ചെറുനാമ്പുകൾ ഉണ്ടായില്ല എന്ന് പറയാനാവില്ല. ചില എഴുത്തുകാരും പത്രക്കാരുമൊക്കെ ഐക്യദാർഢ്യം പ്രഖ്യാപിച്ചുകൊണ്ട് മുന്നോട്ട് വന്നു. പക്ഷേ, കാര്യങ്ങളൊന്നും എവിടെയുമെത്തിയില്ല. എല്ലാവരെയും ഏകോപിപ്പിക്കലായിരുന്നു വലിയ പാട്. ചിലരുണ്ടെന്നറിഞ്ഞാൽ മറ്റുചിലർ പിൻവാങ്ങും. ചിലരുണ്ടാവും പക്ഷേ, മറ്റു ചിലരെ ഉൾപ്പെടുത്തരുത്. ആർക്കും ഭൂരിപക്ഷമില്ലാത്ത തെരഞ്ഞെടുപ്പ് ഫലത്തിനുശേഷം മുന്നണി രൂപീകരിക്കുന്നതുപോലെയുള്ള സങ്കീർണ്ണത. ഒടുവിൽ സമരവുമായി സഹകരിക്കാൻ തയ്യാറുള്ളവരുടെ ഒരു യോഗം എറണാകുളത്ത് വിളിച്ചുചേർക്കാൻ ധാരണയായി. സർക്കാർ സംവിധാനത്തിലുള്ള വേദികളൊന്നും യോഗം ചേരാൻ ലഭിക്കാത്ത വിധത്തിൽ വൈദ്യുതി ബോർഡ് ഇടപെട്ടെന്ന് തോന്നുന്നു. പ്രസ് ക്ലബ് ഹാളാണ് കിട്ടിയത്. യോഗത്തിന്റെ തീയതിയിലും സമയത്തിലും തുടങ്ങിയ തർക്കങ്ങൾ കണ്ടപ്പോൾ വാട്ട്സ്ആപ്പ് ഗ്രൂപ്പിലെ ചാറ്റുകൾ വലിയ പ്രതീക്ഷയോടെ തുറക്കുമായിരുന്ന അരവിന്ദനുപോലും മടുപ്പുണ്ടാക്കി. ‘കല്ലാർ സമര സമിതി’ എന്ന് ആരോ പുനർനാമകരണം ചെയ്ത വാട്ട്സ്ആപ്പ് ഗ്രൂപ്പ് നാട്ടിൽ നടന്നുവരുന്ന സകല പരിസ്ഥിതി അനുബന്ധ വിഷയങ്ങളുടെയും വാർത്തകൾകൊണ്ട് നിറഞ്ഞു. കല്ലാറിനെക്കുറിച്ച് മാത്രം എല്ലാവരും മൗനം പാലിച്ചു. യോഗദിവസം രാവിലെ അതുവരെ വളരെ സജീവമായി നിന്ന ചില പ്രമുഖർ ഒഴിച്ചുകൂടാനാകാത്ത എന്തൊക്കെയോ അസൗകര്യങ്ങൾ അറിയിച്ച് അപ്രത്യക്ഷരായി.

എന്നാലും യോഗത്തിന് നാൽപ്പതോളം പേർ വന്നുചേർന്നു. കാസറഗോഡ് ജില്ലയിൽ നിന്ന് എൻഡോസൾഫാൻ വിരുദ്ധ സമരങ്ങളിൽ സജീവമായ ദമ്പതികൾ, കണ്ണൂരിൽനിന്ന് കണ്ടൽ വനങ്ങളുടെ വ്യാപനം ലക്ഷ്യമാക്കി പ്രവർത്തിക്കുന്ന സർക്കാരിതര സംഘടന, പ്ലാച്ചിമട സമരക്കാർ, കരിമണൽ ഖനന സമരക്കാർ, വിഴിഞ്ഞം തുറമുഖ പദ്ധതിക്കെതിരെ സമരം ചെയ്യുന്നവർ തുടങ്ങി കേരളത്തിലെ സകല സജീവപ്രശ്നങ്ങളിലെയും സമരക്കാർ ഒത്തുചേർന്ന പോലെ തോന്നി. പലരും പരിചയക്കാരാണ്, വന്നവർ പരിചയം പുതുക്കി. പരസ്പരം പരിചയപ്പെടാൻ അവസരം കിട്ടിയപ്പോൾ തങ്ങൾ ഇടപെടുന്ന പരിസ്ഥിതി പ്രശ്നങ്ങളെക്കുറിച്ച് വാചാലരായി. വളരെ ഔദ്യോഗിക ചട്ടക്കൂടിലൂടെ യോഗം മുന്നോട്ട് പോയി. സമര സമിതിക്ക് ഒരു കൺവീനറെ വേണം, പതിനൊന്നംഗ എക്സിക്യുട്ടീവ് കമ്മിറ്റി വേണം, സമൂഹത്തിൽ നിലയും വിലയുമുള്ള ഒരു രക്ഷാധികാരിയെ വേണം. രക്ഷാധികാരിയെന്ന് കേട്ടപ്പോൾ ഞാൻ ടീച്ചറെ ഓർത്തു. അച്ഛനുള്ള കാലത്ത് പലതവണ വീട്ടിൽ വന്നിട്ടുണ്ട്. ടീച്ചർ സ്ഥാനമേറ്റെടുക്കുമോ എന്ന കാര്യത്തിലായിരുന്നു ചർച്ച.

അക്കാര്യം ഞാൻ ശ്രമിക്കാമെന്നേറ്റപ്പോൾ മറ്റുചിലരുടെ തനിനിറം പുറത്തുവന്നു. ടീച്ചറെ ഇടപെടുത്തിയാൽ അവർ സമരത്തെ അപ്പാടെ വിഴുങ്ങുമത്രെ! പിന്നെ മുഴുവൻ ശ്രദ്ധ അവരിലേക്കാവും. വിചിത്രമായ വാദങ്ങൾ കേട്ട് ഞാനും അരവിന്ദും അമ്പരന്നെങ്കിലും ആരോപണങ്ങൾ ഉന്നയിച്ചവർ ഉറച്ചുനിന്നു.

ചർച്ച വ്യക്തിഹത്യയിലേക്ക് വഴിമാറിയപ്പോൾ ആരോ ഇടപെട്ടു. ആരോപണമുന്നയിച്ചവരിലെ ഒരാൾ ഒട്ടും വിട്ടുതന്നില്ല. ''സൈലന്റ് വാലി സമരകാലത്ത് സമരപരിപാടികൾ ഏകോപിപ്പിക്കാൻ വേണ്ടി തിരുവനന്തപുരം പ്രകൃതി സംരക്ഷണസമിതി എന്നൊരു സംഘടനയുണ്ടാക്കിയിരുന്നു. അതിന് സൊസൈറ്റി രജിസ്ട്രേഷൻ കിട്ടാൻ ഞാൻ കുറേ നടന്നതാ. രജിസ്ട്രേഷനായി അടക്കേണ്ട മുന്നൂറ് രൂപ ഞാനാണടച്ചത്. അക്കാലത്ത് പാരലൽ കോളേജധ്യാപകനായ എനിക്ക് ഒരുമാസം അത്ര ശമ്പളമില്ല. തലസ്ഥാനത്ത് നടന്ന മിക്ക പരിപാടികളിലും ഞാൻ പങ്കെടുത്തിരുന്നു. ഒരിക്കൽ വി.ജെ.റ്റി. ഹാളിൽ ഒരു പരിപാടി നടത്തുന്നതിനെതിരെ വൈദ്യുതി ബോർഡ് കോടതിയിൽനിന്ന് ഒരു സ്റ്റേ വാങ്ങി. യോഗത്തിൽ പ്രസംഗിക്കേണ്ട പ്രധാനപ്പെട്ട നാലുപേർക്ക് സംസാരിക്കാൻ വിലക്ക്. പൊലീസ് പരിപാടി തടഞ്ഞപ്പോൾ ഞങ്ങൾ ഒരു ജാഥയായി തമ്പാനൂരേക്ക് പോയി. ജാഥയിൽ ഞാനുണ്ടായിരുന്നു. പക്ഷേ, നിങ്ങളീപ്പറഞ്ഞവരില്ലായിരുന്നു. പിന്നീട് സൈലന്റ്‌വാലി സമരം വിജയിച്ചപ്പോൾ ടീച്ചറെപ്പോലുള്ളവർക്കും ശാസ്ത്രസമാജത്തിനുമൊക്കെയാണ് രാജ്യാന്തര തലത്തിൽ വലിയ ശ്രദ്ധ കിട്ടിയത്. ഒരു അഭിമുഖത്തിൽ തിരുവനന്തപുരം പ്രകൃതി സംരക്ഷണ സമിതിയെക്കുറിച്ച് ചോദിച്ചപ്പോൾ അവർ പറഞ്ഞത് അങ്ങനെയൊരു സംഘടനയൊന്നും ഇല്ല അപ്പറയുന്നത് അവരും ഭർത്താവും പിന്നെയൊരു പത്രാധിപപ്രമുഖനും മാത്രമാണെന്നാണ്. വിജയിച്ച സമരങ്ങളുടെ വളക്കൂറ് വലിച്ചെടുക്കുന്നതിൽ തെറ്റൊന്നുമില്ല, പക്ഷെ, ചിലർ മറ്റാരും ചിത്രത്തിലേ ഉണ്ടാവാൻ പാടില്ല എന്ന വാശിക്കാരാണ്.'' അയാൾ പറഞ്ഞവസാനിപ്പിച്ചപ്പോൾ സദസ്സിലാകെ മൗനം നിറഞ്ഞു. ആളുകൾ ചെറിയ സംഘങ്ങളായി പരസ്പരം സംസാരം തുടങ്ങിയപ്പോൾ ഞാനിടപെട്ടു.

''അംഗീകാരമോ ബഹുമതിയോ ലക്ഷ്യമാക്കിയല്ല നമ്മളൊക്കെ പ്രവർത്തിക്കുന്നത്. എത്രയോ കാലം കല്ലാർ പ്രൊജക്റ്റ് വേണമെന്ന് പത്രങ്ങളിലെഴുതിയ ഒരാളാണ് ഞാൻ. ഞാനാ പണി അവസാനിപ്പിച്ച് ഇന്ന് നിങ്ങളോട് സംസാരിക്കുന്നത് കല്ലാറിൽ മാത്രം പ്രജനനം നടത്തുന്ന സാരിവാലൻ വരാലെന്ന അപൂർവ്വ മത്സ്യത്തിന്റെ അതിജീവനത്തിനായി വലിയ ത്യാഗങ്ങൾ സഹിച്ചും വെല്ലുവിളികൾ അതിജീവിച്ചും മുന്നോട്ട് പോകുന്ന അരവിന്ദിനെപ്പോലുള്ളവരെ കണ്ടിട്ടാണ്. പഴയ കാലത്തല്ല നമ്മളുള്ളത്. ശാസ്ത്രലോകം ഇന്ന് നമ്മളുടെ

സഹായത്തിനില്ല. സൈലന്റ്‌വാലി സമരകാലത്ത് സാലിം അലിയെ പോലുള്ളവരുണ്ടായിരുന്നു. ഇന്നൊരു സൈക്കിൾ റാലി നടത്താൻ നോക്കിയിട്ട് നടക്കുന്നില്ല. അതുകൊണ്ട് നമുക്ക് ആളുകൾക്ക് മുന്നിൽ അവതരിപ്പിക്കാൻ ഒരു മുഖം വേണം, ആഘോഷിക്കപ്പെടുന്ന ഒരു മുഖം.''

അയാൾ കൂടുതൽ തർക്കങ്ങളൊന്നും ഉന്നയിച്ചില്ല. തർക്കങ്ങൾ തുടങ്ങിയപ്പോൾ തന്നെ അരവിന്ദ് ഹാളിന് പുറത്തിറങ്ങിയിരുന്നു. ഒരു ഫോൺ ചെയ്യാനെന്ന വ്യാജേനെ ഞാനും പുറത്തിറങ്ങി. അകത്ത് നടക്കുന്ന കാര്യങ്ങളിലെ നിരാശ അരവിന്ദിന്റെ മുഖത്ത് വ്യക്തം, അവൻ നീരസം മറച്ചുവെച്ചില്ല.

''ഇവിടത്തെ വാടക കൊടുക്കാൻ സൂരജേട്ടന്റെ കയ്യിൽ കാശ് കാണുമോ?''

''അതൊക്കെയുണ്ട്, അതും കൊടുത്ത് നമുക്കീ സീൻ വിടാം അല്ലേ?'' ഞാനൊന്നും ഒളിച്ചില്ല.

തിരിച്ച് ഹാളിൽ കയറിയപ്പോഴും തർക്കങ്ങൾ അവസാനിച്ചിരുന്നില്ല. ചെറിയ സംഘങ്ങളായി ആളുകൾ എന്തൊക്കെയോ ചർച്ച ചെയ്യുന്നുണ്ട്. എല്ലാവരെയും നിശ്ശബ്ദരാക്കാൻ തന്നെ പാടുപെടേണ്ടി വന്നു. സമരസമിതിയുടെ കൺവീനറാകാൻ ഒന്നുരണ്ട് പേർക്ക് താത്പര്യമുള്ളതുപോലെ തോന്നി. ഹൈക്കോടതിയിൽ കൊടുത്ത കേസിനെക്കുറിച്ചും അതിന് ഇതുവരെ ചെലവായ തുകയെക്കുറിച്ചും ഇതുവരെയുള്ള ചെലവുകൾ തന്നെ ചിലരോടൊക്കെ കടമായി വാങ്ങിയതാണെന്നതും പറഞ്ഞപ്പോൾ സദസ് നിശ്ശബ്ദമായി. ഇപ്പോൾ തന്നെ സാമ്പത്തികബാധ്യതകൾ ഉണ്ടെന്നതിനാലാവാം കൺവീനറാവാനോ കോർ കമ്മിറ്റിയിൽ കയറിപ്പറ്റാനോ ആരും മുന്നോട്ട് വന്നില്ല. കൂടുതൽ ആളുകളെ പങ്കെടുപ്പിച്ച് അടുത്ത ഒരു യോഗം തിരുവനന്തപുരത്ത് ചേരാമെന്ന് തീരുമാനിച്ച് യോഗമവസാനിപ്പിച്ചു. യോഗസ്ഥലത്തിന്റെ വാടകയും ചായ കൊണ്ടുവന്നതിന്റെ കണക്കുകളും തീർത്ത് പ്രസ് ക്ലബ്ബിന്റെ പടിയിറങ്ങുമ്പോൾ ടീച്ചറിന്റെ കാര്യത്തിൽ തർക്കമുന്നയിച്ചയാൾ മാത്രം ഞങ്ങളെ കാത്തുനിൽപ്പുണ്ടായിരുന്നു.

രമാകാന്തനെന്നായിരുന്നു അയാളുടെ പേര്. യോഗത്തിൽ വെച്ച് പരിചയപ്പെടുത്തിയപ്പോൾ അയാളാ പേര് പറഞ്ഞിരുന്നെങ്കിലും അയാൾ ഉന്നയിച്ച തർക്കങ്ങളിൽപെട്ട് ഞാൻ മറന്നുപോയി. മദ്ധ്യവയസ്സ് പിന്നിട്ടയാളാണ്. വളരെ സാധാരണക്കാരന്റെ പരിചിത മുഖം. തിരുവനന്തപുരത്തെ ഒരു പുസ്തകശാലയിലെ വിൽപ്പനക്കാരനാണ്. എന്നെ അമ്പരപ്പിച്ചത് ഞാൻ ശശിധരമേനോന്റെ മകനാണെന്ന കാര്യം അയാൾക്കറിയാമെന്നതായിരുന്നു.

''അച്ഛനെ എങ്ങനെയാ പരിചയം?''

''ഒന്നുരണ്ട് തവണ ഞാൻ സൂരജിന്റെ വീട്ടിൽ വന്നിട്ടുണ്ട്. അച്ഛൻ മരിച്ചത് ഞാൻ താമസിച്ചാണറിഞ്ഞത്, എനിക്ക് വരാനായില്ല.''

എനിക്ക് അത്ഭുതമായി. ''ടീച്ചറെക്കുറിച്ച് പറഞ്ഞത് അതിശയോക്തിയല്ലല്ലോ? ശാസ്ത്രസമാജം സൈലന്റ്‌വാലി സമരത്തിൽ നടത്തിയ ഇടപെടലുകൾ പലതും ഊതിപ്പെരുപ്പിച്ചതാണെന്ന് എനിക്ക് അറിയാവുന്നതാണ്.''

''അതിലൊന്നും വലിയ കാര്യമില്ല. അന്നാ സമരം വിജയിച്ചത് തന്നെ വലിയ കാര്യം. ഇന്ത്യയിൽ പിന്നൊരു അണക്കെട്ടിനെതിരെയുള്ള സമരവും പരിസ്ഥിതി സംരക്ഷണത്തിന്റെ പേരിൽ വിജയിച്ചിട്ടില്ല. പിന്നെ അന്നത്തെ സമര വിജയത്തിന്റെ ലഹരിയിൽ ജീവിച്ച ചിലർ അറിഞ്ഞും അറിയാതെയുമൊക്കെ അത് തങ്ങളുടെ തൊപ്പിയിലെ തൂവലാക്കി മാറ്റി. പ്രശസ്തി എത്ര ലഭിച്ചാലും മതിവരാത്ത ഒരു ലഹരിയാണ്. അതിനടിമയായാൽ പിന്നെ സംതൃപ്തി ലഭിക്കില്ല.''

''ടീച്ചറിനെപ്പോലൊരാൾക്ക് അതിന്റെ ആവശ്യമുണ്ടോ, അവർ അതിപ്രശസ്തയും ആഘോഷിക്കപ്പെട്ട വ്യക്തിയുമല്ലേ.''

രമാകാന്തൻ ചിരിച്ചു. മീറ്റിങ്ങിന്റെ ചെലവിലേക്ക് ഒരു പങ്ക് തന്നാൽ സ്വീകരിക്കണമെന്ന് നിർബന്ധിച്ചു. പുറത്തെ കടയിൽനിന്ന് ഒരു ചായകൂടി കുടിച്ച് പിരിയാൻ നേരത്തയാൾ ഒരു കഥ കൂടി പറഞ്ഞു.

''സൈലന്റ്‌വാലി പദ്ധതിക്കെതിരെയുള്ള സമരം അക്കാലത്ത് വിജയിച്ചതിന് തികച്ചും രാഷ്ട്രീയമായ കാരണങ്ങളാണുള്ളത്. അടിയന്തിരാവസ്ഥയ്ക്ക് ശേഷം ഇന്ദിരാഗാന്ധിക്കുണ്ടായ തിരിച്ചറിവുകളാണതിലൊന്ന്. പരിസ്ഥിതി വിഷയങ്ങളിൽ അന്താരാഷ്ട്രതലത്തിൽ ഉണ്ടായിക്കൊണ്ടിരുന്ന ആശങ്കകളിൽ അവർ അപ്ഡേറ്റഡായിരുന്നു എന്നതായിരുന്നു രണ്ടാമത്തെ കാരണം. കേരളത്തിലെ കോൺഗ്രസ്സിനകത്തെ അടിയൊഴുക്കുകളും കാരണമായിരിക്കാം. ഇന്ത്യ കണ്ട ഏറ്റവും ഏകാധിപതിയായ ഭരണാധികാരിക്ക് മുന്നിൽ കാര്യങ്ങൾ അവതരിപ്പിക്കാൻ ഒ.വി. വിജയനെപ്പോലൊരാൾ കാണിച്ച ധൈര്യവും ഉണ്ടെന്ന് കൂട്ടിക്കോ. എല്ലാം ഒത്തുവന്നു, അത്രതന്നെ.''

ഞങ്ങളുടെയെല്ലാം ചായക്കാശ് കൊടുത്ത് റെയിൽവേ സ്റ്റേഷൻ ലക്ഷ്യമാക്കി നടക്കാൻ തുടങ്ങിയ ആ മനുഷ്യനോട് ഞാൻ അയാളുടെ മൊബൈൽ നമ്പർ ചോദിച്ചു. ഒരു കൊച്ചുകടലാസിൽ സ്വന്തം കൈപ്പടയിലെഴുതിയ പുസ്തകക്കടയുടെ മേൽവിലാസം ഏൽപ്പിച്ചിട്ട് അയാൾ പറഞ്ഞു: ''മൊബൈൽ നമ്പറില്ല സൂരജേ, ബുക്ക് ഷോപ്പിൽ വിളിച്ചാൽ കിട്ടും. മേൽവിലാസം കുറിച്ചെടുക്കാനുള്ള ക്ഷമ ആളുകൾക്ക് ഇല്ലാതായ കാലത്ത് ശീലിച്ചതാ ഈ കയ്യെഴുത്ത് വിസിറ്റിങ്ങ് കാർഡ്.''

ശ്രദ്ധാപൂർവ്വം എം.ജി. റോഡ് മുറിച്ചുകടന്നയാൾ തിരക്കിൽ അപ്രത്യക്ഷനായി.

പാളിപ്പോകുന്ന ശ്രമങ്ങൾ

കല്ലാർ സമരം എനിക്ക് തന്നത് കുറേ തിരിച്ചടികൾ മാത്രമായിരുന്നു. അതിനിടയിൽ എന്തെങ്കിലും നല്ലത് നടന്നിട്ടുണ്ടെങ്കിൽ അത് ചില സൗഹൃദങ്ങൾ മാത്രമായിരുന്നു. ഒരു ജ്യേഷ്ഠന്റെ സ്ഥാനത്ത് കണ്ട് അരവിന്ദ് എന്നോട് ഒട്ടിക്കൂടിയപ്പോൾ ശ്രീലക്ഷ്മിയുടെ കാര്യത്തിൽ എന്റെ മനസ്സിലെന്താണെന്ന് എനിക്കുപോലും ഉറപ്പിച്ച് പറയാനായില്ല. രാധികയുള്ള കാലത്തുപോലും സുന്ദരികൾ എന്റെ മനസ്സിളക്കിയെങ്കിൽ അവൾ എന്നെ ഉപേക്ഷിച്ച് പോയതിൽ പിന്നെയുള്ള കാലത്തെക്കുറിച്ച് ഊഹിക്കാമല്ലോ.

ശ്രീലക്ഷ്മിയെ ആദ്യം കണ്ടത് കല്ലാറിലേക്കുള്ള കാർ യാത്രയിലാണ്. പിന്നീട് പല തവണ കല്ലാറ് പോയപ്പോഴും കാണുകയും സംസാരിക്കുകയും ചെയ്തു. പതിയെ അവളുടെ വ്യക്തിത്വത്തിൽ ഞാൻ വല്ലാതെ ആകൃഷ്ടനായി. കവിളിൽനിന്ന് വിരിഞ്ഞ് മുഖത്താകെ പരക്കുന്ന അവളുടെ പുഞ്ചിരിയും സ്വകാര്യം പറയും മട്ടിലുള്ള പതിഞ്ഞ സംസാരവും ആരെയും രണ്ടാമതൊന്നുകൂടെ നോക്കാൻ പ്രേരിപ്പിക്കുന്ന അംഗലാവണ്യവും, എല്ലാം എന്റെ ബലഹീനതകളായിരുന്നു.

പെൺകുട്ടികളോട് സംസാരിക്കാൻ തീരെ ആത്മവിശ്വാസമില്ലാത്ത പ്രായത്തിലാണ് രാധിക എന്നോട് അവൾക്കുള്ള പ്രണയം തുറന്ന് പറഞ്ഞത്. ഞാൻ രണ്ടാമതൊന്നാലോചിക്കാതെ സമ്മതം മൂളി. പിണങ്ങിയും ഇണങ്ങിയും കല്യാണ നിശ്ചയം വരെയെത്തി. കല്യാണത്തിനുള്ള വസ്ത്രങ്ങൾ വരെ വാങ്ങിയശേഷം ഇനിയൊരിക്കലും ഒരുമിക്കില്ലെന്ന് തീരുമാനിച്ച് കലഹിച്ച് പിരിഞ്ഞു.

ആ ദിവസം എനിക്ക് മറക്കാനാവില്ല. ശ്രീലക്ഷ്മിയുടെ അച്ഛന്റെ കൂടെ പുഴയ്ക്കക്കരെയുള്ള കണ്ണാടിക്കൽ ക്ഷേത്രത്തിൽ പോയി തിരിച്ചെത്തിയപ്പോഴാണ് ജീവിതം തലകീഴായി മറിഞ്ഞത്. രാധിക വഴക്കിട്ട് തിരിച്ചുപോയി. പിന്നെയാലോചിച്ചപ്പോൾ തോന്നി അവിടെ

വെച്ചെങ്കിലും അവസാനിപ്പിക്കാനായല്ലോ എന്ന്. ശ്രീലക്ഷ്മിയും ഞാനും തമ്മിലുള്ള സൗഹൃദത്തെയാണ് രാധിക തെറ്റിദ്ധരിച്ചിരുന്നതെങ്കിൽപോലും എനിക്ക് സങ്കടമില്ലായിരുന്നു. അതിനിടയിലേക്ക് അന്നാ മാഡത്തെ എന്തിനാണ് വലിച്ചിഴച്ചത്. ഒരു കണക്കിനാലോചിക്കുമ്പോൾ ഇത്രയും ചാഞ്ചാട്ടമുള്ള ഒരു വ്യക്തിയായ എന്നെ ആരെ ചേർത്ത് സംശയിക്കുന്നതിലും തെറ്റ് പറയാനാവില്ല. എനിക്ക് എന്നെത്തന്നെ ന്യായീകരിക്കാനാവുന്നില്ലല്ലോ!

കാറുമായി രാധിക പോയപ്പോൾ ഹൈവേയിൽ ഞങ്ങളെ കൊണ്ടുവിട്ടത് ശ്രീലക്ഷ്മിയുടെ അച്ഛനായിരുന്നു. എല്ലാം ശരിയാവുമെന്ന് ആശ്വസിപ്പിച്ച അദ്ദേഹം തനിക്ക് കിട്ടിയ മിൽട്രി ക്വാട്ടയിൽ നിന്ന് ഒരു കുപ്പി മദ്യമെനിക്ക് സമ്മാനമായി തന്നു. ദുരന്തങ്ങളുണ്ടാവുമ്പോൾ സമ്മാനിക്കാവുന്ന ഏക സാധനമായിരിക്കാം മദ്യം. അന്ന് എന്നെ തനിച്ചാക്കിപ്പോകണ്ട എന്ന് കരുതിയാവും അരവിന്ദ് ഫ്ളാറ്റിൽ തന്നെ കൂടി. ഞാൻ നിർബന്ധിക്കാഞ്ഞിട്ടുകൂടി എന്നോടൊപ്പം അരവിന്ദ് മദ്യപിച്ചു. അവന്റെ രീതികൾ കണ്ടപ്പോൾതന്നെ അവൻ ആദ്യമായി കഴിക്കുകയാണെന്ന് എനിക്ക് തോന്നിയിരുന്നു. എന്നെ ആശ്വസിപ്പിക്കാനായിരിക്കാം അവൻ രാധിക എനിക്ക് ചേരുന്നവളല്ല എന്ന് പിച്ചുംപേയും പറഞ്ഞു. അധികം താമസിക്കാതെ ഓക്കാനം തുടങ്ങിയപ്പോൾ ഞാനവനെ ശുചിമുറിയിൽ കയറ്റി വാതിലടച്ചെങ്കിലും ആ വഷളൻ വാഷ്ബേസിനിലാണ് ഛർദ്ദിച്ചത്. അവിടമെല്ലാം വൃത്തിയാക്കിയതിന്റെ കഷ്ടപ്പാട് പിറ്റേന്ന് അവനോട് പറഞ്ഞപ്പോഴാണ് തലേന്നത്തത് അവന്റെ ആദ്യമദ്യപാനമായിരുന്നെന്ന് പറയുന്നത്. മദ്യപിച്ച് ഛർദ്ദിക്കുകയാണെങ്കിൽ ഏറ്റവും നല്ലത് ക്ലോസറ്റാണെന്ന് അവനെ പറഞ്ഞ് മനസ്സിലാക്കാൻ ഞാൻ വല്ലാതെ പാടുപെട്ടു.

അമ്മയുടെ പരുക്കൻ സ്വഭാവത്തെക്കുറിച്ച് ശ്രീലക്ഷ്മി പരിഭവപ്പെടുന്നതുകണ്ട് ഞാൻ അത്ഭുതപ്പെട്ടിട്ടുണ്ട്. ശ്രീലക്ഷ്മിയുടെ വീട്ടിൽ ആദ്യമായി പോയപ്പോൾ മുതൽ രേവതി ടീച്ചർ എന്നോട് വളരെ ഹൃദ്യമായാണ് പെരുമാറിയത്. അച്ഛനെ പരിചയമുണ്ട് എന്ന് ആളുകൾ പറയുമ്പോഴുള്ള എന്റെ അസ്വസ്ഥതകൾ അന്നാ മാഡവുമായുള്ള സമ്പർക്കംമൂലം കുറഞ്ഞെന്ന് തോന്നുന്നു. ചില നിമിഷങ്ങളിൽ രേവതി ടീച്ചർ എന്റെ അമ്മയുടെ എന്തൊക്കെയോ അംശങ്ങളുള്ള ഒരാളാണെന്ന് തോന്നിച്ചു.

മകൾ അകപ്പെട്ട പ്രണയത്തിലെ ചതിയെക്കുറിച്ച് തരം കിട്ടുമ്പോഴൊക്കെ രേവതി ടീച്ചർ കുറ്റപ്പെടുത്തി. അതിൽ അവർക്കുള്ള അപ്രിയവും നിരാശയും എപ്പോഴും പറഞ്ഞുകൊണ്ടിരിക്കും. എന്നെപ്പോലൊരാളെ മരുമകനായി അവർ ആഗ്രഹിച്ചിരുന്നു എന്ന് പറയാതെ

പറയും. താൻ മേൽജാതിക്കാരിയായിരുന്നെന്നും ജാതിവ്യവസ്ഥ യുടെ ആ മേൽക്കോയ്മ തന്റെ മക്കൾക്ക് ലഭിക്കാതെ പോയത് താൻ ജാതിയിൽ കുറഞ്ഞ ഒരാളെ കല്യാണം കഴിച്ചതിനാലാണെന്ന ഒരു മൂഢധാരണ തന്റെ അമ്മയ്ക്കുണ്ടെന്ന് ശ്രീലക്ഷ്മി കുറ്റപ്പെടു ത്തുന്നതുകണ്ട് എനിക്ക് അത്ഭുതം തോന്നി.

ശ്രീലക്ഷ്മിയെപ്പോലൊരാൾ എന്തിനാണ് ഇത്രയും മടിയനും അരസികനുമായ ഇർഫാനെപ്പോലൊരാളെ പ്രണയിക്കുന്നതെന്ന് എത്രയാലോചിച്ചിട്ടും എനിക്ക് മനസ്സിലായില്ല. രാധിക അകന്ന് പോയ കാലത്ത് ശ്രീലക്ഷ്മിയോട് വല്ലാത്തൊരു ആകർഷകത്വം എനിക്ക് തോന്നിയിരുന്നു. എന്റെ ചാപല്യങ്ങൾ ശ്രീലക്ഷ്മി മനസ്സി ലാക്കാതിരിക്കാൻ ഞാനെന്റെ പെരുമാറ്റത്തിലെ ചെറിയ ചലന ങ്ങളെക്കുറിച്ച് വരെ ശ്രദ്ധാലുവായി. ഒരുപക്ഷേ അങ്ങനെയെന്തെ ങ്കിലും സംശയം തോന്നിയതിനാലാവും അവൾ തരം കിട്ടുമ്പോഴൊക്കെ ഇർഫാനെ പുകഴ്ത്തി സംസാരിച്ചുകൊണ്ടിരുന്നു. ഇർഫാനും അവളും തമ്മിലുണ്ടായിരുന്ന പ്രണയം ഒരു തകർച്ചയുടെ വക്കിൽനിന്ന് ഈയ ടുത്താണ് കരകയറിയതെന്ന് അരവിന്ദ് പറഞ്ഞപ്പോൾ എന്നെക്കാൾ കൂടുതൽ അടുപ്പം ശ്രീലക്ഷ്മിക്ക് അരവിന്ദിനോടാണെന്നതിൽ ഞാൻ അസൂയപ്പെട്ടു. ഒന്നുരണ്ട് തവണ ഇർഫാനെ കണ്ടപ്പോഴൊക്കെ അയാളുടെ വ്യക്തിത്വത്തിലെ എന്തായിരിക്കും ശ്രീലക്ഷ്മിയെ ആകർഷിച്ചിരിക്കുകയെന്ന് അപഗ്രഥിക്കാനുള്ള ശ്രമത്തിലായിരുന്നു ഞാൻ. ഇർഫാന്റെ അതിസമ്പന്നമായ പശ്ചാത്തലമാവും എന്നു വരെ ഞാൻ ചിന്തിച്ചു.

വ്യക്തിജീവിതത്തിലെ പ്രശ്നങ്ങൾക്കിടെയാണ് കൂനിന്മേൽ കുരുവെന്നപോലെ ഇന്ത്യാ എവെരി ഡേയിലെ ജോലി പോയത്. രമണൻ ചാച്ചൻ ചിട്ടി പിടിച്ചുതന്നതോടെ സാമ്പത്തിക പരാധീന തകൾക്ക് അറുതിയായി. സാമ്പത്തിക അച്ചടക്കമൊക്കെ രണ്ടു മൂന്നാഴ്ചകൊണ്ട് പഴങ്കഥയായി. ഫ്ളാറ്റിലെ ഉപയോഗിക്കാത്ത കിടപ്പുമുറിയിൽ മദ്യക്കുപ്പികൾ നിറഞ്ഞു. ഫോണിന്റെ മെസേജ് ഫോൾഡറിൽ ഓൺലൈൻ സൈറ്റുകളുടെ ഡെലിവറി അപ്ഡേറ്റു കൾ വന്ന് നിറഞ്ഞു. ഒരു ജോലി കണ്ടെത്താനുള്ള ശ്രമം മാത്രം വിജയിച്ചില്ല. ട്രെയിനിയായി കയറി യോഗ്യത തെളിയിച്ച് മുകളി ലേക്ക് കയറിപ്പോവുകയെന്നതാണ് കേരളത്തിലെ മിക്ക പത്രങ്ങളു ടെയും ഒരു രീതി. ഇന്ത്യാ എവെരി ഡേയുടെ വലിയ മേൽവിലാസം കേരളത്തിലെ പത്രങ്ങളിൽ കയറിപ്പറ്റാൻ വിലങ്ങുതടിയായി. ഞങ്ങൾ ഉദ്ദേശിക്കുന്നത് തുടക്കക്കാരെയാണെന്ന പതിവ് മറുപടി കേട്ട് മടുത്തു. ഇന്ത്യാ എവെരി ഡേയുടെ മേൽവിലാസമുപയോഗിച്ചാണ് കൂടം കുളം സമരം റിപ്പോർട്ട് ചെയ്തത്. അതോടെ ഇന്ത്യാ എവെരി

ഡേയിൽ നിന്ന് എന്നെ പുറത്താക്കിയ വിവരം അവർതന്നെ എല്ലാവർക്കും മെയിൽ ചെയ്തു. അങ്ങനെ ആ മാർഗ്ഗവുമടഞ്ഞു.

അതിനിടെ സാമാണ് ഒരു പുസ്തകം ഇംഗ്ലീഷിലേക്ക് തർജ്ജമ ചെയ്യാനുള്ള ജോലി ഏല്പിച്ചത്. അദ്ധ്യാത്മിക മട്ടിലുള്ള മലയാള ലേഖനങ്ങളുടെ സമാഹാരം. ചെയ്ത ജോലിയിൽ ഒരു സംതൃപ്തിയും കിട്ടിയില്ലെങ്കിലും ചെറിയ ആ പുസ്തകം രണ്ടാഴ്ചകൊണ്ട് ഭാഷ മാറ്റിയപ്പോൾ ഇന്ത്യാ എവെരി ഡേയിൽ കിട്ടിയ ശമ്പളത്തിന് തുല്യമായൊരു തുക കിട്ടി. ജോലി ചെയ്ത സമയത്ത് കിട്ടാതിരുന്ന സംതൃപ്തി കൂലി കിട്ടിയപ്പോൾ ലഭിച്ചു എന്നതാണ് അത്ഭുതം. മലയാളത്തിലെ പുസ്തകത്തിനേക്കാൾ നല്ലത് ഇംഗ്ലീഷിലെ തർജ്ജമയാണെന്ന് അഭിപ്രായം വന്നതോടെ ഒന്നുരണ്ട് പ്രസാധകർ അവരുടെ പുസ്തകങ്ങൾ ഏൽപ്പിച്ചു. ഇത്തവണ കുറച്ചുകൂടി വെല്ലുവിളിയുള്ള പുസ്തകങ്ങളാണ്. പേരെടുത്ത മലയാള എഴുത്തുകാരന്റെ നോവലും ഒരു രാഷ്ട്രീയക്കാരന്റെ ആത്മകഥയും. നോവലിസ്റ്റ് ഇടയ്ക്ക് വിളിച്ചപ്പോൾ ഇംഗ്ലീഷിലേക്ക് തർജ്ജമ ചെയ്ത നോവലുകൾക്ക് വലിയ സാധ്യതയുണ്ടെന്നും അവാർഡുകൾക്കൊക്കെ അയയ്ക്കാനുള്ളതാണെന്നും ഓർമ്മിപ്പിച്ചു.

നഷ്ടങ്ങൾക്കും തിരിച്ചടികൾക്കുമിടയിൽ ജീവിതം ഒരുവിധം തുലനം ചെയ്തുവരുന്നതിനിടെയാണ് അത് സംഭവിച്ചത്. അജിത്കുമാർ കൊച്ചിയിൽ വന്നപ്പോൾ അരവിന്ദ് അവനെയും കൂട്ടി ഫ്ളാറ്റിൽ വന്നു. ഒരുദിവസത്തെ ഒത്തുകൂടലിനുശേഷം അജിത്കുമാർ തിരിച്ചുപോകുമെന്നാണ് കരുതിയതെങ്കിലും ശ്രീലക്ഷ്മിയെ കാണണമെന്നും പരിചയപ്പെടണമെന്നും താത്പര്യം പ്രകടിപ്പിച്ചപ്പോൾ ഞങ്ങൾ മേലൂരേക്ക് പുറപ്പെട്ടു. കുറച്ച് നാളുകൾക്ക് ശേഷമാണ് ശ്രീലക്ഷ്മിയുടെ അച്ഛനെയും അമ്മയെയുമൊക്കെ കാണുന്നത്. ശ്രീലക്ഷ്മിയും ഇർഫാനുമായുള്ള ബന്ധം ആ വീട്ടുകാർ അംഗീകരിച്ച കാലമായിരുന്നു. സ്വാഭാവികമായും രേവതി ടീച്ചർ സന്തോഷവതിയായിരുന്നു. രാധികയെക്കുറിച്ച് ചോദിച്ച ടീച്ചർ അവളെ എന്തിനാണിങ്ങനെ അകറ്റി നിർത്തിയിരിക്കുന്നതെന്ന് പരാതിപ്പെട്ടു. വൈകിട്ട് ഭക്ഷണം കഴിച്ചിട്ടേ പോകാവൂ എന്ന് നിർബന്ധിച്ചു. സത്യത്തിൽ ഞാൻ രാധികയെ കഴിഞ്ഞ ദിവസവും വിളിച്ചുനോക്കിയതാണ്. ഏറെനാൾ നിശ്ചലമായിരുന്ന അവളുടെ ഫോൺ എടുത്തത് മറ്റാരോ ആയിരുന്നു. ദീർഘകാലം ഉപയോഗിക്കാതിരുന്നതിനാൽ മൊബൈൽ കമ്പനി ആ നമ്പർ മറ്റാർക്കോ നൽകിയതാണ്. വൈക്കത്തെ വീടുവരെ പോയിനോക്കാമെന്ന് ഇടയ്ക്ക് തോന്നുമെങ്കിലും പോവാനായില്ല. ഇടയ്ക്ക് ഫോൺ ചെയ്യുമ്പോൾ ഏട്ടത്തിയമ്മയും രമണൻ ചാച്ചനുമൊക്കെ രാധികയെപ്പറ്റി ആകുലപ്പെടും. എനിക്ക് പ്രവേശനമില്ലാത്ത

അജ്ഞാതവാസത്തിലാണ് രാധികയെന്നത് ആരും അംഗീകരിച്ചില്ല. എല്ലാവരും എന്നെ കുറ്റപ്പെടുത്തിക്കൊണ്ടിരുന്നു.

ശ്രീലക്ഷ്മിയുടെ അച്ഛൻ മിൽട്രി ക്വാട്ടയിലെ മദ്യവുമായി സൽക്കരിച്ചപ്പോൾ ഒഴിഞ്ഞുമാറാനായില്ല. വൈകിട്ട് പുഴക്കരയിലെ പടവിലിരുന്ന് മദ്യപിക്കുമ്പോൾ എല്ലാവരും നല്ല സന്തോഷത്തിലായിരുന്നു. വാസുദേവൻ ചേട്ടൻ ഇർഫാനെക്കുറിച്ചൊക്കെ സംസാരിച്ചു, ഇർഫാന്റെ വീട്ടുകാരെക്കുറിച്ചും അവരുടെ നന്മയെക്കുറിച്ചുമൊക്കെ വാചാലനായി. ഇടയ്ക്കെപ്പോഴോ കടവിൽ വന്ന് നോക്കിയ ശ്രീലക്ഷ്മി മദ്യപിച്ച് വന്നാൽ അമ്മ വീട്ടിൽ കയറ്റില്ലെന്ന് താക്കീത് ചെയ്തതാണ്. അധികമാക്കില്ലെന്ന് മുൻകൂർ ജാമ്യമെടുത്ത് ഞാനവളെ തിരിച്ചയച്ചു. വണ്ടിയോടിക്കാനുള്ളതിനാൽ ഞാനാകെ രണ്ട് പെഗ്ഗ് മാത്രമാണ് കഴിച്ചത്. രണ്ട് പെഗ്ഗ് കഴിച്ചാൽ അരവിന്ദ് ഛർദ്ദിക്കുമെന്ന് അനുഭവമുള്ളതിനാൽ അവന്റെ മേലൊരു കണ്ണുണ്ടായിരുന്നു. മറ്റുള്ളവർക്ക് ഒഴിഞ്ഞുമാറാൻപോലും സമയം തരാതെ അജിത് കുമാർ ഛർദ്ദിക്കുമെന്ന് ഞാൻ കരുതിയില്ല. വാസുദേവൻ ചേട്ടനും അരവിന്ദും ഛർദ്ദിയിൽ കുളിച്ചു. വാസുദേവൻ ചേട്ടനെയും അരവിന്ദിനെയും കുളിപ്പിച്ച് വൃത്തിയാക്കി രാജേഷ് കൊണ്ടുവന്ന വസ്ത്രങ്ങളുടുപ്പിച്ച് പുഴക്കരയിൽനിന്ന് കയറുമ്പോൾ ഞങ്ങളോടുള്ള അവമതിപ്പും അച്ഛനോടുള്ള നീരസവും ശ്രീലക്ഷ്മിയുടെ മുഖത്ത് പ്രകടമായിരുന്നു.

കല്ലാർ സമര സമിതി ഇപ്പോൾ വാട്ട്സ്ആപ്പ് ഗ്രൂപ്പിൽ പോലും സജീവമല്ലാതായി. ഇടയ്ക്ക് രമാകാന്തൻ വിളിച്ച് കാര്യങ്ങൾ തിരക്കും, പ്രോത്സാഹിപ്പിക്കും. ടീച്ചറെ കാണാൻ തിരുവനന്തപുരത്ത് വരികയാണെങ്കിൽ അയാളും കൂടെ വരാമെന്ന് ആവർത്തിക്കും.

തുലാമഴയത്ത് കല്ലാർ ഡാം തുറക്കുമ്പോൾ സാരിവാലൻ വരാലിനെ പിടിച്ച് റേഡിയോ കോളർ പിടിപ്പിച്ചില്ലെങ്കിൽ അരവിന്ദിന്റെ ഗവേഷണം എവിടെയുമെത്തില്ല. സാരിവാലൻ വരാലിനെ റേഡിയോ കോളർ ചെയ്യണമെന്ന ആവശ്യവുമായി ഹൈക്കോടതിയെ സമീപിച്ചെങ്കിലും എല്ലാം മെല്ലെപ്പോക്കാണ്. സമയബന്ധിതമായി പരിഗണിക്കേണ്ട വിഷയമാണെന്ന് ഞാൻ വക്കീലിനോട് തർക്കിച്ചെങ്കിലും മനുഷ്യാവകാശ ലംഘനങ്ങളിൽ അടിയന്തിരമായി ഇടപെടണമെന്ന് കാണിച്ച് കൊടുക്കുന്ന ഹർജികളിൽ പോലും അവധിക്കാലത്ത് കോടതികൾ പരിഗണിക്കാറില്ലെന്ന് വക്കീൽ ഓർമ്മിപ്പിച്ചു. പവർകട്ടും ലോഡ് ഷെഡ്ഡിങ്ങും അപ്രഖ്യാപിത കരണ്ട് പോകലുമെല്ലാം കണ്ട ഒരു വർഷത്തിന്റെ ഓർമ്മകൾക്ക് മേലെ വേനൽമഴ പെയ്തു. ഏപ്രിൽ മാസത്തിൽ തന്നെ തെക്കുപടിഞ്ഞാറൻ കാലവർഷം ആരംഭിച്ചോ എന്ന് സംശയിച്ചുപോകുന്ന വേനൽമഴ. കാലവർഷവും

തകർത്ത് പെയ്തു. കല്ലാർ സമരമൊക്കെ ഞങ്ങളുടെ മനസ്സുകളിൽ നിന്ന് പോലും കെട്ടടങ്ങിയിരുന്നു.

ജർമ്മനിയിലെ ഒരു പ്രൊഫസർ മത്സ്യങ്ങളിൽ പിടിപ്പിക്കാൻ വേണ്ടി പ്രത്യേകം രൂപകൽപ്പന ചെയ്ത ചെറിയ റേഡിയോ കോളർ ട്രാൻസ്മിറ്ററുകളും ചെറിയ സിഗ്നൽപോലും പിടിച്ചെടുക്കുന്ന റിസീവറും അയച്ചുകൊടുക്കാമെന്ന് ഏറ്റതോടെ കോടതിയെ ഒരിക്കൽകൂടി സമീപിക്കാൻ സഹായിക്കണമെന്ന് പറഞ്ഞ് അരവിന്ദ് പിന്നാലെ കൂടി. അവന്റെ കയ്യിൽ അതിനൊന്നുമുള്ള കാശ് കാണില്ല. ഒടുവിൽ ഞാൻ തന്നെ സഹായിക്കാൻ മുന്നിട്ടിറങ്ങി. ഇത്തവണ കോടതി അരവിന്ദിനോട് ദയ കാണിച്ചു. സ്പിൽവേ തുറക്കുമ്പോൾ വലകെട്ടി മീൻ പിടിക്കാൻ അരവിന്ദിനെ അനുവദിക്കണമെന്നായിരുന്നു വിധി.

ഉത്തരവ് വന്ന ദിവസം അരവിന്ദ് ഫ്ളാറ്റിൽ വന്നിരുന്നു. റേഡിയോ കോളർ ട്രാൻസ്മിറ്ററുകളും റിസീവറുമൊക്കെയായാണ് വന്നത്. റേഡിയോ കോളർ എങ്ങനെയാണ് പ്രവർത്തിക്കുകയെന്ന് അരവിന്ദ് എനിക്ക് വിശദീകരിച്ച് തന്നു. ഞാനവനെ നോക്കിയിരുന്നു. എന്തൊരു ചെറുപ്പക്കാരനാണ്. പഴയതിൽനിന്ന് ഒട്ടും കുറയാത്ത ഉത്സാഹവും ആത്മവിശ്വാസവും. അവന് കിട്ടിയ സ്ഥിരോത്സാഹത്തിന്റെ ഒരു ചെറിയ പങ്കെങ്കിലും കിട്ടിയാൽ ഞാൻ എന്നേ രക്ഷപ്പെടുമായിരുന്നു. ഇടയ്ക്കെന്റെ ശ്രദ്ധ മാറുമ്പോൾ അവൻ പറഞ്ഞ കാര്യങ്ങൾ ആദ്യം മുതൽ ആവർത്തിക്കും. ഒടുവിൽ ആ ശാസ്ത്രകുതുകിയുടെ നിർബന്ധത്തിന് വഴങ്ങി സ്പിൽവേ തുറക്കുമ്പോൾ അവന്റെ കൂടെ പോകാമെന്ന് ഞാനേറ്റു.

കാലവർഷാവസാനം തന്നെ മിക്ക ഡാമുകളും നിറയാറായി. തുലാമഴയ്ക്ക് മുൻപ് തന്നെ ചെറിയ അണക്കെട്ടുകളിൽ ചിലതൊക്കെ തുറന്നു. കല്ലാർ അണക്കെട്ട് ഇത്ര പെട്ടന്ന് തുറന്നാൽ സാരിവാലൻ വരാൽ ദേശാടനം ചെയ്ത് ഡാമിനടുത്ത് വരെ എത്തിക്കാണുമോ എന്നൊരു സംശയം എനിക്കുണ്ടായിരുന്നു.

''ചേട്ടൻ അവസാന നിമിഷം മുങ്ങരുത്. ഞാനൊറ്റയ്ക്ക് പോയാൽ ഡാമിലെ പൊലീസുകാര് എന്തെങ്കിലും കാരണം പറഞ്ഞ് എല്ലാം മുടക്കും. ചേട്ടനുണ്ടെങ്കിൽ ഒരു ധൈര്യമാ.''

അരവിന്ദ് എന്നെ വല്ലാതെ വിലമതിക്കുന്നതായി തോന്നി. കല്ലാറ് വരെ പോകാൻ ഒരു കാറ് സംഘടിപ്പിക്കാമോ എന്ന് ചോദിച്ച് അരവിന്ദ് വിളിച്ചപ്പോഴാണ് ശ്രീലക്ഷ്മി കൂടെ വരുന്നുണ്ടെന്ന് മനസ്സിലായത്. അവളുടെ കല്യാണമാണ്. ഇരുവീട്ടുകാരുടെയും സമ്മതത്തോടെയാണെങ്കിലും രണ്ട് മതാചാരപ്രകാരവും രജിസ്റ്റർ ഓഫീസിലും വെച്ച് നടക്കുന്ന വിചിത്ര വിവാഹമാണ്.

അരവിന്ദും ശ്രീലക്ഷ്മിയുമായുള്ള എന്റെ സൗഹൃദം കല്ലാർ അണക്കെട്ടുമായി ബന്ധപ്പെട്ടതാണ്. ഓഗ്മെന്റേഷൻ പ്രൊജക്റ്റ് ടെന്ററായ സ്ഥിതിക്ക് ഇനി വലിയ തടസമില്ലാതെ പുതിയ അണക്കെട്ടുകൾ വരും. അതോടെ കല്ലാർ സമരത്തിനൊരു പരിസമാപ്തിയാവും. അങ്ങനെയാണെങ്കിൽ ഈ സൗഹൃദത്തിന്റെ അവസാന കൂടിച്ചേരലും കല്ലാറിൽവെച്ച് തന്നെയാവട്ടെ.

കല്യാണം കഴിഞ്ഞാൽ ശ്രീലക്ഷ്മിയെ കാണാനൊന്നും പറ്റുമെന്ന് തോന്നുന്നില്ല. അരവിന്ദ് ഇടയ്ക്ക് പറയുന്നതുപോലെ ശ്രീലക്ഷ്മി മതം മാറുമായിരിക്കും. എന്നിട്ട് പേരൊക്കെ മാറ്റി ഹിജാബ് ധരിച്ച് ഇർഫാന്റെ കുട്ടികളുടെ ഉമ്മയായി മട്ടാഞ്ചേരിയിൽ ജീവിക്കുമായിരിക്കും.

കൊതിക്കെറുവ്

ഇർഫാന്റെ ബെൻസ് കാറെന്ന ശ്രീലക്ഷ്മിയുടെ പൊങ്ങച്ചം കാണേണ്ടെന്ന് വെച്ചു. അവളുടെ ജാഡയല്ല പ്രശ്നം കാർ ഇർഫാന്റെതാണെന്നതാണ്. സാമിനോട് പറഞ്ഞപ്പോൾ അവൻ കാറ് കൊണ്ടുവന്ന് തന്നു. അരവിന്ദ് തലേന്നുതന്നെ വന്ന് ഫ്ളാറ്റിൽ തങ്ങിയിരുന്നു. അവന് ഒട്ടും ഉറക്കമില്ലായിരുന്നു, രാത്രി മുഴുവൻ എന്തൊക്കെയോ സാധനങ്ങൾ അടുക്കിപ്പെറുക്കിയും മീനിനെ പിടിച്ചാൽ അവയുടെ ചർമ്മത്തിനടിയിലായി സ്ഥാപിക്കേണ്ട റേഡിയോ കോളർ ട്രാൻസ്മിറ്ററിനെ, ആ ഉപകരണത്തിന്റെ പെട്ടിക്കകത്തുണ്ടായിരുന്ന മത്സ്യത്തിന്റെ മാതൃകയിൽ സ്ഥാപിച്ച് പഠിച്ചുമൊക്കെ ഹാളിൽതന്നെ ഇരിപ്പാണ്.

രാവിലെ ഞാനുണർന്നപ്പോഴും അവനെന്തൊക്കെയോ ചെയ്തുകൊണ്ടിരിക്കുന്നു. ഉറങ്ങിയില്ലേ എന്ന് ചോദിച്ചപ്പോൾ ഉറങ്ങിയെഴുന്നേറ്റതാണത്രെ. പിന്നെയാണ് ശ്രദ്ധിച്ചത് കുളിച്ച് തൊഴുത് വന്നുള്ള ഇരിപ്പാണ്. സൗത്ത് വെസ്റ്റ് മൺസൂൺ ഇത്ര ശക്തമായിരുന്നില്ല മുൻവർഷങ്ങളിൽ.

അങ്കമാലിയിൽ പോയി ശ്രീലക്ഷ്മിയെ കൂട്ടിവേണം കല്ലാറിന് പോകാൻ. പുഴക്കടവിലെ വിവാദ കള്ളുകുടിക്ക് ശേഷം ആകെ ഒരു തവണയേ അവളെ കണ്ടിരുന്നുള്ളൂ. പുതിയ ഓഫീസിൽ വെച്ച്. അവളുടെ വർദ്ധിച്ച സൗന്ദര്യവും പ്രസരിപ്പും എനിക്കെന്തിനിത്ര അസൂയയുണ്ടാക്കുന്നു. കല്യാണമുറപ്പിച്ചാൽ പെൺകുട്ടികൾക്ക് പ്രസരിപ്പ് കൂടുമെന്നൊക്കെ കേട്ടിട്ടുണ്ട്, എന്നാൽ ഇതെനിക്ക് പ്രതീക്ഷിക്കാവുന്നതിലുമപ്പുറമായിരുന്നു. മുൻസീറ്റിൽ ഇരിക്കുന്ന അരവിന്ദിനോട് സംസാരിക്കാനുള്ള സൗകര്യാർത്ഥം ശ്രീലക്ഷ്മി വണ്ടിയോടിക്കുന്ന എന്റെ നേരെ പിന്നിലാണ്. അവളെ ശരിക്കും കാണാൻ കണ്ണാടി കുറച്ച് ചെരിച്ചുവെച്ചാലോ എന്നുവരെ എനിക്ക് തോന്നി. അരവിന്ദുമായുള്ള ദീർഘങ്ങളായ ചർച്ചകൾ എനിക്കൊട്ടും ഇടം

തന്നില്ല. ഒടുവിൽ പെരുമ്പാവൂർ കഴിഞ്ഞപ്പോൾ ചായകുടിക്കാമെന്ന് പറഞ്ഞ് ഞാൻ വണ്ടി ഒതുക്കി.

അരവിന്ദിനെ പിന്നിലിരുത്തി ശ്രീലക്ഷ്മി വണ്ടിയിലെ മുൻസീറ്റിൽ കയറിയപ്പോഴാണെനിക്ക് ആശ്വാസമായത്. എന്നോടുള്ളതിനേക്കാൾ കൂടുതൽ സൗഹൃദം അരവിന്ദിനോട് കാണിക്കുമ്പോൾ എനിക്ക് ഇത്ര അരക്ഷിതത്വബോധമുണ്ടാവേണ്ട കാര്യമില്ല. രാധികയുടെ വിടവാണ് യുവതികളോട് പെരുമാറുമ്പോൾ ചാഞ്ചാട്ടമുണ്ടാക്കുന്ന തെന്ന് എനിക്കിന്ന് തിരിച്ചറിയാനാവുന്നുണ്ട്. എന്റെ ജീവിതം ദൃഢ മായ ഒന്നാവണമെങ്കിൽ, ഈ ചാഞ്ചല്യം ഒഴിവായി ഞാനെനിക്ക് കൽപ്പിച്ചിട്ടുള്ള വ്യക്തിത്വം തിരികെ ലഭിക്കണമെങ്കിൽ എനിക്ക് പൊസെസ്സീവായ ഒരു പെണ്ണിന്റെ നിയന്ത്രണങ്ങൾ വേണ്ടിവരും.

ശ്രീലക്ഷ്മി നല്ല ഉല്ലാസവതിയായിരുന്നു. കല്യാണത്തിന്റെ തീയ തികളെക്കുറിച്ച് പറഞ്ഞു. ഇടപ്പള്ളിയിലെ രജിസ്റ്ററാഫീസിൽ വെച്ച്, മേലൂരെ വീട്ടിൽ വെച്ച്, മട്ടാഞ്ചേരിയിലെ ഇർഫാന്റെ വീട്ടിൽ വെച്ച് ഇർഫാനെ കണ്ടപ്പോഴൊന്നും അധികം സംസാരിച്ചിരുന്നില്ല. തന്റെ കാമുകി മറ്റൊരാളോട് സംസാരിക്കുന്നതിൽ അയാൾക്ക് ഒരസ്വസ്ഥത യുള്ളതുപോലെ തോന്നി. ശ്രീലക്ഷ്മി തന്നെ പണ്ടൊരിക്കൽ പറഞ്ഞി ട്ടുണ്ട് ഇർഫാൻ ഒരു റിസ്കും എടുക്കാൻ ആഗ്രഹമില്ലാത്ത ഒരാളാ ണെന്ന്. ശ്രീലക്ഷ്മിയെപ്പോലൊരാൾക്ക് ഒരുകാരണവശാലും ചേർച്ച യില്ലാത്ത ഒരാൾ. പലപ്പോഴും മനസ്സിന്റെ അപഗ്രഥനങ്ങൾ അറിയാ തെ വായിലൂടെ പുറത്ത് വരും. ഇർഫാൻ കാറും ഡ്രൈവറെയും ഏർപ്പാട് ചെയ്തിരുന്നു എന്ന അവളുടെ പരാമർശം പൂർത്തിയാകും മുൻപ് ഞാൻ അനാവശ്യമായൊരഭിപ്രായം പറഞ്ഞു.

“ഞാനായിരുന്നെങ്കിൽ നിന്റെ കൂടെ വന്നേനെ. ഇത്രയ്ക്ക് ധനി കനായ ഇർഫാന് ദുബായിൽ നിന്നുള്ള ഫ്ളൈറ്റ് ടിക്കറ്റ് പ്രശ്ന മാണോ?”

ശ്രീലക്ഷ്മി ഒന്നും പറഞ്ഞില്ല. ഞാൻ പിന്നെയുമെന്തൊക്കെയോ അഭിപ്രായം പറഞ്ഞു. അരവിന്ദിന് കാര്യം മനസ്സിലായി അവൻ പെട്ടെന്ന് വിഷയം മാറ്റി. നേരിയമംഗലം പാലം കഴിഞ്ഞപ്പോഴേക്കും മഴ കനത്തു. പാതയ്ക്ക് കുടപിടിച്ചിരുന്ന ഈറ്റക്കാടുകൾ ചിലയിട ത്തൊക്കെ വഴിയിലേക്ക് ചാഞ്ഞ് കാഴ്ച മറയ്ക്കുന്നുണ്ട്. വെള്ള ച്ചാട്ടങ്ങളൊക്കെ നുരഞ്ഞൊഴുകുന്നുണ്ട്. അടിമാലിയിൽനിന്ന് ഒന്നു രണ്ട് കുപ്പി മദ്യം വാങ്ങാൻ സൈമൺ പറഞ്ഞേൽപ്പിച്ചിരുന്നു. ആരോടോ ചോദിച്ചപ്പോഴാണറിയുന്നത് ഹൈറേഞ്ചിൽ മഴ കന ത്തിട്ട് രണ്ടാഴ്ചയായെന്ന്. അരവിന്ദിനോടൊപ്പം ഒരു യാത്ര ഓഗസ്റ്റിൽ

വേണ്ടിവരുമെന്ന് ആദ്യമേ അറിയാവുന്നതിനാൽ ഒരു പുസ്തക ത്തിന്റെ മൊഴിമാറ്റജോലി ഞാൻ കുത്തിയിരുന്ന് തീർത്തിരുന്നു. അടിമാലി വിട്ടപ്പോഴാണ് കുറച്ച് പ്ലാസ്റ്റിക് കയറുകൂടെ വാങ്ങണമെന്ന് സൈത് വിളിച്ച് പറഞ്ഞത്. കല്ലാറിൽ വണ്ടി നിർത്തി കയറും കുറച്ച് ഉണക്കമീനുമൊക്കെ വാങ്ങി വണ്ടിയിൽ ചെന്നുകയറിയപ്പോൾ ഞങ്ങൾ വാങ്ങിയതെന്തൊക്കെയാണെന്ന് ശ്രീലക്ഷ്മി ഊഹിച്ചിരുന്നു. മിക്ക പെൺകുട്ടികളെയുംപോലെ മദ്യപാനികളോട് പരമപുച്ഛം.

കല്ലാറിലെ പൊലീസ് എയ്ഡ് പോസ്റ്റിലെ പൊലീസുകാരനെ കണ്ടപ്പോൾ അരവിന്ദ് വല്ലാതെ ഭയപ്പെട്ടതുപോലെ. ഡാം മേഖല യിൽ കയറിയെന്ന് പറഞ്ഞ് മുൻപയാൾ അവനെ തല്ലിയിട്ടുണ്ട്. പൊലീസിങ്ങിന്റെ ഒരു രീതിയാണത്. ഭയം മനുഷ്യനെ എല്ലാത്തിൽ നിന്നും പിൻതിരിപ്പിക്കും. കല്ലാറ് ജോലി ചെയ്തിരുന്ന കാലത്ത് സഹായിയായിരുന്ന തങ്കമ്മയുടെ വീട്ടിൽ തങ്ങാനായിരുന്നു ശ്രീല ക്ഷ്മിയുടെ പദ്ധതി. ഞങ്ങൾ വരുന്നത് പ്രമാണിച്ച് സൈമൺ ഭാര്യ യെയും കുട്ടികളെയും ഭാര്യവീട്ടിൽ കൊണ്ടാക്കിയിരുന്നു. സൈമന്റെ വീടിനടുത്തേക്ക് കാറ് പോവില്ല. വലയും മറ്റുമൊക്കെ റോഡരികിൽ നിർത്തിയിട്ട കാറിൽ വെച്ചിട്ട് പോകാൻ സൈതും സൈമണും സമ്മ തിച്ചില്ല. ഒരട്ടിമറി അവർ ഭയക്കുന്നത് പോലെ തോന്നി.

രാത്രിയിലെ വെള്ളമടി കൈവിട്ടുപോയാൽ നാളെ ശ്രീലക്ഷ്മിക്ക് മുന്നിൽ അപമാനമുറപ്പാണ്. ശ്രീലക്ഷ്മി എന്തു കരുതുമെന്നുള്ള ആശങ്ക കാരണം അരവിന്ദ് കഴിക്കാൻ സാധ്യതയില്ല. സൈമണെയും സൈതിനെയുംകുറിച്ച് ഒരു ധാരണയുമില്ല. വൈകിട്ട് ഭക്ഷണമുണ്ടാ ക്കാനുള്ള സാധനങ്ങൾ വാങ്ങുന്ന കാര്യം പറഞ്ഞപ്പോൾ സാധന ങ്ങളൊന്നും വേണ്ട കുപ്പി വല്ലതും മേടിച്ചോളാൻ പറഞ്ഞ സ്ഥിതിക്ക് സൈമൺ നല്ല കുടിയനാവാനാണ് സാധ്യത. രാത്രി കഴിക്കാൻ കപ്പയും മീൻകറിയും തയ്യാറായിരുന്നു.

കുപ്പി ഇപ്പോൾ എടുക്കുന്നുണ്ടോ എന്ന് അരവിന്ദ് ഇടയ്ക്ക് സംശയം പ്രകടിപ്പിച്ചു. പുഴക്കടവിലെ വിവാദമദ്യസൽക്കാരത്തിന് ശേഷം ഇത് തന്റെ ആദ്യത്തേതും അവസാനത്തേതുമാണെന്ന് അര വിന്ദ് ആണയിട്ടിരുന്നെങ്കിലും അവൻ അതിന് ശേഷവും കഴിച്ചിട്ടുണ്ട്. സൈത് മദ്യപിക്കുന്ന ആളായിരുന്നില്ല. അയാൾ പക്ഷേ കഥകൾ പറഞ്ഞു, പാട്ട് പാടി, കോഴിക്കറി വെച്ചു, ചപ്പാത്തി ചുട്ടു. എല്ലാ മദ്യപാനസദസ്സിലും ഒരു സൈത് വേണം, മദ്യപരോട് ദേഷ്യമോ അവജ്ഞയോ ഇല്ലാതെ അവർക്ക് വേണ്ടതെല്ലാം ചെയ്ത് തരുന്ന, അളവറിഞ്ഞ് ഒഴിച്ച് തരുന്ന, ആരുടെയെങ്കിലും കുടി അധികമാവു ന്നതിന് മുൻപ് അവരെ ഗുണദോഷിക്കുന്ന ഒരാൾ.

ഇവരൊക്കെ എങ്ങനെ അരവിന്ദിന്റെ ചങ്ങാതിമാരായെന്ന് ഞാനിടയ്ക്ക് ആലോചിച്ചു. മീനിന്റെ ദേശാടനം പഠിക്കാൻ കല്ലാറെത്തിയ യുവാവിനെ സൂപ്രണ്ടിങ്ങ് എഞ്ചിനീയറുടെ മുറിക്ക് മുന്നിൽ നിന്നാണ് സൈമൺ ആദ്യമായി കണ്ടത്. മീനുകൾക്ക് പിന്നാലെ നടക്കുന്ന മത്സ്യത്തൊഴിലാളിയുടെ മകനോട് സൈതിന് വർഗ്ഗസ്നേഹം തോന്നിക്കാണും. രണ്ട് തല്ലും കൊടുത്ത് പൊലീസുകാരാരോ പിടിച്ചുകൊണ്ടുവന്ന് നിർത്തിയപ്പോഴാണ് സൈമൺ അരവിന്ദിനെ പിന്നെ കണ്ടത്. ഇനി കാണുകയാണെങ്കിൽ രണ്ട് തല്ലുകൊടുത്ത് പേടിപ്പിക്കണമെന്ന് സൂപ്രണ്ടിങ്ങ് എഞ്ചിനീയർ രാമകൃഷ്ണൻ സാർ പറഞ്ഞേൽപ്പിച്ചിരുന്നെന്ന് പൊലീസുകാരൻ പറഞ്ഞപ്പോൾ അത് വലിയ അന്യായമായെന്ന് സൈമണ് തോന്നി. അതിനേക്കാളൊക്കെ ഉപരി സൈമണും സൈയ്തിനും ഒരു സഹോദരിയോടെന്നപോലെ അടുപ്പം തോന്നിയ ശ്രീലക്ഷ്മിയുമായി അരവിന്ദ് സൗഹൃദം സ്ഥാപിച്ചത് ഇരുവരെയും അരവിന്ദുമായി അടുപ്പിച്ചു.

ഹൈറേഞ്ചിലെ പേമാരി കണ്ടിട്ടുണ്ടോ? സ്ഥിരമായി പെയ്യുന്ന ചന്നംപിന്നം മഴയല്ല, തുള്ളിക്കൊരുകുടം കണക്ക് പെയ്യുന്ന വാശിക്കാരിയായ മഴ. കൊല്ലത്തിൽ രണ്ടോ മൂന്നോ ദിവസമേ അങ്ങനെ പെയ്യൂ. ഇതിപ്പോൾ ഒരാഴ്ച കഴിഞ്ഞു. തുലാമഴ തുടങ്ങിയാൽ നിറയേണ്ട കല്ലാർ ഡാം ഇക്കണക്കിന് മഴ പെയ്താൽ കർക്കടകത്തിലേ തുറന്നേക്കുമെന്ന് സൈത് കണക്കുകൂട്ടി അരവിന്ദിനെ വിളിച്ചതാണ്. വീടിന്റെ ആസ്ബെറ്റോസ് ഷീറ്റിൽ പേമാരി താളം പിടിച്ചു. ഇരുമ്പ് കഴുക്കോലുമായി ബന്ധിപ്പിക്കുന്ന ക്ലാമ്പുകളിൽ ചിലതിലൂടെ വെള്ളം ഇറ്റുവീഴുന്നിടത്തൊക്കെ സൈമൺ പാത്രങ്ങൾ വെച്ചു. നിറയാറായ ബക്കറ്റിലെ വെള്ളം പുറത്തുകൊണ്ടുപോയി കളഞ്ഞിട്ട് മഴയെ ശപിച്ച് വീടിനകത്തേയ്ക്ക് കയറി.

പിറ്റേന്ന് രാവിലെ മഴയ്ക്ക് ചെറിയ ശമനമുണ്ടായിരുന്നു. ഓവർസീയർ ജയശങ്കറാണ് പറഞ്ഞത് ഡാം തുറക്കാനുള്ള ഉത്തരവ് ഒപ്പിടാൻ കൊണ്ടുപോയിട്ടുണ്ടെന്ന്. ദുരന്ത നിവാരണസമിതിയുടെ ഒപ്പ് വാങ്ങാൻ പൈനാവിന് വണ്ടി പോയിട്ടുണ്ട്. കലക്റ്റർ ഒപ്പിട്ടാൽ ഫോണിൽ വിളിച്ചറിയിക്കും. ഫോൺ വിളിച്ചിട്ട് കിട്ടാത്ത അവസ്ഥയുണ്ടെങ്കിലേ തപാലുമായി പോയ ആൾ അന്ന് തിരിച്ച് വരൂ.

സ്പിൽവേയുടെ വശങ്ങളിലെ കോൺക്രീറ്റ് ഭിത്തിയുടെ ഉള്ളിലെ കമ്പികൾ കോൺക്രീറ്റ് അടർന്നുപോയി അവിടിവിടെ വെളിയിൽ കാണാം. വല കെട്ടാൻ കണക്കാക്കി ഇരുവശത്തും കമ്പി തെളിഞ്ഞിട്ടുണ്ട്. സൂപ്രണ്ടിങ്ങ് എഞ്ചിനീയർ രാമകൃഷ്ണൻ സാർ രാവിലെ വന്നുനോക്കിയിട്ട് പോയി. ശ്രീലക്ഷ്മി വന്നിട്ടുണ്ടെന്നും തങ്കമ്മയുടെ

വീട്ടിലുണ്ടെന്നും പറഞ്ഞപ്പോൾ നിർവികാരനായി ഒന്ന് മൂളി. അരവിന്ദിനെ ഒരു ശത്രുവിനെ പോലെ നോക്കി. രാമകൃഷ്ണൻ സാർ വരുന്നതിന് തൊട്ടുമുൻപ് സൈമൺ എങ്ങോട്ടോ മാറി. പണ്ട് എന്നെ കുറേ സൽക്കരിച്ചതല്ലേ എന്ന പരിഗണനയിൽ ഞാൻ സംസാരിക്കാൻ ചെന്നു. കേസിന്റെ കാര്യമൊക്കെ അദ്ദേഹത്തിനറിയാമായിരുന്നു. കേസ് അടുത്തമാസം ലിസ്റ്റ് ചെയ്ത വിവരം പക്ഷേ ഞാൻ അപ്പോഴാണറിഞ്ഞതെന്ന് മാത്രം. ഞാൻ കഴിഞ്ഞ ദിവസംകൂടി വക്കീലിനെ വിളിച്ചതാണ്. അതിലെനിക്ക് അത്ഭുതമൊന്നും തോന്നിയില്ല. കേസെന്തായാലും തോൽക്കാനാണ് സാധ്യതയെന്ന് അരവിന്ദ് പോലും പറയുന്നുണ്ടായിരുന്നു.

അണക്കെട്ടിന്റെ താഴെ വലിയൊരു കയമാണ്. മഴ ശക്തമായതിനാൽ അണക്കെട്ടിന്റെ താഴെ നിന്നുള്ള ചെറിയ നീർച്ചാലുകളിൽ നിന്ന് വെള്ളമൊഴുകിയെത്തുന്നുണ്ട്. സ്പിൽവേ തുറന്നാൽ പക്ഷേ, വെള്ളം കയത്തിന്റെയും കുറച്ച് താഴെയാണ് ഒഴുകിയെത്തുക. ഭാവിയിൽ സ്പിൽവേ തുറക്കാതായാൽ മുട്ടയിടാൻ വേണ്ടി എത്തുന്ന മത്സ്യങ്ങൾ അണക്കെട്ടിന്റെ താഴെയുള്ള ആ കയത്തിലേക്കാണ് നീന്തിയെത്തുക. വിദേശ രാജ്യങ്ങളിലൊക്കെ ഡാമിലെ മത്സ്യസമ്പത്ത് വർദ്ധിപ്പിക്കാനും ചിലതരം മത്സ്യങ്ങളുടെ പ്രജനനം ഉറപ്പാക്കാനും അണക്കെട്ടുകളുടെ താഴെ നിന്ന് മത്സ്യത്തെ പിടിച്ച് ഒരു പൈപ്പ് വഴി അണക്കെട്ടിന്റെ സംഭരണിയിലേക്ക് പമ്പ് ചെയ്ത് വിടും. അങ്ങനെയൊരു കാര്യം അരവിന്ദ് പറഞ്ഞപ്പോൾ ഞാനാദ്യം വിശ്വസിച്ചില്ല. വീഡിയോ കാണിച്ചുതന്നപ്പോൾ നല്ല കൗതുകം തോന്നി. ഇന്ത്യയിൽ ഇതൊന്നും പ്രാവർത്തികമാവില്ലെന്ന് ഞാനവനെ പറഞ്ഞ് മനസ്സിലാക്കാൻ ശ്രമിച്ചു. മത്സ്യങ്ങളെ അത്തരത്തിൽ കൊണ്ടുപോയി വിടാനുള്ള ഭീമമായ സംവിധാനങ്ങൾ ഇവിടെ ഒരുക്കാനാവില്ല. അണക്കെട്ടിന്റെ ചുവട്ടിൽനിന്ന് മീനിനെ പിടിക്കാനായാൽ അവയെ ഡാമിലേക്ക് വിടാനുള്ള മഹാമനസ്കതയൊന്നും ഇന്നാട്ടിലെ ശാസ്ത്രം ആർജ്ജിച്ചിട്ടില്ലെന്ന് എന്തായാലും സൈതിന് മനസ്സിലായി. സാരിവാലൻ വരാലിന്റെ ഫോട്ടോ മൊബൈലിൽ എടുത്തശേഷം അതിനെ ഡാമിലേക്ക് തന്നെ വിടാനുള്ള മാനസികാവസ്ഥയുണ്ടാക്കിയെടുക്കാൻ സൈതിന് വളരെ ക്ലേശിക്കേണ്ടി വന്നിട്ടുണ്ട്. അത്തരമൊരു സാധ്യത മുന്നോട്ട് വെച്ചാൽ വൈദ്യുതി ബോർഡ് അതിനെ എതിർക്കുമോ എന്ന് ഞാൻ രാമകൃഷ്ണൻസാറിനോട് ചോദിച്ചു. താൻ ഒറ്റയ്ക്കല്ലല്ലോ തീരുമാനമെടുക്കേണ്ടതെന്ന് പറഞ്ഞ അദ്ദേഹം അങ്ങനെ ഏതെങ്കിലുമൊരു സ്ഥലത്ത് അനുവദിച്ചാൽ മറ്റുള്ള സ്ഥലത്തൊക്കെ അതൊരു കീഴ്വഴക്കമാവില്ലേ എന്ന് സംശയിച്ചു.

വല കെട്ടിക്കഴിയും മുൻപേ രാമകൃഷ്ണൻ സാറ് പോയി. പതിനൊന്ന് മണിയോടെ സ്പിൽവേ തുറക്കാനുള്ള ഉത്തരവ് കലക്റ്റർ ഒപ്പിട്ട വിവരം ഫോണിലെത്തി, ഇനി എഞ്ചിനീയറുടെ ഉത്തരവ് വരും. സ്പിൽവേ തുറക്കാനുള്ള തയ്യാറെടുപ്പ് തുടങ്ങിയ സമയത്ത് ശ്രീലക്ഷ്മിയുമെത്തി. സ്പിൽവേ തുറക്കുന്നത് കാണാൻ ഡാം സൈറ്റ് കോളനിയിൽനിന്ന് ആളുകൾ വരാൻ തുടങ്ങി. വന്ന പലരും ശ്രീലക്ഷ്മിയെ കണ്ട് സന്തോഷിച്ചു. സമരവും ബഹളവുമില്ലാതെ സ്പിൽവേ തുറക്കാൻ തുടങ്ങിയത് അടുത്ത കാലം മുതലാണ്. അല്ലായിരുന്നെങ്കിൽ എല്ലാ വർഷവും സ്പിൽവേ തുറക്കുന്നതിൽ അനിശ്ചിതത്വം ഉണ്ടാവുകയാണ് പതിവ്.

ഡാംസൈറ്റ് കോളനിക്കാരുടെ കണ്ണിൽ അണക്കെട്ട് തുറക്കാനുള്ള ഉത്തരവ് വരാൻ കാത്തുനിൽക്കാതെ അവർക്കുവേണ്ടി സ്പിൽവേ തുറന്ന ആദ്യത്തെ എഞ്ചിനീയറാണ് ശ്രീലക്ഷ്മി. അവളെ സംബന്ധിച്ച സകല വിവരങ്ങളും തങ്കമ്മ പറഞ്ഞ് എല്ലാവർക്കുമറിയാം. പലർക്കും ഇർഫാനെക്കുറിച്ചും മൂന്നുനാളുള്ള കല്യാണത്തെക്കുറിച്ചു വരെയും അറിയാം. ഡാംസൈറ്റ് കോളനി കല്ലാറിനടുത്തുള്ള സ്ഥലത്തേക്ക് മാറ്റിസ്ഥാപിക്കാൻ തത്വത്തിൽ തീരുമാനമാകുംവരെ എല്ലാ വർഷവും കോളനിക്കാരെ ഉപയോഗിച്ച് ഓഗ്മെന്റേഷൻ ഡാമിനായി സമരം ചെയ്യിച്ച വൈദ്യുതി ബോർഡ് ഡാമിന്റെ കാര്യത്തിൽ തീരുമാനമായപ്പോൾ കോളനിക്കാരെ കല്ലാറേക്ക് മാറ്റുന്നതിൽ മുൻകൈ എടുത്തു. ഈ അടിയൊഴുക്കുകൾക്കൊക്കെ ഭാഗമായിരുന്ന ഒരാളായതിനാൽ മാത്രമാവും എനിക്കിതൊക്കെ ബോധ്യപ്പെടുന്നത്. അതിനിടെ ജയശങ്കറാണ് പറഞ്ഞത് അമ്പോറ്റി സഖാവ് കഴിഞ്ഞ മാസം മരിച്ചെന്ന്. റെസ്റ്റ് ഇൻ പീസ് കോമ്രേഡ്.

സ്പിൽവേയുടെ ഷട്ടറുകൾ ഉയർന്ന് തുടങ്ങി. വല ഒലിച്ചുപോകാതിരിക്കാൻ വളരെ സാവധാനമാണ് ഷട്ടറുകൾ തുറന്നതെങ്കിലും കുത്തിയൊഴുകുന്ന വെള്ളത്തിന്റെ തള്ളലിൽ വല പൊട്ടിപ്പോകുമെന്ന് തോന്നി. വല പൊട്ടിയാലും കുഴപ്പമില്ല ഒന്നോ രണ്ടോ വരാലിനെ വീശുവലയെറിഞ്ഞ് പിടിച്ചുതരുന്ന കാര്യം ഞാനേറ്റെന്നും സൈത് അരവിന്ദിനെ ആശ്വസിപ്പിച്ചു. സ്പിൽവേയുടെ ഒരു കരയിൽ ഞാനും അരവിന്ദും മീനുകൾ വല്ലതും മുകളിലേക്ക് നീന്തിവരുന്നുണ്ടോ എന്ന് നോക്കി. വെള്ളത്തിന്റെ ഒഴുക്കിനെതിരെ ആഞ്ഞ് തുഴഞ്ഞ് നീന്തുന്ന വരാൽ സ്പിൽവേ കടക്കണമെങ്കിൽ കുറേ നേരമെടുക്കുമെന്ന് സൈത് സാക്ഷ്യപ്പെടുത്തി.

മൊബൈലിൽ ആരോ വിളിച്ചപ്പോൾ ഷട്ടറിനടുത്തുള്ള ഇരമ്പൽ ഒഴിവാക്കാനായി ശ്രീലക്ഷ്മി സ്പിൽവേയിലൂടെ കുറച്ച് മുന്നോട്ട്

നടന്നുപോയി. ശ്രീലക്ഷ്മി പോയതുകൊണ്ടാവാം സൈതും പിന്നാലെ പ്പോയി. ഞാനവളെ നോക്കി നിന്നു. നല്ല കാറ്റടിക്കുന്നുണ്ട്. മഴ എപ്പോൾ വേണമെങ്കിലും പെയ്യാം. അവൾ മൊബൈൽ ഫോണിൽ എന്തോ നോക്കിക്കൊണ്ടിരിക്കുകയാണ്. റേഞ്ച് നല്ലവണ്ണം കിട്ടാനോ മറ്റോ ഫോൺ ഉയർത്തിപ്പിടിച്ചുള്ള നിൽപ്പാണ്. ഒന്നും കേൾക്കാനാ വുന്നില്ല. കുറേ നേരത്തേ ശ്രമത്തിനുശേഷം ഇപ്പോൾ മൊബൈ ലിൽതന്നെ നോക്കി നിൽപ്പാണ്. അവളുടെ മുഖത്തെ ഭാവങ്ങൾ മാറിമറയുന്നത് കാണാം., സന്തോഷം അതിരുകവിഞ്ഞ ഒരുഭാവ മാണ് അവസാനം സ്ഥിരപ്പെട്ടത്. ഉല്ലാസത്തോടെ എന്തോ വിളിച്ചു പറയുന്നുണ്ട്. പക്ഷേ കേൾക്കാനാവുന്നില്ല. മൊബൈലിലെ എന്തോ കാണിക്കാനാണെന്ന് തോന്നുന്നു. ഞാനങ്ങോട്ട് വരാമെന്ന് പറഞ്ഞു നടന്ന് തുടങ്ങിയപ്പോൾ ഇങ്ങോട്ട് വരാമെന്ന് ശ്രീലക്ഷ്മി ആംഗ്യം കാണിച്ചു.

അവൾ ഷട്ടറിനടുത്തെത്തിക്കാണും, അപ്പോഴാണ് അരവിന്ദ് പറഞ്ഞ എന്തോ കാര്യത്തിലേക്ക് എന്റെ ശ്രദ്ധ തിരിഞ്ഞത്. തങ്കമ്മ യുടെ നിലവിളി കേട്ട് തിരിഞ്ഞു നോക്കുമ്പോൾ ആരോ സ്പിൽവേ യിൽ വീണ് ഒലിച്ചുപോകുന്നതാണ് കാണുന്നത്. ആരാണെന്ന് മനസ്സിലാകുംമുൻപേ രക്ഷിക്കാനായി സൈത് പിന്നാലെ ചാടി. ആദ്യം വെള്ളത്തിൽ വീണയാൾ വല കെട്ടിയ ഭാഗത്ത് കുറച്ചുനേരം തങ്ങിനിന്നെങ്കിലും വലപൊട്ടി താഴേക്കൊഴുകിപ്പോയി. പിന്നാലെ സൈത് നീന്തുന്നുണ്ട്. എന്താണെന്ന് മനസ്സിലാകാതെതന്നെ ഞാനും അരവിന്ദും സ്പിൽവേയുടെ കോൺക്രീറ്റ് കെട്ടിന്റെ അറ്റംവരെ പിന്നാലെ ഓടി.

മറുവശത്തുകൂടെ മറ്റാരൊക്കെയോ നിലവിളിച്ചുകൊണ്ട് ഓടി വരുന്നുണ്ട്. വെള്ളത്തിലേക്കെടുത്ത് ചാടാൻ ശ്രമിച്ച തങ്കമ്മയെ ആരൊക്കെയോ ചേർന്ന് തടഞ്ഞു. എന്തൊക്കെയാണ് സംഭവിക്കുന്ന തെന്ന് മനസ്സിലാവാതെ കാര്യങ്ങൾ ശ്രീലക്ഷ്മിയോട് ചോദിക്കാ മെന്ന് കരുതി ഷട്ടറിനടുത്തെത്തിയപ്പോൾ തലച്ചോറുരുകിപ്പോകുന്ന ആ സത്യം ഞങ്ങൾ തിരിച്ചറിഞ്ഞു, കൺമുന്നിലൂടെ ഒഴുകിപ്പോയത് അവളാണ്.

നോവൽ മൂന്ന്

പുഴയോടൊപ്പം മരിക്കുന്ന മീനുകൾ

സാരിവാലൻ വരാലിന്റെ ജീവചരിത്രം

അരവിന്ദ് ശേഖർ

ലതച്ചേച്ചിക്ക്.
പുഴപോലെ ഒഴുകിയിരുന്ന സ്നേഹത്തിന്.
സമരങ്ങളിലെ കാർക്കശ്യത്തിന്.
ശാസ്ത്രത്തോടുള്ള സമർപ്പണത്തിന്.

പുനർജന്മം

മനുഷ്യരെന്നാണ് സ്വയമവർ വിശേഷിപ്പിച്ചത്, ഞങ്ങളെ മീനുകളെന്നും. തവള, നീർക്കോലി, പൊന്മാൻ, എന്നൊക്കെ പലർക്കായി പേരിട്ടിട്ടുണ്ട്. പൊതുവിൽ മനുഷ്യരെന്ന് പറയുമെങ്കിലും ഓരോരുത്തർക്കും വേറെവേറെ പേരുമുണ്ട്. അവർ വളർത്തുന്ന പട്ടിക്കും പൂച്ചയ്ക്കും ഇടയ്ക്ക് പുഴയിൽ കുളിപ്പിക്കാൻ കൊണ്ടുവരുന്ന ആനയ്ക്കുമൊക്കെ അവർക്കുള്ളതുപോലെ വെവ്വേറെ പേരുകളുണ്ട്. അവർക്ക് പ്രധാനമെന്ന് തോന്നുന്നതിനൊക്കെ ഇനവും പ്രായവും ലിംഗവുമൊക്കെ തിരിച്ച് പേരിട്ടിട്ടുണ്ടെങ്കിലും അങ്ങനെയല്ലാത്തതിനൊക്കെ ചേർത്ത് ഒറ്റപ്പേരാണ്. എനിക്ക് മനുഷ്യരിട്ടിരിക്കുന്ന പേര് വരാലെന്നാണ്. പക്ഷേ, എന്നെപ്പോലെത്തന്നെ ഇരിക്കുന്ന വേറെ മീനുകൾക്കും വരാലെന്ന് തന്നെയാണ് പേര്. പുഴയിലും കരയിലുമായി കുറേ തരം ഒച്ചുകളുണ്ടെങ്കിലും എല്ലാത്തിനെയും അവർ അവജ്ഞയോടെ ഒച്ചെന്ന് മാത്രം വിളിക്കും. ശരിക്കും മനുഷ്യരുടെ ശ്രദ്ധയിൽ വരാതിരിക്കുന്നതാണ് നല്ലത്.

മനുഷ്യരുടെ സംസാരം എനിക്ക് മനസ്സിലാകുന്നുണ്ടെന്ന് പറഞ്ഞപ്പോൾ ആദ്യമാരും വിശ്വസിച്ചില്ല. ഏറെ പണിപ്പെട്ടാണ് ഞാനക്കാര്യം മറ്റുള്ളവരെ ബോധ്യപ്പെടുത്തിയത്. അമ്പലക്കടവിൽ മീനൂട്ടാൻ വരുന്നവരും വള്ളത്തിൽ മീൻ പിടിക്കാൻ പോകുന്നവരും കടവിൽ കുളിക്കാൻ ഇറങ്ങുന്നവരുമൊക്കെ ചെയ്യാൻ പോകുന്ന കാര്യങ്ങൾ അവരുടെ സംസാരത്തിൽനിന്ന് മനസ്സിലാക്കി കൂടെയുള്ളവർക്ക് പറഞ്ഞുകൊടുത്താണ് എനിക്ക് മനുഷ്യരുടെ ഭാഷ മനസ്സിലാകുന്നുണ്ടെന്ന കാര്യം മറ്റുള്ളവരെക്കൊണ്ട് സമ്മതിപ്പിച്ചത്. അപ്പോഴും മനുഷ്യർ പറയുന്നതെന്താണെന്ന് നമ്മൾ മനസ്സിലാക്കിയിട്ടും കാര്യമൊന്നുമില്ലെന്നാണ് എല്ലാവരും പറയുന്നത്. മനുഷ്യർ പറയുന്നതല്ല പലപ്പോഴും

ചെയ്യുകയെന്ന് മനസ്സിലായപ്പോൾ എനിക്കും അക്കാര്യം ശരിയെന്ന് തോന്നിയതാണ്.

ഞങ്ങളുടെ കൂട്ടത്തിലെ ചിലരെ പള്ളത്തിയെന്നും മറ്റു ചിലരെ കാളാഞ്ചിയെന്നും പൂമീനെന്നും മാനത്തുകണ്ണിയെന്നുമൊക്കെയാണ് മനുഷ്യർ വിളിക്കുന്നതെന്ന് ഞാൻ പറഞ്ഞപ്പോൾ ആർക്കും ആ പേരുകൾ ഇഷ്ടപ്പെട്ടില്ല. മാനത്തുകണ്ണിയെന്ന് വിളിക്കുന്നതെന്തിനാണെന്ന് മനസ്സിലായെങ്കിലും മറ്റുള്ള പേരൊക്കെ എങ്ങനെ വന്നുവെന്ന് ആർക്കും ഒരു പിടിയും കിട്ടിയില്ല. മഞ്ഞയും ചുവപ്പും കലർന്ന ചിറകും വാലുമുള്ള എന്നെയും എന്റേതുപോലുള്ള ചിറകോ വാലോ ദേഹത്തെ വരകളോ ഇല്ലാത്ത മീനിനെയും എന്തിനാവും വരാലെന്ന് വിളിക്കുന്നത്. എന്നെപ്പോലുള്ള ഒരു മീനിനെ കണ്ടിട്ടില്ലെന്നാണ് മറ്റുള്ള മീനുകൾ പറയുന്നത്. പരിചയമില്ലാത്തതിനാലാവാം ആദ്യമൊന്നും മറ്റു മീനുകൾ എന്നെ കൂടെക്കൂട്ടിയിരുന്നില്ല. മുൻപ് കണ്ടിട്ടില്ലാത്ത ചിലരൊക്കെ മഴക്കാലത്ത് ഒഴുകി വരാറുണ്ട്. കിഴക്കൻമലയിൽനിന്ന് പെരുമഴയത്ത് വലിയ പാമ്പുകളും ചിലപ്പോൾ കാട്ടിൽ കാണുന്ന ജീവികളുമൊക്കെ ഒഴുകിവരുമത്രെ. ഞാനതൊന്നും കണ്ടിട്ടില്ലെങ്കിലും ഞങ്ങളെ പിടിച്ചുവിഴുങ്ങാൻ വരുന്ന നീർക്കോലികളേക്കാൾ വലുതാണ് അങ്ങനെ ഒഴുകിയെത്തുന്ന മലമ്പാമ്പുകളെന്ന് കേട്ടപ്പോൾതന്നെ പേടിയായി.

ഇതൊക്കെയാണെങ്കിലും മനുഷ്യർ പറയുന്ന കഥകൾ എനിക്ക് ഇഷ്ടമാണ്. പക്ഷേ, അവർ ചെയ്യുന്ന ചില കാര്യങ്ങൾ കേട്ടാൽ എനിക്ക് പേടിയുമാണ്. മീനൂട്ട് കടവിൽ വന്ന് മീനുകൾക്ക് തീറ്റയിട്ട് കൊടുത്ത് പ്രാർത്ഥിക്കുന്ന അതേ മനുഷ്യൻതന്നെയാണ് ചൂണ്ടയിട്ട് മീൻ പിടിക്കുന്നത്. ഒരിക്കൽ ഒരാണും പെണ്ണും വള്ളത്തിൽ വലിയ സ്നേഹത്തോടെ എന്തൊക്കെയോ സംസാരിച്ചുകൊണ്ട് തുഴഞ്ഞ് പോവുകയായിരുന്നു, പെട്ടെന്ന് ആണിന്റെ മട്ടും ഭാവവും മാറി. അയാളാ പെണ്ണിനെ വെള്ളത്തിലേക്ക് തള്ളിയിട്ട് കൊന്നുകളഞ്ഞു. ഞങ്ങൾ മീനുകൾ അങ്ങനെയല്ല, ഞങ്ങളുടെ മനോനിലയനുസരിച്ച് ഞങ്ങളുടെ രൂപവും ഭാവവും മാറും. നിറവും ഗന്ധവും മാറും. അതുകൊണ്ട് മനസ്സിലെന്താണെന്നത് ഒളിച്ചുവെക്കാനാവില്ല. എനിക്ക് ദേഷ്യം വന്നാൽ എന്റെ ചെകിള വികസിക്കുന്നത് ഞാൻ പോലുമറിയാതെയാണ്, അതുപോലെ എനിക്ക് ആരോടെങ്കിലും

ഇഷ്ടം തോന്നുമ്പോൾ എന്റെ ചിറകുകളുടെ പിടച്ചിൽ എനിക്ക് പിടിച്ചുനിർത്താനാവില്ല.

അന്ന് ഒരു ഓർമ്മദിവസമായിരുന്നു. കാണാതായവരെ കാത്തിരിക്കുന്ന പ്രിയപ്പെട്ടവരുടെ മനസ്സിൽ എന്നെങ്കിലുമൊരു ദിവസം വീടിന്റെ കതകിൽ മുട്ടിക്കൊണ്ട് അയാൾ പ്രത്യക്ഷപ്പെടുമെന്ന പ്രതീക്ഷയുടെ ഒരു ചെറുകിരണം ബാക്കിയുണ്ടാകും. ഒളിച്ചോടിയവരും അപ്രത്യക്ഷരായവരും ചിലപ്പോൾ പതിറ്റാണ്ടുകൾ കഴിഞ്ഞ് പ്രത്യക്ഷപ്പെടാറില്ലേ. ഇത് പക്ഷേ അങ്ങനെയല്ല, എല്ലാവരും നോക്കിനിൽക്കേ ശ്രീലക്ഷ്മിയെന്ന വൈദ്യുത ബോർഡിലെ അസിസ്റ്റന്റ് എഞ്ചിനീയർ സ്പിൽവേയിലെ വെള്ളത്തിൽ വീണ് ഒലിച്ചുപോയി. വെള്ളം കുത്തിയൊലിച്ച് പുഴയിലേക്ക് പതിക്കുന്ന സ്ഥലത്ത് വലിയ പാറക്കൂട്ടമാണ്. ആരും രക്ഷപ്പെടാൻ സാധ്യതയില്ല. ഷട്ടറുകൾ പൂട്ടി വെള്ളം കുറച്ച് എല്ലാവരും ആവുംവിധം തിരഞ്ഞതാണ്, ഫലമുണ്ടായില്ല. പെരുമഴ തിരച്ചിലിന് തടസ്സമായി. കല്ലാറിലെ ജലനിരപ്പ് ആളുകൾ അതുവരെ കണ്ടിട്ടില്ലാത്തത്ര ഉയർന്നു.

ആ ദുരന്തം ഏറ്റവും ഉലച്ചത് അരവിന്ദ് ശേഖറിനെയായിരുന്നു. പെരിയാറിലെ മീനുകളെക്കുറിച്ചുള്ള ഗവേഷണത്തിനിടെയാണ് അയാൾ പുതിയൊരിനം വരാൽ മത്സ്യത്തെ കണ്ടെത്തുന്നത്. താൻ ശാസ്ത്രലോകത്തിന് പരിചയപ്പെടുത്തിയ പുതിയ മത്സ്യവർഗ്ഗം കല്ലാർ പുഴയിൽ പുതുതായി രണ്ട് അണക്കെട്ടുകൾകൂടി വരുന്നതോടെ പുഴയോടൊപ്പം മരിക്കാൻ പോകുന്നെന്ന സത്യം അരവിന്ദിന് താങ്ങാവുന്നതായിരുന്നില്ല. അണക്കെട്ടിനെതിരെ അരവിന്ദും സുഹൃത്തുക്കളും സമരം ചെയ്തെങ്കിലും ഫലമുണ്ടായില്ല. വികസിത രാജ്യങ്ങളിൽ ചെയ്യുന്നതുപോലെ ദേശാടനത്തിനായെത്തുന്ന മീനുകളെ പ്രത്യേകം സംവിധാനത്തിലൂടെ അണക്കെട്ടിന്റെ ജലാശയത്തിലേക്ക് പമ്പ് ചെയ്യുകയെന്ന ആശയം പറഞ്ഞതിന് അരവിന്ദന് ഹൈക്കോടതിയുടെ ശാസനയും കിട്ടി.

മേലുദ്യോഗസ്ഥനിൽ നിന്നുള്ള എതിർപ്പുകളെ അവഗണിച്ചാണ് ശ്രീലക്ഷ്മി അരവിന്ദിനെ സഹായിച്ചത്. അപകടത്തിൽപെട്ട് കാണാതായിട്ടും വൈദ്യുതി ബോർഡിന്റെ താൽപ്പര്യങ്ങൾക്ക് എതിരെ പ്രവർത്തിച്ചതിന് ശ്രീലക്ഷ്മിക്കെതിരെ അച്ചടക്ക നടപടിയുണ്ടായി. ജോലിയിൽനിന്ന് സസ്പെന്റ് ചെയ്തു. ആ ദുരന്തവും തുടർന്നുണ്ടായ സംഭവങ്ങളും അരവിന്ദനെ ഒരു വിഷാദരോഗിയാക്കി.

നശിച്ച ആ ദിവസത്തിനുശേഷം മേലൂരെ വീട്ടിൽ വന്ന അന്നാണ് ശ്രീലക്ഷ്മിയുടെ അമ്മ രേവതി ടീച്ചർ അരവിന്ദിനോട് സംസാരിച്ചത്. ഇരുവരും കുറേനേരം കരഞ്ഞു. ശ്രീലക്ഷ്മിയുടെ സഹോദരൻ രാജേഷും അരവിന്ദും കടവിൽ പോയിരുന്നു. ശ്രീലക്ഷ്മിക്കുണ്ടായ

ദുരന്തത്തിന് താനാണല്ലോ കാരണമെന്ന കുറ്റബോധം അവനെ അത്രകണ്ട് മഥിച്ചിരുന്നു, ആ മുറിവുകളിൽ മുളകുപുരട്ടുന്നതായിരുന്നു പലപ്പോഴായി രേവതി ടീച്ചർ പറഞ്ഞ കുത്തുവാക്കുകൾ. വംശനാശഭീഷണി നേരിടുന്ന ശുദ്ധജലമത്സ്യങ്ങളെക്കുറിച്ച് ബ്രസീലിൽ വെച്ച് നടക്കുന്ന സിമ്പോസിയത്തിന് പങ്കെടുക്കാൻ പോകുന്ന കാര്യം വരെ അരവിന്ദ് ഉറപ്പിച്ചത് ടീച്ചറിന്റെ മനസ്സിൽ അവനെക്കുറിച്ചുള്ള മഞ്ഞുരുകിയതിന് ശേഷമാണ്. പടവുകളിലിരുന്ന് അവൻ രാജേഷിനോട് സംസാരിച്ചു. ഓർമ്മകൾ ഇരുവരെയും ഇടയ്ക്കിടെ കരയിക്കും. ശ്രീലക്ഷ്മി അവസാന വർഷമെഴുതിയ ഡയറി അരവിന്ദിന്റെ കയ്യിലുണ്ടായിരുന്നു.

രാജേഷ് ഡയറിയിലെ പേജുകൾ മറിച്ചു നോക്കി. കല്ലാറെ ഏകാന്തതയും പ്രിയപ്പെട്ടവരെ പിരിഞ്ഞിരിക്കേണ്ടിവരുന്നതിന്റെ ആകുലതകളും നാട്ടിലേക്ക് സ്ഥലംമാറ്റത്തിന് ശ്രമിക്കണമെന്ന തീരുമാനവും കുറിച്ചിട്ട ഡയറിയിലെ ഒരു പേജിൽ ഒരു മീനിന്റെ ചിത്രം വരച്ചിരുന്നു. പേനകൊണ്ട് വരച്ച ആ ചിത്രം കാണിച്ച് അങ്ങനെയായിരുന്നോ സാരിവാലൻ വരാലെന്ന് രാജേഷ് ചോദിച്ചു. ആ ചിത്രത്തിന്റെ അടിക്കുറിപ്പായെഴുതിയിരുന്ന വാചകം അരവിന്ദിനെ വായിച്ച് കേൾപ്പിക്കുമ്പോൾ രാജേഷിന് സങ്കടമടക്കാൻ കഴിഞ്ഞില്ല. ചേച്ചി നന്നായി ചിത്രം വരയ്ക്കുമെന്ന് അവനറിയില്ലായിരുന്നു. ഇനിയുമൊരു ജന്മമുണ്ടെങ്കിൽ തനിക്കൊരു സാരിവാലൻ വരാലായി ജനിക്കണമെന്നും ആരും തടഞ്ഞുനിർത്താത്ത പുഴയുടെ ഉത്ഭവസ്ഥലത്തേക്ക് മുട്ടയിടാനായി ദേശാടനം ചെയ്യണമെന്നും ചിത്രത്തിന്റെ അടിക്കുറിപ്പായി എഴുതിയിരുന്നു. അരവിന്ദ് പുഴയിലെ വെള്ളത്തിൽ കാല് മുക്കിയിരുന്ന നേരമത്രയും പരൽമീനുകൾ അവന്റെ പാദങ്ങളിൽ കൊത്തിക്കൊണ്ടിരുന്നു. മത്സ്യങ്ങൾക്ക് വേണ്ടി സമരം ചെയ്ത ഒരാളുടെ പാദപൂജ ചെയ്യാനായി നിയോഗിക്കപ്പെട്ടവരാവാം അവർ.

> എല്ലാവരും പറയുന്നതുപോലെ വലിയ ഒഴുക്കിൽപെട്ട് തന്നെയാവും ഞാനിവിടെ എത്തിയത്. കലങ്ങിയ വെള്ളത്തിൽ നില കിട്ടാതെ ഒഴുകി വന്ന ചെറിയ ഒരോർമ്മ എനിക്കുമുണ്ട്. പുഴക്കരയിലെ ഏത് മനുഷ്യർ സംസാരിക്കുന്നത് കേട്ടാലും ഞാൻ ശ്രദ്ധിച്ചുപോവും. അങ്ങനെയൊരു ദിവസമാണ് മീനൂട്ട്കടവിന്റെ മറുകരയിലെ പുഴയിലേക്കിറങ്ങുന്ന പടവുകളിൽ വന്നിരുന്ന രണ്ട് ചെറുപ്പക്കാർ പുഴയിലേക്ക് നോക്കി പരസ്പരം സംസാരിക്കുന്നത് ഞാൻ ശ്രദ്ധിക്കുന്നത്. ഇരുവരും കരയുന്നുണ്ടായിരുന്നു. അതിൽ ഒരാളിന്റെ പേര് അരവിന്ദ് എന്നാണ്.

അരവിന്ദ് മീനുകളെക്കുറിച്ച് പഠിക്കുന്ന ആളാണെന്ന് അവരുടെ സംസാരത്തിൽ നിന്നാണെനിക്ക് മനസ്സിലായത്. എന്തിനാവും അയാൾ മീനുകളെക്കുറിച്ച് പഠിക്കുന്നത്. മറ്റേയാളിന്റെ പേര് രാജേഷെന്നാണ്, അയാളുടെ വീട് ആ പടവുകൾ കയറിപ്പോയാലാണെത്തുക.

അവർ പറഞ്ഞ കഥകൾ കേട്ടപ്പോൾ എനിക്ക് അത്ഭുതം അടക്കാനായില്ല. രാജേഷിന്റെ സഹോദരി ശ്രീലക്ഷ്മി അരവിന്ദനൊപ്പം ദൂരെയേതോ സ്ഥലത്ത് വെച്ച് പുഴയിൽ വീണ് ഒഴുകിപ്പോയി. അവളെ പിന്നെ കണ്ടതേയില്ല. അരവിന്ദ് കുറേ നാളായി സാരിവാലൻ വരാലെന്ന ഒരു മീനിനെക്കുറിച്ചാണ് പഠിക്കുന്നത്. തനിക്കൊരു പുനർജന്മമുണ്ടെങ്കിൽ അതൊരു സാരിവാലൻ വരാലായായിരിക്കണമെന്ന് ശ്രീലക്ഷ്മി ഡയറിയിൽ എഴുതിയിട്ടിരിക്കുന്നു! ആ കഥ കേട്ടപ്പോൾ മുതൽ എനിക്ക് സംശയമായി ഞാനാണോ ആ പുനർജന്മമെന്ന്. അതുകൊണ്ടായിരിക്കുമോ എനിക്ക് വരാലുമായി രൂപസാദൃശ്യം? എന്നെ മനുഷ്യർ വരാലെന്നാണല്ലോ വിളിക്കുന്നത്! പക്ഷേ മറ്റുള്ള മീനുകൾ പറയുന്നത് ഞാനും വരാലും തമ്മിൽ നല്ല വ്യത്യാസമുണ്ടെന്നാണ്. അപ്പോൾ എന്റെ പേര് സാരിവാലൻ വരാലെന്നായിരിക്കുമോ? ശ്രീലക്ഷ്മി എങ്ങനെയാവും മരിച്ചിട്ടുണ്ടാവുക. അന്ന് ആ സംഭാഷണം കേട്ടതോടെ എന്റെ മനസ്സമാധാനം പോയി. അതിൽ പിന്നെ എനിക്കാ കടവിൽനിന്ന് പോകാനേ തോന്നിയില്ല.

പിന്നീടുള്ള ചില ദിവസങ്ങളിലും രാജേഷിനെ ഞാൻ അവിടെ കണ്ടു. ചിലപ്പോൾ അവൻ അവിടെ വന്നിരുന്ന് കരയും. എന്നെ നോക്കിയാണ് അവൻ കരയുന്നതെന്ന് എനിക്ക് തോന്നാറുണ്ട്. അരവിന്ദനെ പിന്നെ ഞാൻ കണ്ടില്ല. അവിടേക്ക് വരുന്ന സ്ത്രീകളുടെ സംസാരത്തിൽ നിന്നാണ് എന്റെ അമ്മയെയും അച്ഛനെയുംകുറിച്ച് ഞാനറിയുന്നത്. വാസുദേവനെന്നും രേവതിയെന്നുമാണ് അവരുടെ പേരുകൾ. പറഞ്ഞുപറഞ്ഞ് ഞാൻ ശ്രീലക്ഷ്മിയുടെ പുനർജന്മമാണെന്ന് ഉറപ്പിച്ചതുപോലെ തോന്നുന്നല്ലേ? അല്ലാതെന്ത് ചെയ്യും, അതുകൊണ്ടല്ലേ ആ കടവിൽനിന്ന് എനിക്ക് പോകാൻ തോന്നാത്തത്. അതുകൊണ്ടല്ലേ അവരെയൊക്കെ കാണുമ്പോൾ എനിക്ക് അത്രയേറെ സ്നേഹം തോന്നുന്നത്. പുഴയിലെ മീനുകളിൽ ഒന്നായി മാത്രമായിരിക്കില്ലേ അവനെന്നെ കാണുന്നുണ്ടാവുക. ഞാനവന്റെ

സഹോദരിയാണെന്ന് എങ്ങനെയാണ് പറഞ്ഞ് മനസ്സിലാക്കുക. മനുഷ്യർ സംസാരിക്കുന്നത് കേൾക്കാനാവുന്നതുപോലെ അവരോട് സംസാരിക്കാനായിരുന്നെങ്കിൽ എത്ര നന്നായിരുന്നു.

കടവിൽ തുണിയലക്കാൻ വരുന്ന ശാരദാമ്മ മറ്റ് സ്ത്രീകളോട് പറഞ്ഞ കഥകളിൽനിന്നാണ് ഞാൻ വീട്ടിലെ കാര്യങ്ങളറിയാറ്. അമ്മയുടെ സ്കൂളിലെ കുട്ടികൾ വേനലവധിക്ക് നീന്തൽ പഠിക്കാൻ വരാറുണ്ടായിരുന്നു. എന്നെയും അമ്മ നീന്താൻ പഠിപ്പിച്ചിരുന്നതാണ്. ഇപ്പോൾ അമ്മയ്ക്ക് അതിലൊന്നും താത്പര്യമില്ല. അമ്മയോ അച്ഛനോ പുഴക്കരയിലേക്ക് വരാറേയില്ല. ഞാൻ പണ്ട് അമ്മയെ കുറേ സങ്കടപ്പെടുത്തിയിരുന്നെന്ന് ശാരദാമ്മ പറഞ്ഞപ്പോൾ എനിക്ക് സങ്കടമായി. അമ്മ എപ്പോഴെങ്കിലും കടവിൽ വരുമെന്ന പ്രതീക്ഷ എന്നെ കടവിന് പരിസരത്തും പിടിച്ചു നിർത്തി.

മോക്ഷം

കല്ലാറിലെ ജോലിസ്ഥലത്ത് വെച്ച് സ്പിൽവേയിലെ ഒഴുക്കിലേക്ക് വീഴുമ്പോൾ കുട്ടിക്കാലത്ത് പുഴയിൽ നീന്തിയതിന്റെ അനുഭവസമ്പത്തൊന്നും ശ്രീലക്ഷ്മിക്ക് തുണയായില്ല. പേമാരിയെയും ഒഴുക്കിനെയും വകവെക്കാതെ കല്ലാർ ടൗണിനും താഴെയുള്ള ഭാഗത്ത് തിരച്ചിൽ നടത്താനായി ചിലർ തയ്യാറായിരുന്നെങ്കിലും മറ്റുള്ളവർ വിലക്കി. പോയവർ പോയി നിങ്ങളുംകൂടി അപകടത്തിൽ പെടണ്ട എന്ന ആളുകളുടെ ഉപദേശം കേട്ടിട്ട് തങ്കമ്മ വാവിട്ട് കരഞ്ഞു. കല്ലാർ ടൗൺ കഴിഞ്ഞാൽ പിന്നെ മൃതദേഹം പോലും കിട്ടാൻ ബുദ്ധിമുട്ടാണ്. പ്രതികൂല കാലാവസ്ഥ അവഗണിച്ചും തിരച്ചിലിനിറങ്ങിയ ആളുകൾ ഇരുട്ടുവീണപ്പോൾ നിരാശയോടെ മടങ്ങി. തിരച്ചിൽ പിറ്റേന്ന് പുനരാരംഭിച്ചപ്പോൾ ബോഡി കിട്ടിയോ എന്ന് ആളുകൾ ചോദിക്കുന്നത് കേട്ടിട്ട് തങ്കമ്മ സങ്കടപ്പെട്ടു. ആ കൊച്ച് വീണൊഴുകിപ്പോയപ്പോൾ തടിമിടുക്കുള്ള എത്ര ആളുകൾ ചുറ്റും നിന്നതാ, എന്നിട്ടാരെങ്കിലും സഹായിക്കാനായി ചാടിയോ എന്ന് തങ്കമ്മ പ്രാകി.

കേരളത്തിനെയാകെ മുക്കിക്കൊന്ന പ്രളയദിനങ്ങളായിരുന്നു അത്. ഹൈറേഞ്ചിലേക്കുള്ള പ്രധാന വഴികളൊക്കെ അതിനകം തടസ്സപ്പെട്ടിരുന്നു. അപകടവിവരമറിഞ്ഞ് മകനൊപ്പം പുറപ്പെട്ട ശ്രീലക്ഷ്മിയുടെ അച്ഛൻ വാസുദേവന് സംഭവസ്ഥലത്തെത്താനാവാതെ കോതമംഗലത്ത് തങ്ങേണ്ടിവന്നു. ശ്രീലക്ഷ്മിയുടെ കല്ലാറിലെ സഹപ്രവർത്തകൻ ജയശങ്കർ മകളെ നഷ്ടപ്പെട്ട ആ പിതാവിനെ ആശ്വസിപ്പിക്കാൻ ശ്രമിക്കുന്നുണ്ടായിരുന്നു. അതിനിടെയാണ് മേലൂരെ വീട്ടിലും വെള്ളം കയറിയെന്ന് രേവതി ടീച്ചർ വിളിച്ച് പറഞ്ഞത്, അടുത്തുള്ള ഏതോ ബന്ധുവീട്ടിലേക്ക് മാറിയിട്ടുണ്ട്.

പിറ്റേന്നായപ്പോഴേക്ക് ജീവനോടെ കണ്ടെത്താമെന്ന പ്രതീക്ഷ പ്രിയപ്പെട്ടവർക്കുപോലും നഷ്ടപ്പെട്ടിരുന്നു. മൃതദേഹമെങ്കിലും കിട്ടിയെങ്കിലെന്ന് ശ്രീലക്ഷ്മിയുടെ അച്ഛൻ നെടുവീർപ്പിട്ടു. വെള്ളം

കയറി നശിച്ച വീട്ടിലെ ഫർണ്ണിച്ചറുകളും തുണികളും പുസ്തകങ്ങളും ഉണക്കാനായി പുറത്തേക്ക് കൊണ്ടുപോയിടുമ്പോൾ വാസുദേവൻ അവയ്ക്കിടയിൽ നിന്ന് മകളുടെ ഓർമ്മകളെ ചികഞ്ഞു. പുറത്തെ ഇളംനീല ചായം പൂശിയ ചുവരിൽ പ്രളയം ചെളികൊണ്ട് തന്റെ തീവ്രത അടയാളപ്പെടുത്തിയിരുന്നു.

ഇനിയൊരു ബലിതർപ്പണ കാലം കൂടി ഈ കടവിൽ എനിക്ക് തുടരാനാവില്ല. ഓർമ്മകളും ആത്മചോദനകളും തമ്മിലുള്ള മത്സരത്തിൽ ഓർമ്മകൾക്ക് മേൽക്കൈ നഷ്ടമാവുന്നുണ്ട്. അടുത്ത മഴയ്ക്ക് മുൻപേ ഇവിടം വിടണം, അതിന് മുൻപ് എനിക്ക് അമ്മയെ ഒരു നോക്ക് കാണണം, എനിക്ക് വേണ്ടി നേദിച്ച ബലിച്ചോറിൽനിന്ന് കുറച്ച് വറ്റുകളെങ്കിലും കഴിക്കണം. എന്നിട്ട് ശ്വാസം മുട്ടുന്ന ഈ കടവിൽനിന്ന് പുഴയുടെ വേരുകൾ തേടി യാത്ര പോകണം.

കണ്ണാടിക്കലെ വീട് ആ ആഴ്ചയാണ് സജീവമായത്. അക്കരെയുള്ള വിഷ്ണുക്ഷേത്രത്തിന്റെ മീനൂട്ട് കടവിൽ ഈയിടെയായി സ്ഥാപിച്ച വെളിച്ചം കൂടിയ വിളക്കുമരത്തിൽനിന്ന് വാശിയോടെ പുറപ്പെടുന്ന വെട്ടം പുഴയിൽ തട്ടി പ്രതിഫലിച്ചു. വിളക്കുകാലിനടുത്ത മരത്തിൽ ചേക്കേറിയ കൊറ്റികളിൽ ചിലത് ഇടയ്ക്ക് പറന്ന് പൊന്തി ചുറ്റുമുള്ള ഇരുട്ട് കണ്ട് ഭയന്ന് തിരികെ മരച്ചില്ലയിലേക്ക് തന്നെ ചേക്കേറി. പുഴവക്കത്തെ അസ്ഥിത്തറയിൽ തിരി കത്തിച്ച് തൊഴുത് ഒരു തുളസിക്കതിർ മുടിയിൽ തിരുകി രേവതി ടീച്ചർ പടവുകളിറങ്ങി പുഴക്കരികിൽ ചെന്നുനിന്ന് അക്കരെയുള്ള വിഷ്ണുവിനെ തൊഴുതു. പിതൃതർപ്പണ ചടങ്ങുകൾക്കായി ഒരുങ്ങിയ വിഷ്ണുക്ഷേത്രത്തിന്റെ പുഴയിലേക്കിറങ്ങുന്ന കൽപ്പടവുകളിൽ ഇപ്പോഴും ആരോ മീനൂട്ടുന്നുണ്ട്. കടവിലേക്കിറങ്ങുമ്പോൾ ഒരു പിടി അവിലോ ചോറോ കയ്യിൽ കരുതുന്ന ശീലം എപ്പോഴാണ് താൻ ഉപേക്ഷിച്ചതെന്ന് രേവതി ടീച്ചർ ഓർത്തുനോക്കി. പുഴയുടെ അടിത്തട്ടിലെവിടെയോ നിദ്ര പ്രാപിച്ച മകളെ കാത്തിരിക്കുന്ന അമ്മയെന്ന ഭാരം നാളെ കർമ്മങ്ങൾ ചെയ്യുന്നതോടെ ഇറക്കിവെയ്ക്കാം. കരണ്ട് പോയി ഉത്സവപ്പറമ്പിൽ ജനറേറ്റർ പ്രവർത്തിച്ച് തുടങ്ങുന്നതുവരെയുള്ള ഇരുട്ട് ടീച്ചറെ ഭയപ്പെടുത്തിയില്ല.

സോപ്പിൽ മുക്കിയ തുണികൾ പടവുകളിലിട്ട് തല്ലിയലക്കുന്നതിന്റെയും നാട്ടുവർത്തമാനത്തിന്റെയും ബഹളത്തിനിടയിലും ശാരദാമ്മ അയൽവാസികളോട് കർമ്മങ്ങൾ നിശ്ചയിച്ചകാര്യം പറയുന്നത് ഞാൻ കേട്ടു.

കടവിലേക്ക് വല്ലപ്പോഴും വന്ന അമ്മ വെള്ളത്തിൽ കാലുപോലും നനച്ചില്ല. എന്റെ മരണത്തിനുശേഷം അമ്മ

കുട്ടികളെ നീന്തൽ പഠിപ്പിക്കാൻ മിനക്കെട്ടില്ല. ക്രിസ്തുമസ് അവധിക്ക് ചില കുട്ടികൾ രക്ഷിതാക്കൾക്കൊപ്പം കടവിൽ നീന്തൽ പഠിക്കാൻ വന്നെങ്കിലും അമ്മ അതൊന്നും കാര്യമാക്കിയില്ല. പുഴയിലെ ഒഴുക്ക് കുറഞ്ഞതും ചൂട് കൂടിയതുമൊന്നും എന്നെ അലട്ടിയില്ല. നട്ടുച്ചകളിൽ കൈതയുടെയും മറ്റും ചോട്ടിൽ ചൂടിനെയും നീർപ്പക്ഷികളെയും ഭയന്ന് ഒളിക്കുന്നതിന് പകരം ഞാൻ ഇടയ്ക്കിടെ കടവിൽ ചെന്ന് നോക്കി. വേനൽ തുടങ്ങിയപ്പോൾ തന്നെ പുഴയിലെ ഒഴുക്ക് നന്നേ കുറഞ്ഞു. വെള്ളത്തിനേക്കാൾ ചൂടുണ്ടാവില്ലെ പുറത്ത്? ഒരാഴ്ച കൂടെ കഴിഞ്ഞാൽ സ്കൂളുകൾ പൂട്ടും. അവധിക്ക് കൂടുതൽ കുട്ടികൾ നീന്തൽ പഠിക്കാൻ വരുമ്പോൾ അമ്മ പുഴയിൽ ഇറങ്ങുമായിരിക്കും.

പുഴയിൽ വീണ് മരിച്ച എല്ലാവരും പ്രിയപ്പെട്ടവരിൽ പുഴയെക്കുറിച്ച് ഒരു ഭയം ബാക്കിയാക്കും. സ്കൂളിലെ കുട്ടികളെ നീന്താൻ പഠിപ്പിക്കുന്ന രേവതി ടീച്ചർ മാധ്യമ ശ്രദ്ധയാകർഷിച്ചിരുന്നതാണ്. തന്റെ മകളെ തിരിച്ചുതരാത്ത പുഴയെ രേവതി ടീച്ചർക്ക് പിന്നെ സ്നേഹിക്കാനായില്ല. ഒറ്റ ദിവസംപോലും അവധിയെടുക്കാത്ത മാതൃകാ അധ്യാപിക നിരാശ ബാധിച്ച് ദീർഘാവധിയിൽ പ്രവേശിച്ചപ്പോഴാണ് ടീച്ചറെ പഴയ ജീവിതത്തിലേക്ക് തിരികെ കൊണ്ടുവരാൻ സഹപ്രവർത്തകർ വേനലവധിക്ക് ടീച്ചർ നടത്താറുള്ള നീന്തൽ പരിശീലനം പുനരാരംഭിച്ചത്. സഹപ്രവർത്തകരുടെയും ഭർത്താവിന്റെയും സ്നേഹനിർബന്ധങ്ങൾക്ക് വഴങ്ങി ടീച്ചറും കടവിൽ ചെന്നിരുന്നു.

വെള്ളത്തിൽ കാലിട്ട് പടവിലിരുന്ന് കുട്ടികൾ പുഴയെ സാകൂതം നോക്കി.

''ഈ പുഴയിലാണോ ടീച്ചറെ മോള് വീണത്?'' കുട്ടികളിലാരോ തിരക്കി.

ആ ചോദ്യം അവരാരും പ്രതീക്ഷിച്ചിരുന്നില്ല.

''അല്ല മോനെ അത് കല്ലാർ പുഴയാ. ഇത് ചാലക്കുടിപ്പുഴ. രണ്ടും വേറെയാ.'' രേവതി ടീച്ചർ തിരുത്തി.

''ടീച്ചർക്ക് പുഴയോട് ദേഷ്യമുണ്ടോ?'' മറ്റാരോ ചോദിച്ചു.

വേണ്ടാത്ത കാര്യങ്ങൾ ചോദിക്കല്ലേയെന്ന് പറഞ്ഞ് മറ്റാരോ കുട്ടികളെ പിന്തിരിപ്പിക്കാൻ ശ്രമിച്ചപ്പോൾ ടീച്ചർ അവരെ തടഞ്ഞു.

''എനിക്ക് ദേഷ്യമൊന്നുമില്ല. എന്റെ മോളെയും ഞാൻ നീന്താൻ പഠിപ്പിച്ചിരുന്നു. എന്നിട്ടും അവൾക്ക് പുഴയിൽ മുങ്ങിമരിക്കാനായിരുന്നു വിധി. പക്ഷേ നിങ്ങളൊക്കെ നീന്താൻ പഠിക്കണം.''

"ടീച്ചർക്ക് ഈ മീനുകളുടെയൊക്കെ പേരറിയുമോ?" കുട്ടികളുടെ കൗതുകത്തിന് അതിരുകളില്ലല്ലോ.

"ചിലതൊക്കെ അറിയാം. ആ കാണുന്നത് മാനത്തുകണ്ണി, മറ്റേത് പൂവാലൻ പരൽ, ആ അടിയിലെ പടവിൽ പറ്റിപ്പിടിച്ചിരിക്കുന്നത് കല്ലേമുട്ടി. ആ പരന്നത് പൂക്കുട്ട, പിന്നെയുള്ളതിന്റെയൊന്നും പേര് എനിക്കറിയില്ല. എന്റെ മകളുടെ ചങ്ങാതി അരവിന്ദുണ്ട്, അയാൾ പുതിയ മീനിനെയൊക്കെ കണ്ടുപിടിച്ചിട്ടുണ്ട്, അവൻ വരുമ്പോൾ നമുക്ക് ബാക്കി മീനിന്റെ പേരൊക്കെ ചോദിക്കാം."

"ആ കാണുന്നതോ?" കുറച്ച് ദൂരെയുള്ള മീനിനെ ചൂണ്ടി കുട്ടികളിലൊരാൾ ചോദിച്ചു.

"അത് വരാലിന്റെ കുഞ്ഞാ. സാധാരണ വരാല് കണ്ടത്തിലാ ഉണ്ടാവുക. ചിലതിന്റെ പുറത്തിന് നീലനിറമുണ്ടാകും. ഒരു പുതിയ ജാതി വരാലിനെ ഞാൻ പറഞ്ഞ അരവിന്ദ് കണ്ടുപിടിച്ചിട്ടുണ്ട്." ടീച്ചർ കുട്ടികളോട് അഭിമാനത്തോടെ പറഞ്ഞു. "വരാലിനെ പിടിക്കാൻ അരവിന്ദ് ശ്രമിക്കുന്നതിനിടെയാണ് എന്റെ മകൾ വെള്ളത്തിൽ വീണത്."

"ആ മീൻ നമ്മളെത്തന്നെയാ നോക്കുന്നത് ടീച്ചറേ."

> അമ്മേ, ഞാനാദ്യമായാണ് അമ്മയെ ഇത്ര അടുത്ത് കാണുന്നത്. അമ്മയെന്താ കുട്ടികൾക്കൊപ്പം പുഴയിൽ ഇറങ്ങാത്തത്. അമ്മ ദൂരെ നിന്ന് പറയുന്നത് എനിക്ക് നല്ലപോലെ കേൾക്കാനാവുന്നില്ല. എന്റെ പ്രാർത്ഥനകൾ പോലെ അമ്മ പടവുകളിറങ്ങി വന്ന് വെള്ളത്തിൽ കാലിട്ടിരുന്നു. പരലുകൾ അമ്മയുടെ കാലുകളിൽ ചെന്ന് കൊത്തുന്നുണ്ട്. എനിക്കങ്ങനെ ചെയ്യാനുള്ള ധൈര്യമില്ലാതെ പോയല്ലോ അമ്മേ. അമ്മയുടെ മകൾക്ക് ഒരു മീനായി പുനർജനിക്കണമെന്ന് എഴുതിവെച്ചത് അമ്മ കണ്ടതല്ലേ, അമ്മയത് വിശ്വസിക്കുന്നില്ലേ? ഞാനാണ് അമ്മയുടെ മകൾ, സത്യം! എന്നെയൊന്ന് സൂക്ഷിച്ച് നോക്ക്, ഞാൻ വലുതായാൽ അരവിന്ദ് പറഞ്ഞ വരാലാവും. ഞാൻ അമ്മയെത്തന്നെ നോക്കിനിൽക്കാൻ തുടങ്ങിയിട്ട് എത്ര നേരമായി. എന്നെയൊന്ന് നോക്കരുതോ. വല്ലപ്പോഴും കടവിൽ വരുമ്പോൾ ദൂരെ കണ്ടിരുന്ന അമ്മയെ തൊട്ടടുത്ത് കണ്ടപ്പോഴുണ്ടായ സന്തോഷം പറഞ്ഞറിയിക്കാനാവില്ല. എന്റെ ജീവിതത്തിലെ ഏറ്റവും മനോഹരമായ ദിവസങ്ങളാണിവ.

രക്ഷിതാക്കൾക്കൊപ്പം നീന്തൽ പഠിക്കാൻ വരുന്ന കുട്ടികൾ കടവിൽനിന്ന് കയറുന്നതുവരെ ടീച്ചർ അവർക്ക് കാവൽ നിൽക്കും.

പുഴയെ എത്ര ഇഷ്ടമായിരുന്നോ അത്രയുംതന്നെ ഭയവുമായിരുന്നു അവൾക്ക്. ടീച്ചറുടെ കുട്ടിക്കാലത്ത് അയൽവാസിയായ ഏതോ കുട്ടി കടവിൽ മുങ്ങിമരിച്ചിട്ടുണ്ട്.

> മീനൂട്ട് കടവിലെ മീനുകളിലധികവും എന്നെപ്പോലുള്ള ചെറിയ മീനുകളെ വാ തൊടാതെ വിഴുങ്ങാൻതക്ക വലിപ്പമുള്ളവരാണ്. കടവിൽ ആരുടെയെങ്കിലും നിഴൽ വീണാൽ തന്നെ എല്ലാവരും തിരക്ക് കൂട്ടും. കടലയും അവിലും മലരുമൊക്കെയാണ് ആളുകൾ പുഴയിലേക്കെറിയുക. അതുവരെ പടവുകളിൽ അലസമായി നീന്തിക്കൊണ്ടിരിക്കുന്ന ചെറിയ മീനുകൾക്ക് വെള്ളത്തിലേക്ക് വന്ന് വീഴുന്ന ഭക്ഷണസാധനങ്ങളൊന്നും കിട്ടില്ല. എന്തെങ്കിലും വന്ന് വീഴുമ്പോഴേ വലിയ മീനുകൾ ഓളം വെട്ടിച്ച് അവയെല്ലാം തിന്ന് തീർക്കും. ആ തിരക്കിൽ പെട്ടുപോകാതിരിക്കുന്നതാണ് നല്ലത്. ഈ കടവിൽ ആരും മീൻ പിടിക്കാറില്ലെന്നതുപോലെ ഈ കടവിൽവെച്ച് വലിയ മീനുകൾ ഞങ്ങളെയും ഉപദ്രവിക്കാറില്ല. എന്തെങ്കിലും നേർച്ച സാധനങ്ങളുമായി ആരെങ്കിലും വരുന്നത് വലിയ മീനുകളെങ്ങനെയാണ് മനസ്സിലാക്കുന്നത്.

കണ്ണാടിക്കൽ ക്ഷേത്രത്തിൽ രാവിലെ നല്ല തിരക്കായിരുന്നു. കർമ്മങ്ങൾ ചെയ്യുന്നവരും തൊഴാൻ വന്നവരുമൊക്കെയുണ്ട്. വാഴയിലയിലാക്കി പുഴയിൽ ഒഴുക്കിവിടുന്ന നേദ്യം തിരുമക്കൾ കൊത്തിത്താഴ്ത്തി. തിരുമക്കളുടെ പുളച്ചിലിനിടെ ഒഴുകിപ്പോകുന്ന ഭക്ഷണം മറ്റ് മീനുകൾ കൊത്തിത്തിന്നു. തുലാമാസത്തെ ബലിയിടാൻ സാധാരണ ഉള്ളതിനേക്കാൾ തിരക്കായിരുന്നു. ക്ഷേത്രത്തിലെ മുഖ്യകാർമ്മികൻ രാവിലെയുള്ള തിരക്കൊന്നൊതുങ്ങിയപ്പോൾ തന്നെ വിളിക്കാൻ വന്ന വാസുദേവനൊപ്പം വള്ളത്തിൽ മറുകരയിലേക്ക് പോയി. കാണാതായത് പുരുഷനായിരുന്നെങ്കിൽ നൂറ്റി ഇരുപത് വർഷങ്ങൾ കാത്തിരിക്കണം. സ്ത്രീകളെക്കുറിച്ച് പ്രത്യേകിച്ചെവിടെയും ഒന്നും പറയുന്നില്ല. അല്ലെങ്കിലും സ്ത്രീകൾക്കുള്ള വിലക്കുകളല്ലാതെ അവകാശങ്ങളെക്കുറിച്ച് മതങ്ങൾക്ക് എന്തറിയാം. സഹോദരിക്ക് വേണ്ടി രാജേഷ് കർമ്മങ്ങൾ ചെയ്തു.

ജലസമാധി

മീനൂട്ട് കടവിലെ ആർത്തിക്കാർ കാരണം ക്ഷേത്രക്കട വിലേക്ക് പോകാനേ തോന്നില്ല. ഭക്ഷണം കണ്ടെത്താൻ ഒരു ശ്രമവും നടത്താതെ കടവിലെ കാൽപ്പെരുമാറ്റത്തിൽ മാത്രം ശ്രദ്ധിച്ച് കഴിഞ്ഞു കൂടുന്നവരിൽ ഭൂരിപക്ഷവും ഗോൾഡ് ഫിഷുകളും കാർപ്പുകളുമാണ്. പുഴയുടെ കിഴക്ക് അധികമാരും ശ്രദ്ധിക്കാത്ത ഒരിടത്ത് ഒരു ഞാവല് കായ്ച്ച് നിൽപ്പുണ്ട്. അത് മനുഷ്യരുടെ ശ്മശാനമാണ്. മീനുകളുടെ ശവപ്പറമ്പ് ഈ പുഴ തന്നെയാണ്. സത്യ ത്തിൽ ഈ പുഴയ്ക്ക് ഇതിലും മനോഹരമായ ഒരു കര യില്ല, ഈ പുഴയിലേക്ക് വീഴാൻ ഇതിലും മധുരമുള്ള ഒരു കനിയുമില്ല. വലിയ മരങ്ങളും കൈതയും മുളയും തണലിട്ട കുളിരുള്ള കയവും കാറ്റിൽ വീഴുന്ന ഞാവൽ പഴങ്ങളും തേടി ഞാൻ പുഴയുടെ മുകളിലേക്ക് നീന്തി.

ഇതാ വട്ടനല്ലേ! ആരും വന്നിരിക്കാത്ത ശ്മശാനത്തിനരി കിൽ വന്നിരിക്കുന്നവൻ. അവനെ ആദ്യമായി കണ്ടത് ഞാൻ മറക്കില്ല. കർക്കിടകത്തിലെ മഴ പെയ്തൊഴിഞ്ഞ് പുഴ തെളിഞ്ഞു തുടങ്ങിയ കാലം. ശ്മശാനത്തിനരികി ലൂടെ പുഴയിലേക്കൊഴുകിയെത്തുന്ന തോട്ടിൽ നല്ല തീറ്റ യുണ്ടാവും. താരതമ്യേന തണുപ്പ് കുറഞ്ഞ തോട്ടിലെ തെളിഞ്ഞ വെള്ളം പുഴയിൽ ചേരുന്ന സ്ഥലത്തെ കുസൃതി ച്ചുഴിയിൽ ഒഴുകി വരുന്ന തീറ്റകൾ കൊത്തിയെടുക്കാൻ മീനുകൾക്കൊപ്പം മത്സരിക്കുന്നതിനിടെയാണ് അവനെ ഞാനാദ്യം ശ്രദ്ധിക്കുന്നത്. കയ്യിലുള്ളതെല്ലാം കരയ്ക്ക് വെച്ച് അവൻ പുഴയരികിലെ മരങ്ങളിലൊന്നിൽ കഷ്ട പ്പെട്ട് കയറി. അവനെന്താണ് ചെയ്യാൻ പോകുന്നതെന്ന് എനിക്ക് ഊഹിക്കാൻ കഴിയും മുൻപേ അവൻ പുഴയി ലേക്ക് എടുത്തുചാടി.

അവനേയുംകൊണ്ട് പുഴ താഴേക്കൊഴുകി. എന്താണ് നടക്കുന്നതെന്ന ആകാംക്ഷയിൽ ഞാനും നീന്തിച്ചെന്നു. എന്റെ ആശങ്കകൾ അസ്ഥാനത്തായിരുന്നു. മരിക്കാൻ വേണ്ടി ചാടിയതാണെങ്കിൽ ഇവനെന്തിനാണ് നീന്തി കരയ്ക്ക് കയറിയത്! ഇനി കുളിക്കാനായിരുന്നെങ്കിൽ വസ്ത്രം അഴിച്ചുവെക്കാതെ ചാടിയതെന്തിനാ? പുഴയുടെ മദ്ധ്യത്തിലേക്കുള്ള കുത്തൊഴുക്കിൽപെട്ടിരുന്നെങ്കിൽ അവന് നീന്തിക്കയറാനാവില്ലായിരുന്നു. പാലം പണിക്കായി കുത്തി നിർത്തിയിരുന്ന മുളകളിൽ പിടിച്ച് കരയിലേക്ക് കയറിയ അവൻ പുഴയരികിലൂടെ തിരികെ നീന്തി ക്ലേശിച്ച് വീണ്ടും ശ്മശാനത്തിനടുത്ത് തിരിച്ചെത്തി കരയ്ക്ക് കയറിയിരുന്ന് കിതച്ചു. കുറേ നേരം ഉച്ചത്തിലും പിന്നെ കുറേ നേരം നിശ്ശബ്ദമായും കരഞ്ഞു. വസ്ത്രങ്ങളൂരി ചളി കഴുകിക്കളഞ്ഞ് ഉണങ്ങാൻ വിരിച്ച് നഗ്നനായി നീർമരുതിന്റെ വേരിൽ പുഴയിലേക്ക് കാല് നീട്ടി ഇരുന്നു. വസ്ത്രങ്ങൾ കുറച്ചുണങ്ങിയപ്പോൾ അവയെടുത്തിട്ട് തിരിച്ച് പോയി.

ഇന്നെന്തായിരിക്കും നാടകം. ആദ്യരംഗങ്ങൾക്ക് ഒട്ടും പുതുമയില്ല. എന്നെ അത്ഭുതപ്പെടുത്തിക്കൊണ്ട് അവൻ ആ ഫോൺ പുഴയിലേക്ക് വലിച്ചെറിഞ്ഞു. ഞാൻ ധൃതിയിൽ നീന്തിച്ചെന്ന് നോക്കി. പുഴയിലെ ആഴങ്ങളിലേക്ക് താഴുന്നതിനിടയിൽ അവസാനമായി ആ ഫോണിന്റെ ഡിസ്പ്ലെയിൽ തെളിഞ്ഞത് ഒരു പെൺകുട്ടിയുടെ ചിത്രമായിരുന്നു, ഫോൺ മിഴിചിമ്മി താഴ്ന്നുപോയി. ധൃതിയിൽ തിരിച്ച് നീന്തിയ എനിക്ക് ശരിക്കും ഭയമായി. നീർമരുതിന്റെ വേരിൽ പതിവുപോലെ അവൻ ഇരിപ്പുണ്ട്. ബാഗ് തോളിലിട്ട് അരയ്ക്ക് ചുറ്റുമിടുന്ന സ്ട്രാപ്പ് മുറുക്കി അവൻ പുഴയിലേക്കിറങ്ങി കയത്തിന്റെ നടുവിലേക്ക് നീന്തി. ഇടത് കൈത്തണ്ട അവൻ ബ്ലേയ്ഡ് കൊണ്ട് മുറിച്ചിരുന്നു. പുഴവെള്ളത്തിൽ രക്തം കലങ്ങി. ചോരയുടെ മണം എങ്ങും പരന്നു. ഇത്രയ്ക്ക് ശാന്തനായിരിക്കാൻ അവനെങ്ങനെ കഴിയുന്നു! ചോര പടർന്ന് കലങ്ങിയ വെള്ളം എന്റെ കാഴ്ചകളെ മറച്ചപ്പോൾ, മരണത്തിന്റെ മണം ചുറ്റും പരന്നപ്പോൾ, ഞാൻ പിന്നിലേക്ക് മാറി. അവൻ പുഴയുടെ അടിയിലേക്ക് താഴ്ന്നുപോയി. ബാഗിൽ ഭാരിച്ച എന്തോ ഉണ്ടെന്ന് തോന്നുന്നു. കുത്തൊഴുക്കുണ്ടായിരുന്ന കാലത്ത് പുഴയിൽ ചാടി ആത്മഹത്യ ചെയ്യാൻ ശ്രമിച്ച് പരാജയപ്പെട്ട അവൻ പുഴയോട് പ്രതികാരം വീട്ടിയ പോലെ.

പുഴയുടെ അടിത്തട്ടിലേക്ക് താഴ്ന്നുപോയ അവനെ തിരഞ്ഞ് ഞാൻ അടിയിലേക്ക് നീന്തി. മർദ്ദം കൂടി വരുന്നുണ്ട്, നല്ല ഇരുട്ടും. അവൻ അടിത്തട്ടിലെ ചളിക്കിടക്കയിൽ ഉറങ്ങുന്നത് മങ്ങിയ കാഴ്ചയായി കാണാം. കയ്യിൽ നിന്ന് ഇപ്പോഴും ചോര വെള്ളത്തിലേക്ക് പടരുന്നുണ്ട്. ഭാരമെന്തോ കെട്ടിവെച്ച തോൾ ബാഗ് പുഴയുടെ അടിയിൽ പുതഞ്ഞ് കിടക്കുന്നു. പുഴയുടെ മേൽതട്ടിലേക്ക് നോക്കി അവനങ്ങനെ മലർന്ന് കിടന്നു. കണ്ണുകൾ തുറന്ന് തന്നെയുണ്ടായിരുന്നു. അവൻ കണ്ണെഴുതിയിരുന്നോ? കണ്ണിൽ നിന്ന് വെള്ളത്തിലേക്ക് കറുപ്പ് പടരുന്നത് പോലെ. മർദ്ദം താങ്ങാനാവാതായപ്പോൾ ഞാൻ മേൽതട്ടിലേക്ക് നീന്തിപ്പോയി. ഒന്നുമറിയാത്തവളെപ്പോലെ പുഴ ഒഴുകിക്കൊണ്ടിരുന്നു.

പുഴയിൽ ഓരോ ദിവസവും മനുഷ്യർ എന്തൊക്കെയാണ് കൊണ്ടുവന്ന് തള്ളുന്നത്. ചത്ത കന്നുകാലികൾ, ചാക്കിൽ കെട്ടിയ അറവുമാലിന്യം, വസ്ത്രങ്ങൾ, ചെരുപ്പ്, എന്താണില്ലാത്തത്! കന്നുകാലികളുടെ ജഡം ചീർത്ത് കരയ്ക്കടിഞ്ഞാൽ ആളുകൾ അത് പുഴയിലേക്കുതന്നെ കുത്തിവിടും. മീനുകളവ കൊത്തിത്തിന്നും. ചാക്കിൽ കെട്ടിയിടുന്ന മാലിന്യങ്ങൾ ദിവസങ്ങളോളം കിടക്കും. ഒടുവിൽ ചാക്കിന്റെ കെട്ട് പൊട്ടുമ്പോൾ വെള്ളത്തിനാകെ ശവത്തിന്റെ മണമായിരിക്കും. ചൂണ്ടയ്ക്ക് കുടുങ്ങിയും വലയിൽ പെട്ടും പരിക്ക് പറ്റുന്ന മീനുകൾ ചാവുന്നത് കണ്ടിട്ടുണ്ടോ. വായിലെ മുറിവ് പഴുത്ത് ഭക്ഷണം കഴിക്കാനാവാതെ മെലിഞ്ഞു വരും. ശക്തി കുറയുന്നതോടെ ആഴവും ഒഴുക്കുമുള്ള ഭാഗത്ത് നീന്താനാവില്ല. കരയോട് ചേർന്ന് മരണം മുന്നിൽ കാണുന്നവരെ കൊക്കുകളും പരുന്തുകളും റാഞ്ചും. ബാക്കിയാവുന്ന വലിയ മീനുകൾ നിലതെറ്റി മലക്കും. ഒരവസാന ശ്രമമെന്നോണം വീണ്ടുമവർ ചിറകിട്ടടിക്കും. ഒടുവിൽ പുഴയുടെ ആഴങ്ങളിലേക്ക് യാത്രയാകും. അടിത്തട്ടിൽ അങ്ങനെ എന്തൊക്കെ കിടപ്പുണ്ടെന്നറിയുമോ? അവിടത്തെ ഞണ്ടും മീനുകളും അതൊക്കെ കൊത്തിത്തിന്നും. ചീർത്ത് ചീർത്ത് ഒരു ഘട്ടമെത്തുമ്പോൾ അവ പതുക്കെ പൊന്തും. വെള്ളത്തിൽ പൊന്തിക്കിടക്കുന്ന ജഡം ചെറിയ മീനുകൾ കൊത്തിപ്പറിക്കും. എല്ലാ മാലിന്യങ്ങളും കൊണ്ടുപോയിടാൻ മനുഷ്യൻ കണ്ടെത്തിയ ഇടമെന്ന നിലയിൽ ഒരാൾക്ക് സ്വന്തം ജീവിതം ഉപയോഗശൂന്യമെന്ന് കണ്ടാൽ ഉപേക്ഷിക്കാൻ പറ്റിയ ഇടം പുഴ തന്നെ.

ആരെങ്കിലും വന്ന് ശവം കാണുമെന്ന പ്രതീക്ഷയിൽ ഞാൻ ശ്മശാനത്തിനരികിൽതന്നെ കഴിഞ്ഞു. പുഴയിൽ തള്ളിയ മാലിന്യമൊന്നും മനുഷ്യർ തിരിച്ചെടുക്കാറില്ലെങ്കിലും ഇവനെ തേടി ആരെങ്കിലും വരുമെന്ന് എനിക്ക് തോന്നി. ഇരുട്ടായപ്പോൾ ഞാൻ കണ്ണാടിക്കലേക്ക് തന്നെ തിരിച്ചുപോയി. പിറ്റേന്ന് രാവിലെ വീണ്ടും ചെന്ന് നോക്കി. പുഴക്കരയിൽ ആരുമില്ല. കയത്തിന്റെ ആഴങ്ങളിൽ അവൻ അപ്പോഴും ഉണ്ട്. അന്ന് പകൽ മുഴുവൻ ആരെങ്കിലും വന്ന് ഈ കാഴ്ചയ്ക്ക് ഒരു വിരാമമിടുമെന്ന പ്രതീക്ഷയിൽ ഞാൻ അവിടെത്തന്നെ തുടർന്നു. പുഴയിലേക്ക് വീണ പഴുത്ത ഞാവലുകൾപോലും എനിക്ക് കൊത്തിത്തിന്നാനായില്ല. തിരിച്ച് കണ്ണാടിക്കലേക്ക് പോയപ്പോൾ മാത്രമാണ് ഭയപ്പെടുത്തുന്ന അവന്റെ തുറന്ന് പിടിച്ച കണ്ണുകളുടെ ദൃശ്യം ഏൽപ്പിച്ച ആഘാതത്തിൽനിന്ന് മോചനം കിട്ടിയത്.

പകൽ മുഴുവൻ തീറ്റയൊന്നും തേടാതെ നടന്നതിനാൽ നല്ല വിശപ്പ്. മീനൂട്ട് കടവിൽ ആളുകളാരെങ്കിലും വരുന്നുണ്ടോ എന്ന് നോക്കിയിരിക്കുന്നവരുടെ കൂടെ ഞാനും കൂടി.

നേരം വെളുത്തതും ഞാൻ ശ്മശാനത്തിനരികിലെ കയത്തിലെത്തി. ആഴത്തിലേക്ക് നീന്തി അവനെ ചെന്നുനോക്കി. ചെറിയ ചില മീനുകളും ഞണ്ടുകളുമൊക്കെ ചുറ്റുമുണ്ട്. കൈത്തണ്ടയിലെ മുറിവിൽ അടിത്തട്ടിൽ മാത്രം കാണുന്ന ചില മീനുകൾ കൊത്തുന്നുണ്ട്. ചളിയുടെ നിറവും വഴുവഴുപ്പുമുള്ള മെലിഞ്ഞ് നീണ്ട മീനുകൾ ഇടയ്ക്കിടെ ചളി കലക്കി അവന്റെ ശരീരത്തിനടുത്തുകൂടെ ഇഴഞ്ഞ് നടന്നു. കണ്ണ് കൂടുതൽ ചീർത്ത് പുറത്തേക്ക് വന്നിട്ടുണ്ട്. ഷർട്ടിനുള്ളിൽ കൊള്ളാവുന്നതിലധികമായി ശരീരം ചീർത്ത് തുടങ്ങിയിരിക്കുന്നു. ചോരയുടെ പേടിപ്പെടുത്തുന്ന മണം അഴുകിയ ദേഹത്തിന്റെ മനം മടുപ്പിക്കുന്ന മണത്തിന് വഴിമാറിയിരിക്കുന്നു. ഇവൻ ഇവിടെ ഇങ്ങനെ കിടന്ന് പോകുമോ?

അടുത്ത ദിവസവും അവനെത്തേടി ആരുമെത്തിയില്ല. ഞണ്ടുകളും നിലംപറ്റി നടക്കുന്ന ചില മീനുകളും ജഡം ഭക്ഷിച്ചു തുടങ്ങിയിരുന്നു. അവന്റെ വസ്ത്രങ്ങളും ബാഗും ഞണ്ടുകൾ വെട്ടി നശിപ്പിക്കാൻ തുടങ്ങിയിട്ടുണ്ട്. ചീർത്തു തുടങ്ങിയ ദേഹം ഉയരാൻ തിടുക്കം കൂട്ടിയെങ്കിലും അവന്റെ

ബാഗിൽ നിറച്ച ഭാരം അവനെ പുഴയുടെ അടിവയറിൽ തന്നെ പിടിച്ചുവെച്ചു.

നാലാം ദിവസം ശ്മശാനത്തിനടുത്ത് ഒരാൾക്കൂട്ടം പ്രത്യക്ഷപ്പെട്ടു. വാവിട്ട് കരഞ്ഞുകൊണ്ട് വന്ന ഒരാൾ മുണ്ട് കരയിലേയ്ക്ക് അഴിച്ചെറിഞ്ഞ് പുഴയിൽ ഇറങ്ങി മുങ്ങി നോക്കി. ഒന്നു രണ്ട് തവണ ശ്രമിച്ച് കിതച്ച് ശ്വാസം മുട്ടി കരയ്ക്ക് കയറിയ അയാൾ നിരാശനായി പുഴക്കരയിലെ മരങ്ങളിലൊന്നിനടിയിലിരുന്നു. കുറച്ച് കഴിഞ്ഞപ്പോൾ പാലത്തിനടുത്ത് സ്ഥിരമായി മണൽവാരുന്ന ചിലർ വള്ളവുമായി വന്നു. പുഴയുടെ അടിത്തട്ട് വരെ മുങ്ങി മണല് വാരുന്നവരെ കണ്ടപ്പോൾ എനിക്കാശ്വാസമായി. പുഴയുടെ ആഴങ്ങളിലേക്ക് ഊളിയിട്ട് പോയ അവരിലൊരാൾ നാലാമത്തെ ശ്രമത്തിലാണ് അവനെ കണ്ടത്. പുഴക്കരയിലെ കരച്ചിലുകളൊന്നും അയാൾ ഗൗനിച്ചില്ല. പരമാവധി ശ്വാസം ഉള്ളിലേക്കെടുത്തു ആഴങ്ങളിലേക്ക് ഊളിയിട്ട അയാൾക്കൊപ്പം ഞാനും താഴേക്ക് നീന്തി. അവൻ കൂടുതൽ ചീർത്തിരുന്നു. വയറ് ഇപ്പോൾ പൊട്ടുമെന്ന കണക്കെ ബട്ടൻസുകളുടെ വിടവിലൂടെ പുറത്ത് കാണുന്നുണ്ട്. ശരീരത്തിനോട് ചേർത്ത് ബന്ധിച്ചിരുന്ന ബാഗിന്റെ വള്ളികളഴിച്ച് മാറ്റിയപ്പോൾ അവൻ ഒരു കുമിള കണക്കെ പുഴയുടെ മേൽപരപ്പിലേക്ക് പൊന്തി.

ഞാൻ മുകളിലേക്ക് പോയില്ല, അവിടത്തെ കാഴ്ചകൾ എനിക്ക് ഊഹിക്കാവുന്നവയാണ്. അടിത്തട്ടിലെ കലക്കം മാറിയപ്പോൾ ഞണ്ടുകൾ കടിച്ച് മുറിച്ചുതുടങ്ങിയ ബാഗിൽ വലിയ ഇരുമ്പ് വട്ടങ്ങൾ ഞാൻ കണ്ടു. വെള്ളത്തിന് മനം മടുപ്പിക്കുന്ന ദുർഗന്ധം മാറിയിരുന്നില്ല. തന്റെ ഭാരം മുഖത്ത് ആലേഖനം ചെയ്ത തുരുമ്പ് പിടിച്ചുതുടങ്ങിയ നാല് ഇരുമ്പ് ഭാരങ്ങൾ നദിയുടെ മാറിൽ മൂക സാക്ഷികളായി.

തടവ്

മീനൂട്ട് കടവും ശ്മശാനക്കരയും കയവും പിന്നിട്ട്, ഒഴുകിയും നിലവിട്ടും ഒഴുക്കിനൊത്ത് നീന്തിയും ഞാൻ കുറേ ദൂരം പിന്നിട്ടിരുന്നു. ഞാൻ നീന്തിയെത്തിയ ദൂരമല്ല, പുഴ എന്നെ കൊണ്ടെത്തിച്ച ദൂരം. കുന്നിറങ്ങും തോറും വെള്ളത്തിന്റെ തണുപ്പ് കുറഞ്ഞു വന്നു. കുന്നിറങ്ങി വന്ന പുഴയ്ക്ക് ഒരു പുകച്ചുവയാണ്. കുറച്ച് ദിവസങ്ങൾ കഴിഞ്ഞപ്പോൾ എനിക്കത് ശീലമായി.

സൂര്യന്റെ പിണക്കം മാറിയ കർക്കടകത്തിലെ ഒരു ദിവസം. കുളിക്കടവുകളിൽ വസ്ത്രങ്ങളലക്കാനെത്തുന്ന സ്ത്രീകൾക്ക് കൂട്ടായെത്തിയെ കുട്ടികളെ കണ്ടപ്പോൾ ഞാനൂഹിച്ചു ഇന്നൊരു അവധി ദിവസമായിരിക്കുമെന്ന്. ഒഴുക്ക് കുറഞ്ഞ ഒരു കടവിൽ അതിരാവിലെയെത്തിയ ഒരമ്മയ്ക്കൊപ്പം രണ്ട് കുട്ടികളുമുണ്ടായിരുന്നു, ഒരു ചേച്ചിയും അനുജനും. പുഴയിലേക്കിറക്കി കെട്ടിയ പടവുകളിലിരുന്ന് കാൽ വെള്ളത്തിലേക്കിട്ട മൂത്ത പെൺകുട്ടിയുടെ കാലിലെ പാദസരം കണ്ടപ്പോൾ എനിക്ക് കൗതുകം തോന്നി.

ചേച്ചിയും അനിയനും അലക്കാൻ കൊണ്ടുവന്ന മുണ്ടുകളിലൊന്നെടുത്ത് പടവിലിറങ്ങി മീൻ പിടിക്കാൻ തുടങ്ങി. താൻ ഉദ്ദേശിക്കുന്നതുപോലെ ചേച്ചി മുണ്ട് പടവുകളിൽ അടുപ്പിക്കാത്തതുകൊണ്ടാണ് മീനുകളൊന്നും കുടുങ്ങാത്തതെന്ന് അനിയൻ വാദിച്ചു. അനിയൻ മനസ്സിൽ വിചാരിച്ചതുപോലെ പടവുകളോട് മുണ്ട് ചേർത്ത് ഊറ്റിയെടുത്തപ്പോൾ ഹതഭാഗ്യരായ മീനുകളിൽ ഞാനും പെട്ടു.

ഓർമ്മകളോ അഭിനിവേശങ്ങളോ ജാഗ്രത കുറയ്ക്കരുതെന്ന് ഇന്നെനിക്ക് മനസ്സിലായി. മുണ്ടിൽ കുടുങ്ങിയ ഞങ്ങളെ കണ്ട് കുട്ടികൾ സന്തോഷിച്ചു. ആൺകുട്ടി

> പുഴക്കരയിലെ പൊന്തക്കാട്ടിൽ ആരോ ഉപേക്ഷിച്ചുപോയ ഒരു കുപ്പി സംഘടിപ്പിച്ച് മുണ്ടിനകത്തുനിന്ന് ഞങ്ങളെ ഓരോന്നിനെയായി പിടിച്ച് കുപ്പിയിലാക്കി. തോർത്തിൽ കുടുങ്ങിയ പിലോപ്പികളിൽ ചിലതിനെ പുഴയിലേക്കുതന്നെ വിട്ടു. പ്ലാസ്റ്റിക് മദ്യക്കുപ്പിയുടെ മടക്കുകൾക്കിടയിലൂടെ കുട്ടികൾ എന്നെ കണ്ട് സന്തോഷിച്ചു.
>
> കുപ്പിക്കകത്തെ പരിമിതമായ വെള്ളത്തിൽ ഞാനടക്കം അഞ്ചാറ് മീനുകൾ. വെള്ളത്തിന്റെ മുകളിൽ വായ തുറന്ന് ശ്വാസമെടുത്ത് പിലോപ്പികളും ചുറ്റുമുള്ള വെളിച്ചം കണ്ട് ഭയന്ന പരലുകളും കുപ്പിയിലെ ഭീതി കൂട്ടി. കൗതുകത്തോടെ നോക്കുന്ന കുട്ടികളുടെ മുഖം കുപ്പിയുടെ മടക്കുകളിലൂടെ കാണുമ്പോൾ പേടിപ്പിക്കുന്നതായിരുന്നു. അമ്മയോടൊപ്പം വീട്ടിലേക്ക് തിരികെ നടക്കുമ്പോൾ ചേച്ചിയുടെ കയ്യിൽ നിന്ന് അധികാരഭാവത്തിൽ അനിയൻ കുപ്പി വാങ്ങിപ്പിടിച്ചു.
>
> ശ്വാസം മുട്ടുന്നുണ്ട്, പിലോപ്പികൾ വെള്ളത്തിന്റെ മേൽ തട്ടിൽ നിന്ന് കൂടുതൽ വേഗത്തിൽ ശ്വാസം കഴിച്ചുകൊണ്ടിരുന്നു, മൂന്ന് പരലുകളുള്ളതിൽ ഒന്ന് നിലതെറ്റി മലർന്ന് തുടങ്ങി. കുപ്പിയുടെ കുലുക്കം കൂടിയായപ്പോൾ എനിക്ക് ബോധം നഷ്ടമാവുമെന്ന നിലയായി. ഈ ജന്മത്തിന്റെ അവസാനം ഇങ്ങനെയാവാം. വീട്ടിലെ മുതിർന്നവരാരോ ഒരു ബക്കറ്റ് കൊണ്ടുവന്ന് ഞങ്ങളെ അതിലേക്കിട്ടു. പരലുകളിൽ രണ്ടെണ്ണവും പിലോപ്പികളും അതിനകം ചത്തിരുന്നു. എന്നെപ്പോലുള്ള മീനിനെ കുട്ടികൾ മുൻപ് കണ്ടിട്ടില്ലെന്ന് തോന്നുന്നു.

പരലുകളിൽ ബാക്കിയായ ഒന്ന് ജീവിതത്തിലേക്ക് തിരിച്ചെത്തിയതിന്റെ ആശ്വാസത്തിൽ ബക്കറ്റിലെ വെള്ളത്തിന്റെ ഏറ്റവും താഴെ പതുങ്ങി നിന്നു. ഏറ്റവും താഴെയാണ് സുരക്ഷിതമെന്ന് പരൽമീൻ വിശ്വസിക്കുന്നുണ്ടാവും. വരാലിന്റെ തവിട്ട് നിറം മങ്ങിയിരുന്നു, കുട്ടികൾ അതിനെ പിടിച്ച സമയത്ത് കണ്ട വർണ്ണങ്ങൾ മരണവുമായി മുഖാമുഖം കണ്ട സമയത്ത് കൈമോശം വന്നിരുന്നു. പുഴയിൽ കാണുന്ന ഒരു സാധാരണ വരാലിനെപ്പോലെയാണിപ്പോൾ അതിനെ കാണാൻ. വാലിട്ടിളക്കി ചിറകുകൾ ഒരു പ്രത്യേക താളത്തിൽ തുഴഞ്ഞ് ആ മീൻ പുനർജന്മത്തിന്റെ ആശ്വാസത്തിലായിരുന്നു. ചുവന്ന ബക്കറ്റിന്റെ അരികിലൂടെ ഒരിക്കലും അവസാനിക്കാത്ത വൃത്തപാതയിലൂടെ പരൽമീൻ നീന്തിക്കൊണ്ടിരുന്നു.

കുട്ടികളുടെ മുത്തച്ഛനാണ് മീനിനെ ഇട്ടുവെക്കാൻ ഒരു ചില്ലു ഭരണി തരപ്പെടുത്തിക്കൊടുത്തത്. അടപ്പില്ലാത്തത് കാരണം വളരെക്കാലമായി അടുക്കളയിലെ ഒരു കോണിൽ ഒളിച്ച് കഴിഞ്ഞിരുന്ന ആ ഭരണി കുട്ടികൾ ചോദിച്ചപ്പോൾ മുത്തശ്ശി കൊടുത്തില്ല, എല്ലാ വീട്ടമ്മമാരെയുംപോലെ ആ ഭരണിക്ക് ഒരു അടപ്പ് വാങ്ങണമെന്ന് മുടക്കം പറഞ്ഞു.

> ചുവന്ന ബക്കറ്റിൽനിന്നും ചില്ലുഭരണിയിലേക്കുള്ള മാറ്റം വീണ്ടുമെന്നെ ഭയപ്പെടുത്തി. നാലുചുറ്റും വെളിച്ചം വരുന്ന സ്ഥലം എന്നെ ഭയപ്പെടുത്തി. ശ്വാസം മുട്ടുന്നില്ല എന്നതാണ് ആകെയുള്ള ആശ്വാസം. പരൽമീൻ എന്നിൽനിന്ന് പരമാവധി അകലം പാലിച്ചു, ഞാൻ അടുത്ത് ചെല്ലുമ്പോഴൊക്കെ അവൻ വെപ്രാളത്തോടെ നീന്തി മാറി. ചുറ്റിലുമുള്ള മനുഷ്യരേക്കാൾ അവൻ എന്നെ ഭയക്കുന്നതുപോലെ തോന്നി.

പുഴയിൽനിന്ന് പിടിച്ച അപൂർവ വരാലിനെക്കുറിച്ച് ആ വീട്ടിലെ കുട്ടികൾക്കുള്ള കൗതുകം പക്ഷേ, വീട്ടിലെ മറ്റാരിലും കണ്ടില്ല. അത് വെറുമൊരു വരാലിന്റെ കുഞ്ഞാണെന്ന് മുത്തച്ഛൻ വിധിയെഴുതി. ജീവികളിൽ പലതിന്റെയും കുഞ്ഞുങ്ങൾക്ക് ചെറുപ്പത്തിൽ നല്ല വ്യത്യാസം കാണുമെന്ന് അയാൾ ഉദാഹരണസഹിതം വിശദമാക്കി. അയൽവാസിയായ ചെറുപ്പക്കാരൻ മാത്രമാണ് കുട്ടികൾ പറഞ്ഞത് കുറച്ചെങ്കിലും ശരിവെച്ചത്. വീടിന്റെ മുന്നിലേക്ക് തള്ളിനിന്ന വരാന്തയുടെ ഇരുപ്പിൽ തൂണിനരികിലായി സ്ഥാനം പിടിച്ച കുപ്പിയിൽ മത്സ്യങ്ങൾ സദാസമയവും നീന്തിക്കൊണ്ടിരുന്നു. വരാന്തയിൽ കാലൊച്ച കേട്ടാൽ പരമാവധി ദൂരേക്ക് പോകാൻ മത്സ്യങ്ങൾ കുപ്പിക്കകത്ത് വട്ടത്തിൽ നീന്തി. ചോറിന്റെ വറ്റുകളും ചിലപ്പോഴൊക്കെ മണ്ണിരകളെയും കുട്ടികൾ തീറ്റയായി കൊണ്ടിട്ടെങ്കിലും മീനുകൾ കൂടുതൽ ഭയന്നു.

അയൽവാസിയായ ചെറുപ്പക്കാരൻ അയാളുടെ ബന്ധുവീട്ടിൽ ഉപയോഗിക്കാതെ വെച്ച പഴയ ഒരു അക്വേറിയം അടുത്ത ദിവസം കൊണ്ടുകൊടുക്കാമെന്ന് പറഞ്ഞപ്പോൾ മുതൽ കുട്ടികൾ ആവേശത്തിലായിരുന്നു. കുട്ടികൾ അക്വേറിയം കഴുകി വൃത്തിയാക്കി പുഴയിൽ പോയി മണലെടുത്ത് കൊണ്ടുവന്ന് അടിയിൽ വിരിച്ച് അതിൽ ജലസസ്യങ്ങൾ നട്ട്, സ്കൂളിൽനിന്ന് വിനോദയാത്ര പോയപ്പോൾ കടൽക്കരയിൽനിന്ന് പെറുക്കിക്കൊണ്ടുവന്ന ശംഖുകൾ നിരത്തി അവർക്കാവുംവിധം അലങ്കരിച്ചു. അത്രയുമായപ്പോൾ അക്വേറിയം വീടിന്റെ സ്വീകരണമുറിയിലെ ജനലരികിലെ മേശമേൽ വെയ്ക്കാൻ

മുത്തച്ഛൻ സമ്മതിച്ചു. അലങ്കാരമായി ഒന്നുമില്ലാതിരുന്ന ആ കൊച്ചുവീടിന്റെ സ്വീകരണ മുറിയിലെ ജനലരികിൽ സ്ഥാനം പിടിച്ച അക്വേറിയം ആ വീട്ടിലെ വലിയവരെപ്പോലും സന്തോഷിപ്പിച്ചു.

> താഴെ മരവും മുകൾ ഭാഗം ചില്ലുമുള്ള ജനലുകൾ തുറന്നാൽ എനിക്ക് മുറ്റം കാണാം. ആ സ്വീകരണ മുറിയിലെ ടിവി രാവിലെ മുതൽ പ്രവർത്തിക്കും. അക്വേറിയത്തിലിടാൻ കുറച്ച് അലങ്കാരമത്സ്യങ്ങൾക്കുവേണ്ടി ആൺകുട്ടി അച്ഛനോട് പറയുന്നത് ഞാൻ കേട്ടതാണ്. ഒരു ദിവസം രാത്രി കുട്ടികളുടെ അച്ഛൻ വന്നത് കുറച്ച് അലങ്കാരമത്സ്യങ്ങളുമായാണ്. മങ്ങിയ വെളിച്ചത്തിൽ എനിക്കവരെ കാണാനായില്ല. ടി വിയിൽ വാർത്തകൾ കണ്ടുകൊണ്ടിരുന്ന കുട്ടികളുടെ അച്ഛൻ ഗപ്പികൾക്ക് തീറ്റ കുറച്ചേ കൊടുക്കാവൂ എന്ന് ഉപദേശിക്കുന്നുണ്ട്. പകൽ നല്ല വെളിച്ചമുണ്ടെങ്കിലും അക്വേറിയം ഉള്ള മൂലയിൽ രാത്രി വലിയ വെളിച്ചമില്ല.
>
> പിറ്റേന്ന് നേരം വെളുത്തപ്പോൾ പുഴയിൽ നിന്ന് പിടിച്ച പരൽ മീൻ ചത്ത് പൊന്തി. പെൺകുട്ടി സഹതാപത്തോടുകൂടി അതിനെ എടുത്ത് പുറത്തെവിടയോ കൊണ്ടുപോയി കളഞ്ഞപ്പോൾ ആൺകുട്ടി ചന്തക്കാരായ ഗപ്പികളെ കിട്ടിയതിന്റെ സന്തോഷത്തിലായിരുന്നു. ഗപ്പികളുടെ തീറ്റയുടെ മണം എനിക്ക് അത്രയ്ക്ക് ബോധിച്ചില്ലെങ്കിലും മറ്റൊന്നും കഴിക്കാൻ കിട്ടിയില്ല. കുട്ടികളുടെ മുഴുവൻ സമയ ശ്രദ്ധ ഗപ്പികളിലേക്ക് തിരിഞ്ഞത് എന്നെ തെല്ലൊന്നുമല്ല ഭയപ്പെടുത്തിയത്. പണ്ട് തൊടിയിൽ നിന്ന് മണ്ണിരയെ പിടിച്ച് കൊണ്ടുവന്ന് ഇട്ടുതരുമായിരുന്ന ആൺകുട്ടി ഇപ്പോൾ ഗപ്പികൾക്ക് കൃത്യമായി തീറ്റ കൊടുക്കുന്നതല്ലാതെ എന്നെ പരിഗണിക്കുന്നില്ല. ഗപ്പി എന്ന് പ്രസവിക്കുമെന്നെ ആകാംക്ഷയിലായിരുന്നു കുട്ടികൾ. കുഞ്ഞുങ്ങളുണ്ടായാൽ അതിൽ നിന്ന് ചിലതിനെ കൂട്ടുകാർക്ക് കൊടുത്ത് മറ്റ് മീനുകളെ വാങ്ങുന്ന കാര്യം ആൺകുട്ടി ചേച്ചിയോട് പറയുന്നതും കേട്ടു.

വലിയൊരു ബഹളം കേട്ടാണ് അന്ന് രാവിലെ വീട് സജീവമായത്. മുറ്റമടിച്ചുകൊണ്ടിരുന്ന അമ്മയും പിന്നാമ്പുറത്ത് എന്തോ ജോലിയിലായിരുന്ന മുത്തശ്ശിയും സ്വീകരണമുറിയിലേക്ക് ഓടി വന്നു. ഗപ്പി പ്രസവിച്ചിരിക്കുന്നു! പ്രസവിച്ച കുഞ്ഞുങ്ങളെ വരാൽ തിന്നുന്നു. ആൺകുട്ടി അക്വേറിയത്തിൽ കയ്യിട്ട് വരാലിനെ പിടിക്കാൻ ശ്രമിച്ചെങ്കിലും കിട്ടിയില്ല. ഒടുവിൽ മുത്തശ്ശിയാണ് ഉപദേശിച്ചത് തള്ളമീനിനെ പഴയ ഭരണിയിലേക്ക് മാറ്റാൻ. വീട്ടിലെ ബഹളമൊന്ന്

ശമിച്ചപ്പോഴാണ് അക്വേറിയത്തിൽ ഉണ്ടായിരുന്ന നാല് ഗപ്പികളിൽ വലിപ്പം കുറഞ്ഞ ഒന്നിനെ കാണാനില്ലെന്ന കാര്യം കുട്ടികൾ ശ്രദ്ധിക്കുന്നത്. വരാല് തിന്നുകാണുമെന്ന് മുത്തച്ഛനും പറഞ്ഞപ്പോൾ ആൺകുട്ടി ദേഷ്യത്തോടെ അക്വേറിയത്തിലേക്ക് നോക്കി.

> എന്നെ പുറത്ത് കൊണ്ടുപോയി കളയാനായിരുന്നു അവന്റെ തീരുമാനം., ചേച്ചി അത് ശരിവെച്ചതായി തോന്നുന്നില്ല. വല കൊണ്ട് എന്നെ കോരിയെടുക്കാനാണ് അവന്റെ ശ്രമം. ഞാൻ നീന്തി മാറി. വെള്ളം കലങ്ങി. എത്ര ശ്രമിച്ചിട്ടും എനിക്ക് രക്ഷപ്പെടാനായില്ല. എന്റെ ചലനങ്ങൾ അവന് ഊഹിക്കാവുന്നതായിരുന്നു. എന്നെ കോരിയെടുത്ത് അവൻ ബക്കറ്റിലെ വെള്ളത്തിലേക്ക് ദേഷ്യത്തോടെ ഇട്ടു. എന്നെ പുറത്ത് കൊണ്ടുപോയി കളയണമെന്ന് പറഞ്ഞ ആൺകുട്ടിയുടെ ശ്രദ്ധ ഗപ്പിയിലേക്ക് തിരിഞ്ഞത് എനിക്ക് രക്ഷയായി.

പ്രസവിച്ച കുഞ്ഞുങ്ങളിൽ ചിലതിനെ ഇതിനകം അമ്മ ഗപ്പിയും അകത്താക്കിയത് കണ്ടപ്പോൾ ആൺകുട്ടി വീണ്ടും ബഹളമുണ്ടാക്കി. ചേച്ചി വന്ന് ചെറിയ വലയുപയോഗിച്ച് പ്രസവിച്ച് വീണ ഗപ്പിക്കുഞ്ഞുങ്ങളെ കോരിയെടുത്ത് ഒരു പാട്ടയിലെ വെള്ളത്തിലിട്ടു. വരാൽ കുഞ്ഞിനെ കളഞ്ഞ് വരാമെന്ന് പറഞ്ഞ് അനുജന്റെ കയ്യിൽനിന്ന് ബക്കറ്റ് വാങ്ങി അവൾ പുറത്തേക്കിറങ്ങി.

അരൗണ

അവളെന്നെയുംകൊണ്ട് മുറ്റത്തേക്കിറങ്ങി. മുകളിൽ കാണാവുന്ന കാഴ്ചകളിൽനിന്ന് പടവുകളിറങ്ങി വയലിലേക്കാകും പോകുന്നതെന്ന് ഞാനൂഹിച്ചു. പടവുകളിറങ്ങുന്നതിന്റെ കുലുക്കം നിലച്ചപ്പോൾ ബക്കറ്റിലെ വെള്ളത്തോടൊപ്പം ഞാൻ ഒരു കുളത്തിലെ പായൽ പിടിച്ച വെള്ളത്തിലേക്ക് പതിച്ചു. കുളത്തിൽ വന്ന് പതിച്ചതും ഭീമാകാരനായ ഒരു മത്സ്യം വാപൊളിച്ച് എന്നെ വിഴുങ്ങാനായടുത്തു. കുളത്തിൽ വന്ന് വീഴുന്ന എന്തിനെയും നിമിഷനേരംകൊണ്ട് അകത്താക്കുന്ന മീനിന്റെ വായിൽനിന്ന് രക്ഷപ്പെട്ട് ഞാൻ കുളത്തിന്റെ കൽക്കെട്ടുകൾക്കിടയിൽ ഒളിച്ച് ദീർഘമായി ശ്വസിച്ചു. എന്റെ പിന്നാലെ നീന്തിയെത്തിയ മീനിന് എന്നെ ഒറ്റ വായ്ക്ക് അകത്താക്കാനുള്ള വലിപ്പമുണ്ട്. നീണ്ട ശരീരത്തിന് പടച്ചട്ട അണിഞ്ഞതുപോലുള്ള ശൽക്കങ്ങൾ. പേടിപ്പിക്കുന്ന വലിപ്പമുള്ള വായ്ക്കകത്ത് നിറയെ പല്ലുകൾ. കല്ലുകളുടെ വിടവ് അധികമില്ലാത്തതിനാൽ രക്ഷപ്പെട്ടെന്ന് പറയാം. വിടവിലൂടെ തല തള്ളിക്കയറ്റിയ ആ ദുഷ്ടൻ വായ തുറന്ന് എന്നെ വെള്ളത്തോടൊപ്പം വലിച്ചെടുക്കാൻ ശ്രമിച്ചു. ഞാൻ സർവ്വശക്തിയുമെടുത്ത് ചിറകുകൾ കൊണ്ട് പ്രതിരോധം തീർത്തു. എന്നെ കൊതിയോടെ കുറേ നേരം നോക്കി നിന്ന് അത് തിരിച്ച് പോയി.

ഹോട്ടൽ ലോബിയിലെ വലിയ അക്വേറിയത്തിൽ അലസനായി നീന്തിക്കൊണ്ടിരുന്ന ഏകാകിയായ വലിയ മത്സ്യത്തെ കണ്ടപ്പോൾ ഓസ്ട്രേലിയയിൽനിന്ന് അവധിക്ക് വന്ന അയാൾക്ക് കൗതുകം തോന്നി. വളർത്തുന്നയാൾക്ക് ഭാഗ്യം കൊണ്ടുവരികയും വേണ്ടി വന്നാൽ തന്റെ ജീവൻ ബലികൊടുത്ത് ഉടമസ്ഥനെ സംരക്ഷിക്കുകയും ചെയ്യുന്ന മത്സ്യത്തിന്റെ പേര് ചോദിച്ചറിഞ്ഞ അയാൾ അലങ്കാര മത്സ്യക്കടയിൽനിന്ന് ഒരു അരൗണയെയും വാങ്ങിയാണ്

വീട്ടിലേക്ക് പോയത്. ചൈനക്കാരും തെക്കുകിഴക്കൻ ഏഷ്യക്കാരും ലോകത്തിന്റെ വിവിധ ഭാഗങ്ങളിലേക്ക് കയറ്റി അയയ്ക്കുന്ന അരൗണ കൾ പലനിറങ്ങളിലുണ്ട്. വെള്ള നിറമുള്ളവയ്ക്ക് വലിയ വിലയാണ്. അരൗണ വളരെ ടെറിട്ടോറിയലായ ഒരു മാംസഭുക്കാണെന്ന് പറഞ്ഞ് മനസ്സിലാക്കിയാണ് പെറ്റ് ഷോപ്പിലെ പയ്യൻ ഇരുപതിനായിരം രൂപ യ്ക്ക് മീനിനെ വിറ്റതെങ്കിലും അയാൾ അതൊന്നും കാര്യമാക്കാതെ വീട്ടിലെ അക്വേറിയത്തിൽതന്നെ അരൗണയെ കൊണ്ടിട്ടു. ടാങ്കി ലെത്തിയ പുതിയ അംഗത്തെ കണ്ട് മറ്റ് മീനുകൾ ഭയന്ന് മാറി. ഒരാഴ്ച കഴിയും മുൻപേ അക്വേറിയത്തിൽ അരൗണ മാത്രമായി. പുറത്ത് പോയി വരുമ്പോൾ അരൗണക്ക് തിന്നാനായി ചെറുമീനു കളെ വാങ്ങിക്കൊണ്ടുവന്ന അയാൾ അവധിക്കാലം കഴിഞ്ഞ് തിരികെ പോകാൻ നേരത്ത് മീനിന് ആര് തീറ്റകൊടുക്കുമെന്ന് ആശങ്കപ്പെട്ടു. എല്ലാ കാര്യങ്ങളിലേയും അയാളുടെ താത്പര്യം അങ്ങനെയാണ്, പെട്ടെന്ന് കെട്ടുപോകും. അയാൾ വിദേശത്തേക്ക് പോയാൽ തനി ച്ചാകുന്ന വൃദ്ധമാതാപിതാക്കൾക്ക് അക്വേറിയത്തിലെ മീനൊരു ബാധ്യതയാകുമെന്ന് മനസ്സിലാക്കി അയാളതിനെ വിൽക്കാൻ ശ്രമി ച്ചെങ്കിലും നടന്നില്ല. ഒടുവിൽ പുരയിടത്തിനതിർത്തിയിലെ കുള ത്തിൽ കൊണ്ടുപോയിട്ടു. കുളത്തിലെ മീനുകളെയും തവളകളെയും തിന്ന് അരൗണ മൂന്നടിയോളം നീളം വെച്ചു. കുളത്തിൽ മുങ്ങാം കുഴിയിടുന്ന നീർക്കാക്കയെവരെ അരൗണ പിടിക്കാൻ ശ്രമിച്ചു.

ആ കുളത്തിലേക്കാണ് സാരിവാലൻ വരാലിന്റെ കുഞ്ഞിനെ കൊണ്ടിട്ടത്. കുളത്തിൽ വന്ന് വീഴുന്ന എന്തിനേയും ഒരു ഞൊടി യിടകൊണ്ട് അകത്താക്കാറുള്ള അരൗണ കുതിച്ചെത്തും മുൻപ് കുഞ്ഞൻ വരാൽ കൽപ്പടവുകൾക്കിടയിൽ രക്ഷ തേടിയിരുന്നു. എന്തും തകർക്കാൻ തക്ക ബലമുള്ള തലകൊണ്ട് കല്ലുകൾക്കിട യിലെ വിടവിലേക്ക് കുത്തിക്കയറാൻ ശ്രമിച്ച് അരൗണ പിന്മാറു ന്നതുവരെ കുഞ്ഞൻവരാൽ കല്ലുകളുടെ ഇടുക്കിൽനിന്ന് മാറിയില്ല. പിന്നെയും കുറേ നേരം കഴിഞ്ഞാണവൾ കല്ലിടുക്കിൽനിന്ന് പുറ ത്തിറങ്ങിയത്. കലങ്ങിയ കുളത്തിലെ വെള്ളത്തിൽ അധികം ദൂരേ യ്ക്ക് കാണാനാവില്ല. കുളത്തിലാകെ റോന്ത് ചുറ്റുന്ന അരൗണ യുടെ നിഴൽ കാണുമ്പോഴൊക്കെ അവൾ കല്ലുകളുടെ ഇടയിൽ അഭയം തേടി. കുളത്തിലെ അടിത്തട്ടിൽ പരതി വിരകളെ കൊത്തി ത്തിന്നുമ്പോൾ അരൗണയെ അവൾ വല്ലാതെ ഭയന്നു. ആ വലിയ മത്സ്യം വായ തുറന്ന് ഉള്ളിലേക്ക് വെള്ളം വലിക്കുമ്പോൾ അടു ത്തുള്ള ചെറുമത്സ്യങ്ങൾ അരൗണയുടെ വായയ്ക്കകത്തേക്ക് അപ്ര ത്യക്ഷമാകുന്നത് അവൾ ഭയത്തോടെ നോക്കി. കുളത്തിന്റെ പാർശ്വ ഭിത്തികളിൽ കണ്ടുവെച്ച വിടവുകളിലേക്ക് നീന്തിക്കയറാനുള്ള സൗകര്യാർത്ഥം പടവുകളോട് ചേർന്ന് മാത്രം അവൾ തീറ്റ തേടി.

അക്വേറിയത്തിൽനിന്ന് കുളത്തിലെത്തിപ്പെട്ടതോടെ അവൾ വലുതാവാൻ തുടങ്ങിയിരുന്നു. വാലിലെയും ചിറകുകളിലേയും മഞ്ഞയും ചുവപ്പും നിറങ്ങളും ശരീരത്തിൽ പുള്ളികളും ചുവന്ന വരയും തെളിഞ്ഞ് തുടങ്ങി. ചെറുമത്സ്യങ്ങൾക്ക് വെള്ളത്തിനകത്തുള്ള അരൗണയെയും മുങ്ങാംകുഴിയിട്ട് വരുന്ന നീർക്കാക്കകളെയും തക്കം പാർത്തിരിക്കുന്ന മീൻകൊത്തികളെയും നീർക്കോലികളെയുമൊക്കെ ഭയക്കണം. കുളത്തിൽ പിന്നെയുള്ളത് പിലോപ്പികളും മുഷികളുമാണ്. വിശാലമായ കുളത്തിൽ തീറ്റയ്ക്ക് പഞ്ഞമില്ല. അഞ്ചാറ് മാസം കൊണ്ട് സാരിവാലൻ വരാൽ വളർന്ന് സുന്ദരിയായി, കൗമാരത്തിൽ അവൾക്ക് കൂട്ടുകൂടാൻ സ്വജനുസ്സിലെ ആരും ആ കുളത്തിലില്ലായിരുന്നു.

ആ ഗ്രാമത്തിലെ ഏറ്റവും വലിയ കുളമായിരുന്നു അത്. വയലും തെങ്ങിൻതോപ്പും സന്ധിക്കുന്ന സ്ഥലത്തെ അരയേക്കർ കുളത്തിന്റെ ചുറ്റുമുള്ള കൽക്കെട്ടുകൾ പലയിടത്തും ഇടിഞ്ഞ് താണിരുന്നു. എന്നാലും ആളുകൾ കുളിക്കാനും അലക്കാനുമൊക്കെ ഇറങ്ങുന്ന തെങ്ങിൻതോപ്പുള്ള ഭാഗത്തെ പടവുകളെല്ലാം കുറ്റമറ്റതായിരുന്നു. ആണും പെണ്ണും ഒരുമിച്ച് കുളിക്കുന്നത് ശീലമില്ലാത്തതിനാൽ വെവ്വേറെ കുളിക്കടവുകളുണ്ടായിരുന്നു. കുളിക്കടവിന്റെ ഭാഗത്തൊഴിച്ചാൽ കുളത്തിൽ നാനാതരം ജലസസ്യങ്ങളും കുളത്തിലേക്ക് ചാഞ്ഞുനിൽക്കുന്ന ഏതാനും വലിയ മരങ്ങളുമുണ്ടായിരുന്നു. പുൽനാമ്പുകളുടെ തലപ്പുകൾ തുമ്പികൾ അലങ്കരിച്ചു, ഇടിഞ്ഞ പടവുകളിൽ മീൻകൊത്തിച്ചാത്തന്മാർ തക്കം പാത്തിരുന്നു, അരികിലെ മരത്തിൽ സദാ ഒരു മീൻപരുന്ത് തപസ്സിരുന്നു.

അങ്ങനെയിരിക്കെയാണ് കുളത്തിന്റെ ആഴം കൂട്ടി കൽക്കെട്ടുകൾ പുതുക്കിപ്പണിയാൻ തീരുമാനിച്ചത്. ആഴം കൂട്ടിയും കൽക്കെട്ടുകൾക്ക് ഉയരം കൂട്ടിയും കൂടുതൽ ജലം സംഭരിക്കാമെന്നും അങ്ങനെ വേനൽകാലത്ത് പച്ചക്കറി കൃഷി ചെയ്യാമെന്നും ഗ്രാമസഭ തീരുമാനിച്ചതോടെ ലക്ഷങ്ങൾ പദ്ധതിവിഹിതമായി വകയിരുത്തി. കുളത്തിലേക്ക് ഇലയും കായും വീഴുമെന്ന് പറഞ്ഞ് ചുറ്റുമുണ്ടായിരുന്ന മരങ്ങൾ വെട്ടിക്കളഞ്ഞു. പടവുകൾ പൊളിച്ച് കൂടുതൽ കല്ലിറക്കി കെട്ടി ബലപ്പെടുത്തി. ചളി കോരിമാറ്റി ആഴം കൂട്ടി. കൽപ്പടവുകൾക്ക് ഉയരം കൂട്ടി സംഭരണശേഷി വർദ്ധിപ്പിച്ചു. പണ്ട് കുളത്തിൽനിന്ന് മകരമാസംവരെയും വയലിലെ തോട്ടിലേക്ക് വെള്ളമൊഴുകുമായിരുന്നു. വയലിന്റെ ഭാഗത്തെ കൽപ്പടവുകൾക്ക് ഉയരം കൂട്ടിയതോടെ നീരൊഴുക്ക് തുലാമഴ കഴിഞ്ഞ് കുറച്ചുകാലം മാത്രമായി. നീരൊഴുക്ക് നിൽക്കുന്നതോടെ വെള്ളത്തിന്റെ സ്വഭാവം മാറും. അതോടെ ആളുകൾ കുളിക്കാൻ വരാതായി. ക്രിസ്തുമസ് അവധിക്കാലത്ത്

കൂട്ടത്തോടെ നീന്തൽ പഠിക്കാനെത്തിയിരുന്ന കുട്ടികളും കുളത്തിനെ കയ്യൊഴിഞ്ഞു. പഞ്ചായത്ത് വക മത്സ്യക്കൃഷിക്കായി മീൻകുഞ്ഞുങ്ങളെ കൊണ്ടിടുകയും രണ്ട് കൊല്ലം കഴിഞ്ഞ് അവയെ ലേലം ചെയ്ത് വിൽക്കുകയും ചെയ്തതോടെ ധാരാളം നാടൻ മീനുകളുണ്ടായിരുന്ന കുളത്തിൽ ബാക്കിയായത് കുറച്ച് പിലോപ്പിയും മുഷിയും മത്സ്യവിളവെടുപ്പ് സമയത്ത് വലയിൽ കുടുങ്ങാതിരുന്ന കുറച്ച് കട്‌ലയും മാത്രമായി. കട്‌ലയെ പിന്നീടെത്തിയ ആരൊക്കെയോ ചൂണ്ടയിട്ട് പിടിച്ചതോടെ കുളത്തിലെ താമസക്കാർ കുറച്ച് പരലുകളും പിലോപ്പിയും മുഷിയുമായി ചുരുങ്ങി. ഉപേക്ഷിക്കപ്പെട്ട അരൗണയെത്തിയതോടെ പരൽമീനുകളുടെ എണ്ണം കുറഞ്ഞുവന്നു. പണ്ടൊക്കെ എല്ലാ മഴക്കാലത്തിന് മുൻപും സ്ഥലത്തെ ചെറുപ്പക്കാർ സംഘടിച്ച് കുളിക്കടവും പരിസരവും വൃത്തിയാക്കുകയും ചുറ്റുമുള്ള കാട് വെട്ടുകയും ചെയ്യുമായിരുന്നു. ആരോ കൊണ്ടിട്ട കുളവാഴ ജലോപരിതലത്തിൽ മെത്ത തീർത്തതോടെ മഴക്കാലത്ത് പോലും കുളിക്കാനോ അലക്കാനോ ആരും വരാതായി. ചുറ്റും പച്ചപ്പും തണുത്ത ശുദ്ധജലവുമുണ്ടായിരുന്ന ജലാശയം ആ നാടിന്റെ ഓർമ്മ മാത്രമായി.

മഴക്കാലം കഴിഞ്ഞു. കുളത്തിലെ വെള്ളത്തിന് പായൽ നിറമായിത്തുടങ്ങി. കുളവാഴകളിൽ ഭംഗിയുള്ള വയലറ്റ് പൂക്കൾ വിരിഞ്ഞെങ്കിലും മുകളിൽ പരന്ന കുളവാഴകൾ കാരണം മീനുകൾക്ക് ശ്വാസംമുട്ടി. അരികിലെ വാഴത്തോട്ടം നനയ്ക്കാൻ വെള്ളമെടുത്ത് തുടങ്ങിയതോടെ ജലവിധാനം വീണ്ടും താഴ്ന്നു. മുഷികൾ ചളിയിളക്കിക്കൊണ്ടിരുന്നു. പിലോപ്പികൾ കൂട്ടത്തോടെ ജലോപരിതലത്തിൽ വന്ന് കിതച്ചു. ഇടയ്ക്ക് വേനൽമഴ പെയ്തത് കുറച്ചാശ്വാസമായി. വെള്ളത്തിന്റെ ചൂട് കുറഞ്ഞത് മാത്രായിരുന്നില്ല കാര്യം, വയലിലെ വാഴക്കൃഷിക്ക് വെള്ളമെടുക്കുന്നത് കുറഞ്ഞതോടെ കുളം വറ്റിയേക്കുമെന്ന ഭയം വിട്ടൊഴിഞ്ഞു.

മീനമാസത്തിലെ ചൂടിനൊരറുതി വരുത്തിക്കൊണ്ട് വേനൽ മഴ വീണ്ടും പെയ്തു. വയലുകളിൽ വെള്ളരികൃഷിയുടെ വിളവെടുപ്പ് കാലമായിരുന്നു അത്. തെങ്ങിൻതോപ്പിൽനിന്ന് കുളത്തിലേക്ക് വെള്ളമൊഴുകിയെത്തി. ഇടവിളയായ പച്ചക്കറികൾക്ക് തളിച്ച കീടനാശിനിയുടെയും രാസവളത്തിന്റെയും ഗന്ധമുള്ള വെള്ളത്തിൽ ചെറുമീനുകൾക്ക് നിലതെറ്റി. ശ്വാസം കഴിക്കാൻ എല്ലാവരും നന്നേ പാടുപെട്ടു. മഴ വീണ്ടും പെയ്തതോടെ കുറച്ചാശ്വാസമായി. കുളം നിറഞ്ഞാൽ കുളത്തിലെ വെള്ളം വയലിലെ തോട്ടിലേക്കൊഴുകും.

ഇടവം ആദ്യം മുതലേ മഴയുണ്ട്. എല്ലാ ദിവസവും ഉച്ചതിരിഞ്ഞാൽ ഇടിവെട്ടിയുള്ള മഴയാണ്. വയിലിന്റെ വടക്കേ ഭാഗത്ത്

പുഴയാണ്, അവിടെ കുറച്ച് കണ്ടങ്ങളിൽ നെൽകൃഷിയുണ്ട്. കൊയ്ത് വെച്ച കറ്റയെല്ലാം അക്കൊല്ലവും മഴനനഞ്ഞ് പോയി. കഴിഞ്ഞ ഏതാനും വർഷങ്ങളായി മഴക്കാലം നേരത്തെയാണ്. ഇടവപ്പാതി യാവും മുൻപേ കുളം നിറഞ്ഞ് തോട്ടിലേക്ക് വെള്ളമൊഴുകിത്തുടങ്ങി. ഏതോ ഉൾവിളിയെന്നോണം സാരിവാലൻ വരാൽ കുളത്തിന്റെ ബണ്ട് ചാടി പുറത്തേക്കൊഴുകുന്ന ചാലിലൂടെ നീന്തി വയലിന് നടുവിലെ തോട്ടിലെത്തി. കലങ്ങിയവെള്ളത്തിൽ നീന്തി അവൾ പുഴയിലെത്തിയപ്പോഴേക്കും മഴ ശക്തി പ്രാപിച്ചിരുന്നു. ഒഴുക്കി നൊത്ത് അവൾ പുഴയുടെ താഴേക്ക് നീന്തി.

കുളത്തിൽ നിന്ന് വെള്ളം പുറത്തേക്കൊഴുകുന്നത് നിയ ന്ത്രിക്കാൻ കെട്ടിയ ബണ്ടിനപ്പുറം വെള്ളമുണ്ടാവുമോ? വെള്ളം വീഴുന്നതിന്റെ ശബ്ദം കേൾക്കാം. വെള്ളത്തിൽ നിന്ന് കുതിച്ചുയരാൻ ഒന്നുരണ്ട് തവണ ശ്രമിച്ചെങ്കിലും നടന്നില്ല. അപ്പോഴാണ് കുളത്തിലെ വലിയ മീൻ എന്നെ ലക്ഷ്യമാക്കി കുതിച്ചുവരുന്നത് കണ്ടത്. പിന്നെ രണ്ടും കൽപ്പിച്ച് കുതിച്ചു. അപ്പുറത്ത് ചെന്ന് വീണത് ഭാഗ്യത്തിന് വെള്ളത്തിൽ തന്നെ. കുളത്തിന്റെ നാല് കെട്ടുകളുടെ അതിർത്തികളിനിയില്ല. ചെറിയ കൈത്തോട് സുരക്ഷിത മല്ല. ഞാൻ ഒഴുക്കിനൊത്ത് താഴേക്ക് നീന്തി. കുളത്തിലെ വെള്ളത്തിനേക്കാൾ തണുപ്പുണ്ട്. തിന്നാൻ വിരകളും ജല ജീവികളുമുണ്ട്. താഴേക്ക് പോകുംതോറും തോടിന് വലിപ്പം കൂടി വന്നു. അവിടങ്ങളിലൊന്നും മനുഷ്യരില്ലാത്തത് നന്നായി. ആരുടെയെങ്കിലും കണ്ണിൽപെടും മുൻപ് രക്ഷപ്പെടണം.

ചെറിയ കൈത്തോട് വലിയൊരു തോട്ടിൽ ചേർന്നു. വെള്ളത്തിന് ചെറിയ കലക്കുണ്ട്. എന്നാലും തല കറ ക്കുന്ന രാസഗന്ധമില്ല. തോട്ടിൻകരയിൽ കൈതയും പുല്ലു മുണ്ട്. എനിക്കാകെ സന്തോഷമായി.

മഴ കൂടിയതോടെ ഒഴുക്കും കൂടി. പുതുമഴയ്ക്ക് രാത്രി കാലത്ത് തോട്ടിലേക്ക് മുട്ടയിടാൻ കയറി വരുന്ന മീനു കളെ കണ്ടു. തെളിഞ്ഞ ഒഴുക്ക് കുറഞ്ഞ വെള്ളം തേടി യുള്ള വരവാണ്. മുട്ടയിടാൻ കയറിയ മീനുകളെ പിടിക്കാ നാവണം രാത്രിയിലൊക്കെ തോട്ടിൻകരയിൽ ആളുകൾ ടോർച്ച് തെളിച്ച് നടക്കുന്നുണ്ട്. തോട്ടുവക്കിൽ ചിലയിട ത്തൊക്കെ കൈത വെട്ടിക്കളഞ്ഞ് ചൂടിപ്പടം വിരിച്ചിട്ടുണ്ട്. അവിടങ്ങളിൽ അധികം നിൽക്കുന്നത് അപകടമാണ്. ഞാൻ പുഴ ലക്ഷ്യമാക്കി വേഗത്തിൽ നീന്തി.

താഴേക്ക് പോകുംതോറും ഒഴുക്ക് കുറയുകയും പുഴ വിശാലമായി ക്കൊണ്ടിരിക്കുകയും ചെയ്യുന്നുണ്ട്. ഓരം പിടിച്ച് നീന്തിക്കൊണ്ടിരുന്ന

സാരിവാലൻ വരാൽ ചില കടവുകളിൽ കാഴ്ചകൾ കണ്ട് നിന്നു. മുൻപ് അത്തരമൊരു കടവിൽ വെച്ചാണ് അവളെ കുട്ടികൾ തോർത്ത് വിരിച്ച് പിടിച്ചതെന്ന കാര്യം അവൾ മറന്നിരുന്നു. പുഴയുടെ ഒഴുക്കി നനുസരിച്ച് നീന്തിയും നിലതെറ്റിയും കായലിലെത്തിയ സാരിവാലൻ വരാൽ തീറ്റതേടി അലഞ്ഞു. മുജ്ജന്മത്തിന്റെ ഓർമ്മകൾ അവൾക്ക് പൂർണ്ണമായും നഷ്ടപ്പെട്ടിരിക്കാം. കായലിലെ തുരുത്തുകൾക്ക് ചുറ്റു മുള്ള ചെടികൾക്കിടയിലെ സുഭിക്ഷതയിൽ അവൾ വളർന്നു.

കർക്കടകത്തിലെ മഴ കഴിഞ്ഞ് പുഴ തെളിഞ്ഞപ്പോൾ അവൾ കായലിന്റെ അരികുകൾ വിട്ട് മദ്ധ്യഭാഗത്തേക്കും ആഴങ്ങളിലേക്കും തീറ്റതേടി. തന്നെപ്പോലെ ചിലരെയൊക്കെ അതിനിടെ കണ്ടു. അവ രോടൊന്നും കൂട്ടുകൂടാതെ സ്വന്തം കാര്യം മാത്രം നോക്കി അവൾ സ്വച്ഛമായി വിഹരിച്ചു. തന്നെപ്പോലുള്ളവരെ കാണുമ്പോൾ തന്റെ തീറ്റകൾ അവർ തട്ടിയെടുക്കുമോ എന്ന് ഭയന്നു. ചിറകുകൾ ദ്രുത ഗതിയിൽ ചലിപ്പിച്ച് ചെകിളകൾ എടുത്തുപിടിച്ച് പരമാവധി വലുപ്പം കാണിച്ച് അവൾ മറ്റുള്ളവരെ പേടിപ്പിച്ചു. തന്നേക്കാൾ വലിയവരെ കണ്ടപ്പോൾ ഭയന്ന് നീന്തിയകന്നു. മഴക്കാലം കഴിഞ്ഞതോടെ കിഴ ക്കൻ മീനുകളായ വാളയെയും മനിഞ്ഞിലിനെയും കാണാതായി. എല്ലാവരെയും വലക്കാര് പിടിച്ചുകാണും. വേനൽക്കാലത്തിന്റെ വരവറിയിച്ചുകൊണ്ട് കായലിലെ വെള്ളത്തിന് ഉപ്പ് കൂടിക്കൊണ്ടി രുന്നു. സാധാരണ കായലിൽ കാണുന്ന മീനുകൾ ഉപ്പ് കുറഞ്ഞ പുഴയുടെ മുകൾ ഭാഗങ്ങളിലേക്ക് നീന്തിപ്പോയപ്പോൾ കടലിൽനിന്ന് കൂരിയും വറ്റയും ചെമ്പല്ലിയുമൊക്കെ കായലിലേക്കെത്തി. സാരി വാലൻ വരാൽ കായലിന്റെ കിഴക്ക് ഭാഗത്തെ ഉപ്പ് കുറഞ്ഞ പ്രദേശങ്ങളി ലേക്ക് കുടിയേറി. വെള്ളത്തിന്റെ ചൂട് കൂടിക്കൊണ്ടിരുന്നു. തീറ്റ കുറഞ്ഞ കാലത്ത് വയറ് നിറയാൻ രാപ്പകൽ കൊത്തിപ്പെറുക്കണം.

പുഴയുടെ ഒഴുക്ക് നിലച്ചെന്ന് തന്നെ പറയാം. ഇപ്പോൾ അവൾക്ക് മീൻകൊത്തികളെ പേടിക്കേണ്ടതില്ല, അപ്പോഴും എരണ്ടകളെയും ചേരക്കോഴികളെയും പരുന്തുകളെയും ഭയക്കണം. വേനൽമഴ പെയ്ത പ്പോൾ മലിനജലം ഒഴുകിയെത്തി ജീവിതം ദുഷ്കരമാക്കി. കൂടുതൽ മുകളിലേക്ക് പോകാനുള്ള ധൈര്യം അവൾക്കില്ലായിരുന്നു. വീശു വലകളിൽനിന്നും കെട്ടുവലകളിൽ നിന്നുമൊക്കെ സമർത്ഥമായി രക്ഷപ്പെട്ട് പുഴയിലെ സ്വതന്ത്ര ജീവിതം നയിക്കുന്ന സാരിവാലൻ വരാൽ മഴക്കാലം തുടങ്ങിയതോടെ വീണ്ടും കായലിലേക്ക് നീന്തി യെത്തി. പരിചയക്കാരായ കോലനും പ്രായിലും കതിരാനും കൂരിയു മൊക്കെ അതും കായലിൽ തിരിച്ചെത്തിയിരുന്നു. തന്നെപ്പോലെ അവരും ഏതെങ്കിലുമൊക്കെ അഭയകേന്ദ്രങ്ങളിൽ വേനൽക്കാലം ചെലവാക്കിയതായിരിക്കുമെന്ന് അവൾ ഊഹിച്ചു.

ചൂണ്ട

പാലത്തിന്റെ തൂണിന് ചുവട്ടിലെ തറയിലേക്ക് ഇരുമ്പ് ഗോവണിയിലൂടെ ഇറങ്ങിവന്ന ചെറുപ്പക്കാരൻ തന്റെ ഫിഷിങ്ങ് റോഡ് ക്രമീകരിക്കുന്നതിനിടെയാണ് കൈച്ചൂണ്ടയിട്ട് അലസനായി ഇരുന്ന മദ്ധ്യവയസ്കനെ ശ്രദ്ധിക്കുന്നത്. ചെറുപ്പക്കാരനെ ഒന്ന് പാളിനോക്കി അത് തനിക്ക് ചങ്ങാത്തം കൂടാൻ പറ്റിയ ഒരാളല്ല എന്നനുമാനിച്ച് അയാൾ പുറംതിരിഞ്ഞിരുന്നു. ചൂണ്ടയിടാൻ കൊണ്ടുവന്ന അവസാനത്തെ കൊഞ്ച് ചൂണ്ടയിൽ കൊരുത്ത് തൂണുകൾക്കിടയിലൂടെ വെള്ളം കുത്തിയൊഴുകുന്ന ചാല് ഒഴിവാക്കി വലിച്ചെറിഞ്ഞ് അയാൾ കാത്തിരുന്നു. ചൂണ്ടയുടെ അറ്റത്ത് കെട്ടിയിരുന്ന ഈയ ഭാരം ചൂണ്ടയേയുംകൊണ്ട് പതിനഞ്ച് വാര അകലെ പുഴയിൽ മുങ്ങാംകുഴിയിട്ടു. തന്റെ ഏറിന്റെ ഒരു ദൂരപരിധി മനസ്സിൽ കണക്കുകൂട്ടി അയച്ചു വെച്ചിരുന്ന നൈലോൺ നൂലിന്റെ ബാക്കി ഭാഗം അയാൾ കൊണ്ടു നടക്കാറുള്ള ഇരുഭാഗത്തും കൊതയിട്ട ഒരു പട്ടികക്കഷ്ണത്തിൽ ചുറ്റി കാലുകൊണ്ട് ഇറുക്കിപ്പിടിച്ച് അയാളൊരു ബീഡി കത്തിച്ചു വലിച്ചു.

അയാളുടെ ആലസ്യം പ്രായത്തിന്റേതായിരുന്നില്ല. ദൗർഭാഗ്യത്തിന്റേതാണ്. പുഴയുടെ അരികിൽനിന്ന് സമയമെടുത്താണയാൾ ചൂണ്ടയിൽ കോർക്കാനുള്ള വിരകളെയും കൊഞ്ചിനെയുമൊക്കെ തപ്പിയെടുത്തത്. കോഴിയുടെ കുറച്ച് കുടലുണ്ടായിരുന്നത് ആദ്യമേ തീർന്നു. ചൂണ്ടയൊരെണ്ണം പൊട്ടിച്ച് മീൻ കടന്നുകളഞ്ഞു. ഭാഗ്യം കെട്ട ദിവസങ്ങളുമായി കൂട്ടുകൂടിയിട്ട് കുറേയായി. ചിന്തകളിൽനിന്ന് അയാളെ ഉണർത്തിയത് ചെറുപ്പക്കാരന്റെ ഫിഷിങ്ങ് റോഡിൽനിന്ന് അൻപത് വാരയകലെ ചെന്ന് പതിച്ച ചൂണ്ടയുടെ സീൽക്കാരമായിരുന്നു. ചെറുപ്പക്കാരൻ ഫിഷിങ്ങ് റോഡിലെ റീൽ കറക്കി ചൂണ്ട വലിച്ച് കയറ്റുന്നത് അയാൾ അതിശയത്തോടെ നോക്കി നിന്നു.

ചൂണ്ടയിൽ കൊത്ത് തുടങ്ങിയപ്പോൾ അയാൾ തന്ത്രത്തിൽ നൂലിളക്കിക്കൊടുത്തു. എന്തോ ഒന്ന് കൊത്തി, നന്നായി വലിക്കുന്നുണ്ട്, വലുതെന്തോ ആണ്. അയാൾ ആവേശത്തോടെ ചൂണ്ട

വലിച്ച് കയറ്റി. ഇരയും വേട്ടക്കാരനും തമ്മിലുള്ള ബലപരീക്ഷണം. എതിരാളിയുടെ ശക്തി അയാൾക്ക് ആവേശം പകർന്നു. ഇടയ്ക്കെപ്പോഴോ ചൂണ്ടയിൽ കുരുങ്ങിയ മീൻ വെള്ളത്തിന്റെ മുകളിലേക്ക് ഉയർന്ന് ചാടി. വലിയൊരു വാളയാണ്. ചുരുങ്ങിയത് ഒരു നാല് കിലോയെങ്കിലും വരുമെന്നയാൾ കണക്കുകൂട്ടി. ചൂണ്ട നൂലിന്റെ നീളം കുറഞ്ഞ് കുറഞ്ഞ് വാള തൂണിന്റെ താഴെവരെയെത്തി. വെള്ളത്തിൽനിന്ന് പൊന്തിക്കുമ്പോഴുള്ള അവസാന കുതറലിൽ നൂല് പൊട്ടാതിരിക്കാൻ തൂണിന്റെ തറയിൽ കമഴ്ന്ന് കിടന്ന് കൈ ആവുന്നത്ര താഴേക്കിട്ട് അയാൾ മീനിനെ വലിച്ചുകയറ്റി. മീനിന്റെ വായിൽ പിടികിട്ടി കിട്ടിയില്ല എന്ന നിമിഷത്തിൽ ചൂണ്ടക്കയർ പൊട്ടിച്ച വാള പുഴയിൽ പതിച്ച് അപ്രത്യക്ഷനായി.

കൊഞ്ച് പൊതിഞ്ഞുകൊണ്ടുവന്ന പ്ലാസ്റ്റിക് കവർ നിരാശയോടെ പുഴയിലേക്ക് വലിച്ചെറിഞ്ഞ് ചൂണ്ടക്കയർ പട്ടികയിൽ ചുറ്റിയൊതുക്കി ബീഡിപ്പാക്കറ്റും തീപ്പെട്ടിയും അരയിൽ തിരുകി അയാൾ പോകാനൊരുങ്ങിയ സമയത്താണ് ചെറുപ്പക്കാരൻ അത്ര ചെറുതല്ലാത്ത ഒരു വാളയെ ചൂണ്ടയ്ക്ക് വലിച്ചുകയറ്റി തൂണിന്റെ തറയിലിട്ടത്. ആ കാഴ്ച അയാളെ വല്ലാതെ നിരാശപ്പെടുത്തി. അയാളന്ന് രാവിലെ മുതൽ ചൂണ്ടയിട്ടിട്ട് കൊത്തിയത് ആകെ ഒരു വാളയാണ്, അതാകട്ടെ ചൂണ്ടനൂല് പൊട്ടിച്ച് കടന്നുകളഞ്ഞു. ഫോറിൻ ചൂണ്ടയുമായി വന്ന ചെറുപ്പക്കാരന്റെ ഒന്നാമത്തെ ഏറിൽ തന്നെ മീൻ കിട്ടിയിരിക്കുന്നു. നിരാശയുണ്ടാവാതിരിക്കുമോ. എന്നാൽ പോയേക്കാമെന്ന് കരുതി പാലത്തിലേക്കുള്ള ഇരുമ്പ് ഗോവണി കയറാൻ തുടങ്ങുമ്പോൾ അയാളോട് ചെറുപ്പക്കാരൻ ആദ്യമായി സംസാരിച്ചു.

‘‘എന്താ പോവ്വാണോ?’’

‘‘മടുപ്പാ. കൊത്തില്ല. പിന്നെ ഇരയും തീർന്നു.’’ അയാൾ പോകാനുറപ്പിച്ചു. എന്നിട്ടും ചെറുപ്പക്കാരന്റെ കയ്യിലെ ഫോറിൻ ചൂണ്ട അയാളെ പിടിച്ചുനിർത്തി.

‘‘ഒന്നും കിട്ടിയില്ലേ?’’

‘‘ഇല്ലന്നെ, ഇപ്പോൾ ഇങ്ങനെയാ. ചില ദിവസം ഒന്നും കിട്ടില്ല. പ്രളയത്തിനുശേഷം വലിയതൊന്ന് കൊത്തിയതെങ്കിലും ഇന്നാ. അതാണെങ്കിൽ ചൂണ്ടയും കൊണ്ട് പോയി. ഈ ചൂണ്ട പുറത്തുന്ന് കൊണ്ടുവന്നതായിരിക്കും ല്ലേ?’’

‘‘ഇത് ഓസ്ട്രേലിയയിൽനിന്ന് വാങ്ങിയതാ. ഇതൊക്കെ ഇപ്പോൾ ടൗണിൽ കിട്ടുമല്ലോ. എനിക്ക് അവിടെയാ ജോലി. അവിടെ ഫിഷിങ്ങിന്റെ മത്സരമൊക്കെ നടക്കാറുണ്ട്. ചേട്ടനെന്താ ഏർപ്പാട്?’’

''എനിക്ക് വൈകീട്ട് തട്ടുകടയാ. പിന്നെ ചിലപ്പോൾ ചൂണ്ടയിടും. വലുതെന്തെങ്കിലും കിട്ടിയാൽ വിൽക്കും.''

അയാൾ കഥപറയുന്നതിനിടെ ചെറുപ്പക്കാരൻ രണ്ടാമതൊരു തവണ കൂടെ ചൂണ്ട നീട്ടിയെറിഞ്ഞുകൊണ്ട് ചോദിച്ചു, ''ഈ പാലത്തിന്റെ തൂണിൽ പണ്ടൊരു വയസ്സൻ താമസിച്ചിരുന്നില്ലേ. ഒരു വള്ളവുമൊക്കെയായിട്ട്. അയാളെവിടെപ്പോയി?''

''അയാളെ ഇപ്പോൾ കാണാറില്ല. അയാളെ അറിയുമോ?''

''ഞാൻ മുൻപ് അവധിക്ക് വന്നപ്പോൾ അയാളുടെ വള്ളത്തിൽ പോയിരുന്നു. ആളൊരു വിരുതനാ. പ്രായവും മറവിയുമൊക്കെയാണെങ്കിലും പെരിയാർ അയാൾക്ക് കാണാപാഠമാ. മംഗലംപുഴയും മാർത്താണ്ഡം പുഴയുമൊക്കെ അയാള് പറഞ്ഞിട്ടാ ഞാൻ കേട്ടത്. ഒരിക്കൽ ഞാനയാളുടെ വള്ളത്തിൽ ഇവിടന്ന് കയറിയിട്ട് മാർത്താണ്ഡം പുഴയിലൂടെ വരാപ്പുഴയിൽ ചെന്നിറങ്ങി. അയാളുടെ പേരെന്താണെന്നറിയോ?''

''പേരറിയില്ല. വരാപ്പുഴ ഭാഗത്തെവിടെയോ ആണെന്ന് തോന്നുന്നു. നിങ്ങള് ചോദിച്ചപ്പോഴാ ശ്രദ്ധിച്ചത് അയാളെ പ്രളയത്തിനുശേഷം കണ്ടിട്ടേയില്ല.''

ചെറുപ്പക്കാരന്റെ ചൂണ്ടയിൽ അത്തവണ ഒന്നും കൊത്തിയില്ല. ലൂർ മാറ്റി മറ്റൊന്നിട്ട് അയാൾ ചൂണ്ട നീട്ടിയെറിഞ്ഞ് സംഭാഷണം തുടർന്നു. ''ആ വാള ചേട്ടനെടുത്തോ. ഞാൻ വരാല് വല്ലതും കിട്ടുമെന്ന് കരുതി വന്നതാ. ആ വയസ്സന്റെ കൂടെ പണ്ടൊരിക്കൽ പോയപ്പോൾ ഒരു പുള്ളി വരാലിനെ കിട്ടിയിരുന്നു. ഓസ്ട്രേലിയയിലൊക്കെ കിട്ടുന്ന ട്രൗട്ടെന്ന ഒരു മീനുണ്ട്, അതിന്റെ അതേ രുചിയാ. ഇത്തവണ ഞാൻ കുറേ സ്ഥലത്ത് ചൂണ്ടയിട്ട് നോക്കി. പലരോടും ചോദിച്ചെങ്കിലും ആരും അങ്ങനെയൊന്ന് കണ്ടിട്ടില്ലെന്നാ പറയുന്നത്. ചേട്ടനെപ്പോഴെങ്കിലും ആ മീൻ അടിച്ചിട്ടുണ്ടോ?''

മീനിനെ എടുത്തുകൊള്ളാനുള്ള ചെറുപ്പക്കാരന്റെ വാഗ്ദാനം അയാൾക്ക് വിശ്വസിക്കാനായില്ല. പിന്നെന്തിനാണിവൻ ചൂണ്ടയിടുന്നത്. ചിലപ്പോൾ നേരമ്പോക്കിനായിരിക്കും. അല്ലെങ്കിൽ വരാലിനെ മാത്രം മതിയായിരിക്കും. ചെറുപ്പക്കാരൻ കാണിച്ച സൗഹൃദവും അയാൾ വെച്ചുനീട്ടിയ സമ്മാനവും അയാളെ പിടിച്ചുനിർത്തി. തന്റെ ചൂണ്ട ആരാധനയോടെ നോക്കുന്നത് കണ്ടാവാം ചെറുപ്പക്കാരൻ വിശദീകരിച്ചു.

''ഇതാണിതിന്റെ റീൽ. ചേട്ടനാ പട്ടികയിൽ കയറ് ചുറ്റിവെക്കുന്നതിന് പകരം ഇത് തിരിച്ചാൽ കയറ് റീലിലേക്ക് ചുറ്റും. ഇത്

റാഡ്, അഴിച്ച് ചെറുതാക്കി ബാഗിൽ വെക്കാം. ഈ വട്ടങ്ങളിലൂടെയാണ് ഇതിന്റെ റോപ്പ് ഇടുക. പിന്നെ ബെയ്റ്റിന്റെ കൂടെ ഇടുകലൂറാണ്. അത് കുറേ തരമുണ്ട്. ഓരോ തരം മീനിനെ പിടിക്കാനും അതിന്റെ സ്വഭാവമനുസരിച്ച് പല ആകൃതിയിലും വലിപ്പത്തിലും നിറത്തിലുമൊക്കെയുണ്ട്. നമ്മളീ ചൂണ്ട നീട്ടി കാസ്റ്റ് ചെയ്തിട്ട് വലിച്ച് കയറ്റുമ്പോൾ മീനുകൾ കൊത്താൻ വരും. നമുക്ക് ലൂറൊന്ന് മാറ്റി കാസ്റ്റ് ചെയ്ത് നോക്കാം.''

ചെറുപ്പക്കാരൻ ലൂർ മാറ്റി ചൂണ്ട വലിച്ചെറിഞ്ഞു. ചൂണ്ടയുടെ നൂലിനെ റീൽ കറക്കി കയറ്റുന്നത് അയാൾ കൗതുകത്തോടെ കണ്ട് നിന്നു.

പുഴയിൽ ഒഴുക്ക് കൂടുതലാണ്. എങ്കിലും വെള്ളത്തിന് കലക്ക് കുറവാണ്. മനം മടുപ്പിക്കുന്ന വിഷഗന്ധം ഇടയ്ക്ക് വരും. തണുത്ത വെള്ളം ഒഴുകിയെത്തുന്ന കുന്നിൻമുകളിലേക്ക് നീന്തിപ്പോകാൻ ആരോ എന്റെ ഉള്ളിൽനിന്ന് പറയുന്നുണ്ട്. കൈതക്കാടുകളുടെ ഓരം പിടിച്ച് പുഴയുടെ മധ്യത്തിലെ കുത്തൊഴുക്ക് ഒഴിവാക്കിയാണ് ജീവിതം. ചെറിയ മീനുകൾ എന്നെ കാണുമ്പോൾ നീന്തിമാറുന്നുണ്ട്. ചിലയിടത്തെ വെള്ളത്തിന് വല്ലാത്ത ഗന്ധമാണ്, അത്തരം ഭാഗങ്ങളിൽ മീനുകളും കുറവാണ്.

ഈയിടെയായി എനിക്ക് വിശപ്പധികമാണ്. പുഴയിലേക്ക് വീഴുന്ന കായ്കളും പുഴയരികിലെ മണ്ണിൽ ഒളിച്ചിരിക്കുന്ന വിരകളും നീന്തി നടക്കുന്ന മീനുകളെയും മാത്രമല്ല പുഴയിൽ ആളുകൾ വലിച്ചെറിയുന്ന കോഴിമാലിന്യങ്ങളുമൊക്കെ തിന്നാലാണ് വിശപ്പടങ്ങുക. എന്റെയീ വിശപ്പ് ഉള്ളിൽ രൂപപ്പെട്ടുവരുന്ന മുട്ടകൾ കാരണമാവാം, മലമുകളിലെ ലക്ഷ്യസ്ഥാനത്ത് നീന്തിയെത്താനുള്ള അധികകരുത്ത് കിട്ടാനാവും. കാണുന്ന ചെറിയ മീനുകളെയൊക്കെ പിടിക്കാൻ ഞാൻ ഒരു കൈ നോക്കും. പുഴയിൽ വന്ന് വീഴുന്ന എന്തിനെയും അകത്താക്കാനുള്ള കൊതിയോടെ പാഞ്ഞുചെല്ലും. പുഴയിൽ വന്നുവീഴുന്നത് എന്താണെന്ന് നോക്കാതെ കൊത്തിവലിക്കുന്നത് അപകടമാണ്, ഒഴിഞ്ഞു മാറണമെന്ന് കരുതുമെങ്കിലും ആവുന്നില്ല. കുറച്ച് നേരം മുൻപ് പാലത്തിന്റെ തൂണുകൾക്കിടയിലെ നീന്താൻ തുടങ്ങുമ്പോൾ വന്ന് വീണ വലിയ കൊഞ്ചിനെ കൊത്തിയെടുക്കാൻ ഞാൻ നീന്തിയെത്തിയപ്പോഴാണ് ഒരു വലിയ വാള എന്നേക്കാൾ മുൻപ് അത് വിഴുങ്ങിയത്. ചൂണ്ടക്കാരുടെ സൂത്രപ്പണികളിൽ കുടുങ്ങരുതെന്ന് എത്ര മനസ്സിലുറപ്പിച്ചാലും വീണ്ടും വീണ്ടും കബളിപ്പിക്കപ്പെടും.

> ഞാൻ തലനാരിഴയ്ക്ക് രക്ഷപ്പെട്ട ചൂണ്ടയിൽ കൊളുത്തിയ വാളയ്ക്ക് എന്നേക്കാൾ ശക്തിയുണ്ടായിരുന്നതുകൊണ്ട് ചൂണ്ടനൂൽ പൊട്ടിക്കാനായി. മേൽച്ചുണ്ട് പറിഞ്ഞുപോകുമാറ് ആ മത്സ്യം വെട്ടിച്ചും ചുഴറ്റിയും വലിച്ചിട്ടും ചൂണ്ടനൂൽ വെള്ളത്തിൽ വെച്ച് പൊട്ടിയില്ല. വലിക്കുമ്പോൾ ചൂണ്ടയുടെ കൊളുത്ത് കൂടുതൽ ആഴത്തിൽ തൊണ്ടയിൽ കുടുങ്ങി പ്രാണൻ പോകുന്ന വേദന ഒരുവശത്തും മരണമെന്ന യാഥാർത്ഥ്യം മറുവശത്തും. ഒടുവിൽ തൂണിന്റെ തറയിൽനിന്ന് ചൂണ്ടക്കാരൻ വലിച്ച് കയറ്റുന്നതിനിടെ അവൻ ചൂണ്ടനൂൽ പൊട്ടിച്ച് രക്ഷപ്പെട്ടു. എന്നിട്ടെന്ത് പ്രയോജനം തൊണ്ടയിൽ തറഞ്ഞുപോയ ചൂണ്ടക്കൊളുത്തുമായി അധിക കാലം ജീവിക്കാനാവില്ല. ചൂണ്ടക്കാരുടെ കൗശലത്തെ അതിജീവിക്കാൻ ഒരു മത്സ്യത്തിന്റെ ജാഗ്രത മതിയാവില്ല.

ചെറുപ്പക്കാരന് പിന്നെയും മീൻ കിട്ടി. ഇത്തവണ ഒരു കട്‌ല. അതിലും അയാൾക്ക് താത്പര്യം തോന്നിയില്ല. അതും അയാൾ ദാനം ചെയ്തു. ചെറുപ്പക്കാരൻ വിവിധതരം ഫിഷിങ്ങ് റോഡുകളെക്കുറിച്ചും ലൂറുകളെക്കുറിച്ചും വിദേശത്തുവെച്ച് പിടിച്ച മത്സ്യങ്ങളെക്കുറിച്ചുമൊക്കെ വാതോരാതെ സംസാരിച്ചുകൊണ്ടിരുന്നു. അത്തരമൊരു ഫിഷിങ്ങ് റോഡ് വാങ്ങണമെന്ന കലശലായ ആഗ്രഹം മദ്ധ്യവയസ്കന് തോന്നിയെങ്കിലും കെട്ടും മട്ടും കണ്ടിട്ട് അതിന്റെ വില ചോദിക്കാനുള്ള ധൈര്യം അയാൾക്കുണ്ടായില്ല. കുറേ നേരം ചൂണ്ടയിട്ട് കിട്ടിയ മീനുകളിൽനിന്ന് ഒരു വരാലിനെ മാത്രമെടുത്ത് ബാക്കിയുള്ളതിനെയൊക്കെ മദ്ധ്യവയസ്കന് കൊടുത്ത് പോകാൻ നേരത്ത് അയാൾ ആഗ്രഹിച്ചതുപോലുള്ള വരാലിനെയാണോ കിട്ടിയതെന്ന് മദ്ധ്യവയസ്കൻ ചെറുപ്പക്കാരനോട് തിരക്കി.

"അല്ല ഇത് സാധാരണ വരാലാ. ഞാൻ പറഞ്ഞത് ചിറകിനും വാലിനും മഞ്ഞയും ചുവപ്പും നിറവും ദേഹത്ത് ചെറിയ പുള്ളികളുമൊക്കെയുള്ള ഒന്നാ. നല്ല വലുപ്പം വെയ്ക്കും, ചിലതൊക്കെ ഒരു മൂന്ന് കിലോവരെ വരുമെന്നാ ആ വയസ്സൻ പറഞ്ഞത്. അതൊരിക്കലും എന്റെ ചൂണ്ടയിലടിച്ചിട്ടില്ല. ആ വയസ്സൻ എനിക്ക് പറഞ്ഞുതരാത്ത എന്തോ സൂത്രം പ്രയോഗിക്കുന്നുണ്ട്. ഫ്ളഡിനുശേഷം മീനുകളൊക്കെ മാറി. എന്റെ പരിചയത്തിലൊരാൾക്ക് ചാലക്കുടിയിൽനിന്ന് ഒരാളിന്റെ വലിപ്പമുള്ള അരാപ്പൈമയെ കിട്ടി. ആരോ വളർത്തിയ കുളത്തിൽനിന്ന് ചാടിയതായിരിക്കും. ഞാൻ കുറച്ച് കൊല്ലം മുൻപ് ഒരു അരൗണയെ വളർത്തിയിരുന്നു, അരൗണയെ. കേട്ടിട്ടില്ലേ?"

“ഇല്ല.” മദ്ധ്യവയസ്കൻ പറഞ്ഞു.

“ചൈനീസ് ഫിഷാണ്. വളർത്തുന്നയാൾക്ക് ഭാഗ്യം കൊണ്ടു വരുമെന്നൊക്കെ പറഞ്ഞിട്ട് വാങ്ങിയതാ. അതിനെ വാങ്ങിയതിന്റെ പിന്നാലെ തുടങ്ങി എന്റെ കഷ്ടകാലം. ഓസ്ട്രേലിയയിലെ ജോലി യിൽ പ്രശ്നങ്ങൾ കാരണം തിരിച്ച് പോകണ്ടി വന്നു. അപ്പനാണെങ്കിൽ ആ മീനിനെ കാണുന്നതേ വെറുപ്പാണ്. അക്വേറിയത്തിൽ അതു പോലത്തെ ഒറ്റ മീനിനെയേ ഇടാൻ പറ്റൂ. ഞാൻ തിരിച്ച് പോകാൻ നേരത്ത് അതിനെ വിൽക്കാൻ നോക്കി. ഇരുപതിനായിരത്തിന് വാങ്ങിയ മീനിനെ വിൽക്കാൻ നോക്കിയപ്പോൾ അതെനിക്ക് വിറ്റ കടക്കാരൻ പറയുവാ അയ്യായിരം തരാമെന്ന്. ഞാൻ വാശിക്ക് കൊടു ത്തില്ല. അടുത്തുള്ള കുളത്തിലിട്ടു. അതവിടെ ഉണ്ടോ ആവോ. ഓരോരോ കഥകൾ കേട്ട് ചെയ്യുന്ന അബദ്ധങ്ങളേ. അത് കഴിഞ്ഞ് ഓസ്ട്രേലിയയിൽ പോയപ്പോഴാ ചൂണ്ടയിടുന്നതിൽ കമ്പം കയറി യത്. ആ കുളത്തിൽ പോയി ഒന്ന് ചൂണ്ടയിട്ട് നോക്കണം. ചിലപ്പോൾ കിട്ടുമായിരിക്കും.”

ചെറുപ്പക്കാരൻ ഫിഷിങ്ങ് റോഡ് അഴിച്ചുപെറുക്കി ബാഗിലാക്കി പാലത്തിലേക്ക് കയറിയപ്പോൾ മദ്ധ്യവയസ്കനും അനുഗമിച്ചു. ഒറ്റ മീനും അയാളുടെ ചൂണ്ടയ്ക്ക് കൊത്തിയില്ലെങ്കിലും അന്നത്തെ മീൻ വിൽപ്പന കഴിഞ്ഞപ്പോൾ അറുനൂറ് രൂപ കിട്ടി.

ജലോത്സവം

തൊണ്ണൂറ്റിയൊമ്പതിലെ വെള്ളപ്പൊക്കത്തിനെയായിരിക്കും ഒന്നാംപ്രളയമെന്ന് പലരും വിളിക്കുന്നത്. അതിന് മുൻപും ധാരാളം വെള്ളപ്പൊക്കങ്ങളുണ്ടായിട്ടുണ്ടാവും. യൂറോപ്പുമായി വാണിജ്യം നടത്തിയിരുന്ന മുസിരിസ് തുറമുഖം അപ്രത്യക്ഷമായത് പതിന്നാലാം നൂറ്റാണ്ടിലുണ്ടായ അത്തരമൊരു പ്രളയത്തിലാണ്. കൊച്ചി രാജ്യത്തിന്റെ പ്രതാപ തുറമുഖത്തെയും അവിടത്തെ പട്ടണമെന്ന് പേരായ പട്ടണത്തേയും മാത്രമല്ല പ്രളയം തകർത്തത്. പെരിയാർ പലയിടത്തും ദിശമാറിയൊഴുകി, പലയിടത്തേയും തുരുത്തുകൾ ഒലിച്ചു പോയി. പുതിയ തുരുത്തുകളുണ്ടായി. ഡച്ചുകാരും പറങ്കികളും മേൽക്കോയ്മയ്ക്കുവേണ്ടി മത്സരിച്ച മുസിരിസ് തുറമുഖം ഒരാഴ്ച പെയ്ത മഴയിൽ അപ്രത്യക്ഷമായി. ഒരാഴ്ചയിൽ കൂടുതൽ പേമാരി പെയ്താൽ പെരിയാർ കരകവിയുന്നത് അക്കാലത്ത് പതിവായിരുന്നു. പഴമ്പിള്ളിത്തുരുത്തും പണിക്കൻതുരുത്തും സാത്താൻ തുരുത്തുമൊക്കെ പ്രളയങ്ങളുടെ സന്തതികളാണ്.

പറവൂർ കായലിലെ വലിയ തുരുത്തുകളിൽ ആളുകൾ തിങ്ങിപ്പാർത്തു. വേനൽക്കാലത്ത് കുടിവെള്ള ക്ഷാമമുണ്ടായിട്ടും മഴക്കാലത്ത് പ്രളയഭീഷണിയുണ്ടായിട്ടും ആൾക്കൂട്ടത്തിനൊരു കുറവുമുണ്ടായില്ല. തുരുത്തുകളിലേക്ക് പിൽക്കാലത്ത് നടപ്പാലങ്ങൾ വന്നു. പേറും ചാവും കൂടുന്നതിനനുസരിച്ച് നടപ്പാലങ്ങൾ വലിയ പാലങ്ങൾക്ക് വഴിമാറി. മീൻ പിടിച്ചും കക്ക വാരിയും നാളികേരം കൃഷി ചെയ്തും പുലർന്ന തുരുത്തിലെ ജീവിതം ഒന്നിനോടും പരാതി പറഞ്ഞില്ല.

> വേലിയേറ്റ സമയത്ത് കണ്ടൽ കാടുകൾക്കിടയിൽ തീറ്റ തേടി നടക്കും. കണ്ടലിനുള്ളിൽ എരണ്ടകളെയും പരുന്തുകളെയും പേടിക്കേണ്ടല്ലോ. പക്ഷേ, കണ്ടൽചെടികൾക്കിടയിൽ പതുങ്ങി നടക്കുന്ന സൂത്രക്കാരായ മീൻപിടിയൻ പൂച്ചകളെ പേടിക്കണം. എവിടെ നിന്നാണവന്മാർ ചാടി

വീഴുകയെന്ന് പറയാനാവില്ല. കായലിൽ കുറച്ച് സ്ഥലത്ത് മാത്രമേ കണ്ടലുള്ളൂ. പണ്ടിത് എല്ലായിടത്തും ഉണ്ടായിരുന്നോ? കണ്ടൽചെടികൾക്കിടയിൽ നല്ല തണുപ്പാണ്. ധാരാളം തീറ്റയുമുണ്ടാവും. വേനൽക്കാലത്ത് ഒഴുകിയെത്തുന്ന തുണികളും പ്ലാസ്റ്റിക് ചാക്കുകളുമൊക്കെ കണ്ടലിന്റെ വേരിൽ കുടുങ്ങിക്കിടക്കുമെങ്കിലും മഴക്കാലത്ത് അതൊക്കെ ഒലിച്ചുപോകും. വേലിയിറക്കത്തിന് മുൻപ് കണ്ടൽചെടികൾക്കിടയിൽനിന്ന് കായലിലേക്ക് തന്നെ പോകണം. വെള്ളമിറങ്ങിത്തുടങ്ങുമ്പോൾ മീനുകൾ കൂട്ടമായി കായലിലേക്ക് നീന്തും. എല്ലായിടത്തും ആറ്റുവക്ക് കരിങ്കല്ലുകൊണ്ട് കെട്ടിത്തുടങ്ങിയപ്പോഴാവും കൈതയും കണ്ടലുമൊക്കെ ഇല്ലാതായത്.

തുരുത്തുകളെ ബന്ധിപ്പിച്ചുകൊണ്ട് പണ്ടൊക്കെ ബോട്ട് സർവീസുണ്ടായിരുന്നു. പാലം വന്നതോടെ പലതും നിലച്ചു. പണ്ടൊക്കെ എല്ലാ വീട്ടുകാർക്കും വള്ളം കാണുമായിരുന്നു. ഇന്ന് പലരും വീട് വിറ്റ് മറ്റു സ്ഥലങ്ങളിലേക്ക് പോയി. സ്ഥലം വാങ്ങിയ സമ്പന്നർ അവിടെ ഒഴിവുകാലവസതികളും അതിഥിമന്ദിരങ്ങളും പണിതു. പലരും ബോട്ടടുപ്പിക്കാൻ സ്വന്തമായി ജട്ടികൾ പണിതു. അത്തരം ജട്ടികളിൽ പ്രതാപചിഹ്നമായി ചെറിയ ഉല്ലാസനൗകകൾ സ്ഥാനം പിടിച്ചു. പുഴയിലേക്ക് ഇറക്കിക്കെട്ടിയിരുന്ന ശൗചാലയങ്ങൾ അപ്രത്യക്ഷമായെങ്കിലും പുഴ കൂടുതൽ മലിനമായിക്കൊണ്ടിരുന്നു. പണ്ട് സുലഭമായി കിട്ടിക്കൊണ്ടിരുന്ന മീനുകളുടെ പേരുകൾപോലും ആളുകൾ മറന്നു. ചെമ്മീൻകെട്ടുകളിൽ നാരനെന്ന് പേരുള്ള വെള്ളച്ചെമ്മീൻ കൃഷി തുടങ്ങിയതോടെ കായലിൽനിന്ന് കിട്ടുന്ന കാരച്ചെമ്മീന് പ്രിയം കുറഞ്ഞു. തുരുത്തിലെ ആളുകൾ പണ്ട് തുലാമഴക്കാലത്ത് ഞണ്ട് തപ്പിയിറങ്ങുമായിരുന്നു. ഞണ്ടിന്റെ വയറ്റിൽ നിറയെ ആളുകൾ പൊന്നെന്ന് വിളിക്കുന്ന മുട്ടകളുണ്ടാകുന്ന കാലത്ത് ഞണ്ടുകളെ പിടിച്ചുതിന്നിട്ടാവാം ഇന്ന് ഞണ്ടുകളും കുറവാണ്. ഇന്നത്തെ ചെറുപ്പക്കാർക്ക് പണിയറിയാത്തതുകൊണ്ടാണ് ഞണ്ടിനെ കിട്ടാത്തതെന്ന് പ്രായമായവർ പറയും. പണി അറിയാവുന്നവർക്കാണെങ്കിൽ പ്രായവുമായി.

ക്രിസ്തുവർഷം രണ്ടായിരത്തി പതിനെട്ടിലെ പ്രളയം കണ്ടവർ കണക്കുകൂട്ടിയത് കൊല്ലവർഷം തൊണ്ണൂറ്റി ഒൻപതിലെ പ്രളയം കഴിഞ്ഞ് ഏകദേശം ഒരു നൂറ്റാണ്ട് കഴിഞ്ഞാണ് അടുത്ത പ്രളയമുണ്ടായത്, അതിനാൽ ഇനിയൊരു പ്രളയകാലം തങ്ങൾക്ക് കാണേണ്ടിവരില്ലെന്നാണ്. ആളുകളുടെ കണക്കുകൂട്ടൽ തെറ്റിച്ച് അഞ്ച് വർഷം

കഴിഞ്ഞ് പെരിയാറിൽ വീണ്ടും വെള്ളം പൊങ്ങി. വേനൽമഴ കൂടുതൽ കിട്ടിയപ്പോൾതന്നെ അണക്കെട്ടുകളിലെ വെള്ളം കുറയ്ക്കണമെന്ന് മുറവിളി ഉയർന്നെങ്കിലും അതിന് മുൻപുള്ള വർഷം കനത്ത വേനൽമഴയും ദുർബലമായ ഇടവപ്പാതിയുമെന്ന അനുഭവമുള്ളതിനാൽ അണക്കെട്ടുകളിലെ ജലവിതാനം ക്രമീകരിക്കുന്നതിൽ അധികൃതർ അമാന്തിച്ചു.

കഴിഞ്ഞ കുറേ വർഷങ്ങളായി നടക്കാതിരുന്ന പഴമ്പള്ളിത്തുരുത്ത് വള്ളംകളി ഇക്കൊല്ലം കെങ്കേമമായി നടത്താനാണ് തീരുമാനം. പണ്ട് ഇരുപത് ചുണ്ടൻവള്ളങ്ങൾവരെ മത്സരിക്കാൻ വരാറുള്ള വള്ളംകളിയാണ്. പാലിയം തറവാടിന് സമീപത്തുനിന്ന് തുടങ്ങി പഴമ്പള്ളിത്തുരുത്ത് വരെ നടക്കുന്ന വള്ളംകളി കാണാൻ ആളുകൾ ആവേശത്തോടെ കാത്തു നിൽക്കും. വള്ളംകളി നടക്കേണ്ട കാലത്താണ് രണ്ടായിരത്തി പതിനെട്ടിൽ പ്രളയം വന്നത്. അതിന്റെ പിറ്റേവർഷം സർക്കാർ വക ഫണ്ട് കിട്ടാതെ ജലോത്സവം മുടങ്ങി. എല്ലാമൊന്ന് നേരെയായി വന്നപ്പോഴാണ് പകർച്ചവ്യാധി മൂലം ലോകംതന്നെ നിശ്ചലമായ രണ്ട് വർഷങ്ങൾ കടന്നുപോയത്. ഇത്തവണ എന്തായാലും വള്ളംകളി നടത്തണമെന്ന് പറവൂർ മുനിസിപ്പാലിറ്റിയും സമീപത്തെ പഞ്ചായത്തുകളും തീരുമാനിച്ചു. കായലിന്റെ കരകളിലെ റിസോർട്ടുകാർ വള്ളംകളി പ്രമാണിച്ച് അതിഥികളെ സ്വീകരിക്കാൻ ഒരുക്കങ്ങൾ തുടങ്ങി. പറവൂർ കായലിലെ ഏക കണ്ടൽക്കാട്ടിലും പരിസരത്തും ജീവിച്ചിരുന്ന സാരിവാലൻ വരാൽ കണ്ടൽക്കാടിന്റെ കിഴക്കുള്ള ഭാഗങ്ങളും അതിന്റെയും കിഴക്കുള്ള ആറ്റുവക്കിലെ പൊറ്റപ്പുല്ലിനകവും സ്വന്തം തട്ടകമായി സംരക്ഷിച്ച് വരികയായിരുന്നു. അതിനിടെയാണ് വള്ളംകളി കാണാൻ പവലിയനുണ്ടാക്കാൻ ആറ്റുവക്ക് ജെസിബി കൊണ്ടുവന്ന് വൃത്തിയാക്കാൻ തുടങ്ങിയത്.

> വേലിയിറങ്ങിയാൽ കണ്ടൽകാട്ടിൽ നിന്ന് വെള്ളമിറങ്ങും. വെള്ളം വലിഞ്ഞ് തുടങ്ങുമ്പോൾ തന്നെ കണ്ടലിനിടയിൽ നിന്ന് പുറത്തേക്ക് നീന്തി രക്ഷപ്പെട്ടില്ലെങ്കിൽ അവിടെ കുടുങ്ങിയതുതന്നെ. വേലിയേറ്റ സമയത്ത് കണ്ടലിലേക്ക് വെള്ളം കയറിത്തുടങ്ങുമ്പോൾ മീൻകുഞ്ഞുങ്ങളും കൊഴുവയെയും പള്ളത്തിയെയും പോലുള്ള ചെറിയ മീനുകളുമാണ് കാട്ടിൽ കയറുക. എന്നെപ്പോലുള്ളവർക്ക് കയറണമെങ്കിൽ കുറച്ച് നേരംകൂടെ കാത്തുനിൽക്കണം. വെള്ളം ഒരടിയെങ്കിലും പൊങ്ങിയാൽ പിന്നെ കണ്ടൽക്കാടിനകത്ത് കുശാലാണ്. മീൻ കുഞ്ഞുങ്ങളും കരിക്കാച്ചിയും പുഴുക്കളുമൊക്കെ ഇഷ്ടംപോലെ കാണും. പള്ളത്തികളുടെ

കൂട്ടത്തെ കണ്ടാൽ വിചാരിക്കും ഇപ്പോ പിടിക്കാമെന്ന്. പക്ഷേ കൂട്ടമായി പോകുന്ന നൂറുകണക്കിന് പള്ളത്തിയിൽ നിന്ന് ഒന്നിനെപ്പോലും കിട്ടില്ല. എല്ലാവന്മാരുംകൂടി എന്നെ പറ്റിക്കും.

കണ്ടൽക്കാടിന്റെ ഒരുഭാഗത്ത് മറ്റ് വലിയ മീനുകൾ കയറിയാൽ എനിക്ക് ദേഷ്യം വരും. ഞാനവരെ കൊത്തിയോടിക്കും. എന്നേക്കാൾ വലിയ കണമ്പോ കൂരിയോ ഒക്കെ വന്നാൽ ഞാനും നീന്തി രക്ഷപ്പെടും. അല്ലാതെ പറ്റില്ലല്ലോ. കണ്ടൽകാട്ടിൽ വെള്ളമിറങ്ങിക്കഴിഞ്ഞാൽ കുറച്ച് കിഴക്കുള്ള ഒരു ഭാഗവും ഞാൻ എന്റേതാക്കി വെച്ചിട്ടുണ്ട്. വലിയ കുറേ പൂപ്പാതിരിയും തല്ലിത്തേങ്ങ മരങ്ങളും വളർന്ന് നിൽക്കുന്ന ആ ഭാഗത്തിന് കരിങ്കല്ലിന്റെ കെട്ടില്ല. ആറ്റുവക്കിൽ ചാഞ്ഞുനിൽക്കുന്ന പൂപ്പാതിരിയുടെ ചുവട്ടിൽ നല്ലപോലെ പൊറ്റപ്പുല്ലുണ്ട്. പുഴയിലെ ഒഴുക്കിൽനിന്ന് രക്ഷതേടി ആ ഭാഗത്ത് ചെറിയ മീനുകൾ ഒളിക്കും. പക്ഷേ, ഞാൻ കണ്ടുപിടിക്കും.

പെട്ടന്നൊരു ദിവസം എന്തൊക്കെയോ യന്ത്രങ്ങൾ കൊണ്ടുവന്ന് പുല്ലൊക്കെ മാന്തിക്കളഞ്ഞു. പൂപ്പാതിരിയുടെ തലപ്പ്ഴിച്ച് ആറ്റിലിട്ടു. വെള്ളം കലങ്ങി. പേടിച്ച ഞാൻ ആറ്റിന്റെ മറ്റൊരു ഭാഗത്തേക്ക് രക്ഷപ്പെട്ടു. യന്ത്രംകൊണ്ട് മാന്തുന്നത് കണ്ടാലേ പേടിയാകും. അതിനിടയിലെങ്ങാനും പെട്ടാൽ തീർന്നു കഥ. കുറേനേരം കഴിഞ്ഞ് ചെന്ന് നോക്കിയപ്പോൾ വെള്ളം തെളിഞ്ഞിരുന്നു. കരയിൽ ആളുകൾ എന്തൊക്കെയോ പണി ചെയ്യുന്നുണ്ട്. ആളുകൾക്ക് ഇരിപ്പിടമുണ്ടാക്കുകയാണ്. ഇനി അവിടെ ഇരുന്ന് മീൻ പിടിക്കാനായിരിക്കുമോ. ചീന വലയുള്ള ഭാഗങ്ങളിലേക്ക് പോകാത്തതുപോലെ ഇനി ഈ ഭാഗത്തേക്കും വരാതിരിക്കുന്നതാവും നല്ലത്.

ജലോത്സവത്തിന് വള്ളങ്ങൾ നിരന്നു. ദൂരെ ദിക്കുകളിൽനിന്ന് പോലും ആളുകൾ വന്നു. കൊച്ചിയിൽനിന്ന് മാർത്താണ്ഡംപുഴ വഴി സ്പീഡ് ബോട്ടുകളും മുനമ്പം വഴി ഉല്ലാസനൗകകളും വന്നപ്പോൾ പറവൂർ കായൽ ജലോത്സവത്തിന്റെ ആവേശത്തിലേക്ക് ഉണർന്നു. റിസോർട്ടുകാർ കെട്ടിയുണ്ടാക്കിയ പവലിയനുകളിൽ വിദേശികൾ വള്ളംകളി കാണാനിരുന്നു. വലിയ പഴമ്പള്ളിത്തുരുത്തിന്റെ പാലത്തിന്റെ മുകളിലും ആറിന്റെ ഇരുകരകളിലുമൊക്കെയായി നാട്ടുകാരും സ്ഥാനംപിടിച്ചു. കൊച്ചിയിൽനിന്ന് വന്ന സ്പീഡ് ബോട്ടുകൾ കായലിലെ വെള്ളത്തെ കീറിമുറിച്ച് തലങ്ങും വിലങ്ങും

പാഞ്ഞു. അഞ്ച് വർഷത്തെ ഇടവേളയ്ക്കുശേഷമാണ് വള്ളംകളി നടക്കുന്നത്. വള്ളംകളിയും പതിവ് തർക്കങ്ങളും തല്ലും കഴിഞ്ഞ് ആളുകൾ പിരിഞ്ഞുപോയപ്പോൾ ഒരു യുദ്ധം കഴിഞ്ഞ പ്രതീതി യായിരുന്നു.

> വെള്ളത്തിന്റെ മുകളിൽ പാടപോലെ എന്തോ കെട്ടിക്കിട ക്കുന്നു. ചെറിയ മീനുകളെയൊന്നും കാണാനില്ല. കണ്ടൽ കാട്ടിൽ പ്ലാസ്റ്റിക് കുപ്പികളും കൊടിതോരണങ്ങളും വന്നടി ഞ്ഞിരിക്കുന്നു. ഇനിയവ തുലാമഴയത്ത് ഒലിച്ചുപോയാ ലായി. ആറ്റിറമ്പിൽ ചിലയിടത്തെങ്കിലും ഉണ്ടായിരുന്ന പോച്ചയും കൈതയുമൊക്കെ വെട്ടിക്കളഞ്ഞതോടെ ഒളി ച്ചിരിക്കാനോ തീറ്റ തേടാനോ സ്ഥലമില്ലാതായി. തീറ്റ കിട്ടണ മെങ്കിൽ കിഴക്കോട്ട് പോകണം. തെളിഞ്ഞ വെള്ളവും തീറ്റയും തേടി ഞാൻ കിഴക്ക് ഭാഗത്തേക്ക് നീന്തി.

മഴക്കാലം ആരംഭിച്ചപ്പോൾതന്നെ സാരിവാലൻ ലക്ഷണമൊത്ത ഒരു വരാലായി. ജലോത്സവം കഴിഞ്ഞതോടെ പറവൂർ കായലിൽ നിന്ന് കിഴക്കോട്ട് അവൾ താമസം മാറ്റിയിരുന്നു. അവളുടെ വലിപ്പം കണ്ട് ഭയന്ന ചെറുമീനുകൾ വഴിമാറിപ്പോയി. തുലാമഴ തുടങ്ങും മുൻപേ ഒഴുക്കിനെതിരെ നീന്തി പുഴയുടെ ഉത്ഭവസ്ഥാനത്തെ തണുത്ത കയങ്ങൾ തേടിപ്പോകാൻ അവൾക്ക് ഉൾവിളിയുണ്ടായി. അവൾ കുറച്ചുദൂരം നീന്തിയെത്തിയപ്പോഴേക്കും കിഴക്കൻ മലകളിൽ മഴ കനത്ത് പെരിയാറ്റിൽ വെള്ളം കയറി. ആലുവാ മണപ്പുറം മുങ്ങി. മഹാദേവ ക്ഷേത്രത്തിൽ പതിവുപോലെ വെള്ളം കയറി. മനുഷ്യരായ ഭക്തർ ഒഴിഞ്ഞുനിന്ന ആ ദിവസങ്ങളിൽ മത്സ്യങ്ങൾ ഭഗവാനെ തൊഴാൻ വന്നുകാണും.

പുഴയുടെ ഒഴുക്കിനെതിരെ നീന്തിത്തുടങ്ങിയ സാരിവാലൻ വരാ ലിന് പുഴയ്ക്ക് കുറുകെ ആളുകൾ കെട്ടിവെയ്ക്കുന്ന വലകളും പലയിടത്തും ഫാക്ടറികളിൽനിന്നും പട്ടണങ്ങളിലെ ഓവുചാലു കളിൽ നിന്നും പുഴയിലേക്കൊഴുകുന്ന വിഷവും അഴുക്കും ചേർന്ന മലിനജലവും വെല്ലുവിളികൾ തീർത്തു. എല്ലാ വെല്ലുവിളികളെയും ഏറ്റെടുത്ത് കിഴക്കൻ മലമുകളിലെ തണുത്ത കയങ്ങളിലേക്ക് ദേശാടനം ചെയ്ത് മുട്ടയിട്ട് അവൾക്ക് തിരിച്ച് വരണം. ദേശാടന ത്തിനാവശ്യമായ കരുത്ത് അവൾ അതിനകം ആർജ്ജിച്ചിരുന്നു.

> അവനെ കണ്ടപ്പോൾ എന്റെ തീറ്റ തട്ടിയെടുക്കാൻ വന്ന വനെന്നാണ് ആദ്യം തോന്നിയത്. എന്നേക്കാൾ വലിപ്പ മുണ്ടവന്. എന്നിട്ടും ചിറകുകൾ വിറപ്പിച്ചും ചെകിള വീർ പ്പിച്ചും അവനെന്നെ പേടിപ്പിച്ചില്ല. രണ്ടുമൂന്ന് ദിവസങ്ങൾ കഴിഞ്ഞപ്പോൾ കൈതക്കാടിന്റെ അടുത്ത് വെച്ച് വീണ്ടും

> അവനെ ഞാൻ കണ്ടു. ഇത്തവണ അവനെനിക്കൊരു ചൂടൻ ചെമ്മീനിനെ കൊത്തിയിട്ട് തന്നു. അത് തിന്നണോ എന്നാലോചിച്ച് ഞാൻ നിൽക്കെ ചെമ്മീൻ വെട്ടിച്ച് നീങ്ങിയപ്പോൾ അവനതിനെ വീണ്ടും പിടിച്ച് ഒന്ന് കുടഞ്ഞ് എനിക്ക് തിന്നാൻ പാകത്തിന് എന്റെയടുക്കലേക്ക് തുപ്പി. അതിനെ തിന്നപ്പോൾ മറ്റൊന്ന് കൊണ്ടുവന്ന് തന്നു. എനിക്ക് നല്ല വിശപ്പുണ്ടെന്ന് അവന് തോന്നിക്കാണും. അന്നത്തെ ദിവസം അവൻ കഴിച്ചതിനേക്കാൾ കൂടുതൽ തീറ്റ അവനെനിക്ക് തന്നു. ഇടയ്ക്ക് വേറേ വരാലുകൾ ആ വഴിക്ക് വന്നപ്പോൾ അവനവരെ കൊത്തിയോടിച്ചു. എനിക്കവനെ ഇഷ്ടമായിത്തുടങ്ങുന്നുണ്ട്.

സ്വന്തം ജനുസ്സിൽപെട്ട മത്സ്യങ്ങളെ തന്റെ തട്ടകത്തിൽ കയറ്റാതെ പ്രതിരോധിച്ചിരുന്ന അവൾക്ക് ഇപ്പോൾ ഒരു കൂട്ടുകാരനെ കിട്ടിയിരിക്കുന്നു. അവനോടൊപ്പം അവൾ നൃത്തച്ചുവടുകൾ വെച്ച് മത്സരിച്ച് നീന്തി. തൊട്ടുരുമ്മി സ്നേഹം പ്രകടിപ്പിച്ചു.

പെരിയാറിന്റെ ദുരവസ്ഥ

പെരിയാറിൽ അവശേഷിക്കുന്ന ഏക കടവിനെ സംബന്ധിച്ച് ഒരു വാർത്താചിത്രം തയ്യാറാക്കാനായെത്തിയ ചാനൽസംഘം മറുകര യിൽനിന്ന് കടത്തുകാരനെത്തുന്നതും കാത്ത് ട്രൈപ്പോഡിൽ ക്യാമറ സ്ഥാപിച്ച് തയ്യാറായി നിന്നു.

കടത്തുകാരന് ഒട്ടും ധൃതിയുണ്ടായിരുന്നില്ല. അയാളുടെ നല്ല കാലമൊക്കെ പിന്നിട്ടിരുന്നു. ഓട് ഫാക്ടറി പ്രവർത്തിച്ചിരുന്ന കാലത്ത് ആ കടവിൽ നാല് വള്ളമുണ്ടായിരുന്നു. കടത്തുകാരായി എട്ടോ പത്തോ ആളുകളുണ്ടായിരുന്നു. മിക്ക വള്ളങ്ങളും പൊളിഞ്ഞു പോയി. മിക്ക കടത്തുകാരും ഓർമ്മയായി. അവരെ ആരെയും അടുത്ത കാലത്തൊന്നും അയാൾ കണ്ടിട്ടില്ല, ആരെക്കുറിച്ചും പറഞ്ഞു കേട്ടിട്ട് പോലുമില്ല. അതിനാലാവാം അവിടത്തെ പഴയ കടത്തുകാ രൊക്കെ എവിടെപ്പോയെന്ന ചോദ്യത്തിന് ഒരു സംശയവുമില്ലാതെ മരിച്ചുപോയിക്കാണുമെന്ന് അയാൾ മറുപടി പറഞ്ഞത്. നമ്മുടെ ഓർമ്മകളിൽനിന്നും ചിന്തകളിൽനിന്നും ഒരാൾ അപ്രത്യക്ഷമാകു ന്നത് തന്നെയല്ലേ മരണം.

അയാൾക്കൊട്ടും ഉത്സാഹമില്ലായിരുന്നു. ഈ കടവിന് ഇന്ന് വലിയ പ്രാധാന്യമൊന്നുമില്ല. താഴെയും മുകളിലുമായി പാല ങ്ങളുണ്ട്. ഒരു കരയിൽ ജനവാസമുണ്ടെങ്കിലും മറുകരയിൽ പൂട്ടി പ്പോയ ഓട് ഫാക്ടറിയാണ്. ഫാക്ടറിയിലെ ആദ്യ തൊഴിൽ സമ രത്തിലെ രക്തസാക്ഷിയാണയാൾ. പിന്നീട് നടന്ന തൊഴിൽ സമരങ്ങളുടെ രക്തസാക്ഷിയായി ദൂരെ ഫാക്ടറി കെട്ടിടങ്ങളും പുകക്കുഴലുകളും കാണാം. രാവിലെയും വൈകീട്ടും ആലുവ ഭാഗ ത്തേക്ക് ജോലിക്കും പഠനത്തിനുമായി പോകുന്ന, പുഴയുടെ വടക്കേ ക്കരയിലെ രണ്ട് മൂന്ന് വാർഡുകളിലുള്ളവരായിരിക്കും കടത്തിനെ ആശ്രയിക്കുന്നവർ, വൈകീട്ട് അവർ തിരിച്ച് വരുംവരെ കാര്യമായി ജോലിയൊന്നുമുണ്ടാവില്ല. ഇടയ്ക്ക് പെരിയാറ് കാണാനെത്തുന്ന ആരെങ്കിലുമൊക്കെ വന്നുപെടും. അത്തരക്കാരാരെങ്കിലും വരുന്നതു

തന്നെയാണ് മെച്ചം. ഒരു എഞ്ചിൻ വെച്ചിരുന്നെങ്കിൽ സഞ്ചാരികളെയുംകൊണ്ട് കുറച്ച് ദൂരെ വരെ പോകാമായിരുന്നു. വലിയ കോഴിത്തുരുത്തും പഴമ്പള്ളിത്തുരുത്തും മാളവനപ്പാറയുമൊക്കെ കൊണ്ടുപോയി കാണിക്കാമായിരുന്നു.

ചാനലുകാരുടെ ശരിയായ ഉദ്ദേശ്യമെന്താണെന്നയാൾക്ക് മനസ്സിലായില്ല. അവിടൊരു പാലമില്ല എന്നതാണ് കഥയെങ്കിൽ അതിനൊരു പ്രാധാന്യവുമില്ല. ചിലപ്പോൾ പൂട്ടിപ്പോയ ഓട്ടുകമ്പനിക്ക് വേണ്ടിയാവും. മുൻപും പലരും അത്തരത്തിൽ ചില കാര്യങ്ങളൊക്കെ അയാളോട് ചോദിച്ചറിഞ്ഞ് പോയിട്ടുണ്ട്. കടത്തുവള്ളമിറങ്ങി പുഴയിലേക്കുള്ള പടവുകൾ കയറിപ്പോകുന്നവരെ ക്യാമറയിൽ പകർത്തിക്കഴിഞ്ഞപ്പോൾ മാധ്യമസംഘം ക്യാമറയുമായി അയാളെ സമീപിച്ചു. പെരിയാറിൽ അവശേഷിക്കുന്ന ഏക കടത്തുകാരൻ താങ്കളാണെന്ന പട്ടമയാൾക്ക് ചാർത്തിക്കൊടുത്ത് ക്യാമറയിലേക്ക് നോക്കി എന്തൊക്കെയോ കഥകൾ പറഞ്ഞ സംഘത്തിലെ യുവതി എന്തെങ്കിലും സംസാരിക്കാൻ ആയാൾ തയ്യാറാണോ എന്നാരായാതെതന്നെ അയാൾക്ക് നേരെ മൈക്ക് നീട്ടി ചോദ്യങ്ങൾ ചോദിച്ചുതുടങ്ങി.

''ഈ കടത്ത് തുടങ്ങിയിട്ട് എത്ര നാളായി?''

''കുറേ കാലമായി. എനിക്ക് ഇപ്പോൾ ഒരു എഴുപത്തിയാറ് വയസ്സായിക്കാണില്ലേ, എനിക്ക് മുപ്പത് വയസ്സുള്ളപ്പോൾ ഇവിടെ ഫാക്ടറിയിലൊരു അടിപിടിയുണ്ടായി. എന്റെ ജോലി പോയി. കുറച്ചു നാള് ജയിലിലും കിടന്നു. തിരിച്ചുവന്നപ്പോൾ എന്റെ അമ്മായിയച്ഛന്റെ കൂടെ ഞാൻ കടത്തുകാരനായി.''

അയാൾക്ക് എത്ര വയസ്സായിയെന്നത് അയാൾക്കുതന്നെ ഉറപ്പില്ല. സാധാരണ വാർത്താചാനലുകളുടെ ക്യാമറ കാണുമ്പോൾ ആളുകൾ കാണിക്കുന്ന താൽപ്പര്യം അയാളിൽ കണ്ടില്ല. ചാനൽ റിപ്പോർട്ടർ അയാളുടെ അടിപിടിക്കേസിനെക്കുറിച്ച് ചോദിച്ചെങ്കിലും വലിയ കാര്യമൊന്നുമുണ്ടായില്ല. അതൊന്നും ഓർക്കാനയാൾ ഇഷ്ടപ്പെടാത്തതുപോലെ.

''ഈ കാണുന്നത് ആശാൻ സ്ഥാപിച്ച ഓട്ടുഫാക്ടറിയല്ലേ?''

ഒരു മൂളൽ മാത്രമായിരുന്നു മറുപടി. ഫാക്ടറിയെ സംബന്ധിച്ചാണ് ചോദ്യങ്ങളെങ്കിൽ അയാളൊന്നും പറയില്ലെന്ന് കരുതി ചാനൽ റിപ്പോർട്ടർ വിഷയം മാറ്റി. മറ്റെന്തോ ചോദിച്ചെങ്കിലും അയാളതിനും മറുപടി പറഞ്ഞില്ല. അക്കരയ്ക്ക് പോകാമോ എന്ന ചോദ്യത്തിന് തിരിച്ചുമുണ്ടാവുമോ എന്നതായിരുന്നു മറുചോദ്യം. ഒഴുക്കില്ലാത്ത കാലമാണ്. പുഴയെന്നോ കായലെന്നോ പറയാവുന്ന ജലാശയത്തിൽ ഉപ്പ് കയറിത്തുടങ്ങിയിരിക്കുന്നു. വള്ളം തുഴഞ്ഞ് ആറിന്റെ മദ്ധ്യത്തിലെത്തിയപ്പോൾ ക്യാമറയിൽ ചുറ്റുമുള്ള കാഴ്ചകൾ പകർത്താൻ

കുറച്ച് നേരം അയാൾ വള്ളം തുഴച്ചിൽ നിർത്തി. മുൻപ് അവിടെ വന്ന ക്യാമറക്കാരും ആറിന്റെ ഒത്ത മദ്ധ്യത്തിൽ നിർത്തി ദൃശ്യങ്ങൾ പകർത്തിയതിനാലാവാം അയാളങ്ങനെ ചെയ്ത്. അരമണിക്കൂറിനകം തിരികെ വരാമെന്ന് പറഞ്ഞ് ഓട് ഫാക്ടറി ലക്ഷ്യമാക്കി നടക്കാനാരംഭിച്ച ചാനൽസംഘത്തോടൊപ്പം അയാളും കൂടി.

> കായലിൽനിന്ന് പുഴയുടെ തണുത്ത ഉത്ഭവസ്ഥലങ്ങളിലേക്ക് എന്നെ പിടിച്ചുവലിക്കുന്നത് എന്താവും. തണുത്ത വെള്ളം ലക്ഷ്യമാക്കി ഒഴുക്കിനെതിരെ നീന്തിപ്പോകാൻ മനസ്സ് പറയുന്നു. ഒരുപക്ഷേ എന്റെ ബാക്കിയുള്ള ജീവിതം അവിടെയായിരിക്കും ജീവിച്ചു തീർക്കേണ്ടത്. അവിടെയെത്തുന്നതോടെ എന്റെ ജീവിതലക്ഷ്യം പൂർത്തിയാവുമായിരിക്കും. വേലിയേറ്റ സമയത്ത് ഉപ്പ് കൂടുന്നുണ്ട്. ഇപ്പോൾ ഉപ്പുവെള്ളം ഇഷ്ടമാവുന്നില്ല. കിഴക്കുള്ള പുഴ കുറച്ചു കൂടെ ശുദ്ധവും മനോഹരവുമാവും.
>
> കുറച്ച് ദൂരം നീന്തിച്ചെന്നപ്പോഴാണ് വെള്ളത്തിന്റെ സ്വഭാവം മാറുന്നത് ഞാൻ ശ്രദ്ധിക്കുന്നത്. വെള്ളത്തിന് ഉപ്പ് കുറഞ്ഞെങ്കിലും ശ്വാസം മുട്ടിക്കുന്ന എന്തൊക്കെയോ വെള്ളത്തിൽ കലരുന്നുണ്ട്. പട്ടണങ്ങളിൽനിന്ന് മലിനജലം പേറുന്ന അഴുക്കുചാലുകളേക്കാൾ അരികിലെ ഫാക്ടറിക്കാർ ആരും കാണാതെ പുഴയിലേക്കൊഴുക്കി വിടുന്ന രാസലായനികളാണ് പ്രശ്നം.
>
> ഫാക്ടറികളിൽനിന്ന് രാത്രിയാണ് വിഷജലം ഒഴുകിയെത്തുക. പുറത്തുനിന്ന് നോക്കിയാൽ ആർക്കും കാണാത്ത വലിയ കുഴലുകൾ പുഴയുടെ മദ്ധ്യത്തിലേക്ക് സ്ഥാപിച്ചിട്ടുണ്ട്. വേലിയിറക്കമുള്ള സമയത്താണെങ്കിൽ വിഷജലം പെട്ടെന്ന് പുഴയിലെ വെള്ളത്തിൽ കലങ്ങും. ചെറിയ മീനുകളൊക്കെ ചത്തുപൊന്തും, വലിയവ നീന്തി രക്ഷപ്പെടും. ഇരുകരകളിലും ഫാക്ടറികളുള്ള പുഴയുടെ ഈ ഭാഗം കടന്നുകിട്ടൽ വലിയ ബുദ്ധിമുട്ടാണ്. മദ്ധ്യഭാഗത്ത് വെള്ളത്തിന് വിഷാംശം കുറവാണ്. വേഗത്തിൽ നീന്തി നഗരാതിർത്തി കടക്കണം. ചെറിയ മീനുകളെയൊന്നും കാണാനില്ല. രണ്ട് ദിവസമായി അവനെയും കാണാനില്ല. അവൻ എന്നോടൊപ്പം വരുമോ? ദേശാടനം ചെയ്യാനുള്ള ഉൾവിളി അവനുമുണ്ടായിരിക്കുമോ?

ചാനലുകാർക്ക് പ്രത്യേകിച്ച് ഒരു ലക്ഷ്യവുമില്ലെന്ന് തോന്നിയതിനാലാവും കടത്തുകാരൻ എന്തിനാ വന്നതെന്ന് ചോദിച്ചത്.

"പ്രത്യേകിച്ചൊന്നുമില്ല. നാളെ നദീദിനമാണ്, ഒരു സ്റ്റോറി ചെയ്യണം. പണ്ട് ഈ ഫാക്ടറി തുടങ്ങാൻ തിരുവിതാംകൂർ ദിവാനിൽനിന്ന് അനുമതി കിട്ടുന്നതിന് തടസമുണ്ടായിരുന്നെന്നും പെരിയാറിനെ മലിനമാക്കുമെന്ന് പറഞ്ഞാണ് അനുമതി കൊടുക്കാതിരുന്നതെന്നുമൊക്കെ കേട്ടിരുന്നു. ഇന്നാണെങ്കിൽ പെരിയാറിന്റെ തീരത്ത് മലിനീകരണത്തിന്റെ കാര്യത്തിൽ കുപ്രസിദ്ധമായ എത്രയോ ഫാക്ടറികൾ വരികയും ചെയ്തു. അതൊക്കെ ചേർത്തൊരു ചെറിയ സ്റ്റോറി." ചാനൽ റിപ്പോർട്ടർ പറഞ്ഞ് നിർത്തിയപ്പോൾ കടത്തുകാരൻ ചിരിച്ചു.

"ഫാക്ടറി നല്ലപോലെ പ്രവർത്തിക്കുന്ന കാലത്ത് ഞാനീ ഫാക്ടറിയിലെ തൊഴിലാളി യൂണിയൻ നേതാവായിരുന്നു. അന്നൊക്കെ പുത്തൻവേലിക്കരയിൽനിന്ന് കളിമണ്ണ് കൊണ്ടുവരുമായിരുന്നു. പിന്നെ മണ്ണ് കിട്ടാതായപ്പോൾ ഫാക്ടറി നഷ്ടത്തിലായി."

തങ്ങൾക്ക് ഉപകാരമുള്ളയാളിനെ തന്നെയാണ് വീണുകിട്ടിയിരിക്കുന്നതെന്ന ബോദ്ധ്യം ചാനലുകാരുടെ ഉത്സാഹം കൂട്ടി.

"ചേട്ടനാ കാര്യമൊക്കെ ക്യാമറയ്ക്ക് മുന്നിൽ പറയാൻ പറ്റോ?"

"ഇതൊക്കെ എത്ര പ്രാവശ്യം പറഞ്ഞതാ. ഇന്നിതൊക്കെ പൂട്ടിപ്പോയില്ലേ. അല്ലെങ്കിലും ഓടിന് ഇന്ന് അത്രയ്ക്ക് ആവശ്യക്കാരില്ലല്ലോ. പിന്നെ ഫാക്ടറിയുടെ കഥ പുറത്ത് പറയുന്നതൊന്നുമല്ല."

ഇടിഞ്ഞുവീണ ചുറ്റുമതിലിന്റെ ഒരു ഭാഗത്ത് കൂടെ അവർ ഫാക്ടറിക്കകത്ത് കയറി. വിറ്റുപോകാത്ത രണ്ടാംതരം ഓടുകൾ ഇപ്പോഴും അട്ടിവെച്ചിട്ടുണ്ട്. നിലച്ചുപോയ കൺവയർ ബെൽറ്റുകളും ചൂളകളും ഉയരമുള്ള പുകക്കുഴലും. ദൃശ്യങ്ങൾ ക്യാമറയിൽ പകർത്തി ഫാക്ടറി വളപ്പിൽനിന്നും പുറത്തിറങ്ങി തിരികെ കടവിലെത്തിയ ചാനൽസംഘം കടത്തുകാരനെ അഭിമുഖം ചെയ്യാമെന്ന ധാരണയിൽ ക്യാമറ തയ്യാറാക്കി വെച്ചു. അയാളൊരു ബീഡി കത്തിച്ച് വലിച്ച് പതുക്കെ വള്ളം തുഴഞ്ഞുകൊണ്ടിരുന്നു.

"യൂണിയൻകാരനായതുകൊണ്ട് ഫാക്ടറിയുമായി ബന്ധപ്പെട്ട് കുറേ കാര്യങ്ങളെനിക്കറിയാം. പക്ഷേ, എല്ലാമൊന്നും പറയാൻ പറ്റില്ല, പറയുന്നത് ശരിയല്ല."

"എന്തായിരുന്നു പൊലീസ് കേസ്?"

"അതൊരു തല്ല് കേസാ. സൂപ്പർവൈസറും പണിക്കാരുമായി. അയാൾക്ക് നല്ല പരിക്ക് പറ്റി. പൊലീസ് കേസായപ്പോൾ ഞങ്ങൾ നാലഞ്ചാളുകൾ പിടികൊടുത്തു. എന്റെ പേരിൽ മുൻപും ഒന്നുരണ്ട് കേസുള്ളതിനാൽ മറ്റുള്ളവർക്കൊപ്പം എനിക്ക് ജാമ്യം കിട്ടിയില്ല.

വിചാരണ നീണ്ടപ്പോൾ ജാമ്യം കിട്ടിയെങ്കിലും കാശ് കെട്ടിവെക്കാനായില്ല. എന്റെ അച്ഛനും അമ്മയും ഇതേ ഫാക്ടറിയിലെ ജോലിക്കാരായിരുന്നു. അക്കാലത്ത് യന്ത്രങ്ങളൊക്കെ കുറവല്ലേ. കുട്ടികൾ മുതൽ വൃദ്ധര് വരെ പണിക്ക് കാണും. എല്ലാവർക്കും ഒരേ കൂലിയല്ല. ആശാൻ സ്ഥാപിച്ചതാണെങ്കിലും ഇവിടെ ജോലി ചെയ്യുന്ന കുട്ടികൾക്ക് അക്ഷരം നിഷേധിക്കുന്നതിന് ഫാക്ടറി കാരണമായി. അടിയന്തിരാവസ്ഥക്കാലത്ത് എന്നെ പൊലീസ് ജയിലിലാക്കിയിരുന്നു. ജയിലിൽ നിന്നിറങ്ങി അധികം കഴിയുന്നതിന് മുൻപാണ് സൂപ്പർവൈസറുമായി അടിപിടി ആയത്. കുട്ടികളെ ജോലിക്ക് നിർത്തുന്നതുമായി ബന്ധപ്പെട്ട് നടന്ന തർക്കമായിരുന്നു. കുട്ടികളെക്കൊണ്ട് നല്ലപോലെ ജോലി ചെയ്യിക്കുമെങ്കിലും മൂന്നിലൊന്ന് കൂലിയേ കൊടുക്കൂ. അരക്കൂലിയെങ്കിലും കൊടുക്കണമെന്ന് യൂണിയന്റെ ആവശ്യം മുൻപേ ഉള്ളതാ. അങ്ങനെയാണെങ്കിൽ ജോലിക്ക് വരണ്ട എന്നാണ് മാനേജ്മെന്റ് പറയുക. കിട്ടുന്ന കാശും ഇല്ലാതാക്കരുതെന്ന് കുട്ടികളുടെ വീട്ടുകാരും പറയും. പള്ളിക്കൂടത്തിൽ പോകണ്ട കാലത്ത് പണിക്ക് പോയി ഭാവി നശിപ്പിക്കരുതെന്നൊന്നും പറഞ്ഞാൽ ആർക്കും മനസ്സിലാകില്ല. ഒരു കൂലി തീർക്കുന്ന ദിവസം അതിനെ ചൊല്ലി തർക്കമായി. അടിയായി. സൂപ്പർവൈസറുടെ നാല് വാരിയെല്ല് പൊട്ടി. രണ്ട് പല്ലും പോയി.''

''ഫാക്ടറിക്ക് അനുമതി നൽകുന്നതുമായി ബന്ധപ്പെട്ട് ഉണ്ടായിരുന്ന തടസ്സം പെരിയാറ് കലങ്ങുമെന്നത് തന്നെയായിരുന്നോ?''

കടത്തുകാരൻ ഗൂഢമായി ചിരിച്ചു.

''ഈഴവര് നന്നായിക്കാണുന്നതിന്റെ കെറുവല്ലാതെ വേറെന്ത്. മറുനാട്ടിൽനിന്ന് വന്ന ഈഴവ മുതലാളിമാര് ഇവിടെ ഫാക്ടറിയുണ്ടാക്കുന്നത് ഇന്നാട്ടിലെ മേനോന്മാർക്ക് ബോധിക്കോ?''

അയാൾ പിന്നൊന്നും പറഞ്ഞില്ല. പെരിയാറിന്റെ കരയിലെ ആലുവാ പാലസിന്റെ കടവിലെ വെള്ളം മലിനമാകുമെന്ന് പറഞ്ഞാണ് ഫാക്ടറിക്ക് ദിവാൻ അനുമതി നിഷേധിച്ചത്. ആലുവാ കൊട്ടാരത്തിനും എത്രയോ താഴെയായിരുന്നു ഫാക്ടറിക്ക് കണ്ടെത്തിയ സ്ഥലമെന്നതാണ് വാസ്തവം. അക്കാലത്ത് അവിടെ വേറെയും ഓട്ടുഫാക്ടറികളുണ്ടായിരുന്നു. ചുറ്റുമുള്ള വയലുകളിൽനിന്ന് വലിയ വള്ളങ്ങളിൽ പെരിയാറിലൂടെ കളിമണ്ണ് കൊണ്ടുവരും. ഫാക്ടറികളിലേക്ക് മണ്ണെടുത്ത് പല പാടശേഖരങ്ങളും വെറും കുഴികളായി മാറാൻ പിന്നെ താമസമുണ്ടായില്ല. ഓട്ടുഫാക്ടറികളുടെ പ്രതാപം മങ്ങിയ കാലത്താണ് ഹൈറേഞ്ചിൽനിന്ന് തടിയൊഴുകിയെത്താൻ തുടങ്ങിയത്. ഓട്ടുകമ്പനികൾ പുഴ അധികം മലിനമാക്കിയില്ലെങ്കിലും പിന്നാലെ വന്ന പ്ലൈവുഡ് ഫാക്ടറികൾ പുഴയെ ശ്വാസം

മുട്ടിച്ചു. വ്യവസായങ്ങൾക്കുവേണ്ടി വിട്ടുവീഴ്ച ചെയ്യണമെന്നായിരുന്നു സർക്കാർ പക്ഷം. കമ്പനികളിൽ തൊഴിലെടുക്കുന്നവരുടെ വോട്ടും കമ്പനി മുതലാളിമാരുടെ പണവും രാഷ്ട്രീയക്കാരുടെ വായടപ്പിച്ചു. അതിനിടെയാണ് വടക്ക് മാവൂരിൽ റയോൺസ് ഫാക്ടറിക്കെതിരെയുള്ള സമരം പൊന്തിവന്നത്. അതിന് കൂട്ടുപിടിച്ച് ആലുവ ഭാഗങ്ങളിലും സമരം നടന്നു. ശുദ്ധിയാക്കാതെ മലിനജലം പുഴയിൽ തള്ളാനാവില്ലെന്ന അവസ്ഥ വന്നപ്പോൾ രാസമാലിന്യങ്ങൾ കലർന്ന കറുത്ത പശപോലുള്ള വെള്ളം ഫാക്ടറികൾ രഹസ്യമായി സ്ഥാപിച്ച കുഴലുകൾവഴി പുഴയുടെ നടുവിൽ കൊണ്ടുപോയി തള്ളി. പുഴയുടെ മദ്ധ്യത്തിൽ രാസായുധം വർഷിച്ച കണക്കെ മീനുകൾ ചത്തുപൊന്തി. ഇവിടെ ഫാക്ടറികൾക്കെതിരെ ഒരു സമരവും വിജയിച്ചില്ല. ഇവിടൊരു റഷ്മാനും ഉണ്ടായില്ല. പറവൂർ കായലിൽ കക്കവാരുന്ന പലരും കൂടുതൽ നേരം മുങ്ങാൻ കഴിയാതെ ക്ലേശിച്ചു. പലരും മറ്റ് തൊഴിലുകൾ തേടിപ്പോയി. തൊഴിലിൽ തുടർന്നവർ പലരും മാരകരോഗങ്ങൾക്കടിമയായി. പലരുടെയും കുടുംബങ്ങൾ അനാഥമായി.

ഭൂതത്താൻ കെട്ട്

കായലിന്റെ ഉപ്പ് രസവും പട്ടണത്തിന്റെയും ഫാക്ടറികളുടെയും ദുർഗന്ധവും അകന്നപ്പോൾ പുഴയ്ക്കെന്ത് ഭംഗിയാണ്. നിറയെ വെള്ളമുള്ള പുഴ. മണലെടുത്ത കയങ്ങളുണ്ടെങ്കിലും തെളിഞ്ഞ വെള്ളമാണ്. ആകാശത്തുനിന്ന് എപ്പോൾ വേണമെങ്കിലും പൊട്ടിവീഴാവുന്ന മീൻകൊത്തികളും മുങ്ങാംകുഴിയിട്ട് വരുന്ന നീർക്കാക്കകളുമൊക്കെയുണ്ടെങ്കിലും അവയ്ക്കൊന്നും എന്നെ വിഴുങ്ങാനാവില്ല. ഞാൻ അവരുടെ കൊക്കിലൊതുങ്ങാത്തത്ര വലുതായിരിക്കുന്നു.

കിഴക്കോട്ട് പോകുംതോറും പുഴയ്ക്ക് വീതി കുറഞ്ഞ് വരുന്നുണ്ട്. പുഴയിറമ്പിന് നല്ല ഉയരവുമുണ്ട്. ഇടയ്ക്ക് ആറിന് നടുവിൽ വലിയൊരു മൈതാനമുണ്ടായിരുന്നു. അതിനുള്ളിലേക്ക് കയറിക്കിടക്കുന്ന വെള്ളമുള്ള ഭാഗത്തിന് ആഴം കുറവായതിനാൽ ഞാൻ കയറി നോക്കിയില്ല. മുകളിൽ ചക്കിപ്പരുന്തുകൾ വട്ടമിട്ട് പറക്കുന്നുണ്ട്, ഒളിച്ചിരിക്കാൻ സ്ഥലമില്ല. ഇത്രയും ദൂരം വന്നതിൽ കണ്ട ഒരു പ്രധാന കാഴ്ച ആളുകൾ വലിയ വള്ളങ്ങളുമായി വന്ന് മണൽ വാരിക്കൊണ്ടുപോകുന്നതാണ്. പലയിടത്തും വലിയ കുഴിയായിട്ടുണ്ട്. നീളമുള്ള മുളന്തോട്ടിക്കറ്റത്ത് കുട്ട കെട്ടിവെച്ച് അതിൽ പിടിച്ച് മുങ്ങുന്നയാൾ ഊളിയിട്ട് മണൽ വാരിക്കൂട്ടും. മണലെടുത്ത് കഴിഞ്ഞ ഭാഗത്തെ കുഴികളിൽ ചളി ഊറിക്കിടക്കും. ആ ചളിയിൽ പക്ഷേ തീറ്റയൊന്നും കാണില്ല. കുറേ ദൂരം നീന്തിയപ്പോൾ ആറിന്റെ ആഴം കുറഞ്ഞ് വന്നു. അടിത്തട്ടിൽ മണലും അധികമില്ല.

ആറിന്റെ വീതി കുറയുന്നതിനനുസരിച്ച് ഒഴുക്കും കൂടുന്നുണ്ട്. ചിലയിടത്ത് ആറ്റുവക്കിൽ കൈതയും പുല്ലുമൊക്കെയുണ്ട്. പലയിടത്തും കരിങ്കൽകൂട്ടങ്ങൾക്കിടയിലൂടെ ചിതറിയാണ് ഒഴുകുന്നത്. വെള്ളമൊഴുകി ഉരുളനായ

> കല്ലുകൾ അടിത്തട്ടിലുണ്ട്. അടിത്തട്ടിൽ മണലും ചളിയുമുള്ള സ്ഥലത്ത് കണ്ടിരുന്ന മീനുകളെ കാണാനില്ല. പാറകളിൽ പറ്റിപ്പിടിക്കുന്ന മീനുകൾ ഞാൻ വരുന്നത് കണ്ട് വെട്ടിയൊഴിഞ്ഞ് മാറിപ്പോയി. പാറക്കെട്ടുകൾക്കിടയിലേക്ക് വെള്ളം കയറിക്കിടക്കുന്ന ഒഴുക്ക് കുറഞ്ഞ ഭാഗത്ത് ധാരാളം കുഞ്ഞുമീനുകളുണ്ടായിരുന്നു. അവയെ കൊത്തിത്തിന്നുന്നതിനിടെ എന്നെപ്പോലൊരു മീനിനെ ഞാൻ കണ്ടു. പക്ഷേ, അത് അവനല്ല.
>
> ഇവിടത്തെ മീനുകളെ പിടിക്കാൻ വലിയ പാടാണ്. താഴെയുള്ള വെള്ളാരൻകല്ലുകൾ ഇളക്കി നോക്കിയപ്പോൾ ചെറിയ വണ്ടുകളും ഒച്ചുകളും കിട്ടി. കുറച്ചുകൂടി മുകളിലേക്ക് നീന്തിയപ്പോൾ ആറ്റിലെ വെള്ളം ചെറിയ ചാലുകളായി പിരിഞ്ഞ് കുത്തിയൊഴുകി വരുന്നു. സകലശക്തിയുമെടുത്ത് നീന്തിയാലും ആ ഒഴുക്കിനെതിരെ എനിക്ക് നീന്താനാവില്ലെന്നാണ് ഞാൻ കരുതിയത്. പക്ഷേ എനിക്കതിന് സാധിക്കുന്നുണ്ട്. ഉയർന്ന് ചാടിയും ആഞ്ഞ് പരിശ്രമിച്ചും മുകൾ ഭാഗത്തെത്തിയപ്പോൾ വെള്ളം കൂടുതൽ ശുദ്ധവും തണുത്തതുമായിരുന്നു. ആറ്റിനിപ്പോൾ ആഴം തീരെ കുറവാണ്. അടിത്തട്ടിൽ ഉരുണ്ട കല്ലുകളില്ല, പകരം കറുത്ത പാറ മാത്രം. നൂറ്റാണ്ടുകളായി വെള്ളമൊഴുകി പാറയിൽ പാടുകൾ വീണിട്ടുണ്ട്. ചിലയിടത്ത് പാറയിൽ കാർന്നുണ്ടാക്കിയതുപോലുള്ള കുഴികൾ. ഇരുട്ട് വീണ ആ കുഴികൾക്കകത്ത് എന്തായിരിക്കും!

പാർവതിയോട് പിണങ്ങി കൈലാസം വിട്ടിറങ്ങിയ പരമശിവൻ പെരിയാറിലെ ത്രിക്കരിയൂർ തുരുത്തിൽ തപസ്സിരുന്നെന്നും പാർവതിയുടെ നിർദ്ദേശാനുസരണം തപസ്സിളക്കാൻ വന്ന ഭൂതഗണങ്ങൾ തപസ്സ് മുടക്കാൻ പുഴയ്ക്ക് കുറുകെ കല്ലുകൊണ്ട് അണകെട്ടിയെന്നും അണക്കെട്ട് മുക്കാൽ ഭാഗമായപ്പോൾ ശിവൻ തപസ്സവസാനിപ്പിച്ച് ഭൂതഗണങ്ങളെ പേടിപ്പിച്ചോടിച്ചു എന്നുമാണ് ഐതിഹ്യം. എറണാകുളം ജില്ലയ്ക്ക് കുടിക്കാനും കൃഷി ചെയ്യാനുമായി വെള്ളം സംഭരിക്കാൻ കെട്ടിയുണ്ടാക്കിയ ഭൂതത്താൻകെട്ടിന് താഴെയായി പാണിയേലി പോരും ഭൂതഗണങ്ങൾ കെട്ടിയതെന്ന് വിശ്വസിക്കുന്ന പ്രകൃതിദത്ത തടയണയുമുണ്ട്. മഴക്കാലത്ത് തുറന്നുവിടുന്ന ഭൂതത്താൻകെട്ടിലെ ഷട്ടറുകൾ തുലാമഴ അവസാനിച്ചാൽ അടയ്ക്കും. അപ്പോൾ അണക്കെട്ടിന് മുകളിൽ നേര്യമംഗലം വരേയ്ക്കും വെള്ളം കയറും. ഭൂതത്താൻകെട്ടിന്റെ ഷട്ടറുകൾ അടയ്ക്കുന്നത് പ്രാദേശിക മീൻപിടുത്തക്കാർക്ക് വലിയ ചാകരയാണ്. പുഴയുടെ ഒഴുക്ക് പെട്ടെന്ന്

നിന്ന് പോകുമ്പോൾ അണക്കെട്ടിന് താഴേക്ക് പാണിയേലി പോര് വരെയുള്ള പുഴയുടെ അടിത്തട്ട് തെളിയും. അടിത്തട്ട് മുഴുവൻ പാറയാണ്, അതിൽ നിറയെ കുഴികളും. ദുരപൂണ്ട മീൻപിടുത്തക്കാർ കുഴികളിൽ പെട്ടുപോകുന്ന മീനുകളെ ഒന്നൊഴിയാതെ പിടിക്കും. വെള്ളം തേവി വറ്റിച്ചും വീശുവല വീശിയുമൊക്കെ പിടിക്കുന്നതിനു പുറമെ തോട്ട പൊട്ടിച്ചും നഞ്ചുകലക്കിയും ബാറ്ററിയും ഇൻവെർട്ടറുമായി വന്ന് ഷോക്കടിപ്പിച്ച് വരെ മീൻ പിടിക്കും. ഇതൊന്നും ആർക്കും ചോദ്യം ചെയ്യാനാവില്ല. കാരണം ഇതൊക്കെ അവർ പരമ്പരാഗതമായി ചെയ്യുന്നതാണ്. പരമ്പരാഗതമായെന്ന് പറയുമ്പോൾ, അണക്കെട്ട് പണിത 1964നുശേഷം. പാരമ്പര്യം മനുഷ്യന് മാത്രം അവകാശപ്പെടാവുന്ന ഒന്നാണല്ലോ. പരമ്പരാഗതമായി ഞങ്ങളിവിടെ മുട്ടയിട്ടിരുന്നെന്ന് ഒരു മത്സ്യത്തിന് പറയാനാവില്ലല്ലോ!

> എന്റെ അമിത ആത്മവിശ്വാസത്തിനുള്ള വില ഇത്ര വലുതായിരിക്കുമെന്ന് കരുതിയില്ല. പുഴയ്ക്ക് കുറുകെ കെട്ടിവെച്ചിരുന്ന വലിയ കണ്ണികളുള്ള വല ഞാൻ കണ്ടില്ല. അതിൽ കുടുങ്ങിയപ്പോൾ ഞാൻ വല്ലാതെ വെപ്രാളപ്പെട്ടുപോയി. എന്റെ വെപ്രാളം എന്നെ ആ വലയ്ക്കകത്ത് കൂടുതൽ കുരുക്കിയിട്ടു. ഇടവിട്ട പ്ലാസ്റ്റിക്ക് പൊങ്ങുകൾ മുകളിലും ലോഹക്കഷ്ണങ്ങൾ താഴെയുമുള്ള നീളൻ വല പുഴയ്ക്ക് കുറുകെ കെട്ടിയിട്ട് പോയവൻ വരുംവരെ മാത്രമാണെന്റെ ആയുസ്സ്. വലിയ മീനുകളെ മാത്രം പിടിക്കാൻ കെട്ടിയ വലയായതിനാലാവും കുറേ നേരം വരെ ആരും വന്നില്ല. മുതുകിലെ ചിറകുകൾ പകുതിയെത്തിയപ്പോൾ വലയിലുടക്കിയതാണ്. പിന്നെ മുന്നോട്ടോ പിന്നോട്ടോ നീങ്ങാനാവുന്നില്ല. രണ്ടറ്റങ്ങളും എവിടെയോ ബലമായി കെട്ടിയതിനാൽ നീന്താനുമാവുന്നില്ല. രാത്രിതന്നെ വലയെടുക്കാൻ ആള് വരുമായിരിക്കും.

ആ പുഴയിൽ എന്തുമാത്രം മത്സ്യഗണങ്ങളുണ്ടായിരുന്നതാ. ഇന്ന് അതിന്റെ പത്തിലൊന്നില്ല. ആലുവയിലും പെരുമ്പാവൂരും നഗരങ്ങൾ വികസിച്ച് വ്യവസായശാലകൾ പെരുകിയപ്പോൾ കുറേയെണ്ണം അപ്രത്യക്ഷമായി. ഭൂതത്താൻകെട്ടിൽ അണക്കെട്ട് വന്നപ്പോൾ വേറേ കുറേ ജാതി ഓർമ്മയായി. ഇന്നാ പുഴയിലെ മീനുകളിൽ അധികവും വളർത്തുമീനുകളുടെ ഗണത്തിൽ പെടും. ഇന്ന് പുഴയിൽ പരലുകളും വാളകളും വരാലുകളും മനിഞ്ഞിലുകളുമൊന്നും അധികമില്ല. കാർപ്പുകളും ഗോൾഡ് ഫിഷുമാണധികവും. പെരിയാറിൽ പണ്ട് മുതലകളുണ്ടായിരുന്നത്രെ. അവസാനത്തെ മുതലയെ കണ്ടത് എൺപതുകളുടെ തുടക്കത്തിലാണ്. അന്നൊക്കെ ഏതെങ്കിലും കടവിൽ

മുതലയെ കണ്ടാൽ പിന്നെ കുറേ നാളേയ്ക്ക് ആ കടവ് വഴി പെരി യാറ് കടക്കാൻ ആളുകൾ മടിക്കും. കുട്ടിക്കാലത്ത് ശങ്കരാചാര്യരെ മുതല പിടിച്ച മുതലക്കടവിന് പോലും ഇന്ന് ആ പേരേയുള്ളൂ.

> ഇരുട്ടാവാറായി. വലയെടുക്കാൻ ആരും വന്നില്ല. വലയിൽ കിടന്ന് കുതറി ക്ഷീണിച്ച് മരണത്തെ മുന്നിൽ കണ്ട് കഴി യുമ്പോഴാണ് വെള്ളത്തിൽ മുങ്ങിയും പൊങ്ങിയും വരുന്ന നീർനായക്കൂട്ടത്തെ കാണുന്നത്. വലയിൽപെട്ട് മൃതപ്രായ രായ മത്സ്യങ്ങളെ കടിച്ച് മുറിച്ച് നീർനായകൾ അടുത്തടു ത്തേക്ക് വരുന്നുണ്ട്. നീർനായകളുടെ കൂർത്ത പല്ലുകൾക്ക് വലപോലും പ്രശ്നമല്ല. മീനുകളെ ആർത്തിയോടെ തിന്നുന്നതിനൊപ്പം വലയും കടിച്ചു മുറിക്കുന്നുണ്ട്. എന്റെ അടുത്തെത്തിയപ്പോൾ ഭാഗ്യത്തിന് വല പൊട്ടി. ഞാൻ സർവശക്തിയുമെടുത്ത് നീന്തി. വലയുടെ ചെറിയൊരു കഷ്ണവും പ്ലാസ്റ്റിക്കിന്റെ ഒന്നുരണ്ട് പൊങ്ങുകളും ലോഹഭാരവും വലിച്ച് ഞാൻ സർവ്വശക്തിയുമെടുത്ത് നീന്തി. അടുത്ത് വരെയെത്തിയ നീർനായകളിലൊന്ന് ആർത്തിയോടെ കടിച്ചപ്പോൾ വലമുറിഞ്ഞതിനാലാവാം കുറച്ച് ദൂരം നീന്തിയപ്പോൾ വലയിൽനിന്ന് ഞാൻ മോചിത നായി. തിരിഞ്ഞുനോക്കാനുള്ള ധൈര്യമില്ല. വേഗത്തിൽ നീന്തി ദൂരെയുള്ള ഒരു കൈതക്കൂട്ടത്തിനകത്ത് കയറി ക്കൂടി.

ഭൂതത്താൻകെട്ടിലെ ഷട്ടറുകൾ അടച്ചാൽ കുറഞ്ഞ നീരൊഴുക്കേ താഴേയ്ക്കുണ്ടാവൂ. താഴേയ്ക്ക് കുറേ ദൂരം പുഴയുടെ അടിത്തട്ടിൽ നിറയെ പാറകളാണ്. പെരിയാറിന്റെ ഒഴുക്കിൽപ്പെട്ട് വരുന്ന കല്ലു കൾ അനേകവർഷങ്ങൾ പരന്ന പാറകളിൽ കിടന്ന് കറങ്ങി കൊത്തു പണികൾ തീർക്കും. അണക്കെട്ട് വരുന്നതിന് മുൻപ് കുഴികൾ തെളിയാറില്ലായിരുന്നു. ഭൂതത്താൻകെട്ടിന്റെ കനാലിലൂടെ വെള്ളം ഒഴുക്കിക്കൊണ്ടുപോകാൻ തുടങ്ങിയതിൽ പിന്നെയാണ് പാണിയേലി പോരിൽ ആളുകൾ ഇറങ്ങാൻ തുടങ്ങിയത്.

പാണിയേലി പോര് കാണാൻ ദൂരെ നിന്ന് ആളുകൾ എത്തി ത്തുടങ്ങിയതിൽ പിന്നെയാണ് പുഴക്കരയിൽ ഒന്നുരണ്ട് കടകൾ വന്നത്. പുഴയുടെ പുറമ്പോക്കിൽ പിന്നെയും കടകൾ വന്നു. കട കളിൽ നിന്ന് വാങ്ങുന്ന സാധനങ്ങളുടെ പൊതികൾ ആളുകൾ അലക്ഷ്യമായി വലിച്ചെറിഞ്ഞു. ദൂരെ നിന്നുപോലും ആളുകൾ വന്നുതുടങ്ങിയതോടെ അപകടങ്ങളും തുടർക്കഥയായി. ജീവിത ത്തിൽ ഒരിക്കൽപോലും പുഴയിൽ ഇറങ്ങിയിട്ടില്ലാത്തവർ പോലും

പോരിൽ ഇറങ്ങി. പാറയിൽ തലയിടിച്ചും ചുഴികളിൽ പെട്ടും മരിച്ചവരിൽ പലർക്കും നീന്താനറിയാമെന്നതാണ് സത്യം. പോരിൽ ആരെങ്കിലും വീണ് മരിച്ചാൽ കുറച്ച് ദിവസത്തേക്ക് പൊലീസ് ആളുകളെ വിലക്കും, പഞ്ചായത്തുകാർ വന്ന് പുറമ്പോക്കിലെ കടകൾ ഒഴിപ്പിക്കും. അങ്ങനെ ഒരപകടം നടന്നതിൽ പിന്നെയാണ് 'പോരിൽ ഇറങ്ങുന്നത് അപകടകരം' എന്ന ബോർഡ് പ്രത്യക്ഷപ്പെട്ടത്. ഉറ്റവരെ നഷ്ടപ്പെട്ടവർ വാവിട്ട് കരയുമ്പോൾ ഓടിക്കൂടുന്നവർ കുറച്ച് നേരം തിരയും. ആദ്യത്തെ അഞ്ചോ പത്തോ മിനിട്ടിൽ കിട്ടിയില്ലെങ്കിൽ ആളുകൾ തിരച്ചിൽ നിർത്തും. ബന്ധുക്കൾ അഗ്നിരക്ഷാസേന വരുന്നതും കാത്തിരിക്കും.

> ആ കുഴിക്കുള്ളിലെ ഇരുട്ടിൽ എന്താണെന്ന് പോയി നോക്കാതിരിക്കാൻ എനിക്കായില്ല. താഴേയ്ക്ക് പോകും തോറും ഇരുട്ട് കൂടുന്നതിനാലാണ് ഉച്ചസമയത്ത് ചെന്ന് നോക്കുന്നതാവും നല്ലതെന്ന് തീരുമാനിച്ചത്. ഞാൻ വിചാരിച്ചതിനേക്കാൾ ആഴമുണ്ട്. അരികിലെ പാറയിൽ ഒട്ടിപ്പിടിച്ചിരിക്കുന്ന കല്ലേമുട്ടികൾ എന്നെക്കണ്ട് ഭയന്നു. പേടിക്കണ്ട, എനിക്ക് നിങ്ങളുടെ രുചി ഇഷ്ടമല്ല. താഴേയ്ക്ക് മുങ്ങാനാവുന്നില്ല, നല്ല മർദ്ദവും ശ്വാസംമുട്ടലും. ഞാൻ വിട്ടുകൊടുത്തില്ല. മുകളിൽ ചെന്ന് പരമാവധി വെള്ളം വലിച്ചുകയറ്റി ശ്വാസംമുട്ടൽ തീർത്ത് ഞാൻ ഒറ്റയടിക്ക് വീണ്ടും മുങ്ങാംകുഴിയിട്ടു. ഇത്തവണ അടിത്തട്ടിലെത്തി. അവിടത്തെ ഇരുട്ടിലും തിളങ്ങുന്ന കല്ലുകൾ. ഇവയ്ക്കാണോ മാണിക്യമെന്നും മരതകമെന്നുമൊക്കെ പറയുന്നത്. ആ കല്ലുകളുടെ തിളക്കത്തിൽ നാര് പോലുള്ള കണ്ണാടിമീനുകളെ ഞാൻ കണ്ടു. അവയ്ക്ക് കണ്ണ് കാണില്ലെന്ന് തോന്നുന്നു. എന്റെ മണം കിട്ടിയതിനാലാവാം അവ ഭയന്ന് കുഴിക്കകത്തെ പരിമിതിയിൽ ഒളിക്കാൻ ശ്രമിച്ചു. അതിനകത്തേക്ക് മുങ്ങിയെത്താൻ ഞാൻ പ്രയാസപ്പെട്ടതുപോലെ കുഴിയുടെ മുകളിലേക്ക് പോകാൻ അവയ്ക്കും പ്രയാസം കാണും. ഒന്നിനെ പിടിച്ച് തിന്നണമെന്ന് എനിക്ക് തോന്നിയെങ്കിലും അതിനിടെ എനിക്ക് ശ്വാസം കിട്ടാതെ നില തെറ്റിത്തുടങ്ങിയിരുന്നു. ഓർമ്മ വരുമ്പോൾ ഞാൻ ആ കുഴിയുടെ മുകളിൽ പൊന്തിക്കിടക്കുകയായിരുന്നു. ആറ്റിലെ വെള്ളം ഇത്ര പെട്ടെന്ന് വറ്റിപ്പോയോ? ഇനി ഈ കുഴിയിൽനിന്ന് ഒഴുക്കുള്ള ഭാഗത്തെത്താൻ എന്ത് ചെയ്യും?

അങ്കമാലിയിൽനിന്ന് വന്ന ഒരു സമ്പന്ന കുടുംബത്തിലെ ചെറുപ്പ ക്കാരൻ ഭൂതത്താൻകെട്ടിന് താഴെ ഒഴുക്കിൽപെട്ടു. രണ്ട് ദിവസം തിരഞ്ഞിട്ടും ആളെ കിട്ടാതായതോടെ ആളുകൾ തിരച്ചിൽ നിർത്തി. ഭരണത്തിൽ നല്ല പിടിപാടുണ്ടായിരുന്നതിനാൽ അവർ സമ്മർദ്ദം ചെലുത്തി ഭൂതത്താൻകെട്ടിലെ ഷട്ടറുകൾ എല്ലാം അടപ്പിച്ചു. അങ്ങനെ വെള്ളം താണപ്പോഴാണ് ഒരു കുഴിയിൽ കുടുങ്ങിക്കിടക്കുകയായി രുന്ന മൃതദേഹം കിട്ടിയത്. അപ്രതീക്ഷിതമായി അണക്കെട്ട് അടച്ച പ്പോൾ സമീപത്തെ ആളുകൾ മീൻപിടിക്കാനിറങ്ങി. അണക്കെട്ട് വീണ്ടും തുറക്കുമെന്ന് അറിയിപ്പ് കിട്ടിയിട്ടും മീൻ പിടിക്കാനിറങ്ങി യവർ പെരിയാറിൽനിന്ന് കയറിയില്ല. ഒടുവിൽ പൊലീസിന് പുഴ യിലെ പാറക്കൂട്ടത്തിലിറങ്ങി ആളുകളെ അടിച്ചോടിക്കേണ്ടി വന്നു. പെരിയാറിന്റെ കരയിൽ താമസിക്കുന്ന എല്ലാവർക്കും കാണും ആറ്റിൽ മുങ്ങി മരിച്ച ബന്ധുവോ ചങ്ങാതിയോ പരിചയക്കാരനോ. ഉറ്റവരുടെ മരണംപോലും കുറച്ച് നാളുകളേ ഓർമ്മയിൽ നിൽക്കൂ. ആളുകൾ വീണ്ടും ആറ്റിലിറങ്ങും.

ഭൂതത്താൻകെട്ട് മുതൽ പാണിയേലി പോര് വരെ മീൻ പിടി ക്കാനിറങ്ങിയവരെ പിന്തിരിപ്പിക്കാൻ സമയമെടുത്തു. കുഴികളിലും ഒഴുക്ക് നിലച്ച സ്ഥലങ്ങളിലും പെട്ടുപോയ മീനുകളെയൊക്കെ ആളുകൾ പിടിച്ചു. സാരിവാലൻ വരാലിന്റെ ഭാഗ്യത്തിന് അവൾ കുടുങ്ങിപ്പോയ കുഴി ആരുടെയും ശ്രദ്ധയിൽ പെട്ടില്ല. ഒഴുക്ക് നിലച്ച പ്പോൾ വെള്ളത്തിലെ ഓക്സിജൻ കുറഞ്ഞ് താഴെത്തട്ടിൽ കഴിഞ്ഞി രുന്ന അന്ധമത്സ്യങ്ങൾ നില തെറ്റി പൊന്തി വന്നു. അവയെ കഴി ക്കുകയെന്നത് സാരിവാലന്റെ ജീവശാസ്ത്രപരമായ ധർമ്മമാണ്. ഭൂതത്താൻകെട്ട് വീണ്ടും തുറന്നപ്പോൾ കുത്തിയൊഴുകിയെത്തിയ വെള്ളത്തിൽപെട്ട് സാരിവാലൻ വരാൽ കുറേ താഴേയ്ക്ക് ഒഴുകി പ്പോയി.

അവൾ വീണ്ടും നീന്തിയെത്തിയപ്പോൾ ഷട്ടറുകൾ മിക്കതും അടച്ചിരുന്നു. തുറന്നിട്ട ഷട്ടറുകൾക്കിടയിലൂടെ ഒഴുകിപ്പോകുന്ന മീനിനെ പിടിക്കാൻ കൊട്ടകൾ കെട്ടിവെച്ച് ആളുകൾ കാത്തിരുന്നു. കൊട്ടകളെയും വീശുവലകളെയും വെട്ടിച്ച് അവൾ ഭൂതത്താൻ കെട്ടിന്റെ മറുകരയിലെത്തി ദീർഘനിശ്വാസം വിട്ടു.

കെട്ടിന് മുകളിൽ വേറൊരു ലോകമാണ്. കായലിലേതുപോലെ ഒഴുക്ക് കുറവാണ്. വിശാലമായ ജലാശയത്തിൽ തീറ്റ തേടി അവൾ അലഞ്ഞു. ആഴം കൂടുതലുള്ള മദ്ധ്യഭാഗത്ത് മത്സ്യങ്ങളൊന്നുമില്ല. മുകളിലേക്ക് നീന്തിയപ്പോൾ തന്നെ ഇടമലയാറും പെരിയാറും സംഗമിക്കുന്ന സ്ഥലത്തെത്തി. ഇനി എങ്ങോട്ട് പോകുമെന്നത് അവൾ എങ്ങനെയാവും തീരുമാനിക്കുക.

എനിക്ക് പരിചയമില്ലാത്ത പുഴയാണ്. പുഴയല്ല, കായലാണ്, പക്ഷേ, ഉപ്പുവെള്ളമല്ല. തടാകമെന്നാണോ പേര്? തീറ്റ തേടി ഞാൻ അലഞ്ഞു. തീറ്റ കുറവാണ്. വലിയ മീനുകളാണധികവും. ഇവിടെ നിന്ന് എങ്ങോട്ടാണ് പോകേണ്ടതെന്ന് മനസ്സിലാവുന്നില്ല. പുഴയുടെ മുകളിലേക്കായിരിക്കുമെന്ന് കരുതി ചെന്നുനോക്കിയിടത്തൊക്കെ ചെറിയ തോടുകളോ വയലുകളോ ആണ്. അവനെ കാണാനില്ലെന്ന് മാത്രമല്ല എന്നെപ്പോലുള്ള ആരെയും കാണാനില്ല. വലയിൽ പെടുന്നതിന് മുൻപാണ് എന്നെപ്പോലൊരു മീനിനെ അവസാനമായി കണ്ടത്. ചിലപ്പോൾ വലയിൽ കുടുങ്ങിക്കാണും. നീർനായയോ ചേരക്കോഴികളോ പിടിച്ചു കാണും. ചിലപ്പോൾ ഞാൻ പെട്ടതുപോലെ ഉരക്കുഴിയിൽ അകപ്പെട്ട് കാണും. വഴിയറിയാതെ അലഞ്ഞ് ക്ഷീണിച്ച് തുടങ്ങിയിട്ടുണ്ട്. തിരിച്ച് ഉപ്പുവെള്ളമുള്ള കായലിലേക്ക് പോകാൻ തോന്നുന്നില്ല. തണുപ്പ് കൂടുതലുള്ള ഭാഗം നോക്കി ഞാൻ പ്രതീക്ഷയോടെ നീന്തി.

ജാതിക്കാ ചതുപ്പ്

മഴ പയ്യുന്നുണ്ടെങ്കിലും അണക്കെട്ടിലെ വെള്ളം താണു കൊണ്ടിരുന്നു. കാട്ടിൽ നിന്ന് ഒഴുകിവരുന്ന വെള്ളമായ തിനാലാവാം നല്ല തണുപ്പുണ്ട്. നില കിട്ടാതെ ചെറുമീനു കളും തവളകളും പാറ്റകളുമൊക്കെ ഒഴുകിവരുന്നതിനാൽ തീറ്റയ്ക്ക് പഞ്ഞമില്ല. തടാകത്തിലൂടെ നീന്തി കുറേ മുകളിലേക്ക് പോയപ്പോൾ ഇടത്തോട്ടും വലത്തോട്ടു മായി രണ്ട് കൈവഴികൾ. രണ്ടും വലുതാണ്. ഇടത്തേ കൈവഴിയിൽനിന്ന് വരുന്നതിലും തണുത്തതാണ് വലത്തേ കൈവഴിയിലെ വെള്ളം. എങ്ങോട്ട് പോകും? വലത്തേ കൈവഴിയിലെ വെള്ളത്തിന് തണുപ്പ് കൂടുതലാണെ ങ്കിലും ചെറിയ അരുചിയുണ്ട്. വയലിൽനിന്ന് ഒഴുകി വരുന്ന വെള്ളത്തിനുള്ളതുപോലുള്ള തുരിശിന്റെ ഗന്ധം. അതുകൊണ്ടുതന്നെ കൂടുതൽ തണുത്ത വെള്ളമെന്ന പ്രലോഭനം ഒഴിവാക്കി ഞാൻ ഇടത്തേ കൈവഴിയിലൂടെ മുകളിലേക്ക് നീന്തി. പലയിടത്തും ചെറിയ തോടുകൾ വന്നുചേരുന്നുണ്ട്. ഒരു തോട്ടിൽനിന്നുള്ള വെള്ളത്തിന് നല്ല തണുപ്പും ജാതിക്കയുടെ മണവും രുചിയും. കുട്ടി ക്കാലത്ത് ഞാൻ ജീവിച്ച പുഴയുടെ കരയിൽ ജാതിമര ങ്ങളുണ്ടായിരുന്നു. പുഴയിലേക്ക് ചാഞ്ഞുനിൽക്കുന്ന മര ങ്ങളിൽനിന്ന് ജാതിക്കകൾ പുഴയിലേക്ക് വീഴും. ഞാനവ കഴിക്കാറില്ലെങ്കിലും ഉള്ളിൽ ചിലപ്പോൾ നല്ല രുചിയുള്ള പുഴുക്കളുണ്ടാവും. പുഴയുടെ അരികിലെവിടെയെങ്കിലും തങ്ങിനിൽക്കുന്ന ജാതിക്ക കൊത്തിത്തിന്നാൻ ചെറിയ മീനുകൾ വരും, എന്റെ നോട്ടം അവയിലാണ്. കുഞ്ഞു മീനുകൾക്ക് ജാതിക്ക വലിയ ഇഷ്ടമാണെന്ന് തോന്നുന്നു. തീറ്റ കൊത്തിപ്പെറുക്കുന്ന തിരക്കിനിടെ എന്നെ കാണില്ല. ഭാഗ്യം കെട്ട ചിലരെ എനിക്ക് കിട്ടും. എന്റെ വായിൽ ആരെങ്കിലും കുടുങ്ങിയാൽ മറ്റുള്ളവരൊക്കെ നീന്തി രക്ഷപ്പെടും. കുറച്ച് നേരം പിന്നെയാരും അങ്ങോട്ട് വരില്ല.

> ഞാൻ ക്ഷമയോടെ കാത്തുനിൽക്കും. ചിലപ്പോൾ മീൻ കുഞ്ഞുങ്ങളുടെ വേറെ കൂട്ടം വന്നാലോ.
>
> ആറ്റിലേക്ക് ഒഴുകിച്ചേർന്ന തോട്ടിലൂടെ നീന്തിക്കയറിയത് മരങ്ങളുടെ ഉള്ളിലേക്കാണ്. അതൊരു ജാതിക്കാ ചതുപ്പാണ്. കായൽമുഖത്തെ കണ്ടൽച്ചെടികൾപോലെ കുന്നിൻ ചോട്ടിൽ മണ്ണിൽനിന്ന് മുകളിലേക്ക് പൊങ്ങുന്ന വേരുകളും താഴ്വേരുകളുമുള്ള ജാതിമരങ്ങൾ. അവയ്ക്കിടയിൽ മുൻപൊന്നും കണ്ടിട്ടില്ലാത്ത മീനുകൾ. എന്തൊരു ഭംഗിയാണവയ്ക്ക്. എന്നെ കണ്ട് പേടിച്ചാവും എല്ലാവരും വേരുകൾക്കിടയിലൂടെ വെട്ടിച്ച് നീന്തിപ്പോയി. സൗന്ദര്യം കണ്ട് ചെറുതായൊന്ന് ഭ്രമിച്ചെങ്കിലും അവരുടെ രുചി നോക്കണമെന്ന ചിന്ത പിന്നാലെ വന്നു. എല്ലാവരും വിരുതന്മാരാണ്. ചെറുതായിരുന്നപ്പോൾ ഞാൻ ചെയ്തതുപോലെ ആ മീനുകൾ എനിക്ക് നീന്താനാവാത്ത വേരുകളുടെ ഇടുക്കുകളിലൂടെ അടിയിലെ ചെളി കലക്കിക്കൊണ്ട് നീന്തിപ്പോയി. വെള്ളം തെളിഞ്ഞ് നോക്കിയപ്പോൾ ആരെയും കാണാനില്ല. ഒരു പാമ്പ് ഇരപിടിക്കാൻ നടക്കുന്നുണ്ട്. അവന്റെ വായ മീനിന്റേത് പോലല്ല, എത്രയും തുറക്കും. ഇവിടെ നിൽക്കുന്നത് അപകടമാണ്. പാമ്പ് വെള്ളത്തിലേക്ക് ഒലിച്ചിറങ്ങിയപ്പോഴേക്കും ഞാൻ തിരിച്ച് പുഴയിലേക്കുതന്നെ വെച്ചുപിടിച്ചു.

ഭൂതത്താൻകെട്ടിന്റെ മുകളിൽ വെച്ചാണ് ഇടമലയാറും പെരിയാറും സംഗമിക്കുന്നത്. ഇടമലയാറിന്റെ വൃഷ്ടിപ്രദേശത്ത് വടാട്ടുപാറയും കുട്ടമ്പുഴയും പൂയംകുട്ടിയും മണികണ്ഠൻചാലും അടക്കമുള്ള ജനവാസമേഖലകളുണ്ടെങ്കിലും തേയിലത്തോട്ടങ്ങളോ ഏലത്തോട്ടങ്ങളോ ഇല്ലാത്തതിനാൽ വെള്ളം കുറച്ചുകൂടി ശുദ്ധമായിരുന്നു. മലക്കപ്പാറ ഭാഗം വടക്കേ അതിർത്തിയായുള്ള ഇടമലയാർ നീർത്തടത്തിലെ വെള്ളം മുഴുവൻ ഇടമലയാർ അണക്കെട്ടിൽ പിടിച്ചുവെക്കും. ആനക്കയത്ത് വെച്ച് പൂയം കുട്ടി പുഴയും ഇടമലയാറും സംഗമിക്കുന്നയിടത്ത് പതിനെട്ടിലെ പ്രളയത്തിൽ രൂപപ്പെട്ട മണൽ തിട്ടയിൽ ആളുകൾക്ക് ചെറുതല്ലാത്ത കണ്ണുണ്ടായിരുന്നെങ്കിലും അതിനിടെ ആ പ്രദേശം സാമൂഹമാധ്യമങ്ങൾ വഴി പ്രശസ്തമായതിനാൽ പഞ്ചായത്തിന് മണൽലേലം ചെയ്യാനായില്ല. വിസ്തീർണ്ണം എത്രയെന്ന് ആർക്കും നിശ്ചയമില്ലാത്ത മലയാറ്റൂർ റിസർവിന്റെ ഭാഗമായ ആ പ്രദേശങ്ങളിൽ ഈ അടുത്ത കാലത്ത് വരെ വ്യാപക വനംകയ്യേറ്റങ്ങൾ നടന്നിട്ടുണ്ട്. കോതമംഗലം ഭാഗത്തെ സമ്പന്നരായ രാഷ്ട്രീയക്കാരാണ് പാവപ്പെട്ട ആളുകളെ മുന്നിൽ നിർത്തി വടാട്ടുപാറയിലേയും കുട്ടമ്പുഴയിലെയും പൂയംകുട്ടിയിലെയും കാടുകൾ വെട്ടിപ്പിടിച്ചത്. മനോഹരമായ കാട് കയ്യേറ്റത്തിൽ ചുരുങ്ങി വന്നു.

പെരിയാറിലെ വെള്ളം പ്രധാനമായും കണ്ണൻ ദേവൻ മലകളിൽ നിന്നും പെരിയാർ വനമേഖലയിൽ നിന്നുമായിരുന്നു. പെരിയാർ വനപ്രദേശത്ത് പെയ്യുന്ന വെള്ളത്തെ മുല്ലപ്പെരിയാർ അണക്കെട്ടിൽ തടഞ്ഞ് നിർത്തി കമ്പം തേനി ഭാഗത്തേക്ക് കൊണ്ടുപോകും. മുല്ല പ്പെരിയാർ അണക്കെട്ട് വന്നതോടെ പെരിയാർ വനത്തിൽ പെയ്യുന്ന മഴയും പിന്നീട് ഇടുക്കി അണക്കെട്ട് കൂടി വന്നതോടെ നെടുംകണ്ടം കട്ടപ്പന. ഏലപ്പാറ ഭാഗങ്ങളിൽ പെയ്യുന്ന മഴവെള്ളവും പെരിയാറി ലൂടെ ഒഴുകാതായി. ഇടുക്കി അണക്കെട്ട് തുറക്കുന്നതുതന്നെ ചരിത്ര സംഭവമായി. അണക്കെട്ടിലെ വെള്ളം വൈദ്യുതി ഉൽപ്പാദിപ്പിക്കാ നായി മൂലമറ്റത്തേക്ക് കൊണ്ടുപോയി മലങ്കര അണക്കെട്ടിലേക്ക് ഒഴുക്കിവിട്ടു.

പെരിയാറിനെ തടഞ്ഞു നിർത്തി തമിഴ്നാട്ടിലെ തേനി സമതല ങ്ങൾക്ക് വെള്ളം നൽകാനായി അണകെട്ടാനുള്ള പദ്ധതി പതിനെട്ടാം നൂറ്റാണ്ടിന്റെ അവസാനമാണ് ഉരുത്തിരിഞ്ഞ് വന്നത്. ചെലവ് അധിക മാണെന്നതിനാൽ അക്കാലത്ത് പദ്ധതി നടന്നില്ല. ദുർഘടമായ സ്ഥലത്ത് ജോലി ചെയ്യാൻ തൊഴിലാളികൾ കൂലി അധികം ചോദിച്ച തിനാലും ഇടയ്ക്കുണ്ടായ ക്ഷാമം മൂലം വേണ്ടത്ര ഭക്ഷ്യധാന്യം കിട്ടാതെ വന്നതിനാലുമൊക്കെ മുടങ്ങിപ്പോയ അണക്കെട്ട് നിർമ്മാണം ഒടുവിൽ മേജർ പെന്നിക്യുക് സായിപ്പ് ഏറ്റെടുത്തു.

തിരുവിതാംകൂർ മഹാരാജാവുമായി പാട്ടക്കരാറിലെത്തി അണ ക്കെട്ട് പണി ആരംഭിച്ചെങ്കിലും ആദ്യത്തെ നിർമ്മാണമത്രയും ഒരു മഴയത്ത് ഒലിച്ചുപോയി. തന്റെ അദ്ധ്വാനം മുഴുവൻ വൃഥാവിലായത് കണ്ട് നിരാശപ്പെടുന്നതിന് പകരം പെന്നിക്യുക് വീണ്ടും അണ കെട്ടി. ഒലിച്ചുപോയ ആദ്യഭാഗങ്ങൾ പലതും ഭൂതത്താൻകെട്ടിന്റെ സമീപത്തുവരെ ഒഴുകിയെത്തി. വെള്ളം സുലഭമായ ദേശത്തെ രാജാവ് വെള്ളത്തിന് പൊന്നുംവില കൽപ്പിച്ചിരുന്ന ദേശക്കാർക്ക് നാമമാത്ര പാട്ടത്തിന് പെരിയാർ വൃഷ്ടിപ്രദേശത്ത് പെയ്യുന്ന മഴ വെള്ളം വിറ്റു. ഭൂകമ്പസാധ്യതാ മേഖലയിലായതിനാൽ പൊളിച്ചു കളയണമെന്ന് ആഗോളതലത്തിൽ ശുപാർശ ചെയ്യപ്പെട്ട അണക്കെട്ടിനെ ചെറിയ അറ്റകുറ്റപ്പണികൾ നടത്തി ബലപ്പെടുത്തിയ തമിഴർ അണ ക്കെട്ടിന്റെ ശിൽപിക്ക് അമ്പലംവരെ പണിതു. മുല്ലപ്പെരിയാറിലെ വെള്ളം വൈഗാ നദിയിലെ സംഭരണിയിൽ ശേഖരിച്ചുവെച്ച് ജല സേചനം ചെയ്ത് തമിഴ്നാട്ടിൽ നൂറുമേനി കൃഷി ചെയ്തപ്പോൾ മുല്ലപ്പെരിയാർ അണക്കെട്ട് തകരുമെന്ന ഭീതി പെരിയാറിന്റെ കര യിലുള്ളവരുടെ ഉറക്കം നഷ്ടപ്പെടുത്തി.

കുറേ ദൂരം നീന്തിയപ്പോൾ ഉരുളൻകല്ലുകളുള്ള ഒരിട ത്തെത്തി. കല്ലുകളെ തഴുകി മിനുക്കി വെള്ളമൊഴുകുന്ന സ്ഥലത്തിന്റെ കുറച്ച് മുകളിൽ പുഴയ്ക്ക് രണ്ട് കൈവഴി കളുണ്ട്. ഒരു കൈവഴിയിലൂടെ കുറച്ചുദൂരം നീന്തിയപ്പോൾ

വെള്ളം കുറഞ്ഞുകുറഞ്ഞ് വന്നു. ഒടുവിൽ ഒഴുക്ക് നിലച്ചു. ആറിന് അത്യാവശ്യം വീതിയുണ്ട്. പക്ഷേ, വലിയ കല്ലുകൾക്കിടയിലെ കുഴികളിൽ വെള്ളം കെട്ടിക്കിടക്കുന്നതല്ലാതെ ഒഴുക്കില്ല. മുകളിലെവിടെയെങ്കിലും അണകെട്ടിയിട്ടുണ്ടാവും, അല്ലാതെ വെള്ളം വറ്റില്ലല്ലോ. ഞാൻ തിരിച്ച് നീന്തി ഉരുളൻകല്ലുകളുള്ള ഭാഗത്തെത്തി.

അവിടെ ധാരാളമാളുകൾ ആറ്റിലിറങ്ങി നിൽപ്പുണ്ട്. വല വീശുന്നവരാണെങ്കിൽ അപകടമാണ്. തീരെ ആഴം കുറവാണ്, മാത്രവുമല്ല മനുഷ്യൻ എന്ത് സൂത്രപ്പണിയാണ് ചെയ്യുകയെന്ന് പറയാനാവില്ല. ആറിന്റെ കുറുകെ വല കെട്ടി മീനുകളെയെല്ലാം ഓടിച്ചുകൊണ്ടുവന്ന് വലയിൽ കയറ്റും. തുരിശോ വിഷമോ കലക്കും, ആഴം അധികമില്ലാത്തതിനാൽ ചിലപ്പോൾ ഷോക്കടിപ്പിക്കും. ആഴമില്ലാത്തതുകൊണ്ട് തന്നെ തോട്ടയിടില്ലായിരിക്കും. എങ്കിലും സൂക്ഷിക്കണം അവർക്ക് ഭ്രാന്താണ്.

ഞാൻ നല്ല ജാഗ്രതയോടെ ആ ഭാഗത്തേക്ക് പോകാതെ മാറി നിന്നു. കുട്ടികളും മുതിർന്നവരുൾപ്പെട്ട ആൾക്കൂട്ടത്തിന് മീൻപിടിക്കാൻ താത്പര്യമില്ലെന്ന് തോന്നുന്നു. മീൻപിടുത്തക്കാരല്ലെന്ന് ഉറപ്പായപ്പോൾ ഞാൻ ഉരുളൻ കല്ലുള്ള ഭാഗത്തേക്ക് പോയി നോക്കി. പുഴയിൽ കുളിക്കാനും കളിക്കാനുമൊക്കെ വന്നവരാണ്. ആരൊക്കെയോ മണൽതിട്ടയിൽ ഭക്ഷണം പാകം ചെയ്യുന്നുണ്ട്. അവർ പാത്രങ്ങൾ വെള്ളത്തിൽ കൊണ്ടുവന്ന് കഴുകുകയും ഭക്ഷണത്തിന്റെ അവശിഷ്ടങ്ങൾ വെള്ളത്തിൽ ഉപേക്ഷിച്ച് പോവുകയും ചെയ്തു. ആ ദിവസം അങ്ങനെ കഴിഞ്ഞു.

പിറ്റേന്ന് ഞാൻ രണ്ടാം കൈവഴിയിലൂടെ മുകളിലേക്ക് നീന്തി. ആ പുഴയ്ക്ക് ഒഴുക്ക് കൂടുതലാണ്. എന്നാലും എനിക്ക് നീന്താനാവുന്നുണ്ട്. ഇടയ്ക്ക് ചിലയിടങ്ങളിൽ ചെറിയ വെള്ളച്ചാട്ടങ്ങളുണ്ട്. വേഗത്തിൽ നീന്തിയെത്തി എടുത്ത് ചാടിയാലേ അത്തരം ഭാഗങ്ങളിൽ കൂടെ മുകളിലേക്കെത്താനാവൂ. വായുവിലേക്ക് കുതിച്ച് ചാടുന്ന സമയത്ത് ആരെങ്കിലും പിടിക്കുമെന്ന ഭയമെനിക്കുണ്ട്.

അഴിമുഖത്തുനിന്ന് നദീമുഖത്തേക്കുള്ള ദേശാടനത്തിന്റെ രണ്ടാം വാരമാണത്. ദേശാടനം ആരംഭിക്കുന്ന കാലത്ത് അവൾക്കൊരു തുണയുണ്ടായിരുന്നു. അവൻ ജാഗ്രതയോടെ അവൾക്ക് സംരക്ഷണമൊരുക്കി. തനിക്ക് കിട്ടുന്ന ഭക്ഷണം സ്നേഹത്തോടെ പങ്കുവെച്ചു. എവിടെയോ വെച്ച് അവനെ കാണാതായി. ഒരുപക്ഷേ നീർനായ പിടിച്ചുകാണും. അന്നാണവൾ അവനെ അവസാനമായി കണ്ടത്. ഭൂതത്താൻകെട്ട് പെട്ടെന്നടച്ചപ്പോൾ അവൾ പെട്ടതുപോലെ ഏതെങ്കിലും

കുഴിയിൽ അവനും പെട്ടുകാണാം. ആർത്തിയോടെ പുഴയിലിറങ്ങിയ മീൻപിടുത്തക്കാർ കോരുവലകൊണ്ടോ ചാട്ടുളികൊണ്ടോ അവനെ പിടിച്ചുകാണും. അങ്ങനെയൊന്നും സംഭവിക്കരുതേ എന്നവൾ പ്രാർത്ഥിച്ചു. ഇടയ്ക്ക് പ്രത്യക്ഷ്യപ്പെടുന്നതുപോലെ വായ നിറയെ ശേഖരിച്ച ഭക്ഷണവുമായി അവൻ തന്റെ മുന്നിൽ പ്രത്യക്ഷപ്പെടുമെന്നവൾ ആശിച്ചു. അടുത്ത തവണ അവൻ വരുമ്പോൾ അവനു വേണ്ടി ഭക്ഷണം തേടണമെന്നവൾ മനസ്സിലുറപ്പിച്ചു.

ദേശാടനത്തിനായി തന്റെയുള്ളിൽ ഒരു ദിശനോക്കിയന്ത്രം പ്രവർത്തിക്കുന്നത് അവളറിഞ്ഞു കാണുമോ. പതഞ്ഞൊഴുകി വരുന്ന വെള്ളത്തിനെതിരെ നീന്താനാവാതെ വരുമ്പോൾ വെള്ളത്തിന്റെ തടങ്കലിൽനിന്ന് ആകാശത്തേക്ക് കുതിക്കാൻ അവൾക്ക് ധൈര്യവും ശക്തിയും നൽകുന്നത് ജീവചര്യ തീരുമാനിക്കുന്ന തലവരകളാവും. ഇടമലയാർ ഭാഗത്തെ കൂടുതൽ ശുദ്ധമായ വെള്ളം കണ്ട് ആ ദിശയിലേക്ക് നീന്തിയ അവൾ ഇടമലയാർ അണക്കെട്ടിന്റെ ഏതാനും കിലോമീറ്റർ അടുത്ത് വരെ എത്തി വറ്റിയ നദീതടം കണ്ട് നിരാശയായി തിരികെപ്പോയി. പൂയംകുട്ടി ഭാഗത്തേക്ക് നീന്തിയെത്തിയ സാരിവാലൻ വരാൽ കരിന്തിരിയാറ്റിലൂടെ കുറച്ച് ദൂരം നീന്തിയെങ്കിലും തിരികെ ഭൂതത്താൻകെട്ട് ജലാശയത്തിൽ തന്നെയെത്തി. സഞ്ചരിച്ച ദൂരമത്രയും വ്യഥാ തിരിച്ച് നീന്തേണ്ടി വന്നതിന്റെ നിരാശയേക്കാൾ തന്റെ കൂട്ടുകാരനെ കാണാനില്ലാത്തതാവും അവളെ വലച്ചിട്ടുണ്ടാവുക.

> എനിക്കവന്റെ മണം കിട്ടുന്നുണ്ട്. ഇത്രയും ദൂരം വഴിതെറ്റി അലഞ്ഞത് അവനെ തിരിച്ചുകിട്ടാൻ തന്നെയാവും. വലത്ത് ഭാഗത്തെ ആറ്റിന് ഇപ്പോൾ ദുഷിച്ച ഗന്ധം കുറവുണ്ട്. ആ ദിക്കിൽ കുറച്ച് ദൂരം നീന്തിയപ്പോൾ ഞാനവനെ കണ്ടു. അവൻ ചെകിളകൾ വികസിപ്പിച്ച് കണ്ണുകൾ ഇമവെട്ടി എന്നോട് പരിഭവം പറഞ്ഞു. എന്റെ കൂട്ടുകാരീ നീ എവിടെയായിരുന്നു ഇത്രയും നേരമെന്ന അവന്റെ ചോദ്യത്തിന് അവനെ തൊട്ടുരുമ്മി ഞാൻ മറുപടി പറഞ്ഞു. അവന്റെ മേൽച്ചുണ്ടിൽ ഒരു മുറിവുണ്ടായിരുന്നത് കരിഞ്ഞു തുടങ്ങിയിട്ടുണ്ട്. ചൂണ്ടയിൽ കുടുങ്ങിയതാണ്. എനിക്ക് സങ്കടമായി. ഞനെന്റെ ചിറകുകൾകൊണ്ട് തഴുകി ആ മുറിവിന്റെ വേദന കുറയ്ക്കാൻ നോക്കി. പരസ്പരം നീന്തിത്തോൽപ്പിച്ചും വട്ടംചുറ്റിയും വെള്ളത്തിന് മുകളിലേക്ക് കുതിച്ചുപൊന്തിയും ഞങ്ങൾ കുറേ നേരം നീന്തി. ഇനി പരസ്പരം വിട്ടുപോകാതിരിക്കാൻ ജാഗ്രത പുലർത്തണമെന്ന് ഞങ്ങൾ പരസ്പരം ഓർമ്മപ്പെടുത്തി. അവനില്ലാതിരുന്ന കാലത്തെ കഥകൾ എനിക്കും ഞാൻ കൂട്ടിനില്ലാതിരുന്ന കാലത്തെ ഒരുപാട് കഥകൾ അവനും പറയാനുണ്ടായിരുന്നു.

ട്രൗട്ടുകളും സാൽമണുകളും

ഏകദേശം ഒൻപത് കോടി വർഷങ്ങൾക്ക് മുൻപ് ഒരു മത്സ്യവംശാവലി ഭാഗംവെച്ച് പിരിഞ്ഞു. അതിനും എട്ട് കോടി വർഷങ്ങൾ കഴിഞ്ഞാണ് മനുഷ്യരുടെ കേസ് പരിഗണനയ്ക്ക് വന്നതുതന്നെ. പരിണാമത്തിന്റെ കോടതിയിൽ നടന്ന ദീർഘമായ വ്യവഹാരത്തിനൊടുവിൽ ഇരുതായ്‌വഴികൾ ട്രൌട്ടുകളും സാൽമണുകളുമെന്ന് അറിയപ്പെട്ടു. ഇരുകൂട്ടരും പിന്നെ ഒന്നായില്ല. ഭാഗപ്പിരിവിന്റെ വൈര്യത്താലാവാം അവർ രണ്ട് മഹാസമുദ്രങ്ങളിലേക്ക് താമസം മാറ്റിയത്. പസഫിക് സമുദ്രത്തിൽ ട്രൗട്ടുകളും അറ്റ്ലാന്റിക്കിൽ സാൽമണുകളും പിൽക്കാലത്ത് ഉപവിഭാഗങ്ങളായി പരിണമിച്ചു. കടലിൽ ജീവിക്കുന്ന ഇരുകൂട്ടരും വംശവർദ്ധനവിനായി നദീമുഖത്തേക്ക് ദേശാടനം ചെയ്യുന്ന പാരമ്പര്യം നിലനിർത്തി. ഉൾനാടൻ തടാകങ്ങളിലേക്ക് നാടുകടത്തപ്പെട്ടവർപോലും കടലെന്ന പുണ്യഭൂമി സ്വപ്നം കണ്ടു. പർവ്വതങ്ങൾക്ക് മുകളിലെ തടാകത്തിലെ ഉരുളൻകല്ലുകളുള്ള ആഴം കുറഞ്ഞ ഭാഗത്ത് വിരിഞ്ഞിറങ്ങിയ കുഞ്ഞുങ്ങളോട് അവസരമൊത്താൽ കടൽ തേടിപ്പോകണമെന്ന് അമ്മമാർ സത്യം ചെയ്ത് വാങ്ങി. ഇരുവംശപരമ്പരകളും അക്കാര്യത്തിൽ കണിശക്കാരായി.

ശാന്തമഹാസമുദ്രത്തിലെ ട്രൗട്ടുകളിലെ ഒരു തായ്‌വഴി പരിണാമത്തിന്റെ കോടി വർഷങ്ങൾ താണ്ടി ഇന്ത്യൻ മഹാസമുദ്രത്തിലെത്തി. ഇന്ത്യാ ഉപഭൂഖണ്ഡത്തിന്റെ വടക്ക് കിഴക്കൻ ഉൾക്കടലിൽ എത്തിപ്പെട്ടവർ തണുത്ത പ്രദേശങ്ങൾ തേടി ഹിമാലയത്തിലേക്ക് യാത്ര തിരിച്ചെങ്കിലും ആരും പ്രജനനകാലം കഴിഞ്ഞ് കടലിലേക്ക് തിരിച്ചു വന്നില്ല. ദീർഘമായ ദൂരം താണ്ടാനാവാതെ തളർന്നതാവാം, കൊടും ശൈത്യത്തിൽ ഉറഞ്ഞുപോയതാവാം. അതേ സമയം പടിഞ്ഞാറുള്ള അറബിക്കടലിലെത്തിയവർ പശ്ചിമഘട്ടത്തിലെ ഗിരിശൃംഗങ്ങളിൽ നിന്ന് ഉത്ഭവിക്കുന്ന നദികളെ വംശവർദ്ധനവിന് തിരഞ്ഞെടുത്തു.

വംശവർദ്ധനവ് നടത്താൻ ശുദ്ധജലത്തിലേക്ക് ദേശാടനം ചെയ്യുന്ന ട്രൗട്ടുകളുടെ ഒരു കൂട്ടർ പെരിയാർ നദി അറബിക്കടലിൽ പതിക്കുന്ന ഭാഗത്ത് താമസമാക്കിയിരുന്നു. കുന്നിൻമുകളിൽനിന്ന്

വരുന്ന തണുത്ത വെള്ളം കടലുമായി ചേരുന്ന പ്രദേശങ്ങളിലെ കാലാവസ്ഥ അവയ്ക്ക് അനുകൂലമായിരുന്നു. കടൽ പ്രവാഹങ്ങളുടെ സ്വഭാവം മാറുകയും ഭൂമദ്ധ്യരേഖയോട് കൂടുതലടുത്ത പ്രദേശങ്ങളിലെ കടൽ ക്രമാതീതമായി ചൂട് പിടിക്കുകയും ചെയ്തതോടെ അവർ താരതമ്യേന ചൂട് കുറഞ്ഞ അഴിമുഖങ്ങളിലേക്ക് ചേക്കേറി. ചെകിള യിൽനിന്ന് തുടങ്ങി ഉടലിന്റെ മദ്ധ്യഭാഗത്തുകൂടെ വാലറ്റംവരെ നീളുന്ന മനോഹരമായ മാരിവിൽ വർണ്ണമുണ്ടായിരുന്നു അവരുടെ പൂർവ്വി കർക്ക്. മറ്റുചിലരുടെ ശരീരത്തിനാകട്ടെ ഇളം തവിട്ട് നിറമായിരുന്നു. പെരിയാറിന്റെ അഴിമുഖത്തെ ട്രൗട്ടുകൾ കാലക്രമത്തിൽ കടും തവിട്ട് നിറമുള്ളവരായി. ചിറകുകൾക്കും വാലുകൾക്കും ചുവപ്പും മഞ്ഞയും വരകളും തവിട്ട് നിറമുള്ള ദേഹത്തിന്റെ നടുവിലൂടെ ചുവന്ന ഒരു വരയും പ്രജനനകാലത്ത് തെളിഞ്ഞുവരുന്ന പുള്ളി കളും പുരാവൃത്ത ശേഷിപ്പുകളായി. പൂർവ്വികരുടെ കെട്ടുകാഴ്ചകൾ ഭൂരിഭാഗവും കൈമോശം വന്നെങ്കിലും പ്രജനനകാലത്ത് തണുത്ത നദീമുഖങ്ങൾ തേടി യാത്ര തിരിച്ച് പാരമ്പര്യം കാത്തു.

കടലിൽ ജീവിക്കുന്നതിനുള്ള അനുകൂലനങ്ങൾക്കൊപ്പം ശുദ്ധ ജലത്തിലേക്ക് ദേശാടനം ചെയ്യാമെന്നത് ട്രൗട്ടുകളെയും സാൽ മണുകളെയും മത്സ്യകുലത്തിലെ വലിയ ശക്തികളാക്കേണ്ടതായി രുന്നു. പക്ഷേ, ലോലമായ അസ്ഥികളും പച്ചയ്ക്കുപോലും ഭക്ഷിക്കാ വുന്നത്ര മൃദുവായ മാംസവും അവർക്കുതന്നെ ശാപമായി. അക്കാ രണത്താൽ തന്നെ സാൽമണുകളും ട്രൗട്ടുകളും മനുഷ്യന്റെ തീന്മേശ യിലെ വിശിഷ്ടഭോജനമായി. ട്രൗട്ടുകളെ ഫാമുകളിൽ വളർത്തി ഉയർന്ന പ്രദേശങ്ങളിലെ തടാകങ്ങളിൽ കൊണ്ടുപോയി നിക്ഷേ പിച്ചവർക്കുപോലും അവ അവിടെ പ്രജനനം നടത്തുമെന്ന പ്രതീക്ഷ യുണ്ടായിരുന്നില്ല. എന്നാൽ കടലിലേക്ക് പോകാനുള്ള ജന്മസിദ്ധ മായ വാസനയ്ക്ക് അവധികൊടുത്ത് ചിലതരം ട്രൗട്ടുകൾ തടാക ങ്ങളിൽ മുട്ടയിട്ട് കുഞ്ഞുങ്ങളെ വിരിയിച്ചു, അവിടങ്ങളിലെ സ്വാഭാ വിക മത്സ്യസമ്പത്തിന് പോലും അവർ ഭീഷണിയായി.

ക്രിസ്തുവിനും മൂന്ന് സഹസ്രാബ്ദങ്ങൾക്ക് മുൻപുതന്നെ മല ബാറിലെ മുരച്ചിപ്പട്ടണം തുറമുഖത്ത് നിന്ന് റോമക്കാരും ബാബി ലോണിയക്കാരും ഈജിപ്റ്റുകാരുമൊക്കെ സുഗന്ധവ്യഞ്ജനങ്ങളുടെ വ്യാപാരം നടത്തിയിരുന്നു. മുസിരിസ് എന്ന പേരിൽ ലോകവ്യാപാര ഭൂപടങ്ങളിൽ സ്ഥാനം പിടിച്ച കേരളത്തിലെ തുറമുഖത്തിലേക്ക് രണ്ടാഴ്ചകൊണ്ട് കെയ്റോയിൽ നിന്നുള്ള പായ്ക്കപ്പലുകളെത്തും. പ്രാദേശിക ഭരണാധികാരികൾ നിയന്ത്രിച്ചിരുന്ന തുറമുഖങ്ങൾ പിൽക്കാ ലത്ത് അധിനിവേശ ശക്തികളുടെ പിടിയിലായി. ആദ്യം പറങ്കികളും പിന്നീട് ഡച്ചുകാരും മുസിരിസ് തുറമുഖത്തിൽ മേൽക്കോയ്മ നേടി.

അക്കാലത്ത് കൊടുങ്ങല്ലൂർ പറവൂർ ഭാഗങ്ങളിൽ ആളുകൾക്ക് അപൂർവ്വമായേ ട്രൗട്ടുകളെ കിട്ടിയിരുന്നുള്ളൂ. മീൻകറിയും വറുത്തതുമൊക്കെ

പ്രിയങ്കരമായിരുന്നെങ്കിലും വല്ലപ്പോഴും കിട്ടുന്ന ട്രൗട്ടുകളെ ആളുകൾക്ക് അത്ര താത്പര്യമില്ലായിരുന്നു. എല്ലാം നല്ലവണ്ണം വേവിച്ച് കഴിച്ച് ശീലിച്ചവരുടെ പാചകക്കൂട്ടുകൾക്ക് ട്രൗട്ടുകളുടെ മൃദുമാംസം യോജിച്ചില്ല. മാത്രവുമല്ല കായലിന്റെ മുപ്പത് മുതൽ അൻപതടി താഴ്ചവരെയുള്ള ഭാഗങ്ങളിൽ താമസിക്കുന്ന ട്രൗട്ടുകളെ അത്ര എളുപ്പത്തിൽ പിടിക്കാനുമാവില്ല. വീശുവലയോ കെട്ടുവലയോ ട്രൗട്ടുകളുടെ വ്യവഹാരമേഖലയിലെത്തില്ല. മുസിരിസിൽ ഡച്ചുകാരുടെ വരവോടെയാണ് ട്രൗട്ടുകളുടെ കഷ്ടകാലം ആരംഭിക്കുന്നത്.

മുസിരിസ് തുറമുഖത്ത് ഡച്ചുകാർക്ക് മേൽക്കോയ്മ ഉണ്ടായിരുന്ന കാലം. കുശിനിക്കാരൻ വെച്ചുവിളമ്പിയ ട്രൗട്ടിനെ രുചിച്ച ഡച്ച് ക്യാപ്റ്റൻ മീൻ വിറ്റ വള്ളക്കാരനെ വിളിച്ചുവരുത്തി വിസ്തരിച്ചു. അത്തരം മീനിനെ വല്ലപ്പോഴും കിട്ടാറുണ്ടെന്ന മറുപടി കേട്ട ക്യാപ്റ്റൻ കായലിൽ മീൻ പിടിക്കുന്ന മറ്റ് ആളുകളോടും തിരക്കി. കണ്ടങ്ങളിൽ കാണുന്ന വരാലിന്റെ വലുതാണെന്നല്ലാതെ മീൻപിടുത്തക്കാർക്കൊന്നും സായിപ്പിന്റെയത്ര ആവേശമുണ്ടായില്ല. അടുത്ത തവണ കിട്ടുമ്പോൾ ജീവനോടെ കൊണ്ടുവരണമെന്നും കൊണ്ടുവരുന്നവർക്ക് സമ്മാനമുണ്ടെന്നും വാഗ്ദാനം ചെയ്ത ഡച്ച് ക്യാപ്റ്റന് മുന്നിൽ മത്സ്യമെത്താൻ ഒരു മാസം കഴിഞ്ഞു. തങ്ങളുടെ ദേശത്ത് കിട്ടുന്ന ട്രൗട്ടുകളുമായി രൂപ സാദൃശ്യമില്ലെന്ന് ഒറ്റനോട്ടത്തിൽ തോന്നുമെങ്കിലും അവയുടെ ചിറകുകളും വാലും വായും പല്ലുകളും നോക്കി അത് നാട്ടുകാർ പറയുന്നപോലെ വലിയ വരാലല്ല എന്ന് സായിപ്പുറപ്പിച്ചു. മാരിവിൽ ട്രൗട്ടുകളും തവിട്ട് ട്രൗട്ടുകളുമുള്ളത് അയാൾക്കറിയാം. ഇത് അത്തരത്തിലുള്ള എന്തെങ്കിലും ഇനമാവാം. തവിട്ട് ട്രൗട്ടിനേക്കാൾ ഇരുണ്ടതാണ്, ഒരുപക്ഷേ ആ ദേശത്തെ മനുഷ്യരെപ്പോലെ കൂടുതൽ തവിട്ടായതാവാമെന്നയാൾ ഊഹിച്ചു. യൂറോപ്പിലേക്ക് തിരികെ പോയ ക്യാപ്റ്റൻ ഒരു വർഷം കഴിഞ്ഞ് കപ്പലുമായെത്തിയപ്പോൾ കയ്യിൽ സ്കാന്റിനേവിയൻ രാജ്യങ്ങളിലെ വൈകിങ്ങ് വിഭാഗക്കാർ പരമ്പരാഗതമായി ഉപയോഗിച്ചിരുന്ന ഹാഫ് നെറ്റുകളുണ്ടായിരുന്നു. പട്ടികകൊണ്ടുണ്ടാക്കിയ ചതുരൻ ഫ്രേമിൽ കെട്ടിയ നെറ്റുമായി വേലിയിറക്ക സമയത്ത് കായലിൽ നടന്ന് മീൻ പിടിക്കൽ പരീക്ഷിച്ചെങ്കിലും ട്രൗട്ടുകളെ കിട്ടിയില്ല. ഹാഫ് നെറ്റ് പരീക്ഷണം പാളിയെങ്കിലും രണ്ട് ബോട്ടുകളിൽ വലയുടെ അറ്റങ്ങൾ കെട്ടി ജലാശയങ്ങളുടെ ആഴങ്ങളിൽനിന്ന് മീനുകളെ ഊറ്റുന്ന കെട്ടുവലകൾ വിജയമായിരുന്നു. മുസിരിസ് തുറമുഖത്തുനിന്ന് തന്റെ കപ്പലിൽ ചരക്ക് കയറ്റിക്കൊണ്ടിരുന്ന ഒരുമാസം കൊണ്ട് കായലിൽ നിന്ന്ട്രൗട്ടുകളെ പിടിക്കുന്ന വിദ്യ ക്യാപ്റ്റൻ മീൻപിടുത്തക്കാരെ പരിശീലിപ്പിച്ചു. രണ്ട് വള്ളങ്ങൾ പത്തറുപത് വാര അകലത്തിൽ നിർത്തി അവയിൽ വലയുടെ രണ്ടറ്റങ്ങളും കെട്ടും. വലിയ വല കായലിന്റെ ആഴങ്ങളിൽ അപ്പോഴും മുങ്ങിക്കിടക്കും. വള്ളം പതുക്കെ

തുഴഞ്ഞ് മുന്നോട്ട് പോകുമ്പോൾ എതിർഭാഗത്ത് നിന്ന് മറ്റൊരു വള്ളത്തിന്റെ നിലത്ത് കൊട്ടി ഒച്ചയുണ്ടാക്കിക്കൊണ്ട് വരും. അങ്ങനെ വരുന്ന വള്ളം വലയുടെ മുപ്പത് വാരയടുത്തെത്തുമ്പോൾ വല കെട്ടിയ വള്ളങ്ങൾ വിപരീതദിശകളിലേക്ക് തുഴയും. പൊന്തിവരുന്ന വലയിൽ കുടുങ്ങുന്ന ട്രൗട്ടുകളിൽ കുറച്ചെണ്ണം വലയിൽനിന്ന് ചാടി രക്ഷപ്പെടുമെങ്കിലും എട്ടോ പത്തോ ഒക്കെ കിട്ടും. ഡച്ച് കോട്ടയിൽ കൊണ്ടുപോയി കൊടുത്താൽ നല്ല വിലകിട്ടുമെങ്കിലും വാളയും ചെമ്പല്ലിയും തിരുതയും ഇഷ്ടപ്പെടുന്ന നാട്ടുകാരൊന്നും വലിയ വിലയ്ക്ക് വാങ്ങിയില്ല. പതിന്നാലാം നൂറ്റാണ്ടിൽ മുസിരിസ് തുറ മുഖംതന്നെ നാമാവശേഷമാകും വരെ ഡച്ചുകാർക്ക് വേണ്ടി മൂന്ന് വള്ളങ്ങളുപയോഗിച്ചുള്ള ട്രൗട്ട് പിടുത്തം പൊടിപൊടിച്ചു. ആദ്യ മൊക്കെ ഒറ്റ വീശിന് എട്ടും പത്തും മീൻ കിട്ടിയിരുന്നത് പിൽക്കാ ലത്ത് ദിവസം മുഴുവൻ ശ്രമിച്ചാൽ ഒന്നോ രണ്ടോ കിട്ടുമെന്ന നില യ്ക്കായി. ഡച്ചുകാർ പോയതോടെ വലിയ വരാലിനെ പിടിക്കുന്ന പാടുപെട്ട ജോലി ചെയ്യുന്നതിൽ അർത്ഥമില്ലെന്നായി. എണ്ണത്തിൽ കുറഞ്ഞുപോയ ട്രൗട്ടുകൾ കായലിന്റെ ആഴം കൂടിയ ഭാഗങ്ങളിൽ അതിജീവനത്തിനായി പൊരുതി.

ഇന്ത്യയിലെ ബ്രിട്ടീഷ് അധിനിവേശകാലം. നെല്ലിക്കാംപെട്ടി വനഭാഗങ്ങളിൽനിന്നുള്ള മുല്ലയാറും പെരിയാറും സംഗമിക്കുന്ന യിടത്ത് അണകെട്ടി തമിഴ്നാട്ടിലെ കമ്പം തേനി ഭാഗങ്ങളിലേക്ക് വെള്ളം തിരിച്ചുവിടാൻ തുടങ്ങിയതോടെ പെരിയാറിന്റെ ഉത്ഭവ സ്ഥാനങ്ങളിലേക്ക് ട്രൗട്ടുകൾക്ക് സഞ്ചാര സ്വാതന്ത്ര്യം ഇല്ലാതായി. അണക്കെട്ട് വന്നതിനു ശേഷവും ചപ്പാത്ത്, വണ്ടിപ്പെരിയാർ, വള്ള ക്കടവ് ഭാഗങ്ങളിൽ ട്രൗട്ടുകൾ എത്തുമായിരുന്നു. ഉരുളൻ കല്ലുകളും മണൽ പരപ്പുകളും ഇല്ലാത്തയിടങ്ങളിൽ ട്രൗട്ടുകളിടുന്ന മുട്ടകൾ വിടവുകളിൽ ഒട്ടിപ്പിടിച്ച് വളരാൻ സാഹചര്യമില്ലാതെ ഒഴുകിപ്പോകും. ഒരു തവണയിടുന്ന മുട്ടകളിൽനിന്ന് നാലായിരം കുഞ്ഞുങ്ങൾക്ക് പകരം വിരിഞ്ഞിറങ്ങിയത് നൂറോ ഇരുനൂറോ കുഞ്ഞുങ്ങൾ മാത്ര മായി. രണ്ടോ മൂന്നോ വർഷങ്ങൾകൊണ്ട് തിരികെ കായലിലെത്തു ന്നത് വിരളിലെണ്ണാവുന്നവർ മാത്രമായി.

ഇരുപതാം നൂറ്റാണ്ടിന്റെ തുടക്കം വരെ പെരിയാറിന്റെ മുതിര പ്പുഴയാർ കൈവഴിയിലൂടെ പ്രജനനത്തിനായി ദേശാടനം ചെയ്യുന്ന ട്രൗട്ടുകൾ ചിത്തിരപുരത്തിനടുത്തുള്ള ആറ്റുകാട് വെള്ളച്ചാട്ടം വരേ യ്ക്കും നീന്തിയെത്തും. വെള്ളച്ചാട്ടത്തിന്റെ താഴെയുള്ള കയത്തിന്റെ ഉരുളൻ കല്ലുകൾ നിറഞ്ഞ ആഴം കുറഞ്ഞ ഭാഗത്ത് ട്രൗട്ടുകൾ മുട്ടയിടും. കണ്ണൻ ദേവൻ കുന്നുകളിൽനിന്ന് ഒഴുകിയെത്തുന്ന തണു തണുത്ത വെള്ളം പതിച്ച് നുരഞ്ഞ് പൊന്തുന്ന ആറ്റുകാട് വെള്ള ച്ചാട്ടത്തിന്റെ പരിസരത്തൊന്നും അക്കാലത്ത് ജനവാസമില്ല. മൂന്നാർ ഭാഗത്തെ സിങ്കോണ കൃഷി തേയിലയ്ക്ക് വഴിമാറിയതോടെ

മണ്ണൊലിപ്പ് കൂടുകയും രാസവളവും കീടനാശിനികളും പുഴയെ മലിനമാക്കുകയും ചെയ്തു. ആറ്റുകാട് വെള്ളച്ചാട്ടത്തിന്റെ പരിസരത്തെ ചെറിയ കയങ്ങളെല്ലാം ഒഴുകി വന്ന മണ്ണടിഞ്ഞ് തൂർന്നുപോയി. വെള്ളത്തിന്റെ ഗന്ധവും രുചിയും മാറി. തണുപ്പ് കാലത്ത് കയത്തിലെത്തിപ്പെടുന്ന ട്രൗട്ടുകളുടെ മുട്ടകൾ വിരിയുന്നതിന്റെ തോത് കുറഞ്ഞു. കുഞ്ഞുങ്ങളധികവും വൈകൃതങ്ങളോടെ വിരിഞ്ഞിറങ്ങി. കുട്ടിക്കാലവും കൗമാരവും യൗവ്വനവും ആറിന്റെ പലഭാഗങ്ങളിലായി പൂർത്തീകരിച്ച് കായലിൽ തിരികെയെത്തേണ്ട ട്രൗട്ടിന്റെ കുഞ്ഞുങ്ങളിൽ വളരെ കുറച്ചുപേർ മാത്രം കായലിലെത്തി തങ്ങളുടെ മാതാപിതാക്കളെ കണ്ടു.

കണ്ണൻ ദേവൻ കുന്നുകളിലെ തേയിലത്തോട്ടങ്ങളുടെയും അനുബന്ധമായ യൂക്കാലി, വാറ്റിൽ, പൈൻ തോട്ടങ്ങളുടെയും പരിസ്ഥിതി പ്രശ്നങ്ങൾക്കിടയിൽ തമസ്കരിച്ചുപോയ ഒന്നാണ് അവിടത്തെ മത്സ്യസമ്പത്തിന്റെ വിനാശം. രാസവളങ്ങളും രാസകീടനാശിനികളും ഉപയോഗിച്ച് തുടങ്ങിയതോടെ ശുദ്ധജലമത്സ്യങ്ങൾ ചത്തൊടുങ്ങിയത് മാത്രമായിരുന്നില്ല പ്രശ്നം. എല്ലാ തടാകങ്ങളിലും വളർത്ത് മത്സ്യങ്ങളെ നിക്ഷേപിച്ച പ്ലാന്റർമാർ അക്കാലത്ത് തന്നെ ട്രൗട്ടുകളെ യൂറോപ്പിൽ നിന്നെത്തിക്കാൻ ശ്രമമാരംഭിച്ചിരുന്നു. ഇംഗ്ലണ്ടിൽനിന്ന് കപ്പലിൽ കയറ്റിക്കൊണ്ടുവന്ന തവിട്ട് ട്രൗട്ടിന്റെ കുഞ്ഞുങ്ങളിൽ ഭൂരിഭാഗവും മൂന്നാറെത്തും മുൻപെ ചത്തുമലച്ചു. മിച്ചം വന്നവയെ പഴയ ദേവികുളത്തെ തടാകത്തിലും മണലാർ ഭാഗത്തുമൊക്കെ വളർത്താൻ ശ്രമിച്ചെങ്കിലും വലുതായ ഒന്നിനെപോലും കാണാൻ കിട്ടിയില്ല. തൊള്ളായിരത്തി മുപ്പതുകളിലാണ് തവിട്ട് ട്രൗട്ടുകളുടെ കുഞ്ഞുങ്ങൾക്ക് പകരം മാരിവിൽ ട്രൗട്ടുകളുടെ മുട്ടയിടാറായ പെൺമീനുകളെയും ആൺമീനുകളെയും കൊണ്ടുവരുന്നത്. രാജമലയുടെ കിഴക്കുള്ള ഇരവികുളമെന്ന സ്വാഭാവിക ജലാശയത്തിൽ കൊണ്ടിട്ട മാരിവിൽ ട്രൗട്ടുകൾ അവിടെ അതിജീവിച്ച് പ്രജനനം നടത്തി. യൂറോപ്പിൽ നടത്തുന്നത് പോലെ അങ്ക്ലിങ്ങ് മത്സരങ്ങൾ സംഘടിപ്പിക്കാൻ മണലാറിലും പഴയ ദേവികുളത്തും ട്രൗട്ടുകളെ നിക്ഷേപിച്ചു. പെട്ടിമുടിയിൽ ഒരു ഹാച്ചറി സ്ഥാപിച്ച് കുഞ്ഞുങ്ങളെ വിരിയിച്ച് മാട്ടുപ്പെട്ടിയിലും കുണ്ടളയിലും ലക്ഷ്മിയിലുമൊക്കെ കൊണ്ടിട്ടു. ഹൈറേഞ്ച് ആങ്ക്ലിങ്ങ് സൊസൈറ്റി എല്ലാ വർഷവും മീൻപിടുത്ത മത്സരങ്ങൾ നടത്തി. ജലാശയങ്ങളിൽനിന്ന് തോടുകളിലും നദികളിലുമെത്തിയ ട്രൗട്ടുകൾ പോതമേടുവരെയുള്ള മുതിരപ്പുഴയാറിന്റെയും ലക്കം വരെയുള്ള പൂവാറിന്റെയും ഭാഗങ്ങളിലെത്തിപ്പെട്ടു. ആ ഭാഗങ്ങളിൽ കണ്ടുവന്നിരുന്ന പ്രാദേശിക മത്സ്യങ്ങളെ തിന്നുതീർത്ത ട്രൗട്ടുകൾക്ക് ആകെയുണ്ടായിരുന്ന ശത്രു സായിപ്പന്മാരായ ആങ്ക്ലർമാർ മാത്രമായിരുന്നു. ഫിഷിങ്ങ് റോഡും തിളങ്ങുന്ന ലൂറുകളുമുണ്ടെങ്കിൽ മാത്രമേ ട്രൗട്ടുകളെ കിട്ടൂ. തൊള്ളായിരത്തി ഇരുപത്തിനാലിലെ

പ്രളയത്തിൽ മുതിരപ്പുഴയിലെ മാരിവിൽ ട്രൗട്ടുകൾ നാമാവശേഷ രായി. അപ്പോഴും തടാകങ്ങളിലുള്ളവർ ബാക്കിയായി.

പിൽക്കാലത്ത് ഇടുക്കിയിൽകൂടി അണക്കെട്ടുയർന്നതോടെ ട്രൗട്ടുകൾക്ക് മുന്നിൽ പെരിയാറിന്റെ പ്രധാന കൈവഴി വറ്റി. മുതിര യാറിൽ കല്ലാറുകുട്ടിയിലും അണക്കെട്ട് വന്നതോടെ മലിനമെങ്കിലും പ്രജനനത്തിനായി പോയിക്കൊണ്ടിരുന്ന മുതിരയാറും നിഷിദ്ധ മായി. അതിൽ പിന്നെ ട്രൗട്ടുകൾക്ക് മുന്നിൽ പ്രജനനത്തിന് അവ ശേഷിച്ചത് പെട്ടിമുടി ഭാഗത്ത് നിന്നുത്ഭവിക്കുന്ന കല്ലാർ മാത്രമായി. കല്ലാർ അണക്കെട്ടിന്റെ സ്പിൽവേകൾ തുറക്കുന്നതും കായലിൽ നിന്ന് മുട്ടയിടാനെത്തുന്ന ട്രൗട്ടുകൾ അണക്കെട്ടിന്റെ പരിസരത്തെ ത്തുന്നതും ഒരുമിച്ചായാൽ മാത്രമേ മുതുവാൻകുടി ഭാഗത്തേക്ക് പോകാനാവൂ. മിക്ക തുലാമഴക്കാലത്തും കല്ലാറിലെ സ്പിൽവേകൾ തുറക്കുന്നത് ദേശാടനം ചെയ്യുന്ന മത്സ്യങ്ങൾക്ക് അനുഗ്രഹമായി. കല്ലാറിലെ അണക്കെട്ട് കമ്മീഷൻ ചെയ്ത കാലം മുതലേ ഉള്ള ഡാംസൈറ്റ് കോളനി പ്രശ്നം ശരിക്കും അനുഗ്രഹമായത് ആ മത്സ്യ വംശത്തിനായിരുന്നു. ഡാമിലെ ജലാശയത്തിന്റെ ഏറ്റവും മുകളിലെ ഭാഗത്ത് ചെന്ന് മുട്ടയിടുന്ന ട്രൗട്ടുകൾ തിരികെ ഡാമിനടുത്തെത്തു മ്പോഴേക്കും ഷട്ടറുകൾ താഴ്ത്തിക്കാണും. ചിലരൊക്കെ മീൻപിടു ത്തക്കാരുടെ പിടിയിലാവും. സ്വന്തം നിഴൽ വെള്ളത്തിൽ വീഴ്ത്താതെ പതുങ്ങിച്ചെന്ന് ചൂണ്ടയിട്ടാലേ ട്രൗട്ടിനെ കിട്ടൂ.

മുതുവാൻകുടി ഭാഗത്ത് വിരിഞ്ഞിറങ്ങുന്ന കുഞ്ഞുങ്ങൾക്ക് അവ രുടെ മാതാപിതാക്കളുടെ ഛായയുണ്ടാവില്ല. ശരീരത്തിന് കുറുകെ ചെറിയ വരകളുള്ള അവർ മൂന്ന് കൊല്ലമെടുക്കും പ്രായപൂർത്തി യാവാൻ. സ്പിൽവേ തുറക്കുന്ന സമയത്ത് അവരിൽ കുറേ പേർ സമുദ്രം ലക്ഷ്യമാക്കി യാത്ര തിരിക്കും. തണുത്ത പ്രദേശത്തെ ശുദ്ധ ജലത്തിൽ വളർന്ന് വലുതായാലും കടൽവെള്ളത്തിലെ ചില ലവണ ങ്ങൾ വേണം അവയുടെ പ്രത്യുൽപ്പാദന വ്യവസ്ഥയുടെ വികാസ ത്തിന്. കല്ലാറിന്റെ ജലാശയത്തിൽ ഇനി അധികം ട്രൗട്ടുകൾ അവ ശേഷിക്കുന്നില്ല. ഡാംസൈറ്റ് കോളനിക്കാരെ കല്ലാർ ടൗണിനടു ത്തേക്ക് മാറ്റിപ്പാർപ്പിച്ചതിനുശേഷം കഴിഞ്ഞ മൂന്ന് വർഷമായി സ്പിൽവേ തുറന്നിട്ടില്ല. അതുകൊണ്ടുതന്നെ മുട്ടയിടാൻ കഴിഞ്ഞ മൂന്ന് വർഷങ്ങളായി ആരുമെത്തിയിട്ടില്ല. അവശേഷിക്കുന്ന മീനുകൾ കൂടി ഭക്ഷ്യശൃംഖലയുടെ ഭാഗമാവുന്നതോടെ ആ മത്സ്യജനുസ്സ് ഈ ഭൂമുഖത്തുനിന്ന് അപ്രത്യക്ഷമാകും.

മീനുകൾ ദേശാടനം ചെയ്യുന്ന വിധം

അവനെന്നെ തിരഞ്ഞ് നടക്കുകയായിരുന്നെന്നതാണ് സത്യം. അവനെ കാണാതായത് മുതൽ ഞാനവനെ തിരഞ്ഞ് നടക്കുകയാണെന്നും പറയാം. അവൻ പറഞ്ഞതാണ് ശരി, എനിക്കാണ് വഴി തെറ്റിയത്, എനിക്കാണ് വഴി അറിയാത്തത്.

എങ്ങോട്ടോ പുറപ്പെട്ട് പോകണമെന്ന ഒരു ഉൾവിളി എന്നിൽ നിറയുന്നത് ഞാൻ പോലും അറിഞ്ഞിരുന്നില്ല. പഴയപോലെ വെള്ളം കുടിക്കാൻ തോന്നുന്നില്ലെങ്കിലും എനിക്ക് വിശപ്പ് കൂടുതലായിരുന്നു. കായലിലെ ഉപ്പ് അധികമുള്ള വെള്ളത്തിൽനിന്ന് ശുദ്ധജലത്തിലേക്ക് കൂടുമാറിയപ്പോൾതന്നെ അധികം ദാഹമില്ല. സ്ഥിരമായി ഞാൻ ഭക്ഷണം തേടിക്കൊണ്ടിരുന്ന സ്ഥലങ്ങളിൽനിന്ന് കിട്ടുന്ന തീറ്റയൊന്നും മതിയാവാതെ വന്നു. ഒരു വേലിയിറക്ക സമയത്ത് ഭക്ഷണം കൊത്തിപ്പെറുക്കുന്നത് മതിയാക്കി കായലിലേക്ക് തിരികെ നീന്തുമ്പോൾ കണ്ടലുകളുടെ വേരുകൾക്കിടയിലൂടെ നീന്താനാവാതെ വന്നപ്പോഴാണ് ഞാനത്രയും വലുതായ കാര്യം മനസ്സിലാവുന്നതുതന്നെ. വേലിയിറക്ക സമയമത്രയും കണ്ടലിനകത്തെ ഒരു കുഴിയിൽ ഞാൻ പെട്ടുപോയി. തലമുറകളായി ഞങ്ങളുടെ വംശമെങ്ങനെയാണ് മുട്ടയിടാനായി കടലിൽനിന്ന് പുഴയുടെ ഉത്ഭവസ്ഥാനത്തേക്ക് ദേശാടനം ചെയ്യുന്നതെന്ന രഹസ്യം കേൾക്കണോ. കണ്ടൽ കാടുകൾക്കുള്ളിൽ വേലിയിറക്ക സമയത്ത് നീർനായകൾ ഇരതേടി വരും, ചിലപ്പോൾ മീൻപിടിയൻ പൂച്ചയും വരും. അവരാരെങ്കിലും അന്ന് വന്നിരുന്നെങ്കിൽ ഇന്നീ കഥ പറയാൻ ഞാനില്ല.

കായലിൽ നിന്ന് കിഴക്കോട്ട് യാത്ര തുടങ്ങിയ കാലത്ത് അവൻ കൂട്ടുണ്ടായിരുന്നു. വെള്ളത്തിന് ഗന്ധകത്തിന്റെ

മണവും രാസലായനിയുടെ കുത്തലും രൂക്ഷമായ കാലത്ത് പോലും അവന്റെ മണമെനിക്ക് കിട്ടിയിരുന്നു. പുഴയുടെ മദ്ധ്യത്തിൽ അധികം കലക്കലില്ലാത്ത ഭാഗത്തുകൂടെ നീന്തുമ്പോൾ ഒരു ദിവസം അവൻ വീണ്ടും പ്രത്യക്ഷപ്പെട്ടു. വെള്ളത്തിൽ വീഴുന്ന പരുന്തുകളുടെ നിഴലിനെക്കുറിച്ച വൻ എനിക്ക് പറഞ്ഞുതന്നു, നിഴലിന്റെ കഴുത്തിന് നീളം കുറവാണെങ്കിൽ ജാഗ്രത വേണം. നീർക്കാക്കകൾ എന്റെ പിന്നാലെ വരുമെങ്കിലും അവക്കൊന്നും പിടിക്കാനാവത്ത വലിപ്പമെനിക്കുണ്ട്, പക്ഷേ ആകാശത്തുനിന്ന് ഉൽക്ക പോലെ പൊട്ടി വീഴുന്ന വലിയ പരുന്തുകളെ എപ്പോഴും ഭയക്കണം. ആ ഭാഗത്തെ പുഴയിൽ അധികം ആഴത്തിൽ നീന്താനാവില്ല. അടിയിലെ വെള്ളത്തിൽ ശ്വാസം മുട്ടും, പരുന്തുകൾ മുകളിൽ വട്ടമിടുന്നുണ്ടെങ്കിൽ വെള്ളത്തിന്റെ മേൽ ഭാഗവും സുരക്ഷിതമല്ല.

നഗരങ്ങളുടെയും യന്ത്രങ്ങളുടെയും പണിശാലകളുടെയും കരകൾ കഴിഞ്ഞാൽ പിന്നെ കാര്യങ്ങൾ കുറച്ച് എളുപ്പ മാണ്. മനം മടുപ്പിക്കുന്ന രാസവസ്തുക്കളുടെ ഗന്ധവും അവയുണ്ടാക്കുന്ന വീർപ്പുമുട്ടലും ക്ഷീണവും ഒഴിയുമെ ന്നത് മാത്രമാണ് ഞാൻ പറഞ്ഞതിനർത്ഥം. ഭൂമിയിൽ ഞങ്ങൾക്ക് ശത്രുക്കളായി ദൈവം സൃഷ്ടിച്ച എല്ലാവരും അപ്പോഴുമുണ്ട്, എല്ലാവരെയും എന്തിന് പഴിക്കണം മനു ഷ്യൻ ഉണ്ടെന്ന് പറഞ്ഞാൽ മതിയല്ലോ. ഈ പുഴയിൽ മനുഷ്യനെ ഓർമ്മപ്പടുത്താത്ത ഒന്നുമില്ല, മുകളിലും ആഴ ങ്ങളിലും എല്ലാം അവനുണ്ട്. ദൂരെയൊരു ദിക്കിൽ രണ്ട് പുഴകളായി ഈ ആറ് പിരിയുന്നിടത്ത് മണൽ തിട്ടയിൽ ഒരു ശിവപ്രതിഷ്ഠയില്ലേ, അതിനടുത്ത് ആറ്റിന്റെ അടിയി ലുമുണ്ട് ഭഗവാന്റെ പ്രതിഷ്ഠകൾ. ഓരോ തവണയും മനുഷ്യൻ ആറ്റുവക്കിൽ പ്രതിഷ്ഠിക്കുന്നത് വെള്ളപ്പൊക്ക ത്തിൽ ഒലിച്ചു പോകുന്നതാണ്.

കുറേ കിഴക്കോട്ട് പോയാൽ വെള്ളമൊഴുകി ഉരലുകൾ പോലെ കുഴികളുണ്ടായിട്ടുള്ള ഒരു ചെറിയ വെള്ളച്ചാട്ട മുണ്ട്. അതിന് മുകളിൽ മനുഷ്യർ അണകെട്ടിയതിന്റെ താഴെയായി കല്ലുകൾകൊണ്ടുള്ള ഒരണക്കെട്ടുണ്ടായി രുന്നു. ശിവന്റെ ഭൂതഗണങ്ങൾ കെട്ടിയതാണെന്ന് അവിടെ യാരോ പറയുന്നത് കേട്ടു. എന്റെ കൂട്ടുകാരനോട് അയാളുടെ മുത്തശ്ശൻ പറഞ്ഞത് ആ കൽക്കെട്ട് പണ്ടെപ്പോഴോ ഒരു വെള്ളപ്പൊക്കത്തിൽ ഉണ്ടായതാണത്രെ. അവൻ പറഞ്ഞ കഥകളാട്ടോ ഞാൻ സ്വന്തമെന്നപോലെ പറയുന്നത്.

എനിക്കെവിടന്ന് കഥകളറിയാനാ. ഞാൻ ഒരു അനാഥയായിരുന്നല്ലോ.

അവന്റെ കുട്ടിക്കാലം മലമുകളിലെ ഏതോ തടാകത്തിലായിരുന്നത്രെ. തടാകത്തിലേക്ക് വെള്ളമൊഴുകിയെത്തുന്ന പൂമുഖത്ത് ചെറിയ ഉരുളൻകല്ലുകളും പഞ്ചസാര മണലുകളുമുള്ള മനോഹരമായ പ്രദേശത്താണവൻ ജനിച്ചത്. അവിടെ വന്ന് മുട്ടയിട്ട അവന്റെ അമ്മയും അച്ഛനും തിരിച്ച് കായലിലേക്ക് തന്നെ പോയി. പിറ്റേവർഷം അവന്റെ അമ്മ വീണ്ടും വന്നെങ്കിലും അച്ഛനെ വഴിയിൽ വെച്ച് ഏതോ വലക്കാരൻ പിടിച്ചു. അത്തവണ അവന്റെ അമ്മയിട്ട മുട്ടകളൊന്നും വിരിഞ്ഞില്ല. അമ്മ തിരികെ പോകുമ്പോൾ അവന് പോകണമെന്നുണ്ടായിരുന്നെങ്കിലും വളർന്ന് വലുതായി ശരീരത്തിൽ കുറുകെയുള്ള വരകൾ മാഞ്ഞ് പകരം നീളത്തിൽ ഒരു ചുവപ്പ് വര വരുന്നതുവരെ ആ പ്രദേശം വിട്ട് പോകാൻ അനുവാദമില്ലത്രെ. ഞാനാ കാലത്തൊക്കെ വേറേ ഒരു പുഴയിലായിരുന്നു. അവിടെ ആളുകൾ പുഴയിൽ മീനുകൾക്ക് ഭക്ഷണം ഇട്ടുകൊടുക്കുന്ന ഒരു കടവുണ്ട്. കുറേ കിഴക്കോട്ട് പോയാൽ ഒരു വെള്ളച്ചാട്ടമാണ്. എന്റെ കൂട്ടുകാരൻ പറയുന്നത് ആ വെള്ളച്ചാട്ടത്തിന്റെ മുകളിലും മീനുകളുണ്ടെന്നാണ്. അവർക്ക് വേറേ മുഖഭാവമാണ്, വേറെ സ്വഭാവവും മണവുമാണ്.

അപ്പോൾ ഞാനും അവരുമൊക്കെ ജനിച്ചുവളർന്ന തടാകത്തിൽനിന്നുതന്നെ വന്നതാവാം. പണ്ടെനിക്ക് മനുഷ്യർ പറയുന്നത് മനസ്സിലാവുന്നതുപോലെ തോന്നാറുണ്ട്. ഞാൻ മറ്റു മീനുകളോട് അക്കാര്യം പറഞ്ഞിട്ടുണ്ട്. എല്ലാവരുമൊന്നും ഞാൻ പറഞ്ഞത് വിശ്വസിച്ചില്ല, മനുഷ്യരെ സ്നേഹിക്കരുതെന്ന് പറഞ്ഞു. എന്നാലും എനിക്ക് ചിലരെയെല്ലാം ഇഷ്ടമാണ്. പക്ഷേ ക്രൂരന്മാരാണ്.

ഒരിക്കൽ ഒരു കുഞ്ഞുമീനിനെ ഒരാൾ വലകൊണ്ട് കോരിപ്പിടിച്ചു. അവളെ അയാൾ കൊന്നല്ലോ എന്ന് സങ്കടപ്പെട്ടിരിക്കുമ്പോഴുണ്ട് അവളെ തിരികെ പുഴയിലേക്ക് വലിച്ചെറിയുന്നു. ആശ്വാസത്തോടെ അവളുടെയടുത്തേക്ക് നീന്തിച്ചെന്നപ്പോൾ കണ്ടത് ഒരു ചൂണ്ടക്കൊളുത്തിൽ എന്റെ കൂട്ടുകാരിയെ ജീവനോടെ കൊളുത്തിയാണ് ആ ദുഷ്ടൻ വലിച്ചെറിഞ്ഞത്. അവൾ കിടന്ന് പിടച്ചത് കണ്ടാൽ ഒരു മനുഷ്യനെയും ഒരുകാലത്തും നിങ്ങളാരും ഇഷ്ടപ്പെടില്ല. ചൂണ്ടയിൽ കിടന്ന് പിടഞ്ഞ അവളെ പെട്ടെന്ന് ഒരു വലിയ കാർപ്പ് വന്ന് വിഴുങ്ങി. അതോടെ അവനും കുരുക്കിലായി.

ചൂണ്ടയിൽ മണ്ണിരയെയൊക്കെ കൊരുത്തിടുമ്പോൾ അത് കൊത്തരുതെന്ന് ഞാൻ മറ്റു മീനുകളോട് പറയാറുണ്ട്. പക്ഷേ പാവങ്ങൾ വിശന്നിരിക്കുമ്പോൾ വന്ന് വീഴുന്ന തെന്തും ഒന്നുമാലോചിക്കാതെ കൊത്തിപ്പോകും. ചൂണ്ട യിൽ ഒരു മീനിനെ മുതുക് തുളച്ച് കോർത്തത് കണ്ടപ്പോൾ പിന്നെ ആ കടവിൽ നിൽക്കാൻ എനിക്ക് പേടിയായി.

അവിടെ നിന്ന് കായലിലേക്ക് പോകാൻ അതിന് മുൻപും ഞാൻ ശ്രമിച്ചതാണ്. പക്ഷേ വേനൽ തുടങ്ങിയാൽ കുറേ താഴെയുള്ള ഒരു അണക്കെട്ടിന്റെ ഷട്ടറിടും. അതോടെ അപ്പുറത്തേക്ക് കടക്കാനാവില്ല. വേലിയേറ്റ സമയത്ത് കായലിന്റെ ഭാഗത്താവും വെള്ളം കൂടുതൽ. അപ്പോൾ ഷട്ടറിന്റെ വിടവിലൂടെ വെള്ളം ചീറ്റും. ആ പ്രായത്തിൽ എനിക്ക് ഷട്ടറിന്റെ അപ്പുറത്തേക്ക് ചാടിക്കടക്കാനുള്ള ധൈര്യമുണ്ടായില്ല. പക്ഷേ ഒരിക്കൽ പോയപ്പോൾ ഷട്ട റിന്റെ അപ്പുറത്താണ് വെള്ളം കുറവ്. സർവ്വശക്തിയു മെടുത്ത് ഞാൻ ചാടി. അങ്ങനെയാണ് ഞാൻ കായലി ലെത്തിയത്.

കായലിൽ എത്തിയ സമയത്ത് എനിക്കവിടത്തെ ഉപ്പു വെള്ളം വലിയ അരുചിയായി തോന്നി. നല്ല ദാഹമായി രുന്നു അക്കാലത്ത്. പിന്നെ അത് ശീലമായി. അവിടെ കഴിഞ്ഞ കാലത്താണ് ഞാൻ വലുതായത്. വലുതായ തോടെ ചെറിയ മീനുകൾക്ക് എന്നെ പേടിയായി. എനിക്ക വരെ തിന്നാതിരിക്കാനാവില്ലല്ലോ. കണ്ടൽ കാടുള്ള ഭാഗത്തും തുരുത്തുകൾക്കടുത്തുമൊക്കെ ഞാൻ ഭക്ഷണം തേടിക്കൊണ്ടിരുന്നു. ആ ഭാഗത്ത് മറ്റാരെങ്കിലും വന്നാൽ എനിക്ക് ദേഷ്യം വരും. എന്റെ ചെകിള വലുതാവും, നിറം മാറും, ചിറകും വാലും വിറയ്ക്കും. എന്നാൽ ഒരു ദിവസം ഞാൻ അവനെ കണ്ടു, അവനെന്നെ തുരത്തുമെന്ന് ഭയ ന്നിരിക്കുമ്പോഴാണ് അവനെന്നോട് കൂട്ടുകൂടാൻ വന്ന താണെന്ന് മനസ്സിലാക്കുന്നത്.

അവൻ മലമുകളിൽനിന്ന് വന്നവനാണ്. മൂന്ന് തവണ മല മുകളിൽ മുട്ടയിടാൻ കൂട്ടുപോയവനാണ്. അവൻ പറഞ്ഞ പ്പോഴാണ് എന്ത് ഉൾവിളിയാണെനിക്ക് തോന്നുന്നതെന്ന കാര്യം ബോധ്യപ്പെട്ടത്. എന്നിൽ മുട്ടകൾ രൂപപ്പെടുന്നുണ്ട്. എന്റെ വയറ് കനംവെച്ചു തുടങ്ങുന്നുണ്ട്. ആ മുട്ടകളിടാൻ എനിക്ക് കാതങ്ങളകലെയുള്ള മലമുകളിലേക്ക് പോകണം. യാത്ര തുടങ്ങി കുറച്ചു കഴിഞ്ഞപ്പോൾ എനിക്കവന്റെ

കൂട്ട് നഷ്ടപ്പെട്ടു. ദേശാടനത്തിനുള്ള ദിശാസൂചികകളൊന്നുമില്ലാത്ത പാതയിൽ മുൻപ് പോയവരെ അനുഗമിക്കുകയാണത്രെ ചെയ്യേണ്ടത്.

ഒൻപത് കോടി വർഷങ്ങൾക്കിടെ എത്ര തലമുറകൾ കായലിൽനിന്ന് കുന്നിൻമുകളിലേക്ക് മുട്ടയിടാൻ പോയിക്കാണും. അങ്ങനെ നോക്കുമ്പോൾ ഈ മനുഷ്യർ ഈയടുത്ത കാലത്താണ് വന്നത്. പക്ഷേ അവർ വന്ന ശേഷം എല്ലാം അവർക്ക് വേണ്ടതുപോലെ മാറ്റി. പുഴയിലെ മണലെല്ലാം ഊറ്റി ആഴം കൂടിയപ്പോൾ കടലിൽനിന്ന് വേലിയേറ്റസമയത്ത് ഉപ്പ് വെള്ളം വന്ന് കായലിലെ വെള്ളത്തിന് കൂടുതൽ ഉപ്പായി. ആഴം കൂടിയപ്പോൾ അടിത്തട്ടിലെ തീറ്റ തിന്ന് ജീവിച്ചിരുന്നവർക്ക് മർദ്ദം താങ്ങാനായില്ല. ഞങ്ങൾ യുഗങ്ങളായി പ്രജനനത്തിന് പോയിരുന്ന എല്ലാ കൈവരികളിലും മനുഷ്യർ അണകെട്ടി അടച്ചു. അണക്കെട്ടുകൾക്ക് താഴെ പുഴകൾ ജീവനറ്റ് കിടന്നു.

ഇനി മുകളിലേക്ക് പോകാൻ ആകെ ഒരു വഴിയേ ഉള്ളൂ എന്നാണവൻ പറയുന്നത്. മഴ ശക്തിയാവും മുൻപ് ആ ദിക്കിലേക്ക് നീന്തിപ്പോകണം. ഇടക്കുള്ള ചെറിയ വെള്ളച്ചാട്ടങ്ങൾ ആകാശത്തേക്ക് ഉയർന്ന് ചാടി താണ്ടണം. അവൻ പറയുന്നത് കഴിഞ്ഞ തവണ അവനും അവന്റെ കൂട്ടുകാരിക്കും ലക്ഷ്യസ്ഥാനത്തെത്താൻ കഴിഞ്ഞില്ലെന്നാണ്. ഓരോ തവണ കഴിയുമ്പോഴും ഞങ്ങളുടെ എണ്ണം കുറഞ്ഞ് വരികയാണ്. കഴിഞ്ഞ കുറേ ദിവസത്തിനിടെ ഞങ്ങളെപ്പോലുള്ള ഒറ്റ മീനിനെപോലും കാണാനായില്ല. ഞങ്ങളായിരിക്കുമോ അവസാനത്തെ കൂട്ടർ.

എന്റെ കൂട്ടുകാരൻ ആദ്യമായി ദേശാടനത്തിന് പോയത് അഞ്ചാറ് മഴക്കാലത്തിന് മുൻപാണ്. അക്കൊല്ലം തിരിച്ചു വരാനായില്ല. ചെറിയ കുഞ്ഞുങ്ങൾക്കുള്ള തീറ്റകൾ ജലാശയത്തിലും മലമുകളിലെ പുഴകളിലുമൊക്കെ ഉണ്ടാവുമെങ്കിലും വലിയ മീനുകൾക്ക് തീറ്റ കിട്ടാൻ പാടാണ്. പ്രജനനകാലം കഴിയുമ്പോഴേക്ക് മെലിയുമത്രേ. അങ്ങനെയായാൽ അക്കൊല്ലം അതിജീവിക്കൽ ശ്രമകരമാണ്. അക്കൊല്ലം അത്തരത്തിൽ ജലാശയത്തിൽ പെട്ടുപോയവരിൽ കുറച്ചുപേർ മാത്രമേ ബാക്കിയായുള്ളൂ.

അവനെ അനുഗമിച്ച് ഞാൻ ചെറിയ വെള്ളച്ചാട്ടങ്ങൾ താണ്ടിക്കൊണ്ടിരുന്നു. മഴ പെയ്യുന്നുണ്ടെങ്കിലും പുഴയിൽ ഒഴുക്ക് കുറവാണ്. മുകളിലെവിടയോ ഒരണക്കെട്ടുണ്ടെന്ന്

അവൻ പറഞ്ഞറിയാം. അതിനടുത്ത് വരെ നീന്തിയെത്തി അണക്കെട്ടിന് താഴെയുള്ള കുഴികളിൽ കാത്ത് കിടക്കണം. അണക്കെട്ട് നിറയുമ്പോൾ അണക്കെട്ടിന്റെ വശത്തെ തോട്ടിലൂടെ വെള്ളം തുറന്ന് വിടും. ആ സമയത്ത് ഒഴുക്കിനെതിരെ നീന്തി അണക്കെട്ടിന്റെ ജലാശയത്തിലെത്തണം.

തോട്ടിലൂടെ വെള്ളം തുറന്ന് വിടുമ്പോൾ അണക്കെട്ടിലെ വലിയ മീനുകൾ പുറത്തേക്ക് രക്ഷപ്പെടും. അവയെ പിടിക്കാൻ മനുഷ്യർ വലയുമായി വരും, അവരുടെ വലയിൽ നിന്നൊഴിഞ്ഞ് വേണം ജലാശയത്തിലെത്താൻ. അവിടെയെത്തിയാൽ വേഗത്തിൽ നീന്തി ജലാശയത്തിലേക്ക് വെള്ളം വന്ന് ചേരുന്ന ഭാഗത്തെ പുഴകളിലേക്ക് പോകണം. അവിടത്തെ ഉരുളൻ കല്ലുകൾക്കിടയിലെ തരിമണലിൽ മുട്ടകളിടണം. അവയ്ക്ക് ജീവന്റെ പാതി നൽകേണ്ടത് അവന്റെ ചുമതലയാണ്. മുട്ടകൾ മണലിൽ ഒട്ടിപ്പിടിച്ച് കിടക്കും. അവ വിരിയുന്നതൊന്നും കാത്ത് നിൽക്കരുത്. മഴ കുറഞ്ഞാൽ തോട്ടിലൂടെ വെള്ളം ഒഴുക്കി വിടുന്നത് നിർത്തും. അങ്ങനെ സംഭവിച്ചാൽ അടുത്ത മഴക്കാലം വരെ കാത്തിരിക്കേണ്ടി വരും.

അവൻ കാണിച്ച വഴികളിലൂടെ നീന്തി ഞങ്ങൾ മലയുടെ പാതി ഉയരം താണ്ടി. മഴ ഇപ്പോഴും പെയ്യുന്നുണ്ട്. താഴെ ദിക്കുകളിൽ ഉള്ളതുപോലെ അധികം മീൻപിടുത്തക്കാരില്ല. ഇടയ്ക്ക് ചെറിയ കയങ്ങളിൽ ചെന്ന് പെടുമ്പോൾ എന്തെങ്കിലും തിന്നാൻ കിട്ടും, അവിടെ പക്ഷേ, ആരെങ്കിലും തോട്ട പൊട്ടിക്കാനായി വരും. ചങ്ക് തകർന്ന് പോകും അപ്പോൾ. മീനുകളൊക്കെ അടിതെറ്റി വെള്ളത്തിൽ പൊന്തും. തോട്ടക്കാരെനെ കണ്ടാൽതന്നെ അവനറിയാം. കരയിൽ നിന്നുള്ള വെടിമരുന്നിന്റെ മണംപോലും അവന് കിട്ടുമത്രേ.

പണ്ട് ഞങ്ങൾക്ക് പോകാൻ ധാരാളം കൈവഴികളുണ്ടായിരുന്നു. ചിലതിന്റെയൊക്കെ ഗതിയിൽ വലിയ ഉരുൾപ്പൊട്ടലുണ്ടായി വലിയ വെള്ളച്ചാട്ടങ്ങൾ രൂപപ്പെട്ടു. അതോടെ അതിന് മുകളിലേക്ക് പോകാൻ പറ്റാതായി. ഉരുൾപ്പൊട്ടലിൽ വലിയ പാറക്കല്ലും ചളിയും വന്നടിഞ്ഞ് മുട്ടയിടാനാകുന്ന തരിമണലില്ലാതായതും പ്രശ്നമാണ്. ഇനി കുറച്ച് ദിവസങ്ങൾകൂടി നീന്തിയാൽ അവൻ പറഞ്ഞ സ്ഥലത്തെത്തും.

ചെറിയ പാറക്കൂട്ടങ്ങൾക്കിടയിലൂടെ ഒഴുകുന്ന ഈ ഭാഗത്തിന് പുഴയെന്നൊന്നും വിളിക്കാനുള്ള വലുപ്പമില്ല. അവസാനം

എത്തിപ്പെട്ട ഒരു കയത്തിൽ ഞങ്ങൾ തൽക്കാലം വിശ്രമിച്ചു. പുഴയിലേക്കുള്ള ചെറിയ തോടുകളിൽനിന്ന് വെള്ളം ഒഴുകി വന്ന് തുടങ്ങിയപ്പോൾ വീണ്ടും മുകളിലേക്ക് നീന്താമെന്നായി. ഇനി കുറച്ച് ദൂരം കൂടെ നീന്തിയാൽ അണക്കെട്ടിന്റെ അരികിലെ കയത്തിലെത്താം. അണക്കെട്ടിന്റെ വശത്തെ തോട്ടിലൂടെ വെള്ളം തുറന്ന് വിടുന്നതുവരെ അവിടെ കാത്തിരിക്കണം. ആ ഭാഗത്ത് കിട്ടുന്ന വിരകളെയും ചെറിയ മീനുകളെയും ഭക്ഷിച്ച് ക്ഷീണമകറ്റണം. വെള്ളം തുറന്ന് വിടുമ്പോൾ സർവ്വശക്തിയുമെടുത്ത് നീന്തണം. അവൻ പറഞ്ഞുകൊണ്ടേയിരുന്നു. എനിക്ക് ആകാംക്ഷ കൂടിക്കൊണ്ടിരുന്നു. എന്നാലും ഞാൻ ആശ്വസിച്ചു ഞങ്ങൾക്ക് ലക്ഷ്യസ്ഥാനത്തെത്താനായല്ലോ. അങ്ങനെ ഞാനും ഒരമ്മയാവാൻ പോകുന്നു.

ഒരു ജനുസ്സിന്റെ മരണമൊഴി

എന്റെ വയറ് പൊട്ടി മുട്ടകൾ പുറത്തുവരുമെന്ന് തോന്നുന്നു. ഒഴുക്കവസാനിച്ച ചെറിയ കയത്തിന്റെ തൊട്ടടുത്ത മരത്തിൽ വലിയൊരു മീൻകൂമൻ രാത്രിയാവാൻ തക്കം പാർത്തിരിക്കുന്നു. ഇരുട്ടാവും മുൻപ് അവിടന്ന് പോയില്ലെങ്കിൽ ആ കൂമന്റെ കാലിൽ അവസാനിക്കാനായിരിക്കും വിധി.

ഇനിയൊരു പ്രളയം വന്നാൽ എന്തുചെയ്യുമെന്ന ചോദ്യത്തിലേക്ക് ചർച്ചകളെ ചുരുക്കുകയായിരുന്നു സമൂഹം. ഏറ്റുവാങ്ങിയ ദുരന്തങ്ങളുടെ കാരണങ്ങൾ ചികഞ്ഞവരെയൊക്കെ ഭരണകൂടം രാഷ്ട്രീയമായും വൈകാരികമായും നേരിട്ടു. പത്തോളം വലിയ അണക്കെട്ടുകളുണ്ടായിട്ടും എന്തുകൊണ്ട് പെരിയാറിലെ വെള്ളപ്പൊക്കം നിയന്ത്രിക്കാനായില്ലെന്ന ചോദ്യത്തിന് അവയൊക്കെ വൈദ്യുതി ഉൽപ്പാദനത്തിനായുണ്ടാക്കിയതാണെന്നും ഭാവിയിൽ പ്രളയമുണ്ടായാൽ വെള്ളപ്പൊക്കം പ്രതിരോധിക്കാൻ കൂടുതൽ അണക്കെട്ടുകൾ തന്നെ വേണ്ടിവരുമെന്നും സർക്കാർ ഏജൻസികൾ വാദിച്ചു.

അണക്കെട്ടുകൾ മണ്ണൊലിപ്പും വെള്ളപ്പൊക്കവും തടയുമെന്നും വൈദ്യുതി ഉൽപ്പാദിപ്പിക്കാനും ജലസേചനത്തിനും അണക്കെട്ടുകൾ വേണമെന്നും വിദ്യാലയങ്ങളിൽ പാഠഭാഗമായിരിക്കുമ്പോൾതന്നെ കേരളത്തിലെ മിക്ക അണക്കെട്ടുകളും വൈദ്യുതി ഉത്പാദിപ്പിക്കാനായി ഉണ്ടാക്കിയതാണെന്നും വെള്ളപ്പൊക്കം തടയണമെങ്കിൽ കൂടുതൽ സംഭരണശേഷിയുള്ള പുതിയ അണക്കെട്ടുകൾ വേണമെന്നും വിദഗ്ദർ വാർത്താചാനലുകളിലെ ചർച്ചകളിൽ വാദിച്ചു. പെരിയാറിന്റെ കൈവഴികളിൽ കല്ലാറിൽനിന്നാണ് ഏറ്റവും കൂടുതൽ വെള്ളം ഒഴുകിയെത്തിയതെന്നും അതിനാൽ ഇപ്പോഴത്തെ അണക്കെട്ടിനും മുകളിൽ വിഭാവനം ചെയ്തിരിക്കുന്ന രണ്ട് അണക്കെട്ടുകളുടെ നിർമ്മാണത്തിലെ നിയമതടസ്സങ്ങൾ മാറ്റണമെന്ന് സർക്കാർ കോടതിയിൽ സത്യവാങ്മൂലം നൽകിയതോടെ അണക്കെട്ടുകൾ നിർമ്മിക്കുന്നതിന്റെ എല്ലാ തടസ്സങ്ങളും നീങ്ങി. കേവലം

ഒരു മീനിന്റെ ദേശാടനം പറഞ്ഞ് അണക്കെട്ടിന്റെ നിർമ്മാണത്തിനെതിര് നിന്ന യുവഗവേഷകനെക്കുറിച്ചും അയാൾക്ക് കിട്ടിയ വിദേശ ഫണ്ടിനെക്കുറിച്ചും പൊടിപ്പും തൊങ്ങലും വെച്ച് വാർത്തകൾ പ്രചരിച്ചു. അരവിന്ദ് ശേഖറെന്ന ഗവേഷകൻ മാധ്യമവിചാരണയെ ഭയന്ന് അപ്രത്യക്ഷനായി.

പ്രളയാനന്തരം അഞ്ചുവർഷംകൊണ്ട് പൂവാറിന് കുറുകെ ലക്ഷ്മിയിൽ പുതിയ അണക്കെട്ട് വന്നു. എട്ട് ചതുരശ്ര കിലോമീറ്റർ വിസ്തൃതിയും അനേക ദശലക്ഷം ക്യുബിക് മീറ്റർ സംഭരണ ശേഷിയുമുള്ള ജലാശയം അക്കൊല്ലത്തെ മഴക്കാലത്ത് നിറയാതിരുന്നതിന് അണക്കെട്ടിന്റെ ഉദ്ദേശ്യംതന്നെ അതിവർഷമുണ്ടാകുന്ന വർഷങ്ങളിൽ പ്രളയസാധ്യത ഇല്ലാതാക്കലാണെന്ന് പ്രസ്താവിച്ച് ഭരണകൂടം കയ്യടി നേടി. പെട്ടിമുടി ഭാഗത്തെ അണക്കെട്ടിനുള്ള ടെണ്ടർ നടപടികൾ ആരംഭിച്ചുകഴിഞ്ഞെന്ന് നിയമസഭയിൽ വൈദ്യുതി വകുപ്പ് മന്ത്രി മറുപടി പറഞ്ഞു. പൂവാറിൽനിന്നുള്ള നീരൊഴുക്ക് കുറഞ്ഞതോടെ കല്ലാർ അണക്കെട്ടിൽ വെള്ളമെത്താതായി. രണ്ടാമതൊരു അണക്കെട്ട് എന്തിനാണ് പെട്ടിമുടി ഭാഗത്തെന്ന് ചിലരെങ്കിലും ചോദിച്ചു. ഭാവിയിൽ ഉണ്ടായേക്കാവുന്ന പ്രളയങ്ങളിൽനിന്ന് എറണാകുളത്തിനെ രക്ഷിക്കുമെന്ന് വൈദ്യുതി ബോർഡ് ന്യായീകരിച്ചു.

> മഴ ഇപ്പോഴും പെയ്യുന്നുണ്ട്. ഇന്നലെ രാത്രി മീൻകൂമൻ ഒന്നുരണ്ടു തവണ വെള്ളത്തിലേക്ക് പറന്നിറങ്ങി ഹതഭാഗ്യരായ ആരെയോ കാലിൽ കൊരുത്ത് കൊണ്ടുപോയി. വെള്ളത്തിന്റെ തണുപ്പ് കൂടിയതിനാൽ എനിക്ക് മുട്ടകളിട്ടു പോകുമെന്ന തോന്നലുണ്ടാവുന്നുണ്ട്. അവൻ സദാ സമയവും എന്നെ ചുറ്റി നീന്തുകയും മുട്ടിയുരുമ്മി സാന്ത്വനിപ്പിക്കാൻ ശ്രമിക്കുന്നുണ്ട്. ഇനിയും കാത്തുനിൽക്കാനാവുമെന്ന് തോന്നുന്നില്ല. വയറ് പൊട്ടി മുട്ടകൾ എപ്പോൾ വേണമെങ്കിലും പുറത്ത് വരാം.

ഡാംസൈറ്റ് കോളനിയിൽ ഓട് മേഞ്ഞ വീടുകളുണ്ടായിരുന്നവരൊക്കെ വീടുകൾ പൊളിച്ചുകൊണ്ടു പോയി. പുതിയ വീട് പൂർത്തിയായാൽ കിട്ടുന്ന അഞ്ച് ലക്ഷം രൂപ ജാമ്യത്തിന് ചിലരൊക്കെ സഹകരണ ബാങ്കിൽനിന്ന് വായ്പ എടുത്തു. ആളുകൾ പുതിയ തൊഴിൽ തേടിപ്പോയി. മീൻപിടിക്കാൻ വീണ്ടും കല്ലാർ അണക്കെട്ടിൽ ചെന്ന ആളുകളെ വൈദ്യുതി ബോർഡിന്റെ തിട്ടൂരമനുസരിച്ച് പൊലീസ് വിരട്ടി ഓടിച്ചു. കാട്ടിൽനിന്ന് ഈറ്റവെട്ടാനാവില്ല എന്ന് വനംവകുപ്പുകാരും പറഞ്ഞതോടെ ഡാംസൈറ്റ് കോളനിയിൽനിന്ന് പോയവരാരും അവിടേക്ക് വരാതായി.

മക്കളെ വരവേൽക്കാൻ ഞങ്ങൾ ഒരിടം തിരയുകയാണ്. മുന്നിൽ ഭീമാകാരനായ ഒരു അണക്കെട്ടാണ്. അതിനപ്പുറമുള്ള ജലാശയത്തിന്റെ ഏറ്റവും അപ്പുറമാണ് ഞങ്ങൾക്ക് പോകേണ്ടയിടം. ഇനിയും കാത്ത് നിൽക്കാനാവില്ല. അണക്കെട്ടിന്റെ വശത്തെ തോട്ടിലൂടെ വെള്ളമൊഴുകി വരുന്നതും കാത്തുനിന്നിട്ട് കാര്യമില്ല, ഒരുപക്ഷെ എന്റെ വയർ പൊട്ടി മുട്ടകൾ പുറത്ത് വരും. കുഞ്ഞുങ്ങൾക്കുള്ള മണൽ തട്ടി ഞങ്ങൾ കുറേ നേരം തിരഞ്ഞു. എല്ലായിടത്തും വലിയ കല്ലുകൾ മാത്രം. അണക്കെട്ടിലെ വെള്ളം തുറന്ന് വിട്ടപ്പോൾ മണലൊക്കെ ഒഴുകിപ്പോയതാവാം. പുഴ ശാന്തമായൊഴുകുന്ന ഭാഗത്ത് അടിഞ്ഞുകൂടുന്ന മണൽ മെത്തയാണ് വേണ്ടത്. കുറേ തിരഞ്ഞപ്പോൾ പുഴയിലേക്ക് ഒരു ചെറുതോട് വന്ന് ചേരുന്നിടത്ത് കുറച്ച് മണല് കണ്ടു. തോട്ടിൽ നിന്ന് ശക്തിയായി വെള്ളമൊഴുകിയെത്തിയാൽ എല്ലാം ഒലിച്ച് പോകും. എന്റെ വിധി, പാവം കുഞ്ഞുങ്ങളുടെയും. ഞാനിടുന്ന മുട്ടകൾക്ക് ജീവനേകാൻ തന്റെ പാതി പകുത്ത് നൽകുമ്പോൾ അവനറിയുന്നുവോ ഞങ്ങളുടെ കുഞ്ഞുങ്ങളുടേ ഭാവി ഇരുളടഞ്ഞതാണെന്ന്.

മഴ പെയ്യുന്നുണ്ട്. കണ്ണൻ ദേവൻ കുന്നുകളിലെ നൂൽ മഴ. പണ്ടിവിടം മുഴുവൻ മഴക്കാടുകളായിരുന്നു. അതിനും മുകളിൽ ചോലക്കാടുകളും പുൽമേടുകളും. എല്ലാം വെട്ടി വെളുപ്പിച്ച് തേയിലത്തോട്ടങ്ങളും യൂക്കാലിക്കാടുകളും വെച്ചവരൊന്നും ഇന്നില്ല. എട്ട് കോടി വർഷങ്ങൾക്ക് മുൻപ് ട്രൗട്ടുകൾ ഈ പുഴയിൽ മുട്ടയിടാൻ വരുമ്പോൾ മനുഷ്യന്റെ പൂർവ്വികർ ഇരുകാലുകളിൽ നിവർന്ന് നിന്നിരുന്നില്ല. ഇന്ന് അവസാനത്തെ ട്രൗട്ടുകൾ മുട്ടയിടാനെത്തിയപ്പോൾ ഭൂമിയാകെ മനുഷ്യരാണ്. ഇനിയൊരിക്കലും നിറയാൻ സാധ്യതയില്ലാത്ത കല്ലാർ അണക്കെട്ടിന്റെ ജലാശയത്തിൽ അവസാനമായി സ്പിൽവേയിലൂടെ വെള്ളമൊഴുകിയ മൂന്ന് വർഷങ്ങൾക്ക് മുൻപ് ആരെങ്കിലും മുട്ടയിട്ടിട്ടുണ്ടെങ്കിൽ അപ്പോൾ ജനിച്ച ഏതാനും കുഞ്ഞുങ്ങളുണ്ടാവാം. അഴിമുഖത്തെ ഉപ്പുവെള്ളത്തിൽ തിരിച്ചെത്താതെ അവർക്ക് വളർച്ചയെത്തില്ല. ഇനിയൊരു പ്രജനന കാലത്ത് പരസ്പരം കണ്ടെത്തി ഇണയായി വീണ്ടുമെത്താൻ അവസാനത്തെ സാരിവാലൻ വരാലുകൾക്ക് ഭാഗ്യമുണ്ടാവുമോ?

മനുഷ്യരെ,

എപ്പോഴാണ് നിങ്ങളുടെ വിശപ്പടങ്ങുക?

എപ്പോഴാണ് നിങ്ങളുടെ ദാഹം ശമിക്കുക?

എപ്പോഴാണ് നിങ്ങളുടെ മൃഗയാവിനോദങ്ങൾ അവസാനിക്കുക?

നിങ്ങളേക്കാൾ മുൻപ് ഈ ഭൂമിയിൽ വന്നവരാണ് ഞങ്ങൾ.

ഭൂമിയാകെ തണുത്തുറഞ്ഞ് പോയപ്പോൾ പോലും ഞങ്ങൾ പിടിച്ച് നിന്നു.

ഉൽക്കകൾ വീണ് കൂറ്റൻ ഉരഗങ്ങൾ വംശമറ്റപ്പോഴും ഞങ്ങൾ ബാക്കിയായി.

ഞങ്ങളുടെ പൂർവികർ പസഫിക്കിലും അറ്റ്ലാന്റിക്കിലുമാണു ള്ളത്.

കോടിക്കണക്കിന് വർഷങ്ങൾ കൊണ്ടാണ് ഞങ്ങളിവിടെ എത്തി ച്ചേർന്നത്.

ഞങ്ങളുടെ എത്രയോ ബന്ധുക്കൾ ഇതിനകം വംശമറ്റ് ഇല്ലാ തായിരിക്കുന്നു.

വളരെ അടുത്തുതന്നെ ആ ഒരു ഗതി വരുമെന്ന് ഞങ്ങളും വിഹ്വലപ്പെടുന്നു.

ഇന്നലകളിൽ മാത്രം ഭൂമിയിലെത്തിയ മനുഷ്യർ ഇന്നീ ഭൂമി കീഴടക്കി വെച്ചിരിക്കുന്നു.

ഈ നദിയും കായലും കടലുമൊക്കെ ഞങ്ങൾക്ക് കൂടി അവ കാശപ്പെട്ടതാണ്.

ഇന്നിവിടെ നിന്ന് കായലിലേക്ക് തിരിച്ച് പോകുന്ന ഞങ്ങൾ അവിടെ എത്തിയില്ലെന്ന് വരാം.

വഴിയിൽ നിറയെ ശത്രുക്കളാണ്, ഭൂരിഭാഗവും മനുഷ്യർ!

ഒരുപക്ഷെ ഞങ്ങളാവാം അവസാനത്തെ സാരിവാലൻ വരാലുകൾ.

നിങ്ങളിട്ട പേരാണത്, ആ പേര് നിങ്ങൾക്ക് പുസ്തകങ്ങളിൽ എഴുതി വെക്കാം.

വംശമറ്റ് പോയ ജീവികളുടെ പട്ടികയുടെ അവസാനത്തിൽ കുറിച്ചിടാം.

നാണമില്ലാതെ അതേക്കുറിച്ച് കണ്ണീർ വാർക്കാം,

മുതലക്കണ്ണീരെന്ന് പറയരുത്, മനുഷ്യക്കണ്ണീർ.

വിനോദത്തിനായി കൊല്ലുന്ന വേറെയാരെങ്കിലുമുണ്ടോ?

ആർത്തി തീരാത്തവരായി മറ്റേതെങ്കിലും ജീവികളുണ്ടോ?

ഭൂമിയിലുള്ള എല്ലാത്തിനേയും കൊന്ന് കഴിഞ്ഞാൽ നിങ്ങളെന്ത് ചെയ്യും?

അപ്പോൾ നിങ്ങൾക്ക് പരസ്പരം കൊന്ന് രസിക്കാം!

നോവൽ രണ്ട്
ഭാഗം രണ്ട്

തോൽക്കുന്ന സമരത്തിൽ എന്നെയും പങ്കാളിയാക്കുക

സൂരജ് ശശിധരൻ

മോർച്ചറിക്ക് മുന്നിലെ കാത്തിരുപ്പ്

അടിമാലി താലൂക്കാശുപത്രിയുടെ വരാന്തയിലെ തിരക്കൊഴിഞ്ഞിരുന്നു. ഇരുമ്പുപാലത്ത് മണ്ണിടിഞ്ഞതിനാൽ എറണാകുളം ഭാഗത്തേക്ക് പോകണമെങ്കിൽ പനംകുട്ടി വഴി ചുറ്റി പോകണം. ഇവിടെ ഞാനെന്തിനാണ് നിൽക്കുന്നതെന്ന് എനിക്കും വലിയ നിശ്ചയമില്ല. സൈതിന്റെ ബന്ധുക്കളെത്തിയിരുന്നു. പൊലീസെത്തി പ്രേതവിചാരണ കഴിഞ്ഞാൽ ബോഡി മോർച്ചറിയിലേക്ക് മാറ്റും. ഇന്നിനി പോസ്റ്റുമോർട്ടം നടക്കുമെന്ന് തോന്നുന്നില്ല. മനുഷ്യൻ എത്ര നിസ്സഹായനാണ്. ഏറ്റവും നിസ്സഹായരായ മനുഷ്യരാണ് മോർച്ചറികൾക്ക് മുന്നിൽ കാത്തുനിൽക്കുന്നവർ. ഹതഭാഗ്യരായ അക്കൂട്ടർ അവിടെനിന്ന് പരിചയമുള്ള പൊലീസുകാരെയും രാഷ്ട്രീയക്കാരെയും ഫോണിൽ വിളിക്കും., എങ്ങനെയെങ്കിലും പോസ്റ്റുമോർട്ടം നടത്തിച്ച് മൃതദേഹം വിട്ടുകിട്ടാൻ. എനിക്കവിടെ അധികസമയം നിൽക്കാനായില്ല. ആരോടെങ്കിലും പറഞ്ഞിട്ട് പോകാമെന്ന് കരുതിയാൽ ആരെയും പരിചയമില്ല. കൂടി നിൽക്കുന്നവർ തമ്മിലുള്ള സംസാരത്തിൽനിന്ന് ബന്ധുക്കൾക്ക് ചെറിയ നീരസമുള്ളതുപോലെയുണ്ട്. ‘‘ആ പെണ്ണിനെ രക്ഷിക്കാൻ ശ്രമിച്ചതാ, എന്നിട്ടിപ്പോ എന്തായി, പോയപ്പോ അവന്റെ കുടുംബത്തിന് പോയി, ആ കുട്ടികള് യത്തീമായി.’’ ആരൊക്കെയോ പ്രാകുന്നുണ്ട്.

കുറച്ച് കഴിഞ്ഞപ്പോൾ പൊലീസ് സ്റ്റേഷനിൽ പോയ സൈമൺ തിരിച്ചുവന്നു. പൊലീസുകാർ ഇപ്പോൾ വരും. അത് കഴിഞ്ഞാൽ എനിക്ക് വേണമെങ്കിൽ പോകാം. വെള്ളത്തിൽ വീണ് കേടുവന്ന ഫോണിലെ സിം കാർഡ് ഊരി സൈമന്റെ പരിചയക്കാരന്റെ ഫോണിലിട്ട് ആരുടെയെങ്കിലും നമ്പർ കിട്ടുമോയെന്ന് നോക്കിയെങ്കിലും നിരാശയായിരുന്നു ഫലം. അരവിന്ദിന്റെയും തങ്കമ്മയുടെയും ഫോൺ നമ്പറുകൾ സൈമന്റെ ഫോണിലുണ്ടെങ്കിലും ആ ഫോണും കേടുവന്നിരുന്നു. അരവിന്ദന്റെ നമ്പർ ഓർമ്മിച്ചെടുക്കാൻ ശ്രമിക്കുന്നതിൽ അർത്ഥമില്ല. തൽക്കാലത്തേക്ക് ഒരു ചെറിയ ഫോൺ വാങ്ങാമെന്ന്

കരുതി ഞാൻ ആശുപത്രിയുടെ പുറത്തിറങ്ങി. അടിമാലി ടൗണിൽ നിന്ന് നോക്കിയാൽ കാണുന്ന ഒരു വെള്ളച്ചാട്ടമുണ്ട്. മുൻപ് പല തവണ ഞാനാ വെള്ളച്ചാട്ടം ശ്രദ്ധിച്ചതാണ്. പലതായി പിരിഞ്ഞ് ഘട്ടംഘട്ടമായെയൊഴുകിയെത്തുന്ന ഒന്ന്, ഇന്നാ വെള്ളച്ചാട്ടം ഉരുൾ പൊട്ടി കലങ്ങിയൊഴുകിക്കൊണ്ടിരിക്കുന്നു. ഇന്റർനെറ്റ് സർവീസൊന്നും ഇല്ല. എല്ലാം താറുമാറായിരിക്കുന്നു. ഡെബിറ്റ് കാർഡുകളൊന്നും പ്രവർത്തിക്കുന്നില്ല. നനഞ്ഞതെങ്കിലും രണ്ടായിരം രൂപ പേഴ്സിലുണ്ട്. അതെടുത്തുകൊള്ളാമെന്ന് ഒരു കടക്കാരൻ സമ്മതിച്ചതിനാൽ ഒരു സെക്കന്റ് ഹാന്റ് ഫോൺ വാങ്ങി. സിം കാർഡ് ഫോണിലേക്ക് മാറ്റിയിട്ട് ഞാൻ ആശുപത്രിയിലേക്ക് തിരിച്ചുപോയി.

പൊലീസുകാർ വന്ന് പ്രേതവിചാരണ തുടങ്ങിയപ്പോൾ ഞാൻ അവിടെ നിന്ന് പുറത്തിറങ്ങി. മൊഴിയെടുക്കാൻ സ്റ്റേഷനിൽ ചെല്ലണമെന്ന് ഏതോ ഒരാൾ വന്ന് പറഞ്ഞു. ശ്രീലക്ഷ്മിക്ക് എന്ത് സംഭവിച്ചിരിക്കുമെന്ന ആശങ്കയാണോ അതോ സൈത് അവൾക്കുവേണ്ടി ജീവൻ ത്യജിച്ചു എന്ന സങ്കടമാണോ കൂടുതലെന്ന് തിരിച്ചറിയാനാവുന്നില്ല.

പൊലീസ് സ്റ്റേഷനിൽ ഇരിക്കുമ്പോഴും സൈമൺ കരയുന്നുണ്ടായിരുന്നു. സൈത് ജീവിച്ചിരിപ്പില്ലെന്ന് ഓർക്കുന്ന ഓരോ നിമിഷവും അയാൾ വിതുമ്പിക്കരഞ്ഞുകൊണ്ടിരുന്നു. ഒരു പൊലീസുകാരൻ വന്ന് എന്റെ മൊഴിയെടുത്തു.

''എന്റെ സുഹൃത്തായ അരവിന്ദിന്റെ റിസർച്ച് പ്രൊജക്റ്റിലേക്ക് ഒരു തരം മീനിനെ പിടിക്കാനാണ് ഞങ്ങൾ കല്ലാറ് വന്നത്. മീനിനെ പിടിക്കാനായി ഡാമിലെ സ്പിൽവേയിൽ ഡാം തുറക്കുന്നതിന് മുൻപ് തന്നെ വല കെട്ടിയിരുന്നു. ഡാം തുറന്ന് വെള്ളം ഒഴുകിയപ്പോൾ കൂടെയുണ്ടായിരുന്ന ശ്രീലക്ഷ്മിയെന്ന പെൺകുട്ടി വെള്ളത്തിൽ വീണു. അവളെ രക്ഷിക്കാൻ സൈത് വെള്ളത്തിൽ ചാടി.''

''ഈ ശ്രീലക്ഷ്മി ആരാ?'' പൊലീസുകാരന്റെ ചോദ്യം.

''അത് ഇലക്ട്രിസിറ്റി ബോർഡിലെ ഒരു എഞ്ചിനീയറാ. മുൻപ് കല്ലാറിൽ ഉണ്ടായിരുന്നു. അരവിന്ദിന്റെ സുഹൃത്താണ്. ഞങ്ങൾ വരുന്നെന്ന് പറഞ്ഞപ്പോൾ കൂടെ വന്നതാ.'' ഞാൻ ശാന്തനായി മറുപടി പറഞ്ഞു.

പൊലീസുകാരന്റെ മുഖത്തെ ഭാവങ്ങൾ ആക്ഷേപകരമായിരുന്നെങ്കിലും എനിക്ക് പ്രകോപനമൊന്നും തോന്നിയില്ല. എന്നിൽ ഒരുതരം നിർവികാരതയായിരുന്നു, ശ്രീലക്ഷ്മിക്കും എന്തെങ്കിലും സംഭവിച്ചിരിക്കുമെന്ന് ഞാൻ വല്ലാതെ ഭയപ്പെട്ടു. ബാക്കി പറഞ്ഞുകൊള്ളാൻ അയാൾ ആംഗ്യം കാണിച്ചു.

''ശ്രീലക്ഷ്മി സ്പിൽവേയിൽ കെട്ടിയ വലയിൽ ആദ്യം കുടുങ്ങി യെങ്കിലും വലപൊട്ടി ഒലിച്ചുപോയി. ശ്രീലക്ഷ്മിയെയും അവളെ രക്ഷിക്കാൻ ചാടിയ സൈതിനെയും തിരഞ്ഞ് ഞങ്ങളെല്ലാവരും സ്പിൽവേയുടെ അരികിലൂടെ ഓടി പുഴയിൽ എത്തിയപ്പോൾ പുഴ യിലേക്ക് വീണ ഒരു മരത്തിൽ ശ്രീലക്ഷ്മി കുടുങ്ങിക്കിടന്നിരുന്നു. വല മരത്തിൽ കുടുങ്ങിയതായിരുന്നു. അപ്പോൾ ശ്വാസമുണ്ടായി രുന്നില്ല. അരവിന്ദ് പ്രഥമശുശ്രൂഷയും കൃത്രിമശ്വാസവും കൊടുത്ത പ്പോൾ ജീവനുള്ളതുപോലെ തോന്നി. പിന്നെ ഞങ്ങളുടെ കാറിൽ അടിമാലിക്ക് കൊണ്ടുവന്നു.''

''അപ്പോൾ മറ്റവനോ?''

''വണ്ടി ഓടിക്കാൻ ഞാനും കൂടെ വരേണ്ടി വന്നു, ഞാനും അരവിന്ദും തങ്കമ്മയെന്ന ഒരു സ്ത്രീയും കൂടിയാണ് ശ്രീലക്ഷ്മിയെ അടിമാലിക്ക് കൊണ്ടുവന്നത്. ഇടയ്ക്ക് നല്ലവണ്ണം ബോധം വന്നി രുന്നു. പിന്നെ വായിൽ നിന്ന് ചോരയൊക്കെ വന്നു. ഹെഡ് ഇഞ്ചുറി യുണ്ടെന്നാണ് ഡോക്ടർ പറഞ്ഞത്. അടിമാലിയിൽനിന്ന് എറണാ കുളത്തേക്ക് കൊണ്ടുപോയി, പിന്നാലെ കാറുമായി പോകാൻ വേണ്ടി ഞാൻ ആംബുലൻസിൽ പോയില്ല.''

''ആ സൈതിന്റെ ബോഡി എപ്പോഴാ കിട്ടിയത്?''

''സ്പിൽവേയുടെ ഷട്ടർ താഴ്ത്തി വെള്ളം കുറച്ചപ്പോൾ അവി ടത്തെ പാറയ്ക്കിടയിൽ കുടുങ്ങിയ അവസ്ഥയിലായിരുന്നു. ബോർ ഡിന്റെ കാറിലാ അടിമാലിക്ക് കൊണ്ടുവന്നത്, അപ്പോഴേക്കും മരി ച്ചിരുന്നു.'' സൈമണാണ് മറുപടി പറഞ്ഞത്.

പൊലീസുകാരൻ മൊഴി എഴുതിയെടുത്ത് താഴെ ഒപ്പിടീച്ച് ഐ.ഡി കാർഡിന്റെ കോപ്പി വാങ്ങി ഞങ്ങൾ രണ്ടുപേരോടും പോയി ക്കൊള്ളാൻ പറഞ്ഞു. സൈതിന്റെ പോസ്റ്റുമോർട്ടം എപ്പോൾ കഴിയു മെന്നറിയാൻ സൈമൺ കുറച്ച് നേരം കൂടെ അവിടെ ചുറ്റിപ്പറ്റി നിന്നു.

''മൂന്നാറിൽ ചിലയിടത്തൊക്കെ ഉരുൾ പൊട്ടി ആളുകളെ കാണാ തായിട്ടുണ്ട്. ഡോക്ടർമാരൊക്കെ അവിടേക്ക് പോയതിനാൽ ഇന്നിനി പോസ്റ്റുമോർട്ടം നടക്കില്ല. നാളെ നടന്നാലായി. സാറ് നാട്ടിലേക്ക് പൊയ്ക്കോ. ഞാൻ വിവരം ഫോണിലറിയിക്കാം. അല്ലെങ്കിൽതന്നെ എന്തറിയിക്കാനാണ്. എപ്പോഴാ അടക്കമെന്ന് പറയാം. ശ്രീലക്ഷ്മി മാഡത്തിന് എന്തെങ്കിലും അരുതാത്തത് സംഭവിച്ചാൽ സാറെന്നെ വിളിക്കരുത്, അതുകൂടെ കേൾക്കണ്ട. അവർക്കൊന്നും പറ്റിയിട്ടി ല്ലെന്ന് ഞാൻ വിശ്വസിച്ചോളാം.'' സൈമൺ കരച്ചിലടക്കാൻ പാടു പെട്ടു.

പൊലീസ്‌സ്റ്റേഷനിൽനിന്ന് ആശുപത്രിയിലേക്ക് തിരികെ നടക്കുമ്പോൾ ഇടയ്ക്കൊന്ന് ശമിച്ച മഴ വീണ്ടും വാശിയോടെ പെയ്തു തുടങ്ങി. ഞങ്ങളൊരു കടയുടെ വരാന്തയിലേക്ക് കയറി നിന്നു. സൈമൺ സിഗരറ്റ് എന്റെ നേർക്ക് നീട്ടി. ഞാനത് യാന്ത്രികമായി വാങ്ങി കത്തിച്ച് പുകയൂതി. എന്നേക്കാൾ ഏഴെട്ട് വയസ്സെങ്കിലും കുറവാണ് അരവിന്ദിന്. എന്നിട്ട് ഒരു അപകടമോ സംഘർഷമോ വരുമ്പോൾ അവൻ പെരുമാറുന്നത്ര ഔചിത്യത്തോടെ പെരുമാറാൻ എനിക്കാവുന്നില്ല. പുഴയുടെ വശങ്ങളിലെ വലിയ മരങ്ങളുടെ വേരുകളും പാറക്കെട്ടുകളും ചാടിക്കടന്ന് ചെന്നപ്പോൾ പുഴയിലേക്ക് വീണുകിടന്നിരുന്ന ഒരു മരത്തിൽ ശ്രീലക്ഷ്മി കുടുങ്ങിക്കിടന്നത് ഞാനാണാദ്യം കണ്ടെതെങ്കിലും എന്താണ് ചെയ്യേണ്ടതെന്ന് എനിക്കൊരു ധാരണയും ഇല്ലായിരുന്നു. പുഴയുടെ ഒഴുക്കിനെ അവഗണിച്ച് അവളെ പണിപ്പെട്ട് കരയ്ക്ക് കയറ്റിയത് അവനാണ്. അവൻ നല്ലപോലെ വെള്ളം കുടിച്ചിരുന്നു. ശ്രീലക്ഷ്മിയെ താങ്ങിപ്പിടിച്ച് ഒരു പാറയുടെ മുകളിൽ കിടത്തിയിട്ട് അവൻ എന്നോട് എന്തെങ്കിലും ചെയ്യാനായി കിതച്ചുകൊണ്ട് ആംഗ്യം കാണിക്കുന്നുണ്ടായിരുന്നു. അവളുടെ കുർത്തിയുടെ മുൻഭാഗം കീറിപ്പോയിരുന്നു. എന്താണ് ചെയ്യേണ്ടതെന്ന് എനിക്ക് മനസ്സിലായില്ല. അരവിന്ദൻ എന്നെ തള്ളിമാറ്റി മുഖം ഒരു വശത്തേക്ക് ചെരിച്ച് വെച്ച് അവളുടെ വയറിൽ അമർത്തിയപ്പോൾ വായിൽനിന്ന് വെള്ളം പുറത്തുവരാൻ തുടങ്ങി. മരിച്ചിരിക്കുന്നെന്ന് ഞാൻ ഉറപ്പിച്ചു. എനിക്ക് തല കറങ്ങുന്നതുപോലെ തോന്നി. ഞാനവിടെ ഇരുന്നുപോയി.

''ശ്വാസം കൊടുക്ക്.'' അരവിന്ദ് ഇതിനിടെ പറയുന്നുണ്ടായിരുന്നു. എനിക്ക് ഒന്നിനുമായില്ല. ഞാനെന്ത് ആഭാസനാണ്. ആ അവസ്ഥയിലും അവളുടെ വയറും ചുണ്ടുകളുമൊക്കെ എന്നെ എന്തിനാണിത്ര നിസ്സഹായനാക്കുന്നത്. ഒടുവിൽ എന്നെ ശപിച്ചുകൊണ്ടും ശകാരിച്ചുകൊണ്ടും അരവിന്ദ് തന്നെ അവൾക്ക് കൃത്രിമ ശ്വാസം കൊടുത്തു. മരിച്ചിരിക്കുമെന്ന് ഞാനുറപ്പിച്ച ദേഹത്തിൽ നിന്ന് ജീവൻ രണ്ട് ചുമയായി പുറത്ത് വന്നു. എന്നോട് സഹായം ചോദിച്ചിട്ട് കാര്യമില്ലെന്ന് മനസ്സിലായിട്ടാവാം അരവിന്ദ് തന്റെ ശ്രമങ്ങൾ തുടർന്നുകൊണ്ടിരുന്നു. അപ്പോഴേക്കും സൈമണും മറ്റു ചിലരുമൊക്കെ എത്തി.

''സൈതിനെ കണ്ടോ?''

''ഇല്ല, ഇവൾക്ക് ശ്വാസമില്ല.'' ഞാൻ പറഞ്ഞു.

''ഇല്ല മരിച്ചിട്ടില്ല, പൾസുണ്ട്.'' അരവിന്ദ് തിരുത്തി.

''സൈതെവിടെ?'' സൈമൺ എന്നോട് ദേഷ്യപ്പെട്ടു. ഞാൻ നിസ്സഹായനായി അയാളെ നോക്കി.

“സൈതിക്ക താഴേക്ക് പോയിട്ടില്ല. മുകളിൽ നോക്ക്, ആ ഷട്ടർ അടയ്ക്കാൻ പറ്റുമോ?” അരവിന്ദ് ആത്മധൈര്യം കൈവിട്ടിരുന്നില്ല.

സൈമണും അരവിന്ദും കൂടെ ശ്രീലക്ഷ്മിയെ താങ്ങിയെടുത്ത് പുഴക്കരയിലൂടെ ഡാംസൈറ്റിലേക്ക് നടന്നു. ആരൊക്കെയോ എതിരെ വരുന്നുണ്ട്, എന്തൊക്കെയോ ചോദിക്കുന്നുണ്ട്, എന്തൊക്കെയോ മറുപടികൾ പറയുന്നു. ഞാൻ യാന്ത്രികമായി അവരെ പിന്തുടർന്നു. സ്പിൽവേയുടെ അരികിലൂടെ ഡാംസൈറ്റിലെത്തിയപ്പോഴേക്കും സ്ത്രീകൾ നിലവിളിക്കുന്നുണ്ടായിരുന്നു. തങ്കമ്മ അപസ്മാരമിളകി അവിടെ വീണു കിടക്കുന്നുണ്ട്.

“ചേട്ടാ പോയി വണ്ടി എടുത്തിട്ട് വാ.” അരവിന്ദ് കരഞ്ഞു കൊണ്ട് എന്നോട് അപേക്ഷിച്ചു. ഇത്രയ്ക്കും യുക്തിരഹിതനായ ഒരാളെ കൂട്ടിയാണല്ലോ താനിതിനൊക്കെ ഇറങ്ങിത്തിരിച്ചതെന്ന നിസ്സഹായാവസ്ഥ അവന്റെ മുഖത്ത് വായിച്ചെടുക്കാം.

ഞാൻ കാറെടുത്ത് വന്നു. അതിനിടെ ആരൊക്കെയോ ചേർന്ന് ഡാമിന്റെ ഷട്ടറടച്ചിരുന്നെന്ന് തോന്നുന്നു. കൂടുതലാളുകൾ തിരച്ചി ലിന് പോകുന്നുണ്ട്. പിന്നിലെ സീറ്റിൽ ശ്രീലക്ഷ്മിയെ കയറ്റി അര വിന്ദും കയറി കാറെടുക്കുമ്പോൾ ഒരു കൊടുംകാറ്റ് പോലെ തങ്കമ്മ വന്ന് കാറിൽ കയറി. അവർക്കപ്പോഴാണ് ബോധം വന്നത്.

കാറ് പതിവിലും വേഗത്തിലോടിച്ചു. ഇടയ്ക്കെപ്പോഴോ ചില വളവുകളിൽ നിയന്ത്രണം പോയി. ആടിയുലഞ്ഞ കാറിൽ ആരും പേടിച്ചില്ല. പ്രിയപ്പെട്ടവളുടെ മരണം അത്രകണ്ട് മുന്നിൽ വന്നു നിൽക്കുന്നു, അവനവന്റെ ആയുസ്സിനെക്കുറിച്ച് ഭയമില്ല.

അടിമാലിയിലെത്തിയപ്പോൾ ക്രമമില്ലെങ്കിലും ശ്വാസം കഴിക്കു ന്നുണ്ടായിരുന്നു. ഇടയ്ക്കൊന്ന് ഛർദ്ദിച്ചെന്ന വിവരം പറഞ്ഞപ്പോൾ തലയ്ക്കോ ആന്തരികാവയവങ്ങൾക്കോ പരിക്കുണ്ടാവുമെന്ന് ഡോക്ടർമാർ പറഞ്ഞു. പെട്ടെന്ന് താഴേക്കെവിടേക്കെങ്കിലും കൊണ്ടു പോകണം. ആശുപത്രിയിലെ ആംബുലൻസ് മതിയാവില്ല. അത് ഒരു പഴഞ്ചൻ വണ്ടിയാണ്. ആരോ വിളിച്ചപ്പോൾ ഒരു ആംബു ലൻസ് ആശുപത്രിയുടെ കാഷ്വാലിറ്റിക്ക് മുന്നിൽ വന്നുനിന്നു. അയാ ളാണ് പറയുന്നത് ഉരുൾപൊട്ടി വഴി ഒലിച്ചുപോയ കാര്യം. വീണ്ടും ചുഴലി വരാതിരിക്കാൻ തങ്കമ്മ പാടുപെടുന്നുണ്ട്. അവർ പല്ല് കടിച്ച് ഞെരിക്കുകയും സ്ട്രക്ച്ചറിൽ മുറുക്കിപ്പിടിക്കുകയും ചെയ്യുന്നുണ്ട്. ഞാനന്ന് യുക്തിപൂർവ്വമായി ചെയ്ത ഏക കാര്യം എന്റെ എടിഎം കാർഡുകളിൽ ഏറ്റവും കൂടുതൽ ബാലൻസ് ഉണ്ടാകുമെന്ന് തോന്നിയ ഒന്നെടുത്ത് അരവിന്ദിന് കൊടുത്തത് മാത്രമാണ്. കാശിനെക്കുറി ച്ചൊന്നും അവന് ആശങ്കയില്ലായിരുന്നു. കാർഡ് കൊടുത്ത ഞാൻ

നമ്പർ പറഞ്ഞുകൊടുത്തത് അവൻ അധികം ശ്രദ്ധിച്ചില്ല. ഞാൻ കൂടെ കയറാമെന്ന് പറഞ്ഞപ്പോൾ ''ചേട്ടൻ വണ്ടിയെടുത്ത് പിന്നാലെ വന്നാൽ മതി''യെന്ന് അരവിന്ദാണ് ഉപദേശിച്ചത്.

ആംബുലൻസ് ആശുപത്രി വിട്ടയുടനെ കല്ലാറിൽനിന്ന് സൈതിനെയും കൊണ്ട് ഇലക്സ്ട്രിസിറ്റി ബോർഡിന്റെ കാറ് വന്നു. ആശുപത്രിയിലെ സ്ട്രെച്ചറിലേക്ക് മാറ്റിക്കിടത്തിയപ്പോൾ സൈതിന്റെ കൈകൾ ശരീരത്തോട് പിണങ്ങി തൂങ്ങിവീണു. ഡോക്ടർ പൾസ് നോക്കിയും കണ്ണ് തുറന്ന് ടോർച്ചടിച്ച് നോക്കിയും മരിച്ചെന്ന് വിധിയെഴുതിയപ്പോൾ കൂടെ വന്ന ഒരു പെൺകുട്ടി വാവിട്ട് കരഞ്ഞു. മകളായിരിക്കും.

അമ്മയുടെയും അച്ഛന്റെയും മരണങ്ങൾ കണ്ടവനാണ് ഞാൻ. കാൻസർ രോഗവുമായി അമ്മ മെല്ലെ മരണത്തിലേക്ക് നടന്നടുത്തപ്പോൾ എനിക്കാ യാത്ര നിസ്സഹായനായി കണ്ടുനിൽക്കാനേ കഴിഞ്ഞുള്ളൂ. ഡോക്ടർമാർ കയ്യൊഴിഞ്ഞ് അമ്മയെ വീട്ടിൽ കൊണ്ടുവന്ന കാലത്ത് അവസാന പ്രതീക്ഷയെന്നോണം അച്ഛൻ എവിടന്നോ ഒറ്റമൂലി വാങ്ങിക്കൊണ്ടുവന്നു. അവ അമ്മയ്ക്ക് വേദന കുറഞ്ഞ മരണം സമ്മാനിച്ചിരിക്കാം. അച്ഛൻ മരിച്ചപ്പോൾ ഞാൻ അടുത്തുണ്ടായില്ല. മുടിയനും അലസനുമായ ഇളയ മകന്റെ സാന്നിധ്യം അദ്ദേഹം ആഗ്രഹിച്ചിരിക്കുകയുമില്ല.

പ്രിയപ്പെട്ട മറ്റാരുടെ മരണവും ഞാൻ അടുത്തുനിന്ന് കണ്ടിട്ടില്ല. സൈതിന്റെ മരണവുമായി പൊരുത്തപ്പെട്ടപ്പോൾ ശ്രീലക്ഷ്മിയെ കുറിച്ചോർത്ത് ആധിയായി. അരവിന്ദിനെ വിളിച്ചുനോക്കാമെന്ന് കരുതിയാൽ ഫോൺ നനഞ്ഞ് കേടുവന്നിരിക്കുന്നു. അവന്റെ ഫോണും കേടായിട്ടുണ്ടാവും. സൈമൺ എന്റെ ചുമലിൽ തലവെച്ച് കുറേ നേരം കരഞ്ഞു.

''അവന്റെ ആയുസ്സത്രേ ഉള്ളൂന്ന് ആശ്വസിക്കാനാവുന്നില്ല. അവരെങ്കിലും രക്ഷപ്പെട്ടാൽ മതിയായിരുന്നു. ഒരിക്കൽ ഞങ്ങളുടെ വീടൊക്കെ മുങ്ങുമെന്ന അവസ്ഥ വന്നപ്പോൾ ഞങ്ങൾക്ക് വേണ്ടി വലിയ റിസ്കെടുത്തതാ മാഡം. അവരെ രക്ഷിക്കാനുമായില്ല സൈത് പോവേം ചെയ്തു. എന്തൊരു വിധിയാണിത് കർത്താവേ...''

സൈമൺ എന്റെ ചുമലിൽനിന്ന് മാറി ആശുപത്രി ഭിത്തിയിലേക്ക് അഭയം തേടി. പിന്നെ എന്തോ ആലോചിച്ചപോലെ മനശക്തി വീണ്ടെടുത്ത് സൈതിന്റെ മൃതദേഹത്തിനടുത്ത് വിതുമ്പിക്കൊണ്ടിരുന്ന പെൺകുട്ടിയെ ആരുടെയോ ഒപ്പം ഇലക്ട്രിസിറ്റി ബോർഡിന്റെ കാറിൽ കയറ്റി വിട്ട് ബോഡി വിട്ടുകിട്ടാൻ എന്താണ് ചെയ്യേണ്ടതെന്ന് ആശുപത്രിയിലാരോടോ തിരക്കി.

''പോസ്റ്റുമോർട്ടം വേണം. ഇന്ന് നടക്കുമെന്ന് തോന്നുന്നില്ല, ഡാമിൽ ഡ്യൂട്ടിക്ക് വരാറുള്ള ആരെങ്കിലും കാണും പോലീസ് സ്റ്റേഷനിൽ. ഞാനൊന്ന് നോക്കിയിട്ട് വരാം.'' അപ്പോഴും പെയ്തുകൊണ്ടിരുന്ന ചാറ്റൽമഴയെ അവഗണിച്ച അയാൾ ആശുപത്രിയിൽ നിന്നിറങ്ങി.

അതുവരെ സംഭവിച്ച കാര്യങ്ങൾ മനസ്സിലിട്ട് ഒന്ന് വട്ടം ചുറ്റിച്ച് ഞാൻ കുറ്റബോധത്തോടെ ഓർത്തു, കുറച്ചുകൂടെ ജാഗ്രത പുലർത്താമായിരുന്നെന്ന്, കുറച്ചുകൂടെ സമയോചിതമായി പെരുമാറാമായിരുന്നെന്ന്. സൈമൺ യാഥാർത്ഥ്യവുമായി പൊരുത്തപ്പെട്ട് തുടങ്ങിയിരുന്നു. ഇതിനിടെ അയാളെനിക്ക് ചായയും വടയും വാങ്ങിത്തരുകയും ഞാനത് കുടിക്കുകയും തിരികെ ആശുപത്രിയിലെത്തുകയും ചെയ്തിരുന്നു. മോർച്ചറിയുടെ മുന്നിൽ കൂടിനിന്ന സൈതിന്റെ ബന്ധുക്കളിൽ ചിലരെ കല്ലാറിലെ പള്ളിയിൽ പോയി കാര്യങ്ങൾ പറയാനും വീട്ടിൽ ടാർപ്പായ വലിച്ചുകെട്ടാനുമൊക്കെ സൈമൺ ഏർപ്പാടാക്കി. ഒട്ടും ഔചിത്യമില്ലാതെ മോർച്ചറിയുടെ വരാന്തയിൽ തന്നെ നിന്ന് ഞാൻ വീണ്ടുമൊരു സിഗരറ്റ് കത്തിച്ച് വലിച്ചു.

നിന്നിട്ട് കാര്യമില്ല. എങ്ങോട്ടാണ് പോകേണ്ടതെന്നും നിശ്ചയമില്ല. സൈമൺ വീണ്ടും നിർബന്ധിച്ചപ്പോൾ ഞാൻ എറണാകുളത്തേക്ക് തിരിച്ചു. ചുറ്റിവളഞ്ഞുള്ള യാത്രയാണ്. എങ്ങും മഴക്കെടുതികളാണ്. കോതമംഗലത്തെത്തി ഫോൺ ചെയ്യാൻ വണ്ടിയൊതുക്കിയപ്പോഴാണ് എറണാകുളത്തെ പലയിടങ്ങളും വെള്ളത്തിനടിയിലാണെന്ന് ഞാനറിയുന്നത്. കേരളം പ്രളയത്തിൽ മുങ്ങിയിരുന്നു. കോതമംഗലത്തിനും ആലുവയ്ക്കുമിടയിൽ പലയിടത്തും വെള്ളം കയറിയിട്ടുണ്ട്.

മൊബൈൽ ഫോൺ കുറേ നേരമായി റിങ് ചെയ്യുന്നുണ്ടെങ്കിലും പുതിയ ഫോണിന്റെ ശബ്ദം പരിചയമില്ലാത്തതിനാൽ ഞാൻ ശ്രദ്ധിച്ചിരുന്നില്ല. എടുത്ത് നോക്കിയപ്പോൾ പരിചയമുള്ള നമ്പറാണ്, രാധിക. തിരിച്ച് വിളിക്കണോ എന്ന കാര്യത്തിൽ സംശയിച്ച് നിൽക്കേ വീണ്ടും വിളി വന്നു.

''ശ്രീലക്ഷ്മിക്ക് എന്താ പറ്റിയത്, വല്ലതും അറിഞ്ഞിരുന്നോ?''

അറിഞ്ഞിരുന്നെന്ന് ഞാൻ ഒന്ന് മൂളി. ഞാനും കൂടെ ഉണ്ടായിരുന്നെന്ന കാര്യം മറച്ചുവെക്കാൻ തോന്നിയില്ല, അല്ലെങ്കിലും എന്തിനാണ് മറച്ചുവെക്കുന്നത്.

''എങ്ങനെയാണറിഞ്ഞത്?'' ഞാൻ ചോദിച്ചു.

''ടിവിയിൽ ഫ്ളാഷ് കണ്ടതാ, കല്ലാറിലെ എഞ്ചിനീയറും മറ്റൊരാളും ഒഴുക്കിൽ പെട്ടെന്നും ഒരാൾ മരിച്ചെന്നും. അവളവിടെ നിന്ന് മാറിയതല്ലെ?''

''ആ അരവിന്ദിന്റെ ഒരു ആവശ്യത്തിനായി പോയതാ. ശ്രീല ക്ഷ്മി കാല് തെറ്റിവീണപ്പോൾ രക്ഷിക്കാൻ നോക്കിയതാ മറ്റേയാള്.''

''എന്നിട്ടിപ്പോൾ എവിടാ?''

''എനിക്കറിയില്ല. ആംബുലൻസിലാ കൊണ്ടുപോയത്. ഇവിടെ വഴിയൊക്കെ ബ്ലോക്കാ. ഞാൻ പിന്നിൽ ഒരു കാറിലാ. ഫോണൊക്കെ വെള്ളത്തിൽ വീണ് കേടായി. ഇതൊരു പഴയ ഫോൺ വാങ്ങി സിം ഇട്ടതാ.''

''എല്ലായിടത്തും പ്രശ്നമാ. എറണാകുളമൊക്കെ മുഴുവൻ വെള്ളം കയറി. സൂരജിന്റെ നാട്ടിലൊക്കെ വലിയ നാശനഷ്ടമുണ്ട്. എലന്തി ക്കര, പുത്തൻവേലിക്കര, പറവൂർ, മാള, ചാലക്കുടി ഒക്കെ പ്രശ്നമാ.''

എന്തെങ്കിലും അറിയുകയാണെങ്കിൽ വിളിക്കണേയെന്ന് പറഞ്ഞ് രാധിക ഫോൺ വെച്ചു. എന്റെ മുന്നിൽ കൂടുതൽ ഭീകരമയ പ്രളയ ചിത്രങ്ങൾ തെളിയുകയാണ്. ശ്രീലക്ഷ്മി സൗകര്യങ്ങളുള്ള ഏതെ ങ്കിലും ആശുപത്രിയിൽ എത്തിക്കാണുമോ. എന്റെ വീട്ടിൽ വെള്ളം കയറിക്കാണുമോ, രമണൻ ചാച്ചൻ എന്ത് ചെയ്യുന്നുണ്ടാവും, ആശങ്ക കൾ ഏറെയാണ്. ടയറൊപ്പം വെള്ളം പലയിടങ്ങളിലുമുണ്ട്. ചില സ്ഥലത്തൊക്കെ കൂടുതൽ വെള്ളമുള്ളതിനാൽ വഴി തിരിച്ച് വിടു ന്നുണ്ട്. കാഴ്ച കാണാൻ കൂടി നിൽക്കുന്നവരെ കൊണ്ട് ചില പാല ങ്ങളിലും ഗതാഗത തടസ്സമുണ്ട്. ഒന്നുരണ്ട് സ്ഥലത്തെ പാലത്തിന് മുകളിലൂടെ പുഴയൊഴുകി ചണ്ടിയും മറ്റും പാലത്തിൽ തങ്ങി ക്കിടക്കുന്നു. മഴ ചെറുതായൊന്ന് കുറഞ്ഞിട്ടുണ്ട്.

ആലുവയടുത്തപ്പോൾ റോഡ് പൂർണ്ണമായും ബ്ലോക്കായി. വാഹന ങ്ങൾ നിർത്തിയിട്ട് ആളുകൾ പുറത്തിറങ്ങി നിൽക്കുന്നുണ്ട്.

ചെറിയൊരു ആശ്വാസമായി അരവിന്ദിന്റെ ഫോൺ വന്നു, തങ്കമ്മ യുടെ നമ്പറിൽ നിന്നാണ്. എറണാകുളത്തെ ഒരു ആശുപത്രിയിൽ എത്തിയിട്ടുണ്ട്. സർജറി വേണ്ടിവരും. പൈസ കെട്ടിവെയ്ക്കണം, എന്റെ അക്കൗണ്ടിൽ എത്ര കാശ് കാണുമെന്ന് ചോദിച്ച് വിളിച്ച താണ്.

''ഒരു പത്തുമുപ്പതിനായിരം കാണുമായിരിക്കും.''

''അതൊന്നും മതിയാവില്ല, അൻപത് ഇപ്പോൾ കെട്ടിവെയ്ക്കണ മെന്നാ പറയുന്നത്.'' അവൻ ഫോൺ കട്ട് ചെയ്തു.

എങ്ങനെ പൈസ ഏർപ്പാടാക്കും? ഞാൻ രണ്ടും കൽപ്പിച്ച് രാധി കയെ വിളിച്ച് കാര്യം പറഞ്ഞു. കുറച്ച് നേരം കഴിഞ്ഞപ്പോൾ അൻപ തിനായിരം ട്രാൻസ്ഫർ ചെയ്തെന്ന് പറഞ്ഞ് അവൾ വിളിച്ചു. അക്കാര്യം പറയാനായി അരവിന്ദിനെ വിളിച്ചപ്പോഴാണറിയുന്നത്

ഇർഫാന്റെ ആരോ വന്ന് പണമടച്ചെന്നും സർജറിക്ക് കയറ്റിയെന്നും. ഇർഫാനുമായി ബന്ധപ്പെട്ട ആരെന്ന് ചോദിക്കാൻ ഞാൻ തുനിഞ്ഞെങ്കിലും അരവിന്ദ് അതിനിടെ ഫോൺ കട്ട് ചെയ്തു.

ടിവിയിൽ വാർത്ത കണ്ട് തങ്കമ്മയുടെ നമ്പറിൽ ഇർഫാൻ ദുബായിൽനിന്ന് വിളിച്ചതാണെന്ന്. ഫ്രാൻസിസ് സിൽവയാണ് വന്ന് പണമടച്ചത്. ശ്രീലക്ഷ്മിയുടെ അമ്മയും അച്ഛനും ആശുപത്രിയിലേക്ക് പുറപ്പെട്ടിട്ടുണ്ട്. ദുബായിൽനിന്ന് ഇർഫാൻ വന്ന വിമാനം നെടുമ്പാശ്ശേരിയിൽ ഇറങ്ങാനാവതെ തിരുവനന്തപുരത്താണ് ഇറങ്ങിയത്. റോഡ് മാർഗം ഏറണാകുളത്തെത്തിയപ്പോഴേക്കും പിറ്റേന്ന് രാവിലെയായിരുന്നു.

ആശുപത്രിയുടെ ഐസിയുവിന്റെ മുന്നിൽ വെച്ച് ഇർഫാനെ വീണ്ടും കാണുമ്പോൾ അയാൾക്ക് ഞാൻ ചാർത്തിക്കൊടുത്ത ചോക്ലേറ്റ് പയ്യൻ ലുക്ക് ആയിരുന്നില്ല. ഐസിയുവിലെ നേഴ്സിനോടും ഡോക്ടറോടുമൊക്കെ അയാൾ ആധികാരികമായിത്തന്നെ കാര്യങ്ങൾ ചോദിച്ചറിഞ്ഞു. ഇർഫാന്റെ ഡ്രൈവർ ഫ്രാൻസിസ് സിൽവ സമയാസമയങ്ങളിൽ ബില്ലുകളടയ്ക്കുകയും ഐസിയുവിന് മുന്നിലും മുറിയിലുമുള്ളവർക്ക് ചായയും ഭക്ഷണവും കൊണ്ടുവന്ന് തരികയും ചെയ്തു.

അരവിന്ദിന്റെ അമ്മ ദുരിതാശ്വാസക്യാമ്പിലേക്ക് മാറിയിരുന്നു. അവനത് പുതുമയുള്ള കാര്യമല്ല. വൈകുന്നേരമായപ്പോൾ ഒന്നുരണ്ടു പേർക്ക് കയറിക്കാണാമെന്ന് പറഞ്ഞപ്പോൾ ഞാനോ അരവിന്ദോ അതിന് തുനിഞ്ഞില്ല.

വെള്ളമിറങ്ങിയിരുന്നു. സാമിന്റെ കാറ് തിരിച്ചുകൊടുത്ത് വീടുവരെ ഒന്ന് പോയി നോക്കാമെന്ന് കരുതി ആലുവയിലെത്തിയപ്പോഴാണ് പ്രളയത്തിന്റെ യഥാർത്ഥ ചിത്രം ഞാൻ നേരിൽ കാണുന്നത്.

പ്രളയം

എന്റെയടുത്തായത് നന്നായെന്ന് പറഞ്ഞാണ് സാം കാറ് തിരികെ കൊണ്ടുപോയത്. അവന്റെ പ്രദേശത്തെ മിക്കവരുടെയും കാറുകൾ പ്രളയത്തിൽ തകരാറായി. കല്ലാറിൽ നടന്ന കാര്യങ്ങളൊന്നും സാമിനോട് പറയാൻ സമയം കിട്ടിയില്ല. വെള്ളമിറങ്ങിയപ്പോൾ വീട് വൃത്തിയാക്കുന്ന തിരക്കിലാണവൻ, ബന്ധുക്കളാരോ മരിച്ചിട്ടുമുണ്ട്. എന്തെങ്കിലുമൊക്കെ ബാക്കി കിട്ടിയല്ലോ എന്ന ആശ്വാസത്തിലാണ് എല്ലാവരും. ഹോസ്പിറ്റലിൽനിന്ന് അരവിന്ദ് വിളിച്ച് കാര്യങ്ങൾ പറഞ്ഞു. ശ്രീലക്ഷ്മി ഇപ്പോഴും അപകടനില തരണം ചെയ്തിട്ടില്ല.

കൂടുതൽ സൗകര്യങ്ങളുള്ള മറ്റേതെങ്കിലും ഹോസ്പിറ്റലിലേക്ക് മാറ്റുന്നതിനെക്കുറിച്ച് ഇർഫാൻ ഇടയ്ക്ക് ആലോചിച്ചിരുന്നത്രെ. ശ്രീലക്ഷ്മിയുടെ അമ്മയും അച്ഛനും പ്രത്യേകിച്ചൊരു അഭിപ്രായവുമില്ലാതെ എല്ലാം ഇർഫാൻ തീരുമാനിക്കട്ടെ എന്ന നിലപാടെടുക്കുന്നു എന്ന് അരവിന്ദ് പറഞ്ഞപ്പോൾ എനിക്ക് അത്ഭുതമൊന്നും തോന്നിയില്ല.

ഉച്ച കഴിഞ്ഞപ്പോൾ സൈമൺ വിളിച്ച് സൈതിന്റെ അടക്കം കഴിഞ്ഞ കാര്യം പറഞ്ഞു. തങ്കമ്മ എത്താനായി കുറച്ച് സമയം കാത്തിരുന്നെങ്കിലും അവരെത്തുന്നതിന് മുൻപ് തന്നെ ബന്ധുക്കൾ ഖബറടക്കി. അക്കാര്യം പറഞ്ഞ് വൈകിട്ട് തങ്കമ്മ ആരോടൊക്കെയോ വഴക്കുണ്ടാക്കി. വീണ്ടും ചുഴലി വന്ന് രക്തസമ്മർദ്ദം കൂടി അടിമാലി ആശുപത്രിയിലാണ്. സൈതിന്റെ മകളുടെ ഭാവി ഇന്ന് എന്റെ കൂടെ ഉത്തരവാദിത്വമാണ്.

ഫ്ളാറ്റിലാകെ തിരഞ്ഞ് ഞാൻ പണ്ടുപേക്ഷിച്ച ഒരു സ്മാർട്ട് ഫോൺ തപ്പിയെടുത്തു. ബാറ്ററിയില്ല, പവർ ബാങ്കിൽ ചാർജുണ്ട്. ഫോൺ ഓണായി വന്നപ്പോൾ വലിയ ആശ്വാസം തോന്നിയത് നമ്പറുകളെല്ലാം തിരിച്ചുകിട്ടിയതിലാണ്. ഇന്നലെ ഏട്ടത്തിയമ്മ

വിളിച്ചിട്ട് കാര്യങ്ങൾ തിരക്കിയിരുന്നു, ഞാൻ കുഴപ്പമൊന്നുമില്ലാതിരിക്കുന്നു എന്ന ഒഴുക്കൻ മറുപടി പറഞ്ഞു. എന്നെ വിളിച്ചിരുന്നെന്നും എനിക്ക് കുഴപ്പമൊന്നുമില്ലെന്ന് ഞാൻ പറഞ്ഞെന്നും അവരപ്പോൾതന്നെ വാട്ട്സ്ആപ്പ് ഗ്രൂപ്പിലിടും. അത് കണ്ട് ചേട്ടനും ചേച്ചിയും അളിയനുമെല്ലാം എന്തെങ്കിലും സ്മൈലികളോ ശബ്ദ സന്ദേശങ്ങളോ ഇടും. അതാണെന്റെ കുടുംബം. അച്ഛനും അമ്മയും മരിക്കുന്നതോടെ ഒട്ടുമിക്ക കുടുംബങ്ങളും ഇങ്ങനെയായിരിക്കുമോ? പെരിയാറിൽ വെള്ളമിറങ്ങിത്തുടങ്ങിയിരുന്നു. വൈദ്യുതി ഇനിയുമെത്തിയിട്ടില്ല. ഒന്നാം നിലയിലെ ജനറേറ്റർ റൂം വെള്ളത്തിൽ മുങ്ങിയതിനാൽ പവർ ബാക്ക്അപ് ഇല്ല. ചുറ്റും വെള്ളമാണെങ്കിലും പൈപ്പിൽ വെള്ളമില്ല. രണ്ട് വലിയ കുപ്പികളിൽ കുടിവെള്ളമുണ്ട് എന്നത് ആശ്വാസം. മിക്ക ഫ്ളാറ്റിലും ആരെങ്കിലുമൊക്കെ അതിഥികളായുണ്ട്. വീട്ടിൽ വെള്ളം കയറിയതുകൊണ്ട് അടുത്ത് താമസിക്കുന്ന ബന്ധുക്കളോ പരിചയക്കാരോ അഭയം തേടിയതാണ്. വെള്ളമിറങ്ങിയപ്പോൾ ഫ്ളാറ്റിലെ റെസിഡന്റ്സ് അസോസിയേഷൻകാരെല്ലാവരും ചേർന്ന് ജനറേറ്റർ നന്നാക്കാനുള്ള ശ്രമത്തിലാണ്. കൂടുതൽ ആളുകൾ വന്ന് താമസിച്ചിട്ടാണ് ടാങ്കിൽ അടിച്ചിട്ടിരുന്ന വെള്ളം തീർന്നതെന്ന് കൂട്ടത്തിലാരോ പരാതി പറഞ്ഞപ്പോൾ അത്രയും കാലം വലിയ കണിശക്കാരനായിരുന്ന അസോസിയേഷൻ പ്രസിഡന്റ് ഈ പ്രളയകാലത്ത് നമ്മളൊക്കെ കുറച്ച് മനുഷ്യത്വത്തോടെ പെരുമാറണമെന്ന് തിരുത്തി.

ഫ്ളാറ്റിന്റെ മുകളിലെ നിലയിൽനിന്ന് ഞാൻ നഗരം കണ്ടു. താമസിക്കാൻ തുടങ്ങിയിട്ട് ഏറെ നാളായിരുന്നെങ്കിലും പതിനാറ് നിലകളുള്ള ആ കെട്ടിടത്തിന്റെ ഓപ്പൺ ടെറസിൽ ഞാനാദ്യമാണ് പോയത്. ആലുവാ മണപ്പുറം അധികം അകലെയല്ല. എല്ലായിടത്തും എന്തൊക്കെയോ വന്നടിഞ്ഞിട്ടുണ്ട്. ദൂരെയൊരു വാഹന ഡീലറുടെ പാർക്കിങ്ങ് ഗ്രൗണ്ടിൽ പ്രളയത്തിലൊലിച്ച പുതിയ കാറുകൾ മതിൽക്കെട്ടിനോട് ചേർന്ന് കൂടിക്കിടക്കുന്നുണ്ട്. ദൂരെ ഏതോ ഒരാൾ ചെറിയൊരു വള്ളം തുഴഞ്ഞ് പോകുന്നത് കണ്ടപ്പോൾ ഞാനൊരിക്കൽകൂടി രമണൻ ചാച്ചനെ വിളിച്ചുനോക്കി. ഫോൺ സ്വിച്ച് ഓഫാണ്. അത്രയേറെ നാശനഷ്ടങ്ങൾ മുന്നിൽ കണ്ടെങ്കിലും രമണൻ ചാച്ചനെക്കുറിച്ച് എനിക്ക് വലിയ ആശങ്കയില്ലായിരുന്നു. ചാച്ചന്റെ കുടിൽ പലപ്പോഴും വെള്ളം കയറി നശിക്കാറുണ്ട്. അപ്പോഴേക്കും അതിനകത്തുള്ളതൊക്കെ വാരി വള്ളത്തിലിട്ട് ചാച്ചൻ പെരിയാറിന്റെ ഒഴുക്ക് കുറഞ്ഞ ഏതെങ്കിലും ഭാഗത്ത് അഭയം തേടും. പിന്നെ എപ്പോഴെങ്കിലും കാണുമ്പോൾ പറയും ഈ അരമനുഷ്യനെ കൊണ്ടുപോയിട്ട് ഒന്നും ചെയ്യാനില്ലെന്ന് ആറ്റിനറിയാമെന്ന്.

വൈകീട്ട് അരവിന്ദ് വീണ്ടും വിളിച്ചു. ശ്രീലക്ഷ്മിക്ക് ഒരു സർജറി കൂടെ വേണ്ടി വരുമെന്ന് പറയാൻ. തീയേറ്ററിലേക്ക് കയറ്റിയിട്ടുണ്ട്. വേറെ ഏതോ വലിയ ഡോക്ടർ വന്നിട്ടുണ്ട്. ഇടയ്ക്ക് ഫിറ്റ്സ് വന്നു, തലച്ചോറിനകത്തെവിടെയോ വീണ്ടും രക്തം കട്ടപിടിച്ചു. ഞാനൊന്ന് പോയി നോക്കാൻ തീരുമാനിച്ചു. മെട്രോ ഓടുന്നുണ്ട്. ഹോസ്പിറ്റലിലെത്തിയപ്പോഴേക്കും സർജറി കഴിഞ്ഞിരുന്നു. അവളുടെ അമ്മയും അച്ഛനുമൊക്കെ മുറിയിലാണ്. ഐസിയുവിന്റെ മുന്നിൽ അരവിന്ദും ഇർഫാനുമാണുള്ളത്. ഇർഫാനെന്നോട് ശ്രീലക്ഷ്മിയുടെ അപ്പോഴത്തെ അവസ്ഥയെക്കുറിച്ച് വിശദീകരിച്ചു. സൈതിന്റെ കുടുംബത്തെക്കുറിച്ച് തിരക്കി. ശ്രീലക്ഷ്മി അപകടനില തരണം ചെയ്താൽ ഒന്നവിടം വരെ പോകാൻ കൂട്ട് വരണമെന്ന് ആവശ്യപ്പെട്ടു. സൈതിന്റെ കുടുംബത്തിന് അത്യാവശ്യമായി പണം വല്ലതും വേണ്ടി വരുമോയെന്ന് ആശങ്കപ്പെട്ടു.

എനിക്കയാളോട് അത്ര കാലവും തോന്നാത്ത ഒരു മമത തോന്നി. ഇർഫാൻ ഞങ്ങളെ പോയിക്കൊള്ളാൻ നിർബന്ധിച്ചു. അരവിന്ദിന്റെ അമ്മ ദുരിതാശ്വാസക്യാമ്പിൽ തന്നെയാണ്. അമ്മയ്ക്കവിടെ പഴയ ക്യാമ്പ്മേറ്റ്സിനെയൊക്കെ കാണാനായതിന്റെ സന്തോഷത്തിലായിരിക്കുമെന്ന് അരവിന്ദ് പറഞ്ഞു, ദുരിതാശ്വാസ ക്യാമ്പിലെ ഒത്തുകൂടൽ അരവിന്ദിന്റെ അമ്മയ്ക്ക് എല്ലാ മഴക്കാലത്തുമുള്ളതാണ്.

പിറ്റേന്ന് ചെല്ലാമെന്ന ധാരണയിൽ ഞാനും അരവിന്ദും ആശുപത്രിയിൽ നിന്നിറങ്ങി. ഫ്ളാറ്റിൽ വെള്ളവും വെളിച്ചവുമൊന്നുമുണ്ടാവാൻ സാധ്യതയില്ല. കൊതുകുകടിയും ചിന്താഭാരവും കാരണം തലേന്നാൾ രാത്രി ഉറങ്ങാനേ പറ്റിയിരുന്നില്ല. തട്ടുകടയിൽനിന്ന് ഭക്ഷണം കഴിച്ച് അരവിന്ദിനെയും കൂട്ടി ഫ്ളാറ്റിലെത്തുമ്പോഴേക്കും ജനറേറ്റർ നന്നാക്കിയിരുന്നു. ഫാനിന്റെ കാറ്റിനോട് പടവെട്ടി കൊതുകുകൾ അപ്പോഴും ഒളിപ്പോര് നടത്തുന്നുണ്ട്. ഇത്രയും മഴ പെയ്തിട്ടും കൊതുകിനൊരു കുറവുമില്ല. ഹോസ്പിറ്റലിലെത്തിയതുവരെയുള്ള കാര്യങ്ങൾ അപ്പോഴാണ് അരവിന്ദ് പറയുന്നത്.

ആംബുലൻസ് ആശുപത്രിയിലെത്തിയതിന് പിന്നാലെ തങ്കമ്മയുടെ ഫോണിൽ ഇർഫാൻ വിളിച്ചു. കുറച്ചുകൂടെ സൗകര്യങ്ങളുള്ള മറ്റേതെങ്കിലും ഹോസ്പിറ്റലിലേക്ക് മാറ്റണമെന്ന് പറഞ്ഞു, അപ്പോഴേക്ക് അവിടെ അഡ്മിഷന്റെ കാര്യങ്ങൾ പൂർത്തിയായി പൈസ അടയ്ക്കാൻ പറയുന്നുണ്ടായിരുന്നു. ആംബുലൻസിന് കൊടുത്തപ്പോഴേ അരവിന്ദിന്റെ കീശ കാലിയായി. അപ്പോഴാണ് എന്നെ വിളിച്ചത്. പണം ഏർപ്പാടാക്കി ഞാൻ വിളിക്കുന്നതിന് മുൻപേ ഇർഫാന്റെ ഡ്രൈവർ വന്ന് പണമടച്ചു. ശ്രീലക്ഷ്മിയുടെ അമ്മ അരവിന്ദിനെ

കുറേ ശകാരിക്കുകയും ശപിക്കുകയുമൊക്കെ ചെയ്തു. എന്തിനാണ് കല്ലാറിലേക്ക് പോയതെന്ന് ശ്രീലക്ഷ്മി വീട്ടിൽ പറഞ്ഞിരുന്നില്ല. അവിടെ നിന്ന് എന്തോ സാധനങ്ങൾ എടുക്കണമെന്ന് പറഞ്ഞാണ് വീട്ടിൽ നിന്നിറങ്ങിയത്.

പിറ്റേന്ന് രാവിലെ ഞാൻ വീടുവരെ ഒന്ന് പോയി നോക്കാൻ തീരുമാനിച്ചു. അരവിന്ദ് ഹോസ്പിറ്റലിലേക്ക് തന്നെ തിരിച്ചുപോയി. അരവിന്ദ് വസ്ത്രം മാറിയിരുന്ന കാര്യം അപ്പോഴാണ് ഞാൻ ശ്രദ്ധിച്ചത്. പുതിയ ജീൻസും ടീഷർട്ടുമാണ്. അവനാണെങ്കിൽ ജീൻസ് ധരിക്കുന്നയാളല്ല. ചോദിച്ചപ്പോൾ പറഞ്ഞു അഴുക്ക് പിടിച്ച വസ്ത്രം മാറാത്തത് കണ്ട് ഇർഫാൻ വാങ്ങിക്കൊണ്ടുവന്നതാണെന്ന്. ഇത്രയും നാൾ ഇത്തരമെന്തെങ്കിലും കാര്യങ്ങൾ ആരെങ്കിലും ചെയ്തെന്ന് കേട്ടാൽ അവരുടെ സമ്പാദ്യത്തെപ്പറ്റി ഞാൻ അസൂയപ്പെടുകയും പണം ചെലവാക്കുന്നതിലെ പ്രകടനപരതയെ വിമർശിക്കുകയും ചെയ്യുമായിരുന്നു.

മാഞ്ഞാലി വരെയേ ബസ്സുള്ളൂ. അവിടെ ഇറങ്ങിയപ്പോൾ ഒരു ബൈക്കിൽ ലിഫ്റ്റ് കിട്ടി. പ്രളയത്തിന്റെ കെടുതികളെക്കുറിച്ചുള്ള കഥകൾ മാത്രമേ ആർക്കും പറയാനുള്ളൂ. എനിക്ക് എന്റെ വീടിനെക്കുറിച്ച് ചെറിയൊരു ആശങ്ക തോന്നി. എലന്തിക്കര കുറച്ച് ഉയരമുള്ള സ്ഥലമാണെങ്കിലും എന്റെ വീട് പുഴയോരത്താണ്. വീട്ടിലേക്ക് നടക്കുന്ന ഓരോ ചുവടും ആകാംക്ഷയുടേതായിരുന്നു. പുഴയ്ക്ക് സമാന്തരമായ റോഡിലൂടെ വീട് ലക്ഷ്യമാക്കി നടക്കുമ്പോൾ മിക്ക വീട്ടുകാരും പ്രളയത്തിൽ മുങ്ങിപ്പോയ വീട്ടുപകരണങ്ങൾ ഉണക്കുകയും വൃത്തിയാക്കുകയുമൊക്കെ ചെയ്യുന്നതിന്റെ തിരക്കിലായിരുന്നു. ഒന്നും സംഭവിക്കാത്ത വീട്ടുമുറ്റത്ത് അന്യസംസ്ഥാന തൊഴിലാളികളെ കണ്ടപ്പോൾ എനിക്കാശ്വാസമായി.

അച്ഛൻ ഇങ്ങനെയൊരു പ്രളയം മുൻകൂട്ടി കണ്ടിരിക്കാം. വെള്ളപ്പൊക്കത്തിൽ എത്ര ഉയരത്തിൽ വരെ വെള്ളം കയറിയെന്ന കണക്ക് നോക്കി പറമ്പിലെ ഏറ്റവും ഉയരമുള്ള സ്ഥലത്താണ് താൻ വീട് വെച്ചതെന്ന് സുഹൃത്തുക്കളോട് അച്ഛൻ വീമ്പുപറയുന്നത് ഞാൻ കേട്ടിരുന്നു. മുൻപ്രളയങ്ങളേക്കാൾ വലുതാണിനി വരികയെന്ന് അന്നേ അച്ഛൻ പ്രവചിക്കുമായിരുന്നു. എന്നെക്കണ്ട ഹിന്ദിക്കാരിലെ പുതുമുഖങ്ങൾ തലമൂത്തവരെ കൂട്ടിക്കൊണ്ടുവന്നു. പ്രളയദിവസങ്ങളിലെ അനുഭവങ്ങൾ അയാളെന്നോട് ഹിന്ദിയും മലയാളവും ചേർത്ത് വിവരിച്ചു. ഞാൻ പുഴത്തുരുത്തിലേക്ക് അവരാരെങ്കിലും പോയിരുന്നോ എന്ന് തിരക്കി.

തുരുത്താകെ നശിച്ചിരുന്നു. ഒഴുകി വന്ന കവുങ്ങുകളും മുളയും മരക്കുറ്റികളുംകൊണ്ട് നിറഞ്ഞിരുന്നു. അടുത്തെത്തിയപ്പോഴാണ് കാണുന്നത് തുരുത്തിന്റെ വലിയ പങ്കും ഒലിച്ചുപോയിട്ടുണ്ട്. തുരുത്തിനും കരയ്ക്കുമിടയിലൂടെ ഒഴുകിയിരുന്ന ചെറിയ തോട് മൂന്നിരട്ടിയെങ്കിലും തിടം വെച്ചിട്ടുണ്ട്. കവുങ്ങ് പാലം കാണാനില്ല. ചാച്ചന്റെ കുടിലുള്ള ഭാഗമേയില്ല. ഞാൻ അത്രയ്ക്ക് പ്രതീക്ഷിച്ചിരുന്നില്ല. ഞാൻ ചൗക്ക കടവിൽ ചെന്ന് പരിചയമുള്ളവരോടൊക്കെ രമണൻ ചാച്ചനെ തിരക്കി. പലരും അപ്പോഴാണ് അങ്ങനെയൊരാളെ കാണാനില്ലെന്ന കാര്യം ശ്രദ്ധിക്കുന്നത്. ആരോ വിളിച്ചുപറഞ്ഞതനുസരിച്ച് പഞ്ചായത്ത് മെമ്പറും കടവിലെത്തി. മെമ്പർക്ക് ചാച്ചനെ നന്നായറിയുന്നതാണ്. ചാച്ചന്റെ ബന്ധുക്കളെയും അറിയാം. ആരെയൊക്കെയോ ഫോൺ ചെയ്ത് ചോദിച്ചു. ആർക്കുമറിയില്ല. മെമ്പറുടെ ബൈക്കിൽ പഴമ്പള്ളിത്തുരുത്തിലും വലിയ കോഴിത്തുരുത്തിലുമൊക്കെ ഞങ്ങൾ ചെന്നന്വേഷിച്ചു. പെരിയാറിൽ മീൻ പിടിക്കുന്ന പലരേയും ഫോൺ ചെയ്തും അല്ലാതെയും അന്വേഷിച്ചു.

ആ നാടുമായി എനിക്ക് അവശേഷിക്കുന്ന അവസാനത്തെ ബന്ധങ്ങളിലൊന്നാണ് ചാച്ചനും വാടകയ്ക്ക് കൊടുത്ത വീടും പുഴത്തുരുത്തും. പുഴത്തുരുത്ത് പകുതിയും പുഴകൊണ്ടുപോയി. ചാച്ചനെ കാണാനുമില്ല.

മെമ്പറും ഞാനും കൂടി പൊലീസ് സ്റ്റേഷനിൽ പോയി പരാതി കൊടുത്തു.

''പെരിയാറിൽ ഇതുവരെ എഴുപത് പേരെ കാണാതായിട്ടുണ്ട്. പ്രളയത്തിന്റെ അന്ന് അപകടത്തിൽപെട്ട് മരിച്ചെങ്കിൽ കണക്ക് പ്രകാരം ഇന്നേക്ക് മൂന്നാംനാളാണ്. പറവൂർ ഭാഗത്ത് നിന്നൊക്കെയാണ് ബോഡി അധികവും കിട്ടുന്നത്. കിട്ടിയ ചിലതിന്റെ ഫോട്ടോ കാണിക്കാം.''

പരാതിക്കാരന്റെ മാനസികാവസ്ഥയൊന്നും പരിഗണിക്കാവുന്ന അവസ്ഥയിലായിരുന്നില്ല പൊലീസ്. കാണാതായത് അരയ്ക്ക് കീഴ്പ്പോട്ട് സ്വാധീനമില്ലാത്ത ഒരാളെന്നത് അവരെ സംബന്ധിച്ചിടത്തോളം അത്ര പ്രാധാന്യമുള്ള കാര്യമല്ല. പൊലീസുകാർക്ക് വൈകാരികതയുണ്ടാവേണ്ട കാര്യമില്ല. എനിക്ക് കരച്ചിലടക്കാനായില്ല. ഞാനാകെ തളർന്ന് പൊലീസ് സ്റ്റേഷനിലെ ബെഞ്ചിലിരുന്നു. കുട്ടിക്കാലം മുതൽ കാണുന്നയാളാണ്.

എല്ലാവരും വിളിക്കുന്നത് കേട്ടാണ് ഞങ്ങളുടെ നാട്ടിൽ അച്ഛന്റെ അനുജനെന്ന് അർത്ഥമുള്ള ചാച്ചനെന്ന പേര് ഞാനും വിളിച്ചതെങ്കിലും അദ്ദേഹമെനിക്ക് പിതൃസഹോദരൻ തന്നെയായിരുന്നു. അമ്മയെ

നഷ്ടപ്പെട്ട കാലത്തും, അച്ഛനിൽ നിന്നകന്ന കാലത്തും എന്റെ സങ്കടങ്ങൾ ഏറ്റവുമധികം കേട്ടത് രമണൻ ചാച്ചനാണ്. അരമനുഷ്യനെന്ന് സ്വയം കളിയാക്കി വിളിക്കുന്ന ആ മനുഷ്യന്റെ വള്ളത്തിൽ എത്രയോ രാത്രിയിൽ ഞാൻ പെരിയാറ്റിലൂടെ ഒഴുകിനടന്നിട്ടുണ്ട്. ആ വള്ളത്തിന്റെ ആട്ടമായിരിക്കും എനിക്കേറ്റവും ആശ്വാസമുള്ള താളം. ആ വള്ളത്തിൽ വിരിച്ച ചാക്കിൽ കിടക്കുമ്പോൾ കേൾക്കുന്ന പുഴയുടെ ശബ്ദമാണ് എനിക്കേറ്റവും ഇഷ്ടമുള്ള താരാട്ട്.

തിരികെ ഫ്ളാറ്റിലെത്തിയപ്പോൾ അരവിന്ദ് വിളിച്ചു. അവൻ അമ്മയെ പോയി കണ്ടുള്ള വരവാണ്. ഹോസ്പിറ്റലിലേക്കാണ് പോകുന്നതെന്ന് പറഞ്ഞപ്പോൾ ഒന്ന് ഫ്ളാറ്റിലേക്ക് വരാൻ ഞാനവനെ നിർബന്ധിച്ചു. എനിക്ക് ചാച്ചനെക്കുറിച്ചുള്ള ഓർമ്മകൾ പറയാൻ, ഇടയ്ക്ക് വല്ലാതെ കരയുമ്പോൾ ഒന്നാശ്വസിപ്പിക്കാൻ ഒരാളുടെ സാന്നിധ്യം വേണമായിരുന്നു. ചേട്ടനോടോ ചേച്ചിയോടോ എന്തിനേറെ ഏട്ടത്തിയമ്മയോടുപോലുമോ ചാച്ചനെ കാണാതായ വിവരം പറയണമെന്നെനിക്ക് തോന്നിയില്ല. അരവിന്ദ് വന്നപ്പോഴേക്കും ഞാൻ ചാച്ചന്റെ തിരോധാനവുമായി ഒരുവിധം പൊരുത്തപ്പെട്ടിരുന്നു. ഭക്ഷണം കഴിച്ച് ഞങ്ങളിരുവരും കുറേ നേരം മാർത്താണ്ഡം പാലത്തിന്റെ തൂണിന്റെ തറയിലിരുന്ന് കാറ്റുകൊണ്ടു.

ശ്രീലക്ഷ്മിക്ക് ബോധം വരാൻ മൂന്ന് ദിവസം പിന്നെയുമെടുത്തു. ഡോക്ടർമാർക്ക് പ്രതീക്ഷ അവസാനിച്ചിരുന്നു. എല്ലാവരെയും അത്ഭുതപ്പെടുത്തിക്കൊണ്ടൊരു വൈകുന്നേരം അവൾ കണ്ണുതുറന്നു, കൈകൾ അനക്കി. ശരീരത്തിന്റെ ഒരു ഭാഗത്തിന് അപ്പോഴും ചലനമില്ലായിരുന്നു. കുറച്ച് മാസങ്ങൾ കഴിഞ്ഞു സംസാരിക്കാനും എഴുന്നേറ്റിരിക്കാനും. ആശുപത്രിയിൽനിന്ന് ഡിസ്ചാർജായപ്പോൾ തുടർചികിത്സക്കുള്ള സൗകര്യാർത്ഥം ഫ്ളാറ്റിലേക്ക് മാറ്റി. കല്യാണശേഷം ഇർഫാനൊപ്പം താമസിക്കണമെന്ന് ശ്രീലക്ഷ്മി ആഗ്രഹിച്ചിരുന്ന ആ ഫ്ളാറ്റിൽ അക്കാലമത്രയും ഇർഫാൻ അവൾക്ക് കൂട്ടിരുന്നു. രേവതി ടീച്ചറും ഇർഫാന്റെ ഉമ്മയും ഇർഫാന്റെ സഹോദരിയുമൊക്കെ മാറിമാറി ശുശ്രൂഷിച്ചു. പ്രളയം വിതച്ച നാശനഷ്ടങ്ങളിൽനിന്ന് കേരളക്കര കരകയറിത്തുടങ്ങിയിരുന്നു.

രമണൻ ചാച്ചനെക്കുറിച്ച് വിവരമൊന്നും ലഭിച്ചില്ല. ഒരാളെ കാണാതായി ഏഴ് കൊല്ലം കഴിയണമത്രെ ആൾ മരിച്ചെന്ന് കണക്കാക്കാൻ. പ്രകൃതിദുരന്തങ്ങൾ ഉണ്ടാകുമ്പോൾ അത്തരം കാര്യത്തിന് ചെറിയ ഇളവുകൾ ലഭിക്കാറുണ്ട്. രമണൻ ചാച്ചൻ മരിച്ചിട്ട് സ്വത്തുക്കളൊന്നും ആർക്കും കിട്ടാനില്ല, പിന്നെന്തിനാണ് മരണസാക്ഷ്യപത്രം! ചാച്ചൻ ജീവിച്ചിരുന്നതിന് ചാലക്കുടിപ്പുഴയും പെരിയാറും

സാക്ഷികളാണ്, ചാച്ചനെന്താണ് സംഭവിച്ചതെന്ന് അറിയാവുന്നതും അവർക്കുതന്നെ. പ്രളയത്തിൽ മരിച്ചവർക്ക് നഷ്ടപരിഹാരം കിട്ടുമെന്നറിഞ്ഞപ്പോൾ ചാച്ചന്റെ ചേട്ടന്റെ മക്കൾ വന്ന് കാര്യങ്ങൾ തിരക്കി. പൊലീസ് സ്റ്റേഷനിൽനിന്ന് കിട്ടിയ എഫ്ഐആറിന്റെ കോപ്പി വാങ്ങി, തുരുത്തിൽ ചാച്ചന് കൈവശാവകാശമുണ്ടാകില്ലേ എന്ന് തിരക്കി. തുരുത്തിന്റെ പകുതിയും ചേർത്താണ് ചാച്ചനെ പുഴ കൊണ്ടുപോയതെന്ന് ഞാനവരുടെ സ്വാർത്ഥതയ്ക്ക് മറുപടി പറഞ്ഞു.

പുതുവത്സരമായി. ഇർഫാൻ വിളിച്ചപ്പോൾ സൈതിന്റെ മകളെക്കാണാൻ കല്ലാറേയ്ക്ക് ഞാൻ കൂട്ടുപോയി. ഇർഫാന്റെ സ്കൈ ഡൈവിങ്ങ് വീഡിയോകൾ അതിനിടെ ഞാൻ അരവിന്ദിന്റെ ഫോണിൽ കണ്ടിരുന്നു. ഇടപ്പള്ളിയിലെ രജിസ്റ്ററാപ്പീസിൽ വെച്ച് ശ്രീലക്ഷ്മിയും ഇർഫാനും വിവാഹരജിസ്റ്ററിൽ ഒപ്പിടുമ്പോൾ ഒരു സാക്ഷിയാവാൻ എനിക്ക് ഭാഗ്യമുണ്ടായി, ഫ്രാൻസിസ് സിൽവയായിരുന്നു രണ്ടാമൻ. രജിസ്റ്ററാപ്പീസിന്റെ അരികിലെ ഹോട്ടലിൽ വൈകിട്ട് വളരെ അടുത്ത കുറച്ചുപേർ മാത്രമുള്ള ഒരു റിസപ്ഷൻ. അവൾക്കപ്പോഴും എഴുന്നേറ്റ് നിൽക്കാനാവില്ലായിരുന്നു, ഒരു മെക്കനൈസ്ഡ് വീൽച്ചെയറിൽ അവൾ അതിഥികൾ ഓരോരുത്തരോടും കുശലം പറഞ്ഞ് ഒഴുകി നടന്നു. ഫോട്ടോയെടുപ്പിന്റെ തിരക്കുകൾ കഴിഞ്ഞപ്പോൾ അവളെന്നെ വിളിച്ച് ഒരു കുസൃതിച്ചിരിയോടെ ഇർഫാൻ അവൾക്ക് സമ്മാനമായിക്കൊടുത്ത പുതിയ ഫോൺ നീട്ടിയിട്ട് ചോദിച്ചു: ''സൂരജ് ഈ വീഡിയോ കണ്ടിരുന്നോ?''

സ്കൈ ഡൈവിങ്ങ് വീഡിയോ ആണ്. ഞാൻ അതൊന്നുകൂടെ കണ്ടു. ഇർഫാനോടുള്ള സ്നേഹവും ആരാധനയും ഉണ്ടായിരുന്നു ആ കാഴ്ചയിൽ. അത്രയും ഉയരെ നിന്ന് നോക്കുമ്പോഴാണ് പാം ജുമേറയെന്ന കടലിലെ ആഢംബര നിർമ്മിതി ശരിക്കും അതിന്റെ പേര് അന്വർത്ഥമാക്കുന്നത്. ഇവിടെ കടലിൽനിന്നും കായലിൽ നിന്നും പുഴയിൽനിന്നും നിർമ്മാണപ്രവർത്തനങ്ങൾ ഇത്ര അകലത്തിൽ വേണമെന്ന് ശഠിക്കുമ്പോൾ മറ്റൊരിടത്ത് കടലിൽ മണ്ണുകൊണ്ടിട്ട് കൃത്രിമ ദ്വീപുണ്ടാക്കി അതിൽ കൂറ്റൻ കെട്ടിടങ്ങൾ പണിയുന്നു. മരുഭൂമിയിൽ ഇനിയെന്ത് കാലാവസ്ഥാ വ്യതിയാനമുണ്ടാകാനാണല്ലേ! പരിസ്ഥിതി കാര്യങ്ങളിലും കാലാവസ്ഥാ വ്യതിയാനത്തിലുമൊക്കെ ഞാൻ മനസ്സിലാക്കിവെച്ചിരിക്കുന്നത് ശരി തന്നെയാണോ?

''നെക്സ്റ്റ് ടൈം നീയും പോവില്ലേ ആകാശത്തുനിന്ന് ചാടാൻ.''

ഞാൻ ചോദിച്ചപ്പോൾ ശ്രീലക്ഷ്മിയുടെ കണ്ണുകൾ തിളങ്ങി.

“അന്നീ വീഡിയോ നിന്നെ കാണിക്കാൻ വേണ്ടി വന്നപ്പോഴാ സ്പിൽവേയിൽ വീണത്. അതിങ്ങനെയൊക്കെയായി. നീ സൈതിന്റെ മോളെ കണ്ടിരുന്നോ?”

കണ്ടിരുന്നെന്ന് ഞാൻ തലയാട്ടി.

പതിവിലും സ്നേഹത്തോടെ ഞാൻ ശ്രീലക്ഷ്മിയെ നോക്കി. അവളുടെ മുടി ഇപ്പോഴും നീണ്ടിട്ടില്ല. ബോയ് കട്ട് എന്നല്ലേ ആ ഹെയർ സ്റ്റൈലിന്റെ പേര് ശസ്ത്രക്രിയയുടെ പാടുകൾ മുടിയിഴ കൾക്കിടയിലൂടെ കാണാം. രേവതി ടീച്ചറും തങ്കമ്മയും ഇർഫാന്റെ സഹോദരിയും സംസാരിച്ചുകൊണ്ട് പുൽത്തകിടിയിലെ മരച്ചുവട്ടിൽ നിൽക്കുന്നുണ്ട്. വീൽച്ചെയറിലിരുന്ന് ഒരു കൈകൊണ്ട് ഇർഫാ നെയും മറ്റേ കൈകൊണ്ട് സൈതിന്റെ മകളെയും ചേർത്തുപിടിച്ച് ഫോട്ടോയ്ക്കായി പോസ് ചെയ്ത് ചിരിക്കുമ്പോൾ എന്തൊരു ഭംഗി യാണവൾക്ക്.

ബഷീറിന്റെ കത്ത്

മലയാളത്തിന്റെ പ്രിയപ്പെട്ട എഴുത്തുകാരന്റെ കൈപ്പടയിലുള്ള രണ്ടുവരിക്കത്ത് ഒന്ന് തൊടാൻപോലും ഭാസുരേന്ദ്രൻ മറ്റാരെയും സമ്മതിച്ചില്ല. അത് തേടിപ്പിടിച്ച് കൊണ്ടുവന്നത് ഞാനാണെന്ന പരിഗണന എനിക്കും കിട്ടിയില്ല. ബേപ്പൂർ സുൽത്താൻ കുറിച്ചിട്ട 'തോൽക്കുന്ന സമരത്തിന് എന്നെയും പങ്കാളിയാക്കുക' എന്ന വാക്കുകൾ മൂന്നര പതിറ്റാണ്ടുകൾക്കിപ്പുറം എലന്തിക്കരയിലെ പുഴ വക്കിൽ ഒരു സമരത്തിന്റെ തോൽവി ആഘോഷിക്കാൻ കൂടിയ ഞങ്ങളെ ഉദ്ദേശിച്ചാവാം.

പുഴത്തുരുത്തിൽ ഒത്തുകൂടാൻ ഒന്നരക്കൊല്ലം മുൻപാണ് ഒരു മുളങ്കുടിൽ കെട്ടിയത്. കഴിഞ്ഞ പ്രളയത്തിൽ തുരുത്തിന്റെ പകുതിയും ഒലിച്ചുപോയി. തുരുത്തിന്റെ ജീവനായിരുന്ന രമണൻ ചാച്ചനും ചാച്ചന്റെ വള്ളവും കുടിലുമൊക്കെ അപ്രത്യക്ഷമായി. ഇങ്ങനെ പണ്ടെങ്ങാണ്ടൊരു പ്രളയത്തിലാണ് തുരുത്തുണ്ടായ തെന്ന് രമണൻ ചാച്ചൻ തന്നെ മുൻപൊരിക്കൽ പറഞ്ഞിട്ടുണ്ട്. മുസിരിസ് തുറമുഖം വരെ ഇല്ലാതായ ആ പ്രളയകാലത്ത് പിറന്ന തായിരുന്നു പുഴത്തുരുത്ത്. പ്രളയം കൊണ്ടുപോയ കുടിലിന്റെ തറയിലും മുൻപ് ക്രമീകരിച്ചിരുന്ന തെങ്ങിൻകുറ്റികളിലുമായി ഞങ്ങളിരുന്നു.

തുരുത്ത് നിലനിർത്തുന്ന കാര്യത്തിൽ എനിക്കിപ്പോൾ വലിയ താത്പര്യമില്ല. തുരുത്തിന് മുൻപ് പൊന്നുംവില പറഞ്ഞ് പിന്നാലെ നടന്ന ബ്രോക്കറെ വിളിച്ചപ്പോൾ അയാൾ ചോദിക്കുകയാണ് കഴിഞ്ഞ പ്രളയത്തിൽ വെള്ളം കയറിയ സ്ഥലമല്ലേ എന്ന്. വിൽപ്പന നടക്കുന്ന ലക്ഷണമൊന്നുമില്ല. മരടിലെ കൂറ്റൻ കെട്ടിടങ്ങൾ തീര ദേശ നിയമലംഘനത്തിന്റെ പേരിൽ പൊളിച്ചതിൽ പിന്നെ പുഴ ക്കരയിൽ കെട്ടിടനിർമ്മാണത്തിന് പെർമിറ്റ് കിട്ടാൻ വലിയ കാല താമസമാണ്. പുത്തൻവേലിക്കരവരെ വേലിയേറ്റത്തിന്റെ പ്രഭാവ മുള്ളതിനാൽ തീരദേശ പരിപാലനനിയമം ബാധകമാവുമെന്നാണ്

പഞ്ചായത്തിൽനിന്ന് പറയുന്നത്. നിലവിലെ നിയമമനുസരിച്ച് പുഴത്തുരുത്തിൽ നിർമ്മാണങ്ങളൊന്നും സാധ്യമാവില്ല. ഏട്ടത്തിയമ്മ ഇക്കാര്യങ്ങൾ മുൻപൊരിക്കൽ പ്രവചിച്ചതാണ്. പ്രളയം കഴിഞ്ഞപ്പോൾ ബാക്കിയായത് ഒരേക്കറും ശിഷ്ടവുമാണ്. ഇത്രയും കാലം രമണൻ ചാച്ചൻ ഒരു കാവൽക്കാരനെപ്പോലെ തുരുത്തിലുണ്ടായതുകൊണ്ട് കുറച്ച് തേങ്ങയെങ്കിലും കിട്ടി.

സൈലന്റ്‌വാലി സമരത്തിൽ മുന്നിലുണ്ടായിരുന്ന തിരുവനന്തപുരം പ്രകൃതിസംരക്ഷണസമിതി തയ്യാറാക്കിയ പ്രധാനമന്ത്രിക്ക് സമർപ്പിക്കാനുള്ള നിവേദനം ഒപ്പിട്ട് തിരിച്ചയയ്ക്കാൻ സ്റ്റാമ്പൊട്ടിച്ച കവറടക്കം പ്രമുഖരായ നൂറ് മലയാളികൾക്ക് അയച്ചുകൊടുത്തിരുന്നു. വൈക്കം മുഹമ്മദ് ബഷീർ ഒപ്പിട്ടയച്ച നിവേദനത്തോടൊപ്പം നൂറിന്റെ രണ്ട് നോട്ടുകളും ഒരു കുറിപ്പും ഉണ്ടായിരുന്നെന്ന് ഒരു കൊല്ലം മുൻപ് ഇതേ സ്ഥലത്തുവെച്ച് ഭാസുരേന്ദ്രനാണ് പറഞ്ഞത്. ഡൽഹിയിൽ തപാൽ സ്റ്റാമ്പ് കിട്ടുമെന്ന് ദേഷ്യപ്പെട്ട ഇതിഹാസകാരൻ ഒ.വി. വിജയനും സമരാവേശം ജ്വലിപ്പിച്ചതായി കേട്ടിരുന്നു. എങ്ങുമെത്താതെ നിന്ന കല്ലാർ ഓഗ്മെന്റേഷൻ പ്രൊജക്റ്റിനെതിരെയുള്ള സമരത്തിന് ഒരു ആക്കം കിട്ടാനായി ആ കത്ത് തപ്പി കണ്ടുപിടിക്കാനുള്ള ആശയം അന്നാണുദിച്ചത്. തിരുവനന്തപുരം പ്രകൃതിസംരക്ഷണസമിതിയുമായി ബന്ധപ്പെട്ടവരെ അറിയാമെന്ന ധൈര്യത്തിലാണ് വൈക്കം മുഹമ്മദ് ബഷീറിന്റെ കൈപ്പടയിലുള്ള കുറിപ്പ് കണ്ടെത്തുന്ന കാര്യം ഞാനേറ്റത്.

അച്ഛന്റെ അധികം സുഹൃത്തുക്കളെയൊന്നും എനിക്കറിയില്ല. തിരുവനന്തപുരത്തുള്ള ചിലരുടെയൊക്കെ നമ്പറുകൾ അച്ഛന്റെ പഴയ ഫോൺ ഇന്റക്സിൽ ഉണ്ടായിരുന്നത് നോക്കി വിളിച്ചെങ്കിലും പല ലാന്റ്ഫോൺ നമ്പറുകളും നിലവിലില്ലായിരുന്നു. കിട്ടിയ ചില മേൽവിലാസങ്ങളിൽ കത്തയച്ചുനോക്കി.

രമാകാന്തന്റെ കാര്യം എന്റെ മനസ്സിൽ വന്നില്ല. അങ്ങനെയൊരു കത്ത് ഞാൻ തിരഞ്ഞുനടക്കുന്ന കാര്യം രമാകാന്തനോട് പറയുന്നത് ഈ അടുത്ത കാലത്താണ്. അന്നയാളെന്നോടൊന്നും പറഞ്ഞില്ല. ഹൈക്കോടതിയിൽ കേസ് തോറ്റ് വിധിവന്നപ്പോൾ അയാളെന്നെ വിളിച്ചു. മാറിയ ഭരണക്രമത്തിൽ ഇനിയുമാ കേസ് കൊണ്ടുനടക്കുന്നതിൽ കാര്യമില്ല എന്നുപദേശിച്ചു. രണ്ടുനാൾ കഴിഞ്ഞ് എറണാകുളത്ത് വരുന്നുണ്ട് കാണാമെന്ന് പറഞ്ഞപ്പോൾ കയ്യിൽ എനിക്കൊരു സമ്മാനമുണ്ടാവുമെന്ന് ഞാൻ പ്രതീക്ഷിച്ചിരുന്നില്ല.

രമാകാന്തൻ ഏതോ പുസ്തകപ്രകാശനത്തിന് വന്നതാണ്. എനിക്ക് താത്പര്യമുള്ള ഗണത്തിൽപ്പെട്ട പുസ്തകമല്ല. പ്രകാശന ചടങ്ങ് കഴിഞ്ഞപ്പോൾ രമാകാന്തന് കിട്ടിയ ഓഥേഴ്സ് കോപ്പി

അയാൾ എനിക്ക് തന്നു. ഞാൻ വേണ്ടെന്ന് പറഞ്ഞെങ്കിലും രമാകാന്തൻ സമ്മതിച്ചില്ല.

''ഈ പുസ്തകം പ്രൂഫ് നോക്കിയത് ഞാനാണ്. ഒരുപക്ഷേ ഏറ്റവും കൂടുതലാവൃത്തി വായിച്ചതും ഞാനായിരിക്കും. എനിക്ക് വായിക്കണമെന്ന് തോന്നുന്ന പുസ്തകങ്ങൾ ഞാൻ ഷോപ്പിൽ വിൽപ്പനയ്ക്ക് വരുത്തിക്കും, എന്നിട്ട് മുൻപൊരാൾ ദൃഷ്ടി പതിപ്പിച്ചതിന്റെ ഒരു ലക്ഷണംപോലും അവശേഷിപ്പിക്കാതെ വായന പൂർത്തിയാക്കും. ശരിക്കും എല്ലാ പുസ്തകശാലയിലും കാണും എന്നെപ്പോലൊരാൾ. എന്റെ കയ്യിൽ ഒരു പുസ്തകംപോലും സ്വന്തമായില്ല. പക്ഷേ ഞാൻ ആഴ്ചയിൽ അഞ്ച് പുസ്തകമെങ്കിലും വായിക്കും.''

''എനിക്കറിയാവുന്ന ഒരു ഭാസുരേന്ദ്രനുണ്ട്, ഇലക്സ്ട്രിസിറ്റി ബോർഡിൽ പ്യൂണാണ് കക്ഷി. ലൈബ്രറിയിൽനിന്ന് നാലും അഞ്ചും പുസ്തകം എടുത്തുകൊണ്ടുവന്ന് ഓഫീസ് ജോലികൾക്കിടയിലും വായിക്കുമത്രെ.''

''സത്യത്തിൽ പലരുടെയും പുസ്തക അലമാരകളിൽ പകുതിയും വായിച്ചുനോക്കാത്തവയോ വായന വഴിയിൽ നിർത്തിയവയോ ഒക്കെയാവും.'' രമാകാന്തൻ ചിരിച്ചു.

''കോടതിയിൽനിന്ന് വിധിപ്പകർപ്പ് വാങ്ങണം. അപ്പീലിന് സാധ്യതയുണ്ടോ എന്ന് തിരക്കണം.''

''അതിനുവേണ്ടി മിനക്കെടണ്ട സൂരജ്. സമരങ്ങളെയൊക്കെ വൈദ്യുതി ബോർഡ് മുൻകൂട്ടി കണ്ടിരുന്നു. ഒരു കേസുണ്ടായാൽ ചൂണ്ടിക്കാണിക്കപ്പെടുന്ന നിയമലംഘനങ്ങൾ അവർക്ക് അറിയാമായിരുന്നു. പരിസ്ഥിതി ആഘാത പഠനം, പബ്ലിക് ഹിയറിങ്ങ് എന്നിങ്ങനെ എല്ലാം. സമരം ചെയ്യാൻ നമ്മൾ പാഠപുസ്തകമാക്കിയ സൈലന്റ്‌വാലി സമരംതന്നെയാണ് അവരുടെയും പാഠപുസ്തകം. ആ പുസ്തകം നന്നായി പഠിച്ച് പരീക്ഷയെഴുതാൻ അവർക്ക് ആളും അർത്ഥവുമുണ്ട്.''

രമാകാന്തൻ ഒരു കവറെടുത്ത് എന്റെ നേർക്ക് നീട്ടി. ഞാനത് വാങ്ങിക്കുന്നതിനിടെ എന്നോട് പറഞ്ഞു.

''ഇത് സൂരജിന് തരാൻ വൈകിയതല്ല. ഇങ്ങനെയൊരു തോൽവി ഞാൻ പണ്ടേ പ്രതീക്ഷിച്ചിരുന്നു, അന്ന് ആശ്വാസവാക്കുകൾക്ക് പകരമാമാവുമെന്ന് തോന്നിയതിനാലാണ് ഇത്രയുംനാൾ തരാതിരുന്നത്. പിന്നെ ഇത് സൈലന്റ്‌വാലി സമരത്തിന്റെ ഓർമ്മയ്ക്ക് ഞാൻ കൊണ്ടുനടന്ന ഒരു സ്മാരകമാണെന്ന് വേണമെങ്കിൽ പറയാം.''

കവറിനകത്ത് പഴയൊരു കവറായിരുന്നു.

ടു - കൺവീനർ, തിരുവനന്തപുരം പ്രകൃതിസംരക്ഷണസമിതി, തിരുവനന്തപുരം-3.

ഫ്രം - വൈക്കം മുഹമ്മദ് ബഷീർ, ബേപ്പൂർ, കോഴിക്കോട്.

കവറിനുള്ളിലെ പകുതിക്കടലാസിൽ ''തോൽക്കുന്ന സമരത്തിന് എന്നെയും പങ്കാളിയാക്കുക'' എന്ന മങ്ങിത്തുടങ്ങിയ കുറിപ്പും.

സത്യത്തിൽ ആ കത്ത് കാണാൻ വേണ്ടി മാത്രമാണ് ഭാസുരേന്ദ്രൻ വന്നത്. അയാൾ അതെനിക്ക് തിരികെ തരില്ലെ എന്ന ആശങ്ക ആദ്യം കുറച്ച് സമയത്ത് എനിക്കുണ്ടായിരുന്നു. പിന്നെയത് മാറി, ആ കടലാസുകഷ്ണത്തിനോട് എനിക്കുള്ളതിനേക്കാൾ ആരാധനയും ബഹുമാനവുമാണ് അയാൾക്ക്. അത് അയാൾക്കിരിക്കട്ടെ.

വൈക്കം മുഹമ്മദ് ബഷീറിന്റെ കത്ത് കണ്ടതിലെ അത്ഭുതം അവസാനിക്കും മുൻപ് അരവിന്ദ് പഴയ ഒരു ഡയറി വെളിയിലെടുത്തു. അവന്റെ ക്ലേശങ്ങളുടെ ഭാണ്ഡമായിരിക്കുമെന്ന് കരുതിയ എനിക്ക് തെറ്റി. ദിവസത്തിന് ഒരുപേജ് വെച്ച് നീക്കിവെച്ചിട്ടുള്ള വൈദ്യുതി ബോർഡിലെ സർവീസ് സംഘടനയുടെ ഡയറിയാണ്. ആദ്യ പേജിലെ പേർസണൽ മെമ്മൊറാണ്ട എന്ന ഭാഗത്ത് പേരിന് നേരെ ശ്രീലക്ഷ്മി എന്നെഴുതിയത് കണ്ടപ്പോൾ ആകാംക്ഷയായി, ശ്രീലക്ഷ്മിയുടെ ഡയറി എങ്ങനെ അരവിന്ദിന്റെ കയ്യിലെത്തി. അതൊരു ഡയറിയല്ല, അരവിന്ദ് എഴുതിയ കഥകളാണ്, അല്ല നോവൽ തന്നെ, പേരൊക്കെ ഇട്ടിട്ടുണ്ട്. 'പുഴയോടൊപ്പം മരിക്കുന്ന മീനുകൾ'.

അവിടിവിടെയായി ഞാൻ മറിച്ചുനോക്കി.

പുഴയിൽ വീണുമരിക്കുന്ന യുവഎഞ്ചിനീയർ മീനായി പുനർജനിക്കുന്നു. ശ്രീലക്ഷ്മിയുടെ കഥ, ഉഗ്രൻ ലോജിക്ക്! എനിക്ക് തമാശയായി തോന്നി. കുറച്ച് പേജുകൾ മറിച്ച് ഞാനൊരിടത്ത് വായിച്ചു. തന്റെ പ്രിയപ്പെട്ടവരെ കാണാൻ പുഴക്കരയിലെ തന്റെ വീടിനടുത്തുള്ള കടവിൽ കഴിഞ്ഞുകൂടുന്ന മത്സ്യം. അതൊരു സാരിവാലൻ വരാലായതിൽ എനിക്കത്ഭുതം തോന്നിയില്ല. മനുഷ്യർ സംസാരിക്കുന്നതൊക്കെ മത്സ്യത്തിന് മനസ്സിലാവും. ഒന്നും തിരിച്ച് പറയാൻ പറ്റില്ല, ഭാഗ്യം.

കുറച്ച് പേജുകൾകൂടി മറിച്ചു നോക്കി.

''ദൈവത്തിൽ വിശ്വസിച്ചില്ലെങ്കിലും ശാസ്ത്രത്തിൽ വിശ്വസിക്കാതിരിക്കാൻ പറ്റില്ലെന്നൊക്കെ വീരവാദം പറയുന്ന നീയാണോ ഈ പുനർജന്മ കഥ എഴുതിയത്. ഇതിന് പകരം ആ മീനിന്റെ പരിണാമമോ സാമ്പത്തികപ്രാധാന്യമോ ഒക്കെ എഴുതിക്കൂടേ?''

“ശാസ്ത്രം പറഞ്ഞിട്ട് ആർക്കും മനസ്സിലാവുന്നില്ല. ഇതെങ്കിലും മനസ്സിലാകുമോന്ന് നോക്കട്ടെ.”

“നിന്റെയൊരു പൊട്ട കഥ. ആള് മരിച്ചാൽ മത്സ്യമായി പുനർ ജനിക്കുക, പോരാത്തതിന് മനുഷ്യർ സംസാരിക്കുന്നതൊക്കെ മന സ്സിലാവും.” ഞാനവനെ കളിയാക്കി

അരവിന്ദ് പ്രകോപിതനായില്ല.

“അന്ന് ശ്രീലക്ഷ്മിച്ചേച്ചിയെ അടിമാലിയിലെ ആശുപത്രിയിൽ നിന്ന് എറണാകുളത്തേക്ക് കൊണ്ടുപോയില്ലേ, അന്ന് ഇടയ്ക്കെ പ്പോഴോ കുറച്ചു നേരം ബോധം വന്നിരുന്നു. അപ്പോൾ ചേച്ചിയാണെ ന്നോട് പറഞ്ഞത് ഒഴുക്കിൽപ്പെട്ട് മുങ്ങിത്താണപ്പോൾ ബോധം പോവുന്നതിന്റെ തൊട്ടുമുൻപ് ചേച്ചി ഒരു സാരിവാലൻ വരാലിനെ കണ്ടെന്ന്. അത് ചേച്ചിയെ തൊട്ടെന്ന്. തന്നെ രക്ഷിക്കുമോന്ന് ചോദി ച്ചെന്ന്.”

“റബ്ബിഷ്... നിനക്ക് വട്ടാണ്, നിന്റെ ചേച്ചിക്കും.”

“ചേച്ചിക്കൊരു പുനർജന്മമുണ്ടെങ്കിൽ അതൊരു സാരിവാലൻ വരാലായിരിക്കുമെന്നും ചേച്ചി അന്നെന്നോട് പറഞ്ഞു. ചേച്ചി വാ യിച്ചിട്ട് നന്നായെന്ന് പറഞ്ഞു. ഇത്തരം സർറിയൽ കഥകൾക്കാണ് ഇപ്പോൾ ഭാവിയെന്നാണ് ഭാസുരേന്ദ്രൻ ചേട്ടൻ പറയുന്നത്.”

ഭാസുരേന്ദ്രൻ അപ്പോഴും പുഴയിലേക്ക് നോക്കിയിരിപ്പാണ്. കത്ത് വെച്ചുകൊള്ളാൻ പറഞ്ഞപ്പോൾ വലിയ സന്തോഷമായി.

“നമുക്ക് പുഴ കൂടുന്ന സ്ഥലത്ത് പോയാലോ?”

ഭാസുരേന്ദ്രൻ ഉല്ലാസവാനായി. ഒലിച്ചുപോയ കവുങ്ങിൻപാല ത്തിന്റെ തൂണുകൾക്ക് മുകളിൽ കഷ്ടിച്ച് കടന്നുപോകാവുന്ന ഒരു പാലം ഞാൻ കെട്ടിച്ചിരുന്നു. തുരുത്തിൽ മുളയും കവുങ്ങുമൊക്കെ ഒഴുകിയടിഞ്ഞതിനാൽ പാലംകെട്ടൽ എളുപ്പമായിരുന്നു.

“ഈ സാരിവാലൻ വരാൽ പുതിയ ജനുസ്സും സാൽമണിന്റെയും ട്രൗട്ടിന്റെയും ഇടയിലെ കണക്റ്റിങ്ങ് ലിങ്കുമൊക്കെ ആയിരുന്നെങ്കിൽ അക്കാര്യം നമുക്ക് മുൻപേ പറയാമായിരുന്നില്ലേ?” നടത്തത്തിനിടെ ഞാൻ അരവിന്ദിനോട് ചോദിച്ചു.

“വളർത്തുന്ന ട്രൗട്ടുകൾ മൂന്നാറിലുണ്ട്. അതുകൊണ്ടുതന്നെ സാരിവാലൻ വരാലിനെ സായിപ്പ് പണ്ടെപ്പോഴോ കൊണ്ടുവന്നതാ ണെന്ന് ആളുകൾ കരുതും. ട്രൗട്ടെന്ന് പേര് കേട്ടാൽ നമുക്ക് സ്വന്ത മെന്ന് തോന്നില്ല. അതേസമയം വരാലാവുമ്പോൾ എല്ലാവർക്കും ഒരാത്മബന്ധം കാണുമെന്ന് കരുതി. സത്യം പറഞ്ഞാൽ ആർക്കും

ഒന്നിനോടും ഒരു വൈകാരിക അടുപ്പവും ഇക്കാലത്തില്ല.'' അരവിന്ദ് സങ്കടപ്പെട്ടു.

''കൊക്കയിലും പുഴയിലുമൊക്കെ ചാടി ആത്മഹത്യ ചെയ്യുന്ന വരുടെ ബോഡി കിട്ടാനായി എത്ര ദിവസം തിരയും. അവർ വേണ്ടെന്ന് വെച്ച് അവസാനിപ്പിച്ച ജീവിതമാണ്, എന്നിട്ടും. ലോകത്തിന്റെ ഏതെങ്കിലും ഒരു കോണിൽ ഒരു മനുഷ്യൻ അപകടത്തിൽ പെട്ടെ ന്നറിഞ്ഞാൽ നമ്മളൊക്കെ ആകുലപ്പെടില്ലേ? കൊടും കുറ്റവാളി കളെ വധശിക്ഷയ്ക്ക് വിധിക്കുന്നത് പോലും എതിർക്കപ്പെടുന്നു. അപ്പോഴാണ് ഒരു ജനുസ്സ് നമ്മുടെ മുന്നിൽനിന്ന് അവസാനിക്കു ന്നത്. വംശനാശമല്ല പ്രശ്നം, അതിനെതിരെ നമുക്കൊന്നും ചെയ്യാ നാവുന്നില്ലെന്നതാണ്. ഒരു ഫിഷ് ലാഡറോ, ഒരു റസ്ക്യൂ പ്രൊജ ക്റ്റോ ഒന്നിനെക്കുറിച്ചും സംസാരിക്കാൻപോലും അനുവദിക്കില്ല. അതാണെന്റെ സങ്കടം. ഞാൻ കണ്ടെത്തിയ മീനെന്ന സെന്റിമെന്റ്സ് ഒന്നുമില്ല. പക്ഷേ നമുക്കാർക്കും ഒന്നും ചെയ്യാനാവില്ല എന്ന സങ്കട മുണ്ട്.'' അരവിന്ദ് നടത്തത്തിനിടെ പറഞ്ഞു.

പുഴയോരത്തുകൂടെ നടന്ന് ഞങ്ങൾ ചാലക്കുടിപ്പുഴ പെരിയാറിൽ ചേരുന്ന ഭാഗത്തെത്തി.

''ഇത് പെരിയാറല്ലേ?'' ഭാസുരേന്ദ്രൻ ചോദിച്ചു.

''അതെ, ആലുവ കഴിഞ്ഞാൽ പെരിയാർ രണ്ടായി പിരിഞ്ഞാ ണൊഴുകുന്നത്. ചാലക്കുടിപ്പുഴ ചേരുന്നിടത്ത് ശരിക്കുമിതൊരു കായലാണ്.'' അരവിന്ദിന് ഉത്സാഹമായി.

''ഈ ആറും പുഴയും തമ്മിലുള്ള വ്യത്യാസമെന്താണെന്നറി യുമോ?'' ഭാസുരേന്ദ്രന്റെ ചോദ്യത്തിന് എനിക്ക് ഉത്തരമൊന്നുമില്ലാ യിരുന്നു.

''വലുത് ആറും ചെറുത് പുഴയും'' എന്ന് അരവിന്ദ് പറഞ്ഞു നോക്കിയെങ്കിലും ഭാസുരേന്ദ്രൻ സമ്മതിച്ചില്ല.

''അപ്പോൾ നദിയോ?'' അരവിന്ദ് തർക്കിച്ചു.

''തെക്കൻ കേരളത്തിലുള്ളതെല്ലാം ആറും വടക്കെല്ലാം പുഴയും.'' ഞാനും വിട്ടുകൊടുത്തില്ല. ''നെയ്യാർ, കരമനയാർ, മീനച്ചിലാർ എന്നൊക്കെ കേട്ടിട്ടില്ലേ, അങ്ങനെ വടക്കോട്ട് വന്ന് ഏറ്റവും വലുത് പെരിയാർ. അത് കഴിഞ്ഞാൽ എല്ലാം പുഴ. ഉദാഹരണത്തിന് ചാല ക്കുടിപ്പുഴ, ഭാരതപ്പുഴ, കല്ലായിപ്പുഴ.''

അപ്പോൾ തോന്നിയത് പറഞ്ഞതാണെങ്കിലും ഞാൻ പറഞ്ഞ താണ് ശരിയെന്ന് എല്ലാവർക്കും ആദ്യം തോന്നി. അരവിന്ദ് തർക്കി ക്കുന്നത് വരെ.

“അപ്പോൾ പെരിയാറിന് വടക്കുള്ള ചാലിയാറും തെക്കുള്ള മൂവാറ്റുപുഴയുമൊക്കെയോ?”

വീണ്ടും കുഴഞ്ഞു.

“അപ്പോൾ കേരളത്തിൽ നദിയില്ലേ?” അരവിന്ദിന്റെ പുതിയ സംശയം.

“ഉണ്ടല്ലോ പമ്പാ നദി.”

“പമ്പയെന്നല്ലേ ഉള്ളൂ, നദിയെന്ന വാല് ഒരുപക്ഷേ പുണ്യനദി സങ്കൽപ്പത്തിൽ നിന്ന് വന്നതാവാം.” ഭാസുരേന്ദ്രൻ പുതിയൊരു സിദ്ധാന്തമുന്നയിച്ചു.

ആറ്, പുഴ, നദി; പേരെന്തായാലെന്ത്!

ഞങ്ങളുടെ തർക്കങ്ങളൊന്നും ഗൗനിക്കാതെ അവളൊഴുകിക്കൊണ്ടിരുന്നു.

■

www.ingramcontent.com/pod-product-compliance
Lightning Source LLC
LaVergne TN
LVHW100417051026
849518LV00004B/1309
* 9 7 8 8 1 1 9 4 8 6 9 2 2 *